கோதானம்

கோதானம்

பிரேம்சந்த்
தமிழில் : சரஸ்வதி ராம்னாத்

அன்னம்
மனை எண்.1, நிர்மலா நகர்,
தஞ்சாவூர் – 613007

கோதானம் / © பிரேம்சந்த் / தமிழில் : சரஸ்வதி ராம்நாத் முதற்பதிப்பு : ஆகஸ்ட் 2003 / இரண்டாம் பதிப்பு : டிசம்பர் 2012 மூன்றாம் பதிப்பு : செப்டம்பர் 2020 / வெளியீடு : அன்னம், மனை எண்.1, நிர்மலா நகர், தஞ்சாவூர் – 613007 அச்சாக்கம் : மீரா ஃபைன் ஆர்ட்ஸ், சிவகாசி / விலை : ரூ. 400/-

மொழிபெயர்ப்பாளர் முன்னுரை

இந்திய மொழியின் தலைசிறந்த எழுத்தாளர் பிரேம்சந்தின் மகத்தான படைப்பான *'கோதான்'* நாவலைத் தமிழில் தருவதற்கு எனக்களிக்கப்பட்டிருக்கும் இவ்வாய்ப்பை எனது எழுத்துலக வாழ்வில் மிக முக்கியத்துவம் வாய்ந்ததாகவே நான் கருதுகிறேன். சிறு வயதிலேயே, அவரது எழுத்துக்களைப் படிக்கும் வாய்ப்பை பெற்ற நான் அவரது படைப்புகள் தமிழில் வரவேண்டுமென்றும் பெரிதும் ஆசைப்பட்டேன். *சேவாசதனம்* - எனும் நாவலே இந்தியில் வெளிவந்து பாராட்டுதல்களைப் பெற்ற முதல் நாவல் (1919) எனலாம். கோதான் அவரது கடைசி நாவல் 1936ல் வெளிவந்தது. (மங்கள சூத்திர - என்ற நாவல் முற்றுப் பெறவில்லை). *'கபன்'* என்ற நாவலும் ரா.வீழிநாதன் அவர்களின் மொழிபெயர்ப்பில் வெளியாகியுள்ளது. *பிரேமாசிரம், ரங்க பூமி, காயகல்பம், நிர்மலா* போன்ற நாவல்களும் குறிப்பிடத் தக்கன. இவரது சிறுகதைகள் தமிழ்ப் பத்திரிகைகளில் நிறைய வெளியாகியுள்ளன.

1932ஆம் ஆண்டு தனது குடும்பத்துடன் பிரேம்சந்த் தனது கிராமமான வம்ஹக்குத் திரும்பி வந்தார். கிராமத்தின் சூழலில் குடியானவர்களுடன் நெருங்கிப் பழகி, அவர்களது இன்ப துன்பங்களை நேரில் கண்டறிய அவருக்கு இதுவொரு நல்ல வாய்ப்பாக அமைந்தது. *'கோதான்'* இங்குதான் உருவாகியது.

பிரேம்சந்தின் எழுத்துக்களில் பிரச்சனைகளின் ஆழமும் யதார்த்த வாழ்வின் கசப்பான உண்மைகளும், அடித்தளத்து உழைக்கும் வர்க்கத்தினர், மற்றும் குடியானவர்களின் துன்பமும் துயரமும், அவர்களிடையே மண்டிக் கிடக்கும் அறியாமையும், இருளிடையே ஒளிரும் மின்னல் போன்ற அவர்களும் மனிதநேயமும் அதிகமாகச் சித்திரிக்கப்பட்டுள்ளன. பிரேம்சந்த் தனது சமகாலத்து எழுத்தாளர்களை விட, தேசீய விழிப்புணர்வும், நாட்டுப்பற்றும், அடிப்படையிலேயே மாற்றம் காணவேண்டுமென விழைவும் கொண்டிருந்தார். யதார்த்த வாதத்தில் காலூன்றி நின்ற லட்சியவாதி அவர் எனலாம்.

1932ல் அவர் இந்நாவலை எழுதத் துவங்கினார். உடல்நலமின்மையால் இதனை 1934ல் தான் முடிக்க முடிந்தது. 1936ல் பிரேம்சந்த் காலமாவதற்கு நான்கு நாட்கள் முன்னர்தான் இது வெளிவந்தது. விமர்சகர்கள் இந்நாவலை ''இந்தியக் குடியானவர்களின் வாழ்க்கையெனும் மகா காவியம்'' என்று கூறினர். இதற்கு முன் இவர் படைத்திருந்த நாவல்களிலிருந்த லட்சிய வேகமும், ராம ராஜ்யத்தைப் பற்றிய கற்பனையும், நம்பிக்கையும் இந்நாவலில் காணப்படுவதில்லை. ஜமீன்தாரி முறையை எதிர்த்த அவர், இந் நாவலில் கதாநாயகனான 'ஹோரி'யை உயிர்த் துடிப்புள்ள பாத்திரமாகச் சித்திரித்துள்ளார். மண்ணை நம்பி வாழும் இக்குடியானவன், பரம்பரைப் பழக்க வழக்கங்களுக்கும், நம்பிக்கைகளுக்கும் அடிமைப்பட்டுப் போனவன். சுரண்டலுக்குப் பலியாகி கடனில் மூழ்கி உயிர் துறக்கிறான். தன் வீட்டின் வாசலில் ஒரு பசு கட்டி இருக்க வேண்டும் என்று ஆசையும், மண்ணின் பாலுள்ள பாசமும் அளவிட முடியாதவை. வீட்டில் ஒரு பசு இருப்பதுதான் வளமான வாழ்வைத் தரும். நிறைவு தரும் என நினைத்து அதற்காகவே பல்வேறு துன்பங்களையும் எதிர்கொள்கிறான். தனது இக் கனவை நினைவாக்கித், தன் பேரனுக்கு பால் தர ஒரு பசு வாங்க வேண்டும் என்று கூலி வேலை செய்து, கல் சுமந்து, பாடுபடும் அவன், முடிவில் அக்கனவு நனவாகாமலேயே உயிர் துறக்கிறான். ஹோரியின் மனைவி தனியா மிகச் சிறப்பான அழுத்தமான பாத்திரம். அநீதியை எதிர்த்துக் குரல் கொடுக்கும் துணிவு கொண்டவள். நாவலின் முடிவு நம் கண்ணில் நீரை வரவழைக்கிறது.

இந்நாவலில் ரோட்டுக் குடியினரின் நகர்ப்புற வாழ்வும் சித்திரிக்கப்படுகிறது. மிஸ்டர் மேஹ்த்தாவின் மூலம் பிரேம்சநத் பல இடங்களில் தனது இலட்சிய வாதத்தை வெளியிடுகிறார் எனலாம்.

பிரேம்சந்தின் எழுத்துக்கள் மிக சக்தி வாய்ந்தவை. மொழி பெயர்ப்பில் அச்சுவை குன்றாமல் தர முயன்றுள்ளேன். காலத்தைக் கடந்து நிற்கும் இவரது எழுத்துக்கள் என்றும் நிலைத்திருக்கும்.

இந் நாவலை வெளியிட முன்வந்து எனது கனவை நனவாக்கிய நண்பர் திரு.மீரா அவர்களுக்கும் அகரம் பிரசுராலயத்திற்கும் என் நன்றி உரித்தாகுக.

சரஸ்வதி ராம்நாத்

பெங்களூர்,
28.05.93.

பதிப்புரை

இந்திய-தமிழ் இலக்கியப் பரப்பில் இராமனையும் இராம பக்தர்களையும் நாம் கண்டிருக்கிறோம். நாவலாசிரியர் ஜெயகாந்தன் ''கிராம பக்தன்'' என்று ஒருவரைச் சுட்டிக் காட்டுகிறார். அவர்தான் முன்ஷி பிரேம்சந்த் (1800-1936).

டால்ஸ்டாய், கார்க்கி, காந்தியடிகள் ஆகியோரிடம் ஆளுமை பெற்று எழுத்துலகிற்கு வந்த முன்ஷி பிரேம்சந்த், உருது-இந்தி ஆகிய மொழிகளில் இலக்கியம் படைத்தார். எளியவராகவும், இனியவராகவும், புறத்தே எந்தவித வெளிப்பூச்சுக்களும் கொண்டிராதவருமான பிரேம்சந்த் முகத்தில் வைத்திருந்தது அடர்த்தியான மீசை; அகத்தில் மனத்துக்குள் வைத்திருந்தது அளவில்லாத இலக்கிய ஆசை. இலக்கியப் படைப்பு உந்துதலால், காலத்தால் அழியாத அமர இலக்கியங்கள் பல படைத்தார். ''இந்தியா கிராமங்களில் வாழ்ந்து கொண்டிருக்கவில்லை''; மாறாக, கிராமங்களில் இந்தியா அழுது கண்ணீர் விட்டுக் கொண்டிருக்கிறது; அதற்குக் காரணம் சுரண்டல் சமுதாய அமைப்பு முறையே என்பதைக் கண்டு உள்ளம் உருகினார்பிரேம்சந்த். அந்த உருக்கத்தின் பிரதிபலிப்பே அவருடைய 'கோதானம்' (கோதான்) நாவல். பிரேம்சந்த் எழுதிய இறுதிப்படைப்பாகிய இது 'இந்திய உழவர் பெருங்குடி மக்களின் வாழ்க்கைச் சரிதமாகவே' அமைந்திருக்கிறது. மணிக்கொடி, மஞ்சரி போன்ற பத்திரிகைகளின் சேவையால் போன தலைமுறையினர்க்கு ஓரளவுக்கு அறிமுகம் செய்யப்பட்ட பிரேம்சந்த், அதன்பிறகு, சரியான வகையில் அறிமுகம் செய்யப்படவில்ல. இந்தக் குறையை 'அகரம்' 'கோதானம்' நாவலை வெளியிடுவதன் மூலம் நிவர்த்தி செய்கிறது. தமிழாக்கித் தந்துள்ளவர், தமிழர்களுக்கு நன்கு அறிமுகம் ஆனவரும் மொழிபெயர்ப்பு மூலம் இந்திய ஒருமைப்பாட்டுக்கு உகந்த பணியாற்றி பாராட்டுகளும் பரிசுகளும் பெற்றவருமான திருமதி. சரஸ்வதி ராம்நாத் அவர்கள். எளிய, இனிய, சரளமான நடை. தமிழ்

கூறும் நல்லுலகம், மொழி பெயர்பாளருக்கு நன்றி கூறக் கடமைப்பட்டுள்ளது.

பிரேம்சந்த் சிறுதைகள் சிலவற்றைத் தமிழில் மொழி பெயர்த்தவரும், பிரேம்சந்த் எழுத்துக்கள்மீது மிகுந்த அபிமானம் கொண்ட வருமான பேராசிரியர் மு. பழனிஇராகுலதாசன் பல்வேறு தகவல்களுடன் கூடிய அறிமுகக் கட்டுரை ஒன்று எழுதியுள்ளார். அந்தக் கட்டுரை வாசகர்களுக்கு வாசிப்புத் துணையாக அமையும் என நம்புகிறோம்.

இந்திய இலக்கியத்தின் முதல் முற்போக்குச் சிந்தனையாளரும், கிராமத்து ஏழை எளிய விவசாயிகளின் வாழ்க்கைக்கு வடிவம் கொடுத்தவருமான முன்ஷி பிரேம்சந்த் இன்றைய தமிழக இளைஞர்களால் குறிப்பாக எழுத்தாளர்களால் படிக்கப்பட வேண்டியவர்; பின்பற்றப்பட வேண்டியவர்.

இன்றும் கண்ணீர் விட்டுக் கொண்டிருக்கும் இந்திய, தமிழகக் கிராமங்களைத் தரிசிக்கவும், பிரச்சனைகளுக்கு ஒரு நிரந்தரமான தீர்வு பற்றி யோசிக்கவும் வழிகாட்டக் கூடிய மிகச்சிறந்த படைப்பே *''கோதானம்.''*

பல நெருக்கடிகளுக்கிடையில் நீண்ட தாமதத்துக்குப் பிறகு அகரம் இந்த நாவலை ஒரு கடமையுணர்ச்சியுடன் வெளியிடுகிறது. நீண்டகால உழைப்பில் தீவிர ஈடுபாட்டுடன் மொழிபெயர்த்த திருமதி *சரஸ்வதி ராம்நாத்* இன்று இல்லை; தமிழில் இந்த நாவல் வரவேண்டும் எனக் கனவு கண்டு அரும்பாடுபட்ட *கவிஞர் மீராவும்* இன்று இல்லை. அவர்கள் இருவரின் நினைவைத் தாங்கி *'அகரம்'* இருக்கிறது. இன்னும் இன்னும் மொழிபெயர்ப்புத் தமிழுக்கு எவ்வளவோ செய்யவேண்டும் என்பதற்காக *'அகரம்'* இருக்கிறது; நாட்டுப்பற்றும் மொழிப்பற்றும் மிக்க வாசகர்கள் இன்னும் இருக்கிறார்கள் என்ற நம்பிக்கையோடும் *'அகரம்'* இருக்கிறது.

❖

நாவலாசிரியர் அறிமுகம்

பெருமைக்குரிய பிரேம்சந்த்

மு. பழனி இராகுலதாசன்

1

1930-ஜுன் மாதம் 3-ஆம் தேதி எழுதப்பட்ட கடிதத்தின் ஒரு பகுதி இது.

"எனக்கு வாழ்க்கையில் பெரிய அபிலாசைகள் எதுவும் இல்லை. இப்போது என் ஒரே ஒரு அபிலாசை இந்தச் சுதந்திரப் போராட்டத்தில் நாம் வெற்றி பெற வேண்டும் என்பதுதான். நான் என்றுமே பொருளுக்கோ புகழுக்கோ ஏங்கியதில்லை. வாழ்வின் அடிப்படைத் தேவைகளுக்குப் போதிய அளவு எனக்குக் கிடைத்துவிடுகிறது. அதற்குமேல் காரும் பங்களாவும் என்னைக் கவரவில்லை. ஒரு சில உயர்தர நூல்கள் எழுதவேண்டும் என்ற ஆவல் எனக்கு இருப்பது உண்மைதான். ஆனால் குறிக்கோள் என்னவோ சுயராஜ்ஜியத்திற்கான போராட்டத்தில் நாம் வெற்றி பெற வேண்டும் என்பதே. என் இரண்டு பிள்ளைகள் விஷயத்தில் கூட நான் ஏதும் பெரிய மனக்கோட்டை கட்டவில்லை. அவர்கள் நாணயம் உள்ளவர்களாகவும், உண்மை உள்ளவர்களாகவும், உறுதிப்பாட்டில் தளராதவர்களாகவும் இருந்தால் அதுவே எனக்குப் போதும். என் மக்கள் அதிகப்படி சுகங்களில் உழல்வதையோ பணத்தாசை பிடித்து அலைவதையோ, அதிகாரத்துக்கு முன்பு கூழைக்கும்பிடு போடுவதையோ நான் விரும்பவில்லை. அது எனக்கு வெறுப்பைத் தான் தரும். நான் என் இலக்கியத்துக்காகவும், என் நாட்டுக்காகவும் எப்போதும் ஏதாவது செய்து கொண்டே இருக்க விரும்புகிறேன். என்

தேவைகளைப் பொறுத்தமட்டில் நான் கேட்பதெல்லாம் சாதாரணமான சோறு, கறி அத்துடன் கொஞ்சம் வெண்ணெய்; மிகவும் எளிதான ஏதோ இரண்டு உடைகள்... இவ்வளவுதான்...''

- கடிதத்தை எழுதியவர் பிரேம்சந்த்.

பிரேம்சந்த் எழுதிய கட்டுரை ஒன்றின் முக்கியமான ஒரு பகுதியையும் இங்கே நினைவு கூர்வோம். *''ஹம்ஸ்''* பத்திரிகை, **1936**-செப்டம்பர் இதழில், (பிரேம்சந்த் காலமாவதற்கு ஒரு மாதம் முன்பு) அவர், *''முதலாளித்துவ நாகரிகம்''* என்று ஒரு கட்டுரை எழுதியிருந்தார். இந்தக் கட்டுரையை அறிஞர் உலகம் பிரேம்சந்த்தின் *''இறுதிச் சாசனம்''* என்று போற்றுகிறது. அந்தக் கட்டுரையிலிருந்து ஒரு பகுதி.

''இந்த முதலாளித்துவ நாகரிகத்தின் செயல்பாடுகள் அனைத்தும் ''பணம்'' பண்ணுவதையே நோக்கமாகக் கொண்டுள்ளன. மனித சமுதாயம் இன்று இரண்டு பகுதிகளாகப் பிரிந்து பிளவுபடுத்தப்பட்டுள்ளது; பெரும்பான்மையினராக உள்ள பாட்டாளிகள் ஒரு பகுதி; அதிகாரம், செல்வாக்கு ஆகியவை கொண்ட சிறுபான்மையினர் என்ற மற்றொரு பகுதி. இந்தச் சிறுபான்மையினருக்கு, உழைக்கும் பெரும்பான்மை மக்கள் மீது இரக்கமோ, அனுதாபமோ சிறிதும் இல்லை. பாட்டாளிப் பெரும்பான்மையினரை இவர்கள் தங்கள் ஆதிக்கத்தால் அடக்கிக் கட்டுப்படுத்தி வைத்திருக்கிறார்கள். மேற்கில் புதியதொரு நாகரிகத்தின் சூரியன் உதயமாகிக் கொண்டிருக்கிறான். அவன், லேவாதேவி, முதலாளித்துவ நாகரிகங்களை வேரோடு வெட்டி எறிந்துவிட்டான். இந்தப் புதிய கொள்கை, உழைப்பவனை மட்டுமே சமுதாயத்தின் அங்கமாகக் கருதுகிறது; செல்வத்தின் பலத்தால் ஆதிக்கம் செலுத்துபவனை இழித்துரைக்கிறது...''

பிரேம்சந்த் எழுதிய கடிதத்தின் ஒரு பகுதி, கட்டுரையின் ஒரு பகுதி ஆகிய இவற்றோடு, அவர் எழுதிய ஒரு தலையங்கத்தையும் இங்கு நினைவு கூரவேண்டும். பிரேம்சந்த்தை முழுமையாகப் புரிந்துகொள்ள இது உதவும். அரசியல் கருத்துக்களை எழுதுவதற்காக என்று அவர் தொடங்கியிருந்த *''ஜாகரன்''* (விழிப்பு) என்ற பத்திரிகையில், **1934**, ஜனவரி **28**ஆம் தேதியில், எழுதிய தலையங்கத்தில், பிரேம்சந்த் பொதுவுடைமைக் கொள்கையை யார் எதிர்ப்பார்கள்? யார் ஆதரிப்பார்கள்? என்று விவாதித்தார். ''யார் யார்

மக்களை அடிமைப்படுத்தி, தாம் மட்டும் சுகமாக அனுபவித்து வாழவேண்டுமென்று நினைப்பார்களோ, அவர்கள் எல்லாம் பொதுவுடைமைக் கொள்கையை எதிர்க்கத்தான் செய்வார்கள்; யார், யார் மக்கள் அனைவரையும் தோழமை உணர்வோடு நேசிக்கிறார்களோ அவர்கள் எல்லாம் பொதுவுடைமைக் கொள்கையை ஏற்றுக் கொள்வார்கள்'' என்று தெளிவுபடுத்தினார்.

சோவியத்து நாட்டுப் படைப்பாளர் மாக்ஸிம் கார்க்கி ஒருமுறை, ''படைப்பாளர்களே, கலாச்சாரத்தின் தூதுவர்களே, நீங்கள் எந்தப் பக்கம்?'' என்ற வரலாற்றுப் புகழ்மிக்க வினாவைத் தொடுத்தார். இந்த வினாவை பிரேம்சந்த் மீது செலுத்திப் பார்த்தால், அவர் எந்தப் பக்கம் என்று நமக்கு, இந்தக் கடிதமும், கட்டுரையும், தலையங்கமும் சொல்லிவிடுகின்றன. ஆம்! முன்ஷி பிரேம்சந்த் மக்களின் பக்கம்! முதலாளித்துவத்தோடும், முதலாளித்துவ நிறுவனங்களோடும் எந்த ஒரு சந்தர்ப்பத்திலும் சமரசப்பட்டுவிடாமல், தொடர்ந்து போராடிக் கொண்டே இருந்த மக்கள் படைப்பாளரே பிரேம்சந்த்!

2

''ஆங்காங்கே சிறுசிறு குழிகள் காணப்படலாம், மற்றபடி எனது வாழ்க்கை ஒரே சீரான சமவெளி போன்றது'' என்று பிரேமசந்த் குறிப்பிடுகிறார். எந்த அடிப்படையில் அவர் இவ்வாறு குறிப்பிட்டுக் கொண்டார் என்று ஊகிக்க முடியவில்லை. காரணம், அவர் குறிப்பிடுவது போல அவரது வாழ்க்கை ஒரே சீரான சமவெளிபோல அமையவில்லை. ஐம்பத்தாறு ஆண்டுக்கால வாழ்க்கையில் (1880-1936) அவர் எதிர்கொண்ட அனுபவங்கள் துன்பம் மிகுந்தவை. நேர்ந்த தொடர்ச்சியான துன்பங்களை எழுத்து என்னும் யாழ்மீட்டி இன்பங்களாக மாற்றிக்கொண்டார் என்பதே உண்மை.

பெற்றோருக்கு நான்காவது குழந்தையாகப் பிறந்தார் பிரேம்சந்த். பெற்றோர் இட்டபெயர் 'தன்பத்ராய்' என்பது. எட்டாம் வயதில் தாயை இழந்தார். சின்னஞ்சிறு வயதில் நிகழ்ந்த மிகப்பெரிய துன்பம்; இழப்பு. தாயின் மரணத்தால் ஏற்பட்ட வெறுமையை, ஆற்றாமையைத் தனது படைப்புக்களில் (குறிப்பாக 'கர்ம பூமி' நாவலில்) பதிவு செய்தார். தந்தையின் மறு மணத்தால் வீட்டுக்கு வந்த சிற்றன்னை சிற்றன்னையாகவே இருந்தார். வருமானம்

குறைந்த வீடு; பணிமாறுதல் என ஊர் ஊராய்ப் போக நேர்ந்ததால் மகனைக் கவனிக்க முடியாத தந்தை; இரு குழந்தைகளைப் பெற்றெடுத்து அலைபாயும் சிற்றன்னை - இவர்களுக்கு இடையில் பிரேம்சந்த்! பன்னிரண்டு, பதின்மூன்று வயதுவரை விளையாட்டுக்களிலேயே படிந்துகிடந்த சிறுவன் மனம், அதற்குப் பிறகு தீவிரமான புத்தக வாசிப்பில் ஈடுபட்டது! தந்தையின் வேலை மாற்றலையொட்டிக் காசிக்கு வந்த பிரேம்சந்த், அங்கே உயர்நிலைப் பள்ளியில் தன் கல்வியைத் தொடர்ந்தார். மாதம் ஒன்றுக்குத் தந்தை தரும் ஐந்து ரூபாய் போதவில்லை. எனவே தினமும் வெகுதூரம் நடந்து சென்று 'டியூசன் சொல்லிக் கொடுத்துச் சிறிது சம்பாதித்துக் கொண்டார். ஒன்பதாம் வகுப்பு படித்துக் கொண்டிருந்தபோது, தந்தை அவசரப்பட்டு, பிரேம்சந்த்துக்குத் திருமணமும் நடத்தி முடித்துவிட்டார்! சிற்றன்னையின் ஏற்பாடு இது என்று ஒரு குறிப்புச் சொல்கிறது! அந்தச் சின்ன வயதில் நடந்த திருமணப் பரீட்சையில் பிரேம்சந்த் தோல்வி அடைந்தார் என்றே சொல்ல வேண்டும். மணப் பெண்ணாக வந்தவள் உடலாலும் உள்ளத்தாலும் ஊனம் உற்ற பெண்! ''என் ரோஜா நிறத்து அழகு மகனுக்கு அவசரப்பட்டு இப்படி ஒரு பெண்ணைத் திருமணம் செய்து வைத்துவிட்டேனே!'' என்று தந்தை பிறகு வருந்தும் அளவுக்கு அவள் அமைந்துவிட்டாள். குடும்பத்தில் யாரோடும் இசைந்து போகமுடியாத வக்கிரமான குணம்! பிறந்த ஊருக்குப் போகவேண்டாம் என்று பிரேம்சந்த் வற்புறுத்திய நிலையிலும், மீறி, பெற்றோர் வீட்டுக்குப் போன, அவள் திரும்பவே இல்லை. இதற்கிடையில் தந்தை மரணமானார். சிற்றன்னை, குழந்தைகள் அடங்கிய குடும்பம் பிரேம்சந்த் பொறுப்பில் விழுந்தது.

குடும்பத்தாரின் கடுமையான எதிர்ப்பு இருந்தது. இன்னொரு திருமணம் செய்துகொள்ளட்டும், அதற்காக ஒரு விதவைப் பெண்ணையா? என்று எதிர்த்தனர். பிரேம்சந்த் எதிர்ப்புக்கு அஞ்சாமல் 'சிவராணிதேவி' என்ற விதவைப் பெண்ணைத் திருமணம் செய்துகொண்டார். பள்ளியில் ஆசிரியர் வேலை, வீட்டில் படிப்பது, எழுதுவது என்று இயங்கிய பிரேம்சந்த்துக்கு சிவராணிதேவி மிகவும் உதவியாக இருந்தார். போராட்டம் மிகுந்த வாழ்க்கையில் அவரும் இணைந்து இசைந்து துணைபுரிந்தார். ''வீட்டில் பிரேம்சந்த்'' என்ற வாழ்க்கை வரலாற்று நூலும் கூட எழுதினார். பிரேம்சந்த் ஆற்றிய நீண்ட காலப் பணி ஆசிரியர் பணிதான்; எழுதுவதற்கும், சிந்திப்பதற்கும், ஒரு புதிய

தலைமுறையோடு நெருங்கிப் பழகி உருவாக்குவதற்கும் வாய்ப்பான பணி. எனவே எழுத்துப்பணியில் தீவிரம் காட்டினார். 1919 ஆம் ஆண்டு வரை இயற்பெயரில் எழுதி வந்த பிரேம்சந்த், அதன் பிறகு அரசாங்க அடக்குமுறை, நெருக்கடிகள் காரணமாக 'பிரேம்சந்த்' என்ற புனைபெயரை வைத்துக்கொண்டார். இங்கும் அங்குமாக, ஆசிரியர் பணி, இடையிடையே கல்வியால் தன்னை மேலும் தகுதிப்படுத்திக் கொள்ளுதல் என வாழ்க்கையை நடத்திய பிரேம்சந்த் தொடர்ந்து எழுதிக்கொண்டே இருந்தார். இந்திய அரசியல் அலைகளும் உள்ளத்தில் மோதிக்கொண்டே இருந்தன. அண்ணல் காந்தியடிகளின் உரையைக் கேட்டு, காந்தியடிகள் விடுத்த அழைப்பு, தனக்காகவே நேரடியாக விடுத்தது என உணர்ந்து, அரசாங்கப் பணியை ராஜினாமா செய்த பிரேம்சந்த் முழுநேர எழுத்துப்பணிக்கு வந்துவிட்டார். பத்திரிகை தொடங்குவது, அச்சகம் அமைத்துக் கொள்வது எனத் திட்டமிட்டார். 'சரஸ்வதி பிரஸ்' என்ற அச்சகமும், 'ஹம்ஸ்', ''ஜார்கன்'' என்ற இரண்டு பத்திரிகைகளும் ஏற்படுத்திக்கொண்டார். இவை பிரேம்சந்த்தின் எழுத்துக்குத் துணையாக நின்றன; ஆனால் நட்டத்தில்தான் நடந்தன. எழுத்தாளர் மாநாடு, இளைஞர்கள் சந்திப்பு என இலக்கியப் பணிகள் விரிந்து கொண்டே சென்றன. 1930ல் - உப்புச் சத்தியாக்கிரகப்போரில் நேரடியாகப் பங்குகொள்ள விரும்பினார். ஆனால் உடல்நிலை ஒத்துழைக்கவில்லை. மனைவி சிவராணி நேரடியாக ஈடுபட்டுச் சிறைத் தண்டனையும் அடைந்தார்.

எழுத்துலகில் கதைகள், நாவல்கள், அரசியல் கட்டுரைகள், மாநாட்டுத் தலைமைகள் எனச் சாதனைகள் படைத்துக் கொண்டிருந்த பிரேம்சந்த் மீது பம்பாய் திரைப்படக் கம்பெனி கவனம் செலுத்தி, அவருக்கு அழைப்பும் விடுத்தது. திரைப்படத் துறையின் அழைப்பை ஏற்கவேண்டாம் என்று சிவராணிதேவி கருதினார். கடன்தொல்லை, பத்திரிகை நடத்துவதற்கு ஆகும் செலவு ஆகிய பொருளாதாரச் சிரமங்களைக் கருதி, பிரேம்சந்த் திரைப்பட வாய்ப்பை ஏற்க முன்வந்தார். பம்பாய்க்குப் போய், திரைப்படத் துறையில் பணியைத் தொடங்கிய பிறகுதான் அந்தத் துறையின் ஆபாசங்கள் தெரியலாயின. ''பொழுதுபோக்கு, கலையாக்கம் என்று சொல்லிக்கொண்டு ஆபாசங்களைக் கட்டவிழ்த்துவிடுகிறார்களே'' எனப் பிரேம்சந்த் மனம் நொந்துபோனார். தேசபக்தியும், கொள்கைப் பிடிப்பும் உள்ள எழுத்தாளர் ஒருவரால் திரைப்படத் துறையில் சமரசப்பட்டுப்போக

முடியாது என்பது பிரேம்சந்த் வாழ்க்கையிலும் நிரூபணம் ஆயிற்று. "திரைப்படமும் இலக்கியமும் ஒருங்கிணைந்து செயல்படும் நல்லகாலம் இன்னும் வெகுதொலைவில் இருக்கிறது" என்று மனம் வெறுத்து எழுதிவிட்டு, பம்பாயிலிருந்து புறப்பட்டு வந்துவிட்டார். ஏற்கனவே தொடங்கியிருந்த "கோதான்" நாவலை இன்னும் முடிக்கவில்லையே என்ற உறுத்தலும் மனத்துக்குள் இருந்தது. பம்பாயில் படத்துறையில் இருந்தால் பணம்தான் கிடைக்கும்; கிராமத்துக்குத் திரும்பி வந்துவிட்டால் நாவலையும் நிறைவு செய்யலாம்; நிம்மதியும் கிடைக்கும் என்ற முடிவுக்கு வந்துவிட்டார் பிரேம்சந்த்.

வாழ்க்கையின் இறுதி மூன்று ஆண்டுகள்! இந்தக் காலகட்டத்தில், எழுத்து, பேச்சு, கூட்டங்கள், மாநாடுகள், சுற்றுப் பயணங்கள் என்று கடுமையாக உழைத்தார். இந்த நேரத்தில்தான் 'கோதான்' நாவலையும் எழுதி முடித்தார். நாடு ஆங்கிலமொழி மோகத்தில் மூழ்கிக் கிடந்ததை அறிந்து மனம் நொந்தார். இந்தி - உருது என்று மொழியாலும் இந்திய மக்கள் பிளவுபட்டுள்ளார்களே என்றும் மனம் நொந்தார். இறுதிக் காலகட்டத்தில் மொழி பற்றி அதிகம் பேசினார். நொந்துபோன மனம், கடுமையான இலக்கிய உழைப்பு, எல்லாமுமாகச் சேர்ந்து, ஆரோக்கியம் பாதிக்கப்பட்டது. குடலில் புண், மகோதரம் இரண்டும் அதிகம் ஆகி, படுக்கையில் சாய்த்துவிட்டன. லட்சுமணபுரிக்குச் சென்று சிறப்பாக வைத்தியம் பார்த்தும் குணம் அடையவில்லை. ஏறத்தாழ 250 - சிறுகதைகள், பன்னிரண்டுக்கும் மேல் நாவல்கள், நாடகங்கள், மொழி பெயர்ப்புகள், குழந்தை இலக்கியங்கள், ஏராளமான அரசியல் - இலக்கிய விவாதக் கட்டுரைகள், தலையங்கங்கள் என்று வாழ்நாள் முழுதும் எழுதிக்கொண்டே இருந்த கரங்கள் - இந்துஸ்தானி இலக்கியம் என்று ஒன்று உள்ளது என உலக அரங்கிற்கு முதன் முதலாக உணர்த்திக் காட்டிய கரங்கள் - இந்திய இலக்கியத்தில் மக்கள் இலக்கியம், முற்போக்கு இலக்கியம் என்ற புதிய திசைவழியைச் சுட்டிக்காட்டிய கரங்கள் - 1936, அக்டோபர், 8 ஆம் தேதி காலை ஏழு மணி அளவில் நிரந்தரமாகவே ஓய்வு பெற்றுக்கொண்டுவிட்டன.

போர்க்குணம், சமரசப்படாத தீவிரம், பத்திரிகைப் பணி, எளிய வாழ்க்கை என்ற பல அடிப்படைகளில் மகாகவி பாரதிக்கும், முன்ஷி பிரேம்சந்த்துக்கும் இடையே பல ஒற்றுமைகள் காணப்படுகின்றன. இறுதிச் சடங்கு நிகழ்ச்சியிலும்கூட

இருவருக்கும் ஓர் ஒற்றுமை அமைந்துவிட்டது! பிரேம்சந்த்தின் இறுதிச் சடங்கில் கலந்து கொண்டவர்களின் எண்ணிக்கை பத்துப்பேர்கள்தான் என்பது அவரது வரலாற்றில் காணப்படும் ஒரு குறிப்பு.

3

ஒரு முன்னுரைக் குறிப்பில் கா.ஸ்ரீ.ஸ்ரீ ''இருபதாம் நூற்றாண்டில் உலகம் கண்ட இந்தியக் கதாசிரியர் மூவர்'' என்று கவியரசர் தாகூர், நாவல் சக்கரவர்த்தி சரத்சந்திரர், முன்ஷிபிரேம்சந்த் முதலிய மூவரையும் குறிப்பிடுவார். குணங்களாலும், பார்வைக் கோணங்களாலும் இம் மூவருக்கும் இடையே அடிப்படையான வேறுபாடுகள் பல உண்டு. இந்த வேறுபாடுகள் இனி வரும் இந்திய இளைஞர்களால் ஆராயப்பட வேண்டிய தனி அத்தியாயங்கள் ஆகும். பிரேம்சந்த்தைப் பொறுத்தவரை, எழுதியது சிறுகதை யானாலும், கட்டுரையானாலும், புதினமானாலும், நண்பர் களுக்கென அமைந்த கடிதங்களேயானாலும், அவர் தனது பேனாவுக்குள் ஒரு போர்ப் பிரகடனத்தையே பொதிய வைத்துக் கொண்டிருந்தார். அதற்கு முதன்மையான காரணம், அவர், தாம் வாழ்ந்து கொண்டிருந்த காலத்திய சிந்தனையோட்டங்களுடன் இரண்டறக் கலந்து போயிருந்ததுதான். அண்ணல் காந்தியடிகளும், சுவாமி விவேகானந்தரும், அறிஞர் டால்ஸ்டாயும் பிரேம்சந்த்தை மிகவும் பாதித்திருந்தனர். சோவியத்து நாட்டின் அக்டோபர் புரட்சியும், அந்த நாட்டின் முற்போக்கு இலக்கிய வீச்சும் பிரேம்சந்த் மீது முழுமையான ஆளுமை செலுத்தின. பஞ்சாப் ஜாலியன் வாலாபாக் படுகொலை நிகழ்ச்சி பிரேம்சந்த்தின் இதயத்தைக் கவ்விப் பிடித்துக் கசக்கிப் போட்டிருந்தது.

இந்தியாவில் மட்டுமல்ல, உலக அளவில் காணப்படும் சமுதாயப் பிரச்சனைகள் அனைத்துக்கும் காரணம் முதலாளித்துவமே என்று பிரேம்சந்த் மிக எளிதாகவே புரிந்துகொண்டார். முதலாளித்துவக் கொடுமை மிக்க லேவாதேவி நாகரிகம்தான் இந்தியக் கிராமங்களைச் சீரழித்துச் சிதைக்கிறது என்பதை நேருக்கு நேராகக் கண்டார். இதற்கெல்லாம் தீர்வு ஆரசியல் வழியில்தான் உருவாக வேண்டும் என்பதையும், அந்த அரசியல் ''போல்ஷ்விக்'' அரசியல்தான் என்பதையும் பிரேம்சந்த் வெளிப்படையாகவே அறிவித்தார். அதை அடைவதற்கான திசைநோக்கிய தனது எழுத்துப் பயணத்தைத்

தொடர்ந்தார். நண்பர் ஒருவருக்கு எழுதிய கடிதம் ஒன்றில், "நான் ஏறத்தாழ போல்ஷ்விக் கோட்பாடுகளை ஏற்றுக்கொண்டு விட்டேன்" என்று தெளிவாகக் குறிப்பிட்டிருந்தார், ஒருமுறை, "ருஷ்ய நாட்டில் ஏற்பட்டுள்ள சமச்சீரான சமுதாயம் இந்தியாவிலும் ஏற்படும்" என்றும் சொன்னார்.

இத்தகைய பின்னணியில், கொள்கைத் தெளிவில் பேனா பிடித்த ஒருவருக்கு 'கலை கலைக்காகவே' என்ற வாதம் ஏற்புடையதாக இருக்குமா என்ன? பிரேம்சந்த் 'கலை சமுதாயத்துக்காகவே' என்று தொடர்ந்து முழங்கி வந்தார். "இலக்கியத்தின் ஆதாரம், மூலம், மிகையான, ஆடம்பரமான கற்பனை அலங்காரங்கள் அல்ல; இலக்கியத்தின் மூல ஊற்று வாழ்க்கை; பெரும்பான்மை மக்களின் நிஜவாழ்க்கை; இந்த நிஜ வாழ்க்கையைப் பிரதிபலிப்பதுதான் உயிருள்ள இலக்கியம் ஆகும்" என அவர் சுட்டிக் காட்டினார். லக்னோவில் நடந்த முற்போக்கு எழுத்தாளர் சங்க மாநாட்டில் தலைமை உரையாற்றியபோது, "முற்போக்குச் சிந்தனை, எழுத வருகிற கலைஞனின் இயல்பான தன்மைதானே" என்பதை விளக்குவதற்காக, பின்வருமாறு சுவையான வாதம் ஒன்றை பிரேம்சந்த் முன்வைத்துப் பேசினார்: "முற்போக்கு எழுத்தாளர் சங்கம் என்று பெயர் வைக்கத்தான் வேண்டுமா?... எழுத்தாளன் எனப்படுபவன், கலைஞன் எனப்படுபவன், இயற்கையாகவே முற்போக்குத் தன்மை உடையவன்தானே! அப்படி இல்லை யென்றால், அவன் ஓர் எழுத்தாளனுமல்ல, ஒரு கலைஞனுமல்ல."

எட்டாம் வயதிலிருந்தே கற்றுக்கொண்டிருந்த 'உருது' மொழியில்தான் பிரேம்சந்த் தனது படைப்புப் பணியைத் தொடர்ந்தார். முதலாவது சிறுகதைத் தொகுப்பு 'உருது' மொழியில்தான் வெளியானது. அதன் பெயர் 'தேச ஆவேசக் கனல்' என்பதாகும். தொகுப்பில் தேசப்பற்றும் ஆவேச உணர்வும் மிகுந்த ஐந்து சிறுகதைகள்தான் இருந்தன. விலை ஐந்து அணா; ஓர் அணாவுக்கு ஒரு சிறுகதை. இந்தச் சிறிய தொகுப்பு நூல் எழுப்பிய 'அனல் காற்றை அரசாங்க அதிகாரிகளால் தாங்க முடியவில்லை. அரசாங்கப் பணியில் இருக்கும் ஒருவர், அரசாங்கத்தை எதிர்த்து எழுதுவதா? மாவட்டக் கலெக்டர் உடனே பிரேம்சந்த்துக்குச் சம்மன் அனுப்பினார். ஆயிரம் பிரதிகளில் முன்னூறு பிரதிகள் விற்றுப் போய்விட்டன. சில பிரதிகள் அதிர்ஷ்டவசமாக நண்பர் 'நிகம்' வீட்டில் இருந்தன. எஞ்சிய பிரதிகள் அனைத்தையும் கைப்பற்றிக்

கொண்டு வந்த மாவட்டக் கலெக்டர், பிரேம்சந்த் கண்களுக்கு முன்னாலேயே தீயிட்டுக் கொளுத்திச் சாம்பலாக்கிவிட்டார். இந்திய விடுதலைப் போர் வரலாற்றில் எழுத்தாளர் ஒருவருடைய படைப்புக்களைப் பறிமுதல் செய்து, அவரையே சாட்சியாக நிறுத்தி, அவர் கண்முன்னாலேயே எரித்துப் பொசுக்கிய கொடூர முதல் முதல் நிகழ்ச்சி இதுதான்! மாவட்டக் கலெக்டர் இத்தோடு நிற்கவில்லை. அதிகார போதையில் மேலும் ஓர் ஆணையிட்டார். "இனி என்ன எழுதினாலும் அது உடனே என் பார்வைக்கு, என் மேஜைக்கு வந்தாக வேண்டும்." அந்த நெருப்பில் ஏடுகளை எரியக் கொடுத்த பிரேம்சந்த், இதயத்தை மேலும் மேலும் புடம் போட்டு உரமேற்றிக் கொண்டார். தினந்தோறும் எழுதிக்கொண்டே இருக்கிற பிரேம்சந்த், எழுதுவதையெல்லாம் எடுத்துக்கொண்டு போய் மேலதிகாரிக்குச் 'சமர்ப்பணம்' பண்ணிக்கொண்டிருக்க முடியுமா? பிரேம்சந்த் வேறு மாதிரி சிந்தித்து ஒரு முடிவுக்கு வந்தார். "இன்றோடு" "நவாப்ராய்" என்ற பெயர் போய் ஒழியட்டும்; ஒரு புதிய புனைபெயரில், இந்த வழியே எழுதுகிறேன்." இவ்வாறாக, இந்தச் சூழ்நிலையில் புனைந்துகொண்ட பெயர்தான் "பிரேம்சந்த்" என்பது!

4

புதிய புனைபெயரில் மிகவேகமாகவும் அழுத்தமாகவும், நளினமாகவும் தொடர்ந்து எழுதினார் பிரேம்சந்த். "இந்தி நாவல் உலகின் முதல் யதார்த்தவாத எழுத்தாளர்" என்ற இடத்தையும் பெற்றார். தனிமனிதன், குடும்பம், சமுதாயம், பொருளாதாரம், மரபாகத் தொடர்ந்து வரும் நம்பிக்கைகளின் நன்மை தீமைகள், முற்போக்கு அரசியல் - என ஒட்டுமொத்தமாக அனைத்தையும் தன் எழுத்துக்குரிய பொருளாக எடுத்துக் கொண்டார். இது, இந்திய இலக்கியப் போக்கில் புதிய தடம் பதிப்பதாகவும், புதிய வாசலைத் திறந்து வைப்பதாகவும் அமைந்தது.

இந்தியக் கிராமங்களின் மீதும் கிராமத்து ஏழைய எளிய சனங்களின் மீதும் பிரேம்சந்த் கொண்டிருந்த பரிவும் பாசமும் போல, வேறு எந்த எழுத்தாளரும் கொண்டிருக்கவில்லை. ருஷ்ய நாட்டின் அறிஞர் டால்ஸ்டாயை ஆழ்ந்து படித்ததன் பாதிப்பாக இருக்கலாம் என்று திறனாய்வாளர்கள் கருதுகின்றனர். அடடா, அழகு என்பது

இங்கல்லவா இருக்கிறது! மலர் தொடுப்பவளின் விரல் வளைவிலும், கலப்பை சுமந்து செல்லும் உழவனின் பூரித்த தோள்களிலும் அழகென்பாள் கவிதை செய்கிறாள் என்று பாவேந்தர் பாரதிதாசன் சுட்டிக்காட்டுவாரே, அப்படித்தான் பிரேம்சந்த்தும் 'அழகு' எது என்று, தான் கண்டு இன்புற்ற அனுபவத்தை ஓரிடத்தில் விளக்குகிறார்: ''கணப்புத் தீ போட்டு, அதனைச் சுற்றி அமர்ந்து விவசாயிகள் தங்களது அன்றாடப் பாடுகளை, துன்ப துயரங்களைப் பற்றிப் பேசுவார்களே, அந்தக் காட்சிகளில்தான் 'அழகு' என்பது இருக்கிறது'' என்று பிரேம்சந்த் சொல்லி மகிழ்ந்தார். இவ்வாறு, அவர், கிராமத்து ஏழை எளிய சனங்களிடம் கண்ட அழகுகளும் அவலங்களும்தான் ஊடும் பாவுமாக அமைந்து ''கோதான்'' என்று சொற்சித்திரம் ஆகியது.

பிரேம்சந்த் படைத்த நாவல்கள் அனைத்திலும் ''மகுடம்'' போல உயர்ந்து நிற்பது 'கோதான்' நாவல்தான். இதுதான் அவரது இறுதிப் படைப்பு (இதற்கு அடுத்து அவர் எழுதிய 'மங்கள சூத்திரம்' என்னும் நாவல் முற்றுப்பெறவில்லை), 'பிரேமா', 'வர்தான்', 'சேவாசதன்' போன்ற ஆரம்பகால நாவல்கள் மாதர் பிரச்னைகளை அடிப்படையாகக் கொண்டிருந்தன. 'பிரமோசிரம்' நாவல் மிக வலிமையான அரசியல் பின்னணியைக் கொண்டது; ''இந்தி மொழியில் எழுந்த முதல் அரசியல் நாவல்' என்று போற்றப்படுவது. அடுத்து அனைவருடைய கவனத்தையும் ஈர்த்துக்கொள்ளும் படைப்பு 'கர்மபூமி' இந்திய விடுதலைப் போராட்டத்தின் எழுச்சிமிக்க களங்களையெல்லாம் விவரிக்கும் அற்புதமான படைப்பு; ஒரு வகையில் மக்சிம் கார்க்கியின் 'தாய்' நாவலுக்கு இணையானது என்று பாராட்டப்படும் படைப்பு.

பாத்திரப்படைப்பு, கலை நேர்த்தி, கிராமியப் பிரதிபலிப்பு, சமுதாய எழுச்சி என்று அனைத்து வகையிலும் ஓர் உன்னதமான படைப்பாக விளங்குவது 'கோதான்' நாவல். பிற நாவல்களில் காணப்படும் பிரச்சார வேகம் கோதானில் மிகவும் குறைந்து அமைகிறது. என்று அறிஞர் க.நா.சு. சுட்டிக்காட்டுவார். பெர்ல் பக் எழுதிய புகழ்பெற்ற ''நல்ல நிலம்'' நாவலுக்கு ஈடான படைப்பு 'கோதான்' என்று அறிஞர்கள் ஒப்புக் கொள்கின்றனர். திறனாய்வாளர்களும், வாசகர்களும் சொல்லும் ஒட்டுமொத்தமான கருத்து ''**கோதான் இந்திய உழவர்களின் வாழ்க்கையெனும் அமரகாவியம்**'' என்பதே.

மிகவும் விரிந்து அமைகிற 'கோதான்' நாவலின் அடிப்படையான ஒரே ஒரு விஷயம் கிராமத்துச் சனங்கள் சுரண்டப்படுகிறார்கள். வஞ்சிக்கப்படுகிறார்கள் என்பதே. **''இங்கு, குடியானவன் இருக்கின்றானே, அவன்தான் எல்லோருக்கும் மிருதுவான இரை, ஆகாரம்''** என்று ரத்தினச் சுருக்கமான சொற்களில் கவிதை போலச் சொல்கிறார் பிரேம்சந்த். சுரண்டப்படும் ஏழைக் குடியானவர்களைப் பிரதிபலிக்க நாவலில் ஹோரி, அவன் மனைவி தனியா மற்றும் குடும்பத்தினர் படைக்கப்பட்டுள்ளனர். சுரண்டுவதற்கு ஒரு பட்டாளமே இருக்கிறது. அறிவு ஜீவிகள் எனப்படுவோர் என்ன செய்ய வேண்டும் என்பதை உணர்த்திக் காட்டுவதற்கு டாக்டர் மாலதியும், பேராசிரியர் மேஹ்தாவும் படைக்கப்பட்டுள்ளனர். ஹோரி-தனியா, அவர்களைச் சார்ந்தவர் அனைவரையும் சமுதாய விரோதக் கும்பல் (Wicked social Forces) திட்டமிட்டே சுரண்டுகிறது; ஏமாற்றுகிறது; வஞ்சிக்கிறது. பணம் படைத்த நிலச் சுவான்தாரிகள், கோவில் பூசாரிகள், அரசாங்க அதிகாரிகள், ஜமீன்தார்கள், லேவாதேவிக்காரர்கள், கிராமத்துப் பஞ்சாயத்தார் என்று இவர்கள் அனைவரும் ஓரணியில் நின்று சுரண்டலில் அல்லது அச்சுறுத்தலில் ஈடுபடுகின்றனர். இவர்கள் அனைவருக்கும் கிராமத்துச் சனங்கள், தனித்தனியாகவும், மொத்தமாகவும் ஈடுகொடுத்து, காணிக்கை செய்து, கண்ணீர் விட்டுக் கரைந்து போகிற அவலம் மிகுந்த வரலாறுதான் 'கோதான்'. மிகை, கற்பனையானது என்று வாசகர் நினைத்துவிடாதவாறு, அற்புதமான கலை நேர்த்தியுடன் பிரேம்சந்த் சொல்லிச் செல்கிறார்.

ஹோரி தன் வீட்டுக்கு ஒரு பசு வேண்டும் என ஆசைப்படுகிறான். மிகவும் பிரயாசைப்பட்டு வாங்கிக் கொண்டுவரும் பசு. அவனுடைய தம்பியின் வஞ்சகத்தால் கொல்லப்படுகிறது. பழமை மரபுகளாலும், நம்பிக்கைகளாலும் அழுந்திக் கிடக்கும் அந்த ஏழைக் குடும்பத்துக்கு இதுவே ஒரு பெரிய அபசகுணமாகி, பிரச்சனையாகவும் ஆகிவிடுகிறது. மறுபடியும் தன் வீட்டு வாசலில் ஒரு பசு நிற்கவேண்டும் என்று ஹோரி ஆசைப்படுகிறான். ஒவ்வொரு நாளும் கடன் தொல்லையில், குடும்பச் சிக்கல்களில் அழுந்தித் தவிக்கும் ஹோரிக்கு இறுதிவரையில் பசு ஒன்றை வாங்க முடியவில்லை. சொந்தமாய் இருந்த நிலத்தையும் பிரிந்து தினக் கூலிக்கு கல்லுடைக்கச் சென்று, பசு ஒன்று வாங்க முடியவில்லையே என்ற ஏக்கத்தோடு மடிந்து போகிறான். கடைசி நேரத்தில் மனைவி தனியாவிடம் **''எல்லாக் கஷ்டங்களையும் அனுபவித்தாகி**

விட்டது, இனி என்னைச் சாகவிடு'' என்று ஹோரி கேட்டபடியே முடிந்து போகிறான். கல்லுடைக்கும் வேளையில் மயங்கி விழுகிற ஹோரியை வீட்டுக்குத் தூக்கி வருகிறார்கள். உள்ளம் குமைந்துபோன தனியா, அங்கும் இங்கும் ஓடுகிறாள், சர்பத் செய்து கொண்டு வருகிறாள்; கோதுமைத் தவிட்டினால் கணவனுக்கு ஒத்தடம் கொடுக்கிறாள். பெரிதாக வைத்தியம் பார்க்க வேண்டிய நேரம்!'' கையில் காசு பணம் இல்லாத மனைவி தனியா வேறு என்னதான் செய்ய முடியும்'' என்று மிக அமைதியாகக் கேட்கிறார் பிரேம்சந்த்.

எல்லாம் முடிந்து போன வேளையிலும், இறுதிச் சடங்குகள் என்ற மரபான நம்பிக்கைகள் குறுக்கிடுகின்றன. பிராமண ஒழுக்கங்களையெல்லாம் காற்றில் பறக்கவிட்டுவிட்டு, வட்டித் தொழில் செய்து, சனங்களின் ரத்தத்தை உறிஞ்சியே சுகம் கண்ட தாதாதீன் பிராமணர் பக்கத்தில் நிற்கிறார். ''பசு தானம் கொடு, இதுதான் சரியான நேரம். ''பசுதானம் கொடு'' என்று குரல்கள் எழுகின்றன. தாதாதீன் பிராமணரும் இதுதான் சமயம் என கோதானத்தை எதிர்பார்க்கிறார். தனியாவுக்கு உள்ளம் பொங்கிக் குமுறுகிறது. இன்னுமா சுரண்டல்? எல்லாம் முடிந்துபோன இந்த நிலையிலுமா சுரண்டல்? காலங்காலமாய்த் தொடர்ந்து வரும் மூடநம்பிக்கை, சுரண்டல் போக்கு அனைத்தையும் மறுதலிக்கும் வகையில் தனியா அழுத்தமாகப் பேசுகிறாள்: ''ஐயா, பிராமணரே, தாதாதீன் மகராசரே, பசுவும் கிடையாது, கன்றுக்குட்டியும் கிடையாது. தானம் கொடுக்க கடைசி நாளில் கல்லுடைத்த கூலி இருபது அணாதான் மிச்சம்... அதுதான் என் கணவனுக்கான கோதானம்.''

தனியா காட்டும் அழுத்தமும், மறுதலிப்பும், ஓர் அற்புதமான, திருப்புமையமான குறியீடு' என்று திறனாய்வாளர்கள் குறிப்பிடுகின்றார்கள். இதே அழுத்தம், தெளிவு, உறுதி அனைத்தையும் நாவல் முழுவதிலும் பிரேம்சந்த் படைத்துக் காட்டுகிறார். வீட்டுக்கு வந்த பசுவை, கணவனின் தம்பிதான் விஷம் வைத்துக் கொன்றுவிட்டான் என்ற நிலையில் போலீஸ் விசாரணை வருகிறது. தம்பியை இப்படிக் காட்டிக் கொடுக்க அண்ணன் ஹோரிக்கு மனம் இல்லை. தனியா வெகுண்டு கொதிக்கிறாள். விசாரணை வேண்டும் என்கிறாள். விசாரணைக்கு வந்த போலீஸ் அதிகாரி, தம்பி ஹீரா மீது பழி சுமத்துவதற்காக, தனியாவே பசுவைக் கொன்றிருக்கலாம் என்று பேசுகிறான்! வருகிறதே கோபம்

தனியாவுக்கு! ஒரு சிறுத்தையைப் போலச் சீற்றம் அடைந்து கர்ஜிக்கிறாள்; ''ஆமாம், நான்தான் விஷம் கொடுத்தேன், என்னுடைய பசுவை நான் சாகடித்தேன்; வேறு யாரோ ஒருவனுடைய பசுவைக் கொல்லவில்லையே; உன்னுடைய புலன் விசாரணையில் இதைத்தான் நீ கண்டுபிடித்தாய் என்றால், அப்படியே எழுதிக்கொள்... மாட்டு என் கையில் விலங்கை!... உன் அறிவும் உன் நியாயமும்...'' வந்து நிற்பது போலீஸ் அதிகாரி, அரசாங்கத்து ஆள் என்று தெரிந்திருந்தும், அதிகாரியை எதிர்த்துத் தனியா தொடுக்கும் கர்ஜனை, அதிகார வர்க்கத்தையே நடுங்கச் செய்யும் ஓர் அற்புதமான படைப்பு. இதுவும், இது போன்ற மறுதலிப்புக் குரல்களும் ஒருபுறம் என்றால், தனியாவின் தாய்மைக் கனிவுக்கும் கருணைக்கும் எத்தனையோ இடங்களை பிரேம்சந்த் காவியப் பாங்கில் சிருஷ்டித்துக் காட்டுகிறார்.

மகன் கோபர், தான் காதலித்த பெண்ணை விட்டுவிட்டுப் போய் விடுகிறான். அந்தப் பெண் ஜுனியா கருவுற்ற நிலையில், வேறுவழியின்றி தனியாவின் வீட்டுக்கே தஞ்சம் என வந்து விடுகிறாள். தனியா விஷயம் அறிந்து கொதிக்கிறாள்; குமுறுகிறாள். என்ன செய்யப் போகிறாளோ என்று ஹோரியும், ஜுனியாவும், ஏன் வாசகராகிய நாமும், அதிர்ந்து பேச்சின்றி அச்சமடையும் அந்த இறுக்கமான நேரத்தில், தனியா காட்டுகிற நிதானம், தீட்சண்யம், பிரச்னைகளை ஓர் அசாத்தியமான முறையில் விழுங்கிச் சீரணித்துக் கொள்ளும் ஆற்றல் அற்புதச் சித்திரிப்புத்தான். வீட்டின் வாசல் முன், அஞ்சி, அரண்டு, திக்கித்துப்போய், முழங்கால்களைக் கட்டிக் கொண்டு அமர்ந்திருக்கும் ஜுனியாவைப் பார்த்து, தனியா, ''போ, உள்ளே போய் உட்காரு, நான் பார்த்துக் கொள்கிறேன்!'' என்று சொல்லுவதில்தான் எத்தனை கனிவு! எத்தனை உறுதிப்பாடு! இறுக்கம், எழுச்சி, மனிதாபிமானம் ஆகிய பண்புகளோடு, மரபு குடும்பம், சமுதாயம் ஆகியவற்றால் நைந்து உருகித் தவிக்கும் ஒரு பெண் பாத்திரமாகிய 'தனியா'வைப்போல் இன்னொரு பாத்திரம் இந்திய இலக்கிய சிருஷ்டியில் இல்லை என்றே சொல்லலாம்! பிரேம்சந்த்தின் தனியா ஒரு ''தனீ'' (நன்றி கி.ரா.வுக்கு) பாத்திரம்தான். பெண் உரிமை என்றும், ஆணாதிக்கம் என்றும் இன்று எவ்வளவோ பேசப்படுகிறது. இவ்வாறு பேசும் புதுமை நாட்டம் உடையவர்கள் எவ்வாறு, எங்கே யாருக்காகப் பாடுபடவேண்டும் என்பதை உணர்த்திக் காட்டுவதற்காகவே பேராசிரியர் மேஹ்தா - டாக்டர் மாலதி போன்ற அறிவு ஜீவிப் பாத்திரங்களை பிரேம்சந்த்

படைத்துக் காட்டுகின்றார். குறிப்பாக டாக்டர் மாலதி என்ற அறிவு ஜீவியின் உழைப்புக் களம் கிராமத்து மக்கள் வாழும் இடமாகவே உள்ளது என்பது மிக முக்கியமான குறிப்பு.

முப்பதுகளின் போது எழுதப்பட்ட நாவலின் இன்றையப் 'பொருந்துப் பாடு' என்ன என்று நினைக்கத் தோன்றும். சில படைப்புகள் அவ்வப்போது பொருந்துகின்றன; பின்னர் காலப் போக்கில் பொருந்தும் தன்மைகளை இழந்துவிடுகின்றன. ஆனால் 'கோதான்' சொல்லும், விளக்கும், விவாதிக்கும் கருத்துக்கள் இன்றயை இந்தியாவுக்கு - தமிழகத்திற்கு - பொருந்துவனவே ஆகும். சிறந்த இந்திய நாவல்களில் பத்து நாவல்களை ஆராய்ந்த அறிஞர் க.நா.சு. 'கோதான் நாவல் குறித்து அறிவு பூர்வமாக நிறைய விவாதிக்க இயலும்'' என்று சுட்டிக் காட்டுகிறார். தமிழ்நாட்டு அறிவு ஜீவிகள் 'கோதான்' நாவல் குறித்து விவாதிக்கவேண்டும்; தேசியம், பொதுவுடைமை, காந்தியம், மொழி, இனம், பெண் உரிமை, பிராமணீய ஆதிக்கம் என்று பல்வேறு தளங்களிலும் விவாதிக்கலாம்.

இதுவரை பிரேம்சந்தை முறையாக அறிமுகம் செய்து கொள்ளாத இன்றைய தலைமுறை இனிமேலாவது அறிமுகம் செய்து கொண்டு பிரேம்சந்த் பற்றி, அவரது படைப்பாற்றல் பற்றி, முற்போக்குச் சிந்தனைகள் பற்றி விவாதிக்கும், பேசும் என்று நம்புவோம்.

முன்ஷி பிரேம்சந்த் கட்டுரைகள் எழுதினார்; சிறுகதைகள் எழுதினார்; மொழிபெயர்ப்புக்கள் செய்தார்; நாவல்கள் எழுதினார்; நாடகங்கள் தந்தார்; மாநாட்டுப் பேருரைகள் பல தந்தார்; இத்தனையும் தந்த பிரேம்சந்த் 'கவிதை' எழுதவில்லையே என்று திறனாய்வாளர்கள் குறிப்பிடுவார்கள்.

அந்தத் திறனாய்வாளர்கள் 'கோதான்' நாவலைப் படிக்கவில்லை போலும்!

'கோதான்' கவிதையன்றி வேறென்ன?

பிரேம்சந்த்
(1880 - 1936)

கோதானம்

1

ஹோரிராம் தனது இரண்டு மாடுகளுக்கும் பொட்டு பிண்ணாக்குக் கலந்த தீவனம் வைத்துவிட்டு, தன் மனைவி தனியாவிடம் "கோபரை கரும்பு வெட்ட அனுப்பிவிடு, நான் எப்பொழுது திரும்புவேனோ தெரியாது! கொஞ்சம் அந்தத் தடியை எடுத்துக் கொடு" என்றான்.

தனியாவின் இரண்டு கைகளிலும் சாணி அப்பியிருந்தது. வரட்டி தட்டிவிட்டு வந்திருந்தாள். "அரே! கொஞ்சம் ஏதாவது நீராகாரம் குடித்து விட்டுப் போ! அப்படியென்ன அவசரம்?" என்றாள்.

சுருக்கங்கள் கோடிட்டிருந்த நெற்றியைச் சுருக்கியவாறே ஹோரி சொன்னான்: "நீராகாரம் பற்றி உனக்குக் கவலை! நேரமாகிவிட்டால் எஜமானரைச் சந்திக்க முடியாதே என்ற கவலை எனக்கு. பூஜை என்று உட்கார்ந்து விட்டால், மணிக்கணக்காக உட்கார வேண்டியதுதான்."

"அதனால்தான் சொல்லுகிறேன். ஏதாவது ஆகாரம் செய்து கொண்டு போ. இன்று போகாவிட்டால் என்ன நஷ்டம்? முந்தாநாள் தானே போயிருந்தாய்?"

"உனக்குப் புரியாத விஷயத்தில் ஏன் குறுக்கிடுகிறாய்! என் தடியைக் கொடுத்துவிட்டு, உன் வேலையைப் பார். இப்படிப் போய்ப் பார்த்து வந்து கொண்டிருப்பதால்தான் இதுவரை உயிர் பிழைத் திருக்கிறது. இல்லாவிடில் எங்கே போயிருப்பேனோ தெரியாது. கிராமத்திலே எத்தனை பேர் இருக்கிறார்கள்? யாருடைய உரிமை யைப் பிடுங்கிக் கொள்ளவில்லை? யாரை மிரட்டவில்லை?

இன்னொருவரின் காலின் கீழே நம் கழுத்து இருக்கும்போது, அந்தக் கால்களைத் தடவித் தருவதுதான் நல்லது."

தனியாவிற்கு இவ்வளவு விவகார ஞானம் கிடையாது. நாம் ஜமீன்தாரின் நிலத்தை உழுகிறோம். சரி அதற்கு அவர் தன் கிஸ்தை, - வரியை எடுத்துக் கொள்ளட்டும். அதற்கு அவர் காலை ஏன் வருடவேண்டும்? முகஸ்துதி ஏன் செய்ய வேண்டும்? தனது இருபது வருட தாம்பத்திய வாழ்க்கையில் அவளுக்கு நல்ல அனுபவம் ஏற்பட்டிருந்தது. எத்தனைதான் வயிறு வாயைக் கட்டினாலும், சிக்கனமாக இருந்தாலும், ஒவ்வொரு காசையும் இழுத்துப் பிடித்தாலும் கடனில்லாமல் வரிகட்டுவது என்பது கஷ்டம். இருந்தாலும் அவள் தனது தோல்வியை ஒப்புக்கொள்வதாக இல்லை. கணவன், மனைவிக்குள் இது விஷயமாய் நாள் முழுவதும் சச்சரவு நடந்துகொண்டே இருக்கும். அவர்களது ஆறு குழந்தைகளில் இப்பொழுது உயிரோடிருப்பவர் மூவர்தான். பையன் கோபருக்கு பதினாறு வயதிருக்கும். பெண்கள் சோனா, ரூபாவிற்கு முறையே பன்னிரண்டு, எட்டு வயதிருக்கும். மூன்று பிள்ளைக் குழந்தைகள் குழந்தைப் பருவத்திலேயே மரித்து விட்டனர். அவர்களுக்கு வைத்தியம் பார்த்திருந்தால் பிழைத்திருப்பார்கள் என்றுதான் அவளது மனது இன்றும் சொல்லிக் கொண்டிருக்கிறது. ஆனால் அவளால் ஒரு காலணாவிற்குக் கூட மருந்துவாங்க முடியவில்லை. அவளுக்கு அப்படி என்ன வயதாகிவிட்டது? முப்பத்தியாறு வயதுதான். அதற்குள் தலை முழுவதும் நரைத்துவிட்டது. முகமெல்லாம் சுருக்கம் விழுந்துவிட்டது. உடற்கட்டு தளர்ந்து விட்டது. அந்த அழகான கோதுமை நிறம், மாநிறமாகிவிட்டது. கண் பார்வைகூடக் கொஞ்சம் மங்கலாகத் தெரிகிறது. எல்லாம் வயிற்றுப் பாட்டைப் பற்றிய கவலையால்தான். வேறென்ன? வாழ்க்கையில் சுகமென்பது கிட்டவேயில்லை. நிலையாக நிலைத்துவிட்ட இந்தத் தளர்வும், சோர்வும், அவளது சுயாபிமானத்திற்கு பற்றற்றதொரு தன்மையைத் தந்து விட்டிருந்தது. வயிற்றுக்கு ரொட்டி கூடக் கிடைக்காத குடும்பத்திற்கு இத்தனை உபசரணையும் கவனிப்பும் எதற்கு? இந்தச் சூழலில் அவளது மனம் அடிக்கடி வீறுகொண்டெழுந்து விடும். நாலு வசவு, திட்டு வாங்கிய பின்தான் அவளுக்கு யதார்த்தநிலை பற்றித் தெரியும்.

தோல்வியுற்றவளாய், அவள், ஹோரியின் தடி, அங்கி, செருப்பு, தலைப்பாகை, புகையிலைச் சம்புடம் யாவற்றையும் எடுத்துவந்து அவனெதிரே தட்டென்று வைத்தாள்.

ஹோரி அவளை உறுத்துப் பார்த்தவாறே "என்ன மாமனார் வீட்டிற்குப் போகிறேனா? வரிசை குலையாது ஐந்தையும் கொண்டு வந்திருக்கிறாய்! மாமனார் வீட்டில், கட்டுக்குலையாத மைத்துனி உட்கார்ந்திருக்கிறாளா என்ன, நான் போட்டுக் கொண்டு போய் காட்ட!" என்றான்.

ஹோரியின் ஆழ்ந்த மாநிறம் கொண்ட கன்னம் ஒட்டிய முகத்தில், இளநகையின் மென்மை பளபளத்தது. தனியா வெட்கத்துடன் -- "ஹூம்! தளதளவென்ற இளவட்டம் நீ! மைத்துனிகள் உன்னைப் பார்த்து மோகித்துப் போக" என்றாள்.

ஹோரி கிழிந்திருந்த அந்த அங்கியை மிக ஜாக்கிரதையாக மடித்துக் கட்டிலின் மீது வைத்தவாறே சொன்னான்: "நீ என்ன, நான் கிழவனாகி விட்டேன் என்று நினைக்கிறாயா? இன்னும் நாற்பது கூட ஆகவில்லை. ஆண்பிள்ளை அறுபதிலும் கட்டிளங்காளைதான்."

"போய்க் கண்ணாடியில் முகத்தைப் பார்த்துக்கொள். உன்னைப் போன்ற ஆண்பிள்ளை அறுபதிலும் கட்டிளங்காளையாக இருப்பதில்லை. பாலும், நெய்யும், கண்ணுக்கு இட்டுக் கொள்வதற்குக் கூடக் கிடைப்பதில்லை. காளையாக இருப்பாராம்! ஹூம்" உன்னுடைய நிலையைப் பார்த்து, பகவானே வயதுக் காலம் எப்படிக் கழியும்? யார் வீட்டுவாசலில் போய் பிச்சைக் கேட்போம் என்று நான் அப்படியே மறுகிப்போகிறேன்".

ஹோரியின் கணநேரமென்மை, எதார்த்தமெனும் அனலில் கருகிவிட்டது போலாகிவிட்டது. தடியை ஊன்றியவாறே சொன்னான். "அறுபதை எட்டுவதற்கு சந்தர்ப்பமே வராது தனியா அதற்கு முன்னரே போய்விடுவேன்"

"கிடக்கட்டும் விடு. அமங்கலமான வார்த்தைகளைப் பேசாதே. உன்னிடம் நல்லதாக ஏதாவது சொன்னாலும் திட்ட ஆரம்பித்துவிடுகிறாய்" என்றாள் தனியா வெறுப்புடன்.

தடியைத் தோளில் வைத்துக்கொண்டு அவன் கிளம்பியதும் தனியா வாசலில் நின்று நெடுநேரம் வரை அவனையே பார்த்துக் கொண்டிருந்தாள். நிராசை மேலிட்டிருந்த அவனுடைய வார்த்தைகள் காயப்பட்டிருந்த அவள் உள்ளத்தில், கவலை மேலிட்ட நடுக்கத்தை ஏற்படுத்தியிருந்தது. பெண்மையின் தவம், விரதம் என யாவற்றாலும் அவள் தன் கணவனுக்கு அபயமளித்துக் கொண்டிருந்தாள். அவளது அந்தராத்மாவிலிருந்து கிளம்பும் உவகைப் பெருக்கினால் ஹோரியைத் தனக்குள்ளே அரவணைத்துக் கொண்டிருந்தாள். ஏழ்மை எனும் ஆழம் காண முடியாத கடலில், சுமங்கலித்துவம் என்ற துரும்பைப் பற்றிக் கொண்டு அவள் இக்கடலைக் கடந்து கொண்டிருக்கிறாள். எதார்த்தத்திற்கு மிக நெருக்கத்திலிருந்தாலும் அந்தத் தகாத வார்த்தைகள் அவளை அதிர வைத்து அவள் பற்றிக் கொண்டிருந்த சிறிய துரும்பையும் பிடுங்கிக் கொள்ள விரும்பியது போலிருந்தது. எனினும் எதார்த்தத்திற்கு மிக நெருக்கத்திலிருந்ததால்தான் இத்தனை வேதனை ஏற்பட்டிருந்தது. மாறுகண் என்று சொன்னால் மாறுகண் இருப்பவனுக்கு ஏற்படும் வருத்தம் இரண்டு கண்ணும் உள்ளவனுக்கு உண்டாகுமா என்ன?

ஹோரி நடந்து சென்று கொண்டிருந்தான். ஒற்றையடிப் பாதையின் இருமருங்கும் வளாந்து நின்ற கரும்புகளின் அசைந்தாடும் பசுமையைக் கண்டு தன் மனதிற்குள் "பகவான் எல்லாம் அனுகூலமாகச் செய்யட்டும். நிலுவையும் சரியாக நடந்தால், கட்டாயம் ஒரு பசு வாங்க வேண்டும். நாட்டுப் பசுக்கள் பாலும் அதிகம் தருவதில்லை. அதன் கன்றுக்குட்டிகளும் வேலைக்கு அதிகம் உதவுவதில்லை. மிஞ்சிப் போனால் செக்கு இழுக்கப் பயன்படும். வேண்டாம். அவன் அயல்நாட்டுப் பசுதான் வாங்கப் போகிறான். அதை நன்றாகக் கவனிக்கலாம். அதிகமில்லாவிட்டாலும் நாலைந்து 'சேர்' பால் நிச்சயம் தரும். கோபர் பாலுக்காக ஏங்கிக்

கொண்டிருக்கிறான். இந்த வயதில் உண்டு, தின்று சுகப்படாவிட்டால் பிறகு எப்பொழுது சாப்பிடப் போகிறான்? ஒரு வருஷம் நல்ல பாலாய்க்குடித்தால் பார்க்கத்தக்கவனாகத் தேறிவிடுவான். கன்றுக்குட்டிகளும் நல்ல காளைகளாக இருக்கும். இருநூற்றுக்குக் குறைந்து பசு கிடைக்காது. பசு இருந்தால்தான் வீட்டுவாசலுக்கே ஒரு சோபை. பொழுது விடிந்ததும் பசுவின் முகத்தில் விழிக்கக் கிடைத்துவிட்டால் பின் என்ன சொல்ல? என்று என்னுடைய இந்த ஆசை நிறைவேறுமோ...? என்று அந்த நன்னாள் வருமோ?" என்று கூறிக்கொண்டான்.

ஒவ்வொரு சமுசாரியைப் போலவே ஹோரியின் உள்ளத்திலும் நெடுநாட்களாகவே ஒரு பசு வேண்டும் என்ற ஆசை குடிகொண்டிருந்தது. இதுதான் அவனது வாழ்க்கையின் மிகப்பெரிய கனவாகவும் மாபெரும் அபிலாஷையாகவும் இருந்தது. வங்கியின் வட்டியைப் பெற்று நிம்மதியாக இருக்கவோ, நிலம் வாங்க வேண்டும், வீடுகட்ட வேண்டும் என்ற மாபெரும் ஆசை கொள்ளவோ அவனது சின்னஞ்சிறிய உள்ளத்தில் இடமேது?

ஆனி மாதத்துச் சூரியன் மாந்தோப்பிற்கிடையேயிருந்து வெளிப்பட்டு வானத்தில் விரவி நின்ற செவ்வொளிக்குத் தன் வெண்ணிறக்கிரணங்களால் பின்னும் ஒளி கூட்டியவாறு மேலே உயர்ந்து கொண்டிருந்தான். காற்றிலே சூடேறிக் கொண்டிருந்தது. இரு புறமிருந்த வயல்களில் வேலை செய்து கொண்டிருந்த குடியானவர்கள், அவனைக் கண்டதும் "ராம்' 'ராம்' என்றனர். சிலர், மரியாதையுடன் 'சிலம்' குடிக்க அழைப்பு விடுத்தனர். ஆனால் ஹோரிக்கு இதற்கெல்லாம் அவகாசம் ஏது? எல்லோருடைய மரியாதையையும் பெறவேண்டும் என்று அவனுள்ளத்திலே குடிகொண்டிருந்த ஆசை, இத்தகைய மரியாதையைக் கண்டதும் அவனது வரண்ட முகத்தில் பெருமிதத்தை ஏற்படுத்திக் கொண்டிருந்தது. எஜமானர்களை அடிக்கடி போய்ப் பார்த்து வந்து கொண்டிருப்பதன் பலன் தான் இது. எல்லோரும் அவனை மதிக்கின்றார்கள்! இல்லாவிடில் யார் ஏனென்று கேட்பார்கள்? ஐந்து பீகா நிலம் வைத்துக் கொண்டிருப்பவனுக்கு என்ன பெரிய கித்தாப்பிருக்கிறது? மூன்று, நான்கு ஏர் வைத்து உழுபவர்கள் கூட அவனுக்கு வணக்கம் தெரிவிக்கிறார்களென்றால், அந்த மதிப்பு குறைவானதா என்ன?

வயல்களுக்கிடையே நீண்டிருந்த ஒற்றையடிப் பாதையை விட்டு விட்டு அவன் பள்ளத்திற்கு வந்து விட்டிருந்தான். மழைக் காலத்தில் இங்கு நீர் தேங்கி விடுவதால் இது ஈரமாகவே இருக்கும். ஆனி மாதத்தில் கொஞ்சம் பசுமையும் தென்படும். அக்கம் பக்கத்து ஊர்களிலிருந்தும் பசுக்கள் இங்கு மேய்ச்சலுக்கு வரும். இப்பொழுது கூட இங்கு வீசிய காற்றில் குளிர்ச்சியும், புத்துணர்வும் இருந்தது. ஹோரி இரண்டொரு முறை, வேகமாய் மூச்சை உள்ளே இழுத்துவிட்டுக் கொண்டான். சற்று நேரம் அங்கு உட்காரலாமா எனத் தோன்றியது. நாள் முழுவதும் அனல் காற்றிலும், வெயிலிலும் சாகத்தான் வேண்டியிருக்கிறது. எத்தனையோ குடியானவர்கள் இந்த நிலத்திற்குப் பட்டா எழுதிக் கொள்ளத் தயாராக இருந்தனர். நல்ல

விலை கொடுக்கக் கூடத் தயாராக உள்ளனர். ஆனால் பகவான் அவரை நன்றாக வைக்கட்டும். ராய் சாகப் தெளிவாகச் சொல்லி விட்டார்: "இந்த நிலம் கால்நடைகளின் மேய்ச்சலுக்காக விடப்பட்டுள்ளது. எத்தனை விலை கொடுத்தாலும் இதை விலைக்குக் கொடுக்க முடியாது" சுயநலம் கொண்ட ஜமீன்தாராக இருந்தால் என்ன சொல்லுவார்? "மாடும் கன்றும் பாழாய்ப் போகட்டும். எனக்கென்ன? நல்ல விலை வருகிறது. எதற்காக விடுவது?" - என்பார். ஆனால் ராய்சாகப் அப்படிப்பட்டவர் அல்ல. இன்னமும் பழைய பண்புகளைக் காப்பாற்றிக் கொண்டு வருகிறார். தன் குடிமக்களைச் சரிவரப் பாவிக்காதவன் ஒரு மனிதனா என்ன?

சட்டென போலா தன் மாடுகளை ஓட்டிக் கொண்டு இந்தப் பக்கமாய் வருவதை ஹோரி பார்த்து விட்டான். போலா இதே கிராமத்தைச் சேர்ந்த இடையன். பால், வெண்ணெய் வியாபாரம் செய்து வருபவன். நல்ல விலை கிடைத்தால் சில சமயம் குடியானவர்களுக்கு மாடுகளையும் விற்பதுண்டு. அந்த மாடுகளைக் கண்டதும் ஹோரியின் மனம் ஆசை கொண்டது. அதோ, முன்னாலிருக்கிறதே அந்தப் பசுவை போலா கொடுத்தால் எப்படி இருக்கும்? பணத்தை முன்னப் பின்னே எப்படியோ கொடுத்து விடலாம். வீட்டில் பணம் காசு எதுவுமில்லை என்று அவனுக்குத் தெரியும். இது வரை குத்தகைப் பணத்தைக் கூட சரிவரச் செலுத்த முடியவில்லை. வட்டிக் கடைக்காரர் பிசேசர் சாஹுவிற்குக் கொடுக்க வேண்டியது பாக்கி நிற்கிறது. அதற்கு வட்டி என்னவோ ஏறிக் கொண்டே போகிறது. ஆயினும் ஏழ்மையில் முன் நோக்கில்லாத ஓர் தன்மை இருக்கிறதே, அந்த வெட்கம்கெட்டதனம், வசவு, திட்டு, அடி, வற்புறுத்தல், ஆகியவற்றுக்குக் கூட அஞ்சுவதில்லை. அது அவனை இக்கணம் உந்தியது. எத்தனையோ ஆண்டுகளாக மனத்தில் கொந்தளித்துக் கொண்டிருந்த அந்த ஆசை அவனை ஆட்டுவித்தது. போலாவை நெருங்கிய அவன் "ராம்! ராம்! போலா அண்ணே! எப்படி இருக்கிறாய்? இப்போ .... சந்தையிலிருந்து புதிதாய் மாடு பிடித்து வந்திருப்பதாய்க் கேள்விப்பட்டேனே!" என்றான்.

ஹோரியின் மனதிலிருப்பதை அறிந்து கொண்டவனாய் போலா உற்சாகமின்றிப் பதிலளித்தான்.

"ஆமாம். இரண்டு மாடு, இரண்டு கன்றுக்குட்டி வாங்கி வந்தேன். முந்தி இருந்த மாடுகளின் கறவை வற்றிவிட்டது. கொடுக்க வேண்டியவர்களுக்குப் பால் கொடுக்கா விட்டால் எப்படி நடக்கும் பிழைப்பு?"

ஹோரி முன்னாலிருந்த பசுவின் விலாவைத்தடவிக் கொடுத்தவாறே "நல்ல பால் கொடுக்கும் பசு என்று தோன்றுகிறது. என்ன விலைக்கு வாங்கினாய்?" என்றான்.

போலா பெருமையுடன் "இந்த முறை பேரம் ரொம்பவும் கடுமையாக இருந்தது பெரியவரே! இதற்கு எண்பது ரூபாய் கொடுக்க வேண்டி இருந்தது. விழி பிதுங்கி விட்டது. சினைக்கு விடப்படாத இந்தப் பசுங்கன்றுகள் இரண்டிற்கும் முப்பது முப்பது ரூபாய் கொடுத்தேன். வாடிக்கைக்காரர்களுக்கென்ன? இப்பவும்

ரூபாய்க்கு எட்டு சேர் பால் கேட்கிறார்கள்" என்றான். "ரொம்பவும் துணிச்சல் அப்பா உனக்கு... அதுவும் இங்கு அக்கம்பக்கத்து ஐந்தாறு கிராமங்களில் யாரிடமுமே இல்லாத சரக்கையல்லவா பிடித்து வந்திருக்கிறாய்?"

போலாவிற்கு கிறக்கம் ஏறத் துவங்கிவிட்டது. "ராய் சாகப் இதற்கு நூறு ரூபாயும் இரண்டு கிடாரிக்கும் ஐம்பது, ஐம்பது ரூபாயும் தருகிறேன் என்றார். ஆனால் நான் கொடுக்கவில்லை. சாமி அருளிருந்தால், இது கன்று போட்டால் அந்த நூறு ரூபாயை எடுத்து விடுவேன்".

"அதற்கென்ன சந்தேகம் தம்பி! எஜமானராவது காசு கொடுத்து வாங்குவதாவது? காணிக்கையாகக் கொடுத்தால் எடுத்துக் கொள்வார், சந்தோஷமாய். இது உங்களுடைய துணிச்சலான காரியம் அப்பா! விதியின் மீது பாரத்தைப் போட்டுவிட்டுக் கைநிறைய காசை எண்ணிக் கொடுத்து வாங்குகிறீர்கள். இதை தரிசித்துக் கொண்டே இருக்க வேண்டுமென்று மனது ஆசைப்படுகிறது. நீ கொடுத்து வைத்தவன், பசுக்களைப் பராமரித்து சேவை செய்கிறாய். எங்களுக்குப் பசுவின் சாணி கூடப் பிராப்தமில்லை. சம்சாரி வீட்டில் ஒரு பசுகூட இல்லாமலிருப்பது எத்தனை வெட்கக்கேடான விஷயம். வருடங்கள் ஒவ்வொன்றாய்க் கழிந்து கொண்டே போகின்றன. பாலைக் கண்ணால் கூடப் பார்க்கவில்லை. போலா அண்ணனிடம் ஏன் சொல்லமாட்டேன் என்கிறீர்கள் என்று வீட்டுக்காரி அடிக்கடி சொல்லிக்கொண்டே இருக்கிறாள். எப்பொழுதாவது சந்தித்தால் சொல்லுகிறேன் என்று சொன்னேன். உன்னுடைய குணத்தைப் பற்றி அவளுக்கு ரொம்ப சந்தோஷம். இந்த மாதிரி ஆண் பிள்ளையைப் பார்த்ததேயில்லை. பேசும்போது குனிந்த தலை நிமிர்வதில்லை. பார்வை நிலத்தில்தான் என்பாள்".

ஏற்கெனவே போலாவை ஆட்கொண்டிருந்த போதையை இந்தத் தளும்பி வழிந்த கோப்பை பின்னும் அதிகமாக்கி விட்டது. "பிறர் வீட்டுப் பெண்ணையும், மருமகளையும், தன் பெண்ணாக, மருமகளாக நினைப்பவன்தான் மனிதன். பெண் பிள்ளையை எவனாவது உற்றுப் பார்த்தால் அந்தக் கொடியவனை குண்டு போட்டுச் சுடவேண்டும்" என்றான்.

"நீ சொன்னது ஆயிரத்தில் ஒரு வார்த்தை தம்பி! மற்றவர்களின் கௌரவம், மானத்தை, தன்னுடைய மானம் மரியாதையாக நினைப்பவன் தான் நேர்மையானவன்."

"ஆண்பிள்ளை இறந்துபோனால் பெண்பிள்ளை அனாதையாகிவிடுவது போல்தான். பெண்டாட்டி இறந்தாலும் ஆண்பிள்ளையின் கையும், காலும் முறிந்தது போலாகிவிடுகிறது. மஹ்தோ! என் குடும்பம் பாழாகப் போய்விட்டது. ஒரு குவளை தண்ணீர் கொடுக்கக்கூட யாருமில்லை".

சென்ற வருடம் போலாவின் மனைவி அனல் காற்று வெப்பம் தாக்கியதால் இறந்து விட்டாள். இது ஹோரிக்குத் தெரியும். ஐம்பது வயதான இந்த முரட்டுப் போலா உள்ளுக்குள் இத்தனை மென்மையானவன் என்று அவனுக்குத் தெரியாது. பெண்ணாசை

அவன் விழிகளில் தளும்பியது. ஹோரிக்கு இப்பொழுது இடம் கிடைத்துவிட்டது. குடியானவனுக்குள்ள விவகார புத்தி விழித்துக் கொண்டது.

"பெண்டாட்டி இல்லாத வீடு பூதம் கொண்ட இடம் என்ற பழமொழி பொய்யா என்ன? எங்கேயாவது பார்த்து பெண் எடுப்பதுதானே!"

"பார்த்துக் கொண்டு தானிருக்கிறேன். ஆனால் எதுவும் சீக் கிரமாய் சிக்குவதில்லை. நூறு, ஐம்பது செலவு செய்யக்கூடத் தயார். அப்புறம் கடவுளின் விருப்பம்".

"இனி நானும் இது பற்றிப் பார்க்கிறேன். கடவுள் விரும்பினால், சீக்கிரமாகவே குடும்பம் கூடிவிடும்".

"அவ்வளவுதான்...மஹ்தோ?.. நானும் கடைத்தேறிவிடுவேன். வீட்டில் உண்டு, உடுத்த பகவான் நிறையவே கொடுத்திருக்கிறார். என்னுடைய வீட்டில், பாலுக்குப் பஞ்சமில்லை. ஆனால் என்ன பிரயோஜனம்?"

"என் மாமனார் வீட்டில் ஒரு பெண்பிள்ளை இருக்கிறாள். மூன்று நான்கு வருஷத்திற்கு முன் அவள் புருஷன் அவளைக் கைவிட்டுவிட்டு கல்கத்தா போய்விட்டான். பாவம் மாவரைத்து, வயிறு வளர்க்கிறாள். குழந்தை குட்டி எதுவுமில்லை. பார்ப்பதற்கும் நன்றாகவே இருக்கிறாள். சுருக்கமாகச் சொன்னால், உண்மையிலேயே அவள் ஒரு லட்சுமி என்றே சொல்லலாம்".

சுருங்கிக் கிடந்த போலாவின் முகம் வழவழவென்றாகி விட்டது போலிருந்தது. நம்பிக்கைக்குத்தான் எத்தனை சக்தி! "மஹ்தோ! இனி உன்னைத்தான் நம்பி இருக்கிறேன். நேரமிருந்தால் வா! ஒரு நாள் போய்ப் பார்த்து விட்டு வரலாம்" என்றான்.

"நான் எல்லாம் சரி செய்து விட்டு உன்னிடம் வந்து சொல்கிறேன். ரொம்பவும் அவசரப்பட்டாலும் காரியம் கெட்டு விடும்".

"உனக்கு எப்பொழுது விருப்பமோ, போய் வா. அவசரமொன்றுமில்லை. இந்த வெள்ளைப் பசுவின் மீது ஆசையாக இருந்தால், எடுத்துக் கொள்".

"இந்தப் பசு என் தகுதிக்கேற்றதல்ல; நான் உனக்கு நஷ்டமேதும் ஏற்படுத்த விரும்பவில்லை. நண்பர்களின் மென்னியைப் பிடிப்பது எனது தர்மம் அல்ல. இத்தனை நாட்கள் எப்படிக் கழிந்தனவோ, அப்படியே இனியும் கழியும்"

"நானும் நீயும் வேறு வேறு என்பது போல் ஏன் இப்படிப் பேசுகிறாய் ஹோரி? நீ பசுவை எடுத்துக் கொள். உன் விருப்பப்படி விலை கொடு. என் வீட்டிலிருப்பது போல், இனி உன் வீட்டிலிருக்கட்டும். எண்பது ரூபாய்க்கு வாங்கினேன். நீயும் அதே எண்பது கொடு. போதும்".

"என்னிடத்தில் ரொக்கமாய்ப் பணம் ஏதுமில்லை. புரிந்து கொள்"

"உன்னிடத்தில் ரொக்கமாய் யார் கேட்டார்கள்?"

ஹோரியின் நெஞ்சம் பூரித்துவிட்டது. எண்பது ரூபாயில் ஒரு பசு என்பது விலை அதிகமென்பதில்லை. நல்ல ஆகிருதியான, கட்டுமஸ்தான உடல். இரண்டு வேளையும், நாலைந்து சேர் பால் தரும். அவ்வளவு சாது, ஒரு குழந்தை கூடப் பாலைக் கறக்கலாம். இதனுடைய கன்றுக்குட்டி ஒவ்வொன்றும் நூறு ரூபாய்க்கு விலை போகும். வாசலிலே கட்டி வைத்தால் முன் வாசலின் சோபையே கூடி விடும். ஹோரிக்கு 400 ரூபாய் கடனிருந்தது. ஆனால் கடனை அவன் ஒருவிதத்தில் சும்மா கிடைக்கும் பணமென்றுதான் நினைத்தான். விலை, பேரத்திலும் விழிப்புடன் இருப்பான். வட்டியில் ஒவ்வொரு காசு குறைப்பதற்காகவும் வட்டிக் கடைக்காரரிடம் மணிக்கணக்காகக் கெஞ்சுவான். உறுதியான நம்பிக்கை ஏற்படாத வரை அவன் யார் பேச்சிலும் மயங்கி விடமாட்டான். ஆனால் அவனது வாழ்க்கை இயற்கையின் நிலையான ஒத்துழைப்பில் தானிருக்கிறது. மரத்தில் பழம் பழுத்தால் அவற்றை மக்கள் தான் சாப்பிடுகின்றனர். வயலில் தானியம் விளைந்தால் உலகத்திற்கு அது பயன் படுகிறது. பசுவின் மடியிலிருந்து சுரக்கும்பாலை, அது தானே குடிப்பதில்லை, மற்றவர்கள் தான் குடிக்கிறார்கள். மேகங்களிலிருந்து மழை பெய்தால், மண்ணுலகம் திருப்தியடைகின்றது. இத்தகைய உலகில் இழிவான சுயநலத்திற்கு ஏது இடம்? ஹோரி குடியானவன். எரிகின்ற வீட்டில் கிடைக்கிறது லாபம் என்று அவன் கற்றிருக்கவில்லை.

போலாவின் சிரமங்களைப் பற்றிக் கேட்டதும் அவனது எண்ணம் மாறி விட்டது. மாட்டின் தும்பை மீண்டும் போலாவின் கையிலேயே கொடுத்து விட்டு - "பணம் ஒரு காசு கூட என்னிடமில்லையப்பா. கொஞ்சம் வைக்கோல் மிச்சம் இருக்கிறது. அதை உனக்குக் கொடுக்கிறேன். நீயே வந்து எடுத்துக்கொள். வைக்கோலுக்காக நீ மாட்டை விற்றால், நான் எடுத்துக் கொள்வேனா? என் கை முறிந்து விடாதா?"

தொண்டை தழுதழுக்க போலா சொன்னான். "உன்னுடைய மாடுகள் பட்டினியால் செத்து விடாதா? உன்னிடத்தில் மட்டும் அப்படியென்ன நிறைய வைக்கோல் இருந்துவிடப் போகிறது?"

"இல்லையப்பா! இந்தத் தடவை வைக்கோல் நிறையக் கண்டது"

"நான் அனாவசியமாய் உன்னிடம் வைக்கோல் பற்றிக் கூறி விட்டேன்"

"நீ சொல்லாமல், பின்னால் எனக்குத் தெரிந்திருந்தால் எனக்கு ரொம்பவும் வருத்தம் ஏற்பட்டிருக்கும். நீ என்னை இந்த அளவு அந்நியனாக நினைத்து விட்டாயே என்று துக்கமாகி இருக்கும்; சமயத்தில் அண்ணன் தம்பிகள் ஒருவருக்கொருவர் உதவிக் கொள்ளாவிடில் எப்படிக் காரியம் நடக்கும்?"

"இந்தப் பசுவை ஓட்டிக் கொண்டுபோ?"

"இப்பொழுது வேண்டாம், அப்புறம் வாங்கிக் கொள்கிறேன்"

போலாவிற்கு பெண் பார்த்து முடித்து வைத்துவிட்டால், இரண்டொரு வருடம் அவன் இது பற்றிய பேச்சே எடுக்கமாட்டான். அப்படியே சம்பந்தம் முடியாமற் போனாலும் ஹோரிக்கு என்ன நேர்ந்துவிடப் போகிறது? இதுதான் நடக்கும். போலா அடிக்கடி

பணம் கேட்க வருவான். கோபித்துக் கொள்வான். திட்டுவான். ஆனால் ஹோரிக்கு இது பற்றிய வெட்கமெல்லாம் அதிகமில்லை. இத்தகைய வழக்கம் அவனுக்குப் பழக்கமாகிவிட்டிருந்தது. குடியானவனின் வாழ்க்கைக்கு இது ஒரு வரப்பிரசாதம். போலாவை அவன் ஏமாற்றிக் கொண்டிருந்தான். இந்த வியாபார பேரம் அவனுடைய மரியாதைக்கு அனுகூலமாக இருந்தது. இப்போது கூட கொடுக்கல் வாங்கலில் அவனுக்கு பத்திரம், நோட்டு எழுதுவதில், எழுதாமலிருப்பதில் வித்தியாசம் எதுவுமில்லை. வறட்சி, வெள்ளம் போன்ற இயற்கையின் விபத்துக்கள் தான் அவனைக் கோழையாக்கிவிட்டிருந்தன. கடவுளின் ரௌத்திர ரூபம் எப்பொழுதும் அவன் கண்ணெதிரே இருந்தது. இந்த மோசடி, அவனது எண்ணப்படி மோசடியே அல்ல. சுயநல நோக்கத்தை அடைவதுதான். இது அப்படி யொன்றும் மோசமான விஷயம் அல்ல. இம்மாதிரியான மோசடி, ஏமாற்று வேலைகளை அவன் இரவு பகல் செய்து கொண்டே தானிருக்கிறான். வீட்டில் நாலைந்து ரூபாய் இருந்தாலும் லேவாதேவி செய்பவரிடம் கையில் ஒரு பைசா கூட இல்லையென்று ஆணையிட்டுச் சொல்லுவான். சணலைக் கொஞ்சம் ஈரமாக்கி விடுவான். பஞ்சில் கொஞ்சம் கொட்டைகளையும் சேர்த்து விடுவதெல்லாம் அவனுடைய நியாயத்தில் உசிதமானதுதான். இங்கோ, சுயநலம் மட்டுமல்ல, கொஞ்சம் வேடிக்கையான பொழுதுபோக்கும் இருந்தது. கிழவர்களின் ஆசைகள் கேலிக்குரியவைதான். இப்படிப்பட்ட கிழவனிடமிருந்து எதையேனும் தட்டிக்கொண்டு போனாலும் தோஷமோ, பாபமோ இல்லை.

போலா பசுவின் தும்பை ஹோரியின் கையில் கொடுத்தவாறே - "இந்தாப்பா மஹ்தோ! நீயும் நினைவு வைத்துக்கொள். கன்று போட்டதும் ஆறு சேர் பால் எடுத்துக் கொள். வா; நானும் உன் வீடு வரை வருகிறேன். அறிமுகமற்றவனென்று வழியில் ஏதாவது தொந்தரவு கொடுக்கப்போகிறது. உன்னிடத்தில் உண்மையைச் சொல்லுகிறேன். எஜமானர் 90 ரூபாய் கொடுப்பதாகத்தான் சொன்னார். ஆனால் அவர் வீட்டில் பசுவிற்கு என்ன மரியாதை உண்டு? என்னிடமிருந்து வாங்கிக்கொண்டு யாரேனும் அதிகாரிகளுக்குக் கொடுத்து விடுவார். அவர்களுக்குப் பசுவை கவனித்து சேவை செய்வது பற்றி என்ன அக்கறை? ரத்தத்தை உறிஞ்சத் தான் தெரியும் அவர்களுக்கு. பால் கொடுக்கும் வரைக்கும் வைத்துக் கொள்வார்கள். பிறகு யார் கையிலாவது விற்று விடுவார்கள். யார் கைக்குக் கிடைக்குமோ? யார் கண்டது? பணம் மட்டும் எல்லாம் இல்லை மஹ்தோ! நம்முடைய தர்மம் என்று ஒன்றிருக்கிறது. உன் வீட்டில் இது சௌக்கியமாக இருக்கும். நீ நன்றாகச் சாப்பிட்டுவிட்டு உறங்குவாய். பசு பட்டினி கிடக்கும் என்பதில்லை. அதை நீ கவனித்து, வேண்டியதைச் செய்வாய். சீராட்டிப் பாராட்டுவாய். பசு நம்மை ஆசீர்வதிக்கும். உன்னிடம் என்ன சொல்லட்டும்? வீட்டில் ஒருபிடி வைக்கோல் கூடக் கிடையாது. இருந்த பணமெல்லாம் கடைத் தெருவிலேயே செலவாகிவிட்டது. சௌக்காரரிடம் கேட்டுப் பணம் வாங்கி வைக்கோல் வாங்கலாம் என்றிருந்தேன். ஆனால் முந்திய கடனையே

இன்றும் அடைக்கவில்லை. அவர் பணம் தர மறுத்துவிட்டார். இத்தனை மாடுகளுக்கு என்ன தீவனம் வைப்பேன்? இந்தக் கவலையே உயிரை வாங்குகிறது. ஒவ்வொரு பிடி போட்டாலும் தினமும் ஒரு மணங்கு செலவாகிறது. கடவுளாகப் பார்த்து வழிவிட்டால் தான் நல்லது". என்றான்.

"நீ முதலிலேயே என்னிடம் ஏன் கூறவில்லை? நான் ஒரு வண்டி வைக்கோல் அனுப்பி இருப்பேனே?" என்றான் ஹோரி அனுதாபத்துடன்.

போலா தலையிலடித்துக் கொண்டான், "எல்லாரிடமும் நம் கஷ்டத்தை ஏன் சொல்லி அழவேண்டுமென்றுதானப்பா சொல்லவில்லை. துன்பத்தில் பங்கெடுத்துக் கொள்பவர் எவருமில்லை. சிரிப்பார்கள், எல்லோரும். கறவை வற்றிவிட்ட பசுக்களைப் பற்றி அதிகம் கவலையில்லை. இலை, தழை போட்டுக் காப்பாற்றி விடுவேன். ஆனால் இவையெல்லாம் தீவனமில்லாமல் இருக்க முடியாது. பத்தோ, இருபதோ, முடிந்தால் வைக்கோலுக்குக் கொடுத்துவிடுகிறேன்" என்றான்.

குடியானவன் பக்கா சுயநலமி என்பதில் சந்தேகமே இல்லை. அவனுடைய முடிச்சிலிருந்து லஞ்சத்திற்காகக் காசு லேசில் வெளிவராது.

'சமயம் நேரும் போது அண்ணன், தம்பிகள் ஒருவருக்கொருவர் உதவிக் கொள்ளாவிடில் காரியம் எப்படி நடக்கும்?'

"இந்தப் பசுவை ஓட்டிக் கொண்டு போப்பா".

"இப்பொழுது வேண்டாம். பிற்பாடு பார்த்துக் கொள்ளலாம்".

"அப்படியென்றால் பால் பணத்தில் வைக்கோலுக்கான பணத்தைக் கழித்துக்கொள்".

ஹோரி வருத்தம் நிறைநத குரலில் கூறினான் "இதற்கெல்லாம் விலை, காசு..... அதெல்லாம் எதற்கண்ணே! இரண்டொரு வேளை உன் வீட்டில் நான் சாப்பிட்டால் நீ காசு வாங்குவாயா?"

"ஆனால் உன்னுடைய மாடுகள் பட்டினி கிடக்க நேரிட்டால்?"

"பகவான் ஏதாவதொரு வழி விடுவார். ஆவணி மாதம் தலைக்கு மேலிருக்கிறது. கடுகு விதைப்பேன் நான்".

"என்னவானாலும் சரி! இந்த மாடு உன்னுடையது. என்றைக்கு விருப்பமோ, வந்து ஓட்டிக் கொண்டுபோ"

"ஏலத்திற்கு வந்துவிட்ட உடன் பிறந்தவனின் மாட்டை வாங்குவது எத்தகைய பாபமோ, அது போல் தான் இச்சமயம் உன்னிடமிருந்து பசுவை வாங்குவதும்?" என்றான் ஹோரி.

ஹோரிக்கு சூட்சுமமாய்ப் புரிந்து கொள்ளும் சக்தி இருந்திருந்தால் அவன் சந்தோஷமாய் மாட்டை ஓட்டிக் கொண்டு வீட்டை நோக்கி நடந்திருப்பான். போலா ரொக்கமாய்ப் பணம் கேட்கவில்லை என்றால் அவன் வைக்கோலுக்காக மாட்டை விற்கவில்லை என்பது தெளிவு. இதற்குப் பின்னும் ஏதோ ஒரு காரணம் உள்ளது. இலைகள் உராயும் சத்தம் கேட்டால் கூட நின்றுவிடும் சண்டிக்குதிரை, எத்தனை அடித்தாலும் மேலே அடி எடுத்து வைக்காது. இன்று ஹோரியின் நிலையும்

அப்படித்தானிருந்தது. ஒருவர் சங்கடத்திலிருக்கும்போது அவர் பொருளை வாங்குவது பாவம் என்ற எண்ணம் ஜன்ம, ஜன்மாந்திரமாக அவனது ஆத்மாவின் ஒரு அம்சமாகி விட்டிருந்தது.

"யாரையாவது' வைக்கோல் எடுத்து வர அனுப்பட்டுமா?" போலா குரல் தழுதழுக்கக் கேட்டான்.

"இப்பொழுது நான் ராய் சாகபின் வீட்டுக்குப் போய்க் கொண்டிருக்கிறேன், ஒரு மணி நேரத்தில் அங்கிருந்து திரும்பி வந்து விடுவேன். அப்பொழுது யாரையேனும் அனுப்பு."

போலாவின் விழிகள் நீரால் நிறைந்தன - "ஹோரி தம்பி! நீ என்னை இன்று காப்பாற்றிவிட்டாயப்பா! இந்த உலகத்தில் நான் தனியன் அல்ல என்று இப்பொழுதுதான் உணர்ந்தேன். எனக்குற்றவனும் யாரோ ஒருத்தன் இருக்கிறான்" என்றவன் கணநேரம் கழித்து மீண்டும் சொன்னான். "அந்த விஷயத்தை மறந்து விடாதே".

ஹோரி மேலே நடந்தான். அவன் மனம் சந்தோஷமாக இருந்தது. மனதில் விசித்திரமானதொரு உற்சாகம் ஏற்பட்டுக் கொண்டிருந்தது. ஐந்து, பத்து, மணங்கு வைக்கோல் போய் விடும்! அதனாலென்ன ஆகிவிடப் போகிறது. பாவம் நஷ்டத்திற்காக போலா தன் பசுவை விற்காமலிருக்கலாம் அல்லவா? என்னிடத்தில் மாட்டுத் தீவனம்சேரும்போது, போய் மாட்டை அவிழ்த்து வருவேன். ஒரு பெண் எனக்கு கிடைக்கக் கடவுள் அருள் வேண்டும். பிறகு ஒன்றுமேயில்லை'. என நினைத்தான்.

❑

2

அவன் திரும்பிப் பார்த்தான். அந்த செவலைப்பசு வாலினால் ஈக்களை விரட்டியவாறு தலையை அசைத்துக் கொண்டு, மதம் கொண்ட மென் நடையில் தோழிகளிடையே ராணியைப் போல் ஆடி அசைந்து சென்று கொண்டிருந்தது. இந்தக் காமதேனு அவனது வீட்டு வாசலில கட்டப்படும் நாள் தான் எத்தகைய நன்னாளாக இருக்கும்.

சேமரியும், பேலாரியும் அவத் மாநிலத்தைச் சேர்ந்த கிராமங்கள். மாவட்டத்தின் பெயரைக் கூறவேண்டிய அவசியமில்லை. ஹோரி பேலாரியிலிருக்கிறான். ராய்சாகப் அமர்பால்சிங் சேமரியில் உள்ளார். இரண்டு கிராமங்களுக்குமிடையே ஐந்தே மைல் தூரம் தான். கடந்த சத்யாக்கிரகப் போராட்டத்தின் போது ராய்சாகப் பெரும் புகழைப் பெற்றிருந்தார். கவுன்சிலின் அங்கத்தினர் பதவியை விட்டுவிட்டு சிறைக்குச் சென்று விட்டார். அப்பொழுதிலிருந்தே அந்த இலாகாவில் உள்ளவர்களுக்கு அவர்பால் மிகுந்த சிரத்தை ஏற்பட்டு விட்டது. அவரது இலாகாவில் குடிபடைகளுக்கு

விசேஷமான சலுகைகள் வழங்கப்பட்டிருந்தன என்பதோ, அதட்டல் மிரட்டலும், கூலி கொடுக்காமல் வேலை வாங்கும் கடுமையும் குறைவாக இருந்தது என்பதோ இல்லை. இதற்கான கெட்டபெயரெல்லாம் இந்த வேலைகளைக் கவனிக்கவேண்டி நியமிக்கப் பட்டிருந்த காரியஸ்தரின் தலையில் தான் விழுந்தது; ராய் சாகப்பின் கீர்த்திக்கு இதனால் எவ்வித களங்கமும் ஏற்படவில்லை. அவரும் பாவம், அந்த அமைப்பிற்கு அடிமை. ஒழுங்கு முறையாக, சட்டப்படி வேலைகள் எப்படி நடந்து கொண்டிருந்தனவோ, அப்படித் தான் நடக்கும். ராய்சாகப்பின் மேன்மை பொருந்திய நல்ல தன்மை இதில் எவ்வித தாக்கத்தையும் ஏற்படுத்திவிட இயலாது. அதனால் வரும்படி, மற்றும் அதிகாரத்தைப் பொறுத்தவரையில் இம்மியளவு குறையவில்லை என்றாலும்கூட அவரது புகழ் அதிகரித்துக் கொண்டே போயிற்று போலும். குடிபடைகளிடம் இன்முகமாய்ச் சிரித்துப் பேசுவார்; இது போதாதாயென்ன? சிங்கத்தின் இலக்கு வேட்டையாடுவது. கர்ஜித்து, உறுமுவதற்கு பதிலாக இனிமையாக நாலு வார்த்தை பேசினால் வீட்டிலிருந்தவாறே வேண்டிய அளவு வேட்டை சிக்கிவிடுமே! வேட்டையைத் தேடிக் காடெல்லாம் அலைய வேண்டியதில்லை.

ராய்சாகப் தேசீயவாதியாக இருந்தாலும் அதிகாரவர்க்கத்துடன் நட்புறவு வைத்துக் கொண்டிருந்தார். அவரது சார்பில் காணிக்கைகள், கூடைகளென எல்லாம் வழக்கம் போல் அதிகார வர்க்கத்தினருக்கு மாமூல் எனச் சென்று கொண்டிருந்தது. இலக்கியம், இசை இரண்டிலும் பற்றுடையவர். அவருக்கு நாடகங்களில் விருப்பம் அதிகம். நல்லபேச்சாளர். நல்ல எழுத்தாளர். வேட்டையாடுவதிலும், குறிதவறாதவர்.

ஹோரி அவரது இல்லத்தின் முன் வாசலை அடைந்ததும், ஆனி மாதத்தில் தசரா சமயத்தில் நடைபெறும் தனுஷ்யக்ஞத்திற்கான ஏற்பாடுகள் மிக மும்முரமாக நடந்து கொண்டிருப்பதைக் கண்டான். ஒருபுறம் மேடை அமைத்துக் கொண்டிருந்தார்கள். மற்றொருபுறம் மண்டபம், இன்னொரு இடத்தில் விருந்தினர்கள் தங்குவதற்கான இடங்கள், கடைக்காரர்களுக்கான கடைகள் என வேலை நடந்து கொண்டிருந்தது. வெயில் நன்றாய் ஏறிவிட்டிருந்தது. ஆயினும் ராய்சாகப் தானும் வேலையில் ஈடுபட்டிருந்தார். தன் தந்தையின் சொத்துக்களுடன் கூடவே ராமபக்தியையும் அவர் பெற்றிருந்தார். தனுஷ்யக்ஞத்திற்கு நாடக வடிவமைத்துப் பண்பான முறையில் நல்லதொரு பொழுது போக்காகச் செய்திருந்தார். இச்சந்தர்ப்பத்தில் அவரது நண்பர்கள், தோழர்கள், அதிகாரிகள், ஆட்சியாளர்கள் என யாவரையும் அவர் அழைப்பதுண்டு. இரண்டு, மூன்று நாட்கள் அந்த இலாகா முழுவதும் ஆரவாரமும், கொண்டாட்டமுமாயிருக்கும். ராய்சாகப்பின் குடும்பமும் மிகப்பெரியது. நூறு நூற்றைம்பது சர்தார்கள் ஒரே பந்தியில் சாப்பிடுவார்கள். சித்தப்பாக்கள் பலரிருந்தனர். டஜன் கணக்காக - சிற்றப்பா பிள்ளைகள், கூடப் பிறந்தவர்கள், உறவு முறையில் அண்ணன், தம்பி என்பவர்கள் எனப் பலருமுண்டு. ஒரு சிற்றப்பா 'ராதா'வின் உபாசகர். பெரும்பாலும் பிருந்தாவனில் தானிருப்பார். பக்தி ரசத்தில் தோய்ந்த பல

கவிதைகளை எழுதியிருந்தார். அவ்வப்போது அச்சிட்டு நண்பர் களுக்கு விநியோகிப்பதுண்டு. இன்னொரு சிற்றப்பா, ராமரின் பரமபக்தர். பாரசீக மொழியில் ராமாயணத்தை மொழி பெயர்த்துக் கொண்டிருந்தார். சமஸ்தானத்திலிருந்து எல்லோருக்கும் மானியம் வழங்கப்பட்டு வந்தது. யாரும் எந்த வேலையும் செய்ய வேண்டிய அவசியமேயில்லை.

தான் வந்திருப்பதை எப்படி அறிவிப்பதென்று யோசித்தவாறே ஹோரி மண்டபத்தில் நின்றிருந்தான். திடீரென ராய்சாகப் அங்கு வந்தவர், அவனைப் பார்த்ததுமே - "அரே! ஹோரி! நீ வந்து விட்டாயா? நானே உன்னைக் கூப்பிட்டு அனுப்புவதாக இருந்தேன் இதோ பார்! இந்தத் தடவை நீ ராஜா ஜனகனுடைய தோட்டக்காரனாகத்தான் வேண்டும். புரிந்ததா? மலர்ச் செண்டோடு நீ நிற்க வேண்டும். மலர்ச் செண்டை தேவி ஜானகிக்கு அளிக்க வேண்டும் தெரிந்ததா! தவறு ஏதும் செய்து விடக்கூடாது. குடி படைகளுக்கெல்லாம் அறிவித்துவிடு. எல்லோரும் முகூர்த்தத்திற்கு வந்து விடவேண்டும். கொஞ்சம் உன்னோடு பேச வேண்டும். என்னோடு மாளிகைக்கு வா" என்றார்.

அவர் தம் மாளிகையை நோக்கி முன்னே செல்லச் செல்ல ஹோரி பின்னாலேயே சென்றான். அங்கே ஒரு அடர்ந்த மரத்தின் நிழலிலே போட்டிருந்த நாற்காலியில் அமர்ந்து கொண்டவர், ஹோரியைத் தரையில் அமரும்படி ஜாடை செய்தவாறே சொன்னார் "புரிந்து கொண்டாயா? நான் சொன்னதை? ஏஜண்டுகள் என்னென்ன செய்ய வேண்டுமோ அதனைச் செய்வார்கள். குடிபடைகள் எப்படி ஆத்மார்த்தமாய் இன்னொருவர் கூறுவதைக் கேட்டுக் கொள்கிறார்களோ அப்படி இந்த ஏஜண்டுகள் கேட்டுக் கொள்ள மாட்டார்கள். இந்த ஐந்தாறு நாட்களுக்குள் நாம் இருபதினாயிரம் ரூபாய் ஏற்பாடு செய்ய வேண்டும். எப்படி சாத்தியம் என்பதுதான் புரியவில்லை? என்னைப் போல் ஒரு ஏழை பாழையிடம் எஜமானர் தன் பிரலாபத்தையெல்லாம் ஏன் சொல்லுகிறார் என நீ நினைக்கலாம். யாரிடம் என் மனத்திலுள்ளதைச் சொல்வது? ஏனோ தெரியவில்லை. உன் மீது நம்பிக்கை ஏற்படுகிறது. நீ மனதிற்குள் என்னைப் பற்றிச் சிரிக்கமாட்டாய் என்பது மட்டும் தெரியும். அப்படியே சிரித்தாலும், உன் சிரிப்பை நான் பொறுத்துக் கொள்வேன். எனக்கு சரிசமமானவர்களுடைய சிரிப்பை, பரிகாசத்தை மட்டும் என்னால் சகித்துக் கொள்ள முடியாது. ஏன் தெரியுமா? அவர்களது சிரிப்பில் பொறாமை, ஏளனம், எரிச்சலிருக்கும். அவர்கள் ஏன் சிரிக்கமாட்டார்கள்? நானும் கூடத்தான் அவர்களது துன்பம், வீழ்ச்சி, ஆபத்துக்கள், மோசமான நிலைமையைக்கண்டு சிரிக்கிறேன். உரக்க, மனம்விட்டு, கைகொட்டிச் சிரிக்கிறேன். செல்வத்திற்கும், நற்பண்பு கொண்ட நல்லிதயத்திற்கும் எப்பொழுதுமே பகைமைதான். நாங்களும் தானம் கொடுக்கிறோம். தர்மம் செய்கிறோம். எதற்காக என்று தெரியுமா? எங்களுக்குச் சமதையாக உள்ளவர்களைத் தாழ்மைப்படுத்தத்தான். எங்களுடைய தான தருமங்களிலெல்லாம் இருப்பது வெறும் அகங்காரம். சுத்தபத்தமான

அகங்காரம். எங்களில் யாராவது ஒருவர் மீது டிகிரியாகி விட்டால், ஜப்தி வாரண்டு வந்து விட்டால், பாக்கி நிற்கும் நிலவரிக்காக குற்றம் சாட்டப்பட்டு காவலில் வைக்கப்பட்டு விட்டால், யாரோ இளைஞனான பிள்ளையை இழந்து விட்டால், யாருடைய விதவையான மருமகளோ வீட்டைவிட்டு ஓடிப்போய் விட்டால், யார் வீட்டிலாவது நெருப்புப் பற்றிக்கொண்டு விட்டால், யாரேனும் வேசையின் கையில் சிக்கி அடிமுட்டாளாகி விட்டால், அல்லது தனது குடி படைகளின் கையால் அடிவாங்கினால், அவனுடைய உடன்பிறந்த, பிறவாத சகோதரர்கள் யாவரும் சிரிப்பார்கள். உலகத்தின் செல்வமெல்லாம் தங்களுக்குக் கிடைத்து விட்டதுபோல் அகமகிழ்ந்து போவார்கள். ஆனால் நேரில் சந்திக்கும்போது, நாம்படும் சிரமங்களுக்காகத் தங்கள் குருதியைச் சிந்தவும் தயாராக இருப்பது போல் அன்பொழுகப் பேசுவார்கள். அரே! மற்றவர்கள் கிடக்கட்டும். என்னுடைய பெரியப்பா பிள்ளைகள், மாமா பிள்ளைகள், சித்தி பிள்ளைகள் என்று இந்த சகோதரர்கள் இந்த சமஸ்தானத்தின் காரணமாய் மனம் போனபடி வாழ்கிறார்கள், கவிதை இயற்றுகிறார்கள், சூதாடுகிறார்கள், மது அருந்துகிறார்கள், சுகபோக வாழ்வு வாழுகின்றார்கள். இவர்களெல்லாம் என்னைக் கண்டு பொறாமைப் படுபவர்கள். நான் இன்று இறந்து போனால் நாளைக்கு நெய்விளக்கேற்றுவார்கள். என்னுடைய துக்கத்தைத் தனது துக்கமென்று புரிந்துகொள்ள எவருமில்லை. அவர்களது நோக்கப்படி துக்கப்படுவதற்கு, வருத்தப்படுவதற்கு, எனக்கெந்த உரிமையுமில்லை. அழுதால், துயரத்தை பரிகசிக்கிறேன். நான் நோயுற்றால், எனக்கு அது சுகமாக இருக்கிறது. நான் திருமணம் செய்து கொண்டு வீட்டில் மேலும் கலகத்தை வளர விடாமலிருப்பது எனது கீழ்த்தரமான சுயநலம். திருமணம் செய்து கொண்டாலோ, நான் சுகபோகி, உல்லாச புருஷன். நான் மது அருந்தாவிடில் நான் கஞ்சன். மது அருந்தினால் அது என் குடிமக்களின் செங்குருதி.. உல்லாசமான வாழ்க்கையை நான் நடத்தாவிடில் ரசிகத் தன்மையற்றவன். நான் உல்லாசமாக வாழத் துவங்கிவிட்டால் பிறகு சொல்வதற்கென்ன இருக்கிறது. இவர்களெல்லாம் என்னைப்போக விலாச வாழ்வில் சிக்கவைக்கச் செய்யாத தந்திரங்களோ, சூழ்ச்சிகளோ இல்லை. இது இப்பவும் நடந்து கொண்டு தானிருக்கிறது. நான் கண்ணிருந்தும் குருடனாக இருக்க வேண்டுமென்பது இவர்களின் எண்ணம். ஏன் என்றால் என்னைக் கொள்ளையடிக்கலாம் அல்லவா? எல்லாவற்றையும் பார்த்துக் கொண்டிருந்தாலும், ஒன்றையும் பார்க்காதது போலிருப்பதுதான் எனது தர்மம், கடமை, எல்லாம். தெரிந்திருந்தும் நான் கழுதையாக இருக்கிறேன்".

ராய்சாகப் மேலும் வண்டியை ஓடவிட வேண்டி, இரண்டு, 'பான்'களை வாயில் திணித்துக் கொண்டு, ஹோரியின் எண்ணங்களை அறிய விரும்புகிறவர் போல் அவன் முகத்தை உற்றுப் பார்த்தார்.

தைரியத்தைத் திரட்டிக் கொண்டு ஹோரி சொன்னான் - "எஜமான் எங்களிடையே தான் இதெல்லாம் ஏற்படுகிறதென்று

நினைத்துக் கொண்டிருந்தேன். ஆனால் பெரிய மனிதர்களிடையேயும் இதற்கெல்லாம் குறைவில்லை என்று தெரிகிறது".

வாயில் வெற்றிலையை மென்றுகொண்டே "நீ எங்களைப் பெரியமனிதர் என்று நினைக்கிறாயா; எங்களுக்குப் பெயர்தான் பெரிய பேர். உள்ளே இருப்பது கொஞ்சம்தான். ஏழைகளிடம் பொறாமையோ, பகைமையோ இருக்கிறதென்றால் அது சுயநலத்திற்காக, வயிற்றுக்காக. அத்தகைய பொறாமையும், பகைமையும் மன்னிக்கத்தக்கதென்று நான் நினைக்கிறேன். நம்முடைய கவளத்தை யாரேனும் பறித்துக் கொண்டால் அவன் தொண்டையில் விரலைவிட்டு அதை எடுப்பது நமது தர்மமாகிவிடுகிறது. ஆனால் அவனை நாம் விட்டுவிட்டால் நாம் தேவர்கள். பெரிய மனிதர்களிடம் இருக்கும் பொறாமையும், பகைமையும், மனத்தை மகிழ்வித்துக் கொள்வதற்காக, ஆனந்தத்திற்காகத்தான், நான் இவ்வளவு பெரியவனாகி விட்டேன். எங்களுக்கு நீசத்தனத்திலும் கபடத்திலும்தான் தன்னலமற்ற பரம ஆனந்தம் கிடைக்கிறது. மற்றவர்களின் கண்ணீரில் எங்களுக்குச் சிரிப்பு வரும்போது நாங்கள் தேவர்களைப் போன்ற உயர்ந்த நிலையை எட்டிவிடுகிறோம். இதை ஏதோ அற்பசொற்ப சாதனை என்று நினைத்து விடாதே! இவ்வளவு பெரிய குடும்பமென்றால் யாரேனுமொருவர் எப்பொழுதும் நோயாளியாக இருப்பார். பெரிய மனிதர்களின் நோய் கூட ரொம்பப் பெரியது. ஏதோ அற்ப சொற்பமான வியாதி வந்தால் அவனென்ன பெரிய மனிதன்!"

சாதாரணமாக காய்ச்சல் வந்தால் கூட எங்களுக்கு உயர்ந்த மருந்து தேவைப்படுகிறது. சாதாரண கட்டி வந்தால் கூட அது பிளவையாகிவிடுகிறது. பிறகென்ன?

சின்ன சர்ஜன், அதற்கடுத்த சர்ஜன், மிகப்பெரிய சர்ஜன் எல்லாம் தந்தி கொடுத்து வரவழைக்கப்படுகின்றனர். மசிஹுல்முல்க்கைக் கூட்டிக் கொண்டு வர தில்லிக்கு ஆள் அனுப்பப்படுகிறான். மித்யா சார்யாவை அழைத்து வர கல்கத்தாவிற்கு ஆள். கோவிலில் 'துர்க்கா வழிபாடு' நடக்கிறது. சோதிடர்கள் ஜாதகங்களை அலசி ஆராய்கின்றனர். தந்திரோபாசகர்கள் தங்களது அனுஷ்டானங்களில் ஈடுபடுகிறார்கள். ராஜாசாகப்பை எமன் வாயிலிருந்து மீட்கப் போட்டி நடக்கிறது. ஒரே பரபரப்பு. வைத்தியர்களும், டாக்டர்களும் எப்பொழுது இவருக்குத் தலைவலி வரும், நம் வீட்டில் தங்கமழை பொழியுமெனக் காத்திருக்கின்றனர். இந்தப் பணமெல்லாம் உன்னிடமிருந்தும் உன் சகோதரர்களிடமிருந்தும் ஈட்டி முனையில் வசூலிக்கப்படும் காசுதான். நீங்கள் விடும் பெருமூச்சுக் காட்டுத்தீ அது எங்களை ஏன் பஸ்மமாக்கி விடவில்லை என்பது எனக்கு வியப்பாக உள்ளது, ஆனால்..... இதில் ஆச்சர்யப் படுவதற்கு எதுவுமேயில்லை. பஸ்மமாவதற்கு அதிகநேரம் ஆகாது. அவ்வேதனை கூட கொஞ்ச நேரம் தான் நீடிக்கும். நாங்கள் அணுஅணுவாக, துளித்துளியாக அங்குலம் அங்குலமாகப் பஸ்மமாகிக்கொண்டிருக்கிறோம். இந்த பயங்கரமான ஓலத்திலிருந்து தப்பித்துக் கொள்ளத்தான் நாங்கள், போலீஸ், அதிகாரிகள், கோர்ட், மற்றும் வக்கீல்களைச்

சரணடைகிறோம். ரூபவதியான பெண்ணைப் போல் எல்லோருடைய கைப்பாவையாகி விடுகிறோம். நாங்கள் ரொம்பவும் சுகமாக இருப்பதாக வெளி உலகம் நினைக்கிறது. எங்களிடம், இலாகாக்கள், மாளிகைகள், வண்டிகள், வேலைக்காரர்கள் கடன், வேசைகள்... என்னதான் இல்லை? ஆனால் யாருடைய ஆன்மாவிற்கு வலிமையில்லையோ, சுயாபிமானம் இல்லையோ, அவன் எதுவாக, யாராக இருந்தாலும் அவன் மனிதனல்ல. எதிரியின் பயத்தினால் உறக்கம் வராதவனுக்கு, அவனது துயரத்தைக் கண்டு சிரிப்பவர்களைத் தவிர கண்ணீர் சிந்துபவர்கள் இல்லாதபோது, அவனை நான் சந்தோஷமாக வாழ்பவன் என்று கூறமாட்டேன். யாருடைய குடுமி பிறரது காலின் கீழ் அடங்கியிருக்கிறதோ, போக விலாசவாழ்வின் போதையில் தன்னை முற்றும் இழந்து விட்டிருக்கிறானோ, அதிகாரவர்க்கத்தின் அடிவருடியாயிருந்து தனக்குக் கீழே உள்ளவர்களின் ரத்தத்தை உறிஞ்சிக் கொண்டிருக்கிறானோ அவன் சுகமாய் வாழ்பவன் என்று நான் கூறமாட்டேன். அவன்தான் உலகத்திலே எல்லோரையும்விட துர்ப்பாக்கியசாலி. துரை வேட்டையாடக் கிளம்பினாலோ, சுற்றுப்பயணம் செய்யப் புறப்பட்டாலோ, நான் அவருக்குப் பின்னால் வால்போல் நிற்கவேண்டும். அவருக்குக் கோபம் வந்துவிட்டால் எங்களுக்கு உயிரே போன மாதிரியாகிவிடும். அவரைச் சந்தோஷப்படுத்த நாங்கள் என்னதான் செய்யவில்லை. இந்த விவகாரத்தையெல்லாம் நான் சொல்ல ஆரம்பித்தால் உன்னால் நம்பமுடியாது. கூடைகளில் சாமான், கையூட்டு வரை நின்று விட்டால் அதுவே சந்தோஷப்படவேண்டிய விஷயம். விழுந்து வணங்கக்கூட நாங்கள் தயார். இனாமும் இலவசமும் எங்களை முடமாக்கிவிட்டது. எங்களுடைய தைரியத்தின் மீது, திறமையின்மீது துளிகூட நம்பிக்கையில்லை. அதிகாரிகளின் முன்னே வாலையாட்டிக் கொண்டு எப்படியாவது அவர்களது அருள் நோக்கிற்குப் பாத்திரமாகி இருக்க வேண்டும். அவர்களின் உதவி கொண்டு எங்களுடைய குடிபடைகளின்மீது எங்கள்பால் அச்சத்தைத் தோற்றுவிப்பதுதான் எங்களுடைய குறி, முயற்சி, எல்லாம். எங்களை முகஸ்துதி செய்பவர்களின் புகழுரைகள் எங்களை இந்த அளவு கர்விகளாகவும், முன்கோபிகளாகவும் ஆக்கிவிட்டது. சீலம், பண்பு, விஷயம், சேவை புரியும் மனோபாவம் என யாவும் மறைந்து விட்டன. அரசாங்கம், எங்களுடைய ஜமீன்தாரிகளை எல்லாம் பறித்துக் கொண்டு நாங்களும் எங்களது வயிற்றுக்காக உழைக்கக் கற்றுக் கொடுத்தால் அது எங்களுக்கு எத்தனை பெரிய உபகாரமாக இருக்குமென்று சில சமயம் நான் நினைப்பதுண்டு. அந்நிலையில் அரசாங்கம் எங்களை ரட்சிக்க முன்வராது. அதற்கு எங்களிடம் ஆக வேண்டிய காரியமோ, சுயநலமோ ஏதுமிராதல்லவா? எங்கள் வர்க்கத்தின் இருக்கை விரைவில் அழிந்துவிடப் போகிறதென்பதற்கான அறிகுறிகள் தோன்றியுள்ளன. அந்நன்னாளை வரவேற்க நான் தயாராக உள்ளேன். கடவுள் அந்நாளை விரைவில் வரச்செய்யட்டும். அந்நாள் எங்களது மீட்சியின் நாளாக இருக்கும். நாங்கள் சூழ்நிலைக்கு இரையாகி விட்டிருக்கிறோம். இந்தச் சூழ்நிலைதான் எங்களைப்

படுநாசம் செய்து கொண்டிருக்கிறது. செல்வம், சொத்து என்ற விலங்கு எங்களது கால்களிலிருந்து அகலாதவரையில் இந்தச் சாபமும் எங்கள் தலையைச் சுற்றிக் கொண்டே இருக்கும். வாழ்வின் கடைசிக் குறிக்கோளான மனிதத்தன்மையின் அந்த நிலையை அடையவே முடியாமற் போகலாம்."

ராய்சாகப் வெற்றிலைப் பெட்டியை எடுத்து மறுபடியும் இரண்டொரு பீடாக்களை வாயில் போட்டுக் கொண்டார். மேலும் ஏதோ சொல்ல அவர் வாயெடுப்பதற்குள், சப்ராசி வந்து "சர்க்கார்! கூலி இல்லாமல் வேலை செய்ய ஆட்கள் மறுத்து விட்டார்கள். எங்களுக்குச் சாப்பாடு கிடைக்காத வரையில் நாங்கள் வேலை செய்யமாட்டோம் என்கிறார்கள். நாங்கள் அதட்டி, மிரட்டியதும் எல்லா வேலைகளையும் விட்டு விட்டு நின்றுவிட்டனர்" என்றான்.

ராய்சாகப்பின் நெற்றி சுருங்கியது. சினம் பொங்க "புறப்படு! நான் இந்த துஷ்டர்களை வழிக்குக் கொண்டுவருகிறேன். என்றுமே சாப்பாடு கொடுப்பதில்லை என்றிருக்கும் போது இன்று புதிதாக என்ன பேச்ச இது? ஒரு நாளைக்கு ஓரணா என்ற கணக்கில், கூலி கிடைக்கும்; என்றைக்கும் கிடைப்பதுபோல், இந்தக் கூலிக்கு வேலை செய்துதான் ஆகவேண்டும். தானாகச் செய்தாலும், செய்யாவிட்டாலும் செய்யத்தான் வேண்டும்". என்றவர் ஹோரியின் பக்கம் திரும்பி, "ஹோரி! நீ போய் உன்னுடைய ஏற்பாடுகளைக் கவனி. நான் கூறிய விஷயம் நினைவிருக்கட்டும். உன்னுடைய கிராமத்திலிருந்து குறைந்த பட்சம் ஐநூறு ரூபாய் எதிர்பார்க்கிறேன்". என்ற ராய்சாகப் கோபத்துடன் அவ்விடம் விட்டகன்றார்.

"சற்றுமுன் இவர் எப்படி எப்படியெல்லாம் தருமம், நீதி என்றெல்லாம் பேசினார். திடீரென இவ்வளவு கோபம் வந்துவிட்டதே.." என ஹோரி மனதிற்குள் நினைத்துக் கொண்டான்.

சூரியன் தலைக்குமேல் வந்துவிட்டான். அதன் கடுமையினால் பீடிக்கப்பட்ட மரங்கள் தங்கள் நிழலைச் சுருட்டிக் கொண்டுவிட்டன. வானத்தில் கப்பிநிறத் தூசிப்படலம் பரவி நின்றது. எதிரே விரிந்து கிடந்த நிலம் நடுங்குவது போல் தோன்றியது.

ஹோரி தன் தடியை எடுத்துக் கொண்டு வீட்டை நோக்கி நடந்தான். காணிக்கை வைக்கப் பணம் எங்கிருந்து வரும் என்ற கவலை அவன் மண்டையில் ஏறிவிட்டிருந்தது.

❑

3

ஹோரி தன் கிராமத்தை நெருங்கியதும் வயலில் இன்னமும் கோபர் களை வெட்டிக் கொண்டிருப்பதையும், மற்ற இரண்டு பெண்களும் அவனுடன் வேலை செய்து கொண்டிருப்பதையும் கண்டான். அனல் காற்று வீசிக் கொண்டிருந்தது. ஆந்தியின் சுழல்

மேலே எழும்பிக் கொண்டிருந்தது. நிலம் அனலாய்க் காய்ந்தது. இயற்கை காற்று மண்டலத்தில் நெருப்பைக் கலந்துவிட்டதுபோல் தோன்றியது. கருப்பங்கொல்லையில் இவர்களெல்லாம் இன்னமும் என்ன செய்து கொண்டிருக்கிறார்கள்? வேலை செய்வதற்காக, உயிரையே விட்டுவிட முனைந்துள்ளார்களா? ஹோரி தன் வயலை நோக்கிச் சென்றவன், தொலைவிலிருந்தே கத்தினான் - "ஏய்! கோபர்! ஏன் இன்னும் வரவில்லை நீ! வேலை செய்து கொண்டே இருக்கப் போகிறாயா என்ன? பகல் பொழுது இறங்கிவிட்டது. தெரிகிறதா! இல்லையா!"

ஹோரியைக் கண்டதும் அம்மூவரும் தங்கள் களைக் கொத்திகளை எடுத்துக் கொண்டு அவனுடன் நடக்கலாயினர். கோபர், மாநிறம், கச்சலான, உயரமான உடல் வாகு கொண்ட இளைஞன். வேலையில் அதிக ஆர்வமிருப்பதாகத் தெரியவில்லை. திருப்திக்குப் பதிலாக முகத்தில் அதிருப்தியும், எதிர்ப்புணர்வும் பளிச்சிட்டது. தனக்குச் சோறு தண்ணி பற்றிய சிந்தையே இல்லை என்பதைக் காட்ட விரும்பியவனாய் வேலை செய்து கொண்டிருந்தானே தவிர வேறொன்றுமில்லை. மூத்த பெண் சோனா நாணம் மிகுந்தவள். மாநிறம்தான் என்றாலும் கட்டான அழகிய உடல். துடிப்பும் மகிழ்ச்சியும் கொண்டவள். சிவப்பு முரட்டுதுணிப் புடவையை முழங்காலை ஒட்டி இடுப்பில் கட்டிக் கொண்டிருந்தது மென்மையான அவ்வுடலின்மீது எதையோ சுமத்தி இருப்பது போலிருந்தது மட்டுமல்ல, யௌவனத்திற்குரிய காம்பீர்யத்தையும் அளித்தது. சின்னவள் ரூபா ஐந்தாறு வயதுச் சிறுமி. ஒரே அழுக்காய் இடுப்பில் ஒரு லங்கோடுடன் இருந்தாள். தலைமயிர் வாரப்படாமல் ஒரு கூடாரம் போலாகிவிட்டிருந்தது. ரொம்பவும் பிடிவாதம். அழுமூஞ்சி.

ஹோரியின் கால்களைக் கட்டிக்கொண்ட ரூபா -"அப்பா! இதோ பார்... நான் ஒரு மண்ணாங்கட்டியைக் கூட விடவில்லை அக்கா வந்து, நீ போய் மரத்தடியில் உட்காரு" என்கிறாள். "மண்ணாங்கட்டிகளையெல்லாம் உடைக்காவிட்டால், மண் எப்படிச் சமமாகும்?" என்றாள்.

ஹோரி அவளைத் தூக்கிக்கொண்டு கொஞ்சியவனாய் - "மகளே! நீ ரொம்ப நல்ல வேலை செய்திருக்கிறாய். வா! வீட்டிற்குப் போகலாம்" என்றான். சற்றுநேரம் தனது சினத்தை அடக்கிக் கொண்டிருந்தபின் கோபர் வெடித்தான் - "தினம் தினம் யஜமானர்களைத் துதிபாட ஏன் போகிறாய்? நீ பாக்கியைத் தீர்க்காவிட்டால் ஆள் வந்து திட்டுகிறான். கூலியில்லாமல் பாடுபடத்தான் வேண்டியிருக்கிறது. காணிக்கை, அன்பளிப்பு எல்லாமே நம்மிடமிருந்து வாங்கி நிரப்பப்படுகிறது. பிறகு யாருக்கு எதற்காக சலாம் போடுவது?".

இச்சமயம் ஹோரியின் உள்ளத்திலும் இத்தகைய எண்ணங்கள்தான் எழுந்து கொண்டிருந்தன. எனினும் மகனின் இந்தப் புரட்சிகரமான எண்ணத்தை அடக்குவதும் அவசியமாக இருந்தது.

"சலாம் போடப்போகவில்லை என்றால், இருப்பது எங்கே? கடவுள் நம்மை அடிமைகளாக்கி விட்டால் நமக்கென்ன வலுவிருக்கிறது? இப்படி சலாம் போடுவதின் அருள்தான், வாசலில் சார்ப்பு இறக்கினாலும் யாரும் எதுவும் பேசவில்லை. கூரா தன் வீட்டு வாசலில் மாடுகட்ட முளை அடித்தாள். அதற்கே ஜமீன் ஆட்கள் இரண்டு ரூபாய் தண்டம் போட்டுவிட்டார்கள். கொடுக்க வேண்டி வந்ததே! என்னுடைய சுயநலத்திற்காகத்தான் நான் போகிறேன். என் காலில் சனீஸ்வரனுமில்லை. போய் கைகட்டிநிற்பதில், சுகமோ, சந்தோஷமோ இல்லை. மணிக்கணக்காக நின்றால்தான் எஜமானருக்கு தகவல் எட்டும். சில சமயம் வெளியே வருவார். சில சமயம் தனக்கு அவகாசமில்லை என்று சொல்லி அனுப்பிவிடுவார்.

"பெரிய மனிதர்கள் சொல்லுவதற்கெல்லாம் மற்றவர்கள் 'ஆமாம்-ஆமாம்' என்று தலையாட்டுவதிலும் ஏதோ கொஞ்சம் ஆனந்தம் கிடைக்கும் போல்தானிருக்கிறது. இல்லாவிடில் எதற்காகத் தேர்தலில் நிற்கிறார்கள்?" எனக் கிண்டல் செய்தான் கோபர்.

"எல்லாம் உனக்கு நேரும்போது தெரியுமடா மகனே! இப்பொழுது என்ன வேண்டுமானாலும் கூறிக்கொள். முன்னர் நான் கூட இப்படியெல்லாம் நினைத்துக் கொண்டிருப்பேன். நமது கழுத்து இன்னொருத்தனின் காலடியில் அழுந்திக்கிடக்கிறது. திமிறுவதால் வாழ முடியாது என்பதை இப்பொழுது புரிந்து கொண்டேன்".

தன் தந்தையின் மீது தனது ஆத்திரத்தைக் கொட்டிய பிறகு கோபர் சற்றே அமைதியுற்றிருந்தான். மௌனமாய் ஏதும் பேசாது நடக்கலானான். ரூபா அப்பாவின் இடுப்பில் ஏறிக் கொண்டதைக் கண்டதும் சோனாவிற்கு பொறாமையாக இருந்தது. "இடுப்பை விட்டு இறங்கடி! ஏன் நடந்து வரக்கூடாது? கால் ஒடிந்து விட்டதா என்ன?" என்று அதட்டினாள்.

ரூபா தந்தையின் கழுத்தில் கையைப் போட்டவாறே துடுக்காகக் கூறினாள் - "முடியாது, இறங்க முடியாது. போ! அப்பா, அக்கா தினமும் என்னை - நீ ரூபா - நான்தான் சோனா என்று சீண்டுகிறாள்... எனக்கு வேறு பெயர் வை அப்பா!"

ஹோரி பொய்க்கோபத்துடன் சோனாவைப் பார்த்து, "ஏய்! சோனியா! நீ ஏன் இவளைச் சீண்டுகிறாய்? சோனா.... அதாவது தங்கம் கண்ணால் பார்ப்பதற்குதான். காரியம் ரூபாவினால் தான் நடக்கிறது. ரூபா வெள்ளி. வெள்ளியில்லாவிடில் ரூபாவை எப்படிச் செய்ய முடியும்" சொல்லு... என்றான்.

"சோனா (தங்கம்) இல்லாவிடில் அட்டிகை, நத்து, மாலை. எல்லாம் எங்கிருந்து வருமாம்?" என்று தன் கட்சியை ஆதரித்துப் பேசினாள் சோனா.

வினோதமான இந்தச் சர்ச்சையில் கோபரும் கலந்து கொண்டான்- "சோனா உலர்ந்த இலை மாதிரி வெளிர் மஞ்சளாயிருக்கிறதென்று நீ சொல் ரூபா... சூரியனைப் போல் பிரகாசமானது என்று சொல்லு .... " என்றான் ரூபாவிடம்.

"கல்யாணத்திலெல்லாம் மஞ்சள் புடவையைத் தானே கட்டுகிறார்கள். வெள்ளைப்புடவையை யாரும் கட்டுவதில்லை"

என்றாள் சோனா.

இந்தத் தர்க்கத்தில் ரூபா தோற்றுப் போனாள். இதற்கு முன் ஹோரி, கோபர், யாருடைய தர்க்கமும் நிற்கமுடியாது. அவள் கோபத்துடன் ஹோரியைப் பார்த்தாள்.

ஹோரிக்கு புதியதொரு உபாயம் தோன்றியது. "சோனா.. பெரிய மனிதர்களுக்குத்தான். ஏழைகளான நமக்கெல்லாம் ரூபாதான். பார்லியை ராஜா என்றும் கோதுமையை சக்கிலியன் என்றும் சொல்லுகிறார்கள்; கோதுமையை பெரிய மனிதர்கள் சாப்பிடு கிறார்கள், பார்லியை நாம் சாப்பிடுகிறோம் என்பதால்தானே".

சோனாவிடம் இந்த வலுவான வாதத்திற்குரிய பதில் எதுவுமிருக்கவில்லை. "நீங்களெல்லோரும் ஒரு கட்சியாகி விட்டீர்கள்; இல்லாவிடில் ரூபாவை அழவைத்திருப்பேன் நான்" என்றாள்.

ரூபா விரல்களை நொடித்த வண்ணம் "ஹே ராம்! சோனா... சக்கிலிச்சி... சோனா சக்கிலிச்சி" என்றாள்.

இந்த வெற்றியினால் ஏற்பட்ட களிப்பில் அவளால் தன் தந்தையின் இடுப்பிலிருக்க முடியவில்லை. தரையில் குதித்து விட்டவள், துள்ளித் துள்ளிக் குதித்தவளாய் "ரூபா, ராஜா, சோனா சக்கிலிச்சி..." என்பதைத் திருப்பித் திருப்பிக் கூறலானாள்.

இவர்கள் வீட்டை அடைந்தபோது, தனியா இவர்கள் வரும் வழியைப் பார்த்தவாறு வாசலிலேயே நின்றிருந்தாள். லேசான கோபத்துடன் "கோபர்! இன்று ஏன் இத்தனை நேரமாக்கி விட்டாய்? வேலை என்றால் யாராவது உயிரையா விட்டு விடுவது?" என்றாள். பிறகு கணவனை நோக்கி - "நீ கூட அங்கிருந்து ஏதாவது சம்பாதித்துக் கொண்டு வந்தாயா என்ன? நேராய் வயலுக்குப் போய் விட்டாய்? வயல் எங்கும் ஓடிப் போய் விடாது" என்றாள் சூடாக.

வாசலிலேயே கிணறு இருந்தது. ஹோரியும் கோபரும் ஆளுக்கொரு செம்பு நீரைத் தலைக்கு விட்டுக் கொண்டனர். ரூபாவிற்கும் குளிப்பாட்டி விட்டு விட்டு, சாப்பிடச் சென்றனர். பார்லி ரொட்டிதான். ஆனால் கோதுமை ரொட்டிபோல் மிருதுவாக, வெள்ளையாக இருந்தது. துவரம்பருப்பு 'தாலில்' பச்சை மாங்காய் துண்டுகள் மிதந்தன. ரூபா தன் அப்பாவின் தட்டிலேயே தானும் சாப்பிட உட்கார்ந்ததும் "செல்லத்தைப்பார்" என்று நொடிப்பது போல் சோனா பொறாமை நிறைந்த விழிகளுடன் பார்த்தாள்.

"எஜமானரிடம் பேசினாயா?" என வினவினாள் தனியா.

ஒரு லோட்டா தண்ணீரைக் குடித்த பின் ஹோரி சொன்னான்: "அது ஜமீன், வசூல் இதைப்பற்றித்தான் பேச்சு! வேறென்ன? பெரிய மனிதர்களெல்லாம் ரொம்பவும் சுகமாய் இருப்பதாய் நாம் நினைக்கிறோம். உண்மையைக் கேட்டால் அவர்கள் நம்மைவிட அதிகமாகவே துன்பப் படுகிறார்கள். நமக்கெல்லாம் நம் வயிற்றுப்பாட்டைப் பற்றிய கவலை மட்டும்தான். ஆயிரம் கவலைகள் அவர்களைச் சூழ்ந்து கொண்டிருக்கின்றன."

ராய் சாகப் என்னென்ன கூறினார் என்பதெல்லாம் ஹோரிக்கு

விவரமாய் நினைவில்லை. அவர் கூறியதின் சாராம்சம் மட்டும் தான் அவனது நினைவில் ஒட்டிக் கொண்டிருந்தது.

“அபப்டியென்றால் அவருடைய ஜமீனை நமக்குக் கொடுத்து விடுவதுதானே! நம்முடைய வயல், வரப்பு, மண்வெட்டி, மாடு, ஏர் கலப்பை எல்லாவற்றையும் அவருக்குக் கொடுக்கத்தயார். மாற்றிக் கொள்வாரா அப்படி? இதெல்லாம் மோசடி! வெறும் திசை திருப்பல். துக்கமும், துன்பமும் இருப்பவர்கள், டஜன் கணக்கான மோட்டார்களில் சவாரி செய்யமாட்டார்கள், மாளிகைகளில் வாழ மாட்டார்கள். அல்வாவும், பூரியுமாய்ச் சாப்பிட்டு, ஆடல் பாடல் களியாட்டங்களில் திளைக்க மாட்டார்கள். ராஜாவைப் போல சுகபோக வாழ்வு அனுபவித்துக் கொண்டிருக்கிறார்... இதிலே துக்கமாம்-வருத்தமாம்-” என்று நையாண்டி செய்தான் கோபர்.

“உன்னிடம் யாரப்பா விவாதம் செய்வது? தன் சொத்துக்களை யாராலும் விட்டு விட முடிகிறதா, இவர் விட்டுவிட. நமக்கு மட்டும் வயலிலிருந்து என்ன கிடைக்கிறது? ஓரணாக் கூலி கூடக் கிடைப்பதில்லை அன்றாடம். பத்து ரூபாய் மாதச்சம்பளம் வாங்கும் வேலைக்காரன் கூட நம்மை விட நன்றாகச் சாப்பிடுகிறான், உடுத்துகிறான். ஆனால் என்ன? வயல் வரப்பை நம்மால் விட்டு விட முடியவில்லையே! வயலைவிட்டுவிட்டால், வேறென்ன செய்வதாம்? வேலை எங்கே கிடைக்கிறது? நம்ப மரியாதையையும் காப்பாற்றிக்கொள்ள வேண்டுமே! சம்சாரிக்குள்ள மரியாதை, வேலைக்காரனுக்கு இருக்குமா! இல்லையே! இது மாதிரிதான் ஜமீன்தார்களின் நிலைமையும். தெரிந்துகொள். அவருடைய உயிருக்கு ஆயிரம் வியாதிகள் உள்ளன. அதிகாரிகளுக்குச் சாமான் அனுப்ப வேண்டும். அவர்களுக்கு சலாம் போடவேண்டும். குட்டி அதிகாரிகளைக் குஷிப்படுத்த வேண்டும். குறித்த தேதியில் நிலவரி கட்டாவிட்டால், சிறைவாசம் வந்துவிடும் டிகிரியாகி விடும். நம்மை யாரும் ஜெயிலுக்கு அனுப்புவதில்லையே! நாலுதிட்டு, வசவுகள் தானே கிடைக்கின்றன?... ” என்றான் ஹோரி.

கோபர் எதிர்வாதமிட்டான் - “இதெல்லாம் சும்மா... பேச்சுக்கு! ஒரு மணி அரிசிக்கு நாம் ஆலாய்ப் பறக்கிறோம். உடுத்த வகையான உடையில்லை. நெற்றி வியர்வை நிலத்தில் வழிகின்றது. அப்படியும் பிழைக்க முடியவில்லை. அவர்களுக்கென்ன! திண்டு போட்ட ஆசனத்தில் மஜாவாய் உட்கார்ந்திருக்கிறார்கள். நூற்றுக்கணக்கில் வேலைக்காரர்கள். ஆயிரக்கணக்கானவர்கள் அவர்களுடைய அதிகார வரம்புக்குள். பணம் சேர்க்க முடியாமலிருக்கலாம்; ஆனால் எல்லா விதமான சுகங்களையும் அனுபவித்துக் கொண்டு தானிருக்கிறார்கள். பணத்தை வைத்துக்கொண்டு மனிதன் இன்னும் என்ன செய்வானாம்?”.

“நாமும் அவரும் சரிசமம் என்பது உன் எண்ணம். அப்படித்தானே!”.

“கடவுள் எல்லோரையும் சமமாகத் தான் படைத்துள்ளார்”

"அப்படியில்லையடா மகனே! சின்னவர்கள், பெரியவர்களெல்லாம் பகவானிடத்திலேயே உருவாகித்தான் வருகிறார்கள்... ரொம்பவும் தவப்பலனிருந்தால்தான் பணம் காசு, சொத்து லபிக்கும். பூர்வஜன்மத்தில் என்ன காரியம் செய்தாரோ, இந்த ஜன்மத்தில் அனுபவித்துக் கொண்டிருக்கிறார். நாம் எதையும் தேடித் திரட்டிக் கொள்ளவில்லை. பின் அனுபவிப்பது எப்படி?"

"இதெல்லாம் சும்மா மனத்தைத் தேற்றிக் கொள்கிற விஷயம். கடவுள் எல்லோரையும் ஒரே மாதிரித்தான் படைக்கிறார். இங்கு, எவன் கையில் தடி இருக்கிறதோ அவன் ஏழைகளை நசுக்கி, பெரிய மனிதனாகி விடுகிறான்".

"இதெல்லாம் உன்னுடைய பிரமை. எஜமானர் இன்றும் கூட தினந்தோறும் நாலு மணிநேரம் பகவானுக்கு பஜனை செய்கிறார்".

"இந்தப் பஜனையும், தானதருமமும் யாருடைய பலத்தில் நடக்கிறது?"

"அவருடைய பலத்தில்".

"இல்லை! குடியானவர்களின் பலத்தில், தொழிலாளர்களின் பலத்தில், இந்தப் பாவங்களின் பணம் எப்படி ஜீரணமாகும்? இதனால் தான் தான தருமம் செய்ய வேண்டி வருகிறது. பஜனை கூட இதற்காகத்தான் நடக்கிறது. பசித்த வயிறும், உடுத்த உடையுமில்லாமல் பகவானை பஜிக்கட்டும்... நாமும் பார்க்கலாம் அதை. நமக்கும் யாரேனும் இரண்டு வேளை சாப்பாடு கொடுத்தால் நாளெல்லாம் பகவானை பஜித்துக் கொண்டேதானிருப்போம். ஒருநாள் வயலில் களைக்கொத்தி எடுத்து வெட்டினால் தெரியும். பக்தியெல்லாம் பறந்து விடும்".

ஹோரியினால் பதில்கூற இயலவில்லை. "உன்னிடம் யார் வாய் கொடுப்பார்கள்! நீ பகவானின் லீலைகளில் கூட குறுக்கிடுகிறாய்". என்றான்.

நண்பகல் கழிந்தபின் கோபர், களைக்கொத்தியை எடுத்துக்கொண்டு புறப்பட்டதும் - "கொஞ்சம், இரப்பா! நானும் வருகிறேன். அதற்குள் கொஞ்சம் வைக்கோலை எடுத்து தனியாக வை. போலாவிற்குக் கொடுப்பதாகச் சொல்லியிருக்கிறேன். பாவம் தற்சமயம் ரொம்ப நெருக்கடி அவனுக்கு" என்றான் ஹோரி.

கோபர் அலட்சியமாக ஹோரியை நோக்கியவாறே கூறினான்; "விற்பதற்கு நம்மிடம் வைக்கோல் இல்லை"

"விற்கவில்லையடா... சும்மாத்தான் கொடுக்கிறேன். ரொம்பவும் கஷ்டத்திலிருக்கிறான். அவனுக்கு உதவி செய்யத்தான் வேண்டும்"

"நமக்கு அவர் ஒரு பசு கூடக் கொடுத்ததில்லையே"

"கொடுத்தான். நான்தான் வாங்கிக் கொள்ளவில்லை"

தனியா நொடித்தாள் - "ஹூம். அவனொன்றும் பசுமாடு தரவில்லை. இவருக்குப் பசுவைக் கொடுத்துவிடுவானா! கண்ணுக்கு இட்டுக் கொள்ளக்கூட ஒரு நாளும் ஒருகை பால் அனுப்பியதில்லை. பசுமாடு கொடுப்பானா அவன்?"

"அப்படி இல்லை... ஆணை இட்டுச் சொல்கிறேன். அவன் தன் சீமைப் பசுவைத் தந்தான். கொஞ்சம் பணக்கஷ்டம்.

வைக்கோல்-தீனிவைக்க முடியவில்லை. ஒரு மாட்டை விற்று வைக்கோல் வாங்க நினைத்தான். கஷ்டத்திலிருப்பவனின் பசுவை எப்படி ஏற்றுக் கொள்வதென்று நான்தான் நினைத்தேன். கொஞ்சம் வைக்கோல் தருகிறேன். பின்னால் கைக்குக் கொஞ்சம் பணம் வந்ததும் மாட்டை வாங்கிக் கொள்கிறேன். பிறகு கொஞ்சம் கொஞ்சமாய் பணத்தைக் கொடுத்து தீர்த்து விடுகிறேன் என்றேன். விலை எண்பது ரூபாய்தான். பார்த்தால், பார்த்துக்கொண்டே இருக்க வேண்டும் போலிருக்கும். அப்படிப்பட்ட பசு."

"உன்னுடைய இந்த தருமாத்மா புத்திதான் உன்நிலையை மோசமாக்குகிறது......" என்று கடிந்து கொண்டான் கோபர். "இதில் சிக்கலேதும் இல்லை. தெளிவான விஷயம்.... பசுவின் விலை எண்பது ரூபாய். நம்மிடமிருந்து இருபது ரூபாய்க்கு வைக்கோல் வாங்கிக் கொள்ளட்டும். அறுபது ரூபாய் நிற்கும். அதை நாம் மெள்ள மெள்ளக் கொடுத்துவிடலாம்".

"ஹோரி மர்மப் புன்னகை பூத்தான். பசு நமக்கு இனாமாகவே கிடைக்கும்படி ஒரு தந்திரம் யோசித்திருக்கிறேன். நான் எங்கேயாவது பார்த்து போலாவிற்கு பெண் நிச்சயம் செய்ய வேண்டும். அவ்வளவுதான். மூணு, நாலு மணங்கு வைக்கோல், என்னுடைய செல்வாக்கை நிலைநாட்டத்தான் கொடுக்கிறேன்" என்றான்.

"ஓகோ! நீர் இனி எல்லோருக்கும் பெண் பார்த்து நிச்சயம் செய்து கொண்டு திரியப் போகிறீரா" என்றான் கோபர் அலட்சியமாக.

தனியா உறுத்துப் பார்த்தாள் - "இந்த வேலைதான் பாக்கியிருந்தது? நாம் யாருக்கும் வைக்கோல் கொடுக்க வேண்டியதில்லை... போலா, வாலா, யாருக்கும் இங்கே கடன் படலை யாரும்"

ஹோரி, தன் சார்பில் விளக்கம் கொடுத்தான். "என்னோட முயற்சியிலே யாருடைய குடித்தனமாவது கூடி வந்தா அதிலென்ன கெடுதல்!"

கோபர் 'சிலம்' மை எடுத்து, நெருப்புக் கொண்டுவரப்போனான். அவனுக்கு இந்த விவகாரமெல்லாம் கட்டோடு பிடிக்கவில்லை.

தனியா தலை அசைத்தாள் - "அவனுக்குப் பெண் பார்த்துக் கொடுப்பவன் எண்பது ரூபாய் மாட்டை வாங்கிக் கொண்டு சும்மா இருக்க மாட்டான். ஒரு பை...பணம் எண்ணவைப்பான்." என்றாள்.

"அது எனக்கும் தெரியும்" - எனக் குழைந்தான் ஹோரி. ஆனால் போலாவின் நல்ல மனசைத்தான் பாரேன். என்னைப் பார்க்கும்போதெல்லாம், உன்னைப் பற்றித்தான் பேச்சு. லட்சுமிதேவி மாதிரி, எத்தனை கெட்டிக்காரத்தனம் என்று புகழ்கிறான்"

தனியாவின் முகத்தில் இளக்கம் பளிச்சிட்டது. மனசுக்குப் பிடித்தது போலிருந்தாலும், "அவர் புகழ்வதற்கு இங்கு யாரும் காத்திருக்கவில்லை. உன் புகழ்ச்சியெல்லாம் இருக்கட்டும் சும்மா...." என்றாள் மேலுக்கு.

ஹோரி, அன்பு நிறைந்த புன்னகையுடன் கூறினான். நான் சொல்லிவிட்டேன் அவனிடம். "அண்ணே! அவள் இன்னொருவருடைய நன்றியை ஏற்றுக்கொள்ளவே மாட்டாள்.

அவள் பேசுகிறாளா என்ன? திட்டுகிறாள் என்றேன். ஆனால் போலா 'அவள் பெண்ணல்ல, லட்சுமி தேவி...' என்று சொல்லிக்கொண்டே இருக்கிறான். விஷயமென்ன தெரியுமா? அவன் பெண்டாட்டி இருந்தாளே, அவள் நாக்கு ரொம்ப தடிச்சவளாம். பாவம்! அவள் வாய்க்குப் பயந்து ஓடியாடித் திரிந்திருக்கிறான். உன் பெண்டாட்டி முகத்திலே என்னிக்கு விழிக்கிறேனோ, அன்னிக்கு நிச்சயம் கைக்கு ஏதாவது கிடைக்கிறது என்றான். அதற்கு நான் 'உனக்குக் கிடைக்கிறதோ என்னவோ'ப்பா... இங்கு தினமும் அவள் முகத்தைப் பார்த்துக் கொண்டுதானிருக்கிறேன். காசையே கண்ணால் பார்ப்பதில்லை" என்றேன்.

"உனக்கு அதிர்ஷடமில்லையென்றால் நானென்ன செய்ய?" என்றாள் தனியா.

"தன் பெண்டாட்டியைப் பற்றிச்சொல்ல ஆரம்பித்து விட்டான் போலா. பிச்சைக்காரனுக்குக் கூட ஒரு பிடி பிச்சை போட மாட்டாளாம். விளக்கு மாற்றை எடுத்துக்கொண்டு அடிக்க வருவாளாம். பேராசைக்காரியாம். உப்பு கூட இன்னொருத்தி வீட்டிலிருந்து கேட்டு வாங்குவாளாம்."

"செத்துப் போனவளைப்பற்றி கெட்டதாய் என்ன சொல்ல?.... என்னைப் பார்த்துக் கூட பொறாமைப்படுவாள்".

"அவளோடு வாழ வேண்டுமே என்று போலா பாவம் ரொம்பவும் துக்கமாகத்தானிருந்தான். இன்னொருவனாக இருந்தால் விஷம் சாப்பிட்டுச் செத்திருப்பான். போலா என்னைவிட பத்து வருடம் பெரியவனாக இருப்பான். ஆனால் என்னைப் பார்த்ததுமே ராம்-ராம் என்று முதலில் அவன்தான் சொல்லுகிறான்."

"என்ன சொன்னார் போலா? உன் பெண்டாட்டி முகத்தில முளிச்சா என்ன கிடைக்குது என்று சொன்னார்?

"அன்றைய தினம் பகவான் எங்கிருந்தாவது ஏதாவது அனுப்புகிறாராம்".

"வந்திருக்கும் மருமகளெல்லாம் கூட அப்படித்தானாம். பெருவயிறு படைத்தவர்களாம். இரண்டு ரூபாய்க்கு தர்பூசணி கடனாக வாங்கிச் சாப்பிட்டுத் தீர்த்து விட்டார்களாம். கடனாகக் கிடைத்தால் சரி! திருப்பிக் கொடுக்க வேண்டுமே என்ற கவலையே இல்லை எவளுக்கும்."

"அரே! போலா எதற்கு அழ வேண்டும்?"

கோபர் வந்து நின்றான் - "போலா வந்திருக்கிறார். இரண்டொரு மணங்கு வைக்கோல் இருக்கும், அதையும் அவருக்குக் கொடுத்து விடு. அப்புறம் அவருக்குப் பெண் தேடப்புறப்படு" என்றான் கடுமையுடன்.

"அரே! வந்தவர் வாசலில் நிற்கிறார். உட்காரக் கட்டிலைக் கிட்டிலை இழுத்துப் போடாமல், முணுமுணுக்க வந்து விட்டாயா! கொஞ்சம் நல்லா, மேன்மையாய் நடந்து கொள்ளத் தெரிந்து கொள்ளடா. சொம்பை எடுத்து நீர் முகந்து கொண்டுபோய் வை. கை கால் கழுவிக் கொள்ளட்டும். ஏதாவது நீராகாரம் கொடு. கஷ்ட

காலத்தில்தான் ஒருத்தன், இன்னொருவர் முன்னே கை நீட்டுவான்" என்றாள், தனியா.

"கரும்புச்சாறு, எல்லாம் வேண்டாம். நமக்கென்ன சொந்தமா, பந்தமா? என்றான் ஹோரி.

தனியா வெகுண்டாள் - "சொந்தபந்தம் வேறு எப்படி இருக்குமாம்? தினம் தினமா உன் வீட்டுப்படியேறி வருகிறார்கள்? இத்தனை தூரம் அலைந்துதிரிந்து வந்திருக்கிறார். தாகமாக இருக்கும். ரூபியா! டப்பாவில் புகையிலை இருக்கிறதா பார்! கோபர் இருக்கும் போது என்ன மிச்சம் மீதி இருக்கும்? ஓடிப்போய் ஒரு பைசாவிற்குப் புகையிலை துலாரியம்மா கடையிலிருந்து வாங்கிவா."

போலாவிற்கு அன்று நடந்த உபசாரமும் மரியாதையும் என்றுமே நடந்திருக்காது. கோபர் கட்டிலைப் போட்டான். சோனா இனிப்புக் கலந்த நீரெடுத்து வந்தாள். ரூபா புகையிலையை நிரப்பிக் கொண்டு வந்தாள். தனியா வாசல் கதவிற்குப் பின்னால் நின்று கொண்டு தன்னைப் பற்றிய புகழுரைகளைத் தன் காதாலேயே கேட்க நிலை கொள்ளாமல் தவித்துக் கொண்டிருந்தாள்.

போலா சிலம்மை கையில் எடுத்தவாறே "நல்ல குடும்பப்பெண் வீட்டிற்கு வந்து விட்டால்.... லக்ஷ்மிதேவியே வந்து விட்டாள் என்று நினைத்துக்கொள். பெரியவர்கள், சிறியவர்களுக்கெல்லாம் எப்படி மரியாதை செய்யவேண்டும் என்று அவளுக்குத்தான் தெரியும்" என்றான்

தனியாவின் இதயம்பூரித்து, சிலிர்த்தது. கவலை, நிராசை, இல்லாமை, இயலாமையினால் காயப்பட்டுப் போயிருந்த உள்ளம் இவ்வார்த்தைகளில், மென்மையான, இதமான ஸ்பரிசத்தை அனுபவித்தது. ஹோரி போலாவின் கூடையை எடுத்துக்கொண்டு, வைக்கோல் எடுக்க உள்ளே சென்றதும் தனியாவும் அவன் பின்னாலேயே சென்றாள்.

"எங்கிருந்து இத்தனை பெரிய கூடை கிடைத்ததோ, தெரியவில்லை. யாரேனும் கடலை, பட்டாணி வறுப்பவனிடமிருந்து வாங்கி வந்திருப்பான். ஒரு மணங்குக்குக் குறையாமல் பிடிக்கும். இரண்டு கூடை வாரினால் இரண்டு மணங்காகி விடும்" என்றான் ஹோரி.

தனியா ஒரே சந்தோஷத்திலிருந்தாள். ஏசுபவள் போல் அவனை நோக்கியவாறு சொன்னாள்: "ஒன்று யாரையும் விருந்துக்கு அழைக்காதே! அழைத்தால் வயிறு நிரம்பச் சாப்பாடு போடு. உன்னிடத்தில் பூவும் இலையும் வாங்கிப்போகவா வந்திருக்கிறார், சின்னக்கூடை எடுத்துவர? கொடுக்கிறதுதான் கொடுக்கிறே! மூணு கூடையாய்க் கொடுத்துவிடு. பாவம் மனுஷன்! பிள்ளைகளை ஏன் கூட்டிக்கொண்டு வரவில்லை? தனியாய் எப்படிச் சுமந்துகொண்டு போவாராம்! உயிர்போய்விடுமே!"

"மூன்று கூடைகள் என்னால் கொடுக்க முடியாது. "அப்போ என்ன? ஒரு கூடை கொடுத்துத் தள்ளிவிட்டு விடுவாயா? கோபரிடம் சொல்லு. அவன் தன்கூடையிலே போட்டு எடுத்துக்கொண்டு அவர்கூடப் போகட்டும்."

"கோபர் களை வெட்ட வயலுக்குப் போய்க்கொண்டிருக்கிறான்"

“ஒருநாள் கொத்திவிடாவிட்டால் கரும்புப் பயிரொன்றும் வாடிவிடாது.”

“யாரையேனும் தன்னோடு கூட்டிவருவது அவருடைய வேலை. கடவுள் கொடுத்த இரண்டு பிள்ளைகள் இருக்கிறார்களே”

“வீட்டில் இல்லையோ! என்னவோ! பாலை எடுத்துக் கொண்டு கடைத்தெருவிற்குப் போயிருப்பார்கள்”

“இது நல்ல வேடிக்கை. நம்ம பொருளையும் தந்து, அதை வீட்டுவரையிலும் கொண்டு போயும் சேர்க்கவேண்டுமா? கரும்பையும் கொடுத்துத் தின்னக் கூலியும் கொடுக்க வேண்டுமா?”

“சரி, சரி... யாரும் போக வேண்டாம்.. நான் கொண்டு போய்க் கொடுக்கிறேன். பெரியவர்களுக்குச் சேவை செய்வதில் வெட்கம் ஏதுமில்லை”

“மூன்று கூடை கொடுத்து விட்டால் நம் மாடுகள் எதைத் தின்னும்?”

“இதையெல்லாம் அழைப்பு விடுவதற்கு முன்னரே யோசித்திருக்க வேண்டும். நீயும், கோபருமாய்ப் போங்களேன்”

“மரியாதை... ஒரு எல்லையுடன்தான் செய்யப்படுகிறது. வீட்டையே தூக்கிக்கொடுத்து விடுவதில்லை.”

“இப்போவே....ஜமீன்வீட்டு ஆள்வந்தால், நீயே வைக்கோலைத் தலையிலே சுமந்து கொண்டுபோய்க் கொடுப்பாய், நீ மட்டுமா? உன் பிள்ளை, பெண் எல்லோருமாய் அங்கே-இரண்டு, மூன்று மணங்கு விறகுகூடப் பொளந்தாக வேண்டியிருக்கும்”

“ஜமீன்தார் விஷயம் வேறு”

“ஆமாம்! தண்டலின் பலத்திலே வேலை வாங்குகிறார் இல்லையா?

“அவருடைய வயலை நாம் உழுகிறோமில்லையா?”

“வயலை உழுகிறோம் சரி- குத்தகை கொடுக்கவில்லையா?”

“சரி...சரி உயிரை வாங்காதே! நாங்கள் இரண்டுபேரும் போகிறோம்! இவனுக்கு வைக்கோல் கொடுக்கிறேனென்று ஏன்தான் சொன்னேனோ”.

மூன்று கூடைகளிலும் வைக்கோல் நிரப்பப்பட்டது. கோபர் மனதிற்குள் பொருமிக் கொண்டிருந்தான். தன் அப்பாவின் செய்கைகளில் அவனுக்குக் கொஞ்சம் கூட நம்பிக்கை கிடையாது. இவர் எங்கே போனாலும், வீட்டிலிருக்கிறது எதையாவது இழந்து விட்டுத்தான் வருவார் என்று அவன் நினைத்தான். தனியா மகிழ்ச்சியாக இருந்தாள். ஹோரி! அவன் தர்மத்திற்கும், சுயநலத்திற்குமிடையே ஊசலாடிக் கொண்டிருந்தான்.

ஹோரியும் கோபருமாய் ஒரு கூடையைப் பிடித்து எடுத்துக் கொண்டு வெளியே வந்தனர். போலா உடனே தனது உத்தரீயத்தை சும்மாடு கட்டித் தலையில் வைத்துக் கொண்டவாறே சொன்னான் - “இதோ - இக்கூடையை இப்போ கொண்டுபோய் வைத்து விட்டு வந்து விடுகிறேன். இன்னுமொரு கூடை வைக்கோல் வேண்டும்.”

“ஒன்றல்ல, இன்னும் இரண்டு கூடைகளை நிரப்பி வைத்திருக்கிறேன். நீர்வரவேண்டியதில்லை. நானும் கோபரும்

ஆளுக்கொரு கூடையை எடுத்துக் கொண்டு உன்னுடன் வருகிறோம்" என்றான் ஹோரி.

போலா ஸ்தம்பித்து நின்று விட்டான். ஹோரி தன் உடன் பிறந்தவனல்ல, அதையும் விட நெருக்கமானவன் என்று தோன்றியது. தனது வாழ்க்கை முழுவதுமே பசுமையாகிவிட்டது போல் அவனுள்ளே ஒருவித திருப்தி உண்டாயிற்று.

மூவரும் வைக்கோல் கூடைகளுடன் புறப்பட்டனர்.

"தசரா வருகிறது. எஜமானர்கள் வீட்டில் ரொம்ப அமர்க்களமாக இருக்கும்" என்றான் போலா.

"ஆமாம், கூடாரம், ஷாமியனா எல்லாம் போட்டாகி விட்டது. இம்முறை நாடகத்தில் நானும் பங்கெடுத்துக் கொள்ளப் போகிறேன். நீ தான் ராஜா ஜனகரின் தோட்டக்காரன் என்று ராய்சாகப் சொல்லிவிட்டார்" என்றான் ஹோரி.

"எஜமானருக்கு உன்னைப் பற்றி ரொம்ப சந்தோசம்"

"எல்லாம் அவருடைய தயை"

ஒரு கணத்திற்குப் பின்னர் போலா மீண்டும் கேட்டான் "காணிக்கை? - (சகுன்)க்காக ரூபாய்... சேகரிக்க ஏற்பாடு ஏதாவது செய்தாகிவிட்டதா? தோட்டக்காரன் வேடம் கட்டுவதால் தப்பித்துக் கொள்ள முடியாதே".

முகத்தில் வடிந்த வியர்வையைத் துடைத்தவாறே ஹோரி சொன்னான் - "அண்ணே ! அந்தக் கவலைதான் உயிரைத் தின்கிறது.... தானியம் எல்லாம் களத்து மேட்டிலேயே அளந்தாகி விட்டது. வட்டிக்கடைக்காரர் அவருடைய பங்கை, ஜமீன்தார் தன்னுடைய பங்கை அளந்து கொண்டு விட்டார்கள். ஐந்துசேர் தானியம் தான் எனக்கு மிஞ்சியது. இநத வைக்கோல் கூட நான் இரவோடிரவா சுமந்து கொண்டுபோய் ஒளித்து வைத்திருந்தேன். இல்லாவிடில் ஒரு துரும்பு கூட மிஞ்சியிராது. ஜமீன்தார் ஒருவர்தான். ஆனால் வட்டிக்கடைக்காரர் மூவர். மளிகைக்டைக்காரி வேறு தனி. மங்குரு தனி. பண்டிதர் தாதாதீன்-அது வேறு தனி.....ஒருவருக்கும் வட்டியைக் கூடத் தர முடியவில்லை. ஜமீன்தாரிடம் கூட பாதிப்பணம் அப்படியே நிற்கிறது. மளிகைக் கடைக்காரியிடம் மீண்டும் கடன் வாங்கித்தான் காரியம் நடக்கிறது. எல்லா வகையிலும் சிக்கனம் பிடித்துப் பார்த்துவிட்டேன். ஒன்றும் சாத்தியமில்லை. நமது ரத்தத்தைச் சிந்தி பெரியவர்களின் வீட்டை நிரப்பத்தான், நாம் ஜன்மம் எடுத்திருக்கிறோம். அசலைவிட இரண்டு பங்கு வட்டி செலுததியாகிவிட்டது. அசல் அப்படியே தலைக்குமேல் உட்கார்ந்திருக்கிறது. கோடையிலும், குளிர்நாட்களிலும், தீர்த்தயாத்திரை, விரதம் என்று தாராளமாய்ச் செலவு செய்யாதே என்று சொல்லுகிறார்கள். ஆனால் இதற்கு வழி யாரும் காட்டுவதில்லை. ராய்சாகப் தன் மகளின் திருமணத்திற்கு மட்டும் இருபதினாயிரம் செலவு செய்தார். அவரை யாரும் எதுவும் சொல்லவில்லை. மங்குரு(வட்டிக் கடைக்காரன்) தன் அப்பாவின் கருமாதிக்கு ஐந்தாயிரம் செலவிட்டான், அவனை யாரும் தட்டிக் கேட்கவில்லை. மரியாதை, கௌரவம் என்று எல்லோருக்கும்தானே இருக்கிறது"

"பெரிய மனிதர்களுக்கு நீ எப்படி இணையாக முடியும் தம்பி" என்று கனிவுடன் கேட்டான் போலா.

"எல்லோரும் மனிதர்கள்தானே"

"நான், நீ எல்லோரும் மனிதர்களென்று யார் சொல்லுகிறார்கள், மனிதத்தனம் நம்மிடம் எங்கேயிருக்கிறது? யாரிடம் பணமிருக்கிறதோ, அதிகாரமிருக்கிறதோ, படிப்பிருக்கிறதோ அவர்கள் தான் மனிதர்கள். நாமெல்லோரும் மாடுகள். ஏரில் கட்டி உழவே பிறந்திருக்கிறோம். இந்த லட்சணத்தில் நம்மில் ஒருவருக்கொருவர் ஆகாது. ஒற்றுமை என்ற பெயரே இல்லை. ஒரு சம்சாரி இன்னொருத்தனின் வயலில் ஏறி வராவிட்டால் தன திமிரைக் காட்டுவதெப்படி? அன்பு என்பதே இந்த உலகத்திலிருந்து போய் விட்டது"

வயதானவர்களுக்கு கடந்த கால சுகங்கள், நிகழ்காலத் துன்பங்கள், வருங்காலத்தின் சர்வ நாசத்தைப் பற்றிய பேச்சைவிட மனதிற்கு சந்தோஷம் அளிக்கக் கூடிய விஷயம் வேறெதுவுமில்லை. நண்பர்கள் இருவரும் தங்கள் தங்கள் துன்பக்கதையைச் சொல்லி அழுது கொண்டிருந்தனர். போலா தன் பிள்ளைகளின் மோசமான நடவடிக்கைகளையும் ஹோரி தன் உடன் பிறந்தவர்களைப் பற்றியும் சொல்லி பரஸ்பரம் வருத்தப்பட்டுக் கொண்டவர்கள் கிணற்றைக் கண்டதும் சுமையை இறக்கிவிட்டுத் தண்ணீர் குடிக்க உட்கார்ந்தனர். கோபர் ஜுனியாவிடமிருந்து சொம்பை வாங்கித் தண்ணீர் சேந்தினான்.

"பங்குபிரித்து தனியாகக் குடித்தனம் வந்த போது உனக்கு ரொம்பக் கஷ்டமாக இருந்திருக்கும். தம்பிகளை சொந்தப் பிள்ளைகளை விட மேலாக வளர்த்தினாயே" - என்றான் போலா.

"ஒன்றும் கேட்காதீர்கள் அண்ணே! எங்கேயாவது போய் மூழ்கிவிட வேண்டும் என்று தோன்றியது. நான் உயிரோடு இருக்கும் போதே இப்படியெல்லாம் நேர்ந்து விட்டது. யாருக்காக என் இளமை நாட்களையெல்லாம் அழித்துக் கொண்டேனோ அவர்களே எனக்கு பிரதிவாதியாகி விட்டார்கள். இந்தச் சண்டைக்கெல்லாம் மூலகாரணம் என்ன தெரியுமா? என் பெண்டாட்டி வெளியே வேலை செய்ய ஏன் போவதில்லை என்பதுதான். வீட்டைப் பார்க்கவும் ஒருத்தி வேண்டாமா? கொடுப்பது, வாங்குவது, எடுப்பது, வைப்பது, எல்லாவற்றையும் சமாளிப்பது, சீர் பண்ணுவதெல்லாம் யார் செய்வது? அவள் வீட்டிலென்ன சும்மாவா உட்கார்ந்திருந்தாள். பெருக்கி, மெழுகி, சமைத்து, பாத்திரம் கழுவி, குழந்தைகளைப் பார்த்துக் கவனித்து... இதெல்லாம் கொஞ்சமா வேலை? சோமாவின் பெண்டாட்டியிடம் வீட்டைக் கவனிக்கவோ ஹீராவின் பெண்டாட்டியிடம் இந்த சாமர்த்தியமோ இருந்ததா? தனிக் குடித்தனம் போனதிலிருந்து பார்க்கிறேன். இரண்டு வீட்டிலும் ஒரு வேளைதான் சமையலாகிறது. முன்னே ஒவ்வொருவருக்கும் நாலு வேளை பசி எடுத்தது. இப்போ நாலு வேளை சாப்பிடட்டும் பார்க்கிறேன். இந்த நிலைமையில் கோபரின் அம்மாவிற்கு ஏற்பட்ட கஷ்டமும், துன்பமும் எனக்கொருவனுக்குத்தான் தெரியும். தன் ஓரகத்திகளின், பழைய கிழிந்த துணிகளைக் கட்டிக் கொண்டு

நாளைக் கழித்தாள். தான் பட்டினியாய்ப் படுத்தாலும் ஓரகத்திகளின் சிற்றுண்டியைக் கூடப் பார்த்து எடுத்து வைப்பாள். அவள் உடம்பில் நகையென்ற பெயரில் ஒரு நூல் கயிறு கூட இல்லை. ஆனால் ஓரகத்திகளுக்கு இரண்டொரு நகை செய்து கொடுத்தாள். தங்கமில்லைதான். வெள்ளியில் செய்தாளே!... இவளென்ன எஜமானி... இதுதான் பொறாமை, எரிச்சல் எல்லாம். தனியாகப் போனது நல்லதாயிற்று. என் தலை மீதிருந்த ஆபத்து விலகியது" என்றான் ஹோரி. அவன் குரல் தழுதழுத்தது.

ஒரு லோட்டா தண்ணீரை வாயில் கவிழ்த்துக் கொண்ட பின் போலா சொன்னான் - "வீட்டுக்கு வீடு இதே நிலைமைதான் தம்பி! கூடப் பிறந்தவர்கள் கிடக்கட்டும். இங்கு வயிற்றில் பிறந்தவர்களோடேயே ஒத்துவருவதில்லை. ஏன் தெரியுமா? யாருடைய மோசமான கெட்ட நடவடிக்கையையும், பார்த்துக் கொண்டு என்னால் வாயை மூடிக் கொண்டிருக்க முடியாது. நீ சூதாடுவாய், கஞ்சா பிடிப்பாய், சாஸ் குடிப்பாய். சரி, ஆனால் இதற்கெல்லாம் காசு எங்கேயிருந்து வரும்? செலவு பண்ண வேண்டுமென்றால் சம்பாதி, சம்பாதிப்பதென்பது ஒருவராலும் முடியாது. செலவு தாராளமாய்ச் செய்வார்கள். பெரியவன் காம்தா சாமான்களை எடுத்துக்கொண்டு கடைத் தெருவிற்குப் போனால், பாதிக்காசு காணாமல் போய்விடும், நம் கைக்கு வராது. கேட்டாலும் பதிலில்லை. சின்னவன் ஜங்கி இருக்கிறானே! பஜனை கோஷ்டிப் பைத்தியம். சந்தியாகாலம் ஆனதும் டோல், மஜீராவை எடுத்துக் கொண்டு உட்கார்ந்து விடுவான். பஜனை கோஷ்டியைப் பற்றி நான் தப்புக் கூறவில்லை. பாடுவதும் தப்பல்ல. ஆனாலும், இதெல்லாம் ஓய்வு நேரம் இருக்கும்போதுதான். வீட்டில் ஒரு வேலையும் செய்யாது, இரவும் பகலும் அதே பித்தாக இருந்தால், என் தலை போகிறது. மாட்டுக்குத் தீவனமா? நான் தான் வைக்கவேண்டும். பசு, எருமையைக் கறப்பது நான்தான். பாலை எடுத்துக் கொண்டு கடைத் தெருவிற்கும் நான் தான் போகிறேன். இந்தக் குடும்பப் பந்தமெல்லாம் சுழல் மாதிரிதான். சிக்கல்". போலா தொடர்ந்தான்.

"மெல்லவும் முடியவில்லை. விழுங்கவும் முடியவில்லை. பெண்ணொருத்தி, ஜூனியா இருக்கிறாள். அவளும் அதிர்ஷ்டம் கெட்டவள். நீ கூட அவள் கல்யாணத்திற்கு வந்திருந்தாயே! அவள் புருஷன் பம்பாயில் பால் வியாபாரம்.. கடை வைத்திருந்தான். அப்போ அங்கே இந்து முஸ்லீம் கலவரம் நடந்ததல்லவா? அதில் யாரோ ஒருவன் அவன் வயிற்றில் குத்தி விட்டான். குடும்பம் நாசமாய்ப் போய் விட்டது. அவளால் அங்கு சமாளிக்க முடியவில்லை. நான் போய்க் கூட்டிக் கொண்டு வந்தேன். இன்னொரு கல்யாணம் பண்ணலாம். ஆனால் அவள் இசையவே மாட்டேன் என்கிறாள். அண்ணிமார் இரண்டு பேரும் ராப்பகல் அவளைத் துன்புறுத்திக் கொண்டிருக்கின்றனர். வீட்டில் எப்பொழுதும் மகாபாரதம் தான். பறி கொடுத்தவள் இங்கு வந்தால் இங்கும் நிம்மதியில்லை." என்றான் போலா.

இப்படியே அவரவர் துன்பக்கதையைச் சொல்லுவதிலேயே வழிப்பயணம் கழிந்து விட்டது. போலாவின் ஊர் சிறியதுதான்.

ஆனால் பசுமை அதிகம். பெரும்பாலும் இடையர்கள் தான் அங்கு குடியிருந்தனர். சம்சாரிகளுடன் ஒப்பிடும் போது இவர்களின் நிலைமை ரொம்ப மோசமானது அல்ல. போலாதான் அந்தக் கிராமத்துப் பெரியதனக்காரன். தலைவன். வீட்டு வாசலில் பெரியதொரு மேய்ச்சல் நிலம். அதில் பத்துப் பன்னிரண்டு மாடுகள், எருமைகள் நின்று அசை போட்டுக் கொண்டிருந்தன. தாழ்வாரத்துச் சார்ப்பில் ஒரு பெரிய ஆசனம் கிடந்தது. பத்துப் பதினைந்து பேரால் கூட தூக்க முடியாது. அவ்வளவு கனம். ஒரு ஆணியில் டோலக். இன்னொரு கொக்கியில் ஜாலரா எனத் தொங்கிக் கொண்டிருந்தது. ஒரு பிறையில் புத்தகமொன்று கட்டி வைக்கப்பட்டிருந்தது. இராமாயணமாக இருக்கலாம். இரண்டு மருமகளும் எதிர்ப் புறத்தில் சாணி தட்டிக்கொண்டு உட்கார்ந்திருந்தனர். ஜூனியா வாசற்படியில் நின்று கொண்டிருந்தாள். அவள் கண்கள் சிவப்பேறிக் கிடந்தன. மூக்குநுனி கூட சிவந்திருந்தது. அழுது விட்டு வந்திருக்கிறாள் என்று தெரிந்தது. அவளது சதைப்பிடிப்பான, ஆரோக்கியமும், வாலிப்பும் கூடிய அங்கங்களில் இளமை அலையடித்துக் கொண்டிருந்தது. பெரிய, வட்டமான முகம். உப்பிய கன்னங்கள். உள்ளே புதைந்திருந்த சிறிய கண்கள். நெற்றி அதிக அகலமில்லை. ஆனால் மதர்த்து நின்ற மார்பகங்களும் சதைப்பிடிப்புள்ள உடலும் காண்பவர் பார்வையை அவள் பால் ஈர்த்தன. பூக்கள் அச்சிட்ட ரோஜாவண்ணச் சேலை அவளுடைய சோபையைப் பின்னும் கூட்டியது.

போலாவைக் கண்டதுமே அவள் பாய்ந்து வந்து அவன் தலையிலிருந்த கூடையை இறக்கினாள். போலா, ஹோரி, கோபரின் தலையிலிருந்த கூடைகளை இறக்கிவிட்டு அவளிடம் - "முதலில் 'சிலம்'மை நிரப்பிக் கொண்டுவா... கொஞ்சம் சாபத கலக்கி எடுத்துவா. தண்ணீர் இல்லையென்றால் குடத்தைக் கொண்டா. நான் நீரெடுத்து வருகிறேன். ஹோரி மஹ்தோவை அடையாளம் தெரிகிறதா?" என்றான்.

பிறகு ஹோரியின் பக்கம் திரும்பி "வீட்டுக்காரி இல்லாமல் வீடே இல்லை". ஒரு பழமொழி சொல்லுவார்கள். "குட்டைமாடு வயலுக்கும், மருமகள் வீட்டிற்கும் உதவமாட்டார்கள் என்று". குட்டைமாட்டை ஏரிலே கட்டினால் என்ன உழும்? மருமகள்மார் குடித்தனத்தைத் தாங்குவார்களா? இவள் அம்மா போனதிலிருந்து வீட்டின் வளமையே போய்விட்டது. மருமகள்மார்கள் மாவு அரைக்கிறார்கள். ரொட்டி தட்டுகிறார்கள். ஆனால் குடித்தனத்தை நடத்துவது பற்றி என்ன தெரியும். ஆமாம்! நன்றாய் வாயடிக்கத் தெரியும். பசங்க எங்கேயோ ஜமா கூடி இருப்பாங்க. எல்லோருமே.. சோம்பேறிகள். உதவாக்கரைகள். உயிரோடு இருக்கும் வரை, இவர்களுக்காக உழைத்து உயிரைக் கொடுக்கிறேன். செத்துப்போனால், தலையில் கை வைத்துக்கொண்டு அழுவார்கள். இந்தப் பெண்ணும் இப்படித்தான். சின்னக் காரியம் பண்ணினால் கூட முணுமுணுப்புக் கொண்டுதான் செய்வாள். எல்லாவற்றையும் சகித்துக் கொள்கிறேன். எத்தனைநாள் சகிப்பது?" என்றான்.

ஜூனியா ஒரு கையில் சிலம்மும், மற்றொரு கரத்தில் சர்பத்தும் எடுத்துக் கொண்டு விரைவில் வந்து விட்டாள். பிறகு கயிற்றையும், குடத்தையும் எடுத்துக் கொண்டு நீரெடுத்து வரச் சென்றாள். கோபர் அவள் கையிலிருந்த குடத்தை வாங்கிக் கொள்ளத் தன் கரத்தை நீட்டியவாறே சங்கோஜத்துடன், "நீ இரு! நான் கொண்டு வருகிறேன்" என்றான்.

ஜூனியா குடத்தைக் கொடுக்கவில்லை. கிணற்று மேடைக்குச் சென்று புன்முறுவல் பூத்தவாறே, "நீ எங்கள் விருந்தாளி. பின்னால், நான் போனேன். ஒரு லோட்டா தண்ணீர் கூட யாரும் தரவில்லை என்பாய்" என்றாள்.

"நானென்ன விருந்தாளி! உன் அண்டை வீட்டுக்காரன் தானே?"

"அண்டை வீட்டுக்காரர்தான். ஆனால் வருஷத்திற்கொரு முறை முகத்தைக் காட்டினால் விருந்தாளி தான்".

"தினம் தினம் வந்தால் மரியாதை இருக்காது."

ஜூனியா சிரித்தவள், கடைக்கண்ணால் அவனைப் பார்த்தவாறே "அந்த மரியாதையைத்தானே கொடுத்துக் கொண்டிருக்கிறேன். மாதத்திற்கொரு முறை வந்தால் குளிர்ந்த தண்ணீர் தருவேன். பதினைந்து நாளுக்கொருமுறை வந்தால் 'சிலம்' கிடைக்கும். வாராவாரம் வந்தால் சும்மா உட்கார்ந்திருக்க கட்டில் போடுவேன். தினம் தினம் வந்தால் எதுவுமில்லை" என்றாள்.

"முகதரிசனம் தருவாயல்லவா?"

"தரிசனம் செய்யப் பூசை செய்ய வேண்டும்" என்று கூறும் போதே மறந்து விட்டிருந்த ஏதோவொன்று அவளுக்கு நினைவு வந்துவிட்டது. அவள் முகம் சட்டென வாடிவிட்டது. அவள் விதவை. அவளது பெண்மையின் வாயிலில் அவள் கணவன் பாதுகாவலனாக அமர்ந்திருந்தான். அவளும் கவலையற்றிருந்தாள். இப்பொழுது அவ்வாசலில் பாதுகாப்பாளன் எவருமில்லை. அதனால் அவள் அந்த வாசலை எப்பொழுதும் மூடியே வைத்திருக்கிறாள். சில சமயம் வீட்டில் நிலவும் வெறுமையில் சலித்துப்போய் அவள் கதவைத் திறந்து விடுகிறாள். வெளியே ஒருவரையும் காணாது பயந்துபோய் பட்டென்று கதவை மூடி விடுகிறாள்.

கோபர் குடத்தை நிரப்பிக்கொண்டு புறப்பட்டான். எல்லோருமாய் சர்பத் குடித்தனர். ஒரு முறை 'சிலம்'. புகைத்துவிட்டுக் கிளம்பினர். புறப்படும் முன்னர் போலா "கோபர்! நாளைக்கு வந்து பசுவை ஓட்டிக் கொண்டு போப்பா! இப்பொழுது தீவனம் தின்று கொண்டிருக்கிறது" என்றான்.

கோபரின் கண்களும் அந்தப் பசுவின் மீதே இருந்தன. மனத்திற்குள் அதைப் பார்த்துப் பரவசப்பட்டுக் கொண்டிருந்தான். அந்தப் பசு அவ்வளவு அழகாக, வாளிப்பாக இருந்தது. அவன் இதை எதிர்பார்க்கவேயில்லை.

ஆசையை அடக்கிக்கொண்டு ஹோரி சொன்னான் - "வாங்கிக் கொள்கிறேன். இப்பொழுதென்ன அவசரம்?"

"உனக்கு அவசரமில்லையோ என்னவோ, எனக்கு அவசரம். அது உன் வாசலில் நின்றால் உனக்கு என் விஷயம் நினைவிருக்கும்" என்றான் போலா.

"அதைப்பற்றி எனக்கு நிறைய கவலையுண்டு அண்ணே!"

"சரி! நாளைக்கு கோபரை அனுப்பி வை"

இருவரும் தங்கள் தங்கள் கூடையைத் தலையில் வைத்துக் கொண்டு நடந்தனர். கல்யாணம் செய்துகொண்டு திரும்புவதுபோல் இருவர் உள்ளமும் உவகையால் பூத்திருந்தது. ஹோரிக்கு, தனது நெடுநாள் ஆசை பூர்த்தியாகப் போவதைப் பற்றி மகிழ்ச்சி, அதுவும் காசு கொடுக்காமல். கோபருக்கோ இதைவிட விலை மதிப்பற்றதொன்று கிடைத்து விட்டிருந்தது. அவன் மனதில் ஆசை துளிர்விட்டது.

சமயம் கிடைத்ததும் அவன் பின்னால் திரும்பிப் பார்த்தான். ஜூனியா வாசலில் நின்றாள். கள்வெறி கொண்ட எதிர்பார்ப்புப் போல், பரபரப்புடன் சஞ்சலத்துடன், அவள் நின்றாள்.

❑

4

ஹோரிக்கு இரவெல்லாம், உறக்கமே வரவில்லை. வேப்பமரத்தினடியிலே, கயிற்றுக் கட்டிலிலே படுத்தவாறு அடிக்கடி வானத்து நட்சத்திரங்களைப் பார்த்துக் கொண்டிருந்தான் பசுவிற்காகத் தனியாக ஒரு தாழி புதைக்க வேண்டும். மாடுகளிலிருந்து தூரத்தில் தனியே அதற்கென்ற தீனித்தாழி இருப்பது தான் நல்லது. தற்சமயம் இரவில் வெளியில் தானிருக்கும். ஆனால் மழைக் காலத்தில் நான்கு மாதமும் அதற்கு வேறு இடம் பார்த்தாக வேண்டும். வெளியே இருந்தால் திருஷ்டிபட்டுவிடும். சிலசமயம் ஏதாவது மந்திரம் தந்திரம் செய்துவிடுவார்கள். பசுவின் மடியே வற்றிவிடும். பால்கறக்க மடியைத் தொடவே விடாது, உதைக்கும். கூடாது வெளியே மாட்டைக் கட்டக்கூடாது. வெளியே தொட்டி கட்ட யார் விடுவார்கள்? காரியஸ்தர்..... ஏதாவது கைக்கூலி வேண்டுமென்று முகத்தைத் தூக்குவார், சின்னச் சின்ன விஷயத்திற்கெல்லாம் ராய்சாகப்பிடம் சென்று முறையிடுவது உசிதமல்ல, காரியஸ்தரின் சொல்லுக்கு முன்னால் நான் சொல்வதை யார் கேட்பார்கள், அவரிடம் நான் ஏதாவது சொன்னால் காரியஸ்தன் எனக்குப் பகையாளியாகி விடுவான். தண்ணீருக்குள் இருந்து கொண்டு மீனையும் முதலையையும் பகைத்துக் கொள்ள முடியுமா? வீட்டிற்குள் தான் கட்ட வேண்டும். முற்றம் ரொம்பவும் சிறியது. இருந்தாலும் ஒரு குட்டிச்சுவர் எழுப்பி விட்டால் எல்லாம் சரியாகி விடும், இதுதான் முதல் தடவையாக கன்று போடப் போகிறது. ஐந்து சேருக்குக் குறையாமல் பால் தரும். ஒரு சேர் கோபருக்கே வேண்டும்.

ரூபியா பாலுக்காக எவ்வளவு ஆசைப்படுகிறது? இனி எத்தனை வேண்டுமானாலும் குடிக்கட்டும், சிலசமயம் எஜமானர் வீட்டுக்குக் கூட இரண்டொரு சேர் பால் கொண்டு போய்க் கொடுக்கலாம்.

காரியஸ்தருக்கும் பூஜை செய்தாக வேண்டும். போலாவிற்குப் பணமும் கொடுத்தாக வேண்டும். கல்யாணம்பேசி முடிக்கிறேன் என்று ஏமாற்ற வேண்டும். என் மீது இத்தனை நம்பிக்கை வைத்திருக்கிறார். அவரை மோசம் செய்வது நீசத்தனம். எண்பது ரூபாய் மாட்டை என்னை நம்பிக் கொடுத்திருக்கிறார். கூடாது. இங்கே ஒரு காசுக்குக் கூட யாரும் என்னை நம்பமாட்டார்கள். சணலில் ஏதாவது கிடைக்காதா என்ன? இருபத்தி ஐந்து ரூபாயாவது கொடுத்தால்தான் போலாவிற்கு கொஞ்சம் தைரியமாக இருக்கும். தனியாவிடம் அனாவசியமாய் எல்லாம் சொல்லி விட்டேன். சத்தமில்லாமல் மாட்டைக் கொண்டு வந்து கட்டியிருந்தால் திகைத்துப் போயிருப்பாள். யாருடைய பசு, எங்கேயிருந்து கொண்டு வந்தீர்கள் என்று கேட்பாள். அவளை நன்றாய் அலைக்கழித்த பின் சொல்லியிருக்கலாம். ஆனால் ஏதாவது விஷயம் வாயிலே நின்றால் தானே! சில சமயம் இரண்டோரு காசு மேலேயிருந்தும் வரும். அவற்றைக் கூட என்னால் மறைக்க முடியாது. ஆனால் இதுவும் நல்லது தான். அவளுக்குப் பாவம் வீட்டுக்கவலை. இவரிடத்தில் காசு இருக்கிறது என்று தெரிந்தால் ஜம்பம் அடித்துக் கொள்வாள். கோபர் கொஞ்சம் சோம்பேறி. நான் பசுவை நன்றாய் எப்படிப் பார்த்துக் கொள்ள வேண்டுமோ அப்படிப் பார்த்துக் கொள்வேன். சோம்பல் கீம்பலெல்லாம் கிடையாது. இந்த வயசில் யாருக்குத் தான் சோம்பலில்லை! நானும் தான் என் அப்பா காலத்தில் ஊர் சுற்றிக் கொண்டிருந்தேன். பாவம் பின்னிரவில் சோளத்தட்டு வெட்டுவார். வாசலைப் பெருக்குவார். சிலசமயம் வயலுக்கும் உரமடிப்பார். நான் படுத்துத் தூங்கிக் கொண்டிருப்பேன். சிலசமயம் எழுப்புவார். எனக்குக் கோபம் வந்து விடும். வீட்டை விட்டு ஓடி விடுவேன் என்று மிரட்டுவேன். பையன்கள் தங்கள் அப்பா, அம்மாவின் காலத்தில் கொஞ்சமாவது சுகப்படா விட்டால் அவர்கள் தலையில் பொறுப்பு விழும் போது என்ன சுகத்தை அனுபவிக்கப் போகிறார்கள். அப்பா காலமானதும் நான் வீட்டுப் பொறுப்பை ஏற்றுக் கொள்ள வில்லையா? கிராமம் முழுவதும் ஹோரி குடும்பத்தை நாசம் செய்து விடுவான் என்றது. ஆனால் என் தலைக்குப் பொறுப்பு வந்ததுமே நான் எப்படி மாறிவிட்டேன் என்பதைக் கண்டு கிராமமே பிரமித்துவிட்டது. சோனாவும், ஹீராவும் தனிக்குடித்தனம் போயிருக்காவிடில் இந்த வீட்டின் நிலைமையே வேறாக இருந்திருக்கும். மூன்று ஏர்கள் ஒன்றாக ஓடும். இப்பொழுது மூன்றும் தனித்தனியாக ஓடுகின்றன. எல்லாம் காலத்தின் கோலம். இதில் தனியாவின் தவறென்ன இருக்கிறது? பாவம் இந்த வீட்டிற்குள் வந்ததிலிருந்து ஓய்வாக ஒருபொழுதும் உட்கார்ந்ததில்லை. டோலியிலிருந்து இறங்கியதுமே, வேலையெல்லாம் தன்தலைமீது போட்டுக் கொண்டுவிட்டாள். வெற்றிலையைத் தடவுகிற மாதிரி அம்மாவை மென்மையாக வைத்திருந்தாள். குடும்பத்திற்காகத் தன்னையே அழித்துக் கொண்டவள். ஓரகத்திகளையும் வேலை செய்யச் சொன்னாள். வேறென்ன தப்பு செய்தாள்? அவளுக்கும்

கொஞ்சம் ஓய்வு வேண்டாமா என்ன? தலையில் சுகப்பட எழுதியிருந்தால் தானே அது கிட்டும்? அப்பொழுது மைத்துனன்மார்களுக்காக உயிரைக் கொடுத்துப் பாடுபட்டாள். இப்பொழுது குழந்தைகளுக்காக உழைக்கிறாள். அவள் இவ்வளவு அப்பாவியாய், பொறுமைசாலியாய், கபடம் சூது இல்லாதவளாக இருந்ததால் தான் இன்று சோமாவும், ஹீராவும் மீசையை முறுக்கிக் கொண்டு திரிகிறார்கள். இல்லாவிடில் எங்கேயாவது பிச்சை எடுத்துக் கொண்டிருப்பார்கள். மனிதன் தான் எத்தனை சுயநலவாதியாகி விடுகிறான்? யாருக்காகப் போராடுகிறானோ, அவனே பகைவனாகி விடுகிறான்.

ஹோரி கீழ்த்திசைப் பக்கம் நோக்கினான். விடியும் நேரம்தான். கோபர் எங்கே விழித்துக் கொள்ளப் போகிறான்? விடியும் முன்னரே புறப்படுகிறேன் என்று சொல்லி விட்டுத்தான் படுத்தான். போய்த் தாழியைப் புதைக்கட்டுமா? ஊஹூம்-வேண்டாம். பசு முன் வாசலுக்கு வந்து நிற்காத வரையில், தாழி வைப்பது சரியல்ல. போலா மனசு மாறிவிட்டாலோ, அல்லது ஏதாவதொரு காரணத்தினால் மாட்டை ஓட்டிவிடாவிட்டாலோ, கிராமம் முழுவதும், அரே! பசு! வாங்குகிறானாமில்லே! இது ஒன்று தான் பாக்கி இருந்தது போல், வஸ்தாது. தாழியைப் புதைச்சுட்டான்." என்று கை கொட்டிச் சிரிப்பார்கள். போலா தான் வீட்டுக்கு எஜமானன். பையன்கள் பெரியவர்களாகிவிட்டால், அப்பா பேச்சை யார் கேட்கிறார்கள்? காம்தாவும், ஜங்கியும், முரண்டு பிடித்தால், போலா முழுமனதோடு எனக்குப் பசுவைத் தருவாரா? முடியவே முடியாது."

சட்டென கோபர் எழுந்து உட்கார்ந்து கண்களைத் தேய்த்துக் கொண்டவாறே - "அரே! ரே! விடிந்துவிட்டதே! நீ இன்னமும் தாழியை வைக்கவில்லையா!" என்றான்.

கோபரின் கட்டான உடலையும் அகன்ற மார்பையும், கர்வத்துடன் பார்த்த ஹோரி, மனதிற்குள், இவனுக்குப் பசும் பாலும் கிடைத்தால் எப்படிப்பட்ட பயில்வான் ஆகிவிடுவான் என நினைத்தவனாய் - "இல்லை... இன்னும் தாழி புதைக்கவில்லை: ஒருக்கால் பசு கிடைக்காவிட்டால் அசிங்கமாகி விடுமே என்று நினைத்தேன்" என்றான்.

புருவம் நெரிய கோபர் கேட்டான் - "ஏன் கிடைக்காது?"

"அவன் மனத்திலே ஏதோ கள்ளம் புகுந்தால்?"

"கள்ளன் புகட்டும், அல்லது திருடன் புகட்டும், பசுவை அவர் தந்துதானாக வேண்டும்"

இதற்குமேல் கோபர் எதுவும் பேசவில்லை. தடியை எடுத்துத் தோளின் மீது வைத்துக்கொண்டு புறப்பட்டுவிட்டான். அவன் நடந்து போவதைப் பார்த்து ஹோரியின் மனது குளிர்ந்தது. இனியும் பையனுக்குப் பெண் பார்த்து முடிக்கத் தாமதம் செய்யக்கூடாது. பதினேழு வயதாகிவிட்டது. ஆனால் செய்வது எப்படி? பணத்தைக் கண்ணால் கண்டால்தானே முடியும். மூன்று சகோதரர்களும் தனிக்குடித்தனம் போனபிறகு வீட்டின் கௌரவமும், மரியாதையும் குலைந்து விட்டது. பிள்ளையைப் பார்க்க வருபவர்கள், வீட்டின்

நிலையைப் பார்த்ததும், முகத்தைத் தொங்கப் போட்டுக் கொண்டு போய் விடுகின்றனர். இரண்டொருவர் சம்மதித்தாலும் பணம் கேட்கின்றனர். இருநூறு, முந்நூறு பெண்ணுக்குக் கொடுத்து, பிறகு அதே அளவு மேலே செலவு செய்தால் கல்யாணம் நடக்கும். இத்தனை பணம் எங்கிருந்துவரும்? களத்து மேட்டிலேயே தானியமெல்லாம் நிறுத்தாகி விடுகிறதே. வயிறாரச் சாப்பிடுவதற்கே மிஞ்சாத போது, கல்யாணம் எங்கிருந்து செய்வதாம்? இப்போ சோனாவும் கல்யாணத்திற்கு ஏற்ற வயதுக்கு வந்து விட்டாள். பிள்ளைக்குக் கல்யாணமாகா விட்டாலும் சரி; பெண்ணிற்குத் திருமணமாகா விடில் உறவு முறை யெல்லாம் சிரிக்குமே! முதலில் அவளுக்கு நிச்சயம் செய்யவேண்டும். பிறகு மற்றவைகளைப் பார்த்துக் கொள்ளலாம்.

யாரோ ஒருவன் வந்து ராம் ராம், என்றவன் "மகதோ! உன் வீட்டில் மூங்கில் கொஞ்சம் இருக்குமா?" என்று கேட்டான்.

ஹோரி ஏறிட்டுப் பார்த்தான். குள்ளமாய், கறுப்பாய், நல்ல குண்டாய், அகன்ற முகமும், பெரிய மீசையும், சிவந்த கண்களுமாய் தம்ப்ரி பன்சோர் எதிரே நின்றான். இடுப்பில் மூங்கில் சீவும் கத்தியைச் செருகிக் கொண்டிருந்தான். வருடத்துக்கொருமுறை, வருடத்தில் இரண்டொருமுறை வந்து, தட்டி பின்ன, நாற்காலி முடைய, மோடா, கூடைகள் செய்யக் கொஞ்சம் மூங்கில் வெட்டி எடுத்துக் கொண்டு போவான்.

ஹோரி மகிழ்ச்சியுற்றான். கைக்கு ஏதாவது கிடைக்கும் என்ற நம்பிக்கை தோன்றியது. தம்ரியை அழைத்துக் கொண்டு போய் தனது மூன்று மூங்கில் புதர்களையும் காண்பித்தான். பேரம் பேசி, நூறு மூங்கில் இருபத்தி ஐந்து ரூபாய் என்ற விலைக்கு, ஐம்பது மூங்கிலுக்கு முன்பணம் வாங்கிக்கொண்டான். இருவரும் திரும்பி வந்ததும், ஹோரி அவனுக்கு புகைக்க சிலம் தந்தான். சிற்றுண்டி அளித்தான். பிறகு ரகசியமான பாவத்துடன், "என் மூங்கில்களை முப்பது ரூபாய்க்குக் குறைந்து கொடுப்பதில்லை. ஆனால் நீ நம் வீட்டு மனிதன் மாதிரி. உன்னிடம் என்ன பேரம் பேசுவது? உன் பிள்ளைக்கு கல்யாணமாகியதே, அவன் வெளியூரிலிருந்து திரும்பி வந்து விட்டானா இல்லையா" என்று விசாரித்தான்.

தம்ப்ரி சிலம்மில் ஒரு தம் இழுத்துவிட்டு, இருமியவாறே சொன்னான் - "மஹ்தோ! அந்தப் பயலாலேதான் அழிந்து போனேன்! வயசுப் பொண்ணு மருமகள், வீட்டிலே உட்கார்ந்திருக்கிறாள். அந்தப் பயல் சொந்தத்திலேயே இன்னொருத்தியைக் கூட்டிக்கொண்டு வெளியூர் போய்விட்டான் மஜாவாக. இங்கே மருமகளும் இன்னொருத்தனுடன் போய்விட்டாள். கெட்ட சாதிப்பொண்ணு மகதோ! என்ன செய்ய? நீ என்ன வேண்டுமோ சாப்பிடு, உண்டு உடுத்திக்கொள். ஆனால் என் மூக்கை அறுத்து விடாதே என்று எத்தனையோ படிச்சுப் படிச்சுச் சொன்னேன். யார் கேட்கிறார்கள்? பகவான் பெண்ணுக்கு என்ன வேண்டுமானாலும் கொடுக்கட்டும். அழகுமட்டும் கொடுக்கக்கூடாது. அது இருந்தா அவள் கட்டுக்குள் நிற்கமாட்டாள். மூங்கில் புதர்களெல்லாம் கூட பங்கீடு ஆகிவிட்டதா? மகதோ!"

ஹோரி வானத்தைப் பார்த்தான். எல்லையற்ற அப்பரப்பில் பறந்தவாறே "எல்லாமே பாகம், பங்கீடு ஆகிவிட்டது தம்ரி. பிள்ளைகளைப் போல் யாரை வளர்த்தேனோ, அவர்கள் இப்போ, சரிசமமான பங்காளியாகி விட்டார்கள். ஆனாலும் தம்பிகளின் சொத்தைத் தின்னும் எண்ணம் எனக்கில்லை. உன்னிடமிருந்து பணம் வந்ததும், அந்த இரண்டு பேருக்கும் பங்கிட்டுத் தந்து விடுவேன். இந்த நிலையில்லாத வாழ்க்கையில் எதற்காக இன்னொருவரை ஏமாற்ற வேண்டும்? நூறு, இருபது ரூபாய் என்று விற்றேன் என்று சொன்னால், அவர்களுக்கெங்கே தெரியப்போகிறது? நீ போய் அவர்களிடம் சொல்லப்போகிறாயா என்ன? உன்னைத்தான் என் தம்பி போல நினைக்கிறேன்..." என்றான்.

உலக விவகாரத்தில் 'தம்பி'. 'உடன்பிறந்தவன்' என்ற சொல்லின் அர்த்தத்தை எவ்வளவு மோசமாய் உபயோகிக்கின்றோம். ஆயினும் அச்சொல்லின் பாவத்தில், அந்த உணர்வில் எத்தகைய புனிதம் இருக்கிறதோ, அது நம்முடைய கயமையினால் ஒருபொழுதும் மலின மடைவதில்லை.

ஹோரி-நேரிடையாகச் சொல்லாமல், சுற்றி வளைத்து இதைப் பிரஸ்தாபித்த பின், தம்ரி இதை ஏற்றுக்கொள்கிறாரா இல்லையா என்று அவன் முகத்தை நோக்கினான். அவன் முகத்தில் பிச்சை கேட்கும்போது யாசகனின் முகத்தில் தோன்றுமே அந்த போலித்தனமான விநயம் வெளிப்பட்டது.

தம்ரி இடம் கிடைத்ததும் சவுக்கைச் சொடுக்கினான் - "நம்முடைய அண்ணன் தம்பி உறவு ரொம்ப நாளாய் இருக்கிற விஷயம் மகதோ! அதற்கென்ன! ஆனால் ஒரு விஷயம். நாணயத்தை ஒருத்தன் விற்கிறான் என்றால் ஏதாவது கிடைக்குமோ என்ற ஆசையினாலதான. இருபது ரூபாயென்ன? பதினைந்து ரூபாய் என்று சொல்லுகிறேன். ஆனால்.. விலை.. இருபது ரூபாய் எடுத்துக்கோங்கோ மகதோ?"

"அரே! தம்ரி! நீ அநியாயம் செய்கிறாயடா! இருபது ரூபாய்க்கு இப்படிப்பட்ட மூங்கில் எங்கேனும் கிடைக்குமா?"

"இதென்ன! இதைவிட நல்ல மூங்கில், பத்து ரூபாய்க்குக் கூட இருக்கிறது. பத்து கோச தூரம் மேற்காலே போங்க. விலை மூங்கிலுக்கில்லை. பட்டணத்திற்கிட்ட போய் வர்ரத்திற்குத்தான். அத்தனை தூரம் போய் வருவதற்குள், நாலைந்து ரூபாய்க்கு வேலை நடக்குமே என்று யோசிக்கிறேன். அவ்வளவுதான்"

பேரம் படிந்துவிட்டது. தம்ரி மேலங்கியைக் கழற்றி வைத்துவிட்டு மூங்கிலை வெட்ட ஆரம்பித்தான்.

கரும்புககு நீர் பாய்ந்து கொண்டிருந்தது. ஹீராவின் பெண்டாட்டி, காலைச் சாப்பாடு எடுத்துக்கொண்டு கிணற்றடிக்குச் சென்று கொண்டிருந்தாள். தம்ரி மூங்கில் வெட்டுவதைக் கண்டதும் முட்டாக்குக்குள்ளேயிருந்து கேட்டாள். "யாரது மூங்கில் வெட்டுவது. இங்கு மூங்கில் வெட்டக் கூடாது"

வெட்டுவதை நிறுத்திவிட்டு "மூங்கிலை விலைக்கு வாங்கியிருக்கிறேன். நூறு பதினைந்து ரூபாய் என்று பேசி முன் பணம் கொடுத்தாகி விட்டது. இனாமா யாரும் வெட்டவில்லை."

ஹீராவின் பெண்டாட்டிதான் அவள் வீட்டிற்கு எஜமானி. அவளுடைய கலகத்தினால்தான் அண்ணன் தம்பிகளுக்குள் பாகம் ஆயிற்று. தனியாவை முறியடித்ததும் ரொம்பவும் தைரியம் வந்துவிட்டது அவளுக்கு. ஹீரா சில சமயம் அவளை அடிப்பதுண்டு, சமீபத்தில் அவன் அடித்த அடியில் சில நாட்கள் வரையில் அவளால் கட்டிலை விட்டு எழுந்திருக்கவே முடியவில்லை. ஆயினும் தனது பதவியின் அதிகாரத்தை அவள் சற்றும் விட்டுக் கொடுக்க மாட்டாள். கோபத்தில் ஹீரா அவளை அடித்தாலும், எஜமானனை சிலசமயம் எட்டி உதைத்தாலும் அவனுடைய ஆக்ஞைக்கு உட்பட்டு ஓடும் குதிரையைப் போல்தான் அவளும் அவன் இஷ்டப்படிதான் நடந்தாள்.

காலைச் சாப்பாடு இருந்த கூடையைத் தலையிலிருந்து இறக்கியவள் 'நூறுக்கு பதினைந்து ரூபாய் என்று நம்ப மூங்கில் விலைக்குப் போகாது' - என்றாள்.

பெண் பிள்ளையிடம் இந்த விஷயத்தைப் பற்றி பேசுவது நீதிக்கு விரோதமானது என்று நினைத்தான் தம்ரி. "நீ போய் உன் வீட்டு ஆண் பிள்ளையை அனுப்பு. என்ன சொல்ல வேண்டுமோ வந்து சொல்லட்டும்".

ஹீராவின் பெண்டாட்டியின் பெயர் புனியா. இரண்டு குழந்தைகள் தான் பெற்றிருந்தாள். ஆனால் அதற்குள் கட்டுத் தளர்ந்து விட்டது. இந்தக் குறையை கொஞ்சம் சீவிச்சிங்காரித்துக் கொள்வதில் இட்டு நிரப்ப நினைத்தாள். சாப்பாட்டிற்கே போதாத நிலையில், சிங்காரித்துக் கொள்ளக் காசு எங்கிருந்து வரும்? இந்த இல்லாமையும், மனக்குறையும் அவளது சுபாவத்திலிருந்த மென்மையை வரளச் செய்து கடுமையும், வரட்சியும் உள்ளவளாக்கி விட்டிருந்தது. ஓங்கிப் போட்ட மண்வெட்டி கூட, புரண்டுவிழும். அத்தனை.. கெட்டி, வரட்சியும் கூட கிட்டத்தில் வந்து தம்ரியின் கையைப் பிடிக்க, முயற்சித்தவளாய், "ஆண்பிள்ளையை எதற்காக அனுப்புவது? என்ன சொல்ல வேண்டுமோ-என்னிடம் சொல்லு என் மூங்கிலை வெட்டக்கூடாது. நான் சொல்லி விட்டேன்" என்றாள் கடுமையுடன்.

தம்ரி கையை விடுவித்துக் கொண்டாலும், புனியா மீண்டும் மீண்டும் அவன் கையைப் பிடித்துத் தடுத்தாள். ஓரிரு நிமிடம் இந்த கைகலப்பு நடந்தது. முடிவில் தம்ரி அவளை பலமாக பின்னால் உந்தித்தள்ளிவிட்டான். புனியா தடாலென்று வீழ்ந்தாள். ஆயினும் சமாளித்துக் கொண்டு எழுந்தவள் காலிலிருந்ததை எடுத்து அவனது தலை, முகம் முதுகு என்று கண் தலை தெரியாமல் அடிக்கலானாள். ஒரு மூங்கில் வெட்டி அவளைத் தள்ளி விடுவதா? அவளுக்கு இத்தகைய அவமதிப்பா? அவனை அடித்தவாறே அவள் அழுது கொண்டுமிருந்தாள். அவளைப் பிடித்துத் தள்ளிய தம்ரி, பெண்குலத்தின் மீது வன்முறையைப் பிரயோகிப்பதா? அவன் விக்கித்துப் போயிருந்தான். நின்ற இடத்திலேயே அடிவாங்கிக்

கொண்டிருப்பதைத் தவிர அவனிடம் வேறுமாற்று ஏதும் இருக்கவில்லை.

புனியாவின் ஓலத்தைக் கேட்டு ஹோரியும் ஓடிவந்தான். புனியா அவனைக் கண்டதும் பின்னும் பலமாக அலற ஆரம்பித்தாள். தம்ரி தான் புனியாவை அடித்து விட்டான், என ஹோரி நினைத்தான். ரத்தபந்தம் பீறிக்கொண்டெழுந்து, பிரிவினையாகி விட்டிருந்த உயர்ந்த அணையை உடைத்துக் கொண்டு, யாவற்றையும் தன்னுள்ளே வாரிக் கொண்டு விட வேகத்துடன் பாய்ந்தது. தம்ரியை ஓங்கி ஒரு உதை விட்ட ஹோரி 'ஏய் தம்ரி நீ உயிர் பிழைக்க வேண்டுமென்றால் இங்கிருந்து போய்விடு. இல்லாவிட்டால்..... உன் பிணம்தான் விழும். என்ன நினைத்துக் கொண்டிருக்கிறாய் நீ! என் வீட்டு மருமகள் மீது கைவைக்க உனக்கென்ன தைரியம்? என்று கூவினான்.

தம்ரி, ஆணைகள் இட்டவாறே தன் பக்கத்து நியாயத்தை எடுத்துரைக்கத் துவங்கினான். செருப்படியால் குற்றமிழைத்த மனம் மௌனமாகி விட்டிருந்தது. அவன் ஏதும் குற்றம் செய்திராத நிலையில் அவனுக்கு இந்த உதை கிடைத்திருக்கிறது, வீங்கிவிட்டிருந்த கன்னங்கள் கண்ணீரால் நனைந்தன. அவனாக அவளைத் தொடக் கூடவில்லை. மகதோ வீட்டுப் பெண்டிர் மீது கைவைக்க, அவன் அத்தனை முட்டாளா?

ஹோரி இதை நம்பாதவனாய், "கண்ணில் மண்ணைத் தூவாதே தம்ரி! நீ ஒன்றுமே சொல்லாமல், மருமகள் பொய்யாக அழுகிறாளா? பணமிருக்கிறது என்ற திமிர் இருந்தால் அது இறக்கிவிடப்படும். தனியாகப் போய்விட்டாலென்ன? ரத்தம் ஒன்றுதான். யாரேனும் அப்படி இப்படிப் பார்த்தால் கண்ணையே பிடுங்கி விடுவேன் பிடுங்கி!' என்றான்.

புனியா சண்டியாகி விட்டிருந்தாள். "நீ என்னை பிடித்துத் தள்ளவில்லை? உன் பிள்ளையின் மீது ஆணையாகச் சொல்" என்று கத்தினாள்.

புனியாவிற்கும் தம்ரிக்குமிடையே சண்டை நடக்கிறதென்ற செய்தி ஹீராவிற்கு எட்டியது. தம்ரி புனியாவைப் பிடித்துத் தள்ளிவிட்டான். புனியா அவனைச் செருப்பால் அடித்தாள் என்று தெரிந்தது. அவன் ஏற்றச்சாலை அப்படியே விட்டு விட்டு சம்பவம் நடந்த இடத்திற்கு விரைந்தான். ஊரில் ஹீராவின் கோபம் ரொம்பவும் பிரசித்தம். குட்டையான உருவம். வலுவான கட்டுமஸ்தான உடல். கோழி மாதிரி வெளியே துருத்திக் கொண்டு நிற்கும் கண்கள். கழுத்து நரம்புகள் புடைத்துக் கொண்டிருக்கும். அவனுக்கு தம்ரியின் மீது கோபம் வரவில்லை. புனியா மீதுதான் கோபம் வந்தது. அவள் எதற்காக தம்ரியிடம் சண்டைக்குப் போக வேண்டும்? அவளுடைய மரியாதையை ஏன் மண்ணோடு மண்ணாக்குகிறாள்? மூங்கில் வெட்டியுடன் சண்டை போடுவதால் என்ன பிரயோசனம்? அவள் ஹீராவிடம் சென்று சொல்லி இருக்க வேண்டியதுதானே? எது உசிதமோ அதை ஹீரா செய்திருப்பான். தானாக அவனிடம் ஏன் சண்டைக்குப் போனாள்? அவனால் முடியுமானால் புனியாவை பர்த்தாவிற்குள் வைத்திருப்பான்.

பெரியவர்களிடம் புனியா மனம் போல் பேசுவதை அவனால் சகித்துக் கொள்ள முடியவில்லை. தான் எவ்வளவுக்கெவ்வளவு முரட்டுத்தனமாக இருந்தானோ அந்த அளவிற்குப் புனியாவை சாந்தமாக வைக்க விரும்பினான். அண்ணா பதினைந்து ரூபாய்க்கு பேரம் பேசியிருந்தால் நடுவில் குதிக்க இவள் யார்? என நினைத்தான்.

வந்ததுமே அவன் புனியாவின் கரத்தைப் பற்றி அவளை இழுத்துக் கொண்டே தூரச்சென்று உதைக்கவாரம்பித்தான்.... 'சாதிகெட்டவளே! என் மூக்கை அறுக்கத் துணிந்துவிட்டாயா? சின்ன சாதி மவனுங்ககிட்ட எல்லாம் சண்டை போட்டு திரிஞ்சுகிட்டு, நீ யாருடைய கௌரவத்தை குலைக்கிறாயடி! சிறுக்கி மவளே! (மேலும் ஒரு உதைவிட்டு) அங்கே சாப்பாடு வருமென்று காத்திருக்கிறேன். இங்கே நீ சண்டையில் இறங்கிவிட்டாயா? வெட்கம் கெட்டவளே! அவ்வளவு மரியாதை கெட்டுப் போச்சா! வெட்டிப் புதைத்து விடுவேன்'.

'ஐயோ' 'ஐயோ' என்றலறியவாறே, புனியா சரமாரியாக வசவுகளைப் பொழிந்து கொண்டிருந்தாள். 'உனக்குப் பேதிவர! நீ நாசமாய்ப் போக!... உனக்குச் சாவுவர, தேவிமாதா உன்னைவாரிக் கொண்டு போக!... உனக்கு இன்புளூன்சா வரட்டும், கடவுள் அருளால் நீ குஷ்டரோகியாய்ப் போக, கையும் காலும் உடைந்து விழட்டும்.....'

ஹீரா-இந்த வசைமாரியைக் கேட்டுக்கொண்டிருந்தான். ஆனால் கடைசியாகக் கூறப்பட்ட வசவுகள் அவன் மனதில் தைத்துவிட்டன. வாந்திபேதி, அம்மைநோய்.... இதெல்லாம் ரொம்ப கஷ்டமானதல்ல.... நோய் வரும்.... வந்தது போல் போய் விடும். ஆனால் குஷ்டரோகம்! அந்த அருவருக்கத்தக்க மரணம், அதைவிட பயங்கரமான, கொடிய வாழ்க்கை. அவன் வெகுண்டெழுந்தான். பற்களைக் கடித்துக்கொண்டு புனியாவின் மீது பாய்ந்தான். அவள் கொண்டையைப் பற்றி, தரையில் அவள் தலையைத் தேய்த்தவாறே கத்தினான். 'கை கால் முறிந்து விழுந்தால், நான் உன்னை எடுத்துக் கொஞ்சுவேனா! என் குழந்தை குட்டிகளை நீ தான் காப்பாற்றுவாயா? ஏய்! இத்தனை பெரிய குடும்பத்தை நீயா.. நடத்துவாய்! நீ இன்னொரு புருஷனைத் தேடிக்கொண்டு... ஒதுங்கி நின்று விடுவாயடி'

புனியாவிற்கு ஏற்பட்ட துர்க்கதியைக் கண்ட தம்ரிக்கு இரக்கமாய் இருந்தது. ஹீராவை சமாதானப்படுத்தலானான். 'ஹீரா மகதோ! விட்டுவிடப்பா! ரொம்பவும் அதிகமாகி விட்டது. என்ன ஆயிற்று இப்போ! மருமகள் என்னை அடித்து விட்டாங்க. அதனாலென்ன நான் அற்பனாகி விட்டேனா? பகவான் இன்றைக்கு இப்படி செய்துவிட்டார் எனக்கு'.

'வாயை மூடு தம்ரி! என் கோபத்திற்காளானால் ரொம்ப மோசமாகிவிடும். பெண் பிள்ளை இவ இப்படித்தான் உளறிக்கொண்டிருக்கிறாள். இன்று உன்னோடு மல்லுக்கு நின்றவள், நாளைக்கு இன்னொருவனுடன் சண்டைக்குப் போவாள். நீ நல்லவன். சிரித்துக்கொண்டு தள்ளிவிட்டாய். இன்னொருத்தனாக

இருந்தால் தாங்க மாட்டான். அவனும் கைவரிசையைக் காட்டத் துவங்கி இருந்தால் மானம், மரியாதை என்னவாகி இருக்கும்? சொல்லு' என்றான் ஹீரா. இந்த எண்ணமே அவனது சீற்றத்தைப் பின்னும் கிளறிவிட்டது. அவன் பாய்ந்ததும் ஹோரி ஓடிவந்து மறித்தான். அவளைப் பிடித்துப் பின்னால் தள்ளியவாறே... 'அடே! நடந்தது நடந்துவிட்டது. உன்னுடைய சூரத்தனத்தையெல்லாம் நாலுபேர் பார்த்தாகி விட்டது. அவளை என்ன அரைத்தா குடிக்கப் போகிறாய்?' என்றான்.

ஹீராவிற்கு இன்னமும் மூத்தவனிடம் மரியாதை இருந்தது. சண்டை போட்டாலும் நேரடியாகப் போட மாட்டான். விரும்பி இருந்தால் ஒரு உதறலில் தன் கரத்தை விடுவித்துக் கொண்டிருக்கலாம். ஆனால் அண்ணனை அவமரியாதை செய்ய விரும்பவில்லை. தம்ரியை நோக்கி, 'இன்னமும் என்ன பார்த்துக் கொண்டு நிற்கிறாய்? போய் உன் மூங்கிலை வெட்டிக் கொள். நான் சரியென்று சொல்லியாகிவிட்டது. நூறு-பதினைந்து ரூபாய் என்று முடிவு செய்தாகி விட்டது' என்றான்.

எங்கோ அழுது கொண்டிருந்த புனியா சடேரென்று எழுந்தவள், தலையில் அடித்துக் கொண்டே கத்தினாள். "வீட்டுக்கு நெருப்பு வையேன்! எனக்கென்ன போகிறது! உன்னைப் போலவொரு கசாப்புக் கடைக்காரனுக்கு வாழ்க்கைப்பட்டேனே அது என் தலைவிதி. கொளுத்தி விடு வீட்டை..." என்றவள் சாப்பாட்டுக் கூடையை அங்கேயே போட்டுவிட்டு வீட்டை நோக்கி நடந்தாள். "அங்கே எங்கே போகிறாய்! கிணற்றடிக்கு போ! இல்லா விட்டால் கொன்று விடுவேன்," எனக் கர்ஜித்தான் ஹீரா. புனியா நின்றுவிட்டாள். அவள் இந்த நாடகத்தின் இரண்டாம் அங்கத்தையும் நடத்த விரும்பவில்லை. மௌனமாய் கூடையை எடுத்துக்கொண்டு கிணற்றை நோக்கி நடந்தாள். ஹீரா அவள் பின்னாலேயே சென்றான். "இனி... மீண்டும் அடி தடி வேண்டாம். பெண் பிள்ளைகள் சொரணை கெட்டுப் போய் விடுவார்கள்" என்றான் ஹோரி.

வாசலுக்கு வந்து நின்ற தனியா ஹோரியை நோக்கி 'நீ அங்கே நின்று என்ன தமாஷா பார்க்கிறாய்! யாரோ நீ சொன்னதைக் கேட்கிறது போல உபதேசம் செய்து கொண்டிருக்கிறாயே! அன்று இந்த பொம்பளைதான் முக்காட்டுப் பின்னால் உன்னைக் கண்ட படித் திட்டினாளே, மறந்துவிட்டாயா! குலப்பெண்ணாக இருந்து பரபுருஷனோடு சண்டைக்குப் போனால் திட்ட மாட்டார்களா?' என்றாள்.

வாசலுக்குத் திரும்பி வந்த ஹோரி குறும்புத்தனமாக - "நானும் இப்படி உன்னை அடித்தால்-" என்றான்.

"நீ அடித்ததேயில்லையா என்ன? இன்னமும் அடிக்கும் ஆசை வைத்திருக்கிறாயா?

"இப்படி இரக்கமில்லாமல் அடித்தால் நீ வீட்டைவிட்டு ஓடிப் போயிருப்பாய்"புனியா ரொம்ப பொறுமைசாலி".

"ஓகோ அப்படி ரொம்ப இரக்கமுள்ளவரா நீ! பட்ட காயத்தின் வடு இன்னமும் இருக்கிறது. ஹீரா அடித்தாலென்ன, அப்புறம்

கொஞ்சறானே. உனக்கு அடிக்க மட்டும்தான் தெரியும். அணைக்கக் கற்றுக் கொள்ளவில்லையே! நானாக இருப்பதால் உன்னோடு சரிக் கட்டிக் கொண்டு போகிறேன்."

"சரி. சரி இருக்கட்டும். ரொம்பவும் உன்னைப் பற்றிய பெருமை வேண்டாம். நீதான் அடிக்கடி கோபித்துக்கொண்டு பிறந்த வீட்டுக்கு ஓடுவாய். மாதக் கணக்காய் வேண்டிக் கொண்டு கெஞ்சினால் அப்புறமல்ல வருவாய்".

"உனக்கு நான் தேவைன்னு.. துன்பப்பட்டா அப்பல்ல என்னை சமாதானம் செய்ய வருவே நீ! என் மீதுள்ள அன்பினால் அல்லவே!".

"அதனால்தான் எல்லோரிடமும் உன்னைப் பத்தி பெருமையாய் பேசுகிறேன்"

திருமண வாழ்வின் இளம் காலைப் பொழுதில் ஆசை முகிழ்த்து, கிறக்கமெனும் செவ்வொளி படர உதிக்கின்றது. அது இதயமெனும் வானமெங்கும் படர்ந்து இனிமையெனும் பொற் கிரணங்களால் அழகுபடுத்திவிடுகிறது. அதன்பின் நடுப்பகலின் தீட்சண்யமான உஷ்ணம் ஏற்படுகிறது. கணத்திற்குக் கணம் ஆந்தியும் புழுதிப் புயலும் எழுகின்றன. நிலம் நடுங்குகிறது. ஆசைகளெனும் பொன்னிறமேல் விரிப்பு அகன்று விடுகிறது. நிஜமானது ஒளிவு மறைவில்லாது பிறந்தமேனியில் கண் முன்னே வந்து நின்று விடுகிறது. அதன் பின் இளைப்பாற்றல் நிறைந்த அந்திவேளை வருகிறது. அமைதியாய், குளிர்ச்சி நிறைந்த நேரம் அது. களைத்துச் சோர்ந்த வழிப்போக்கர்களைப் போல் நாமும், நாள் முழுவதும் நடந்து வந்த வழிப்பயணத்தின் கதையைக் கூறுகின்றோம். பிறர் கூறக் கேட்கிறோம். ஆம் பற்றற்ற பாவத்துடன்தான். நாம் ஏதோ உயரமானதொரு உச்சியில் போய் அமர்ந்து விட்டது போலவும் நினைக்கிறோம். கீழேயுள்ள மக்களின் அரவம் நம்மை எட்டுவதில்லை என்ற பாவனையுடன்தான்.

கண்களில் மகிழ்ச்சியை நிரப்பிக்கொண்டு தனியா அவனை நோக்கி 'இருக்கட்டும்... இருக்கட்டும்.. ரொம்பவும் புகழ்கிறவர் தான்.. கொஞ்சம் ஏதாவது காரியம் கெட்டுப் போகட்டும் விடமாட்டாயே. கழுத்தில் ஏறி உட்கார்ந்து கொள்வாயே...' என்றாள்.

அன்போடு குற்றம் சாட்டும் குரலில் ஹோரி சொன்னான் - 'நீ செய்கிற இந்த அநியாயம் தான் எனக்குப் பிடிப்பதில்லை. தனியா! போலாவிடம் கேள்! உன்னைப்பற்றி அவனிடம் நான் என்னவெல்லாம் சொல்லி இருக்கிறேன் என்று!'

தனியா பேச்சை மாற்றியவளாய் - 'போய்ப் பாரேன்! கோபர் வெறுங்கையுடன் வருகிறானா இல்லை மாட்டுடனா என்று பாரேன்' என்றாள்.

இதற்குள் வியர்வையில் தெப்பலாய் நனைந்த தம்ரி வந்து நின்றான் - 'மகதோ.. வந்து மூங்கிலை எண்ணிக்கொள். நாளைக்கு கை வண்டி கொண்டு வந்து எடுத்துக்கொண்டு போகிறேன்' என்றான்.

மூங்கிலை எண்ணுவது அவசியமில்லை என்று ஹோரி நினைத்தான். தம்ரி அப்படிப்பட்ட ஆசாமி அல்ல. அப்படியே ஒன்றிரண்டு அதிகமாய் வெட்டிக்கொண்டால்தானென்ன? தினம் தினம் யாராவது வந்து கேட்டு மூங்கில் வெட்டிக்கொண்டு போகிறான். மண்டபம் கட்டுவதற்கு ஜனங்கள் டஜன் கணக்காக மூங்கில் வெட்டி எடுத்துக்கொண்டு போகிறார்கள்.

தம்ரி ஏழரை ரூபாயை எடுத்து அவன் கையில் வைத்தான். எண்ணிப்பார்த்த ஹோரி - 'மிச்சத்தையும் எடு. கணக்குப்படி இன்னமும் இரண்டரை ரூபாய் வரவேண்டும்' என்றான்.

மரியாதையின்றி தம்ரி பட்டென்று சொன்னான் - பதினைந்து ரூபாய்க்குத்தானே பேசினோம். இல்லையா?

பதினைந்து ரூபாய்க்கு அல்ல. 'இருபது ரூபாய்க்கு'

'ஹீரா மகதோ உங்க எதிரே தானே பதினைந்து ரூபாய் என்று சொன்னார். கூப்பிட்டுக் கொண்டு வரட்டுமா?'

'இருபது ரூபாய்க்குத் தானே பேரத்தை நிச்சயம் செய்தோம். ஆனால் இப்பொழுது உன் கை ஓங்கி இருக்கிறது. என்ன வேண்டுமானாலும் சொல், இரண்டரை ரூபாய் கொடுக்க வேண்டும். பரவாயில்லை இரண்டு ரூபாயாவது கொடுத்துவிடு.

ஆனால் தம்ரி குறிபார்த்துத்தான் அடித்திருந்தான். இப்பொழுது அவனுக்கு யாரிடம் பயம்? ஹோரி வாய்திறக்க வழியில்லை. தலையிலடித்துக் கொண்டான். முடிவில் 'இது சரியல்ல தம்ரி. இரண்டு ரூபாயை அழுத்திக் கொள்வதால் நீ ராஜாவாகி விடமாட்டாய்' என்றான். "ஹோரி நீ மட்டுமென்ன உன் தம்பிகளிடமிருந்து கொஞ்சம் ரூபாயை அமுக்கிக்கொள்வதால் ராஜாவாகி விடுவாயா?" என்று கடுமையான குரலில் சாடினான் தம்ரி. "இரண்டரை ரூபாய்க்கு உன் நாணயத்தையே விலை பேசுகிறவன் எனக்கு உபதேசம் செய்கிறாயா? இப்பொழுதே குட்டை உடைத்துவிட்டால், தலை கவிழ்ந்து போகும்!"

ஹோரிக்கு நூறு செருப்படிகள் தன் மீது வீழ்ந்தது போலாகி விட்டது. தம்ரி பணத்தை அவன் முன்னால் வைத்து விட்டுப் போய்விட்டான். ஆனால் வேப்பமரத்தடியில் நெடுநேரம்வரை அமர்ந்திருந்த ஹோரி-பச்சாதாபப் பட்டுக் கொண்டிருந்தான். தான் எத்தனை பேராசைக்காரன், சுயநலமி என்பது இன்று அவனுக்குத் தெரிந்து போய்விட்டது. தம்ரி அந்த இரண்டரை ரூபாயைக் கொடுத்திருந்தால் உண்மையில் எவ்வளவு சந்தோஷப் பட்டிருப்பான். உட்கார்ந்த இடத்திலேயே இரண்டரை ரூபாய் சம்பாதித்து விட்ட தனது கெட்டிக் காரத்தனத்தைப் பாராட்டிக் கொண்டிருப்பான். ஆனால் இடறிவிட்ட பிறகுதானே நாம் எச்சரிக்கையுடன் காலெடுத்து வைக்கின்றோம்.

தனியா உள்ளே சென்றிருந்தவள் வெளியே வந்தாள். தரையில் ரூபாய் கிடப்பதைப் பார்த்ததும் எடுத்து எண்ணியவள் "என்ன இது! மீதி ரூபாய் என்னவாயிற்று? பத்து ரூபாயல்ல இருக்க வேண்டும்? என்றாள்.

முகத்தைத் தொங்கப் போட்டுக் கொண்ட ஹோரி, "என்ன செய்வது? ஹீரா-பதினைந்து ரூபாய்க்குப் பேசிவிட்டான்" என்றான்.

"ஹீரா வேண்டுமானால் ஐந்து ரூபாய்க்கு, கொடுக்கட்டும். நாம் கொடுக்க முடியாது" என்றாள் தனியா பட்டென்று.

"அங்கே அடிதடி நடந்து கொண்டிருந்தது. நடுவில் நானென்ன பேசுவது?"

திருட்டுத் தனமாய் மாம்பழம் பறிக்க, மாமரத்தின் மீது ஏறியவன், கீழே வீழ்ந்து விட்டதும், மண்ணைத் தட்டிக் கொண்டு எழுந்து நின்று, சுற்றும் முற்றும் தன்னை யாரேனும் பார்க்கிறார்களா என்று பார்ப்பது போல், ஹோரி தனது தோல்வியைத் தன் மனதிற்குள் புதைத்துக் கொண்டான். ஜயித்திருந்தால் ஏமாற்றுத் தந்திரங்களைப் பற்றி ஒருவன் பெருமையடித்துக் கொள்ளலாம். வெற்றி பெற்றுவிட்டாலே, சகலமும் மன்னிக்கப்பட்டு விடும். தோல்வியில் அடையும் வெட்கத்தை அப்படியே விழுங்கிவிட வேண்டியதுதான்.

தனியா தன் கணவனைச் சாடினாள். இத்தகைய சந்தர்ப்பங்கள் அவளுக்கு அரிதாகத்தான் கிடைத்தன. ஹோரி அவளை விடக் கெட்டிக்காரன். ஆனால் இன்று ஆட்டத்தின் வெற்றி அவள் கையிலிருந்தது. விரல்களைச் சொடுக்கியவாறு "எப்படிப் பேசுவாய்! தம்பி பதினைந்து என்று விலை பேசிவிட்டால் நீ எப்படி குறுக்கிடுவாய்? அரே! ராம்! ராம்! செல்லத்தம்பியின் மனசுக்கு வருத்தமாகி விடாதா? அதிலும் எத்தனை பெரிய அமர்க்களம்நடந்தது? அருமைத் தம்பி பெண்டாட்டியின் கழுத்துக்குக் கத்தி வந்து விட்டது. அப்போ, நீ எப்படி பேசுவே! உன்னுடையது எல்லாவற்றையும் யாராவது கொள்ளை அடித்துக் கொண்டு போயிருந்தால் கூட உனக்கொன்றும் தெரிந்திருக்காதே!"

ஹோரி மௌனமாய் கேட்டுக் கொண்டிருந்தான். முணுமுணுக்கக் கூடஇல்லை, ஆத்திரம் வந்தது. கோபம் வந்தது. ரத்தம் கொதித்தது. கண்கள் எரிந்தன. பற்கள் நெரிந்தன. ஆனால் வாயைத் திறக்கவில்லை. மௌனமாய் எழுந்து களைக்கொத்தியை எடுத்துக்கொண்டு வயலை நோக்கி நடக்கலானான்.

தனியா அவன் கையிலிருந்த களைக்கொத்தியைப் பிடுங்கிக் கொண்டாள். "பொழுது விடிந்திருக்கிறதா இப்போ! வயலுக்குப் புறப்படுகிறாய்! சூரியன் தலைக்கு மேலே வந்தாகி விட்டது. தோய்த்து, குளித்து விட்டுவா! ரொட்டி தயாராய் இருக்கிறது." என்றாள் உள்ளூரப் புகைந்து கொண்டே "எனக்குப் பசியில்லை" என்றான் ஹோரி.

எரிகிற புண்ணில் எண்ணெய் வார்த்தது போல் தனியா தொடர்ந்தாள். "ஆமாம்! ஏன் பசிக்காது? அருமைத்தம்பி, பெரிய பெரிய லட்டுக் கொடுத்தானல்ல? பசிக்காது. பகவான் இப்படிப்பட்ட நல்ல தம்பியை எல்லோருக்கும் கொடுக்கட்டும்"

ஹோரி வெகுண்டான். கோபம் தளைகளை அறுத்துக் கொண்டிருந்தது. கத்தினான், "நீ இப்போ அடிவாங்கப் போகிறாய்"

தனியா பொய்ப் பணிவுடன் அபிநயித்தாள் - "நானென்ன செய்ய, காட்டுகிற அன்பிலும், கொஞ்சலிலும் என் மதிமயங்கி விட்டதே" என்றாள்.

"நீ என்னை வீட்டிலிருக்க விடப் போகிறாயா இல்லையா?"

"இந்த வீடு உன்னுடையது. இதன் எஜமானன் நீ. நான் யார் உன்னை வீட்டை விட்டுக் கிளப்ப?".

இன்று ஹோரியால் எந்த விதத்திலும் தனியாவை எதிர் கொள்ள இயலவில்லை. புத்தியே மழுங்கி விட்டது போலிருந்தது. குத்தலும் கிண்டலும் நிறைந்த இச்சொல்லம்புகளைத் தடுக்க அவனிடம் எந்த ஒரு கேடயமும் இல்லை. மெல்ல கையிலிருந்த களைக் கொத்தியை கீழேவைத்தான். துண்டை எடுத்துக் கொண்டு குளிக்கப் போய்விட்டான். அரை மணி நேரத்திற்குப் பிறகு திரும்பி வந்தான். கோபர் இன்னும் திரும்பி வரவில்லை. தனியாக எப்படிச் சாப்பிடுவது? பயல் அங்கு போய் தூங்கி விட்டான் போலிருக்கிறது. போலாவின் பெண், அந்த மதர் மதத்த சிறுக்கி இருக்கிறாள் அல்லவா; அவளுடன் சிரித்துக் களித்துக் கொண்டிருப்பான். வேறென்ன! நேற்றுக் கூட அவள் பின்னால்தானே சென்றான். பசுவைக் கொடுக்கா விட்டால் திரும்பி வரவேண்டியது தானே! அங்கேயே உட்கார்ந்து விட்டானா?

"இன்னும் ஏன் நிற்கிறாய்? கோபர் சாயங்காலம் தான் வருவான்" என்றாள் தனியா.

ஹோரி ஒன்றும் பேசவில்லை. மறுபடியும் தனியா ஏதும் சொல்லாமலிருக்க வேண்டுமே என நினைத்தான்.

சாப்பிட்டு விட்டு மீண்டும் வேப்பமரத்து நிழலில் படுத்துக் கொண்டான்.

ரூபா அழுது கொண்டே வந்தாள். லங்கோடு தவிர உடம்பில் எதுவுமில்லை, வரண்ட கூந்தல் கலைந்து கிடந்தது. வந்தவள் ஹோரியின் மார்பின் மீது படுத்துப் புரண்டாள். அவளுடைய அக்கா சோனா, பசு மாடு வந்தால், நான் தான் சாணி தட்டுவேன் என்கிறாளாம். ரூபாவால் இதைத் தாங்கிக் கொள்ள முடியவில்லை. எல்லாச் சாணத்தையும் தானே தட்ட சோனா அப்படியென்ன பெரியராணியா? ரூபா அவளை விட என்ன குறைந்தவள்? சோனா ரொட்டி தட்டினால் ரூபா பாத்திரம் தேய்க்க வில்லையா; சோனா தண்ணீர் எடுத்து வந்தால், ரூபா பின்னால் கயிற்றைத் தூக்கிக் கொண்டு போகவில்லையா? வரவில்லையா? சாணியை இருவருமாகத் தானே தட்டுகிறார்கள். சோனா வயலில் வேலைக்குப் போனால், ரூபா ஆடு மேய்க்கப்போகவில்லையா? அப்புறம் பசு மாட்டுச் சாணியை சோனா மட்டும் எப்படித் தட்டுவாளாம்? இந்த அநியாயத்தை ரூபாவால் எப்படிப் பொறுத்துக் கொள்ள முடியுமாம்?

அவளது மாசற்ற அறியாப் பருவத்தைக் கண்டு பரவசமுற்றவனாய் ஹோரி சொன்னான் - "இல்லை, பசுவின் சாணத்தை நீயே தட்டலாம். சோனா பசுவின் கிட்ட வந்தால் நீ துரத்திவிடு".

ரூபா அப்பாவின் கழுத்தைக் கட்டிக்கொண்டு 'பால் கூட நான்தான் கறப்பேன்' என்றாள்.

'சரி.. சரி.. நீ கறக்காவிட்டால் பின் யார் கறப்பார்களாம்' என்றான் ஹோரி.

'அந்தப் பசு என்னுடையது தான்'

'ஆமாம். முழுக்க முழுக்க உன்னுடையது தான்'

மகிழ்ச்சியுற்ற ரூபா தனது வெற்றியின் சுபச்செய்தியை தோற்றுப் போன சோனாவிடம் கூற ஓடிவிட்டாள். 'பசு என்னுடையது. அதன் பாலை நான்தான் கறக்கப்போகிறேன். அதன் சாணியையும் நான்தான் தட்டுவேன். உனக்கு, ஒன்றும் கிடையாது'.

சோனா வயதில் சிறுமி, உடல்வாகில் இளம்பெண். புத்தியில் குழந்தையாக இருந்தாள். அவளது இளமை அவளை முன்னே இழுக்க, குழந்தைத்தனம் பின்னுக்கிழுத்தது. சில விஷயங்களில் பட்டம் பெற்ற பெண்களைவிடக் கெட்டியாக இருந்தாள். சில விஷயங்களிலோ, குழந்தையைவிட அறியாதவளாக இருந்தாள். நீளமான வறண்ட, ஆனால் மகிழ்ச்சி ததும்பும் முகம். மோவாய் சற்று கீழ் நோக்கிக் குவிந்திருந்தது. கண்களில் ஒருவிதமான திருப்தி. தலையில் எண்ணெயில்லை. வரண்ட கேசம். கண்களில் மையில்லை. உடம்பில் எந்தவொரு ஆபரணமுமில்லை. குடும்பத்தின் பாரம் இளமையை அழுத்திக் குள்ளமாக்கி விட்டது போலிருந்தது.

தலையை வேகமாய் ஆட்டியவாறு - 'போ-போ! நீயே சாணியைத் தட்டு. நீ பாலைக் கறந்து வைத்தால் நான் குடித்து விடுவேன்' என்றாள் சோனா.

"நான் பால் பாத்திரத்தை வைத்துப் பூட்டி விடுவேன்"

"நான் பூட்டை உடைத்துப் பாலை எடுத்துக்கொள்வேன்" என்று கூறிவிட்டுச் சோனா தோட்டத்திற்குப் போய்விட்டாள். மாம்பழங்கள் பழுத்திருந்தன. காற்று சற்றே வேகமாய் அடித்ததால் இரண்டொன்று கீழே வீழ்ந்தன. அனல் காற்றினால் வெதும்பி, மஞ்சள் நிறமாகி விட்டிருந்தன என்றாலும், குழந்தைகள், அவை கீழே வீழ்ந்த பழங்களென நினைத்து தோட்டத்தைச் சூழ்ந்து நிற்பார்கள். ரூபாவும், தன் அக்காவின் பின்னாலேயே சென்றாள். சோனா எதைச் செய்தாலும் ரூபாவும் அதையே செய்வாள். சோனாவின் திருமணத்தைப் பற்றிப் பேச்சு நடக்கிறது. ரூபாவின் கல்யாணத்தைப் பற்றி யாருமே பேசுவதில்லை. இதனால்தான் அவளே தன் கல்யாணத்தைப் பற்றிச் சொல்லப் போகிறாள். அவளுக்கு வரப் போகும் கணவன் எப்படி இருப்பாரோ, என்னென்ன கொண்டு வருவாரோ? அவளை எப்படி வைத்துக்கொள்வானோ.... என்னென்ன துணி தருவானோ என்றெல்லாம் விரிவாக அவள் வருணிப்பதைக் கேட்டால் யாரும் அவளைக் கல்யாணம் செய்துகொள்ள ஒப்புக்கொள்வானோ என்னமோ.. ஒருவேளை மாட்டேன் என்று கூறிவிடுவான்.

மாலையாகிக் கொண்டிருந்தது. கரும்புக்கொல்லைக்கு, களை வெட்டக் கூடப் போகாமல் ஹோரி சுணங்கிப் படுத்திருந்தான். மாடுகளைப் பிடித்துக் கட்டினான், தீவனம் கலக்கி வைத்தான். பிறகு சிலம்மை நிரப்பிக் கொண்டு புகைக்கலானான். இந்த முறை அறுவடையானதும் யாவும் களத்துமேட்டிலேயே அளந்து கொடுத்த பின்னும் அவனுக்கு முந்நூறு ரூபாய் கடன் பாக்கி நின்றது. அதற்கு நூறு ரூபாய் வட்டி வேறு ஏறிக்கொண்டு போயிற்று. வட்டிக்கடைக்காரர் மங்குராவிடம் மாட்டிற்காக 60 ரூபாய் கடன்வாங்கி இன்றோடு ஐந்து வருடங்களாகி விட்டன. அதில் 60

ரூபாய் கொடுத்தாகிவிட்டது. இருப்பினும் கடன் 60 ரூபாய் அப்படியே பாக்கி நிற்கிறது. பண்டிதர் தாதாதீனிடமிருந்து முப்பது ரூபாய் கடன்வாங்கி உருளைக்கிழங்கு பயிரிட்டான். விளைந்த கிழங்கை, திருடர்கள் களவாடிக் கொண்டு போய்விட்டனர். அந்த முப்பது ரூபாய் இந்த மூன்று வருடங்களில் நூறுரூபாய் ஆகிவிட்டிருந்தது. வட்டிக்கடைக்காரி விதவை துலாரி கிராமத்தில் மளிகைக்கடை வைத்திருப்பவள். பங்கு பிரிக்கும்போது அவளிடமிருந்து நாற்பது ரூபாய் கடன்வாங்கி, தம்பிகளுக்குக் கொடுக்க வேண்டியிருந்தது. அதுகூட இப்பொழுது கிட்டத்தட்ட நூறு ரூபாயை எட்டி விட்டிருந்தது. ஏன் என்றால் ரூபாய்க்கு ஓரணா வட்டி, குத்தகையில் கூட நாற்பது ரூபாய் பாக்கி நிற்கிறது. இது தவிர தசராவிற்குக் காணிக்கையென்று வேறு பணத்திற்கு ஏற்பாடு செய்தாக வேண்டும். மூங்கிலுக்கு நல்ல சமயத்தில் பணம் கிடைத்துள்ளது. காணிக்கை பற்றிய பிரச்சனை தீர்ந்துவிடும். ஆனால் யார் கண்டது? இங்கே கையிலே ஒரு காலணா கிடைத்துவிட்டால் போதும், ஊரெங்கும் கூச்சல் எழுந்துவிடும். கடன்காரர்கள் நாலாபக்கமும் விழுங்கத் துவங்கி விடுவார்கள். என்னவானாலும் சரி, இந்த ஐந்து ரூபாயை நிச்சயம் காணிக்கைக்குத் தான் கொடுக்கப் போகிறேன். வாழ்க்கையில் இன்னும் இரண்டு பெரிய பெரிய காரியங்கள் அவன் தலைமீது இருக்கின்றன. கோபர், சோனா கல்யாணம். ரொம்பவும் சிக்கனமாய் செலவு செய்தால் கூட குறைந்த பட்சம் 300 ரூபாயாவது வேண்டும். இந்த 300 ரூபாய் எங்கேயிருந்து வரும்? யாரிடமிருந்தும் ஒரு பைசா கடன் வாங்கக் கூடாதென்று தான் அவன் நினைக்கிறான். கடன் வாங்கி இருப்பதை பாக்கி இல்லாமல் ஒவ்வொரு பைசாவையும் கொடுத்துவிட வேண்டுமென்றுதான் நினைக்கிறான். ஆனால் எவ்வளவு தான் கஷ்டப்பட்டாலும் கடனிலிருந்து விடுபட முடியவில்லை. வட்டி ஏறிக்கொண்டே போகிறது. ஒரு நாளில்லாவிட்டால் ஒரு நாள் அவனுடைய வீடுவாசல் எல்லாம் ஏலத்திற்கு வந்துவிடும். பெண்டு பிள்ளைகள் நிராதரவாகி பிச்சை எடுத்துக்கொண்டு திரிவார்கள். வேலைவெட்டியிலிருந்து ஓய்வெடுத்துக் கொண்டு ஹோரி 'சிலம்' புகைத்துக் கொண்டிருக்கும் வேளைகளில் இத்தகைய கவலைகள், கரியசுவர் போல் அவனைச் சுற்றி வளைத்துக் கொள்ளும். அதிலிருந்து மீண்டும் வெளியே வர வழியே தெரியாது அவனுக்கு. இத்தகைய கஷ்டங்களும், சிரமங்களும் அவனுக்கு மட்டுமல்ல என்பதுதான் சந்தோஷம். கிட்டத்தட்ட எல்லா சம்சாரிகளின் நிலையும் இப்படித்தானிருந்தது. பெரும்பான்மையினோரின் நிலைமை இதைவிட மோசமாகவே இருந்தது. ஹீராவும், சோபாவும் அவனைவிட்டுப் பிரிந்து மூன்று வருடங்களாகின்றன. ஆனால் அதற்குள் ஒவ்வொருவனின் மீதும் நானூறுக்குக் குறையாமல் கடன்சுமை ஏறிவிட்டிருந்தது. ஜீங்குர் இரண்டு ஏர்கட்டி உழுகிறான். அவனும் ஓராயிரத்திற்குமேல் பாரம் ஏற்றிக்கொண்டிருக்கிறான். ஜியாவத் மகதோவின் வீட்டில் பிச்சைக்காரனுக்குக் கூட பிச்சை கிடைக்காது. ஆனால் அவனுக்கிருக்கும், கடனுக்கு எல்லையே இல்லை. இங்கே யார்தான் தப்பி இருக்கிறார்கள் இதிலிருந்து?

திடீரென ரூபாவும் சோனாவும் ஓடி வந்து "அண்ணா பசுவை ஓட்டிக் கொண்டு வருகிறான். முன்னால் பசுவும் பின்னால் அண்ணாவும் வருகிறார்கள் என்றனர்.

ரூபா தான் கோபர் வருவதை முதலில் பார்த்தாள். இந்தச் செய்தியைக் கூறியதற்குரிய பெருமை அவளுக்குத்தான் கிட்டவேண்டும். சோனாவும் இதில் சமபங்கு பெறுவதை அவளால் எப்படித் தாங்கிக் கொள்ள முடியும்? சட்டென முன்னே வந்து-'முதலில் நான் தான் பார்த்தேன். ஓடினேன் நான். அக்கா அப்புறம் தான் பார்த்தாள்', என்றாள்.

சோனாவால் இதை ஏற்றுக் கொள்ள முடியவில்லை. "உனக்கு அண்ணாவை எங்கே தெரிந்தது? ஏதோ பசு ஓடிவருகிறதென்று தானே நீ சொன்னாய்? நான் தான் அண்ணா வருகிறான் என்றேன்" என்றாள்.

இரண்டு பேரும் பசுவை வரவேற்கத் தோட்டத்துப் பக்கம் ஓடினார்கள். தனியாவும், ஹோரியும் பசுவைக் கட்டுவதற்கான ஏற்பாடுகளைச் செய்யத் துவங்கினர்.

'வா சீக்கிரம் தீனித்தாழியைப் புதைத்து விடலாம்' என்றான் ஹோரி.

தனியாவின் முகத்தில் இளமை மின்னலிட்டது. "வேண்டாம். முதலில் தட்டில் கொஞ்சம் கோதுமைமாவும் வெல்லமும் கலந்து வைக்கலாம். பாவம் வெயிலில் நடந்து வந்திருக்கிறது. தாகமாயிருக்கும் போய் தாழியை வை, நான் மாவு கரைத்து வருகிறேன்" என்றாள்.

"எங்கேயோ ஒரு மணி கிடந்தது. அதைத் தேடி எடு, அதன் கழுத்தில் கட்டலாம்"

"சோனா எங்கே போய் விட்டாள்? மளிகைக்கடையிலிருந்து கொஞ்சம் கறுப்புக் கயிறு வாங்கி வரச்சொல்லு. பசுவிற்கு திருஷ்டிபட்டுவிடும்"

"இன்று என் வாழ்வின் மிகப்பெரிய ஆசை பூர்த்தியாகிவிட்டது" தனியா தன் உள்ளத்தின் பூரிப்பை அடக்கி வைத்துக் கொள்ளத்தான் விரும்பினாள். இத்தனை பெரிய சம்பத்து தன்னுடன் கூடவே புதியதொரு இடையூறையும் கொண்டு வராமலிருக்க வேண்டுமே என்ற ஐயம் நிராசை மிகுந்திருந்த அவள் உள்ளத்தில் நடுக்கத்தை ஏற்படுத்தி இருந்தது. வானத்தை ஏறிட்டு நோக்கியவள் - 'பசு வீட்டுக்கு வரும் சந்தோஷத்துடன் அது வருகிற வேளையும் சுபமாக இருக்கட்டும். பகவானின் இச்சை என்றாள். அவள் பகவானையும் ஏமாற்ற விரும்பினாள் போலும். இந்தப் பசுவின் வருகையினால் அவளுக்கு அத்தனை மகிழ்ச்சி ஏதும் உண்டாகி விடவில்லை. பொறாமை கொண்ட கடவுள் சுகத்தை அதிகப்படுத்துவதற்காக புதிதாக ஏதும் ஆபத்தை அனுப்பாமலிருக்கட்டும் என்பதை பகவானுக்கும் காட்ட விரும்பினாள்.

அவள் மாவைக் கரைத்துக் கொண்டிருக்கும் போதே கோபர் மாட்டை ஓட்டிக் கொண்டு, சிறுவர் பட்டாளம் சூழ வாசலுக்கு வந்துவிட்டான். ஹோரி ஓடிப்போய் பசுவின் கழுத்தைக் கட்டிக் கொண்டான். தனியா மாவை அப்படியே வைத்து விட்டு,

சட்டென்று ஒரு பழைய புடவையின் கறுப்புக் கரையைக் கிழித்து அதன் கழுத்தில் கட்டிவிட்டாள்.

சாட்சாத் தேவியே வீட்டிற்குள் காலடி எடுதது வைத்திருப்பது போல் ஹோரி, சிரத்தையும் கவலையும் நிறைந்த விழிகளுடன் பசுவைப் பார்த்தவாறே நின்றிருந்தான். இன்று பசுவின் காலடி பட்டு அவனது இல்லம் புனிதமடைந்து விட்டது. கடவுளின் அருளால் அந்த நன்னாள் அவன் வாழ்வில் நேர்ந்துவிட்டது. எந்தப் புண்ணியத்தின் பலனோ இத்தகைய சௌபாக்கியம் கிட்டியுள்ளது.

திகிலுற்றவளாய் தனியா சொன்னாள் - 'அட! ஏன் இப்படி நின்று விட்டாய். முற்றத்தில் தாழியைவை'.

முற்றத்திலா? ஏது இடம்? "நிறைய இடமிருக்கிறது"

"நான் வெளியே வைக்கிறேன்"

"பைத்தியமாகாதே! கிராமத்தின் நிலையைத் தெரிந்து கொண்டும் தெரியாது மாதிரி பேசாதே."

"அரே! கையகல முற்றத்தில் பசுவை எங்கே கட்டுவாயாம்?"

"உனக்குத் தெரியாத விஷயத்தில் குறுக்கிடாதே' உலகத்திலிருக்கிற விஷயமெல்லாம் நீ மட்டுமே படிக்கவில்லை"

உண்மையிலேயே ஹோரி தன் வசத்திலில்லை. பசு அவனைப் பொறுத்த வரையில் பக்தி சிரத்தைக்குப் பாத்திரமாகும் பொருள் மட்டுமல்ல. உயிருள்ள செல்வமும் கூட. அவன் அதன் மூலம் தன் வீட்டு வாசலின் சோபையை, தன் வீட்டின் கௌரவத்தை மேம்படுத்திக் கொள்ள விரும்பினான். வீட்டு வாசலில் பசு கட்டி இருப்பதைப் பார்த்ததும் ஜனங்கள் இது யார் வீடு? என்று கேட்க வேண்டுமென ஆசைப்பட்டான். 'இதுவா ஹோரி மகதோவின் வீடு' என நாலு பேர் சொல்ல வேண்டுமென விரும்பினான். அப்பொழுது தான் பெண் வீட்டுகாரர்களும் அவனது செல்வாக்கினால் கவரப் படுவார்கள். வீட்டுக்கு முற்றத்தில் கட்டி வைத்தால், யார் கண்ணில் படுமாம்? இதற்கு மாறாக தனியா சந்தேகமும் ஐயமும் கொண்டிருந்தாள். அவள் பசுவை ஏழு திரையிட்டு மறைத்து வைக்க விரும்பினாள். பசு நாள் முழுவதும் வீட்டிற்குள்ளேயே இருக்க முடியுமென்றாள். இவள் ஒருக்கால் அதை வெளியே எடுக்கவே விரும்பமாட்டாள். ஒவ்வொரு விஷயத்திலும் ஹோரி தான் ஜெயிப்பான். தன் பேச்சில் உறுதியாய் நிற்பான். தனியா அடங்கித் தான் போக நேரிடும். ஆனால் இன்று தனியாவிற்கு முன்னால் ஹோரி ஒன்றும் செய்ய முடியவில்லை. தனியா சண்டைக்குத் தயாராகி விட்டாள். கோபர், சோனா, ரூபா எல்லோரும் ஹோரியின் கட்சி. ஆனால் தனியா தனியாகவே நின்று எல்லோரையும் முறியடித்து விட்டாள். அவளிடம் இனமறியாத தன்னம்பிக்கையும் ஹோரியிடமும் என்றுமில்லாத பணிவும் தோன்றியிருந்தது.

ஆனால் தமாஷ் எப்படி நிற்கும்? பசு பல்லக்கில் உட்கார்ந்து வரவில்லை என்றாலும் கிராமத்தில் இத்தனை பெரிய சம்பவம் நிகழும்போது நாலுபேர் வேடிக்கை பார்க்கவராமலிருப்பதாவது? யார் காதில் வீழ்ந்ததோ, அவரவர் கை வேலையைப் போட்டு விட்டு பார்க்க ஓடிவந்தனர். இது சாதாரண நாட்டுப் பசு அல்லவே! போலாவின் வீட்டிலிருந்து எண்பது ரூபாய் விலையில் வந்திருக்கிறது.

ஹோரி எண்பது ரூபாய் எங்கே கொடுப்பான்? ஐம்பது, அறுபது ரூபாயில் ஓட்டி வந்திருப்பான். இக்கிராமத்தின் வரலாற்றில் ஐம்பது, அறுபது ரூபாயில் ஒரு பசுவைக் கொண்டு வருவது கூட அரிய விஷயமாயிற்றே! காளை மாடு ஐம்பது ரூபாய்க்கு வந்தாலும் சரி, நூறு ரூபாயானாலும் சரி தான். ஆனால் பசுவிற்கு இத்தனை ரூபாய், இவ்வளவு பெரிய தொகை, ஒரு சம்சாரி என்னத்தைச் சாப்பிட்டு, செலவு செய்வான்? இது இடையர்களின் நெஞ்சுரம். கை நிறைய ரூபாயை எண்ணித் தருவார்கள். பசு என்ன? சாட்சாத் தேவியின் சொரூபம் அல்லவா? தரிசிக்க வருகிறவர்கள், விமர்சிக்கிறவர்கள், என்று வரிசை தொடர்ந்து கொண்டிருந்தது. ஹோரி இங்குமங்கும் ஓடியாடி, எல்லோரையும் உபசரித்துக் கொண்டிருந்தான். இந்த மகிழ்ச்சியுடன், இத்தனை பணிவாக இதற்கு முன் அவன் இருந்ததேயில்லை.

எழுபது வயதுக் கிழவர் தாதாதீன் தடியை ஊன்றிக் கொண்டு வந்து விட்டார்.. பொக்கை வாயைத் திறந்து - "ஹோரி! நீ எங்கே இருக்கிறாய்! நானும் கொஞ்சம் உன்னுடைய பசுவைப் பார்க்கிறேனே! காட்டு! ரொம்ப அழகாக இருக்கிறது என்று கேள்விப்பட்டேன்" என்றார்.

உள்ளத்தில் பெருமையின் உல்லாசம் தந்த ஆனந்தத்தை அனுபவித்தவாறே ஹோரி ஓடிப் போய் அவரை மரியாதையுடன் வரவேற்று முற்றத்துக்கு அழைத்துச் சென்றான். பண்டித் மகராஜ் தனது அனுபவ முதிர்ச்சி பெற்ற பார்வையில் பசுவை ஆராய்ந்து பார்த்தார். கொம்பைப் பார்த்தார். பால் மடியைப் பார்த்தார். பிருஷ்ட பாகத்தைப் பார்த்தார். அடர்ந்த வெண்ணிறப் புருவங் களுக்குக் கீழே மறைந்திருந்த விழிகளைப் பார்த்தபின், இளமையின் உற்சாகத்துடன் "ஒரு தோஷமுமில்லையப்பா! ஹோரி, புருவம், மயிர்... எல்லாம் சரியாக உள்ளது. கடவுள் அருளிருந்தால் உனக்கு நல்ல பாக்கியம் கிட்டும். அப்படிப்பட்ட இலட்சணம் உள்ளது பசுவிடம். தீவனத்தைக் குறைத்து விடாதே. ஒவ்வொரு கன்றும் நூறு, நூறு ரூபாய் விலை போகும்" என்றார்.

மகிழ்ச்சிக் கடலில் திளைத்தவாறே, "எல்லாம் உங்கள் ஆசீர் வாதம்" என்றான் ஹோரி.

தாதாதீன் புகையிலைத் தூளின் எச்சிலைத் துப்பிவிட்டு - "என்னுடைய ஆசீர்வாதம் இல்லை மகனே! பகவானின் அருள். இது எல்லாமே கடவுளின் அருள்தான். பணம் ரொக்கமாய் கொடுத்தாயா?" என்று கேட்டார்.

ஹோரி இறக்கையில்லாமலேயே உயரப் பறந்தான். தான் கடன் பெற்றுள்ள வட்டிக் கடைக்காரரின் முன்னே, தனது செல்வச் செழிப்பைக் காட்டிக் கொள்ளக் கிடைத்திருக்கும் இந்த அரிய சந்தர்ப்பத்தை எப்படி விட்டுவிடுவது? அரையணா தொப்பியைப் புதிதாய் வாங்கித் தலையில் போட்டுக் கொண்டதும் நாம் திமிராக நடக்கிறோம். சற்று நேரத்திற்கு யாருடைய வண்டியிலாவது நாம் ஏறி உட்கார்ந்து விட்டால் ஆகாயத்தில் பறக்கத் துவங்கிவிடுகிறோம். அப்படியிருக்கையில் இப்படிப் பட்ட செல்வத்தைப் பெற்றபின் அவனுடைய உள்ளம் ஏன் கர்வம் கொள்ளாது?

'மகராஜ்... போலா அப்படியொன்றும் நல்லவனல்ல. ரொக்கம் எண்ணிக் கொடுத்தேன். சரியாக எண்ணி', என்றான்.

தான் கடன் பட்டிருப்பவரின் முன்னால் பெருமை அடித்துக் கொண்ட ஹோரி தவறு செய்து விட்டான் எனினும் தாதாதீனின் முகத்தில் அதிருப்தியின் அறிகுறி ஏதும் தென்படவில்லை. ஹோரியின் கூற்றில் உண்மை எந்தஅளவு உள்ளது என்பதை அவருடைய மங்கலான பார்வையிலிருந்து துப்ப முடியவில்லை. அதில் ஒளியை விட அதிகம் அனுபவமல்லவா ஒளிந்திருந்தது.

"பரவாயில்லை மகனே! பரவாயில்லை! பகவான் எல்லோருக்கும் நன்மையே செய்வார். கண்ணுக்கு விட்டுவிட்டால் ஐந்து சேர் பால் தேறும்" என்றார்

தனியா சட்டென்று இடைமறித்தாள். "மகராஜ்! அதொன்றுமில்லை. இத்தனை பால் ஏது? வயதாகிவிட்டது இதற்கு! மேலும் அத்தனை தீவனம் இங்கே ஏது!"

பொருள் பொதிந்த பார்வையுடன் தாதாதீன் அவளது முன்னெச்சரிக்கையான போக்கை ஏற்றுக் கொண்டார். அப்பார்வை "குடும்பத்தலைவியின் தர்மம் இதுதான். டம்பம் அடித்துக் கொள்வது ஆண்பிள்ளையின் வேலை. டம்பம் அடித்துக் கொள்ளவிடு" என்று கூறுவது போலிருந்தது. தொடர்ந்து ரகசியமான குரலில் "வெளியே மாட்டைக் கட்டாதே? அது மட்டும் தான் சொல்வேன்" என்றார்.

வெற்றிப் பெருமிதத்துடன் கணவனை நோக்கியவாறே தனியா- "இதோ பார்.. இப்பொழுது ஒப்புக் கொள்கிறாயா" என்று கூறுவது போலிருந்தது. அவன் தாதாதீனைப் பார்த்து- "இல்லை மகராஜ்! வெளியே எதற்காகக் கட்டப்போகிறேன். கடவுள் கொடுத்தால் இன்னமும் மூன்று மாட்டை இந்த முற்றத்தில் கட்டலாம்" என்றான்.

கிராமம் முழுவதும் பார்க்க வந்தது. சோபா, ஹீரா.. உடன்பிறந்தவர்களான இவர்களிருவர் தான் வரவில்லை. ஹோரியின் மனத்தில் இன்னமும் தன் உடன் பிறந்தவர்களுக்காக.., மென்மையான இடமிருந்தது. அவர்களிருவரும் வந்து பார்த்தால் சந்தோஷப்படுவார்கள். அவனுடைய மனமும் திருப்தியடையும். மாலையாகிவிட்டது. அவர்களிருவரும் வயலிலிருந்து திரும்பி வந்தார்கள். அந்த வீட்டுவாசல் வழியே சென்றார்கள். ஆனால் ஒன்றும் கேட்கவில்லை.

ஹோரி பயந்து கொண்டே தனியாவிடம்-"ஹீராவும் வரவில்லை. சோபாவும் வரவில்லை.. விஷயம் கேள்விப்பட்டிருக்க மாட்டார்களா?" என்றான்.

"இங்கு யார் போய் அவர்களைக் கூப்பிடப் போகிறார்கள்? என்றாள் தனியா.

"நீ ஏன் விஷயத்தைப் புரிந்து கொள்ளவில்லை? சண்டை போடவே தயாராய் நிற்கிறாயே! பகவான் இந்த நல்ல நாளை நமக்குத் தந்திருக்கும் போது நாம் பணிவுடன் தானிருக்க வேண்டும். நல்லதோ, கெட்டதோ, தன் உடன் பிறந்தவர்கள் வாயால் நாலு வார்த்தை கேட்க ஒருவனுக்கு எத்தனை ஆசை இருக்குமோ, அது வெளியார் வாயால் கேட்பதில் இல்லை. நம்முடன் பிறந்தவர்கள் எத்தனை மோசமானவர்களாக வேண்டுமானாலும் இருக்கட்டும்.

நம்முடன் பிறந்தவர்கள் அல்லவா! அவரவர் பங்கு, மனைக்காக எல்லோரும்தான் சண்டை சச்சரவு போடுகிறார்கள். இதனால் ரத்தபந்தம் போகிறதாயென்ன? இரண்டு பேரையும் கூப்பிட்டுக் காண்பிக்கத்தான் வேண்டும். இல்லாவிடில் பசு வாங்கினார்கள், சொல்லவில்லையே என்பார்கள்."

தனியா முகத்தைச் சுளித்தாள். "உன்னிடம் நூறு தடவை, ஆயிரம் தடவை, என் முகத்திற்கெதிரே உன் உடன் பிறப்புகளைப் பற்றிப் பேசாதே என்று சொல்லியாச்சு. அவங்க பேரைக் கேட்டாலே உடம்பெல்லாம் பற்றி எரியுது. ஊர் முழுக்கத் தெரியும். அவங்களுக்குத் தெரியாதா என்ன? ரொம்ப தூரத்திலேயா இருக்காங்க, இல்லையே? ஊர் முழுக்கப் பார்க்க வந்தது. இவங்க காலுக்கு மட்டும் மருதாணியா வச்சிருக்காங்க! வரலையே! எப்படி வருவாங்க? நம் வீட்டுக்குப் பசு வந்துவிட்டதே என்று பொறாமையா இருக்கும். நெஞ்சு வெடிச்சுப் போயிருக்கும்" என்றாள்.

விளக்கு வைக்கும் நேரமாகி விட்டது. தனியா உள்ளே போய் பார்த்தாள். புட்டியிலே மண்ணெண்ணெய் இல்லை. புட்டியை எடுத்துக் கொண்டு எண்ணெய் வாங்கச் சென்றாள். காசிருந்தால் ரூபாவை அனுப்பி இருப்பாள். கடனாக வாங்கிவர வேண்டுமே. கொஞ்சம் முகஸ்துதி செய்வாள். முகம் பார்த்துப் பேசுவாள். அப்புறம்தான் மண்ணெண்ணெய் கடனாகக் கிடைக்கும்.

ஹோரி அன்புடன் ரூபாவை அழைத்து மடியில் அமர்த்திக் கொண்டான்- பிறகு "கொஞ்சம் போய் பார். ஹீரா சிற்றப்பன் வந்து விட்டாரா என்று பார். சோபா சிற்றப்பனையும் பார்த்து விட்டு வா அப்பா கூப்பிட்டாரு என்று சொல். வராவிட்டால் கையைப் பிடித்து இழுத்துக் கொண்டுவா" என்றான். 'சித்தி என்னை மிரட்டுகிறாள்' என்றாள் ரூபா.

"சித்தி கிட்ட எதுக்காக போகணும்! சோபாவின் பெண்டாட்டி உன்கிட்ட பிரியமா இருப்பாளில்ல…

"சோபா சித்தப்பா என்னைச் சீண்டும்- நான் போகமாட்டேன்"

"என்ன சொல்லுறான் சொல்லு!"

"என்ன சொல்லுறான்?"

அழ மூட்டுறானா?

"உனக்காக சுண்டெலி பிடித்து வைத்திருக்கிறேன். எடுத்துப் போய், வறுத்து சாப்பிடு" என்கிறார்.

"முதல்லே நீ சாப்பிடு, அப்புறம் நான் சாப்பிடறேன்னு நீ சொல்லலாமே?"

"அம்மா கூடாது என்கிறாள். அவர்கள் வீட்டுக்கெல்லாம் போகாதே என்கிறாள்".

"நீ அம்மா பெண்ணா, அப்பா பெண்ணா?"

ரூபா அவன் கழுத்தைக் கட்டிக்கொண்டு "அம்மா பெண்" என்றவள் சிரிக்கவாரம்பித்தாள்.

"அப்படியென்றால்-என் மடியை விட்டிறங்கு. இன்று என் தட்டில் உனக்கு சாப்பாடு இல்லை."

வீட்டில் ஒரே ஒரு வெங்கலத்தட்டுத்தானிருந்தது. ஹோரி அந்தத் தட்டில்தான் சாப்பிடுவான். அந்தத்தட்டில் சாப்பிடும் கௌரவத்தை அடைவதற்காக ரூபா, ஹோரியுடன் சாப்பிடுவாள். இந்தக் கௌரவத்தை எப்படி விட்டுவிடுவது? குதித்துக்கொண்டு "அச்சா! உன்னுடைய பெண்" என்றாள்.

"அப்போ - நான் சொல்வதைக் கேட்பாயா, அம்மா சொல்லுவதையா?"

"நீ சொல்லுவதை?"

"அப்படியென்றால் போய் ஹீராவையும், சோபாவையும் இழுத்துக் கொண்டுவா."

"அம்மா கோபித்துக் கொண்டால்?"

"அம்மாவிடம் யார் சொல்லப் போகிறார்?" ரூபா குதித்துக்கொண்டே ஹீராவின் வீட்டிற்குச் சென்றுவிட்டாள். துவேஷம் என்ற மாய வலை பெரிய பெரிய மீன்களைத்தான் தன்னுள்ளே இழுத்துக்கொள்ளும். சின்னக் குட்டி மீன்கள் அதற்ககப்படாது. அப்படியே சிக்கினாலும் உடனே நழுவிவிடும். அதற்கு அது பயங்கரமான ஜலக்கிரீடை. அவ்வளவுதான். பயமில்லை. ஹோரிக்கும் உடன்பிறப்புக்களுக்குமிடையே பேச்சு வார்த்தைகள் இல்லை. ஆனால் ரூபா அந்த இரண்டு வீடுகளுக்கும் போய் வந்துகொண்டிருப்பாள். குழந்தைகளிடம் என்ன பகைமை?

ரூபா வீட்டைத் தாண்டுவதற்குள் தனியா வந்துவிட்டாள். கடையிலிருந்து, "சாயங்காலத்தில் எங்கே போகிறாய்? நட வீட்டிற்கு" என்றாள்.

"நட வீட்டிற்கு.. யாரையும் போய்க் கூப்பிட வேண்டிய அவசியமில்லை." என்று மிரட்டிய தனியா, ரூபாவின் கையைப் பிடித்துக் கொண்டு உள்ளே வந்ததும் ஹோரியிடம, "என பிள்ளைகளை யார் வீட்டிற்கும் அனுப்பாதே என்று ஆயிரம் தடவை உன்னிடம் சொல்லியாயிற்று. யாரேனும் ஏதாவது செய்துவிட்டால் என்ன செய்வது? அவ்வளவு அன்பு இருந்தால் நீயே போவதுதானே! இன்னும் பட்டது போதவில்லை என்று தோன்றுகிறது" என்றாள் கடுமையாக.

ஹோரி தாழியைப் புதைத்துக் கொண்டிருந்தான். கையில் மண்ணுடன் ஏதும் தெரியாதவன் போல் நடித்தவாறே "எதற்காகக் கோபித்துக் கொள்கிறாய்? குருட்டுநாயைப் போல் வானத்தைப் பார்த்துக் குலைப்பது நன்றாகயில்லை" என்றான்.

தனியாவிற்கு விளக்கில் எண்ணெய் ஊற்ற வேண்டி இருந்தது. இச்சமயத்தில் சண்டையை வளர்த்த அவள் விரும்பவில்லை. ரூபாவும் பிள்ளைகளுடன் விளையாடப் போய்விட்டாள்.

இரவு ஒரு ஜாமம் கழிந்து விட்டிருந்தது. தீவனத்தாழியைப் புதைத்தாகி விட்டது. பிண்ணாக்கும், பொட்டும் கலந்து வைத்திருந்தார்கள். புதிய மணப்பெண் மாமனார் வீட்டிற்கு வந்திருப்பது போல் பசு சோர்ந்து போய் வருத்தத்துடனிருந்தது. தீவனத்தில் வாயே வைக்கவில்லை. ஹோரியும் கோபரும் தாங்கள் சாப்பிட்ட பின் பாதி, பாதி ரொட்டியை அதற்காகக் கொண்டு

வந்தார்கள். ஆனால் அது முகர்ந்து கூடப் பார்க்கவில்லை. ஆனால் இதொன்றும் புதிய விஷயமில்லை. கால்நடைகளுக்குக் கூட தாங்களிருந்த வீட்டை விட்டு வந்துவிட்ட வருத்தமிருக்கும்.

ஹோரி வெளியே கட்டிலில் அமர்ந்து "சிலம்" புகைக்கலானான். அவனுக்கு மீண்டும் தம்பிகளின் நினைவு வந்துவிட்டது. இல்லை.... இன்று இந்த சுபமான சந்தர்ப்பத்தில் அவனால் தம்பிகளைப் புறக்கணிக்க முடியாது. இச்செல்வத்தைப் பெற்றிருந்த அவன் மனம் விசாலமாகி விட்டிருந்தது. தம்பிகளிடமிருந்து பிரிந்து விட்டதால் என்னவாம். அவர்களுடைய பகைவன் அல்லவே அவன். இந்தப் பசுவே மூன்று வருடங்களுக்கு முன் வந்திருந்தால் எல்லோருக்கும் அதன்மீது சமஉரிமை இருந்திருக்கும். நாளைக்கே இந்தப் பசு பால் கொடுக்கத் துவங்கினால் தம்பிகளின் வீட்டிற்கு பாலோ, தயிரோ, அனுப்ப மாட்டானா என்ன? அவனுடைய தருமம் அல்லவா... அது.... தம்பிகள் அவனுக்குத் தீமை நினைத்தாலும் அவன் ஏன் நினைக்க வேண்டும். அவரவர் செய்கையின் பலன் அவரவருக்குத் தானே!

அவன் "சிலம்"மை கட்டிலின் காலுக்கருகே வைத்துவிட்டு ஹீராவின் வீட்டை நோக்கி நடந்தான். சோபாவின் வீடும் அங்கேயேதானிருந்தது. இருவரும் அவரவர் வீட்டுவாசலில் படுத்திருந்தனர். நல்ல இருட்டு. ஹோரியின் மீது அவர்களின் பார்வை விழவில்லை. இருவரும் ஏதோ பேசிக்கொண்டிருந்தனர். தடைபட்டாற்போல் நின்ற ஹோரி அவர்கள் பேசுவதைக் கவனிக்கலானான்.

தன்னைப்பற்றி பேசுவதைக்கேட்டு, அங்கிருந்து நகர விரும்புபவரும் உண்டா என்ன?

"நாமெல்லோரும் ஒன்றாக இருந்தவரையில் ஒரு ஆடு கூட வாங்கியதில்லை. இப்போ அயல்நாட்டுப் பசு வாங்கியிருக்கிறார்கள். உடன்பிறந்தவர்களின் உரிமையைப் பறித்துக் கொண்டு யாரும் வாழ்ந்ததைப் பார்த்ததில்லை" என்றான் ஹீரா.

"ஹீரா! நீ சொல்வது ரொம்பவும் அநியாயம். அண்ணா ஒவ்வொரு பைசாவிற்கும் கணக்குக் கொடுத்துவிட்டான். அவன் முன்னாலேயே பணத்தை ஒளித்து வைத்திருந்தான் என்பதை நான் ஒப்புக்கொள்ளவே மாட்டேன்" என்றான் சோபா.

"நீ ஒப்புக் கொண்டாலும், கொள்ளாவிட்டாலும், இது முன்னரே சம்பாதித்த பணம்தான்".

"யார் மீதும் பொய்க்குற்றம் சாட்டக்கூடாது"

"அச்சா! இந்த ரூபாய் எங்கேயிருந்து வந்ததாம்? மேலேயிருந்து தங்க மழை பெய்ததா? அந்தளவு வயல் நம்மிடமும் இருக்கிறதே. நமக்கு அந்த அளவுதான் விளைகின்றது. பின் ஏன் நம்மிடம் சல்லா கோடிக்குக்கூட காலணா இல்லை. அவர் வீட்டில் மட்டும் புதிதாய் பசு வந்திருக்கிறதே!

"கடனாக வாங்கியிருப்பார்"

"போலா கடனாகக் கொடுக்கும் ஆசாமி அல்ல"

"என்னவானாலும் சரி. பசு ரொம்ப அழகாயிருக்கிறது. கோபர் ஓட்டிக் கொண்டுபோகும் போது, வழியில் நான் பார்த்தேன்"

“நாணயமற்று சம்பாதிக்கும் பணம் எப்படி வருகிறதோ, அப்படியே போய்விடும். அந்தப் பசு ரொம்பநாள் அந்த வீட்டிலிருக்காது. கடவுள் பார்த்துக் கொள்வார்”, என்றான் ஹீரா.

ஹோரியினால் அதற்கு மேல் கேட்டுக் கொண்டு நிற்கமுடியவில்லை. கடந்து போனவைகளையெல்லாம் மறந்துவிட்டு தனது உள்ளத்தில் அன்பையும், பரிவையும் நிரப்பிக் கொண்டு, தம்பிகளிடம் வந்திருந்தான். ஆனால் இந்த அடி அவன் இதயத்தை துளைத்து விட்டது. இதயத்திலிருந்த அன்பெனும் ரசம் அதில் தங்க முடியவில்லை. கந்தலையும், கிழிசலையும் ஓட்டையில் அடைத்தாலும் கூட பெருகி வந்த பிரவாகத்தைத் தடுத்து நிறுத்த இயலவில்லை. இந்தக் குற்றச்சாட்டுக்கு உடனே பதில் தரவேண்டுமென்ற ஆத்திரம் பொங்கிவந்தது. ஆனால் பேச்சு தடித்துவிடுமே என்றஞ்சியவனாய் வாளாவிருந்துவிட்டான். அவனது எண்ணம் நல்லதாக இருந்தால் யாரும் எதுவும் செய்ய முடியாது. கடவுளின் முன்னால் அவன் குற்றமற்றவன்.

மற்றவர்களைப் பற்றி அவனுக்கு அக்கறையில்லை. ஹோரி வந்த வழியே திரும்பிவிட்டான். புகைந்து கொண்டிருந்த ‘சிலம்’மை மீண்டும் புகைக்கலானான். ஆனால் அந்த விஷம் ஒவ்வொரு கணமும் அவனது நாடி நரம்புகளிலெல்லாம் பரவிக் கொண்டே போயிற்று. அவன் உறங்க முயற்சித்தான். ஆனால் உறக்கம் வரவில்லை. மாடுகளிடம் சென்று அவற்றைத் தடவிக் கொடுத்தான். மனம் என்னவோ அமைதியடையவில்லை. மற்றொரு ‘சிலம்’ நிரப்பினான். ஆனால் அதிலும் எந்த மகிழ்ச்சியும் கிட்டவில்லை. அந்த விஷம் அவனது உணர்வுகளையெல்லாம் தாக்கியிருந்தது. போதையில், பிரக்ஞை ஒன்றிலேயே நிலைத்திருப்பதுபோல், பரந்து கிடக்கும் நீர், ஒரே திசையில் பாய்ந்து வேகம் கொள்வதுபோல் அவனது மனநிலையும் இருந்தது. அதே உன்மத்த நிலையில் அவன் உள்ளே சென்றான். இன்னமும் வாசல் கதவு திறந்துதானிருந்தது. முற்றத்தின் ஒரு ஓரத்தில் பாயை விரித்து தனியா படுத்திருந்தாள். சோனா அவள் உடம்பைப் பிடித்துவிட்டுக் கொண்டிருந்தாள். தினமும் மாலையாகியதுமே உறங்கிவிடும் ரூபா இன்று உறங்காமல் பசுவின் முகத்தை வருடியவாறு நின்று கொண்டிருந்தாள். ஹோரி பசுவிடம் சென்று அதன் முளையில் கட்டியிருந்த கயிற்றை அவிழ்த்து வாசலை நோக்கி நடக்கலானான். இக்கணமே பசுவைப் போலாவின் வீட்டில் கொண்டுபோய் விட்டுவிட நிச்சயித்திருந்தான். இத்தனை பெரிய களங்கத்தைத் தலையின்மீது சுமந்து கொண்டு பசுவை வீட்டில் வைத்துக் கொண்டிருக்க அவனால் இயலாது. எந்த விதத்திலும் முடியாது.

“ராத்திரி வேளையில் எங்கே கொண்டு போகிறாய்?” என வினாவினாள் தனியா.

ஓரடி முன்னே வைத்த ஹோரி - “போலாவின் வீட்டிற்குக் கொண்டு போகிறேன். திருப்பித் தந்து விடுகிறேன்” என்றான்.

தனியாவிற்கு வியப்பாக இருந்தது. எழுந்து எதிரே வந்து நின்றவள், “ஏன் திருப்பிக் கொடுக்கப் போகிறாய்? திருப்பிக் கொடுக்கவா ஓட்டி வந்தாய்?” என்றாள்.

"ஆமாம். இதைத் திருப்பிக் கொடுத்து விடுவதுதான் நல்லது"

"ஏன்? என்ன விஷயம்? எத்தனை ஆசையோடு கொண்டு வந்தாய். இப்பொழுது திருப்பிக்கொண்டு போகப்போகிறாயா? போலா ரூபாய் கேட்கிறாரா?"

"இல்லை. போலா இங்கே எங்கே வந்தான்"

"பின் என்னதான் நடந்தது?"

"கேட்டு என்ன செய்யப் போகிறாய்?"

பாய்ந்து வந்த தனியா-மாட்டின் கயிற்றைக் கையிலிருந்து பிடுங்கிக் கொண்டாள். அவளது சூட்சுமமான அறிவு மனதில் உள்ளதைத் தெரிந்து கொண்டு விட்டது.

"தம்பிகளைப் பற்றிய பயமா?" என்றாள். "பயமென்றால் போய் அவர்கள் காலிலே விழு. எனக்கு யாரிடமும் பயமில்லை. நம்முடைய மேன்மையைக் கண்டு யார் நெஞ்சாவது விண்டு போகிறதென்றால் விண்டு போகட்டுமே! எனக்கு அதைப்பற்றிய அக்கறையில்லை"

"மெதுவாகப் பேசு மகாராணி. யார் காதிலாவது வீழ்ந்தால் இந்த ராத்திரியில் சண்டைபோட்டுக் கொள்கிறார்கள் என்று நினைப்பார்கள். என் காதால் நான் என்னென்ன கேட்டுக் கொண்டு வந்திருக்கிறேன் என்று உனக்கென்ன தெரியும்? பங்குபோட்ட போது நான் பணத்தை அமுக்கிக் கொண்டுவிட்டேன். தம்பிகளை மோசம் செய்து விட்டேன். அந்த ரூபாயெல்லாம்தான் இப்பொழுது வெளியே வருகிறதென்றெல்லாம் இங்கே சர்ச்சை நடந்து கொண்டிருக்கிறது" என்று தாழ்ந்த குரலில் கூறினான் ஹோரி.

"வேறு யார்? ஹீரா சொல்லியிருப்பான்!".

"கிராமம் முழுவதும் சொல்லுகிறது, எதற்காக ஹீராவிற்கு கெட்ட பெயர் சொல்ல வேண்டும்?" என்றான் ஹீரா.

"கிராமம் முழுவதும் சொல்லவில்லை. ஹீரா மட்டும் தான் சொல்லுகிறான். உன் அப்பா எத்தனை ரூபாய் வைத்துவிட்டுச் செத்துப்போனார் என்று நான் இப்பொழுதே சென்று கேட்கிறேன். உங்களால் நாங்கள் நாசமாகிப் போய்விட்டோம். எங்கள் வாழ்க்கையே மண்ணோடு மண்ணாகிப் போய்விட்டது. வளர்த்து ஆளாக்கினோம். இப்பொழுது நாங்கள் அயோக்கியர் களாகிவிட்டோம். இதோ! பார்! சொல்லிவிட்டேன்! இந்தப் பசு வாசற்படியைத் தாண்டினால் அனர்த்தமாகிவிடும். ஆமாம்! நாம் ரூபாயை அமுக்கிவிட்டோம். பதுக்கி விட்டோம். இடையிலேயிருந்த நிலத்தை பதுக்கிவிட்டோம். பறையடித்து சொல்லுகிறேன் நான். சட்டியிலே தங்கக் காசுபோட்டு நான் தான் ஒளித்து வைத்திருந்தேன். ஹீரா, சோபா, ஊர், உலகம் எல்லாம் என்ன வேண்டுமென்றாலும் சொல்லிக் கொள்ளட்டும், செய்துகொள்ளட்டும்! பணத்தை ஏன் பதுக்கி வைத்துக் கொள்ளக் கூடாது. இரண்டு தடியன்களுக்குக் கல்யாணம் செய்யவில்லையா? மருமகளை வீட்டிற்கு அழைக்கவில்லையா?

ஹோரி செய்வதறியாது தயங்கினான். தனியா மாட்டை மீண்டும் முளையில் கட்டிவிட்டு வாசலை நோக்கி விரைந்தாள். ஹோரி அவளைப் பிடிக்க விரும்பினான். ஆனால் அதற்குள் அவள்

போய்விட்டாள். அவன் அங்கேயே தலையைப் பிடித்துக் கொண்டு உட்கார்ந்து விட்டான். வெளியே ஓடிப்போய் அவளைப் பிடித்து ஒரு நாடகம் நடத்த அவன் விரும்பவில்லை. தனியாவின் கோபத்தைப் பற்றி அவன் நன்கறிவான். சினம் கொண்டால் சாட்சாத் சண்டிதேவிதான். அடித்தால், வெட்டினால் கூடக் கேட்கமாட்டாள். ஆனால் ஹீராவும் ரொம்பக் கோபக்காரன். அவனும் கை நீட்டிவிட்டால் பிரளயம்தான். இல்லை. ஹீரா அத்தனை முட்டாளில்லை. நான் ஏன் இப்படி நெருப்பை மூட்டிவிட்டேன்? ஹோரிக்குத் தன்மீதே கோபம் கோபமாய் வந்தது. விஷயத்தை மனதிற்குள்ளேயே வைத்துக் கொண்டிருந்தால் இந்த களேபரம் ஏன் மூளப்போகிறது? திடீரென தனியாவின் கடூரமான குரல் காதில் வீழ்ந்தது. ஹீராவின் கர்ஜனையும் கேட்டது. பிறகு புனியாவின் கூர்மையான வார்த்தைகளும் கூச்சலும் காதில் குத்தியது. திடீரென அவனுக்கு கோபரின் நினைவு வந்தது. வெளியே பாய்ந்து வந்து கட்டிலைப் பார்த்தான். காலியாக இருந்தது. அனர்த்தம்தான். கோபரும் அங்கு போய் விட்டானா? இனி மோசம்தான். இளரத்தம். என்ன செய்து விடுகிறதோ, தெரியாது! ஆனால் ஹோரி அங்கே எப்படிப்போவான்? நீங்க வாய் திறக்கவில்லை. இந்த ராட்சசியை சண்டைபோட அனுப்பி விட்டீர்களா என்று ஹீரா கேட்பான். கூப்பாடும் சத்தமும் ஒவ்வொரு கணமும் அதிகரித்துக் கொண்டே போயிற்று. கிராமம் முழுவதும் விழித்துக் கொண்டுவிட்டது. எங்கோ நெருப்பு பற்றிக் கொண்டு விட்டதோ என ஜனங்கள் கட்டிலிலிருந்து எழுந்து நெருப்பை அணைக்க ஓடினர்.

இத்தனை நேரம் அவன் பொறுமையுடன் தன்னைக் கட்டுப் படுத்திக் கொண்டிருந்தான். இனியும் அவனால் முடியவில்லை. தனியா மீது ஆத்திரமாக வந்தது. அவள் எதற்காக வலியச் சண்டைக்குப் போனாள்? தன்னுடைய வீட்டில் ஒருவன் எதை வேண்டுமானாலும் பேசுவான். யாரை வேண்டுமானாலும் என்னென்னவோ சொல்லுவான். முகத்திற்குநேரே ஒருவன் ஏதும் சொல்லாதவரையில், தன்னிடம் ஏதும் சொல்லவில்லை என்றுதான் நினைத்துக் கொள்ள வேண்டும். ஹோரியிடமிருந்த குடியானவனின் மனப்பான்மை சண்டையென்றால் விலகி ஓடியது. தங்களுக்குள் சச்சரவிட்டுக் கொள்வதைவிட நாலுவார்த்தை கேட்டபின் வருத்தப்படுவது இதைவிட எவ்வளவோ மேல். அடிதடி சண்டையாகிவிட்டால், போலீஸ், போலீஸ்ஸ்டேஷனுக்கு நடந்து, இங்குமங்கும் அலைந்து சுற்றி, எல்லோரையும் கெஞ்சிக் கூத்தாடி, கோர்ட்டு, கச்சேரி என்று அலையவேண்டும். வயல், பயிர் எல்லாம் நாசமாகிப் போய்விடும் அவ்வளவுதான். ஹீரா அவளுக்கு அடங்க மாட்டான். ஆனால் தனியாவை வலுக்கட்டாயமாய் அவனால் இழுத்து வரமுடியும். மிஞ்சிப் போனால் திட்டப் போகிறாள். இரண்டொருநாள் ஊடல் கோபம் எல்லாமிருக்கும். அவ்வளவுதான். போலீஸ், கீலீஸ் என்றெல்லாம் அந்தளவு போகா தல்லவா! ஹோரி வெளியே சென்று ஹீராவின் வாசலுக்கு நேரே, தூரத்தில் சுவரின் மறைவில் நின்று கொண்டான். மைதானத்திற்குள் இறங்கும் முன்னர்,

நிலவரத்தை நன்கு அறிந்து, பரிசீலித்துக் கொள்ளும் படைத் தலைவனைப்போல் ஹோரியும் நிலைமையைக் கண்டறிந்து கொள்ள விரும்பினான். வெற்றி தன்பக்கமென்றால், பேசவேண்டிய அவசியமெதுவும் இல்லை. தோல்வி நேரப் போகிறதென்றால் உடனே களத்தில் குதித்துவிட வேண்டியதுதான். பார்த்தான். ஐம்பதுக்கும் மேல் ஜனங்கள் கூடியிருந்தனர். பண்டிதர் தாதாதீன், லாலா படேசுவரி, கிராமத்தின் முக்கியமான புள்ளிகளான இரண்டு டாகுர்கள், என யாவருமே அங்கிருந்தனர். தனியாவின் பக்கம் வலுவிழந்து கொண்டிருந்தது. அவளது உக்கிரம் பொதுஜன அபிப்பிராயத்தை அவளுக்கு எதிராக உருவாக்கிவிட்டிருந்தது. யுத்த நீதியில் அவள் அத்தனை கெட்டிக்காரி அல்ல. போர்முறைத் தந்திரம் அறியாதவள். கோபவெறியில் வாய்க்கு வந்தபடி, கன்னா பின்னாவென்று பேசியது மக்களின் அனுதாபத்திலிருந்து அவளை தூர விலக்கிக் கொண்டிருந்தது.

"எங்களைப் பார்த்து நீ ஏன் எரிகிறாய்? எங்களைப் பார்த்து உன் நெஞ்சு ஏன் விண்டு விரிந்து போகிறது? வளர்த்தி ஆளாக்கி விட்டோமே! அதற்குத் தானா இந்த இனாம்? நாங்கள் வளர்த்தியிருக்கா விட்டால் இந்நேரம் பிச்சை எடுத்துக் கொண்டிருப்பாய். தங்க நிழல் கூடக் கிடைத்திராது".

ஹோரிக்கு இந்த வார்த்தைகள் தேவைக்கதிகமாகவே கடுமையானவையாய்த் தோன்றின. தம்பிகளை வளர்த்து ஆளாக்குவது அவனது தர்மம். கடமை. அவர்களின் பங்குக்கான சொத்து அவன் கையில்தானிருந்தது. பிறகு வளர்த்தி சாப்பாடு போடாமலிருப்பதெப்படி? இல்லாவிட்டால் நாலு பேருக்கு முகத்தைக் காட்ட முடியுமா?

"எங்களுக்கு யாரைப் பற்றியும் எதுவும் தெரியாது. உன் வீட்டில் நாயைப் போல் ஒரு துண்டு சாப்பிட்டோம் என்றால் நாள் முழுவதும் உழைத்தோமே! சின்ன வயசும், இளமைப் பருவமும் எப்படி இருக்குமென்றே எங்களுக்குத் தெரியாது. நாள் முழுவதும் சாணி பொறுக்குவோம். அப்படியும் நாலு திட்டு திட்டாது நீ சாப்பாடு போட மாட்டாயே! உன்னைப் போன்ற ராட்சசி கையில் சிக்கி எங்களுக்கு வாழ்க்கையே கசந்து போய்விட்டது" என்றான் ஹீரா.

தனியா பின்னும் உக்கிரமடைந்தாள் - "நாக்கை அடக்கிப் பேசு. இல்லாவிட்டால் நாககை உருவிவிடுவேன். உன் பெண்டாட்டி தான் ராட்சசி. என்ன நினைத்துக் கொண்டிருக்கிறாய் நீ. துரோகி, எச்சிப் பொறுக்கி... உன் தலையை......"

தாதாதீன் இடைமறித்தார் - "ஏய் தனியா! இவ்வளவு கடுமையான வார்த்தைகளைச் சொல்லுகிறாய்? பெண்ணுக்குப் பொறுமை வேண்டும். அவனோ முரடன். அவனோடு ஏன் வாய் கொடுக்கிறாய்?"

கணக்குப் பிள்ளை லாலா படேசுவரி அவரை ஆமோதித்தார் - "பேச்சுக்குப் பேச்சு..த்தான். திட்டுவது அல்ல. நீ அவனை சின்னவனாக இருக்கும்போது வளர்த்தினாய். அது சரி. ஆனால்

அவனது சொத்துப் பத்து உங்கள் கையிலிருந்தது என்பதை மறந்து விட்டாயா?"

எல்லோருமாய்ச் சேர்ந்து என்னை மட்டம் தட்ட விரும்புகிறார்கள் என்று தனியா நினைத்தாள். அவ்வளவுதான், நாலா பக்கமும் சுழன்று சண்டை போடத் தயாராகிவிட்டாள் அவள். "அச்சா! லாலாஜி! இருக்கட்டும். எனக்கு எல்லோரையும் தெரியும். இந்தக் கிராமத்திற்கு நான் வந்து இருபது வருடமாகி விட்டது. ஒவ்வொருவருடைய நாடி நரம்பும் தெரியுமெனக்கு. நன்றாகவே தெரியும். நான் திட்டுகிறேன். அவன் பூ மாரிபொழிகிறான் இல்லையா?" என்றாள்.

மளிகைக் கடைக்காரி - எரிகிற நெருப்பில் நெய் வார்த்தாள். "பெரிய வாயாடிப் பொம்பளை இவள். ஆண்பிள்ளையுடன் வாய் கொடுக்கிறாள் பார்! ஹோரியாக இருப்பதால் இவள் காலம் தள்ள முடிகிறது. இன்னொருவனாக இருந்தால் ஒருநாள் கூட சரிப்படாது"

இச்சமயம் ஹீரா சற்றுத் தணிந்து போயிருந்தான். அவன் ஜயித்திருப்பான். ஆனால் தனியாவின் பேச்சு அவனைத் தன்வசமிழக்கச் செய்து விட்டன. மற்றவர்களும் தன் சார்பில் நிற்பதைக் கண்டதும் அவனுக்கு மேலும் துணிச்சல் வந்துவிட்டது - தொண்டை கிழிய கத்தினான். அவன் "போ! என் வீட்டுவாசலிலிருந்து...போய்விடு! இல்லாவிட்டால் என் செருப்புத்தான் பேசும். மயிரைப் பிடித்து உலுக்கி விடுவேன்! திட்டவா செய்கிறாய்? பிசாசே! பிள்ளை இருக்கிறானே என்ற திமிரா! கொலை.....

அவ்வளவுதான். சூழ்நிலையே மாறிவிட்டது. ஹோரியின் ரத்தம் கொதித்தது. வெடி மருந்தின் மீது நெருப்புப் பொறிபட்டுவிட்டது. சட்டென்று முன்னே வந்து - "போதும் இனி வாயை மூடிக் கொள் ஹீரா! இனியும் என்னால் கேட்டுக் கொண்டிருக்க முடியாது. இந்தப் பெண் பிள்ளையை நான் என்ன சொல்ல? எனக்கு அபவாதம் நேருவதெல்லாம் இவளால்தான். ஏனோ இவளால் வாயை மூடிக் கொண்டிருக்க முடிவதில்லை".

நாற்புறமிருந்தும் ஹீராவின் மீது வசைமாரி பொழியத் துவங் கியது. தாதாதீன் - 'வெட்கம் கெட்டவன்' என்றார். படேச்வரி 'குண்டா' என்றார். ஜீங்குரிசிங் 'சைத்தான்' என்ற பட்டம் தந்தார். மளிகைக் கடைக்காரி துலாரி, 'கெட்டபிள்ளை' என்றாள். உத்தண்டமான ஒரு வார்த்தை தனியாவின் கட்சியை இலேசாக்கிவிட்டது. மற்றொரு உக்கிரமான வார்த்தை ஹீராவை சுண்ணாம்புக் காளவாயில் தள்ளிவிட்டது. ஹோரியின் நிதானமிழக்காத வார்த்தைகள் கொஞ்சம் நஞ்சமிருந்த குறையையும் தீர்த்து விட்டது.

ஹீரா சமாளித்துக் கொண்டு விட்டான். கிராமம் முழுவதும் இப்பொழுது அவனுக்கெதிராகிவிட்டது. இனிவாயை மூடிக் கொண்டிருப்பதுதான் அவனுக்கு நல்லது. கோப வெறியில் கூட அவனுக்கு இத்தனை அறிவு இருந்தது.

ஆனால் தனியாவின் துணிச்சல் இரு மடங்காகிவிட்டது. ஹோரியை நோக்கி - "நன்றாகக் காதை நீட்டிக் கேட்டுக் கொள்,

தம்பிகளுக்காக உயிரை விடுகிறாயே! இப்படிப்பட்ட தம்பிகளின் முகத்தில்கூட விழிக்கக் கூடாது. இவர்களா தம்பிகள்! இவன் என்னைச் செருப்பால் அடிப்பானாம். வளர்த்தி, சோறு போட்டு.....

"சும்மா ஏன் வளவளவென்று உளறுகிறாய் நீ.." என அதட்டினான் ஹோரி. "போ வீட்டிற்கு"

தனியா தரையில் தம்மென்று உட்கார்ந்து விட்டாள். அழுகை கலந்த குரலில் - "இவனிடம் செருப்படி பட்டுக்கொண்டு தான் போவேன். இவனுடைய ஆண்பிள்ளைத் தனத்தையும்தான் பார்க்கிறேனே! எங்கே கோபர்! பார்க்கிறாய் அல்லவா மகனே! உன் அம்மாவை செருப்பால் அடிக்கப் போகிறார்கள்... எனப் புலம்பியவள் தன்னுடைய கோபத்துடன் ஹோரியின் கோபத்தையும் கிளறிவிட்டாள்.

நெருப்பை ஊதி ஊதி ஜுவாலையாக்கி விட்டாள் அவள். தோல்வியுற்றவனாய் ஹீரா பின் வாங்கிவிட்டான். புனியா அவன் கரத்தைப் பற்றி வீட்டுப் பக்கம் இழுத்தாள். திடீரென தனியா பெண் சிம்மம் போல் பாய்ந்து ஹீராவை வேகமாய் கொடுத்த உதையில் அவன் தடாலென்று கீழே வீழ்ந்தான் - தனியா கர்ஜித்தாள் - எங்கேடா போகிறாய்? செருப்பால் அடி! அடி செருப்பால்... பார்க்கலாம் உன் வீரத்தை.

ஹோரி ஓடிப் போய் அவளை கரத்தைப் பற்றி இழுத்துக் கொண்டு வீட்டை நோக்கி நடந்தான்.

❑

5

கோபர் சாப்பாடு சாப்பிட்டதும் இடையர்களின் குடியிருப்பை நோக்கிச் சென்றான். இன்று ஜுனியாவுடன் அவன் நிறையவே பேசினான். அவன் பசுவை ஓட்டிக் கொண்டு புறப்பட்டதும் ஜுனியா பாதி வழிவரை அவனுடன் வந்தாள். கோபர் தனியாக எப்படி மாட்டை ஓட்டிக் கொண்டு போவான்? முன்பின் அறியாதவர்களுடன செல்லுவதற்கு ஆட்சேபணை இருப்பது இயற்கைதான. சற்று தூரம் சென்றபின் ஜுனியா அவனை ஆழ்ந்து நோக்கிய வண்ணம் - "இனிமேல் நீ எங்கே இங்கு வரப்போகிறாய்?" என்றாள்.

ஒருநாள் முன்னால் வரை கோபர் திருமணமாகாத இளைஞன். கிராமத்தில் எத்தனையோ இளம்பெண்களிருந்தனர். அவர்கள் அவனுக்கு சகோதரிகள், அண்ணிகளாக இருந்தனர். சகோதரிகளை யாராவது வம்புக்கிழுப்பார்களா? பரிகாசம் செய்வார்களா என்ன? அண்ணிமார்கள் சிலசமயம் அவனைச் சீண்டிப் பரிகசிப்பார்கள். ஆனால் அது சாதாரணமான கேலி பரிகாசமாகத்தானிருக்கும். அவர்களுடைய பார்வையில் அவனுடைய யௌவனம்

பூவாகத்தான் மலர்ந்திருந்தது. அதில் கனி பழுக்காத வரையில் அதன் மீது கல்லை விட்டெறிவது வீண் எனக் கருதினர். எங்கிருந்தும் ஊக்கமோ, உற்சாகமோ கிட்டாததால் அவனது பிள்ளைப்பருவம் அவனுடனே ஒட்டிக் கொண்டிருந்தது. இன்பங்களால் வஞ் சிக்கப்பட்டிருந்த ஜூனியாவின் உள்ளம், அண்ணிமார்களின் கிண்டல், பரிகாசம், சிரிப்பு, களியாட்டங்களினால் பின்னும் கிளறி விடப்பட்டிருந்தது. கோபரைக் கண்டதும் அவள்பால் விழைவு கொண்டது. இலை உராயும் ஓசை கேட்டதுமே விழித்துக் கொள்ளும் வேட்டைமிருகம் போல் அவனது யௌவனமும் சட்டென்று விழித்துக் கொண்டது.

ஒளிவு மறைவு ஏதுமின்றி கோபரும் மகிழ்ச்சியுடன் “யாசிப்பவனுக்கு, ஏதும் கிடைக்குமென்ற நம்பிக்கையிருந்தால் அவன் இரவு பகல், வள்ளலின் வாயிற்படியில் காத்திருப்பானே” என்றான்.

அவனைக் கடைக்கண்ணால் பார்த்தவாறே,

“ஓ! அப்படிச்சொல்! நீயும் கூட ஏதோ மனதில் வைத்துக் கொண்டிருக்கிறாய் போலிருக்கிறதே” என்றாள் ஜூனியா.

கோபரின் ரத்த நாளங்களில் ஜிவ்வென்று குருதி பாய்ந்தது. “பசித்தவன் கை நீட்டினால் அவனை மன்னித்து விடவேண்டும்” என்றான்.

ஜூனியா பின்னும் ஆழம் பார்த்தாள். “யாசகன், இன்னும் பத்து வீட்டிற்குப் போகாவிடில் வயிறு எப்படி நிரம்புமாம். நான் அப்படிப்பட்ட யாசகர்களிடம் சொந்தம் கொள்வதில்லை. இப்படிப்பட்டவர்கள் எங்கு வேண்டுமானாலும் கிடைப்பார்களே! அந்த யாசகன்தான் என்ன கொடுக்கப்போகிறான்! வெறும் ஆசிகள் தானே. ஆசிகளால் யாருடைய வயிறாவது நிரம்புகிறதாயென்ன?”

மந்த புத்திக்காரனான கோபருக்கு ஜூனியாவின் வார்த்தைகளில் உள்ளடங்கி நின்ற பொருள் புரியவில்லை. சின்ன வயதிலிருந்தே ஜூனியா வாடிக்கைக் காரர்களின் வீடுகளுக்கு பால் எடுத்துச் செல்லுவாள். புக்ககத்திலும் அவள் தான் வாடிக்கைக் காரர்களின் வீடுகளுக்கு பால் கொண்டு போக வேண்டியிருந்தது. இப்பொழுதும், தயிர் விற்கும் பொறுப்பு அவள் மீதுதானிருந்தது. விதவிதமான மனிதர்களைச் சந்திக்க வேண்டியிருந்தது. அதனால் நல்ல அனுபவமும் ஏற்பட்டிருந்தது. நாலைந்து ரூபாய் கைக்கு வந்தது இதனால். சற்று நேரம் உல்லாசமான பொழுதுபோக்காகவுமிருந்தது. ஆனால் இந்த ஆனந்தம் இரவல் வாங்கிய சந்தோஷமாக இருந்தது. இதில் உறுதியில்லை. நிச்சயம் இல்லை. உரிமையில்லை. தன்னையே அர்ப்பணிக்கும் பாவம் இல்லை. அவள் விரும்பிய காதலும் அன்பும் வேறு. அவள் அவ்வன்பிற்காகவே வாழ்ந்து, அதற்காகவே மடியவும் விரும்பினாள். அக்காதலுக்குத் தன்னையே முழுவதுமாக அர்ப்பணித்து விட ஆசைப்பட்டாள். அவள் மின்மினிப் பூச்சியின் பளபளப்பை அல்ல, தீபத்தின் நிலையான பிரகாசத்தை விரும்பினாள். அவளொரு குடும்பத்துப் பெண். இல்லாள் என்ற உணர்வை, ரசிகர்களின் தொடர்பும் உறவும் அழித்து விட முடியவில்லை. அவள் இல்லாளாகவே இருக்க விரும்பினாள்.

ஆசை பொங்கும் விழிகளுடன் கோபர் - "யாசகனுக்கு ஒரு வீட்டிலேயே வயிறு நிரம்பிவிட்டால் பின் எதற்கு வீடு வீடாகப் போகிறான்?" என்றான்.

ஜூனியா இரக்கத்துடன் அவனை நோக்கினாள். "எவ்வளவு அப்பாவியாய் இருக்கிறான். ஒன்றும் புரியவில்லை இவனுக்கு" என நினைத்தாள்.

"யாசகனுக்கு ஒரு வீட்டிலேயே வயிறு நிரம்ப எங்கே கிடைக்கிறது? ஒரு சிமிட்டா அளவுதான் கிடைக்கும். தன்னுடைய எல்லாவற்றையும் கொடுத்தால்தானே எல்லாம் கிடைக்க முடியும்" என்றாள்.

"ஜூனியா! என்னிடம் என்ன இருக்கிறது?" என்றான் கோபர்.

"உன்னிடம் ஒன்றுமேயில்லையா? எனக்காக உன்னிடம் ஏதோ கொஞ்சம் இருப்பதாகவே நான் நினைக்கிறேன். உன்னிடமிருப்பது பெரிய பெரிய லட்சாதிபதிகளிடம் கூட இல்லை. என்னிடம் எதையும் யாசிக்காது நீ என்னையே விலைக்கு வாங்கி விடலாம்".

கோபர் வியப்புடன் அவளை நோக்கினாள். "தெரியுமா? என்ன விலை கொடுக்க வேண்டுமென்று? என்னுடையவனாகி விட வேண்டும். இதன்பின் யாரிடமாவது கை நீட்டினாய் என்று தெரிந்தால் வீட்டை விட்டுத் துரத்தி விடுவேன்"

இருட்டில் தட்டித் தடவிக் கொண்டிருந்தவனுக்கு தான் விரும்பிய பொருள் கிட்டிவிட்டது போலிருந்தது கோபருக்கு. இனமறியாத பயம் கலந்த மகிழ்ச்சியினால் அவனது உடலின் ஒவ்வொரு ரோம கூபமும் புளகாங்கிதம் அடைந்தது. ஆனால் இது எப்படி? ஜூனியாவை வைத்துக் கொண்டால், வைப்பாட்டியை வைத்துக் கொண்டால் வீட்டில் எப்படி இருப்பான்? சுற்றத்தாரின் தொந்தரவு வேறு இருக்கும். கிராமம் முழுவதும் காவ்-காவ் என்று கத்தும். எல்லோரும் பகையாளியாகிவிடுவார்கள். அம்மா இவளை வீட்டில் நுழையவே விடமாட்டாள். ஆனால் பெண் பிள்ளையாக இருந்தும் இவள் பயப்படாதபோது, ஆண்பிள்ளையான தான் ஏன் பயப்பட வேண்டும்? மிஞ்சிப் போனால், அவனைத் தள்ளி வைத்து விடுவார்கள். அவன் தனியாகவே இருப்பான். ஜூனியா மாதிரியான பெண் கிராமத்தில் வேறு யார் இருக்கிறார்கள்? எவ்வளவு அறிவோடு பேசுகிறாள். நான் அவளுக்கு இணையானவன் இல்லை என்பது அவளுக்குத் தெரியும். இருந்தாலும் என்னை நேசிக்கிறாள். என்னுடையவளாகிவிட இசைந்து விட்டாள். இந்த கிராமத்தார்கள் ஒதுக்கிவிட்டாலென்ன? உலகத்தில் வேறு கிராமமே இல்லையா அதுசரி! இந்த கிராமத்தை விட்டு ஏன் போகவேண்டும்? மாதாதீன் ஒரு சக்கிலிப் பெண்ணை வைத்துக் கொண்டிருக்கிறான். யார் என்ன செய்து விட்டார்கள், அவனை? தாதாதீன் பல்லைக் கடித்தார். அவ்வளவுதான். மாதாதீன் தன்னுடைய தருமத்தை நிச்சயம் காப்பாற்றிக் கொண்டுவிட்டான். இன்றும் குளிக்காமல், பூசை செய்யாமல் சாப்பிடுவதில்லை. வாயில் தண்ணீர் கூட விட்டுக் கொள்வதுமில்லை. இரண்டு வேளையும் தானே சமைத்துக் கொள்கிறான். இப்பொழுதெல்லாம் தனியாகச் சமைத்துக்

கொள்வதில்லை. தாதாதீனும் அவனும் ஒன்றாகவே உட்கார்ந்து சாப்பிடுகிறார்கள். ஜிகுரிசிங் ஒரு பாப்பாத்தியை வைத்துக் கொண்டிருக்கிறான். அவரை யார் என்ன செய்து விட்டார்களாம்? முன்பு ஊரில் அவருக்கு எத்தனை கௌரவம், மரியாதையெல்லாம் இருந்ததோ, அது இன்றும் இருக்கிறது. முன்பைவிட அதிகமாகி விட்டதென்றே சொல்லலாம். முதலில் வேலை தேடி அலைந்து கொண்டிருந்தார். இப்பொழுது அவளுடைய பணத்தில் லேவாதேவிக்காரராகி விட்டார். டாகுர் என்ற செல்வாக்கு முன்னரே உண்டு, இப்பொழுது வட்டிக் கடைக்காரர் என்ற கௌரவமும் சேர்ந்துவிட்டது. திடீரென ஜுனியா தன்னைக் கேலி செய்கிறாளோ என்று தோன்றவே, முதலில் இதை நிச்சயம் செய்து கொண்டுவிட வேண்டுமென கோபர் நினைத்தவனாய் "ஜுனா! முழு மனதுடன் தான் சொல்லுகிறாயா? அல்லது வெறும் ஆசை காட்டுகிறாயா? நான் என்னவோ உன்னுடையவனாகி விட்டேன். நீ என்னுடையவளாகி விடுவாயா?" என்று கேட்டான்.

"நீ என்னுடையவனாகி விட்டாய் என்பதை எப்படித் தெரிந்து கொள்வது?"

"நீ உயிரைக் கேட்டாலும் கொடுத்து விடுவேன்."

"உயிரைக் கொடுப்பது என்பதின் அர்த்தம் தெரியுமா?"

"நீ சொல்லிக் கொடேன்"

"உயிரைக் கொடுப்பேன் என்பதின் அர்த்தம் கூட வாழ்ந்து சமாளிப்பேன் என்பதுதான். ஒரு முறை கையைப் பிடித்து விட்டால், ஆயுள் முழுவதும் காப்பாற்ற வேண்டும். உலகம் என்ன சொன்னாலும், அம்மா, அப்பா, அக்கா, தங்கை, உறவு முறை, வீடு வாசல் யாவற்றையும் துறக்க வேண்டி வரும். உயிரை விடுவேன் என்று வாயால் சொல்பவர்கள் நிறையப் பேரைப் பார்த்து விட்டேன். வண்டு மாதிரி பூவின் ரசத்தைப் பருகிவிட்டுப் பறந்து விடுவார்கள். நீயும் அப்படிப் பறந்து விடமாட்டாயே!"

கோபரின் ஒரு கையில் மாட்டின் தும்புக்கயிறு இருந்தது. மற்றொரு கரத்தால் அவன் ஜுனியாவின் கரத்தைப் பற்றினான். பற்றியதும் மின்கம்பியை தீண்டியது போலிருந்தது. உடல் முழுவதும் இளமையின் முதற்தீண்டலில் சிலிர்த்தெழுந்தது. எத்தனை மிருதுவான, வழவழப்பான, மென்மையான மணிக்கட்டு.

ஜுனியா அவனது கரத்தை அகற்றவில்லை. அந்த தீண்டுதலுக்கு எந்த மகத்துவமும் இல்லாதது போலிருந்தாள் அவள். ஒரு கணத்திற்குப் பின் கம்பீரமான பாவத்துடன், "இன்று நீ என்னைக் கைப்பிடித்திருக்கிறாய். நினைவு வைத்துக்கொள்" என்றாள்.

"நன்றாக நினைவு வைத்துக் கொள்வேன் ஜுனா! சாகும் வரையில் இதைக் காப்பாற்றுவேன்".

ஜுனியா அவநம்பிக்கை மிகுந்த புன்சிரிப்புடன் - "இதுபோல தான் எல்லோரும் சொல்லுகிறார்கள், கோபர். இதைவிட இனிமையான, பட்டுப் போன்ற வார்த்தைகளால் சொல்லுகிறார்கள். மனதில் கள்ளமிருந்தால் என்னிடம் சொல்லிவிடு. நான் எச்சரிக்கையோடு இருப்பேன். அப்படிப்பட்டவர்களுக்கு என்

மனத்தைக் கொடுத்துவிடமாட்டேன். அப்படிப்பட்டவர்களிடம் சும்மா பேசி சிரிப்பேன் , மகிழ்வேன், அவ்வளவுதான். வருடக் கணக்காகக் கடைவீதிக்குப் பால் எடுத்துக் கொண்டு போகிறேன். "பாபு, மகாஜன், டாகுர், வக்கீல், அதிகாரிகள், கச்சேரி உத்தியோகஸ்தர்கள் எனப் பலரும் என்னிடம் ஈடுபாடு காட்டி சிக்க வைக்க விரும்புகிறார்கள். ஒருத்தன் தனது நெஞ்சின் மேலே கையை வைத்துக் கொண்டு "ஜுனியா! என்னைத் தவிக்க விடாதே" என்கிறான். இன்னொருவன் ஆசையும், கிறக்கமும் நிறைந்த பார்வையால் என் மீதுள்ள காதலால் தன் நினைவிழந்தவன் போல் பார்க்கிறான். ஒருத்தன் பணத்தைக் காட்டுகிறான். ஒருத்தன் நகைகளைக் காட்டுகிறான். எல்லோரும் எனக்கு குற்றேவல் புரியத் தயாராக இருக்கின்றனர். ஆயுள் மட்டுமல்ல, அடுத்த ஜன்மத்திலும் கூட; ஆனால் அவர்கள் எல்லோரையும் பற்றி எனக்கு நன்றாகத் தெரியும். எல்லோருமே வண்டுகள்தான். ரசத்தை உறிஞ்சியவுடன் பறந்து விடுவார்கள். நானும் அவர்களுக்கு ஆசை காட்டுகிறேன். கடைக்கண்ணால் பார்க்கிறேன். புன்முறுவல் பூக்கிறேன். அவர்கள் என்னை கழுதையாக்குகிறார்கள். முட்டாளாக்குகிறார்கள். நானும் அவர்களை முட்டாளாக்குகிறேன். நான் செத்தால் அவர்களின் கண்களிலிருந்து ஒரு சொட்டு நீர் வராது. அவன் செத்தாலும் நான், நல்லதாயிற்று. பாவி செத்தான் என்பேன். நான் யாருடையவளாக ஆகின்றேனோ, ஜன்ம முழுவதும் அவனுடையவளாகவே ஆகிவிடுவேன். இன்பத்திலும், துன்பத்திலும், செல்வத்திலும், இல்லாமையிலும் அவனுடனிருப்பேன். எல்லோருடனும், சிரித்துக் களித்து, பேசிக்கொண்டு திரிய நான் வேசியல்ல. காசு ஆசையும் எனக்கில்லை. ஒரு நல்ல மனிதனின் கூட, இருக்க ஆசைப்படுகிறேன். அவன் என்னைத் தன்னுடையவளாக நினைக்க வேண்டும். நானும் அவனை என்னுடையவனாக நினைப்பேன். ஒரு பண்டிதர் - நிறைய நாமம் முத்திரைகள் போட்டுக் கொள்வார். அரைச் சேர் பால் வாங்குவார். ஒருநாள் அவர் மனைவி எங்கோ சிநேகிதி வீட்டுக்குப் போயிருந்தாள். எனக்கென்ன தெரியும்? வழக்கம் போல் பாலை எடுத்துக் கொண்டு வீட்டிற்குள்ளே போனேன். "அம்மா" "அம்மா" என்று கூப்பிடுகிறேன். ஒருவரும் பேசவில்லை. இதற்குள் பார்த்தால் பண்டிதர் வாசற்கதவை மூடி விட்டு என்னை நோக்கி வந்து கொண்டிருக்கிறார். அவரது கெட்ட எண்ணம் எனக்குப் புரிந்து விட்டது.

"கதவை ஏன மூடிவிட்டீர்? அம்மா எங்கேனும் வெளியே போயிருக்கிறார்களா? வீட்டில் ஏன் சத்தமே இல்லை?" என்று அதட்டும் குரலில் கேட்டேன்.

"யார் வீட்டிலோ அழைத்ததற்காகப் போயிருக்கிறாள்", என்றவர் என்னை நோக்கி இன்னமும் இரண்டடி எடுத்து வைத்தார்.

"பால் வாங்கிக் கொள்வதானால் வாங்கிக்கொள். இல்லாவிடில் நான் போகிறேன்." என்றேன். அதற்கவர், "ஜுனி ராணி! இன்று நீ இங்கிருந்து போக முடியாது. தினம் தினம் என் நெஞ்சிலே ஈட்டியைப் பாய்ச்சி விட்டு ஓடிவிடுகிறாய், இன்று என் கையிலிருந்து

தப்ப முடியாது நீ" என்றார். "கோபர்! உண்மையாகச் சொல்லுகிறேன். என் உடலில் ரோமங்கள் குத்திட்டு நின்று விட்டன".

கோபர் ஆவேசத்துடன் - "அந்தப் பயலைப் பார்த்தால் குழி தோண்டிப் புதைத்து விடுவேன். ரத்தத்தை உறிஞ்சி விடுவேன். நீ மட்டும் அவனை எனக்குக் காட்டி விடு" என்றான்.

"இதைக் கேளேன் – இப்படிப்பட்டவர்கள் முகத்தை உடைக்க நான் போதும்.. கேளு... என் நெஞ்சு திக்திக்கென்று அடித்துக் கொண்டது. இவன் ஏதாவது போக்கிரித்தனம் செய்தால், என்ன செய்வது? கத்தினால் கூட யார் காதிலேயும் விழாது. அவன் என்னைத் தொட்டால், பால் சொம்பை அவன் மீது வீசி அடிப்பது என்று நிச்சயம் செய்து கொண்டிருந்தேன். என்னவாகிவிடும்? நாலு, ஐந்து, சேர் பால் வீணாகும் அவ்வளவுதானே! பயலுக்கு அடி என்றும் மறக்காது. மனத்தை திடப்படுத்திக் கொண்டு, "பண்டித்ஜி! நான் ஏதோ இடைச்சி என்று நினைத்துவிட வேண்டாம். உமது மீசையின் ஒவ்வொரு மயிரையும் பிடுங்கி விடுவேன். ஊரார் வீட்டுப் பெண்டு பிள்ளைகளை உன் வீட்டில் கதவடைத்து அவமதிக்கவா உங்கள் சாஸ்திர புத்தகங்களில் எழுதி இருக்கிறது? இதற்காகவா இந்த நாமம், முத்திரை யெல்லாம் போட்டுக் கொண்டு வலையை வீசிவிட்டு உட்கார்ந்திருக்கிறீர்? என்று கத்தினேன் கையைக் கூப்பிவிட்டான். "ஜூனா ராணி.. உன் மீது அன்பு கொண்டவனின் விருப்பத்தைப் பூர்த்தி செய்தால், உனக்கென்ன போய் விடும்? இந்த ஏழையின் மீது சில சமயம் கிருபை செய்யேன். இல்லையென்றால் பகவானே வந்து - உனக்கு இத்தனை அழகை எதற்காகக் கொடுத்திருக்கிறேன். ஒரு பிராமணனுக்கு உபகாரம் கூட செய்ய வில்லையே எனக் கேட்டால் என்ன பதில் கூறுவாய்? நான் பிராமணன் தினமும் காசு, பணமெல்லாம் தானமாகப் பெறுகிறேன். இன்று உன் அழகை தானமாகக் கொடு" என்றார் அவர்.

அவருடைய மனத்தைப் பரிசோதிக்க நினைத்த நான், 'எனக்கு ஐம்பது ரூபாய் வேண்டும்' என்றேன். உண்மையாகச் சொல்லுகிறேன் கோபர். அந்த மனிதர் ஐந்து, பத்து ரூபாய்த் தாள்களை என் கையில் கொடுத்தார். அத்தாள்களை தரையிலே போட்டுவிட்டு நான் கதவை நோக்கி நடந்ததும் அவர் என் கரத்தைப் பற்றினார். நான் இதற்கு முன்பே தயாராக இருந்தேனே! பால் சொம்பை அவர் முகத்தில் அடித்தேன். தலையிலிருந்து கால்வரை பாலில் நனைந்து விட்டான். நல்ல அடியும் பட்டிருந்தது. தலையைப் பிடித்துக் கொண்டு உட்கார்ந்து ஐயோ, அப்பா என்று கத்தலானார். இனி இவரால் ஏதும் செய்ய முடியாது என்பதைக் கண்டதும், காலால் முதுகில் இரண்டு உதைவிட்டு, கதவைத் திறந்து கொண்டு ஓடிவிட்டேன்"

கோபர் உரக்கச் சிரித்தான் - "ரொம்ப பிரமாதம் ஜூனி! பாலில் குளித்து விட்டார். நாமம் முத்திரை எல்லாம் கரைந்தோடியிருக்கும். மீசையை ஏன் பிடுங்கவில்லை?"

மறுநாளும் பால் கொடுக்க நான் போனேன். அவர் மனைவி வந்து விட்டிருந்தாள். முன்னறையில் தலையில் கட்டுக் கட்டிக்கொண்டு படுத்திருந்தார் அவர். பண்டித்ஜி! உம்முடைய

நேற்றய லீலையை அவிழ்த்து விடட்டுமா? என்றேன். கை கூப்பலானார். "எச்சிலைத் துப்பி நக்கினால் விட்டுவிடுகிறேன்" என்றேன் நான். தலை தரையில் படிய - இப்பொழுது என் மானம் உன் கையிலிருக்கிறது. ஜூனா! தெரிந்தால் அவள் என்னை உயிரோடு விடமாட்டாள்" என்று கெஞ்சினார். எனக்கும் பாவமாக இருந்தது. விட்டுவிட்டேன்.

இந்த மன்னிப்பு, கோபருக்கு ரசிக்கவில்லை. "என்ன செய்தாய் நீ! அவன் பெண்டாட்டியிடம் போய் ஏன் சொல்லவில்லை? செருப்பால் அடித்திருப்பாளே! இந்த மாதிரி வேடதாரிகளின் மீது இரக்கமே காட்டக் கூடாது. நீ நாளைக்கு அவன் யாரென்று காட்டிவிடு. பிறகு பார். நான் அவனை எப்படி ஒரு கை பார்க்கிறேன் என்று" என்றான்.

மலர்ந்தும் மலராமலிருந்த அவனது இளமையைக் கண்ட ஜூனியா - உனக்கு அவன் கிடைக்கமாட்டான். நல்ல வாட்ட சாட்டமான ஆள். இலவசமாய் தண்டச் சோற்றை ஒரு கை பார்க்கிறவன் இல்லையா? என்றாள்.

தனது வாலிபம் இவ்வாறு திரஸ்கரிக்கப்படுவதை கோபரால் சகித்துக் கொள்ள இயலவில்லை. "பெரிய ஆளாக இருந்தாலென்ன? இங்கே எலும்புகளெல்லாம் இரும்பு மாதிரியாக்கும். தினமும் முன்னூறு தண்டால் எடுக்கிறேன். பாலு, நெய்.. கிடைப்பதில்லை. இல்லாவிடில் நெஞ்சு எப்படி விரிந்து வந்திருக்கும் தெரியுமா? என்று பெருமையடித்துக் கொண்ட கோபர், தனது மார்பை விரிய வைத்துக் காட்டினான்.

ஜூனியா ஆறுதல் அளிக்கும் விழிகளால் அவனைப் பார்த்த வண்ணம் சொன்னாள். "நல்லது. எப்பொழுதாவது காண்பிக்கிறேன். ஆனால் அங்கே எல்லோரும் இது போலவேதானிருக்கிறார்கள். நீ, யார் யாரை அடித்து நிமிர்த்துவாய்? ஆண்பிள்ளைகளுக்கே இதுவொரு வழக்கம். இளமையா, அழகாக, அற்புதமா, ஒரு பெண்ணைக் கண்டால் போதும். உற்றுப் பார்க்கத் துவங்கி விடுகின்றனர். தங்களைப் பெரிய மனிதர்கள் என்று சொல்லிக் கொள்கிறார்களே, இவர்களெல்லாம் வெறும் காம வெறிகொண்டவர்கள். நான் அப்படியொன்றும் அழகியுமல்ல.. வந்து...

கோபர் ஆட்சேபித்தான். "நீயா! உன்னைப் பார்த்தால் நெஞ்சிலே அமர்த்திக் கொள்ளலாம் போலிருக்கிறது"

ஜூனியா அவன் முதுகில் லேசாகக் குத்தினாள். "மற்றவர்கள் மாதிரி நீயும் முகஸ்துதி செய்யவாரம்பித்துவிட்டாயா? நான் எப்படி இருக்கிறேன் என்று எனக்குத் தெரியும். ஆனால் ஜனங்களுக்கு இளமை வேண்டும். இரண்டொரு மணி நேரம் உல்லாசமாய் இருக்க வேறென்ன தேவை? யாரோடு வாழ்க்கை முழுவதும் கழிக்க வேண்டுமோ, அவனிடம் தான் குணத்தைப் பார்க்கிறேன்.. பெரிய மனிதர்களின் வீடுகளில் நடக்கும் லீலைகளையெல்லாம் பார்க்கிறேன். காதால் கேட்கிறேன். என் புக்ககமிருந்த வட்டாரத்தில் கப்ரூ என்ற பெருடைய கஷ்மீரி இருந்து வந்தார். நல்ல கனத்த சரீரம். அவர் வீட்டுக்கு 5 சேர் பால் வேண்டும்.

அவருக்கு மூன்று பெண்கள். இருபது, இருபத்தி ஐந்து வயதிருக்கலாம் அவர்களுக்கு. ஒருத்தியைவிட ஒருத்தி கொள்ளை அழகு. மூவரும் பெரிய காலேஜில் படித்துக் கொண்டிருந்தார்கள். ஒரு மணி நேரம் கல்லூரியில் பாடம் சொல்லிக் கொடுத்துக் கொண்டுமிருந்தனர். மாதம் முன்னூறு ரூபாய் கிடைத்துக் கொண்டிருந்தது. எல்லோரும் சிதார் வாசிப்பார்கள், ஹார்மோனியம் வாசிப்பார்கள், ஆடுவார்கள், பாடுவார்கள். ஆனால் ஒருத்தியும் கல்யாணம் செய்து கொள்ளவில்லை. அவர்களுக்கு எந்த ஆண் பிள்ளையையும் பிடிக்கவில்லையா, அல்லது ஆண்பிள்ளைகளுக்கு, அவர்களைப் பிடிக்கவில்லையா, கடவுளுக்குத்தான் தெரியும். ஒருநாள், நான் பெரியவளிடம் கேட்டேன். அதற்கவள் சிரித்துக் கொண்டே, நாங்கள் இந்த தொந்தரவிலெல்லாம் மாட்டிக் கொள்வதில்லை என்றாள். ஆனால் உள்ளுக்குள்ளேயே களியாட்டம் போட்டுக் கொண்டிருந்தனர். எப்பொழுது பார்த்தாலும் நாலைந்து பையன்கள் அவர்களைச் சுற்றிக் கொண்டே இருப்பார்கள். மூத்தவள், கோட்டும், சராயும் அணிந்து கொண்டு, ஆண்பிள்ளைகளுடன் குதிரை சவாரி செய்வாள். நகரம் முழுவதும் அவர்களது லீலைகள் பிரசித்தம். கப்ரூ பாபு, முகத்தில் கரியைப் பூசிக் கொண்டவர்போல், தலையைக் குனிந்து கொண்டு உட்கார்ந்திருப்பார். பெண்களை அதட்டுவார். புத்தி சொல்வார், ஆனால் மூவருமே 'உனக்கு எங்கள் விஷயத்தில் தலையிட அதிகாரமில்லை. நாங்களே எங்களுக்கு ராணி. எங்களுக்கு எது விருப்பமோ, அதைச் செய்வோம்' என்று முகத்திற்கு நேராகவே சொல்லுவார்கள். பாவம் அந்த அப்பா. வயது வந்த பெண்களிடம் என்ன பேச முடியும்? அடிக்க முடியுமா, பிடிக்க முடியுமா! அதட்டி, மிரட்டவே முடியவில்லையே. இதோ பார் - கோபர்! பெரிய மனிதர்களைப் பற்றி என்ன சொல்ல முடியும்? அவர்கள் என்ன செய்தாலும், அதுசரிதான். அவர்களுக்கு உறவு முறையினர், பஞ்சாயத்து, இந்த பயமெல்லாம் கிடையாது. ஒருவருக்கு, தினம் தினம் எப்படி மனசு மாறி விடுகிறதென்று எனக்கொன்றும் புரியவில்லையப்பா! மனுஷன், ஆடு, மாடுகளைவிட மோசமானவனாகி விட்டானா என்ன? ஒருத்தரைப் பற்றி நானொன்றும் தப்பாகச் சொல்லவில்லை. ஆனால் ஒன்று. இந்த மனசு இருக்கிறதே, அதை நாம் எப்படி உருவாக்குகிறோமோ, அப்படியாகி விடுகிறது. நான் தான் பார்க்கிறேனே! தினம் தினம் ரொட்டியும் பருப்பும் சாப்பிட்டால், சிலசமயம் மாறுதலான ருசிக்காக, அல்வா, பூரியும் வேண்டும் சிலருக்கு. இன்னும் சிலருக்கு, வீட்டில் சமைத்த ரொட்டியையும், பருப்பையும் பார்த்ததுமே காய்ச்சல் வந்துவிடும். பாவம்... சில பேர் தங்கள் வீட்டுச் சாப்பாட்டிலேயே திருப்தியாக இருப்பார்கள். அல்வா, பூரியைப் பற்றிய சிந்தனையில்லை அவர்களுக்கு. என் இரண்டு அண்ணிமார்களைத்தான் பாருங்களேன். என் அண்ணன்மார்கள், நொண்டியோ, முடமோ இல்லை. கட்டிளங் காளைகள். ஆனால் என் அண்ணிமார்களுக்குப் பிடிக்கவில்லையே! தங்க வாளி செய்து போடுகிறவன், நைசான புடவை, நகை நட்டு கொண்டு வந்து தருகிறவன் தினமும் காரசாரமாக, நாவுக்கு ருசியாக தின்பண்டம்

வாங்கித் தருகிறவன் தான் அவர்களுக்கு வேண்டும். எனக்கும்தான் இனிப்புகளும், நகை நட்டுகளும் பிடிக்கும். இல்லையென்று சொல்லவில்லை. ஆனால் அதற்காக, மானத்தையே விற்றுக் கொண்டு திரிவதென்பது! ....ஹூம்! பகவான் தான் அவர்களைக் காப்பாற்ற வேண்டும். ஒரே ஒருவனுடன் கஞ்சியோ, கூழோ சாப்பிட்டுக் கொண்டு ஆயுசு முழுவதும் கழித்து விடுவது... அதுதான் என் ஆசை. சொல்லப் போனால் இந்த ஆண்பிள்ளைகள்தான் பெண்களைக் கெடுத்து விடுகிறார்கள். ஆண்பிள்ளை கொஞ்சம் அப்படியும், இப்படியும் எட்டிப் பார்க்க ஆரம்பித்தால், பெண்களும் கண்ணடிக்கத் துவங்கிவிடுவார்கள். வீட்டு ஆண் பிள்ளை இன்னொருத்தி பின்னால் ஓடினால் அந்த வீட்டுப் பெண்பிள்ளையும் இன்னொருத்தன் பின்னால் நிச்சயம் ஓடுவாள். பெண்களின் தகாத நடத்தை ஆண்பிள்ளைக்கு எப்படி பெரிய தப்பாக இருக்கிறதோ, அப்படித்தான் பெண்பிள்ளைக்கும், ஆண்பிள்ளை ஊர் மேய்ந்து விட்டு வருவதும் பிடிக்காது. இதைப் புரிந்துகொள். நான் என் புருஷனிடம் கறாராகச் சொல்லிவிட்டேன். "இதோ பார்! இங்கு, அங்கே, இங்கே, தாவினா, நானும் என்னிஷ்டம்போலதான் இருப்பேன். இஷ்டம் போல செய்வேன். நீ உன் இஷ்டம் போல திரிவாய், பெண்டாட்டியை அடித்து, பயமுறுத்தி கட்டுப்படுத்தி வைப்பாய்... அதெல்லாம் நடக்காது. அப்புறம் நீ நாலு பேருக்குத்தெரிய நடக்கிறதை, அவள் ஒளித்து, மறைத்துச் செய்வாள். அவளை வயிறு எரியச் செய்தால் நீ சுகமாய் இருக்க மாட்டாய்" என்றே கூறி விட்டேன்.

கோபருக்கு இதெல்லாம் புதிய உலகத்தின் விஷயங்களாக இருந்தன. தன்னை மறந்த லயிப்புடன் அவள் பேசுவதை அவன் கேட்டுக் கொண்டிருந்தான். சிலசமயம் அவன் கால்கள், அவனையுமறியாமல் நின்றுவிடும். பிறகு விழித்துக் கொண்டவனாய் மேலே நடப்பான். ஜூனியா முதலில் தன் அழகினால் அவனைக் கவர்ந்து விட்டிருந்தாள். இன்று அவள், தனது அறிவு, அனுபவம் நிறைந்த பேச்சு, மற்றும் தனது பதிவிரதை தன்மை பற்றிய பெருமையில் அவனைப் பரவசப் படுத்திவிட்டிருந்தாள். இந்த ரூபம், வனப்பு, குணம், அறிவு, அனுபவத்தின் களஞ்சியம் மட்டும் அவனுக்குக் கிடைத்துவிட்டால் அவன் மகாபாக்கியசாலிதான். பின் அவன் எதற்காக, பஞ்சாயத்து, உற்றார் உறவினர் என்று பயப்பட வேண்டும்?

தனது ஆளுமையின் ஆதிக்கம் முற்றிலும் அவனைத் தன் வசமாக்கி விட்டது என்பதை ஜூனியா புரிந்து கொண்டதும், நெஞ்சின் மீது கையை வைத்து, நாக்கைக் கடித்துக் கொண்டவளாய், பதறுவது போன்ற பாவனையுடன் - "அரே! அரே! உன் ஊர் வந்து விட்டதே! நீயும் தான் எப்படிப்பட்ட முட்டாள். திரும்பிப் போய் விடு என்று என்னிடம் சொல்லவே இல்லையே" என்றாள்.

அவள் திரும்பிச் செல்லத் தயாரானதும் கோபர் "ஒரு நிமிடம் என் வீட்டிற்கு ஏன் வரக்கூடாது? அம்மாவும் உன்னைப் பார்த்து விடட்டுமே" என்றான் வற்புறுத்தும் குரலில்.

நாணத்துடன் விழிகளை வேறுபுறம் திருப்பிய வண்ணம், "உன் வீட்டிற்கு இப்படியெல்லாம் வரமாட்டேன். இத்தனை தூரம் எப்படி வந்தேன் என்று எனக்கே ஆச்சரியமாக இருக்கிறது. அச்சா? திரும்பவும் எப்பொழுது வருவாய்? அதைச் சொல்லு! ராத்திரி என் வீட்டு வாசலில் நல்ல சத்சங்கம் கூடும். நீ வந்து விடு. நான் புழக் கடைப்பக்கம் வந்து உன்னைச் சந்திக்கிறேன் என்றாள்.

"நீ வராவிட்டால்?"

"திரும்பிப் போய்விடு"

"அப்படியானால் வரமாட்டேன்"

"சொல்லிவிட்டேன். நீ கட்டாயம் வரவேண்டும்"

"நீயும் வருவாய் என்று வாக்குக் கொடு"

"அப்படியானால் நானும் வரமாட்டேன்"

"பார்க்கலாம்"

ஜுனியா அலட்சியத்துடன் நடந்து விட்டாள். முதற் சந்திப்பிலேயே இருவரும் ஒருவர் மீதொருவர் தங்களது ஆளுமையின் ஆதிக்கத்தை நிலைநாட்டிக் கொண்டு விட்டிருந்தனர். "அவன் வருவான். எப்படி வராமலிருப்பான்" என்று நினைத்தாள் ஜுனியா. "அவள் வருவாள். எப்படி வராமலிருப்பாள்" என்பது கோபரின் எண்ணம்.

தனியாக மாட்டை ஓட்டிக் கொண்டு மேலே நடக்கும்போது கோபருக்கு, சுவர்க்கத்திலிருந்து வீழ்ந்து விட்டது போலிருந்தது.

❑

6

ஆனி மாதத்தின் உற்சாகமற்ற, சூடான மாலைப் பொழுதானது தெருக்களிலும், சாலைகளிலும் தண்ணீர் தெளித்திருந்ததால் குளிர்ச்சி பெற்று, உற்சாகமடைந்து கொண்டிருந்தது. மண்டபத்தின் நாற்புறமும் மலர்ச் செடிகள், குரோட்டன்ஸ்களின் தொட்டிகள் அழகுற அலங்கரிக்கப் பட்டிருந்தன. மின் விசிறிகள் ஓடிக் கொண்டிருந்தன. சிப்பாய்கள், மஞ்சள் நிற யூனிஃபாரமும், நீலத் தலைப்பாகையுமாக, ஜனங்களின் மீது தங்கள் அதிகாரமிடுக்கைக் காண்பித்துக் கொண்டு திரிந்தனர். ராய் சாகேப்பின் வேலையாட்கள் வெள்ளை நிற குர்தாவும் கேசரிவண்ணத் தலைப்பாகையும் கட்டி யவர்களாக, விருந்தாளிகள், வந்திருக்கும் பிரமுகர்களுக்கு தக்க மரியாதை, உபசாரங்கள் செய்வதில் ஈடுபட்டிருந்தனர். இச்சமயம் பிரதான வாயிலருகே ஒரு கார் வந்து நின்றது. அதிலிருந்து மூன்று கனவான்கள் இறங்கினர். கதர் குர்தாவும், காலில் செருப்பும் அணிந்திருந்தவரின் பெயர் பண்டித் ஓங்காரநாத். இவர் தினசரிப் பத்திரிகையான "பிஜ்லி" (மின்னல்) யின் புகழ்பெற்ற ஆசிரியர்.

நாட்டைப் பற்றிய கவலை அவரை உருக்கி விட்டிருந்தது. கோட்டும், பாண்ட்டும் அணிந்திருந்த மற்றொருவர் வக்கீல். ஆனால் வக்கீல் தொழில் சரிவர நடக்காததால் ஆயுள் பாதுகாப்பு நிதிக் கம்பெனியின் ஏஜண்ட்டாக இருக்கிறார். நிலச் சுவான்தார்கள், ஜமீன்தார்களுக்கு, லேவாதேவி செய்யும் வட்டிக் கடைக்காரர்கள், மற்றும் வங்கிகளிலிருந்து கடன் வாங்கித் தருவதில் வக்கீல் தொழிலைவிட அதிகமாகவே சம்பாதித்துக் கொண்டி ருக்கிறார். இவரது பெயர் சியாம்பிகாரி தங்கா. பட்டுச் சட்டையும், இறுக்கமான பைஜாமாவும் அணிந்துள்ள மூன்றாமவர், பல்கலைக்கழகத்தில் தத்துவ பேராசிரியரான மிஸ்டர் பி. மேஹ்தா. இம்மூவரும் ராய்சாகப்பின் நெருங்கிய தோழர்கள். இந்த விழாவிற்காக அழைக்கப்பட்டிருந்தனர். இன்று இலாக்கா முழுவதிலிருந்தும் ஆட்கள் வருவார்கள். வந்து தங்கள் தங்கள் காணிக்கைக்களை சமர்ப்பிப்பார்கள். இரவு 'தனுஷ் யக்ஞம்' நாடகம் நடைபெறும். விருந்தினர்களுக்கு விருந்தும் நடைபெறும். ஹோரி, காணிக்கையாக ஐந்து ரூபாய் கொடுத்துள்ளான். ரோஜா வண்ண அங்கியும், அதே நிறத்தில் தலைப்பாகையும் முழங்கால் வரை கச்சம் கட்டிக் கொண்டு, கையிலொரு களைக் கொத்துடன், முகமெல்லாம் பவுடர் பூசிய தோற்றத்துடன் ராஜா ஜனகரின் தோட்டத்து, தோட்டக்காரனாகி விட்டிருந்த பெருமிதத்தில், இந்த உற்சவம் முழுவதுமே தனது திறமையினால் இயங்குவது போல் பூரித்தும் போயிருந்தான்.

ராய் சாகப் விருந்தினர்களை வரவேற்றார். இரட்டை நாடி சரீரம். நல்ல உயரம். கட்டான உடல்வாகு. முகத்திலே தேஜஸ். அகன்ற நெற்றி, நல்ல வெளுப்பான நிறம். இளம் மஞ்சள் வண்ண பட்டுச் சால்வை அம்மேனிக்கு ரொம்பவும் பொருத்தமாக, அழகாக இருந்தது.

"இன்று என்ன நாடகம் போடுவதாக எண்ணம்? என்னுடைய ரசனைக்குரியது நாடகம் தான்"... என்றார் பண்டித ஓங்கார நாத்.

ராய் சாகப் அம்மூவரையும் தனது கூடாரத்தின் முன் வரிசையிலிருந்த நாற்காலிகளில் உட்கார வைத்தவர் - "முதலில் 'தனுஷ் யக்ஞம்' நாடகம் நடைபெறும், அதற்குப் பிறகு ஒரு ஹாஸ்ய நாடகம். நல்ல நாடகம் ஏதும் கிடைக்கவில்லை. ஒன்று ரொம்ப நீண்டதாய், ஐந்து மணி நேரத்தில் கூட முடியாதது போன்ற நாடகமிருக்கிறது அதிலும் ரொம்பவும் கடினமான மொழியில், ஒருவராலும் அர்த்தமே புரிந்து கொள்ள முடியாது. அப்படியுள்ளது. கடைசியில் நானே ஒரு சிறு நாடகம் எழுதினேன். இது இரண்டு மணி நேரத்தில் முடிந்து விடும்" என்றார்.

ஓங்கார நாத்திற்கு ராய்சாகப்பின் படைப்பாற்றல் பற்றி மிகவும் சந்தேகம்தான். இருட்டில் தனது பிரகாசத்தைக் காட்டும் தீபம் போல், ஏழ்மையில்தான் ஆற்றல் ஒளிர முடியும் என்பது அவரது எண்ணம். தனது அலட்சியத்தைச் சற்றும் மறைக்கவும் முயலாமல் அவர் முகத்தைத் திருப்பிக் கொண்டார்.

மிஸ்டர் தங்கா.. அர்த்தமற்ற இந்த விஷயங்களில் பட்டுக் கொள்ள விரும்பாவிடிலும், தனக்கும் இவ்விஷயம் பற்றி ஏதும் கூற

உரிமையுள்ளது என்பதைக் காட்டிக் கொள்ள விரும்புகிறவர் போல், "நடிகர்கள் திறமை சாலிகளாக இருந்தால் எந்த நாடகமும் நன்றாக இருக்கும். மிக மிக நல்ல நாடகம் கூட, மோசமான நடிகர்களால், மோசமானதாகி விடக் கூடும். நாடக அரங்கில் படித்த நடிகைகள் நடிக்க முன்வராத வரையில் நமது நாடகக் கலை முன்னேற்றம் காண முடியாது." என்றவர், "இந்த முறை நீங்கள் கௌன்சிலில் உங்கள் கேள்விகளால் பெருத்த பரபரப்பை ஏற்படுத்திவிட்டீர்கள். வேறெந்த மெம்பரின் ரிகார்டும் இத்தனைப் பிரமாதமாக இருந்திராது என்று நான் அடித்துச் சொல்வேன்" என்றார்.

தத்துவப் பேராசிரியரால் இந்தப் பாராட்டைச் சகித்துக் கொள்ள இயலவில்லை. சமீபத்தில் தான் பல ஆண்டுகள் உழைத்து அவரொரு புத்தகம் எழுதியிருந்தார். அது எத்தகைய பரபரப்பை ஏற்படுத்தி இருக்க வேண்டுமோ, அதில் நூற்றிலொரு பங்குகூட ஏற்படவில்லை. அவர் இது பற்றி மிகவும் வருத்தமாக இருந்தார். "நண்பரே! கேள்விகளைப் பற்றி எனக்கு அக்கறையில்லை. நமது வாழ்க்கை, நமது கொள்கைகளுக்கேற்ப இருக்க வேண்டுமென்று நான் விரும்புகிறேன். தாங்கள் குடியானவர்களின் நன்மையைக் கோருகின்றவர். அவர்களுக்கு பல விதமான சலுகைகள் வழங்கப் படவேண்டுமென்று விரும்புகின்றவர். ஜமீன்தார்களின் அதிகாரத்தைப் பறி முதல் செய்ய விரும்புகிறீர்கள். ஆனால் அவர்களை சமூகத்தின் சாபம் என்கிறீர்கள். நீங்கள் ஜமீன்தார். உங்களைப் போன்ற ஜமீன்தார்கள் இன்னும் ஆயிரக்கணக்கில் உள்ளனர். குடியானவர்களுக்குச் சலுகைகள் வழங்கப் படவேண்டு மென்பது தங்கள் எண்ணமானால் முதலில் தாங்கள் அதை ஆரம்பிக்கலாமே! குடியானவர்களுக்கு அவர்களிடமிருந்து பணம் ஏதும் பெற்றுக் கொள்ளாமலேயே பட்டா எழுதிக் கொடுங்கள். கூலி தராமல் வேலை வாங்கும் பழக்கத்தை நிறுத்துங்கள். குத்தகையை அதிகமாக்குவதை அடியோடு நிறுத்துங்கள். மேய்ச்சலுக்கு நிலம் விடுங்கள். பொதுவுடமைவாதிகள் போல் வாயால் பேசுவது, ஆனால் பணக்காரர்கள் போல் ஆடம்பரமாக வாழ்வது, என்று சுகபோகத்துடன், சுயநலம் நிறைந்தவர்களாக இருப்பவர்கள்பால் எனக்குச் சற்றும் அனுதாபமில்லை" என்றார் காட்டமாக.

ராய்சாகப்பை இது தாக்கியது. வக்கீலின் நெற்றி சுருங்கியது. பத்திரிகை ஆசிரியரின் முகம் இருண்டது. அவர் சமதர்மத்தைப் போற்றுகிறவர் தான். ஆனால் நேரடியாகத் தாக்குவதை அவர் விரும்பவில்லை. தங்கா, ராய்சாகப்பின் பக்கம் ஆதரித்து பேசினார் - "ராய்சாகப் தனது குடிபடைகளிடம் எத்தனை நல்ல தனமாக நடந்து கொள்கிறாரோ, அவ்வாறே மற்ற ஜமீன்தார்களும் நடந்து கொண்டு விட்டால் பிரச்சனையேயில்லை."

மிஸ்டர் மேஹ்தா.. சுத்தியால் மற்றொரு தரம் ஓங்கி அடித்தார் - "இதை ஒப்புக் கொள்கிறேன். தாங்கள் தங்கள் குடிபடைகளிடம் மிக நல்லவிதமாக நடந்து கொள்கிறீர்கள். ஆனால் இதில் சுயநலம் உள்ளதா, இல்லையா? என்பதுதான் பிரச்சனை. மிதமான சூட்டில் சமைக்கப்படும் உணவு மிக ருசியாக உள்ளது என்பது இதற்கொரு காரணமாக முடியாதா? வெல்லக் கட்டி போல் இனிமையான

பேச்சினால் ஒருவனை வீழ்த்துபவன், விஷம் போன்ற கடுமையான வார்த்தைகளால் ஒருவனை வீழ்த்துவதைவிட அதிகம் வெற்றி பெற முடியும். நாம் பொதுவுடமைவாதிகளா, இல்லையா... என்பது மட்டும்தான் எனக்குத் தெரியும். பொதுவுடமைவாதிகளென்றால், அது போல் நடக்க வேண்டும். இல்லாவிட்டால் வாயால் உளறுவதை விட்டுவிட வேண்டும். போலித்தனமாக வாழ்வதென்பதற்கு நான் விரோதி. மாமிசம் சாப்பிடுவது நல்லதென்று நினைத்தால் வெளிப்படையாகச் சாப்பிடு. நல்லதல்ல எனக் கருதினால் விட்டுவிடு. சாப்பிடாதே. இது எனக்குப் புரிகிறது. ஆனால் ஒளித்து மறைத்து சாப்பிடுவது இதுதான் எனக்குப் புரிவதில்லை. நான் இதைக் கோழைத்தனம் என்று மட்டுமல்ல, இது மோசடி என்றும் கூறுவேன். உண்மையில் இது இரண்டும் ஒன்றுதான்".

ராய்சாகப் ரொம்பவும் கெட்டிக்கார மனிதர். அவமானத்தையும், தாக்குதலையும், பொறுமையோடு, தாராள மனதுடன் சகித்துக் கொள்ள அவர் பழகி இருந்தார். எனினும் சற்றே தயங்கியவராய் - "மேஹ்தாஜி! உங்கள் கருத்து முற்றிலும் சரியானதுதான். உங்களது வெளிப்படையான கருத்துக்களை நான் எவ்வளவு தூரம் மதிக்கிறேன் என்பது உங்களுக்கே தெரியும். ஆனால் ஒன்றைத் தாங்கள் மறந்து விடுகிறீர்கள். மற்ற யாத்திரைகளைப் போலவே, எண்ணங்களின் பயணங்களுக்கும் தங்குமிடங்கள் உள்ளன. ஒரு முகாமை விட்டு தாங்கள் இன்னொரு முகாம் வரை போய்விட முடியாது. மனித வாழ்க்கையின் வரலாற்றில் இதற்கு பிரத்யட்சமான அத்தாட்சிகள் உள்ளன.

அரசன் கடவுள். ஜமீன்தார் கடவுளின் அமைச்சர், என்ற சூழலில் வளர்ந்தவன் நான். காலம் சென்ற என் தந்தை குடியானவர்கள்பால் மிகவும் இரக்கமுடையவர். வறட்சி ஏற்பட்டால், பனியால் பாதிப்பு நேர்ந்தாலும் கிஸ்தியில் சில சமயம் பாதியையும், சிலசமயம் முழுவதையுமே செலுத்த வேண்டாம் என்று கூறிவிடுவார். தன்னுடைய களஞ்சியத்திலிருந்து தானியம் எடுத்து அவர்களுக்கு வழங்குவார். வீட்டுநகைகளை விற்று, கன்னிப் பெண்களின் திருமணத்திற்கு உதவி செய்வார். ஆனால் அவரது குடிமக்கள் அவரை சர்க்கார் என்றும், தர்மத்தின் அவதாரம் என்றும் சொல்லும் வரையில், அவரைத் தங்கள் தெய்வம் என்று பூசிக்கும் வரைதான். தனது பிரஜைகளை பரிபாலிப்பது அவரது சனாதன தர்மம். ஆனால் உரிமை என்ற முறையில் நானும் இதே சூழலில் வளர்ந்தவன். நடைமுறையில் நான் என்ன செய்தாலும், எண்ணங்களில் அதைவிட முன்னேறிச் சென்றுள்ளேன் என்பது பற்றி எனக்கு கர்வமுண்டு. குடியானவர்களுக்கு இச்சலுகைகள், உரிமையென்ற முறையில் கிடைக்காத வரையில், வெறும் நல்லெண்ணத்தால் மட்டும் அவர்களது நிலையில் மாற்றம் ஏதும் ஏற்பட்டு விடமுடியாது என்பதை ஏற்றுக் கொள்ளத் துவங்கியுள்ளேன். தன்னிச்சையாக தனது சுயநலத்தை விட்டு விடுவதென்பது விதிவிலக்கானது. நான் நல்லெண்ணம் கொண்டிருந்தாலும் என் சுயநலத்தை என்னால் விட்டுவிட

முடியாது. எங்களது வர்க்கத்தின் சுயநலத்தை, ஆட்சியாளர்கள், மற்றும் சட்டத்தின் பலத்தினால் விட்டுவிடக் கட்டாயப் படுத்த வேண்டும் என்று விரும்புகிறேன். இதை நீங்கள் கோழைத்தனம் எனக் கூறலாம். நான் இதை வேறு வழியில்லாத இயலாமை என்கிறேன். எந்தவொரு நபருக்கும், இன்னொருவரின் உழைப்பினால் கொடுக்க உரிமையில்லை என்பதை நான் ஒப்புக் கொள்கிறேன். இன்னொருவரின் உழைப்பில் வாழ்வது பெரும் வெட்கக் கேடான விஷயம். உழைப்பது என்பது உயிர் வாழ்பவர்கள் எல்லாருடைய கடமையாகும். கொஞ்சம் பேர் சுகபோகவாழ்வு வாழவும், அதிகமான மக்கள் நசுக்கப்பட்டு சுரண்டப் படுவதுமான சமுதாய அமைப்பு, என்றும் சுகமானதாக, மகிழ்ச்சி அளிக்கக் கூடியதாக இருக்க முடியாது. கல்வியை மூலதனத்தின் ஒரு வடிவமாகவே நான் நினைக்கிறேன். இந்தக் கோட்டை எவ்வளவு விரைவில் உடைந்து வீழ்கிறதோ, அவ்வளவு நல்லது. யாருக்கு வயிற்றுக்கு சோறு கூட கிடைக்கவில்லையோ, அவர்களின் அதிகாரிகளும், அவர்களை வேலையில் அமர்த்துபவர்களும், ஐந்தாயிரம் பத்தாயிரம் என்று லாபமடித்துக் கொண்டு போவது, கேலிக்குரியது மட்டுமல்ல, அவமானத்திற்குரியதுமாகும். இந்த அமைப்பானது ஜமீன்தார்களான எங்களிடம், எத்தகைய உல்லாசத்தையும், தீய நடவடிக்கையையும், போக வாழ்வையும், அடிமைத்தனத்தையும், வெட்கம் கெட்ட தனத்தையும் ஏற்றி வைத்துள்ளது என்பதை நான் நன்கு அறிவேன். ஆனால் இக்காரணங்களினால் நான் இந்த அமைப்பை எதிர்க்கவில்லை. எனது சுயநலத்திற்காக இதனை ஆமோதிக்கவும் முடியாது என்றுதான் நான் சொல்லுகிறேன். இந்த ஆடம்பரமிக்கதொரு கௌரவத்தைக் காப்பாற்ற வேண்டி நாங்கள் எங்கள் ஆன்மாவை அழித்துக் கொள்ள வேண்டியிருக்கிறது. இதனால் எங்களிடம் சுயாபிமானம் என்பதே இல்லை எனலாம். எங்களது குடிபடைகளை கொள்ளையடிக்கும் நிர்பந்தத்தில் நாங்கள் உள்ளோம். அதிகாரிகளுக்கு விலையுயர்ந்த பரிசுகளும் நாங்கள் வழங்கிக் கொண்டிராவிடில் நாங்கள் ராஜ துரோகிகளாகக் கருதப்படுவோம். ஆடம்பரமாக வாழாவிடில், கருமி எனத் தூற்றப்படுவோம். முற்போக்கின் லேசான அரவம் கேட்டாலும் நாங்கள் நடுங்குகிறோம். உடனே, அரசு அதிகாரிகளிடம் முறையிட ஓடுகிறோம். எங்களைக் காப்பாற்றுங்கள் என்கிறோம். எங்களிடம் பராக்கிரமும் இல்லை. எங்கள் மீதே எங்களுக்கு நம்பிக்கையுமில்லை. ஸ்பூனில் பால் கொடுத்து வளர்க்கப்படும் குழந்தை மாதிரிதான் எங்கள் நிலைமை. பார்க்கக் கொழுகொழுவென்றிருக்கும். உள்ளுக்குள் பலவீனம். சாரமில்லாதது".

மேஹ்தா கையைத் தட்டி "ஹியர்! ஹியர்! என்றார். உங்கள் நாவிற்கு எத்தனை புத்தி இருக்கிறதோ, அதில் பாதியாவது மூளையிலிருந்தால்! எல்லாம் தெரிந்தும் அறிந்திருந்தும் கூடத் தாங்கள் தங்களது எண்ணங்களை நடைமுறைக்குக் கொண்டு வருவதில்லை என்பதுதான் வருத்தம்".

"மிஸ்டர் மேஹ்தா! தனியாக எவரும் எதையும் சாதிக்க முடியாது. நாம் காலத்தையொட்டி செல்ல வேண்டும். காலத்தையும்

நம்மோடு எடுத்துச் செல்ல வேண்டும். கெட்ட காரியங்களுக்குத்தான் ஒத்துழைப்பு தேவை என்பதில்லை. நல்ல காரியங்களுக்கும் ஒத்துழைப்பு அவசியம். உங்களது கோடிக்கணக்கான சகோதரர்கள் எட்டு ரூபாயில் தங்கள் பிழைப்பை நடத்தும்போது நீங்கள் மாதம் எட்டு நூறு ரூபாயை அபகரித்துக் கொள்கிறீர்களாம்" என்றார் ஓங்கார நாத்.

ராய்சாகப் மேலுக்கு வருத்தமும், உள்ளூர சந்தோஷமும் அடைந்தவராய் பத்திரிகை ஆசிரியரை நோக்கினார் - "ஆசிரியரே! தனிப்பட்ட விஷயங்களைப் பற்றி பேசவில்லை. இங்கு நாம் சமுதாய அமைப்பைப் பற்றித்தான் சர்ச்சை செய்து கொண்டிருக்கிறோம்" என்றார்.

மிஸ்டர் மேஹ்தா, அவரைப் போலவே நிதானத்துடன், "இல்லையில்லை, நான் இதைத் தவறாக எடுத்துக் கொள்ளவில்லை. தனிமனிதன் மூலம் தான் சமுதாயம் உருவாகின்றது. தனிமனிதனை மறந்துவிட்டு நாம் எந்தவொரு அமைப்பைப் பற்றியும் ஆலோசிக்க முடியாது. இந்த அமைப்பின் மீது எனக்கு நம்பிக்கை இல்லையென்பதால்தான் நான் இவ்வளவு சம்பளம் பெற்றுக் கொள்கிறேன்" என்றார்.

"அச்சா! தாங்கள் தற்போதைய அமைப்பை ஆதரிக்கின்றீர்களா?" என்றார் வியப்புடன் ஓங்கார் நாத்.

"இந்த உலகத்தில் சிறியவர்கள், பெரியவர்கள் எப்பொழுதும் இருந்து கொண்டே தானிருப்பார்கள், இருந்து கொண்டுமிருக்க வேண்டும், என்ற சித்தாந்தத்தை நான் ஆதரிக்கின்றேன். இதை அழிக்க முயற்சிப்பது மனித இனத்தின் சர்வநாசத்திற்கு காரணமாகிவிடும்".

குஸ்தியில் ஜோடி மாறிவிட்டது. ராய்சாகப் ஒரு ஓரமாய் நின்று விட்டார். பத்திரிகை ஆசிரியர், களத்தில் இறங்கிவிட்டார். "தாங்கள் இந்த இருபதாம் நூற்றாண்டில் கூட உயர்ந்தவர்கள், தாழ்ந்தவர்களென்ற வித்தியாசத்தை ஏற்றுக் கொள்கிறீர்களா?"

"ஆம்.. ஒப்புக் கொள்கிறேன். பலமாகவும் ஆதரிக்கின்றேன். தாங்கள் எந்தக் கருத்தை ஆதரிக்கின்றீர்களோ, அதுவொன்றும் புதிதல்ல. மனிதனின், மனத்தில், அன்பும், பற்றுதலும் என்று மலரத் துவங்கியதோ, அன்றே இக்கருத்தும் பிறந்துவிட்டது. புத்தர், பிளேட்டோ, யேசு என யாவருமே சமுதாயத்தில் சமத்துவத்தை நிலவச் செய்தவர்கள். கிரேக்க, ரோமானிய, சிரிய நாகரீகங்கள் எல்லாம் இதனைப் பரிட்சித்துப் பார்த்தன. ஆனால் இது நடைமுறைக் கொவ்வாததாயிருந்ததால் இக்கருத்து என்றும் நிலையாக நிலை பெற்று விட இயலவில்லை."

"நீங்கள் பேசுவதைக் கேட்டால் எனக்கு வியப்பாக உள்ளது"

"ஆச்சர்யமென்பது அஞ்ஞானத்தின் மறுபெயர்"

"தாங்கள், இவ்விஷயம் குறித்து ஒரு கட்டுரைத் தொடர் எழுதினால் நான் மிகவும் நன்றியுள்ளவனாக இருப்பேன்".

"ஜீ.. நான் அவ்வளவு முட்டாள் அல்ல. தாங்கள் நல்ல தொகை கொடுத்தால் அல்லாது எழுத...."

“தாங்கள் அத்தகைய சித்தாந்தத்தைத்தானே மேற்கொண்டிருக்கிறீர்கள். வெளிப்படையாகவே பொதுஜனங்களைக் கொள்ளையடிக்கலாம்”.

“உங்களுக்கும், எனக்கும் உள்ள வித்தியாசம் இவ்வளவுதான். அதாவது நான் எதை ஏற்றுக்கொண்டுள்ளேனோ, அதன்படி நடக்கிறேன். நீங்களெல்லாம் கொண்டிருக்கும் கருத்து வேறு, நடைமுறை வேறு. பணத்தை நீங்கள் எந்தவொரு அநியாயத்தின் மூலமாகவும் விருத்தி செய்து கொண்டே போகலாம். ஆனால், அறிவை, காரெக்டர் அதாவது நடத்தையை, அழகை, திறமையை, வலிமையை இடைவிடாமல் விருத்தி செய்து கொண்டு போவதென்பது உங்களுடைய சக்திக்கு அப்பாற்பட்ட விஷயம். சிறியவன், பெரியவன் என்ற வித்தியாசம், பணத்தினால் மட்டும் ஏற்பட்டு விடுவதில்லை. பெரிய பெரிய குபேரர்களை கூட யாசகனின் முன்னே மண்டியிடுவதாக நான் கண்டிருக்கிறேன். தாங்களும் இதைப் பார்த்திருக்கலாம். அழகின் வாசலிலே, பெரிய பெரிய அரசர்கள் கூட இறைஞ்சி நிற்கின்றனர். இது சமுதாயத்தின் ஏற்றத்தாழ்வு இல்லையா? நீங்கள் ரஷியாவை உதாரணம் காட்டலாம். மில் முதலாளி, அரசாங்க ஊழியனாக மாறிவிட்டான் என்பதைத் தவிர அங்கே வேறென்ன இருக்கிறது? அறிவு அன்றும் ஆட்சிபுரிந்தது, இன்றும் புரிகின்றது, என்றும் புரியும்”.

தட்டில் வெற்றிலை பாக்கு வந்தது. ராய் சாகப், பீடாவும், ஏலமும் அவர்களுக்கு வழங்கியவாறே “அறிவு, சுயநலமற்றதாக இருந்தால், அதன் செல்வாக்கை, ஆதிக்கத்தை ஏற்றுக்கொள்ள எங்களுக்கு எந்த விதமான ஆட்சேபணையுமில்லை. சோசலிசத்தின் லட்சியமே இதுதான். சாதுக்கள், மகாத்துமாக்களிடம், அவர்களது தியாகத்தின் வலிமையுள்ளது. அதன் முன்னே நாங்கள் தலை வணங்குகிறோம். இதுபோலவே அறிவின் கையிலும் அதிகாரத்தை, தலைமையை, கௌரவத்தை அளிக்கவே விரும்புகின்றோம். ஆனால் செல்வத்தை அல்ல. அறிவின் அதிகாரமும், மதிப்பும், கௌரவமும், அந்த மனிதனுடன் அழிந்து விடுகிறது. ஆனால் அவனது செல்வம், பணம், விஷத்தை விதைப்பதற்காக, அவனுக்குப் பிறகு பின்னும் சக்திவாய்ந்ததாகிவிடுகிறது. அறிவும், ஞானமும் இல்லாமல் எந்தவொரு சமுதாயமும் இயங்க முடிவதில்லை. நாங்கள் இந்தத் தேளின் கொடுக்கை மட்டுமே வெட்டி விட விரும்புகிறோம்”.

இதற்குள் இன்னொரு கார் வந்து நின்றது. அதிலிருந்து மிஸ்டர் கன்னா இறங்கினார். இவர் ஒரு வங்கியின் அதிகாரி. சர்க்கரை ஆலை ஒன்றின் டைரக்டர். அவருடன் இரு பெண்டிரும் வந்தனர். ராய்சாகப் அவ்விருவரையும் காரிலிருந்து இறக்கினார். ஒரு பெண்மணி கதர்ச் சேலை அணிந்திருந்தாள். எதையும் ஆழ்ந்து சிந்திப்பவள் போல் தோன்றினாள். இவள்தான் காமினி. மிஸ்டர் கன்னாவின் மனைவி. மற்றொரு பெண்மணி நவநாகரீக யுவதி. உயர்ந்த குதி வைத்த காலணி அணிந்திருந்தாள். அவள் முகத்தில் மாறாத புன்னகை தவழ்ந்தது. இவள்தான் டாக்டர் மாலதி. இங்கிலாந்தில் உயர் படிப்புப் படித்து விட்டு வந்திருந்தாள். இப்பொழுது டாக்டராகப் பிராக்டிஸ் செய்து கொண்டிருக்கிறாள்.

ஜமீன்தார்கள், செல்வந்தர்களின் இல்லங்களுக்கு அதிகமாகப் போவதுண்டு. புதிய நாகரீகமே உருவெடுத்து புதுயுகப் பெண்ணாய் தோன்றினாள். மென்மையான உடல். அதிலொரு துடிப்பும், பரபரப்புமிருந்தது. நாணம், தயக்கம், என்பதெல்லாம் பெயரளவிற்குக் கூட இல்லை. ஒப்பனை செய்து கொள்வதில் நல்ல தேர்ச்சியுண்டு. எதற்கும் சட்டென, சாமர்த்தியமாக, புத்திசாலித்தனமாக பதில் கூறும் திறமைசாலி. ஆணின் மனத்தை நன்கறிந்தவள். உல்லாசமும், களியாட்டமும்தான் வாழ்க்கையின் தத்துவமென நினைப்பவள் அவள். ஒருவரைத் தன்பால் ஈர்ப்பதிலும், மனத்தை மகிழ்விக்கும் கலையிலும் வல்லவள். ஆத்மா இருக்க வேண்டிய இடத்தில் வெளிப்பகட்டு. "ஷோ"விற்குத்தான் இடமிருந்தது. இதயம் என்பதில்லாமல் பேச்சும், நடிப்பும், முகபாவங்களுமிருந்தன. மனத்தின் உணர்ச்சிகளை மூடி மறைத்து பலவந்தமாக அழுத்தி வைத்திருந்ததால், ஆசை, அபிலாஷைகள் காணாமல் போய்விட்டிருந்தன.

மிஸ் மாலதி, மேஹ்தாவின் கரத்தைப் பற்றிக் குலுக்கியவாறே, "உண்மையாகத்தான் சொல்லுகிறேன். உங்களைப் பார்த்தாலே 'தத்துவவாதி' என்று தெரிகிறது. புதிதாக வெளிவந்திருக்கும் உங்களது நூலில் நீங்கள் ஆன்மீகவாதிகளை தோலுரித்துக் காட்டிவிட்டீர்கள். படிக்கும் போதே, என் உள்ளத்தில், பலமுறை, உங்களுடன் இது பற்றி சர்ச்சை செய்ய வேண்டுமெனத் தோன்றியது. பிலாசபர்களிடமிருந்தும் நெகிழ்வும், உணர்ச்சியும் ஏன் காணாமல் போய் விடுகின்றனவோ தெரியவில்லை" என்றாள்.

மேஹ்தாவிற்கு லஜ்ஜையாக இருந்தது. திருமணமாகாதவர் அவர். அதிலும் நவநாகரிக புதுயுகத்துப் பெண்களிடமிருந்து விலகியே நிற்பவர். ஆண்களின் கோஷ்டியில் நன்றாக அரட்டை அடிப்பார். ஆனால் ஒரு பெண் வந்து விட்டால் அவ்வளவுதான். அறிவுக்கு தாழிட்டு விடுவதுபோல் வாய் மூடிக்கொண்டு விடும். பெண்களிடம் மரியாதையாக, நாகரீகமாக நடந்து கொள்ள வேண்டுமென்ற நினைப்பு கூட இராது.

"தேவிஜி! பிலாசபர்களின் தோற்றத்தில் அப்படியென்ன விசேஷமாக இருக்கிறது?" என வினாவினார் கன்னா.

மாலதி, மேஹ்தாவை இரக்கத்துடன் பார்த்தவாறே – "மிஸ்டர் மேஹ்தா! தாங்கள் தவறாக நினைத்துக் கொள்ளவில்லையென்றால் சொல்லட்டுமா?" என்றாள்.

மிஸ் மாலதியின் உபாசகர்களில் மிஸ்டர் கன்னாவும் ஒருவர். மாலதி எங்கே சென்றாலும் அங்கு கன்னாவும் விஜயம் செய்வது தவிர்க்க முடியாதது. அவளைச் சுற்றி வண்டு போல் வட்டமிட்டுக் கொண்டிருந்தார் அவர். எப்பொழுதும் மாலதியிடம் தான் அதிகமாகப் பேசவேண்டும். அவளது பார்வையில்தான் தான் அதிகமாகப் பட்டுக் கொண்டிருக்க வேண்டுமென்பது அவர் விருப்பம்.

"பிலாசஃபர் எதையும் தவறாக எடுத்துக் கொள்ள மாட்டார். இதுதான் அவர்களது விசேஷம்" என்று கண்களைச் சிமிட்டியவாறே கூறினார் கன்னா.

"சரி! கேளுங்கள். பிலாசஃபர் எப்பொழுதும் உற்சாகமின்றி இருப்பார்கள். எப்பொழுது பாருங்கள்! தங்கள் எண்ணங்களிலேயே ஆழ்ந்திருப்பார்கள். உங்கள் பக்கம் பார்வையிருக்கும். ஆனால் உங்களைப் பார்க்க மாட்டார்கள். நீங்கள் அவர்களிடம் பேசிக் கொண்டேயிருங்கள். ஒன்றும் காதில் விழாது. எங்கோ சூனியத்தில் பறந்து கொண்டிருப்பார்கள்".

எல்லோரும் உரக்கச் சிரித்தனர். ஆனால் மிஸ்டர் மேஹ்தா வெட்கத்தினால் புதையுண்டு போனார்.

"ஆக்ஸ்ஃபோர்டில் என்னுடைய பிலாசஃபி புரொபசர் மிஸ்டர் ஹஸ்பெண்ட்"

கன்னா இடைமறித்தார் – "பெயர் விசித்திரமாக இருக்கிறதே!"

"ஆமாம். ஆனால் திருமணமாகாதவர்"

"இந்த வியாதி எல்லா பிலாசஃபர்களிடமும் உள்ளது."

இப்பொழுது மேஹ்தாவிற்குப் பேசச் சந்தர்ப்பம் கிடைத்தது.

'உங்களையும் இந்த வியாதிதான் பிடித்துக் கொண்டிருக்கிறது போலிருக்கிறதே' என்றார் சட்டென.

"யாரேனும் ஒரு பிலாசஃபரைத்தான் திருமணம் செய்து கொள்வது என்று பிரதிக்ஞை எடுத்துக் கொண்டுள்ளேன். இந்த வர்க்கம்தான் கல்யாணம் என்ற பெயரைக் கேட்டாலே பயப்படுகிறதே. மிஸ்டர் ஹஸ்பெண்ட் பெண்களைக் கண்டாலே வீட்டிற்குள் ஒளிந்து கொண்டு விடுவார். அவரது மாணவர்களில் பல பெண்களிருந்தனர். அவர்களில் யாராவது ஒருத்தி எப்பொழுதாவது ஏதேனும் கேட்க அவரது அலுவலகத்திற்குச் சென்றால், ஏதோ சிங்கத்தைக் கண்டது போல் பயந்து போய்விடுவார். நாங்களெல்லோரும் அவரை ரொம்பவும் சீண்டுவோம். ஆனால் பாவம் அவர் அப்பாவி. எளிமையான உள்ளம் படைத்தவர். பல ஆயிரம் சம்பாத்தியம். ஆனால் எப்பொழுதும் ஒரே சூட்டை அணிந்திருப்பதைத்தான் நான் பார்த்தேன். அவருக்கு ஒரு விதவை சகோதரி இருந்தாள். அவள்தான் அவரது வீட்டை நிர்வகித்து வந்தாள். மிஸ்டர் ஹஸ்பெண்டிற்குச் சாப்பாட்டைப் பற்றிய சிந்தனை கூட இராது. தன்னைச் சந்திக்க வருபவர்க்கஞ்சி அவர் கதவை மூடிக் கொண்டு தான் எழுதுவார். சாப்பாட்டு வேளை வந்தால் அவரது சகோதரி உள்கதவு வழியாய், அவரிடம் சென்று, அவர் முன்னிருக்கும் புத்தகத்தை மூடிவிடுவாள். அப்பொழுதுதான் சாப்பாட்டு வேளை வந்துவிட்டதை அவர் உணருவார். இரவிலும் உணவருந்தும் வேளை நிச்சயிக்கப்பட்டிருந்தது. அவரது சகோதரி விளக்கை அணைத்து விடுவாள். ஒரு நாள் அவர் சகோதரி புத்தகத்தை மூடிவிட விரும்பினாள். அவரோ புத்தகத்தை இரண்டு கைகளினாலும் அழுத்திப் பிடித்துக் கொண்டுவிட்டார். அக்காவிற்கும் தம்பிக்கும் பலப்பரிட்சை நடந்தது. முடிவில் அக்கா அவரது சக்கர நாற்காலியைப் பிடித்திழுத்து சாப்பாட்டறைக்கு கொண்டு வந்து விட்டாள்."

"ஆனால் மிஸ்டர் மேஹ்தா எல்லோருடனும் தாராளமாகப் பழகும் சுபாவம் உள்ளவர். இனிமையானவர். இல்லாவிடில் இந்த அமர்க்களத்திற்கெல்லாம் எதற்காக வரப் போகிறார்?" என்றார் ராய் சாகப்.

"அப்படியானால் இவர் பிலாசஃபராக இருக்கமாட்டார். நம்முடைய கவலைகளினாலேயே நமக்குத் தலைவலிக்கிறதென்றால், உலகத்தைப் பற்றிய கவலையையெல்லாம் தலையில் ஏற்றிக்கொண்டு ஒருவர் எப்படி சந்தோஷமாக இருக்க முடியும்?"

அந்தப் பக்கம் பத்திரிகை ஆசிரியர் திருமதி கன்னாவிடம், தனது பொருளாதார நெருக்கடிகளைப் பற்றிய கதையைச் சொல்லிக் கொண்டிருந்தார். "இந்தப் பத்திரிகை ஆசிரியரின் வாழ்க்கை இருக்கிறதே இதுவொரு நீண்ட பிரலாபம் என்றே வைத்துக் கொள்ளுங்களேன். அதைக் கேட்பவர்கள் இரக்கப்படுவதற்குப் பதிலாக, காதை மூடிக் கொண்டுவிடுகின்றனர். பாவம் அவன் தனக்கும் ஏதும் உபகாரம் செய்து கொள்ள முடிவதில்லை. பிறருக்கும் செய்ய இயலுவதில்லை. ஒவ்வொரு இயக்கத்திலும் அவன் முன்னணியிலிருக்க வேண்டும், சிறைக்குச் செல்ல வேண்டும், அடிபட வேண்டும், அவனது வீடுவாசல் எல்லாம் ஜப்தி செய்யப்பட வேண்டுமென்று பொதுமக்கள் எதிர்பார்க்கின்றனர். இது அவனது தர்மமாகக் கருதப்படுகிறது. ஆனால் அவனது சிரமங்களைப் பற்றி யாருக்கும் அக்கறையில்லை. அவன் எல்லாம் தெரிந்தவனாக இருக்க வேண்டும். சகலவித்தைகள், கலைகள் என யாவையும் கற்றறிந்தவனாக இருத்தல் வேண்டும். ஆனால் வாழ்க்கையை வாழ்வதற்கு அவனுக்கு உரிமையில்லை. நீங்கள் இப்பொழுதெல்லாம் அதிகம் எழுதுவதே இல்லையே. தங்களுக்கு ஏதாவது சேவை செய்யும் பாக்கியமாவது எனக்குக் கொஞ்சம் கிட்டும். அதிலிருந்து என்னை ஏன் வஞ்சித்து விட்டீர்கள்?"

திருமதி கன்னாவிற்கு கவிதை எழுதுவதில் ஆசையும் விருப்பமும் உண்டு. இது தொடர்பாக பத்திரிகை ஆசிரியர் சிலசமயம் அவரைச் சந்திக்க வருவதுண்டு. வீட்டுக் காரியங்களைக் கவனிப்பதில் மும்முரமாக இருந்ததால் அவள் கொஞ்ச நாட்களாக அதிகம் ஏதும் எழுதவில்லை. உண்மையில் பார்க்கப் போனால் பிஜ்லியின் ஆசிரியர் தான் அவளை உற்சாகப்படுத்தி, ஊக்கமளித்து கவியாக்கிவிட்டிருந்தார். இயல்பான கவித்திறன் உண்மையில் அவளிடம் மிகக் குறைவுதான்.

"என்ன எழுதவதென்றே புரியவில்லை. ஆமாம் மிஸ் மாலதியிடம் எழுதும்படி ஏதும் கேட்பதுதானே?" என்றாள் திருமதி கன்னா.

பிஜ்லியின் ஆசிரியர் அலட்சியத்துடன் "காமினிதேவியாரே! மிஸ் மாலதியின் நேரம் மிகவும் விலைமதிப்பற்றது. உள்ளத்தில் வேதனையும், வலியும், ஈடுபாடும், உணர்ச்சியும், பாவங்களும், அன்பும் யாரிடமுள்ளதோ அவர்களால்தான் எழுதமுடியும். பணம், காசு, சுகபோக வாழ்வு, உல்லாசம் என்பதெல்லாம் எவருடைய வாழ்வின் குறிக்கோளாக உள்ளதோ, அவர்களால் என்ன எழுத முடியும்?" என்றார்.

காமினிக்கு இது திருப்தியை அளித்தது, லேசான பொறாமை கலந்த பரிகாசத்துடன், “மிஸ் மாலதியை எழுதும்படி நீங்கள் செய்தால், உங்கள் பிரசாரத்திற்கு இரட்டிப்பு பலனுண்டு. அப்புறம் உங்களுடைய பத்திரிக்கைக்குச் சந்தாதாராக இல்லாத ரசிகனே இந்த லக்னோவில் இருக்க மாட்டான்” என்றாள்.

“பணம் மட்டும் என் வாழ்வின் குறிக்கோளாக இருந்திருந்தால், இன்று இந்த நிலைமையில் இருந்திருக்க மாட்டேன். எனக்குப் பணம் சம்பாதிக்கும் கலையும் தெரியும். இன்று நான் நினைத்தாலும் லக்ஷக்கணக்காகச் சம்பாதித்து விடமுடியும். ஆனால் நான் பணத்தை ஒரு பொருட்டாக நினைத்ததே இல்லை. இலக்கியப் பணிதான் என் வாழ்வின் குறிகோள். இன்று மட்டுமல்ல. என்றென்றும்” என்றார்.

“என் பெயரைச் சந்தாதாராக எழுதிக் கொள்ளுங்கள்”

“சந்தாதாராக இல்லை. உங்கள் பெயரைப் ‘பேட்ரன்’ ஆகப் போட்டுக் கொள்கிறேன்”

“ராணி, மகாராணிகளை பேட்ரன்களாக வைத்துக் கொள்ளுங்கள். அவர்களைச் சற்றே புகழ்ந்தாலும் நீங்கள் உங்கள் பத்திரிகையை, லாபகரமானதாக செய்து கொள்ளலாம்.”

“என்னுடைய ராணி, மகாராணிகளெல்லாம் தாங்கள்தான் காமினிதேவி. யாரிடம் தயையும் விவேகமும் உள்ளதோ அவர்கள் தான் ராணி. முகஸ்துதியை நான் வெறுக்கிறேன்.”

“ஆனால் என்னை நீங்கள் முகஸ்துதி செய்கிறீர்களே” எனக் கிண்டல் செய்தாள் காமினி தேவி.

ஆசிரியரின் தீவிரமான முனைப்புடன் சிரத்தை நிறைந்த குரலில் “இது முகஸ்துதி அல்ல தேவி. இதயத்தின் உண்மையான வார்த்தைகள்” என்றார்

“பத்திரிகையாசிரியரே! கொஞ்சம் இங்கு வாருங்கள். மிஸ் மாலதி தங்களிடம் ஏதோ கூற விரும்புகிறாள்” என்று குரல் கொடுத்தார் ராய்சாகப்.

கண நேரத்திற்கு முன்னிருந்த முறுக்கெல்லாம் தளர்ந்தவராய் ஆசிரியர் வினயமே உருவானவராய் மாலதியின் முன்னே வந்து நின்றார். மாலதி அவரை இரக்கம் ததும்பும் கண்களால் பார்த்தவாறே – “இப்பொழுதுதான் நான் இந்த உலகத்தில் எல்லோரையும் விட பத்திரிகை ஆசிரியர்களிடம் பயமாக இருக்கிறதென்று சொல்லிக் கொண்டிருந்தேன். நீங்கள் விரும்பினால் யாரை வேண்டுமானாலும் நொடியில் சாய்த்து விடுவீர்கள். சீஃப் செகரெட்டரி ஒரு முறை சொன்னார் – இந்த ப்ளடி ஓங்கார்நாத்தை ஜெயிலில் அடைக்க முடிந்தால் என்னை அதிர்ஷடசாலி என நினைத்துக் கொள்வேன்.”

ஓங்காரநாத்தின் நீண்ட பெரிய மீசை விறைத்துக் கொண்டது. கண்களில் கர்வம் பளிச்சிட்டது. சாதாரணமாக அவர் மிகவும் சாந்தமான சுபாவம் உடையவர். ஆயினும் சவால் விடப்பட்டதும் அவரது ஆண்மை வீறுகொண்டெழுந்தது. உறுதிதொனிக்கும் குரலில் – “தங்களது இத்தயவிற்காக நான் தங்களுக்கு கடமைப்பட்டுள்ளேன். அந்த சபையில் என்னைப் பற்றி ஏதோ ஒரு விதத்தில்

குறிப்பிடப்பட்டதற்கு நன்றி. தாங்கள் செகரெட்டரி சாகப்பிடம், இத்தகைய மிரட்டல்களுக்கு அஞ்சுபவன் ஓங்கார்நாத் அல்ல என்பதைக் கூறிவிடுங்கள். அவனது வாழ்க்கைப் பயணம் முடிவு பெறும் போதுதான் அவனது பேனா ஓய்வெடுக்கும், அநீதியையும், தான்தோன்றித்தனத்தையும் வேரோடு பிடுங்கி எறியும் பொறுப்பை மேற்கொண்டிருக்கிறான் என்பதையும் கூறுங்கள்" என்றார்.

மிஸ் மாலதி அவரைப் பின்னும் தூண்டி விட்டாள். "சாதாரண மரியாதை முறையில் அதிகாரிகளின் ஒத்துழைப்பைத் தாங்கள் அடைய முடியும் என்னும் போது தாங்கள் ஏன் அவர்களிடமிருந்து தப்பித்துக் கொள்ள விரும்புகிறீர்கள், என்பதுதான் எனக்குப் புரியவில்லை. தாங்கள் தங்களது விமர்சனத்தில் நெருப்பின் சூட்டையும், விஷத்தின் கடுமையையும் சற்றுக் குறைத்துக் கொண்டால், தங்களுக்கு அரசு தரப்பிலிருந்து நிறைய உதவிகள் என்னால் செய்து கொடுக்க முடியும் என்று நான் வாக்குக் கொடுக்கிறேன். பொது மக்களைத்தான் தாங்கள் பார்த்துவிட்டீர்களே! அவர்களிடம் அப்பீல் செய்தீர்கள். அவர்களைப் போற்றிப் புகழ்ந்தீர்கள். தங்களது சிரமங்களைப் பற்றி அவர்களுக்கு எடுத்துரைத்தீர்கள். ஆனால் ஒரு பலனும் ஏற்படவில்லையே! இப்பொழுது சற்று அதிகாரிகளைத்தான் பரிட்சித்துப் பாருங்களேன். மூன்று மாதங்களுக்குள் நீங்கள் காரில் போகலாம். அரசாங்க விருந்துகளுக்கு நீங்கள் அழைக்கப்படாவிட்டால் என்னை எத்தனை வேண்டுமானாலும் திட்டலாம். இந்தப் பணக்காரர்கள், தேசியவாதிகள் என்று தங்களைக் கூறிக் கொள்ளுபவர்கள், இன்று வரை தங்களை லட்சியம் செய்யாதவர்களெல்லாம் உங்கள் வீட்டு வாசலை வட்டமிடுவார்கள்".

"இதைத்தான் என்னால் செய்ய முடியாது தேவிஜி! நான் எனது கொள்கைகளை எப்பொழுதும் மிக உயர்வாகவும், புனிதமாகவும் வைத்துக் கொண்டுள்ளேன். பணத்தைப் போற்றித் துதிக்கின்றவர்கள் ஒவ்வொரு தெருவிலும் கிடைப்பார்கள். நான் கொள்கையை வழிபடுகிறவர்களில் ஒருவன்" என்று பெருமை தொனிக்கும் குரலில் கூறினார் ஓங்காரநாத்.

"இதை நான் தற்பெருமை என்று கூறுகிறேன்"

"இது தங்கள் விருப்பம்"

"பணத்தை ஒரு பொருட்டாக நினைக்க வில்லையா?"

"கொள்கைகளை குழிதோண்டி புதைத்து விட்டு அல்ல".

"அப்படியென்றால் தங்கள் பத்திரிகையில அன்னிய நாட்டுப் பொருள்களின் விளம்பரங்களை ஏன் பிரசுரிக்கிறீர்கள்? வேறு எந்தப் பத்திரிகையிலும், அன்னிய நாட்டுப் பொருள்களின் இத்தனை விளம்பரங்களை நான் பார்க்க வில்லை. தங்களைக் கொள்கைவாதி, இலட்சியவாதி எனக் கூறிக் கொள்கிறீர்கள். ஆனால், உங்களது சுயலாபத்திற்காக, இந்நாட்டின் பணத்தை வெளிநாட்டிற்கு அனுப்புவது பற்றித் தங்களுக்கு சற்றும் வருத்தம் ஏற்படவில்லை. எந்தத் தர்க்கத்தினாலும் தங்களது இந்த (கொள்கையை) ஆதரிக்க முடியாது".

உண்மையிலேயே ஓங்காரநாத்திடம் இதற்கு பதிலேதும் இருக்கவில்லை. அவர் தப்பிக்கப் பார்ப்பதைக் கண்ட ராய்சாகப் அவரை ஆதரிக்க முன்வந்தார்.

"நீங்கள் என்னதான் விரும்புகிறீர்கள்? இந்தப் பக்கமும் தாக்குதல், அந்தப் பக்கமும் தாக்குதல் என்றால் பத்திரிகை எப்படி நடக்குமாம்?" என்றார்.

மிஸ் மாலதி இரக்கம் காட்டுவதாக இல்லை:

"பத்திரிகையை நடத்த முடியவில்லையென்றால் நிறுத்திவிடுங்கள். உங்கள் பத்திரிகையை நடத்துவதற்காக, அன்னிய நாட்டுப் பொருட்களைப் பிரசாரம் செய்ய உங்களுக்கு உரிமையில்லை. தங்களுக்கு வேறு வழியில்லையென்றால், கொள்கைகளை விட்டுவிடுங்கள். கொள்கைவாதிகளின் பத்திரிகைகளைக் கண்டால் எனக்கு எரிச்சலாக வருகின்றது. நெருப்புக் குச்சியை கிழித்து வைத்துவிடலாமா என்றிருக்கிறது. சொல்லுக்கும் செயலுக்கும் ஒற்றுமையைக் காண இயலாதவன் அவன் என்னவாக இருந்தாலும் சரி, கொள்கைவாதியாக இருக்க முடியாது."

மேஹ்தா பூரித்துப் போனார். சற்று நேரத்திற்கு முன்னர் அவர் இதே கருத்தைத்தான் வலியுறுத்தியிருந்தார். இந்தப் பெண் வெறும்ப பட்டாம் பூச்சி அல்ல, இவளுக்குச் சிந்திக்கும் ஆற்றல் உள்ளது என்பது தெரிந்து விடடது. அவரது தயக்கம் விலகி விட்டது.

"நானும் இதையேதான் சொல்லிக் கொண்டிருந்தேன். நமது எண்ணங்களுக்கும், செய்கைகளுக்குமிடையே ஒற்றுமையில்லாமலிருப்பது அயோக்கியத்தனம், மோசடி" என்றார்.

முகம் மலர மிஸ் மாலதி சொன்னாள், "அப்படியென்றால் இந்த விஷயத்தில் நீங்களும் நானும் ஒன்றுதான். இனி நான் கூட பிலாசஃபர் என்று உரிமை கோர முடியும்"

கன்னாவின் நாக்கு அரித்தது. "உங்களுடைய உடலின் ஒவ்வொரு அங்கமும் பிலாசபியிலேயே தோய்ந்துள்ளது" என்றார்.

மாலதி அவருடைய லகானை இழுத்தாள் "ஓகோ! தங்களுக்கும் பிலாசபியில் ஈடுபாடு உள்ளதா? தாங்கள் நெடுநாட்களுக்கு முன்னரே தங்களது பிலாசபியை கங்கையில் மூழ்கடித்து விட்டீர்கள் என்றல்லவா, நினைத்துக் கொண்டிருந்தேன். அப்படி இருந்தால் இத்தனை வங்கிகள், கம்பெனிகளுக்கு டைரக்டராகி இருக்க மாட்டீர்களே!

ராய் சாகப் இப்பொழுது கன்னாவிற்கு கை கொடுத்தார். "பிலாசபர்கள் எப்பொழுதும் ஏழ்மையில் சந்தோஷமாக இருக்க வேண்டுமென்று நினைக்கிறீர்களா?"

"ஆமாம். பிலாசபர்கள், இம்மோகத்தின் மீது வெற்றிகாண இயலாவிடில் பிலாசபராக இருப்பதெப்படி?"

"இந்த முறைப்படி பார்த்தால் மிஸ்டர் மேஹ்தா கூட பிலாசபராகத் தேற மாட்டார்."

மேஹ்தா விவாதத்திற்கு தயாராகிவிட்டார். "ராய் சாகப்! நான் ஒருபோதும் அந்த உரிமையைக் கோரியதில்லை. ஒரு கருமான் எந்த ஆயுதங்களைக் கொண்டு, வேலை செய்கிறானோ, அந்த ஆயுதங்கள் தட்டானுக்குப் பயன்படுவதில்லை, என்பது மட்டும் நான் அறிவேன். பனைமரமோ, கருவேலமரமோ, எந்த நிலைமையில் பூத்துக் காய்க்கிறதோ அதுபோலவே தாங்களும், தழைத்து, பூக்க விரும்புகிறீர்களா? என்னைப் பொறுத்த வரையில், பணம், என் வாழ்க்கையை பயனுள்ளதாக ஆக்கிக் கொள்ள வேண்டிய வசதிகளின் பெயர். அவ்வளவுதான். பணம் என்பது, தழைத்து, பூத்துக் காய்த்து பெருக வேண்டிய பொருள் அல்ல. வெறும் சாதனம் அவ்வளவுதான். பணத்தின் மீது எனக்கு கிஞ்சித்தும் ஆசையில்லை. நான் எனது வாழ்க்கையில் உபயோகப்படுத்த முடிகின்ற சாதனங்களை நீங்கள் திரட்டித் தாருங்கள்."

ஓங்கார நாத் சமஷ்டிவாதி. தனி நபரின் இத்தகைய முக் கியத்வத்தை அவரால் எப்படி ஏற்றுக் கொள்ள முடியும்?

"இதேபோல் ஒவ்வொரு தொழிலாளியும் அவன் வேலைச் செய்ய வேண்டி, தனது வசதிகளுக்காக மாதம் ஓராயிரம் தேவை என்று கூற முடியுமே" என்றார்.

"ஒரு தொழிலாளி இன்றித் தங்கள் வேலைகள் நடக்காது என்று தாங்கள் கருதினால், தாங்கள் அந்த வசதிகளைக் கொடுக்கத்தான் வேண்டும். அதே வேலையை இன்னொரு தொழிலாளி, குறைந்த கூலியில் செய்து விட்டால், தாங்கள் முந்தியவனைக் கெஞ்சிக் கொண்டிருக்க எந்தக் காரணமுமில்லை.

"தொழிலாளிகளின் கையில் அதிகாரமிருந்தால், ஒரு பிலாசபருக்கு வசதிகள் எவ்வளவு முக்கியமான தேவையோ, அதுபோலவே தொழிலாளர்களுக்கும் மதுவும் மங்கையும் அவசியமான, கட்டாயத் தேவைகளாகி விடும்."

"நீங்கள் நம்பலாம். நான் அவர்களிடம் பொறாமைப் பட மாட்டேன்"

"வாழ்க்கையை அர்த்தமுள்ளதாக்க பெண், அவ்வளவு தேவையானவளென்றால், தாங்கள் ஏன் திருமணம் செய்து கொள்ளக் கூடாது?"

மேஹ்தா சற்றும் தயக்கமின்றிக் கூறினார். "சுதந்திரமான காதல்(ஃபரீலவ்) ஆத்மாவின் வளர்ச்சிக்கு இடையூறானது அல்ல என்று நான் கருதுகிறேன். ஆனால் திருமணமென்பது ஆத்மாவை, வாழ்க்கையை, ஒரு கூண்டுக்குள் அடைத்து விடுகிறது"

கன்னா இதை ஆமோதித்தார். "கட்டுப்பாடும், கட்டுப்படுத்திக் கொள்வதும், பழய தியரிகள், புதிய தியரிதான் சுதந்திரமான காதல். கட்டுப்பாடற்ற போக்கும்தான்."

மாலதி குடுமியைப் பிடித்தாள் - "அப்படியென்றால் மிஸிஸ் கன்னா விவாகரத்திற்கு தயாராக இருக்க வேண்டும்."

"முதலில் விவாகரத்து பில் பாசா கட்டும்"

"தாங்கள்தான் அதை முதலில் பயன்படுத்துபவராக இருக்கக் கூடும்"

காமினி, மிஸ் மாலதியின்பால் கடுமை நிறைந்த கண்களால் பார்த்தவள், முகத்தைச் சுளித்துக் கொண்டாள். "கன்னா உனக்கே இருக்கட்டும். எனக்கு அதைப் பற்றிய அக்கறையில்லை" என்று சொல்வது போலிருந்தது அது.

மாலதி, மேஹ்தாவின் பக்கம் திரும்பி, "இது பற்றி தங்கள் கருத்தென்ன? மிஸ்டர் மேஹ்தா!" என்றாள்.

மேஹ்தா தீவிரமானார். ஏதேனும் ஒரு பிரச்சனை பற்றிதான் அபிப்பிராயத்தை வெளியிடுவதென்றால், தன் முழுமனத்தையும் அதிலேயே செலுத்திவிடுவார்.

"திருமணமென்பதை நானொரு சமுதாய ஒப்பந்தம் என்று கருதுகிறேன். அதை உடைக்கும் உரிமை, ஒரு ஆணுக்கோ, பெண்ணிற்கோ கிடையாது. ஒப்பந்தம் செய்து கொள்ளும் முன்னர் தாங்கள் சுதந்திரமானவர், ஒப்பந்தமாகியதும் தங்கள் கரம் வெட்டப்பட்டு விடுகிறது."

"அப்படியென்றால் தாங்கள் விவாகரத்துக்கு எதிரி. ஏனிப்படி?"

"நிச்சயம்"

"தங்களுடைய கட்டுப்பாடற்ற போகம் என்ற சித்தாந்தம்?"

"அது திருமண பந்தத்திற்குட்படாதவர்களுக்கு"

"ஒவ்வொருவரும் தங்களது ஆன்மாவின் முழுமையான வளர்ச்சியைத்தான் விரும்புகின்றனர். பின் விவாகம் யார் செய்து கொள்ள வேண்டும்? எதற்காகச் செய்து கொள்ளவேண்டும்?"

"ஏனென்றால் எல்லோரும் தளைகளிலிருந்து விடுபடத்தான் விரும்புகின்றனர். ஆனால் மிகக் குறைவான பேர்களால்தான் ஆசையின் தளைகளிலிருந்து தன்னை விடுவித்துக் கொள்ள இயல்கின்றது"

"தாங்கள் திருமண வாழ்வு, திருமணமற்ற வாழ்வு இவற்றில் எதை மிகச் சிறந்ததெனக் கருதுகிறீர்கள்?"

"சமுதாய நோக்கில் திருமண வாழ்வையும், தனிமனிதர் என்ற நிலையில் பிரம்மச்சாரி வாழ்க்கையையும்."

'தனுஷ் யக்ஞம்' நாடகம் துவங்கவிருந்தது. 10 மணியிலிருந்து இரவு ஒரு மணிவரை நாடகம். ஒரு மணியிலிருந்து மூன்று மணிவரை ஹாஸ்ய நாடகம் என நிகழ்ச்சி ஏற்பாடாகி இருந்தது. விருந்துக்கான ஏற்பாடுகள் துவங்கின. விருந்தினர்கள் தங்குவதற்காகத் தனித்தனியாக விடுதிகளில் ஏற்பாடுகள் செய்யப்பட்டிருந்தன. கன்னாவின் குடும்பத்திற்காக இரண்டு அறைகள் தயார் செய்யப்பட்டிருந்தன. இவர்கள் தவிர இன்னும் பல்வேறு விருந்தினர் வந்திருந்தனர். எல்லோரும் அவரவர் அறைகளிலே உடைமாற்றிக் கொண்டு சாப்பாட்டறையில் கூடினர். இங்கு தீண்டாமை, தீட்டு என எதுவுமில்லை. எல்லா சாதியினரும் ஒன்றாக அமர்ந்து உணவருந்தினர். பத்திராதிபர் ஓங்கார்நாத் மட்டும் தனது அறையிலேயே பழங்களை மட்டும் சாப்பிட்டார். காமினி கன்னாவிற்குத் தலையை வலித்தது. அவள் உணவருந்த மறுத்து விட்டாள். சாப்பாட்டுக் கூடத்தில் இருபத்தி ஐந்து பேருக்குக் குறையாமல் அமர்ந்திருந்தனர். அசைவ உணவு, விஸ்கி போன்ற

குடிவகைகள் இருந்தன. இந்த விழாவின் போது ராய்சாகப் உயர்தர மதுவகைகளை பிரத்யேகமாக வரவழைப்பார். மருந்துகள் என்ற பெயரில் வரவழைக்கப்படும் இவை சுத்தமான மது வகைகள்தான். அசைவ உணவுகள் கூட விதவிதமாகச் சமைக்கப்படும். கோப்தா, கபாப், புலாவ் எனப் பலவகைகள். கோழி, வாத்து, ஆடு, மான், தீதர், மயில் என யாருக்கு எதன் இறைச்சி விருப்பமோ, சாப்பிடலாம்.

விருந்து ஆரம்பமாகியது.

"பத்திராதிபர் எங்கே? யாரையேனும் அனுப்பி அவரை இழுத்து வாருங்கள், ராய் சாகப்!" என்றாள் மாலதி.

"அவர் வைணவர். இங்கே கூப்பிட்டு ஏன் வீணாகப் பாவம் அவரது தர்மத்தைக் குலைக்க வேண்டும்? மிகவும் ஆசார அனுஷ்டானமுள்ளவர்" என்றார் ராய் சாகப்.

"வேறு ஒன்றுமில்லாவிட்டாலும் கொஞ்சம் தமாஷ் செய்யலாம்" என்றாள் மாலதி.

சட்டென்று ஒரு கனவானை நோக்கி அவர் அழைத்தாள "மிர்ஜா குர்ஷேத்! நீங்களும் வாருங்கள். இந்த வேலை உங்களுடையது. உங்களது திறமை பரிசோதிக்கப்பட்டுவிடும்."

மிர்ஜா குர்ஷேத் நல்ல நிறமும் வனப்பும் கூடியவர். பழுப்பு நிறமான மீசை. நீலநிறக் கண்கள். சற்றே பருத்த தேகம். முன்புறம் வழுக்கை விழுந்த தலையில் மயிரே இல்லை. நீண்ட கோட்டு. சூடிதார் பைஜாமா. தலைக்குத் தொப்பி வைத்துக் கொள்வதுண்டு. வோட்டு போட வேண்டிய தருணத்தில், தேசீயவாதிகளின் தரப்பில் வோட்டு போடுவார். சூபி முசல்மான் அவர். இருமுறை ஹஜ் யாத்திரை போய்விட்டு வந்திருக்கிறார். ஆயினும் மது அருந்துவார். அல்லாவின் ஒரு ஆக்ஞைக்குக் கூட நாம் கட்டுப்படாத நிலையில், அவருக்காக ஏன் உயிரை விட வேண்டும் என்று கேட்பார். வேடிக்கை, வினோதங்களில் பிரியமுள்ளவர். எதற்கும் கவலைப்படாதவர். முதலில் பசராவில் காண்டிராக்ட் எடுத்துத் தொழில் நடத்தி வந்தார். லக்ஷக்கணக்காக சம்பாதித்தார். ஆனால் நாசகாலம் வந்தது. ஒரு ஆங்கிலப் பெண்ணிடம் காதல் கொண்டார். வம்பு வழக்குகள் நடந்தன. ஜெயிலுக்குப் போகவிருந்தவர் தப்பினார். இருபத்தி நாலு மணி நேரத்திற்குள் அந்த சமஸ்தானத்தை விட்டு வெளியேறும்படி உத்தரவாயிற்று. எங்கெங்கே என்னென்ன இருந்ததோ, அவைகளை அப்படியே விட்டுவிட்டு, ஐம்பதாயிரம் ரூபாயுடன் கிளம்பிவிட்டார். பம்பாயில் அவரது ஏஜண்டுகளிருந்தனர். அவர்களுடன் தொடர்பு கொண்டு, கணக்கு வழக்குகளைச் சரிபார்த்து, வருவதை வைத்துக் கொண்டு, அதிலேயே வாழ்க்கையைக் கழித்துவிடுவதென்று நினைத்தார். ஆனால் ஏஜண்டுகள் சூழ்ச்சி செய்து அவரது அந்த ஐம்பதாயிரத்தைக் கூட ஏமாற்றிச் சுருட்டிக் கொண்டு விட்டனர். நிராசையுற்ற அவர் அங்கிருந்து லக்னோ சென்றார். பயணத்தின்போது வண்டியில் ஒரு சாதுச் சாமியாரைச் சந்திக்க நேர்ந்தது. அந்த சாது அவருக்கு ஆசை காட்டி, அவரது மோதிரங்கள், கடிகாரம், எஞ்சியிருந்த பணம், என யாவற்றையும் தட்டிக் கொண்டு போய்விட்டார். பாவம், அவர்

லக்னோவை அடைந்தபோது உடம்பில் போட்டிருந்த துணியைத் தவிர அவரிடம் வேறெதுவுமில்லை. ராய் சாகப்புடன் முந்திய தொடர்பும் நட்புமிருந்தது. அவர், மற்றும் சில நண்பர்களின் உதவியுடன் ஒரு செருப்புக் கடையைத் துவங்கினார். இப்பொழுது லக்னோவிலேயே சிறந்த வியாபாரமாகும் கடை அவருடையதுதான். பிரபலமான அவரது செருப்புக் கடையில் தினசரி நானூறு, ஐநூறுக்கு வியாபாரமாகிறது. சிறிது நாட்களுக்குள்ளேயே ஜனங்களுக்கு அவர் மீது மிகுந்த நம்பிக்கை ஏற்பட்டு விட்டது. இதனால் மிகச் செல்வந்தரான ஒரு முஸ்லீம் ஜமீன்தாரைத் தோற்கடித்துவிட்டு அவர் கௌன்சிலில் இடம் பெற்று விட்டார்.

தன்னிடத்திலிருந்தவாறே அவர் கூறினார், “வேண்டாம், வேண்டாம். நான் யாருடைய தர்மத்தையும் குலைக்க மாட்டேன். இந்தக் காரியத்தை நீங்களேதான் செய்ய வேண்டும். நீங்கள் அவர்களை மது அருந்துமாறு செய்து விடவேண்டும். அதில்தான் விஷயம் உள்ளது. உங்களுடைய வனப்பின் மாயம் செய்யும் ஜாலத்தின் பரிட்சை இதுதான்”.

நாலாபக்கங்களிலிருந்தும் – ஆமாம்....ஆமாம்...மிஸ் மாலதி! இன்று உங்கள் திறமையைக் காட்டுங்கள்” என்ற குரல்களெழுந்தன.

மாலதி, மிர்ஜாவிற்கு அறைகூவல் விடுத்தாள் – “இனாம் ஏதும் தருவீரா?”

“நூறு ரூபாய்”

“வெறும்! நூறு ரூபாய்தானா! லக்ஷம் ரூபாய்களுக்கு மேலான தர்மத்தை ஒரு நூறு ரூபாய்களுக்காக நாசப்படுத்துவதா?”

“அச்சா! நீங்களே உங்கள் ஃபீஸ்ஸை சொல்லுங்கள்”

“ஓராயிரம்.... ஒருதம்படி குறையாது”

“அச்சா... ஏற்றுக் கொள்ளுகிறேன்”

“இல்லை. பணப் பையைக் கொண்டு வந்து மேஹ்தாஜியின் கையில கொடுங்கள்”

மிர்ஜாஜீ உடனே நூறு ரூபாய் நோட்டு ஒன்றை ஜேபிலிருந்து எடுத்து அதைக் காட்டியவாறே எழுந்து நின்று சொன்னார், “சகோதரர்களே, இது ஆண்களான நம்மெல்லோருடைய மானப்பிரச்சனை. மிஸ் மாலதியின் விருப்பம் நிறைவேறா விட்டால் நம்மால் எங்கும் முகத்தைக் காட்ட முடியாது. என்னிடம் பணமிருந்ததால் மிஸ் மாலதியின் ஒவ்வொரு அங்க அடைவிற்கும், பாவத்திற்கும் ஒவ்வொரு முறையும் ரூபாய் அள்ளித் தருவேன். பழம் பெரும் கவிஞனொருவன் தனது காதலியின் ஒரு கறுப்பு மச்சத்தின் அழகிற்காக சமர்கந்த், மற்றும் போகாரா மாவட்டங்களையே அர்ப்பணித்து விட்டான். இன்று இங்குள்ள கனவான்கள் யாவருடைய ஆண்மைக்கும், அழகை ஆராதிக்கும் உணர்வுக்கும் இதுவொரு சவால், யாரிடம் என்னென்ன இருக்கிறதோ, மாவீரர் போல் எடுத்து வைத்து விடுங்கள். உங்களுடைய படிப்பறிவின் மீது, காதலியின் அழகான, கவர்ச்சிகரமான வனப்பின் மீது, எனது கௌரவத்தின் மீது, ஆணை. பின்வாங்காதீர்கள். ஆண்பிள்ளைகளே! பணம் செலவாகிவிடும். ஆனால் பெயர் என்றும் நிலைத்திருக்கும். இத்தகைய தமாஷ்.. மிக அரிது. இதோ பாருங்கள். லக்னோவின்

அழகுகளின் ராணி ஒரு முட்டாள் மீது தன் அழகின் மந்திர சக்தியை எப்படி பிரயோகிக்கிறான் என்று பாருங்கள்". தனது பேச்சை முடித்துக் கொண்டதும் மிர்ஜாஜி ஒவ்வொருவருடைய ஜேபியையும் சோதனையிடத் துவங்கினார். முதலில் மிஸ்டர் கன்னா சோதிக்கப் பட்டார். அவரது ஜேபியிலிருந்து ஐந்து ரூபாய் கிடைத்தது.

மிர்ஜாவின் முகம் வாட்டமுற்றது. "பேஷ்! கன்னா சாகப்! பேர் பெத்தப் பேர். ஆனால் ஆள் அப்படியில்ல! இத்தனை கம்பெனிகளுக்கு டைரெக்டர் நீங்கள், லக்ஷக்கணக்காக வரும்படி. உங்கள் ஜேபில் ஐந்தே ரூபாய். "லாஹெல் பிலா கூவத்" மிஸ்டர் மேஹ்தா எங்கே! நீங்கள் கொஞ்சம் போய் மிஸஸ் கன்னாவிடமிருந்து குறைந்த பட்சம் நூறு ரூபாயாவது வசூல் செய்து கொண்டு வாருங்கள்" என்றார்.

கன்னா வெட்கப்பட்டுக் கொண்டு "அவளிடம் ஒரு பைசா கூட இராது. இங்கு நீங்கள் சோதனைபோட ஆரம்பிப்பீர்களென்று யாருக்குத் தெரியும்?" என்றார்.

"சரி. நீங்கள் சும்மா இருங்கள். எங்களுடைய அதிர்ஷடத்தை நாங்கள் பார்த்துக் கொள்கிறோம்"

"அச்சா! நான் போய் அவளைக் கேட்கிறேன்".

"வேண்டாம். நீங்கள் இங்கே இருந்து நகர முடியாது மிஸ்டர் மேஹ்தா! நீங்கள் தத்துவப் பேராசிரியர். மனோதத்துவ மனவியலில் நிபுணர். இதோ பாருங்கள். உங்களை அவமானப் படுத்திக் கொள்ளாதீர்கள்."

மேஹ்தா.. மது அருந்தியதால் போதை வெறியிலிருந்தார். அவரது போதையில் அவரது தத்துவ ஞானம் பறந்து விட்டது. வேடிக்கையும், பரிகாசமும் உயிர் பெற்றெழுந்துவிட்டது. அவர் மிஸஸ் கன்னாவின் பக்கம் பாய்ந்து சென்றவர், ஐந்தே நிமிடத்தில் முகத்தைத் தொங்கப் போட்டுக் கொண்டு திரும்பி வந்தார்.

மிர்ஜா கேட்டார் - "அரே! என்ன வெறும்கையுடனா?"

ராய் சாகப் சிரித்தார் - "நீதிபதியின் வீட்டில் எலி கூட புத்திசாலி"

"மிஸ்டர் கன்னா! நீங்கள் மிகவும் அதிர்ஷடசாலி. அல்லாவின் மீது ஆணை" என்றார் மிர்ஜா.

மேஹ்தா... கலகலவென்று நகைத்தவர், ஜேபிலிருந்து ஐந்து நூறு ரூபாய் நோட்டுகளை உருவினார்.

மிர்ஜா பாய்ந்து சென்று அவரைத் தழுவிக் கொண்டார்.

பிரமாதம்! சபாஷ்! சரியான வாத்தியார்தான். ஏற்றுக் கொள்கிறோம். தத்துவவாதியல்லவா? எனப் பல குரல்கள் நாற்புறமிருந்தும் எழுந்தன.

மிர்ஜா நோட்டுகளை கண்களில் ஒற்றிக் கொண்டவாறே - மிஸ்டர் மேஹ்தா! இன்றிலிருந்து நான் உங்கள் சீடனாகிவிட்டேன். சொல்லுங்கள் என்ன மந்திர மாயம் செய்தீர்கள்? என்று வினவினார்.

மேஹ்தா சற்றே கர்வத்துடன், சிவப்பேறிய விழிகளால் ஊடுருவிப் பார்த்தவாறே "அப்படியொன்றுமில்லை ஐயா! அப்படியென்ன பிரமாதமான காரியம் அது! உள்ளே வரலாமா! என்று போய் கேட்டேன். "மேஹ்தாஜீயா வாருங்கள்" என்றார் மிஸஸ் கன்னா. நான் உள்ளே சென்று, "அங்கு அவர்கள் பிரிட்ஜ் ஆடிக் கொண்டிருக்கின்றனர். அந்த மோதிரம் ஓராயிரத்திற்கு குறைவான மதிப்புடையது அல்ல. நீங்களே பார்த்தீர்களே! அதுவேதான். உங்களிடம் பணமிருந்தால் ஐநூறு ரூபாய் கொடுத்துவிட்டு அந்த ஆயிரம் பெறும் மோதிரத்தை எடுத்துக் கொள்ளுங்கள். இத்தகைய சந்தர்ப்பம் பிறகு கிடைக்காது. இந்த சமயத்தில் ரூபாய் கொடுக்காவிட்டால் மிஸ் மாலதி, சுத்தமா தப்பித்துவிடுவார்கள். யார் கொடுக்கப் போகிறார்கள் என்றுதான் அவர் மோதிரத்தைத் கொடுத்திருக்கிறார். யாரிடம் ஐநூறு இருக்குமென நினைத்திருக்கலாம்" என்றேன். அவ்வளவுதான், புன்சிரிப்புடன் உடனே, பர்ஸை திறந்து ஐந்து நூறு ரூபாய் நோட்டுகளை எடுத்துக் கொடுத்துவிட்டு - "எப்பொழுது என்ன தேவைப்படுமோ, என்று, நான் வீட்டை விட்டுக் கிளம்பும் போது கொஞ்சம் பணம் எடுத்துக் கொள்ளாமல் வருவதில்லை" என்றார்... எனக் கூறினார்.

"நம் புரொபசர்கள் இப்படியென்றால் யூனிவர்சிடியை கடவுள்தான் காப்பாற்ற வேண்டும்" என்றார் கன்னா சற்றே உஷ்ணமாக.

மிர்ஜா.. எரிகிற புண்ணில் உப்பை அள்ளிப் போட்டார். "அரே! அப்படியென்னப்பா பெரிய தொகை. நீங்கள் அப்படியே உட்கார்ந்து போவதற்கு! அல்லா! இது... உங்களுடைய ஒரு நாள் சம்பாத்தியம் பொய்யல்ல. ஒருநாள் உடம்பு சரியில்லாமல் படுத்து விட்டீர்கள் என நினைத்துக் கொள்ளுங்கள். அதுவும் அந்தப் பணம் மிஸ் மாலதியின் கைக்குத்தானே போகிறது! உங்களுடைய இதய வேதனைக்கு மருந்து மிஸ் மாலதியிடம்தானே உள்ளது?"

மிஸ் மாலதி இடைவெட்டினாள் - "மிர்ஜாஜீ! இது சரியல்ல".

மிர்ஜா வாலை ஆட்டியவாறே குழைந்தார் - "தேவிஜீ! இனிமேல் இல்லை"

மிஸ்டர் தங்காவிடம் சோதனை போடப்பட்டது. பத்து ரூபாய்தான் கிடைத்தது கடைசியில். மேஹ்தாவின் ஜேபிலோ இருந்தது எட்டணாதான். பல கனவான்கள் ஒரு ரூபாய், இரண்டு ரூபாய் எனத் தாங்களே கொடுத்து விட்டனர். எண்ணிப் பார்த்தால் முந்நூறுக்கு குறைவாக இருந்தது. அதை தாராளமனதுடன் ராய் சாகப் கொடுத்துப் பூர்த்தி செய்துவிட்டார்.

பத்திரிகையாசிரியர் இனிப்பும் பழங்களும் சாப்பிட்டு இளைப்பாறிக் கொண்டிருந்தபோது ராய் சாகப் வந்து "தங்களை மிஸ் மாலதி அழைக்கிறார்" என்றார்.

"மிஸ் மாலதி என்னை அழைக்கிறாரா? அதிர்ஷ்டம்தான்" என்று சந்தோஷத்துடன் கூறியவர், ராய் சாகபினுடனேயே ஹாலுக்கு வந்து சேர்ந்தார்.

வேலையாட்கள் மேஜைகளைச் சுத்தம் செய்து கொண்டிருந்தனர். மிஸ் மாலதி முன்னே வந்து அவரை வரவேற்றாள்.

பத்திரிகை ஆசிரியர் தனது பணிவை வெளிக்காட்டினார் - "அமருங்கள். உபசாரம் வேண்டாம். நான் அத்தனை பெரிய மனிதனல்ல"

"தாங்கள் இதை உபசாரம் என்று நினைத்துக் கொண்டிருக்கலாம். எனது மதிப்பை உயர்த்திக் கொண்டிருப்பதாக நான் நினைக்கிறேன். தாங்கள் தங்களைப் பற்றி என்ன நினைத்துக் கொண்டிருந்தாலும், இங்கு கூடியிருக்கும் கனவான்கள் யாவரும் தங்களது இலக்கியப் பணியையும், நாட்டுப் பணியையும் பற்றி நன்கறிவார்கள். இத்துறைகளில் தாங்கள் ஆற்றியுள்ள மகத்தான பணியைப் பற்றிய அருமையைத் தற்சமயம் மக்கள் சரிவர உணராமலிருந்தாலும்.. ஒவ்வொரு நகரத்திலும், ஊர்களிலும், உங்கள் பெயரில் சாலைகள், தெருக்கள் இருக்கும், மன்றங்கள் ஏற்படுத்தப்படும். டவுன் ஹால்களில் தங்களது உருவப்படம் திறக்கப்படும். அந்த நன்னாள் இன்னும் வெகுதூரத்திலில்லை. நான் சொல்லுகிறேன். அந்த நாள் நெருங்கிவிட்டது. தற்சமயமிருக்கும் கொஞ்ச நஞ்ச விழிப்புணர்வும் தங்களுடைய மகத்தான சேவையின் பலனாக கிடைத்துள்ள பிரசாதமாகும். தற்சமயம் நாட்டில் தங்களது கிராமச் சீர்த்திருத்த இயக்கத்தில் தங்களுக்கு உதவி புரிய, ஒத்துழைக்க, ஆவல் கொண்ட பல தோழர்கள், சீடர்கள் உள்ளனர் என்பதை அறிந்து தாங்கள் பெரிதும் மகிழ்ச்சியுறுவீர்கள். இப்பணி ஒருங்கிணைந்த முறையில் செயல்பட வேண்டும், கிராமச் சீர்திருத்தச் சங்கமொன்று உருவாக்கப் படவேண்டும். அதன் தலைவராகத் தாங்கள் இருக்க வேண்டும் என்றும் அவர்கள் விரும்புகிறார்கள்".

உயர் மட்டத்து மனிதர்களிடமிருந்து இத்தகைய மதிப்பையும், மரியாதையையும் பெறுவதென்பது ஓங்கார் நாத்தின் வாழ்வில் இதுதான் முதன் முறையாகும். சில சமயம் பொதுக் கூட்டங்களில் அவர் பேசுவதுண்டு. பல சபாக்களில் மந்திரியாகவும், துணை மந்திரியாகவும் உள்ளார். ஆனால் இன்று வரை படித்தவர்களின் சமூகம் அவரை உதாசீனப்படுத்தியே வந்துள்ளது. அவர்களுடன் எந்த வகையிலும் அவர் கலந்து கொள்ள, இயலவில்லை. இதனால் பொதுக் கூட்டங்களில் பேசும்போது அவர், அந்த வர்க்கத்தினரின் செயலற்ற தன்மையை, சுயநலத்தைப் பற்றிக் குறை கூறி வந்துள்ளார். மேலும் தனது பத்திரிகையில் ஓரிருவரை கிண்டல் செய்வதுமுண்டு. விரட்டியதுமுண்டு. கூர்மையான பேனா, கடுமையான குரல், வெளிப்படையாக கூறுகிறேனென்று அத்து மீறியதுமுண்டு. இதனால் இவர்கள் அவரை "வெத்து வேட்டு" எனக் கருதினர். இன்று அதே சமூகத்தில், அவருக்கு இத்தனை மரியாதையா? "தன்னாட்சியும், விடுதலை பெற்ற பாரதமும்" மற்றும் "ஹண்டர்" ரின் ஆசிரியர் பெருமகன் இன்று எங்கே உள்ளார் என்று வந்து பார்க்கட்டும். மனம் குளிரட்டும். நிச்சயம் இன்று கடவுளர்களின் அருட்பார்வை அவர் மீது வீழ்ந்திருக்கிறது. உண்மையான, நல்லுழைப்பு என்றும் வீணாகாது என்பது ரிஷிகளின் வாக்கு. அவர் இன்று தம் மதிப்பில்

தானே உயர்ந்து நின்றார். நன்றிப் பெருக்கில் திளைத்தவராய் "தேவிஜீ! தாங்கள் என்னை அளவிற்கு மீறி புகழ்கின்றீர்கள். நான் மக்களுக்கு என்னால் இயன்ற அளவு புரிந்த சேவையை, எனது கடமை என்று நினைத்தே செய்துள்ளேன். எனக்கு கிடைத்துள்ள மரியாதையை, போற்றுதலை, என் இலட்சியத்திற்கு கிடைத்துள்ள பாராட்டுதலாகவே கருதுகிறேன். எனது வாழ்க்கையை எதற்காக அர்ப்பணித்துள்ளேனோ அதற்கு கிட்டியுள்ள பெருமை இது. தலைவர் பதவி யாரேனும் செல்வாக்குடைய ஒருவருக்கு அளிக்கப்பட வேண்டும் என்பது எனது தாழ்மையான வேண்டுகோள். எனக்குப் பதவிகளில் நம்பிக்கை கிடையாது. நானொரு தொண்டன். தொண்டு செய்யவே நான் ஆசைபடுகிறேன்" என்றார் அவர்.

மிஸ் மாலதியினால் இதனை எந்த விதத்திலும் ஏற்றுக் கொள்ள இயலவில்லை. பண்டித்ஜீதான் சபைத் தலைவராக இருக்க வேண்டும். அவரைவிட செல்வாக்குள்ள நபர், நகரத்தில் வேறு எவரும் அவளுக்குத் தென்படவில்லை. எவருடைய பேனா முனைக்கு அத்தகைய வலிமையுள்ளதோ, யாருடைய நாவில், பேச்சில் மந்திர மாயச் சக்தியுள்ளதோ, யாருடைய ஆளுமையிலேயே அலாதியானதொரு தன்மையுள்ளதோ, அவர் செல்வாக்குடையவர்; அல்ல என்று எவ்வாறு கூறமுடியும்? பணத்திற்கும் செல்வாக்கிற்குமிடையே உறவிருந்த காலம் போய்விட்டது. இது திறமையும், செல்வாக்கும் இணைந்ததொரு புதிய யுகம். பத்திரிகை ஆசிரியர் இந்தப் பதவியை ஏற்றுக் கொண்டுதானாக வேண்டும். காரியதரிசியாக மிஸ் மாலதி இருப்பார். இந்த சங்கத்திற்கு ஓராயிரம் ரூபாய் சந்தா. இன்னும் நகர முழுவதும் வட்டாரங்களும், மாவட்டங்களுமிருக்கின்றன. நாலு, ஐ;ந்து லக்ஷம் கிட்டுவதென்பது சாதாரணமானதொரு விஷயம் என்றாள்.

பத்திராதிபருக்கு ஏதோ போதைபோல் ஏறியது. அவரது மனத்தில் ஒரு சிலிர்ப்பு, உடல் புல்லரித்தது. ஒரு மாபெரும் பொறுப்பை ஏற்றுக் கொண்டது போன்ற உணர்வு. "மிஸ் மாலதி! நீங்கள் இதைப் புரிந்து கொள்ளுங்கள். இது மாபெரும் பொறுப்பான பணி. நீங்கள் உங்களுடைய அதிகமான நேரத்தை இதற்காக செலவிடும்படி நேரிடும். சங்கத்தின் கட்டிடத்தில் யாவருக்கும் முன்னரே நான் இருப்பேன் என்று என் சார்பில் நான் தங்களுக்கு உறுதி கூறுகிறேன்" என்றார்.

மிர்ஜாஜி பொய்த் துதி பாடினார் - "தாங்கள் தங்களுடைய கடமையைச் செய்வதிலிருந்து பின்வாங்கியதாக தங்களது மாபெரும் எதிரி கூட கூறமாட்டான்"

மது தன் வேலையைச் செய்யத் துவங்கி இருக்கிறதென்பதை கண்ட மிஸ் மாலதி பின்னும் தீவிரத்துடன் பேசலானாள் - "இப்பணியின் முக்கியத்வத்தை நாங்கள் உணராமலிருந்தால் இந்தச் சங்கமும் ஏற்பட்டிராது, இச்சங்கத்தின் தலைவராகத் தாங்களும் ஆகி இருக்க மாட்டீர். யாரேனும் ஒரு பணக்காரரையோ, ஜமீன்தாரையோ, சங்கத்தின் தலைவர் பீடத்திலேற்றி எங்களால் நிறையவே பணம் திரட்டி இருக்க முடியும். சமூகத்தொண்டு

என்பதின் திரைமறைவில் சுயநலத்தைப் பூர்த்தி செய்து கொண்டிருக்கவும் இயலும். ஆனால் இது எங்களது இலட்சியமல்ல. எங்களது ஒரே ஒரு குறிக்கோள் மக்களுக்குச் சேவை புரியவேண்டும் என்பதுதான். அதற்கு மிகப் பெரிய சாதனம் தங்களது பத்திரிகை. ஒவ்வொரு நகரத்திலும், கிராமத்திலும் இதைப் பற்றிப் பிரசாரம் செய்து, மிக மிக விரைவாக அதன் சந்தாதாரரின் எண்ணிக்கையை அதிகரிக்கச் செய்து 20 ஆயிரத்தை எட்டச் செய்ய வேண்டுமென்று நாங்கள் முடிவு செய்துள்ளோம். இம்மாநிலத்தின் எல்லா முனிசிபாலிடி மற்றும் ஜில்லா போர்டின் சேர்மன்கள் எனது நண்பர்கள். பல சேர்மன்கள் இதோ இங்கேயே வீற்றிருக்கிறார்கள். ஒவ்வொருவரும் ஐநூறு பிரதிகள் எடுத்துக் கொண்டால் கூட இருபத்தி ஐயாயிரம் பிரதிகள் போகும் எனத் தாங்கள் உறுதி கொள்ளலாம். ஒவ்வொரு கிராமத்திலும், அரசின் சார்பாக "பிஜ்லி"யின் ஒரு பிரதி கட்டாயமாக வாங்கப்பட வேண்டும், அல்லது வருடாந்திர உதவியாக ஏதோவொரு தொகை வழங்கப் படவேண்டுமென்று ஒரு தீர்மானத்தை கௌன்சிலில் கொண்டு வரவேண்டுமென ராய்சாகப்பும், மிர்ஜாஜீயும் ஆலோசனை கூறியுள்ளார்கள். இத்தீர்மானம் கட்டாயம் நிறைவேறிவிடும் என்று எனக்குப் பரிபூர்ண நம்பிக்கையுள்ளது".

கள் வெறி கொண்டவர்போல் "நாம் கவர்னரிடம் பெபுடேஷன் எடுத்துச் செல்ல வேண்டும்" என்றார் ஓங்கார்நாத்.

"நிச்சயம், நிச்சயமாக.." என்றார் மிர்ஜாஜீ.

"நாகரீகமுள்ளவர்களின் ஒரு அரசாட்சியில், கிராம முன்னேற்றத்திற்கான ஒரே ஒரு பத்திரிகையாக இருந்தும் "பிஜ்லி" யென்றதொரு பத்திரிகையே கண்டு கொள்ளப் படவில்லை என்பது எத்தனை வெட்கக் கேடான விஷயம் என்பதையும் அவரிடம் எடுத்துக் கூறவேண்டும்"

"நிச்சயமாக.. கட்டாயமாகத்தான்" மிர்ஜாஜீ மீண்டும் கூறினார்.

"நான் கர்வப்படவில்லை. கர்வப்பட்டுக் கொள்வதற்கான சமயம் இன்னும் வரவில்லை. கிராமங்களை பலப்படுத்தி ஒன்று திரட்ட 'பிஜ்லி' எத்தனை பாடுபட்டிருக்கிறதென்று...."

மிஸ்டர் மேஹ்தா திருத்தினார் – "தவமென்று சொல்லுங்கள்.... மிஸ்டர்".

"மிஸ்டர் மேஹ்தாவிற்கு எனது நன்றியைத் தெரிவித்துக் கொள்கிறேன். இதனைத் தவமென்றுதான் சொல்ல வேண்டும். கடுமையான தவம். 'பிஜ்லி' புரிந்திருக்கும் தவம் இந்த மாநிலத்திற்கு மட்டுமல்ல, இந்நாட்டின் வரலாற்றிலேயே இணையற்றதாகும்".

"ஆமாம். நிச்சயமாக.." என்றார் மிாஜாஜி.

மிஸ் மாலதி இன்னொரு 'பெக்' ஊற்றிக் கொடுத்தாள். "கௌன்சிலில் தற்போதுள்ள காலி இடத்திற்குத் தங்களை வேட்பாளாராக நிறுத்தலாம் என எங்களது சங்கம் நிச்சயித்துள்ளது. நீங்கள் தங்களது இசைவைத் தெரிவித்தால் போதும். மற்ற வேலைகளை நாங்கள் பார்த்துக் கொள்வோம். செலவைப் பற்றியோ, பிரசாரத்தைப் பற்றியோ, ஓடியாடித் திரிவதைப் பற்றியோ, எந்தக் கவலையும் தங்களுக்கில்லை.

ஓங்காரநாத்தின் விழிகளின் பிரகாசம் முன்னிலும் இரு மடங்காகி விட்டது. பெருமிதம் கொண்ட பணிவுடன் "நான் உங்கள் யாவரின் ஊழியன். என்னிடம் எந்தக் காரியம் வேண்டுமானாலும் நீங்களெல்லாம் செய்து கொள்ளலாம்" என்றார்.

"நாங்கள் தங்களிடமிருந்து எதிர்பார்ப்பதும் கூட இதுதான். இதுவரை, போலித் தெய்வங்களின் முன்னே மண்டியிட்டு, மண்டியிட்டுத் தோற்று விட்டோம். எதுவும் கைக்கெட்டவில்லை. தங்களிடம் நாங்கள் ஒரு உண்மையான வழிகாட்டியை, குருவைக் காண்கிறோம். இந்நன்னாளின் மகிழ்ச்சியில் இன்று நாம் யாவரும் ஒருமனதாய், ஒருயிராகி, நமது அகங்காரத்தை, நமது செருக்கை அறவே ஒழித்து விடவேண்டும். நம்மிடையே இன்று, பிராம்மணன், சூத்திரன், இந்து, முசல்மான், என்று எவருமில்லை. யாரும் உயர்ந்தவருமில்லை. தாழ்ந்தவருமில்லை. நாம் யாவரும் ஒரு அன்னையின் மக்கள். ஒரே மடியில் விளையாடி, ஒரே தட்டில் உண்ணும் உடன்பிறந்த சகோதரர்கள். உயர்வு தாழ்விலும், வித்தியாசத்திலும் நம்பிக்கை வைப்பவர்கள். தனித்தன்மையையும், மதப் பற்றையும் கடுமையாகப் போற்றுபவர்களுக்கும் நமது சங்கத்தில் இடமில்லை.

விசாலமான இதயம் படைத்த மதிப்பிற்குரிய திரு ஓங்கார்நாத் ஜீயை போன்ற தலைவரைக் கொண்ட சங்கத்தில் உயர்ந்தவர், தாழ்ந்தவர், ஜாதி இன வேற்றுமைகள், ஆசாரங்களுக்கு இடமிருக்க முடியாது. நாட்டின் ஒற்றுமையிலும், தேசீய உணர்விலும், ஒருமைப் பாட்டிலும் நம்பிக்கை எவருக்கில்லையோ, அவர்கள் தயவுசெய்து இங்கிருந்து எழுந்து போய்விடலாம்".

"என் எண்ணப்படி, ஒற்றுமை என்பதின் பொருள் எல்லோரும் அன்னபானாதிகள் பற்றிய தங்களது எண்ணத்தை அறவே விட்டுவிட வேண்டுமென்பதில்லை. நான் மது அருந்துவதில்லை. அப்படியென்றால் நான் இந்த சங்கத்தை விட்டு போய்விட வேண்டுமா?" எனச் சந்தேகத்தை கிளப்பினார் ராய் சாகப்.

"நிச்சயமாகவே போய் விட வேண்டியதுதான்" என்று கடுமையான குரலில் கூறினாள் மிஸ் மாலதி. "இந்தச் சங்கத்திலிருந்து கொண்டு தாங்கள் எந்த விதமான வேறுபாட்டையும் அனுசரிக்க முடியாது"

"நமது சங்கத்தின் தலைவரே சாப்பாட்டு விஷயத்தில் ஒற்றுமையைப் பற்றிய நம்பிக்கை இல்லாதவர் என்பது எனது சந்தேகம்" என்றும் மேஹ்தா ஒத்துப் பாடினார்.

ஓங்கார்நாத்தின் முகம் இருண்டுவிட்டது. "இந்தப் போக்கிரி இதென்ன! வேளை கெட்ட வேளையில் ஒத்து ஊதுகிறான். இந்த துஷ்டன் பழய விஷயத்தை கிளறிவிட்டால், இந்த பாக்கியங்களெல்லாம் வெறும் கனவு போல் சூனியத்தில் கரைந்து விடுமே".

மிஸ் மாலதி அவரது முகத்தை தனது ஆராயும் விழிகளால் கூர்ந்து நோக்கியவாறே சொன்னாள், "தங்களது சந்தேகம் ஆதாரமற்றது மிஸ்டர் மேஹ்தா! நாட்டின் ஒற்றுமை ஒன்றிலேயே ஈடுபட்டிருக்கும் ஒப்பற்ற உபாசகர், பரந்த உள்ளம் கொண்டவர், பெரும் ரசிகரான கவிஞர். இந்த அர்த்தமற்ற, வெட்கக்கேடான

வித்தியாசங்களையா ஏற்கத் தகுந்தது என நினைப்பார். இப்படிச் சந்தேகப்படுவது அவரது தேசிய உணர்வையே அவமதிப்பதாகும்."

ஓங்கார்நாத்தின் முக மண்டலம் மீண்டும் பிரகாசமடைந்தது. மகிழ்ச்சியும் திருப்தியும் ஒளியாகப் பளிச்சிட்டது.

மாலதி அதே குரலில் தொடர்ந்தாள் - "இதைவிட அதிகமானது தான் ஆண்மகன் என்ற அவரது உணர்வு. ஒரு பெண்ணின் கையால் மதுக் கோப்பையைப் பெற்றுக்கொள்ள எந்த நாகரீகமான கனவான் மறுக்க முடியும்? இது பெண்ணினத்திற்கே அவமானமல்லவா? அவளது விழிகளிலும் அம்பினால் தனது இதயம் துளைக்கப்பட வேண்டுமென்ற ஆசை ஆண்களிடம் மட்டுமே ஏற்படுகிறது. ஒரு பெண்ணின் தளுக்கு, மினுக்கில் தங்களது உயிரையே அர்ப்பணித்து விட பெரிய பெரிய அரசர்கள் கூட ஆசைப்படுகின்றனர். பாட்டில்களையும், கோப்பைகளையும் கொண்டு வாருங்கள். இன்னுமொரு சுற்று நடக்கட்டும். இந்த மகத்தான சந்தர்ப்பத்தில் எந்த விதமான சந்தேகமும், ஆட்சேபணையும் ராஜ துரோகத்தை விட குறைந்ததல்ல. முதலில் நாம் நமது சங்கத் தலைவரின் உடல்நலத்திற்காக மது அருந்துவோம்."

ஐஸ் கட்டிகள், சோடா, மதுவகைகள் எல்லாம் முன்னரே தயாராக இருந்தன. மிஸ் மாலதி தன் கையால் சிகப்பு விஷத்தால் நிரம்பிய கோப்பையை ஓங்கார்நாத்திற்கு அளித்தாள். பின்னர் தனது மயக்கமூட்டும் அஞ்சன விழிகளால், நோக்கியதும் அவர் இத்தனை நாட்களாய் போற்றிப் பாதுகாத்த நம்பிக்கைகள், தான் உயர் குலத்தவன், என்ற எண்ணம் என யாவும் மாயமாய் மறைந்துவிட்டது. அவர் தன் மனதிற்குள் கூறிக் கொண்டார். "இந்த ஆசாரங்கள், எண்ணங்கள் யாவுமே சூழ்நிலைக்கு உட்பட்டவைதான். இன்று நீ ஏழை. ஒரு மோட்டார்கார், புழுதியை எழுப்பிக் கொண்டு செல்வதைப் பார்த்தால், அதை கல்லால் அடித்து தவிடுபொடியாக்கி விடலாமா என்று கடும் கோபம் கொள்கிறாய். ஆனால் உன் மனத்தில் கார் வேண்டுமென்ற ஆசையில்லையா என்ன? சூழ்நிலைதான் விதி, வேறொன்றுமில்லை. அப்பா, தாதாக்கள் குடிக்கவில்லை. குடித்திருக்க மாட்டார்கள். அவர்களுக்கு அத்தகைய சந்தர்ப்பங்கள் எங்கு கிடைத்தன. அவர்களது வாழ்க்கை புராணங்கள், புத்தகங்கள், சுவடிகளில் கழிந்தது. சாராயத்தை எங்கிருந்து கொண்டு வருவார்கள்? அப்படியே குடிக்க வேண்டுமென்றால் எங்கே போவார்கள்? அவர்களோ ரயிலிலே ஏற மாட்டார்கள், வெளியிலே தண்ணீர் கூட அருந்தமாட்டார்கள். ஆங்கிலத்தைக் கற்பது பாவமென நினைத்தார்கள். காலம்தான் எவ்வளவு மாறிவிட்டது? காலத்தோடு ஒட்டி நீ செல்லாவிடில் அது உன்னை பின்னே தள்ளிவிட்டு முன்னே போய்விடும். அதிலும் இத்தகைய பெண்ணொருத்தி தன் மென்மையான கரங்களால் விஷத்தையே கொடுத்தாலும் சிரமேற் கொள்ள வேண்டியதுதான். எந்தப் பாக்கியத்திற்காக பெரிய பெரிய ராஜாக்களெல்லாம் ஏங்குகிறார்களோ, அது இன்று என் முன்னே நிற்கின்றது. அதை உதறித் தள்ளி விட இயலுமா என்ன?"

அவர் கோப்பையைப் பெற்றுக் கொண்டார். தலை வணங்கி தனது நன்றியைத் தெரிவித்துக் கொண்டவராய் ஒரே மூச்சில் பருகிவிட்டு, சுற்றியிருந்தவர்களை பெருமிதம் மிளிரும் விழிகளால் நோக்கினார். "இப்பொழுதாவது உங்களுக்கு என் மீது நம்பிக்கை வந்ததா? நான் வெறும் பண்டிதனென்று நினைக்கிறீர்களா? இனி என்னை கர்வம் பிடித்தவன், வேடதாரி எனக் கூறும் தைரியம் உங்களுக்கு இராதல்லவா?

ஹால் முழுவதும் ஒரே இரைச்சல், களேபரம். என்னவென்று சொல்லுவது? பெட்டியில் அடைபட்டிருந்த சிரிப்பு பொத்துக் கொண்டுவிட்டது போல் நாற்புறமிருந்தும் சிரிப்பு, கூச்சல். "வாஹ தேவிஜி" "என்ன சொல்வது? மிஸ் மாலதி! பிரமாதம் போங்கள்!". "உப்பு வரிச் சட்டத்தை முறியடித்து விட்டீர்கள்". "தர்மத்தின் கோட்டையைத் தகர்த்து விட்டீர்கள்". நியமம், நியதிகளெனும் குடத்தை உடைத்து விட்டீர்கள்".

ஓங்காரநாத்தின் தொண்டைக்குக் கீழே மது இறங்கியதுதான் தாமதம் அவரது ரசிகத்தன்மை வாக்குத் திறன் பெற்றுவிட்டது. "நான் எனது தர்மத்தைக் காப்பாற்றும் பொறுப்பை மிஸ் மாலதியின் மென்மையான கரங்களில் ஒப்படைத்து விட்டேன். அவர் தக்கபடி அதனைக் காப்பாற்றுவார் என்ற நம்பிக்கை எனக்குள்ளது. அவரது தாமரைப் பாதங்களில் இந்தப் பிரசாதத்தின் மீது ஓராயிரம் தர்மங்களை நான் அர்ப்பணிக்க முடியும்" என்றார் புன்சிரிப்புடன்.

கலகலவென்ற சிரிப்பினால் அந்த ஹாலே அதிர்ந்தது.

பத்திராதிபரின் முகம் உப்பி இருந்தது. விழிகள் தாழ்ந்திருந்தன. இன்னுமொரு கோப்பையை நிரப்பிக் கொண்டு, "இது மிஸ் மாலதியின் உடல்நலத்திற்காக. நீங்களும் குடியுங்கள். அவரை வாழ்த்துங்கள்" என்றார்.

எல்லோரும் தங்கள் தங்கள் கோப்பையைக் காலி செய்தனர்.

அச்சமயம் மிர்ஜாஜி ஒரு மாலையைக் கொண்டு வந்து ஓங்கார் நாத்தின் கழுத்தில் அணிவித்தவர், எல்லோரையும் நோக்கி - அன்பர்களே! ஃபித்வீ (ஒரு கவிஞன்) தனது மதிப்பிற்குரிய (சதர் சாகப்பின்) மீது ஒரு 'கசீதா'(நிந்தாஸ்துதி) பாடியுள்ளார். அனுமதித்தால் அதனைத் தங்களுக்கு (தலைவர்) நீங்கள் அனுமதி அளித்தால் அதனை உங்களுக்குக் கூறுகிறேன்" என்றார். நாற்புறமிருந்தும் "....நல்லது.... நல்லது கூறுங்கள்" என்ற குரல்கள் எழுந்தன.

ஓங்கார்நாத் பங்கி அடிப்பதுண்டு. அவரது மூளை அதற்குப் பழக்கப்பட்டுப் போயிருந்தது. ஆனால் மது அருந்துவது இதுதான் முதல் முறை, பங்கியின் போதை, மெல்ல, மெல்ல, ஒரு கனவின் கிறக்கம் போல் வரும். மூளையில் ஒரு மேகமூட்டம் போல் கவிந்து கொள்ளும். அவரது உள்ளுணர்வு பாதிக்கப்படாமல் அப்படியே இருக்கும். தற்சமயம் தனது குரலும் பேச்சும், பாசாங்காக, பகட்டாக இருக்கிறது. தனது கற்பனை மிகவும் ஆவேசமுள்ளதாகி யுள்ளது என்பது அவருக்கே தெரிந்தது. மதுவின் போதை, சிங்கம் போல் அவர் மீது பாய்ந்து அவரை அமுக்கிவிட்டது. அவர் ஒன்று சொல்ல

நினைக்கிறார். வாயிலிருந்து வேறொரு சொல் வெளிவருகிறது என்பது புரிந்தது. பிறகு இந்த உணர்வும் அகன்றுவிட்டது. தான் என்ன சொல்கிறோம், என்ன செய்கிறோம் என்பதே அவருக்குத் தெரியவில்லை. இது கனவின் ரொமாண்டிங் கற்பனையல்ல. விழிப்பில் உருவ முள்ளதும், உருவமற்றதாகிவிடும் சுழற்சி.

அவரது மூளையில் எப்படி, இந்த எண்ணம் உதித்ததென்றே தெரியவில்லை. 'கசீதா' படிப்பது மாபெரும் முறையற்ற செயல் என்னும் கற்பனை அவருள்ளே விழித்துக் கொண்டுவிட்டது. மேஜையின் மீது கையை ஓங்கித் தட்டி – "கூடாது. கூடவே கூடாது. இன்று 'கசீதா' படிக்கப்படாது. படிக்கப்படாது – படாது. நான்தான் அவைத் தலைவன். இது என்னுடைய உத்தரவு. நான் இப்பொழுதே இச்சபையைக் கலைக்க முடியும். இப்பொழுதே கலைக்க முடியும். இக்கணமே யாவரையும் வெளியேற்ற முடியும். என்னை யாரும் எதுவும் செய்ய முடியாது. நான்தான் அவைத் தலைவன். வேறு தலைவன் எவருமில்லை" என்றார்.

கரம் குவித்தவாறே மிர்ஜாஜி கூறினார் – ஹுஜூர்! இந்தக் 'கசீதாவில்' தாங்கள் பாராட்டப்பட்டிருக்கிறீர்கள்.

தனது சிவந்த ஒளி இழந்த கண்களால் அவரை நோக்கிய ஓங்கார் நாத், "நீ ஏன் என்னைப் புகழ்ந்தாய்? ஏன்? சொல்லு? ஏன் என்னைப் பாராட்டிப் புகழ்ந்தாய்? நான் யாருடைய சேவகனும் இல்லை. எந்த அப்பனுடைய வேலைக்காரனுமில்லை. எந்தப் பயல் கொடுத்தும் நான் சாப்பிடவில்லை? நான் ஆசிரியர். 'பிஜ்லி'யின் எடிட்டர். அதில் நான் எல்லோரையும் பாராட்டுவேன். புகழ்வேன். தேவிஜி! நான் உங்களை புகழமாட்டேன். நான் பெரிய மனிதன் அல்ல. நான் எல்லோருக்கும் அடிமை. நான் தங்களுடைய பாததூசி. மாலதிதேவி எங்களுடைய லக்ஷிமிதேவி. எங்களுடைய சரஸ்வதி. எங்களுடைய ராதா... என்றவாறே மாலதியின் பாதங்களை நோக்கி குனிந்தவர் குப்புறத் தரையில் வீழ்ந்து விட்டார். மிர்ஜாஜீ ஓடிவந்து அவரைப் பிடித்தார். நாற்காலிகளை அகற்றிவிட்டு அவரை அப்படியே தரையில் படுக்கவைத்தார். பிறகு அவரது காதருகில் குனிந்து – ராம நாம் சத்ய ஹை. சொல்லுங்கள் உங்களது கடைசி யாத்திரைக்கு ஏற்பாடு செய்யலாமா?" என்றார்.

"நாளைக்குப்பார்! எவ்வளவு கோபித்துக் கொள்ளப் போகிறான் என்று பார்! ஒவ்வொருவரையும் தனது பத்திரிகையில் விளாசப் போகிறான். என்றென்றும் நினைவு இருக்கும்படியாகத் தூற்றுவான். துஷ்டன் இவன். யாரிடமும் இரக்கம் காட்டமாட்டான். எழுதுவதில் இவனுக்கு இணையே கிடையாது. இந்த மாதிரி மகா மட்டமான ஆசாமி எப்படி இவ்வளவு நன்றாக எழுதுகிறான் என்பதுதான் ரகசியம்" என்றார் ராய் சாகப்.

பத்திரிகை ஆசிரியரை பலர் வந்து தூக்கி எடுத்து அவரது அறையில் கொண்டுபோய் படுக்க வைத்தனர். பந்தலிலே 'தனுஷயக்ஞம்' நாடகம் நடைபெற்றுக் கொண்டிருந்தது. இவர்களை அழைக்க பலமுறை ஆட்கள் வந்து போயினர். பல அரசாங்க அதிகாரிகளும் பந்தலுக்கு வந்துவிட்டிருந்தனர். எல்லோரும் பந்தலுக்குச் செல்லத் தயாராகிக் கொண்டிருந்தபோது திடீரென ஓர்

ஆப்கானியன் வந்து நின்றான். நல்ல வெளுப்பு நிறம். பெரிய மீசை. நல்ல உயரம். அகன்ற மார்பு. விழிகளில் அச்சமற்ற தன்மையின் உன்மத்தம். தொளதொளவென்ற குர்தா. சல்வார். ஜரிகை வேலைப்பாடு செய்த காலணி. தலையில் தலைப்பாகை. ஒரு தோளில் துப்பாக்கி, மற்றொரு தோளில் தோல்பை. இடுப்புக் கச்சையில் வாள், என எங்கிருந்து வந்தானோ தெரியாது. அறைக்குள் நுழைந்து - ஜாக்கிரதை! யாரும் இங்கிருந்து போகக் கூடாது. என்கூட வந்தவனை கொள்ளை அடித்திருக்கிறார்கள். இங்குள்ள சர்தார்தான் எங்கள் ஆளை கொள்ளை அடித்திருக்கிறான். அந்த சொத்துக்கள், சாமான்களையெல்லாம் நீங்கள்தான் கொடுக்க வேண்டும். ஒவ்வொரு பைசாவும் கொடுக்க வேண்டும். எங்கே உங்கள் தலைவன்? கூப்பிடுங்கள் அவனை......" என்று கர்ஜித்தான்.

ராய் சாகப் அவன் எதிரே வந்து நின்று சினம் மிகுந்த குரலில் வினாவினார் - "கொள்ளையா? என்ன கொள்ளை? அதெல்லாம் உங்கள் வேலை. இங்கு யாரும் யாரையும் கொள்ளை அடிப்பதில்லை. என்ன விஷயம்? விவரமாகச் சொல்."

அந்த ஆப்கானியன் முறைத்துப் பார்த்தான். துப்பாக்கியின் முனையை தரையில் ஓங்கி அடித்தவாறே, "என்னிடமா, என்ன கொள்ளை, என்ன வழிப்பறி என்று கேட்கிறாய்? நீ கொள்ளை அடிக்கிறாய். உன் ஆட்கள் கொள்ளை அடிக்கிறார்கள். நான் இங்கு ஒரு பங்களாவின் எஜமானன். என் பங்களாவில் ஐம்பது ஜவான்கள் இருக்கிறார்கள். என் ஆட்கள் வரிவசூலித்துக் கொண்டு வந்தார்கள். ஓராயிரம் ரூபாய். அதை நீ கொள்ளை அடித்துவிட்டு, என்ன கொள்ளை என்றா கேட்கிறாய்? என்ன கொள்ளை என்று நான் சொல்லுகிறேன். என்னுடைய ஐம்பது ஜவான்களும் இப்பொழுது வருவார்கள். நாங்கள் உன் கிராமத்தை சூறையாடுவோம். எந்தப் பயலும் ஒன்றும் செய்து விடமுடியாது. ஒன்றும் செய்ய முடியாது" என்றான்.

அந்த ஆப்கானியனின் சீற்றத்தைக் கண்டதும் மிர்ஜாஜி சத்தமில்லாமல் எழுந்து சென்றுவிடலாம் என நினைத்தவராய் எழுந்தார். இதைக் கண்ட அவன் உரத்த குரலில் மிரட்டினான் - "எங்கே போகிறாய் நீ! யாரும் இங்கேயிருந்து நகர முடியாது. நகர்ந்தால் நான் எல்லோரையும் தீர்த்துக் கட்டிவிடுவேன். இப்பொழுதே சுட்டுவிடுவேன். என்னை உங்களால் ஒன்றும் செய்ய முடியாது. உங்கள் போலீஸிடம் எனக்கு பயமில்லை. எங்கள் உருவத்தைப் பார்த்தாலே உங்கள் போலீஸ் ஓடிவிடும். எங்களுக்குத் தனி கௌன்சில் இருக்கிறது. நாங்கள் அதற்கு கடிதம் எழுதி வைசிராய் வரை போக முடியும். இங்கிருந்து நான் ஒருவரையும் போக விடமாட்டேன். நீ என்னுடைய ஓராயிரம் ரூபாயைக் கொள்ளையடித்து விட்டாய். என் ரூபாயைக் கொடுக்கா விட்டால், உங்களில் யாரையும் உயிரோடு விடமாட்டேன். நீங்களெல்லோரும் எல்லோருடைய பணத்தையும் கொள்ளையடித்து சுரண்டிவிட்டு இங்கு காதலிகளுடன் குடிக்கிறீர்கள்"

மிஸ் மாலதி அவன் கண்ணில் படாமல் அறையிலிருந்து வெளியே செல்லத் துவங்கியதும் அவன் பருந்து போல் பாய்ந்து

சென்று அவள் முன்னே நின்று கொண்டவன் “நீ இந்த அயோக்கியர்களிடமிருந்து என்னுடைய பணத்தை வாங்கிக் கொடு. இல்லாவிடில் நான் உன்னைத் தூக்கிக் கொண்டு போய்விடுவேன். என் பங்களாவில் விழா கொண்டாடுவேன். உன்னுடைய அழகில் நான் காதல் கொண்டுவிட்டேன். எனக்கு இப்பொழுதே, இக்கணமே ஆயிரம் ரூபாய் கொடுத்து விடு, இல்லாவிடில் நீ என்னோடுதான் வரவேண்டும். நான் உன் காதலனாகி விட்டேன். என் நெஞ்சும், இதயமும் வெடித்துவிடும் போலிருக்கிறது. இந்த இடத்திலேயே என்னுடைய ஐம்பது ஜவான்கள் இருக்கின்றனர். இந்த ஜில்லாவில் என்னுடைய 500 ஆட்கள் வேலை செய்கின்றனர். எங்கள் கூட்டத்தின் ‘கான்’ தலைவன் நான். எங்கள் கூட்டத்தில் 10 ஆயிரம் சிப்பாய்கள் இருக்கின்றனர். காபூலின் “அமீர்”களுடன் கூட நான் சண்டை செய்ய முடியும். ஆங்கிலேய அரசு இருபதியாயிரம் ரூபாய் வருடாந்திரக் கப்பம் கொடுக்கிறது எங்களுக்கு. நீ என் பணத்தைத் தராவிடில் நான் கிராமத்தைச் சூறையாடுவேன். காதலியான உன்னையும் தூக்கிக் கொண்டு போய்விடுவேன். கொலை செய்வதில் எனக்கு ஆனந்தம் ஏற்படுகிறது. நான் ரத்த ஆறு பெருகியோடச் செய்து விடுவேன்......” என்றான்.

அவையில் பீதி நிலவியது. மிஸ் மாலதி தனது கொஞ்சும் மொழிகளை மறந்தே போனாள். கன்னாவின் கால்கள் நடுங்கிக் கொண்டிருந்தன. பாவம், அவர். கொலை, கொள்ளை, திருட்டு பயத்திற்கு அஞ்சியவராய் அந்த ஒரு மாடி பங்களாவில் வசித்துக் கொண்டிருந்தார். மாடிப்படிகளில் ஏறுவதென்பது கழுமரத்தில் ஏறுவது போலிருக்கும் அவருக்கு. வெயிற் காலத்திலும் இந்த பயத்தினால் அறைக்குள்ளேதான் தூங்குவார். ராய் சாகப்பிற்குதான் ஜமீன்தார் என்ற பெருமிதமிருந்தது. தன்னுடைய ஊரிலேயே ஒரு பட்டாணியனிடம் பயப்படுவதென்பது கேலிக்குரியது என்று நினைத்தார். ஆனால் அவனுடைய துப்பாக்கிக்கு முன்னால் என்ன செய்ய முடியும்? அவர் கொஞ்சம் அப்படி இப்படி அசைத்தாலும் அவன் சுட்டுவிடுவான். நாகரீகமற்றவர்கள்தான் இவர்கள். இவர்களுடைய குறி, தப்பவே தப்பாதே அவன் கையில் துப்பாக்கி மட்டும் இல்லாமலிருந்தால், ராய்சாகப் அவனுடன் மோதுவதற்கு தயாராக இருந்திருப்பார். இதுதான் பெரிய கஷ்டம். இந்த துஷ்டன் எவரையும் வெளியே செல்ல விடமாட்டேன் என்கிறான். இல்லாவிட்டால் ஒரே மூச்சில் கிராமம் முழுவதும் இங்கு கூடிவிடும். இவனுடைய கூட்டம் முழுவதையும் அடித்து நொறுக்கி விடுவார்கள். முடிவில் ஒருவாறு தன் மனத்தைத் திடப்படுத்திக் கொண்டு, உயிரையும் பொருட்படுத்தாமல் சொன்னார் – “இதோ பார்! நாங்கள் திருடர்களோ, கொள்ளைக்காரர்களோ அல்ல என்று சொன்னேன் அல்லவா? நான் கௌன்சிலில் மெம்பர். இந்த அம்மாள் லக்னோவின் பிரசித்தி பெற்ற டாக்டர். இங்கு நாணயமான, மரியாதையும், மதிப்பும் மிக்கவர்கள்தான் கூடியுள்ளனர். உங்கள் ஆட்களை யார் கொள்ளையடித்தனர் என்பது பற்றி எங்களுக்கு எதுவுமே தெரியாது. நீங்கள் போலீஸ் ஸ்டேஷனுக்குச் சென்று ரிப்போர்ட் செய்யுங்கள்”

அந்தப் பட்டாணியன் காலால் தரையில் உதைத்தான். இங்குமங்கும் நடந்தான். தோளிலிருந்த துப்பாக்கியைக் கையில் எடுத்தவாறே கர்ஜித்தான். "உளராதே! (காலைத் தரையில் தேய்த்தவாறே) நிறுத்து. கௌன்சில் மெம்பர்களை நான் இப்படி காலால் தேய்த்து விடுவேன். என்னுடைய கரங்கள் வலிமை மிக்கவை. என் நெஞ்சு உரம்பெற்றது. அல்லாவைத் தவிர யாரிடமும் எனக்கு அச்சமில்லை. என் ரூபாயைக் கொடுக்காவிடில் நான் (ராய் சாகப்பைச் சுட்டிக் காட்டி) உன்னைக் கொன்று விடுவேன்."

தன் பக்கம் குறிபார்த்திருந்த துப்பாக்கி குழலைக் கண்டதும் ராய் சாகப் குனிந்து கொண்டார் சட்டென்று. "பாவிப்பயல்! ஒன்றும் புரிந்து கொள்ளவும் மாட்டேன் என்கிறான். சொன்னாலும் கேட்பதில்லை. ஒருவரையும் வெளியே போகவும் விடமாட்டேன் என்கிறான். வேலைக்காரர்கள், சிப்பாய்கள், ஆட்கள், எல்லோரும் தனுஷ் யக்ஞம் பார்ப்பதில் லயித்திருக்கிறார்கள். பொதுவாகவே ஜமீன்தாரின் ஆட்கள் சோம்பேறிகள். வேலைக்குப் பின்வாங்குகிறவர்கள். பத்து முறை கூப்பிட்டாலும் பதில் கூற மாட்டார்கள். அதிலும் இச்சமயம் சுபகாரியத்தில் ஈடுபட்டிருக்கிறார்கள். தனுஷ் யக்ஞம் அவர்களுக்கு வெறும் வேடிக்கையல்ல. பகவானின் லீலையாயிற்றே. யாரேனும் ஒருத்தன் இந்தப் பக்கம் தலை நீட்டினால் கூடப் போதும் அல்லது யாரேனும் ஒரு சிப்பாயின் காதுகளுக்கு விஷயம் எட்டினாலும் போதும். மூச்சுவிடுவதற்குள் இந்தப் பயலின் கொட்டமெல்லாம் அடங்கிவிடும். தாடியின் ஒவ்வொரு மயிரையும் பிடுங்கிவிடுவார்கள்... ஹூம்... எத்தனைக் கோபக்காரனாய் இருக்கிறான் இவன். இவர்களெல்லோருமே கொலைகாரப்பாவிகளாயிற்றே. சாகப் போகிறோம் என்ற பயமோ, உயிர் வாழுகிறோம் என்ற சந்தோஷமோ கிடையாது இவர்களுக்கு.

வியப்புடன் அவனை நோக்கியவாறே – "என்ன சொல்ல? மூளையே வேலை செய்ய மாட்டேன் என்கிறது. இன்று பார்த்து என் பிஸ்டலை வீட்டிலேயே வைத்து விட்டு வந்து விட்டேன். இல்லாவிட்டால் இந்தப் பயலுக்கு ஒரு பாடம் கற்பித்திருப்பேன்" என்றார் மிர்ஜாஜி.

மிஸ்டர் கன்னா அழுதுவடியும் முகத்துடன் – "கொஞ்சம் ரூபாய் கொடுத்து எப்படியாவது இந்தச் சனியனை தலை முழுகுங்களேன்" என்றார்.

ராய்சாகப் மாலதியை நோக்கினார் – "தேவிஜி! நீங்களென்ன நினைக்கிறீர்கள்?"

மிஸ் மாலதியின் முகம் ஜிவு ஜிவுவென்றிருந்தது. "நினைப்பதற்கென்ன இருக்கிறது? என்னை இத்தனை தூரம் அவமதித்துக் கொண்டிருக்கிறான். நீங்களெல்லாம் உட்கார்ந்து பார்த்துக் கொண்டிருக்கிறீர்கள். இருபது ஆண்பிள்ளைகளிருந்தும் ஒரு முரடன் என்னைக் கேவலப்படுத்திக் கொண்டிருக்கையில் உங்களின் ரத்தம் கொதிக்கவில்லையா? உயிரின் மீது உங்களுக்கு இத்தனை ஆசையா? யாரேனும் ஒருவராவது வெளியே சென்று ஏன் கூச்சல் போடக் கூடாது? நீங்கள் எல்லோருமாய் அவன் மீது

பாய்ந்து அவன் கையிலிருக்கும் துப்பாக்கியைப் பறிப்பதுதானே! சுடத்தானே செய்வான்? சுடட்டுமே! ஓரிருவரின் உயிர்தானே போகும்? போகட்டுமே!" என வெடித்தாள்.

ஆனால் அவள், உயிர் துறப்பது எவ்வளவு எளிதென்று நினைத்தாளோ, அதுபோல் மற்றவர்கள் நினைக்கவில்லை. ஒருவர் கூட வெளியே செல்லத் துணியவில்லை. அந்தப் பட்டாணியன் கோபம் கொண்டு, ஏழெட்டுதரம் சுட்டுவிட்டால், அவ்வளவும் இங்கு எல்லாம் காலியாகிவிடும். அதிகபட்சமாக போலீஸ் அவனுக்குத் தூக்குத் தண்டனை அளிக்கும். அதுமட்டும் என்ன நிச்சியம்? அவனொரு பெரிய கூட்டத்தின் தலைவன். அவனுக்குத் தூக்குத் தண்டனை கொடுப்பது பற்றி அரசு கூட யோசிக்கும். மேலேயிருந்து பிரஷர் வரும். அரசியலுக்கு முன்னே, நியாயத்தை யார் கேட்பது? மாறாத நம்மீதே வழக்குத் தொடுத்தாலும் ஆச்சர்யப் படுவதற்கில்லை. எத்தனை மகிழ்ச்சியுடன், சிரிப்பும், களிப்புமாய், உல்லாசமாக இருந்தோம். நாடகத்தைக் கண்டு மகிழ்ந்து கொண்டாவது இருந்திருப்போம். அதுவும் போயிற்று. இந்தச் சைத்தான் வந்து புதியதொரு ஆபத்தைக் கொண்டு வந்து விட்டான். இரண்டொருவரைச் சுட்டுத் தள்ளாது விடமாட்டான் போலிருக்கிறது என்றுதான் அவர்கள் நினைத்தனர்.

"தேவிஜி! அவரவர் உயிரைக் காப்பாற்றிக் கொள்வது ஏதோ பாவம் போலல்லவா நீங்கள் எங்களைத் தாக்குகிறீர்கள். எல்லா உயிர்ப் பிராணிகளுக்குமே பிராணபயமுண்டு. எங்களுக்கு அது இருப்பது வெட்கப்பட வேண்டிய விஷயமல்ல. எங்கள் உயிர்களைத் தாங்கள் இவ்வளவு அற்பமாக நினைப்பது எனக்கு வருத்தத்தைத் தருகின்றது. விஷயம் ஓராயிரம் ரூபாய்தான். உங்களிடம் ஓராயிரம் ரூபாயிருந்தால் கொடுத்து அனுப்பி விடுவதுதானே? நீங்களே உங்களை அவமதிப்பிற்குள்ளாக்கிக் கொண்டால், எங்கள் மீது என்ன தவறு? என்று முகத்தில் அடித்தாற் போல் கூறினார் மிஸ்டர் கன்னா.

"இவன் தேவிஜீயின் மீது கை வைத்தால், என் பிணம் இங்கே வீழ்ந்து துடித்தாலும், அவனோடுநான் மோதுவேன். அவனும் மனிதன்தானே!" என்றார் ராய் சாகப் சூடாக.

மிர்ஜா சாகப் சந்தேகத்துடன் தலையாட்டினார். "ராய் சாகப்! இவர்களுடைய சுபாவத்தைப் பற்றி உங்களுக்குத் தெரியாது. இவன் சுட ஆரம்பித்தால் விட்டு வைக்க மாட்டான். இவனது குறி பார்க்க வேண்டியதொன்று" என்றார்.

மிஸ்டர் தங்கா - பாவம், வரவிருக்கும் தேர்தலைப் பற்றிய பிரச்சனையை தீர்க்க வேண்டி வந்திருந்தார். ஐந்தோ, பத்தோ, ஆயிரமாகத் திரட்டிக் கொண்டு வீடு திரும்ப வேண்டும் என்ற கனாக் கண்டு கொண்டிருந்தார்.

இங்கு உயிரே ஆபத்தில் சிக்கி விட்டது. "மிஸ்டர் கன்னா, இப்பொழுது கூறியதுதான் எல்லாவற்றையும் விட எளிதான உபாயம். ஓராயிரம் ரூபாய் தானே! பணமோ இருக்கிறது. பின் ஏன் நீங்களெல்லாம் யோசித்துக் கொண்டிருக்கிறீர்கள்?" என்றார்.

மிஸ் மாலதி, மிஸ்டர் தங்காவை வெறுப்புடன் நோக்கினாள், "நீங்களெல்லாரும் இத்தனை கோழைகள், என நான் நினைக்கவில்லை" என்றாள்.

"நான் உங்களுக்கு பணம் இத்தனை பிரியமானது என்று நினைக்கவில்லை. அதுவும் இனாமாக, சும்மா கிடைத்த பணம்."

"எனக்கேற்பட்ட அவமானத்தை உங்களால் பார்த்துக் கொண்டிருக்க முடியும் என்றால் உங்கள் வீட்டுப் பெண்கள் அவமதிக்கப் படுவதையும் பார்த்துக் கொண்டிருக்க முடியும் உங்களால் இல்லையா?"

"பணத்திற்காக நீங்களும் உங்கள் வீட்டு புருஷர்களை பலியிடத் தயங்க மாட்டீர்கள் அல்லவா?"

இத்தனை நேரமாக அந்த ஆப்கானியன் இவர்களுடைய அர்த்தமற்ற பேச்சுகளையும், சர்ச்சைகளையும், எரிச்சலுடன் கேட்டுக் கொண்டிருந்தவன் திடீரென, கர்ஜித்தான் – "இனியும் நான் சும்மா இருக்க மாட்டேன். இத்தனை நேரமாக இங்கே நின்று கொண்டிருக்கிறேன். இன்னமும் நீங்கள் எனக்கொரு பதில் கூறவில்லை. (பையிலிருந்து விசிலை எடுத்து) நான் இன்னமும் ஒரு நிமிட அவகாசம் உங்களுக்குத் தருகிறேன். அதற்குள் நீங்கள் பணத்தைக் கொடுக்காவிடில், நான் விசில் ஊதுவேன். உடனே எனது ஐம்பது ஜவான்களும் வந்துவிடுவார்கள். அவ்வளவுதான்" என்றவன் விழிகளில் காதல் சுடர்விட மிஸ் மாலதியை நோக்கினான். "என் மனதிற்கு இனியவளே! நீ என்னுடன் வரவேண்டும். உன் மீது நான் மோகம் கொண்டுவிட்டேன். என்னுயிரையே உன் காலடியில் வைத்துவிடுவேன். அன்பே! இங்கிருக்கும் ஆண்கள் யாவரும் உன்மீது ஆசைகொண்டவர்கள். ஆனால் ஒருவன் கூட உண்மையான காதலன் அல்ல. உண்மையான காதல் என்றால் என்ன என்பதை நான் காட்டுகிறேன். நீ ஜாடையாக உணர்த்தினால் போதும். நான் என் நெஞ்சிலே குத்துவாளை சொருகிக்கொண்டு விடுவேன்" என்றான்.

மிர்ஜாஜி கெஞ்சினார் – "தேவிஜி ... அல்லாவின் பெயரில் இந்த மூர்க்கனுக்கு பணத்தைக் கொடுத்து விடுங்களேன்."

மிஸ்டர் கன்னா கரம் குவித்து வேண்டினார் – "மிஸ் மாலதி! எங்கள் மீது தயவு காட்டுங்கள்"

ராய் சாகப் வெகுண்டெழுந்தார் – "ஒரு பொழுதும் இல்லை. இன்று என்ன நடக்க வேண்டுமோ, நடக்கட்டும். ஒன்று நாம் உயிர் துறப்போம். அல்லது இந்த அயோக்கியர்களுக்கு ஒரு பாடம் புகட்டுவோம்."

தங்கா ராய் சாகப்பை மிரட்டினார் – "சிங்கத்தின் குகைக்குள் நுழைவது பெரிய சூரத்தனம் அல்ல, நான் இதை முட்டாள் தனமென்று கருதுகிறேன்."

ஆனால் மிஸ் மாலதியின் எண்ணம் வேறாக இருந்தது. அந்த ஆப்கானியனின் ஆசை சுடர் விடும் விழிகள், இங்கே, நடக்கும் அமர்க்களத்தையெல்லாம் கண்டு ஆனந்தப்பட்டுக் கொண்டிருப்பது போலிருந்ததைக் கண்டதும் அவளுக்கு சற்றே சமாதானமாக இருந்தது. அவளுடைய மனம் இன்னும் சற்று நேரம் இந்த

வீரப்பிரதாபசாலிகளினிடையேயிருந்து, அந்த முரடனுடைய காட்டு மிராண்டித்தனமான காதலில் மகிழ்வடைய வேண்டுமென்று ஆசைப்பட்டது. மரியாதைக்குட்பட்ட, நாகரீகமான காதலின் பலவீனங்களும், உயிர்த் துடிப்பற்ற தன்மையின் அனுபவமும் அவளுக்கிருந்தது. இன்று இந்த பயமற்ற, நாகரீகமற்ற, முரட்டுப் பட்டாணியனின் காதலுக்காக, இசையின் இன்பத்தை நுகர்ந்த பிறகு, மதம் கொண்ட யானைகள் மோதுவதைக் காண ஓடுவதுபோல் அவளது மனமும் விழைவுகொண்டது.

அவள், அந்தப் பட்டாணியன் எதிரே வந்து நின்று, "உனக்குப் பணம் கிடைக்காது." என்றாள். உடனே, தன் கரத்தை நீட்டிய அவன் - "அப்படியென்றால் நான் உன்னைத் தூக்கிக் கொண்டு போவேன்." என்றான்.

"இத்தனை பேர்களின் நடுவிலே நீ என்னைத் தூக்கிக் கொண்டு போகமுடியாது"

"ஓராயிரம் பேர்களின் நடுவேயும் என்னால், உன்னைத் தூக்கிச் செல்ல முடியும்"

"நீ உயிரிழக்க நேரிடும்"

"நான் என் காதலிக்காக என் உயிரின் ஒவ்வொரு அணுவையும் இழக்கத் தயார்" என்றவன் மாலதியின் கரத்தைப் பற்றி இழுத்தான். இச்சமயத்தில்தான் ஹோரி அறைக்குள் கால் வைத்தான். அவன் தான் நாடகத்தின் ராஜா ஜனகரின் தோட்டக்காரன். தனது நடிப்பினால் அவன் கிராமத்தார்களை விழுந்து விழுந்து சிரிக்க வைத்துக் கொண்டிருந்தான். ஆனால் இன்னமும் எஜமானர் ஏன் வரவில்லை - என்ற கவலை அவனுக்கு. கிராமத்தான் எத்தனைத் திறமைசாலி என்பதை அவரே வந்து பார்க்க வேண்டும் என நினைத்தான். அவரது நண்பர்களும் வந்து பார்க்கட்டுமே! ஆனால் எப்படி எஜமானரை அழைப்பது? அவன் இதற்கான தருணத்தைத் தேடிக் கொண்டிருந்தான். சந்தர்ப்பம் கிடைத்ததுதான் தாமதம் இங்கு ஓடி வந்து விட்டான். ஆனால் இங்கிருந்த காட்சியை கண்டதும் திடுக்கிட்டுப் போய் விட்டான். என்ன செய்வதென்றியாதவனாய் நின்றான். எல்லோரும் பயத்தில் நடுநடுங்கிக் கொண்டிருந்தனர். மிரண்ட பார்வையுடன் அந்தப் பட்டாணியனைப் பார்த்தவாறே இருந்தனரே தவிர, நகரவில்லை. அந்தப் பட்டாணியனோ மிஸ் மாலதியைத் தன்னருகில் இழுத்துக் கொண்டிருந்தான். அவன் சட்டென நிலைமையைப் புரிந்து கொண்டு விட்டான். அவனைக் கண்ட ராய் சாகப்பும் - ஹோரி - ஓடிப்போய், சிப்பாய்களை அழைத்து வா! ஊம்! சீக்கிரம்! ஓடு - என்று கூவினார்.

ஹோரி, திரும்பியதும் அப்பட்டாணியன் தனது துப்பாக்கியை நீட்டி - ஏய்! பன்றி! எங்கேயடா ஓடுகிறாய் .... சுட்டுவிடுவேன் - தெரியுமா? என்று அதட்டினான்.

ஹோரி பாவம். பட்டிக்காட்டான். சிவப்புத் தொப்பியைக் கண்டாலே அரண்டு விடுவான். ஆனால் மதம் கொண்ட காளை எகிறினால் தடியைச் சுழற்றிக் கொண்டு பாயத் தயாராகி விடுவான். அவன் கோழையல்ல. அடிக்கவும், உயிர் துறக்கவும் அறிந்தவன்.

ஆனால் போலீஸாரின் அட்டகாசங்களுக்கு முன்னர், அவனுடையது எதுவும் செல்லாது. அவர்கள் பின்னாலேயே கையைக் கட்டிக் கொண்டு யார் திரிவது? லஞ்சம் கொடுக்க எங்கேயிருந்து பணம் கொண்டு வருவது? குழந்தை குட்டிகளை யாரிடம் விட்டுச் செல்வது? ஆனாலும் எஜமானரே கூறும்போது, யாரிடம் பயம்? மரணத்தைத் தழுவுவதற்கும் அவன் தயார்.!

அவன் சட்டெனப் பாய்ந்து பட்டாணியின் இடுப்பைப் பற்றி, காலை இடறி கொடுத்த உதையில் பட்டாணியன் நிலை தடுமாறி, தரையில் வீழ்ந்தவனாய், பஷ்தோ மொழியில் வசவுகளை பொழியலானான். ஹோரி கீழே வீழ்ந்தவனின் நெஞ்சின் மீதேறி அமர்ந்து கொண்டவன், அவனது தாடியைப் பற்றி பலமாக இழுத்தான். அது கையோடு வந்து விட்டது. அக்கணமே பட்டாணியன் தனது வேடத்தைக் களைத்தெறிந்து விட்டு எழுந்து நின்றார். அரேரே! இது மிஸ்டர் மேஹ்தா அல்லவா? ஆமாம் அவரே தான்.

எல்லோரும் மேஹ்தாவை சூழ்ந்து கொண்டனர். ஒருவர் அவரைத் தழுவிக் கொண்டார். மற்றொருவர் அவரது முதுகில் தட்டிக் கொடுத்தார். ஆனால் மிஸ்டர் மேஹ்தாவிற்கு முகத்தில் சிரிப்போ, மகிழ்ச்சியோ, பெருமிதமோ இல்லை. ஏதும் நடக்காதது போல் மௌனமாய் நின்றார். பொய்க் கோபத்துடன் மிஸ் மாலதி சீறினாள். "இந்த வேடதாரி நடிப்பெல்லாம் எங்கு கற்றுக்கொண்டீர்கள்? என் நெஞ்சு இன்னமும் படபடக்கிறது." புன்சிரிப்புடன் மேஹ்தா கூறினார் – "இந்தப் பெரிய மனிதர்களின் ஆண்மையையும், வீரத்தையும் கொஞ்சம் சோதித்துப் பார்த்தேன். அவ்வளவுதான். மன்னித்துக் கொள்ளுங்கள்."

❑

7

இங்கு இந்த நாடகமெல்லாம் முடிந்த சமயம், அங்கும் தனுஷயக்ஞும் முடிவடைந்து விட்டிருந்தது. சமூக நகைச்சுவை நாடகத்திற்கான ஏற்பாடுகள் ஆரம்பமாகிக் கொண்டிருந்தன. ஆனால் இந்தப் பெரிய மனிதர்களுக்கு அதிலேதும் விசேஷமான ஆர்வமிருக்கவில்லை. மிஸ்டர் மேஹ்தா மட்டும்தான் அதைப் பார்க்கச் சென்றார். ஆரம்பத்திலிருந்து முடிவு வரை உட்கார்ந்து பார்த்தார். அவருக்கு ரொம்பவும் ஆனந்தமாக இருந்தது. இடையிடையே கைதட்டி – "இன்னொரு தரம் சொல்லு" "இன்னொரு முறை சொல்லு" என்று நடிகர்களை உற்சாகப்படுத்திக் கொண்டும் இருந்தார். இந்த நாடகத்தில் ராய் சாகப் வம்பு வழக்குகளில் ஆர்வம் கொண்ட கிராமாந்திர ஜமீன்தாரின் பாத்திரத்தை உருவாக்கியிருந்தார். நாடகம்தான் என்றாலும் கருணை

ரசம் மிகுந்திருந்தது அதில். கதாநாயகன் பேச்சுக்குப் பேச்சு சட்டப் பிரிவுகளைப் பற்றிக் குறிப்பிடுவது மனைவி சமையலைக் குறித்த நேரத்தில் செய்யவில்லை என்பதற்காக அவள் மீது வழக்குத் தொடுப்பது, வக்கீல்களின் சாகசங்கள், பட்டிக்காட்டு சாட்சிகளின் தந்திரங்கள் குறும்புத்தனங்கள், சாட்சி சொல்ல முதலில் சட்டென்று ஒப்புக்கொள்வது, பிறகு நீதிமன்றத்தில் கூண்டில் ஏறும்சமயம் ரொம்பவும் பிகு செய்துகொள்ளுதல், வேண்டுமென்றே தனக்கு இது வேண்டும், அது வேண்டும் என்று விதவிதமான கோரிக்கைகளை முன் வைத்து ஆட்டம் காட்டுவது என்ற காட்சிகளைக் கண்ட பார்வையாளர்கள் குலுங்கக் குலுங்கச் சிரித்து மகிழ்ந்தனர். வக்கீல் சாட்சிகளுக்கு சாட்சி கூறும் சமயத்தில் சொல்லவேண்டிய வாக்குமூலத்தை நெட்டுரு போட வைப்பதுதான் மிகச் சிறந்த சாட்சியாக இருந்தது. சாட்சிகள் அடிக்கடித் தப்புத்தப்பாகச் சொல்வதும், வக்கீல்கள் பொறுமை இழப்பதும், கோபித்துக் கொள்வதும், கதாநாயகன் கிராமீய மொழியில் சாட்சிகளுக்கு அதனை எடுத்துச் சொல்லுவதும், முடிவில் நீதிமன்றத்தில் சாட்சிகள் கட்சிமாறி விடுவதும், மிகமிக யதார்த்தமாக, உண்மையாக, ரசமாக இருந்ததால் மிஸ்டர் மேஹ்தா உற்சாகத்தில் துள்ளினார். நாடகம் முடிந்ததும் கதாநாயகனைக் கட்டித் தழுவிக் கொண்டார். ஒவ்வொரு நடிகருக்கும் ஒரு மெடல் தருவதாகவும் அறிவித்தார். ராய் சாகப்பின்பால் அவர் உள்ளத்தில் மதிப்பு ஏற்பட்டது. ராய் சாகப் மேடைக்குப் பின்னாலிருந்து நாடகத்தை இயக்கிக் கொண்டிருந்தார். மேஹ்தா ஓடிப் போய் அவரைத் தழுவிக் கொண்டு பரவசத்துடன் – "உங்களது பார்வை இத்தனை கூர்மையானதென்று நான் அநுமானித்திருக்கவில்லை" என்றார்.

மறுநாள் காலைச் சிற்றுண்டிக்குப் பிறகு வேட்டைக்குச் செல்லுவது என்ற திட்டம் இருந்தது. அங்குள்ள நதிக்கரையிலுள்ள தோட்டத்தில் சமையல் செய்யப்படும். ஆற்றுநீரில் நீராடி மகிழலாம். மாலையில் அவரவர் வீடு திரும்பலாம் என்பது புரோக்கிராம். இவ்வாறு கிராமிய வாழ்வின் ஆனந்தத்தை அனுபவிக்கலாம். முக்கியமான அலுவல்கள் இருந்த கனவான்கள் விடைபெற்றுக் கொண்டு போய்விட்டனர். ராய் சாகப்புடன் நெருங்கிய நட்புக் கொண்டிருந்தவர்கள் மட்டும் தங்கிவிட்டனர். மிஸஸ் கன்னாவிற்குத் தலைவலி. அவள் வரவில்லை. பத்திரிகை ஆசிரியருக்கு இவர்கள்பால் ஏற்கனவே எரிச்சல். கோபம் வேறு. இவர்களைப் பற்றி கட்டுரை எழுதி ஒரு கை பார்த்துக் கொள்கிறேன் என மனதிற்குள் அதற்கான திட்டங்களை வகுப்பதில் ஆழ்ந்திருந்தார். எல்லோருமே கை தேர்ந்த குண்டர்கள். கொள்ளையடிக்கும் பணத்தை தாராளமாய் செலவு செய்து கொண்டு பெருமைபட்டுக் கொள்கின்றனர். உலகத்திலென்ன நடக்கிறது என்று இவர்களுக்கென்ன தெரியும்? அடுத்த வீட்டில் யார் செத்தாலும் இவர்களுக்கென்ன அக்கறை? தங்களது சுகபோகங்களில்தான் இவர்களுக்கு முக்கியம். இந்த மேஹ்தா! பெரிய தத்துவவாதி போல திரிகிறானே. வாழ்க்கையை முழுமையாக அனுபவி என்பதுதான் இவனது தத்துவம். மாதம் ஓராயிரம் ரூபாய் அடித்துக் கொண்டு

வருகிறான். பின்னென்ன? வாழ்க்கையை முழுமையாக, பரிபூர்ணமாக அனுபவிக்க வேண்டியதுதான். பெண் பிள்ளைகளுக்குத் திருமணம் ஆகவேண்டுமே, பெண்டாட்டியின் நோய்க்கு வைத்தியம் பார்க்க வேண்டுமே, வீட்டு வாடகைக்கு எங்கிருந்து பணம் திரட்டுவது? என்ற கவலைகள் யாரைத் தின்கிறதோ, அவனெல்லாம் வாழ்க்கையை எங்கிருந்து பரிபூரணமாய் அனுபவிப்பதாம்? கோவில்காளை மாதிரி மாற்றான் வயலை மேய்ந்து கொண்டு திரிகிறவனுக்கு, உலகத்தில் எல்லோரும் சுகமாய் சௌக்கியமாக இருப்பதாகத்தான் தோன்றும். புரட்சி வந்தால்தானப்பா உன் கண்கள் திறக்கும்.

“அடேய் – வயலில் சென்று கலப்பையைப் பிடி. நிலத்தை உழுது பார். அப்பொழுது தெரியும் வாழ்க்கையின் பரிபூர்ண இன்பம் என்னதென்று!” என உன்னிடம் கூறப்படும். அந்த மாலதி இருக்கிறாளே – நாடறிந்தவள். எத்தனை ஆற்றுத் துறையின் தண்ணீர் குடித்தவளோ! மிஸ் மாலதி என்று திரிகின்றாள். திருமணம் செய்து கொள்ள மாட்டாளாம். வாழ்க்கை பந்தத்திற்குட்பட்டுவிடுமாம். ஒரு பந்தத்திற்குட்பட்டால் வாழ்க்கை முழு மலர்ச்சியடையாதாம். சொல்லுகிறாள். இருக்கட்டும். உலகத்தை சூறையாடு, கட்டுப்பாடற்ற சுகபோக விலாசத்தை அனுபவி - இதில்தான் வாழ்க்கையின் முழுமையான மலர்ச்சியும், சுகமும் இருக்கிறது. பந்தங்களை யெல்லாம் முறித்துவிடு. தர்மம், சமுதாயம் எல்லாவற்றையும் சுட்டுவிடு...... தகர்த்துவிடு. வாழ்க்கையின்பாலுள்ள கடமைகளை கிட்ட நெருங்க விடாதே அவ்வளவுதான். உன் வாழ்க்கை முழுமையை எட்டிவிடும். இதைவிட சுலபமானது வேறென்ன? அம்மா, அப்பாவுடன் ஒத்துவரவில்லையா? அவர்களை ஒதுக்கிவிடு. திருமணம் செய்து கொள்ளாதே அதுவொரு பந்தம். குழந்தைகள் பிறக்கும் அது பாசவலை; ஆனால் எதற்காக வரிகட்டுகிறாய்? சட்டம் கூட ஒரு பந்தம்தானே! சட்டத்தை ஏன் உடைக்கவில்லை? அதற்கு ஏன் தப்பி ஓடுகிறாய்? சட்டத்தை சற்றே அவமதித்தாலும் சிறைத் தண்டனையை அனுபவிக்க வேண்டுமென்று தெரியுமல்லவா? உன்னுடைய சுகபோகத்திற்கு, உல்லாசத்திற்கு, இடையூறாக இருக்கும் பந்தங்களை மட்டும் தகர்த்து விடு. அவ்வளவுதான். பழுதையைப் பாம்பென்று அடித்து பெரிய வீராங்கனையாகி விடு. உயிருள்ள பாம்பிற்கு அருகே கூட நெருங்கி விடாதே. நீ ஏன் நெருங்கப் போகிறாய்? கிட்ட நெருங்கினால் அது சீறும். தலை சுற்றும் உனக்கு. அது வருவதைக் கண்டாலே வாலைச் சுருட்டிக் கொண்டு ஓடிவிடுவாய். இதுதான் உனது முழுமையான வாழ்க்கை என எண்ணியவாறு மனம் குமைந்தார் ஓங்கார் நாத்.

எட்டு மணிக்கு வேட்டைக்காக, கோஷ்டி கிளம்பியது. கன்னா வேட்டையாடியதே கிடையாது. துப்பாக்கி சத்தம் கேட்டாலே நடுங்குவார். ஆனால் மிஸ் மாலதி செல்லும்போது, அவர் எப்படி பின்தங்க முடியும்? மிஸ்டர் தங்காவிற்கு தேர்தல் பற்றிப் பேச இன்னமும் சந்தர்ப்பம் கிடைக்கவில்லை. ஒருக்கால் இங்கு அவகாசம் கிட்டலாம் என நினைத்தார். ராய் சாகப் தனது இந்த இலாக்காவிற்கு வந்து வெகுநாட்களாகிவிட்டிருந்தது. இங்குள்ள நிலைமையை நேரில்

கண்டறிய நினைத்தார். இடையிடையே வந்து போனால் தான் இங்குள்ளவர்களிடம் ஒருவித தொடர்பு இருக்கும். செல்வாக்கும் ஏற்படும். ஆட்கள், காரியஸ்தர்கள், சிப்பாய்களும் எச்சரிக்கையுடனிருப்பார்கள். மிர்ஜாஜீக்கு என்றுமே புதிய அனுபவங்களைப் பெறுவதில் விருப்பமுண்டு. அதிலும் குறிப்பாக, வீர, தீர சாகசத்தைக் காட்டும் சந்தர்ப்பங்கள் பிடிக்கும். மிஸ் மாலதி மட்டும் தனியே எப்படி இருப்பாள்? அவளுக்கு தன்னைச் சுற்றிலும் ரசிகர் குழாம் தேவை. இவர்களில் மிஸ்டர் மேஹ்தா மட்டும்தான் வேட்டையாடும் விருப்பத்துடன் உண்மையான உற்சாகத் துடனிருந்தார். ராய்சாகப், உணவுப் பொருட்கள், சமையல்காரர்கள், எடுபிடி ஆட்கள், என எல்லோரையும் உடன் அழைத்துச் செல்லவே விரும்பினார். ஆனால் மிஸ்டர் மேஹ்தா.. இதைத் தடுத்துவிட்டார்.

"அங்கு சாப்பிட வேண்டாமா? பட்டினியாகவா சாவது?" என்றார் மிஸ்டர் கன்னா.

"சாப்பிடமாலென்ன? சாப்பிடுவோம். இன்று நாமெல்லோருமாக நம் வேலைகளைச் செய்வோம். வேலைக்காரர்கள் இல்லாமல் நாம் உயிர்வாழ முடியுமா, முடியாதா என்று பார்க்க வேண்டும். மிஸ் மாலதி சமைப்பார். நாமெல்லோருமாய் சாப்பிடுவோம். கிராமங்களில் சட்டி பானைகள், இலைகள் கிடைக்கும். விறகிற்கோ பஞ்சமேயில்லை. நாம் வேட்டையாடுவோமே!" என்றார் மேஹ்தா.

மாலதி புகார் செய்தாள் – "என்னை மன்னித்து விடுங்கள். நேற்றிரவு நீங்கள் என் கையைப் பிடித்த பிடியில் கை இன்னமும் வலிக்கிறது"

"நாங்களெலலோருமாய் வேலை செய்கிறோம். நீங்கள் சும்மா சொல்லுங்கள் போதும்"

"ஜீ! நீங்களெல்லாம் பார்த்துக் கொண்டே இருங்கள். எல்லா ஏற்பாடுகளும் நான் செய்து விடுவேன். என்ன பிரமாதமான விஷயம்? காட்டில் சட்டி, பானையை பாத்திரத்தைத் தேடுவதுதான் முட்டாள்தனம். மானை வேட்டையாடுங்கள். மாமிசத்தை சுட்டுச் சாப்பிடுங்கள். பிறகு ஏதாவதொரு மர நிழலிலே படுத்து குறட்டை விடுங்கள்" என்றார் மிர்ஜாஜி.

இந்தத் தீர்மானம் ஏற்றுக் கொள்ளப்பட்டது. இரண்டு கார்கள் புறப்பட்டன. ஒன்றை மிஸ் மாலதி டிரைவ் செய்தாள். மற்றொன்றை ராய் சாகப் ஓட்டினார். இருபது, இருபத்தி ஐந்து மைல் தூரத்தில் மலைப் பிரதேசம் ஆரம்பமாகி விட்டது. இருமங்கும் உயர்ந்த நெடிய மலைத் தொடர்கள் நீண்டிருந்தன. பாதை வளைந்து நெளிந்து சென்றது. சற்று தூரம் ஏற்றத்திற்குப் பின் திடீரென சரிவான பள்ளம். கார்கள் கீழ் நோக்கி சரிந்து சென்றன. தூரத்திலிருந்து நதியின் நீரோட்டம் தெரிந்தது. நோயாளியைப் போல் பலவீனமாய், சலனமற்றிருந்தது அது. அதன் கரையில் ஓர் அடர்ந்த ஆலமரத்தின் நிழலில் கார்கள் நிறுத்தப் பட்டன. யாவரும் இறங்கினர். இரண்டிரண்டு பேர்களாகப் பிரிந்து வேட்டையாடச் செல்வது. பன்னிரண்டு மணிக்கு இந்த இடத்திற்கு வந்து சேருவதென்று

முடிவாயிற்று. மிஸ் மாலதி, மேஹ்தாவுடன் செல்லத் தயாராகி விட்டாள். மிஸ்டர் கன்னா மனதிற்குள் சுணங்கிக் கொண்டார். எந்த எண்ணத்துடன் வந்தாரோ அது பஞ்சராகி விட்டது. மாலதி இவ்வாறு ஏமாற்றுவாள் என்று தெரிந்திருந்தால் பேசாமல் வீடு திரும்பி இருப்பார். ஆனால் ராய் சாகப்புடன் செல்வது அவ்வளவு சுவையானதாக இல்லாவிடினும் மோசமில்லை. அவரிடம் பல விஷயங்கள் குறித்துப் பேச வேண்டி இருந்தது. மிர்ஜாவும், தங்காவும்தான் எஞ்சியிருந்தனர். அவர்களது கோஷ்டி தானாகவே உருவாகி விட்டது. மூன்று கோஷ்டியினரும் வெவ்வேறு திசைகளில் சென்றனர்.

சற்று தூரம் வரை கரடுமுரடான பாதையில் மேஹ்தாவுடன் சென்றபின் மாலதி சொன்னாள் - "நீங்கள் பாட்டிற்கு நடந்து கொண்டே போகிறீர்களா? கொஞ்சம் மூச்சு விட அவகாசம் கொடுங்கள்."

மேஹ்தா முறுவலித்தார் - "நாம் இன்னமும் ஒரு மைல் தூரம் கூட வரவில்லை. அதற்குள் களைத்து விட்டீர்களா?"

"களைத்துப் போகவில்லை... கொஞ்சம் இளைப்பாறலாமே என்றுதான்"

"வேட்டை கைக்குச் சிக்காத வரையில் நமக்கு இளைப்பாற உரிமையில்லை"

"நான் வேட்டையாட வரவில்லை"

"அச்சா! எனக்கு அது தெரியாது. பின் எதற்காக வந்தீர்கள்?" ஏதுமறியாதவர் போல் வினாவினர் மேஹ்தா.

"உங்களிடம் என்ன சொல்லட்டும்?"

மான்களின் ஒரு கூட்டம் மேய்ந்து கொண்டிருப்பது தென்பட்டது. இருவரும் ஒரு பாறையில் மறைந்து கொண்டனர். மேஹ்தா குறிபார்த்துச் சுட்டார். குறி தவறி விட்டது. மான் கூட்டம் சிதறி ஓடியது. "இனி? என்ன செய்வது?" - என்றாள் மாலதி.

"ஒன்றுமில்லை. நடங்கள். வேறு ஏதாவது கிடைக்கும்"

இருவரும் சற்று நேரம் மௌனமாய் நடந்தனர். அதன்பின் மாலதி சற்றே நின்று - "வெயில் ரொம்ப கஷ்டமாக இருக்கிறது. வாருங்கள். மரத்தின் கீழே உட்காரலாம்."

"இப்பொழுது வேண்டாம். நீ உட்கார விரும்பினால் உட்கார், நான் உட்காரப் போவதில்லை"

"நீர் இரக்கமற்றவர். உண்மையாகத்தான் சொல்லுகிறேன்"

"வேட்டை கிடைக்காத வரையில் நான் உட்கார மாட்டேன்"

"அப்படியென்றால் என்னை உயிரோடு கொல்லப் போகிறீர்கள். சரி! இப்பொழுது சொல்லுங்கள். இரவு என்னை ஏன் அவ்வளவு கஷ்டப்படுத்தினீர்கள்? எனக்கு உங்கள் மீது ரொம்பவும் கோபம். நீங்கள் என்னிடம் சொன்னதெல்லாம் நினைவிருக்கிறதா? ரசிகரே! நீர் என்னுடன் வருவீரா? உமக்கு இத்தனை துணிச்சல் உண்டு என்பது எனக்குத் தெரியாது. அச்சா! உண்மையாகச் சொல்லும்! நீர் என்னை அச்சமயம் எடுத்துச் செல்ல தயாராக இருந்தீரா?"

மேஹ்தா காதிலே விழாதவர் போல் மௌனமாக இருந்தார்.

இருவரும் சற்று தூரம் நடந்தனர். சித்திரை மாதத்து வெயில். கரடுமுரடான பாதை களைத்துப் போன மாலதி உட்கார்ந்துவிட்டாள்.

"சரி. நீ சற்று இளைப்பாறு. நான் மீண்டும் இங்கேயே வந்து விடுகிறேன்" என்றார் மேஹ்தா.

"என்னைத் தனியே விட்டுவிட்டு போய்விடுவீரா?"

"உன்னால் உன்னைக் காப்பாற்றிக் கொள்ள முடியுமென்று எனக்குத் தெரியும்"

"எப்படித் தெரியும்?"

"இது புதிய யுகதத்துப் பெண்ணின் சிறப்பு. அவர்கள் ஆணின் ஆதரவை வேண்டுவதில்லை. அவனுக்குச் சரிசமமாகச் செல்ல விரும்புகின்றனர்."

"நீங்கள் வெறும் தத்துவவாதி. இது உண்மை" என்று நாணத்துடன் கூறினாள் மிஸ் மாலதி.

எதிரே ஒரு மரத்தின் மீது மயிலொன்று அமர்ந்திருந்தது. மேஹ்தா குறி பார்த்து சுட்டதும் அது பறந்தோடி விட்டது.

"நல்லதாயிற்று" என்றாள் மாலதி மகிழ்ச்சியுடன் "என் சாபம் பலித்தது"

மேஹ்தா துப்பாக்கியைத் தோளின் மீது வைத்துக் கொண்டவாறே – நீ எனக்கல்ல, உனக்கு நீயே சாபம் கொடுத்துக் கொண்டாய். வேட்டை கிடைத்திருந்தால் உனக்கு பத்து நிமிட அவகாசம் தந்திருப்பேன். இப்பொழுதோ நீ உடனே கிளம்ப வேண்டும்" என்றார்.

மாலதி எழுந்து மேஹ்தாவின் கரத்தைப் பற்றி "தத்துவவாதிகளுக்கு இதயமிராதோ என்னவோ! நீங்கள் திருமணம் செய்து கொள்ளாதது நல்லதாயிற்று; பாவம் அவளைச் சாகடித்திருப்பீர்கள். ஆனால் அப்படிச் செய்யவிட மாட்டேன். நீங்கள் என்னை விட்டு விட்டுப் போக முடியாது" என்றாள்.

மேஹ்தா அவள் கரத்தை வேகமாய் உதறிவிட்டு மேலே நடந்தார்.

நீர் நிறைந்த விழிகளுடன் – "நான் சொல்லுகிறேன். போகாதீர்கள். இல்லாவிடில் இந்தப் பாறையில் தலையை மோதிக் கொள்வேன்" என்றாள் மாலதி.

மேஹ்தா பின்னும் வேகமாய் நடந்தார். மாலதி அவரையே பார்த்தவாறு நின்றாள். இருபதடி அவர் முன்னே சென்றதும் ஆத்திரத்துடன் அவர் பின்னலேயே அவள் ஓடினாள். தனியாக இளைப்பாறுவதால் என்ன இன்பம் இருக்கிறது? அவரை நெருங்கியதும் – "நீர் இத்தனை மிருகமாய் இருப்பீர் என நான் நினைக்கவில்லை" என்றாள்.

"நான் மானை வீழ்த்தினால், அதன் தோலை உனக்கு அன்பளிப்பாகத் தருகிறேன்"

"தோல் நாசமாகப் போகட்டும். இனி உங்களுடன் பேசப் போவதில்லை"

"நமக்கு வேட்டை ஏதும் சிக்காவிட்டால், மற்றவர்களுக்கு நல்ல வேட்டை கிடைத்துவிட்டால் எனக்கு வெட்கமாகப் போய்விடும்."

பாதையின் முன்னே அகன்றதொரு வாய்க்கால் வாயைப் பிளந்து கொண்டு நின்றது. இடையேயிருந்த பாறைகள் அதன் பற்கள் போலிருந்தன. நீரோட்டத்தில் வேகமிருந்ததால் சிற்றலைகள் எழும்பிக் கொண்டிருந்தன.

சூரியன் உச்சிக்கு வந்துவிட்டிருந்தான். தாபம் கொண்ட அவனது கிரணங்கள் நீரிலே விளையாடின.

"இனித் திரும்ப வேண்டியதுதான்" என்றாள் மாலதி மகிழ்ச்சியுடன்.

"ஏன்? இதை கடந்து செல்ல வேண்டும் நாம். அக்கரையில் நல்ல வேட்டை கிடைக்கலாம்"

"நீரோட்டம் எவ்வளவு வேகமாக உள்ளது. நான் மூழ்கிப் போய் விடுவேன்."

"சரி! நீ இக்கரையிலேயே இரு, நான் மட்டும் போய்விட்டு வருகிறேன்."

"சரி! நீங்கள் போங்கள். எனக்கு என்னுயிரின் மீது வெறுப்பில்லை".

மேஹ்தா நீரில் காலை வைத்தார். பிறகு மெதுவாக ஊன்றியவாறு நடக்கத் துவங்கினார். அவர் மேலே செல்லச் செல்ல ஆழம் அதிகமாகிக் கொண்டே போயிற்று. அவரது மார்பு வரை வந்துவிட்டது.

மாலதி பயந்து போனாள். பயத்தினால் நெஞ்சம் கலங்கியது. இத்தகைய வியாகூலத்தை இதற்கு முன்னர் உணர்ந்ததேயில்லை அவள் உரத்த குரலில், "ஆழம் அதிகமாக இருக்கிறது. நில்லுங்கள். இதோ, நானும் வருகிறேன்" என்று கூவினாள்.

"வேண்டாம், வேண்டாம்! உனக்கு கால் வழுக்கிவிடும். வேகம் அதிகமாக உள்ளது."

"பரவாயில்லை. நானும் வருகிறேன். மேலே போகாதீர்கள். ஜாக்கிரதை"

மாலதி புடவையைத் தூக்கிக் கொண்டு நீரில் இறங்கினாள். பத்தடி வந்ததுமே தண்ணீர் அவளது இடுப்பு வரை வந்துவிட்டது.

மேஹ்தா பயந்துவிட்டார். இருகரங்களையும் ஆட்டி, அவளைத் திரும்பிச் செல்லும்படி கூறியவாறே "மாலதி! இங்கே வராதே! இங்கு உன் கழுத்தளவு நீர் உள்ளது" என்றார்.

மாலதி இன்னொரு அடி மேலே எடுத்து வைத்தவளாய் கூவினாள். "இருக்கட்டும், நான் சாக வேண்டும் என நீங்கள் விரும்பினால், உங்களுடனேயே சாகிறேன்".

மாலதியின் வயிறு வரை நீரின் மட்டம் வந்துவிட்டது. நீரோட்டத்தில் வேகம் மிகுந்திருந்ததால் கால் இடறி விட்டது என்று தோன்றியது. சட்டென மேஹ்தா திரும்பி வந்து ஒரு கையால் மாலதியைப் பிடித்துக் கொண்டார்.

மாலதி தனது மயக்கும் விழிகளில் ஆத்திரம் சுடர்விட "உம்மைப் போல் இரக்கமற்ற மனிதனை நான் எங்குமே பார்த்ததில்லை. நீர் வெறும் பாறாங்கல். இன்று என்னை எவ்வளவு துன்புறுத்த வேண்டுமோ, துன்புறுத்து" என்றவள் தன் கால் பதியாமல் போவதை உணர்ந்ததும் துப்பாக்கியை விழாமல் பிடித்துக் கொண்டு அவரைக் கட்டிக் கொண்டு விட்டாள்.

மேஹ்தா அவளை ஆசுவாசப்படுத்தியவராய் - "உன்னால் இங்கு நிற்க முடியாது. நான் உன்னைத் தோளில் தூக்கிக் கொள்கிறேன்" என்றார்.

புருவங்கள் நெறிய மாலதி கேட்டாள் "அக்கரைக்குச் செல்வது அவ்வளவு முக்கியமானதா?"

மேஹ்தா பதிலேதும் கூறவில்லை. துப்பாக்கியை தோளில் அழுத்திக் கொண்டு தன்னிரு கரங்களாலும் மாலதியைத் தூக்கி தோளில் வைத்துக் கொண்டார். தனது சந்தோஷத்தை மறைத்துக் கொண்ட மாலதி - "யாரேனும் பார்த்துவிட்டால்?" என்றாள்.

"பார்க்கட்டுமே! இதில் வெட்கப்பட என்ன இருக்கிறது?"

"அசிங்கமாக இருக்கிறது" என்றவள் இரண்டடி சென்றதும் - "நான் இங்கேயே நீரில் மூழ்கி விட்டால் தங்களுக்கு வருத்தமேதும் இராதல்லவா? எனக்குத் தெரியும். உங்களுக்கு கொஞ்சம்கூட வருத்தம் இராது."

அடிபட்ட குரலில் மேஹ்தா வினாவினார் - "நான் மனிதன் அல்ல என்று நீ நினைக்கிறாயா?"

"மறைப்பானேன்! நான் அப்படித்தான் நினைக்கிறேன்"

"உண்மையாகவா சொல்லுகிறாய் மாலதி?"

"நீங்களென்ன நினைக்கிறீர்கள்?"

"நானா! பிறகு எப்பொழுதாவது சொல்லுகிறேன்"

தண்ணீரின் மட்டம் மேஹ்தாவின் கழுத்தளவு வந்துவிட்டது. அடுத்த அடி வைத்தால் தலைவரை கூட வந்து விடலாம். மாலதியின் இதயம் திக்-திக் என்று அடித்துக் கொண்டது. "மேஹ்தாஜி! தயவு செய்து மேலே செல்லாதீர்கள். இல்லாவிடில் நான் தண்ணீரில் குதித்து விடுவேன்" என்றாள்.

ஆபத்தான இவ்வேளையில் எந்தக் கடவுளை கேலி செய்து கொண்டிருந்தாளோ, அந்த பகவானின் நினைவு அவளுக்கு வந்து விட்டது. கடவுள் அங்கெங்கோ உட்கார்ந்திருக்கவில்லை. உடனே வந்து அவளை மீட்க என்பது அவளுக்குத் தெரியும். ஆயினும் அக்கணத்தில் மனதிற்கு ஆதாரமோ, பிடிப்போ, சக்தியோ தேவைப்பட்டதோ, அது வேறு எங்கிருந்து கிடைக்கும்?

நீரின் மட்டம் குறையத் துவங்கியது. "இனி என்னை இறக்கிவிடுங்கள்" என்றாள் மாலதி.

"வேண்டாம். வேண்டாம். சும்மா உட்கார்ந்திரு. மேலே ஏதாவது பள்ளம் இருக்கப்போகிறது"

"நான் எத்தனை சுயநலமி என்று நீங்கள் நினைக்கலாம்"

"இதற்கான கூலியை எனக்குத் தந்து விடுங்கள்"

மாலதியின் உள்ளம் குறுகுறுத்தது.

"என்ன கூலி வேண்டும்"

"உன் வாழ்க்கையில் இம்மாதிரி ஒரு சந்தர்ப்பம் நேரிட்டால் என்னை அழைக்கலாம் என்பதுதான் அது"

கரை வந்து விட்டது. மாலதி இறங்கித் தன் புடவையின் ஈரத்தைப் பிழிந்து கொண்டாள். செருப்பிலிருந்த நீரை வடித்தாள். கை கால் முகத்தை அலம்பிக் கொண்டாள். மேஹ்தா உள்ளார்த்தத்துடன் கூறிய சொற்கள் அவள் முன்னே நர்த்தனமாடின. அவ்வனுபவத்தின் மகிழ்ச்சியில் திளைத்தவளாய் சொன்னாள்.

"இன்றைய நாள் என்றும் நினைவிருக்கும்"

நீ மிகவும் பயந்துவிட்டாயா?

"முதலில் பயந்தேன். பிறகு நீங்கள், நம்மிருவரையும் காப்பாற்றி விடுவீர்கள் என்ற நம்பிக்கை வந்துவிட்டது."

மேஹ்தா கர்வத்துடன் மாலதியை நோக்கினார். அவரது முகத்தில் உழைப்பின் செம்மையொளி படர்ந்திருந்தது.

"இதைக் கேட்டு எனக்கு எத்தனை மகிழ்ச்சி உண்டாகிறது என்பதை நீ புரிந்து கொள்வாயா மாலதி!"

"நீங்கள் எப்பொழுது புரிந்து கொள்ளும்படியாக செய்தீர்கள்? காட்டிலும் மேட்டிலும் இழுத்துக் கொண்டு போகிறீர்கள்! இனித் திரும்பும்போதும் அந்த வாய்க்காலைக் கடக்க வேண்டும். எத்தகைய ஆபத்தில் இறங்கிவிட்டீர்கள்? நான் உங்களுடனிருக்க வேண்டியிருந்தால், ஒரு நாள் கூட முடியாது."

மேஹ்தா சிரித்துக் கொண்டார். இச்சொற்களில் அடங்கிய வலியை அவர் நன்றாகவே புரிந்து கொண்டிருந்தார்.

"என்னை அத்தகைய துஷ்டனாகவா நினைக்கிறாய்? "நான் உன்னைக் காதலிக்கிறேன் என்று சொன்னால் என்னைத் திருமணம் செய்து கொள்வாயா?"

"இத்தகைய கடுமையானவரை யார் திருமணம் செய்து கொள்வார்கள்? இரவு பகல் எரிச்சலூட்டியே கொன்று விடுவீர்கள்" என்றவள், இதன் அர்த்தத்தை நீ நன்கு அறிவாய் எனக் கூறுவது போல் இனிமையாய் நோக்கினாள்.

தன்னுணர்வுக்கு வந்தவர் போல் மேஹ்தா வினாவினார். "நீ உண்மையாகவா சொல்லுகிறாய் மாலதி! என்னால் எந்தப் பெண்ணையும் மகிழ்ச்சியாய் வைத்திருக்க முடியாது. என்னிடம் எந்தப் பெண்ணும் காதல் நாடகம் ஆடமுடியாது. நான் அவளது அடிமனம் வரை அறிந்து கொண்டுவிடுவேன். பிறகு அவள்பால் எனக்கு பிடிப்பில்லாமல் போய்விடும்."

மாலதி நடுங்கி விட்டாள். இந்த வார்த்தைகள்தான் எத்தனை சத்யமானவை? பிறகு மெல்ல வினாவினாள். "அச்சா! சொல்லுங்கள், எத்தகைய காதலில் நீங்கள் திருப்தி அடைவீர்கள்."

"அதாவது மனதில் உள்ளதுதான் வாக்கில் இருக்க வேண்டும். அழகு, நிறம், நடையுடை, பாவனைகள், தோற்றம், பாவம், பொலிவு முதலியவற்றிற்கு எந்த அளவு மதிப்புத் தரவேண்டுமோ, அந்த அளவுதான் தரப்பட வேண்டும் என்பது என் எண்ணம். ஆத்மா,

நிறைவை எதில் உணருகிறதோ, அந்த உணர்வுதான் எனக்கு வேண்டும். வெறியூட்டக் கூடிய, நம்மையே உறிஞ்சி சுரண்டி விடக்கூடிய பண்டங்கள் எனக்குத் தேவையில்லை.”

மாலதி உதட்டைச் சுழித்தாள். நெடு மூச்செறிந்தவாறே - “உம்முடன் பேச யாராலும் முடியாது. ரொம்பவும் தந்திரசாலி நீங்கள். அதுசரி! என்னைப் பற்றி உங்கள் எண்ணம் என்ன?”

குறும்பாக சிரித்தவாறே மேஹ்தா, சொன்னார், “உன்னால் எல்லாம் செய்யமுடியும். நீ புத்திசாலி, கெட்டிக்காரி, திறமையுள்ளவள், இரக்கமுள்ளவள், சஞ்சல சுபாவம், சுயாபிமானம் அதிகம். உன்னால் தியாகமும் செய்ய முடியும். ஆனால் உன்னால் காதலிக்க முடியாது.”

அவரை உற்று நோக்கிய மாலதி - “நீங்கள் பொய்யர். முற்றிலும் பொய்யர். நீங்கள் பெண்ணின் அடிமனத்தைக் கூட ஆழம் காண இயலும் என்று கூறியது அர்த்தமற்றது” என்றாள் சூடாக.

இருவரும் அக்காட்டாற்றுக் கால்வாயின் கரையோரமாகவே நடந்து சென்று கொண்டிருந்தனர். மணி 12 ஆகிவிட்டது. ஆனால் மாலதிக்கு இப்பொழுது ஓய்வெடுக்க வேண்டுமென்ற எண்ணமோ, திரும்ப வேண்டும் என்றோ தோன்றவில்லை. இன்றைய சம்பாஷணையில் அவளுக்கு அலாதியான ஒரு ஆனந்தம் ஏற்பட்டிருந்தது. இது அவளுக்கு முற்றிலும் புதிய அனுபவம். எத்தனையோ வித்வான்களை, தலைவர்களை, தனது ஒரு புன்சிரிப்பில், கடைக்கண் பார்வையின் ஒரு வீச்சில், மதுரமான இரண்டொரு வாக்கியங்களில் முட்டாளாக அடித்திருக்கிறாள். அத்தகைய மணல் சுவர்களைத் தனது வாழ்க்கைக்கு ஆதரமாக அவள் கொள்ள முடியாது. இன்று அவளுக்கு உறுதியான, கடினமான, பாறை போன்ற நிலமொன்று கிட்டியுள்ளது. அதனை வெட்டுகின்ற மண்வெட்டிகளிலிருந்து தீப்பொறிகள் வெடித்தன. அதனுடைய உறுதி அவளை மேலும் மேலும் கவர்ந்து கொண்டிருந்தது.

சர் என்ற ஓசை கேட்டது. பட்சியொன்று கால்வாய்க்கு மேலே பறந்து கொண்டிருந்தது. மேஹ்தா குறி பார்த்துச் சுட்டார். அடிபட்ட பறவை சற்றே பறந்து நீரோட்டத்தின் நடுவே பொத்தென்று வீழ்ந்து நீர்ப் பெருக்கத்தில் மிதந்து செல்லத்துவங்கியது.

“ஒன்றுமில்லை.. நான் போய் எடுத்து வருகிறேன். அது எங்கு போய்விடும்?” என்றவாறே கரையோரமாக அதனைத் தொடர்ந்து ஓடிய மேஹ்தா, மணலில் தனது துப்பாக்கியை வைத்துவிட்டு தடாலென நீரில் குதித்து நீந்தலானார். அரை மைல் தூரம் நீந்தி பெரிதும் முயற்சித்தும் அவரால் பறவையை எடுக்க முடியவில்லை. இறந்த பின்னும் அப்பறவை கைக்கெட்டாமல் பறந்து கொண்டிருந்தது போலிருந்தது அது.

சட்டென அவர் பார்த்தார். கரையோரமாக இருந்த குடிசையிலிருந்து வெளியே வந்த இளம்பெண்ணொருத்தி, பறவை மிதந்து வருவதைக் கண்டதும், புடவையைத் தொடை வரை தூக்கிக் கொண்டு நீரில் இறங்கினாள். ஒரு கணத்தில் பறவையை எட்டிப் பிடித்தவள், அதை மேஹ்தாவிற்குக் காட்டியவாறே - “பாபூஜீ!

தண்ணீரிலிருந்து வெளியே வாருங்கள். இதோ. உங்கள் பறவை", என்றாள். அப்பெண்ணின் துணிவையும், சாமர்த்தியத்தையும் கண்ட மேஹ்தா வியந்து போனார். உடனே கரையை நோக்கி நீந்தியவர், இரண்டே நிமிடங்களில் அப்பெண்ணருகே போய் நின்றார்.

அவ்விளம் பெண்ணின் நிறம் கறுப்பு. நல்ல ஆழ்ந்த கறுப்பு. அவளது உடைகள் மிகமிக அழுக்காக இருந்தன. படிக்காதவள். ஆபரணங்களென்ற பெயரில் கையில் இரண்டிரண்டு தடிமனான வளையல்கள். தலைமயிர் கலைந்து, பிரிந்து கிடந்தது. முகத்தில் எந்தவொன்றையும் அழகானது, அமைப்பானது என்று கூறிவிட முடியாது. ஆயினும் அந்தத் தூய்மையான மாசற்ற சுற்றுச் சூழலானது அவளது கரிய உருவத்தில் அசாதாரணமானதொரு லாவண்யத்தை ஏற்படுத்தி இருந்தது. இயற்கையின் மடியில் வளர்ந்தவளின், அங்கங்கள், திரட்சியும், பொலிவும் வனப்பும் பெற்றிருந்ததால் இளமையெனும் ஓவியத்தை யாரேனும் தீட்ட விரும்பினால் அவளைவிட அழகான உருவம் வேறெங்கும் கிடைக்காது.

மேஹ்தா தனது நன்றியைத் தெரிவித்தவாறே "நீ தக்க சமயத்தில் வந்தாய், இல்லாவிடில், நான் இன்னமும் எத்தனை தூரம் நீந்திச் சென்றிருக்க வேண்டுமோ தெரியாது" என்றார்.

"நீங்கள் நீந்தி வருவதைக் கண்டதும்தான் நான் ஓடினேன். வேட்டையாட வந்தீர்களா?" என்றாள் மலர்ந்த முகத்துடன்.

"ஆம். வேட்டையாடத்தான் வந்தோம். நண்பகலாவிட்டது. கிடைத்தது இந்தப் பறவை ஒன்றுதான்."

"நீங்கள் சிறுத்தைப் புலியை அடிக்க விரும்பினால் அது பதுங்கியிருக்கும் இடத்தைக் காட்டட்டுமா? இரவு நேரத்தில் இங்குதான் தண்ணீர் குடிக்க தினமும் வருகிறது. சில சமயம் பகல் வேளைகளில் கூட வருவதுண்டு" என்றவள் சற்றே வெட்கத்துடன் தலையைக் குனிந்து கொண்டு "ஆனால் அதன் தோலை எங்களுக்கு கொடுத்து விடவேண்டும். வாருங்கள் மேலே. அங்கு அரச மர நிழலிருக்கிறது. இங்கே வெயிலில் எத்தனை நேரம் நிற்பீர்கள்? துணியெல்லாம் நனைந்து விட்டதே!" என்றாள்.

அவள் உடலோடு ஒட்டியிருந்த ஈரப்புடவையை நோக்கியவாறு, "உன் உடைகள் கூடத்தான் ஈரமாக உள்ளன" என்றார்.

"ஹூம்! எங்களைப் பற்றியென்ன? நாங்கள் காட்டுவாசிகள். நாளெல்லாம் வெயிலிலும், தண்ணீரிலும் நின்று கொண்டு கிடப்பவர்கள். உம்மால் முடியுமாயென்ன?" என்றாள் அலட்சியமாக.

இந்தப் பெண் எத்தனை அறிவுள்ளவள். ஆனால் படிக்காதவள்.

"தோலை வைத்துக் கொண்டு என்ன செய்வாய்?"

"என் தாத்தா கடைவீதியில் கொண்டுபோய் விற்பார். இதுதான் எங்கள் தொழில்."

"பகல்பொழுதை, இங்கே கழித்தால், என்ன சாப்பாடு தருவாய்?"

அதற்கப்பெண் வெட்கத்துடன், "நீங்கள் சாப்பிடத்தக்கதாய் எங்கள் வீட்டில் என்ன இருக்கிறது. மக்காச்சோள ரொட்டி

சாப்பிடுவீர்களென்றால் அது இருக்கிறது. இந்தப் பறவையைச் சமைத்துத் தருகிறேன். எப்படிச் சமைக்க வேண்டும் என்று நீங்கள் சொல்லுங்கள். கொஞ்சம் பால் இருக்கிறது. எங்கள் பசுவை ஒருமுறை சிறுத்தைப் புலி சூழ்ந்து கொண்டுவிட்டது. எங்கள் பசு தன் கொம்பினால் அதை விரட்டிவிட்டு ஓடிவந்து விட்டது. அதிலிருந்து சிறுத்தைப் புலிக்கு அதனிடம் பயம்" என்றாள்.

"நான் மட்டுமில்லை. என்னுடன் ஒரு பெண் இருக்கிறாள்"

"உங்கள் வீட்டுக்காரியா?"

"இல்லை, இன்னும் வீட்டுக்காரி ஆகவில்லை. தெரிந்தவள்."

"நான் ஓடிப்போய் கூட்டிக்கொண்டு வருகிறேன். நீங்கள் நிழலில் போய் உட்காருங்கள்."

"வேண்டாம். வேண்டாம். நானே போகிறேன்."

"நீங்கள் களைத்துப் போயிருப்பீர்கள். பட்டிணத்தில் இருப்பவர்கள் காட்டிற்கு எதற்காக வரப் போகிறீர்கள். நாங்கள் காட்டு வாசிகள். கரையில் தானே அவங்க இருப்பாங்க?"

மேஹ்தா ஏதும் கூற வாயெடுப்பதற்குள், அவள் சிட்டாகப் பறந்து விட்டாள். மேஹ்தா மேலே கரை ஏறிவந்து அரசமர நிழலில் அமர்ந்தார். தன்னிச்சையான, தூய்மையான அச்சூழலின்பால் அவர் மனத்தில் ஆசையும் விருப்பமும் மிகுந்தது. தத்துவ தரிசனங்களைப் போல் எதிரே மலைத்தொடர்கள், கடக்கவோ, அளவிடவோ இயலாதபடி நிமிர்ந்து நின்றன. ஞானத்தில் எல்லையற்ற பரப்புபோல் அவை நீண்டிருந்தன. அந்த ஞானத்தை, அதன் ஒளியை, அறிவுக்கெட்டாத, அதற்கும் அப்பாற்பட்ட அதன் விராட ரூபத்தை, பிரத்யட்சமாக தரிசிப்பது போன்ற உணர்வு அவர் உள்ளத்திலே ஏற்பட்டது. தொலைதூரத்தில் மிக உயரமான சிகரமொன்றின் மீது சிறியதொரு ஆலயம் தென்பட்டது.

அது கடக்க இயலாத தொலைவினிடையே அறிவைப்போன்று உயர்ந்தோங்கி, தன்னையே இழந்து விட்டதுபோல் நின்றது. சிறகடித்துச் சென்ற பறவையொன்று, அங்கே இளைப்பாற விரும்பியும் எங்கும் இடமில்லாதது போலிருந்தது அக்காட்சி. மேஹ்தா தனது எண்ணங்களிலே மூழ்கியிருந்த போது அப்பெண், மிஸ் மாலதியை அழைத்துக் கொண்டு அங்கு வந்து விட்டாள். ஒருத்தி காட்டுமலர் போல் வெயிலில் மலர்ந்திருந்தாள். மற்றொருத்தி பூச்சாடியில் சொருகப்பட்டிருந்த மலர்போல் வெயிலில் வாடி, சோர்ந்திருந்தாள்.

"ஆலமரத்தடி நிழல் ரொம்பவும் சுகமாயிருக்கிறதாமென்ன? இங்கு பசியில் உயிர் போகிறது" என்றாள் மாலதி கடுமையாக.

அப்பெண் இரண்டு பெரிய பானைகளைத் தூக்கிக் கொண்டு வந்தாள். "நீங்கள் இங்கே உட்கார்ந்திருங்கள். நான் ஓடிப்போய்த் தண்ணீர் எடுத்து வருகிறேன். பிறகு அடுப்பை மூட்டுகிறேன். இன்று என் கையால் சாப்பிடுங்கள். ஒரு நிமிடத்தில் ரொட்டிகளை வாட்டி விடுவேன். வேண்டாமென்றால் நீங்களே வாட்டிக் கொள்ளலாம். கோதுமை மாவு என் வீட்டிலில்லை. இங்கு அக்கம் பக்கத்தில் கடைகளுமில்லை வாங்கிவர" என்றாள்.

மாலதிக்கு மேஹ்தாவின் மீது கோபமாய் வந்தது. “இங்கே எங்கே வந்து படுத்தீர்கள்?” என்றாள்.

மேஹ்தா அவளைச் சீண்டினார் – “ஒருநாள் கொஞ்சம் இந்த வாழ்க்கையின் ஆனந்தத்தையும் அனுபவியேன். மக்காச் சோளரொட்டி எத்தனை ருசியாக இருக்கும் பார்! ”

“என்னால் மக்காச் சோள ரொட்டியைச் சாப்பிடமுடியாது. அப்படியே கஷ்டப்பட்டு விழுங்கினாலும், செரிக்காது. உன் கூட வந்ததிற்கு நான் மிகவும் பச்சாதாபப் படுகிறேன். வழிநெடுகிலும் ஓட ஓட விரட்டி உயிரெடுத்தீர். இப்பொழுது இங்கே கொண்டு வந்து தள்ளிவிட்டீர்.”

மேஹ்தா தன்னுடைகளையெல்லாம் களைந்து விட்டு, நீல நிற ஜட்டி மட்டும் அணிந்தவராய் அமர்ந்திருந்தார். அந்தப் பெண் பானையை எடுத்துச் செல்லுவதைப் பார்த்ததும் அவள் கரத்திலிருந்த பானையைப் பிடுங்கிக் கொண்டு, கிணற்றிலிருந்து நீர் எடுத்து வரச் சென்றார். தத்துவ சாத்திரத்தை ஆழ்ந்து படித்த போதும், அவர் தனது உடலை நன்கு பேணி, ஆரோக்கியமாக வைத்திருந்தார்.

இருகரங்களிலும் மண்குடங்களை எடுத்துக் கொண்டு நடந்து செல்லும்போது, அவரது உருண்டு, திரண்ட புஜங்களும், அகன்ற மார்பும், சதைப்பற்று மிகுந்த தொடைகளும், ஒரு கிரேக்க உருவச் சிலையின் வார்த்தெடுக்கப்பட்ட கட்டமைந்த அங்கங்கள் போன்று அவரது ஆண்மையின் பொலிவை எடுத்துக் காட்டின. அவர் தண்ணீர் இழுப்பதைப் அப்பெண் அன்பு ததும்பும் விழிகளால் நோக்கியவாறு நின்றாள். இப்பொழுது அவர் அவளது இரக்கத்திற்கு அல்ல. மரியாதைக்குரியவராகி விட்டிருந்தார்.

கிணறு ரொம்ப ஆழம். 60 அடி இருக்கும். பானை ரொம்ப கனம். தேகப் பயிற்சி செய்யும் வழக்கமிருந்த போதும் ஒரு குடம் இழுத்ததுமே அவர் தளர்ந்து போய்விட்டார். அந்தப்பெண் ஓடிப்போய் அவரது கரத்திலிருந்து கயிற்றைப் பிடுங்கிக் கொண்டவளாய் – “உங்களால் இழுக்க முடியாது. நீங்கள் போய் கட்டிலில் உட்கார்ந்து கொள்ளுங்கள். நான் இழுத்துக் கொண்டு வருகிறேன்” என்றாள்.

தனது ஆண்மை அவமதிக்கப்படுவதை மேஹ்தாவால் சகித்துக் கொள்ள முடியவில்லை. மீண்டும் அவள் கரத்திலிருந்து கயிற்றை எடுத்துக் கொண்டு விட்டார். ஒரு கணத்தில் முழு பலத்துடன் மற்றொரு குடத்தை இழுத்துவிட்டார். பின்னர் இரண்டு கரங்களிலும் இரண்டு நீர் நிறைந்த குடங்களை எடுத்துக் கொண்டு நடந்து குடிசையின் வாசலில் வந்து நின்றார். அந்தப்பெண் மளமளவென்று அடுப்பை மூட்டினாள். அந்தப் பறவையின் இறக்கைகளை கருக்கினாள். கத்தியினால் அதன் உடலை துண்டுகளாக வெட்டினாள். பிறகு மாமிசத்துண்டுகளை அடுப்பில் வேக விட்டுவிட்டு, மற்றொரு புறத்தில் பாலைக் காய்ச்சலானாள்.

இங்கே மாலதி புருவங்கள் நெரிய சினத்துடன் கட்டிலில் அமர்ந்து, தனது ஆபரேஷனுக்கு ஏற்பாடுகள் நடப்பதைப் பார்ப்பவள்போல் இதையெல்லாம் பார்த்துக் கொண்டிருந்தாள்.

மேஹ்தா குடிசையின் வாயிலில் நின்றுகொண்டு, அப்பெண்ணின் காரியம் செய்யும் நேர்த்தியை, குடும்பப் பாங்கை நேசத்துடன் பார்த்துக் கொண்டிருந்தவர், "எனக்கு ஏதாவது வேலையிருந்தால் சொல்லு. நானென்ன செய்யட்டும்?" என்று வினவினார்.

அப்பெண் இனிமையாக கடிந்து கொண்டாள், "நீங்களொன்றும் செய்ய வேண்டாம். போய் அவர்கள் பக்கத்தில் உட்கார்ந்து கொள்ளுங்கள். பாவம், ரொம்பவும் பசியாய் இருக்கிறார்கள். பால் காய்ந்ததும், அவருக்குக் கொடுக்கிறேன்". ஒரு பானையிலிருந்து மாவை எடுத்து அவள் பிசையவாரம்பித்தாள். மேஹ்தா அவளது அங்க அசைவுகளைப் பார்த்தவாறு நின்றார். அப்பெண்ணும் இடையிடையே கடைக்கண்ணால் அவரை நோக்கியவாறு தன் காரியத்தை செய்யலானாள்.

"நீங்கள் அங்கே நின்று கொண்டு என்ன செய்கிறீர்கள்? தலைவலி என் மண்டையைப் பிளக்கிறது. பாதித் தலை வெடித்து விழுந்து விடுமோ என்று தோன்றுகிறது" என்றாள் மாலதி. திரும்பி வந்த மேஹ்தா.."வெயில் தாக்கிவிட்டது போலிருக்கிறது" என்றார்.

"கொன்று விடுவதற்காக என்னை இங்கே கூட்டி வந்திருக்கிறீர்களென எனக்கென்ன தெரியும்?"

"உன்னிடம் மருந்தேதுமில்லையா?"

"நானென்ன நோயாளியைப் பார்க்க வந்தேனா? மருந்து எடுத்துக் கொண்டு வர! என்னுடைய மருத்துப் பெட்டி அங்கேயேயிருக்கிறது... ஹாய் ... தலைவெடித்து விடும் போலிருக்கிறதே"

மேஹ்தா அவளது தலைப்பக்கமாகத் தரையில் அமர்ந்து கொண்டு, மெல்ல மெல்ல நெற்றியை நீவிவிடலானார். மாலதியின் விழிகள் தாமாக மூடிக் கொண்டன.

மாவு பிசைந்த கையுடன் அந்தப் பெண் வந்து நின்றாள். அவள் கேசம் கலைந்து கிடந்தது. புகையினால் கண்களிலிருந்து நீர் பெருகியது. உடல் வியர்வையில் தெப்பமாய் நனைந்திருக்க, விம்மி எழுந்த மார்பகங்களின் வரிவடிவம் தெளிவாகத் தெரிந்தது. மாலதி கண்களை மூடிக் கொண்டு படுத்திருப்பதைக் கண்டதும், "அம்மாவிற்கு என்ன நேர்ந்துவிட்டது?" என வினவினாள்.

"தலை ரொம்பவும் வலிக்கிறதாம்" என்றார் மேஹ்தா.

"தலை முழுவதிலுமா? ஒரு பக்கமா?"

"ஒரு பக்கம்தான் என்கிறாள்"

"இடதுபுறமா? வலதுபுறமா?"

"இடதுபுறம்."

"நான் இப்பொழுதே ஓடிப்போய் மருந்து எடுத்து வருகிறேன். அதை அரைத்துப் போட்டதும் சரியாகிவிடும்."

"இந்த வெயிலில் நீ எங்கே போவாய்?"

அப்பெண் இதைக் காதில் வாங்கிக் கொள்ளவேயில்லை. வேகமாய் ஓடி மலைகளிடையே மறைந்து போனாள். அரை மணி நேரத்திற்குப் பிறகு அவள் உயரமானதொரு குன்றின்மீது ஏறிக்கொண்டிருப்பது தெரிந்தது. தூரத்திலிருந்து அவள் பார்ப்பதற்கு

ஒரு பொம்மைபோல் தோன்றினாள். "இந்த காட்டுவாசியான பெண்ணின் உள்ளத்தில்தான் பிறருக்கு சேவை செய்யும் உணர்வு எத்தனை அதிகமாக உள்ளது? விவகார ஞானம்தான் எத்தனை இருக்கிறது இவளிடம்? இந்த வெயிலிலும் அனல் காற்றிலும் எப்படி மலையின் மீதேறிச் சென்று கொண்டிருக்கிறாள்?" என மேஹ்தா மனதிற்குள் நினைத்தார்.

மாலதி கண்ணைத் திறந்ததும் வெடித்தாள் – "எங்கே போனாள் அந்தக் கரிக்கட்டை? கருங்காலி மரம்போல் எத்தனை கறுப்பு? அப்பப்பா! இவளிடம் சொல்லி அனுப்புங்கள். ராய் சாகப் காரை இங்கே அனுப்பட்டும். இந்த வெயிலில் என் மூச்சே நின்றுவிடும்."

"ஏதோவொரு மருந்து கொண்டுவரப் போயிருக்கிறாள். உனது ஒற்றைத் தலைவலி அதில் வெகுசீக்கிரம் குணமாகிவிடும் என்கிறாள்".

"இவர்களின் மருந்துகள் இவர்களுக்குத்தான் சரியாகும். எனக்கல்ல. நீங்கள் இந்தச் சிறுக்கியிடம் மோகித்து விட்டீர்கள். எத்தனை அற்பமானவர் நீங்கள்!"

கசப்பான உண்மையைக் கூறுவதில் மேஹ்தாவிற்கு தயக்கமேதும் இருக்கவில்லை. "அவளிடமுள்ள சில அம்சங்கள் உன்னிடமிருந்தால், நீ உண்மையிலேயே தேவியாகிவிடுவாய்"

"அவளுடைய சிறப்புகளெல்லாம் அவளிடமே இருக்கட்டும். தேவியாக வேண்டுமென்ற விருப்பம் எனக்கில்லை."

"நீ விரும்பினால் நான் போய் கார் கொண்டு வரட்டுமா? ஆனால் கார் இங்கு வரமுடியுமா என்பதை என்னால் சொல்ல முடியாது."

அந்தக் கருப்பியை ஏன் அனுப்பக் கூடாது?

"அவள் மருந்து எடுத்துவரப் போயிருக்கிறாள். பிறகு சமையல் செய்வாள்."

"அப்படியென்றால் இன்று நாம் அவளது விருந்தினர்கள். அப்படித்தானே! இரவையும் இங்கேயே கழித்துவிடலாம் என்ற எண்ணம் போலும். இரவில் வேட்டை நிறையவே கிடைக்கும்."

இந்தக் குற்றச்சாட்டினால் எரிச்சலுற்ற மேஹ்தா, "இப்பெண்ணின்பால் என் மனத்திலுள்ள அன்பும், சிரத்தையும் வேறானவை. இவளை காம இச்சையுடன் நான் நோக்கினால், என் கண்கள் அவிந்துவிடும். எனது உயிருக்குயிரான நண்பனுக்காகக் கூட இந்தக் கடும்வெயிலில், அனல் காற்றில் உயரமான குன்றின் மீதேறி நான் செல்ல மாட்டேன். நாம் சில மணிநேரம்தான் தங்கப் போகிறோம் என்பதும் அவளுக்குத் தெரியும். வேறொரு ஏழைப் பெண்ணாக இருந்தாலும் அவளுக்காகக் கூட அவள் இதே அக்கரையுடன்தான் வெயிலில் ஓடுவாள். உலகளாவிய நட்பு, உலகில் யாவர் பேரிலும் அன்பு, என்று என்னால் கட்டுரைதான் எழுத முடியும். சொற்பொழிவாற்ற முடியும். ஆனால் இவளால் அன்பையும், தியாகத்தையும் நடைமுறையில் செயல்படுத்த முடியும். சொல்வதைவிட செயலில் காட்டுவது கடினம். இது உனக்கே தெரியும்" என்றார்.

மாலதி பரிகாசத்துடன், "போதும், போதும். அவள் தேவிதான். அவளது மார்பகங்கள் புடைத்தெழுந்திருக்கின்றன. பிருஷ்டம் கனத்திருக்கிறது. தேவியாவதற்கு இதைவிட வேறென்ன வேண்டும்" என்றாள்.

மேஹ்தா வெகுண்டெழுந்தார். உடனே உலர்ந்திருந்த உடைகளை அணிந்து கொண்டவர், துப்பாக்கியை எடுத்துக் கொண்டு புறப்படத் தயாராகி விட்டார்.

மாலதி சீறினாள் - "என்னைத் தனியே விட்டுவிட்டு, நீங்கள் போக முடியாது."

"வேறு யார் போவது?"

"அவள்தான். உம்முடைய தேவி."

மேஹ்தா திகைத்து, செய்வதறியாது நின்றார். ஒரு பெண் ஆணின் மீது எவ்வளவு சுலபமாக வெற்றி அடைந்து விடுகிறாள் என்பதை தனது வாழ்க்கையில் முதன் முறையாக உணர்ந்தார்.

அந்தப் பெண் ஓடி, ஓடி வந்து கொண்டிருந்தாள். அவள் கரத்தில் ஏதோவொரு மூலிகையை எடுத்துக் கொண்டு அதே கறுப்பிதான் வந்து கொண்டிருந்தாள். அருகில் வந்ததும் மேஹ்தா புறப்படத் தயாராக இருப்பதைக் கண்ணுற்றதும், "நான் மூலிகையைத் தேடிக் கொண்டு வந்திருக்கிறேன். இதோ அரைத்துக் கொண்டு வருகிறேன். நீங்கள் எங்கே போகிறீர்கள்? மாமிசம் வெந்து போயிருக்கும் இதற்குள். ரொட்டிகளை இதோ வாட்டிவிடுகிறேன். இரண்டொன்று சாப்பிடுங்கள். அந்த அம்மாள் பால் குடிக்கட்டும். சற்றே ஆறியதும் வரட்டும்" என்றவாறே சற்றும் சங்கோஜமின்றி அவரது கோட்டின் பொத்தான்களை கழற்றிவிட்டாள். மேஹ்தா மிகுந்த சிரமத்துடன் தன்னைக் கட்டுப்படுத்திக் கொண்டு நின்றார். அக்காட்டுவாசிப் பெண்ணின் கால்களை முத்தவிட வேண்டும் போலிருந்தது.

"உன் மருந்தெல்லாம் இருக்கட்டும். ஆற்றங்கரையில் ஆலமரத்தினடியில் எங்கள் கார் நிற்கிறது. அங்கு இன்னும் பலர் இருப்பார்கள். அவர்களிடம் காரை இங்கு கொண்டு வரும்படி சொல்லு. ஓடிப்போய்ச் சொல்லு" என்றாள் மாலதி.

அந்தப் பெண் பரிதாபமாய் மேஹ்தாவை நோக்கினாள். இத்தனை சிரமப்பட்டுத் தேடிக் கொணர்ந்திருக்கும் மூலிகைக்கு இத்தகைய திரஸ்காரமா? இந்தக் காட்டுவாசியின் மருந்து சரிப்படாதென்றால் போகட்டும். தனது திருப்திக்காக கொஞ்சமாவது போட்டுக் கொண்டால் என்னவாகிவிடுமாம? அவள் மூலிகையை கீழே வைத்துவிட்டு, "அதற்குள் அடுப்பு அணைந்துவிடும் அம்மா! நீங்கள் சரியென்றால் ரொட்டியை வாட்டி வைத்து விடுகிறேன். பாபூஜி சாப்பிடட்டும். நீங்கள் பால் குடியுங்கள். இரண்டு பேரும் இளைப்பாற்றிக் கொள்ளுங்கள். அதற்குள் நான் ஓடிப்போய் மோட்டார் காரனை அழைத்து வருகிறேன்" என்றாள். பின்னர் குடிசைக்குள் சென்று அணைந்திருந்த அடுப்பை மீண்டும் மூட்டினாள். மாமிசம் வெந்து போயிருந்தது மட்டுமல்ல. கொஞ்சம் கருகியும் விட்டிருந்தது. அவள்

அவசர அவசரமாக ரொட்டியைத் தட்டினாள். பால் சூடாகவே இருந்தது. அதை ஆறவைத்து ஒரு கிண்ணத்தில் ஊற்றி, மாலதியிடம் கொண்டு வந்தாள். அந்தக் கிண்ணத்தைக் கண்டதுமே, மாலதி முகம் சுளித்தாள். ஆனால் பாலைவிட மனமில்லை. குடித்து விட்டாள். குடிசையின் வாசலில் அமர்ந்து கொண்டு மேஹ்தா, ரொட்டியையும், மாமிசத் துண்டுகளையும் சுவைத்துச் சாப்பிடலானார். அப்பெண் அருகில் நின்று விசிறினாள்.

“அவர் சாப்பிடட்டும். எங்கும் ஓடிப் போய்விடமாட்டார். நீ போய் வண்டியைக் கொண்டு வா” என்றாள் மாலதி வெடுக்கென்று.

அப்பெண் மாலதியை ஒருமுறை கேள்விக் குறியுடன் நோக்கினாள். “இந்த அம்மாவிற்கு என்ன வேண்டுமாம்? இவள் சொல்வதின் அர்த்தமென்ன? அவளுக்கு மாலதியின் முகத்தில ஒரு நோயாளிக்குரிய வேதனையோ, பணிவோ, நன்றியோ தென்படவில்லை. அதற்குப் பதிலாக, கர்வமும், செறுக்குமே தெரிந்தது. படிக்காதவளாக இருந்தாலும், மனோ பாவங்களை கண்டறிவதில் கெட்டிக்காரி.

“நான் யாருடைய வேலைக்காரியுமில்லை. நீங்கள் பெரிய மனிதர்களாக இருக்கலாம். உங்கள் வீட்டில் அது. நான் தங்களிடம் எதையும் யாசிக்கவில்லை. வண்டியைக் கூட்டிவர நான் போகமாட்டேன்” என்றாள் உறுதியுடன்.

“அச்சா! நீ அதிகபிரசங்கித்தனமாக நடந்து கொள்ளத் துணிந்து விட்டாயா? நீ யாருடைய இலாக்காவைச் சேர்ந்தவள், சொல்லு!” என அதட்டினாள் மாலதி.

“ இது ராய் சாகப்பின் இலாக்கா”

“அப்படியா? ராய் சாகப்பிடம் சொல்லி உன்னைச் சவுக்கால் அடிக்கச் சொல்லுகிறேன்”

“என்னை அடிக்கச் சொல்வதால் உங்களுக்குச் சந்தோஷம் கிடைத்தால் அடிக்கச் சொல்லுங்கள். நானென்ன ராணி, மகாராணியா? வஸ்கரை அனுப்ப!

மேஹ்தா, இரண்டொரு கவளம்தான் சாப்பிட்டிருப்பார். மாலதியின் பேச்சுக்கள் அவர் காதில் வீழ்ந்தன. வாயில் போட்டுக் கொண்டது தொண்டையில் அடைத்தது. சட்டென கையைக் கழுவிக் கொண்டு சொன்னார், “அவள் போகமாட்டாள். நான் போகிறேன்.”

மாலதி எழுந்துவிட்டாள் – “அவள்தான் போகவேண்டும்.”

மேஹ்தா ஆங்கிலத்தில் சொன்னார் – “அவளை அவமதிப்பதின் மூலம் நீ உன் மதிப்பை உயர்த்திக் கொள்ளவில்லை.. மாலதி”

மாலதி பதிலடி கொடுத்தாள், “இம்மாதிரியான சிறுக்கிகள்தான் ஆண்பிள்ளைகளுக்குப் பிடிக்கும். இவர்களிடம் வேறென்ன சிறப்பு இருந்தாலும் இல்லாவிட்டாலும், ஓடியாடி அவர்களுக்குப் பணிவிடைகள் செய்து மனத்தைச் சந்தோஷப்படுத்தி விடுவார்கள். இந்த ஆண்மகன் என்னை இந்தக் காரியம் செய்யும்படி கூறியது என் பாக்கியம் என்று தங்களது அதிர்ஷடத்தைப் பாராட்டிக் கொள்வார்கள். அவர்கள் தேவிகள், சக்திகள், சௌபாக்கியங்கள்.

அந்த ஆண்பிள்ளைத்தனம். குறைந்தபட்சம் உங்களிடம் இருக்காது என நான் நினைத்தேன். ஆனால் உள்ளூர, உங்களது சமஸ்காரங்களின்படி நீங்களும் அதே, அநாகரீகமான, காட்டு மிராண்டிதான்."

மேஹ்தா, மனோதத்துவத்தில் பண்டிதர். மாலதியின் மனத்தில் உள்ளத்தை புரிந்து கொண்டிருந்தார். பொறாமையின் இத்தகைய விசித்திரமான உதாரணம் முதல்முறையாக அவருக்குக் கிட்டியிருந்தது. இனிமை சுபாவம், பரந்த மனம், சிரித்த முகம்முள்ளவளிடமா பொறாமையின் இத்தகைய தீவிரமான, உக்கிரமான ஜுவாலை?

"நீ என்ன சொன்னாலும் சரி, நான் அவளைப் போக விடமாட்டேன. அவளுடைய சேவைகள், அவள் காட்டிய பரிவுக்கு இந்தப் பரிசை அளித்து என் பார்வையிலேயே என்னைத் தாழ்த்திக் கொள்ள மாட்டேன்" என்றார் மேஹ்தா. அவரது குரலிலிருந்த தீவிரத்தை உணர்ந்த மாலதி மெதுவாக எழுந்து புறப்பட தயாரானாள். "சரி! நானே போகிறேன். நீங்கள் அவள் பாதங்களுக்கு பூசை செய்து விட்டு பின்னால் வாருங்கள்". மாலதி இரண்டடி முன்னே சென்றதும் மேஹ்தா அப்பெண்ணை நோக்கி - "எனக்கு விடைகொடு.. சகோதரி! உனது இந்த அன்பை, தன்னலமற்ற சேவை என்றும் என் நினைவில் பசுமையாக இருக்கும்" என்றார்.

அப்பெண் இருகரங்களையும் குவித்து, நீர் தளும்பும் விழிகளுடன் வணக்கம் தெரிவித்த பின் குடிசைக்குள் மறைந்து போனாள்.

❑

இன்னொரு கோஷ்டி ராய் சாகப், மிஸ்டர் கன்னாவுடையது. ராய் சாகப் தனது பட்டுக்குர்தா, சில்க் சால்வையில்தானிருந்தார். ஆனால் கன்னா வேட்டைக்காரர்களுக்குரிய சூட் அணிந்திருந்தார். இன்றைய தினத்திற்காகவே அது தைக்கப்பட்டிருந்தது போலிருந்தது. இல்லாவிடில் மனிதர்களின் வேட்டையில் ஈடுபட்டுள்ள மிஸ்டர் கன்னாவிற்கு மிருகங்களை வேட்டையாட ஏது அவகாசம்? கன்னா சற்றே குள்ளமான, ஒற்றைநாடி மனிதர். பார்க்க அழகானவர். கோதுமை நிறம். பெரிய பெரிய கண்கள். முகத்தில் அம்மைவடுக்கள். பேச்சுத் திறமை மிக்கவர்.

சற்றுத் தூரம் சென்றதுமே, மிஸ்டர் மேஹ்தாவைப் பற்றிய பேச்சைத் துவங்கிவிட்டார். நேற்றிலிருந்தே, அவருடைய மூளையை ராகுவைப் போல் மிஸ்டர் மேஹ்தா பீடித்திருந்தார்.

"மிஸ்டர் மேஹ்தா - கொஞ்சம் விசித்திரமான மனிதராகத் தோன்றுகிறார். எனக்கென்னவோ, ஆசாமி கொஞ்சம் வேறுவிதமானவர் என்று தோன்றுகிறது" என ஆரம்பித்தார் கன்னா.

ராய் சாகப்பிற்கு மேஹ்தாவின் மீது மரியாதையும், மதிப்பும் இருந்தது. அவரைக் கபடமற்ற, உண்மையான மனிதராகவே கருதினார். ஆனால் கன்னாவிடம் அவருக்குக் கொஞ்சம் கொடுக்கல், வாங்கல் விவகாரமிருந்தது. சுபாவமாகவும் ராய் சாகப் அமைதியை விரும்புகிறவர். இதனால் கன்னாவின் கூற்றை எதிர்க்க

இயலவில்லை எனினும் நிதானமாகவே கூறினார் - “அவர் ஒரு ஜாலியான மனிதர் என்றே நினைக்கிறேன். பொழுதுபோகிறது அவ்வளவுதான். அவரிடம் விவாதிக்க நான் விரும்புவதில்லை. அப்படியே விரும்பினாலும் அத்தனை அறிவாற்றலை எங்கிருந்து பெறுவது? வாழ்க்கையெனும் களத்தில் காலடி எடுத்து வைக்காதவர், வாழ்க்கையைப் பற்றி புதிய சிந்தாந்தங்களை எடுத்துரைக்கிறார் என்றால், சிரிப்புத்தான் வருகிறது. சுகமாய் மாதம் ஓராயிரம் சம்பளத்தைக் கறந்து கொள்கிறார், பெண்டாட்டி பிள்ளை என எதுவுமில்லை. கவலையோ, தடைகளோ, பந்தங்களோ இல்லை. அவர் தத்துவம் பேசாமல் வேறென்ன அளக்க முடியும்? எவ்விதமான பந்தமும் இல்லாமல் முழுமையான வாழ்க்கையை உருவாக்குவது பற்றி கனவுகள் காண்கிறார். அப்படிப்பட்டவரிடம் என்ன விவாதிப்பது?” என்றார் ராய் சாகப்.

“நடத்தை அவ்வளவு சரியில்லை எனக் கேள்விப்பட்டேன்”.

“தன்னிச்சையான போக்கில் நடத்தை எவ்வாறு சரியாக இருக்க முடியும்? சமுதாயத்தினிடையே வாழ்ந்து, அதற்குரிய கடமைகளை நிறைவேற்றி, அதன் சட்டதிட்டங்களை, மரியாதைகளை கடைப்பிடித்தால், அப்பொழுதுதானே தெரியும்?”

“அவரிடம் என்ன கண்டாளோ தெரியவில்லை, மாலதி அவரிடம் மோகித்துப் போய்விட்டாள்”

“உங்களுக்கு எரிச்சலூட்ட என நான் நினைக்கிறேன்.”

“எனக்கென்ன எரிச்சலூட்ட முடியும் அவள்? பாவம்! அவளொரு விளையாட்டு பொம்மை என்பதைவிட அதிகமாக நான் நினைக்கவில்லை.”

“மிஸ்டர் கன்னா! அப்படிச் சொல்லாதீர். நீங்கள் மாலதியின் மீது உயிராகவல்லவோ இருக்கிறீர்கள்!”

“இதே குற்றச்சாட்டை நான் உங்கள் மீது சுமத்த முடியும்”

“நான் உண்மையிலேயே அவளையொரு விளையாட்டு பொம்மையாகத்தான் கருதுகிறேன். நீர் அவளைச் சிலையாக்கி விட்டீர்கள்”.

கன்னா உரக்கச் சிரித்தார். ஆனால் அச்சிரிப்புக்கு அர்த்தமே யில்லாமலிருந்தது. “ஒரு லோட்டா தண்ணீரை அபிஷேகம் செய்வதால் வரம் கிட்டுமென்றால், என்ன தவறு?”

இம்முறை ராய் சாகப் உரக்கச் சிரித்தார். இதுவும் அர்த்தமற்றதுதான். “அப்படியென்றால் நீங்கள் அந்த தேவியைப் புரிந்து கொள்ளவில்லை என்றுதான் அர்த்தம். நீங்கள் அவளைப் பூசிக்க, பூசிக்க, அவள் உங்களைவிட்டு விலகி ஓடுவாள். நீங்கள் விலகி ஓடஓட, உங்களை நோக்கி ஓடி வருவாள்.”

“அப்படியானால் அவள் உங்களின்பாலல்லவா ஓடி வரவேண்டும்.”

“என்பாலா? மிஸ்டர் கன்னா. நான் அவளது ரசிகர்களின் கூட்டத்திற்கு அப்பாலிருப்பவன். என்னிடமிருக்கும் புத்தி, அறிவு, பலம், யாவுமே எனது இலாக்காவை கவனிப்பதில் செலவழிந்து போய் விடுகிறது. வீட்டிலுள்ள மற்றவர்களெல்லோரும் அவரவர்

வேலையில் மும்முரமாய் உள்ளனர். ஒருவர் வழிபாட்டில், மற்றொருவர் சுகபோகத்தைச் சுகிப்பதில். ஒவ்வொருவருக்கும் ஒவ்வொரு விதமான ஈடுபாடு. இந்த மலைப்பாம்புகள் யாவருக்கும் தீனிபோடுவது என் வேலை. என் கடமை. என்னைப் போன்ற பல ஜமீன்தார்கள் சுகபோக வாழ்வை ரசித்துக் கொண்டிருக்கின்றனர். இது எனக்குத் தெரியும். ஆனால் இவர்களெல்லோரும் வீட்டுக்கு தீ மூட்டிவிட்டு வேடிக்கை பார்க்கிறவர்கள். கடன் சுமை தலைக்குமேல் உள்ளது இவர்களுக்கு. தினம் தினம் கோர்ட்டில் டிகிரியாகிறது. யாரிடம் கடன் வாங்குகிறார்களோ, அவர்களுக்கு திருப்பிக் கொடுப்பதையே அறியாதவர்கள். எல்லாப் பக்கமும் கெட்ட பெயர். இப்படி வாழ்வதைவிட இறப்பது மேல் என நினைப்பவன் நான். எந்த சமஸ்காரத்தினாலோ, தெரியாது. என் ஆத்மாவில் கொஞ்சம் உயிர் பாக்கியுள்ளது. அதுதான் என்னை நாடு, சமூகம் என்ற பந்தங்களில் பிணித்து வைத்திருக்கிறது. ஒத்துழையாமை இயக்கம் துவங்கியது என்னுடைய சகோதரர்கள் யாவருமே மதுவிலும், மாமிசத்திலும் மூழ்கி இருந்தனர். என்னால் என்னைக் கட்டுப்படுத்திக் கொள்ள இயலவில்லை. சிறை சென்றேன். லக்ஷக்கணக்கான ரூபாய் நஷ்டம். அந்த சுமைக்கு இன்னமும் ஈடுகொடுத்துக் கொண்டிருக்கிறேன். ஆனால் இதைப்பற்றிய பச்சாதாபம் சிறிதும் எனக்கில்லை. கொஞ்சம் கூட இல்லை. மாறாக இதற்காகக் கர்வப்படுகிறேன். நாட்டிற்காக, சமுதாயத்தின் நலனுக்காக பாடுபடாதவனை, தியாகம் செய்யாதவனை நான் மனிதனாக நினைக்கவில்லை. குடியானவர்களின் ரத்தத்தை உறிஞ்சி எனது குடும்பத்தார்களின் ஆசைகளை, இச்சைகளை நிறைவேற்றும் சாதனைகளைத் திரட்டுவது எனக்கு சரியெனத் தோன்றுகிறதா என்ன? எனக்கு இதில் விருப்பமில்லை. ஆயினும் நானென்ன செய்ய? எந்த சமூக அமைப்பில், பிறந்து, வளர்ந்து, வாழ்கின்றேனோ, அதனை வெறுத்தாலும் கூட அதன்பாலுள்ள மோகத்தைத் துறக்க இயலவில்லை. இரவுபகல் அந்தச் சூழலிலேயே சுழன்று கொண்டிருக்கிறேன். எப்படியாவது இதன் கௌரவம் அந்தஸ்து எஞ்சியிருக்கட்டும், ஆத்மா அழியாமலிருக்கட்டுமென செயல்பட்டுக் கொண்டிருக்கும் என்னைப் போன்றவனுக்கு, இந்த மிஸ் மாலதியென்ன? வேறெந்த மிஸ்ஸின் பின்னாலும் சுற்றமாட்டான். அப்படி நேர்ந்தால் அது அவனுடைய சர்வநாசம்தான் என்று புரிந்து கொள்ளுங்கள். சற்று வேடிக்கை, தமாஷில் மனத்தை இலேசாக்கிக் கொள்வது வேறு விஷயம் உல்லாசமான பொழுதுபோக்கு அது."

மிஸ்டர் கன்னாவும் தைரியசாலிதான். போராட்டத்தில் முன்னே செல்லுபவர். இருமுறை சிறை சென்று வந்துள்ளார். யாருக்கும் அடி பணிவதை அறியாதவர். கதர்தான் உடுத்துவார். பிரான்சிலிருந்த போது மது அருந்துவார். சமயம் நேரிட்டால் மாபெரும் கஷ்டங்களையும் அவரால் தாங்கிக் கொள்ள முடியும். சிறையிலிருந்த பொழுது மதுவைத் தொடவில்லை. 'ஏ' கிளாஸ் கைதியாக இருந்தாலும், 'சி' கிளாஸ் உணவைத்தான் சாப்பிட்டு வந்தார். அவருக்கு எல்லாவிதமான வசதிகள் கிடைக்கக்கூடும். ஆனால் அவற்றை ஏற்கவில்லை அவர். போர்க்களத்தில் இயங்கும் யந்திரம் கூட எண்ணையின்றி செயல்பட முடியாது. அவரது

வாழ்க்கைக்கு சற்று ரசிக்கத்தக்க இனிமையும் இன்றியமையாததாக இருந்தது. அவர் சொன்னார், "தாங்கள் சன்யாசியாக இருக்கலாம் என்றால் அது இயலாது. வாழ்க்கையின் இன்பங்களை அனுபவிக்காதவனால் போராட்டத்தில் முழு உற்சாகத்துடன் இறங்க முடியாதென்று நான் நினைக்கிறேன். ஒரு பெண்ணிடம் காதல் புரியாதவனின் நாட்டுப் பற்றில் எனக்கு நம்பிக்கையில்லை."

ராய் சாகப் புன்முறுவல் பூத்தார் - "நீங்கள் என்னைத்தான் திட்டுகிறீர்கள்."

"திட்டவில்லை. உண்மையைக் கூறுகிறேன்."

"இருக்கலாம்."

"தாங்கள் மனதிற்குள் ஆழ்ந்து யோசித்தால் தெரியும்"

"நான் ஆழ்ந்து யோசித்திருக்கிறேன். உள்ளத்தில் எத்தனை தீமைகள், கெட்டவையிருந்தாலும் காமஇச்சை மட்டும் இல்லை என்பதைத் தங்களுக்கு உறுதியாக கூறுகிறேன்".

"எனக்குத் தங்கள் மீது இரக்கமாக உள்ளது. தாங்கள் இத்தனை வருத்தமாய், நிராசையுடன், கவலையில் ஆழ்ந்தவராயிருப்பதற்கு காரணம் தங்களது புலனடக்கம்தான். நான் இந்த நாடகத்தை ஆடத்தான் போகிறேன். முடிவு இன்பகரமாக இருந்தாலும் சரி. துன்பகரமானதாக இருந்தாலும் சரி. அவள் என்னைப் பரிகாசம் செய்கிறாள். எனக்கு நீ பொருட்டல்ல என்று காண்பிக்கிறாள். ஆனாலும் நான் தைரியத்தை இழப்பவனல்ல. இதுவரை அவளது சுபாவத்தை என்னால் புரிந்து கொள்ள முடியவில்லை. குறி எந்தவிடத்தில் சரியாக பாயும் என்று என்னால் நிச்சயிக்க முடியவில்லை."

"அந்த ரகசியம் உங்களுக்கு கிடைக்குமோ என்னவோ, மேஹ்தா உங்களை முந்திக் கொண்டுவிடலாம்."

ஒரு ஆண்மான், பல பெண்மான்களுடன் மேய்ந்து கொண்டிருந்தது. நீண்ட கொம்புகள், நல்ல கறுப்பு.

ராய் சாகப் குறிவைத்ததும் கன்னா தடுத்தார். "எதற்காக கொலை செய்கிறீர் நண்பரே! பாவம், அது தன்பாட்டில் மேய்ந்து கொண்டிருக்கிறது. மேயட்டும் விடுங்கள். வெயில் ஏறிவிட்டது. வாருங்கள் எங்கேனும் நிழலில் அமரலாம். உங்களிடம் கொஞ்சம் பேச வேண்டும்."

ராய் சாகப் சுட்டார். ஆனால் மான் ஓடிவிட்டது. "ஒரே ஒரு வேட்டை கிடைத்தது. அதுவும் குறி தவறி விட்டது" என்றார் நிராசையுடன்.

"ஒரு கொலை செய்வதிலிருந்து தப்பினீர்."

"சரி, சொல்லுங்கள் - ஏதோ பேசவேண்டும் என்றீர்களே!"

"உங்கள் இலாக்காவில் கரும்பு விளைகிறதா?"

"நிறைய"

"அப்படியென்றால் எங்கள் சர்க்கரை ஆலையில் சேர்ந்து கொள்ளுங்களேன். ஷேர்கள் வேகமாய் விற்பனையாகிக் கொண்டிருக்கின்றன. அதிகமில்லாவிட்டாலும் ஒரு ஆயிரம் ஷேர்கள் நீங்கள் வாங்கிக் கொளளலாமே?"

"ஐயய்யோ! இத்தனை ரூபாய்களுக்கு நானெங்கே போவது?"

"இத்தனை பிரசித்திபெற்ற ஜமீன்தார் நீங்கள். உங்களுக்கு பணத்திற்கு பஞ்சமாயென்ன? மொத்தமொரு ஐம்பதாயிரம்தானே! அதிலும் இப்பொழுது தர வேண்டியது இருபத்தி ஐந்து சதவிகிதம்தான்"

"இல்லைப்பா! என்னிடம் இச்சமயம் பணமே இல்லை"

"பணம் எவ்வளவு வேண்டுமானாலும், என்னிடமிருந்து பெற்றுக் கொள்ளலாம். வங்கி உங்களுடையதுதான். நீங்கள் இன்னமும் இன்சூரன்ஸ் செய்திருக்க மாட்டீர்கள். என் கம்பெனியில் ஒரு நல்ல பாலிசி எடுத்துக் கொள்ளுங்களேன். நூறு, இருநூறு ரூபாய், நீங்கள் ஒவ்வொரு முறையும் சுலபமாகத் தந்துவிட முடியும். பிறகு மொத்தமாய் நாற்பது, ஐம்பதாயிரம் கிடைக்கும். உங்கள் பிள்ளைகளுக்கு இதைவிட நல்ல ஏற்பாடு உங்களால் செய்ய முடியாது. எங்களுடைய நியமங்களைப் படித்துப் பாருங்கள். நாங்கள் முற்றிலும் கூட்டுறவுக் கொள்கையின் அடிப்படையில்தான் வேலை செய்கிறோம். அலுவலகம், ஊழியர்களின் சம்பளம் ஆகிய சிலவுகளைத் தவிர, லாபம் என்று ஒரு பைசா கூட யாருடைய ஜேபிற்கும் போவதில்லை. இந்தப் பாலிசியில் கம்பெனி எப்படி நடக்கிறதென்று உங்களுக்கு வியப்பாக இருக்கலாம். என் யோசனையின்படி கொஞ்சம் ஸ்பகுலேஷன்.... காரியத்தையும் துவங்கிவிடுங்கள். இப்பொழுது நூற்றுக் கணக்கான கோடீஸ்வரர்கள் முளைத்திருக்கிறார்களே, எல்லோரும் இந்த ஸ்பகுலேஷனினால்தான். பருத்தி, சர்க்கரை, கோதுமை, ரப்பர், என எதன்மீது வேண்டுமானாலும் "சட்டா' விளையாடுங்கள். நிமிடத்தில் லக்ஷக்கணக்கான பேரமும், தரகும் ஏற்பட்டுவிடும். இந்த வேலை கொஞ்சம் சிக்கலானது. நிறையப் பேருக்கு சருக்கி விடுகிறது. தோற்று விடுகின்றனர். ஆனால் இதெல்லாம் புதிதாய் வருகிறவர்கள், பழக்கமில்லாதவர்களுக்குத்தான். உங்களைப் போன்று படித்தவர்கள், அனுபவசாலிகள், தொலைநோக்குள்ளவர்களுக்கு இதைவிட லாபம் தரும் தொழில் வேறெதுவுமில்லை. பஜாரில் விலை ஏற்றமும், இறக்கமும், திடீரென ஏற்பட்டுவிடும் சம்பவம் அல்ல. இதற்குமொரு விஞ்ஞானம் உள்ளது. ஒருமுறை கூர்ந்து கவனமாகப் பார்த்துக் கொண்டு விட்டால் பிறகு ஏமாறுவதென்பது எப்படி சாத்தியம்?

ராய் சாகப்பிற்கு கம்பெனிகளின் மீது அதிகம் நம்பிக்கை கிடையாது. இரண்டொருமுறை இதன் கசப்பான அனுபவம் அவருக்கு ஏற்பட்டிருந்தது. ஆனால் மிஸ்டர் கன்னா தன் கண்ணெதிரே முன்னேற்றமடைந்துள்ளதைக் கண்டிருக்கிறார். அவரது செயல் திறமையைக் கண்டு வியந்துமுள்ளார். பத்து வருடங்களுக்கு முன் வங்கியில் குமாஸ்தாவாக இருந்தவர், தனது கடும் உழைப்பு, செயல்திறன், மற்றும் துணிவினால்தான் நகரமெங்கும் போற்றப்படுகிறார். அவரது ஆலோசனையைப் புறக்கணிப்பதற்கில்லை. இந்த விஷயத்தில் மிஸ்டர் கன்னா அவரது வழிகாட்டியாக இருந்தால், பெரிதும் வெற்றி கிட்டக் கூடும். அத்தகைய தருணத்தை ஏன் நழுவ விடவேண்டும்? ராய்சாகப் பல்வேறு கேள்விகளைக் கேட்டுக் கொண்டே இருந்தார்.

இச்சமயத்தில் ஒரு கிராமத்தான் ஒரு பெரிய கூடையில் - ஏதோ மூலிகைகள், வேர்கள், இலைகள், கொஞ்சம் மலர்களை எடுத்துச் சென்று கொண்டிருந்ததைக் கண்டனர். அரே! என்னப்பா விற்கிறாய்? என்று கேட்டார் கன்னா.

கிராமவாசி பயந்து போனான். கூலி கொடுக்காமல் வேலை செய்யப் பிடித்துக் கொள்வார்களோ என்ற பயம் அவனுக்கு... "ஒன்றுமில்லை எஜமான். ஏதோ பூண்டு, மூலிகைகள்"

"இவற்றையென்ன செய்வாய்?"

"விற்பேன். மூலிகைகளாயிற்றே"

"என்னென்ன மூலிகைகள் சொல்லு பார்க்கலாம்"

கிராமவாசி தனது கூடையை, அதாவது மருந்துப் பெட்டகத்தை திறந்து காட்டினான், காட்டு மணத்தக்காளி, தாமரைவிதை, நாய்க்குடை, ஊமத்தை விதை, எருக்கம் இலை, பூ, தேனடை, கற்றாழை, குந்துமணி, முதலியவை இருந்தன. இவையெல்லாம் சாதாரணமான பொருட்கள்தான். காட்டில் வாழ்பவர்கள் இவையெல்லாம் பொறுக்கி எடுத்துச் சென்று, யுனானி மருந்துகள் தயாரிப்பவரிடம் இரண்டனா, நாலணாவிற்கு விற்பார்கள். ஒவ்வொன்றாக எடுத்து, அதன் மருத்துவ குணங்களை விவரித்துக் கொண்டே போனான் அவன். பாடம் ஒப்புவிப்பதுபோல் "எஜமான்! இது காட்டு மணத்தக்காளி, உஷ்ணமிருந்தாலும், பசியில்லாம லிருந்தாலும், ஈரல் கோளாறு இருந்தாலும் வயிற்று வலி, இருமல் இருந்தாலும் இம்மருந்துப் பண்டத்தில் ஒரேவேளை மருந்தில் குணமாகி விடும். இது ஊமத்தை விதை, எஜமான்! வாதரோகத்திற்கு மிகவும் கேட்கும்."

கன்னா விலையென்ன என்று கேட்டதும் 'எட்டணா' என்றான் அவன். கன்னா ஒரு ரூபாயை விட்டெறிந்து, அக்கூடையை தங்கள் முகாமில் கொண்டு போய் சேர்க்கும்படி உத்தரவிட்டார். பாவம் அந்த ஏழைக்கு ஒரே சந்தோஷம். கேட்ட விலை மட்டுமென்ன? இரட்டிப்பாகவே கிடைத்துவிட்டதே! அவரை வாழ்த்திவிட்டு மேலே நடந்தான் அவன்.

"நீங்கள் இதை வைத்துக் கொண்டு என்ன செய்யப் போகிறீர்கள்?" என வினவினார் ராய் சாகப்.

கன்னா முறுவலித்தார். "இவற்றை தங்கக் காசுகளாக்குவேன். நான் ரசாயன விஞ்ஞானி. ஒருக்கால் தங்களுக்கு இது தெரியாம லிருக்கலாம்."

"அப்படியா! நண்பரே! எனக்கும் அதைக் கற்றுக் கொடுங்கள்".

"ஓ.. அதற்கென்ன? சந்தோஷமாகக் கற்றுத் தருகிறேன். எனக்குச் சீடபிள்ளையாக இருங்கள். முதலில் ஒன்றைச் சேர் லட்டு கொண்டு வந்து காணிக்கையாக வையுங்கள்! பிறகு, சொல்லுகிறேன். பல்வேறு விதமான மனிதர்களுடன் எனக்குத் தொடர்புள்ளது. மூலிகை, மருந்து, இலை, வேர் என்றால் உயிரையே விடும் ஒரு சிலரும் அவர்களில் இருக்கிறார்கள். யாரோ ஒரு துறவி பக்கிரி கொணர்ந்து கொடுத்த மூலிகைகள் என்று கூறிவிட்டால் போதும்,

விடமாட்டார்கள். கெஞ்சுவார்கள். புகழாரம் சாற்றுவார்கள். நீங்கள் இந்தப் பொருளை அவர்களுக்குக் கொடுத்து விட்டால் போதும். அவ்வளவுதான் என்றென்றைக்கும் உங்களிடம் நன்றியுள்ளவர்களா யிருப்பார்கள். ஒரு ரூபாயில் பத்திருபது முட்டாள்களின் நன்றியை வளைத்து போடுவதென்பது அப்படியொன்றும் தவறில்லையே! கொஞ்சம் நன்றி. அவ்வளவுதான். பெரிய பெரிய காரியங்களையெல்லாம் சாதித்துவிடலாம்".

"இந்த மூலிகைகளின் மருந்து குணங்கள் உங்களுக்கெப்படி நினைவிருக்கும்?" என ஆவலுடன் வினவினார் ராய் சாகப்.

கன்னா கலகலவென உரக்கச் சிரித்தார். "நீங்களொருத்தர்.. ராய் சாகப்! ரொம்பவும் வேடிக்கையாக பேசுகிறீர்கள் எந்த மூலிகைக்கு எந்தக் குணம், சிறப்பு என்று எது வேண்டுமானாலும் சொல்லுங்கள். அது தங்கள் திறமையைப் பொறுத்தது. ஆரோக்கியமென்பது பாதிக்கு மேல் நம்பிக்கையினால் ஏற்படுவது. நீங்கள் பார்க்கிறீர்களே, இந்தப் பெரிய பெரிய வித்வான்கள், உயர் அதிகாரிகள், இந்தப் பணக்காரர்கள்! இவர்களெல்லோருமே கண்மூடித்தனமான குருட்டு நம்பிக்கை கொண்டவர்கள்தான். தாவர இயல் பேராசிரியர்கள் பலரையும் எனக்குத் தெரியும். ஆனால் அவர்களுக்கு, 'நாய்க் குடை'யின் நாட்டுப் பெயர் கூடத் தெரியாது. எங்கள் சுவாமிஜி, இந்த அறிஞர்களையெல்லாம் நன்றாய் கிண்டல் செய்வார். நீங்கள் அவரைத்தரிசித்திருக்க மாட்டீர்கள். அடுத்தமுறை தாங்கள் வரும்போது, அவரிடம் கூட்டிப் போகிறேன். என் வீட்டுத் தோட்டத்தில் அவர் தங்க ஆரம்பித்த நாளிலிருந்து, இரவு, பகல் மக்கள் அவரைத் தரிசிக்க ஓயாமல் வந்து கொண்டிருக்கின்றனர். 'மாயை' என்பது அவரிடம் லவலேசமும் கிடையாது. ஒரே ஒருமுறைதான் பால் மட்டும் சாப்பிடுவார். இப்படிப்பட்ட பேரறிஞரான மகாத்மாவை இன்று வரை நான் கண்டதில்லை. எத்தனை ஆண்டுகள் இமாலயத்தில் தவமிருந்தாரோ தெரியாது. பெரும் சித்தமகா புருஷர். நீங்கள் அவசியம் அவரிடம் தீட்சை பெற்றுக் கொள்ளவேண்டும். உங்களுடைய இந்தச் சிரமங்கள் கஷ்டமெல்லாம் 'சூ மந்திரக்காளி' என ஓடிவிடும். வருங்கால மெல்லாம் கடகடவென்று சொல்லிவிடுவார். மலர்ந்த அம்முகத்தைப் பார்த்தாலே நம் மனமும் மலர்ந்துவிடும். இதில் ஆச்சரியமென்னவென்றால், அவரே இத்தனை பெரிய மகாத்மா, ஆனால் சன்னியாசம், தியாகம், கோவில், மடம், மடாலயம், சம்பிரதாயம், மார்க்கம், என எல்லாவற்றையும் புரட்டு, ஆஷாடபூதித்தனம், மோசடி என்கிறார். பழமையான, கண்மூடித்தனமாகப் பின்பற்றும் பழக்க வழக்கங்களெனும் பந்தங்களை, தளைகளை உடைத்தெறிந்துவிட்டு மனிதனாகிவிடு. தெய்வத்தையொத்தவனாகி விடவேண்டுமென்ற எண்ணத்தை விட்டொழித்து, மனிதனாகு. தேவதையானால் நீ மனிதனாக இருக்க மாட்டாய்" என்கிறார்.

ராய் சாகப்பின் மனதில் சந்தேகம் உண்டாயிற்று. பணமும், செல்வாக்கும் உள்ளவர்களுக்குப் பொதுவாக, மகாத்மாக்கள், துறவிகளிடம் ஏற்படும் நம்பிக்கை அவருக்குமுண்டு. துன்பத்தினால்

வாதையுறும் ஜீவனுக்கு, ஆத்ம சிந்தனையினால் கிட்டும் அமைதிக்காக அவரும் ஆசைப்பட்டார். பொருளாதார நெருக்கடியினால் நிராசையுறும் தருணங்களில், இந்த உலகாயத வாழ்வைத் துறந்து விட்டு, எங்கேனும் ஏகாந்தமாய் ஓரிடத்தில் சென்றமர்ந்து, தியானம் செய்யலாம் என்று தோன்றியதுண்டு. உலக பந்தங்களை அவரும்கூட ஒரு சாதாரண மனிதனைப் போலவே, ஆத்மாவின் உயர்விற்கான மார்க்கத்தில் எதிர்ப்படும் இடராகவே நினைத்தார். இவற்றிலிருந்தெல்லாம் விடுபட வேண்டுமென்பது தான் அவரது லட்சியம். ஆனால் சன்யாசம் பெற்றுக் கொள்ளாது, தியாகம் செய்யாது, பந்தங்களின் தளைகளைத் தகர்த்தெறிய என்ன உபாயம் உள்ளது? என யோசித்தார். எனவே கண்ணாவை நோக்கி, "சன்யாசமென்பது புரட்டு, வேடம் என்று சொல்லுகிறாரென்றால், அவர் ஏன் சந்நியாசம் வாங்கிக் கொண்டாராம்?" என வினவினார்.

"மிஸ்டர்! அவரெங்கே சன்யாசம் வாங்கிக் கொண்டார்? மனிதன் தனது முடிவு வரை, இடையறாது செயல் புரிந்து கொண்டிருக்க வேண்டுமென்ற கருத்து சுதந்திரம்தான் அவரது உபதேசங்களின் தத்துவம்."

"எனக்கொன்றும் புரியவில்லை. கருத்து சுதந்திரம் என்பதின் பொருளென்ன?"

"எனக்கும் தான் ஒன்றும் புரியவில்லை. நீங்கள் இந்த முறை வந்தால் அவரிடம் பேசலாம். அவர் அன்பைத்தான் வாழ்க்கையின் சத்யம் எனக் கூறி அதனை அத்தனை அழகாக விவரித்து வியாக்கியானம் செய்வதைக் கேட்கும்போது மனம் பரவசமடைகிறது."

"மிஸ் மாலதியை அவரைச் சந்திக்கச் செய்தாயா இல்லையா?"

"நன்றாக கிண்டல் செய்கிறீர்கள் நீங்கள். மாலதிக்கு இவரிடம் என்ன கிடைக்கும்?" எனக் கூறி முடிப்பதற்குள் எதிரேயிருந்த புதரில் சலசலவென்ற சத்தம் கேட்டதும், உயிரைப் பற்றிய பயத்தில் ராய் சாகப்பிற்குப் பின்னால் வந்து நின்று கொண்டுவிட்டார். அப்புதரிலிருந்து ஒரு கழுதைப் புலி வெளிப்பட்டு மெதுவாக எதிர் புறத்தை நோக்கி செல்லத் துவங்கியது.

ராய் சாகப் துப்பாக்கியை எடுத்து குறி பார்த்ததும், கன்னா மெதுவாக "என்ன செய்கிறீர்கள் நீங்கள்? வேண்டுமென்றே அதனைச் சீண்டுகிறீர்களா? திரும்பி வந்து பாய்ந்து விட்டால்?" என்றார் பயத்துடன்.

"திரும்பி வருவதாவது. அந்த இடத்திலேயே செத்துவிடும்."

"நான் அந்தக் குன்றின் மீது ஏறிக்கொள்கிறேன். வேட்டையாட அப்படியொன்றும் ஆசையில்லை எனக்கு".

"பின் எதற்காக வேட்டையாட வந்தீர்?"

"கேடுகாலம்தான் வேறென்ன?"

ராய் சாகப் துப்பாக்கியை கீழ்நோக்கி சரித்துக் கொண்டார். சுடவில்லை. "ஒரு நல்ல வேட்டை கை நழுவிவிட்டது. இத்தகைய சந்தர்ப்பங்கள் கிடைப்பதரிது" என்றார்.

"இனியும் இந்த இடத்தில் இருக்க முடியாது என்னால், ரொம்ப ஆபத்தான இடம்."

"இரண்டொன்றை வேட்டையாடுகிறேன். பிறகு போகலாம். வெறுங்கையுடன் செல்ல வெட்கமாக உள்ளது."

"தயவுசெய்து என்னை கார் இருக்குமிடத்திற்குச் சேர்த்து விடுங்கள். பிறகு கழுதைப் புலியை வேண்டுமானால் சுடுங்கள் அல்லது சிறுத்தையை வேட்டையாடுங்கள்."

"நீங்கள் மிகவும் பயந்தாங்கொள்ளி மிஸ்டர் கன்னா!"

"வீணாகத் தன்னுயிரை ஆபத்தில் சிக்க வைத்துக் கொள்வது வீரமல்ல."

"நல்லது. நீங்கள் மகிழ்ச்சியுடன் திரும்பிச் செல்லலாம்."

"தனியாகவா?"

"நேரான பாதை. தெளிவாகவும் உள்ளது."

"இல்லை! நீங்களும் என்னுடன் வரவேண்டும்."

ராய்சாகப் எவ்வளவோ சொல்லிப் பார்த்தார். ஆனால் கன்னா எதுவும் கேட்கத் தயாராக இல்லை. பயத்தினால் அவர் முகம் வெளிறிவிட்டது. அச்சமயம் புதரிலிருந்து ஒரு அணில் குதித்தோடி வந்தாலும் அவர் கூச்சலிட்டு கீழே வீழ்ந்து விடுவார். அவரது உடலின் ஒவ்வொரு அணுவும் நடுங்கிக் கொண்டிருந்தது. வியர்வையில் குளித்திருந்தார். வேறுவழியின்றி ராய்சாகப்பும் அவருடன் திரும்ப நேர்ந்தது.

இருவரும் சற்று தூரம் வந்தபின்தான் கன்னா சுயநிலைக்கு வந்தார். "ஆபத்தைக் கண்டு அஞ்ச மாட்டேன். ஆனால் வேண்டுமென்றே ஆபத்தை விலைக்கு வாங்குவது துணிச்சல் அல்ல" என்றார்.

"அட..... விடுங்கள்.. கழுதைப் புலியொன்றைப் பார்த்து விட்டீர்கள். அவ்வளவுதான் உயிரே போய்விட்டது."

"மனிதன் மிருக நிலையிலிருந்த காலத்தில் வேட்டையாடுவது ஒரு சம்ஸ்காரமாக இருந்தது என நான் நினைக்கிறேன். அன்றக்கின்று நாகரீகம் வெகுதூரம் முன்னேறிவிட்டது."

"மிஸ் மாலதியிடம் உங்கள் குட்டை உடைத்து விடுகிறேன்."

"அகிம்சாவாதியாக நான் இருப்பது வெட்கப்பட வேண்டிய விஷயமல்லவே."

"அச்சா! இதுதான் உங்கள் அகிம்சாவாதமா? சபாஷ்!"

"ஆம்" என்றார் கன்னா பெருமிதத்துடன். "இதுதான் எனது அகிம்சாவாதம். தாங்கள் புத்தரையும், சங்கரரையும் போற்றுகிறீர்கள். ஆனால் மிருகங்களை வேட்டையாடுகிறீர்கள். வெட்கப்பட வேண்டியது தாங்கள். நானல்ல."

சற்று தூரம் இருவரும் மௌனமாகவே நடந்தனர். "நீங்கள் எப்பொழுது வருவதாக இருக்கிறீர்கள்? அதற்குள் நான் பாலிசியின் ஃபாரங்களைப் பூர்த்தி செய்து வைக்கிறேன். சர்க்கரை ஆலை

ஷேர்களைக் கூடத்தான்... இரண்டு ஃபாரங்களும் என்னிடமுள்ளன" என்றார் கன்னா.

கவலை படர்ந்த குரலில் - "சற்று யோசிக்க அவகாசம் கொடுங்கள்" என்றார் ராய் சாகப்.

"இதில் யோசிக்க என்ன இருக்கிறது?" என்றார் கன்னா.

❑

மூன்றாவது கோஷ்டி மிர்ஜாகுர்ஷீத்! மற்றும் மிஸ்டர் தங்காவினுடையது. மிர்ஜாவைப் பொறுத்தவரையில் கடந்த காலமும், எதிர்காலமும் வெறும் வெள்ளைத்தாள் போன்றதுதான். அவர் நிகழ்காலத்தில் வாழ்பவர். கடந்த காலத்தைப் பற்றிய பச்சாதாபமோ, எதிர்காலத்தைப் பற்றிய கவலையோ கிடையாது. தன் முன்னே எது வருகிறதோ, அதில் முழுமனத்துடன் ஈடுபடுவார். நண்பர்களின் குழாமில் அவர் வேடிக்கையான ரசமான மனிதர். கௌன்சிலில் அவரைவிட உற்சாகமான மெம்பர் வேறெவருமில்லை. ஒரு கேள்வியை, பிரச்சனையை எடுத்துக் கொண்டால், மந்திரிகளை அழ வைத்து விடுவார். யாரிடமும் பாரபட்சம் இல்லாதவர். இடையிடையே பரிகாசமும் செய்வார். அவர் எண்ணப்படி இன்று வாழ்வது வாழ்க்கை. நாளை என்னவோ? யார் கண்டது? கோபக்காரர். தொடை தட்டிக் கொண்டு வந்து விடுவார் முன்னே. ஆனால் விஷயத்தின் முன்னர் தெண்டனிட்டு விடுவார். ஆனால் யாரேனும் வீண் பெருமையோ, பகட்டோ காட்டினால் போதும் அவர்களை விடமாட்டார். கச்சை கட்டிக் கொண்டு இறங்கிவிடுவார் களத்தில். தனக்குக் கொடுக்க வேண்டிய பணம், தான் கொடுக்க வேண்டிய பணம், இரண்டையுமே நினைவில் வைத்துக் கொள்ளமாட்டார். மிகவும் பிடித்தது கவிதையும், மதுவும். பெண் என்பவள் மனத்தைக் குஷிப்படுத்தும், பொழுதுபோக்கு என்பது அவர் எண்ணம்.

மிஸ்டர் தங்கா, சமய சந்தர்ப்பம் அறிந்த கெட்டிக்கார மனிதர். பேரம் முடிப்பதில், ஒரு விஷயத்தை, பிரச்சனையைத் தீர்த்து வைப்பதில், இடையூறு செய்வதில், காலை இடறிவிடுவதில், மணலைக் கயிறாகத் திரிப்பதில், மென்னியில் கத்தி வைப்பதில், வாலையாட்டிக் கொண்டு தப்பி விடுவதில் மிக மிக சமர்த்தர். மணலில் படகு செலுத்த வேண்டுமா! பாறையில் புல்லை முளைக்க வைக்க வேண்டுமா? செய்து விடுவார். ஜமீன்தார்களுக்கு, லேவாதேவி வட்டிக் கடைக்காரர்களிடம் கடன் வாங்கித் தருவார். புதிய, புதிய கம்பெனிகளைத் திறப்பது, தேர்தல் சமயத்தில் வேட்பாளர்களை நிறுத்தி வைப்பது, இதெல்லாம்தான் அவரது தொழில். முக்கியமாக தேர்தல் சமயம் அவரது அதிர்ஷ்ட காலம். ஓங்கி நிற்பார். வேட்பாளர்கள் அவர் பின்னால் ஓடுவார்கள். பணம் கொழுத்த வேட்பாளர் ஒருவரை நிறுத்தி வைப்பார். முழுமனதுடன் அவருக்காகப் பாடுபட்டு வேலை செய்வார். பத்து, இருபதாயிரம் சம்பாதித்தும் விடுவார். காங்கிரஸின் கை ஓங்கி இருந்தபோது காங்கிரஸ் வேட்பாளர்களின் உதவியாளராக இருந்தார். மதவாதக் கட்சியின் பலம் மிகுந்ததும் இந்துமகா சபைக்காக வேலை செய்யத் துவங்கி விட்டார். இந்த மாதிரியான மாறாட்டங்களுக்கெல்லாம்

அவரிடம் தர்க்க ரீதியான காரணங்கள் தயாராக இருந்தன. யாரும் சுட்டுவிரலைக் கூட உயர்த்தி ஆட்சேபிக்க முடியாது. அத்தனை வலுவான வாதங்கள். நகரத்திலுள்ள எல்லா செல்வந்தர்கள், அதிகாரிகள், பணக்காரர்கள் யாவரும் அவருடைய நண்பர்கள். மனதிற்குள் அவரது கொள்கைகள் பிடிக்காமலிருந்தாலும் அவரது விஷய மிகுந்த இயல்புக்கு முன்னே யாரும் வாய் திறந்து எதுவும் கூறத் துணிய மாட்டார்கள்.

மிர்ஜாஜி கைக்குட்டையால் வியர்வையைத் துடைத்தவாறே - “இன்றய தினம் வேட்டையாட ஏற்றதல்ல. இன்று ஏதாவது, ‘முஷாயரா’ (கவியரங்கம்) ஏற்பாடு செய்திருக்க வேண்டும்” என்றார்.

வக்கீல் இதனை ஆமோதித்தார் - “ஆமாம், அங்கேயே தோட்டத்தில் ஏற்பாடு செய்திருந்தால் ரொம்பவும் ஆனந்தமாக இருந்திருக்கும்”

சற்று நேரத்திற்குப் பின்னர் மிஸ்டர் தங்கா மெல்ல விஷயத்திற்கு வந்தார் - “இந்தத் தடவை தேர்தலில் ரொம்பவும் விந்தையான தெல்லாம் நடக்கப்போகிறது. உங்களுக்குக் கூட சிரமம் தான்.”

“இம்முறை நான் நிற்கப்போவதில்லை” என விரக்தியுடன் கூறினர் மிர்ஜா.

“ஏன்?”

“வீணான பேச்சில் என்ன பயன்? யார் பேசுவது? எனக்கு இந்த ஜனநாயகத் தத்துவத்திலெல்லாம் இப்பொழுது நம்பிக்கையில்லை. நடக்கும் காரியம் கொஞ்சம்தான். இதைப் பற்றிய விவாதம் மாதக்கணக்கில். ஆமாம். மக்களின் கண்களில் மண்ணைத் தூவ இது நல்ல நாடகம். இதைவிட ஒரு கவர்னர் இருப்பதுமேல். அவர் இந்தியனாகவோ, ஆங்கிலேயனாகவோ இருந்துவிட்டுப் போகட்டும். இதைப் பற்றிய பிரச்சனையில்லை. ஒரு இன்ஜின் ரயிலை எத்தனை லாவகமாக ஆயிரக்கணக்கான மைல் தூரம் இழுத்துச் செல்ல முடிகிறதோ, அதனை பத்தாயிரம் ஜனங்கள் சேர்ந்து இழுத்தாலும் அந்த வேகத்துடன் இழுக்க முடியாது. இந்தத் தமாஷ் எல்லாம் கௌன்சிலிடம் எனக்கு வெறுப்பாய், அலுப்பாய் போய்விட்டது. என்னால் முடிந்தால் இந்தக் கௌன்சிலையே சுட்டெரித்து விடுவேன். நாம் டெமாக்கரசி - ஜனநாயகம் என்று சொல்லுகிறோமே அது நடைமுறையில் பெரிய பெரிய வியாபாரிகள், ஜமீன்தார்களின் ராஜ்ஜியம். வேறெதுவுமில்லை. யாரிடம் பணமிருக்கிறதோ, தேர்தலில் அவன்தான் ஜெயிக்கிறான். பணத்தின் பலத்தினால் அவனுக்கு எல்லாவித சௌகரியங்களும் தயாராகி இருக்கின்றன. பெரிய பெரிய பண்டிதர்கள, மௌலவிகள், பெரிய எழுத்தாளர்கள், பேச்சாளர்கள், தங்கள் நாவன்மையினாலும், எழுத்தாற்றலினாலும் பொதுமக்களை எந்தப் பக்கம் வேண்டுமானாலும் திருப்பிவிடக் கூடிய ஆற்றல் கொண்டவர்கள். யாவருமே பொற்காசெனும் தேவதையின் காலடியில் சரணடைந்து விடுகின்றனர். இனித் தேர்தல் பக்கமே போவதில்லை என நான் முடிவெடுத்துள்ளேன். எனது பிரசாரம் இனி இந்த ஜனநாயகத்திற்கு எதிரானதாகவே இருக்கும்.” என்றார் மிஸ்டர் மிர்ஜா. தொடர்ந்து குரானின் துதிப் பாடல்களிலிருந்து மேற்கோள் காட்டி, பழயகாலத்து

பாதுஷாக்களின் லட்சியங்கள் எவ்வளவு உயர்ந்த நோக்கமுடையவையாக இருந்தன என்பதைக் கூறினார். இன்று நம்மால் அந்தப் பக்கம் எட்டிக் கூடப் பார்க்க முடியாது. நம் கண்கள் கூசும். கஜானாவிலிருந்து ஒரு காசுகூட பாதுஷாவின் சொந்தச் சிலவுகளுக்கு எடுத்துக் கொள்ள உரிமை கிடையாது. புத்தகங்களை நகலெடுத்து, துணிகள் தைத்து, பிள்ளைகளுக்கு பாடம் கற்பித்து அவர்கள் தங்கள் வாழ்க்கையை நடத்தினார்கள். இத்தகைய இலட்சயவாதிகளான பாதுஷாக்களின் நீண்ட பெயர் பட்டியலையே மிர்ஜா கூறினார். மக்களை ரட்சித்த அந்த யுகத்து பாதுஷாக்களெங்கே, இன்றய அமைச்சர்களெங்கே? ஒவ்வொரு அமைச்சருக்கும், 5,6,7,8 ஆயிரமென்று சம்பளம் வேண்டும். இது கொள்ளையா? ஜனநாயகமா?

மான்களின் கூட்டமொன்று கண்ணில் பட்டது. மிர்ஜாவின் முகத்தில் வேட்டையின் உற்சாகம் மின்னலிட்டது. துப்பாக்கியை எடுத்து குறி பார்த்துச் சுட்டார். ஒரு கரிய நிறமான் கீழே வீழ்ந்தது. "வீழ்த்திவிட்டேன்" என்று மதம் கொண்டவர்போல் கூவியவாறே மிர்ஜா தலை தெறிக்க ஓடினார். குழந்தைகளைப் போல், குதித்து, தாவி, கை கொட்டியவாறு ஓடினார்.

அருகே ஒரு மரத்தில் யாரோ ஒருவன் விறகு வெட்டிக் கொண்டிருந்தான். அவனும் சரசரவென்று மரத்திலிருந்து இறங்கி மிர்ஜாவின் பின்னால் ஓடினான். மானின் கழுத்தில் குண்டு பாய்ந்திருந்தது. அதன் கால்கள் நடுங்கின. கண்கள் நிலைகுத்திப் போயிருந்தன. விறகுவெட்டி, கருணை நிரம்பிய விழிகளுடன் மானைப் பார்த்தவாறே சொன்னான் – "நல்ல காத்திரமான மான். எடை ஒரு மணங்கு குறையாது. உத்தரவிட்டால் நான் எடுத்து வரட்டுமா" என்றான்.

மிர்ஜா எதுவும் பேசவில்லை. நிலைகுத்திப் போயிருந்த அந்த மானின் வேதனை நிரம்பிய விழிகளைப் பார்த்தவாறே இருந்தார். ஒரு நிமிடத்திற்கு முன் அதில் உயிரிருந்தது. உயிர் துடிப்பிருந்தது. லேசாக இலை அசைந்தாலும் செவிமடல்களை உயர்த்திக் கொண்டு நாற்கால் பாய்ச்சலில் பறந்து விடும் அது. தனது குழந்தை குட்டிகள், நண்பர்களுடன் இறைவன் விளைவிதத புல்லை அது மேய்ந்து கொண்டிருந்தது. இப்பொழுது உயிரற்றுக் கிடக்கிறது. அதன் தோலை உறித்து விடு. மாமிசத்தை துண்டுகளாக்கி விடு. அதைக் "கீமா"ஆக சமைத்து விடு. இதெல்லாம் அது உணரப் போவதில்லை. ஓடியாடிக் கொண்டிருந்த அதன் வாழ்விலிருந்த கவர்ச்சியும் ஈர்ப்பும், மகிழ்ச்சியும் இந்த உயிரற்ற சடலத்தில் உள்ளதா? எத்தனை அழகான உடலமைப்பு அதற்கு. எத்தகைய மனோகரமான உருவம். அழகான விழிகள். அது துள்ளிக் குதிப்பது இதயத்தில் மகிழ்ச்சி அலைகளை தோற்றுவித்தது. அது நாற்கால் பாய்ச்சலில் ஓடும்போது நமது மனமும் பாய்ந்தோடும். அதன் உற்சாகமும் துருதுருப்பும் அன்றலர்ந்த மலர் தன் சுகந்தத்தை வாரி வீசுவது போல் புத்துணர்வையல்லவா பரவச்செய்தது. ஆனால் இப்பொழுது இதைக் காணும்போது உள்ளம் குற்ற உணர்வினால் அன்றோ பீடிக்கப்படுகிறது என நினைத்தார் மிர்ஜா.

"எங்கே எடுத்துக் கொண்டு வரவேண்டும் எஜமான்! எனக்கு இரண்டு காசு தாருங்கள்" என்றான் விறகுவெட்டி.

தியானத்திலிருந்து கலைந்ததுபோல் மிர்ஜா திடுக்கிட்டவராய் - "சரி! சரி! தூக்கிக்கொள்! எங்கே போவாய்?"

"தாங்கள் உத்தரவிடும் இடத்திற்கு"

"வேண்டாம். நீ விரும்பிய இடத்திற்கே எடுத்துக் கொண்டுபோ. நான் தருகிறேன்."

விறகுவெட்டி, மிர்ஜாவை வியப்புடன் நோக்கினான். அவனால் தன் காதுகளையே நம்பமுடியவில்லை.

"வேண்டாம் எஜமான்! தாங்கள் வேட்டையாடியுள்ளீர்கள். இதை நாங்களெப்படி சாப்பிடுவது?"

"இல்லையில்லை, சந்தோஷமாகத்தான் தருகிறேன். நீ இதை நீயே எடுத்துக் கொண்டு போ. உன் வீடு இங்கிருந்து எவ்வளவு தூரம்?"

"அரைக் காதம் தூரமிருக்கும்."

"சரி! நானும் உன்னுடன் வருகிறேன். உன் குழந்தை குட்டிகள் எவ்வளவு சந்தோஷப்படுவார்கள் என்பதைப் பார்க்க வேண்டும்."

"எஜமான்! நான் அப்படி உங்களைக் கூட்டிப் போகமாட்டேன். எவ்வளவோ தூரத்திலிருந்து வந்து இந்த படைபடைகிற வெயிலில் வேட்டையாடினீர்கள். அதை நானெப்படி எடுத்துப் போவது?"

"எடு.. எடு. நேரமாக்காதே! நீ நல்ல மனிதன் என்பது எனக்குத் தெரிந்து விட்டது."

விறகுவெட்டி பயந்தவாறே நடுநடுவே மிர்ஜாவின் முகத்தை சந்தேகத்துடன் பார்த்தவாறே, மானைத் தூக்கினான். தூக்கியவன் சட்டென அதைவிட்டு எழுந்து நின்று சொன்னான் - "எஜமான் எனக்குப் புரிந்து விட்டது. ஹுஜூர் இதை 'ஹலால்' செய்யவில்லை" அதனால்தான்.....

மிர்ஜா சிரித்துக் கொண்டே.. "சரி.. சரி. நீ சரியாகத்தான் புரிந்து கொண்டாய் - இதை எடுத்துக் கொண்டு வீட்டிற்கு நட" என்றார்.

மிர்ஜா தர்மானுஷ்டாங்களை அத்தனை, கடுமையாக கடைப்பிடிப்பவரல்ல. இரண்டு மாதத்திற்கொருமுறை ஒரு நாள் விரதமிருப்பார். தண்ணீர் கூட அருந்தமாட்டார். இந்த மான் இவர்கள் சாப்பிட தகுதியற்றதாகி விட்டது என்று விறகுவெட்டி நினைத்தது பற்றி அவருக்குச் சந்தோஷமாகத்தானிருந்தது. அவன் அப்படியே நினைத்துக் கொள்ளட்டும் என்று வாளாவிருந்து விட்டார்.

விறகுவெட்டி மானைத்தோளில் போட்டுக் கொண்டு வீட்டை நோக்கி நடந்தான். தங்கா இன்னும் நிச்சலனமாய் தூரத்தில் மரத்தினடியிலேயே நின்று கொண்டிருந்தார். இந்த வெயிலில் அந்த மானைப் பார்க்க ஏன் போகவேண்டுமென நினைத்தார். விஷயம் என்னவென்று அவருக்குப் புரியவில்லை. விறகுவெட்டி எதிர் திசையில் செல்லத் துவங்கியதும், மிர்ஜாவினருகே வந்து - "நீங்கள் அந்தப் பக்கம் ஏன் போகிறீர்கள்? மிர்ஜாஜி! வழி மறந்து விட்டதா?" என்றார்.

"இந்த வேட்டையை இந்த ஏழைககுத் தந்து விட்டேன். கொஞ்சம் அவனுடைய வீட்டுவரை போய்வர நினைக்கிறேன். நீங்களும் வருகிறீர்களா?" எனக் குற்ற உணர்வுடன் கேட்டார் மிர்ஜாஜி.

தங்கா அவரை வியப்புடன் நோக்கியவர், "நீங்கள் சுயநினைவுடன்தான் இருக்கிறீர்களா?" என்றார்.

"சொல்லமுடியாது. எனக்கே தெரியவில்லை."

"வேட்டையை ஏன் அவனிடம் தந்து விட்டீர்கள்?"

"இதைப் பெற்றதும் அவன் எவ்வளவு சந்தோஷமடைந்தானோ அந்தச் சந்தோஷம் உங்களுக்கோ எனக்கோ ஏற்படாது."

தங்காவிற்கு எரிச்சலாக இருந்தது. "சரி சரி, போங்கள். நல்ல 'கபாப்' ஒரு கை பார்க்கலாம் என்று நினைத்ததெல்லாம் மண்ணாக்கி விட்டீர்கள். ராய் சாகப், மேஹ்தாவாவது ஏதாவது கொண்டு வந்திருப்பார்கள். இது பற்றி எனக்கு எந்த வருத்தமுமில்லை. தேர்தல் பற்றி தங்களிடம் ஒன்று சொல்ல விரும்புகிறேன். தாங்கள் தேர்தலில் நிற்க விரும்பவில்லையென்றால் அது தங்கள் இஷ்டம். ஆனால் யார் தேர்தலில் நிற்கிறார்களோ, அவர்களிடமிருந்து இதற்கு நல்ல விலையை வசூல் செய்வதில் தங்களுடைய கருத்தென்ன? நான் தங்களிடம் வேண்டிக் கொள்வது இத்தனைதான். தாங்கள் தேர்தலில் நிற்கப் போவதில்லை என்ற விஷயம் ரகசியமாகவே இருக்கட்டும். யாருக்கும் தெரிய வேண்டாம். என் மீது இத்தனை தயவு காட்டினால் போதும். க்வாஜா ஜமால் தாகிர் இந்த ஊரில் நிற்கப் போகிறார். பணக்காரர்களின் வோட்டு முழுவதும் அவர் பக்கம்தான். அதிகாரிகளும் அவருக்கு உதவியாகவே உள்ளனர். ஆயினும் பொதுமக்களிடம் தங்களுக்குள்ள செல்வாக்கினால் அவரது கட்சியின் பலம் குறைகிறது. தாங்கள் அவருக்காக விட்டுக் கொடுக்கிறீர்கள் என்பதை மட்டும் தாங்கள் மக்களுக்கு வெளிப்படுத்தினால் பத்தோ, இருபதியாயிரமோ அவர்களிடமிருந்து தங்களுக்கு கிடைக்கும். இருங்கள்! நான் முழுவதையும் சொல்லி விடுகிறேன். இந்த விஷயத்தில் தாங்கள் செய்ய வேண்டியது எதுவுமில்லை. கவலையில்லாமல் உட்கார்ந்திருங்கள். தங்கள் சார்பில் நானொரு அறிக்கையை வெளியிடுகிறேன். அன்று மாலையே தாங்கள் அவர்களிடமிருந்து பத்தாயிரம் ரூபாய் வசூல் செய்து கொள்ளலாம்.

மிர்ஜா அவரை வெறுப்புடன் நோக்கினார், "அத்தகைய பணம், நீங்கள் இரண்டும் எனக்குத் தேவையில்லை. துச்சம்." என்றார்.

மிஸ்டர் தங்கா இதைச் சற்றும் தவறாக எடுத்துக் கொள்ளவில்லை. நெற்றி கூட சுருங்கவில்லை.

"என்னைத் தாங்கள் எத்தனை துச்சமாக வேண்டுமென்றாலும் நினைத்துக் கொள்ளுங்கள். ஆனால் பணத்தை துச்சமென உதறிவிடுவது, நீங்கள் உங்களுக்கே தீங்கிழைத்துக் கொள்கிறீர்கள்."

"அத்தகைய பணத்தை நான் 'ஹராம' பாவம் என்று நினைக்கிறேன்."

"தாங்கள் இஸ்லாமிய மத நியதிகளைக் கட்டுப்பாடுடன் கடைப்பிடிப்பவர் அல்லவே."

"கொள்ளையடித்த பணத்தை பாவம் என நினைப்பதற்கு 'ஷரீயத்'தை கடைப்பிடிக்க வேண்டுமென்ற அவசியம் ஏதுமில்லை".

"அப்படியென்றால் இந்த விஷயத்தில் தங்கள் முடிவை மாற்றிக் கொள்ள இயலாது. அப்படித்தானே"

"ஆமாம்."

"நல்லது, இதை விட்டு விடுவோம். ஏதேனுமொரு இன்ஷுரன்ஸ் கம்பெனியின் டைரக்டராவதற்குத் தங்களுக்கு ஆட்சேபம் எதுவுமில்லையே? நீங்கள் கம்பெனியின் ஒரு ஷேர் கூட வாங்க வேண்டிய அவசியமில்லை. உங்கள் பெயரை மட்டும் தந்தால் போதும்."

"இல்லை. இதிலும் எனக்கு விருப்பமில்லை. நான் பல கம்பெனிகளுக்கு டைரக்டராக, பல கம்பெனிகளுக்கு மேனேஜிங் ஏஜண்டாக, பலவற்றில் சேர்மனாக இருந்திருக்கிறேன். பணமும், செல்வமும் என் பாதங்களில் கொட்டியது. பணத்தில் எத்தனை சுகத்தையும், சௌகரியமான வாழ்க்கைக்குரிய எத்தனையோ பொருட்களையும் சேகரித்துக் கொள்ள முடியுமென்று எனக்குத் தெரியும். கூடவே பணம் மனிதனை எத்தனை சுயநலமியாய், சுகபோக சுகங்களுக்கு அடிமையாக, மோசக்காரனாக, வெட்கம் கெட்டவனாக்கி விடுகிறது என்பதும் தெரியும்."

மீண்டும் எதையேனும் பிரஸ்தாபிக்கும் தைரியம் வக்கீலுக்கு ஏற்படவில்லை. மிர்ஜாவின் அறிவிலும், செல்வாக்கிலும் அவருக் கிருந்த நம்பிக்கை ரொம்பவும் குறைந்து விட்டது. அவரைப் பொறுத்த வரையில் பணம்தான் அவருக்கு எல்லாம். வருகிற லட்சுமியை காலால் உதைப்பவனுடன் அவருக்கு எந்த விதமான பொருத்தமும் இல்லை.

விறகுவெட்டி மானைத் தோளில் போட்டுக் கொண்டு வேகமாய் பாய்ந்து சென்று கொண்டிருந்தான். மிர்ஜாவும் எட்டி நடைபோட்டார். ஆனால் பருத்த உடலைக் கொண்ட தங்கா பின்தங்கிப் போனார்.

"மிர்ஜாஜி! இதென்ன.... ஓடுகிறீர்களே?" என்று இரைந்தார் தங்கா.

நிற்காமல் நடந்து கொண்டிருந்த மிர்ஜா – "ஒரு ஏழை இத்தனை சுமையை எடுத்துக் கொண்டு வேகமாய் நடந்து கொண்டிருக்கிறான். நம்மால் நம் உடம்பைத் தூக்கிக்கொண்டு அவனுக்குச் சரியாக நடக்க முடியாதா என்ன?" என்றார்.

விறகுவெட்டி மானை ஒரு மரக்கிளையின் மீது இறக்கி வைத்துவிட்டு இளைப்பாறலானான்.

"களைத்துப் போய்விட்டாயா?" என அருகில் வந்து வினவினார் மிர்ஜா.

விறகுவெட்டி வெட்கத்துடன் – "ரொம்பவும் கனமாக இருக்கிறது எஜமான்" என்றான்.

"கொண்டுவா! நான் கொஞ்ச தூரம் எடுத்து வருகிறேன்" என்றார் மிர்ஜா.

விறகுவெட்டி சிரித்தான். மிர்ஜா நல்ல வாட்டசாட்டமாக உயரமாக, பருமனாக இருந்தார். இருந்தாலும், அந்த ஓடிசலான விறகுவெட்டி அவர் கூறியதைக் கேட்டுச் சிரித்தான். அந்தச் சிரிப்பு அவரைச் சவுக்கால் அடித்தது போலிருந்தது.

"ஏன் சிரிக்கிறாய்? என்னால் தூக்க முடியாது என்று நினைக்கிறாயா?"

விறகுவெட்டி மன்னிப்பை யாசிக்கும் குரலில் - "எஜமான்! நீங்களெல்லாம் பெரிய மனிதர்கள். சுமையைத் தூக்குவதெல்லாம் எங்கள் போன்ற கூலிகளின் வேலை" என்றான்.

"உன்னைவிட இருமடங்கு பெரியவனாக நான் இருக்கிறேன்."

"அதனாலென்ன.. எஜமான்?"

மிர்ஜாவின் ஆண்மைக்கு தனக்கேற்பட்ட இந்த அவமானத்தைத் தாங்க இயலவில்லை. அவர் மானைத் தூக்கி கழுத்தில் போட்டுக் கொண்டு நடக்கலானார். சுமார் ஐம்பதடி தூரம் கூட போயிருக்க மாட்டார். கழுத்து வலி தெறித்தது. கால்கள் வெடவெடத்தன. கண்ணை இருட்டிக் கொண்டு வந்தது. மனத்தைத் திடப்படுத்திக் கொண்டு இன்னும் இருபதடி சென்றார். மனதிற்குள் "உதவாக்கரைப் பயல் எங்கே போய்விட்டான். இந்த சடலத்திற்குள் ஈயத்தைக் காய்ச்சி ஊற்றி விட்டாற்போலல்லவா இருக்கிறது. கொஞ்சம் மிஸ்டர் தங்காவின் தோளில் வைக்கிறேன். ரொம்ப மஜாவாக இருக்கும். தண்ணீர் பையைப் போல் உப்பியிருக்கிறார் இவர். கொஞ்சம் வேடிக்கைப் பார்க்கலாமா? ஆனால் இந்தச் சுமையை எப்படி இறக்குவது? இரண்டு பேருமே மனதிற்குள் ரொம்பவும்தான் சூரத்தனம் காட்டினான் ஐம்பதடி தூரத்திற்குள் சீ.. என்றாகி விட்டது என்று நினைப்பார்கள்.

"எஜமான்! எப்படி இருக்கிறது! லேசாக இருக்கிறதா பளு" என்றான் விறகுவெட்டி பரிகாசமாக.

மிர்ஜாவிற்கு சுமை சற்று லேசாகிவிட்டது போல் தோன்றியது. "நீ எடுத்து வந்த தூரம் நானும் எடுத்து வருகிறேன்" என்றார்.

"எஜமான். கழுத்து ரொம்ப நாட்களுக்கு வலிக்கும்."

"நீ என்ன நினைக்கிறாய்? என்னை ஊளைச்சதையென்று நினைக்கிறாயா?"

"இல்லை! எஜமான்! அப்படியெல்லாம் ஏதும் நினைக்கவில்லை. தாங்கள் வீணாக சிரமப்படாதீர்கள். அதோ! அந்தப் பாறையின் மீது இறக்கி வையுங்கள்."

"இல்லை. இன்னும் தூரம் வரை என்னால் எடுத்துச் செல்ல முடியும்."

"நாம் சும்மா நடந்து வருவதும் தாங்கள் சுமந்து கொண்டு வருவதும் சரியெனத் தோன்றவில்லை."

மிர்ஜா மானைப் பாறையின் மீது இறக்கி வைத்தார். இதற்குள் வக்கீலும் வந்து விட்டார்.

"தாங்களும் சற்று தூரம் இதைச் சுமந்து கொண்டு வரவேண்டும். மிஸ்டர் தங்கா" என்றார் மிர்ஜா.

வக்கீலின் பார்வையில் மிர்ஜாவிற்கு எந்த மதிப்புமிருக்கவில்லை – "மன்னியுங்கள். நான் பயில்வான் என நான் கூறிக் கொள்ளவில்லை" என்றார் காட்டமாக.

"ரொம்ப கனமில்லை. உண்மையாகத்தான்."

"இருக்கட்டும். விடுங்கள்."

"தாங்கள் இதைச் சுமந்து கொண்டு நூறடி நடந்தால் தாங்கள் என்னிடம் பிரஸ்தாபித்த விஷயத்தை ஒப்புக் கொள்வேன்."

"நான் அப்படி ஏமாறுகிறவன் அல்ல."

"நான் ஏமாற்றவில்லை வக்கீல் சாகப்! நீங்கள் எந்த வட்டாரத்தில் நிற்கச் சொல்லுகிறீர்களோ நிற்கிறேன். உத்தரவு கொடுக்கும் போது உட்காருகிறேன். எந்தக் கம்பெனிக்கு டைரக்டராக, மெம்பராக, குமாஸ்தாவாக, கான்வேசராக இருக்கச் சொல்லுகிறீரோ அதன்படி செய்கிறேன். தாங்கள் நூறடி நடங்கள். அதுபோதும். சந்தர்ப்பம் நேரும்போது எதையும் செய்யத் தயாராகிவிடுபவர்களுடன் தான் எனது நட்பு நிலைக்கிறது."

தங்காவின் மனம் சஞ்சலமடைந்தது. "மிர்ஜா வாக்குத் தவறாதவர் என்பதில் எந்த சந்தேகமும் இல்லை. அந்த மான் அப்படியென்ன கனக்கப் போகிறது? மிர்ஜா கூட இத்தனை தூரம் சுமந்து கொண்டு வந்திருக்கிறாரே! ரொம்பவும் களைத்தவராகவும் தோன்றவில்லை. மறுத்தால் பொன்னான இத்தருணம் கை நழுவிவிடும். என்ன இது பெரிய மலையாயென்ன? அதிக பட்சம் நாலைந்து சேர் எடையிருக்கும். இரண்டு மூன்று நாள் கழுத்தை வலிக்கும். சட்டைப் பையில் பணமிருந்தால் லேசான வலியும் நோயும் கூட இன்பமானதுதான்." என நினைத்தார்.

"நூறடிதான்''

"ஆம். நூறே அடிகள். நான் எண்ணிக் கொண்டே இருப்பேன்!"

"இதோ பாருங்கள். நீங்கள் போய்விடாதீர்கள்."

"அப்படி போய்விடுகிறவன் வெட்கமற்றவன்" தங்கா, பூட்ஸின் லேசுகளை மீண்டும் இறுக்கிக் கட்டிக் கொண்டார். கோட்டை அவிழ்த்து விறகுவெட்டியிடம் தந்தார். பாண்ட்டை மேலே தூக்கிவிட்டுக் கொண்டு, கைக்குட்டையால் முகத்தைத் துடைத்தவாறே, உரலுக்குள் தலையை இடுபவனைப் போல் அம்மானை நோக்கினார். பிறகு மானை எடுத்து கழுத்தில் வைத்து கொள்ள முயற்சித்தார். இரண்டு, மூன்று முறை முழுபலத்தையும் செலுத்திய பின்னர் மானின் சடலம் கழுத்திற்கு வந்து விட்டது. ஆனால் கழுத்தை நிமிரவே முடியவில்லை. இடுப்பு வளைந்து விட்டது. பெருமூச்சு வாங்கியது. மானின் சடலத்தை தரையில் போட இருந்த சமயம், மிர்ஜா வந்து கை கொடுத்து மேலே நடத்திச் சென்றார்.

புதைச் சேற்றில் காலை வைப்பது போல், ஓரடி எடுத்து வைத்தார். மிர்ஜா அவருக்கு உற்சாகமூட்டினார். "வாஹ்.. சபாஷ்! என் சிங்கமல்ல!". தங்கா இன்னுமொரு அடி எடுத்து வைத்தார். கழுத்தே முறிந்துவிடும் என்று தோன்றியது. "ஜயித்து விட்டீர்! வாழ்க.. இளம்காளையே"

தங்கா இன்னும் இரண்டடி எடுத்து வைத்தார். விழி பிதுங்கியது.

"இன்னும் ஒரே ஒரு தரம் மூச்சுப் பிடியுங்கள் நண்பரே! 100 அடி என்பது வேண்டாம். ஐம்பதடி போதும்."

வக்கீலின் நிலைமை மிக மோசமாக இருந்தது. அந்த உயிரற்ற மானின் சடலம் சிங்கத்தைப் போல் அவரை அழுத்தியது. அவரது ரத்தத்தை உறிஞ்சிக் கொண்டிருந்தது. அவரது பலமெல்லாம் போய்விட்டது. ஆசை ஒன்றுதான், இரும்பு உத்தரம் கூரையைத் தாங்கி நிற்பதுபோல் அவரைத் தாங்கி நின்றது. ஒன்றிலிருந்து, இருபத்தி ஐந்தாயிரம் வரையில் பந்தயம். முடிவில் அந்த உத்திரக் கட்டையும் வலுவிழந்து விட்டது. இடுப்பு முறிந்து விட்டது. கண்ணை இருட்டியது. தலை சுற்றியது. முதுகில் மானின் சடலத்துடன் கற்பாங்கான தரையில் அவர் வீழ்ந்தார்.

மிர்ஜா உடனே அவரைத் தூக்கினார். கைக்குட்டையால் விசிறியவாறே அவரது முதுகில் தட்டிக் கொடுத்தார்.

"நீங்கள் ரொம்பவும்தான் முயற்சித்தீர்கள், ஆனால் அதிர்ஷ்டமில்லை" என்றார்.

தங்கா மூச்சிறைக்க - "இன்று நீங்கள் என்னுயிரையே வாங்கிவிட்டீர்கள். பாழாய்ப் போனது இரண்டு மணங்கு கனமிருக்கும் போலிருக்கிறது!"

"ஆனால் பாயிஜான்! நானும் இத்தனை தூரம் எடுத்துக் கொண்டு வந்தேனல்லவா?" என்றார் சிரித்துக் கொண்டே.

வக்கீல் அவரை முகஸ்துதி செய்யலானார். "உங்களது விருப்பத்தை நான் நிறைவேற்ற வேண்டியிருந்தது. உங்களுக்கு தமாஷ் பார்க்க விருப்பம். பார்த்து விட்டீர்கள். இனி நீங்கள் உங்கள் வாக்குப்படி நடக்க வேண்டும்." என்றார்

"நீங்கள் எனது கோரிக்கையை நிறைவேற்றவில்லையே!"

"உயிரைவிட்டு முயற்சித்தேனே!"

"இதற்கு சன்னது கிடையாது."

இதற்குள் விறகுவெட்டி, மானை எடுத்துக் கொண்டு ஓடத் துவங்கிவிட்டான். நீங்களிருவரும் அப்பா, அம்மா என்று மூச்சிறைக்க இதைப் பத்தடி தூரம் சுமந்து ஜயித்து விட்டீர்களென நினைத்துக் கொண்டு விடாதீர்கள். இந்தப் போட்டியில் உங்களைவிட துர்பலமாக இருந்தாலும் நான்தான் முதலில் வருவேன். எத்தனை வெள்ளைக் காகிதத்தைக் கறுப்பு காகிதமாக்கினாலும் பொய் வழக்காடினாலும் சரி. நான்தான் வெல்வேன் என்று கூறுவது போலிருந்தது.

ஒரு காட்டாறு எதிர்ப்பட்டது. அதில் நீர் அதிகமில்லை. எதிர்க்கரையில் மேட்டின் மீது நாலைந்து வீடுகள் கொண்ட ஒரு சிறிய கிராமமிருந்தது. ஒரு புளிய மரத்தடியில் நாலைந்து சிறுவர்கள் விளையாடிக் கொண்டிருந்தனர். விறகுவெட்டியைக் கண்டதும் அவர்களெல்லோரும் ஓடிவந்து அவனை வரவேற்றனர். "அப்பா! யார் சுட்டார்கள்? எப்படி? எங்கே சுட்டார்கள்? குண்டு எப்படி, எங்கே பட்டது? இந்த மானின் மீது மட்டும் ஏன் பட்டது? மற்றவைகளின் மீது ஏன் படவில்லை..." என்ற கேள்விகளை

பொழிந்தனர். விறகுவெட்டி அவர்களுக்கு ஏதேதோ பதில் கூறியவண்ணம், தோளிலிருந்த சுமையைத் தரையில் கிடத்திவிட்டு, பெரிய மனிதர்கள் இருவரும் அமருவதற்காக, கட்டிலை எடுத்து வர குடிசைக்குள் ஓடினான். அவனுடைய பிள்ளைகளும், பெண்களும் மானின் சடலத்தைத் தங்கள் பொறுப்பில் எடுத்துக் கொண்டு மற்ற சிறுவர்களை விரட்டலாயினர்.

சின்னக் கடைக்குட்டி சொன்னாள் – “இது எங்களுடையது” பதினாலு, பதினைந்து வயதுள்ள அவளது அக்கா, வந்திருக்கும் விருந்தாளிகளை நோக்கியவள் தம்பியைக் கண்டித்தாள். “மூடுவாயை! இல்லாவிடில் சிப்பாய்கள் பிடித்துக் கொண்டுபோய் விடுவார்கள்.”

மிர்ஜா சீண்டினார் – “இது உங்களுடையதல்ல. எங்களுடையது.”

சிறுவன் மானின் மீது ஏறி அமர்ந்து தனது உரிமையை நிலை நாட்டியவனாய் “என் அப்பாதான் கொண்டு வந்திருக்கிறார்.” என்றான்.

“சொல்லுடா தம்பி. இது உங்களுடையதுதானென்று சொல்லு” எனத் தம்பியைத் திருத்தினாள் அக்கா.

இக்குழந்தைகளின் தாய் ஆடுகளுக்காக தழை பறித்துக் கொண்டிருந்தவள், இரு நாகரீகமான ஆடவர்களைக் கண்டதும் முக்காட்டை இழுத்து விட்டுக் கொண்டாள். தனது புடவை எத்தனை கிழிசலாய், அழுக்காய் உடம்பிற்கு போதும் போதாமலிருக்கிறது என வெட்கினாள் அவள். இந்த நிலையில் வந்திருப்பவர்களின் முன்னே எப்படிப் போவது? போகாமலும் முடியாது. அவர்களுக்குத் தாகத்திற்கு ஏதாவது தரவேண்டாமா?

நண்பகல் கழிய இன்னமும் சற்று நேரமிருந்தது. மிர்ஜா அப்பொழுதை இந்த கிராமத்திலேயே கழித்து விட முடிவு செய்திருந்தார். கிராமத்திலுள்ளவர்களையெல்லாம் கூப்பிட்டார். சாராயம் வரவழைத்தார். மானின் மாமிசம் சமைக்கப்பட்டது. பக்கத்திலிருந்த கடைத்தெருவிலிருந்து நெய்யும், மைதாவும் வாங்கிவரச் சொன்னார். அவ்வளவுதான். கிராமத்தார்கள் யாவருக்கும் நல்லதொரு விருந்து படைக்கப்பட்டது. சிறியவர்கள், பெரியவர்கள், ஆண்கள், பெண்கள் யாவரும் விருந்தை ஒரு கை பார்த்தனர். சாராயம் குடித்த ஆண்கள் போதையின் கிறக்கத்தில் மாலை வரையில் பாடிக் கொண்டிருந்தனர். மிர்ஜா குழந்தைகளோடு குழந்தையாய் பெரியவர்களோடு, பெரியவராய், இளைஞர்களோடு இளைஞராய் பழகினார். சற்று நேரத்திற்குள் அங்கேயே பிறந்து வளர்ந்தவர் போல் அக்கிராமத்தாருடன் நெருக்கமாக பழக்கம் ஏற்பட்டு விட்டது. குழந்தைகள் அவர் மேலே விழுந்து விளையாடினர். ஒருத்தன் அவருடைய தொப்பியை எடுத்துத் தன் தலையில் வைத்துக் கொண்டான். இன்னொருவன் ரைபிளை தோளில் சாய்த்துக் கொண்டு வீரநடை போட்டான். இன்னொருவன் அவரது கைக் கடிகாரத்தை அவிழ்த்து தன் கையில் மாட்டிக் கொண்டான். மிர்ஜாவும் அந்த நாட்டுச் சாராயத்தை நான்றாகக் குடித்தார். பின்னர் அக்காட்டுவாசிகளுடன் தானும் ஆடிப்பாடிக் கொண்டிருந்தார்.

சூரியன் அத்தமிக்கும் வேளையில் இவர்கள் விடைபெற்றதும் அக்கிராமவாசிகள் வெகுதூரம் வரை அவருடன் நடந்து வந்தனர். சிலருக்கு அழுகையே வந்து விட்டது. இத்தகைய பாக்கியம் அந்த ஏழைகளின் வாழ்வில் முதன் முறையாக கிட்டியிருந்தது. அதாவது ஒரு வேட்டைக்காரன், தன் வேட்டையை அவர்களுக்கு விருந்தாக அளித்துள்ளான். நிச்சயம் இவரொரு ராஜாதான். இல்லாவிடில் இத்தனை தாராள மனமிருக்குமா என்ன? மீண்டும் இவரது தரிசனம் கிட்டுமோ என்னவோ! என அவர்கள் எண்ணினர்.

சற்று தூரம் சென்றதும் பின்னால் திரும்பிப் பார்த்த மிர்ஜா, “பாவம்! எத்தனை சந்தோஷமடைந்தார்கள்? என் வாழ்க்கையில் தினம்தினம் இத்தகைய சந்தர்ப்பம் கிடைத்தால் எவ்வளவு நன்றாக இருக்கும்! இன்றைய தினம் மிக மகிழ்ச்சிகரமான நாள்” என்றார்.

தங்கா உற்சாகமற்ற குரலில் – “உங்களுக்கு மகிழ்ச்சிகரமானதாக இருந்திருக்கலாம். என்னைப் பொறுத்த வரையில் துரதிர்ஷடம் பிடித்த நாள்தான். காரியம் ஏதும் நடக்கவில்லை. நாள் முழுவதும் காட்டிலும், மேட்டிலும் சுற்றித் திரிந்தபின் முகத்தைத் தொங்கபோட்டுக் கொண்டு திரும்புகிறோம்.” என்றார்.

“எனக்குத் தங்கள்பால் சற்றும் அனுதாபமில்லை” என இரக்கமின்றி கூறினார் மிர்ஜா.

இருவரும் ஆலமரத்தடியை அடைந்தபோது அக்காட்சி வேறு விதமாக இருந்தது. மேஹ்தா முகத்தைத் தொங்கப் போட்டுக்கொண்டு அமர்ந்திருந்தார். மாலதி தனியாக உம்மென்று உட்கார்ந்திருந்தாள். இதுவொன்றும் புதிதல்லவே! ராய் சாகப், கன்னா இருவருக்கும் நல்ல பசி. வாயிலிருந்து வார்த்தைகளே வரவில்லை. மிர்ஜா தனக்கு நம்பிக்கைத் துரோகமிழைத்து விட்டதாக வக்கீல் கருதினார். மிர்ஜா மட்டும் சந்தோஷமாக இருந்தார். அவரது மகிழ்ச்சி தெய்வீகமானது.

❑

8

ஹோரியின் வீட்டுக்கு பசு வந்ததிலிருந்து வீட்டின் களையே மாறிவிட்டிருந்தது. தனியாவின் கர்வம் அவளால் கட்டுப்படுத்திக் கொள்ள இயலாததாயிருந்தது. எப்பொழுதுபார் பசுவைப் பற்றிய பேச்சுத்தான்.

வைக்கோல் தீர்ந்து விட்டது. கரும்பு வயலில் கொஞ்சம் மேய்ச்சலுக்காக தட்டு விளைவிக்கப்பட்டது. அதை வெட்டி மாடு கன்றுகளுக்கு கொடுத்தார்கள். வேறுவழியில்லை. யாவரின் பார்வையும் வானத்தை நோக்கியே இருந்தது. எப்பொழுது மழை பெய்யும்? எப்பொழுது புல் முளைக்கும்? என்று ஏங்கினர். ஆவணி பாதிக்குமேல் கழிந்தாகி விட்டது. மழையே பெய்யவில்லை.

திடீரென ஒருநாள் மேகங்கள் திரண்டன. ஆவணி மாதத்தின் முதல் மழை. அடர்மழையாகக் கொட்டியது. குடியானவர்கள் 'கரீஃப்' பயிர் விதைப்பிற்காக கலப்பையை எடுத்துக் கொண்டு கிளம்பினர். ராய் சாகப்பின் காரியஸ்தன் தன் பழைய பாக்கிகளைத் தீர்க்காத வரையில் எவரும் வயலிலிறங்கி உழுவதற்கு அனுமதிக்கப் படமாட்டார்களென்று, சொல்லி அனுப்பி விட்டான். குடியானவர்களுக்கு இடி விழுந்தாற் போலாகி விட்டது. இத்தகைய கடுமை ஒருபொழுதும் காட்டியதில்லையே. இந்த முறை மட்டும் ஏன் இப்படிப்பட்ட உத்தரவு? கிராமத்தை விட்டு யாரும் ஓடிவிடவா போகிறார்கள்? வயலில் ஏர் பிடித்து உழாவிட்டால் பணம் எங்கிருந்து வருமாம்? வயலிலிருந்துதானே பணத்தை எடுக்க வேண்டும். எல்லோருமாகச் சேர்ந்து காரியஸ்தனிடம் சென்று முறையிட்டனர். காரியஸ்தனின் பெயர் பண்டித் நோகேராம். மனிதர் கெட்டவரல்ல. எஜமானரின் உத்தரவு. அவரென்ன செய்ய? உத்தரவை எப்படி மீற முடியும்? அன்றய தினம் ராய் சாகப் ஹோரியிடம், தயை, தர்மம் பற்றி எப்படியெல்லாம் பேசினார்? இன்று குடியானவர்களின் மீது இந்தக் கொடுமை. ஹோரி எஜமானரைப் போய் பார்க்க தயாராகத்தானிருந்தான். காரியஸ்தருக்கு கொடுத்த உத்தரவை எதற்காக வேண்டாம் எனக் கூறப் போகிறார் என்று யோசித்தான். தான் தலைவனாகி முன் நின்று எதற்காகக் கெட்ட பெயர் வாங்கிக் கொள்ள வேண்டும்? வேறு எவரும் வாயைத் திறக்காதபோது, தான் ஏன் நெருப்பில் குதிக்க வேண்டும்? எல்லோருக்கும் என்ன ஏற்படுகிறதோ, அதையே அவனும் அனுபவிக்க வேண்டும். அவ்வளவுதான்.

குடியானவர்களிடையே ஒரே குழப்பம். எல்லோரும் கடன் வாங்க வட்டிக் கடைக்காரரிடம் ஓடினர். ஊரில் மங்கரூ சாஹுவின் கை தற்சமயம் ஓங்கி இருந்தது. இந்த வருடம் சணல் பயிரில் அவனுக்கு நல்ல பலன் கிட்டி இருந்தது. கோதுமை, ஆளி விதையிலும் நிறைய சம்பாதித்திருந்தான். பண்டித் தாதாதீன், மற்றும் துலாரி கூட கொடுக்கல் வாங்கல் தொழில் நடத்திக் கொண்டிருந்தனர். எல்லோரையும் விட கொழுத்த லேவாதேவிக் காரர் ஜீங்குரி சிங்தான். நகரத்திலிருந்த ஒரு வட்டிக் கடைக்காரரின் ஏஜண்ட் அவர். அவர் கீழ் பலபேர் இருந்தனர். அவர்கள் சுற்றும் முற்றுமுள்ள கிராமங்களுக்குச் சென்று லேவா தேவி செய்து வந்தனர். இவர்களைத் தவிரவும் பல சிறிய, பெரிய வட்டிக்கடைக்காரர்கள் இருந்தனர். ரூபாய்க்கு இரண்டணா வட்டி வீதம், பத்திரம் எழுதாமலேயே கடன் கொடுத்து வந்தனர். கிராமத்தார்களுக்கு, கொடுக்கல் வாங்கலில் விருப்பம் அதிகம். யார் யார் கையில் பத்து, இருபது ரூபாய் சேர்ந்தாலும் அவன் லேவாதேவி செய்யத் துவங்கி விட்டான். ஒரு சமயம் ஹோரி கூட லேவாதேவி செய்திருக்கிறான். அதனுடைய பலன்தான் இன்று கூட ஊர்ச்சனங்கள் ஹோரியிடம் ரகசியமாய் ஒளித்து வைக்கப்பட்ட பணம் இருக்கிறதென்று நினைக்கிறார்கள். கடைசியில் அந்தப் பணமெல்லாம் எங்கே போயிற்று? பாகம் பிரிக்கும் போதும் வெளியே வரவில்லை. ஹோரியும், தீர்த்தயாத்திரை விரதம் புண்ணியம், விருந்தென்று எதுவும் செய்யவில்லை. எங்கே போயிற்று!

என்று நினைத்தார்கள். பெருங்காயம் காலியானாலும் டப்பா மணக்கிறதே.

ஒருவன் தெய்வத்தை வேண்டிக் கொண்டான். இன்னொருவன், வேறு எவருடைய காலையோ பிடித்தான். ரூபாய்க்கு ஓரணா வட்டிக்கு ஒருவன் ஒப்புக்கொண்டான். இன்னொருவன் இரண்டணா தருவதாகச் சொன்னான். ஹோரியின் சுயாபிமானம் முற்றும் அழிந்து விடவில்லை. யார் யாருக்கு அவன் பணம் கொடுக்க வேண்டியிருந்ததோ, அவர்கள் முன்னால் எந்த முகத்துடன் போவது? ஜீங்குரி சிங்கைத் தவிர வேறு எவரும் தோன்றவில்லை. அவர்தான் சரியான பத்திரம் எழுதுவார். இதற்கு காணிக்கை தனி, கூலி தனி, ஸ்டாம்ப் பேப்பருக்கு தனிப் பணம். இது தவிர ஒருவருட வட்டியை முன் பணமாகக் கழித்துக் கொண்டுதான் பணம் தருவார். இருபத்தி ஐந்து ரூபாய்க்கு கடன் பத்திரம் எழுதினால், பதினேழு ரூபாய்தான் கைக்கு கிடைக்கும். ஆனால் இந்த நெருக்கடியான வேளையில் வேறென்ன செய்ய? ராய் சாகப் இவ்வாறு நிர்ப்பந்தப்படுத்தவில்லையென்றால் இன்னொருவரிடம் போய் எதற்காக கை நீட்டப் போகிறான்?

ஜீங்குரிசிங் உட்கார்ந்து பல்விளக்கிக் கொண்டிருந்தார். குட்டை, கட்டையான உருவம். கறுப்பு. நீண்ட மூக்கு, பெரிய மீசை. சொட்டைத் தலை. பார்த்தால் விதூஷகன் போல இருக்கும். உண்மையிலும் கேலியும் பரிகாசமுமாய்தான் இருப்பார். இந்த கிராமத்தையே தன் மாமனார் வீடாகக் கொண்டுவிட்டார். கிராமத்திலுள்ள ஆண்களை, மைத்துனரே என்றும் பெண்களை, மைத்துனி என்றும் உறவு கொண்டாடுவார். வழியில் போகும்போது சிறுவர்கள் அவரைச் சீண்டுவார்கள். “பண்டிதரே! நமஸ்காரம்” உடனே அவர் சரசரவென்று ஆசிகளை வழங்குவார். “உன் கண் அவிய” “உன் கால் உடைய” “உனக்கு காக்கா வலிப்பு வர” “உன் வீட்டில் நெருப்பு வைக்க” - இத்யாதி.

இந்த வசைமாரிகளில் சிறுவர்கள் திருப்தியடையவே மாட்டார்கள். ஆனால் கொடுக்கல் வாங்கல் விஷயத்தில் அவர் மிகவும் கறார். கண்டிப்பு. வட்டியில் ஒரு காசுகூட விடமாட்டார். தன் பணத்தைப் பத்திரப்படி வாங்கிக் கொள்ளாமல் வீட்டு வாயிலைவிட்டு நகர மாட்டார்.

ஹோரி அவருக்கு வணக்கம் தெரிவித்துவிட்டுத் தன் கஷ்டத்தைக் கூறினான்.

“உன்னுடைய அந்தப் பழைய பணத்தையெல்லாம். என்ன செய்தாய்?” என்று சிரித்துக் கொண்டே கேட்டார் அவர்.

“பணம் இருந்தால் வட்டிக்கடைக்காரர்கள் கழுத்தை நெறிப்பதிலிருந்து விடுவித்துக் கொண்டிருக்க மாட்டேனா? வட்டி கொடுப்பது யாருக்கேனும் பிடித்த விஷயமா?” என்றான் ஹோரி.

“எத்தனை வட்டி வேண்டுமானாலும் கொடுப்பீர்கள். ஆனால் புதைத்து வைத்துள்ள பணத்தை எடுக்க மாட்டீர்கள். உங்கள் போக்கே இப்படித்தான்.”

“பாபுசாகப்! புதைத்து வைப்பதெல்லாம் எங்கே? வயிற்றுக்கே போதவில்லையே! பையன் வளர்ந்து ஆளாகி விட்டான். கல்யாணம்

செய்ய எங்கும் வழியில்லை. பெண்ணும் வளர்ந்து திருமணத்திற்கு தயாராகி விட்டாள். பணம் கையிலிருந்தால், எதற்காகப் புதைத்து வைக்கப் போகிறேன்?"

ஹோரியின் வீட்டு வாசலில் பசுவைப் பார்த்ததிலிருந்து ஜீங்குரி சிங்கிற்கு அதன் மீது ஒருகண். பசுவின் வாட்ட சாட்டமும், உருவமும் ஐந்துசேர் பால் நிச்சயம் எனக் கூறியது. ஹோரியை ஏதேனுமொன்றில் சிக்க வைத்து, பசுவைத் தட்டிப் பறித்துக் கொள்ள வேண்டுமென நினைத்திருந்தார். இன்று அத்தருணமும் வந்துவிட்டது.

"சரிப்பா! உன்னிடம் ஒன்றுமில்லை. ஒத்துக் கொள்கிறேன். எவ்வளவு பணம் வேண்டுமோ, வாங்கிக் கொண்டு போ! உன் நன்மைக்காகச் சொல்லுகிறேன். நகை, கிகை ஏதேனுமிருந்தால் அடகு வைத்துவிட்டு, வாங்கிக் கொள். ஸ்டாம்ப்பேப்பர் எழுதினால் வட்டி ஏறிவிடும். சங்கடத்தில் மாட்டிக் கொள்வாய்".

வீட்டில் நகையென்ற பெயரில் ஒரு நூல் கூட கிடையாது என்று ஹோரி சத்யம் செய்தான். தனியாவின் கையிலுள்ள காப்புக்கூட கில்ட் தான்.

மிகவும் அனுதாபமுள்ளவர் போன்ற பாவத்தை முகத்தில் பூசிக் கொண்டு அவர் சொன்னார் - "அப்போ! ஒன்று செய்! புதிதாய் மாடு வாங்கி வந்திருக்கிறாய் அல்லவா? அதை எனக்கு விற்றுவிடு. அப்புறம் வட்டி, ஸ்டாம்ப் பத்திரம் எல்லா தொந்தரவும் இருக்காது. நாலுபேர் என்ன விலை சொல்லுகிறார்களோ, அதை நான் தருகிறேன். நீ அதை ரொம்பவும் ஆசையாக வாங்கி வந்திருக்கிறாய். விற்க விரும்ப மாட்டாய் என்று எனக்குத் தெரியும். ஆனாலும் இந்த நெருக்கடியைத் தாண்டித்தானே ஆகவேண்டும்."

முதலில் இந்த பிரஸ்தாபத்தைக் கேட்டு ஹோரி சிரித்தான். அமைதியாக இது பற்றி நிதானமாக யோசிக்கக் கூட அவன் விரும்பவில்லை. தாகுர் சாகப் லேவாதேவிக்காரர்களின் தந்திரங்கள் மோசடிகளைப் பற்றி, அதன் கெடுதல்கள், தீமைகளைப் பற்றி அவ்வளவு தூரம் சொன்னாரே! அதன் தந்திரங்களின் பயங்கரமான ரூபத்தை அவர் காட்டியது மனதில் அப்படியே பதிந்து விட்டது. தாகுர் சொன்னதும் சரிதான். கையில் ரூபாய் கிடைத்ததும் பசு வாங்கு என்றார். முப்பது ரூபாய்க்கு பத்திரம் எழுதினால்தான் இருபத்தி ஐந்து ரூபாய் கைக்குக் கிடைக்கும். திருப்பிக் கொடுக்க இரண்டு, மூன்று வருடமானால் அது 100 ரூபாயாகிவிடும். முதல் அனுபவமே இதைத்தான் உணர்த்தியது. கடன் என்பது, ஒரு முறை வந்தபின் திரும்பியே போகாத விருந்தாளி.

"வீட்டிற்குப் போய் எல்லோருடனும் யோசித்து விட்டுச் சொல்லுகிறேன்" என்றான் ஹோரி.

"அபிப்பிராயம் கேட்க வேண்டாம். பணம் கடன் வாங்குவதென்பது தன்னை படுநாசம் செய்து கொள்வதைத் தவிர வேறில்லை என்று அவர்களிடம் சொல்ல வேண்டும்."

"எனக்குப் புரிகிறது. இதோ வந்து பதில் கூறுகிறேன்."

ஆனால் வீட்டிற்கு வந்து இதைக் கூறியதும் பெரும் கலவரம் மூண்டுவிட்டது. தனியா அவ்வளவு கூச்சல் போடவில்லை. இரண்டு பெண்களும் ஒரே அமர்க்களம் செய்து விட்டார்கள். எங்களுடைய பசுவைத் தரமாட்டோம். எங்கிருந்து வேண்டுமானாலும் பணம் தேடிக் கொள் என்றனர். "இதைவிட என்னையே விற்றுவிடு" என்று கூறும் அளவிற்கு சோனா போய்விட்டாள். 'பசுவை விட அதிகப்பணம் கிடைக்கும்' என்றாள்.

ஹோரி செய்வதறியாது நின்றான்.

இரண்டு பெண்களும் உண்மையிலேயே பசுவின் மீது உயிராக இருந்தனர். ரூபா அதன் கழுத்தைக் கட்டிக் கொள்வாள். அதற்குக் கொடுக்காமல் எதுவும் சாப்பிட மாட்டாள். பசு எவ்வளவு அன்போடு அவள் கையை நக்குகிறது. அன்பு ததும்பும் விழிகளால் அவளைப் பார்க்கிறது. இது கன்று போட்டால் அது எத்தனை அழகாக இருக்கும். இப்பொழுது கன்றுக்குட்டிக்கு பெயர் வைத்தாகி விட்டது, "மட்டுரூ" என்று. அவள் அதைத் தன் பக்கத்தில் வைத்துக் கொண்டுதான் தூங்குவாள். இந்தப் பசுவிற்காக ரூபா, சோனா இருவருக்கிடையேயும் பலமுறை சண்டை வந்துவிடும். 'பசுவிற்கு என்மேல்தான் இஷ்டம் என்பாள் சோனா'. 'இல்லை என்மீதுதான்' என்பாள் ரூபா. இதற்கான முடிவோ, தீர்ப்போ இதுவரை ஏற்படவில்லை. ஏன் எனில் இருவரின் தாவாக்களும் வலுவாக இருந்தன.

ஆனால் ஹோரியோ, முன்பின் யோசித்து கடைசியில் எப்படியோ தனியாவைச் சம்மதிக்க வைத்துவிட்டான். ஒரு நண்பனிடமிருந்து கடனாக மாட்டை வாங்கி அதை விற்றுவிடுவதென்பது ரொம்பவும் மோசமானது ஆனால் கஷ்ட காலத்தில் மனிதனின் தர்மம் கூட போய்விடுகிற போது, இதென்ன பெரிய விஷயம்? இல்லாவிடில் ஆபத்து, கஷ்டமென்றால் ஏன் இத்தனை பயப்படுகிறார்கள்? கோபர் ஆட்சேபணையொன்றும் கூறவில்லை. தற்சமயம் அவன் வேறொரு விஷயத்தில் நாட்டம் கொண்டிருந்தான். இரண்டு பெண்களும், இரவு தூங்கிய பின், பசுவை ஜீங்குரி சிங்கின் வீட்டிற்கு கொண்டுபோய் விடுவது என்று தீர்மானிக்கப் பட்டது.

பகல் பொழுது எப்படியோ கழிந்தது. மாலையாயிற்று. இரண்டு பெண்களும் எட்டு அடிக்க, அடிக்க சாப்பிட்டு விட்டுத் தூங்கி விட்டனர். இந்தப் பரிதாபமான காட்சியைக் காண விரும்பாத கோபர் எங்கேயோ போய்விட்டான். பசு வீட்டை விட்டுப் போவதை அவனால் எப்படிப் பார்த்துக் கொண்டிருக்க முடியும்? கண்ணீர் பெருகுவதை எப்படித் தடுக்க முடியும்? ஹோரி கூட மேலுக்கு உறுதியாகக் காட்டிக்கொண்டாலும், அவனது மனம் சஞ்சலப் பட்டது. இந்த சமயத்தில் அவனுக்கொரு இருபத்தி ஐந்தே ரூபாய் கொடுக்க, எந்தப் பயலும் தயாராக இல்லை. பின்னால் ஐம்பதாகக் கூட வாங்கிக் கொள்ளட்டுமே! அவன் பசுவின் முன்னே போய் நின்றான். பசுவின் உயிர்த் துடிப்புள்ள பெரிய கரிய விழிகளில் நீர் தளும்பி நிற்பதுபோல் தோன்றியது. "நாலு நாட்களிலேயே என் மீது உன் ஆசை தீர்ந்து விட்டதா? நான் உயிருள்ள வரை இதை

விற்கமாட்டேன் என்று வாக்களித்தாயே? இதுதான் நீ கொடுத்த வாக்கா? நான் உன்னிடம் எதையும் கோரவில்லை. எதைப் போட்டாயோ, வைக்கோலும் புண்ணாக்கும் அதைத் தின்று திருப்தியடைந்தேன். "பேசு.. ஏதேனும் சொல்லு" என்று கூறுவது போலிருந்தது.

"பெண்கள் தூங்கி விட்டார்கள். இதை ஓட்டிக் கொண்டு போவதானே! விற்கத்தான் வேண்டுமென்றால் இப்பொழுதே விற்றுவிடு" என்றாள் தனியா.

"எனக்குக் கையே வரவில்லை.. தனியா" என்றான் ஹோரி. அவன் குரல் நடுங்கியது. "அதன் முகத்தைப் பார்த்தாயா? இருக்கட்டும் விடு. வட்டிக்குக் கடன் வாங்கிக் கொள்கிறேன். கடவுளருளிருந்தால் எல்லாக் கடனும் அடைபட்டுப் போகும். முந்நூறு, நானூறு ரூபாய்தானே! ஒரு தரம் கரும்பு விளைந்தால் போதும்."

தனியா பெருமிதம் பொங்கும் அன்புடன் அவனை நோக்கினாள். "வேறென்ன? எவ்வளவோ தவம் செய்து இந்த வீட்டிற்கு ஓர் பசு வந்துள்ளது. அதையுமா விற்றுவிடுவது. நாளைக்கே கடன் வாங்கி விடு. மற்ற எல்லாக் கடன்களும் அடைபடுவது போல் இதுவும் அடைஞ்சு போகும்" என்றாள்.

உள்ளே ரொம்பவும் புழுக்கமாக இருந்தது. காற்றே இல்லை. ஓர் இலைகூட அசங்கவில்லை. மேகங்கள் கவிந்திருந்தனவே தவிர மழை பெய்யும் அறிகுறியே இல்லை. ஹோரி பசுவைக் கொண்டு வந்து கட்டினான். எங்கே கொண்டு போகிறாய்? என்று தடுத்தாள் தனியா. ஹோரி காதில் வாங்கிக் கொள்ளவில்லை. "வெளியே காற்றோட்டமாக கட்டுகிறேன். நிம்மதியாக, சுகமாக இருக்கும். அதுவும் ஒரு உயிருள்ள ஜீவன்தானே? பசுவை வெளியே கட்டிவிட்டு அவன் தன் இளைய தம்பி சோபாவைப் பார்க்கச் சென்றான். கடந்த சில மாதங்களாக சோபாவிற்கு காசநோய் கண்டிருந்தது. வைத்தியம், மருந்துக்கு வகையில்லை. சாப்பாட்டிற்கும் வழியில்லை. ஆதலால் வேலை செய்ய வேண்டியிருந்தது. அதுவும் நெஞ்சுடைய பாடுபட வேண்டும். இதனால் அவனது உடல்நிலை நாளுக்குநாள் மோசமாகிக் கொண்டே போயிற்று. சோபா ரொம்பவும் பொறுமைசாலி. சண்டை, சச்சரவென்றால் காததூரம் ஓடிவிடுவான். தன் வேலையுண்டு தானுண்டு என்றிருப்பவன். யார் வழிக்கும் போக மாட்டான். ஹோரிக்கு அவன் மீது விருப்பம் உண்டு. அவனும் ஹோரியின்பால் மதிப்பும், மரியாதையும் வைத்திருந்தான். இருவரும் காசு, பணம் எப்படித் திரட்டுவது என்பது பற்றி பேசினர். ராய் சாகப்பின் புதிய உத்தரவு இத்தகைய விமர்சனங்களுக்கு இலக்காகி விட்டிருந்தது. கிட்டத்தட்ட பதினோரு மணிக்கு, ஹோரி வீடு திரும்பினான். உள்ளே நுழையும்போது, பசுவின் அருகே யாரோ நிற்பதுபோல் அவனுக்குத் தோன்றியது.

"யாரது? அங்கே நிற்பது?" என்றான் ஹோரி.

"நான்தான் அண்ணே! உன் கணப்பிலிருந்து தணல் எடுக்க வந்தேன்" என்றான் ஹீரா.

ஹீரா அவன் வீட்டுக் கணப்பிலிருந்து தணல் எடுத்துப் போக வந்திருக்கிறான். இந்த சின்ன விஷயம் ஹோரிக்கு தன் தம்பியின் நெருக்கமான உள்ளார்ந்த உறவை உணர்த்தியது. ஊரில் இன்னமும் எத்தனையோ வீட்டில் கணப்பு இருக்கிறது. எங்கிருந்து வேண்டுமானாலும் தணல் கிடைக்கும். இருந்தாலும் தன்னுடையவன் என்றுதானே இங்கிருந்து நெருப்பு எடுக்க வந்திருக்கிறான். இவன் மட்டும் என்ன? ஊரில் எல்லோரும் தணல் எடுத்துப் போக வருவதுண்டே! ஊரிலேயே அணையாமல் கனன்று கொண்டிருக்கும் கணப்பு இவனுடையதுதான். ஆனால் இன்று ஹீரா வந்தது வேறு விஷயம். அதுவும் அன்றைய தினம் நடந்த சண்டைக்குப் பிறகு ஹீராவின் மனதில் கபடம் கிடையாது. முன் கோபி. அதனால் சுத்தமான இதயம். நல்ல மனது. ஹோரி அன்பு ததும்பும் குரலில் "புகையிலை இருக்கிறதா? கொண்டு வந்து தரட்டுமா?" என்று வினவினான்.

"வேண்டாம் அண்ணே! புகையிலை இருக்கிறது."

"சோபாவிற்கு இன்று ரொம்பவும் உடம்பு சரியில்லை".

"மருந்து எதுவும் சாப்பிடுவதில்லை. என்ன செய்வது? அவனைப் பொறுத்த வரையில், வைத்தியர்கள், டாக்டர்கள், ஹக்கீம்... எல்லோருமே ஒன்றும் தெரியாதவர்கள். பகவான் அவனுக்கும் அவன் பொண்டாட்டிக்குமே தன்னிடமிருந்த மூளையையெல்லாம் வைத்து விட்டார்."

"இதுதான் அவனிடம் உள்ள கெட்ட குணம். யாரையும் மதிப்பதில்லை. யார் பேச்சும் கேட்பதில்லை. நோய் வந்தால் எல்லோருமேதான் சிடுசிடுப்பாகி விடுகிறோம். ஒருமுறை உனக்கு இன்புளூன்சா சுரம் வந்ததே நினைவிருக்கிறதா? நீ மருந்தை வீசி எறிந்து விடுவாய். நான் உன் இரு கைகளையும் பிடித்துக் கொள்வேன். உன் அண்ணி உன் வாயில் மருந்தை ஊற்றுவாள். இதற்காக நீ அவளை ஆயிரம் திட்டுகள் திட்டுவாய்".

"ஆமாம். அண்ணே! அதையெல்லாம் மறக்க முடியுமா? நீ அவ்வளவெல்லாம் செய்திருக்காவிடில் உன்னுடன் சண்டைபோட நான் எப்படி பிழைத்திருப்பேன்?

ஹீராவின் குரல் கனத்திருப்பது போல், ஹோரிக்குத் தோன்றியது. அவனுக்கும் தொண்டையை அடைத்தது.

"இல்லேப்பா! சண்டையும் சச்சரவும் வாழ்க்கையின் தர்மம். நம்முடையவர்கள் இதனால் வேற்று மனிதர்களாகி விடுகிறார்களாயென்ன? வீட்டில் நாலைந்து பேர்கள் இருந்தால் சண்டை சச்சரவும் உண்டாகிறது. ஒருவருமே இல்லாதவர்களுடன் யார் சண்டை சச்சரவிடப்போகிறார்கள்?"

இரண்டுபேரும் ஒன்றாக 'சிலம்' (புகை) பிடித்தார்கள். ஹீரா தன் வீட்டிற்குப் போனதும் ஹோரி தன் வீட்டிற்குள் சாப்பிடச் சென்றான்.

"பார்த்தியா! உன் சத்புத்திரனின் லீலையை! இரவு இத்தனை நேரமாகிவிட்டது, இன்னமும் ஊர் சுத்துவதிலிருந்து சாப்பிட வர நேரம் கிடைக்கவில்லை. எனக்கெல்லாம் தெரியும். எனக்கு எல்லா

விஷயமும் தெரிந்து போய்விட்டது. போலாவின் மகள் அந்தக் கைம்பெண் இருக்கிறாளே ஜுனியா! அவள் மயக்கத்திலிருக்கிறான் துரை" எனக் கோபத்துடன் கூறினாள் தனியா.

ஹோரியின் காதுக்கும் விஷயம் எட்டியிருந்தது. ஆயினும் அவனுக்கு நம்பிக்கை ஏற்படவில்லை. பாவம்! கோபர்! அவனுக்கென்ன இதெல்லாம் தெரியும் என்றே நினைத்தான். "உனக்கு யார் சொன்னது!" என வினவினான் ஹோரி.

தனியா காளியாகிவிட்டாள் "உனக்குத் தெரியாமலிருக்கலாம். ஊர் முழுவதும் இதே பேச்சுத்தான். இவன் முட்டாள். ஒன்றும் தெரியாதவன். அவள் சிறுக்கி. கை தேர்ந்தவளாயிற்றே இவனை ஆட்டுவித்துக் கொண்டிருக்கிறாள் தன்னிஷ்டப்படி. தன் மீது உயிரையே வைத்துக் கொண்டிருக்கிறாள் என்று இவன் நினைத்துக் கொண்டிருக்கிறான். நீயே அவனைக் கூப்பிட்டுப் புத்தி சொல். ஏதேனும் ஏடா கூடாமாகப் போய் விட்டால், நாம் முகத்தைக் காட்ட முடியாது."

ஹோரி உற்சாகத்திலிருந்தான். வேடிக்கையாக சீண்ட வேண்டும் போலிருந்தது - "ஜுனியா பார்க்க, நன்றாகத்தானிருக்கிறாள். அவளையே நிச்சயம் செய்துவிடேன். செலவில்லாமல் இந்த மாதிரிப் பெண் எங்கே கிடைப்பாள்?" என்றான்.

தனியாவின் உள்ளத்தில் இந்தக் கிண்டல் அம்புபோல் தைத்தது. "ஜுனியா இந்த வீட்டிற்குள் வந்தாள், அந்த வாழாவெட்டிச் சிறுக்கியின் முகத்தை, பொசுக்கி விடுவேன். கோபருக்கு பிரியமானவளானால் அவளை வைத்துக் கொண்டு எங்கே வேண்டுமானாலும் இருக்கட்டும்."

"கோபர் இந்த வீட்டிற்கே அழைத்து வந்தால்!"

"அழைத்து வந்தால், இந்த இரண்டு பெண்களையும் யார் கழுத்தில் கட்டுவாய்? அப்புறம் உறவு முறைகளில் உன்னை யார் மதிப்பார்கள்? ஒருவனும் வீட்டுவாசலுக்கு கூட வரமாட்டான்."

"அவனுக்கு இதைப்பற்றியெல்லாம் என்ன அக்கறை?"

"நான் அவனை அப்படியெல்லாம் விட்டுவிட மாட்டேன். உயிரைக் கொடுத்து வளர்த்தி இருக்கிறேன். அந்த ஜுனியா வந்து ராஜ்ஜியம் ஆளுவாளா? அந்தச் சிறுக்கியின் வாயிலே நெருப்பை வைப்பேன் விடுவேனா?"

கோபர் சரேலென உள்ளே நுழைந்து திகிலடைந்த குரலில் - "அப்பா! நம் பசு சுந்தரியாவிற்கு என்னவாயிற்று? பாம்பு, சீம்பு, தீண்டிவிட்டதா? கிடந்து துடிக்குதே" என்றான்.

ஹோரி சமையலறைக்குள் சென்றிருந்தவன் தட்டை அப்படியே வைத்துவிட்டு வெளியே வந்தான். "என்னடா அபசகுணமாய் பேசுகிறாய்? நான் இப்பொழுதுதானே பார்த்துவிட்டு வந்தேன். சும்மா தானே நின்றது" என்றான்.

மூவருமாய் வெளியே வந்தனர். லாந்தரைக் கொண்டுவந்து பார்த்தனர். சுந்தரியாவின் வாயில் நுரை தள்ளியிருந்தது. கண்கள் நிலை குத்தியிருந்தன. வயிறு உப்பியிருந்தது. நாலு கால்களும் விரைத்து விரிந்து கிடந்தன.

தனியா தலையில் அடித்துக் கொண்டாள். ஹோரி பண்டிதர் தாதாதீனின் வீட்டிற்கு ஓடினான். மாடு, பசுவின் வைத்தியத்தில் கை தேர்ந்தவர் அவர். உறங்கச் சென்று கொண்டிருந்தவர், உடனே ஓடோடியும் வந்தார். நிமிடத்திற்குள் கிராமம் முழுவதுமே அங்கு கூடிவிட்டது. பசுவிற்கு யாரோ எதையோ ஊட்டிவிட்டனர். அறிகுறிகள் தெளிவாகப் புலப்பட்டன. விஷம் கொடுத்திருப்பது தெரிந்து விட்டது. ஆனால் ஊரில் அப்படிப்பட்ட, விரோதி யார்? பசுவிற்கு விஷம் வைக்க? இதுவரை இப்படியொரு சம்பவம் அந்த ஊரில் நிகழ்ந்ததேயில்லை. வெளியேயிருந்து கிராமத்திற்குள் அப்படி யார் வருவார்கள் விஷம் வைக்க? ஹோரிக்கு யாரிடமும் விரோதமோ, பகைமையோ இல்லை. சந்தேகப்படுவதற்கு யாருமில்லை. ஹீராவுடன் கொஞ்சம் சச்சரவு நடந்தது உண்மைதான். வாய்ச் சண்டை, அண்ணன் தம்பிகளுக்குள் அவ்வளவுதான். எல்லோரையும் விட ஹீராதான் அதிகம் வருந்தினான். “யார் அந்தச் சண்டாளன்! அவனைக் கொன்றுவிடுகிறேன்.” என்று அவன்தான் மிரட்டிக் கொண்டிருந்தான். எத்தனைதான் முன்கோபியாக இருந்தாலும், இத்தனை நீசத்தனமான காரியத்தைச் செய்யத் துணிவானா என்ன?

நள்ளிரவு வரையில் கூட்டம் கலையவில்லை. எல்லோருமே ஹோரிக்கு நேர்ந்த இழப்பில் துயரமுற்றிருந்தனர். அந்த முகமறியா கொலைக்காரனைத் திட்டித் தீர்த்தனர். இச்சமயம் அவன் மட்டும் பிடிபட்டிருந்தால் உயிரோடு தப்ப முடியாது. இப்படிப்பட்ட நிலைமையென்றால் மாடு, கன்றுகளை எப்படி வெளியே கட்டி வைப்பது? எல்லோருடைய மாடு, கன்றுகளெல்லாம் இராப்பகல் வெளியேதானிருக்கின்றன. இதைப்பற்றிய கவலையே எவருக்கும் இருந்ததில்லை. ஆனால் இப்பொழுது புதியதொரு ஆபத்தல்லவா முளைத்திருக்கிறது! இந்தப் பசுதான் எப்படியிருந்தது? பார்த்துக் கொண்டே இருக்கலாம். அத்தனை கம்பீரம்! வாலிப்பு! பூசை செய்யலாம் எனத் தோன்றும். பால் ஐந்து சேருக்குக் குறையாதே! ஒவ்வொரு கன்றும் நூறு ரூபாய்க்கு விலை போகும். இந்த வீட்டிற்கு வந்து அதிக நாள் ஆகவில்லை. அதற்குள் இடி வீழ்ந்து விட்டதே!

எல்லோரும் அவரவர் வீட்டிற்குச் சென்ற பின்னர், தனியா, ஹோரியைத் திட்டவாரம்பித்தாள். “உனக்கு எத்தனை லக்ஷம் தரம் சொன்னாலும், உன் இஷ்டப்படித்தான் செய்வாய். நீ மாட்டை அவிழ்த்து வெளியே கொண்டு போகும்போதே, வெளியே கொண்டு போகாதே என்று மல்லுக்கு நின்றேன். நமக்கு நல்ல காலம் இல்லை. எப்பொழுது என்ன நேருமோ என்றிருந்தேன். நீதான் மாட்டுக்கு உள்ளே உஷ்ணமாயிருக்கிறதென்று வெளியே கூட்டிப்போனாய். பார்த்தாயல்லவா? ஒரேயடியாய் குளிர்ந்து போய்விட்டதே! இனி உனக்கும் திருப்திதானே! உன் மனசும் குளிர்ந்ததா? தாகுர் கேட்டார். கொடுத்திருந்தால், ஒரு பாரமாவது தலையைவிட்டு இறங்கியிருக்கும். காரியத்திற்கு காரியமும் ஆகியிருக்கும். ஆனால் இந்த அடிபடவேண்டுமே! அதெப்படி நடக்காமலிருக்கும்! கெட்டதோ-தீமையோ நடக்க வேண்டுமென்றிருந்தால், முதலிலேயே புத்தி கெட்டு விடுகிறதே! இத்தனை நாளாய் முற்றத்தில்தானே

கட்டியிருந்தேன். உஷ்ணமும் ஆகவில்லை. குளிர் காய்ச்சலும் வந்து விடவில்லை. எல்லோரையும் நன்றாகப் புரிந்து கொண்டு விட்டது அது. வெளியே இருந்து வந்திருக்கிறதென்றே தோன்றவில்லை. எல்லோரிடமும் அத்தனை ஒட்டிக் கொண்டு விட்டது. குழந்தைகள் அதன் கொம்பைப் பிடித்து விளையாடப் பயப்படுவார்கள். ஆனால் அது தலையைக் கூட அசைக்காது. தாழியில் எதைப் போட்டாலும் சரி, நறுவிசாய் நக்கிச்சாப்பிட்டு விடும். சாட்சாத் லக்ஷிமி அது. நம் போன்ற அதிருஷ்டம் கெட்டவர்களின் வீட்டில் அதெப்படி இருக்கும்?" என்று பொரிந்து தள்ளினாள்.

இந்தக் குழப்பத்திலும் இரைச்சலிலும் சோனாவும், ரூபாவும் விழித்துக் கொண்டுவிட்டவர்கள், அழுது புலம்பலானார்கள். பசுவைக் கவனிக்கும் பொறுப்பு பெரும்பாலும் அவர்களுடையதாகத்தானிருந்தது. அது அவர்களுடைய தோழியாகவன்றோ இருந்தது. இருவரும் சாப்பிட்டு எழுந்தால், தங்கள் கையால் ஒரு ரொட்டியை அதற்கு ஊட்டுவார்கள். நாக்கை நீட்டி அது எப்படிச் சாப்பிடும் அதை? அவர்கள் கையால் சாப்பிடாத வரையில் நின்று பார்த்துக் கொண்டே இருக்கும். விதி இப்படியாகி விட்டதே!

கோபரும், இரண்டு பெண்களும் அழுது, புலம்பிவிட்டு உறங்கி விட்டனர். ஹோரியும் படுத்துக் கொண்டான். தனியா அவனது தலைமாட்டில் தண்ணீர் லோட்டாவை வைக்க வந்ததும் ஹோரி மெதுவான குரலில் - "உன் வாயில் எதுவுமே நிற்காது. ஏதாவது சொன்னால் ஊர் முழுவதும் பறைசாற்றி விடுவாய் நீ" என்றான்.

தனியா இதை ஆட்சேபித்தாள் "அப்படி நானென்ன பறைசாற்றிக் கொண்டுத் திரிந்தேனாம்? வீணாக எனக்கு கெட்ட பெயர்" என்றாள்.

"உனக்கு யார் மீதாவது சந்தேகமா?"

"எனக்கு யார் மீதும் சந்தேகமில்லை. யாரோ வெளியாளாக இருக்கும்."

"ஒருத்தரிடமும் சொல்ல மாட்டாயே?"

"சொல்ல மாட்டேன். சொன்னால் ஊரார் எனக்கு நகையா செய்து போடப்போகிறார்கள்?"

"யாரிடமாவது சொன்னால் கொன்றுவிடுவேன்."

"என்னை கொன்றுவிட்டுச் சுகமாயிருங்கள். இனி இன்னொரு பெண்டாட்டி கிடைக்க மாட்டாள். நான் இருக்கும் வரை உன் குடித்தனத்தை எப்படியோ சமாளிப்பேன். நான் செத்தால் நீ தலையில் கை வைத்துக் கொண்டு அழுவாய். இப்போ, எல்லாப் பொல்லாத குணங்களும் என்னிடந்தானிருக்கின்றன. அப்போ உன் கண்ணிலிருந்து தாரையாக கண்ணீர் வடியும்."

"எனக்கு ஹீராவின் மீது சந்தேகமாயிருக்கிறது"

"பொய்.. வெறும் பொய். ஹீரா அத்தனை நீசன் அல்ல, வாய்தான் பொல்லாதது.

"நான் என் கண்ணால் பார்த்தேன். உன் மீது ஆணை"

"உன் கண்ணால் பார்த்தாயா? எப்பொழுது?"

"சோபாவைப் பார்த்து விட்டு வந்தேனா, அப்போ அவன் சுந்தரியாவின் தீனித் தாழிக்குப் பக்கத்திலே நின்று கொண்டிருந்தான். யாரது? என்று நான் கேட்டதும், "நான்தான் ஹீரா. கணப்பிலிருந்து தணல் எடுத்துப் போகவந்தேன்" என்றான். சற்று நேரம் என்னுடன் பேசிக் கொண்டிருந்தான். 'சிலம்' புகை பிடித்தோம். அவன் அந்தப் பக்கம் போனதும் நான் உள்ளே வந்தேன். அப்புறம் கோபர் கூச்சலிட்டான். நான் பசுவை வெளியே கட்டிவிட்டு சோபாவைப் பார்க்கப் போனதும் இங்கே இவன் வந்து அதற்கு ஏதோ கொடுத்து விட்டான். பிறகு அது உயிரோடிருக்கிறதா இல்லையா என்று வேவு பார்க்க வந்தான் போலிருக்கிறது."

தனியா நீண்ட பெருமூச்செறிந்தவளாய், "இப்படியும் உடன் பிறந்தவர்களிருக்கிறார்கள். உடன்பிறப்பின் கழுத்தை நெறிக்கக் கூட தயங்குவதில்லை. ஐயோ! ஹீரா மனசிலே இத்தனைக் கள்ளமா? அந்த அயோக்கியப் பயலை நானல்லவா ஊட்டி வளர்த்து பெரியவனாக்கினேன்." எனப் பொருமினாள்.

"சரி, சரி. போய்ப் படு. யாரிடமும் மூச்சு விட்டு விடாதே"

"விடியட்டும். பொழுது விடிந்ததுமே அந்தப் பயலைப் போலீஸ் ஸ்டேஷனுக்கு அனுப்பாவிட்டால் நான் என் அப்பாவிற்கு பொறந்தவள் அல்ல. இந்தக் கொலைக்காரன் தம்பி என்று சொல்லிக் கொள்ள யோக்கியதை உள்ளவனா? தம்பி செய்கிற காரியமா இது? இவன் என் பகையாளி. பக்கா எதிரி. எதிரியை வீழ்த்துவது பாவமல்ல. விட்டு விடுவதுதான் பாவம்."

"தனியா சொல்லி விட்டேன்! நீ வாயைத் திறந்தால் அனர்த்தமாகிவிடும்" என மிரட்டினான் ஹோரி.

தனியா ஆவேசத்துடன் – "அனர்த்தமென்ன? அனர்த்தத்துக்கு மேலே பிரளயமே ஆகிவிடும். அவனை ஜயிலுக்கு அனுப்பாமல் விடமாட்டேன். மூன்று வருஷம் கல்லுடைக்கட்டும். மூன்று வருடம்! வெளியே வந்தாலும் பசுவைக் கொன்ற பாவம் தலை மீதிருக்கும். தீர்த்த யாத்திரை போக வேண்டும். சாப்பாடு போட வேண்டும். உன்னையே சாட்சி சொல்ல வைப்பேன். பிள்ளை மீது ஆணையிட்டு சொல்ல வைப்பேன். சும்மா விட்டு விடுவேன் என நினைக்காதே!"

தனியா உள்ளே போய் கதவைத் தாளிட்டுக் கொண்டாள். ஹோரி வெளியே தன் விதியை நொந்து கொண்டு கிடந்தான். அவன் வாயிலேயே விஷயம் நிற்காதபோது, தனியா வாயிலா நிற்கப் போகிறது. இனி இந்தச் சண்டாளி சும்மா இருக்கமாட்டாள். பிடிவாதம் வந்து விட்டால், யார் பேச்சையும் கேட்கமாட்டாள். இன்று தன் வாழ்க்கையிலேயே தான் மிகப் பெரிய தவறு செய்துவிட்டதாக ஹோரி மனம் புழுங்கினான். புரண்டு புரண்டு படுத்தான்.

நாற்புறமும் காடாந்திர மௌனம் விரவி நின்றது. காளை மாடுகள் கழுத்து மணியோசை மட்டும்தான் இடையிடையே கேட்டது. பத்தடி தூரத்தில் செத்த மாடு கிடந்தது. இருளில் எங்கும் ஒளிக் கீற்றுக்கூட தென்படவில்லை.

❑

9

மறுநாள் காலையில் ஹோரியின் வீட்டில் ஒரு பெரிய அமர்க்களமே நடந்தது. ஹோரி தனியாவை அடித்துக் கொண்டிருந்தான். தனியா அவனை வசைபாடிக் கொண்டிருந்தாள். இரண்டு பெண் குழந்தைகளும் அப்பாவின் காலைக் கட்டிக் கொண்டு கதறிக் கொண்டிந்தனர். கோபர், அம்மாவிற்கு அடிவிழாமல் பார்த்துக் கொண்டான். அடிக்க வரும் போதெல்லாம் தன் அப்பாவின் கையைப் பிடித்து பின்னால் தள்ளிவிடுவான். ஆனால் தனியாவின் வாயிலிருந்து திட்டுகள் உதிர்ந்ததும், கையை விடுவித்துக் கொண்டு இரண்டொரு குத்தும், உதையும் கொடுத்து விடுவான். அவனுடைய கோபமும் ஆத்திரமும் ஏதோ ஒளித்துத் திரட்டி வைத்திருந்த சக்தியையெல்லாம் அவன் வெளியே கொண்டு வந்திருப்பது போல் தோன்றியது. கிராமம் முழுவதிலும் பரபரப்பு மூண்டு விட்டது. சமாதானப் படுத்துகிறோம் என்ற சாக்கில் வேடிக்கை பார்க்க எல்லோரும் கூடிவிட்டனர். தடியை ஊன்றிக் கொண்டு சோபா கூட வந்துவிட்டான்.

“இதென்ன ஹோரி! உனக்கென்ன பைத்தியமா? வீட்டு கிரகலட்சுமியின் மீது யாரேனும் கைவைப்பார்களா இப்படி? உனக்கு இந்த வியாதி இல்லாமலிருந்தது. ஹீராவிடமிருந்து உன்னிடம் இது தொற்றிக் கொண்டு விட்டதா?” என அதட்டினார் தாதாதீன்.

“மகராஜ்! இந்த சமயத்தில் நீங்கள் ஒன்றும் பேசாதீர்கள். இன்று இவள் உயிரை எடுத்துவிட்டுதான் நான் விடப்போகிறேன். நான் எத்தனைக்கெத்தனை தாழ்ந்து போனாலும் இவள் தலைக்கு மேல் ஏறுகிறாள்” என்று தண்டனிட்டு நமஸ்கரித்த ஹோரி கூறினான்.

“மகராஜ்! நீங்களே சாட்சி, நான் இன்று இவனையும், இவனது கொலைகாரத் தம்பிகளையும் ஜயிலுக்கு அனுப்பிவிட்டுதான் ஒரு சொட்டுத் தண்ணி குடிப்பேன். இவன் தம்பி என் பசுவிற்கு விஷம் வைத்துக் கொன்றுவிட்டான். நான் போலீஸ் தாணாவில் ரிப்போர்ட் கொடுக்கப் புறப்பட்டால், இந்தக் கொலைக்காரப் படுபாவி என்னை அடிக்கிறான். என் ஆயுசு பூரா இவனுக்காக பாடுபட்டதற்கு இதுதான் இனாம்” தனியா ஆத்திரம் மேலிடக் கூவினாள்.

ஹோரி பற்களைக் கடித்துக் கொண்டு, உறுத்துப் பார்த்தவனாய், “திரும்பவும் அதையேதானே சொல்லுகிறாய், பாதகி. ஹீரா விஷம் கொடுத்ததை நீ கண்ணால் பார்த்தாயா?” என உறுமினான்.

“மாட்டுத் தாழியின் பக்கத்திலே ஹீரா நின்றதை நீ பார்க்க வில்லை என்று சத்தியம் செய்”

“நான் பார்க்கவில்லை. சத்தியம் செய்ய நான் தயார்.”

“உன் தலையில் கை வைத்து சத்தியம் செய்.”

ஹீரா, கோபரின் தலையில் நடுங்கிய தன் கரத்தை வைத்து நடுங்கிய குரலில் சொன்னான், என் பிள்ளையின் மீது ஆணையாகச் சொல்லுகிறேன். நான் ஹீரா மாட்டுத் தாழியின் பக்கத்தில் நிற்பதைப் பார்க்கவில்லை."

தனியா தரையின் மீது காறித்துப்பினாள். "சீச்சி... உன் பொய்யும் புரட்டும். எனக்கு வெறுப்பாக இருக்கிறது. நீ என்னிடம் ஹீரா திருடன் போல் மாட்டுத் தாழி பக்கத்தில் நின்று கொண்டிருந்தானென்று சொல்லவில்லை? இப்போ தம்பியின் சார்பாகப் பொய் சொல்லுகிறாயா? தூ! என் பிள்ளைக்கு ஏதாவது நேர்ந்து விட்டால், உன் வீட்டையே கொளுத்திவிடுவேன். உன் குடும்பத்தையே எரித்து விடுவேன். பகவானே! ஒரு மனுசன் தன் வாயாலேயே சொல்லிவிட்டு கொஞ்சம் கூட வெட்கமில்லாமல் மாற்றிக் கொள்கிறானே" என குமுறினாள்.

ஹோரி கால்களை ஓங்கி தரையில் உதைத்த வண்ணம் கத்தினான், "தனியா! எனக்கு ஆத்திர மூட்டாதே! ரொம்ப பொல்லாதவனாகி விடுவேன்."

"அடித்துக் கொண்டுதானே இருக்கிறாய்! இன்னமும் அடி. உன் அப்பனின் பிள்ளையானால் இன்று என்னைத் தீர்த்துக் கட்டிவிட்டு தான் தண்ணீ குடிக்க வேண்டும் நீ! பாவி! என்னை அடித்து அடித்து உயிரை எடுத்து விட்டான். அப்படியும் திருப்தி இல்லையே! என்னை அடித்துவிட்டு, பெரிய வீரனென்று நினைப்பு. தம்பிமார்களுக்கு முன்னே, பெட்டிப்பாம்பாய் அடங்கிப் போகிறானே! மகாபாவி! கொலைகாரா! ...." தொடர்ந்து அவள் அழுது புலம்பிக் கொண்டே இருந்தாள்.

"இந்த வீட்டில் வந்து அவள் என்ன சுகம் கண்டாள். எத்தனை கஷ்டப்பட்டாள்? எப்படியெல்லாம் வயிற்றைக் கட்டி, வாயைக் கட்டி, ஒவ்வொருவரையும் வளர்த்தி ஆளாக்கினாள். எப்படி ஒவ்வொரு காசாகச் சேர்த்து பிடித்து உயிரைப் போல் திரட்டினாள். எத்தனை நாள் இருப்பதை எல்லோருக்கும் கொடுத்துவிட்டு, தான் தண்ணீரைக் குடித்து விட்டு தூங்கி இருக்கிறாள்? இன்று தான் செய்த இத்தனை தியாகங்களுக்கும் பலன்தான் இந்தப் பரிசு. பகவான் இந்த அநியாயங்களையெல்லாம் பார்த்துக் கொண்டு உட்கார்ந்திருக்கிறாரே! அவளைக் காப்பாற்ற ஓடிவரவில்லையே! யானையைக் காக்கவும், திரௌபதி மானத்தைக் காக்கவும், வைகுண்டத்திலிருந்து ஓடி வந்தாரே! இன்று ஏன் தூங்கிக் கொண்டிருக்கிறார்?"

கூடியிருந்தவர்களின் அபிப்பிராயம் மெல்ல மெல்ல தனியாவின் பக்கம் சாய்ந்தது. ஹீரா மாட்டிற்கு விஷம் வைத்திருப்பான் என்பதில் யாருக்கும் சந்தேகமேயில்லை. ஹோரி பொய் சத்தியம் செய்திருக்கிறான் என்றும் எல்லோரும் கருதினர். அப்பாவின் இந்தப் பொய் சத்தியமும், வரவிருக்கும் ஆபத்தைப் பற்றிய ஐயமும் கோபரையும் ஹோரிக்கு எதிராகச் செய்து விட்டது. தாதாதீன் மிரட்டியதும் ஹோரி, தோல்வியுற்றவனாய், பேசாமல் வெளியே சென்றுவிட்டான். சத்தியம்தான் ஜயித்தது.

"உனக்கு ஏதாவது தெரியுமா? என்ன நடந்தது?" என்று தாதாதீன் சோபாவைக் கேட்டார்.

தரையில் படுத்திருந்த சோபா – "மகராஜ்! நான் எட்டுநாளாய் வீட்டை விட்டு வெளியே வரவில்லை. ஹோரி அண்ணன் அவ்வப்போது வந்து ஏதாவது கொடுத்துவிட்டு போவதில்தான் குடும்பம் நடக்கிறது. நேற்றிரவு கூட என் வீட்டிற்கு வந்திருந்தார். யாரென்ன செய்தார்களென்று எனக்கொன்றும் தெரியாது. நேற்று சாயந்திரம் ஹீரா என் வீட்டிற்கு வந்து புல் செதுக்கும் களைக்கொத்து கேட்டான். எதற்கு என்று கேட்டதற்கு ஏதோ மூலிகை எடுக்க வேண்டுமென்றான். அதன் பிறகு நான் அவனைப் பார்க்கவில்லை" என்றான்.

இத்தனை ஆதாரம் கிடைத்ததும் தனியா சொன்னாள் – "மகராஜ்! இது அவன் வேலையேதான் சந்தேகமேயில்லை. சோபாவின் வீட்டிலிருந்து களைக்கொத்து வாங்கிக் கொண்டு போய், ஏதோ விஷப் பூண்டை கொத்தி எடுத்து வந்து பசுவிற்கு ஊட்டிவிட்டான். அன்று இரவு சண்டை சச்சரவு நடந்ததிலிருந்து மனசிலே வர்மம் வைத்துக் கொண்டிருந்திருக்கிறான் அவன்"

"பசுவை வதை செய்த பாபம் அவன் தலையில் விடியும் என்பது நிரூபணமாகி விட்டது. போலீஸ் ஏதும் செய்தாலும் செய்யாவிட்டாலும் தர்மம் தண்டனை கொடுக்காமல் இருக்காது. ரூபி... போய் ஹீராவை அழைத்துவா. பண்டித் தாதாதீன் கூப்பிடுகிறார் என்று சொல். அவன் பசுவைக் கொலை செய்யவில்லையென்றால் கங்கா ஜலத்தைக் கையில் எடுத்துக்கொண்டு தெய்வத்தின் மேடையின் மீதேறி சத்தியம் செய்யட்டும்" என்றார் தாதாதீன்.

"மகராஜ்! அவனது சத்தியத்தில் நம்பிக்கை இல்லை. உடனே சத்தியம் செய்து விடுவான். பெரிய தருமாத்மா என்று நினைக்கிற இவனே பொய் சத்தியம் செய்யும்போது, ஹீராவை நம்புவது எப்படி?" என்றாள் தனியா.

"பொய்ச் சத்தியம் செய்யட்டும். வம்சம் அடியோடு அழிந்து போகட்டும்! கிழவன்கள் உயிரோடிருக்கட்டும். வயசுப் பிள்ளைகள் உயிரோடிருந்து என்ன செய்யப் போகிறார்கள்?" என்று வெறுப்பை உமிழ்ந்தான் கோபர்.

ஒரே நொடியில் ரூபா திரும்பி வந்துவிட்டாள். "சித்தப்பா வீட்டிலில்லை. எங்கேயோ போய் விட்டார் என்று சித்தி சொல்லுகிறாள்" என்றாள் ரூபா.

நீண்ட தாடியை உருவிய வண்ணம் தாதாதீன் அதட்டினார், "எங்கே போய்விட்டான் என்று நீ கேட்கவில்லையா? வீட்டிற்குள்ளே ஒளிந்து கொண்டிருக்கிறானா? சோனா! நீ போய் உள்ளே இருக்கிறானா என்று பார்."

தனியா இடைமறித்தாள் – "பண்டிதரே! அவளை அனுப்பாதீர். ஹீராவிற்கு கொலை வெறி மண்டையில் ஏறியுள்ளது. இவளை என்ன செய்வானோ யார் கண்டது?"

தாதாதீன் தானே தடியை எடுத்துக் கொண்டு சென்றவர், உண்மையிலேயே ஹீரா எங்கோ போய்விட்ட சேதியைக் கொண்டு வந்தார். லோட்டா, கயிறு, தடி எல்லாவற்றையும் எடுத்துக் கொண்டு போனதாக புனியா சொல்லுகிறாள். எங்கே போகிறாய்? என்று அவள் கேட்டாளாம். அவனொன்றும் சொல்லவில்லையாம். மாடத்தில் ஐந்து ரூபாய் வைத்திருந்தானாம். அதையும் காணவில்லை என்கிறாள். அயோக்கியப் பயல் பணத்தையும் எடுத்துக் கொண்டு ஓடிவிட்டான்" என்றார்.

"முகத்தில் கரியைப் பூசிக் கொண்டு எங்கே ஓடியிருப்பான்" எனக் குளிர்ந்த மனத்துடன் கூறினாள் தனியா.

சந்தேகத்திற்கு தீர்வு ஏதும் கிடைக்கவில்லை. ஆனால் அந்த எண்ணம் உறுதியாகிவிட்டது.

இன்று ஹோரியின் வீட்டில் அடுப்பெரியவில்லை. மாடுகளுக்கு கூட யாரும் தண்ணீர் வைக்கவில்லை. கிராமம் முழுவதும் ஒரே பரபரப்பும், பேச்சுமாக இருந்தது. கூடிப் பேசிக் கொண்டிருந்தனர். விஷயம் அலசி ஆராயப்பட்டது. ஹீரா நிச்சயமாகவே எங்கோ ஓடிவிட்டான். குட்டு வெளிப்பட்டு விட்டது. ஜெயிலுக்கு போகவேண்டும், தவிர பசு வதை செய்த பாபமும் தலை மேல் உள்ளது என நினைத்து, ஓடி விட்டான். ஒன்றுமே சொல்லாமல், கொள்ளாமல் ஓடிவிட்டானே என்று புனியா அழுது கொண்டிருந்தாள்.

கொஞ்சம் நஞ்சமிருந்த குறையையும் அந்திவேளையில் அந்த இலாக்காவின் காவல்துறை அதிகாரி வந்து பூர்த்தி செய்து விட்டார். கிராமத்துக் காவற்காரன் போலீஸிடம் சென்று ரிப்போர்ட் செய்து விட்டான். அது அவனது கடமையல்லவா? போலீஸ் இன்ஸ்பெக்டர் தனது கடமையைத் தவறவிடுவாரா என்ன? இனி கிராமத்தார்கள் அவருக்கு உபசாரம் செய்து, கவனிக்க வேண்டியது அவர்களின் கடமையாயிற்றே. தாதாதீன், ஜீங்குரி சிங், நேகேராம், அவருடைய நாலு காவலாளிகள், மங்குரு சாஹ, லாலா படேசுவரி, எல்லோருமாய் திரண்டு வந்து இன்ஸ்பெக்டரின் முன்னால் கை கட்டி நின்றனர். முதலில் ஹோரி விசாரிக்கப்பட்டான். வாழ்க்கையில் முதன்முறையாக அவன் போலீஸ் இன்ஸ்பெக்டரின் முன்னால் வருகிறான். தூக்குமேடைக்குச் செல்வதுபோல் அவ்வளவு பயந்து கொண்டிருந்தான் அவன். ஒரே திகில். தனியாவை அடிக்கும்போது அவனுடைய உடலின் ஒவ்வொரு அங்கமும் வீறு கொண்டெழுந்தது. இப்பொழுதோ இன்ஸ்பெக்டரைக் கண்டதும் உடல் ஆமைபோல் சுருங்கிக் கொண்டது. இன்ஸ்பெக்டரின் ஆராயும் பார்வை, அவனது அடிமனம் வரை சென்றது; துருவியது. மனிதர்களின் இயல்பை அறியும் அவருக்கு நல்ல பயிற்சியும், பழக்கமுமிருந்தது. புத்தகத்து மனோத் தத்துவத்தின் ஞானமில்லாவிடினும் விவகார ஞானத்து மனோதத்துவத்தை நன்கறிந்தவர். இன்று நல்ல முகத்தில்தான் விழித்திருக்கிறோம் என்ற நம்பிக்கை பிறந்தது. ஹோரியின் முகமோ, இவனுக்கு சும்மா ஒரு அதட்டலே போதுமென்பதைத் தெரிவித்தது. இன்ஸ்பெக்டர் கேட்டார் – "உனக்கு யார் மீதாவது சந்தேகம் உண்டா?"

குனிந்து தரையைத் தொட்ட ஹோரி, கைகளைக் கட்டிக் கொண்டு - "சர்கார்! எனக்கு யார் மீதும் சந்தேகமில்லை. பசு தானாக இறந்து விட்டது. வயதாகிவிட்டது" என்றான்.

தனியாவும் வந்து பின்னால் நின்று கொண்டிருந்தவள் உடனே, "பசுவைக் கொன்றது உன் தம்பி. சர்கார் அப்படி ஒன்றும் தெரியாதவரல்ல, நீ என்ன சொன்னாலும் நம்புவதற்கு. இங்கு விசாரணை செய்யத்தான் வந்திருக்கிறார்" என்றாள்.

யார் இவள்? எனக் கேட்டார் இன்ஸ்பெக்டர். பலரும் இன்ஸ்பெக்டருடன் நாலுவார்த்தை பேசும் பாக்கியத்திற்காகக் காத்துக் கொண்டிருந்தவர்கள், போட்டியிட்டவர்களாய், ஒரே குரலில், நான்தான் முதலில் பேசினேன் என்ற கற்பனையில் மகிழ்ந்தவர்களாய் சொன்னார்கள், "ஹோரியின் பெண்டாட்டி"

"அப்படியானால் கூப்பிடு அவளை. முதலில் அவளது வாக்குமூலத்தை எழுதிக் கொள்கிறேன். அந்த ஹீரா எங்கே?" என்றார் இன்ஸ்பெக்டர்.

பிரமுகர்கள் யாவரும் ஒருமித்த குரலில், "இன்று பொழுது விடிந்ததுமே எங்கோ போய்விட்டான் சர்கார்" என்றனர்.

"நான் அவன் வீட்டை சோதனை போடவேண்டும்" என்றார் இன்ஸ்பெக்டர்.

"சோதனையா?" ஹோரிக்கு மூச்சு முட்டியது. அவன் தம்பியின் வீட்டை சோதனை போடப் போகிறார்கள், ஆனால் அவன் வீட்டிலில்லை. தான் உயிரோடிருக்கும் வரை, கண்ணால் பார்த்துக் கொண்டிருக்கும்போது, இந்த சோதனை நடக்க இயலாது. தனியா! இனி அவளுடன் அவனுக்கு எந்த உறவுமில்லை. எங்கு வேண்டுமானாலும் போய்க் கொள்ளட்டும். அவனுடைய குல கௌரவத்தை, மரியாதையையே, குலைக்கத் துணிந்து விட்டவள், இனி அவனுடைய வீட்டில் எப்படி வாழ முடியும்? தெருத் தெருவாய் அலையட்டும். அப்பொழுதுதான் புத்தி வரும்."

கிராமத்துப் பெரியவர்கள், இந்த மகத்தான நெருக்கடியைத் தவிர்ப்பதற்காகத் தங்களுக்குள் ரகசியமாய் பேசத் துவங்கினர்.

தாதாதீன் தன் வழுக்கைத் தலையைத் தடவியவாறே - "இதெல்லாம் காசுபிடுங்கச் செய்யும் வேலை. ஹீராவின் வீட்டில் என்ன வைத்திருக்கிறனாம் கேளு" என்றார்.

படேசுவரலால் நல்ல உயரம். உயரமானாலும்கூட முட்டாள் அல்ல. தனது நீண்ட கரிய முகத்தை பின்னும் நீட்டியவாறே சொன்னார் - "பிறகு எதற்காக இங்கு வந்திருக்கிறானாம். வந்தவன் எப்பொழுதாவது ஏதாவது வாங்காமல் கொள்ளாமல் திரும்பிப் போயிருக்கிறானா?" என்றார்.

ஜீங்குரி ஹோரியைக் கூப்பிட்டு காதோடு சொன்னார் - "கொடுக்கவேண்டியதை எடு. இல்லாவிட்டால் தப்ப முடியாது."

இன்ஸ்பெக்டர் இன்னும் சற்று அதிகாரத்துடன் கர்ஜித்தார் - "நான் ஹீராவின் வீட்டை சோதனை போடப் போகிறேன்."

உடம்பிலிருந்த ரத்தமெல்லாம் சுண்டிவிட்டதுபோல் ஹோரியின் முகம் வெளிறிவிட்டது. அவன் வீடு சோதனை

போடப்பட்டாலும், தம்பியின் வீட்டை சோதனை போட்டாலும் இரண்டும் ஒன்றுதான். ஹீரா, தனியாகப் போய்விட்டான். அதுசரி. ஆனாலும் உலகத்திற்கு அவன் தம் தம்பிதானே? ஆயினும் இந்த சமயம் எதுவுமே அவன் கையிலில்லை. அவன் கையில் பணமிருந்தால் இக்கணமே ஐம்பது ரூபாய் கொண்டுவந்து இன்ஸ்பெக்டரின் காலடியில் வைத்துவிட்டு, “சர்கார்! என் மானம் மரியாதை உங்கள் கையிலிருக்கிறது” என்று சொல்லுவான். இப்பொழுதோ விஷம் வாங்கித் தின்னக் கூட அவனிடம் காலணா இல்லை. தனியாவிடம் நான்கைந்து ரூபாய்கள் இருக்கலாம். அந்தக் கழிசடை ஏன் கொடுப்பாள்? ஹோரி மரண தண்டனை பெற்றவன் போல் தலை குனிந்து, தனக்கு நேரிட்ட அவமானத்தையும் வேதனையின் தீவிரத்தையும் உணர்ந்தவனாய் மௌனமாய் நின்றான்.

தாதாதீன் ஹோரியை எச்சரித்தார் – “இனி இப்படி மசமசவென்று நின்றால் காரியம் நடக்காது. பணத்திற்கு ஏதாவ்து ஏற்பாடு செய்”

“மகராஜ்! நான் இன்னமும் என்ன சொல்லட்டும்? முன்னாலிருக்கும் கடன் சுமையே தலைக்கு மேலிருக்கிறது. இன்னமும் எந்த வாயால் கேட்கட்டும்? ஆயினும் இந்தக் கஷ்டத்திலிருந்து காப்பாற்றி விடுங்கள். உயிரோடு இருந்தால் ஒவ்வொரு பைசாவையும் அடைத்து விடுவேன். நான் செத்தாலும் கோபர் இருக்கிறான்” என்றான்.

பிரமுகர்களிடையே ஆலோசனை நடந்தது. இன்ஸ்பெக்டருக்கு எவ்வளவு காணிக்கை வைப்பது? என்ற பிரச்சனை. தாதாதீன் ‘ஐம்பது’ என்றார். ஜீங்குரி நூறு ரூபாய்க்கு குறையாதென்று அனுமானித்தார். நோகேராமும் ‘நூறுதான்’ என்றார். ஹோரியைப் பொறுத்தவரையில் நூறுக்கும், ஐம்பதுக்கும் வித்தியாசமில்லை. எப்படியாவது இந்த சோதனை என்ற சங்கடம் அவனது தலையை விட்டிறங்கினால் போதும். காணிக்கை எவ்வளவு ஆனாலும் சரி. செத்தவனை ஒரு மணங்கு விறகால் எரித்தாலென்ன? பத்து மணங்கு விறகால் எரித்தால் என்ன? அதைப்பற்றி அவனுக்கென்ன கவலை?

ஆனால் கணக்கு பிள்ளையால் இந்த அநியாயத்தைச் சகித்துக் கொள்ள இயலவில்லை. கொள்ளையோ, கொலையோ நிகழ்ந்து விடவில்லையே இங்கே! சும்மா சோதனைதானே போடப் போகிறார். இதற்கு இருபது ரூபாயே அதிகம்.

மற்றவர்களுக்கு ஒரே கோபம். “சரி! நீயே இன்ஸ்பெக்டரிடம் பேசிக்கொள். நாங்கள் கிட்ட வரவில்லை. யார் திட்டு வாங்குவது?” என்றனர்.

ஹோரி கணக்குப் பிள்ளையின் கால்களில் வீழ்ந்தான். “அண்ணே! எப்படியாவது என்னை காப்பாற்றுங்கள். உயிருள்ளவரை உங்களுக்கு கடமை பட்டவனாக இருப்பேன்” என்றான்.

இங்கு இன்ஸ்பெக்டர் தனது அகன்ற மார்பு, பருத்த தொந்தியின் முழுபலத்தையும் காட்டியவாறு – “எங்கேயிருக்கிறது ஹீராவின் வீடு? நான் அவன் வீட்டை சோதனை போடவேண்டும்” என்றார்.

கணக்குப்பிள்ளை முன்னால் வந்து அவர் காதோடு சொன்னான், “சோதனை போட்டு என்ன செய்யப் போகிறீர்கள் ஹுஜுர்! அவன் அண்ணன் உங்கள் காலைப் பிடிக்கத் தயாராக இருக்கிறான்.”

இருவரும் சற்றே எட்டச் சென்று தங்களுக்குள் பேசிக் கொண்டனர்.

“ஆசாமி எப்படி?”

“பரம ஏழை ஹுஜுர்! சாப்பாட்டிற்கு கூட வழியில்லை”

“உண்மையாகவா?”

“ஆமாம்! ஹுஜுர். உண்மையாகச் சொல்லுகிறேன்.”

“அரே! ஒரு ஐம்பது கூடவா வழியில்லை?”

“என்ன சொல்லுகிறீர்கள்? ஹுஜுர்! பத்து ரூபாய் கிடைத்தாலே, ஆயிரமாக நினைத்துக் கொள்ளுங்கள். ஐம்பது ரூபாய் ஐம்பது ஜென்மத்திலும் நினைக்க முடியாது. அதுவும் யாராவது வட்டிக் கடைக்காரர் கொடுத்தால்தான்”

ஒரு நிமிடம் யோசித்த பிறகு இன்ஸ்பெக்டர், “அப்படியென்றால் அவனைத் துன்புறுத்துவதால் என்ன லாபம்? தானாகவே செத்துக் கொண்டிருப்பவர்களை நாம் இம்சிப்பதில்லை.”

குறி சற்றே எல்லை தாண்டிவிட்டதை கணக்குப் பிள்ளை உணர்ந்தான். “ஹுஜுர். அப்படிச் செய்து விடாதீர்கள். அப்படிச் செய்தால் நானென்ன செய்வது? எனக்கு வேறென்ன? வயலா இருக்கிறது?” என்றான்.

“நீதான் இந்த இலாக்காவின் கணக்குப்பிள்ளை. நீ என்ன இப்படிச் சொல்லுகிறாய்?”

“இப்படி ஏதாவதொரு சந்தர்ப்பம் வந்தால்தான் உங்கள் காரணமாய் எனக்கும் ஏதோ கிடைக்கும். இல்லையென்றால் கணக்குப் பிள்ளையை யார் மதிக்கிறார்கள்?”

“அச்சா, அப்படியென்றால் முப்பது ரூபாய் கொடுக்கச் சொல்லு. இருபது எனக்கு, பத்து உனக்கு.”

“நாலு தலைவர்களிருக்கிறார்கள். இதை நினைவு வைத்துக் கொள்ளுங்கள்.”

“அச்சா! பாதி உனக்கு, பாதி எனக்கு. எனக்கு நேரமாகிறது.”

கணக்குப் பிள்ளை ஜீங்குரியிடம் சொன்னான். ஜீங்குரி ஹோரியை ஜாடை காட்டிக் கூப்பிட்டு தன் வீட்டிற்கு அழைத்துப் போய், எண்ணி 30 ரூபாய் அவன் கையில் கொடுத்தார். ஹோரியை நன்றிச் சுமையில் அழுத்தியவராய் சொன்னார் – “இன்றே பத்திரம் எழுதிவிட வேண்டும். உன்னுடைய நல்ல குணத்திற்கு, உன் முகத்தைப் பார்த்து இந்தப் பணத்தைக் கொடுக்கிறேன்.” என்றார்.

ஹோரி பணத்தை மேல் துண்டின் நுனியில் முடிந்து கொண்டு மலர்ந்த முகத்துடன் இன்ஸ்பெக்டரை நோக்கிச் சென்றான்.

சரேலென தனியா எங்கிருந்தோ பாய்ந்து வந்தவள், துண்டை வெடுக்கெனப் பிடிங்கிக் கொண்டாள். முடிச்சுச் சரியாகப் போட்டிருக்கவில்லை. இதனால் பிடிங்கியதுமே அது அவிழ்ந்து ரூபாய்கள் கலகலவென நாலா பக்கமும் உருண்டோடின.

பாம்புபோல் சீறினாள் தனியா – "இந்த ரூபாய்களை எங்கே கொண்டு போகிறாய்? சொல்லு! நல்லது நடக்க வேண்டுமென்றால் இந்த ரூபாயையெல்லாம் திருப்பிக் கொண்டுபோய் கொடு. ஆமாம்! சொல்லிவிட்டேன்! வீட்டிலே இரவு பகல் நாங்கள் ஒவ்வொருவரும் செத்துக் கொண்டிருக்கிறோம். ஒரு மணி அரிசிக்கு ஆலாய்ப் பறக்கிறோம். கந்தல் கூட உடுத்தக் கிடைக்கவில்லை. கைநிறைய ரூபாயை உன் மானம் மரியாதையைக் காப்பாற்றிக் கொள்ள எடுத்துப் போகிறாயா? அவ்வளவு பெரியதா உன் மானமும், மரியாதையும்? வீடெல்லாம் எலி ஓடிட்டு இருக்கு அப்படிப்பட்ட வறுமை வீட்டிலே என்ன மானம்? மரியாதை? இன்ஸ்பெக்டர் சோதனைதானே போடுவார்! போட்டுக் கொள்ளட்டுமே! எங்கே வேண்டுமானாலும் சோதனை போட்டுக் கொள்ளட்டும். நூறு ரூபாய் பசு போய்விட்டது. மேலே இது வேறு கூடவா? பேஷ் பேஷ் உன்னுடைய மானமும் மரியாதையும்!"

ஹோரி இந்த அவமானத்தை விழுங்கிக் கொண்டு நின்றான். கூடியிருந்தவர்கள் நடுநடுங்கிப் போயினர். பிரமுகர்களின் தலை தொங்கிவிட்டது. இன்ஸ்பெக்டரின் முகம் சிறுத்துவிட்டது. இதுவரை இப்படியொரு அனுபவம் அவருக்குக் கிட்டியதில்லை.

ஹோரி ஸ்தம்பித்து நின்றான். வாழ்க்கையில் முதன்முறையாக, தனியா, நிறைந்ததொரு மேடையில் ஒரே அடியில் வீழ்த்திப் புரட்டி விட்டாள். இனி எப்படி அவன் தலை நிமிர முடியும்?

ஆனால் இன்ஸ்பெக்டர் இத்தனை சுலபமாகத் தோல்வியை ஒப்புக் கொள்பவரில்லை. கோபத்துடன் சீறினார், "இந்த சைத்தான் சிறுக்கிதான் ஹீராவைச் சிக்க வைப்பதற்காக தானே பசுவிற்கு விஷம் வைத்திருப்பாள் என்று தோன்றுகிறது."

தனியா விரல்களை நொடித்தவாறு காஜுத்தாள் – "ஆமாம், கொடுத்தேன்! என்னுடைய பசு. நான் சாகடித்தேன்...... பின்னென்ன? இன்னொருத்தனின் மாட்டைக் கொல்லவில்லையே! உன்னுடைய புலன் விசாரணையில் இதைத்தான் கண்டுபிடித்தாய் என்றால் அதையே எழுதிக் கொள். மாட்டு என் கையில் விலங்கை. உன் அறிவையும், நியாயத்தையும் பார்த்தாகி விட்டது. ஏழைகளின் கழுத்தை நெறிப்பது வேற விஷயம். உண்மையான, நேர்மையான நியாயம் வழங்குவது வேறு விஷயம்."

கண்களில் நெருப்புப்பொறி பறக்க ஹோரி, தனியாவை நோக்கிப் பாய்ந்தான். இடைமறித்த கோபர் அவன் முன்னே வந்து நின்றவன், உக்கிரத்துடன் "பேஷ் அப்பா! ரொம்பவும் அதிகமாகிப் போய் விட்டது. போதும். பின்னால் நகருங்கள். இல்லாவிட்டால்... சொல்லிவிட்டேன். என் முகத்தைக் காண முடியாது இனி. உங்கள் மீது நான் கை வைக்க மாட்டேன். அப்படிப்பட்ட கெட்ட பிள்ளையல்ல நான். இங்கேயே என் கழுத்துக்குச் சுருக்கு மாட்டிக் கொள்வேன்" என உறுமினான்.

ஹோரி பின்னடைந்ததும் தனியா மேலும் துணிச்சலுடன் – "கோபர்! நகருடா? என்னை என்ன செய்கிறான் என்று பார்க்கலாம். இன்ஸ்பெக்டரும் இருக்கிறார். இவனுடைய தைரியத்தைப் பார்த்து விடுகிறேன். வீட்டை சோதனை போட்டால் இவனது கௌரவம்

பறிபோய்விடுமாம். தன் பெண்டாட்டியை கிராமத்தார் முன்னால் அடித்து, உதைத்தால் மானம் மரியாதையெல்லாம் போகாது. இதுதானே வீரனின் தருமம். வீரனென்றால் ஆம்பிள்ளையோடு சண்டைபோடு. யாரைக் கையைப் பிடித்து அழைத்து வந்தாயோ, அவளைப் போட்டு உதைப்பதால் உன்னை சூரனென்று சொல்ல மாட்டார்கள். நான் இவளுக்குச் சோறும் துணியும் கொடுக்கிறேனே என்று நினைத்துக் கொண்டிருப்பாய். இன்றிலிருந்து உன் குடும்பத்தை நீயே பார்த்துக் கொள். இந்த ஊரிலேயே உன் கண் முன்னால் உன் மனசு பற்றி எரிய எரிய நான் வாழ்கிறேனா இல்லையா என்று பாரேன். நன்றாய் உண்டு, தின்று, உடுத்துகிறேனா இல்லையா என்று வேண்டுமானாலும் பார்" எனக் கத்தினாள்.

ஹோரி தோற்றுப் போனான். ஒரு பெண்ணின் முன்னால் ஒரு ஆண் எத்தனை பலவீனமானவனாய், வகையற்று போய்விடுகிறான் என்பதை உணர்ந்தான்.

பிரமுகர்கள் சிதறிக் கிடந்த ரூபாய்களைப் பொறுக்கி எடுத்துக் கொண்டு இன்ஸ்பெக்டரை அங்கிருந்து போய்விடுமாறு சாடை காட்டினர். தனியா இன்னுமொரு அடி வைத்தாள். "யாரிடமிருந்து ரூபாய் வாங்கிக் கொண்டு வந்தாயோ, அவரிடமே கொண்டு போய்க் கொடுத்துவிடு. நாம் யாரிடமும் கடன் வாங்க வேண்டியதில்லை. நான் தம்படி கூட கொடுக்க மாட்டேன். இதற்காக நான் கோர்ட் படியேற வேண்டி வந்தாலும் சரி. குத்தகை பாக்கி கொடுக்க வேண்டி நாம் இருபத்தி ஐந்து ரூபாய்தான் கேட்டோம். அப்பொழுது யாரும் ஒரு ரூபாய் கூட கொடுக்கவில்லை. இன்று கை நிறைய டண், டண்னென்று ரூபாயைக் கொட்டிக் கொடுத்திருக்கிறார்கள். எனக்கு எல்லாம் தெரியும். இங்கே இந்த பணமெல்லாம் பங்கீடு ஆகப் போகிறது. எல்லோரும்... நல்லவர்கள்தான், இனிக்கப் பேசுபவர்கள்தான். இந்த கிராமத்து மணியகாரன் இருக்கிறானே, கொலைக்காரப் பாவி! ஏழைபாழைகளை உறிஞ்சுபவன். வட்டி, இரண்டு வட்டி, காணிக்கை, லஞ்சம் கிஞ்சம் எதானாலென்ன, ஏழை பாழைகளைக் கொள்ளையடி, சுரண்டு.. சுயராஜ்யம் வேண்டுமாம், சுயராஜ்யம். ஜெயிலுக்குப் போனால் சுயராஜ்யம் கிடைக்காது. தர்மத்தால், நியாயத்தால்தான் சுயராஜ்யம் கிடைக்கும்."

ஊர்ப் பெரிய மனிதர்களின் முகத்தில் கரியைப் பூசினாற் போலிருந்தது. இன்ஸ்பெகடரின் முகத்தில் விளக்குமாற்று அடி வீழ்ந்தது போலாயிற்று. தன் கௌரவத்தை காப்பாற்றிக் கொள்ள அவர் ஹீராவின் வீட்டை நோக்கி நடந்தார். வழியில் இன்ஸ்பெக்டர் சொன்னார் – "அந்த பெண்பிள்ளை ரொம்பவும் தைரியசாலிதான்" கணக்கு பிள்ளை சொன்னான் – "தைரியசாலி என்ன ஹுஜூர்! வாயாடி. சண்டைக்காரி. இந்த மாதிரி பொம்பளையை குண்டு போட்டு சுடணும்".

"உங்களையெல்லாம் ரொம்பவும் தொந்தரவு செய்து விட்டாள் அவள். ரெண்டு, நாலு கிடைத்திருக்க வேண்டியது. "

"உங்களுடைய பதினைந்தும் போயிற்றே ஹுஜூர்!"

"என்னுடையது எப்படிப் போகும்? அவள் கொடுக்கா விட்டால் கிராமத்து மணியக்காரர், பதினைந்துக்கு பதிலாக ஐம்பது கொடுப்பார்! ஊம்! சீக்கிரமாய் ஏற்பாடு செய்யுங்கள்."

கணக்குப் பிள்ளை சிரித்துக் கொண்டே சொன்னான் - 'ஹுஜுர், ரொம்பவும் தமாஷாகப் பேசுகிறீர்கள்".

"பெரிய மனிதர்களின் லட்சணம் இதுதான். இப்படிப்பட்ட பாக்கியசாலிகளின் தரிசனம் அபூர்வம்" என்றார் தாதாதீன்.

"இந்த முகஸ்துதியெல்லாம் அப்புறம் வைத்துக் கொள்ளுங்கள். இப்பொழுது எனக்கு ஐம்பது ரூபாய் கொடுக்க ஏற்பாடு செய்யுங்கள். அதுவும் ரொக்கமாக. ஏதாவது தகராறு செய்தால் உங்கள் நாலுபேர் வீட்டையும் சோதனை போட்டு விடுவேன். நீ... ஹீராவையும், ஹோரியையும் மாட்டி வைத்து, நூறு, ஐம்பது, கறப்பதற்காகக் கூட இந்த தகடுதத்தமெல்லாம் செய்திருக்கலாம்" என்று கடுமையான குரலில் கூறினார் இன்ஸ்பெக்டர்.

இதுவரை இன்ஸ்பெக்டர் ஏதோ தமாஷ் செய்கிறார் என்றுதான் நால்வரும் நினைத்திருந்தார்கள். இப்பொழுது ஜீங்குரி கண்களைச் சிமிட்டியவாறே - "கணக்குப் பிள்ளை.. ஐம்பது ரூபாயை எடும்" என்றார்.

நோகேராம் இதை ஆதரித்தார் - "கணக்குப் பிள்ளையின் இலாக்காத்தானே! அவர் நிச்சயம் உங்களுக்கு மரியாதை செய்யத்தான் வேண்டும்."

இதற்குள் பண்டிதர் நேகோராமின் சாவடி வந்துவிட்டது. இன்ஸ்பெக்டர் ஓர் கட்டிலின் மீது உட்கார்ந்து கொண்டு, "நீங்களெல்லாம் என்ன முடிவு செய்தீர்கள்? பணத்தை எடுக்கிறீர்களா? சோதனை போடவா?" என்றார்.

"ஆனால் ஹுஜுர்" - என்றார் தாதாதீன்.

"இந்த ஆனால் கீனால் எல்லாம் கேட்க நான் தயாராக இல்லை".

"சர்கார்.. இது வந்து ரொம்பவும்" - ஜீங்குரிசிங் கொஞ்சம் தைரியத்துடன் பேசவாரம்பித்தார்.

"நான் பதினைந்து நிமிடம் அவகாசம் தருகிறேன். இதற்குள் ஐம்பது ரூபாய் முழுசாய் வராவிட்டால், உங்கள் நான்கு பேரின் வீடும் சோதனை போடப்படும். கண்டா சிங்கைத் தெரியுமல்லவா? அவனிடம் அடிவாங்கியவன் தண்ணீர் கூட கேட்க மாட்டான்."

கணக்குப் பிள்ளை சினத்துடன், "உங்களுக்கு அதிகாரமிருந்தால், சோதனை போட்டுக் கொள்ளுங்கள். இது நல்ல வேடிக்கை. யாரோ செய்த வேலைக்கு, யாரையோ பிடிப்பது" என்றார்.

"நான் இருபத்தி ஐந்து வருஷமாய் போலீசிலிருக்கிறேன். தெரியுமா?"

"ஆனால் இப்படிப்பட்ட அநியாயம் இதுவரை நடந்ததே இல்லை"

"நீ இன்னும் அநியாயத்தின் கொடுமையைப் பார்க்கவில்லை. சொல்லு! அதையும் காட்டுகிறேன். ஒவ்வொருத்தரையும் ஐந்தைந்து வருஷம் ஜெயிலுக்கு அனுப்பிவிடுவேன். அது எனக்கு ரொம்பவும் சுலபம். கொள்ளைக் குற்றம் சாட்டி, கிராமம் முழுவதையும்

அந்தமானுக்கு அனுப்பிவிடுவேன். லேசாக நினைத்து ஏமாந்து விட வேண்டாம்.”

நால்வரும் உள்ளேபோய் ஆலோசித்தனர். பிறகு என்னென்ன நடந்ததென்று யாருக்கும் தெரியாது. இன்ஸ்பெக்டர் சந்தோஷமாக இருந்தார். அந்த நாலு பெரிய மனிதருக்கும் முகத்திலடித்த மாதிரி துயரம் வடிந்தது.

இன்ஸ்பெக்டர் குதிரையிலேறிக் கொண்டதும், நால்வரும் கூடவே ஓடினர். குதிரை வெகுதூரம் போனபின்தான், தன் அன்புக் குரியவருக்கு மயானத்தில் அந்திமக் கிரியை செய்துவிட்டு, பறிகொடுத்த துயரத்துடன் வருபவர்கள் போல் திரும்பினர்.

திடீரென தாதாதீன் சொன்னார் - “என் சாபம் பலிக்காவிட்டால்... பார்....”

நோகேராம் இதை ஆதரித்தார் - “இப்படிப்பட்ட காசு விளங்காது”. கணக்குப்பிள்ளை - “பாவத்தின் சம்பளம் பாவத்தில்தான் கரையும்” என்றார்.

ஜீங்குர் சிங்கிற்கு இன்று கடவுளின் நியாயத்தின் மீதும் ஐயப்பாடு ஏற்பட்டு விட்டது. “பகவான் எங்கேதானிருக்கிறாரோ தெரியவில்லை. இத்தகைய அநியாயங்களைப் பார்த்தும் பாவிகளுக்கு தண்டனை கொடுப்பதில்லையே”.

❑

10

ஹீராவைப் பற்றிய சேதி எதுவும் தெரியவில்லை. நாட்கள் கழிந்து கொண்டிருந்தன. ஹோரி தன்னால் இயன்றவரையில் இங்குமங்கும் ஓடியாடித் திரிந்தான். பிறகு சோர்ந்துபோய் உட்கார்ந்து விட்டான். தன் வயல்வெட்டிகளைப் பற்றியும் அவன் அக்கறை கொள்ள வேண்டி இருந்தது. ஒண்டியாக ஒரு ஆள் என்னதான், எத்தனைதான் செய்ய முடியும்? மேலும் இப்பொழுது அவனுக்குத் தன் வயலைவிட புனியாவின் வயலைப் பற்றித்தான் அதிகக் கவலையாக இருந்தது. தனியாக இருந்த புனியா முன்னிலும் ஆவேசமுற்றவளாக இருந்தாள். ஹோரி இப்பொழுதெல்லாம் அதிக நேரம் அவளைச் சந்தோஷப்படுத்த வேண்டி இருந்தது. ஹீரா இருந்தவரை, புனியாவை அடக்கி வைத்திருந்தான். அவன் போன பிறகு புனியாவை அடக்க அங்குசம் ஏதுமில்லை. ஹோரியின் பட்டா பத்திரம் ஹீராவுடன் சேர்ந்து தானிருந்தது. புனியா அபலைப் பெண். அவளுடன் அவனென்ன வாக்குவாதம் செய்ய முடியும்? புனியாவிற்கோ, ஹோரியின் சுபாவமும் பெருந்தன்மையும் தெரியும். இதனால் அதனை, நன்றாகப் பயன்படுத்திக் கொண்டு அவனைத் தண்டித்தாள். காரியஸ்தன் புனியாவிடம் பழைய பாக்கியை வசூல் செய்வதில் அத்தனை கடுமை காட்டாதது,

நல்லதாயிற்று. ஏதோ கொஞ்சம் காணிக்கை பெற்றுக் கொண்டுவிட்டு விட்டான். தனது பழைய பாக்கியுடன், அவனுடைய பழைய பாக்கியையும் செலுத்த ஹோரி கடன்வாங்கத் தயாராகத்தானிருந்தான். ஆவணி மாதம் நடவுக்கு அத்தனை கெடுபிடி. கூலிக்கு ஆட்களே கிடைக்கவில்லை என்பதால் ஹோரி தன் வயலில் நடவு செய்யவே இல்லை. ஆனால் புனியாவின் வயலில் நடவு நடக்காமல் எப்படி விடுவது? ஹோரி, இரவு பகல் வேலை செய்து அவள் வயலில் நாற்று நட்டான். இப்பொழுது ஹோரிதான், அவளது ரட்சகன். புனியாவிற்கு ஏதும் கஷ்டம் நேர்ந்தால் உலகம் அவனைப் பார்த்துத்தானே சிரிக்கும். இதன் பலன், கரீஃப் விளைச்சலில் ஹோரியின் வயலில் விளைச்சல் அதிகம் காணவில்லை. ஆனால் புனியாவின் களஞ்சியத்தில் நெல்லைக் கொட்ட இடம் போதவில்லை.

அன்றய தினத்திலிருந்து, ஹோரிக்கும், தனியாவிற்குமிடையே மனஸ்தாபம் இருந்து கொண்டேதானிருந்தது. கோபருக்கும் ஹோரிக்கும் கூட பேச்சு வார்த்தை கிடையாது. அம்மாவும், பிள்ளையுமாய் சேர்ந்து கொண்டு அவனை பகிஷ்கரித்து விட்டனர். தன் வீட்டிலேயே அவன் அந்நியப்பட்டுப் போனான். இரண்டு படகுகளில் சவாரி செய்பவர்களுக்கு என்ன துர்கதி நேருமோ அதுவே அவனுக்கும் நேர்ந்தது. கிராமத்திலும் முன்போல் அவனுக்கு அத்தனை மதிப்பில்லை.

தனியாவின் துணிச்சல், பெண்களுக்கு மட்டுமல்ல, ஆண்களுக்கும் அவளை முன்னோடியாக்கி விட்டிருந்தது. பல மாதங்கள் வரை அக்கம் பக்கத்து கிராமங்களிலெல்லாம் கூட இதைப் பற்றிய பேச்சாகவே இருந்தது. இது மட்டுமல்ல, தெய்வீகத் தன்மையையும் அளித்துவிட்டது. “அவள் பெயர் தனியாவாம். தேவிபவானி அவளுடைய இஷ்டதெய்வமாம். இன்ஸ்பெக்டர் அவள் புருஷன். கையில் விலங்கு மாட்டியதும், தனியா பவானி தேவியைத் துதித்தாளாம். தேவி பவானியின் அருள் வந்து விட்டதாம், அவள் மீது. அவ்வளவுதான் அபாரமான சக்தி வந்துவிட்டது அவளுக்கு. ஒரு உதறலில் கணவனின் கைவிலங்கை தகர்த்து விட்டாளாம். இன்ஸ்பெக்டரின் மீசையை பிய்த்து, அவள் நெஞ்சின் மீதேறி உட்கார்ந்து விட்டாளாம். அந்த இன்ஸ்பெக்டர் வெகுதூரம் வேண்டிக் கொண்ட பின்தான் விட்டாளாம்” என்ற பேச்சு பரவிவிட்டது. கொஞ்ச நாட்கள் வரை மக்கள் அவளை தரிசிக்கவும் வந்தனர். இப்பொழுது அதெல்லாம் பழசாகி விட்டது என்றாலும் ஊரில் தனியாவின் மதிப்பு மிகவும் உயர்ந்து விட்டது. அவளிடம் அபாரமான துணிச்சலும், தைரியமும் உள்ளது. சமயம் நேர்ந்தால் ஆண்பிள்ளைகளையும் புறம் காட்டி விடுவாள் என்று ஊரார் நம்பினர்.

ஆனால் மெல்ல மெல்ல தனியாவிடம் ஒரு மாறுதல் ஏற்படலாயிற்று. ஹோரி புனியாவின் வயலுக்குப் போய் பாடுபடுவதை அவள் பார்த்துக் கொண்டுதானிருந்தாள். ஆனாலும் ஒன்றும் பேசவில்லை. ஹோரியின்பால் அவள் மனம் முறிந்து போயிற்று என்பதினால் அல்ல. மாறாக புனியாவின்பால் அவள்

மனதில் இரக்கம் தோன்றியிருந்தது. ஹீரா வீட்டைவிட்டு ஓடிப்போனதே அவளது பழிவாங்கும் உணர்ச்சியை திருப்திப் படுத்தப் போதுமானதாக இருந்தது.

இதனிடையே ஹோரிக்கு காய்ச்சல் வரத் துவங்கியது. ஊரெங்கும் சுரம் பரவி இருந்தது. ஹோரியும் அதற்கு இரையாகி விட்டான். எத்தனையோ ஆண்டுகளுக்குப் பிறகு வந்த சுரம், வட்டியும் முதலுமாக அவனைப் பீடித்துக் கொண்டது. ஒரு மாதம் அவன் கட்டிலில் கிடந்தான். இந்த சுரம் ஹோரியை முற்றிலும் கசக்கிப் பிழிந்து விட்டது என்பது மட்டுமல்ல, தனியாவையும், முறியடித்து விட்டது. கொண்ட கணவன் சாகக் கிடக்கும்போது, அவனிடமென்ன விரோதம்? இந்த நிலைமையில் பகையாளிகளிடம் கூட பகைமை பாராட்டப்படுவதில்லை. இவனோ கட்டிய கணவன். எவ்வளவுதான் கெட்டவனாக இருக்கட்டும்! அவனுடன்தானே இருபத்தி ஐந்து வருடங்களைக் கழித்திருக்கிறாள். அவனோடுதான் சுகத்தையும், துக்கத்தையும் அனுபவித்திருக்கிறாள். அவன் கெட்டவனோ, நல்லவனோ அவளுடையவன். என்னை எல்லோருக்கும் முன்னால் அடித்தான். கிராமத்தார் முன்னால் என் மரியாதையைக் குலைத்து விட்டான். ஆனால் அதற்கப்புறம் இதற்காக எத்தனை வெட்கப்படுகிறான்? நிமிர்ந்து பார்ப்பது கூட இல்லையே! சாப்பிட வந்தால், குனிந்த தலை நிமிராது சாப்பிட்டு விட்டுப் போய் விடுகிறான். நான் ஏதாவது கேட்டு விடுவேனோ, சொல்லி விடுவேனோ என்று பயப்படுகிறான்.

ஹோரி குணமடைந்து எழுந்ததும், கணவன் மனைவிக்குள் சமாதானமாகப் போய்விட்டது. ஒருநாள் தனியா கேட்டாள், "உனக்கு இவ்வளவு கோபம் எப்படி வந்தது? எனக்கு உன்மீது எவ்வளவு கோபம் வந்தாலும், கை ஓங்க மாட்டேனே!"

ஹோரி வெட்க முற்றவனாய் – "இனி அதைப் பற்றிப் பேசாதே! தனியா! என்னை ஏதோ பிசாசு பிடித்துக் கொண்டு விட்டது. இது பற்றி எனக்கு எத்தனை வருத்தமென்று என் ஒருத்தனுக்குத்தான் தெரியும்" என்றான்.

"அந்தக் கோபத்தில் நான் செத்து விட்டிருந்தால்?"

"நானென்ன அழுது கொண்டு உட்கார்ந்திருப்பேனா! என் பிணமும் உன்னுடன் சிதைக்குப் போயிருக்கும்"

"சரி, சரி , போதும். வேண்டாத பேச்செல்லாம் வேண்டாம்"

"பசு போனது போயாயிற்று. என் தலையில் ஒரு சுமையைப் போட்டுவிட்டுப் போய் விட்டது. புனியாவைப் பற்றிய கவலை என்னைத் தின்கிறது."

"இதனால் தான், வீட்டிற்கு மூத்த பிள்ளயைாய் பொறக்கக் கூடாது என்பார்கள். சின்னவர்கள் பற்றி யாரும் எதுவும் சொல்வதில்லை. நல்லது, கெட்டது எல்லாம் மூத்தவர்கள் தலையில்தான்."

மாசி மாதம். குளிர்காலத்து மழை துவங்கி இருந்தது. மையிருட்டு எங்கும் பரவி நின்றது. குளிர் காலத்து இரவு, கூடவே மாசி மாதத்து மழை. மரண அமைதி எங்கும் வியாபித்திருந்தது.

இருள் கூடத் தெரியவில்லை. ஹோரி சாப்பிட்ட பின்பு, புனியாவின் பட்டாணிப் பயிருக்குக் காவலாக வயலின் வரப்பையொட்டித் தனது பரணில் படுத்திருந்தான். குளிரை மறந்து விட்டுத் தூங்க வேண்டுமென்றே நினைத்தான். ஆனால் தார் தாராய் கிழிந்திருந்த கம்பளமும், கிழிந்த சொக்காயும், ஈரக்காற்றினால் சில்லிட்டிருந்த வைக்கோலும், போன்ற எதிரிகளின் முன்னே வர நித்திராதேவிக்குத் தைரியம் வரவில்லை. இன்று புகையிலை கூடக் கிடைக்க வில்லை. அது இருந்தால் சற்று மனம் சந்தோஷித்திருக்கும்.

வரட்டியில் தணலெடுத்து வந்திருந்தான். ஆனால் குளிரில் அது கூட அணைந்து விட்டது. பித்தவெடிப்பினால் வெடித்துப் போயிருந்த பாதங்களை வயிற்றோடு பிணைத்துக் கொண்டு, இருகரங்களையும் தொடைகளினிடையே சேர்த்து வைத்து, கம்பளியால் முகத்தை மூடிக்கொண்டு தனது சூடான மூச்சுக் காற்றில் தன்னையே உஷ்ணப்படுத்திக் கொள்ள முயற்சித்துக் கொண்டிருந்தான் அவன். இந்தக் கம்பளிச் சொக்காயைத் தைத்து ஐந்து வருடங்களாகிறது. தனியாதான் ஒருமுறை மிகவும் கட்டாயப்படுத்தி இதைத் தைத்தாள். அவள்தான் ஒருமுறை காபூலிவாலா ஒருத்தனிடம் இந்தத் துணியை வாங்கினாள். இதற்காக எத்தனை அமர்க்களம் எத்தனை வசவுகள் வாங்க நேர்ந்தது அவள். இந்த கம்பளிப் போர்வை அவள் பிறக்கும் முன்பே இருந்ததுதான். குழந்தைப் பருவத்தில் தன் அப்பாவுடன் அவன், இதில்தான் உறங்குவான். இளைஞனான பின் கோபரையும் உடன் வைத்துக் கொண்டு, குளிர் நாட்கள் கழிந்துள்ளன. வயதான காலத்திலும், இந்த முதிய பிராயத்து கம்பளிதான் அவனுக்கு துணை நிற்கிறது. உணவை சுவைத்துச் சாப்பிடும் பற்களல்ல. வலிக்கின்ற பற்கள். இது வரை வாழ்க்கையில், குத்தகையும், கடன் காரர்களுக்கும் கொடுத்தது போக எதுவும் மிஞ்சியது என்ற நாளேயில்லை. இப்பொழுது புதிதாய் இன்னொரு தொந்தரவில் மாட்டிக் கொண்டாகி விட்டது. செய்யாவிட்டால் உலகம் சிரிக்கும். உதவி செய்தாலும் உலகம் என்ன சொல்லுமோ என்ற சந்தேகம். அவன் புனியாவைக் கொள்ளையடிப்பதாகவும், விளைச்சலையெல்லாம் தன் வீட்டில் நிரப்பிக் கொள்வதாகவும் ஊரார் நினைக்கிறார்கள். நன்றி என்பது எங்கே இருக்கப் போகிறது. வீண் களங்கம்தான் தலையில் விடிகிறது. எங்கேயாவது பெண் பார்த்து ஏற்பாடு செய், என்று போலா ஒருபுறம் பலமுறை நினைவூட்டிக் கொண்டிருக்கிறான். இனியும் பொறுக்க முடியாதென்கிறான். புனியாவிற்கு அவனைப் பற்றிய நல்லெண்ணம் எதுவும் மனதிலில்லை என்று சோபா பலமுறை ஜாடைமாடையாகச் சொல்லிவிட்டான். அழுது கொண்டோ, சிரித்துக் கொண்டோ, புனியாவின் பொறுப்புகளை அவன்தான் கவனித்தாக வேண்டும். தனியாவின் மனதும் இன்னும் ஆறவில்லை. அடிமனத்தில் இன்னமும் வருத்தம் இருந்து கொண்டுதானிருக்கிறது. எல்லோர் எதிரிலேயும் அவளை அப்படி நான் அடித்து புரட்டி இருக்கக் கூடாது.

இருபத்தி ஐந்து வருடம் ஒருத்தியுடன் வாழ்ந்தவன், அவளை அடிப்பது, அதுவும் எல்லோர் முன்னிலையிலும், என்பது

என்னுடைய கயமைத்தனம்தான். ஆனால் தனியாவும் என் மானத்தை வாங்க மிச்சம் மீதி ஏதும் வைக்கவில்லையே! என் எதிரிலேயே, என்னைப் பார்க்காமல் எப்படித் தவிர்த்துக் கொண்டு போகிறாள் அவள்? என்னை அறியாதவள் போல், தெரியாதவள் போலல்லவா நடக்கிறாள். ஏதாவது சொல்ல வேண்டுமென்றாலும், சோனாவிடமோ, ரூபாவிடமோதான் சொல்லி அனுப்புகிறாள். அவள் சேலை நைந்து கிழிந்து விட்டதை நான் பார்க்கிறேன். ஆனால் நேற்று என்னிடம் சோனாவிற்குப் புடவை வேண்டுமென்றுதான் சொன்னாள். தனக்கு வேண்டுமென்று சொல்லவில்லை. ஒட்டுக்கிட்டுப் போட்டால் சோனா இந்தப் புடவையிலேயே இன்னும் இரண்டொரு மாதம் தள்ளலாம். அவள் புடவையோ, ஒட்டுப் போட்டுப் போட்டு முற்றிலும் நைந்து விட்டிருக்கிறது. நான் மட்டும் அவளைப் பாராட்டி, நல்ல வார்த்தையெல்லாம் நாலு சொல்லுகிறேனாயென்ன? நானும் அவள் மனசுக்கேத்தபடி நாலு வார்த்தைப் பிரியமாய்ச் சொன்னால் குறைந்தா போய் விடுவேன்? அப்படி நடந்து கொண்டால் அவளும் கொஞ்சம் ஆதரவாய் இருப்பாள். மரியாதை காட்டுவாள். இரண்டு வார்த்தை சுருக்கென்று சொன்னால், தானென்ன? குத்துகிறதா? நான் வயதாகி விட்டாலும் முட்டாள்தான். இந்தக் காய்ச்சல் வந்து அவளை கொஞ்சம் தணியச் செய்திருக்கிறது. இல்லாவிட்டால் இன்னமும் எத்தனை நாள் முகத்தைத் தூக்கி வைத்துக் கொண்டிருப்பாளோ? யார் கண்டது?

ஆனால் இன்று இருவரும் பேசிக் கொண்டது பசித்தவனுக்கு வயிறாரச் சாப்பாடு கிடைத்தது போலிருந்தது. அவள் இதய பூர்வமாகப் பேசியதும் ஹோரி பரவசமடைந்து போனான். அவள் காலடியில் சிரம் வைத்து – "நான் உன்னை அடித்ததற்கு, இதோ உன் காலடியில் சிரம் தாழ்த்தியுள்ளேன். எத்தனை வேண்டுமானாலும் என்னை அடி. திட்ட வேண்டுமென்றிருந்தால் திட்டு" எனக் கூற வேண்டும் போலிருந்தது.

திடீரென.. வளையல்கள் சத்தம் கேட்டதும், அவன் காது கொடுத்து கேட்டான். ஆம். யாரோ வருகிறார்கள். கணக்குப் பிள்ளையின் மகளோ, பண்டிதரின் மனைவியாகவோதானிருக்கும். நாலு பட்டாணிக் கதிரை ஒடித்துக் கொண்டு போக வந்திருப்பார்கள். ஏன்தான் இவர்களின் எண்ணம் இத்தனைக் கீழ்த்தரமாக இருக்கிறதோ. கிராமத்திலிருப்பவர்கள் எல்லோரையும் விட நன்றாக உண்கிறார்கள். உடுத்துகிறார்கள். வீட்டில் ஆயிரக் கணக்காய் ரூபாய் கொட்டிக்கிடக்கிறது. லேவா, தேவி வேறு. ஒன்றுக்கு ஒன்றேகால் மடங்காக, இரண்டு மடங்காக வசூலிக்கிறார்கள். லஞ்சம் வேறு. கையூட்டும் வாங்குகிறார்கள். ஏதாவதொரு விவகாரத்தைக் கிளப்பிவிட்டு ஏழைபாழைகளை நசுக்குகிறார்கள். அப்படியும், இப்படியொரு சுபாவம். அப்பன் எப்படியோ, பிள்ளைகளும் அப்படித்தானே இருப்பார்கள். அவர்களாக வருவதில்லை. வீட்டுப் பெண்டுகளை அனுப்பி விடுகிறார்கள். நான் எழுந்து கையைப் பிடித்தால், மானம் என்னவாவது? நீசன் என்பவர்கள் பெயரளவில்தான் நீசர்கள். தன்னை உயர்ந்தவர்கள் எனச் சொல்லிக் கொள்பவர்களுடைய

மனம் மிகவும் நீசத்தனமாய் உள்ளது. பெண்பிள்ளைகளை கையும் களவுமாய் பிடிக்கவும் இயலாது. பார்த்துக் கொண்டே சும்மா இருக்க வேண்டி இருக்கிறது. பிடிங்கிக் கொண்டு போங்களம்மா! எத்தனை வேண்டுமோ எடுத்துக் கொண்டு போங்கள்! நான் இங்கே இல்லை என்று நினைத்துக் கொள்கிறேன். பெரிய மனிதர்கள் தங்கள் மானத்தைக் காத்துக் கொள்ளா விட்டாலும் சிறியவர்கள் அவர்கள் கௌரவத்தைக் காப்பாற்றத்தானே வேண்டி இருக்கிறது.

அட! இது தனியாவல்லவா? அவள் குரல் தான். தூங்குகிறாயா? விழித்துக் கொண்டிருக்கிறாயா? எனக் குரல் கொடுத்தாள் தனியா.

ஹோரி சரசரவென்று எழுந்து பரணிலிருந்து கீழேயிறங்கி வந்தான். தேவி சந்தோஷமாக இருக்கிறாள் போலிருக்கிறது. வரம் கொடுக்க வந்திருக்கிறாள் என மனம் பூரித்தது. கூடவே இந்த இருட்டில், மழைத்தூறலில், பனியில் இந்த ராத்திரியில் அவள் வந்திருப்பது சந்தேகத்தை தருவதாகவுமிருந்தது. நிச்சயம் ஏதோ நடந்திருக்க வேண்டும்.

"குளிரில் தூக்கம் கூட வருகிறதா? இந்த பனியிலும் குளிரிலும் நீ எங்கே வந்தாய்?" "எல்லோரும் சௌக்கியம்தானே!" என்றான்.

"சௌக்கியம்தான்."

"கோபரிடம் சொல்லி அனுப்புவதுதானே! நானே வந்திருப்பேனே"

தனியா பதிலேதும் கூறவில்லை. பரண் மீது ஏறிவந்து வைக்கோல் மீது உட்கார்ந்தவாறே - "கோபர் முகத்தில் கரியை பூசிவிட்டான். அவன் செய்திருக்கிற காரியத்தை ஏன் கேட்கிறாய். எதைப் பற்றி பயந்தேனோ, அதுவே நடந்து விட்டது."

"என்ன நடந்தது? யாருடனாவது அடிதடியிலிறங்கி விட்டானா?"

"என்ன செய்தான் என்று எனக்கென்ன தெரியும்? அந்த கைம் பெண் கழிசடையிடம் போய் கேளு"

"எவளிடம்? என்ன சொல்கிறாய் நீ! பைத்தியம் பிடித்து விட்டதா?"

"ஆமாம்! ஏன் பித்தியாக மாட்டேன். நெஞ்சே பூரித்து இரண்டு மடங்காகி விடுகிறது மாதிரி விஷயம் நடந்திருக்கிறது."

ஹோரியின் மனத்தில் ஒளியின் நீண்ட கீற்றொன்று பிரவேசித்தது.

"தெளிவாகத்தான் சொல்லேன்! எந்தக் கழிசடையை.. பற்றி...."

"அந்த ஜூனியாதான் வேறு எவள்?"

ஜூனியா இங்கே வந்திருக்கிறாளா?"

"வேறெங்கே போவாள்? நாதி ஏது?"

"கோபர் வீட்டிலில்லையா?"

"கோபர் போன இடம் தெரியவில்லை. எங்கே ஓடிப் போனானோ தெரியாது. இவளுக்கு வயிற்றிலே ஐந்து மாசம்."

ஹோரிக்கு எல்லாம் புரிந்து விட்டது. கோபர் அடிக்கடி இடையர்களின் கிராமத்திற்கு போவதைக் கண்டு கொஞ்சம்

உறுத்தலாக இருந்தது. ஆனால் அவன் இத்தகைய கில்லாடியாக இருப்பானென்று நினைக்கவிலலை. இளைஞர்களுக்கு கொஞ்சம் அப்படி இப்படி நாட்டம் இருக்கத்தானிருக்கும். இதொன்றும் புதிய விஷயமல்ல. ஆனால் எந்த இலவம் பஞ்சை, காற்றடித்த திசையில் நீல ஆகாயத்தில் பறப்பதைக் கண்டு தனக்குள் சிரித்துக் கொண்டானோ, அது நீலவானமெங்கும் பரவி அவனது பாதையை இவ்வளவு அந்தகாரமயமாகச் செய்துவிடும் என அவன் நினைக்கவில்லை. எந்தக் கடவுளுமே அறிந்திருக்க முடியாது. கோபர் இத்தனை அயோக்கியனா? ஏதுமறியா அப்பாவி என, இன்னும் குழந்தையென யாரை நினைத்தானோ, அவனா? ஹோரிக்கு இப்பொழுது பந்தி படைக்க வேண்டுமென்ற கவலையில்லை. பஞ்சாயத்தைப் பற்றிய பயமுமில்லை. அந்தப் பெண் ஜூனியா, இனி வீட்டில் எப்படி இருப்பாளென்ற கவலைகூட அவனுக்கில்லை. அவனுக்கு கோபரைப் பற்றித்தான் கவலை ஏற்பட்டது. பையன். ஏதுமறியாத அப்பாவி. சங்கோஜி. சுயாபிமானி. எங்கேயாவது ஏதும் செய்து கொண்டு விடப் போகிறானோ எனக் கவலைப் பட்டான். திகிலுற்றவனாய் "கோபர் எங்கே போனான் என்று ஜூனியா ஒன்றும் சொல்லவில்லையா? அவளிடம் சொல்லிவிட்டுத்தானே போயிருப்பான்?" என்றான்.

தனியா வெகுண்டாள் - "உமக்கு மூளை மந்தித்து விட்டதா? அவனுடைய சிறுக்கி இங்கே உட்கார்ந்திருக்கும் போது, அந்தப் பயல் எங்கே போவானாம்? இங்கேதான் எங்கேனும் ஒளிந்து கொண்டிருப்பான். தொலைந்து போக, பால் குடிக்கிற குழந்தையா? எனக்கு இந்த நாசகாலி ஜூனியாவைப் பத்தித்தான் கவலையாக இருக்கிறது. நான் இவளை என்ன செய்ய? ஒரு கணம் கூட என் வீட்டில் இருக்க விடமாட்டேன். மாட்டைப் பிடித்து வர என்று போனானோ, அன்றிலிருந்தே இரண்டு பேருக்குள்ளேயும் தொடுசு ஏற்பட்டு விட்டது. வயிற்றிலே வந்திருக்காவிட்டால் இப்பவும் விஷயம் வெளியே வந்திருக்காது. வயிற்றிலே வந்ததும் ஜூனியா பயந்து விட்டாள். எங்கேயாவது ஓடிவிடலாம் என்றாள். கோபர் இசையவில்லை. தட்டிக் கழித்தான். ஒரு வயசுப் பொண்ணைக் கூட்டிக் கொண்டு, எங்கே போவது, என்று ஒன்றும் தோன்றவில்லை போலிருக்கு. இன்று அவள், மீறிக் கொண்டு, என்னை வீட்டுக்கு அழைத்துப் போ, இல்லாவிட்டால் பிராணனை விட்டு விடுவேன் என்று அடம்பிடித்ததும் - நீ போய் என் வீட்டில் இரு. யாரும் ஒன்றும் சொல்லமாட்டார்கள். அம்மாவை நான் சமாதானம் செய்து கொள்கிறேன் என்று சொல்லி இருக்கிறான். இந்தக் கழுதையும் புறப்பட்டு வந்திருக்கிறாள். கொஞ்சம் தூரம் முன்னால் முன்னால் நடந்தவன், திடீரென எங்கோ நழுவிவிட்டாள். அவள் அங்கேயே நின்று கூப்பிட்டுக் கூப்பிட்டுப் பார்த்திருக்கிறாள். ஆளைக் காணோம். ராத்திரியாகி விட்டதும், பயந்துபோய் இங்கே ஓடிவந்திருக்கிறாள். நான் சொல்லிவிட்டேன். "நானென்ன செய்ய! நீ என்ன செய்தாயோ, அதன் பலனை அனுபவி" என்றேன். சிறுக்கி என் மகனின் வாழ்வை நாசமாக்கி விட்டாள். உட்கார்ந்து அழுது கொண்டிருக்கிறாள். எழுந்திருக்கவேயில்லை இடத்தை விட்டு. என் வீட்டிற்கு எந்த முகத்தைக் கொண்டு போவேன்? என்கிறாள். இந்த

மாதிரியான குழந்தைகளைக் கொடுக்காமல் பகவான் என்னை மலடியாகவே வைத்திருக்கலாம். விடிந்தால் ஊர் முழுவதும் காச்மூச்சென்று செய்தி பரவிவிடும். விஷத்தை சாப்பிட்டு விடலாமா என்று தோன்றுகிறது. உன்னிடமும் சொல்லிவிட்டேன். அந்தச் சிறுக்கியை படியேற விடமாட்டேன். என் வீட்டில் இடைச்சிக்கு இடமில்லை. ஆமாம் சொல்லிவிட்டேன். நீ நடுவில் ஏதாவது பேசினால், அந்த வீட்டில் ஒன்று நீ இருக்க வேண்டும், அல்லது நான். தெரிந்ததா?"

"நீ அவளை வரவே விட்டிருக்கக் கூடாது. அது உன்னால் ஆகவில்லை" என்றான் ஹோரி.

"நான் எல்லாம் சொல்லிச் சொல்லிப் பார்த்து விட்டேன். நகரமாட்டேன் என்கிறாள். தர்ணா போட்டுக் கொண்டு உட்கார்ந்திருக்கிறாள்".

"சரி, வா! போகலாம்! பார்க்கிறேன். எப்படிப் போகாமலிருக்கிறாளென்று! இழுத்து வெளியே தள்ளி விட மாட்டேனோ?"

"அந்த அயோக்கியன் போலா எல்லாவற்றையும் பார்த்துக் கொண்டுத்தான் சும்மா உட்கார்ந்திருந்திருக்கிறான். வாயைத் திறக்கவில்லை. அப்பன் கூட இத்தனை வெட்கம் கெட்டவனா இருப்பானா?"

"அவனுக்கென்ன தெரியும்? இவர்களுக்கிடையே குளறுபடி யெல்லாம் நடந்து விட்டதென்று? பாவம்!"

"ஏன் தெரியாதாம்? கோபர்தான் ராத்திரி பகல் அங்கேயே வட்டமிட்டுக் கொண்டிருந்தானே! கண்ணென்ன அவிந்தா விட்டது! இந்தப் பயல் எதற்கு இங்கே ஓடி ஓடி வருகிறானென்று யோசிக்க வேண்டாமா?"

"நட – நானே வந்து ஜூனியாவைக் கேட்கிறேன்" இருவரும் பரணை விட்டிறங்கி கிராமத்தை நோக்கி நடந்தனர். "இரவு அர்த்த ஜாமத்திற்கு மேலே ஆகியிருக்கும்" என்றான் ஹோரி.

"ஆமாம்... ஆனால் எல்லோரும் எப்படித் தூங்குகிறார்கள்! திருடன் வந்தால், கிராமம் முழுவதையும் கொள்ளையடித்துக் கொண்டு போய்விடலாம்" என்றாள் தனியா.

"திருடர்கள் இந்த மாதிரி கிராமத்திற்கெல்லாம் வரமாட்டார்கள். பணக்காரர்கள் வீட்டிற்குத்தான் போவார்கள்."

தனியா சட்டென நின்று ஹோரியின் கையைப் பிடித்துக் கொண்டாள், "இந்தா! சத்தம் போடாதே. இல்லாவிட்டால் ஊர் முழுவதும் விழித்துக் கொண்டுவிடும். விஷயம் பரவிவிடும்" என்றாள்.

"எனக்கு இதெல்லாம் ஒன்றும் தெரியாது. கையைப் பிடித்து தரதரவென்று இழுத்து, கிராமத்திற்கு வெளியே அனுப்பிவிடுவேன். விஷயம் இன்றில்லாவிட்டாலும் ஒருநாள் தெரியத்தானே போகிறது. அது இன்றே தெரிந்தால் என்னவாம்? அவள் என் வீட்டிற்கு ஏன் வந்தாள்? கோபர் எங்கே இருக்கிறானோ அங்கே போகட்டுமே! அவனோடு சரசமாடும் போது நம்மைக் கேட்டுக் கொண்டா செய்தாள்?" என்றான் கடுமையான குரலில்.

தனியா மீண்டும் அவன் கரத்தைப் பற்றி - தணிந்த குரலில், "நீ அவள் கையைப் பிடித்தால், அவள் கூச்சல் போடுவாள்" என்றாள்.

"கூச்சல் போடட்டும்"

"இந்த ராத்திரி வேளையில், இருட்டில், குளிரில் அவள் எங்கே போவாள்! இதை எண்ணிப் பார்"

"அவளுடைய சேத்தாளி எங்கேயிருக்கிறானோ அங்கே போகட்டும். நம் வீட்டில் அவளுக்கென்ன வைத்திருக்கிறது?"

"அதுசரி. ஆனால் இந்த வேளைகெட்ட வேளையில் அர்த்த ராத்திரியில் அவளை வீட்டை விட்டுத் துரத்துவது சரியல்ல. கர்ப்பிணி வேறு. எங்கேயாவது பயந்து, கியந்து கொண்டால் இன்னும் ஆபத்து. இந்த நிலைமையில் எதுவும் துணிந்து செய்யவும் முடியவில்லை"

"வாழ்ந்தாலென்ன? செத்தால்தான் நமக்கென்ன? எங்கே வேண்டுமானாலும் போகட்டும். நான் ஏன் என் முகத்தில் கரியை பூசிக் கொள்ள வேண்டும்? கோபர் வந்தால் அவனையும் வீட்டை விட்டுத் துரத்திவிடுவேன்."

ஆழ்ந்த சிந்தனையுடன் தனியா சொன்னாள், "கரி என்னவோ முகத்தில் படிந்தாகிவிட்டது. எது நடக்க வேண்டுமோ, நடந்தாகி விட்டது. இனி உயிருள்ள வரை இந்தக் களங்கமும் நீங்கப் போவதில்லை. கோபர் படகைக் கவிழ்த்து விட்டான். நம்மை நாசமாக்கி விட்டான்."

"கோபர் நாசமாக்கவில்லை. இந்தச் சிறுக்கித்தான் எல்லாம். அவன் பாவம் குழந்தைப் பிள்ளை. இவள் பிடியில், வலையில் சிக்கிக் கொண்டு விட்டான்."

"யாரோ மூழ்கடித்து விட்டார்கள். மூழ்கியாகி விட்டது. இனி என்ன?"

இருவரும் வீட்டின் வாயிலை நெருங்கினர். சட்டென தனியா அவன் கழுத்திலே கையை போட்டு அணைத்தவாறே சொன்னாள், "இதோ பார்! அவள் மீது நீ கை வைக்கக்கூடாது. அவளே பாவம் அழுது கொண்டிருக்கிறாள். துரதிர்ஷ்டம் பிடித்தவளாக இல்லாவிட்டால் இந்தக் கதி ஏன் நேருகிறது?"

ஹோரியின் விழிகள் குளமாகின. தனியாவின் இத்தாய்மை உணர்வு, இந்த இருளிலும், சுடர் விடும் தீபம் போல், கவலையினால் நொடித்து நெக்குருகிப் போயிருந்த உடலுக்கு அலாதியான சோபையைத் தந்தது. இருவரின் உள்ளத்திலும் கடநத காலத்தின் இளமை புத்துணர்வு பெற்றது போலிருந்தது. இளமையைக் கடந்து விட்டிருந்தும் கூட தனியா, அதே மென்மையான மனம் கொண்ட இளம்பெண்ணாய், இருபத்தி ஐந்து ஆண்டுகளுக்கு முன் தன் வாழ்வில் காலடி வைத்தவள் போல் தோன்றினாள். அந்த ஆலிங்கனத்தில் அணைப்பில்தான் எத்தகைய ஆழம் காண இயலாத வாத்சல்யம் இருந்தது. அது எல்லா மாசுகளையும், இடையூறுகளையும், வேரோடியிருந்த பரம்பரைகளையும் தன்னோடு பிணைத்து கொண்டதாகவே இருந்தது.

இருவருமாய் வாசலுக்கு வந்து கதவின் சந்து வழியே உள்ளே பார்த்தனர். குப்பி விளக்கு எரிந்து கொண்டிருந்தது. அதன் மங்கலான ஒளியில், ஜுனியா முழங்காலில் முகம் புதைத்து, கதவை நோக்கிய வண்ணம் அந்த காரத்தினிடையே, கணநேரம் தம் மயக்க மூட்டும் மதிமுகத்தைக் காட்டி விட்டு அவ்இருளினிடையே மறைந்து விட்ட அந்த மகிழ்ச்சியின் கணங்களைத் தேடிக் கொண்டிருந்தாள். துன்பத்தால் மொத்துண்டு, சொல்லம்புகளால் காயமுற்ற, வாழ்விலே பட்ட அடிகளால் வேதனையுற்று ஏதேனும் ஒரு மரத்தின் நிழலைத் தேடி அலைந்து கொண்டிருந்தவளுக்கு, ஒரு மாளிகையின் நிழலே கிட்டிவிட்டதும், அதன் நிழலில், அவள் தன்னை பத்திரமானவளாக, சுகமாக இருப்பவளாக நினைத்துக் கொண்டிருந்தாள். ஆனால் இன்று அவளுடைய அந்த இன்ப மாளிகையும், சுகபோகங்களும், அல்லாவுத்தீனின் அரண்மனை மாதிரி மாயமாய் மறைந்து விட்டது. எதிர் காலம் பயங்கரமான ஒரு ராட்சதன் போல் அவளை விழுங்கிவிட எதிரே காத்து நின்றது.

திடீரென கதவு திறந்து, ஹோரி உள்ளே வருவதைக் கண்டதும், பயத்தால் வெலவெலத்தவளாய் அவள், எழுந்து நின்றவள், தடாலென அவன் கால்களில் வீழ்ந்து அழுது கொண்டே – "அப்பா! இனித் தங்களைத் தவிர எனக்கு வேறு புகல் இல்லை. என்னை அடியுங்கள். கொல்லுங்கள், ஆனால் உங்கள் வீட்டை விட்டு மட்டும் துரத்தி விடாதீர்கள்" என்றாள்.

ஹோரி குனிந்து, அன்புடன் அவள் முதுகைத் தடவியவாறே – "பயப்படாதே மகளே! பயப்படாதே! இது உன் வீடு. உன் வாசல். நாங்கள் உன்னுடையவர்கள். நிம்மதியாக இரு. போலாவின் மகள் மாதிரி, நீ என்னுடைய மகளும்தான். நாங்கள் உயிருடனிருக்கிறவரை, எதைப் பற்றியும கவலைப்படாதே நாங்கள் உயிரோடிருக்கும் வரை யாரும் உன்னை அவமதிப்பாக பார்க்க முடியாது. பந்தி – போஜனம் எல்லாம் போட வேண்டியிருக்கும். அதெல்லாம் நாங்கள் கொடுத்து விடுகிறோம்" என அன்பான குரலில் கூறினான்.

ஆதரவான வார்த்தைகளைக் கேட்ட ஜுனியா பின்னும் அவன் பாதங்களைப் பற்றியவளாய் – "இனி நீங்கள்தான் எனக்கு அப்பா! அம்மா! இனி நீங்கள்தான் என் அம்மா! நான் அனாதை எனக்கு அடைக்கலம் தாருங்கள். இல்லாவிடில் என் அப்பாவும் அண்ணன்மாரும் என்னை உயிரோடு விடமாட்டார்கள்" என்றாள்.

தன்னுள்ளத்தில் பொங்கிய கருணையை தனியாவால் இனியும் கட்டுப்படுத்திக் கொள்ள இயலவில்லை – "போ! உள்ளே போய் உட்காரு. நான் பார்த்துக் கொள்கிறேன். உன் அண்ணன்மாரையும், சிற்றப்பனையும். உலகத்தில் அவர்களது அதிகாரம் மட்டுமல்ல. மிஞ்சிப் போனால் நகைகளை எடுத்துக் கொள்வார்கள். கழற்றி வீசிவிடு" என்றாள் கனிவுடன்.

சற்று நேரத்திற்கு முன்தான் தனியா கோபாவேசத்தில் ஜுனியாவை, குடிகேடி, நடத்தை கெட்டவள், நாசகாலி, இன்னும் என்னென்னவோ வசவுகளைப் பொழிந்து திட்டினாள். விளக்கு மாற்றால் அடித்து விரட்டப் போவதாகச் சொன்னாள். ஆனால்

இக்கணம் ஜூனியாவின் அன்பு ததும்பும், மன்னிப்பை யாசிக்கும் இறைஞ்சும் குரலைக் கேட்டதும், ஹோரியின் கால்களை விட்டுவிட்டு, தன் கால்களைப் பிடித்துக் கொண்டு கெஞ்சியதும், ஹோரியைத் தவிர வேறெவரையும் கண்ணெடுத்தும் பார்த்திராத அந்த பதிவிரதை, அந்த பாவம் புரிந்தவளைத் தன் நெஞ்சார அணைத்துக் கொண்டு அவளது கண்ணீரைத் துடைத்து, திகிலும், பயமும் கொண்டிருந்த அந்த இதயத்தை, தனது ஆறுதலான, மென்மையான சொற்களால் தேற்றிக் கொண்டிருந்தது பறவையொன்று, சிறகை விரித்து தன் குஞ்சைக் காப்பாற்றத் தன்னுள்ளே மறைத்துக் கொள்வது போலிருந்தது.

இவளுக்குச் சாப்பிட குடிக்க ஏதாவது கொடு என்று ஹோரி ஜாடை காட்டியவன், ஜூனியாவை நோக்கி, "மகளே! கோபர் எங்கே போயிருக்கிறான் என்று தெரியுமா உனக்கு?" என்று வினவினான்.

விம்மியவாறே ஜூனியா – "என்னிடம் எதுவும் சொல்லவில்லை. எனனால் உங்களுக்கு" என்றவள் மேலே பேச இயலாமல் அழுகையில் வார்த்தைகள் கரைந்தன.

அவளது துயரம் ஹோரிக்கு தெரியாமலில்லை. "இன்று நீ அவனைப் பார்த்தபோது, அவன் ரொம்பவும் வருத்தமாக இருந்தானா?"

"சிரித்து சிரித்துத்தான் பேசிக் கொண்டிருந்தார். மனதிலிருந்தது கடவுளுக்குத்தான். தெரியும்"

"உன் மனம் என்ன நினைக்கிறது. அவன் கிராமத்தில் தானிருக்கிறானா? அல்லது வெளியூர் எங்கேனும் போய் விட்டானா?"

"வெளியூர் போய்விட்டார் என்றுதான் எனக்குச் சந்தேகம்"

"என் மனமும் இதையேதான் நினைக்கிறது. என்ன அறியாத்தனம் செய்து விட்டான். நாங்கள் அவனுடைய பகையாளிகளா என்ன? நல்லதோ, கெட்டதோ, நேர்ந்து விடும்போது, அதைச் சமாளித்துத் தானாக வேண்டும். இந்த மாதிரி ஓடிப் போய் எங்களையும் சங்கடத்தில் ஆழ்த்திவிட்டானே"

தனியா, ஜூனியாவின் கையைப் பற்றி உள்ளே அழைத்துக் கொண்டு போகும்போது சொன்னாள் "கோழைப்பயல்! யார் கையைத் தொட்டானோ, அவளைக் காப்பாற்ற வேண்டுமா, அல்லது முகத்தில் கரியைப் பூசிவிட்டு ஓடி விடுவதா? வரட்டும் இனி உள்ளே நுழைய விடுகிறேனா பார்"

ஹோரி அங்கேயே வைக்கோல் விரித்து படுத்துக் கொண்டான். கோபர் எங்கே போயிருப்பான் என்ற கேள்வி இதயமென்னும் ஆகாசத்தில் பறவைபோல் வட்டமிட்டுக் கொண்டே இருந்தது.

❑

11

இம்மாதிரியான அசாதாரணமான சம்பவங்ககளால் ஒரு கிராமத்தில எத்தகைய சலசலப்பும், கொந்தளிப்பும் நிகழுமோ, அது நிகழ்ந்தது. அது மாதக்கணக்கில் தொடரவும் செய்தது. ஜுனியாவின் இரண்டு அண்ணன்மாரும், தடியை எடுத்துக் கொண்டு கோபரைத் தேடித் திரிந்தனர். இனி ஜுனியாவின் முகத்திலோ, இந்த கிராமத்தின் முகத்திலோ முழிக்க மாட்டேன் என போலா சபதம் செய்தான். ஹோரியிடம் தனக்குப் பெண் பேசி ஏற்பாடு செய்யும்படி கூறி இருந்ததும் முறிந்து விட்டது. இனி அவன் தன் பசுவிற்குரிய விலையை, அதுவும் ரொக்கமாகக் கொடுக்க வேண்டும், இல்லாவிடில் வழக்குத் தொடுத்து அவனுடைய வீடுவாசலை ஏலத்திற்கு கொண்டுவந்து விடுவேன் என்றான். கிராமத்தார்கள் ஹோரியை சாதியை விட்டு விலக்கி வைத்தார்கள். ஒருவரும் அவனுடைய ஹுக்காவை குடிக்கவில்லை. அவனுடைய வீட்டில் தண்ணீர் கூட குடிக்க மாட்டார்கள் என்றாகி விட்டது. தண்ணீர் எடுக்க விடமாட்டோம், அதாவது உறவுமுறை கிடையாது என்பது பற்றிக் கொஞ்சம் பேச நினைத்தனர். ஆனால் தனியாவின் சண்டி அவதாரத்தைத்தான் எல்லோரும் கண்ணால் பார்த்திருந்தார்களே. அதனால் அவளுக்கு முன்னால் சொல்லும் துணிவு எவருக்கும் உண்டாகவில்லை. எல்லோர் காதிலும் விழும்படியாக தனியா சத்தம் போட்டாள், "யாரேனும் அவளைத் தண்ணீர் எடுக்க விடாமல் மறித்தால் அவ்வளவுதான். கொலை விழும். ரத்தக் களறியாகிவிடும்". இந்த அறை கூவல் எல்லோருடைய ஆத்திரத்தையும் நீராக்கிவிட்டது. எல்லோரையும்விட துக்கப்பட்டவள் ஜுனியாதான். அவளால்தானே இத்தனை உபத்திரவங்கள். கோபரைப் பற்றிய தகவல் ஏதும் கிட்டவில்லை என்பது அவளது துயரத்தை பின்னும் பன்மடங்காக்கி விட்டது.

நாள் முழுவதும் முகத்தை வெளியில் காட்டாமல் வீட்டில் கிடந்தாள். வெளியே வந்தால் நாலா பக்கமிருந்தும் பாய்ந்து வரும் சொல்லம்புகளிலிருந்து தப்புவது கடினமாகிவிட்டது. நாள் முழுவதும் வீட்டு வேலைகளைச் செய்கிறாள், அவகாசம் கிட்டும்போது கண்ணீர் வடிக்கிறாள். தனியா ஏதாவது சொல்லிவிடப் போகிறாளே என்று எப்பொழுதும் நடுங்குகிறாள். சமையல் மட்டும்தான் அவள் செய்ய முடியாது. ஏன் என்றால் அவள் கையால் சமைத்ததை யாரும் சாப்பிட மாட்டார்கள். மற்ற வேலைகள் யாவற்றையும் அவள் தன் மீது இழுத்துப் போட்டுக் கொண்டு விட்டாள். ஊரில் நாலு பேர் எங்கேயாவது கூடினால் இதைப் பற்றிய வம்புதான் அலசப்படுகிறது.

ஒருநாள் தனியா சந்தைக்குப் போய்விட்டுத் திரும்பி வந்து கொண்டிருந்தாள். எதிரே பண்டிதர் தாதாதீன் வந்தார். தனியா தலையைக் குனிந்து கொண்டாள். தவிர்த்துக் கொண்டு போய்விடலாம் என்றுதான் நினைத்தாள். ஆனால் பண்டிதர்

கிடைத்த தருணத்தை நழுவவிடுவாரா என்ன? “தனியா! கோபரிடமிருந்து ஏதாவது சமாசாரம், வந்ததா இல்லையா? இப்படியொரு பழிகாரப் பிள்ளை தோன்றி குடும்பத்தின் மரியாதையையே நாசமாக்கிவிட்டானே!” என்று வாயைக் கிளறினார்.

தனியாவின் மனத்திலும் இப்பொழுதெல்லாம் இப்படிப்பட்ட எண்ணங்கள்தான் தோன்றிக் கொண்டிருந்தன. துயரமிகுந்தவளாய் – “கெட்ட காலம் ஐயா! மதிகெட்டுப் போய் விடுகிறது. வேறென்ன சொல்ல?” என்றாள்.

“நீ அந்த துஷ்டையை வீட்டில் சேர்த்திருக்கக் கூடாது. பாலில் ஈ விழுந்தால் அதைத் தூக்கி எறிந்து விட்டுத்தான் பாலைக் குடிக்கிறோம். நீயே யோசித்துப் பார்! ஊரில் எத்தனை அபவாதம், நிந்தனை. ஊரார் சிரிக்கிறார்களே! அந்த நடத்தை கெட்டவள் வீட்டிலில்லை என்றால் எதுவுமில்லை. பையன்கள் இப்படித்தான் தப்புத்தண்டா ஏதாவது செய்து விடுவார்கள். உறவுமுறையினருக்கு சாதம் போடாமல், பிராமணர்களுக்கு விருந்து வைக்காமல் எப்படி உனக்கு மீட்சி கிடைக்கும். அவளை வீட்டில் வைத்துக் கொள்ளவில்லையென்றால், இதெல்லாம் எதுவும் தேவையில்லை. ஹோரிதான் பைத்தியம், ஆனால் நீ எப்படி ஏமாந்து போனாய்?”

தாதாதீனின் பிள்ளை மாதாதீனுக்கு ஒரு சக்கிலிப் பெண்ணிடம் தொடுப்பு உண்டு. கிராமம் முழுவதும் இது தெரியும். ஆனால் அவன் நாமம் போட்டுக் கொண்டான். பஞ்சாங்கம், ஜாதகம் பார்த்தான். கதா காலட்சேபம், பாகவதம் சொன்னான். தர்மசம்ஸ்காரங்களை நடத்தி வைத்தான். அவனுடைய கௌரவத்திற்கும், செல்வாக்கிற்கும் எந்த ஊறும் நேரவில்லை. அவன் தினமும் ஸ்நானம் பூஜை, நித்யானுஷ்டானங்களைச் செய்து தனது பாவத்திற்கு பிராயச்சித்தம் செய்து கொண்டுவிட்டான். ஜுனியாவிற்கு நிழல் கொடுத்ததால் இந்த ஆபத்தெல்லாம் நேரிட்டிருக்கிறதென்று தனியாவிற்குத் தெரியும். அவளுக்கு அச்சமயம் ஜுனியாவின்பால் எப்படி இரக்கம் வந்ததென்று அவளுக்கே தெரியவில்லை. அன்று இரவே ஜுனியாவை வீட்டை விட்டுத் துரத்தி இருந்தால் இதெல்லாம் நேர்ந்திராதே! ஊராரின் பழிப்புக்கு ஆளாகி இருக்க மாட்டாளே! ஆனால் கூடவே அந்தப் பெண்ணுக்கு ஆறோ, குளமோ தவிர வேறெங்கே புகலிடம் கிடைக்குமென்ற பயமும் எழுந்தது. ஒரு உயிரை - அல்ல இரண்டு உயிர்களைப் பலி கொடுத்து அவள்தன் மரியாதையை எப்படிக் காப்பாற்றிக் கொள்வாள்? மேலும் ஜுனியாவின் கர்ப்பத்தில் வளரும் பாலகன் அவள் இதயத்தில் ஒரு அம்சமல்லவா? ஊராரின் கேலிக்கும், பரிகசரிப்புக்கும் பயந்து அக் குழந்தையின் உயிரை எப்படிப் பறிப்பாள்? தவிரவும் ஜுனியாவின் பணிவும், திக்கற்ற நிலையும் கூட அவளை நிராயுதபாணியாக்கி விட்டிருந்தன. இந்த ஆத்திரம், கோபம், குமுறலெல்லாம் வெளியிலிருந்துதான் வருகின்றன. ஆனால் ஜுனியா ஒரு லோட்டா தண்ணீர் கொண்டு வந்து வைத்து, அவள் கால்களை பிடித்துவிட ஆரம்பித்தால் அவள் கோபமெல்லாம் பஞ்சாய் பறந்து விடுகிறது. பாவம் அவமானத்தினால், வெட்கத்தினால் ஏற்கனவே குன்றிப்

போயிருக்கும் பெண்ணை அவள் ஏன் பின்னும், செத்த பாம்பை அடிப்பது போல் வதைக்க வேண்டும்?

தனியா சற்றே கடுமையான குரலில் – "மகராஜ்! எங்களுக்கு குல கௌரவம் அத்தனை முக்கியமல்ல. கௌரவம் மட்டும் கருதி ஒரு ஜீவனைக் கொலை செய்யத் துணியமாட்டோம். கல்யாணமாகாதவள்தான். ஒப்புக் கொள்கிறேன். ஆனால் அவள் கையைப் பிடித்தவன் என் பிள்ளைதானே! எந்த முகத்தோடு அவளை வெளியே தள்ளுவது? இதே காரியத்தை பெரிய மனிதர்கள் செய்தால், யாரும் அவர்களிடம் வாயைத் திறந்து கேட்பதில்லை. அவர்களுக்கு களங்கம் கிளங்கம் ஏதும் கிடையாது. அதே காரியத்தை சின்னவர்கள் செய்தால் அவர்களின் மரியாதை போச்சு. மானம் போச்சு. இல்லையா மகராஜ்! எங்கள் மூக்கறுந்து விடுகிறது. பெரிய மனிதர்களுக்கு தங்கள் கௌரவம் மற்றவர்களின் உயிரைவிடப் பெரியது. எங்களுக்கு கௌரவம் அத்தனை பெரிதல்ல" என்றாள்.

தாதாதீன் தோல்வியை இவ்வளவு எளிதாய் ஒப்புக் கொள்பவர் அல்ல. இந்தக் கிராமத்தின் நாரதர் அவர். இங்கிருந்து அங்கே, அங்கிருந்து இங்கே சிண்டு முடிவதுதான் அவர் வேலை. அவர் திருடமாட்டார். ஆனால் திருட்டுச் சொத்தில் பங்கு போடப்படும் போது நிச்சயம் அங்கே ஆஜராக இருப்பார். தன் மீது அவதூறு ஏதும் விழாமல் பார்த்துக் கொள்ளுவார். ஜமீன்தாருக்குக் குத்தகை, வரி என்று இதுவரை அவர் காலணா கொடுத்ததில்லை. நோட்டீஸ் வந்தால் கிணற்றில் விழுந்து விடுவேன் என்று ஓடுவார், நோகேராம் என்ன சொல்லியும் பயனிராது. ஆனால் குடியானவர்களுக்கு வட்டிக்குக் கடன் தருவார். எந்தப் பெண்ணாவது நகை ஏதும் செய்து கொள்ள விரும்பினால் தாதாதீன் அவளுக்குச் சேவை செய்ய ஆஜராகிவிடுவார். கல்யாணம், காட்சி, நிச்சயம் செய்வதென்றால் அவருக்கு ரொம்பவும் குஷிதான். புகழுக்குப் புகழ், தட்சணைக்கு தட்சணை. யாரேனும் நோய்வாய்பட்டால் வைத்தியம் பார்ப்பார். மருந்து கொடுப்பார். மந்திரம் மாயமும் போடுவார். நோயாளியின் விருப்பம் போல் நடந்து கொள்ளுவார். ரொம்பவும் கெட்டிக்காரர். இளவட்டங்களிடையே, வயசுப் பையன்களைப் போல் நடந்து கொள்வார். வயதானவர்களுக்கு, வயதானவர், குழந்தைகளுக்கு குழந்தையென வளைத்துப் போடுவதில் சமர்த்தர். பாலுக்கும் காவல், பூனைக்கும் தோழன். அதனால் ஊரில் ஒருவருக்கும் அவர் மீது அத்தனை நம்பிக்கை கிடையாது. அவருடைய பேச்சிலே அலாதியானதொரு கவர்ச்சியுண்டு. இதனால்தான் அடிக்கடி ஏமாந்தும் கூட மக்கள் அவரைத் தேடிப் போவார்கள்.

தலையையும், தாடியையும் ஆட்டியவாறே அவர் சொன்னார், "நீ சொல்வது சரிதான் தனியா! தருமாத்மாக்களின் தருமம் இதுதான். சந்தேகமில்லை. ஆனால் உலகநியதி என்று இருக்கிறதே அதையும் கடைப்பிடிக்கத்தானே வேண்டும்."

இதேபோல் கணக்குப்பிள்ளையும் ஒருநாள் ஹோரியைப் பிடித்துக் கொண்டார். அவர் கிராமத்தில் புண்யாத்மா எனக் கருதப்படுகிறவர். ஒவ்வொரு பௌர்ணமி அன்றும் அவர் வீட்டில்

சத்ய நாராயணப் பூசையும் கதையும் நடக்கும். ஆனால் கணக்குப் பிள்ளை என்ற முறையில் தனது வயலை கூலி கொடுக்காமல் ஆட்களை விட்டு உழுது கொள்வார். தண்ணீர் இறைப்பது கூட இலவசமாகத்தான். குடியானவர்களைப் பரஸ்பரம் மோதவிட்டு இடையே தான் பணத்தைச் சுருட்டிக் கொள்வார். கிராமம் முழுவதும் அவரைக் கண்டால் நடுங்கியது. ஏழைகளுக்கு ஐந்து, பத்து என்று கடன் கொடுத்தே, அவர், ஆயிரக்கணக்கில் சொத்து சேர்த்து விட்டிருந்தார். அறுவடை சமயத்தில், தானியங்களை குடியானவர்களிடமிருந்து கட்டாய முறையில் வசூலித்து, கோர்ட், கச்சேரி போலீஸ் அதிகாரிகளுக்கு தன்னுடைய அன்பளிப்பாகக் கொடுத்துவிட்டு வந்து விடுவார். இதனால் இலாக்கா முழுவதிலும் அவரது செல்வாக்கிருந்தது. அவருடைய கையில் அகப்படாதவர் ஒருவரிருந்தாரென்றால் அவர்தான் இன்ஸ்பெக்டர் கண்டாசிங். அவர், அந்த இலாக்காவிற்கு வந்தவர். பரோபகாரியும் கூட. ஊரெல்லாம் ஜுரம் பரவி இருந்தபோது, சர்க்கார் கொடுக்கும் குளையன் மாத்திரைகளை நோயாளிகளுக்கு விநியோகம் செய்து தான் புகழ் தேடிக் கொண்டார். யாராவது நோயுற்றால் அல்லது நோய் குணமடைந்து தேறியிருந்தால், நலன் விசாரித்து வர அவசியம் போவதுண்டு. சின்னச் சின்னச் சண்டை பூசல்களைத் தீர்த்தும் வைப்பார். கல்யாணம், காட்சியென்றால் தன் வீட்டுப் பல்லக்கு, விரிப்பு, கச்சேரிக்கு வேண்டிய உபகரணங்கள், முதலியவற்றைக் கொடுத்து கை தூக்கிவிடுவார். சமயம் கிடைத்தால் விடமாட்டார். யாருடைய உப்பைத் தின்றாரோ, அவனுக்காகவும் பாடுபடுவார்.

"ஹோரி! என்னப்பா இது. வேண்டாததெல்லாம்..." என்று ஆரம்பித்தார் கணக்குப்பிள்ளை.

ஹோரி பின்னால் திரும்பி... "லாலா நீங்க என்ன கேட்டீர்கள்! காதில் விழவில்லையே" என்றான்.

கணக்குப் பிள்ளை எட்டி நடைபோட்டு அவனை நெருங்கி வந்து - "தனியாவுடன் உன் புத்தியும் போய்விட்டதா என்று கேட்டேன். அந்த ஜுனியாவை அவள் அப்பன் வீட்டிற்கு ஏன் அனுப்பவில்லை? வீணாக உன்னை ஊராரின் பழிப்பிற்கு ஆளாக்கிக் கொள்கிறாயே! யாருடைய பிள்ளையை வயிற்றில் சுமந்து கொண்டு வந்திருக்கிறாளோ, யார் கண்டதாம்? உனக்கு கல்யாணத்திற்கு இரண்டு பெண்கள் உட்கார்ந்திருக்கிறார்கள். யோசித்துப் பார்! எப்படிக் கரையேறப் போகிறாய்?"

இந்த மாதிரியான ஆலோசனைகள், புத்திமதிகள், நல்லெண்ணங்களைக் கேட்டுக் கேட்டு, ஹோரி மனம் சலித்திருந்தான். எரிச்சலுடன், "லாலாஜி! இதெல்லாம் தெரிகிறது. புரிகிறது. ஆனால் நீங்களே சொல்லுங்கள்! நானென்ன செய்ய? நான் ஜுனியாவை வீட்டைவிட்டு வெளியேற்றினால் போலா தன் வீட்டில் இடம் கொடுப்பானா? அவன் இசைந்தால் இன்றே ஜுனியாவை அவன் வீட்டிற்கு அனுப்பிவிட நான் தயார். உங்களால் அவனை இசையச் செய்ய முடியுமென்றாலும் சரி. ஆயுசு முழுவதும் உங்களுக்கு நன்றியுள்ளவனாக இருப்பேன். ஆனால்

அங்கேதான் அவனுடைய இரண்டு பிள்ளைகளும், வெட்டி விடுவேன் என்று நிற்கிறார்களே! அப்படி இருக்கையில் நானெப்படி அவளை வெளியே துரத்த முடியும்? கூறு கெட்ட ஒருவன் அவள் கையைப் பிடித்து ஏமாற்றி விட்டுப் போய்விட்டான். நானும் துரத்திவிட்டால், இந்த நிலையில் அவள் கூலி வேலை செய்துகூட பிழைக்க முடியாதே! எங்கேயாவது மூழ்கி செத்தால் அந்தப் பாவம் யாரைப் பீடிக்கும்? பெண்களின் கல்யாணம் இருக்கட்டும். கடவுளிருக்கிறார். அந்த வேளை வரும்போது, ஏதாவதொரு வழியும் பிறக்கும். எங்கள் உறவு முறையில், இதுவரை எந்தப் பெண்ணும் குமரியாகவே உட்கார்ந்ததில்லை. ஊராருக்குப் பயந்து கொலைப்பாவத்திற்கு நான் ஆளாகப் போவதில்லை" என்றான்.

ஹோரி இயல்பாகவே பணிவுள்ளவன். எப்பொழுதும் தலை குனிந்தவண்ணம்தான் நடப்பான். நாலு வார்த்தை பேசுவான். ஹீராவைத் தவிர கிராமம் முழுவதிலும் அவனுக்குக் கெடுதல் நினைப்பவர்கள் எவருமில்லை. ஆனாலும் சமூகம் இத்தனை பெரிய அநீதியை எப்படிப் பொறுத்துக் கொள்ளும்? அவனுடைய முட்டாள் தனத்தையும்தான் பாருங்களேன். எத்தனை எடுத்துச் சொன்னாலும், புரிந்து கொள்ளமாட்டேன் என்கிறான். புருஷன், பெண்டாட்டி, இருவருமே, யார் எங்களை என்ன செய்து விடமுடியும் என்று சமுதாயத்திற்கு சவால் விடுகிறார்கள். இந்தச் சமுதாயமும் சும்மா இருக்காது. தனது மரியாதையை பங்கப்படுத்துபவர்களை அதுவும் நிம்மதியாக இருக்க விடாது.

அன்றிரவே இந்தப் பிரச்சனையைப் பற்றி ஆலோசிக்க, கிராமத்தின் பெரியவர்கள் கூடினர்.

"எனக்கு பிறரை நிந்திப்பது வழக்கமில்லை. உலகத்தில் என்னென்ன கெட்ட காரியங்கள் நடக்கவில்லை! இதற்கும நமக்கும் என்ன சம்பந்தம்? ஆனாலும் அந்தச் சிறுக்கி தனியா என்னோடு சண்டைக்கு வரத் துணிந்து விட்டாள். தம்பிகளின் சொத்தை கை அடக்கம் செய்துகொண்டு நாலு காசு கைக்கு வந்ததுமே கெட்ட வழியைத் தவிர வேறென்ன தோன்றும்? நீச சாதி அல்லவா! வயிறு முட்டத் தின்றதும், கோணல்மானலாய் நடைபோடுகிறது. இதனால்தான் சாஸ்திரங்களில் நீசச்சாதிகளை உதைத்து வைப்பது நல்லது என்று சொல்லியிருக்கிறது" என்றார் தாதாதீன்.

புகையை ஒரு மூச்சு உள்ளே இழுத்தவாறே கணக்குபிள்ளை சொன்னார் – "இதுதான் இவர்களிடமுள்ள கெட்ட குணம். நாலு காசைக் கண்ணால் கண்டதும், குணம் மாறிவிடும். இன்று ஹோரி என்னிடம் எப்படி திமிராகப் பேசினான். வேறு வழியின்றி நான் வாளாவிருந்து விட்டேன். தன்னை என்னவென்று நினைத்துக் கொண்டிருக்கிறானோ தெரியவில்லை. யோசித்துப் பாருங்கள். இந்த முறையற்ற செயலால் ஊரில் என்ன பலன் விளையும்? ஜுனியாவைப் பார்த்து ஊரிலிருக்கும் கைம்பெண்களுக் கெல்லாம்துணிச்சல் வந்து விடாதா? இன்று போலாவின் வீட்டில் இது நடந்திருக்கிறது. நாளைக்கே, என்னுடைய, உங்களுடைய வீட்டிலும் இது நடக்கலாமே! சமுதாயம் பயத்திற்குக் கட்டுப் பட்டுத்தான் நடக்கிறது. சமுதாயக் கட்டுப்பாடு என்ற அங்குசம்

தளர்ந்து விட்டால் இந்த உலகத்தில் என்னென்ன அனர்த்தங்கள் நேருமோ!

ஜீங்குரிசிங் இரண்டு பெண்டாட்டிக் காரர். முதல் பெண்டாட்டி ஐந்து பிள்ளை, பெண்களை விட்டுவிட்டு இறந்து விட்டாள். அச்சமயம் அவருக்கு வயது 45க்கு கிட்டத்தட்ட ஆகியிருந்தது. ஆயினும் அவர் இரண்டாம் கல்யாணம் செய்து கொண்டார். அவளுக்குக் குழந்தைகள் ஏதும் பிறக்கவில்லை என்றதும் மூன்றாவதாக ஒருத்தியை மணம் புரிந்து கொண்டார். இப்பொழுது அவருக்கு வயது ஐம்பது. இளம்பெண்களான இரு மனைவிகள் வீட்டில் உட்கார்ந்திருந்தனர். அவ்விருவரைப் பற்றியும் ஊரெல்லாம் பல விதமான பேச்சுகள் பரவி இருந்தன. ஆயினும் தாகுர் சாகப்பிடமுள்ள பயத்தினால் யாரும் ஒன்றும் பேச முடியவில்லை. சொல்லச் சந்தர்ப்பம் கிடைத்தால் தானே? கணவன் என்ற பெயரின் திரைமறைவிலே எல்லாம் உசிதமானதுதான். இந்தத் திரையில்லாதவாளுக்குத்தான் கஷ்டமெல்லாம். தாகுர்சாகப் மனைவிமார்கள் மீது மிகக் கடுமையான கட்டுப்பாடுகள் விதித்திருந்தார். தனது மனைவிகளின் முகத்திரையைக் கூட யாரும் பார்க்க முடியாது என்ற கர்வம் அவருக்குண்டு. ஆனால் முக்காட்டின் திரைமறைவிலே என்னென்ன நடக்கிறதென்று அவருக்கென்ன தெரியும்? இதனால் அவர் பேசினார் - "இப்படிப்பட்ட பெண்களின் தலையைத் துண்டித்து விட வேண்டும். ஹோரி, இந்த குடிகேடியை வீட்டிலே வைத்துக் கொண்டு சமூகத்திலே விஷத்தை விதைத்து விட்டான். இப்படிப்பட்டவளை கிராமத்திற்குள் இருக்கவிடுவது, கிராமத்தையே களங்கப்படுத்துவதாகும். ராய்சாகப்பிற்கு உடனே இதைப் பற்றித் தகவல் தரவேண்டும். கிராமத்தில் இத்தகைய முறைகேடான செயல்களை நீடிக்க விட்டால் யாருடைய மானமும் பத்திரமாய் இருக்காது என்பதை தெளிவாகச் சொல்லி விட வேண்டும்."

பண்டித் நோகேராம் உயர் குலத்து அந்தணர். இவருடைய தாத்தா ஏதோவொரு ராஜாவின் திவானாக இருந்தார். ஆனால் தன்னுடையது யாவற்றையும் பகவானின் சரணங்களில் அர்ப்பணம் செய்து விட்டு, துறவியாகிவிட்டார். இவர் தந்தையும் ராம நாமத்திலேயே வாழ்க்கையைக் கழித்துவிட்டார். இவரும், அதே பக்தியைப் பரம்பரையாகப் பெற்றவர். காலையில் பூசையில் உடகார்ந்தால் பத்து மணி வரை ராமநாமம் எழுதிக் கொண்டிருப்பார். ஆனால் பகவானின் முன்னிலையிலிருந்து எழுந்ததுமே, அவரது மனிதத்தன்மை, இந்தத் தடைகளிலிருந்து விலகி முற்றிலும் திரிந்து அவரது மனம், வாக்கு, காயம், காரியம் என யாவற்றையும் நஞ்சு கலந்ததாக மாற்றிவிடும். ஜீங்குரின் பிரஸ்தாபம் அவரது அதிகாரத்திற்கு அவமானம் எனத் தோன்றியதால் உப்பிய கன்னங்களுக்குள் புதைத்திருந்த விழிகளை உருட்டி, "இந்த விஷயத்தில் ராய் சாகப்பை என்ன கேட்பது? நான் என்ன வேண்டுமானாலும் செய்ய முடியும். நூறு ரூபாய் தண்டம் விதியுங்கள். தானே கிராமத்தை விட்டு ஓடிவிடுவான் பயல்.

நிலத்திலிருந்து வெளியேற்றவும் நான் வழக்குப் போடுகிறேன்" என்றார்.

"ஆனால் குத்தகை பாக்கியைச் செலுத்திவிட்டானே!" என்றார் கணக்குப் பிள்ளை.

ஜீங்குரி இதனை ஆமோதித்தார் – "வரி கட்டத்தானே என்னிடமிருந்து முப்பது ரூபாய் வாங்கிக் கொண்டு போனான்."

"ஆனால், இன்னமும் ரசீது கொடுக்க வில்லையல்லவா? வரி பாக்கியைச் செலுத்திவிட்டான் என்பதற்கு என்ன அத்தாட்சி" என்று மிடுக்காக வினவினான் நோகேராம்.

சர்வசம்மதத்துடன் ஹோரியின் மீது நூறு ரூபாய் தண்டம் விதிப்பதென்று நிச்சயிக்கப் பட்டது. ஒருநாள் கிராமத்தார்கள் எல்லோரையும் அழைத்து, அவர்களுடைய சம்மதத்தையும் பெறும் நாடகத்தையும் நடத்த வேண்டும். அவ்வளவுதான். இதில் ஐந்தாறு நாட்கள் தாமதமாகலாம். ஆனால் அன்றிரவே ஜுனியாவிற்குப் பிள்ளைக் குழந்தை பிறந்து விட்டதும் மறுநாளே பஞ்சாயத்துக் கூட்டப் பட்டுவிட்டது. ஹோரியும், தனியாவும், தங்கள் தலைஎழுத்தின் தீர்ப்பைக் கேட்க அழைக்கப் பட்டனர். சபையில் ஒரே கூட்டம். எள் போட்டால் எள் விழாது. அத்தனைபேர் கூடி இருந்தனர். ஹோரி நூறு ரூபாய் அபராதமும், முப்பது மணங்கு தானியமும் நஷ்ட ஈடாகத் தரவேண்டும் என பஞ்சாயத்தில் தீர்ப்பாகியது.

நிறைந்த சபையில் தொண்டை தழுதழுக்க தனியா சொன்னாள், "பஞ்சாயத்துக் காரர்களே! ஏழையைத் துன்புறுத்தி நீங்கள் சுகமாய் வாழமாட்டீர்கள். இதை மட்டும் தெரிந்து கொள்ளுங்கள். நாங்கள் அழிந்தே போய்விடுவோம். இந்தக் கிராமத்தில் இருப்போமோ, இல்லையோ யார் கண்டது? ஆனால், என் சாபம் உங்களைச் சும்மாவிடாது. நிச்சயம் உங்களைப் பீடிக்கும். நான் என் மருமகளை என் வீட்டில் வைத்துக் கொண்டேன் என்பதற்காக இத்தனை கடுமையான அபராதம் விதிக்கப்படுகிறது. அவளை வீட்டை விட்டுத் துரத்தி நடுத்தெருவில் பிச்சைக்காரியாக அலையவிடாததற்கு இது தண்டனை. இதுதான் நியாயமா? தர்மமா?"

"அவள் உன் மருமகள் அல்ல. வேசி" என்றான் கணக்குப் பிள்ளை.

ஹோரி தனியாவை அதட்டினான் – "தனியா! நீ ஏன் பேசுகிறாய்? பஞ்சாயத்தில் பரமேசுவர், கடவுள் இருக்கிறார். அவர்கள் விதிக்கும் நியாயத்தை ஏற்றுக்கொள்ள வேண்டியதுதான். நாம் கிராமத்தை விட்டு ஓடி விடவேண்டும் என்பது பகவானின் இச்சையென்றால், நாமென்ன செய்ய? பஞ்சாயத்தார்களே! எங்களிடமுள்ளதெல்லாம் களஞ்சியத்தில் உள்ளது. ஒரு மணி நெல் கூட வீட்டிற்கு வரவில்லை. எவ்வளவு வேண்டுமோ, எடுத்துக் கொள்ளுங்கள். எல்லாமே வேண்டுமென்றாலும் எடுத்துக் கொள்ளுங்கள். கடவுள் இருக்கிறார். மேலும் குறைகிறதென்றால் எனது இரண்டு மாடுகளையும் எடுத்துக் கொள்ளுங்கள்" என்றான்.

தனியா பற்களைக் கடித்தாள் – "நான் ஒரு மணி தானியம் கூடத் தரமாட்டேன். ஒரு காலணா கூடக் கொடுக்கவும் மாட்டேன். யாருக்கு தைரியமிருக்கிறதோ, என்னிடமிருந்து எடுத்துப் போகலாம். நல்ல வேடிக்கை இது. அபராதம் என்ற சாக்கில் எங்களுடைய சொத்தையெல்லாம் பறிமுதல் செய்து, கையூட்டு வாங்கிக் கொண்டு இன்னொருத்தனுக்கு கொடுத்து, வீடு தோட்டம் துறவு எல்லாவற்றையும் விற்ற காசு பணத்தை அனுபவியுங்கள் சுகமாக! தனியா உயிரோடிருக்கும் வரை இது நடவாது. உங்கள் ஆசையெல்லாம் உங்கள் மனசிலேதானிருக்க வேண்டும். எங்களுக்கு உறவுமுறை பந்து ஜனம் எதுவும் தேவையில்லை. இந்த சமூகத்தில் இருந்து எங்களுக்கு முக்தி கிடைத்து விடப்போவதில்லை. இப்பொழுதும் பாடுபட்டு உழைத்துச் சாப்பிடுகிறோம். அப்பொழுதும் உழைத்துச் சாப்பிடுவோம்."

ஹோரி அவள் முன்னே கைகளைக் குவித்து வேண்டினான் – "தனியா! உன் காலில் வீழ்கிறேன். வாயை மூடிக் கொண்டிரு. நாமெல்லோரும் ஊர் கட்டுப்பாட்டுக்கு அடிமைகள். அதற்கு வெளியே நாம் போகமுடியாது. அது என்ன அபராதம் விதிக்கிறதோ, அதைக் தலைகுனிந்து ஏற்றுக் கொள். மூக்கறுபட்டு வாழ்வதை விட, கழுத்தில் சுருக்கு மாட்டிக் கொள்வதுமேல். இன்று நாம் செத்தால், நமது உறவுமுறைதானே பிணத்தைக் கரை சேர்க்கும்? பஞ்சாயத்தார்களே! என்னிடம் களஞ்சியத்திலிருக்கும் தானியத்தைத் தவிர வேறேதும் பொருளிருந்தால் என் வயசுப்பிள்ளையின் முகத்தைக் காணும் பாக்கியம் எனக்குக் கிட்டாமல் போகட்டும். நான் ஏமாற்ற மாட்டேன். பஞ்சாயத்தார்களுக்கு என் குழந்தை குட்டிகளின் மீது தயை இருந்தால், அவர்களுக்கு ஏதாவது செய்யட்டும். நான் அவர்கள் உத்தரவுக்கு உட்படுகிறேன்."

கோபத்துடன் வெகுண்டவளாய் தனியா அவ்விடம் விட்ட கன்றாள். ஹோரி இரவு ஒரு ஜாமம் வரை, தன் களஞ்சியத்திலிருந்த தானியங்களை சுமந்து கொண்டு வந்து ஜீங்குரி சிங்கின் வீட்டு முன்கூடத்தில் குவித்துக் கொண்டிருந்தான். இருபது மணங்கு பார்லி, ஐந்து மணங்கு கோதுமை, அதே அளவு பட்டாணி, கொஞ்சம் கடலையும், எள்ளும் இருந்தன. தனி மனிதன் அவன். ஒண்டியாக உழைத்தான். இரு குடும்பங்களின் பொறுப்பு தலை மேலிருந்தது. இது கூட தனியாவின் உழைப்பினால் கிட்டியதுதான். ஜூனியா வீட்டு வேலைகளையெல்லாம் கவனித்துக் கொண்டாள். தனியா தன்னிரண்டு பெண்களுடன் வயலில் பாடுபட்டாள். கோதுமையும எள்ளும் குத்தகையில் ஒரு கிஸ்து அடைக்கப் போதுமானது. முடிந்தால் வட்டியையும் கொஞ்சம் கொடுக்கலாம் என்று நினைத்துக் கொண்டிருந்தனர். பார்லியைச் சாப்பாட்டுக்கு வைத்துக் கொள்ளலாம். அப்படியும் இப்படியுமாக ஐந்தாறு மாதங்களை ஓட்டிவிட்டால், அதற்குள், சோளம், கம்பு, ராகி போன்ற தானியங்களின் பருவம் வந்துவிடும் என்றும் எண்ணினர். ஆனால் அவர்களின் நம்பிக்கைகள் யாவும் மண்ணோடு மண்ணாகி விட்டன. தானியங்களும் கையை விட்டுப் போய் விட்டன. நூறு

ரூபாயின் சுமையும் தலைமேல் வீழ்ந்து விட்டது. இனிச் சாப்பாட்டிற்கே வழியில்லை. கோபரின் நிலை என்னவாயிற்றோ, கடவுளுக்குத்தான் வெளிச்சம். ஒரு சமாசாரமா, செய்தியோ ஏதுமில்லை. நெஞ்சில் இத்தனை துணிவு இல்லையென்றால் இப்படிப்பட்ட காரியத்தை ஏன் செய்தானாம்? ஆனால் நடக்க வேண்டியதை யாராலும் தடுக்க இயலாது. நடந்துதானே தீரும். ஊர் கட்டுப்பாட்டின் கொடுமையை அவன் தன் தலையின் மீது ஏற்றிக் கொண்டு, தானியத்தை சுமந்து கொண்டு நடந்து கொண்டிருப்பது, தன் கையாலேயே தனக்குச் சவக்குழி தோண்டுவதை ஒத்திருந்தது. ஜமீன்தார், லேவா தேவி செய்யும் வட்டிக் கடைக்காரர், அரசாங்கம், என்று யாருடைய அச்சுறுத்தல் இல்லை? நாளை விடிந்தால் குழந்தைகள் என்ன சாப்பிடுவார்கள் என்ற கவலை உயிரைக் குடித்துக் கொண்டிருந்தது. ஆனால் ஊர்க் கட்டுப்பாடு என்ற பயம் பிசாசைப் போல் தலைமேல் ஏறி அழுத்திக் கொண்டிருந்தது. அவனால் கற்பனை கூடச் செய்ய இயலவில்லை. திருமணம், மொட்டை அடித்தல், காது குத்துவது, வாழ்வு, சாவு என யாவற்றிலும் உறவு முறை பந்தங்கள் அவனது வாழ்வில் ஒரு மரம் போல் வேரூன்றி விட்டிருந்தது. அதன் நுண்ணிய வேர்கள், அவனுடைய ஒவ்வொரு நாடி நரம்புகளுடன் பின்னிப் பிணைந்திருந்தன. அதிலிருந்து விலகி நின்றால் அவனது வாழ்க்கை சிதறிவிடும். நார் நாராய் பிரிந்து விடும்.

களஞ்சியத்தில் இரண்டொரு மணங்கு தானியம் இருக்கும்போது தனியா ஓடி வந்து அவன் கரத்தைப் பற்றித் தடுத்தாள் - “இருக்கட்டும் விடு. உறவு முறை, ஊர் கட்டுப்பாட்டின் கௌரவத்தை நிறையவே சுமந்தாகிவிட்டது. போதும் குழந்தைகளுக்காகவாவது கொஞ்சம் மிச்சம் மீதி வைப்பாயா அல்லது எல்லாவற்றையுமே அடியோடு ஊர்க் கட்டுப்பாடு, என ஊரார் வாயில் கொட்டப் போகிறாயா? நான் உன்னிடம் தோற்றுப் போனேன். என் தலையில் உன்னைப் போன்ற அடிமுட்டாளோடு வாழ வேண்டுமென்று எழுதியிருக்கிறதே!” என்றாள்.

ஹோரி தன் கையை விடுவித்துக் கொண்டு, எஞ்சியிருந்த தானியத்தையும் கூடைகளில் நிரப்பியவாறே “இது முடியாது தனியா! பஞ்சாயத்தார்களுக்குத் தெரியாது, ஒளித்து, ஒரு மணி தானியம் கூட எடுத்து வைப்பது, என்னைப் பொறுத்த வரையிலும் மகாபாபம். நான் எல்லாவற்றையும் வாரி எடுத்துப் போய் அவர்கள் முன்னே குவித்து விடுவேன். பிறகு பஞ்சாயத்தார்களின் மனதில் இரக்கம் தோன்றினால் என் குழந்தைகளுக்கு ஏதாவது தருவார்கள். இல்லையென்றால் பகவானிருக்கிறார்” என்றான்.

தனியா வெகுண்டாள், “இவர்கள் பஞ்சாயத்தார்கள் அல்ல. ராட்சதர்கள். பக்கா-ராட்சதர்கள். நம்முடைய தானியம், நிலம், நீச்சு எல்லாவற்றையும் பிடுங்கிக் கொண்டு கொள்ளையடிக்கப் பார்க்கிறார்கள். அபராதம் என்பது ஒரு சாக்கு. அவ்வளவுதான். எத்தனை சொன்னாலும் உன் கண் திறக்காது. இந்த பைசாசங்களிடம் நீ கருணையை எதிர்பார்க்கிறாய். நாலைந்து

மணங்கு தானியத்தை எடுத்து உன் கையில் கொடுத்து விடுவார்கள் என்று நினைக்கிறாய்."

ஹோரி இதற்கிசையாது கூடையை எடுத்து தலை மீது வைக்கப் போனதும் தனியா தன்னிருகரங்களாலும், முழுபலத்துடன் கூடையை இறுகப் பிடித்துக் கொண்டாள். "இதைக் கொண்டு போக நான் விடமாட்டேன். என்னுயிரே போனாலும் சரி, விடமாட்டேன். உயிர் போக எத்தனை பாடுபட்டு நாம் இதைச் சம்பாதித்தோம், இரவு பகல் பாராது நீர் பாய்ச்சினோம். காவல் காத்தோம். இந்தப் பஞ்சாயத்தார்கள் மீசையை முறுக்கிக் கொண்டு, இதை அனுபவிக்க, நம் குழந்தைகள், ஒருவாய் சோற்றுக்கு ஆலாய்ப் பறக்கவா நாம் இத்தனை பாடுபட்டோம்? நீ மட்டுமா இதையெல்லாம் செய்தாய்? நானும் என் குழந்தைகளுமல்லவா, சிதை இருந்தோம். பேசாமல் கூடையைக் கீழே வை. இல்லாவிடில் இந்த உறவு என்றென்றுக்குமாக விட்டுப் போகும். சொல்லி விட்டேன்" என்றாள் ஆவேசத்துடன்.

ஹோரி சிந்தனையில் ஆழ்ந்தான். தனியா சொல்வதில் உண்மையிருந்தது. தன் குழந்தைகள் பாடுபட்டு சம்பாதித்ததைப் பிடுங்கி அபராதக் காணிக்கை செலுத்த அவனுக்கென்ன உரிமை இருக்கிறது? அவன் வீட்டின் எஜமானன். எல்லோரையும் காப்பாற்ற வேண்டியது அவனது கடமை. அவர்களது உழைப்பின் சம்பாத்தியத்தை அபகரித்து ஊர் கட்டுப்பாடு என்று பஞ்சாயத்தார்களுக்கு அள்ளிக் கொடுத்து அவர்கள் பார்வை நேர்மையானதாக தோன்றுவதற்கு அவனுக்கென்ன அதிகாரம் உள்ளது. கூடையைப் பற்றியிருந்த அவன் கரங்கள் தளர்ந்தன. தாழ்ந்த குரலில் – "நீ சொல்வது சரிதான் தனியா! மற்றவர்களின் பங்கில் எனக்கேதும் உரிமையில்லை. என்ன மீதி இருக்கிறதோ, அதை நீ எடுத்துக் கொண்டு போ. நான் போய் பஞ்சாயத்தார்களிடம் சொல்லி விடுகிறேன்" என்றான்.

தனியா தானியக் கூடையை வீட்டில் கொண்டு போய் வைத்து விட்டு, தன்னிரு பெண்களுடன், பேரன் பிறந்த நாளின் மகிழ்ச்சியில், தொண்டை கிழிய மங்கலப் பாடல்களை, கிராமம் முழுவதும் கேட்கட்டுமே என்று பாடலானாள். இன்று முதல் முறையாக அவனுடன், இந்த சுபதினத்தில் உறவு முறைப் பெண்கள் எவருமில்லை. பிரசவ அறையிலிருந்து, மங்கலப் பாடல்கள் ஏதும் பாடவேண்டிய அவசியமில்லை என்று ஜூனியா சொல்லி அனுப்பினாள். ஆனால் தனியாவா கேட்பாள்! உறவுமுறையினருக்கு அவள் இலட்சியமில்லை என்றால் அவளுக்கும் யாரும் ஒரு பொருட்டல்ல.

சரியாக இதே நேரத்தில் அங்கே ஹோரி தன் வீட்டை எண்பது ரூபாய்க்கு ஜீங்குரி சிங்கிற்கு அடமானம் வைத்து பத்திரம் எழுதிக் கொண்டிருந்தான். அபராதக் காணிக்கையைத் தர இதைத் தவிர வேறு வழியில்லை. வேறெந்த ஏற்பாடும் அவனால் செய்ய இயலாது. எள்ளு, கோதுமை, பட்டாணியில் – இருபது ரூபாய்கள் கிடைத்தன. மீதத் தொகைக்கு அவன் வீட்டைத்தான் ஒத்தி வைக்க வேண்டியிருந்தது. நோகேராம் மாடுகளை விற்று விடலாம் என்றார். ஆனால் தாதாதீனும், கணக்குப் பிள்ளையும் இதனை எதிர்த்தனர்.

மாடுகளை விற்றுவிட்டால் ஹோரி எப்படி விவசாயம் செய்வான்? அவனுடைய சொத்திலிருந்து ரூபாய் வசூல் செய்து கொள்ளலாம். ஆனால் அவன் ஊரை விட்டே ஓடும் படியாகவா செய்வது? கூடாது என்றனர். அதனால் உழவு மாடுகள் தப்பின.

ஹோரி அடமானப் பத்திரமெல்லாம் எழுதிக் கொடுத்துவிட்டு வீடு திரும்பும் போது மணி பதினொன்று – "இத்தனை நேரம் அங்கே என்ன செய்தாய்?" என்று கேட்டாள் தனியா.

ஹோரி யார் மீதோ இருந்த ஆத்திரத்தை இங்கே கொட்டினான். "என்ன செய்தேன், அந்தக் களவாணிப் பயல் செய்ததற்கெல்லாம் கடன் அழுது கொண்டிருந்தேன். அதிர்ஷ்டம் கெட்ட பயல் நெருப்பைப் பற்ற வைத்துவிட்டு தான் ஓடி விட்டான். நான் அணைக்க வேண்டியிருக்கிறது அந்த நெருப்பை. எண்பது ரூபாய்க்கு இந்த வீட்டை அடமானம் வைத்து விட்டு வருகிறேன். வேறென்ன செய்ய? இனி பகிஷ்காரம் தீர்ந்து விட்டது. உறவுமுறை குற்றத்தை மன்னித்து விட்டது" என்றான்.

"ஜாதியில் ஏற்றுக் கொள்ளாவிட்டால், நமகென்ன கெட்டு விட்டதாம்? நாலைந்து மாதமாய் நம்மை ஒதுக்கி வைத்திருந்ததால் நாம் குறைந்து போய்விட்டோமா? நீ இவ்வளவு முட்டாளாய் ஏன் இருக்கிறாய் என்றுதான் நான் கேட்கிறேன். என் முன்னே ரொம்பவும்தான் புத்திசாலியாய் காட்டிக் கொள்கிறாய்! வெளியே போனால் ஏன் உன் வாய் ஊமையாகி விடுகிறது? அப்படியும் இப்படியுமாய் அப்பன், பாட்டன் சேர்த்து வைத்ததின் அடையாளமாக ஒரு வீடு இருந்தது. இன்று நீ அதையும் உண்டு இல்லை என்று ஒழித்துக் கட்டிவிட்டாய். இன்னமும் மூணு, நாலு பீகா நிலமிருக்கிறது. இதே மாதிரி நாளைக்கு எழுதிக் கொடுத்துவிட்டுத் தெருத் தெருவாய் பிச்சை எடு. உன் வாயில் நாக்கே இல்லையா? நான்தான் கேட்கிறேன். இந்தப் பஞ்சாயத்தார்களிடம், "நீங்களெல்லாம் என்ன பெரிய தருமாத்துமாக்களா, மற்றவர்கள் மீது அபராதம் போட, உங்கள் முகத்தைப் பார்ப்பது கூட பாபம்" என்று கேட்பதானே?" எனப் பொரிந்தாள் சினத்துடன்.

"வாயை மூடு. ரொம்பவும் பேசிக் கொண்டே போகாதே! இன்னமும் உறவுமுறை, கட்டுப்பாடு என்று எதிலும் சிக்கிக் கொள்ளவில்லை நீ.. இல்லாவிட்டால் வாயிலிருந்து வார்த்தையே வராது" என்றான் ஹோரி.

தனியா ஆவேசமுற்றாள் – "நாமென்ன பாவம் செய்தோம்! அவர்களிடம் பயப்பட! யார் சொத்தையாவது திருடினோமா, சொத்தை அபகரித்தோமா? பெண்டாட்டியை வைத்துக் கொள்வது பாபமல்ல. ஆம். வைத்துக் கொண்டு விட்டுவிடுவதுதான் பாபம். மனுஷன் ரொம்பவும் சாதுவாய் நேர்மையாய் இருப்பது தவறு. அவனது நல்லதன்மையின் பலன் என்ன தெரியுமா? நாய் கூட முகத்தை நக்கவாரம்பித்துவிடும். ஊர்க் கட்டுப்பாட்டின் மரியாதையை எப்படிக் காப்பாற்றி விட்டான் என்று அங்கே உன்னைக் கொண்டாடிக் கொண்டிருப்பார்கள். இங்கே என்

தலைவிதி உன்னைப் போன்ற ஆண்பிள்ளையைக் கட்டியிருக்கிறேன். ஒரு நாளாவது துளி சுகம் உண்டா? கிடையாது."

"நான் வந்து உன் அப்பனின் காலில் வீழ்ந்தேனா! அவன்தானே உன்னை என் கழுத்தில் கட்டி வைத்தான்."

"அவன் மூளை அறிவிழந்து போச்சு. வேறென்ன சொல்ல? என்னத்தைக் கண்டு மயங்கினாரோ! யார் கண்டது? அப்படியொன்றும் அழகாகவும் இல்லையே நீ."

விவாதம், பரிகாசமும் வேடிக்கையுமாக மாறத் துவங்கியது. எண்பது ரூபாய் போனால் போகட்டும். லக்ஷம் பெறும் பேரன் கிடைத்திருக்கிறான். அவனை யாராலும் பிடுங்கிக் கொள்ள முடியாதே! கோபர் வீடு திரும்பிவிட்டால், தனியா குடிசையில் கூட இன்பமாக வாழ்வாள்.

ஹோரி மெல்லக் கேட்டான், "குழந்தை யார் ஜாடை?"

தனியா மலர்ந்த முகத்துடன் - "அப்படியே கோபரை உரித்து வைத்திருக்கிறது. நிஜமாகத்தான்" என்றாள்.

"நல்ல குண்டாய், கழுக்கு, முழுக்கென்று இருக்கிறதா?"

"ஊம். நன்றாய் இருக்கிறது."

❑

12

அன்றிரவு ஜுனியாவுடன் கோபர் புறப்பட்டு வந்து கொண்டிருந்த போது பெருத்த அவமானம் நேரிட்டு விட்டது போல் நடுநடுங்கிக் கொண்டிருந்தான். ஜுனியாவைத் தன்னுடன் கண்டதுமே கிராமத்தில் பெரும் குழப்பமும், கலவரமும் மூண்டுவிடும். நாலாபக்கமிருந்தும் ஜனங்கள் வந்து சத்தம் போடுவார்கள். தனியா வசைமாரி பொழிவாள் என்பதையெல்லாம் எண்ணி என்ணிப் பார்க்கும் போது அவன் கால்கள் பின்னடைந்தன. தனியா பற்றி மிகவும் அச்சமாக இருந்தது. விஷம் குடித்து விடுவாள். வீட்டையே அதிர வடித்து விடுவாள். வீட்டிற்கு நெருப்பு வைக்கவும் துணிந்து விடுவாள். கூடாது இப்பொழுது. இந்த சமயத்தில் ஜுனியாவுடன் தான் வீட்டிற்குப் போகக் கூடாது என்றே அவன் நினைத்தான்.

தனியா ஜுனியாவை வீட்டிற்குள் நுழைய விடாமல், விளக்கு மாற்றை எடுத்துக் கொண்டு அடிக்க வந்து விட்டால், பாவம் அவள் எங்கே போவாள். தன் வீட்டிற்கு அவள் திரும்பிச் செல்வதென்பது முடியாது. எங்கேயாவது ஆற்றிலோ, குளத்திலோ, வீழ்ந்து விட்டால்? அல்லது கழுத்துக்குச் சுருக்கு மாட்டிக் கொண்டுவிட்டால்.. என்ன ஆவது? யாரிடம் போய் அடைக்கலம் கேட்பது? கோபர் நெடுமூச்செறிந்தான்.

ஆனால் அம்மா அத்தனை இரக்கமற்றவள் அல்ல. கோபத்தில் இரண்டொரு வசவுகள், திட்டுவாள். ஆனால் ஜூனியா அவள் கால்களில் வீழ்ந்து அழுதால் நிச்சயம் அம்மாவின் மனம் இளகிவிடும். அதுவரை தான் எங்கேயாவது ஒளிந்து, மறைந்திருக்க வேண்டும். இந்தக் குழப்பமெல்லாம் அடங்கிய உடன் ஒருநாள் மெதுவாக வீடு திரும்ப வேண்டும். கொஞ்சம் காசு பணத்துடன் வீடு திரும்பினால், தனியாவின் வாய் மூடிக் கொண்டுவிடும்.

“எனக்கு திக் திக்கென்று அடித்துக் கொள்கிறது. நீ என்னை இந்தக் கதிக்கு ஆளாக்கி விடுவாய் என்று எனக்கென்ன தெரியும். எந்தக் கெட்ட வேளையில் உன் முகத்தில் முழித்தேனோ! நீ பசுவை ஓட்டிப் போக வந்திராவிடில் இதெல்லாம் எதுவும் நடந்திராது. நீ முன்னால் போய் வீட்டில் என்ன சொல்ல வேண்டுமோ - சொல்லு. கேட்க வேண்டியதைக் கேட்டுக் கொள் - நான் பின்னால் வருகிறேன்.” என்றாள் ஜூனியா.

“வேண்டாம், வேண்டாம். முதலில் நீ போ. கடையிலிருந்து சாமான் வாங்கிக் கொண்டு வீடு திரும்பிக் கொண்டிருந்தேன். இருட்டி விட்டது. எப்படிப் போவேன் என்று சொல். அதற்குள் நான் பின்னாலேயே வந்து விடுகிறேன்” என்றான் கோபர்.

ஜூனியா மிகுந்த கவலையுடன், “உன் அம்மா ரொம்பவும் கோபக்காரி. என் மனசு நடுங்குகிறது. என்னை அடித்தால் நானென்ன செய்ய?” என்றாள்.

கோபர் தைரியமூட்டினான். “அம்மா அப்படியொன்றுமில்லை. எங்களை ஒரு அடி கூட வைத்ததில்லை தெரியுமா? உன்னை எதற்காக அடிக்கப் போகிறாள்? என்ன சொல்ல வேண்டுமோ, என்னைத்தான் சொல்லுவாள். உன்னையொன்றும் சொல்ல மாட்டாள்.

கிராமம நெருங்கி விட்டது. கோபர் சட்டென்று நின்று விட்டான். “இனி நீ முதலில் போ” என்றான்.

“நீ நேரமாக்கிவிடாதே” - என வேண்டினாள் ஜூனியா.

“இல்லையில்லை. நொடியில் வந்து விடுகிறேன். நீ முன்னால் போ”

“எனக்கு மனதை என்னவோ செய்கிறது. உன் மேல் கோபமாய் வருகிறது.”

“நீ ஏன் இவ்வளவு பயப்படுகிறாய்? நான்தான் பின்னால் வந்து கொண்டே இருக்கிறேனே!”

“இதைவிட வேறெங்கேயாவது ஓடிப் போயிருக்கலாம்.”

“நம்முடைய வீடு இருக்கும்போது, வேறெங்காவது ஏன் ஓட வேண்டும்? நீ அனாவசியமாய் பயப்படுகிறாய்?”

“சீக்கிரம் வந்து விடுவாய் அல்லவா?”

“ஆமாம். இதோ வந்து விடுவேன்”

“என்னை ஏமாற்றவில்லையே! என்னை வீட்டிற்கு அனுப்பிவிட்டு, நீ எங்கேனும் ஓடி விடமாட்டாயே”

“ஜூனா! நான் அத்தகைய கயவனல்ல. உன் கையை பிடித்து விட்டேன். சாகும்வரை உன்னைக் கைவிட மாட்டேன்”

ஜூனியா மேலே நடந்தாள். கோபர் ஒரு கணம் தயங்கியவனாய் நின்றான். திடீரென தலைக்கு மேல் சுழன்று கொண்டிருந்த இகழ்ச்சி, அவமதிப்பு பற்றிய கற்பனை பயங்கரமான ரூபமெடுத்து அவன் எதிரே பூதாகாரமாய் நின்றது. உண்மையிலேயே அம்மா அடிக்க வந்து விட்டால் என்னவாகும்? அவன் கால்கள் நகர மறுத்தன. தரையோடு ஒட்டிக் கொண்டுவிட்டன போலிருந்தது. அவன் நின்ற இடத்திற்கும், அவன் வீட்டிற்குமிடையே ஒரு சிறிய மாந்தோப்புதானிருந்தது. ஜூனியாவின் கறுத்த நிழலுருவம் மெல்ல மெல்லச் சென்று கொண்டிருப்பது தெரிந்தது. அவளது ஐம்புலன்கள் கூர்மை பெற்றன. அம்மா ஜூனியாவின் மீது வசைமாரி பொழிவதுபோல் காதுகளில் ஒலித்தது. தலைக்கு மேல் வெட்டரிவாள் விழக் காத்திருப்பதுபோல் தோன்றியது. உடம்பிலிருந்த ரத்தமெல்லாம் சுண்டிவிட்டது. ஒரு கணத்திற்குப் பின், அம்மா வீட்டைவிட்டு எங்கோ போவது தெரிந்தது. அப்பாவிடம் போகிறாள் போலும். அப்பா சாப்பிட்டுவிட்டு பயிருக்கு காவலிருக்க போய்விட்டார் போலும். கோபர் மெல்ல அடி எடுத்து வைத்தவனாய் வயலை நோக்கிச் சென்றான். பின்னர், கோதுமை, பார்லிப் பயிர்களை மிதித்துக் கொண்டு ஒரே ஓட்டமாய் யாரோ பின்னால் துரத்துவது போல் ஓடலானான். அதோ, அப்பாவின் பரண். கோபர் நின்று நிதானித்து மெல்ல அடிஎடுத்து வைத்து, பரணுக்குப் பின்னால் சென்று உட்கார்ந்து கொண்டான். அவனது அனுமானம் சரியானதுதான். அவன் போய் உட்கார்ந்ததுமே தனியாவின் குரல் கேட்டது. ஓ! அனர்த்தமாகிவிட்டதே! அம்மா இத்தனை கடுமையானவளா! ஒரு அனாதைப் பெண்ணின்பால் கொஞ்சம் கூட இரக்கம் ஏற்படவில்லையா? நானும் எதிரே போய், உனக்கு ஜூனியாவிடம் இப்படியெல்லாம் பேச என்ன தைரியம் என்று நாலு வார்த்தை கேட்டுவிட்டால் இவளது திமிரெல்லாம் அடங்கி விடும். ஊம்! அப்பா கூட கோபித்துக் கொள்ளுகிறாரா? கொடிக்கு இன்று தன் காய் கூட கனமாகி விட்டது போலிருக்கிறது. நான் கொஞ்சம் மரியாதையாய் அடங்கி இருக்கிறேன். இது அதனுடைய பலன்தான். அப்பாகூட புறப்பட்டுப் போகிறாரா? ஜூனியாவை இவர்கள் அடித்து, உதைத்தால் அதை என்னால் பொறுத்துக் கொள்ள முடியாது. பகவானே! இனி நீதான் துணை. உன்னைத்தான் நம்புகிறேன். இந்த ஆபத்தில் சிக்கிக் கொள்வேன் என்று எனக்குத் தெரியவில்லை. ஜூனியா மனத்தில் என்னை எத்தனை கேவலமானவனாக, கயவனாக, நினைத்துக் கொள்வாய். ஆனால் இவர்கள் அவளை எப்படி அடிப்பார்கள்? வீட்டை விட்டு எப்படி துரத்திவிட முடியும்? வீட்டில் எனக்கு பங்கில்லையா? ஜூனியாவின் மீது இன்று யாராவது கை வைத்தால், மகாபாரதமாகிவிடும். பிள்ளைகளை வளர்த்துக் காப்பாற்றும் வரையில்தான் அம்மாவும், அப்பாவும். பாசமோ, பரிவோ இல்லையென்றால் என்ன அம்மா! என்ன அப்பா!

ஹோரி பரணை விட்டிறங்கி நடந்ததும் கோபரும் சத்தமில்லாமல் பின்னாலேயே சென்றான். ஆனால் வாசலில்

வெளிச்சத்தைக் கண்டதும் அவன் கால்கள் தடைபட்டுவிட்டன. ஒளிவட்டத்திற்குள் அவனால் கால் வைக்க இயலாது. இருளிலேயே சுவரோடு ஒட்டிக் கொண்டு நின்றான். அவனது தைரியம் குலைந்து விட்டது. ஐயோ! பாவம்! ஜூனியா! குற்றமற்றவள் மீது இவர்கள் எரிந்து விழுந்து கொண்டிருக்கின்றனர். ஆனாலும் அவன் செயலற்று நிற்கிறான். அவன் விளையாட்டாக விட்டெறிந்த சிறிய நெருப்புப் பொறி, களஞ்சியம் முழுவதையும் சுட்டுக் கரியாக்கிவிடும் என அவன் நினைத்திருக்கவில்லை. இப்பொழுது எதிரே வந்து, “ஆம்! நான்தான் அந்த நெருப்புப் பொறியை எறிந்தேன்” என்று சொல்லும் துணிவு அவனுக்கு ஏற்படவில்லை. எந்த ஆதாரத்தைப் பற்றிக் கொண்டு அவன் தன் மனத்தைத் திடப்படுத்திக் கொண்டிருந்தானோ, அந்த ஆதாரம் யாவுமே இந்த பூகம்பத்தில் அதிர்ந்து சரிந்து விட்டது. அவன் பின் நகர்ந்து விட்டான். இனி அவன் ஜூனியாவை எந்த முகத்தை வைத்துக் கொண்டு பார்ப்பான்?

அவன் நூறடி பின்னே நகர்ந்தான். ரண களத்திலிருந்து பின்வாங்கி ஓடும் சிப்பாயைப் போன்ற நிலை இது. அவன் ஜூனியாவின் மீதான தன் அன்பு, காதலைப் பற்றி பேசியது, அவளைக் காப்பாற்றுவதாகச் சொன்னது யாவும் நினைவுக்கு வந்தன. தங்களது சந்திப்பின் இனிய நினைவுகள் மேலெழுந்து வந்தன. மதம் கொண்ட பெருமூச்சில், போதையூட்டும் பார்வையில் தன்னுயிரையே அவள் காலடியில் அவன் அர்ப்பணித்ததுண்டு. விரகதாபம் கொண்ட பறவை போல் தன் சின்னஞ்சிறு கூட்டில், தனிமையில் ஜூனியா தன் நாட்களைக் கழித்துக் கொண்டிருந்தாள். அக்கூட்டில் ஆணின் ஆர்வம் மிகுந்த அழைப்பில்லை. பொங்கி எழும் உல்லாசமில்லை. குஞ்சுகளின் இனிய குரல்களில்லை. வேடுவனின் வலையோ, வஞ்சகமான ஏமாற்றுதல்களுமில்லை. அவளது ஏகாந்தமான அந்தகூட்டிற்குள் பிரவேசித்த கோபர் அவளுக்கு சற்றே மகிழ்ச்சியை, இன்பத்தை அளித்தானோ இல்லையோ, யாருக்குத் தெரியும்? ஆனால் அவளை ஆபத்தில் சிக்க வைத்து விட்டதென்னவோ நிச்சயம். கோபர் தன்னை நிதானப்படுத்திக் கொண்டான். ஓடிய சிப்பாய் தன் கூட்டாளியின் குரல் கேட்டுத் திரும்பிய நிலைஇது.

கதவருகில் வந்து பார்த்தான். கதவு மூடி இருந்தது. கதவின் சந்துகளின் வழியே ஒளிக் கீற்றுக்கள் வெளியே சிதறின. அவன் ஒரு சந்தின் வழியே உள்ளே எட்டிப் பார்த்தான். தனியாவும், ஜூனியாவும் உட்கார்ந்திருந்தனர். ஹோரி நின்று கொண்டிருந்தான். ஜூனியாவின் விம்மல்கள் தெளிவாகக் கேட்டன. தனியா அவளைச் சமாதானப்படுத்திக் கொண்டிருந்தாள். “மகளே! உள்ளே போய் உட்காரம்மா! நான் உன் சிற்றப்பாவையும், அண்ணன்மார்களையும் கவனித்துக் கொள்கிறேன். நாங்கள் உயிரோடிருக்கும் வரை உனக்கொரு கவலையுமில்லை. நாங்களிருக்கையில் எவரும் உன்னைக் கேவலமாகப் பார்க்க முடியாது”. கோபர் பரவசமுற்றான். அவன் மட்டும் இன்று வகையாய் இருந்தால் தன் அம்மாவையும், அப்பாவையும் பொன்னால் போர்த்தியிருப்பான். “இனி நீங்கள் ஒரு

வேலையும் செய்ய வேண்டாம். சௌக்கியமாய் உட்கார்ந்து சாப்பிடுங்கள். எவ்வளவு தானம் புண்ணியம் செய்ய வேண்டுமோ மனதாரச் செய்யுங்கள் என்று சொல்லுவான். ஆனால் இப்பொழுது? ஜுனியாவைப் பற்றிய கவலை இனி அவனுக்கில்லை. எந்த நிழல் அவனுக்கு கிட்ட வேண்டுமென்று விரும்பினானோ அது கிடைத்து விட்டது. ஜுனியா அவனை மோசக்காரன் என்று நினைப்பாள். நினைத்துக் கொள்ளட்டும். இனி அவன் அந்த வீட்டிற்குள், தன்னிடமிருக்கும் பண பலத்தினால் ஊராரின் வாயை அடைக் கும்வரை நுழையமாட்டான். குலத்தைக் கெடுக்க வந்த கோடரி எனத் தன்னை நினைக்காமல் பெற்றவர்கள், குலவிளக்கு என்று போற்றும் நிலை வரும்வரை திரும்ப மாட்டான்.

மனத்தில் விழுகின்ற அடி எத்தனைக்கெத்தனை ஆழமானதாக, வலுவானதாக இருக்கிறதோ, அதன் எதிர் விளைவும் அவ்வளவு ஆழமானதாகத்தானிருக்கும். இந்த அபகீர்த்தி, அபவாதமும், களங்கமும், கோபரின் இதயத்தை கடைந்து, இதுவரை அதனடியில் ஒளிந்திருந்த மாணிக்கத்தை வெளிக்கொணர்ந்து விட்டது. இன்று தான் வாழ்க்கையில் முதன் முறையாகத் தனது பொறுப்பு, கடமை பற்றி அவன் யோசித்தான். உணர்ந்தான். கூடவே ஒரு உறுதியும், முடிவும் பிறந்தன. இதுவரை மிக மிகக் குறைவாக உழைத்து, அதிகமாகச் சாப்பிடுவதை அவன் தனது உரிமையாகக் கொண்டிருந்தான். அக்குடும்பத்தின்பால் தனக்குக் கடமையுள்ளது என்பதை அவன் ஒரு பொழுதும் நினைத்தும் பார்த்ததில்லை. இன்று தன்னைப் பெற்றவர்களின் பெருந்தன்மையுடன் கூடிய இந்த மன்னிப்பு, அவனது இதயத்தை ஒளி மயமாக்கி விட்டது. தனியாவும், ஜுனியாவும் உள்ளே சென்றதும், அவன் ஹோரியின் பரணுக்கு வந்து உட்கார்ந்து தனது எதிர்காலத்தைப் பற்றி யோசிக்கலானான்.

பட்டணத்தில் மண்வெட்டுபவர்களுக்கு நாளுக்கு, நாலைந்தணா கூலி கிடைப்பதாக அவன் கேள்விப்பட்டிருந்தான். ஆறணா கூலி கிடைத்தால் ஒரு அணாவில் செலவைச் சரிகட்டி ஐந்தணா மீந்து விடலாம். மாதம் பத்து ரூபாய் கைக்குக் கிடைக்கும். ஒரு வருடமானால் நூற்றிருபது ரூபாய். நூற்றிருபது ரூபாய் நிறைந்த பணப்பையுடன் அவன் வீடு திரும்பினால் எவ்வளவு குஷியாக இருக்கும்? எவருக்கேனும் அவனுக்கு முன்னால் வாய் திறக்க முடியுமா? இதே தாதாதீனும், கணக்குப் பிள்ளையும் அவன் சொல்லுவதற்கெல்லாம் ஆமாம் போடுவார்கள். ஜுனியா கர்வத்தினால் பூரித்துப் போவாள். இரண்டொரு வருடங்கள் அவன் இப்படி சம்பாதித்தால் வீட்டின் தாித்திரமெல்லாம் ஓடியே போய்விடும். இப்பொழுது வீட்டிலுள்ள எல்லோரும் உழைத்து பாடுபட்டாலும் வருடம் நூற்றிருபது ரூபாய் சம்பாதிக்க முடியவில்லை. அவன் ஒருத்தனே நூற்றிருபது ரூபாய் சம்பாதிப்பானே! கூலிவேலை செய்கிறான் என்று ஊரார் சொல்லுவார்கள். சொல்லிவிட்டுப் போகட்டும். கூலி வேலை செய்வதொன்றும் பாவமில்லை. எப்பொழுதும் ஆறணாத்தான் கிடைக்குமாயென்ன? அவன் வேலையில் கெட்டிக்காரனாக, திறமைசாலியாக ஆக ஆகக் கூலியும் அதிகரிக்குமே! அப்பொழுது

அவன் தன் அப்பாவிடம் "இனி நீ வேலை செய்ய வேண்டாம். வீட்டில் உட்கார்ந்து பகவானை பஜனை பண்ணிக் கொண்டிரு" என்பான். இந்த விவசாயத்தில் உயிரைக் கொடுத்து உழைப்பதைத் தவிர வேறென்ன லாபமிருக்கிறது? முதலில் அவனொரு மேல்நாட்டுப் பசு வாங்குவான். நிச்சயம் அது நாலைந்து சேர் பால் தரும். கோமாதாவிற்கு சேவை செய்யுங்கள் அப்பா, இகபோகம், பரபோகம் இரண்டும் கடைத்தேறிவிடும்" எனத் தன் அப்பாவிடம் கூறுவான்.

ஏன்? ஓரணாவில் அவன் தாராளமாய் வாழ முடியாதா? வீடு, வாசல் இதெல்லாம் எதற்கு? யார் வீட்டுத் திண்ணையிலாவது கிடந்தால் போதும். நூற்றுக் கணக்கான கோவில்கள், தர்மசாலைகள் எல்லாம் இருக்கின்றனவே! யாருக்கு கூலிவேலை செய்கிறானோ, அவர்கள் அவன் தங்க இடம் தரமாட்டார்களா? ரூபாய்க்கு பத்து சேர் ஆடாமாவு கிடைக்கிறது. ஓரணாவிற்கு வாங்கினாலும் ஆயிற்று. அவன் ஓரணாவிற்குமேல் செலவு செய்யமாட்டான். விறகு, எண்ணை, உப்பு, புளி, பருப்பு என எல்லாம் எங்கேயிருந்து வருமாம்? இரண்டு வேளைக்குமாய் ஒரு சேர் ஆடாமாவாவது வேண்டாமா? ஓ... சாப்பாட்டைப் பற்றி என்ன? ஒரு கை கடலைக் கொட்டைக் கிடைத்தால் கூடத் தாட்டிவிடலாம். அல்வாவும் பூரியுமாய் சாப்பிட்டும் காலம் கழிக்கலாம். அல்வாவும் ஆட்டாமாவில் அவன் ரொட்டி செய்து சாப்பிட்டு நாள் முழுவதும் சந்தோஷமாய் கூலிவேலை செய்யலாம். இங்குமங்குமிருந்து விரட்டிகளைப் பொறுக்கிக் கொண்டால் விறகுகள் கூடத் தேவையில்லை. எப்பொழுதாவது, காலணாவிற்கு பருப்போ, உருளைக்கிழங்கோ வாங்கிக் கொண்டால் போகிறது. உருளைக் கிழங்கைச் சுட்டு புர்தா செய்து கொள்ளலாம். இனி நாட்களைக் கழிக்க வேண்டுமா? சுகபோகமாய் இருக்க வேண்டாமா? இலையில் மாவைப் பிசைந்து, வரட்டி அடுப்பில் வாட்டி எடுத்து, உருளைக் கிழங்கை 'புர்தா' செய்து சாப்பிட்டு விட்டு நிம்மதியாய் உறங்கலாம். வீட்டில் மட்டுமென்ன, இரண்டு வேளையுமா வயிற்றுக்கு கிடைக்கிறது? ஒருவேளை மென்றுதின்ன கடலையோ, பட்டாணியோதான் கிடைக்கும். இதேபோல் அங்குமிருந்தால் போகிறது.

ஒருவேளை அங்கு கூலிவேலை கிடைக்காவிட்டால் என்ற ஐயம் பிறந்தது அவனுக்கு. அந்நிலையில் அவன் என்ன செய்வான்? ஹூம்! கூலிவேலை ஏன் கிடைக்காமல் போகப்போகிறது? அவன் பாடுபட்டு உழைத்தால் நூறு பேர் வேலைக்குக் கூப்பிடுவார்கள். வேலை எல்லோருக்கும் பிடிக்கிறது. உழைக்கத்தான் பிடிப்பதில்லை. இங்குதான் வரட்சி ஏற்படுகிறது. பனிபெய்கிறது. கரும்புப் பயிருக்கு பூச்சி வந்து விடுகிறது. பார்லிக்கும், கடுகுப் பயிருக்கும் கூட ஏதேதோ நோய் கண்டுவிடுகிறது. இரவில் வேலை செய்ய வேலை கிடைத்தாலும் அவன் விடப்போவதில்லை. செய்வான். பகலில் கூலி வேலை செய்தால், இரவில் பாராக்காரன் வேலை பார்க்கலாமே! இரவு வேலைக்கு இரண்டணா கிடைத்தால் கூட போதுமே. கொள்ளைதான். வீடு திரும்பும்போது எல்லோருக்கும் புடவைகள் வாங்கிக் கொண்டு போவான். ஜூனியாவின் கைக்கு கங்கணம்

நிச்சயம் செய்ய வேண்டும். அப்பாவிற்கு நிச்சயம் ஒரு தலைப்பாகை வாங்கிக் கொண்டு போவான்.

இத்தகைய மனோ ராஜ்ஜியத்திலே உழன்றவனாய் கோபர் உறங்கியே போனான். ஆனால் குளிரில் நல்ல உறக்கம் எப்படி வரும்? எப்படியோ இரவைக் கழித்தவன், பின் மாலையே எழுந்து லக்னோ செல்லும் பாட்டையில நடக்கவாரம்பித்தான். இருபது காத தூரம்தானே! மாலைக்குள் போய்ச் சேர்ந்து விடுவான். கிராமத்திலிருந்து எங்கே யார் வந்து போய் கொண்டிருக்கிறார்கள்? தான் எங்கே இருக்கிறேன் என்பதை அவன் வீட்டிற்குத் தெரிவிக்கப் போவதில்லை. எழுதினால் மறுநாளே அப்பா தேடி வந்துவிடுவார். கோபருக்கு இருந்த வருத்தம், பச்சாதாபமெல்லாம் ஜூனியாவைப் பற்றித்தான். நீ வீட்டிற்கு போ, நான் கொஞ்சம் காசு பணம் சம்பாதித்துக் கொண்டு அப்புறம் வருகிறேன் என்று அவளிடம் சொல்லி இருக்கலாம். ஆனால் சொன்னால் அவள் கேட்டிருப்பாளா? "நானும் உன்கூட வருகிறேன்" என்பாள். அவளையும் இழுத்துக் கொண்டு எங்கெல்லாம் அலைவது?

பகல் ஏறியது. இரவும் ஏதும் சாப்பிடவில்லை. பசித்தது. கால்கள் தள்ளாடின. எங்கேயாவது உட்கார்ந்து இளைப்பாறலாம் என்றிருந்தது. வயிற்றுக்கு ஏதாவது போடாமல் இனி அவனால் நடக்க முடியாது. ஆனால் கையில் ஒரு காசுகூட இல்லை. பாதையோரங்களில் காட்டு இலந்தை மரங்கள் இருந்தன. அவன் கொஞ்சம் இலந்தைப் பழங்களைப் பறித்துக் கொண்டான். அவற்றை மென்றவாறே, பசியை ஏமாற்றிய வண்ணம் நடந்தான். வழியில் ஒரு கிராமத்தில் வெல்லம் காய்ச்சும் இனிய மணம் காற்றிலே மிதந்து வந்தது. மனது கேட்கவில்லை. கரும்பாலை இருக்குமிடத்திற்குச் சென்று, கயிறும் சொம்பும் கேட்டான். கிணற்றில் நீர் இழுத்து, முகந்து குடிக்கத் துவங்கியதும் அங்கிருந்த ஒரு குடியானவன் – "என்னப்பா? வெறும் தண்ணியையா குடிப்பாய்! கொஞ்சம் இனிப்பும் சாப்பிடேன். இந்த வருடம்தான் ஆலை ஆட்டி, வெல்லம் காய்ச்சுவோம். அடுத்த வருடம் மில் தயாராகிவிடும். கரும்பெல்லாம் உடனேயே விற்றுப் போய்விடும். வெல்லம், கருப்பட்டி விலையில் சர்க்கரை கிடைக்கும்போது, எங்கள் வெல்லத்தை யார் வாங்குவார்கள்? என்றான். ஒரு கிண்ணத்தில் கொஞ்சம் வெல்லக் கட்டிகளைக் கொண்டு வந்து கொடுத்ததும் கோபர் வெல்லத்தைத் தின்று தண்ணீர் குடித்தான். சிலம் (புகை) பிடிப்பாயா? என்றதும் கோபர் வேண்டாம் என்றான். அது இன்னமும் அவனுக்கு பழக்கமாகவில்லை. குடியானவனுக்கு ரொம்ப சந்தோஷம். "நல்லதப்பா! ரொம்பவும் கெட்ட பழக்கம் இது. ஒரு முறை பிடித்தால், உயிருள்ளவரை விடாது" என்றான்.

இன்ஜினுக்கு நிலக்கரியும் தண்ணீரும் கிடைத்துவிட்டது. பிறகென்ன? காலுக்கு வேகம் பிறந்துவிட்டது. குளிர் நாட்களாயிற்றே. பகல் கழிந்து விட்டது. ஓரிடத்தில் ஒரு மரத்தடியில் ஒரு பெண் தன் கணவனுடன் சச்சரவிட்டுக் கொண்டிருந்ததைக் கண்டான். கணவன் அவளெதிரே நின்று அவளைச் சமாதானப்படுத்திக் கொண்டிருந்தான். இரண்டொரு வழிப்போக்கர்கள் நின்று

வேடிக்கைப் பார்த்துக் கொண்டிருந்தனர். கோபரும் நின்றுவிட்டான். ஊடலைவிட ருசிகரமான வாழ்க்கை நாடகம் வேறென்ன இருக்கிறது?

அப்பெண், தன் கணவனை உற்றுப் பார்த்து - "நான் போகமாட்டேன், மாட்டேன். முடியாது" என்றாள்.

"போகமாட்டாயா?" என்றான் கணவன்.

"முடியாது"

"போகமாட்டாயா?"

"மாட்டேன்"

கணவன் அவள் தலைமயிரைப் பற்றி இழுக்கவாரம்பித்தான். அப்பெண் தரையில் புரண்டாள்.

"மறுபடியும் சொல்லுகிறேன். எழுந்துபோ" என்றான் கணவன்.

அந்தப் பெண் உறுதியுடன் - "உன் வீட்டிற்கு ஏழேழு ஜன்மத்திற்கும் போகமாட்டேன். என்னைத் துண்டு துண்டாக வெட்டினாலும் சரி" என்றாள்.

"உன் மென்னியைத் திருகி விடுவேன்"

"தூக்குமேடையில் ஏறுவாய் நீ"

கணவன் அவள் தலைமயிரை விட்டுவிட்டு, இரு கரங்களாலும் தன் தலையைப் பிடித்துக் கொண்டு உட்கார்ந்து விட்டான். இதற்கு மேல் அவனுக்கு எதுவும் தோன்றவில்லை. இரண்டொரு நிமிடங்களுக்குப் பிறகு எழுந்து நின்று "உனக்கு என்னதான் வேண்டும்?" என்றான் தோல்வியுற்றவனாய்.

அவள் எழுந்து உட்கார்ந்தாள், "நீ என்னை விட்டுவிடு" என்றான் நிச்சலனமாக.

"வாயைத் திறந்து சொல் என்ன நடந்தது?"

"என் அப்பாவையும், அண்ணனையும் திட்டினால்?"

"யார் திட்டினார்கள்? உன் அப்பனையும் அண்ணனையும்"

"உன் வீட்டாரிடம் போய் கேள்"

"எழுந்து வா. போய் கேட்கலாம்"

"நீ என்ன கேட்பாய்? அந்தத் துணிச்சலிருக்கிறதா உனக்கு? போய் உன் அம்மாவின் புடவைத் தலைப்பில் முகத்தை மூடிக்கொண்டு தூங்கு. அவள் உனக்கு அம்மாவாக இருக்கலாம். எனக்கொன்றும் ஆகவேண்டாம். அவள் திட்டுவதையெல்லாம் நீ கேட்டுக் கொள். நான் ஏன் கேட்டுக் கொள்ள வேண்டும்? ஒரு ரொட்டி தின்றால், நாலு ரொட்டிக்கான வேலை செய்கிறேன். எதற்காக இன்னொருத்தியின் மிரட்டலையும் திட்டையும் சகித்துக் கொள்ள வேண்டும். உன்னுடைய ஒரு காலணாக் காசைக் கூட நான் கண்ணால் கண்டதில்லை."

கூடி நின்றவர்களுக்கு இந்த சச்சரவில் நாடகம் பார்க்கும் ஆனந்தம் கிட்டியது. ஆனால் இது சீக்கிரம் முடியுமென்று தோன்றவில்லை. ஒவ்வொருவராய் நழுவலாயினர். கோபருக்கு அந்த ஆடவனின் இரக்கமற்ற தன்மை பிடிக்கவில்லை. எனினும் நாலு பேர் முன்னிலையில் எதுவும் சொல்ல விரும்பவில்லை. மைதானம்

காலியாகியதும் "அண்ணே! புருஷன் பெண்டாட்டி நடுவில் மூன்றாமவன் எதுவும் பேசக்கூடாது. ஆயினும் இரக்கமில்லாமல் தாங்கள் நடந்து கொள்வது நன்றாக இல்லை" என்றான்.

கண்களை உருட்டி விழித்து அவன் சீறினான்,"யார் நீ"

"நான் யாருமில்லை. ஆயினும் உசிதமற்ற செயலைப் பார்த்தால் எல்லோருக்கும் வருத்தமாகத்தானிருக்கும்" என்றான்.

"இன்னமும் பெண்டாட்டி வரவில்லை போலிருக்கிறது. அதனால்தான் இத்தனை அனுதாபம்" என்றான் அவன்.

"பெண்டாட்டி வந்தாலும் அவள் தலைமயிரைப் பற்றி இழுக்க மாட்டேன்"

"சரி, சரி. நீ உன் வழியைப் பார்த்துக் கொண்டுபோ. என் பெண்டாட்டி. நான் அவளை அடிப்பேன். வெட்டுவேன். நீ யார் கேட்பதற்கு! போ. இங்கேயிருந்து நிற்காதே... போ"

கோபரின் இளரத்தம் பின்னும் சூடேறியது. அவன் ஏன் போக வேண்டும்? பாதை சர்க்காருடையது. எவனுடைய அப்பனுடையதுமில்லை. அவன் எத்தனை நேரம் வேண்டுமானாலும் நிற்பான். அவனைப் போகச் சொல்ல யாருக்கும் அதிகாரம் கிடையாது.

உதட்டைக் கடித்துக் கொண்டு அவன் உறுமினான்.

"நீ போகமாட்டாயா? இதோ வருகிறேன்."

கோபரும் துண்டை உருவி இடுப்பில் வரிந்து கட்டிக் கொண்டு சண்டைக்குத் தயாராகி விட்டான்.

"நீ வந்தாலும் சரி வராவிட்டாலும் சரி. எனக்கு எப்பொழுது விருப்பமோ அப்பொழுதுதான் போவேன்."

"அப்ப, காலு கையை உடைத்துக் கொண்டுதான் போவாய், இல்லையா?"

"யாருக்குத் தெரியும்? யாருடைய கையும் காலும் உடையுமென்று"

"போகமாட்டாய்?"

"முடியாது"

அவன் முஷ்டியை இறுக்கிக் கொண்டு கோபர் மீது பாய்ந்தான். அந்தப் பெண் அவன் வேஷ்டியைப் பிடித்து, அவனைத் தன் பக்கம் இழுத்தவாறே கோபரை, "நீர் ஏன் சண்டைக்குப் வருகிறாய்? உன் வழியைப் பார்த்துக் கொண்டு போவதுதானே! இங்கென்ன தமாஷா நடக்கிறது? இது எங்களுக்குள் தகராறு. அவர் என்னை அடிப்பார். நான் அவரை மிரட்டுவேன். உனக்கென்ன?'" என்றாள.

கோபர் இந்த இகழ்ச்சியான வார்த்தைகளைக் கேட்டதும் மேலே நடந்தவன் தனக்குள், "இந்த பொம்பளை அடிவாங்க ஏத்தவள்தான்" எனக் கூறிக் கொண்டான்.

அவன் நகர்ந்ததும் அப்பெண் தன் கணவனை நோக்கி - "நீ ஏன் எல்லோருடனும் சண்டைக்கு போகிறாய்? உனக்கு கோபம் வரும்படியாய் அவன் என்ன சொல்லிவிட்டானாம்? நீ கெட்ட காரியம் செய்தால் நாலுபேர் அது சரியல்ல என்றுதான் சொல்லுவார்கள். நல்ல குடும்பத்தைச் சேர்ந்தவனாய்

தோன்றுகிறான். நம்ம சாதிசனம் போல்தானிருக்கிறது. உங்கள் தங்கைக்குப் பார்க்கலாமே" என்றாள்.

"இன்னுமா இவனுக்கு கல்யாணமாகாமலிருக்கும்?"

"கேட்டுத்தான் பாரேன்"

அந்த ஆடவன் பத்தடி ஓடிவந்து கோபரைக் கூப்பிட்டான். கையால் திரும்பி வரும்படி ஜாடை காட்டினான். மறுபடியும் இவன் தலையில் பிசாசு ஏறிக் கொண்டு விட்டது என நினைத்த கோபர், அவன் தன்னை சண்டைக்கழைப்பதாய் நினைத்தான். அடி வாங்காமல் சும்மா இருக்கமாட்டான் போலிருக்கிறது. சொந்த ஊரில் நாய் கூட சிங்கமாகி விடும். சரி வரட்டும். பார்க்கலாம்.

ஆனால் அவன் முகத்தில் சண்டைக்கழைக்கும் குரோதமில்லை. சினேகபாவத்தின் அழைப்பிருந்தது. கோபரின் ஊர் பெயர் எல்லாம் விசாரித்தான். கோபர், எல்லா விவரமும் சொன்னான். அந்த ஆடவனின் பெயர் கோதயி. அவன் சிரித்துக் கொண்டே சொன்னான், "நாமிருவரும் சண்டை போடுவதிலிருந்து தப்பினோம். நீ போனதும், நீ கூறியது உண்மைதான் என்று எனக்குப் பட்டது. நான் அனாவசியமாய் உன்னிடம் கோபம் கொண்டேன். வீட்டில் விவசாயம் ஏதும் நடக்கிறதல்லவா?"

தனக்குச் சொந்தமாய் ஐந்து பீகா நிலமிருப்பதாய் கோபர் கூறினான். உழவும் நடக்கிறதென்றான்.

"என்னை மன்னித்துவிடப்பா! கோபம் மனிதனை குருடாக்கி விடுகிறது. குணத்திலும் நடத்தையிலும் லட்சுமிதான் என் பெண்டாட்டி. ஆனால் நடுநடுவே இவளுக்கென்ன வந்து விடுகிறதோ தெரியவில்லை, நீயே சொல்லப்பா. என் அம்மாவை நானென்ன செய்ய முடியும்? அவள்தான் பெற்று, வளர்த்தி ஆளாக்கி இருக்கிறாள். ஏதாவது நடந்தால, நான பெண்டாட்டியைத்தான் சொல்லுகிறேன். அவள் மேல்தான் எனக்கு உரிமையுள்ளது. இல்லையா? பெற்றவளைச் சொல்லமுடியுமா? நீயே சொல்லு! நான் கெட்ட பிள்ளையாக முடியுமா? அவள் தலைமயிரையைப் பிடித்து இழுத்திருக்கக் கூடாது. தவறுதான். ஒத்துக் கொள்கிறேன். ஆனால் இந்தப் பொம்பளைச் சாதி அதட்டி மிரட்டாமல் வழிக்கு வருவதில்லை. அம்மாவை விட்டுவிட்டுத் தனியாகப் போகவேண்டும் என்கிறாள். நீயே சொல்லு. பெற்றவளை விட்டுவிட்டுத் தனியாகப் போக முடியுமா? அதுவும் தாயை! என்னைப் பெற்றெடுத்தவளை? இது என்னால் முடியாது. பெண்டாட்டி இருந்தாலிருக்கட்டும். போனால் போகட்டும்."

கோபர் தன் அபிப்பிராயத்தை மாற்றிக் கொள்ள வேண்டியிருந்தது. "பெற்றவளை மதிப்பது எல்லோருடைய கடமை, தருமம். அண்ணே! பெற்றவளின் நன்றிக் கடனிலிருந்து யாரேனும் மீளமுடியுமா?" என்றான்.

கோதயி அவனைத் தன் வீட்டிற்கு வரும்படி அழைத்தான். எப்படியும் இன்றிரவு லக்னோ போய் சேரமுடியாது. இரண்டொரு மைல் போவதற்குள் இருட்டி விடும். இரவில் எங்கேயாவது தங்கத்தானே வேண்டும். "உங்கள் மனைவி ராஜியாகி விட்டார்களா?" என்றான் கோபர் வேடிக்கையாக.

"வேறென்ன செய்வாள்?"

"அந்த அம்மாள் போட்ட அதட்டலில் எனக்கு வெட்கமாகப் போய் விட்டது"

"அவளே அதற்காக வருந்துகிறாள். என்னுடன் வந்து கொஞ்சம் என் அம்மாவுடன் பேசுங்கள். என்னால் அம்மாவிடம் நேரிடையாக எதுவும் பேச முடியவில்லை. மருமகளின் அப்பா, அண்ணன், தம்பிகளை எதற்காகத் திட்ட வேண்டும் என்று அம்மா யோசித்துப் பார்க்க வேண்டும். எனக்கும் ஒரு தங்கை இருக்கிறாள். கொஞ்சநாட்களில் அவளுக்குத் திருமணம் ஆகிவிடும். அவளுடைய மாமியார் எங்களைத் திட்டினால் அவளால் சகித்துக் கொள்ள முடியுமா? குற்றம் முழுவதுமே என் மனைவியுடையது அல்ல. அம்மாவின் மீதும் தவறு இருக்கிறது. ஒவ்வொரு விஷயத்திலும் தன் பெண்ணின் பக்கமே நியாயம் பேசினால் எங்களுக்கும் வருத்தமாகத் தானிருக்கிறது. இவள் கோபித்துக் கொண்டு வெளியே வந்து விடுகிறாள். திட்டுக்குப் பதில் திட்டுவதில்லை. அந்த வரையில் நல்லதுதான்."

கோபருக்கும் இரவு தங்க ஏதாவது இடம் தேவைப்பட்டது. கோதயின் கூடவே சென்றான். இருவரும் அந்தப் பெண் உட்கார்ந்திருந்த இடத்திற்குச் சென்றனர். இதற்குள் அவள் குடும்பத் தலைவியாகி விட்டிருந்தாள். தலைத்துணியை இழுத்து விட்டுக் கொண்டு வெட்கப்பட்டாள்.

கோதயி சிரித்துக் கொண்டே, "இவர் வரவேமாட்டேன் என்றார். இப்படி மிரட்டியவனின் வீட்டிற்கு எப்படி வருவது என்றார்" என்றான்.

முகத்திரைக்குப் பின்னிருந்து அவள் சொன்னாள், "இந்த அதட்டலுக்கேவா பயந்து போனீர், பெண்டாட்டி வந்து விட்டால் எங்கே ஓடிப் போவீராம்?" என்றாள் கேலியாக.

கிராமம் அருகில் தானிருந்தது. கிராமமென்ன? சின்னதொரு குடியிருப்பு. பத்துப் பன்னிரண்டு வீடுகள் தானிருந்தன. அதில் பாதி ஓட்டு வீடுகள். பாதி கூரை வேய்ந்த வீடுகள். கோதயி தன் வீட்டை அடைந்ததும், உட்காரக் கட்டிலை எடுத்து வெளியே போட்டான். குடிக்க சர்பத் கொண்டு வரும்படி சொல்லிவிட்டு, 'சிலம்'பை நிரப்பிக் கொண்டு வந்தான். ஒரு கணத்தில் அந்தப் பெண் சர்பத்தை எடுத்து வந்தவள், ஒரு துளி தண்ணீரை மன்னிப்புக் கேட்பவள் போல் கோபரின் மீது சுண்டி விட்டாள். கோபர் அவளுடைய நாத்தனார் புருஷனாகப் போகிறானே! இப்பொழுதே சீண்டலும் பரிகாசமும் துவங்க வேண்டியதுதானே என நினைத்தாள் போலும்.

◻

13

இருள் பிரியும் முன்னரே கோபர் எழுந்து கோதயிடம் விடை பெற்றான். அவனுக்குத் திருமணமாகிவிட்டது என்பது எல்லோருக்கும் தெரிந்து விட்டது. இதனால் ஒருவரும் திருமணம் பற்றிய பேச்சை எடுக்கவில்லை. அவனுடைய நேர்மையான சுபாவம் எல்லோரையும் கவர்ந்துவிட்டது. தன் இனிமையான சொற்களால், கோதயின் அம்மாவிற்கு, அவளது தாய்மைக்குரிய மதிப்பும் மரியாதையும் அளித்தவாறு அவன் எடுத்துரைத்த விஷயம் அவளை மகிழ்வித்ததால் அவள் அவனை ஆசீர்வதித்தாள். "அம்மா! நீங்கள் பெரியவர், போற்றத்தகுந்தவர். நூறு ஜன்மமெடுத்தாலும் மகன் தன் தாய்க்குச் செலுத்த வேண்டிய நன்றிக் கடனிலிருந்து விடுபட இயலாது. லக்ஷம் பிறவி எடுத்தாலும், கோடிப் பிறவி எடுத்தாலும்... அம்மூதாட்டி இந்த சிரத்தையைக் கண்டு பரவசமடைந்து போனாள். இதன் பிறகு கோபர் கூறியதெல்லாம் தனது நன்மைக்காகத்தான் எனவும் அம்மூதாட்டி நினைத்தாள். வைத்தியர் ஒருமுறை நோயாளியைக் குணப்படுத்திவிட்டால் பிறகு அந்த வைத்தியர் விஷம் கொடுத்தாலும் நோயாளி சந்தோஷத்துடன் குடித்துவிடுவான்." இன்று உங்கள் மருமகள் கோபித்துக் கொண்டு வீட்டை விட்டு வெளியே போனால், யாருக்கு அவமானம்? மருமகளை யாருக்குத் தெரியும்? யாருடைய பெண், யாருடைய பேத்தியென்று யாருக்குத் தெரியும்? அவளுடைய அப்பா புல் வெட்டுகிறவனாகவும் இருக்கலாம்.

கிழவி உறுதியான குரலில – "புல்லுக்காரன்தான் மகனே! பக்கா புல்லுக்காரன். காலையில் அவன் முகத்தில் விழித்தால் நாள் முழுவதும் குடிக்கத் தண்ணீர் கூடக் கிடைக்காது" என்றாள்.

"அப்படிப்பட்டவனைப் பற்றி ஊரார் ஏன் சிரிக்கப் போகிறார்கள்? உங்களையும், உங்கள் வீட்டார்களைப் பார்த்துத்தான் சிரிப்பார்கள். கேட்டவர்களெல்லாம், யார் வீட்டு மருமகள் என்றுதானே கேட்டார்கள்? அந்த பெண் இன்னமும் சிறியவள்தானே! ஒன்றுமறியாதவள். மோசமான அப்பா, அம்மாவின் பெண், எப்படி நல்லவளாக முடியும்? நீங்கள்தான் கிளிப்பிள்ளைக்கு ராமநாமம் சொல்லித் தரவேண்டும். அடித்தால் அது கற்றுக் கொள்ளாது. இனிமையாய், அன்பாய், சொல்லிக் கொடுக்கலாம். அதட்டுங்கள், ஏசுங்கள். ஆனால் முகத்திற்கெதிரே வேண்டாம். அதனால் அவளுக்கு ஏதும் நேர்ந்துவிடாது. உங்களுக்குத்தான் அவமானம்" என்றெல்லாம் கூறினான் கோபர்.

கோபர் புறப்படத் தயாரானதும் கிழவி, வெல்லமும், சத்துமாவும் கலந்து வழிச் சாப்பாட்டிற்குக் கொடுத்தாள். அந்த ஊரிலிருந்து இன்னும் பலர் கூலிவேலை தேடி நகரத்திற்குச் சென்று கொண்டிருந்தனர். அவர்களுடன் பேசிக் கொண்டே சென்றதில் பயணம் கழிந்து விட்டது. மணி ஒன்பது அடிக்க அடிக்க எல்லோரும் அமீனா பாத் பஜாரை அடைந்து விட்டனர். இவ்வளவு மனிதர்கள்

எங்கிருந்து வந்திருக்கின்றனர் என்று கோபருக்கு ஒரே வியப்பாக இருந்தது. அவ்வளவு கூட்டம்.

அன்றைய தினம் பஜாரில் நானூறு, ஐநூறு கூலிகளுக்கு குறையாமல் அங்கிருந்தனர். கொத்தன், தச்சன், கொல்லன், கட்டிலுக்கு நாடா பின்னுகிறவன், கூடை சுமப்பவன், என எல்லா வகையினருமிருந்தனர். இந்தக் கூட்டத்தைக் கண்ட கோபர் பெரிதும் நிராசையுற்றான். இத்தனை பேருக்கு எங்கே வேலை கிடைக்கும்? மேலும் அவன் கையில் ஆயுதம் எதுவுமில்லை. எந்தக் கருவியும் இல்லையே! அவனுக்கென்ன வேலை தெரியுமென்று யாருக்குத் தெரியும்? யாரேனும் அவனை எதற்காக வேலைக்குக் கூப்பிடப் போகிறான்? மெதுவாக ஒவ்வொரு கூலிக்கும் வேலை கிடைத்துக் கொண்டிருந்தது. சிலர் நிராசையடைந்து வீடு திரும்பிக் கொண்டிருந்தனர். பெரும்பாலும் வேலை தெரியாதவர்கள், வயதானவர்கள்தான் எஞ்சி நின்றனர். அவர்களைக் கேட்பார் யாருமில்லை. அவர்களில் கோபரும் ஒருவனாக இருந்தான். நல்ல வேளை இன்றைக்கு சாப்பாடு அவன் கையிலிருந்தது. கவலையில்லை.

திடீரென மிர்ஜா குர்ஷேத் அவர்களிடையே வந்து நின்று உரத்த குரலில் "ஆறணா தினக்கூலிக்கு இன்று யார் வேலைக்கு வர விரும்புகிறார்களோ அவர்கள் என்னுடன் வரலாம். ஆளுக்கு ஆறணாக் கூலி கிடைக்கும். ஐந்து மணியோடுதான் வேலை" என்றார்.

பத்துப் பன்னிரண்டு, கொத்தர்கள், தச்சர்களைத் தவிர மற்றவர்கள் யாவரும் அவருடன் செல்லத் தயாரானார்கள். நானூறு ஏழைகளின் பெரும்பட்டாளம் தயாராகி விட்டது. எல்லோருக்கும் முன்னால் மிர்ஜா, தோளில் ஒரு குண்டாந்தடியை வைத்துக் கொண்டு நின்றார். அவருக்குப் பின்னால் ஆட்டு மந்தைபோல் பட்டினிப் பட்டாளத்தின் அணி திரண்டு நின்றது.

ஒரு கிழவன் கேட்டான் – "என்ன வேலை செய்ய வேண்டும்? எஜமான்?"

மிர்ஜா வேலை என்னவென்று கூறியதும், எல்லோரும் பின்னும் வியப்பிலாழ்ந்தனர். கபடி ஆடவேண்டும் அவ்வளவுதான். கபடி விளையாட ஆறணா கூலி கொடுக்கும் இவன் எப்படிப்பட்டவர்? பைத்தியமல்லவே! நிறையப் பணமிருந்தால் மனிதன் பித்தனாகி விடுகிறான். நிறையப் படித்தாலும் இப்படித்தான். இது ஏதோ ஏமாற்று வேலையோ, எனச் சிலருக்குச் சந்தேகம் தோன்றியது. இங்கிருந்து வீட்டுக்குப் போனதும், வேலையொன்றும் கிடையாது எனக் கூறி விட்டால் யார் இவரை என்ன செய்ய முடியும்? கபடி ஆடினாலும் சரி, கண்ணாம்பூச்சி ஆட்டம் போட்டாலும் சரி, கில்லித்தண்டு ஆடினாலும் சரி, கூலியை முன்னதாகவே கொடுத்து விடட்டும். இந்த மாதிரி பித்தக்கொள்ளி மனிதரை நம்புவது எப்படி?

"எஜமான், என்னிடம் சாப்பாட்டிற்கே எதுவுமில்லை. காசு கிடைத்தால் ஏதாவது வாங்கிச் சாப்பிடுவேன்" எனப் பயந்து கொண்டே சொன்னான் கோபர்.

மிர்ஜா உடனே ஆறணாவை எடுத்து அவன் கையில் கொடுத்து விட்டார். தொடர்ந்து, “கூலி எல்லோருக்கும் முன்னதாகவே கொடுக்கப்படும். இதைப் பற்றிக் கவலைப் படாதீர்கள்” என உரக்கக் கூவினார்.

நகரத்திற்கு வெளியே மிர்ஜா கொஞ்சம் நிலம் வாங்கி இருந்தார். கூலியாட்கள் சென்று பார்த்தார்கள். நாற்புறம் மதிற் சுவர். அதன் நடுவே சிறியதொரு கூரை வேய்ந்த குடில். அதற்குள் நாலைந்து நாற்காலிகள் போடப்பட்டிருந்தன. ஒரு மேஜையுமிருந்தது. அதன் மீது ஒருசில புத்தகங்களிருந்தன. கொடிகளாலும், செடிகளாலும் சூழப்பட்டிருந்த அக்குடில் ரொம்பவும் அழகாக இருந்தது. வெளியே திறந்த வெளியின் மாமரம், கொய்யாமரம், எலுமிச்சம் செடி போன்றவை நடப்பட்டிருந்தன. மற்றொரு புறம் மலர்ச் செடிகளிலிருந்தன என்றாலும், காலி இடம் நிறைய இருந்தது. மிர்ஜா எல்லோரையும் வரிசையாக நிற்க வைத்துக் கூலியை வழங்கினார். இப்பொழுது அவர் பித்துக்குள்ளிதான் என்பதில் எவருக்கும் சந்தேகமிருக்கவில்லை.

கோபர் முன்னதாகவே கூலியைப் பெற்றிருந்தான். மிர்ஜா அவனை அழைத்துச் செடிகளுக்குத் தண்ணீர் பாய்ச்சும்படி கூறினார். அவன் கபடி ஆடமுடியாது. மனதிற்குள் குமைந்தான். இந்தக் கிழவர்களையெல்லாம் தூக்கி அடித்து புரட்டிவிடுவானே! பரவாயில்லை. நிறைய கபடி விளையாடியாயிற்று. கூலிதான் கைக்கு வந்து விட்டதே! பின்னென்ன?

இன்று எத்தனையோ ஆண்டுகளுக்குப் பின்னர், முதுமையினால் பீடிக்கப்பட்டிருந்த இவர்களுக்கு கபடி விளையாடும் பாக்கியம் கிடைத்துள்ளது. தாங்கள் என்றாவது கபடி விளையாடி இருக்கிறோமா இல்லையா என்பது கூட பெரும்பாலோருக்கு நினைவில்லை. நாளெல்லாம் உழைப்பார்கள். இரவானால் வீடு திரும்புவார்கள், ஏதோ கச்சதோ, புளித்ததோ எதுவிருந்தாலும் சாப்பிட்டு விட்டுப் படுப்பார்கள். பொழுது விடிந்தால் மீண்டும் அதே சக்கரம்தான் சுழலும். வாழ்க்கையில் மகிழ்ச்சியோ, ஆனந்தமோ, புதுமையோ, விருவிருப்போ, எதுவுமில்லை. ஒரே மாதிரியான மாறுதலற்ற வாழ்வு. இன்று இந்த சந்தர்ப்பம் கிடைத்ததும் கிழவர் கூட இளங்காளைகளாகி விட்டனர். குற்றுயிரும், குலையுருமாய் இருந்த கிழவர்கள், வெறும் எலும்புக் கூடுதான். வாயிலே பல்லுமில்லை. வயிற்றிலே குடலுமில்லை. தொடைக்கு மேலே வேட்டியை, வழித்து இறுக கச்சம் கட்டிக் கொண்டு, தொடையை தட்டியவர்களாய் கழண்டு போய்விட்ட எலும்புகளில் இளமை புகுந்துவிட்டது போல் தாவித் தாவித் துள்ளிக் குதித்தனர். மளமளவென்று கட்சி பிரிந்தது. இரண்டு தலைவர்கள் உருவாகினர். ஆட்கள் தேர்ந்தெடுக்கப்பட்டனர். பன்னிரண்டு மணி அடிக்க அடிக்க விளையாட்டு ஆரம்ப மாகிவிட்டது. பனிக்காலத்தின் குளிர்ந்த வெயில் இப்படிப் பட்ட ஆட்டங்களுக்குத் தகுந்த பருவம்.

அங்கே வாசலில், வேடிக்கை பார்க்க வந்தவர்களுக்கு டிக்கட் வழங்கிக் கொண்டிருந்தார். இப்படித்தான் ஏதாவதொரு பித்தம் அவர் தலைக்கேறிவிடும். பணக்காரர்களிடமிருந்து பணத்தை வசூல் செய்து ஏழைகளுக்கு வினியோகம் செய்துவிடுவார். கிழவர்களின் கபடி ஆட்டம் பற்றிய விளம்பரம் சில நாட்களாகவே செய்யப்பட்டிருந்தது. பெரிய பெரிய போஸ்டர் அச்சடித்து ஒட்டியிருந்தார். நோட்டீசுகளும் வினியோகிக்கப்பட்டன. "இந்த விளையாட்டு அற்புதமானது, அபூர்வமானதும் கூட. இந்தியாவில் கிழவர்கள் இந்த வயதிலும் எப்படி வலுவாக இருக்கிறார்கள், என்பதைக் காண வருபவர்கள் இதனைக் கண்டு மகிழ்ந்து போவார்களென்பது நிச்சயம். இந்தக் காட்சியைக் காணாதவர்கள் பின்னர் வருந்த நேரிடும்" என விளம்பரம் கூறியது. "இத்தகைய பொன்னான தருணம் மீண்டும் கிடைக்காது" என்றது விளம்பரம். பத்து ரூபாயிலிருந்து இரண்டணாவரையிலான டிக்கட்டுகளிருந்தன. மணி மூன்று அடிக்க அடிக்க, முற்றம் நிரம்பிவிட்டது. மோட்டார்கள், பீடன் வண்டிகள் தொடர்ந்து வந்து கொண்டே இருந்தன. கூட்டம் இரண்டாயிரம் பேர்களுக்குக் குறையாது. பணக்காரர்கள் அமர நாற்காலிகள் பெஞ்சுகள் ஏற்பாடு செய்யப்பட்டிருந்தன. சாதாரண மக்களுக்குச் சுத்தமான தரை.

மிஸ் மாலதி, மேஹ்தா, கண்ணா, தங்கா, ராய்சாகப் எல்லோரும் வருகை தந்திருந்தனர். ஆட்டம் துவங்கியதும் மிர்ஜா மேஹ்தாவை நோக்கி – "டாக்டர் சாகப்! வாருங்கள், நாமிருவரும் ஒரு ஆட்டம் போடலாம்" என்றார்.

"தத்துவாதிக்கு ஒரு தத்துவவாதிதான் இணையாக முடியும்" என்றாள் மிஸ் மாலதி.

"நான் தத்துவவாதி அல்ல என்று நீங்கள் நினைக்கிறீர்களா? எனக்கு வால் பிடிப்பவர்கள் இல்லைதான். ஆனாலும் நானும் பிலாசஃபர்தான். மேஹ்தாஜி! நீங்கள் என்னைப் பரிட்சிக்கலாம்" என மீசையை முறுக்கியவாறே கூறினார் மிர்ஜா.

"அச்சா! நீங்கள் லட்சியவாதியா? லோகயதவாதியா? சொல்லுங்கள்" என்றாள் மிஸ் மாலதி.

"நான் இரண்டும்தான்"

"ஏனப்படி?"

"எப்பொழுது எந்த சந்தர்ப்பமோ, அப்படி ஆகிவிடுவேன்."

"அப்படியென்றால் தங்களுக்கென்று உறுதியானதொரு கொள்கையில்லை"

"இன்று வரை எது முடிவாக நிச்சயமாகவில்லையோ, அது என்றும் ஆகாது. அதை நானெப்படி முடிவாக உறுதியாக்க முடியும்? கண்ணைக் கெடுத்துக் கொண்டு, புத்தகங்களைப் புரட்டி, படித்து எந்த முடிவிற்கு வருகிறார்களோ, அங்கே ஒன்றும் செய்யாமல் நானும் போய் சேர்ந்துவிட்டேன். நீங்களே, சொல்லுங்கள்! எந்த தத்துவதரிசியாவது, தனது மேதாவித்தனத்தைக் காட்டுவதைத் தவிர வேறேதும் செய்திருக்கிறானா?

டாக்டர் மேஹ்தா தன் மேலங்கியின் பட்டன்களை அவிழ்த்தவாறே – "வாருங்கள், நாமிருவரும் ஒரு கை பார்க்கலாம்.

யார் ஒப்புக் கொண்டாலும் சரி, ஒப்புக் கொள்ளாவிட்டாலும் சரி. நான் உங்களை பிலாசஃபர் என்று ஏற்றுக் கொள்கிறேன்” என்றார்.

மிர்ஜா, கன்னாவை நோக்கி – “உங்களுக்கு யாரேனும் ஜோடி ஏற்பாடு செய்யட்டுமா?” என்றார்.

“ஆமாம், ஆமாம்! இவரைக் கட்டாயம் அழைத்துக் கொண்டுபோங்கள் மிஸ்டர் தங்காவுடன்” என்றாள் மாலதி.

மிஸ்டர் தங்கா மாலதியின் மீது வலை வீசிக் கொண்டிருந்தார். தான் இந்த தேர்தல் தொந்தரவுகளிலெல்லாம் மாட்டிக் கொள்ளப் போவதில்லை என்று மாலதி திட்டவட்டமாகத் தெரிவித்து விட்டாள். ஆனால் மிஸ்டர் தங்கா இத்தனை எளிதாய் தோல்வியை ஒப்புக் கொள்கிறவரல்ல. முழங்கைகளை மேஜையின் மீது ஊன்றிக் கொண்டு – மிஸ் மாலதி! இந்த விஷயம் பற்றித் தாங்கள் இன்றும் சற்று யோசிக்க வேண்டும். இம்மாதிரியான சந்தர்ப்பம் தங்களுக்கு மீண்டும் கிடைக்காது என்பதை உறுதியாக நான் சொல்லுகிறேன். ராணிசாகிபா சந்தாவிற்கு உங்களுக்கெதிராக, ரூபாய்க்கு ஒரணா கூட சான்ஸ் இல்லை. மக்களுக்குக் கொஞ்சம் சேவை செய்திருப்பவர்கள், வாழ்க்கையில் கொஞ்சம் அநுபவம் பெற்றிருப்பவர்கள்தான் கௌன்சிலுக்குச் செல்ல வேண்டுமென்பது என் விருப்பம். சுகபோக உல்லாச வாழ்வைத் தவிர வேறெதுவும் அறியாத பெண்ணொருத்தி, மக்களைத் தன்னுடைய வாழ்க்கையெனும் காருக்குப் பெட்ரோலாக நினைப்பவள், கவர்னர்களுக்கும், காரியதரிசிகளுக்கும் அவள் தரும் பார்ட்டிகளையே அரும்பெரும் சேவைகளாக நினைப்பவளுக்கு இந்தக் கௌன்சிலில் இடமில்லை. புதிய கௌன்சிலில், பிரதிநிதிகளுக்கு அதிக அதிகாரமுள்ளது. அந்த அதிகாரம், தகுதியற்றவர்களுக்குப் போய் சேரக் கூடாதென்று நான கருதுகிறேன்” என்றார்.

“ஆனால் மிஸ்டர்! பத்தாயிரம், இருபதியாயிரம் ரூபாய்கள், தேர்தலுக்கு செலவு செய்ய என்னிடம் ஏது? ராணி சாகிபாவால் இரண்டு லக்ஷம், நாலு லக்ஷம் தாராளமாய் செலவிட முடியும், எனக்கும் கூட வருஷம் ஆயிரம், ஐநூறு என்று அவரிடமிருந்து கிடைத்துக் கொண்டிருந்தது. அதுவும் கைவிட்டுப் போய் விடும்” எனத் தப்பித்துக் கொள்ளும் நோக்கத்துடன் கூறினாள் மாலதி.

“நீங்கள் தேர்தலில் நிற்க விரும்புகிறீர்களா? இல்லையா என்பதை முதலில் சொல்லுங்கள்?”

“இலவச பாஸ் கிடைத்தால், நிற்க விரும்புகிறேன்”

“அது என் பொறுப்பு. உங்களுக்கு இலவசப் பாஸ் கிடைக்கும்’

“வேண்டாம். மன்னித்து விடுங்கள். தோல்வியின் அவமானத்தை ஏற்க நான் தயாராக இல்லை. ராணிசாகிபா பணப்பையை தாராளமாய் அவிழ்த்து விட்டுவிடுவார். ஒவ்வொரு வோட்டிற்கும் ஒரு பவுன் தரத்துவங்கினால் நீங்கள் கூட அவருக்குத்தான் வோட்டளிப்பீர்கள்.”

“உங்களுடைய எண்ணத்தில் ரூபாய் இருந்தால் தேர்தலில் ஜயித்து விடலாம். இல்லையா?”

"அப்படியில்லை. வேட்பாளரும் ஒரு விதத்தில் முக்கியம்தான். ஆனால் ஒருமுறை சிறைக்குப் போய் வந்ததைத் தவிர, நான் மக்களுக்கு என்ன சேவை செய்துள்ளேன்? உண்மையைச் சொன்னால் அந்த முறை கூட நான், ராய்சாகப், கன்னா போன்ற வர்களைப் போலவே தன்னல நோக்கத்துடன்தான் சிறை சென்றேன். இந்த புதிய கலாசாரத்தின் ஆணிவேர் பணம். கல்வி, சேவை, குலம், சாதி யாவுமே பணத்திற்கு முன்னே துச்சம். மக்களின் இயக்கங்கள், மக்களின் புரட்சிக்கு முன்னே பணம் அவமதிப்பிற்கு உள்ளாக நேர்கிறதென்பது சிற்சில சமயம் வரலாற்றில் நேருவதுண்டு. ஆனால் இதனை விதிவிலக்காகத்தான் கொள்ள முடியும். நான் என்னைப் பற்றி மட்டும்தான் சொல்லுகிறேன். யாரேனும் ஒரு ஏழைப் பெண் எனது மருத்துவ மனைக்கு வந்தால், மணிக்கணக்காக நான் அவளுடன் பேசுவது கூட இல்லை. ஆனால் யாரேனும் ஒருபெண் காரில் வந்திறங்கினால், வாசல் வரை வந்து அவளை வரவேற்கிறேன். சாட்சாத் தேவியே வந்து விட்டதுபோல் அவளை அப்படி கவனித்துப் போற்றுகிறேன். எனக்கும் ராணி சாகிபாவிற்கும் இணையே இல்லை. இப்பொழுது உருவாகப் போகிற கௌன்சிலுக்கு ராணி சாகிபாதான் ஏற்றவர். அதிகம் பொருத்தமானவரும் கூட".

அங்கே மைதானத்தில் மேஹ்தாவின் கட்சி பலவீனமாகிக் கொண்டிருந்தது. பாதிக்குமேல் ஆட்டக்காரர்கள் தளர்ந்து போய்விட்டனர். மேஹ்தா தன் வாழ்நாளில் கபடி விளையாடியதே யில்லை. மிர்ஜா இந்த ஆட்டத்தில் கை தேர்ந்தவர். மேஹ்தாவின் விடுமுறை நாட்கள் பெரும்பாலும் நடிப்புப் பயிற்சியிலேயே கழிந்து விடும். வேடம் போடுவதில் அவர் எல்லோரையும் திகைப்பிலாழ்த்தி விடுவார். மிர்ஜாவின் ஆர்வம், ருசியெல்லாமே "அகாடா"வில்தான். பயில்வான்களின் அகாடாவானாலும் சரி, அழகிய பெண்களி னுடையதாக இருந்தாலும் சரி.

மாலதியின் கவனம் அகாடாவிலிருந்தது. எழுந்து ராய் சாகபிடம் சென்று, "மேஹ்தாவின் கட்சி மிகமோசமாய் அடிபட்டுக் கொண்டிருக்கிறதே" என்றாள்.

ராய்சாகப், கன்னாவிடம் இன்சூரன்ஸ் பற்றி பேசிக் கொண்டிருந்தார். இந்தப் பேச்சு அவருக்கு அலுத்திருந்தது போலும். மாலதி அவரை ஓர் இக்கட்டிலிருந்து விடுவித்து விட்டது போல் தோன்றியது அவருக்கு. எழுந்து நின்று – "ஆமாமா! உதைபட்டுக் கொண்டுதான் இருக்கிறது. மிர்ஜா சாகப் நல்ல ஆட்டக்காரர்" என்றார்.

"மேஹ்தாவிற்கு இதென்ன அசட்டுத்தனமான பித்து! வீணாகத் தன்னை அவமதிப்பிற்குள்ளாக்கிக் கொண்டிருக்கிறார்" என்றாள் மாலதி.

"இதில் அவமதிப்பென்ன இருக்கிறது. சும்மா தமாஷ்" என்றார் ராய் சாகப்.

"மேஹ்தாவின் கட்சியிலிருந்து யார் வெளியே வந்தாலும் போச்சு. தோற்றுவிடுகிறான்" எனறவள் ஒரு நிமிடத்திற்குப்பின் கேட்டாள், "இந்த விளையாட்டில் இடைவேளை கிடையாதா?"

கன்னா குறும்பாக.. "மிர்ஜாவோடு போட்டி போடத் தானாகப் போனார். இதுவும் பிலாசஃபி என்று நினைத்தார் போலும்" என்றார்.

"இந்த விளையாட்டில் இடைவேளை கிடையாதா என்றுதான் கேட்டேன்"

கன்னா மீண்டும் எரிச்சலூட்டி, சீண்டினார் – "அதற்கென்ன! ஆட்டமே இதோ முடிந்து விடும். மிர்ஜா, மேஹ்தாவைப் பிடித்து அமுக்கினால், மேஹ்தா.. காச்-மூச்சென்பார். ரொம்ப வேடிக்கையாக இருக்கும் பார்க்க...."

"நான் உங்களிடம் கேட்கவில்லை. ராய் சாகப்பிடம் கேட்கிறேன்."

"இந்த ஆட்டத்தில் இடைவேளையா? ஒருத்தருக்கு ஒருத்தர்தானே ஆட்டம்? என்றார் ராய்சாகப்.

"அச்சா! மேஹ்தாவின் இன்னொரு ஆளும் தீர்ந்து விட்டான்"

பார்த்துக் கொண்டே இருங்கள். இதேபோல் எல்லா ஆட்டக் காரனும் வீழ்ந்து விட்டால் கடைசியில் மேஹ்தாவும்..." என்றார் கன்னா.

மாலதி எரிச்சலுற்றாள், "வெளியே வர உங்களுக்கு தைரியம் வரவில்லையே."

"நான் நாட்டுப்புறத்து ஆட்டமெல்லாம் ஆடமாட்டேன். எனது விளையாட்டு டென்னிஸ்தான்."

"டென்னிஸில் கூட நான் உங்களை நூற்றுக் கணக்கில் தோற்கடித்திருக்கிறேன்."

"உங்களை ஜெயிக்கிறேன் என்று எப்பொழுது வீரம் பேசினேன்."

"அப்படிப் பேசினாலும் நான் தயார்."

முகத்திலடித்த மாதிரி கூறிவிட்டு மாலதி மீண்டும் தன் இடத்தில் வந்தமர்ந்தாள். யாருக்கும் மேஹ்தாவின்பால் அநுதாபம் இல்லை. இந்த ஆட்டத்தை முடித்து விடுங்கள் என்று யாரும் சொல்லவில்லை. இந்த மேஹ்தா ஒரு படுமுட்டாள் மனிதர். ஏதாவது அடாவடித்தனம் ஏன் செய்யக்கூடாது? தான் ரொம்பவும் நியாயமானவன் என்பதைக் காட்டிக் கொள்கிறார் போலும். தோற்றுப் போய்த் திரும்பினால் எல்லோரும் கை தட்டப் போகிறார்கள் பார். அவர் பக்கத்தில் இன்னமும் இருபது பேர்தான் இருப்பார்கள். இவர்களெல்லாம் எவ்வளவு சந்தோஷப் படுகிறார்கள் இதைப் பார்த்து! மாலதி தவித்துப் போனாள்.

முடிவு நெருங்க, நெருங்க, மக்கள் பரபரப்படைந்தனர். விளையாட்டு நடக்குமிடத்தைச் சுற்றி கயிறு கட்டியிருந்தனர். அது அறுக்கப்பட்டு விட்டது. தொண்டர்கள், ஜனக் கூட்டத்தை உள்ளே வரவிடாமல் தடுக்க முயற்சித்துக் கொண்டிருந்தனர். ஆனால் ஆவேச வெறி கொண்டிருந்த ஜனங்களின் முன்னால் அவர்களால் ஏதும் செய்ய இயலவில்லை. ஆட்டம் கடைசி கட்டத்தை நெருங்கும் போது மேஹ்தா மட்டும்தான் எஞ்சி இருந்தார். இப்பொழுது அவர் ஊமையாக நடிக்க வேண்டியிருக்கும். இப்பொழுது நம்பிக்கை யெல்லாம் அவர் ஒருவர் மீதுதான்.... அவர் தப்பித்துக் கொண்டு தன்னிடத்திற்குத் திரும்பி வந்துவிட்டால் அவர் கட்சி தப்பிக்கும்

இல்லாவிடில் தோல்வியின் அவமானம் முழுவதையும் தாங்கிக் கொண்டு அவர் திரும்ப வேண்டியிருக்கும். அவர் எதிர்க்கட்சியில் எத்தனை பேரைத் தொட்டுவிட்டு தன் கோட்டிற்குள் வருகிறாரோ, அவர்கள் யாவரும் ஆட்டமிழப்பார்கள். அதே எண்ணிக்கையில் ஆட்கள் இவர் பக்கம் மீண்டும் ஆடவருவார்கள். எல்லோருடைய பார்வையும், மேஹ்தாவின் மீதே இருந்தது. இதோ, மேஹ்தா புறப்பட்டு விட்டார். நாலா பக்கமிருந்தும், ஜனங்கள் அவரது வட்டத்தைச் சூழ்ந்து கொண்டனர். ஆட்டம் தனது உச்ச கட்டத்திலிருந்தது. மேஹ்தா அமைதியாக எதிரிகளை நோக்கி நடந்தார். அவரது ஒவ்வொரு அசைவும் மக்களிடம் பிரதிபலித்தது. ஒருத்தனின் கழுத்து திரும்புகிறது. இன்னொருத்தன் முன்னால் குனிகிறான். சூழ்நிலையில் சூடேறிக் கொண்டிருந்தது. பாதரசம் உச்சநிலைக்கு வந்துவிட்டது. மேஹ்தா எதிரிகளிடையே நுழைந்தார். அந்த அணியின் அமைப்பு மிக உறுதியாக இருந்தது. எவரும் மேஹ்தாவின் பிடியில் சிக்கவில்லை. அவரால் எவரையும் தொட முடியவில்லை. மேஹ்தா குறைந்தபட்சம் தன் அணியிலுள்ள பத்துப் பேருக்காவது மீண்டும் உயிர் கொடுப்பார் எனப் பலரும் எதிர்பார்த்தனர். இப்பொழுது அவர்கள் நிராசையடையலாயினர்.

சட்டென மிர்ஜா ஒருதாவுத் தாவி மேஹ்தாவின் இடுப்பைப் பற்றிக் கொள்கிறார். மேஹ்தா தன்னை விடுவித்துக் கொள்ள இயன்ற மட்டும் முயல்கின்றார். மிர்ஜாவைத் தன் வட்டத்திற்குள் இழுத்துப் போகத் துவங்குகிறார். மக்கள் உற்சாக வெறிகொள்கின்றனர். இப்பொழுது யார் ஆட்டக்காரர்கள், யார் பார்வையாளர்கள் என இனம் கண்டு கொள்ளுவது கடினமாகிறது. ஒரே கெடுபிடியாகி விட்டது. களேபரம் எங்கும். மிர்ஜாவும், மேஹ்தாவிற்குமிடையே மல்யுத்தம் நடக்கிறது. மிர்ஜாவின் கட்சியிலிருந்த பல கிழவர்கள் மேஹ்தாவின் பக்கம் பாய்ந்து அவரைத் தழுவிக் கொள்கின்றனர். மேஹ்தா தரையில் கிடக்கிறார். அவர் எப்படியோ, இழுத்துப் பறித்துக் கொண்டு, இரண்டு ஜாண் தூரம் போய்விட்டால் அவர் கட்சியிலிருந்து ஐம்பதுபேர் உயிர் பெற்றுவிடுவார்கள். ஆனால் அவரால் ஒரு அங்குலம் கூட நகரமுடியவில்லை. மிர்ஜா அவரது கழுத்தின் மீது உட்கார்ந்திருக்கிறார். மேஹ்தாவின் முகம் சிவந்து விட்டது. கண்கள் சிவப்பேறிவிட்டன. வியர்வை பெருகுகிறது. தனது ஸ்தூலமான சரீரத்தின் பாரத்தையெல்லாம் அவர் மீது போட்டு மிர்ஜா அவர் முதுகை அழுத்திக் கொண்டிருக்கிறார்.

மிஸ் மாலதி அருகே வந்து ஆவேமுற்ற குரலில் கத்தினாள் - "மிர்ஜா குர்ஷேத்? இது சரி அல்ல. முறையானது அல்ல. போட்டி டிராவாகி விட்டது."

குர்ஷித் மிர்ஜா, மேஹ்தாவின் கழுத்தில் இன்னொரு குத்து விட்டவாறு சொன்னார் - "இவர் 'சீ' என்று சொல்லாதவரையில் விடமாட்டேன். இவர் ஏன் சொல்லவில்லை?"

மாலதி இன்னும் முன்னேறி வந்தாள், "அவர் சீ சொல்வதற்காக நீங்கள் இத்தனை பலவந்தப்படுத்தக் கூடாது."

மிர்ஜா மேஹ்தாவின் முதுகில் இன்னொரு குத்து விட்டார், "சந்தேகமில்லாமல் செய்ய முடியம். இவரிடம் 'சீ' என்று சொல்லச் சொல்லுங்கள். நான் உடனே எழுந்து விடுவேன்" என்றார்.

மேஹ்தா மீண்டுமொருமுறை எழுந்திருக்க முயற்சித்தார். ஆனால் மிர்ஜா அவர் கழுத்தை அழுத்திவிட்டார்.

மாலதி மிர்ஜாவின் கையைப் பற்றி இழுக்க முயன்றவளாய், 'இது ஆட்டமல்ல, அடாவடித்தனம்' என்றாள்.

"அப்படியே வைத்துக் கொள்வோம்."

நீங்கள் விடமாட்டீர்களா?

அக்கணத்தில் திடீரென பூகம்பமே நிகழ்ந்து விட்டது. மிர்ஜா சாகப் தரையில் கிடந்தார். மேஹ்தா தனது வட்டத்தை நோக்கி ஓடிக் கொண்டிருந்தார். ஆயிரக்கணக்கான மனிதர்கள் வெறி கொண்டவர்கள் போல் தங்கள் தொப்பிகளையும், தலைப்பாகைகளையும், தடிகளையும் வீசிக் கொண்டிருந்தனர். எப்படி இந்த மாற்றம் நிகழ்ந்ததென்று யாருக்கும் புரியவில்லை.

மிர்ஜா, மேஹ்தாவைத் தூக்கிக் கொண்டு ஷாமியானாவரை வந்தார். "டாக்டர் சாகப் ஜெயித்துவிட்டார்" என்ற வார்த்தைகளே ஒவ்வொருவரின் நாவிலுமிருந்தது. ஒவ்வொருவரும் தோற்றுப் போயிருந்த பந்தயம் திடீரென மாறிவிட்டது பற்றி வியந்து கொண்டிருந்தனர். எல்லோருமே மேஹ்தாவின் துணிச்சல், வலிமை, வீரத்தைப் பற்றி புகழ்ந்து கொண்டிருந்தனர்.

கூலிகளுக்காக முன்னரே ஆரஞ்சுப் பழங்கள் வரவழைக்கப் பட்டிருந்தன. ஒவ்வொருவரின் கையிலும் ஒரு பழத்தைக் கொடுத்து அனுப்பி வைக்கப்பட்டனர். ஷாமியானாவின் விருந்தினர்களுக்கு தேநீர் விருந்து ஏற்பாடாகி இருந்தது. மேஹ்தாவும், மிர்ஜாவும் ஒரு மேஜையின் முன்னே எதிரெதிரே அமர்ந்தனர். மாலதி மேஹ்தாவின் அருகில் சென்று உட்கார்ந்தாள்.

"இன்று எனக்கு புதியதொரு அனுபவம் கிட்டியது. ஒரு பெண்ணின் அனுதாபம் தோல்வியையும் வெற்றியாக மாற்றி விட முடியும்" எனறார் மேஹ்தா.

மிர்ஜா மாலதியை நோக்கினார் - "அச்சா! இதுவா விஷயம்? நீங்கள் திடீரென கீழேயிருந்து எப்படி மேலே வந்தீர்களென எனக்கு அப்பொழுதுலிருந்தே ஆச்சர்யமாக இருந்தது" என்றார்.

மாலதி வெட்கத்தால் முகம் சிவந்துபோனாள். "நீங்கள் மிகவும் மோசமானவர் என்று இன்றுதான் தெரிந்தது" என்றாள்.

"தவறு இவருடையதுதான். இவர் ஏன் 'சீ' சொல்லவில்லை?"

"நீங்கள் என்னுயிரையே எடுத்திருந்தாலும் நான் சொல்லி இருக்கப் போவதில்லை"

சற்றுநேரம் நண்பர்கள் அரட்டை அடித்துக் கொண்டிருந்தனர். பிறகு வாழ்த்துக்கள், நன்றி கூறுதல் என்ற சம்பிரதாயமான பேச்சுக்கள் நிகழ்ந்தன. யாவரும் விடைபெற்றனர். மாலதியும் ஒரு நோயாளியைப் பார்க்கப் போக வேண்டியிருந்தது. அவளும் போய் விட்டாள். மேஹ்தாவும், மிர்ஜாவும் மட்டும் எஞ்சி நின்றனர். அவர்களும் குளிக்கச் செல்ல வேண்டியிருந்தது. உடம்பெல்லாம்

ஒரே மண்! எப்படி உடை உடுத்துவது. கோபர் நீர் இறைத்து எடுத்து வந்தான். நண்பர்களிருவரும் குளித்தனர்.

“எப்பொழுது கல்யாணம்?” என்றார் மிர்ஜா.

மேஹ்தா வியப்புடன் “யாருக்கு?” என்றார்.

“உங்களுக்குத்தான்”

“எனக்கா? யாருடன்?”

“பேஷ்! பிரமாதமாய் நடிக்கிறீரே! இதுகூடவா மறைக்க வேண்டிய விஷயம்.”

“இல்லையில்லை. உண்மையாகத்தான் சொல்லுகிறேன். எனக் கொன்றும் தெரியாது. எனக்கு கல்யாணம் நடக்கப் போகிறதா?”

“நீங்கள் என்ன நினைத்துக் கொண்டிருக்கிறீர்கள்? மிஸ் மாலதி உங்கள் கம்பேனியனாகத்தான் இருப்பார்களா?”

மேஹ்தா கம்பீரமாய் கூறினார் – “நீங்கள் நினைப்பது முற்றிலும் தவறு. மிர்ஜாஜீ! மிஸ் மாலதி அழகாக இருக்கிறாள், நல்ல சுபாவம். அறிவுள்ளவள். முற்போக்கான கருத்துக்கள் என இன்னும் எத்தனையோ சிறப்புகள் அவளிடம் உள்ளன. ஆனால் நான் எனது வாழ்க்கைத் துணைவியாய் வருபவளிடம் என்னென்ன தன்மைகள் வேண்டுமென விரும்புகிறேனோ அவைகள் அவளிடம் இல்லை. இல்லாமலும் இருக்கலாம். என்னுடைய புத்தியின் படி, பெண் என்பவள், தியாகம், ஒழுக்கம், சீலத்தின் உருவமானவள். அவள் தனது தியாகத்தால், மௌனத்தால், தன்னையே அழித்துக் கொண்டு கணவனின் ஆத்மாவின் ஒரு அம்சமாகி விடுகிறாள். உடல் ஆண்மகனுடையது. ஆனால் அதன் ஆத்மா பெண். ஒரு ஆண்மகன் தன்னை ஏன் அழித்துக் கொள்வதில்லை என நீங்கள் கேட்கலாம். அவன் தன்னை அழித்துக் கொண்டால், சூனியமாகி விடுவான். ஏதேனும் ஒரு குகையில் சென்றமர்ந்து, பரமாத்மாவுடன் ஐக்கியமாகி விடவேண்டுமென்ற கனவு காண்பான். அவன் தேஜஸ் மிகுந்த ஜீவனாவான். தனது அகங்காரத்தினால் தான் ஞானத்தின் உருவம் என நினைத்து, நேரடியாக இறைவனுடன் கலந்துவிட கற்பனை செய்வான். பெண் பூமியைப் போல் பொறுமைசாலி, அமைதி நிறைந்தவள், தைரியமுள்ளவள். எதையும் அவளால் தாங்கிக் கொள்ள முடியும். ஒரு ஆணிடம் பெண்ணுக்குரிய குணங்கள் வந்து விடும்போது அவன் மகாத்மா ஆகின்றான். ஒரு பெண்ணிடம் ஆணுக்குரிய இயல்புகள் ஏற்படும்போது நடத்தை கெட்டவளாகி விடுகிறாள். பெண்ணுக்குரிய எல்லா இயல்புகளையும் தன்னுள்ளே கொண்டவன்பால் ஆண் கவரப்படுகிறான். ஒரு பெண் என்பவள் என் பார்வையில் எப்படிப் பட்டவள் என்பதை தங்களிடம் எந்த வார்த்தைகளால் விவரிக்கட்டும்? உலகத்தில் எவையெல்லாம் அழகானவையாக இருக்கின்றனவோ, அதன் உருவமாகவே நான் பெண்ணைக் காண்கிறேன். நான் அவளைக் கொன்றாலும் கூட அவள் மனத்தில் பழிவாங்கும் உணர்வு ஏற்படக்கூடாது. அவள் கண்எதிரே நான் இன்னொரு பெண்ணை நேசித்தாலும் அவள் உள்ளத்தில் பொறாமை ஏற்படக்கூடாதென்று நான் எதிர் பார்க்கிறேன். இத்தகையதொரு பெண்ணை நான் அடைந்தால் நான்

அவள் பாதங்களில் வீழ்வேன், அவளிடம் என்னையே அர்ப்பணித்தும் விடுவேன்."

தலையை அசைத்த மிர்ஜா – "இப்படிப்பட்ட பெண் இந்த உலகத்தில் தங்களுக்குக் கிடைப்பாளோ என்னவோ...." என்றார்.

"ஒருத்தியல்ல, ஆயிரம் பேர்... இல்லாவிடில் இந்த உலகமே வெறிச்சோடியிருக்கும்"

"எனக்கு ஒரு உதாரணம் காட்டுங்களேன்."

"மிஸஸ் கன்னாவையே எடுத்துக் கொள்ளுங்களேன்."

"ஆனால் கன்னா?"

"கன்னா துர்பாக்கியசாலி. வைரத்தை அடைந்தும் அதனை வெறும் கண்ணாடித் துண்டென நினைத்துக் கொண்டிருக்கிறார். எத்தகைய தியாகம், எத்தகைய அன்பு அவரிடம் மிஸஸ் கன்னாவிற்கு! ஆனால் அழகின் மீது மோகம் கொண்ட கன்னாவின் உள்ளத்தில் அவளுக்காகத் துளி இடம்கூட இல்லை. ஆனால் இன்று கன்னாவிற்கு ஏதும் நேர்ந்தாலும், அவள், அவருக்காகத் தன்னையே அர்ப்பணித்து விடுவாள். கன்னா குருடாகி விட்டாலும், குஷ்ட நோயாளியாகி விட்டாலும் அவளுடைய அன்பில் எவ்விதமான மாற்றமும் ஏற்படாது. விசுவாசமுள்ளவள் அவள். இன்று கன்னா அவளை மதிக்காவிட்டாலும், நீங்கள் பார்த்துக் கொண்டே இருங்கள், கன்னா அவள் பாதங்களைக் கண்ணில் ஒற்றிக் கொள்வார். ஈன்ஸ்டினின் சித்தாந்தங்களைப் பற்றி என்னிடம் விவாதிக்கத் தகுந்த மனைவியை நான் விரும்பவில்லை. எனது நூல்களின் புருப் பார்ப்பவளும் தேவையில்லை. தனது அன்பினால், தியாகத்தினால் எனது வாழ்க்கையை உன்னதமானதாக, பவித்திரமானதாக செய்யக்கூடிய மனைவியையே நான் விரும்புகிறேன்."

மிர்ஜா, தனது தாடியை உருவியவாறே மறந்து போய்விட்டதொரு விஷயத்தை நினைவுபடுத்திக் கொள்பவர் போல் கூறினார் – "நீ நினைப்பது சரிதான் மிஸ்டர் மேஹ்தா..... இப்படிப்பட்ட பெண்ணொருத்தி எங்கேனும் கிடைத்தால் நானும் திருமணம் செய்து கொள்வேன். ஆனால் கிடைப்பாளென்ற நம்பிக்கை எனக்கில்லை."

"நீங்களும் தேடுங்கள். நானும் தேடுகிறேன். ஒருக்கால் அதிர்ஷ்டமிருக்கலாம்."

"ஆனால் மிஸ் மாலதி உங்களை விடமாட்டாள். எழுதித் தருகிறேன்."

"இப்படிப்பட்ட பெண்களுடன் நான் உல்லாசமாக பொழுதுபோக்க முடியும். திருமணமல்ல. திருமணம் என்பது ஆத்ம சமர்ப்பணமாகும்."

"திருமணம் ஆத்ம சமர்ப்பணம் என்றால், அன்பு, காதல் என்பதென்ன?"

"அன்பு, ஆத்ம சமர்ப்பணமாக மாறும்போதுதான் திருமண மாகிறது."

மேஹ்தா உடை அணிந்து கொண்டு, விடைபெற்றார். மாலையாகிவிட்டிருந்தது. மிர்ஜா சென்று பார்த்தபோது, கோபர் இன்னமும் செடிகளுக்கு நீர் பாய்ச்சிக் கொண்டிருந்தான். மிர்ஜா மகிழ்ச்சியுடன், "இனி நீ போகலாம். நாளை மறுபடியும் வருவாயா?" என்று வினவினார்.

"நான் எங்கேயாவது வேலை செய்ய விரும்புகிறேன், எஜமான்" என்று தீனமான குரலில் கூறினான் கோபர்.

"வேலை செய்வாய் என்றால், நானே வைத்துக் கொள்கிறேனே" என்றார் மிர்ஜா.

"சம்பளம் எத்தனை கிடைக்கும் எஜமான்"

"எத்தனை நீ கேட்கிறாயோ அத்தனை"

"நானென்ன கேட்க! தாங்கள் விரும்புவதைத் தாருங்கள்"

"நான் உனக்கு மாதம் பதினைந்து ரூபாய் தருவேன். நன்றாக வேலையும் வாங்குவேன்."

கோபர் உழைப்பிற்கு பயப்படாதவன். பணம் கிடைத்தால் அவன் நாள் முழுவதும் கூட பாடுபடத் தயார். பதினைந்து ரூபாய் கிடைத்தால் வேறென்ன வேண்டும். உயிரையே வேண்டுமானாலும் கொடுப்பானே! "எனக்கு இருக்க இடம் கிடைத்தால் இங்கே இருப்பேன்" என்றான். "சரி சரி இடத்திற்கு ஏற்பாடு செய்கிறேன். இந்த குடிலிலியே ஒரு மூலையில் இருந்து கொள்" என்றார் மிர்ஜா. கோபருக்கு சுவர்க்கமே கிடைத்துவிட்டாற்போலிருந்தது.

❑

14

ஹோரியின் வயலில் விளைந்தவை யாவுமே அபராதத் தொகைக்கு அர்ப்பணிக்கப் பட்டுவிட்டன. வைகாசி மாதம் எப்படியோ ஒருவழியாய் கழிந்து விட்டது. ஆனால் சித்திரை பிறந்ததும் வீட்டில் ஒரு மணி தானியம் கூட இல்லை. சாப்பிடுவதற்கு ஐந்து வயிறுகள். ஆனால் வீட்டில் தானியமில்லை. பணமுமில்லை. இரண்டுவேளை சாப்பிடா விட்டாலும் ஒரு வேளையாவது சாப்பிட வேண்டாமா? வயிறு நிரம்பச் சாப்பிடா விட்டாலும் அரை வயிற்றுக்காவது வேண்டாமா! ஆகாரமின்றி ஒருவன் எத்தனை நாட்களிருக்க முடியும்? கடன் வாங்கலாமென்றாலோ யாரிடம் வாங்குவது? கிராமத்திலிருந்த லேவாதேவிக்காரர்களான, சிறியவர்கள், பெரியவர்களென எவரிடமும் முகத்தைக் காட்டமுடியாது. கூலி வேலை செய்யலாமென்றாலும் யாரிடம் வேலை செய்வது? சித்திரை மாதத்தில் அவரவர் கவனிக்க வேண்டிய வேலைகளே நிறைய இருந்தன. கரும்புப் பயிருக்குத் தண்ணீர் பாய்ச்ச

வேண்டும். களை எடுக்க வேண்டும். வெறும் வயிற்றோடு உழைப்பதுதான் எப்படி?

மாலையாகிவிட்டது. சின்னக் குழந்தை அழுது கொண்டிருந்தது. பெற்றவளுக்கு வயிற்றுக்குச் சாப்பாடு இல்லை என்றால், குழந்தைக்குப் பால் எங்கிருந்து வரும்! சோனாவிற்கு வீட்டின் நிலைமை தெரியும். ஆனால் ரூபாவிற்கு என்ன தெரியும்? அடிக்கடி, ரொட்டி - ரொட்டி கொடு என்று கத்திக் கொண்டிருந்தாள். நாள் முழுவதும் பச்சை மாங்காயை தின்று மனத்தைத் தேற்றிக் கொண்டாள். ஆனால் இனி, வயிற்றுக்கு ஏதாவது பசி தீரும்படியாக வேண்டும். ஹோரி மளிகைக் கடைக்காரியிடம் தானியம் கடனாக வாங்கிவரச் சென்றான். ஆனால் அவள் கடையை மூடிவிட்டுப் போயிருந்தாள். மங்குரு தரமுடியாதென்று மறுத்தது மட்டுமல்ல, திட்டவும் செய்தான் - "கடன் வாங்க வந்துவிட்டாயா? மூன்று வருடாமாய் காலணா கூட வட்டி கட்டவில்லை. மேலும் மேலும் கடன் கொடுத்துக் கொண்டே இருக்க வேண்டுமா! இனி பரலோகத்தில்தான் தருவாய் போலிருக்கிறது. கெட்ட எண்ணம் இருந்தால் இந்தக் கதிதான் நேரிடும். கடவுளாலும் இந்த அநியாயத்தைப் பார்க்க முடியாது. காரியஸ்தர் மிரட்டியதும் சத்தமில்லாமல் ரூபாயைக் கக்கிவிட்டாயே! என்னுடைய காசு மட்டும் காசில்லையா என்ன?"

அங்கிருந்து அழமாட்டாத குறையாய், வந்து ஹோரி வருத்தத்துடன் உட்கார்ந்திருந்தபோது, புனியா, தணல் எடுத்துப் போக வந்தாள். சமையலறைக்குள் சென்று எட்டிப் பார்த்தாள். இருள் மண்டிக் கிடந்தது. "அண்ணி இன்று ரொட்டி, கிட்டி ஏதும் செய்யவில்லையா? நேரமாகிவிட்டதே!" என்றாள்.

கோபர் வீட்டை விட்டுப் போனதிலிருந்து, தனியாவும், புனியாவும் பேசிக் கொள்ளத் துவங்கியிருந்தனர். ஹோரியின்பாலும் நன்றியுணர்வுடனிருந்தாள் அவள். இப்பொழுது ஹீராவை நிந்தித்தாள். "கொலைகாரப் பாவி பசுவதை செய்துவிட்டு ஓடிவிட்டானே! முகத்திலே கரியைப் பூசிக் கொண்டு எப்படி வீட்டுக்கு வருவான்? வந்தாலும் பழிகாரனை வாசற்படி ஏறவிட மாட்டேன் நான். போலீஸ் பிடித்துக் கொண்டு போயிருந்தால், நன்றாயிருந்திருக்கும். சிறையிலே மாவரைக்க வைத்திருப்பார்கள்."

தனியாவால் சாக்குப் போக்கு எதுவும் கூறமுடியவில்லை. "எங்கிருந்து ரொட்டி செய்ய? வீட்டில் ஒருமணி தானியம் கூட இல்லை. உன் மைத்துனர் ஊர் கட்டுப்பாடு என்று பஞ்சாயத்திற்குக் கொட்டிக் கொடுத்துவிட்டார். குழந்தை குட்டிகள் இருந்தாலென்ன? செத்தாலென்ன? இப்பொழுது சாதி சனமா எட்டிப் பார்க்கிறது?

புனியாவின் வயலில் நன்றாக விளைச்சல் கண்டிருந்தது. இது ஹோரியின் உழைப்பினால் என்பதை அவள் ஒப்புக் கொண்டிருந்தாள். ஹீராவின் கையில் இத்தனை விளைச்சல் கண்டதே இல்லை அவள். "என் வீட்டிலிருந்து தானியம் வாங்கிக் கொண்டிருக்கலாமே? அதுவும் மஹ்தோ பாடுபட்டதுதானே! வேறு யாருடையது? சுகமா, வசதியாக வாழும்போது சண்டை போட்டுக் கொள்ளலாம், கஷ்டத்திலும் துக்கத்திலும் ஒன்றாகக் கூடி

அழுதால்தான் வாழ முடியும்? எனக்கென்ன கண்ணில்லையா? மனிதர்களின் மனசு தெரியாதா? மஹ்றோ ஒரு கை கொடுத்திராவிடில் எனக்கு எங்கே புகல் கிடைத்திருக்கும்?"

வீட்டிற்குப் போனவள் உடனே திரும்பி வந்தாள். சோனாவையும் கூட அழைத்துப் போயிருந்தாள். ஒரு நிமிடத்தில் இரண்டு கூடை தானியத்தைக் கொண்டு வந்து முற்றத்தில் வைத்துவிட்டாள். பார்லி இரண்டு மணங்கிற்கு குறையாது. தனியா ஏதும் சொல்லுவதற்குள் மீண்டும் சென்றவள், மறுபடியும் ஒரு பெரிய கூடை நிறைய துவரம் பருப்பைக் கொண்டுவந்து வைத்தாள்.... "இரு நான் அடுப்பைப் பற்ற வைக்கிறேன்" என்றாள்.

பார்லிக் கூடையின் மீது, ஒரு சின்னக் கூடையில் நாலைந்து சேர் ஆடா மாவுமிருந்ததை தனியா பார்த்தாள். வாழ்க்கையில் முதன் முறையக இன்று அவள் தோற்றுப் போனாள். விழிகளில் நன்றியும், அன்பும் நிறைந்து கண்ணீர் தளும்ப, "வீட்டிலிருந்த எல்லாவற்றையுமே கொண்டு வந்து விட்டாயா? இல்லை ஏதாவது மிச்சம் மீதி வைத்துள்ளாயா?"

முற்றத்தில் தொட்டிலில் கிடந்த குழந்தை அழுது கொண்டிருந்தது. புனியா அதை எடுத்துக் கொஞ்சினாள். "அண்ணி உன் தயவால் இன்னமும் நிறைய மீதி இருக்கிறது. பதினைந்து மணங்கு பார்லி, பத்து மணங்கு கோதுமை விளைந்தது. ஐந்து மணங்கு பட்டாணியும் கிடைத்தது. உங்களிடம் எதற்காக மறைக்க வேண்டும்? இரண்டு குடும்பத்திற்கு இது போதும். இரண்டொரு மாதங்களில் கம்பும் பயிராகிவிடும். பிறகு கடவுள் இருக்கிறார்."

ஜூனியா வந்து தன் புடவைத் தலைப்பினால் சின்ன மாமியாரின் பாதங்களைத் தொட்டாள். புனியா அவளை ஆசீர்வதித்தாள். சோனா அடுப்பைப் பற்றவைக்க, ரூபா தண்ணீர் கொண்டுவர குடத்தை எடுத்தாள். நின்று விட்டிருந்த வண்டி மீண்டும் ஓடத் துவங்கியது. தடைபட்டிருந்த காரணத்தினால் நீரோட்டத்திலிருந்த சுழல், நொப்பு, நுரைகள், இரைச்சல், வேகம் என யாவுமே தடை நீங்கியதும் அமைதியாய், சலசலவென்ற இனிய ஓசையுடன் மெல்ல, மெல்ல ஒரே சீராகப் பெருகத் துவங்கியது.

"மைத்துனருக்கு அபராதத்தைக் கட்ட அத்தனையென்ன அவசரமாம்?" என்றாள் புனியா.

"சொந்த பந்தங்களுடன் உறவு பின்னெப்படி?"

"அண்ணி! தப்பா நினைத்துக் கொள்ளாவிடில் ஒன்று சொல்லட்டுமா?"

"சொல்லேன். தவறாக ஏன் நினைக்கப் போகிறேன்?"

"வேண்டாம். நீ கோபித்துக் கொண்டுவிட்டால்?"

"சொல்லுகிறேன் இல்லையா! ஒன்றும் சொல்லமாட்டேன். நீ சொல்லு"

"நீ ஜூனியாவை வீட்டில் வைத்துக் கொண்டிருக்கக் கூடாது."

"வேறென்ன செய்ய! அவள் எங்கேனும் உயிரை விட்டிருப்பாளே."

“என் வீட்டில் வைத்திருக்கலாம். அப்பொழுது யாரும் எதுவும் சொல்ல முடியாது.”

“அதை நீ இன்றுதானே சொல்லுகிறாய்! அன்று ஜுனியாவை அனுப்பி இருந்தால், விளக்கு மாற்றுக் கட்டையை எடுத்துக் கொண்டு அடிக்க வந்திருப்பாய்.”

“அபராதமாய்க் கட்டியிருக்கும் பணத்தில் கோபருக்குக் கல்யாணமே நடத்தியிருக்கலாம்”.

“பைத்தியமே! எது நடக்க வேண்டும் என்றிருக்கிறதோ, அதை யாரால் தடுக்க முடியும்? இத்தோடு போகவில்லை. போலா தன் பசுவிற்கு பணம் கேட்கிறான். எனக்கு கல்யாணம் எங்கேயாவது நிச்சயம் செய் என்று அப்பொழுது பசுவை ஓட்டிவிட்டான். இப்பொழுது எனக்கு கல்யாணம் ஏதும் வேண்டாம். என் பணத்தைக் கொடுத்து விடு என்கிறான். அவன் பிள்ளைகள் இரண்டுபேரும் தடியை வைத்துக்கொண்டு சுற்றுகிறார்கள். அவர்களோடு சண்டைபோட, இங்கு யாரிருக்கிறார்கள். அந்தப் பாழாய் போகிற பசு வீட்டிற்கு வந்து எல்லாவற்றையுமே நாசமாக்கி விட்டது.

சற்று நேரம் பேசிக்கொண்டிருந்து விட்டு, புனியா தணல் எடுத்துக் கொண்டு போய்விட்டாள். ஹோரி எல்லாவற்றையும் பார்த்துக் கொண்டுதானிருந்தான். உள்ளே வந்தவன், “புனியாவின் மனத்தில் கள்ளம் கிடையாது” என்றான்.

“ஹீராகூடத்தான் கள்ளமில்லாதவன்தானே?”

தனியா தானியக் கூடைகளை எடுத்து வைத்துக் கொண்டாளே தவிர மனதிற்குள் வெட்கமும் அவமான உணர்வும் கொண்டாள். காலத்தின் கோலம் இது. இன்று இப்படி அவமானப்பட வேண்டியிருந்தது.

“நீ யாருடைய உதவியையும் நன்றியுடன் ஏற்பதில்லை. இதுதான் உன்னிடமுள்ள கெட்டகுணம்” என்றான் ஹோரி.

“நான் ஏன் நன்றி காட்ட வேண்டும். என் புருஷன் அவள் வீட்டிற்காகப் பாடுபடவில்லையா? உயிரைக் கொடுக்கிறானே! நான் தானம் எதுவும் பெற்றுக் கொள்ளவில்லை. பின்னால் ஒவ்வொரு மணி தானியத்தையும் திருப்பிக் கொடுத்துவிடுவேனாக்கும். தெரியுமா?”

புனியா தன் ஓரகத்தியின் சுபாவத்தை நன்கு அறிந்திருந்தும் ஹோரியின்பால் நன்றியுள்ளவளாக இருந்தாள். தானியம் தீர்ந்து போய் விட்டது என்பது தெரிந்தால் ஒரு மணங்கு, இருமணங்கென்று அனுப்பி வைப்பாள். ஆனால் மழைப்பருவத்தில் மழை வராது போகவே, பிரச்சனை பின்னும் சிக்கலாகிவிட்டது. ஆவணி மாதம் வந்துவிட்டது. சுழல் காற்று வீசியது. கிணறுகளில் தண்ணீர் வற்றி விட்டது. வெப்பத்தில் கரும்புப்பயிர் வாடிக் கொண்டிருந்தது. ஆற்றிலிருந்து கொஞ்சம் கொஞ்சம்தான் நீர் கிடைத்தது. அதற்காக எப்பொழுதும் சண்டை சச்சரவுகள் நிகழ்ந்தன. அடிதடியாகியது. கடைசியில் ஆற்று நீரும் வற்றிவிட்டது. ஆங்காங்கே திருட்டுகள் நடந்தன. கொள்ளை நிகழ்ந்தது. மாவட்டம் முழுவதும் கவலையும் துயரமும் விரவி நின்றது. நல்லவேளை, ஐப்பசியில் மழை பெய்தது.

குடியானவர்களின் உள்ளமும் குளிர்ந்தது. மழை பெய்த அன்றுதான் எத்தனை உற்சாகம்? தாபம் கொண்டிருந்த நிலத்தின் தாகம் அடங்கவேயில்லை. வானிலிருந்து தங்கக் காசுகளாகப் பொழிவது போல் குடியானவர்கள் மகிழ்ச்சியால் துள்ளினர். வயல்களில் ஏர்கட்டி உழவாரம்பித்தனர். குழந்தைகளெல்லாம் கூட்டம் கூட்டமாக குளங்களிலும், குட்டைகளிலும், பள்ளங்களிலும் நிரம்பி நின்ற நீரை பார்வையிட்டுக் கொண்டிருந்தனர். இந்தக் குட்டையில் இத்தனை நீர் இருக்கிறது. அந்த குளத்தில் எவ்வளவு இருக்கிறதென்று பார்க்கலாமா என ஓடித் திரிந்தனர்.

ஆனால் இப்பொழுது எத்தனை மழை பெய்தாலென்ன, கரும்புப் பயிர் நாசமாகிவிட்டது. ஒரு முழ அளவோடு நின்று விடும். இனி வளராது. சோளம், கம்பு, ராகி பயிர்களால் குத்தகை அடைபடுமா என்ன? வட்டிக் கடைக்காரனின் வயிறு நிரம்புமா? ஆனால் ஒன்று கால்நடைகளுக்குத் தீவனம் கிடைத்து விட்டது. மனிதனும் உயிர்த்துக் கொண்டான்.

மார்கழியும் கழிந்தது. பின்னும் பணம் கைக்கு வரவில்லை என்றதும் ஒரு நாள் போலா கடும் சீற்றத்துடன் ஹோரியின் வீட்டிற்கு வந்து மிரட்டினான், "இதுதான் நீ கொடுத்த வாக்குறுதியின் லட்சணமா? கரும்பை விற்று எனக்குப் பணம் கொடுப்பதாக இந்த வாயால்தானே சொன்னாய். இப்பொழுது கரும்பு விளைச்சலாகிவிட்டது. பணத்தை வை என் கையில்."

ஹோரி தனது கஷ்டத்தையெல்லாம் சொல்லி, எல்லாவிதமும் கெஞ்சி, வேண்டிப் பார்த்துவிட்டான். போலா வீட்டு வாசலை விட்டு நகரவில்லை என்றதும் ஆத்திரத்துடன், "மஹ்தோ! இச்சமயம் என் கையில் காசு கிடையாது. எனக்கு எங்கும் கடனும் கிடைக்க வழியில்லை. நான் எங்கிருந்து பணம் கொண்டு வரட்டும்? சாப்பாட்டுக்கே கஷ்டமாக உள்ளது. நம்பிக்கை இல்லாவிடில் உள்ளே வந்து பாரு. என்ன இருக்கிறதோ எடுத்துக் கொண்டுபோ" என்றான்.

போலா சற்றும் இரக்கமின்றி, "நான் ஏன் உன் வீட்டை சோதனை போட வேண்டும்? உன்னிடம் பணம் இருக்கிறதா, இல்லையா என்பது பற்றி எனக்கு அக்கரையில்லை. நீ கரும்பு பயிரானதும் பணம் தருகிறேன் என்றாய். கரும்பு வெட்டியாகி விட்டது. இப்பொழுது என் பணததை என்னிடம் கொடுத்துவிடு" என்றான்.

"நீ என்ன சொல்லுகிறாயோ செய்கிறேன்"

"நானென்ன சொல்ல?"

"அதை உன் மீதே விட்டுவிடுகிறேன்."

"உன் உழவு மாடு இரண்டையும் அவிழ்த்துக் கொண்டு போகிறேன்."

தன் காதுகளையே நம்பமுடியாதவன் போல் ஹோரி அவனை வியப்புடன் நோக்கினான்.

பிறகு திக்பிரமையடைந்தவனாய் தலையைக் குனிந்து கொண்டான். போலா அவனைப் பிச்சைக்காரனாக்கிவிட

விரும்புகிறானா? இரண்டு மாடுகளும் போய்விட்டால், இரண்டு கைகளையும் வெட்டினாற் போல்தானே! தீனமான குரலில், "இரண்டு மாடுகளையும் எடுத்துக் கொண்டு விட்டால், நான் நாசமாகிப் போய்விடுவேன். உன்னுடைய தர்மம் இதைத்தான் சொல்லுகிறதென்றால், தாராளமாய் அவிழ்த்துக் கொண்டு போ" என்றான்.

"உனக்கென்ன நேரிடும் என்பது பற்றி எனக்குக் கவலையில்லை. எனக்கு வேண்டியது என் பணம்."

"நான் ரூபாய் கொடுத்தாகி விட்டது என்று நான் சொன்னால்?"

போலா திகைத்துப் போனான். அவனால் தன் காதுகளையே நம்ப முடியவில்லை. ஹோரி இத்தனை நாணயமற்றவனாகி விடுவானா என்ன? இல்லை. இது இயலாது. உக்கிரமடைந்தவனாய், "நீ கங்கை நீரை கையில் வைத்துக் கொண்டு, நான் பணம் கொடுத்து விட்டேன் என்று சொல்லு. நான் பார்த்துவிடுகிறேன்."

"சொல்லிவிடத்தான் மனம் நினைக்கிறது. சாகவிருக்கிறவன் எதற்கும் துணிந்தவன்தான். ஆனால் சொல்ல மாட்டேன்"

"உன்னால் அப்படிச் சொல்ல முடியாது."

"ஆமாம்! சொல்ல முடியாதுதான். சும்மா வேடிக்கைக்குச் சொன்னேன்." என்றவன் ஒருகணம் தயங்கியபின், "போலா அண்ணே! என்னிடம் ஏன் இவ்வளவு விரோதம் பாராட்டுகிறாய்? ஜுனியா என் வீட்டிற்கு வந்ததில் எனக்கென்ன சுவர்க்கம் கிடைத்து விட்டது? வளர்ந்த பிள்ளையும் கையைவிட்டுப் போய் விட்டான். இருநூறு ரூபாய் தண்டம் வேறு கட்டினேன். என் நிலைமை படுமோசமாகி விட்டது. இப்பொழுது நீயும் என்னை அடியோடு நாசமாக்கப் பார்க்கிறாய்? பகவானுக்குத்தான் தெரியும். என் பிள்ளை என்ன செய்தான் என்று எனக்கு எதுவுமே தெரியாது. பாட்டுக் கேட்க அங்கே வருகிறான் என்றுதான் நினைத்துக் கொண்டிருந்தேன். நள்ளிரவில் ஜுனியா வந்து வாசலில் நின்ற பொழுதுதான் எனக்கு விஷயம் தெரியும். அந்த நிலையில் அவளை வீட்டில் இடம் கொடுக்கா விட்டால் எங்கே போவாள் அவள்? யாருடையவளாக இருப்பாள்?"

ஜுனியா வராந்தாவின் கதவோரம் மறைந்து நின்று எல்லாவற்றையும் கேட்டுக் கொண்டுதானிருந்தாள். தன் அப்பா, அப்பா இல்லை... சத்ரு என நினைத்தாள் அவள். ஹோரி மாடுகளைக் கொடுத்து விடப் போகிறானே எனப் பயந்தாள். ரூபாவிடம் "போய். அம்மாவை சீக்கிரம் கூட்டிக் கொண்டுவா! முக்கியமான காரியம தாமதம் செய்ய வேண்டாம் என்று சொல்லு!" எனக் கூறி அனுப்பி வைத்தாள்.

தனியா வயலுக்கு சாண எருவிடச் சென்றிருந்தாள். மருமகளின் சேதி கிடைத்ததும் ஓடி வந்து "எதற்காகக் கூப்பிட்டனுப்பினாய்? நான் பயந்தே போய்விட்டேன்" என்றாள்.

"என் அப்பாவைப் பார்த்திருக்கிறீர்களா?"

"பார்த்திருக்கிறேன். கசாப்புக்காரன் மாதிரி வாசலிலே வந்து உட்கார்ந்திருக்கிறான். நானொன்றும் பேசவில்லை"

"நம்முடைய உழவு மாடு இரண்டையும் கேட்கிறார்."

தனியாவின் அடிவயிற்றில் குடல் சுருண்டு கொண்டது.

"இரண்டு மாட்டையுமா?"

"ஆமாம்! இல்லாவிட்டால் ரூபாயைக் கொடு" என்கிறார்.

"உன் மாமனார் என்ன சொன்னார்?"

"உனக்கு இது தருமம் என்று தோன்றினால் அவிழ்த்துக் கொண்டு போ என்கிறார்"

"அவிழ்த்து கொண்டு போகட்டும். ஆனால் இதே வாசலில் வந்து பிச்சை கேட்காவிட்டால், என் மீது காரித்துப்பு. எங்கள் ரத்தத்தில் அவன் மனசு குளிருமென்றால் குளிரட்டும்" இதே வேகத்துடன், வெளியே வந்த தனியா, ஹோரியை நோக்கி, "மஹ்தோ! உழவு மாடு இரண்டையும் கேட்கிறார் என்றால் கொடுத்து விடுவதுதானே! அவரு வயிறு நிறையட்டும். நமக்குப் பகவான் இருக்கிறார். நம் கையை ஒன்றும் வெட்டிவிட மாட்டார்களே! இதுவரை நமக்காக உழைத்தோம். இனி மற்றவர்களுக்காக கூலி வேலை செய்வோம். கடவுளின் அருளிலிருந்தால் நமக்கும் மாடு கன்று எல்லாம் கிடைக்கும். இல்லை கூலி வேலைதான் செய்ய வேண்டியிருந்தால், அதிலென்ன தப்பு? வெள்ளம், வரட்சி, வரி, குத்தகை என்ற சுமையெல்லாம் தலை மேலிருக்காதல்லவா? இவர் நம்முடைய பகையாளி என்று எனக்குத் தெரியாது. இல்லாவிட்டால் பசுவை ஓட்டிவந்து ஆபத்தை ஏன் விலைக்கு வாங்கிக் கொள்கிறேன். அந்தப் பாழாய் போகிற பசு என்று வீட்டில் கால் வைத்ததோ இந்த வீடே நாசமாகப் போய் விட்டது."

இதுவரை போலா எந்த அஸ்திரத்தை இதுவரை மறைத்து வைத்திருந்தானோ அதை எடுக்கும் தருணம் வந்துவிட்டது. இவர்களிடம் மாட்டைத் தவிர வேறெந்த ஆதரவும் இல்லை என்பது தெரிந்து விட்டது. உழவு மாடுகளை தக்க வைத்துக் கொள்ள இவர் என்ன வேண்டுமென்றாலும் செய்வார்கள் என்பதும் தெரிந்து போயிற்று. குறிதவறாமல் அடிப்பவன் போல் மனத்தை நிலைப்படுத்திக் கொண்டு – "எனக்கு அவமானம் ஏற்பட வேண்டும், நீங்கள் நிம்மதியாக இருக்கலாம் என்று நீங்கள் நினைத்தால் அது நடக்காது. நீ இருநூறு ரூபாய்களுக்காக அழுகிறாய். இங்கே லக்ஷக் கணக்கான ரூபாய் மதிப்புள்ள மானம் மரியாதை போய்விட்டது. ஜுனியாவை எப்படி வீட்டில் வைத்துக் கொண்டாயோ, அதே போல் அவளை வெளியே துரத்துவதுதான் உனக்கு நன்மை. நான் பசுவிற்குப் பணமோ, பதிலுக்கு உழவு மாடுகளையோ கேட்கமாட்டேன். அவளை வெளியே அனுப்பிவிடு. அவள் எங்கள் மூக்கறும்படி செய்து விட்டாள். நானும் அவள் நாயாய் அலைவதைப் பார்க்க விரும்புகிறேன். அவள் இங்கு ராணி போல் உட்கார்ந்திருக்கிறாள். அங்கே நாங்கள் முகத்தில் கரியைப் பூசிக்கொண்டு, அழுது கொண்டிருக்கிறோம். இதையெல்லாம் பார்த்துக் கொண்டிருக்க முடியவில்லை. அவள் என்னுடைய பெண். என் மடியில் வைத்து சாதம் ஊட்டி வளர்த்தேன். பகவானுக்குத்தான் தெரியும். அவளை பிள்ளைகளைப் போல் நினைத்தேன். ஆனால் இன்று! அவள் பிச்சைக்காரியாய் அலைந்து,

களத்துமேட்டில் மணிமணியாய் தானியம் பொறுக்குவதைப் பார்த்தால்தான் என் மனம் குளிரும். பெத்த அப்பனான நானே என் மனசை இத்தனை கல்லாக்கிக் கொண்டிருக்கிறேன் என்றால் என் மனத்தில் எத்தகைய அடி விழுந்திருக்கும் என்பதை யோசித்துக் கொள். இந்த நாசகாலி ஏழுதலைமுறையின் பெயரைக் கெடுத்து விட்டாள். நீ அவளை உன் வீட்டில் வைத்துக் கொண்டிருக்கிறாய். இது என் மனசை துன்பப் படுத்தி, என் நெஞ்சிலே மிளகாய் அரைப்பதைத் தவிர வேறென்ன?”

தனியா, கல்லிலே கோடு கிழிப்பதுபோல் உறுதியாகச் சொன்னாள் – “மஹ்தோ! நான் சொல்வதையும் கேட்டுக் கொள். நீ நினைப்பது நடக்காது. இந்த ஜன்மத்தில் நடக்காது. ஜூனியா எங்கள் உயிரோடு ஒட்டியவள். நீ மாடுகளை அவிழ்த்துக் கொண்டு போக விரும்பினால் அவிழ்த்துக் கொண்டு போ. இதனால் உன் அறுபட்ட மூக்கு ஒட்டிக் கொண்டு விடுமென்றால், ஒட்டிக் கொள். உன் முன்னோர்களின் மானம் மரியாதையெல்லாம் காப்பாற்றிக் கொள். ஜூனியா செய்தது தவறுதான். என் வீட்டில் அவள் காலெடுத்து வைத்ததும் நான் விளக்கு மாற்றை எடுத்துக் கொண்டு அடிக்கத்தான் ஓடினேன். ஆனால், அவள் கண்ணிலிருந்து கண்ணீர் மளமளவென்று பெருகிக் கொண்டிருந்ததைக் கண்டதும் என் மனம் இளகிவிட்டது. மஹ்தோ! உனக்கு வயசாகி விட்டது. இன்னமும் கல்யாணம் பண்ணிக் கொள்ள வேண்டும் என்ற ஆசை உன் தலைக்கேறி இருக்கிறது. அவள் இன்னமும் குழந்தைதானே”.

போலா ஹோரியிடம் முறையிடுவது போல் பார்த்தான், “ஹோரி! இவள் சொல்வதையெல்லாம் கேட்டாய் அல்லவா? இனி என் தவறு இல்லை. மாடுகள் இல்லாமல் நகரமாட்டேன்” என்றான்.

“அவிழ்த்துக் கொண்டுபோ” என்றான் ஹோரி உறுதியான குரலில்.

“என் மாட்டைக் கொண்டுபோய் விட்டான் என்று பின்னால் அழக்கூடாது”

“அழமாட்டேன்”

போலா மாட்டை அவிழ்த்துக் கொண்டிருக்கையில் ஒட்டுப் போட்ட புடவையுடன், கையில் குழந்தையை எடுத்துக் கொண்டு ஜூனியா, வெளியே வந்தவள், நடுங்கும் குரலில், “அப்பா! இதோ! நான் இந்த வீட்டை விட்டுப் போய் விடுகிறேன். உன்னுடைய மனசு போலவே பிச்சை எடுத்து நானும், என் குழந்தையும் வயிறு வளர்ப்போம். பிச்சை கிடைக்காவிடில், எங்கேயாவது மூழ்கி, உயிரை விட்டுவிடுகிறேன்” என்றாள்.

போலா கோபத்துடன், “தூரப்போ! என் முன்னே வராதே! என் முகத்தில் விழிக்காதபடி செய்யட்டும் பகவான்! குடிகேடி! குலத்தின் கோடரிக் காம்பே! குலத்திற்கே களங்கம் தேடியவளே! நீ எங்கேனும் மூழ்கி உயிரை விடுவதுதான் உசிதம்” என்றான்.

ஜூனியா அவனை ஏறெடுத்தும் பார்க்கவில்லை. தன்னைத் தானே விழுங்கிக் கொண்டிருந்த கோபம் அது. அதில் தன்னையே சமர்ப்பணம் செய்து கொள்ளும் பாவம் இருந்ததே தவிர குரோதமில்லை. இந்த பூமி வெடித்துத் தன்னை விழுங்கிக்

கொண்டால் தன்னை பாக்கியசாலியாக நினைத்துக் கொள்வாளே! ஜுனியா மெதுவாக மேலே அடி எடுத்து வைத்தாள். அவள் இரண்டடிகூட வைத்திருக்க மாட்டாள், தனியா ஓடிவந்து அவளைப் பிடித்துக் கொண்டாள். அன்பு மிகுந்த ஆனால் ஆத்திரமுற்ற குரலில் அதட்டினாள் - "நீ எங்கே போகிறாய் ஜுனியா! போ! வீட்டிற்குள். நாங்கள் உயிரோடிருக்கும்போது சரி, செத்தபின்னும் சரி இது உன் வீடு. தான் பெற்ற மகளையே பகையாளியாய் நினைக்கிற இவன் மூழ்கிச் சாகட்டும். இந்த நல்ல மனுஷன் வாயால் இப்படிச் சொல்ல வெட்கமாகவில்லை; என்னை மிரட்டுகிறான் இந்த நீசன். போ.. அவிழ்த்துக் கொண்டு போ மாடுகளை"

"அம்மா! என்னைப் பெற்றவனாக இருந்து கொண்டு இவர் என்னை வெறுக்கும்போது .. என்னைச் சாகவிடுங்கள்! துர்அதிர்ஷ்டசாலியான என்னால்தான் உங்களுக்கு இத்தனை துன்பம்! கஷ்டம்! நான் வந்ததுமே உங்கள் குடும்பம் மண்ணோடு மண்ணாகி விட்டது. இத்தனை நாட்களாய் நீங்கள் அன்புடன் வைத்துக் கொண்ட மாதிரி பெற்றவள்கூட செய்ய மாட்டாள். பகவான் எனக்கு இன்னொரு ஜன்மம் கொடுத்தால் உன் வயிற்றில் பிறக்க வேண்டும் என்பதுதான் என் ஆசை" என ஜுனியா அழுது கொண்டே கூறினாள்.

தனியா அவளை இழுத்து மார்போடணைத்துக் கொண்டாள். "இவன் உன் அப்பன் இல்லை. பகையாளி. கொலைகாரன். பெற்றவளிருந்தால் அவளுக்கு பரிவு இருக்கும்....... பண்ணிக் கொள்ளட்டும் கல்யாணம். பெண்டாட்டி செருப்பால் அடிக்கா விட்டால் கேள்" என்றாள் சினத்துடன்.

ஜுனியா தன் மாமியாரின் பின்னாலேயே வீட்டிற்குள் போய் விட்டாள். போலா கொட்டிலில் சென்று இரண்டு மாடுகளையும் அவிழ்த்துக் கொண்டு தன் வீட்டை நோக்கி நடந்தான். விருந்துக்கு வந்தவனுக்கு பூரிகளுக்குப் பதில் செருப்படி கிடைத்த மாதிரி இருந்தது அவனுக்கு, "இனி விவசாயம் செய்து... சுகமாய் இரப்பா! பார்க்கலாம். என்னை அவமானப்படுத்துகிறார்களா எல்லாம். எத்தனை நாள் வன்மத்தைத் தீர்த்துக் கொள்கிறார்களோ தெரியவில்லை. இல்லாவிட்டால் இப்படிப்பட்டவளை வீட்டில் சேர்ப்பார்களா? எல்லோருமே வெட்கம் கெட்டவர்கள் ஆகி விட்டார்கள். இந்த ஓடுகாலி ஜுனியாவின் தைரியத்தைப் பார். வந்து என் முன்னாலேயே நிற்கிறாளே! வேறொரு பெண்ணாக இருந்தால் முகத்தைக் காட்டுவாளா? மாட்டாள்! மானம் வெட்கமெல்லாம் செத்து விட்டது. எல்லோருமே துஷ்டர்கள். முட்டாள்கள். ஜுனியா நம்முடையவளாகிவிட்டாளென்று நினைத்துக் கொண்டிருக்கிறார்கள். அப்பன் வீட்டில் கால் தரிக்காதவள், பின் எந்த வீட்டிலும் இருக்கமாட்டாள். வேளை சரியில்லை. இல்லாவிட்டால், நடுத்தெருவில் இந்த ஓடுகாலி ஜுனியாவின் தலைமுடியைப் பிடித்திழுத்திருப்பேன். என்னைத் திட்டுகிறாளே! என்ன துணிச்சல்!

போலா மாடுகளைப் பார்த்தான். எத்தனை வலுவாயிருக்கின்றன. நல்ல ஜோடிதான். நூறு ரூபாய்க்கு எங்கே

வேண்டுமானாலும் விற்று விடலாம். என்னுடைய எண்பது ரூபாய் அப்படியே வந்துவிடும் என்று நினைத்தான். அவன் கிராமத்தின் எல்லையைக் கூடத் தாண்டி இருக்க மாட்டான். இதற்குள் பின்னால் தாதாதீன், கணக்குப் பிள்ளை, சோபா இன்னும் பத்து, பதினைந்து பேர் ஓடிவருவது புலப்பட்டது. போலாவின் ரத்தம் உறைந்து விட்டது. இனி, கிரிமினல் வழக்கு வரும், மாடுகளையும் பிடிங்கிக் கொள்வார்கள். அடியும் விழுமென்று தோன்றியது. போலா ஓடவில்லை. வரிந்து கட்டிக் கொண்டு நின்றான். சாக வேண்டி வந்தாலும் சண்டை போட்டுவிட்டுத்தான் சாவான்.

அருகில் வந்து நின்ற தாதாதீன் – "இதென்ன அனர்த்தம் செய்து விட்டாய் போலா. அவன் ஒன்றும் பேசவில்லை என்பதால், துணிச்சல் வந்துவிட்டதா? மாட்டை ஓட்டிக் கொண்டு வந்து விட்டாய்? எல்லோரும் அவரவர் வேலையிலிருந்ததால், ஒருவருக்கும் தெரியவில்லை. ஹோரி கொஞ்சம் ஜாடை காட்டி யிருந்தால் போதும். உன்னுடைய ஒவ்வொரு மயிரையும் பிடிங்கி எடுத்திருப்போம். கொஞ்சம் கூட பெருந்தன்மை இல்லை உனக்கு".. என்றார் காரமாக.

"இதெல்லாம் அவனுடைய நல்லதனத்தின் பலன். உனக்கு அவன் பணம் கொடுக்க வேண்டுமென்றால் போய் வழக்குப் போடு. சிவில் வழக்குப் போட்டு, டிகிரி வாங்கு. மாட்டை அவிழ்த்துக் கொண்டு போக உனக்கென்ன அதிகாரம். இப்பொழுதே கிரிமினல் வழக்குத் தொடுத்தால் ... நீ..." என்றார் கணக்குப் பிள்ளை.

போலா அடங்கிப் போனான் – "லாலாசாகப்! நான் பலவந்தமாய் அவிழ்த்துக் கொண்டா வந்தேன். ஹோரி தானாகவே கொடுத்தான்" என்றான்.

கணக்குப் பிள்ளை சோபாவைப் பார்த்து – "சோபா! நீ மாட்டை திருப்பி ஓட்டிக் கொண்டுபோ! குடியானவன் தன் மாடுகளைச் சந்தோஷத்துடன் கொடுத்துவிட்டால் ஏரில் கட்டி உழுவாயா?" என்றான்.

போலா மாடுகளை வழிமறித்துக் கொண்டு நின்றான். "என் பணத்தைக் கொடுக்க வழி செய்யுங்கள். மாடுகளை வைத்துக் கொண்டு நானென்ன செய்ய?" என்றான்.

"மாடுகளை நாங்கள் ஓட்டிக் கொண்டு போகிறோம். நீ பணத்துக்கு வழக்குப் போடு. இல்லாவிட்டால் அடித்து வீழ்த்தி விடுவோம் உன்னை! ரொக்கமாக பணம் கொடுத்தாயா? ஒரு கேடுகெட்ட பசுவை பாவம் அவன் தலையில் கட்டிவிட்டு, இப்பொழுது உழவு மாடுகளை ஓட்டிக் கொண்டு போகிறாயே?"

போலா நகரவில்லை. மௌனமாய், உறுதியாய், செத்தால்தான் நகருவேன் என்பது போல் நின்றான். கணக்குப் பிள்ளையிடம் விவாதம் செய்து ஜெயிப்பது எப்படி?

தாதாதீன் ஓரடி முன்னே வைத்து தனது கூன் முதுகை நிமிர்த்தி உரத்த குரலில், "நீங்களெல்லோரும் என்ன பார்த்துக் கொண்டு நிற்கிறீர்கள்? அடித்து விரட்டுங்களடா இவனை! நம்ம ஊர் மாட்டை இவன் ஓட்டிப் போவதா!" எனச் சவால் விட்டார்.

வம்ஷி நல்ல பலசாலியான இளைஞன். அவன் போலாவை பலமாகத் தள்ளினான். போலாவால் சமாளித்துக் கொள்ள இயலவில்லை. வீழ்ந்து விட்டான். எழுந்திருக்க முயற்சித்தவனை வம்ஷி இன்னொரு குத்து விட்டான்.

ஹோரி ஓடிவந்து கொண்டிருந்தான். போலா அவனை நோக்கி பத்தடி நடந்து, "நீயே சொல் நாணயமாய்ச் சொல்! ஹோரி மஹ்தோ! நானாகவா பலவந்தமாய் மாடுகளை அவிழ்த்து வந்தேன்?" என்று கேட்டான்.

தாதாதீன் இக்கேள்வியின் பொருளை விளக்கினார், "ஹோரி, சந்தோஷமாகத்தானே தன் மாடுகளைத் தனக்குக் கொடுத்ததாக இவன் சொல்லுகிறான். எங்களை முட்டாள் ஆக்கப் பார்க்கிறான்."

ஹோரி தயக்கத்துடன், "இவன் என்னிடம் ஜூனியாவை வீட்டை விட்டு வெளியே அனுப்பிவிடு, இல்லாவிடில் பணத்தைக் கொடு. இல்லாவிட்டால் மாட்டை அவிழ்த்துக் கொண்டு போவேன் என்றான். மருமகளை வெளியே அனுப்ப முடியாது. என்னிடம் பணமும் இல்லை. உன்னுடைய தருமம் சரியென்று சொன்னால், மாட்டை அவிழ்த்துக் கொண்டு போ என்றேன். நான் அதை அவனுடைய தரும நியாயத்தின் மீது விட்டுவிட்டேன். இவன் மாட்டை அவிழ்த்துக் கொண்டு வந்துவிட்டான்" என்றான்.

கணக்குப் பிள்ளை முகத்தைத் தொங்கபோட்டுக் கொண்டு - "நீ தரும நியாயத்தின் மீது விட்டுவிட்டால் இந்த பலவந்தம் எங்கேயிருந்து வந்தது. அவன் தன்னுடைய தரும நியாயப்படி ஓட்டிக் கொண்டு போகிறான்- "சரி.. சரி.. ஓட்டிக் கொண்டு போப்பா.. மாடுகள் உன்னுடையவை" என்றான்.

தாதாதீனும் இதனை ஆமோதித்தார் - "தரும நியாயம் என்ற பேச்சு வந்தால், யார் என்ன சொல்ல முடியும்?"

எல்லோரும் ஹோரியை வெறுப்பும் அலட்சியமும் நிறைந்த பார்வையால் எரித்தவாறே தோல்வியுற்றவர்களாய் திரும்பினர்.

வெற்றி பெற்ற போலா, கம்பீரமாய் தலை நிமிர்ந்து, மாடுகளை ஓட்டிக் கொண்டு சென்றான்.

❑

15

மாலதி வெளித் தோற்றத்துக்கு பட்டாம் பூச்சி. மனதிற்குள் தேனீ. அவள் வாழ்க்கையில் வெறும் சிரிப்பு மட்டுமல்ல. வெல்லத்தை மட்டும் தின்று ஒருவர் ஜீவிக்க முடியுமா? அப்படியே உயிர் வாழ்ந்தாலும் அது இன்பமான, சுகமான வாழ்க்கை என்றும் கூறிவிட முடியாது. அவள் சிரிக்கிறாள். ஏன் என்றால் அவளது சிரிப்புக்கும் விலை கிடைக்கும். அவள் சிரிப்பும், பகட்டும்,

உல்லாசமும் அவைகள்தான் வாழ்க்கை என அவள் நினைப்பதால் அல்ல. தன்னைத் தன் பார்வையிலேயே மிகவும் உயர்த்திக் கொண்டு தானென்ன செய்தாலும் அது தனக்காகத்தான் என்பதினாலும் அல்ல. தனது கடமையின், பொறுப்பின் பாரம் சற்றே குறையத்தான் அவள் இத்தனை ஆரவாரத்துடன் சிரிக்கிறாள். களித்து மகிழ்கின்றாள். வேடிக்கை வினோதம் செய்கிறாள். அவள் அப்பா அலாதியானதொரு மனிதர். வெறும் பேச்சினாலேயே லக்ஷக்கணக்கில் பேரத்தை முடித்து விடுவார். பெரிய, பெரிய ஜமீன்தார்கள், செல்வந்தர்களின் சொத்துக்களை விற்றுத் தருவது, அவர்களுக்கு கடன் வாங்கித்தருவது, அவர்களது விவகாரங்களை அதிகாரிகளுடன் பேசி முடித்துத் தருவது, செட்டில் செய்வது, ஆகியவைதான் அவரது தொழில். வேறு வார்த்தைகளில் சொன்னால் தலால் அதாவது தரகர். இவ்வர்க்கத்தினர் மிகுந்த எந்த விவகாரத்தில் கொஞ்சம் பணம் கிடைக்கும் என்று தோன்றுகிறதோ, அதைத்தான் எடுத்துக் கொள்வார்கள். எப்பாடு பட்டும் அதை நிறைவேற்றி விடுவார்கள். ஒரு ராஜாவிற்கு, இன்னொரு ராஜகுமாரியுடன் திருமணம் பேசிமுடிப்பார்கள். இடையில், பத்தோ, இருபதாயிரமோ அடித்து விடுவார்கள். இத்தரகர்கள் சின்னச் சின்ன பேரங்கள் செய்யும் போது “டாவுட்” என்றழைக்கப்படுகிறார்கள். நமக்கு இவர்கள்பால் வெறுப்பு. இதே ‘டாவுட்’ பெரிய பெரிய காரியங்களை முடித்து வைக்கிறார்கள். ராஜாக்களுடன் வேட்டையாடப் போவார்கள். கவர்னர் சாகப்புடன் அமர்ந்து தேனீர் அருந்துவார்கள். இத்தகைய பாக்கியசாலிகளில் மிஸ்டர் கௌலும் ஒருவர். அவருக்கு மூன்றும் பெண் குழந்தைகள்தான். மூவரையுமே இங்கிலாந்தில் படிக்க வைத்து கல்வியின் சிகரத்தை எட்டச் செய்ய வேண்டுமென்பது அவரது எண்ணம். பெரும்பான்மையான பெரிய மனிதர்கள் போலவே அவர்களும் மேனாட்டுக் கல்வி பெற்றவர்கள். பிரமாதமானவர்களாகி விடுவார்கள் என்று நினைத்தார். ஒருக்கால் அந்நாட்டின் தட்பவெப்ப நிலையில் அறிவைப் பின்னும் கூர்மையாக்கி விடும் சக்தி இருக்கிறதோ என நம்பினார். ஆனால் அவருடைய இந்த ஆசை மூன்றிலொரு பங்கு கூட நிறைவேறவேயில்லை. மாலதி இங்கிலாந்திலிருந்த போது அவர் பக்கவாதத்ததால் தாக்குண்டு செயலிழந்து போய் விட்டார். இப்பொழுது, இரண்டு ஆட்களின் உதவியோடுதான் எழுந்து உட்கார முடிகிறது. பேச்சு முற்றிலும் போய்விட்டது. பேச்சு போனதும் வரும்படியும் போய் விட்டது. சம்பாதித்ததெல்லாம் நாவன்மையினால்தானே! கொஞ்சம் சேமித்து வைக்கும் வழக்கம் அவருக்கிருந்ததில்லை. கணக்கற்ற வரும்படி, அதேபோல் சிலவு. இதனால் கடந்த சில ஆண்டுகளாக மிகவும் கஷ்டமான நிலைமை. பொறுப்பெல்லாம் மாலதியின் மீதுதான். மாலதியின், நானூறு, ஐநூறு ரூபாய் வரும்படியில் முந்திய ஆடம்ப ரமும், சுகபோகங்களும் எப்படி சாத்தியம்? மற்ற இரண்டு பெண்களின் படிப்பு, கனவான்களுக்குரிய வாழ்க்கைதான் நடத்த முடிந்தது. மாலதி காலையிலிருந்து மாலைவரை ஓடியாடி உழைத்தாள். அப்பா கொஞ்சம் சாத்வீகமான வாழ்க்கை வாழ வேண்டுமென்று அவள் விரும்பினாள்.

அவருக்கோ விஸ்கியும், பிராந்தியும், கபாப்பும் பழக்கமாகி விட்டிருந்ததால் அதிலிருந்து விடுபட முடியவில்லை. எங்கிருந்தும் எதுவும் கிடைக்காவிட்டால், ஏதாவதொரு வட்டிக் கடைக்காரனைப் பிடித்து, தன் பங்களாவை அடமானம் வைத்து, புரோ நோட் எழுதி, இரண்டாயிரம் மூவாயிரம் எனப் பெற்றுக் கொண்டு விடுவார். அந்த லேவா தேவிக்காரர் அவருடைய பழைய நண்பர். இவரால்தான் கொடுக்கல் வாங்கலில் லக்ஷக்கணக்காகச் சம்பாதித்தவர். மரியாதை கருதி ஏதும் பேசாமலிருந்தார். இப்பொழுது கடன் இருபத்தி ஐயாயிரத்திற்கு மேலாகி விட்டிருந்தது. அவர் விரும்பினால் எப்பொழுது வேண்டுமானாலும், பங்களாவை ஏலத்திற்குக் கொண்டு வந்து விடலாம். ஆனால் நட்பைக் கருதி வாளாவிருந்தார். சுயநலமிகளுக்குரிய வெட்கம்கெட்டதனம் மிஸ்டர் கௌலிடமும் இருந்தது. பணம் கோரப்பட்டாலும் அவருக்குக் கவலையில்லை. அவருடைய அனாவசிய சிலவுகள் பற்றி மாலதி ஆத்திரம் கொண்டாள். ஆனால் அவளுடைய அம்மா சாட்சாத் தேவிதான். இன்றைய யுகத்திலும் கணவனுக்குப் பணிவிடை புரிவதுதான் ஒரு பெண்ணினுடைய வாழ்க்கையில் முக்கியமான இலட்சியமெனக் கருதி வந்தாள். அவருக்கு நல்லதை எடுத்துச் சொல்லுவதுண்டு. அவ்வளவுதான்.

மாலையாகிவிட்டது. காற்றில் இன்னமும் வெப்பமிருந்தது. வானத்தில் மூட்டம் விரவி நின்றது. மாலதியும் அவளது இரு தங்கைகளும் பங்களாவிற்கு முன்னேயிருந்த பசும் புல்வெளியில் அமர்ந்திருந்தனர். தண்ணீர் இல்லாததால் புல்தரை வரண்டு போய் உள்ளேயிருந்த மண் வெளியே புரண்டு வந்திருந்தது.

"தோட்டக்காரன் தண்ணீரே பாய்ச்சுவதில்லையா?" எனக் கேட்டாள் மாலதி.

இளையவள் சரோஜா சொன்னாள் - "படுத்துத் தூங்குகிறான் கழுதை. எப்பொழுது சொன்னாலும் ஆயிரம் சாக்குப் போக்குச் சொல்லுகிறான்."

சரோஜா பி.ஏ. படித்துக் கொண்டிருந்தாள். ஒடிசலான, உயரமான உடல்வாகு. கடுமையும், உதாசினமும் கொண்டவள். அவளுக்கு யார் எது சொன்னாலும், செய்தாலும் பிடிக்காது. எப்பொழுதும் குற்றம் குறை சொல்லிக் கொண்டே இருப்பாள். டாக்டர்கள் அவள் எந்த வேலையும் செய்யக் கூடாது. ஏதேனும் மலைவாசஸ்தலத்தில் இருப்பது நல்லது எனக் கூறினார். உடல் வெளுத்து, வரண்டிருந்தது. ஆனால் வீட்டின் நிலைமை அவளை சுகவாசத்திற்கு அனுப்ப ஏதுவாக இருக்கவில்லை.

சின்னவள் வரதாவிற்கு அவள்மீது வெறுப்பு. வீட்டில் எல்லோரும் அவளைத் தாங்கு தாங்கென்று தாங்கினார்கள். வியாதியில் இத்தனை ரசம் இருக்குமென்றால் அந்த வியாதி தனக்கேன் வரக் கூடாதென்று அவள் நினைத்தாள். நல்ல நிறம். கர்வி. ஆரோக்கியமும், பிரகாசமான கண்களும் கொண்டவள். அவள் முகத்தில் திறமையும் அறிவும் சுடர் விட்டது. சரோஜாவைத் தவிர உலகத்தில் எல்லோர் மீதும் அவளுக்கு அநுதாபமிருந்தது. சரோ எது சொன்னாலும் அதற்கெதிராக பேசுவது அவளது இயல்பு.

"நாள் முழுவதும் அப்பா அவனைக் கடைக்குத் துரத்திக் கொண்டே இருக்கிறார். அவனுக்கு ஏது அவகாசம், சாகக்கூட நேரமில்லை அவனுக்கு, படுத்து தூங்குகிறானாம்" என்றாள் கடுப்புடன்.

சரோ அதட்டினாள் – "அப்பா அவனை எப்பொழுது கடைக்கு அனுப்புகிறார்? பொய் சொல்லி"

"தினமும்தான் அனுப்புகிறார். தினம் தினம் இன்று கூட அனுப்பி யிருந்தார். கூப்பிட்டுக் கேட்கலாமா?"

"கேட்கிறாயா? கூப்பிடட்டுமா?"

மாலதி பயந்து போனாள். இரண்டு பேரும் சண்டையிட்டால் உட்காருவது கஷ்டமாகிவிடும். அதனால் பேச்சை மாற்றினாள் – "சரி – சரி – கூப்பிடலாம். ஆமாம்! இன்று டாக்டர் மேஹ்தா, உங்கள் கல்லூரியில் சொற்பொழிவு ஆற்றினாரா சரோ!"

சரோ முகத்தைச் சுளித்தாள். "ஆமாம். ஆனால் யாருக்கும் பிடிக்க வில்லை. உலகத்தில் பெண்களின் செயற்களம் ஆண்களிலிருந்து முற்றிலும் வேறானது என்று அளந்தார். பெண்கள் ஆண்களின் களத்திற்கு வருவது இந்த யுகத்தின் களங்கம் என்றார். எல்லாப் பெண்களும் கைகளைத் தட்டி, விசிலடிக்கத் துவங்கிவிடவே பாவம் வெட்கமுற்று உட்கார்ந்து விட்டார். ஆசாமி கொஞ்சம் விசித்திரமானவராய் இருக்கிறார். காதலென்பது கவிகளின் கற்பனை நிதரிசமனமான வாழ்க்கையில் இதன் அடையாளம் கூட இல்லை என்றெல்லாம் கூட கூறினார். லேடி ஹூக்கு அவரை நன்றாய் கிண்டல் செய்தாள்" என்றாள்.

"லேடி ஹூக்குவா? இந்த விஷயத்தைப் பற்றிப் பேச அவளுக்கு தைரியமிருக்கிறதா என்ன? நீ டாக்டரின் சொற்பொழிவை முதலிலிருந்து கடைசி வரை கேட்டிருக்க வேண்டும் மனதில் பெண்களைப் பற்றி என்ன நினைத்திருப்பாரோ" என்றாள் மாலதி.

"பேச்சு முழுவதையும் கேட்க யாருக்குப் பொறுமை இருந்தது? அவர் எரிகிற புண்ணில் உப்பை அல்லவா அள்ளிப் போட்டார்?"

"பின் எதற்காக அவரை அழைத்தீர்களாம்? அவருக்குப் பெண்களிடம் பகைமை ஏதுமில்லை. தான் உண்மையென நினைப்பதை, எடுத்துரைக்கிறார். பெண்களைச் சந்தோஷப் படுத்துவதற்காகவே, அவர்களுக்கு பிரியமானதைச் சொல்பவர்களில் அவர் ஒருத்தரல்ல. பெண்கள் எந்தப் பாதையில் செல்ல விரும்புகிறார்களோ அதுதான் சரியானது, உண்மையானதென்று யாருக்குத் தெரியும்? பின்னால் நாமும் நமது எண்ணத்தை மாற்றிக் கொள்ள வேண்டியிருந்தாலும் இருக்கலாம்" என்றவள் பிரான்ஸ், ஜர்மனி, இத்தாலி நாட்டுப் பெண்களின் வாழ்க்கையின் லட்சியங்களைப் பற்றிச் சொல்லிவிட்டு, சீக்கிரமே, விமன்ஸ் லீக்கின் சார்பாக மிஸ்டர் மேஹ்தாவின் சொற்பொழிவு நடக்கப் போகிறது" என்றாள்.

சரோவிற்கு ஆவல் உண்டாயிற்று. "ஆண்களுக்கும், பெண்களுக்கும் சமஉரிமை வேண்டுமென்று நீங்களும் சொல்லுகி றீர்களே!" என்றாள்.

"ஆமாம்! சொல்லுகிறேன். ஆனால் மற்றொரு சார்பார் என்ன சொல்லுகிறார் என்பதையும் கேட்க வேண்டும். ஒருக்கால் நாம் கூறுவதில் தவறுகளிருக்கலாமே"

லீக் நகரத்தில் துவங்கப் பட்டுள்ள புதிய அமைப்பு, மாலதியின் தொழிலுடன் தொடர்பு கொண்டது. நகரத்திலிருந்த எல்லாப் படித்த பெண்களும் இதில் சேர்ந்திருந்தனர். மேஹ்தாவின் முதலாவது சொற்பொழிவு பெண்களிடையே பெருத்த பரபரப்பை மூட்டியது. சங்கத்தின் அங்கத்தினர்கள், மேஹ்தாவின் பல் உடைகிற மாதிரி இதற்கு பதிலடி கொடுக்க வேண்டுமென முடிவு செய்திருந்தனர். மாலதியின் மீதுதான் இந்தப் பொறுப்பு இருந்தது. மாலதி பல நாட்களாக, தன் கட்சியின் சார்பாக எடுத்துரைக்கப் பலவாதங்கள், தர்க்கங்களுக்கான பிரமாணங்களைத் தேடிக் கொண்டிருந்தாள். இன்றும் பல பெண்கள் தங்கள் தங்கள் சொற்பொழிவுகளுக்கான கட்டுரைகளைத் தயார் செய்து கொண்டிருந்தனர். அன்று மாலை. மிஸ்டர் மேஹ்தா, சங்கத்தின் ஹாலை அடைந்தபோது, அவ்வளவு கூட்டம் நிரம்பி வழிந்தது. அவரது பேச்சைக் கேட்க இத்தனை உற்சாகமா? ஆனால் அந்த உற்சாகம், கண்களிலோ, முகத்திலோ இல்லை. எல்லாப் பெண்களும், பொன்னும், புடவையுமாய், ஏதோ திருமணத்திற்கு வந்திருப்பது போல் தங்களை அலங்கரித்துக் கொண்டு வந்திருந்தனர். மேஹ்தாவை முறியடிக்க முழுசக்தியுடன் வேலை செய்யப்பட்டிருந்தது. சக்தியின் ஒரு அம்சம் பளபளப்பும் பகட்டும் இல்லையென்று யாரால் கூறமுடியும்? மாலதி இன்றைய நிகழ்ச்சிக்காக, புதிய பாஷன் புடவை அணிந்து வந்திருந்தாள். புதிய கட்டிங்கில் ஜம்பர் தைத்திருந்தாள். பவுடர், சாயம், மலர்கள் எனத் தன்னை முற்றிலும் அலங்கரித்துக் கொண்டிருந்தாள். பெண்கள் சங்கத்தில் இத்தகைய விழாக்கோலத்தை இதற்கு முன் கண்டதேயில்லை. டாக்டர் மேஹ்தா - தனி ஆள்தான். இருந்தாலும் பெண்களின் உள்ளம் நடுங்கிக் கொண்டிருந்தது. சத்யத்தின் ஒருபொறி, பொய்மையின் கூடாரத்தையே பொசுக்கி விடமுடியும் அல்லவா?

எல்லோருக்கும் பின் வரிசையில் மிர்ஜா, கன்னா, பத்திரிகை ஆசிரியர் முதலியோர் வீற்றிருந்தனர். சொற்பொழிவு துவங்கிய பின்னர் வந்த ராய் சாகப் பின்னால் நின்று கொண்டார்.

"இப்படி வாருங்கள்! எத்தனை நேரம் நிற்பீர்கள்?" என்றார் மிர்ஜா.

"வேண்டாம்.. அங்கு எனக்கு மூச்சுத் திணறும்" என்றார் ராய் சாகப்.

"நான் நிற்கிறேன். நீங்கள் உட்காருங்கள்"

ராய்சாகப் அவரது தோளைப் பற்றி அழுத்தினார் "இந்த உபசாரமெல்லாம் வேண்டாம். உட்கார்ந்து கொள்ளுங்கள். எனக்குக் களைப்பாகி விட்டால், உங்களை எழுப்பி விட்டு, நான் உட்கார்ந்து கொள்கிறேன். அச்சா! மிஸ் மாலதிதான் தலைமை வகிக்கிறார்களா? மிஸ்டர் கன்னா! ஏதாவது இனிப்பு கொடுங்கள், எங்களுக்கு...." என்றார்.

கன்னா, அழுது வடியும் முகத்துடன் - "இப்பொழுது மிஸ்டர் மேஹ்தாவின் மீதுதான் கண். நான் வீழ்ந்து விட்டேன்" என்றார்.

மேஹ்தாவின் சொற்பொழிவு துவங்கியது. "தேவிமாரே! உங்களை யெல்லாம் நான் இவ்வாறு அழைப்பதால் உங்களுக்கு வருத்தம் ஏதும் இராது என்று நினைக்கிறேன். நீங்கள் இந்த மரியாதையை உங்களுடைய உரிமையென்று கருதுகிறீர்கள். ஆனால் யாரேனும் ஒரு பெண், ஆண்கள் பால் 'தேவதா' (தேவன்) என்ற முறையில் நடந்து கொண்டதை கேள்விப் பட்டிருக்கிறீர்களா? நீ அவனை 'தெய்வம்' என்றால் நீங்கள் ஏதோ கேலி செய்கிறீர்கள் என்று நினைப்பான். உங்களிடம் அளிப்பதற்கு தயை, பக்தி, தியாகம் எல்லாமிருக்கிறது. ஆணிடம் கொடுப்பதற்கென்ன இருக்கிறது? அவன் அளிப்பவன் அல்ல. பெற்றுக் கொள்பவன். அவன் அதிகாரத்திற்காக இம்சை செய்கிறான். போராடுகிறான். சண்டை போடுகிறான்."

ஒரே கைத்தட்டல்.

"பெண்களைக் குஷிப்படுத்த இவன் எத்தனை நல்ல வழியைக் கண்டு பிடித்துள்ளான்" என்றார் ராய் சாகப்.

பிஜ்லியின் ஆசிரியருக்கு இது பிடிக்கவில்லை, "இதொன்றும் புதிதல்ல. எத்தனையோ முறை இக்கருத்தை நான் வெளியிட்டிருக்கிறேன்" என்றார்.

"உயர்ந்த எண்ணங்களைக் கொண்ட நமது பெண்கள், அந்த தயை, சிரத்தை, தியாகம், மரியாதை, நிறைந்த வாழ்க்கையில் திருப்தியடையாமல், போராட்டம், சண்டை மற்றும் பலாத்காரம் நிறைந்த வாழ்க்கையின் பின்னால் ஓடுவதையும், இதுதான் சுகம், சுவர்க்கம் என்று நினைப்பதையும் காணும்போது என்னால் அவர்களைப் பாராட்ட இயலவில்லை."

மிஸஸ் கன்னா, மாலதியை பெருமிதத்துடன் நோக்கினாள். மாலதி தலையைக் குனிந்து கொண்டாள்.

"இப்பொழுது சொல்லுங்கள், மேஹ்தா தைரியசாலிதான். முகத்திற்கு நேரே உண்மையைச் சொல்லுகிறான்" என்றார் மிர்ஜா குர்ஷேத்.

பிஜ்லியின் ஆசிரியர் முகம் சுளித்தார். "இந்த பேச்சிலெல்லாம் பெண்கள் ஏமாந்த காலம் போய்விட்டது. அவர்களது உரிமையைப் பறித்துக் கொண்டு, நீங்கள் தேவிமார்கள். சாட்சாத் லட்சுமி, தாய்க்குலம் என்றெல்லாம் அளந்து கொண்டிருங்கள்" என்றார்.

மேஹ்தா தொடர்ந்தார் "பெண்ணை ஆணின் ரூபத்தில், ஆணைப் போன்ற காரியங்களில் ஈடுபடுவதைப் பார்க்கும்போது, ஒரு ஆண் பெண்ணைப் போலாகி, அவளது காரியங்களைத் தான் செய்வதைப் பார்க்கும் போது வேதனையும் வருத்தமுமே உண்டாகிறது. அத்தகைய ஆணை, நீங்கள் உங்களது அன்பிற்கும், நம்பிக்கைக்கும் உரியவனாகக் கருதமாட்டீர்களென்ற நம்பிக்கை எனக்குள்ளது. அப்படிப்பட்ட பெண்ணும் ஒரு ஆணின் அன்பிற்கும், மரியாதைக்கும் பாத்திரமாக மாட்டாள் என்பதையும் நான் உறுதியுடன் கூறுகிறேன்."

உள்ளத்தின் மகிழ்ச்சி கன்னாவின் முகத்தில் பளிச்சிட்டது.

ராய் சாகப் கிண்டலடித்தார் - என்ன! நீங்கள் ரொம்பவும் குஷியாக இருக்கிறீர்கள் கன்னாஜீ!"

"மாலதியைப் பார்த்தால் - இப்பொழுது என்ன சொல்கிறாய் என்று கேட்க வேண்டும்" என்றார் கண்ணா.

மேஹ்தா தொடர்ந்து பேசினார். "மனிதகுலத்தின் வளர்ச்சியிலே, நான் பெண்ணுக்குரிய இடத்தை, ஆணின் இடத்தை விட உயர்வானதாகக் கருதுகிறேன். அன்பு, தியாகம், மரியாதை, சிரத்தை முதலியவற்றை, போராட்டம், சண்டை சச்சரவு, இம்சையைவிட உயர்வானதாகவே நினைக்கிறேன். நமது பெண்கள், படைப்பு, பரிபாலனம் என்ற தெய்வத்தின் ஆலயத்திலிருந்து, இம்சை, கலகம், போராட்டமென்ற ராட்சதனின் களத்திற்கு வர விரும்பினால் இதனால் சமுதாயத்திற்கு நன்மை ஏதும் விளையாது. இந்தக் கருத்தில் நான் உறுதியாக இருக்கிறேன். ஆடவன் தனது கர்வத்தினால் தனது அரக்கத்தனத்தின் பெருமைக்கு அதிக முக்கியத்துவம் கொடுத் துள்ளான். தனது உடன் பிறந்தவனுடையதையெல்லாம் அபகரித்துக் கொண்டு, அவனுடைய குருதியை ஓடவிட்டு, தான் மாபெரும் வெற்றியை அடைந்துள்ளதாக நினைக்கத் துவங்கினான். எந்த சிசுக்களைப் பெண்கள் தங்கள் ரத்தத்திலே உருவாக்கி, ஆளாக்கியுள்ளனரோ, அவர்களை, குண்டுகளுக்கும் யந்திரத் துப்பாக்கிகளுக்கும் எண்ணற்ற டாங்கிகளுக்கும் இரையாக்கி, அவன் தன்னை வெற்றி வீரனாக நினைக்கிறான். நம் தாய்மார்கள் அவன் நெற்றியிலே சிந்தூரத் திலகமிட்டு, தங்களின் ஆசியெனும் கவசம் அணிவித்து போர்க்களத்திற்கு அனுப்புகின்றனர். இதில் ஆச்சர்ய மென்னவென்றால், ஆடவன் விநாசத்தைத்தான் உலகத்திற்கு க்ஷேமமானது, நன்மை பயக்கக் கூடியது என்று நினைப்பதுதான். பிறரை இம்சிக்கும், அவனது இயல்பு நாளுக்கு நாள் வலுவடைந்து கொண்டே போகிறது. இன்று அவனது அரக்கத்தன்மையானது விசுவரூபமெடுத்து, உலகம் முழுவதையும் துவம்சம் செய்து, உயிர்களை வதைத்து, பசுமை கொழிக்கும் வயல்களைச் சுட்டெரித்து, வளமான ஊர்களையெல்லாம் நாசம் செய்து வெற்றிடமாக்கிக் கொண்டே செல்லுவதை நாம் காண்கிறோம். தேவிமாரே! தங்களிடம் ஒன்று கேட்கிறேன். நீங்கள் இந்த அரக்கத்தனமான வெறியாட்டதிற்கு ஒத்துழைத்து, இப்போராட்டக் களத்திலிறங்கி, உலகத்திற்கு நன்மை செய்யப் போகிறீர்களா? நான் உங்களிடம் வேண்டிக் கொள்கிறேன். நாச வேலையில் ஈடுபட்டுள்ளவர்கள் தங்கள் காரியத்தைச் செய்து கொண்டு போகட்டும். ஆனால் நீங்கள் உங்கள் தருமத்தைக் கைவிடாது அதனைக் கடைப்பிடித்துக் கொண்டிருங்கள்".

"மாலதி தலை நிமிரவேயில்லையே" என்றார் கன்னா.

"மேஹ்தா சொல்லுவது யதார்த்தமானது" என இக்கருத்தை ஆதரித்தார் ராய் சாகப்.

பிஜ்லியின் ஆசிரியர் வெகுண்டார், "புதிதாக எதுவும் சொல்லவில்லையே! பெண்ணின இயக்கத்தின் எதிர்ப்பாளர்கள்

இப்படித்தான் அர்த்தமில்லாத, வீணான வாதங்களை எடுத்துக் கொள்வார்கள். தியாகம் அன்பினால்தான் உலகம் முன்னேற்றம் அடைந்துள்ளது என்பதை நான் ஏற்கவில்லை. ஆண்மையினால், வீரத்தினால பராக்கிரமத்தினால், புத்தி வன்மையினால்தான் உலகம் மேன்மையடைந்துள்ளது.”

“அச்சா! பேச்சைக் கேட்கவிடுவீரா! அல்லது உங்கள் பாட்டையே பாடிக் கொண்டிருப்பீரா......” என்றார் மிர்ஜா எரிச்சலுடன்.

அங்கு மேஹ்தா தொடர்ந்து பேசிக் கொண்டிருந்தார், “இதோ பாருங்கள். ஆணுக்குப் பெண் இளைத்தவள் அல்ல. இருவருக்குமே சமமான சக்திகள், வலிமை, இயல்புகள் உள்ளன. இதில் எத்தகைய வேறுபாடுமில்லை என்று சொல்லுபவர்களில் நான் ஒருத்தன் அல்ல. இந்த பயங்கரமான பொய்மையை என்னால் கற்பனை செய்தும் பார்க்க இயலாது. ஒரு துண்டு மேகம் சூரியனை மறைத்துக் கொள்வது போல், யுகயுகமாய் திரண்டுள்ள அநுபவங்களை மூடிமறைக்கும் பொய்மையான கூற்று இது. இருளை விட பிரகாசம் எவ்வளவு சிரேஷ்டமானதோ, அதுபோலவே பெண், ஆணைவிட உயர்ந்தவள். மன்னிப்பு, தியாகம், அகிம்சை போன்ற உயர்ந்த லட்சியங்கள் நம் வாழ்வில் உள்ளன. ஓர் பெண்ணிடம் இவை யாவும் உள்ளன. இவையாவற்றையும் அவள் தன்னகத்தே பெற்றுள்ளாள். ஆடவன், தர்மம், ஆன்மீகம், மற்றும் ரிஷிகளின் உதவி கொண்டு இந்தக் குணங்களை அடைய எத்தனையோ நூற்றாண்டுகளாக முயற்சித்துக் கொண்டிருக்கிறான். ஆனால் அவனால் வெற்றியடைய இயலவில்லை. அவனுடைய ஆன்மீகம், யோகம் எல்லாம் ஒரு புறமும், பெண்ணின் தியாகம் மட்டும் ஒரு புறமும் உள்ளது என நான் கூறுகிறேன்.

கரவொலியால் அந்த ஹாலே அதிர்ந்தது. பரவசமடைந்தவராய் ராய் சாகப் - “தன்னுள்ளத்திலே இருப்பதைத்தான் மேஹ்தா சொல்லுகிறார்” என்றார்.

பிஜ்லியின் ஆசிரியர் ஓங்கார் நாத், குற்றம் சாட்டினார், “எல்லாம் பத்தாம்பசலிக் கருத்துக்கள், உளுத்துப் போனவை”

“பழமையான கருத்துக்கள் கூட ஆத்ம பலத்துடன் சொல்லப் படும்போது, புதுமையானவையாகி விடுகின்றன”

“மாதம் ஓராயிரம் ரூபாய் வாங்கிக் கொண்டு உல்லாசமாய் வாழ்பவனிடம் ஆத்மபலம் என்பதெல்லாம் இருப்பதென்பது சாத்தியமில்லை. பழமையான கருத்துக்களைச் சொல்லி ஆண்களையும், பெண்களையும் திருப்திப் படுத்தும் ஒருவழி அவ்வளவுதான்.”

கன்னா மாலதியைப் பார்த்து - இவள் ஏனிப்படி பூரித்துக் கொண்டிருக்கிறாள்? இவள் வெட்கப்பட அல்லவா வேண்டும்” என்றார்.

மிர்ஜா கன்னாவை உசுப்பிவிட்டார் - “நீங்களும் ஒரு பிரசங்கம் செய்யும் மிஸ்டர் கன்னா. இல்லாவிட்டால் மேஹ்தா உம்மைப்

பிடுங்கி எறிந்து விடுவார். இப்பொழுதே பாதிக்குமேல் ஜயித்து விட்டார்."

"என்னைப் பற்றிச் சொல்லாதீர்கள்! இந்த மாதிரி எத்தனை பறவைகளை வலையில் மாட்டிவிட்டு, அப்புறம் விட்டு விட்டிருக்கிறேன்" என்றார் எரிச்சலுடன்.

ராய் சாகப், மிர்ஜாவைப் பார்த்துக் கண்ணடித்தார். "இப்பொழுதெல்லாம் நீங்கள் மகிளா சமாஜத்திற்கு போய், வந்து கொண்டிருப்பதாகத் தெரிகிறது. உண்மையாகச் சொல்லும். சந்தா எத்தனை கொடுத்தீர்கள்?"

கன்னா வெட்கிப் போனார் - "நான் இப்படிப்பட்ட சமாஜங்களுக் கெல்லாம் சந்தா கிந்தா கொடுப்பதில்லை. கலை என்ற பெயரில் துராசாரமல்லவா நடக்கிறது" என்றார்.

மேஹ்தாவின் பிரசங்கம் தொடர்ந்தது.

"ஆன்மீகம், தத்துவம், விஞ்ஞானம் போன்ற துறைகளில் எத்தனை மகத்தான புதிய புதிய கண்டுபிடிப்புகள் நிகழ்ந்துள்ளனவோ, அவை யாவற்றையும் கண்டுபிடித்துள்ளவர்கள் ஆண்கள்தான் என்கின்றனர் ஆடவர்கள். மாபெரும் வீரர்கள், ராஜ தந்திரிகள், அரசியல் நிபுணர்கள், புகழ்பெற்ற மாலுமிகள், என மகத்தானவர்கள் யாவரும் ஆண்கள். ஆனால் இந்த மகத்தான, பெரியவர்களின் சமூகம், ஒன்றுசேர்ந்து என்ன செய்தது? மகாத்துமாக்களும் தருமங்களைத் தோற்றுவித்த ஆச்சாரியர்களும் உலகத்தில் குருதி ஆறு ஓடச் செய்ததைத் தவிர, பகைமையெனும் நெருப்பைத் தூண்டி விடுவதைத் தவிர வேறென்ன செய்தனர். மாவீரர்கள் தங்கள் சகோதரர்களின் கழுத்தை வெட்டிச் சாய்த்ததைவிட வேறென்ன நினைவுச்சின்னங்களை விட்டுச் சென்றுள்ளனர். அரசியல் தந்திரிகளின் அடையாளம் இப்பொழுது மறைந்த சாம்ராஜ்யங்களின் இடிபாடுகள்தான். ஆராய்ச்சியாளர்களின் கண்டுபிடிப்புகள் மனிதனை யந்திரங்களின் அடிமையாக்கி விட்டதைத் தவிர வேறெந்த பிரச்சனைகளைத் தீர்த்து வைத்துள்ளன? ஆண்களால் ஏற்படுத்தப் பட்டுள்ள இந்தக் கலாசார பண்பாட்டில் அமைதி எங்கே உள்ளது? ஒத்துழைப்பு எங்கேயுள்ளது?

ஓங்கார நாத் எழுந்து நின்றவராய் - "சுகபோக உல்லாச புருஷர்களின் வாயிலிருந்து, பெரிய பெரிய வார்த்தைகளைக் கேட்கும் போது உடம்பு எரிந்து பஸ்பமாகி விடுகிறது."

மிர்ஜா அவர் கையைப் பிடித்து உட்கார வைத்தார் - "பத்திராதிபரே! நீங்கள் வெறும் முட்டாளாகவே இருக்கிறீர்கள், அரே! இதுதான் உலகம். யார் மனத்தில் என்ன தோன்றுகிறதோ, உளருகிறார்கள். சிலர் கேட்கிறார்கள். கை தட்டுகிறார்கள். இந்த மாதிரி இன்னும் எத்தனை எத்தனை மேஹ்தாக்கள் வருவார்களோ, போவார்களோ, உலகமும் தன்போக்கில் சுழன்று கொண்டே இருக்கும். இதில் கோபித்துக் கொள்ள என்ன இருக்கிறது?" என்றார்.

"பொய்யை என்னால் சகித்துக் கொள்ள முடியாது."

ராய்சாகப் அவரை இன்றும் கொஞ்சம் ஏற்றிவிட்டார் - "நடத்தை கெட்டவளின் வாயிலிருந்து பதிவிரதைகளைப் போன்ற பேச்சைக் கேட்டு யாருக்குத்தான் பற்றிக் கொண்டு வராது?"

ஓங்கார்நாத் மீண்டும் உட்கார்ந்து கொண்டார். மேஹ்தாவின் பிரசங்கம் தொடர்ந்தது.

"நான் உங்களிடம் ஒன்று கேட்கிறேன். பருந்து பறவைகளை வேட்டையாடுவதைக் கண்டு, மானசசரோவரத்தின் ஆனந்த மயமான அமைதியைத் துறந்துவிட்டு, ஹம்சபட்சி, பறவைகளை வேட்டையாடத் துவங்கினால், அது, ஹம்சபட்சிக்கு அழகாகுமா? அது வேடுவனாகி விட்டால் நீங்கள் அதனைப் பாராட்டுவீர்களா? ஹம்சபட்சிக்கு வேட்டையாடுவதற்கேற்ற கூரிய அலகு இல்லை. கூர்மையான நகங்களில்லை. இறுக்கமாகப் பற்றிக் கொள்ள கால்களில்லை. கூரிய கண்பார்வையில்லை. வேகத்துடன் பறக்க கூடிய இறக்கைகள் இல்லை. ரத்த வெறியுமில்லை. இந்த ஆயுதங்களையெல்லாம் அது தேடிக் கொள்ள இன்னமும் எத்தனையோ நூற்றாண்டுகளாகும். அப்படியும் அதனால் கழுகாகி விடமுடியுமா என்பது சந்தேகம். ஆனால் அதனால் கழுகாக முடியுமோ முடியாதோ - முத்துக்களை பொறுக்கி விழுங்கும் ஹம்ச பட்சியாக இருக்க முடியாது.

மிர்ஜா குர்ஷீத் இடைவெட்டினார் - "இதென்ன கவிஞர்களைப் போன்ற தர்க்க வாதங்கள், பெண் கழுகும், ஆண் கழுகு மாதிரிதான் வேட்டையாடுகிறது இதில் ஆணென்ன, பெண்ணென்ன?"

ஓங்கார நாத்திற்கு ஒரே மகிழ்ச்சி, "இத்தகைய தர்க்கங்களின் மூலம் இவர் பிலாசஃபர் ஆகிறார்." கன்னாவின் மனதிலிருந்த ஆத்திரம் வெடித்தது- "பிலாசஃபர் அல்ல." பிலாசஃபர் மாதிரி பிலாசஃபர் யாரென்றால்....

ஓங்காரநாத் வாக்கியத்தைப் பூர்த்தி செய்தார். 'உண்மையிலிருந்து கடுகளவு கூட', - இவ்வாறு ஒவ்வொருவரும் மற்றவர்கள் கூறுவதைத் தொடர்ந்து பூர்த்திச் செய்து கொண்டிருப்பது கன்னாவிற்கு சற்றும் ருசிக்கவில்லை. "சத்யம், சித்யமெல்லாம் எனக்கொன்றும் தெரியாது. யார் உண்மையான பிலாசஃபரோ, அவரைத்தான் நான் பிலாசஃபர் என்பேன்" என்றார்.

"பிலாச ஃபரைத் தாங்கள் கன்னா எத்தனை உண்மையாகப் பாராட்டியுள்ளீர்கள் மிஸ்டர் கன்னா! வாஹ்! சுபான் அல்லா! பிலாசஃபராய் இருப்பவன்தான் பிலாசஃபர்" என்றார் மிர்ஜா பாராட்டினார் கிண்டலாக.

அங்கே மேஹ்தா சொல்லிக் கொண்டிருந்தார். "தேவிமார்களுக்குக் கல்வி தேவையில்லை என நான் கூறவில்லை. ஆண்களைவிட அவர்களுக்குக் கல்வி அதிகம் தேவை. தேவிமார்களுக்கு சக்தி... பவர் தேவையில்லை என்றும் நான் கூறவில்லை. ஆண்களைவிட அதிகம் தேவை. ஆனால் அந்தக் கல்வி ஞானமும், சக்தியும், ஆடவர்கள் எந்த அறிவாற்றலையும், சக்தியையும் கொண்டு இந்த உலகத்தை ரணகளமாக, ஆக்கியுள்ளனரோ அதுவல்ல அந்த அறிவும் ஞானமும், ஆற்றலும்.

நீங்களும் ஆடவர்கள் போல் அதே ஆற்றலையும் சக்தியையும் மேற்கொள்வீர்களேயானால் இந்த உலகம் பாழாகிப் பாலைவனமாகிவிடும். நீங்கள் பெறும் அறிவும், ஆற்றலும், ஞானமும், படுநாசத்திற்கோ, வன்முறைக்கோ அல்ல. படைப்பிற்கும், ஆக்கபூர்வமான செயல்களுக்கும், அவற்றின் வளர்ச்சிக்கு மானதாகும். வோட்டுகளினால் மனித இனம் உத்தாரணமாகிவிடும். மீட்சி பெற்றுவிடும், என நீங்கள் நினைக்கிறீர்களா? காரியாலயங்களிலும், நீதி மன்றங்களிலும், நாவன்மையினாலும், பேனா முனையினாலும் மீட்சி கிட்டிவிடும் எனக் கருதுகிறீர்களா? இப்போலியான, செயற்கையான, விநாசத்தைத் தரும் உரிமைகள், அதிகாரங்களுக்காக, இயற்கை உங்களுக்கு அளித்துள்ள உரிமைகளை விட்டுவிட விரும்புகிறீர்களா?"

சரோ இதுவரை தன் அக்காவிடமிருந்த மரியாதைக்காக தன்னை அடக்கிக் கொண்டு உட்கார்ந்திருந்தவளால் இனியும் தாள முடியவில்லை - "எங்களுக்கும் ஆண்களுக்குச் சமமாக ஓட்டுரிமை வேண்டும்" என்று கூவினாள். கூடவே பெண்கள் பலரும் குரலெழுப்பினர் - "வோட்டு - வோட்டுரிமை வேண்டும்"

ஓங்கார்நாத் எழுந்து நின்று, "பெண்ணினத்தின் விரோதிகளுக்கு வெட்கம்-வெட்கம் ..." எனக் கூவினார்.

மிஸ் மாலதி மேஜையை பலமாகத் தட்டி, "அமைதியாக இருங்கள், இதனை ஆதரித்தும், எதிர்த்தும் பேசுபவர்களுக்கு உரிய அவகாசம் தரப்படும்" என்றாள்.

மேஹ்தா தொடர்ந்தார் - "இப்புதிய யுகத்தின் மாயாஜாலம் தான் வோட்டு. இதுவொரு பொய் மான். கானல் நீர். களங்கம். ஏமாற்று. இந்த மாயையின் வசப்பட்டால் உங்களுக்கு இக்கரை, அக்கரை எதுவும் கிட்டாது. உங்களுடைய களம் குறுகியது. நீங்கள் உங்களது கருத்தை வெளியிட அவகாசம் கிட்டுவதில்லை என்று யார் சொன்னது? முதலில் நாம் யாவரும் மனிதர்கள். அதன்பின்தான் எல்லாம். நமது வாழ்க்கைதான் நமது இல்லம். அங்குதான் நமது படைப்பு, சிருஷ்டி, வளர்ப்பு எல்லாம் நடக்கிறது. வாழ்வின் இயக்கங்கள், செயல்கள் யாவுமே இங்குதான் நடைபெறுகின்றன. இந்தச் செயற் களமே - வீடே, குறுகியதென்று நினைத்தால், எல்லையற்ற செயற்களம் வேறேது? எந்தத் தொழிற் சாலையில் மனிதனும் அவனது பாக்கியங்களும் உருவாகின்றனவோ, அதை விட்டுவிட்டு, எங்கு மனிதன் நசுக்கப்படுகிறானோ, எங்கு அவனது ரத்தம் சுரண்டப்படுகிறதோ, அங்கு செல்லவா விரும்புகிறீர்கள்?"

"ஆண்களின் கொடுமைகள்தான் அவர்களிடம் புரட்சி செய்யும் உத்வேகத்தை உண்டாக்கியுள்ளது" என்றார் மிர்ஜா இடைமறித்து.

"ஆண்கள் அநியாயமிழைத்துள்ளார்கள் சந்தேகமேயில்லை. ஆனால் அதற்குப் பதில் இது இல்லை. அநியாயத்தை அழியுங்கள். ஆனால் உங்களையே அழித்துக் கொண்டல்ல" என்றார் மேஹ்தா.

"தங்களது உரிமைகளை நல்லவிதமாகப் பயன்படுத்திக் கொள்ளவும், ஆண்கள் அதனைத் தவறாகப் பயன்படுத்திக் கொள்வதை தடுக்க வேண்டியே பெண்கள் தங்களது உரிமைகளைக் கோருகின்றனர்" என்றாள் மிஸ் மாலதி.

மேஹ்தா இதற்கு பதிலளித்தார் – "இந்த உலகத்தில் மிகப் பெரிய உரிமையும், அதிகாரமும், சேவையினால் தியாகத்தினால்தான் கிடைக்கின்றன. அது தங்களுக்கு கிடைத்தும் உள்ளது. இந்த அதிகாரங்களுக்கு முன்னே வோட்டு அர்த்தமற்றது. நம் நாட்டுப் பெண்கள், மேல்நாட்டைத் தங்களது ஆதர்சமாக, வழிகாட்டியாகக் கொண்டுள்ளது எனக்கு வருத்தமாக உள்ளது. அங்கு பெண் தனக்குரிய இடத்தை இழந்துவிட்டாள். இல்லத்தரசி என்ற நிலையிலிருந்து பிறழ்ந்து, போகத்தின் கருவியாகி விட்டாள். மேற்கத்தியப் பெண், தன்னிச்சையாக வாழ விரும்புகிறாள். இதன் மூலம் அவள் மேலும் மேலும் போகத்தை அனுபவிக்க நினைக்கிறாள். நம் தாய்க்குலத்தின் ஆதர்சம் என்றுமே, போக வாழ்வாக இருந்ததில்லை. அவர்கள் சேவைபுரியும் அதிகாரத்தின் மூலமே, என்றென்றும் இல்லறத்தை இயக்கி வந்திருக்கிறார்கள். மேனாட்டினரிடம் நல்லவைகளெல்லாம் எது எது இருக்கின்றதோ, அவைகளையெல்லாம் எடுத்துக் கொள்ளுங்கள். கலாசாரங் களிடையே என்றும் பரிவர்த்தனை, பறிமாற்றங்கள் நிகழ்ந்து கொண்டேதானிருக்கின்றன. ஆனால் கண் மூடித்தனமாகப் பின்பற்றுவது, மனத்தின் பலவீனத்தின் அடையாளம். மேனாட்டு பெண்டிர், இன்று கிருக லட்சுமிகளாக மட்டும் இருக்க விரும்பவில்லை. போகத்தின் தான்தோன்றித்தனமான ஆசைகளும், இச்சைகளும் அவர்களை மனம் போனபடிச் செய்யத் தூண்டுகின்றன. அவள் தனது நாணத்தையும், மகிமையையும், அவளது மகத்தான இத்தன்மைகளையும், கேளிக்கைளிலும், போக வாழ்விலும் பலியிட்டு விட்டனர். அங்குள்ள படித்த, நாகரீகமான பெண்கள், தங்களது மேனி அழகை, திரட்சியான அங்கங்களை, தங்களுடைய நிர்வாணத்தைக் காட்சிப் பொருளாக்குவதைக் காணும்போது, எனக்கு அவர்கள் மீது இரக்கம் பிறக்கின்றது. அவர்களது இச்சை, ஆசைகள் அவர்களை இவ்வாறு வீழ்ச்சியுறச் செய்துள்ளன. அவர்கள் தங்களது நாணத்தை, வெட்கத்தை, மானத்தைக்கூட காப்பாற்றிக் கொள்ள இயலாதவர்களாக உள்ளனர். பெண்ணிற்கு இதைவிட இழிந்தநிலை வேறென்னவாக இருக்க முடியும்?"

கைதட்டல்கள் ஒலித்தன. ராய் சாகப்பும் கைதட்டினார். அந்த ஹாலில் கரவொலி எதிரொலித்தது.

மிர்ஜா குர்ஷீத், ஓங்கார் நாத்தைப் பார்த்து – "இதற்குப் பதில் உங்களிடம் கூட இருக்காதென்று நினைக்கிறேன்" என்றார்.

ஓங்கார்நாத் விரக்தியுடன் – "சொற்பொழிவு முழுவதிலும் இவர் கூறியுள்ள உண்மை இது ஒன்றுதான்" என்றார்.

"அப்படியென்றால், நீங்களும் மேஹ்தாவின் சீடராகி விட்டீர் என்று சொல்லும்."

"இல்லை. எங்களைப் போன்றவர்கள் யாருடைய சீடரும் ஆவதில்லை. இதற்கும் பதில் தேடிவிடுவேன். பிஜ்லியில் பாருங்கள்"

"அப்படியென்றால் தாங்கள் உண்மையைத் தேடுவதில்லை, உங்கள் கட்சிக்காக வாதாட விரும்புகிறீர்கள்" ராய்சாகப் பிடித்துக்

கொண்டார் – “ஓகோ! இந்த ஆதாரத்தில்தான் உங்களுக்கு “நான் சத்யபிரேமி” என்பது பற்றிய கர்வமோ!”

ஓங்காரநாத் சற்றும் கலங்கவில்லை. “வக்கீலின் வேலை, தன் கட்சிக்காரனின் நலனைப் பார்ப்பதுதான், இது உண்மை, இது உண்மையல்ல என்று நிராகரிப்பது அல்ல”.

“அப்படியானால் நீங்கள் பெண்களின் வக்கீல் என்று சொல்லுங்கள்”

“நான் எல்லோருக்கும் வக்கீல் பலவீனமானவர்கள், உதவியற்றவர்கள், துன்பத்தால் பீடிக்கப்பட்டவர்கள் என யாவருக்கும் வக்கீல்.”

“வெட்கம் கெட்டவர் ஐயா நீர்”

மேஹ்தா பேசிக் கொண்டிருந்தார் – “ஆண்களின் சூழ்ச்சி இது. உயர்ந்த இடத்திலிருந்து, உன்னதமான சிகரத்திலிருந்து பெண்களை கீழே இழுத்து, தங்களுக்குச் சமமாகக் கொள்ளும் சூழ்ச்சி இது. எவர்களுக்குத் திருமண வாழ்வின் பொறுப்பை ஏற்றுச் சமாளிக்கும் திறமையில்லையோ, மனம்போனபடி காமக் கேளிக்கைகளில் மிதந்து, பொலிக்காளைகள்போல், மற்றவர்களின் பசுமையான தோட்டங்களில் மேய்ந்து, தங்களது கீழ்த்தரமான இச்சைகளைப் பூர்த்தி செய்து கொள்ள விழைகின்றனரோ, அக்கோழைகளான ஆண்களின் சூழ்ச்சி இது. மேற்கே இவர்களின் சூழ்ச்சி வெற்றி பெற்றுவிட்டது. பெண்கள் பட்டாம் பூச்சிகளாகி விட்டனர். தியாகத்தின் தவத்தின் மண்ணான இந்த பாரத நாட்டிலும் இந்தக் காற்று வீசத்துவங்கியிருப்பது பற்றிகூற எனக்கு வெட்கமாக உள்ளது. அதிலும் நம் படித்த பெண்களிடையே இந்த மாயை மிக விரைவாக ஏறிக் கொண்டிருக்கிறது. இவர்கள் குடும்பத்தலைவி என்ற ஆதர்சத்தைத் துறந்து விட்டு, பட்டாம் பூச்சிகளின் கவர்ச்சிக் குள்ளாகிக் கொண்டிருக்கின்றனர்.

சரோ, உணர்ச்சி வசப்பட்டவளாய் கூறினாள் – “நாங்கள் ஆண்களிடம் ஆலோசனை கேட்கவில்லை. அவர்கள் சுதந்தர முள்ளவர்களென்றால் தங்கள் விஷயத்தில் பெண்களும் சுதந்திர முள்ளவர்கள். பெண்கள் திருமணத்தை தொழிலாக்கிக் கொள்ள விரும்பவில்லை. காதலில் ஆதாரத்தில்தான் அவர்கள் திருமணம் செய்து கொள்வார்கள்.”

உரத்த கரவொலி முன்வரிசையில் அமர்ந்திருந்த பெண்களிடையேயிருந்து எழுந்தது. மேஹ்தா அமைதியுடன் தொடர்ந்தார்.

“எதை நீ காதல் என்று சொல்லுகிறாயோ, அது ஒரு ஏமாற்று, பிரமை, பொங்கி எழும் இச்சைகளின் விகாரமுற்ற ரூபம். சன்யாசம் என்பது இரந்துண்பது என்பது போன்றது. திருமண வாழ்வில் இக்காதல் அதிகமில்லை என்றால், சுதந்திரமான காதலில் இது முற்றிலும் இல்லை. உண்மையான ஆனந்தம், உண்மையான அமைதி சேவையில், பணியாற்றுவதில்தான் உள்ளது. அதுதான் உரிமைகளின், அதிகாரத்தின் மூல ஊற்று. அதுதான் சக்தியின் உற்பத்திஸ்தானம். தம்பதிகளை வாழ்நாள் முழுவதும் அன்பு, பரஸ்பர தோழமையில் பிணைத்து வைக்கக்கூடிய பந்தமெனும் சிமெண்ட்தான் சேவை.

பெருத்த அடிகள், அதிர்வுகள்கூட அதனை அசைக்க முடியாது. சேவையுணர்வு எங்கில்லையோ, அங்குதான் திருமண முறிவுகள், அவநம்பிக்கைகள், கைவிடுதல் போன்றவை நிகழ்கின்றன. ஆடவன் எனும் படகைச் செலுத்திச் செல்லும் படகோட்டியாக இருப்பதால் இப்பொறுப்பு உங்கள் மீது அதிகம் உள்ளது. புயலில், சுழற்காற்றினிடையேயும் நீங்கள் விரும்பினால் இப்படகைக் கரை சேர்க்க முடியும். உங்களுடைய கவனக் குறைவினால் இப்படகு மூழ்க நேர்ந்தால் நீங்களும் மூழ்கி விடுவீர்கள்" என்றார் மேஹ்தா.

சொற்பொழிவு முடிந்துவிட்டது. விஷயம் விவாதத்திற்குரியதாக இருந்ததால் பல பெண்கள் பதில் கூறுவதற்கு அனுமதி கோரினர். ஆனால் மிகவும் நேரமாகி விட்டதால் மாலதி, மிஸ்டர் மேஹ்தாவிற்கு நன்றி தெரிவித்து விட்டுக் கூட்டத்தை முடித்து விட்டாள். அடுத்த ஞாயிறன்று இவ்விஷயம் குறித்து பல பெண்கள் தங்கள் கருத்துக்களைத் தெரிவிப்பார்கள் என்றும் அறிவிக்கப் பட்டது.

ராய் சாகப் மேஹ்தாவிற்கு தனது பாராட்டுதல்களைத் தெரிவித்தார். "நீங்கள் என் மனதில் உள்ளத்தைக் கூறினீர்கள் மிஸ்டர் மேஹ்தா! நீங்கள் கூறிய ஒவ்வொரு வார்த்தையையும் நான் ஆமோதிக்கிறேன்."

மாலதி சிரித்தாள் – "நீங்கள் ஏன் பாராட்ட மாட்டீர்கள்? திருடனுக்குத் திருடன் அண்ணன் தம்பிதானே! ஆனால் இந்த உபதேசங்களெல்லாம் பாவம் பெண்களின் தலையிலேயே சுமத்தப் படுகிறது. தியாகம், கடமை, மரியாதை, லட்சியம் என யாவற்றையும் கடைப்பிடிக்க வேண்டிய பாரம் ஏன் அவர்கள் தலையில் போடப் படுகிறது?" என்று வினவினாள் அவள்.

"ஏன் என்றால் அவர்கள் விஷயத்தைப் புரிந்து கொள்வார்கள்" என்றார் மேஹ்தா.

கன்னா, மாலதியை தன் அகன்ற பெரிய விழிகளால் உற்று நோக்கி, அவள் மனத்திலுள்ளதைப் புரிந்து கொள்ள முயன்றவராய் – "டாக்டர் சாகப்பின் இக்கருத்துக்களெல்லாம் நூறு வருடத்திற்கு முந்திய பத்தாம் பசலியாய் எனக்குத் தோன்றுகிறது" என்றார்.

"எந்தக் கருத்துக்கள்?" எனக் கடுமை தொனிக்க வினவினாள் மாலதி.

"அதுதான் சேவை, கடமை.. இத்யாதி"

"உங்களுக்கு இக்கருத்துக்கள் நூறு வருடத்திற்கு முந்தியவையாய் தோன்றுகின்றனவா? அப்படியென்றால் தயவுசெய்து தங்களுடைய புதுமைக் கருத்துக்களைக் கூறுங்கள். தம்பதிகள் எவ்வாறு சுகமாய் வாழ்வது? என்பது பற்றித் தங்களிடம் புதிய குறிப்புகள் இருக்கின்றனவா?

கன்னா வெட்கிப் போனார். மாலதியைச் சந்தோஷப்படுத்த வேண்டி அவர் இதைக் கூறப்போக அவள் கடுப்பாகி விட்டாள். "இந்தக் குறிப்பு மிஸ்டர் மேஹ்தாவிற்குத்தான் தெரிந்திருக்கும்."

"டாக்டர் சாகப் கூறியது நூறு வருடத்திற்கு முந்திய பத்தாம் பசலி அல்லவா? இதனால் புதிய கருத்துகளைக் கூறவேண்டியது

நீங்கள்தான். உலகத்தில் சில விஷயங்கள் என்றுமே பழயனவாகி விட இயலாது என்பது தங்களுக்குத் தெரியாது. சமுதாயத்தில் இத்தகைய பிரச்சனைகள் இன்றும் எழுந்து கொண்டிருக்கின்றன, என்றும் எழுந்து கொண்டிருக்கும்?"

மிஸஸ் கன்னா வராந்தாவிற்குச் சென்று விட்டாள். மேஹ்தா அவளிடம் சென்று வணக்கம் தெரிவித்தபின், "எனது சொற்பொழிவு பற்றி தங்களது அபிப்பிராயம் என்ன?" என வினவினார்.

விழிகளை உயர்த்தாமலேயே மிஸஸ் கன்னா "நன்றாக - மிக மிக நன்றாக இருந்தது. தாங்கள் இன்னமும் திருமணமாகாதவர். அதனால் பெண்கள், தேவிகள், உயர்ந்தவர்கள், வழிகாட்டிகளாக உள்ளனர். திருமணம் செய்து கொள்ளுங்கள், பிறகு பெண்கள் எப்படி? என்று கேட்கிறேன். நீங்கள் திருமணம் செய்து கொள்ளத் தான் வேண்டும். ஏன் என்றால் திருமணத்திற்கு பின்வாங்கும் ஆண்களைக் கோழைகள் என்று சொல்லி இருக்கிறீர்கள்" என்றாள்.

மேஹ்தா சிரித்தார் - "அதற்காகத்தான் அடிப்படையை தயார் செய்து கொண்டிருக்கிறேன்."

"மிஸ் மாலதியின் ஜோடி சரியாக இருக்கும்."

"தங்கள் காலடியில் அமர்ந்து பெண்ணின் தர்மத்தைக் கற்றுக் கொள்ள வேண்டும். இது தான் நிபந்தனை."

"இதுதான் சுயநலமிகளின் பேச்சு! நீங்கள் ஆண்களின் தருமத்தைக் கற்றுக் கொண்டாகி விட்டதா?"

"எத்தனை கற்றுக் கொள்ள வேண்டும், என்பது பற்றித்தான் யோசித்துக் கொண்டிருக்கிறேன்"

"மிஸ்டர் கன்னா உங்களுக்கு மிக நன்றாகக் கற்றுத் தருவார்."

மேஹ்தா உரக்கச் சிரித்தார் - "வேண்டாம். ஆண்களின் கடமை பற்றி நான் தங்களிடமிருந்தே கற்றுக் கொள்வேன்."

"நல்லது. என்னிடமே கற்றுக் கொள்ளுங்கள். பெண்தான் சிறந்தவள், பொறுப்புகள் யாவும் அவள் மீதுதான் உள்ளது என்பதை முதலில் மறந்து விடுங்கள். சிறந்தவன் ஆண்தான். அவன் மீதுதான் குடும்பத்தின் பொறுப்பு யாவும் உள்ளது. ஒரு பெண்ணிடம் சேவை மனப்பான்மை, அடக்கம், கடமையுணர்வு, யாவற்றையும் அவன் தான் உண்டாக்க முடியும். அவனிடம் இவையெல்லாம் இல்லை யென்றால், பெண்ணிடம் இவை இராது. ஆண்களிடம் இக்குணங்கள் இல்லாமலேயே போய்விட்டதால்தான் பெண்களிடம் இன்று எதிர்ப்பு உணர்வு ஏற்பட்டுள்ளது.

மிர்ஜா குர்ஷீத் வந்து மேஹ்தாவைத் தூக்கிக் கொண்டார். "முபாரக்... மேஹ்தா சாகப்."

"உங்களுக்கு என் பிரசங்கம் பிடித்ததாயென்ன?" என்பதுபோல் அவரைப் பார்த்தார் மேஹ்தா.

"பிரசங்கம் எப்படியிருக்க வேண்டுமோ, அப்படி இருந்தது. ஆனால் வெற்றி பிரமாதம். தாங்கள் அப்சரஸை கண்ணாடி ஜாடிக்குள் பிடித்து விட்டீர்கள். உங்கள் அதிர்ஷ்டத்தை மெச்சிக் கொள்ளுங்கள். இன்று வரை எவருக்கும் பணிந்து போகாதவள் இன்று தங்கள் துதி பாடிக் கொண்டிருக்கிறாள்."

மிஸஸ் கன்னா தாழ்ந்த குரலில் - "இந்தப் போதை இறங்கமாலிருந்தால் அப்பொழுது சொல்லுங்கள்" என்றாள்.

"என்னைப் போன்ற புத்தகப் புழுவை எந்தப் பெண் விரும்புவாள் தேவிஜி! நான் பக்கா லட்சியவாதி" என விரக்தியுடன் கூறினார் மேஹ்தா.

தன் கணவர் காரை நோக்கிச் செல்லுவதைக் கண்ட மிஸஸ் கண்ணா அங்கு சென்றுவிட்டாள். மிர்ஜாவும் வெளியே போய்விட்டார். மேஹ்தா மேடையின் மீதிருந்த தனது தடியை எடுத்துக் கொண்டு வெளியே செல்லத் திரும்பும்போது மாலதி வந்து அவரது கரத்தைப் பற்றியவளாய், "தாங்கள் இப்பொழுது போக முடியாது. வாருங்கள் அப்பாவை உங்களுக்கு அறிமுகம் செய்து வைக்கிறேன். இன்று எங்கள் வீட்டிலேயே சாப்பிடலாம்" - என வற்புறுத்தும் குரலில் கூறினாள்.

காதுகளின் மீது கையை வைத்துக் கொண்ட மேஹ்தா - "வேண்டாம்! வேண்டாம். மன்னித்து விடுங்கள். அங்கு சரோ என் உயிரை எடுத்து விடுவாள். இந்தப் பெண்களிடம் எனக்கு ரொம்பவும் பயம்" என்றார்.

"இல்லை....... இல்லை. பொறுப்பு என் மீது. யாரும் வாயைத் திறக்க மாட்டார்கள்" என்றாள் மாலதி.

"அச்சா! நீங்கள் போங்கள். நான் சற்று நேரத்தில் வருகிறேன்."

"இல்லை. இது நடக்காது. என் காரை சரோ எடுத்துக் கொண்டு போய்விட்டாள். என்னைக் கொண்டுபோய் விடவாவது நீங்கள் வரத்தானே வேண்டும்."

இருவரும் மேஹ்தாவின் காரில் ஏறி அமர்ந்ததும் கார் புறப்பட்டது. ஒரு நிமிடத்திற்குப் பின் மேஹ்தா கேட்டார், "கன்னா சாகப் தன் மனைவியை அடிப்பார் என்று கேள்விப்பட்டேன். அதிலிருந்து அவரைப் பார்த்தாலே வெறுப்பாகி விட்டது. இத்தனை இரக்கமற்றவனை நான் மனிதனாகவே நினைக்கவில்லை. நீங்கள் பெண்ணினத்தின் நலனைக் கோருபவராயிற்றே! நீங்கள் அவருக்கு புத்தி கூறியதே இல்லையா?"

சற்றே கொதிப்புற்றவளாய் மாலதி சொன்னாள், "இரண்டு கை தட்டினால்தான் ஓசை. இதைத் தாங்கள் மறந்து விடுகிறீர்கள்."

"எந்தவொரு கணவனும் தன் மனைவியை அடிப்பது என்பதை என்னால் கற்பனை செய்துகூட பார்க்க இயலவில்லை."

"மனைவி எதிர்த்து வாயாடுபவளாய் இருந்தால் கூடவா?"

"ஆமாம்."

"அப்படியென்றால் நீங்கள் புதுமாதிரியான மனிதர்."

"ஒரு ஆண், மோசமான குணமுடையவனாக இருந்தால் தங்கள் எண்ணப்படி அவனுக்குச் சவுக்கடி கொடுக்க வேண்டும். இல்லையா?"

"பெண் எந்தளவு மன்னிக்கும் இயல்புடையவளாக இருக்கிறாளோ, அந்தளவு ஆண்களால் இருக்க முடிவதில்லை. நீங்களே இன்று இக்கருத்தை ஏற்றுக் கொண்டீர்களே."

"அப்படியென்றால் பெண்ணின் பொறுமைக்கும், மன்னிக்கும் தன்மைக்கும், இதுதான் பரிசு. நீங்கள் கன்னாவிற்கு அதிக இடம் கொடுத்து, அவனைப் பின்னும் ஆதரிக்கிறீர்கள் என நான் நினைக்கிறேன். உங்களிடம் அவனுக்கு எத்தனை மரியாதை, எத்தனை பக்தி, இருக்கிறது. இந்த பலத்தில் நீங்கள் அவனைச் சுலபமாக வழிக்குக் கொண்டுவர முடியும். ஆனால் அவனுடைய தவறுக்கு ஆதரவு கொடுத்து அவனுடைய தவற்றில் நீங்களும் பங்கு கொள்ளுகின்றீர்கள்.

மாலதி வெகுண்டாள். ஆவேசம் கொண்டவளாய், "நீங்கள் இச்சமயம் அனாவசியமாய் இப்பேச்சை எடுத்துள்ளீர்கள். நான் யாருக்கும் கெடுதல் செய்ய விரும்பவில்லை. நீங்கள் இன்னமும் கோவிந்திதேவியைப் பற்றி அறிந்து கொள்ளவில்லையா? அவளுடைய அப்பாவித் தோற்றதையும், அமைதியான முகபாவத்தையும் கண்டு அவளைத் தேவி என்று நினைக்கிறீர்கள். நான் அவளுக்கு இத்தகைய உயரிய இடத்தை அளிக்க விரும்ப வில்லை. எனக்குக் கெட்டபெயர் ஏற்படுத்த அவள் எத்தனை முயற்சி செய்திருக்கிறாள்? என் மீது எத்தகைய பழி சுமத்தி என்னைக் காயப்படுத்தி இருக்கிறாள் என்பதையெல்லாம் நான் கூறினால் நீங்கள் திகைத்துப் போய்விடுவீர்கள். அப்பொழுது தான் இப்படிப்பட்ட பெண்ணிடம் இத்தகைய முறையில்தான் நடந்து கொள்ள வேண்டும் என்பதை நீங்கள் ஏற்றுக் கொள்ள வேண்டியிருக்கும்."

"உங்களுக்கு அவளிடம் இத்தனை துவேஷமிருப்பதற்கு நிச்சயம் ஏதும் காரணமிருக்க வேண்டும்."

"காரணத்தை அவளிடமே கேளுங்கள். இன்னொருவருடைய மனதைப் பற்றி எனக்கென்ன தெரியும்?"

"அவளிடம் கேட்காமலேயே இதை அனுமானிக்க முடியும். ஒரு ஆண், எனக்கும், என் மனைவிக்கும் இடையே குறுக்கிடும் தைரியம் கொண்டால் நான் அவளைச் சுட்டுவிடுவேன். அவளைச் சுட முடியாவிட்டால், என்னையே சுட்டுக் கொண்டு விடுவேன். இதேபோல், நான் இன்னொரு பெண்ணை, எனக்கும் என் மனைவிக்குமிடையே கொண்டுவந்தால், என் மனைவிக்கும், அவள் இஷ்டம் போல் செய்ய உரிமையுண்டு. இந்த விஷயத்தில் நான் எந்த விதமான உடன்பாடும் செய்துகொள்ளத் தயாராக இல்லை. காட்டு வாசிகளாக இருந்த நமது முன்னோர்களிடமிருந்து நாம் பெற்றுள்ள விஞ்ஞான ரீதிக்குப் புறம்பான இயல்பு இது. தற்சமயம் சிலர் இந்த இயல்பை, அநாகரீகமானது, சமுதாய ரீதிக்குப் புறம்பானது என்று கூறுகின்றனர். ஆனால் என்னால் இதுவரை அந்த மனஇயல்பியல் மீது, வெற்றி கொள்ள இயலவில்லை. வெற்றி கொள்ளவும் விரும்ப வில்லை. இந்த விஷயத்தில் சட்ட திட்டங்களையும் என்னால் ஏற்க முடியாது. என்னுடைய வீட்டில் என்னுடைய சட்டம்தான். நியதிதான்."

"ஆனால், நீங்கள் கூறுகிறபடி, நான் கண்ணாவிற்கும், அவர் மனைவிக்குமிடையே வரவிரும்புகிறேன் என்று நீங்கள் எப்படி அனுமானம் செய்தீர்கள்? இவ்வாறு அனுமானித்து நீங்கள் என்னை

அவமானப் படுத்துகிறீர்கள். நான் கன்னாவை என் கால் செருப்புக் கிணையாகக் கூட கருதவில்லை" என தீவிரத்துடன் கூறினாள் மாலதி.

"இதைத் தாங்கள் இதயபூர்வமாகக் கூறவில்லை மிஸ் மாலதி! உலகம் முழுவதையும் தாங்கள் முட்டாளாக நினைக்கிறீர்களா? எல்லோருக்கும் தெரிந்ததை, மிஸஸ் கன்னாவும் தெரிந்து கொண்டிருக்கிறாள். நான் அவரைக் குற்றம் கூட முடியாது," என அவநம்பிக்கை தொனிக்கும் குரலில் கூறினார் மிஸ்டர் மேஹ்தா.

"உலகத்திற்கு மற்றவர்களின்மீது அவதூறு சுமத்துவதில் ஆனந்தம் - இது உலகத்தாரின் குணம். அதை என்னால் எப்படி மாற்றி விட முடியும்? ஆனால் இது வீணான அபவாதம். கன்னா என்னிடம் வந்தால் விரட்டி அடிக்க, அத்தனை மரியாதையற்றவள் அல்ல நான். என் தொழிலே அப்படி. எல்லோரையும் வரவேற்று, மரியாதையுடன் நடந்து கொள்ள வேண்டி இருக்கிறது. இதை மற்றவர்கள் வேறு விதமாக கற்பித்துக் கொண்டால்.. அது வந்து ... வந்து .. மேலே பேசமுடியாமல் மாலதிக்குத் தொண்டை அடைத்துக் கொண்டது. முகத்தைத் திருப்பிக் கொண்டு கைக்குட்டையால் கண்களைத் துடைத்துக் கொண்டாள். ஒரு நிமிடத்திற்குப் பின்னர் - "மற்றவர்களின் கூட... நீங்களும்... என்னை... என்னை ... இது பற்றித்தான் வருத்தமாக உள்ளது. நீங்கள் இப்படி நினைப்பீர்கள் என நான் எதிர்பார்க்கவில்லை." என்றாள். இதன்பின் தனது பலவீனத்தைப் பற்றி வருத்தம் ஏற்பட்டதோ என்னவோ, சினம் பொங்கும் குரலில், "என்னைப் பற்றி ஏதும் கூற உங்களுக்கு உரிமை கிடையாது. ஒரு பெண்ணும், ஆணும் பேசுவதைக் கண்டு தவறாக நினைத்து ஆட்சேபிக்கும் ஆண்களில் தாங்களும் ஒருவர் என்றால், தாராளமாய் அப்படி நினைத்துக் கொள்ளுங்கள். எனக்கு இது பற்றி சற்றும் கவலையில்லை. ஒரு பெண் தங்களிடம் அடிக்கடி ஏதோவொரு சாக்கில் வந்தால், உங்களை தெய்வம் எனக் கருதினால், ஒவ்வொரு விஷயத்திலும் தங்களது ஆலோசனையைக் கேட்டால், தங்களை அன்புடன், மரியாதையுடன் வரவேற்றால், தாங்கள் கண் அசைத்தால், நெருப்பில் குதிக்கக் கூட தயாராக இருந்தால், தாங்கள் அவளைப் புறக்கணிக்க முடியாதென்பதை உறுதியுடன் என்னால் கூற முடியும். தாங்கள் அவளை உதறினால் தாங்கள் மனிதரல்ல. இதற்கெதிராக, தாங்கள் எத்தனையோ தர்க்கங்களை, பிரமாணங்களை முன் வைக்கலாம். ஆனால் அவற்றை நான் ஏற்க மாட்டேன். புறக்கணிப்பது இருக்கட்டும், உதறித் தள்ளுவது என்று கூட நினைக்கக் கூடமுடியாது. தாங்கள் அவள் காலடி மண்ணைப் போற்றுவீர்கள். அவள் தங்கள் இதயராணி ஆவதற்கு அதிக நாட்களாகாது என்று நான் சொல்வேன். உங்களிடம் வேண்டிக் கொள்கிறேன் இனிக் கன்னாவின் பேச்சை என் முன்னால் எடுக்காதீர்கள்" என்றாள்.

மேஹ்தா இந்த சந்தர்ப்பத்தைப் பயன்படுத்திக் கொள்ளத் தவறவில்லை. "ஒரே ஒரு நிபந்தனை. கன்னாவைத் தங்களுடன் நான் பார்க்கக் கூடாது."

"என்னால் மனிதத்தன்மையை இழக்க முடியாது. அவர் வந்தால் என்னால் விரட்ட முடியாது."

"தன் மனைவியிடம் பெருந்தன்மையுடன் நடந்து கொள்ளும்படி சொல்லுங்கள்."

"நான் இன்னொருவரின் தனிப்பட்ட விஷயத்தில் தலையிடுவது உசிதமென்று நினைக்கவில்லை. எனக்கு இதற்கு உரிமையில்லை."

"அப்படியென்றால் உங்களால் யார் வாயையும் அடைக்க முடியாது."

இதற்குள் மாலதியின் பங்களா வந்து விட்டது. கார் நின்றதும், மாலதி இறங்கிக் கொண்டவள், கை குலுக்காமலேயே விர்ரென்று போய்விட்டாள். மேஹ்தாவைச் சாப்பாட்டிற்கு தான் அழைத்ததைக் கூட மறந்து விட்டாள். தனிமையில் மனம் விட்டு அவள் அழ விரும்பினாள். மேஹ்தா இதற்கு முன்னரும் பலமுறை அவளைக் காயப்படுத்தி இருக்கிறார். ஆனால் இன்று நிகழ்ந்தது மிகவும் ஆழமானது. இதயத்தைப் பிளக்கக் கூடியது..

❑

16

தனது இலாக்காவில் அடிதடி கலகம் நிகழ்ந்ததென்ற செய்தி ராவ் சாகப்பின் காதுகளுக்கெட்டியது. ஹோரியிடமிருந்து கிராமத்து பஞ்சாயத்தார்கள் தண்டம் வசூலித்துள்ளார்கள் என்று தெரிந்ததும் அவர் உடனே நோகே ராமைக் கூப்பிட்டனுப்பினார். அவன் தனக்கு இது பற்றி உடனே அறிவிக்கவில்லை என்று மிரட்டினார். இத்தகைய புரட்டுக்காரனுக்கு, நம்பிக்கைத் துரோகிக்கு தனது தர்பாரில் இனி இடமில்லை என்றார்.

இத்தகைய வசவுகளைப் பெற்றதும் நோகேராம் சற்றே சூடாகிப் போனான். "நான் மட்டுமல்ல, கிராமத்தின் சார்பாக பஞ்சாயத்தார்களுமிருந்தனர். நான் மட்டும் என்ன செய்து விடமுடியுமென்றான்."

ராய் சாகப் அவனது தொந்தியை ஈட்டி போன்ற தனது கூரிய பார்வையினால் பார்த்தவாறே "உளராதேயும்! சர்க்ககாருக்கு இது பற்றித் தெரிவிக்காத வரையில் பஞ்சாயத்தார் தண்டம் வசூலிக்க நான் விடமாட்டேன் என்று அப்பொழுதே கூறி இருக்கவேண்டும். என்க்கும் எனது குடிமகனுக்குமிடையே குறுக்கிடுவதற்கு பஞ்சாயத்தாருக்கு எந்த அதிகாரமும் இருக்கிறது? இந்தத் தண்டம், வசூலைத்தவிர இலாக்காவில் வேறென்ன வரும்படியுள்ளது! வசூலிப்பது ஜமீன்தாருக்கு வந்து சேரவேண்டும். அதை இந்த ஆசாமிகள் அமுத்திவிட்டார்கள். நானெங்கே போவது? எதைச் சாப்பிடுவது? உன் தலையையா? ஒவ்வொரு வருஷமும் லக்ஷக்

கணக்கா செலவு செய்யப் பணம் எங்கிருந்து வரும்? இரண்டு தலைமுறையாய் காரியஸ்தராக வேலை பார்ப்பவருக்கு இன்று இதை நான் சொல்ல வேண்டியிருக்கிறது. ஹோரியிடமிருந்து எத்தனை ரூபாய் வசூலாகியது? என்று கேட்டார்.

"எண்பது ரூபாய்" என்று தயங்கியவாறே கூறினான் நோகேராம்.

ரொக்கமாகவா?

"ரொக்கம் அவனிடம் ஏது சர்க்கார்? கொஞ்சம் தானியமாகக் கொடுத்தான். மீதிக்கு வீட்டை எழுதிக் கொடுத்தான்."

ராய்சாகப் தனது சுயநலத்தை விட்டுவிட்டு ஹோரியின் கட்சியை எடுத்துக்கொண்டார்... "அச்சா! நீங்களும், ஆஷாடபூதிகளான பஞ்சாயத்தார்களுமாக சேர்ந்து, என் குத்தகைக் காரனான ஒரு விவசாயியை அழித்துவிட்டீர்கள். இல்லையா? எனக்கு அறிவிக்காமல், என் இலாக்காவில், என்னுடைய குடியானவனிடமிருந்து தண்டம் வசூலிக்க உங்களுக்கு என்ன அதிகாரம்? இதுபற்றி நான் விரும்பினால் அந்த அயோக்கியன் கணக்குப்பிள்ளைக்கும், அந்த தூர்த்தன் பண்டிதருக்கும், ஏழு ஆண்டு சிறைத்தண்டனை வாங்கித் தரமுடியும். நீங்கள்தான் இந்த இலாக்காவிற்கு ராஜா என்று நினைத்துக்கொண்டு விட்டீர்களா? இன்று மாலைக்குள் நீங்கள் வசூலித்த தண்டம் முழுவதும் எனக்கு வந்து சேரவேண்டும், சொல்லிவிட்டேன், இல்லாவிட்டால் ரொம்ப கஷ்டமாகி விடும். ஒவ்வொருவரையும் சிறையில் செக்கு இழுக்க வைக்காமல் விடமாட்டேன். போங்கள், போய் ஹோரியையும், அவனது பிள்ளையையும் என்னிடம் அனுப்பி வையுங்கள்" என்றார்.

நோகேராம் தணிந்த குரலில் – "அவன் பிள்ளை ஊரைவிட்டு ஓடிவிட்டான். எந்த இரவு இச்சம்பவம் நிகழ்ந்ததோ, அன்றிரவே ஓடிவிட்டான்" என்றார்.

"பொய் சொல்லாதீர்! பொய் என்றால் என் உடம்பு பற்றி எரியுமென்று உமக்குத் தெரியும். எந்த இளைஞனும் தன் காதலியை அவள் வீட்டிலிருந்து கூட்டிவந்துவிட்டு ஓடிப்போனான் என்று இதுவரை நான் கேட்டதில்லை. அவன் ஓடுபவனாக இருந்தால், அந்தப் பெண்ணை ஏன் கூட்டிவருகிறான்? நீங்களெல்லாம் இதில் ஏதோ விஷமம் செய்திருக்கிறீர்கள். நீர் கங்கையில் மூழ்கி, இதற்கு விளக்கம் சொன்னாலும் நான் நம்பப்போவதில்லை. நீங்களெல்லாம் உங்கள் சமுதாயத்தின் மரியாதையை கட்டிக்காக்கிறோமென்று அவனை மிரட்டியிருப்பீர்கள். பாவம் அவன் ஓடாமல் என்ன செய்வான்? எனக் கோபத்துடன் கூறினார் ராய் சாகப்.

நோகேராமினால் இதற்கு மறுப்புக் கூற இயலவில்லை எஜமானர் எது சொன்னாலும் அது சரிதான். நீங்களே நேரில் வந்து எது மெய், எது பொய்யென்று தெரிந்து கொள்ளுங்கள் என்று கூறக் கூட அவரால் இயலவில்லை. பெரிய மனிதர்களின் கோபம், எதிராளியின் முழுசமர்ப்பணத்தைத்தான் எதிர்பார்க்கிறது. எதிராக ஒரு வார்த்தையைக்கூட அவர்களால் தாங்கிக் கொள்ள இயலாது.

ராய் சாகபின் முடிவைக் கேட்டதும் பஞ்சாயத்தார்களின் திமிரெல்லாம் பஞ்சாய்ப் பறந்து விட்டது. தானியம் இன்னமும் அப்படியேதான் கிடந்தது. ஆனால் பணம் எப்பொழுதோ மாயமாக

மறைந்துவிட்டது. ஹோரியின் வீட்டை அடமானப் பத்திரம் எழுதியாகிவிட்டது. ஆனால் கிராமத்தில் அந்த வீட்டை யார் கேட்பார்கள்? இந்துப் பெண்மணி, கணவனுடனிருந்தால் கிரகலட்சுமி; கணவன் அவளைத் துறந்துவிட்டாள், அவள் மதிப்பற்றவள். இதுபோல்தான் அந்த வீடு; ஹோரிக்கு லக்ஷ ரூபாய் பெறுமானதாக இருந்தது. ஆனால் உண்மையான விலையோ, மதிப்போ எதுவுமில்லை. ராய் சாகப்போ பணம் கொடுக்காமல் விட மாட்டார். இந்த ஹோரிதான் போய்ச் சொல்லி அழுதிருப்பான். கணக்குப்பிள்ளைதான் ரொம்பவும் பயந்து போயிருந்தார். அவருக்கு வேலையே போய்விடுமே! நான்கு பெரிய மனிதர்களும் ஒன்றுகூடி இந்த முக்கியமான பிரச்சனை பற்றி, ஆலோசித்தனர். ஆனால் யாருடைய புத்திக்கும் எதுவும் எட்டவில்லை. ஒருவர் மற்றவரைக் குறை சொல்லிக்கொண்டனர். முடிவில் அதுவே பெருத்த சண்டையாகிவிட்டது.

கணக்குப்பிள்ளை தன் நீண்ட கழுத்தை மேலும், கீழும் அசைத்தவாறே, "ஹோரி விஷயத்தில் நாம் வாயை மூடிக் கொண்டிருக்க வேண்டுமென்றுதான் நான் தடுத்தேன். பசுவின் விஷயத்தில் எல்லோருக்கும் நஷ்ட ஈடு கொடுக்கவேண்டியிருந்தது. இந்த விஷயத்தில் பணத்தை அழுதால் மட்டும் போதாது. வேலையும் போய்விடும் போலிருக்கிறது. உங்களுக்கெல்லாம் ரூபாயைப் பற்றித் தான் கவலை. ஆளுக்கு இருபது ரூபாயை எடுங்கள். இப்பொழுதும் தப்பிக்கலாம். ராய் சாகப் ரிப்போர்ட் செய்துவிட்டால் எல்லோரும் சிக்கிக் கொள்வீர்கள்" என்றான்.

தாதாதீன் பிராமணனின் வீரியத்தைக் காட்டினார், "என்னிடம் இருபது ரூபாயென்ன? இருபது காசுகூட கிடையாது. பிராமணன் போஜனம் நடந்தது. ஹோமம் நடந்தது. இதற்கெல்லாம் செலவாகவில்லையா? என்னை ஜெயிலுக்கு அனுப்ப ராய் சாகப்பிற்கு அவ்வளவு துணிச்சல் உண்டா? பிரம்ம தேஜஸில் குடும்பத்தையே அழித்து விடுவேன். எந்த ளபிராமணனுடனும் அவருக்கு இன்னமும் அனுபவம் ஏற்படவில்லை.

ஜீங்குரி சிங்கும், இதேபோல்தான் ஏதேதோ சொன்னார். அவரொன்றும் ராய் சாகபின் ஆளில்லை. ஹோரியை அவர் அடித்தாரா, உதைத்தாரா? வற்புறுத்தினாரா? ஹோரி பிராயச்சித்தம் செய்ய விரும்பினார். அதற்கு அவர் ஒரு சந்தர்ப்பமளித்தார். அவ்வளவுதானே! இதற்காக அவர்மீது எந்தக் குற்றமும் சாட்டிவிட முடியாது என்று கூறிவிட்டார். ஆனால் நோகேராம் இத்தனை சுலபமாகத் தப்பித்துக்கொள்ள முடியவில்லை. ரொம்ப மஜாவாய் கிராமத்தில் ஆட்சிசெலுத்திக் கொண்டிருந்தார். சம்பளம் என்னவோ பத்து ரூபாய்தான். அதிகமில்லை. ஆனால் வருஷம் ஆயிரம் ரூபாய் மேல்வரும்படி வந்தது. நூற்றுக்கணக்கானவர்கள் அவருடைய அதிகாரத்திற்கு உட்பட்டிருந்தனர். நாலு ஆட்கள் கைகட்டி நின்றனர். கூலி கொடுக்காமலேயே ஆட்களிடம் தன் வேலைகளை யெல்லாம் வாங்கிக்கொள்ள முடிந்தது. போலீஸ் இன்ஸ்பெக்டர் கூட மரியாதையுடன் உட்கார நாற்காலி தந்தார். இந்த நிம்மதியும் சுகமும் அவருக்கு வேறெங்கு கிடைக்கும்? கணக்குப்பிள்ளை

வேலையின் காரணமாய்தான் லேவாதேவிக்காரர் ஆகியுள்ளார். வேறெங்கு போக முடியும்? இந்த ஆபத்திலிருந்து எப்படித் தப்புவது என்று இரண்டு, மூன்று நாட்களாய், கவலையில் ஆழ்ந்திருந்தார். கடைசியில் ஒருவழி தோன்றியது. சிலசமயம் கோர்ட்டில் 'பிஜ்லி' பத்திரிகையைப் பார்த்திருக்கிறார். ராய் சாகப் தனது குடிகளிலிருந்து எவ்வாறு தண்டம் வசூலிக்கிறார் என்பதையெல்லாம் பற்றி ஒரு அநாமதேயக் கடிதம் எழுதி, 'பிஜ்லி' பத்திரிகையாசிரியருக்கு அனுப்பி வைத்தால், ராய் சாகப்பிற்கு லாபத்திற்குப் பதில் நஷ்டம்தான். நோகேராம் இந்த யோஜனைக்கு ஒத்துக்கொண்டார். இருவருமாய் சேர்ந்து எப்படியோ ஒரு கடிதம் எழுதி, ரிஜிஸ்தர் தபாலில் அனுப்பி வைத்தனர்.

ஆசிரியர் ஓங்கார நாத் இப்படிப்பட்ட கடிதங்களைத்தான் எதிர் பார்த்துக் கொண்டிருந்தார். கடிதம் கிடைத்ததுமே ராய் சாகப்பிற்கு அறிவித்து விட்டார். "அவருக்குச் சில செய்திகள் கிட்டியுள்ளன. ஆனால் அதை நம்ப அவருக்கு விருப்பமில்லை. ஆனால் நிருபர் ஆதாரங்களுடன் அச்செய்தியை அனுப்பியுள்ளதால் நம்பாமலும் இருக்க இயலவில்லை. ராய் சாகப் தன் இலாக்காவிலுள்ள ஒரு குடியானவனிடம் அவனது மகன் ஒரு விதவையைக் கூட்டி வைத்துக் கொண்டான் என்பதற்காக எண்பது ரூபாய் தண்டம் வசூலித்துள்ளாரா? பத்திரிகை ஆசிரியர் என்ற கடமை உணர்வில் இந்த விஷயத்தில் உண்மையை ஆராய்ந்து, மக்களின் நன்மைக்காக அதனை பிரசுரிக்கவும் வேண்டியுள்ளது. ராய் சாகப் இது விஷயம் பற்றி தான் சொல்லவேண்டியது எதுவும் இருந்தால், ஆசிரியர் என்ற முறையில் தான் அதையும் பிரசுரிக்கத் தயார். இந்தச் செய்தி தவறாக இருக்க வேண்டும் என்றுதான் ஆசிரியர் மனப்பூர்வமாக நினைக்கிறார். ஆனல் இதில் சிறிதளவு உண்மையிருந்தாலும் அதனை வெளிச்சத்திற்குக் கொண்டுவர வேண்டியதைத் தவிர வேறு வழியில்லை. நட்பு அவரைக் கடமையிலிருந்து அகற்ற இயலாது.

ராய் சாகப் இந்த அறிவிப்பைக் கேட்டதும் தலையிலடித்துக் கொண்டார். முதலில் மிகுந்த ஆவேசம் கொண்டார். தான் போய் அந்த ஓங்கார் நாத்திற்கு ஐம்பது சவுக்கடி கொடுத்து, "ஏய்! அந்தக் கடிதத்தைப் பிரசுரிக்கும்போது, இந்த அடிவாங்கிய செய்தியையும் பிரசுரித்து விடு என்று கூறவேண்டும் போலிருந்தது. ஆனால் இதன் பலனைப் பற்றி நினைத்ததும் மனத்தை அமைதிப்படுத்திக் கொண்டார். உடனே அவரைச் சந்திக்கப் புறப்பட்டார். தாமதம் செய்தால் ஒருக்கால் ஓங்கார் நாத் இந்தச் செய்தியை பிரசுரித்து விட்டால் அவரது, புகழ், பெருமை எல்லாம் களங்கமுற்றுவிடும்.

ஓங்கார் நாத் உலாவிவிட்டு திரும்பி இருந்தார். இன்று எழுத வேண்டியிருந்த தலையங்கம் பற்றிய சிந்தனையிலாழ்ந்திருந்தார் அவர். அவரது உள்ளம் பறவையைப்போல் எங்கெங்கோ சிறகடித்துப் பறந்துகொண்டிருந்தது. அவரது தர்மபத்தினி கடந்த இரவு அவரைச் சொல்லிவிட்ட சில வார்த்தைகள் முட்கள் போன்று இன்னமும் உறுத்திக்கொண்டிருந்தன. அவரை யாரேனும் தரித்திரன், அதிர்ஷ்டம் கெட்டவன், முட்டாள் என்றெல்லாம் சொன்னாலும் அவர் சற்றும் தவறாக எடுத்துக்கொள்ளமாட்டார். ஆனால்

அவருக்கு ஆண்மையில்லை என்று சொன்னால் அவரால் சகித்துக்கொள்ள இயலாது. மேலும் அவரது மனைவிக்கு இவ்வாறு சொல்ல என்ன உரிமையுள்ளது? யாரேனும் இவ்வாறு சொன்னால், அவர்களது வாயில் அடிப்பாளென்றல்லவா எதிர்பார்க்கப்படும். அப்படிப்பட்ட செய்திகளை அவர் நிச்சயம் பிரசுரிக்க மாட்டார். தலைக்கு ஆபத்து வருவது போன்ற குறிப்புகளைக்கூட பிரசுரிக்க மாட்டார். பார்த்துப் பார்த்துத்தான் அடி எடுத்து வைக்கிறார். இந்த யுகத்தில் வேறென்ன செய்யமுடியும்? சட்டங்கள் அப்படி இருக்கின்றனவே! ஆனால் அவர் எதற்காகப் பாம்புப் புற்றில் கைவிடப் போகிறார்? குடும்பத்தில் உள்ளவர்களுக்குக் கஷ்டம் வரக் கூடாதென்றுதானே! அவருடைய இந்தப் பொறுமைக்கு, சகிப்புத் தன்மைக்குக் கிடைத்துள்ள பரிசு இது. என்ன அநியாயம்? அவரிடம் பணமில்லையென்றால், பனாரஸ் புடவை எப்படி வாங்கிக் கொடுக்கமுடியும்? டாக்டர் சேட், புரொபசர் பாடியாவின் மனைவிகள் இன்னும் யார் யாரோ பனாரஸ் புடவைகள் அணிகிறார்களென்றால் அவரென்ன செய்ய முடியும்? அவரது மனைவி, இந்தப் பனாரஸ் புடவைக்காரிகளை, தனது கதர் புடவையினால், நாணங்கொள்ளச் செய்வதில்லை. யாரேனும் பெரிய மனிதர்களைச் சந்திக்கச் செல்ல வேண்டியிருந்தால், முரட்டுக் கதரை அணிந்து செல்வதுதான் அவரது வழக்கம். யாரேனும் விமர்சித்தால் முகத்திலடித்தாற்போல் பதில் கூறத் தயாராக இருப்பார். அவருடைய மனைவியிடம் இத்தகைய சுயாபிமானம் ஏனில்லை? மற்றவர்களுடைய பகட்டையும் ஆடம்பரத்தையும் கண்டு மனம் தடுமாறிப் போகிறாள்? தேசபக்தனான ஒருவன் மனைவி தானென்று அவள் பெருமையல்லவா படவேண்டும்? தேசபக்தனிடம் தனது தேசபக்தியைத் தவிர வேறென்ன சொத்து இருக்கமுடியும்? இந்த விஷயத்தைப் பற்றி இன்றையத் தலையங்கம் எழுதவேண்டும் என்ற கற்பனை செய்து கொண்டிருக்கும் போதே அவரது கவனம் ராய் சாகப்பின் விவகாரத்தின்பால் சென்றது. ராய் சாகப் தனக்கு என்ன பதில் சொல்லுகிறார் என்று பார்க்க வேண்டும்? தன் சார்பில் விளக்கம் தருவதில் வெற்றிபெற்றுவிட்டால், விஷயம் அத்துடன் முடிந்துவிடும். ஆனால் ஓங்காரநாத், அச்சத்தினாலோ, செல்வாக்கின் வசப்பட்டோ, மரியாதையைக் காப்பாற்றவோ, கடமையிலிருந்து நழுவிவிடுவார் என்று நினைத்தால் அது பிரமையாகத்தானிருக்கும். சந்தர்ப்பம் கிடைக்கும்போதெல்லாம், சட்டத்தைச் சூறையாடுகின்ற இந்தக் கொள்ளைக்காரர்களின் குட்டை உடைப்பதைத் தவிர அவரது தவம், சாதனை எல்லாவற்றிக்கும் வேறென்ன பரிசு கிட்டியுள்ளது? ராய் சாகப் மிகுந்த செல்வாக்குடையவர் என்பது அவருக்கு நன்றாகத் தெரியும். கவுன்சில் மெம்பர் என்பதைத் தவிரவும் அதிகார வட்டாரத்திலும் அவருக்கு நெருங்கிய தொடர்பு உண்டு. அவர் விரும்பினால், தன்மீது வழக்குப் போடமுடியும். தன் குண்டர்களை விட்டு வெளியே போகும்போது அடிக்கலாம். ஆனால் ஓங்கார் நாத் இதற்கெல்லாம் அஞ்சுபவரல்லவே! உடலில் உயிர் உள்ளவரை, அக் கிரமக்காரர்களை ஒருகை பார்த்து விடுவார். விடமாட்டார்.

திடீரென காரின் சத்தம் கேட்டதும் அவர் திடுக்கிட்டார். உடனே காகிதத்தை எடுத்துத் தனது தலையங்கத்தை எழுதத் துவங்கினார். மறுகணம் ராய் சாகப் அவரது அறையில் பிரவேசித்தார்.

ஓங்கார்நாத் அவரை வரவேற்கவோ, நலம் விசாரிக்கவோ யில்லை. நாற்காலியில் அமரச் செய்யவுமில்லை. அவரது நீதிமன்றத்திற்கு யாரோ குற்றவாளி வந்திருப்பதுபோல் நோக்கினார். அதிகாரமிகுந்த குரலில் எனது குறிப்பு தங்களுக்குக் கிடைத்ததா? அக்கடிதம் நான் எழுதவேண்டுமென்ற கட்டாயமில்லை. நானே இதுபற்றி விசாரிப்பதுதான் எனது கடமை. ஆனால் மரியாதை கருதி சிந்தாந்தங்களைக் கொஞ்சம் கொஞ்சம் கைவிட வேண்டித்தான் நேருகின்றது. அந்தச் செய்தியில் ஏதேனும் உண்மையுள்ளதா? என்றார்.

ராய்சாகப் இது உண்மை என்பதை மறுக்க இயலவில்லை. இதுவரை தண்டமாக வசூலிக்கப்பட்ட பணம் அவரது கைக்கு வந்து சேரவில்லை. அதைப் பெற்றுக்கொள்ள அவர் முற்றிலும் மறுத்து விட முடியும். ஆயினும் இந்தப் பெரிய மனிதர் எந்தப் பக்கம் போகிறார் என்பதைக் காண விரும்பினார்.

ஓங்கார்நாத் வருத்தம் தெரிவித்தவராய், "அப்படியென்றால் இந்தச் செய்தியை வெளியிடுவதைத் தவிர வேறு வழியில்லை. எனது மிக நெருங்கிய நண்பரைக் கண்டனம் செய்ய வேண்டி இருப்பது பற்றி எனக்கு மிகவும் வருத்தம். ஆனால் கடமைக்கு முன்னர் தனிமனிதன் ஒரு பொருட்டல்ல. ஒரு பத்திரிகை ஆசிரியர் தனது கடமையை நிறைவேற்றாவிட்டால், இந்த ஆசனத்தில் அமர அவருக்கு அருகதையில்லை" என்றார்.

ராய் சாகப் நாற்காலியில் அமர்ந்துகொண்டு பீடாவை வாயில் போட்டுக்கொண்டு சொன்னார். "ஆனால் இது தங்களின் அருகதைக்கு நான்றாக இராது. எனக்கு என்ன நேரவேண்டுமோ, அது பின்னால் நேரிடும். ஆனால் தங்களுக்கு உடனேயே தண்டனை கிடைத்துவிடும். தாங்கள் நண்பர்களை ஒரு பொருட்டாகக் கருதுவதில்லை என்றால் நானும் அதே ரகத்தைச் சேர்ந்தவன்தான்."

லட்சியத்திற்காக உயிர் துறக்கும் மாவீரன் போன்ற கௌரவத்தைத் தாங்கியவராய் ஓங்கார்நாத் சொன்னார், "இதைப் பற்றிய அச்சம் எனக்கு என்றும் இருந்ததில்லை. என்றைய தினம் பத்திரிகை ஆசிரியனாகப் பொறுப்பேற்றேனோ அன்றே உயிரைப் பற்றிய மோகத்தைத் துறந்துவிட்டேன். ஒரு பத்திரிகை ஆசிரியருக்குப் பெருமை தரும் மரணம், அவன் நியாயத்தையும், சத்யத்தையும் காப்பாற்றியவாறு உயிர் துறப்பதுதான்."

"நல்லது. தங்களது அறைகூவலை நான் ஏற்றுக்கொள்கிறேன். இதுவரை தங்களை எனது நண்பர் என்று நினைத்து வந்தேன். ஆனால் தாங்கள் சண்டையிடத் தயாரென்றால் அதுவே நடக்கட்டும். தங்களது பத்திரிகைக்கு ஐந்து மடங்கு அதிகமான சந்தா நான் ஏன் கொடுக்கிறேன்? அது எனக்கு அடிமையாக

இருக்கவேண்டும் என்பதற்காகத்தானே! அறுபத்தி ஐந்து ரூபாய் நீங்கள் வாயை மூடிக் கொண்டிருக்கத்தான் தருகிறேன். என்னைக் கடவுள் பணக்காரராக்கியுள்ளார். தாங்கள் நஷ்டமாகிவிட்டதென்று அழும் போதும், உதவி வேண்டுமென்று அப்பீல் செய்யும் போதும் நான் தங்களுக்கு ஏதோ கொஞ்சம் உதவி செய்துகொண்டு தானிருக்கிறேன். எதற்காக? தீபாவளி, தசரா, ஹோலி பண்டிகைகளின் போது தங்களுக்குப் பரிசுகள் அனுப்புகிறேன். வருடத்தில் இருபத்தி ஐந்து தடவைகளாவது தங்களுக்கு விருந்து தருகிறேன். இதெல்லாம் எதற்காக? தாங்கள், லஞ்சத்தையும், கடமையையும் ஒன்றாக ஒரே சமயத்தில் சமாளிக்க இயலாது."

"நான் லஞ்சம் வாங்கியதில்லை" ஆவேசத்துடன் கூறினார் ஓங்கார் நாத்.

ராய் சாகப் படாரென பதிலளித்தார், "இம்மாதிரியான விவகாரங்களெல்லாம், லஞ்சம் இல்லையென்றால், லஞ்சமென்பது என்னவென்று எனக்குக் கொஞ்சம் சொல்லுகிறீர்களா? தாங்கள் மனதில் என்னவென்று நினைத்துக் கொண்டிருக்கிறீர்கள்? சுயநலம் ஏதுமின்றி தங்களது நஷ்டத்தை ஈடுகட்டுபவர்களெல்லாம், தங்களைத் தவிர முட்டாள்கள் என எண்ணிக் கொண்டிருக்கி றீர்களா? எடுங்கள் உங்கள் கணக்குப் பேரேட்டை! இதுவரை எனது ஜமீனிலிருந்து தங்களுக்கு எத்தனை தொகை கிடைத்துள்ளது என்று கூட்டிப் பாருங்கள். ஆயிரக்கணக்காக இருக்குமென்பது எனது நம்பிக்கை. சுதேசி, சுதேசி என்று வாய்கிழியப் பேசிக்கொண்டு, வெளிநாட்டு மருந்துகள், மற்ற பொருள்கள் பற்றி விளம்பரங்களை வெளியிடுவது தங்களுக்கு வெட்கமாக இல்லையா? நான் எனது குடிகளிடம் தண்டமும், அபராதமும் வசூலிப்பதற்கு வெட்கப்படவேண்டுமா? தாங்கள் தான் குடியானவர்களின் நலனுக்காக, பிரதிக்ஞை எடுத்துள்ளதாக நினைத்து விடாதீர்கள். நான் குடியானவர்களுடன் வாழவும், மரிக்கவும் வேண்டும். என்னைவிட அவர்களது நலத்தை விரும்புகிறவர்கள் வேறெவருமில்லை. ஆனால் எனது குடும்பம் எப்படி நடக்கும்? அதிகாரிகளுக்கு விருந்துகள் எங்கிருந்து கொடுப்பது? அரசுக்கான சந்தா எப்படிக் கொடுப்பது? குடும்பத்திலுள்ள நூற்றுக் கணக்கானவர்களின் தேவைகளைப் பூர்த்தி செய்வதெப்படி? எனது வீட்டுச் செலவு பற்றி ஒருக்கால் தங்களுக்குத் தெரிந்திருக்கலாம். என் வீட்டிலென்ன காசு மரம் காய்க்கிறதா? குடியானவர்க ளிடமிருந்துதான் எனக்குப் பணம் வரவு. ஜமீன்தார்களும், தாலுக்காதார்களும் உலக இன்பங்கள், சுகங்களை யெல்லாம் அனுபவித்துக் கொண்டிருப்பதாகத் தங்களுக்குத் தோன்றலாம். அவர்களது உண்மையான நிலைமை தங்களுக்குத் தெரியாது. அவர்கள் தருமாத்மாவாக இருந்தால் அவர்கள் உயிர் வாழ்வதே, காலம் தள்ளுவதே கடினமாகிவிடும். அதிகாரிகளுக்கு அன்பளிப்புகள் தந்து கொண்டிராவிடில் சிறையே வீடாகிவிடும். சும்மா எல்லோரையும் கொட்டிக்கொண்டிருக்க நாங்கள் தேள் அல்ல. ஏழைகளின் மென்னியை இறுக்குவதும் ஆனந்தம் அனுபவிக்க வேண்டிய செயல் அல்ல. ஆயினும் மரியாதையை,

கௌரவத்தைக் காப்பாற்றிக் கொள்ளத்தான் வேண்டியிருக்கிறது. நீங்கள் எங்கள் பணக்காரத்தனத்தைப் பயன்படுத்திக் கொள்ள விரும்புவதுபோல்தான் மற்றவர்களெல்லோரும் கூட எங்களைத் தங்க முட்டையிடும் கோழி என்று நினைக்கிறார்கள். என்னுடன் என் பங்களாவிற்கு வந்து பாருங்கள். காலையிலிருந்து மாலை வரை எத்தனை பேர் என் மீது குறிவைக்கிறார்களென்று. ஒருத்தன் கஷ்மீரி சால்வை, போர்வையென எடுத்துக்கொண்டு வருவான். இன்னொருவன், வாசனைத் திரவியங்கள், புகையிலை போன்றவைகளின் ஏஜண்டாக இருப்பான். புத்தகங்கள், பத்திரிகை, இன்ஷூரன்ஸ், பாலிசி, கிராமபோன் – என எதை எதையோ எடுத்துக்கொண்டு வந்து தலைமேல் உட்கார்ந்து விடுவார்கள். சந்தா கேட்டு வருபவர்களுக்குக் கணக்கே கிடையாது. எல்லோரிடமும் என் சிரமங்களைக் கூறிக்கொண்டு உட்கார முடியுமா? என் கஷ்டத்தைக் கேட்கவா எல்லோரும் வருகிறார்கள்? என் தலையைத்தடவி முட்டாளாக்கி என்னிடமிருந்து கொஞ்சம் பறித்துக் கொண்டு போகத்தான் வருகின்றனர். கௌரவம், மரியாதையையெல்லாம் விட்டுவிட்டால், கைகொட்டிச் சிரிப்பார் கள். அதிகாரிகளுக்கு கூடை கூடையாய் அனுப்பாவிட்டால் புரட்சி வாதி எனக் கருதப்படுவேன். அப்பொழுது தங்களது கட்டுரையால் எனக்குப் பாதுகாப்பு தரமாட்டீர்கள் நீங்கள். காங்கிரஸில் சேர்ந்தேன். அதற்கு நஷ்ட ஈடு இன்னமும் செலுத்திக்கொண்டிருக்கிறேன். கறுப்புப் புத்தகத்தில் என் பெயர் பதிவாகிவிட்டது. என் தலை மீது எத்தனை கடன் பளு இருக்கிறதென்று எப்பவாது நீங்கள் கேட்டதுண்டா? கடன் கொடுத்தவர்களெல்லாம் டிகிரி வாங்கிவிட்டால் இதோ போட்டுக் கொண்டிருக்கிறேனே அந்த மோதிரம் கூட மிஞ்சாது. விற்க வேண்டிவரும். இத்தனை ஆடம்பரமெல்லாம் எதற்கென்று நீங்கள் கேட்கலாம். ஏழு தலைமுறையாய் எந்தச் சூழலில் வளர்ந்திருக்கிறேனோ அதிலிருந்து என்னால் வெளிவர முடிவதில்லை. என்னால் புல் வெட்ட முடியாது. உங்களுக்கு நிலமில்லை, சொத்தில்லை, கௌரவம் அது இது என்றெல்லாம் தொந்தரவு எதுவுமில்லை. நீங்கள் பயமில்லாமல் இருக்கலாம். ஆயினும் நீங்களும் வாலைச் சுருட்டிக்கொண்டு பயந்து கொண்டுதான் உட்கார்ந்திருக்கிறீர்கள். நீதிமன்றங்களில் லஞ்சம் எவ்வளவு தூரம் விளையாடுகின்றதென்று உங்களுக்குத் தெரியுமா? எத்தனை ஏழைகள் நசுக்கப்படுகின்றனர். கொல்லப்படுகின்றனர், எத்தனை பெண்களின் கற்பு சூறையாடப்படுகிறது. இதையெல்லாம் எழுத தைரியம் இருக்கிறதா உங்களுக்கு? அத்தாட்சியுடன் விவரங்களெல்லாம் நான் தருகிறேன். எழுதுவீர்களா?

ஓங்கார்நாத் சற்றுத் தணிந்தவராய் – "சந்தர்ப்பம் நேரிட்ட போதெல்லாம், நான் பின்வாங்கியது இல்லை" என்றார்.

ராய் சாகப்பும் சற்றே வேகம் தணிந்தவராய் "ஆமாம். இதை நான் ஒப்புக்கொள்கிறேன். இரண்டொரு சந்தர்ப்பங்களில் நீங்கள் துணிவைக் காட்டியுள்ளீர்கள். ஆனால் எப்பொழுதும் தங்களது பார்வை சுயலாபத்தில்தான் குறியாக இருந்தது. மக்களின் நன்மை

குறித்தல்ல. கோபப்படாதீர்கள். ஆத்திரப்படாதீர்கள். நீங்கள் மைதானத்தில் இறங்கும்போதெல்லாம், அதற்கு நல்ல பயன்தான் விளைந்துள்ளது. உங்களுடைய, மரியாதை, செல்வாக்கு, வரும்படியில் விருத்தி ஏற்பட்டுள்ளது. என் விஷயத்திலும் தாங்கள் அதே தந்திரத்தைக் கையாள்கிறீர்களென்றால், நான் தங்களுக்கு மரியாதை செய்யத் தயார். பணம் தரமாட்டேன். அது லஞ்சம், தங்கள் மனைவிக்கு நகை நட்டு ஏதேனும் செய்து தருகிறேன். ஒப்புக் கொள்கிறீர்களா? தங்களுக்குக் கிடைத்துள்ள செய்தி தவறு என்று உண்மையாகத்தான் சொல்லுகிறேன். என்னுடைய சகோதர ஜமீன்தார்கள் போலத்தான் நான் எனது குடியானவர்களிடமிருந்து வருடத்தில் ஐந்தாயிரம், பத்தாயிரம் என்று தண்டம் வசூலிக்கிறேன் என்பதைச் சொல்லிவிடுகிறேன். தாங்கள் எனது இந்த வரும்படியை என்னிடமிருந்து பறிக்க விரும்பினால் உங்களுக்குத்தான் நஷ்டம், கஷ்டம் எல்லாம். நீங்களும் வாழ்க்கையில் சுகமாக இருக்க விரும்புகிறீர்கள். நானும் விரும்புகிறேன். நீங்கள், நியாயம், கடமையென்ற புரட்டில் என்னைத் துன்புறுத்தினால் நீங்களும் துன்பப்பட்டுப் போவீர்கள். இதனாலென்ன பயன்? உங்கள் மனதில் உள்ளதை வெளிப்படையாகச் சொல்லுங்கள். நான் உங்கள் எதிரியல்ல. உங்களுடன் எத்தனை முறை ஒரே மேஜையில், சாப்பிட்டிருக்கிறேன். தாங்கள் சிரமத்தில் இருக்கிறீர்கள் என்பது தெரியும். என்னுடைய நிலைமையைவிட உங்கள் நிலைமை இன்னும் மோசம். தாங்கள் அரிச்சந்திரனாக இருப்பதென்று சபதம் எடுத்துக் கொண்டிருந்தால் தங்களிஷ்டம். நான் வருகிறேன்."

ராய் சாகப் நாற்காலியிலிருந்து எழுந்துவிட்டார். ஓங்கார்நாத் அவர் கரத்தைப் பற்றி, சமாதான பாவத்துடன், "இல்லையில்லை. நீங்கள் உட்காரத்தான் வேண்டும். நான் எனது நிலைமையை விளக்க விரும்புகிறேன். என்னுடன் தாங்கள் இதுவரை நடந்து கொண்டிருந்த விதத்திற்கு நானென்றும் தங்களுக்குக் கடமைப்பட்டுள்ளேன். ஆனால் இதில் கொள்கை என்ற விஷயம் வந்திருக்கிறது. கொள்கை எனக்கு உயிரினும் மேலானது என்பது தங்களுக்குத் தெரியும்." என்றார்.

ராய் சாகப் மீண்டும் நாற்காலியில் அமர்ந்துகொண்டார். சற்றே இனிமையான குரலில் – "நல்லது தாங்கள் என்ன எழுத வேண்டுமோ எழுதிக் கொள்ளுங்கள். உங்கள் கொள்கையை தகர்க்க நான் விரும்பவில்லை. என்ன ஆகிவிடப் போகிறது. பெயர் கெட்டுவிடும். அவ்வளவுதான். பெயருக்காக எதுவரை உயிரை விடுவது? தன் குடியானவர்களைக் கொஞ்சமாவது துன்புறுத்தாத ஜமீன்தார் யார் இருக்கிறார்கள்? நாய், எலும்புக்கு காவலிருந்தால் எதைக் கடித்துச் சாப்பிடும்? என்னால் முடிந்தது இவ்வளவுதான். இனிமேல் இப்படிப்பட்ட புகார் வராமல் பார்த்துக்கொள்கிறேன். உங்களுக்கு என்மீது நம்பிக்கையிருந்தால் இந்த முறை மன்னித்து விடுங்கள். வேறொரு பத்திரிகை ஆசிரியராக இருந்தால் நான் இது போல் பாராட்டிப் பேசியிருக்கமாட்டேன். நடுத்தெருவில் வைத்து அடிக்கச் சொல்லியிருப்பேன். ஆனால் நாம் நண்பர்கள். இதனால் நான் அடங்கிப் போக வேண்டியுள்ளது. இது பத்திரிகைகளின் யுகம்.

அரசாங்கம் கூட அதனிடம் அஞ்சுகிறபோது நானென்ன? நீங்கள் யாரை வேண்டுமானாலும் உயர்த்திவிடலாம். சரி, இந்தச் சண்டையை முடித்து விடுவோம். சொல்லுங்கள், இப்பொழுது பத்திரிகையின் நிலைமை எப்படி இருக்கிறது? சந்தாதார்கள் அதிகரித்துள்ளனரா?

“எப்படியோ காரியம் நடந்து கொண்டிருக்கிறது. இன்றயச் சூழலில் நான் இதைவிட அதிகமாக எதிர்பார்க்கவில்லை. பணம், சுகபோகங்களுக்கு ஆசைப்பட்டு நான் இத்துறைக்கு வரவில்லை. இதனால் நான் முறையிட எதுவுமில்லை. நான் மக்களுக்குச் சேவை புரிய வந்தேன். என்னால் இயன்றவரையில் செய்து கொண்டும் இருக்கிறேன். நாட்டுக்கு நன்மை விளைய வேண்டும். இதுதான் என் விருப்பம். தனிமனிதன் ஒருவரின் சுகதுக்கங்களுக்கு இதில் இடமில்லை” - என விரக்தியுடன் கூறினார் ஓங்கார் நாத்.

ராய் சாகப் பின்னும் மனம் நெகிழ்ந்தவராய், “இதெல்லாம் சரிதான், ஆனால் சேவை செய்யவும், உயிரோடு இருக்க வேண்டியது அவசியமல்லவா? பொருளாதார நிலைமை பற்றிக் கவலைப்பட்டுக் கொண்டு தாங்கள் ஒருமனப்பட்டு சேவையில் ஈடுபட முடியாது. சந்தாதாரர் எண்ணிக்கை அதிகமாகவேயில்லையா?” என்று கேட்டார்.

“விஷயம் இதுதான். நான் எனது பத்திரிகையின் தரத்தைத் தாழ்த்த விரும்பவில்லை. இன்று நான் திரைப்பட நடிகர்களின் புகைப்படங்களையும், அவர்களைப் பற்றிய விவரங்களையும் பிரசுரித்தால் என்னுடைய சந்தாதார்கள் அதிகரிக்கக் கூடும். ஆனால் இது எனது பாலிசி, கொள்கைக்கு விரோதமானது. இன்னும் எத்தனையோ தந்திரங்கள், வழிகள் இருக்கின்றன. அவற்றினால், பத்திரிகையின் மூலம் நிறையப் பணம் சம்பாதிக்க முடியும். ஆனால் நான் அவற்றை நிந்திக்கத் தகுந்தவை என நினைக்கிறேன்”

“இதனால்தான் தங்களுக்கு இத்தனை மரியாதை கிட்டியுள்ளது. நான் இன்னொன்றை பிரஸ்தாபிக்க விரும்புகிறேன். நீங்கள் அதை ஏற்றுக் கொள்வீர்களா மாட்டீர்களா என்பது தெரியவில்லை. நீங்கள் என் சார்பாக, நூறு பேருக்குத் தங்கள் பத்திரிகையை இலவசமாக அனுப்பி வையுங்கள். சந்தா நான் கொடுத்து விடுகிறேன்.”

ஓங்கார்நாத் நன்றியுடன் இதனை ஏற்றவராய் சொன்னார், “தங்களுடைய இந்தத் தானத்தை நான் நன்றியுடன் ஏற்றுக் கொள்கிறேன். மக்கள் பத்திரிகைகளின்பால் கவனம் செலுத்தாமலிருப்பது மிகவும் வருந்தத்தக்க விஷயம். பள்ளிகள், கல்லூரிகள், ஆலயங்களுக்கு பணமுள்ளது. ஆனால் இன்று வரை பத்திரிகைகளை பரவச் செய்ய, பிரசாரம் செய்ய ஒருவராவது தானம் தர முன்வரவில்லை. மக்களுக்குக் கல்வி அறிவு ஊட்ட, மிகக் குறைந்த செலவில் பத்திரிகைகளின் மூலம் இயலும். வேறெந்த முறையிலும் இது இயலாது. கல்விக்கூடங்களுக்கு, ஸ்தாபனங்கள் மூலம் பொருளுதவி கிடைப்பதுபோல் பத்திரிகைகளுக்கும் கிடைத்தால், பாவம் பத்திரிகை ஆசிரியர்கள், விளம்பரங்களுக்கு இடமும் நேரமும் இத்தனை அளிக்க வேண்டியிருக்கிறதே அது குறையும். நான் தங்களுக்கு மிகவும் கடமைப்பட்டுள்ளேன்.”

ராய் சாகப் விடைபெற்றுக் கொண்டார். ஓங்கார்நாத்தின் முகத்தில் மகிழ்ச்சி துளியுமில்லை. ராய் சாகப் எந்த நிபந்தனையும் விதிக்கவில்லை. எந்தக் கட்டுப்பாடும் கூறவில்லை. ஆனால் ஓங்கார் நாத் இன்று இத்தனை கடுமையானச் சொற்களைக் கேட்ட பின்னும் கூட இந்தத் தானத்தை மறுக்க இயலவில்லை. நிலைமை அப்படியிருந்தது. இதிலிருந்து மீண்டு எழ எந்த உபாயமும் அவருக்குத் தோன்றவில்லை. அச்சகத்தில் வேலை பார்க்கும் ஊழியர்களுக்கு மூன்று மாதச் சம்பளம் பாக்கி நின்றது. காகிதக்காரனுக்கு ஓராயிரத்திற்கு மேல் பாக்கி நின்றது. அவர் பிறரிடம் கை ஏந்தாமலிருப்பது பெரிதல்லவா?

அவரது மனைவி கோமதி ஆத்திரமிகுந்த குரலில், "இன்னும் சாப்பிட நேரமாகவில்லையா? ஒரு மணி அடிக்காத வரையில் இடத்தைவிட்டு எழுந்திருப்பதில்லை என்று நியமமாயென்ன? அடுப்பை எத்தனை நேரம் எரியவிட்டுக் கொண்டிருப்பது?" என்றாள்.

ஓங்கார் நாத் துயரம் மிகுந்த கண்களுடன் மனைவியை ஏறிட்டு நோக்கியதும் கோமதியின் கோபமெல்லாம் பறந்துவிட்டது. அவருடைய சிரமங்களை அவள் அறிவாள். மற்ற பெண்களின் ஆடை ஆபரண அலங்காரங்களைக் கண்டு சிற்சில சமயம் அவள் மனம் பேதலித்தது உண்டு. அச்சமயம் கணவனை நாலுவார்த்தை சூடாகக் கடிந்துகொண்டதும் உண்டு. ஆனால் உண்மையில் அவளுக்குக் கணவன்பால் கோபமில்லை. தனது அதிர்ஷடமின்மை யைத்தான் நொந்து கொண்டாள். அத்துயரத்தின் அனல் அவளையு மறியாமல் ஓங்கார்நாத்தின்பால் வீசிவிடும் அவ்வளவுதான். அவரது தவ வாழ்க்கையைக் கண்டு மனதிற்குள் பொருமுவாள். அவர்பால் அவளுக்கு மிகுந்த அநுதாபமிருந்தது. அவர் அசட்டுப் பிடிவாதம் கொண்டவர் என்பது அவளது எண்ணம். அவரது வாடிய முகத்தைக் கண்டதும், "ஏன் ஒரு மாதிரி இருக்கிறீர்கள்? வயிற்றை ஏதாவது செய்கிறதா?" என வினவினாள்.

ஓங்கார் நாத் வலியப் புன்னகை புரியவேண்டி இருந்தது. "ஒன்று மில்லையே! நான் இன்று மிகவும் சந்தோஷமாகவல்லவா இருக்கிறேன். நம்முடைய திருமணத்தன்றுகூட நான் இவ்வளவு மகிழ்ச்சியாக இருந்ததில்லை. இன்று 1500 ரூபாய்க்குப் போணியாயிற்று. எந்த அதிர்ஷ்டசாலியின் முகத்தில் விழித்தேனோ?" என்றார்.

கோமதிக்கு நம்பிக்கை ஏற்படவில்லை - "பொய சொல்லாதீர்கள்" என்றாள் - "உங்களுக்கு 1500 ரூபாய எங்கிருந்து கிடைக்கப் போகிறது. பதினைந்து ரூபாய் என்று சொல்லுங்கள். ஒப்புக் கொள்கிறேன்."

"இல்லையில்லை. உன்மீது ஆணை. ராய்சாகப் வந்திருந்தார். நூறு சந்தாதாரர்களுக்குத் தன் சார்பில் பணம் கட்டுவதாகச் சொல்லி விட்டுப் போனார்."

கோமதியின் முகம் வாடிவிட்டது, "கிடைத்துவிட்டதா பணம்"

"ராய் சாகப் சொன்ன சொல் தவறாதவர்"

“எந்த ஜமீன்தாரும் சொன்ன சொல்லைக் காப்பாற்றி நான் இதுவரை பார்த்ததில்லை. எங்கள் தாத்தா ஒரு ஜமீன்தாரிடம் ஊழியராக இருந்தார். ஒருவருடமானாலும் சம்பளம் வராது. அவரை விட்டுவிட்டு இன்னொருவரிடம் போனார். அவர் இரண்டு வருடம் வரை ஒரு தம்படிகூடக் கொடுக்கவில்லை. ஒருமுறை தாத்தா எதிர்த்துக் கொண்டதும் அடித்துத் துரத்திவிட்டார். இவர்களுடைய வாக்குறுதியெல்லாம் ஒரு நிச்சயமில்லை.”

“நான் இன்றே பில் அனுப்பி விடுகிறேன்”

“அனுப்புங்கள். நாளைக்கு வா என்பார்கள். நாளைக்குத் தன் ஜமீனுக்குப் போய் விடுவார். மூன்று மாதம் கழித்துத்தான் திரும்பி வருவார்.”

ஓங்கார் நாத் சந்தேகத்திலாழ்ந்தார். சரிதான். ராய் சாகப் சொன்ன சொல் தவறிவிட்டால் என்ன செய்ய முடியும்? இருந்தாலும் மனத்தைத் திடப்படுத்திக் கொண்டு, “அப்படியெல்லாம் நடக்காது. ராய் சாகப், ஏமாற்றுபவர் என நான் நினைக்கவில்லை. எனக்கு அவரிடமிருந்து பாக்கி ஏதும் வர வேண்டியதில்லை” என்றார்.

கோமதியின் ஐயம் விலகியபாடில்லை – “இதனால்தான் நான் உங்களை முட்டாள் என்கிறேன். யாரேனும் கொஞ்சம் அநுதாபம் காட்டினாலும் அப்படியே மகிழ்ந்துபோய் விடுவீர்கள். இவர் கொழுத்த பணக்காரர். இவர் வயிற்றில் இப்படி எத்தனையோ வாக்குறுதிகள் ஜீரணமாகி விட்டிருக்கும். அவர்கள் கொடுக்கும் வாக்குறுதிகளையெல்லாம் நிறைவேற்றுவதென்றால், பிச்சை எடுக்கும் நிலைமை வந்துவிடும். எங்கள் ஊர் டாகுர் சாகப், இரண்டு வருடம், மூன்று வருடம் வரை மளிகைக் கடைக்காரனின் கணக்கைத் தீர்க்கமாட்டார். வேலைக்காரர்களுக்குப் பெயரளவில் தான் சம்பளம் தருவார். வருடம் முழுவதும் வேலை செய்துவிட்டு, வேலைக்காரர்கள் சம்பளம் கேட்டால் அடித்து வெளியே அனுப்பி விடுவார். பல தடவை இப்படியே அவரது குழந்தைகளின் பெயர்களைச் சம்பளம் கட்டாததால் அடித்துவிடுவார்கள். பிள்ளைகளை வீட்டோடு வைத்துக்கொண்டு விடுவார். ராய் சாகப்பும், இவரது அண்ணன், தம்பிகளைப் போலத்தானே! வாருங்கள் சாப்பிட. உங்கள் தலையில் எழுதியிருக்கிறபடி பாடுபடுங்கள். அந்தப் பெரிய மனிதர்களெல்லாம் உங்களை நாலு வார்த்தை கடுமையாகச் சொன்னால் அதுவே நல்லதென்று நினைத்துக் கொள்ளுங்கள். உங்களுக்கு ஒரு பைசா கொடுத்தால், அதுபோல் நாலு மடங்கு தங்கள் குடியானவர்களிடமிருந்து வசூல் செய்துவிடுவார்கள். இவர்களைப் பற்றி என்ன எழுத விரும்புகிறீர்களோ எழுதுகிறீர்கள். இல்லாவிடில் இவர்களை முகஸ்துதி செய்ய வேண்டி வரும்.”

ஓங்கார் நாத் சாப்பிட்டுக் கொண்டிருந்தார். இதைக் கேட்டதும் வாயிலிருப்பது தொண்டையில் சிக்கிக்கொண்டு விட்டதுபோல் தோன்றியது. மனதிலுள்ள பாரத்தை இறக்காமல் சாப்பிடுவது அவருக்குக் கடினமாகிவிட்டது.

"பணம் தராவிடில், என்றும் நினைவிருக்கும்படியாக அவரை ஒருகை பார்த்து விடுவேன். அவரது குடுமி என் கையிலிருக்கிறது. கிராமத்து ஆட்கள் பொய்யான செய்தி தரமாட்டார்கள். உண்மையான செய்தியைச் சொன்னாலே அவர்களின் உயிர் நிச்சய மில்லை. பொய்ச் செய்தியை எதற்காகச் சொல்லப் போகிறார்கள்? ராய் சாகப்பைப் பற்றி ஒரு ரிப்போர்ட் என் கைக்கு வந்திருக்கிறது. அதை வெளியிட்டுவிட்டால், ஆசாமி வெளியே முகத்தைக் காட்டமுடியாது. எனக்கொன்றும் அவர் தானம் வழங்கவில்லை. தர்மசங்கடத்தில் சிக்கித்தான் இந்த வழிக்கு வந்திருக்கிறார். முதலில் மிரட்டினார். இதனால் காரியம் நடக்காது என்பதைக் கண்டதும், இந்த இரையை விட்டெறிந்திருக்கிறார். நானும்தான் யோசித்தேன். இவர் ஒருவர் சரியாகிப் போவதால் மட்டும் இந்த நாட்டில் அநியாயம் குறைந்துவிடப் போகிறதா என்ன? அவர் கொடுப்பதை ஏன் ஏற்றுக் கொள்ளக்கூடாது என்று தோன்றியது. எனது இலட்சியத்திலிருந்து இறங்கிவிட்டேன் என்பது நிச்சயம். ஆனால் ராய் சாகப் மட்டும் ஏமாற்றிவிட்டால், நானும் போக்கிரியாகி விடுவேன். ஏழைகளைக் கொள்ளையடிக்கிறவனை, கொள்ளையடிக்க எனது ஆத்மாவை ரொம்பவும் சமாதானப்படுத்த வேண்டியிராது" என்றார்.

❑

17

ராய் சாகப் பஞ்சாயத்தார்களைக் கூப்பிட்டு நன்றாக மிரட்டினார் என்றும், அவர்கள் வசூல் செய்திருந்த பணத்தை யெல்லாம், கக்க வைத்துவிட்டார், அவர்களையெல்லாம் ஜெயிலுக்கு அனுப்புவதாகவும் இருந்தார். இவர்கள் கையைக் காலைப் பிடித்துக் கெஞ்சி, வாங்கிய பணத்தைத் திருப்பிக் கொடுத்து விடுவதாகச் சொன்னதும்தான் விட்டாரென்றும் கிராமத்தில் செய்தி பரவியது. இதைக் கேட்டதும் தனியா நெஞ்சம் குளிர்ந்தாள். பஞ்சாயத்தார் தலைகுனியும்படியாக, "மனுசங்க காதிலே விழாவிட்டாலும் தெய்வத்தின் காதிலே விழாதா என்ன? எங்ககிட்ட தண்டம் வசூல் பண்ணி, மஜாவாய் பஜ்ஜி சாப்பிடலாமென்று நினைத்தாங்க, பகவான் கொடுத்த அடியிலே, வயித்திலே இருந்த பஜ்ஜியெல்லாம் வெளியிலே வந்துவிட்டது. ஒன்றுக்கு இரண்டாய் கொடுக்கவேண்டி வந்தது. இனி என் வீட்டை வைத்துக் கொண்டு..." எனச் சொல்லிக் கொண்டு கிராமம் முழுவதும் திரிந்தாள்.

ஆனால் மாடுகளில்லாமல் உழுவதெப்படி? கிராமத்தில் விதைப்புத் துவங்கிவிட்டது. கார்த்திகை மாதத்தில் குடியானவனிடம் மாடுகளில்லாவிட்டால் அவனது இரண்டு கையும் முறிந்த மாதிரிதான். ஹோரியின் நிலை இதுதான். இரண்டு கைகளும்

துண்டிக்கப்பட்டது போலாகிவிட்டது. மற்ற எல்லோரும் வயலில் ஏர்கட்டி உழுது கொண்டிருந்தார்கள். விதை விதைப்பும் நடந்து கொண்டிருந்தது. சில வயல்களிலிருந்து உழவுப் பாட்டும் கேட்டது. ஹோரியின் வயல்கள் மட்டும் அனாதையான அபலையின் வீடு போல் வெறிச்சோடிக் கிடந்தது. புனியாவிடம் சோபாவிடம் மாடுகளிருந்தன. அவர்கள் தங்கள் வயல்களை உழுவதிலிருந்து அவகாசம் கிடைத்தால் தானே ஹோரியின் வயலை உழ முடியும். ஹோரி, நாளெல்லாம் இங்குமங்கும் அலையாய் அலைந்தான். யாருடைய வயலிலாவது போய் உட்காருவான். இன்னும் யாருடைய வயலிலாவது விதைப்புக்கு உதவி செய்வான். இப்படி ஏதேதோ செய்ததில் கொஞ்சம் தானியம் கிடைத்தது. தனியா, ரூபா, சோனா மூவரும் வயல்களில் கூலிவேலைக்கிறங்கி இருந்தனர். விதைப்பு நடந்து முடியும் வரையில் வயிற்றுக்குச் சோறு கிடைத்தது. அதிகமான சிரமமிருக்கவில்லை என்றாலும் மனவேதனையிருந்தது. வயிறு பசித்திருக்கவில்லை. இரவில் கணவன் மனைவிக்குள் தினமும் ஏதாவது தகராறும் நடந்து கொண்டுதானிருந்தது.

கார்த்திகை முடிந்ததும் கூலிவேலை கிடைப்பது கடினமாகி விட்டது. இப்பொழுது நம்பிக்கை யெல்லாம் வயலிலிருந்த கரும்பின் மீதுதான்.

இரவுநேரம் நல்ல குளிர். ஹோரியின் வீட்டில் இன்று சாப்பிட எதுவுமில்லை. பகலில் கொஞ்சம் வறுத்த பயறு கிடைத்தது. ஆனால் இப்பொழுதோ அடுப்பைப் பற்றவைக்க ஆதாரம் எதுவுமில்லை. பசியினால் வாடிய ரூபா வாசலில் உட்கார்ந்து அழுது கொண்டிருந்தாள். வீட்டில் ஒரு மணி தானியம்கூட இல்லாதபோது யாரிடம் என்ன கேட்பது?

பசி தாளமுடியாமல் போகவே நெருப்புத் தணல் கேட்கும் சாக்கில் அவள் புனியாவின் வீட்டிற்குச் சென்றாள். புனியா சோள ரொட்டியும், கீரைக் குழம்பும் செய்து கொண்டிருந்தாள். குழம்பின் மணமும், ரொட்டியின் வாசனையும் ரூபாவின் நாவில் நீர் சுரக்கச் செய்தன.

"இன்றுமா உன் வீட்டில் அடுப்பு மூட்டவில்லை?" எனக் கேட்டாள் புனியா.

"இன்று வீட்டில் எதுவுமேயில்லையே, அடுப்பை எங்கிருந்து மூட்டுவதாம்?" என வருத்தத்துடன் கூறினாள் ரூபா.

"பின் நெருப்பு எதற்குக் கேட்க வந்தாயாம்?"

"அப்பா, புகை பிடிப்பார்."

புனியா வரட்டியில் தணலை வைத்து அவள் பக்கம் வீசி எறிந்தாள். ஆனால் ரூபா தணலை எடுத்துக்கொள்ளாமல் அவளருகே வந்து, "உன் ரொட்டிகள் கமகமவென்று மணக்கின்றன. சித்தி! எனக்குச் சோள ரொட்டி என்றால் ரொம்பவும் பிடிக்கும்" என்றாள்.

"சாப்பிடுகிறாயா?" எனப் புன்சிரிப்புடன் கேட்டாள் புனியா.

"அம்மா திட்டுவாள்."

"அம்மாவிடம் யார் சொல்லப் போகிறார்கள்."

ரூபா வயிறு நிரம்ப ரொட்டிகளைத் தின்றவள் வாய் கழுவாமலேயே வீட்டிற்கு ஓடிவிட்டாள்.

ஹோரி வருத்தத்துடன் உட்கார்ந்திருந்தபோது தாதாதீன் வந்து கூப்பிட்டார். ஹோரியின் நெஞ்சு வேகமாய் அடித்துக்கொண்டது. இன்றும் புதிதாக என்ன ஆபத்து முளைக்கப் போகிறதோ என எண்ணியவனாய், எழுந்து அவர் கால்களைத் தொட்டு வணங்கியவன் உட்காரத் தட்டுப்பாயைப் போட்டான்.

தாதாதீன் அதில் அமர்ந்தவராய், அவன்மீது கருணை காட்டுகிறவர் போல் - ஹோரி.. இம்முறை உனது வயலெல்லாம் வீணாய்க் கிடக்கிறது. நீ ஊரில் ஒருவரிடமும் ஒன்றுமே சொல்லவில்லை. அந்துப் போலா பயல் உன் மாடுகளை ஓட்டிக் கொண்டு போய்விட்டான். அவனுக்கென்ன தைரியம்? கொலை விழுந்திருக்க வேண்டியது! என் பூணூல்மீது சத்யமாய் சொல்லுகிறேன் ஹோரி, நான் உன் மீது தண்டம் போடவில்லை. தனியா வீணாக என்மீது கெட்ட பெயரைச் சுமத்திக்கொண்டு திரிகிறாள். இது அந்த லாலா படேஸ்வரியும், ஜிங்குரிசிங்கும் செய்த காரியம். எல்லோரும் சொன்னதின்பேரில் நான் பஞ்சாயத்தில் போய் உட்கார்ந்தேன் அவ்வளவுதான். அவர்கள் இன்னும் கடுமையான அபராதம் போட இருந்தார்கள். நான் சொல்லிக்கில்லி கொஞ்சம் குறைத்தேன். இப்பொழுது எல்லோரும் தலைமீது கையை வைத்துக்கொண்டு அழுது கொண்டிருக்கிறார்கள். இங்கு அவர்கள் ராஜ்ஜியம்தான் கொடிகட்டிப் பறப்பதாக நினைத்துக் கொண்டிருந்தார்கள். இந்தக் கிராமத்திற்கு ராஜா வேறொருவர் என்று அவர்களுக்குத் தெரியவில்லை. ஆமாம்! உன் வயலில் உழவு போட்டு விதைவிதைக்க என்ன ஏற்பாடு செய்து கொண்டிருக்கிறாய்?" என வினவினார்.

"என்ன செய்யட்டும்! மகராஜ்! தரிசாகத்தான் கிடக்கும்" என்றான் ஹோரி பரிதாபமாக.

"தரிசாகக் கிடக்குமா? இது ரொம்ப மோசமாகிவிடுமே!"

"பகவானுக்கு இதுதான் பிரியமென்றால், நானென்ன செய்ய முடியும்?"

"நான் பார்த்துக் கொண்டிருக்க, உன் நிலம் தரிசாகக் கிடப்பதா? நாளைக்கே உன் நிலத்தில் விதைப்பு நடக்கச் செய்கிறேன். மண்ணில் இன்னமும் ஈரமிருக்கிறது. விளைச்சலில் பத்து நாள் முன்னே பின்னே ஆகும். அதனாலென்ன? பரவாயில்லை. நானும் நீயும் விளைவதில் பாதிபாதி எடுத்துக்கொள்ளலாம். இதனால் உனக்கும் நஷ்டமில்லை. எனக்கும் நஷ்டமில்லை. இன்றுதான் உட்கார்ந்து கொண்டே இருந்தவன் யோசித்துப் பார்த்தேன். மனதிற்கு ரொம்ப வருத்தமாகி விட்டது. உழவு போட்ட வயல் தரிசாகக் கிடப்பதா?"

ஹோரி சிந்தனையிலாழ்ந்தான். கடந்த நாலுமாதமாய் வயல்களுக்கு எருவிட்டான்; உழுதான் எல்லாம் செய்தாகிவிட்டது. இன்று விதைப்பிற்காக விளைச்சலில் பாதி தர வேண்டியுள்ளது. அதுவும் தனக்கு ஏதோ உதவி, உபகாரம் என்று செய்வதுபோல். இதைவிட வயல் தரிசாகவே கிடக்கலாம். ஆனால் வேறொன்றும்

லாபமில்லாவிட்டாலும் குத்தகை கொடுக்கவாவது ஏதாவது கிடைக்கலாம். இந்த முறை கடன் பாக்கியில்லாமல் குத்தகையை அடைக்காவிடில் நிலத்தைப் பறித்துக்கொண்டு விடுவார்கள். குத்தகை உரிமை பறிபோய் விடும். வேறு வழியின்றி அவன் ஒப்புக் கொண்டான்.

"சரி, வா! இப்பொழுதே விதைப்பாட்டை நிறுத்துத் தந்து விடுகிறேன். காலையில் வரவேண்டிய தொந்தரவில்லை.. ரொட்டி கிட்டி சாப்பிட்டாயா?" என்றான் தாதாதீன் மகிழ்ச்சியுடன்.

ஹோரி சங்கோஜத்துடன் இன்று வீட்டில் அடுப்பெரிய வில்லை என்பதைக் கூறினான்.

தாதாதீன் செல்லமாகக் கடிந்துகொண்டார். "அரே! ரே! உன் வீட்டில் அடுப்பு எரியவில்லை என்பதை நீ என்னிடம் சொல்லக் கூட இல்லை! நானென்ன உன் எதிரியா? இதுதான் உன்னிடம் எனக்கு ரொம்பவும் வருத்தம். அரே! இதில் சங்கோஜப்பட என்ன இருக்கிறது? நாமெல்லோரும் ஒன்றுதானே அப்பா! நீ சூத்திரனாய் நான் பிராமணனாய் இருந்தாலென்ன? எல்லோரும் ஒரே ஊர்க் காரர்கள். ஒரே குடும்பம் மாதிரி. எப்பொழுதும் ஒரே மாதிரியான நாட்கள் இருப்பதில்லையப்பா! நாளைக்கே எனக்கென்ன கஷ்ட நஷ்டம் வருமென்று யாருக்குத் தெரியும்? கஷ்டம் வந்தால் நான் உன்னிடம் சொல்லாமல் வேறு யாரிடம் சொல்லப் போகிறேன்? சரி! நடந்தது நடந்துவிட்டது. சரி - புறப்படு உடனே! இரண்டொரு மணங்கு தானியமாவது சாப்பாட்டுக்குத் தருகிறேன்."

அரை மணி நேரத்தில் ஒரு மணங்கு பார்லி நிரம்பிய கூடையைத் தலையின்மீது வைத்துக்கொண்டு ஹோரி வீடு வந்து சேர்ந்தான். வீட்டில் மாவரைக்கும் இயந்திரக் கல் சுழலத் துவங்கியது. தனியா கண்ணீர் பெருக்கியவாறே மாவரைக்கலானாள். அவள் என்ன பாவம் செய்தாள் என்று பகவான் அவளுக்கு இத்தகைய தண்டனைகளைத் தருகிறார்?

மறுநாளிலிருந்து விதைப்பு துவங்கிவிட்டது. ஹோரியின் குடும்பம் முழுவதும், எல்லாமே தங்களுடையது போல் முழு மூச்சுடன் வேலையிலிறங்கி இருந்தது. சில நாட்களுக்குப் பிறகு தண்ணீர் பாய்ச்சுவதும் இதேபோல் நடந்தது. தாதாதீனுக்கு இலவசமாகவே கூலியாட்கள் கிடைத்து விட்டனர். இப்பொழு தெல்லாம் தாதாதீனின் மகன் மாதாதீனும் வீட்டிற்கு வந்து போகத் துவங்கினான்.

இளம் வாலிபன். நல்ல ரசிகன். பேச்சில் இனிமையுண்டு. தாதாதீன் இங்குமங்கும் சுருட்டிக்கொண்டு வருவதை, பங்கி அடிப்பதிலும், புகைப்பதிலும் கரைத்துக் கொண்டிருந்தான். ஒரு சக்கிலியப் பெண்ணுடன் அவனுக்கு காதல் ஏற்பட்டிருந்தது. இதனால் அவன் இன்னமும் திருமணம் செய்து கொள்ளாம லிருந்தான். இதைப்பற்றி கிராமம் முழுவதும் தெரியுமென்றாலும் ஒருவரும் வாய் திறக்கவில்லை. நமது தர்மம் நமது போஜனம்தான். அது பவித்திரமாக இருந்தால் நமது தர்மத்திற்கு எந்தத் தீங்கும் வந்து விடாது. சாப்பாடு என்பது கேடயம்போல் அதர்மத்திலிருந்து நம்மைக் காப்பாற்றுகிறது.

இப்பொழுது கூட்டாகச் சேர்ந்து பண்ணை நடப்பதால் மாதாதீனுக்கு ஜூனியாவுடன் பேசக் கொள்ள வாய்ப்புகள் கிடைத்தன. வீட்டில் ஜூனியாவைத் தவிர்த்து வேறெவரும் இல்லாத சமயம் பார்த்துத் தான் அவன் வருவான். ஒவ்வொருமுறையும் ஏதாவதொரு சாக்குப் போக்கு இருக்கும். ஜூனியா அழகி அல்ல. ஆனால் இளம்பெண். அவளுடைய சக்கிலியக் காதலியைவிட நன்றாக இருந்தாள். கொஞ்ச நாட்கள் நகரவாசம் செய்திருந்ததால், நடையுடை பாவனைகள், பேச்சு, எல்லாவற்றிலும் ஒரு மேன்மையுண்டு. பெண்களின் மிகப்பெரிய கவர்ச்சியான நாணமும் அவளிடமுண்டு. மாதாதீன் சில சமயம் அவளது குழந்தையை மடியில் எடுத்துக் கொள்ளுவான். கொஞ்சுவான். ஜூனியா அகமகிழ்ந்து போவாள்.

"ஜூனியா! நீ எதைக் கண்டு கோபரின் மீது ஆசை கொண்டு ஓடிவந்தாய்?" என்று ஒருநாள் மாதாதீன் கேட்டான்.

ஜூனியா நாணத்துடன், "விதி இழுத்து வந்தது ஐயா! வேறென்ன சொல்ல?" என்றாள்.

மாதாதீன் வருத்தப் படுபவன் போல், "ரொம்பவும் நன்றிகெட்ட மோசக்காரன். உன்னைப் போன்ற லட்சுமியை கைவிட்டுவிட்டு எங்கெங்கே அலைகிறானோ தெரியவில்லை. நிலையில்லாத சஞ்சல புத்தி. இதனால்தான் அவன் வேறெங்கோ சிக்கிக் கொண்டு விட்டானோ என்று சந்தேகமாய் இருக்கிறது. இந்த மாதிரி ஆட்களைச் சுட்டுத் தள்ள வேண்டும். யாரைக் கைப்பிடிக்கிறானோ அவளைக் காப்பாற்ற வேண்டியது ஆண்மகனின் தருமம். ஒருத்தியின் வாழ்க்கையைக் கெடுத்துவிட்டு இன்னொருத்தியை எட்டிப் பார்ப்பது! என்ன இது?" என்றான்.

ஜூனியா அழவாரம்பித்து விட்டாள். சுற்றும் முற்றும் பார்த்து விட்டு மாதாதீன் அவள் கையைப் பற்றினான். பிறகு மெல்ல, "நீ ஏன் அவனுக்காக அழுகிறாய்! போனவன் போகட்டும். விட்டுவிடு. உனக்கென்ன குறைச்சல்? பணம், காசு, துணிமணி, நகை நட்டு எது வேண்டுமானாலும் என்னிடமிருந்து வாங்கிக் கொள்" என்றான்.

ஜூனியா மெல்லத் தன் கரத்தை விடுவித்துக்கொண்டவள், பின்நகர்ந்து, "எல்லாம் உங்கள் தயவு மகராஜ்! நான் மோசம் போய் விட்டேன். பிறந்த வீடும் போயிற்று. இங்கும் மரியாதையில்லை. என் கதி இப்படியாகி விட்டது. அருளுமில்லை, உலகமுமில்லை என்றாகி விட்டது. உலகம் என்னவென்று தெரியாது. இவருடைய பசப்புப் பேச்சில் மயங்கிவிட்டேன்" என்றாள்.

மாதாதீன் கோபரைக் குறைசொல்லத் துவங்கிவிட்டான், "அவன் சுத்தக் காலிப்பயல். எதற்கும் பயனில்லாத உதவாக்கரை. எப்பொழுது பார்த்தாலும் அம்மா, அப்பாவுடன் சண்டை, சச்சரவு, கையிலே காசு கிடைத்தால் போதும். சூதாட உட்கார்ந்து விடுவான். சரஸ், கஞ்சாவில்தான் உயிரே இருந்தது. சோதாப் பசங்களுடன் ஊர் சுற்றுவது, பெண்டுகளைச் சீண்டுவது, இதுதான் அவனுக்கு வேலை. போலீஸ் இன்ஸ்பெக்டர் போக்கிரிகளின் லிஸ்ட்டில் அவனை கைது செய்வதாக இருந்தார், நாங்களெல்லாம்தான் அவரை ரொம்ப வேண்டிக் கெஞ்சி அவனை விடுவித்தோம். மற்றவர்களின் வயல்,

தோட்டங்களில் புகுந்து திருடுவான். எத்தனையோ தரம் நானே அவனைக் கையும் களவுமாய்ப் பிடித்திருக்கிறேன். பிறகு நம்ப கிராமத்தவன் என்று எண்ணி விட்டு விட்டேன்."

சோனா வெளியேயிருந்து வந்தவள், "அண்ணி! அம்மா, தானியத்தை எடுத்து வெயிலில் காயப்போடச் சொன்னாள். இல்லாவிட்டால் உமி நிறைய ஆகிவிடுமாம். பண்டிதர். நிலுவைக்காக தண்ணி ஊற்றி வைத்து விட்டார் போலிருக்கிறது" என்றாள்.

"உங்கள் வீட்டில் மழைச்சாரல் இல்லை போலிருக்கிறது. மழை காலத்தில் விறகு கூட ஈரமாகத்தான் போய்விடுகிறது. தானியம் தானே!" - என மாதாதீன் இதற்கு விளக்கம் தர முற்பட்டவனாய் வெளியேறினான். சோனா வந்து அவனது விளையாட்டைக் கெடுத்து விட்டாள்.

"மாதாதீன் எதற்காக வந்தானாம்?" எனக் கேட்டாள் சோனா.

ஜூனியா நெற்றியைச் சுருக்கியவாறே - "கயிறு வாங்கிப் போக வந்தான். இங்கு கயிறு இல்லை என்று கூறிவிட்டேன்" என்றாள்.

"இதெல்லாம் வெறும் சாக்கு. ரொம்பவே மோசமானவன்"

"எனக்கென்னவோ நல்லவனாகத் தோன்றுகிறான். அவனிடம் என்ன கெடுதல்?"

"உனக்குத் தெரியாது. சக்கிலிச்சி சிலியாவை வைப்பாக வைத்துக் கொண்டிருக்கிறான்."

"அதனால் கெட்டவனாகி விட்டானா?"

"வேறெதற்கு ஒருத்தனை கெட்டவன் என்கிறார்கள்?"

"உன் அண்ணா என்னைக் கூட்டி வந்தார். அதனால் அவரும் கெட்டவரா?"

சோனா இதற்கு பதில் கூறினாள, "என் வீட்டிற்குள் மீண்டும் வந்தால், விரட்டி விடுவேன்" என்றாள்.

"அவனுக்கும் உனக்கும் கல்யாணமாகி விட்டால்?"

"அண்ணி நீ ஏன் என்னைத் திட்டுகிறாய்?"

"இதில் திட்டு என்ன இருக்கிறது?"

"என்னிடம் பேசினால் வாயைப் பொசுக்கிவிடுவேன்."

"யாரேனும் தேவதையைக் கல்யாணம் செய்து கொள்ளப் போகிறாயா? இந்த கிராமத்தில் இவனைப்போல் அழகான, கட்டான இளைஞன் வேறு யாரிருக்கிறார்கள்?"

"நீ வேண்டுமானால் போ அவனுடன். சிலியாவைவிட லக்ஷம் மடங்கு நன்றாக இருக்கிறாய்."

"நான் ஏன் போகிறேன். நல்லவனோ, கெட்டவனோ ஒருவனோடு வந்தாயிற்று."

"நானும் யாரைக் கல்யாணம் செய்து கொள்கிறேனோ அவனோடுதான் போவேன். அவன் நல்லவனோ, கெட்டவனோ."

"யாரேனும் கிழவனோடு கல்யாணமானால்?"

சோனா சிரித்தாள், "அவனுக்கு மிருதுவான ரொட்டி செய்து போடுவேன். அவனுக்கு மருந்தரைத்து, கரைத்துக் கொடுப்பேன்.

கையைப் பிடித்து தூக்கிவிடுவேன். செத்துப் போனால் முகத்தை மூடிக் கொண்டு அழுவேன்."

"யாரேனும் வயசுபிள்ளையைத் திருமணம் செய்துகொண்டால்?"

"உன் தலை"

"அச்சா! உனக்குக் கிழவனைப் பிடிக்கிறதா? வயசுப்பிள்ளையா?"

"என்னை யாருக்குப் பிடிக்கிறதோ, அவன்தான் வயசுப்பிள்ளை. அவன் கிழவனாலும் சரி, வயசுப்பிள்ளையாக இருந்தாலும் சரி."

"உனக்கு கிழவனோடே கல்யாணம் ஆகட்டும். அப்புறம் பார்க்கிறேன். உனக்கு அவனை எப்படிப் பிடிக்கிறதென்று. அப்பொழுது இந்தப் பாவி எப்போ சாவான், வேறு சின்னவனாய் பார்த்து பிடித்துக் கொள்ள... என்று வேண்டுவாய்.. மறுகுவாய்."

"எனக்கென்னவோ, வயதானவன் மீது இரக்கமாக இருக்கும்."

இந்த வருடம் அந்தப் பக்கத்தில் சர்க்கரை ஆலையொன்று திறக்கப்பட்டிருந்தது. அதன் ஊழியர்களும், தரகர்களும் கிராமம் கிராமமாய்ச் சென்று கரும்பை அப்படியே விலைக்கு வாங்கிக் கொண்டனர். மிஸ்டர் கன்னாவின் சர்க்கரை ஆலைதான் அது. ஒருநாள் அவருடைய காரியஸ்தன் இந்தக் கிராமத்திற்கும் வந்தான். குடியானவர்கள் அவனுடன் விலை பேரம் பேசியதும் வெல்லம் காய்ச்சுவதால் மிஞ்சப்போவது எதுவுமில்லை எனத்தெரிந்து கொண்டனர். வீட்டிலேயே கரும்புச் சாறு பிழிந்தெடுத்த பின்னும் இதே பணம்தான் கிடைக்கப் போகிறதென்றால், எதற்காக சிரமப்பட வேண்டும், பாடுபட வேண்டும்? கிராமம் முழுவதும் கரும்பைக்களத்திலேயே விற்கத் துயாராகி விட்டது. பணம் கொஞ்சம் குறைவாகக் கிடைத்தாலும் பரவாயில்லை. உடனே கையில் கிடைத்துவிடுமல்லவா? ஒவ்வொருவருக்கும் ஒவ்வொருவிதமான செலவிருந்தது. ஒருவனுக்கு மாடு வாங்க வேண்டும். இன்னொருவனுக்குக் கடனைத் தீர்க்க வேண்டும். மற்றொருவனுக்கு வட்டிக் கடைக்காரரின் பிடியிலிருந்து தன்னை விடுவித்துக் கொள்ள வேண்டும். ஹோரி உழவு மாடுகள் இரண்டு வாங்க நினைத்தான். இந்த முறை அவன் வயலில் கரும்புப் பயிர் செழிப்பாக வளர வில்லை. மனதிற்குள் பயந்து கொண்டிருந்தான். வெல்லத்தின் விலையில் மில்லின் சர்க்கரை கிடைக்குமென்றால், வெல்லத்தை யார் வாங்குவார்கள்? எல்லோரும் எழுதிக் கொடுத்து விட்டார்கள். குறைந்த பட்சம் தனக்கு நூறு ரூபாயாவது கிடைக்குமென ஹோரி நினைத்தான். இந்த ரூபாய்க்கு சாதாரண மாடு கிடைக்கும். ஆனால் கடன் வாங்கியிருப்பவர்கள் என்ன கொடுப்பது? தாதாதீன் மங்குரூ, துலாரி, ஜிங்குரிசிங்.. என எல்லோரும் உயிரை வாங்கிக் கொண்டிருந்தனர். கடன்காரர்களுக்குக் கொடுப்பதென்றால் இந்த ரூபாய் வட்டிக்குக்கூட போதாது. கரும்பு விற்ற பணம் தன் கைக்கு வருவது யாருக்கும் தெரியாமலிருக்க எந்த யுக்தியும் தோன்றவில்லை. மாடுகள் வீட்டிற்கு வந்து விட்டால் பிறகு யார் என்ன செய்ய முடியும்? வண்டியில் ஏற்றினால் எல்லோரும் பார்ப்பார்கள். நிறுத்துக் கொடுத்தால் கிடைக்கும் பணமும் எல்லோருக்கும்

தெரிந்துதான் போகும். மங்குரூம், தாதாதீனும் அவன் பக்கத்திலேயே இருக்கலாம். பணம் கையில் வந்ததுமே மென்னியைப் பிடித்து விடுவார்கள்.

சாயந்திரம் கிரிதர் கேட்டான் – "உங்களுடைய கரும்பை எப்பொழுது கொடுக்கப் போகிறீர்கள்?"

"இன்னும் முடிவு செய்யவில்லையப்பா, நீ என்ன செய்யப் போகிறாய்?"

"என்னுடையதும் ஒன்று முடிவாகவில்லை."

மற்றவர்களும் இப்படித்தான் மேலுக்கு ஏதேதோ பேசினார்கள். யாருக்கும் யார் மீதும் நம்பிக்கையில்லை. எல்லோருமே ஜீங்குர் சிங்கிற்கு கடன் பட்டிருந்தனர். எல்லோருக்கும் கிடைக்கும் பணம் அவர் கைக்குப் போய்விடக் கூடாதென்ற எண்ணமும் இருந்தது. அவர் எல்லாவற்றையும் விழுங்கி ஜீரணம் செய்து விடுவார் என்று பயந்தனர். மீண்டும் பணம் கேட்கப் போனால், பழயபடி பத்திரம், வட்டியைக் கழித்தல், காணிக்கை. அதே பல்லவிதான். மறுநாள் சோபா வந்து – "அண்ணே! இந்த ஜீங்குரிக்கு வாந்தி பேதி வருகிற மாதிரி ஏதேனும் வழிசெய்துவிடு. ஆசாமி வீழ்ந்தால் எழுந்திருக்க கூடாது" என்றான்.

ஹோரி சிரித்துக் கொண்டே – "அவனுக்குக் குழந்தை குட்டிகளில்லையா என்ன?" என்றான்.

"அவனது குழந்தை குட்டிகளைப் பார்ப்பதா, நம்முடைய குழந்தை குட்டிகளின் கதியைப் பார்ப்பதா? இரண்டிரண்டு பெண்டாட்டிகளை வைத்துக் கொண்டு சுகமாய் இருக்கிறான். இங்கு ஒருத்திக்கே வயிறார சாப்பாடு இல்லை. எல்லாப் பணத்தையும் எடுத்துக்கொண்டு விடுவான். சல்லிக்காசு வீட்டிற்கு வராது" என்றான் சோபா.

"என் நிலைமை இன்னும் மோசமானது தம்பி! பணம் கைக்கு வராவிட்டால் அடியோடு அழிந்துபோவேன். மாடு இல்லாமல் வேலை நடக்காது."

"இன்னமும் இரண்டு மூன்று நாள் கரும்பை வெட்டி எடுத்து வரவேண்டும். எல்லாக் கரும்பும் வந்ததும் ஜமாதாரிடம், உனக்குக் கொஞ்சம் எடுத்துக் கொள்ளப்பா.. ஆனால் சட்டுப்புட்டு என்று நிறுத்துக் கொண்டுபோய் விடு. பணம் கூடப் பிறகு கொடு என்று சொல்லிவிடலாம். இங்கே ஜீங்குரியிடம் பணம் கைக்கு வரவில்லை இன்னும் எனச் சொல்லிக் கொள்ளலாம்."

ஹோரி யோசித்துப் பார்த்தான். "தம்பி! ஜீங்குரி நம்மெல்லோரையும்விட கெட்டிக்காரன். அவனே குமாஸ்தாவைப் போய் நேரில் பார்த்து ரூபாயை வாங்கிக்கொண்டு விடுவான். நானும் நீயும் பார்த்துக்கொண்டு நிற்கவேண்டியதுதான். கன்னா பாபுவினுடைய ஆலைதான் இது. அவருக்கும் வட்டிக் கடை இருக்கிறது. இரண்டு பேரும் ஒன்றுதான்."

சோபா நிராசையுற்றான், "இந்த வட்டிக் கடைக்காரர்களின் பிடியிலிருந்து என்றுதான் விடுபடுவோமோ மாட்டோமோ!" என நெடுமூச்செறிந்தான்.

"இந்த ஜன்மத்தில் அந்த நம்பிக்கையில்லை தம்பி! நமக்கு சுகம் வேண்டாம். காசு பணம் எதுவும் வேண்டாம். ஏதோ, சாதாரணமாய் முரட்டுத் துணி போதும் கட்ட, ஏதோ சாப்பிட சாதாரணமாய் கிடைத்தால் போதும், நெய்யும், பாலும் சோறும் வேண்டாம். ஆனால் மரியாதையுடன், மானத்துடன் வாழவேண்டும் என்று ஆசைப்படுகிறோம். அதுகூட கிடைப்பதில்லை" என்றான் ஹோரி துயரத்துடன்.

"அண்ணே! இவர்களெல்லோர் கண்களிலும் இந்த முறை நான் மண்ணைத் தூவிவிடுவேன். அந்த ஜமாதாருக்கு ஏதோ கொடுத்து கிடுத்து சரிசெய்து விடுகிறேன். பணத்திற்கு அந்த ஜிங்குரி நம் பின்னே ஓடவேண்டும். பார்க்கலாம்" என்றான் சோபா.

ஹோரி சிரித்துக் கொண்டே, "இதெல்லாம் ஒன்றும் நடக்காது தம்பி. ஜிங்குரியின் கையைக் காலைப் பிடித்துக் கொண்டால்தான் நல்லது. நாமோ வலையில் நன்றாகச் சிக்கிக் கொண்டிருக்கிறோம். பறந்துவிட எத்தனைக்கெத்தனை சிறகடித்துக் கொள்கிறோமோ, அத்தனைக்கத்தனை பின்னும் மாட்டிக் கொள்வோம்." என்றான்.

"அண்ணே! நீ ஒன்னு கிழவனாட்டம் பேசுகிறாய். கூண்டுக்குள்ளே சிக்கிக் கொண்டு சும்மா உட்கார்ந்திருப்பது கோழைத்தனம். சுருக்கு பின்னும் இறுகினால் இறுகட்டும். தப்பித்துக் கொள்ள நம் பலத்தைக் காட்டத்தான் வேண்டும். வேறென்ன செய்வான் ஜீங்குரி! வீடு வாசலை ஏலத்துக்குக் கொண்டு வருவான். வரட்டுமே! நமக்கு யாரும் பணம் தரவேண்டாம், நம்மைப் பட்டினியாய் சாகவிடட்டும். ஒரு பைசாகூட கடன் தரவேண்டாம். உதைபட விடட்டும். ஆனால் அண்ணே! இந்தக் காசு உள்ளவனெல்லாம் கடன் கொடுக்காவிடில் அவனுக்கு வட்டி எங்கிருந்து வருமாம்? ஒருத்தன் நம்மீது தாவா போடுகிறான் என்றால் இன்னொருத்தன் குறைந்த வட்டிக்கு நமக்குக் கடனைக் கொடுத்து தன் வலையில் சிக்க வைத்துக் கொள்கிறான். ஜீங்குரி எங்கேயாவது வெளியே போயிருக்கும் போதுதான் நான் ரூபாய் வாங்கிக் கொள்ளப் போவேன்."

ஹோரியின் மனமும் தடுமாறியது, "ஆமாம், நீ சொல்வது சரிதான்" என்றான்.

"முதலில் கரும்பை நிறுத்துவிடலாம். பிறகு நேரம் காலம் பார்த்து ரூபாயை வாங்கிக் கொள்ளலாம்."

"சரி, சரி. இந்த வழியே செய்யலாம்" என்றான் ஹோரி.

மறுநாள் ஊரில் பலரும் கரும்பை வெட்டத் துவங்கிவிட்டனர். ஹோரியும் வெட்டரிவாளை எடுத்துக்கொண்டு வயலில் இறங்கினான். சோபா அவனுக்கு உதவ வந்து விட்டான். புனியா, ஜுனியா, தனியா, சோனா, எல்லோரும் வந்துவிட்டனர். ஒருவர் கரும்பை வெட்டினால், இன்னொருத்தி அதைச் சீவினாள், இன்னொருத்தி அதைக் கட்டாகக் கட்டினாள். கரும்பு வெட்டப் படுவதைக் கண்டதும் வட்டிக் கடைக்காரர்களின் வயிறு கபகபவென்று பசித்தது. ஒரு பக்கம் துலாரி, இன்னொரு பக்கம் மங்கரூ, மாதாதீன், ஜீங்குரு படேஸ்வரி, ஜீங்குரியின் ஆட்களென யாவரும் பரபரப்புடன் ஓடி வந்தனர் களத்திற்கு. கையிலும் காலிலும்

தடிமனான வெள்ளிக் கொலுசும், காப்பும், காதில் பொன் ஜிமிக்கியும், கண்களில் மையுமாக, கிழடுதட்டிப் போன துலாரி, வயசுப் பொண் போல சிங்காரித்துக்கொண்டு வந்தவள், "முதலில் என் பணத்தை எண்ணிக் கீழேவை. அப்பொழுதுதான் கரும்பை வெட்ட விடுவேன். நான் எத்தனைக்கெத்தனை சும்மா இருக்கிறேனோ, அத்தனைக்கத்தனை நீ உனக்கு துணிச்சலாகி விடுகிறது. இரண்டு வருஷமாய் ஒரு சல்லிக் காசு வட்டி கட்டவில்லை. வட்டியே ஐம்பது ரூபாய் எனக்கு வர வேண்டும்" என்று கத்தினாள்.

ஹோரி கெஞ்சினான் – "அண்ணி! முதலில் கரும்பை வெட்டவிடு. இதற்குப் பணம் வந்ததும் உனக்கு எத்தனை கொடுக்க முடியுமோ, கொடுக்கிறேன். ஊரை விட்டு ஓடிவிடவா போகிறேன். இத்தனை சீக்கிரமாய் சாவும் வந்துவிடாது. வயலிலேயே இருந்தால் கரும்பு பணம் தருமா?"

துலாரி அவன் கையிலிருந்த வெட்டரிவாளைப் பிடிங்கினாள் – "உங்க மனசிலேயெல்லாம் இத்தனை கெட்ட எண்ணம் இருப்பதால்தான் நீங்கள் நல்லா சுகமாய் இருக்க முடிவதில்லை" என்றாள்.

ஹோரி, துலாரியிடமிருந்து முப்பது ரூபாய் கடன் வாங்கி ஐந்து வருடமாகிறது. மூன்று வருஷத்தில் அது நூறு ரூபாயாகி விட்டதும் ஸ்டாம்புப் பத்திரம் எழுதப் பட்டது. கடந்த இரண்டு வருஷத்தில் வட்டியே ஐம்பது ரூபாய் ஏறிவிட்டது.

"அம்மணி! கெட்ட எண்ணம் என்றுமேயில்லை மனசில். பகவான் விரும்பினால் ஒவ்வொரு காசையும் திருப்பித் தந்து விடுவேன். இப்பொழுது என் கஷ்டகாலம். என்ன வேண்டுமானாலும் சொல்லிக் கொள்ளுங்கள்" என்றான் ஹோரி துயரத்துடன்.

வட்டிக் கடைக்காரியின் தலை மறைந்ததோ இல்லையோ, மங்குரூ வந்து விட்டார். நல்ல கறுப்பு நிறம். இடுப்புக்கு கீழே சரிந்திருக்கும் தொந்தி. கடிப்பதற்கு நீண்டிருப்பது போல் முன்னே துருத்திக் கொண்டிருக்கும் இரண்டு பற்கள். தலையிலே தொப்பி. கழுத்திலே சால்வை. வயது இன்னும் ஐம்பதை எட்டவில்லை. இருந்தாலும் தடியை ஊன்றிக் கொண்டுதான் நடை. வாதரோகம் வந்துவிட்டிருந்தது. இருமலும் கூடவே தொற்றிக் கொண்டிருந்தது.

தடியை ஊன்றிக்கொண்டு நின்றவர் ஹோரியைப் பார்த்து – "ஹோரி! முதலில் என் ரூபாயைக் கொடுத்து விடு. பிறகு கரும்பை வெட்டு. நான் ரூபாய் கடனாகத்தான் தந்திருக்கிறேன். தானமாக இல்லை. கொடுத்து மூணு வருஷமாகி விட்டது. வட்டி, கிட்டி எதுவுமில்லை. என் ரூபாயை ஜீரணம் பண்ணிவிடலாம் என்று மட்டும் நினைத்து விடாதே. உன் பிணத்திடமிருந்துகூட வசூல் பண்ணிவிடுவேன்." என்று அதட்டினார்.

சோபா கிண்டல் பேர்வழி. "பிறகு ஏன் பயப்படுகிறீர்கள் சாஹுஜி! இவரோட பிணத்துக்கிட்டேயிருந்தே வசூல் பண்ணிக் கொள்ளுங்களேன். வேண்டாம் வேண்டாம். இரண்டொரு வருஷம் முன்னே, பின்னே இரண்டு பேருமே மேலுலகத்திற்கு போவீங்க.

அங்கேயே பகவான் முன்னே, உங்கள் கணக்கை தீர்த்துக் கொள்ளுங்க" என்றான் கிண்டலாக.

கோபம் கொண்ட மங்குரூ சோபாவைக் கண்டபடி திட்டினார், "அயோக்கியப் பயலே! ஊரார் சொத்தைக் கொள்ளை அடிக்கிறவனே! காலிப்பயலே! பணம் வேணும் என்கிறபோது, வாலைக் குழைத்துக்கொண்டு வருகிறீர்கள். திருப்பிக் கொடுக்க வேண்டுமென்கிறபோது உருமுகிறீர்களா? வீட்டை ஏலம்போட்டு விடுவேன். மாடு கன்றுகளை ஏலம் போட்டுவிடுவேன்."

சோபா பின்னும் சீண்டினான் - "சாஹுஜி! சத்யமாய் சொல்லுங்க. எத்தனை ரூபாய் கடனாகக் கொடுத்தீங்க! இப்போ அது முன்னூறு ரூபாய் ஆக!"

"வருடா வருடம் வட்டி கொடுக்காவிட்டால் அது ஏறிக் கொண்டுதான் போகும்."

"முதன்முதலில் எத்தனை ரூபாய் கொடுத்தீங்க? ஐம்பது ரூபாய் தானே?"

"எத்தனை நாட்கள் ஆகிவிட்டது? அதையும் பார்?"

"ஐந்தாறு வருஷமிருக்குமா?"

"பத்து வருடம் முழுசாய் முடிந்து விட்டது. இப்பொழுது பதினோராவது வருஷம்."

"ஐம்பது ரூபாய்க்கு இப்போ முன்னூறு ரூபாய் கேட்க உங்களுக்கு வெட்கமாக இல்லையா?"

"வெட்கம் எதற்கு? கடன் கொடுத்தேன். தானம் அல்ல."

ஹோரி கெஞ்சிக் கூத்தாடி அவரையும் அனுப்பி வைத்தான். தாதாதீன், ஹோரியுடன் கூட்டுப் பண்ணயம் போட்டிருந்தார். விதை தானியத்தைக் கொடுத்துவிட்டு, விளைச்சலில் பாதி அவருக்கு. இந்த சமயம் ஏதாவது பேசுவது, கேட்பது சரியல்ல என்று வாளாவிருந்தார். ஜீங்குர் சிங் சர்க்கரை ஆலை மானேஜரிடம் முன்னரே சொல்லி வைத்து, சரிசெய்து வைத்திருந்தான். அவனுடைய ஆட்கள், வண்டிகளில் படகுகளுக்கு அனுப்பிக் கொண்டிருந்தனர். படகுத் துறை கிராமத்திலிருந்து, அரைமைல் தூரத்திலிருந்தது. ஒரு வண்டி நாள் முழுவதும் ஏழெட்டு தரம் போய் வரும். படகு ஒரு தடவையில் ஐம்பது வண்டி பாரத்தை ஏற்றிக் கொள்ளும். இதனால் செலவு ரொம்ப அதிகமாகவில்லை. சிக்கனமாகி விட்டது. இந்த வசதியை ஏற்படுத்திக்கொடுத்து ஜீங்குரி சிங், இலாக்கா முழுவதிலும் முன்னவர்களின் நன்றிக்குப் பாத்திரமாகி விட்டிருந்தார்.

நிலுவை துவங்கியதுமே - ஆலையின் முன்வாசலில் ஜீங்குரி டேரா போட்டுவிட்டார். ஒவ்வொருவருடைய கரும்பையும் நிறுக்க வைத்து நிலுவைக்கணக்கெழுதி, விலைச்சீட்டையும் பெற்றுக் கொள்வார். பணம் கொடுப்பவனிடமிருந்து பணத்தை வாங்கிக் கொண்டு, தன்னுடைய தொகையைக் கழித்துக் கொண்டபின் மீதியை குடியானவனிடம் கொடுத்தார். அவன் எத்தனைதான் அழுதாலும், புலம்பினாலும், கத்தினாலும் அவர் காதிலேயே போட்டுக் கொள்ளவில்லை. எஜமானரின் உத்தரவு அது. நானென்ன செய்ய முடியும் என்றார்.

ஹோரிக்கு நூற்று இருபது ரூபாய் கிடைத்தது. அதிலிருந்து ஜீங்குரி தனது பணம் முழுவதும் வட்டியுடன் கழித்துக் கொண்டு ஒரு இருபத்தி ஐந்து ரூபாயை ஹோரியின் கையில் கொடுத்தார். ஹோரி வருத்தத்துடன், அந்த ரூபாய்களைப் பார்த்தவாறு சொன்னான் – "இதை வைத்துக் கொண்டு நானென்ன செய்ய டாகுர், இதையும் நீங்களே வைத்துக் கொள்ளுங்கள். எனக்கு கூலி வேலையில் நிறையவே கிடைக்கும்" என்றான்.

ஜீங்குரி அந்த ரூபாய்களை தலையில் விட்டெறிந்தார். "இந்தா வேண்டுமானால் எடுத்துக் கொள், இல்லாவிட்டால், தூக்கி எறி! அது உன்னிஷ்டம். உன்னால்தான் எஜமானரிடம் திட்டு வாங்கும் படி நேர்ந்தது. இப்போ ராய் சாகப் தண்டம் வசூலித்ததையெல்லாம் என்னிடம் கொடுங்கள் என்று தலைக்கு மேல் உட்கார்ந்திருக்கிறார். உன்னுடைய கஷ்டத்தைப் பார்த்துதான் இந்தப் பணத்தையாவது கொடுக்கிறேன். இல்லாவிடில் சல்லிக் காசு தரமாட்டேன். ராய் சாகப் கெடுபிடி செய்தால் வேறு பணம் தந்தாக வேண்டும்" என்றார் கடுமையாக.

ஹோரி மெல்ல அந்த ரூபாய்களைப் பொறுக்கிக் கொண்டு வெளியே வந்ததும் நோகேராம் குரல் கொடுத்தார். ஹோரி அந்த இருபத்தி ஐந்து ரூபாய்களையும் அவர் கையில் வைத்துவிட்டு, ஒன்றுமே பேசாமல் ஓடிவிட்டான். அவனுக்குத் தலை சுற்றியது. சோபாவிற்கும் அவ்வளவு ரூபாய்கள்தான் கைக்கு வந்தது. அவன் வெளியே வந்ததும் படேஸ்வரி பிடித்துக் கொண்டார்.

"என்னிடம் பணமில்லை. நீங்கள் என்ன வேண்டுமானாலும் செய்து கொள்ளலாம்" என்றான் காரமாக.

படேஸ்வரி கோபத்துடன் – "நீ கரும்பு விற்றாயா இல்லையா?" எனக் கேட்டார்.

"ஆமாம். விற்றேன்."

"கரும்பு விற்றுப் பணம் தருகிறேன் என்று வாக்குக் கொடுத்தாய் அல்லவா?"

"ஆமாம், கொடுத்தேன்."

"பிறகு ஏன் தரவில்லை? மற்ற எல்லோருக்கும் கொடுத்தாய் அல்லவா?"

"ஆமாம், கொடுத்தேன்."

"எனக்கு ஏன் கொடுக்கவில்லை?"

"என்னிடம் மிஞ்சியிருப்பது, குழந்தை குட்டிகளுக்கு வேண்டும்."

படேஸ்வரி வெகுண்டார் – "சோபா – நீ ரூபாய் கொடுப்பாய். அதுவும் இன்றே, கையைக் கூப்பிக்கொண்டு கொடுப்பாய், இப்பொழுது, என்ன வேண்டுமானாலும் பேசு, சொல்லு. ஒரு ரிப்போர்ட் கொடுத்தால் ஆறுமாசம் உள்ளே போவாய். ஒருநாள் கூட கூடாது, குறையாது. தினமும் சூதாடுகிறாய் அல்லவா! அந்த ரிப்போர்ட் போய்விடும் போலீசுக்கு. நான் ஜமீன்தாருக்கோ, வட்டிக் கடைக்காரனுக்கோ, ஆள் அல்ல. சர்க்காருடைய சேவகன். அவர்

இந்த நாட்டுக்கே ராஜா. உன்னுடைய வட்டிக் கடைக்காரர், ஜமீன்தார் எல்லாம் சர்க்காருக்குக் கீழே! தெரிந்ததா?"

படேசுவரி நடக்கலானார். சோபாவும், ஹோரியும் சற்று தூரம் மௌனமாய் நடந்தனர். அவர் காட்டிய வெறுப்பும், அதிகார மிரட்டலும் அவர்களை உணர்விழக்கச் செய்துவிட்டிருந்தன. "சோபா! இவருடைய பணத்தைக் கொடுத்துவிடு. கரும்பெல்லாம் நெருப்புக்கு இரையாகிவிட்டதென்று நினைத்துக் கொள்வோம். நான் இப்படித்தான் நினைத்து மனத்தைத் தேற்றிக்கொண்டு விட்டேன்" என்றான் மெதுவாக.

அடிபட்ட குரலில், "சரி, அண்ணே! கொடுத்து விடுகிறேன். கொடுக்காவிட்டால் எங்கே போவேன்?" என்றான் சோபா.

எதிரே கிர்தர் குடித்துவிட்டுத் தள்ளாடியவாறே வந்து கொண்டிருந்தான். இவர்களிருவரையும் கண்டதும் - "ஹோரி, சித்தப்பா, அந்த ஜீங்குரி எல்லாவற்றையும் பிடிங்கிக்கொண்டு விட்டான். கடலை வாங்கிக் கொறிக்கக்கூட காலணாத் தரவில்லை. கொலைகாரப்பாவி! கெஞ்சினேன். அழுதேன். அந்தப் பாவிக்கு இரக்கமே வரவில்லை" என்றான்.

"கள் குடித்திருக்கிறாய். ஒரு பைசாக்கூடத் தரவில்லை என்கிறாயே?" என்றான் சோபா.

கிரிதர் வயிற்றைக் காண்பித்தான். "மாலையாகிவிட்டது தம்பி! ஒரு சொட்டுத் தண்ணிகூட வாயில் விட்டிருந்தால் பசு மாமிசம் தின்ன பாவம் வரட்டும்! ஒரு இரண்டணாவை வாயில் போட்டு அடக்கி வைச்சிருந்தேன். அதற்குத்தான் கள்ளைக் குடித்தேன். வருட முழுவதும் நெற்றி வியர்வை சிந்த பாடுபட்டனே, ஒரு நாளாவது கள்ளைக் குடிக்கலாம் என நினைச்சேன். ஆனால் தம்பி! சத்யமாகச் சொல்லுகிறேன். போதையே வரவில்லை. ஒரணாவிற்குக் குடித்தால் என்ன போதை வரும்? தள்ளாடுகிறேன். பார்க்கிறவங்க நல்லா குடித்திருக்கிறான் என்று நினைக்கட்டுமென்றுதான் தள்ளாடுகிறேன். சித்தப்பா... நல்லதாயிற்று பாக்கி இல்லாமல் கொடுத்து விட்டேன். அவனுக்கு நூற்று அறுபது ரூபாய் - இவனுக்கு இருபது ரூபாய்...."

இருவரும் வீட்டை அடைந்ததும் ரூபா தண்ணீர் எடுத்து வந்தாள். சோனா சிலம்பை நிரப்பிக் கொண்டு வந்தாள். தனியா கடலையும், உப்பும் கொண்டுவந்து வைத்தாள். எல்லோரும் ஆவலோடு அவ்விருவரின் முகத்தையும் பார்த்தவாறு நின்றனர். ஜுனியா கூட வாசற்படியில் வந்து நின்றாள். ஹோரி வருத்தத்துடன் உட்கார்ந்திருந்தான். கை கால் கழுவிக் கொண்டு, கடலை, பட்டாணியை எப்படி எந்த முகத்துடன் சாப்பிடுவது? கொலை செய்து விட்டு வந்ததுபோல் குற்ற உணர்வும் வெட்கமும் அவனைப் பிடுங்கித் தின்றன.

"எத்தனை ரூபாய்'க்கு நிலுவையாயிற்று" எனக் கேட்டாள் தனியா.

"நூற்றி இருபது ரூபாய் கிடைத்தது. ஆனால் எல்லாம் அங்கேயே பறி போய்விட்டது. ஒரு காசுகூட மிஞ்சவில்லை."

தனியாவிற்குத் தலையிலிருந்து கால்வரை எரிந்து பஸ்பமாகிப் போனாள். உள்ளம் கொந்தளித்தது. முகத்தில் அறைந்து

கொள்ளலாம் போலிருந்தது. “உன்னைப் போல் கையாலாகாதவனை பகவான் ஏன்தான் படைத்தானோ! கண்டால் அவரிடமே கேட்டு விடுவேன். உன்னோடு வாழ்நாள் முழுவதும் கட்டி அழவேண்டுமென்றாகி விட்டது. பகவான் - சாவைக்கூட தரமாட்டேன் என்கிறார். இந்த கஷ்டத்திலிருந்து விடுபட சாவுகூட வரவில்லை. அந்த மச்சான் மார்களுக்கு காசையெல்லாம் அங்கேயே கொட்டிக் கொடுத்து விட்டாயே, இப்போ மாடு வாங்க காசு ஏது? எங்கிருந்து வரும்? ஏரில் என்னைக் கட்டி உழுவாயா? உன்னையே கட்டிக் கொண்டு உழவு போடுவாயா? சொல்லு? இத்தனை வயதாகியும் புத்தியில்லையே! மாடு வாங்க மட்டுமாவது பணத்தை எடுத்து வைத்துக் கொண்டாயா? உன் கையிலிருந்து பிடுங்கியா கொள்ள முடியும்? தை மாசப் பனி வந்துவிட்டது. யாருடைய உடம்பிலும் சாண் அகலக் கந்தைகூட இல்லை. போ. எல்லோரையும் கொண்டுபோய், ஆற்றிலோ, குளத்திலோ மூழ்கடித்து விடு. இப்படி அணுஅணுவாய் சாவதைவிட ஒரேயடியாய் ஒரே நாளில் சாவது மேல். எதுவரை வைக்கோலுக்குள் புகுந்துகொண்டு ராவைக் கழிப்பது? வைக்கோலுக்குள் புகுந்து கொள்ளலாம் குளிருக்கு. ஆனால் வயிற்றுக்கு வைக்கோலைத் தின்ன முடியுமா? முடியாதே! உனக்கு வேண்டியிருந்தால் வைக்கோலைத் தின்னு. எங்களால் முடியாது” எனப் படபடத்தவள் சிரித்தாள். வட்டிக் கடைக்காரன் தலைக்குமேல் உட்கார்ந்திருக்கும் நிலையில் கையில் காசு இருக்கிறது என்பது அவனுக்குத் தெரிந்திருக்கும்போது, குடியானவன் எப்படித் தப்ப முடியும்? என்பது இப்பொழுதுதான் புரியவாரம்பித்தது போலும்.

ஹோரி தலைகுனிந்தவாறு தன் விதியை நொந்து கொண்டிருந்தான். தனியா புன்முறுவல் பூப்பது அவனுக்குத் தெரியவில்லை, “கூலி வேலைக்குப் போகலாம். உழைத்துச் சாப்பிடலாம்” என்றான். தனியா கேட்டாள், “இந்த ஊரில் கூலி வேலையா? அது எங்கே இருக்கிறது? எந்த முகத்தை வைத்துக் கொண்டு அன்றாடக் கூலிக்குப் போவாய்? மஹ்தோ என்றல்லவா பெயர்?”

சிலம்பிலிருந்து புகையை பலமுறை உறிஞ்சியவாறே ஹோரி சொன்னான், “கூலி வேலை செய்வதொன்றும் பாவமில்லை. கூலிக்குப் போனாலும் அவனும் குடியானவன்தானே! கூலி வேலைக்குப் போகவேண்டும் என்று தலையில் எழுதியிராவிட்டால் இந்தக் கஷ்டமெல்லாம் ஏன் வருகிறது? பசு ஏன் சாகிறது? பெற்ற பிள்ளை ஏன் கவைக்குதவாமல் ஓடிப் போகிறான்?”

தனியா, பெண்களையும், மருமகளையும், பார்த்தவாறே “நீங்களெல்லாம் ஏன் கூடிக்கூடி நிற்கிறீர்கள். போய் அவரவர் வேலையைப் பாருங்கள். கடைகண்ணிக்கு, சந்தைக்குப் போய்வந்தால், குழந்தை குட்டிகளுக்காக, நாலு காசுக்கு ஏதாவது வாங்கி வருவார்கள். இங்கே, இவருக்கு ரூபாயை எப்படி முறிப்பது என்று இருந்திருக்கும். ஒரு காசு கம்மியாகிவிடும் அல்லவா? இதனால் தான் இவர் சம்பாதிப்பது எதுவும் விருத்தியாவதில்லை. செலவு செய்பவர்களுக்குத்தானே, மேலும் மேலும் கிடைக்கும்?

செலவு செய்து வயிற்றுக்குச் சாப்பிடாமல், துணி வாங்கி உடுத்தாதவர்களுக்கெல்லாம் எதற்காக பணம்? மண்ணில் புதைத்து வைக்கவா?"

ஹோரி உரக்கச் சிரித்து விட்டான், "புதைத்து வைத்துள்ள அந்தப் பணம் எங்கே இருக்கிறது?"

"எங்கே வைத்திருக்கிறீர்களோ, அங்கேயே இருக்கும். இதெல்லாம் தெரிந்திருந்தும் காசுக்காக உயிரையே விடுகிறீரே! நாலு காசுக்கு ஏதாவது வாங்கி வந்து குழந்தைகள் கையில் கொடுக்கக் கூடாதா? மூழ்கியா போய்விடும். ஜிங்குரியிடம் ஒரு ரூபாய் எனக்குக் கொடுத்து விடும். இல்லாவிட்டால் ஒரு பைசாகூட நான் தரமாட்டேன், கோர்ட்டில் போய் வாங்கிக் கொள் என்று சொல்லி இருந்தால் நிச்சயம் கொடுத்திருப்பானே!"

ஹோரி வெட்கிப் போனான். கோபித்துக் கொண்டு இருபத்தி ஐந்து ரூபாயையும் நோகேராமிற்குக் கொடுத்திராவிட்டால், நோகே என்ன செய்திருக்க முடியும்? அதிகமாய்ப் போனால், இன்னும் இரண்டணா, நாலணா வட்டி அதிகமாக எடுத்துக் கொள்வார். ஆனால் இப்பொழுது எல்லாம் கைவிட்டுப் போயாகி விட்டது.

ஜுனியா உள்ளே போனவள், சோனாவிடம், "எனக்கு அப்பாவைப் பார்த்தால் ரொம்பவும் இரக்கமாக இருக்கிறது. பாவம் நாளெல்லாம் பாடுபட்டுவிட்டு களைத்துப் போய் வீட்டிற்கு வந்தால் அம்மா திட்டவாரம்பித்து விடுகிறாள். வட்டிக் கடைக்காரர் மென்னியைப் பிடிக்கிறார். பாவம் என்ன செய்வார் அவர்?"

"மாடுகள் எங்கிருந்து வருமாம்?"

"வட்டிக் கடைக்காரரும் தன் ரூபாய் வேண்டுமென்கிறார். நம் வீட்டுக் கஷ்டங்களைப் பற்றி அவர்களுக்கென்ன வந்தது?"

"அம்மா அங்கேயிருந்திருந்தால், அந்த வட்டிக் கடைக்காரரை ஒரு கை பார்த்திருப்பாள், பாவம் அழுது விட்டிருப்பார்."

ஜுனியா கிண்டல் செய்தாள், "பின் ரூபாய்க்கு இங்கே என்ன குறைச்சல்! நீ வட்டிக் கடைக்காரரிடம் கொஞ்சம் சிரித்துப் பேசு. போதும். ரூபாயை விட்டு விடுகிறானா இல்லையா என்று பார். உண்மையாகத்தான் சொல்லுகிறேன். அப்பாவின் கஷ்டம் தரித்திரம் எல்லாம் விடிந்து விடும்."

சோனா இரண்டு கையாலும் அவள் வாயைப் பொத்தினாள், "போதும். வாயை மூடு. இல்லையென்றால் இப்பொழுதே அம்மாவிடம் மாதாதீன் விஷயமெல்லாம் சொல்லி விடுவேன். அப்புறம் நீ அழுவாய்."

"அம்மாவிடம் என்ன சொல்லுவாயாம்? சொல்லுவதற்கு ஏதாவது இருந்தால்தானே! ஏதாவதொரு சாக்குச் சொல்லிக் கொண்டு வந்தால் வெளியே போ என்று சொல்ல முடியும். அவர் என்னிடமிருந்து எதுவும் எடுத்துக்கொண்டு போகவில்லையே! இனிமையாக நாலு வார்த்தைகளை நல்ல விலைக்கு விற்க எனக்குத் தெரியும். அப்படி யாரிடமும் ஏமாந்துவிட நானொன்றும் ஒன்றும் தெரியாதவள் அல்ல. உன் அண்ணன் அங்கு யாரையாவது வைத்துக் கொண்டிருக்கிறான் என்றால் அப்பொழுது என் மீது எந்தக் கட்டுப்பாடும் இருக்காது. இப்பொழுது எனக்கு இன்னமும் அவர்

என்னுடையவர் என்ற நம்பிக்கை இருக்கிறது. என்னால்தான் அவர் இப்படித் தெருத்தெருவாய் அலைய வேண்டி நேர்ந்துள்ளது. சிரித்து பேசுவதெல்லாம் இருக்கட்டும். நான் அவருக்குத் துரோகம் செய்ய மாட்டேன். ஒருவனை விட்டு இன்னொருவனிடம் போகிறவர்கள் யாராக இருந்தாலும், குலைந்துதான் போவார்கள்" என்றாள் ஜூனியா.

சோபா வந்து ஹோரியை அழைத்து, படேஸ்வரியின் பணத்தை அவன் கையில் கொடுத்து – "அண்ணே! நீ போய் இந்த ரூபாயை லாலாஜியிடம் கொடுத்துவிடு. அச்சமயம் எனக்கென்னவாகிவிட்ட தென்று எனக்கே தெரியவில்லை" என்றான்.

ஹோரி பணத்தை எடுத்துக்கொண்டு எழுந்ததும் சங்கு ஊதும் சத்தம் கேட்டது. கிராமத்தின் ஒரு கோடியில் தியான்சிங் என்ற பெயரில் ஒரு டாகுர் வசித்து வந்தார். பட்டாளத்தில் வேலை பார்த்தவர். விடுப்பு எடுத்துக்கொண்டு வந்து சில நாட்களாகி இருந்தன. பாக்தாத், ஏடன், சிங்கப்பூர், பர்மா என நாலாபக்கமும் சுற்றியவர். இப்பொழுது திருமணம் செய்துகொள்ள விரும்பினார். அதற்காக, பூஜை எல்லாம் செய்து அந்தணர்களைச் சந்தோஷப் படுத்த விரும்பினார்.

"ஏழு அத்தியாயமும் முடிந்து விட்டதுபோலிருக்கிறது வா. ஆரத்தி நடக்கிறது" என்றான் ஹோரி.

"அப்படித்தான் தோன்றுகிறது. வா அண்ணே. போய் வரலாம்" என்றான் சோபா.

"நீ போ, நான் சற்று நேரத்தில் வருகிறேன்" என்றான் ஹோரி கவலையுடன்.

தியான்சிங் ஊருக்குவந்த அன்றே எல்லோர் வீட்டிற்கும் ஒரு சேர் இனிப்புகளை அனுப்பி வைத்திருந்தார். வழியில் அவனைப் பார்த்தால் நலம் விசாரிப்பார். அவர் நடத்தும் பூஜைக்கு வெறுங்கையுடன் செல்வது அவமானத்திற்குரியது.

ஆரத்தித்தட்டு அவர் கையிலிருக்கும். வெறுங்கையுடன் எப்படி ஹோரி ஆரத்தி எடுத்துக்கொள்வான்? இதைவிட கதைக்குப் போகாமலிப்பதே மேல். இத்தனை பேர்களில் ஹோரி வரவில்லை என அவருக்கு எப்படித் தெரியப்போகிறது? ரிஜிஸ்டர் வைத்துக் கொண்டா, யார் வந்திருக்கிறார்கள், யார் வரவில்லை எனப் பார்க்கப் போகிறார்? ஹோரி போய்க் கட்டிலில் படுத்துக்கொண்டு விட்டான். ஆனால் அவன் மனம் மிகவும் வருந்தியது. கையில் ஒரு காசுகூட இல்லை. ஒரு தாமிரக்காசு! அதுகூட இல்லை. ஆரத்தியின் புண்ணியம், மகாத்மியம் பற்றி அவனுக்குக் கவலையில்லை. கவலையெல்லாம் விவகாரம் பற்றித்தான். டாகுர்ஜியின் ஆரத்தியை, தன் பக்தியை காணிக்கையாகச் செலுத்தி அவன் எடுத்துக் கொள்ள முடியும்? ஆனால் மரியாதையை எப்படி விடுவது, எல்லோர் கண் முன்னேயும் தாழ்ந்தவனாக ஆவது எப்படி?

சட்டென்று அவன் எழுந்து உட்கார்ந்தான். எதற்காகக் கௌரவம், மரியாதைக்கு அடிமையாக வேண்டும். மரியாதையைக் காப்பாற்ற, பகவானின் ஆரத்தியை எடுத்துக்கொள்ளும் புண்ணியத்தை ஏன் கைவிட வேண்டும்? ஜனங்கள் சிரிப்பார்கள்.

சிரிக்கட்டுமே! அவனுக்கு அக்கறையில்லை. பகவான் அவனைத் தீச்செயல்களிலிருந்து காப்பாற்றி வைக்கட்டும். வேறெதும் அவனுக்கு வேண்டாம்.

ஹோரி எழுந்து டாகுரின் வீட்டை நோக்கி நடந்தான்.

❑

18

கன்னாவிற்கும் கோவிந்திக்கும் ஒத்துக்கொள்ளவில்லை. ஏன் ஒத்துப்போகவில்லை எனக் கூறுவது கடினம். சோதிடக் கணக்குப் படி அவர்களது கிரகங்கள் பரஸ்பரம் விரோதமானவை என்பதனால் திருமணத்தின்போது கிரகங்களும், நட்சத்திரங்களும் ஒத்துப் போகும்படியாகச் செய்யப்பட்டு விட்டன. காமசாத்திரத்தின் படியும் இந்த ஒவ்வாமைக்கு ஏதும் ரகசியமான காரணங்கள் இருக்கக்கூடும். மனோதத்வ நிபுணர்கள் ஆராய்ந்து வேறு காரணங்களையும் தேடலாம். நமக்குத் தெரிந்ததெல்லாம் அவர்களுக்குள் பரஸ்பரம் ஒத்துப்போகவில்லை என்பதுதான். கன்னா பணக்காரர், ரசிகர். எல்லோருடனும் சகஜமாகப் பழகும் சுபாவம். வனப்பான தோற்றம். நன்றாகப் படித்தவர். நகரத்தின் பெரிய மனிதர்களில் குறிப்பிடத்தக்கவர். கோவிந்தி அப்சரஸ் இல்லையென்றாலும், அழகிதான். கோதுமை நிறம். நாணம் பளிச்சிடும் விழிகள், ஒருமுறை நிமிர்ந்து பார்த்ததும், கவிழ்ந்து கொள்ளும். கன்னங்களில் செம்மை படர்ந்திராவிடினும், வழவழப்பானவை. மிருதுவான, மென்மையான உடல்வாகு, அங்க அமைப்புகளும் எடுப்பானவை. வடிவான தோள்கள், முகத்திலே ஒருவிதமான இகழ்ச்சி. அதில் லேசான கர்வத்தில் சாயல்கூட இருக்கிறது. இந்த உலகத்தின் நடைமுறைகள் செயல்களை இகழ்வாக நினைப்பது போன்ற பாவம். கண்ணாவிடம் உல்லாச வாழ்க்கைக்கு ஏற்ற சாதனங்களுக்கு குறைவேயில்லை. முதல்தரமான பங்களா, பர்னிசர்கள் உயர்ரகமானவை. கணக்கற்ற பணம். ஆனால் கோவிந்தியின் பார்வையில் இவைகளெல்லாம் மதிப்பில்லை. அகன்று விரிந்த உவர்க் கடலில் தணியாத் தாகத்தோடு இருப்பவள் போலிருந்தாள் அவள். குழந்தைகளை வளர்ப்பது, கவனிப்பது, குடும்பத்தின் காரியங்கள்தான் அவளுடைய உலகமாக இருந்தது. இதிலேயே அவள் மும்முரமாய் தன்னை ஈடுபடுத்திக் கொண்டிருந்ததால் உல்லாசக் கேளிக்கைகளின்பால் அவள் கவனமே செல்லவில்லை. கவர்ச்சி என்பதென்ன? அது எப்படி ஏற்படுகிறதென்பது பற்றி அவள் ஒருபொழுதும் சிந்தித்தே பார்க்க வில்லை. அவள் புருஷனின் விளையாட்டுப் பொம்மையல்ல. போகப் பொருளும் அல்ல. பின் எதற்காகக் கவர்ச்சிப் பாவையாக முயற்சிக்க வேண்டும்? அவளுடைய உண்மையான அழகைக்கண்டு, உணர்ந்து

ரசிக்கும் பார்வை அவனுக்கில்லையென்றால், பெண்களின் பின்னால் சுற்றுகிறவனென்றால், அது அவனுடைய துர்பாக்கியம். அவள் அன்போடு, கருத்தோடு தான் கொண்ட கணவனுக்குப் பணிவிடைகள் செய்கிறாள். அதிலெந்த மாறுதலுமில்லை. துவேஷம், மோகம் போன்ற உணர்வுகளை அவள் வென்றுவிட்டாளெனத் தோன்றியது. இந்த அளவற்ற செல்வம் அவளது ஆத்மாவை நசுக்கிக் கொண்டிருந்தது. இந்த ஆடம்பரம், பகட்டு, வெளிவேடம் யாவற்றிலிருந்தும் விடுபட அவள் மனம் எப்பொழுதும் ஆசைப்பட்டுக் கொண்டிருந்தது. தனது எளிமையான, சரளமான, இயல்பான வாழ்வில்தான் எத்தனை இன்பமாக, சுகமாக வாழலாம் என்று அவள் தினமும் கனவு கண்டு கொண்டிருந்தாள். பின் எதற்காக மாலதி அவள் வாழ்வில் குறுக்கிடுகிறாள்? எதற்காக வேசிகளின் முஜ்ரா (கச்சேரிகள்) நடக்கின்றன? ஏனிந்த சந்தேகம், பகட்டு, போலித்தனம், அமைதியின்மை அவளது வாழ்வில் முள்ளாகிவிட்டன? அவள் சிறுமியாகப் பள்ளியில் படித்துக் கொண்டிருந்தபோது, அவளைக் கவிதையின்பால் மோகம் பற்றிக் கொண்டது. கவிதையைப் பொறுத்தவரையில் துன்பமும், வேதனையும்தான் வாழ்க்கையின் தத்துவங்கள். செல்வமும், சுகபோகமும் மனிதனைப் பொய்மை, அமைதியின்மையின்பால் இழுத்துச் செல்லுபவை என்ற எண்ணங்கள் மனதில் பதிந்துபோயிருந்தன. இப்பொழுதும் சிற்சில சமயம் கவிதை எழுதுவதுண்டு. ஆனால் யாரிடம் படித்துக் காட்டுவது? கோவிந்தியின் கவிதைகள், மனத்திலெழும் கற்பனைகளின், உல்லாசமான உணர்ச்சிகளின் வெளிப்பாடுகள் அல்ல. அதன் ஒவ்வொரு சொல்லிலும் அவளது வாழ்வின் வேதனையும், தவிப்பும் கண்ணீரின் சில்லிட்ட தாபமும் நிறைந்திருந்தன. கபடம், போலித்தனம், வெளிப்பகட்டு, காமஇச்சைகளிலிருந்து வெகு தூரத்திற்கப்பால், அமைதியான குடிலில், எளிமையான, சந்தோஷத்தை அநுபவிக்க எங்கோ, தொலைதூரத்தில் போய் வாழ வேண்டுமென்ற ஆசை அதில் உள்ளடங்கி நின்றது. அவளது கவிதைகளைப் பார்க்க நேர்ந்தால் கன்னா அவற்றைப் பரிகசிப்பார். சில சமயம் கிழித்தும் எறிந்துவிடுவார். பணம் என்னும் இந்தச் சுவர் நாளுக்கு நாள் அவர்களிடையே உயர்ந்துகொண்டே போயிற்று. அத்தம்பதிகளை ஒருவரிடமிருந்து மற்றொருவரை தூர விலகிச் செய்து கொண்டிருந்தது. கன்னா தனது வாடிக்கையாளர்களிடம், எத்தனை பணிவாக இனிமையாக நடந்து கொண்டாரோ, வீட்டில் அத்தனைக்கத்தனை கடுமையாக, முரடனாக இருந்தார். பெரும்பாலும் கோபத்தில் கோவிந்தியை கண்டபடி பேசுவார். மரியாதை நாகரீகம் என்பதெல்லாம் வெளி உலகத்தை ஏமாற்ற ஒரு சாதனமாகவே அவருக்கிருந்தது. மனத்தின், உள்ளத்தின் பண்பாடாக அது படியவில்லை. அத்தகைய தருணங்களில் கோவிந்தி தனது தனி அறையில் போய் உட்கார்ந்து, இரவெல்லாம் அழுது கொண்டிருப்பாள். இங்கே கன்னா தீவான் கானாவில் வேசிகளின் ஆடல் பாடல்களை ரசித்துக் கொண்டிருப்பார் அல்லது குடித்துக் கொண்டிருப்பார். இப்படியெல்லாமிருந்தும்கூட கன்னாதான் அவளுடைய உலகமாக, அவளுக்கு யாவுமாக இருந்தார்.

கன்னாவினால் அவமதிக்கப்பட்டு, நசுக்கப்பட்டிருந்தாலும் கோவிந்தி அவருடைய அடிமையாக இருந்தாள். அவருடன் சண்டை போடுவாள், கோபப் படுவாள், அழுவாள், ஆத்திரப்படுவாள். ஆனால் அவருடையவளாகவே இருப்பாள். அவரைவிட்டு தனித்ததொரு தன் வாழ்க்கையைப் பற்றி அவளால் கற்பனைகூட செய்ய முடிந்ததில்லை.

இன்று மிஸ்டர் கன்னா யாருடைய முகத்தில் விழித்தாரோ, காலையில் பேப்பரைப் பிரித்ததுமே, அவருடைய பல ஸ்டாக்குகளின் ரேட் சரிந்து விட்டிருந்தது. இதனால் அவருக்குப் பல்லாயிரக்காணக்கான ரூபாய்கள் நஷ்டமாகிவிடும். சர்க்கரை ஆலைத் தொழிலாளிகள் ஹர்த்தாலில் இறங்கி இருந்தனர். ரகளையும், குழப்பமும் விளைவிக்கவும் தயாராக இருந்தனர். லாபம் வருமென்ற ஆசையில் வெள்ளி வாங்கியிருந்தார். ஆனால் இன்று அதன் விலை இன்னமும் அதிகமாகச் சரிந்து விட்டிருந்தது. ராய் சாகப்புடன் நடந்து கொண்டிருந்த பேரத்தில் நல்ல லாபம் கிடைக்கு மென்று எதிர்பார்த்துக் கொண்டிருந்தார். அந்தப் பேரம் இன்றும் படியாமல் தள்ளிப்போகும்போல் தோன்றியது. இரவு நிறைய குடித்திருந்ததால் அவருக்கு இப்பொழுது தலை கனத்தது. உடம்பெல்லாம் ஓரே வலி. டிரைவர், கார் என்ஜினில் ஏதோ கோளாறு என்று சொல்லி இருந்தான். லாகூரிலிருந்த அவரது வங்கியின் மீது யாரோ சிவில் வழக்கொன்று தொடர்ந்திருந்த சேதியும் கிட்டியிருந்தது. மனதிற்குள் இதையெல்லாம் எண்ணிக் குமைந்து கொண்டிருந்தபோது, கோவிந்தி வந்து, "பீஷ்மனின் சுரம் இன்னமும் தணிந்தபாடில்லை. யாரேனும் டாக்டரை அழைத்து வாருங்கள்" என்றாள்.

பீஷ்மன் அவரது கடைக்குட்டி, பிறந்ததிலிருந்தே பலவீனம். தினமும் ஏதாவதொன்று வந்துவிடும். நேற்று இருமலென்றால், இன்று சுரம், சிலசமயம் மாந்தம். சிலசமயம் வயிற்றுப் போக்கு, பச்சையாய், மஞ்சளாய் பேதி. பத்து மாதமாகிவிட்டது. ஆனால் நாலைந்து மாதக் குழந்தை போல்தானிருந்தான். இந்தக் குழந்தை பிழைக்காது என்ற எண்ணம் கன்னாவிற்கு ஏற்பட்டுவிட்டது. இதனால் அவனை அதிகம் கவனியாமல் அலட்சியமாக இருந்தார். ஆனால் இதே காரணத்தினால் கோவிந்தி அவனிடம், மற்ற எல்லாக் குழந்தைகளையும்விட அன்பாக இருந்தாள்.

தந்தைக்குரிய பாசத்தைக் காட்டியவாறே கன்னா சொன்னார் – "குழந்தைகளுக்கு மருந்துகளுக்கு பழக்கப்படுத்துவது, அவ்வளவு நல்லதல்ல. மருந்து கொடுப்பதே உனக்கு வழக்கமாகிவிட்டது. கொஞ்சம் ஏதாவதென்றால், உடனே டாக்டரைக் கூப்பிடு என்கிறாய். இன்று மூன்றாவது நாள்தானே. இன்றும் ஒருநாள் பொறுத்துப்பார். ஒருக்கால் சுரம் தானாகவேத் தணிந்து விடலாம்" என்றார்.

"மூன்று நாட்களாய் சுரம் இறங்கவில்லை. கைமருந்து கொடுத்துப் பார்த்தாகிவிட்டது." என்றாள் கோவிந்தி..

"சரி, கூப்பிடுகிறேன்! யாரைக் கூப்பிடுவது?"

“டாக்டர் ‘நாக்’ கைக் கூப்பிடுங்கள்.”

“சரி, அவரையே வரச் சொல்லுகிறேன். பெரிய பெயரிருப்பதால் மட்டும் ஒருவரும் நல்ல டாக்டராகி விடமுடிவதில்லை. நாக் எவ்வளவு பீஸ் வாங்கிக் கொண்டாலும் அவர் தரும் மருந்தில் யாரும் குணமடைந்து நான் பார்க்கவில்லை. நோயாளிகளைச் சுவர்க்கத்திற்கு அனுப்புவதில் பிரசித்தி பெற்றவர் அவர்.”

“உங்களுக்கு யார் வேண்டுமோ கூப்பிடுங்கள், டாக்டர் நாக் பலமுறை வந்திருக்கிறாரே என்று சொன்னேன்.”

“மிஸ் மாலதியைக் கூப்பிட்டாலென்ன? பீஸும் கம்மி. குழந்தைகளின் உடம்பைப் பற்றி ஒரு லேடி டாக்டர் புரிந்து கொள்வதுபோல், ஆண் டாக்டர்களால் புரிந்து கொள்ள முடியாது.”

“நான் மிஸ் மாலதியை டாக்டர் என்று நினைக்கவில்லை” என எரிச்சலுடன் கூறினாள் கோவிந்தி.

கன்னா கோபத்துடன் அவளை உற்றுப் பார்த்தார். “இங்கிலாந்திற்கு புல் புடுங்கவா போயிருந்தாள்? ஆயிரக்கணக்கான வர்களுக்கு இன்று உயிர்ப்பிச்சை கொடுத்துக் கொண்டிருக்கிறாள். இதெல்லாம் ஒன்றுமேயில்லையா?

“இருக்கலாம். ஆனால் எனக்கு அவள் மீது நம்பிக்கையில்லை. அவள் ஆண்களின் இதயத்திற்கு வைத்தியம் செய்யட்டும்! வேறெதற்கும் அவளிடம் மருந்தில்லை.”

அவ்வளவுதான். கன்னா கர்ஜித்தார். கோவிந்தி மழையாகக் கண்ணீர் பொழிந்தாள். அவர்களுக்கிடையே மாலதியின் பெயர்தான் இருவரையும் குத்திக் கிளப்பும் சுடுசொல்.

கன்னா காகிதங்களையெல்லாம் தரையில் எறிந்தார். “உன்னுடன் வாழ்க்கையே வெறுத்துவிட்டது” என்றார் கசப்புடன்.

கோவிந்தி குத்தலாக – “அப்படியென்றால் மாலதியைத் திருமணம் செய்து கொள்ளுவதுதானே! அங்கே பருப்பு வேகுமென்றால், இப்பொழுதும் ஒன்றும் மோசமாகி விடவில்லை.”

“நீ என்னை என்னவென்று நினைத்துக் கொண்டிருக்கிறாய்?”

“நினைப்பதென்ன! மாலதி உம்மைப் போன்றவர்களைத் தன் அடிமையாக்கி வைத்துக்கொள்ளத்தான் விரும்புகிறாள். கணவனாக அல்ல”.

“உன் பார்வையில் நானென்ன அவ்வளவு அற்பமானவனா?” கன்னா அவள் கூற்றுக்கு எதிரான பிரமாணங்களைத் தரத் துவங்கினார். மாலதி தன்னை மதிப்பதுபோல் வேறெவரையும் மதிப்பதில்லை என்றார். ராய் சாகப், ராஜா சாகப்பிடம் முகம் கொடுத்துப் பேசுவதுகூட இல்லை. ஆனால் தான் ஒருநாள் அவளைச் சந்திக்காவிடில், முறையிடுகிறாள் என்றார்.

கோவிந்தி இந்தப் பிரமாணங்களையெல்லாம் ஊதி எறிந்து விட்டாள் – “ஏன், என்றால் நீங்கள்தான் கண்ணிருந்தும் குருடராக இருக்கிறீர் என்று அவள் நினைக்கிறாள். மற்றவர்களை இத்தனை சுலபமாக முட்டாளாக்க முடியாது.”

நான் விரும்பினால் இன்றே இப்பொழுதே மாலதியைத் திருமணம் செய்துகொள்ளமுடியும் எனப் பெருமையடித்துக் கொண்டார் கன்னா. ஆனால் கோவிந்தி இதைக் கொஞ்சம் கூட நம்பவில்லை. "நீங்கள் ஏழேழு ஜன்மம் கெஞ்சினாலும் அவள் உங்களுடன் திருமணம் செய்துகொள்ள மாட்டாள். நீங்கள் அவளுடைய மட்டக் குதிரை. உங்களுக்குப் புல் வேண்டுமானால் தருவாள். சிலசமயம் முகத்தைத் வருடிக்கொடுப்பாள். உங்கள் புட்டத்தைத் தடவிக் கொடுப்பாள். ஏன் என்றால் உன் முதுகின் மீது அவளுக்குச் சவாரி செய்யவேண்டும். உங்களைப் போல் ஓராயிரம் முட்டாள்கள் அவள் சட்டைப்பைக்குள் இருக்கிறார்கள்."

இன்று கோவிந்தி வரம்பு மீறித்தான் போய்விட்டாள். இன்று அவருடன் சண்டை போடவே தயாராக வந்திருப்பதாகத் தோன்றியது. டாக்டரைக் கூப்பிடுங்கள் என்பது ஒரு சாக்கு, தனது தகுதி, திறமை, செல்வாக்கு, ஆண்மையின் மீது இத்தகையதொரு தாக்குதலை கன்னாவினால் எப்படிச் சகித்துக் கொள்ளமுடியும்?

"உன் எண்ணப்படி நான் முட்டாள். அறிவில்லாதவன் என்றால் நூற்றுக்கணக்கானவர்கள் என் வாசலுக்கு வந்து ஏன் காத்துக் கொண்டு நிற்கிறார்கள்? எனக்குத் தண்டனிடாத ஜமீன்தாரோ, ராஜாவோ யாரிருக்கிறார்கள்? நூற்றுக்கணக்கானவர்களை நான் முட்டாளாக்கி இருக்கிறேன்"

"இதுதான் மாலதியின் சிறப்பு. நீங்கள் மற்றவர்களை நேரடியாக மொட்டையடிக்கிறீர்கள். அவளோ உங்களை மறைமுகமாய் மொட்டை அடிக்கிறாள்."

"நீ மாலதியை என்ன வேண்டுமானாலும் சொல்லு. ஆனால் நீ அவள் கால் தூசு பெறமாட்டாய்?"

"என்னைப் பொறுத்தவரையில் அவள் வேசியிலும் மட்டமானவள். ஏன் என்றால் அவள் திரை மறைவிலிருந்து வேட்டையாடுகிறாள்."

இருவரும் தங்கள் தங்கள் அக்கினி பாணங்களை எய்தனர். கன்னா கோவிந்தியை இன்னும் கடுமையான வார்த்தைகளால் திட்டியிருந்தால்கூட அவளுக்குத் தவறாகப் பட்டிராது. ஆனால் மாலதியுடன் மிகமோசமாக ஒப்பிட்டதை அவளால் தாங்கிக் கொள்ளவே இயலவில்லை. கோவிந்தி கன்னாவை என்ன சொல்லியிருந்தாலும் அவர் இவ்வளவு கொதிப்புற்றிருக்க மாட்டார். ஆனால் அவள் மாலதியை இவ்வாறு அவமதித்துப் பேசியதை அவரால் தாள முடியவில்லை. இருவரும் ஒருவர் மற்றொருவருடைய இதயத்தின் மென்மையான இடத்தைப் பற்றி அறிந்தவர்கள். அதனால் தான் இருவரின் குறியும் சரியான இடத்தில் தைத்ததும் இருவருமே துடிதுடித்துப் போயினர். கன்னாவின் கண்கள் சிவந்தன. கோவிந்தியின் முகம் சிவந்தது. ஆவேசத்துடன் எழுந்த கன்னா அவளது இரண்டு காதுகளையும் பற்றி பலமாக அழுத்தித் திருகினார். மூன்று, நான்கு அறையும் விட்டார். அழுதுகொண்டே கோவிந்தி உள்ளே சென்றாள்.

சற்று நேரத்திற்கெல்லாம் டாக்டர் நாக் வந்தார். சிவில் சர்ஜன் மிஸ்டர் டாட் வந்தார். பிஷகாசார்யா நீலகண்ட சாஸ்திரி வந்தார்.

ஆனால் கோவிந்தி குழந்தையுடன் தன்னறையிலேயே அமர்ந்திருந்தாள். யார் என்ன சொன்னார்கள், என்ன கலந்து பேசினார்கள் என எதுவும் அவளுக்குத் தெரியாது. எந்த ஆபத்தைப் பற்றி அவள் கற்பனை செய்துகொண்டிருந்தாளோ, அது அவள் தலைமீது விடிந்துவிட்டது. கன்னா இன்று அவளுடன் தன் உறவை முறித்துக் கொண்டு விட்டதுபோல் அவளை வீட்டைவிட்டுத் துரத்தி கதவைச் சாத்திக்கொண்டு விட்டது போலிருந்தது. தன் அழகைக் கடை விரித்து அமர்ந்திருப்பவளுடைய நிழல்கூட தன்மீது படுவதைத் தான் விரும்பவில்லையோ, இன்று அவள் மறைமுகமாக தன் மீது ஆதிக்கம் செலுத்துவதா? இது ... முடியாது. இதை நடக்க விடமாட்டாள் அவள். கன்னா அவளுடைய கணவன். அவனுக்கு எதையும் எடுத்துச் சொல்ல, அறிவுறுத்த அவளுக்குரிமையுண்டு. அவர் அடித்தாலும் ஏற்றுக்கொள்ள அவள் தயார். ஆனால் மாலதியின் ஆதிக்கம்! முடியவே முடியாது. ஆனால் குழந்தையின் சுரம் இறங்காத வரையில் அவள் நகர முடியாது. சுயாபிமானம்கூட கடமையின் முன்னே தலைகுனியத்தான் வேண்டியுள்ளது.

மறுநாள் குழந்தையின் சுரம் சற்றுத் தணிந்தது. கோவிந்தி ஒரு 'தாங்கா' கொண்டுவரச் சொல்லி வீட்டைவிட்டு வெளியேறினாள். தான் இத்தனை மோசமாகத் திரஸ்கரிக்கப்படும் வீட்டில் இனியும் அவளால் இருக்க முடியாது. அடி மிகவும் வலுவானது. குழந்தைகளைப் பற்றிய மோகத்தைப் பாசத்தைக் கூடத் துண்டித்து விட்டது அது. குழந்தைகள்பால் தனக்குள்ள கடமையை நிறைவேற்றி விட்டாள். மீதமிருப்பது கன்னாவின் கடமை. கைக்குழந்தையை அவளால் விடமுடியாது. அவன் அவளது உயிரோடு ஒன்றாகிவிட்டவள். அவனுள்ளே இருக்கிறாள். அவள் இந்த வீட்டிலிருந்து அவள் தன்னுயிர் ஒன்றை மட்டும்தான் எடுத்துச் செல்லுகிறாள். வேறெந்தப் பொருளும் அவருடையதல்ல. தான் தான் அவளைக் காப்பாற்றுவதாக அவர் சொல்லுகிறார். அவரது நிழலிலிருந்து வெளியேறியும் தன்னால் உயிர் வாழ முடியும் என்பதை அவள் காட்டுவாள். மூன்று குழந்தைகளும் விளையாடப் போயிருந்தனர். ஒருமுறை அவர்களை அழைத்துக் கொஞ்ச வேண்டும் போலிருந்தது. ஆனால் எங்கும் ஓடிப் போகவில்லையே! குழந்தைகளுக்கு அவளிடம் அன்பிருந்தால் அவர்களாக வருவார்கள். பார்க்க வேண்டும் என்று தோன்றும்போது அவளும் சென்று பார்த்து வருவாள். அவள் கன்னாவின் நிழலில் இருக்க விரும்பவில்லை. அவ்வளவுதான்.

மாலையாகிவிட்டது. பார்க்கில் கலகலப்பு கூடியிருந்தது. பசும்புல் வெளிகளில் படுத்தவர்களாய் மக்கள், காற்று வாங்கிக் கொண்டிருந்தனர். கோவிந்தி ஹஜரத்கங்ச் வழியாக மிருகக் காட்சி சாலையின் பக்கம் திரும்பியபோது எதிரே காரில் கன்னாவும் மாலதியும் வருவது தென்பட்டது. கன்னா தன்னைச் சுட்டிக் காட்டி ஏதோ கூறுவது போலவும், மாலதி புன்முறுவல் பூப்பது போலவும் அவளுக்குத் தோன்றியது. இல்லையில்லை, இது அவளது பிரமையாகவும் இருக்கலாம். கன்னா, மாலதியிடம் தன்னைப்பற்றி நிந்திக்க மாட்டார். ஆனால் எத்தனை வெட்கம் கெட்டவள் இவள்.

ஊரில் நல்ல பிராக்டிஸ் என்று கேள்விப்பட்டாள். பணக்காரக் குடும்பம். எதற்கும் குறைவில்லை. இருந்தும் தன்னை ஏன் இவ்வாறு விற்றுக்கொண்டுத் திரிகின்றாள்? ஏன் திருமணம் செய்து கொள்ளவில்லையோ தெரியவில்லை. ஹூம்! அவளை யார் திருமணம் செய்து கொள்ளுவார்கள்? இல்லையில்லை. அப்படி இருக்காது. எத்தனையோ பேர்கள், அவளை அடைவது தங்கள் பாக்கியமென நினைப்பவர்களும் இருக்கிறார்கள். ஆனால் மாலதிக்கு எவரையாவது பிடிக்க வேண்டுமே! ஹூம்! திருமணத்தில் அப்படியென்ன சுகமிருக்கிறது? திருமணம் செய்து கொள்ளாமலிருப்பது ரொம்பவும் நல்லதுதான். இப்பொழுது எல்லோரும் அவளுக்கு அடிமையாக இருக்கிறார்கள். திருமணமானால் ஒருவனுக்கு வேலைக்காரியாகவல்லவா இருக்க வேண்டும். நல்ல முடிவுதான் செய்திருக்கிறாள். இப்பொழுது இந்த மனிதரும்கூட அடிவருடிக்கொண்டு நிற்கிறார். இவளைத் திருமணம் செய்துகொண்டு விட்டால் இவள்மீது அதிகாரம் செலுத்தத் துவங்கிவிடுவார். ஆனால் அவள் இவரையா கல்யாணம் செய்து கொள்ளுவாள்? சமுதாயத்தில் இவளைப்போல் இரண்டொருத்தி இருந்தால் தான் நல்லது. ஆண்களின் காதை முறுக்கி மிரட்டி வைக்கட்டும்.

இன்று கோவிந்தியின் மனத்தில் மாலதியின்பால் அனுதாபம் உண்டாயிற்று. மாலதியின் மீது குற்றம் சாட்டி, அவள்பால் அநியாயம் செய்கிறாள். என் நிலையைக் கண்டு, அவள் கண்கள் திறந்து விடாதாயென்ன? திருமண வாழ்வின் மோசமான நிலையைக் கண்டபின் இந்த வலையில் அவள் மாட்டிக் கொள்ளவில்லை என்றால் அது தவறா என்ன?

கண்காட்சியில் நாற்புறம் அமைதி விரவி நின்றது. கோவிந்தி தாங்காவை நிறுத்தச் சொல்லி, குழந்தையுடன் இறங்கிப் பசும் புல்வெளியை நோக்கி நடந்தாள். இரண்டு மூன்றடி சென்றதுமே செருப்பு ஈரமாகி விட்டது. சற்று முன்தான் புல்வெளிக்கு நீர் பாய்ச்சி இருந்ததால் புல்லுக்கு அடியில் சேறாகி விட்டிருந்தது. பரபரப்புடன் அவள் பின்வாங்காது மேலும் நாலடி சென்றதும், கால்களில், சேறு அப்பிக்கொண்டது. அவள் கால்களைப் பார்த்தாள். கால்களைக் கழுவிக் கொள்ளத் தண்ணீர் எங்கிருந்து கிடைக்கும்? அவளுடைய மனவேதனை யாவும் மறைந்துவிட்டது. கால்களை எப்படி எங்கே கழுவிக் கொள்வது என்ற புதிய கவலை எழுந்தது. கால்களைக் கழுவிச் சுத்தம் செய்துகொள்ளாத வரையில் அவளால் எதுவும் யோசிக்க முடியாது.

சட்டென்று நீண்டதொரு தண்ணீர்க் குழாய் புற்களிடையே மறைந்து கிடப்பது கண்ணில் பட்டது. அதிலிருந்து தண்ணீர் வெளியே வந்து கொண்டிருந்தது. அவள் அங்கு சென்று கால்களைக் கழுவிக் கொண்டாள். செருப்புகளைக் கழுவினாள். கைமுகமும் கழுவிக் கொண்டாள். இரு உள்ளங்கைகளையும் குவித்து நீரெடுத்து தாகம் தணிந்தாள். பிறகு அதைத் தாண்டிச் சென்று காய்ந்திருந்த புற்றரையின் மீது அமர்ந்து கொண்டாள். துயரத்தில் மரணத்தைப் பற்றிய நினைவுதான் முதலில் வந்துவிடுகிறது. இப்படியே இங்கு

அமர்ந்த நிலையிலேயே மரித்து விட்டால் என்ன? தாங்காக்காரன் உடனே சென்று கண்ணாவிற்குச் சேதி சொல்லுவான். சேதி கேட்டதுமே கண்ணா மகிழ்ந்து போவார். ஆனால் உலகத்திற்காகக் கைகுட்டையினால் கண்களைத் துடைத்துக் கொள்வார். குழந்தைகளுக்குப் பொம்மைகளும், வேடிக்கைகளும் அம்மாவை விடப் பிரியமானவை. இதுதான் அவளது வாழ்க்கை. அவளுக்காக நான்கு சொட்டு கண்ணீர் விடுபவர் யாருமில்லை. அவளுக்குப் பழைய நாட்கள் நினைவு வந்தன. அப்பொழுது மாமியார் உயிரோடிருந்தாள். கண்ணாவும் ஊர்சுற்றியாக இல்லை. மாமியார் ஒவ்வொரு சிறு விஷயத்திற்கும் கோபித்துக்கொள்வது அவளுக்கு ரொம்பவும் வருத்தமாக இருக்கும். இப்பொழுது அந்த சுடுசொற்களில் அன்புகனிந்திருந்ததாகத் தோன்றியது. அவள் மாமியாரிடம் கோபித்துக்கொண்டு விடுவாள். மாமியார்தான் அன்புடன் அவளை சமாதானம் செய்வாள். இப்பொழுது அவள் மாதக்கணக்காக ஊடல் கொண்டிருந்தாலும், யாருக்கு அக்கறை? திடீரென அவள் மனம் தன் அம்மாவை நோக்கிச் சிறகடித்து பறந்தது. இன்று அம்மா இருந்தால் தனக்கு ஏன் இந்த நிலைமை ஏற்படப் போகிறது? அவளிடம் வேறெதுவுமில்லை. அன்பு நிறைந்த மடி இருந்தது. பாசம் நிறைந்த அரவணைப்பு இருந்தது. அதில் தன் முகத்தை மறைத்துக்கொண்டு அவள் அழலாம். இல்லையில்லை. அவள் அழமாட்டாள். அம்மாவை சுவர்க்கத்திலும் துயருறச் செய்ய மாட்டாள். எனக்குத் தன்னால் எவ்வளவு செய்ய முடியுமோ அதற்கதிகமாகவே செய்துவிட்டாள் அவள். என் கர்மங்களுக்கு கூட்டாளியாவது அவள் வசத்திலில்லை. இப்பொழுது அவள் ஏன் அழவேண்டும்? அவள் இப்பொழுது யாருக்கும் உட்பட்டவள் அல்லவே! தனக்குத் தேவையானதை அவளால் சம்பாதித்துக் கொள்ளமுடியும். நாளைக்கே காந்தி ஆஸ்ரமத்தின் சாமான்களை வாங்கி விற்பனை செய்யத் துவங்கி விடுவாள். இதில் வெட்கப்பட என்ன இருக்கிறது? “அதோ போகிறாளே! அவள் கன்னாவின் பெண்டாட்டி” என்று ஜனங்கள் அவளைச் சுட்டிக் காட்டிச் சொல்லுவார்கள். இந்த நகரத்தில் ஏனிருக்க வேண்டும்? வேறொரு ஊருக்குப் போய்விட்டால் என்னவாம்? என்னை யாருக்கும் தெரியாத இடத்திற்குப் போகலாமே! பத்தோ, இருபதோ, சம்பாதித்துக்கொள்வது கஷ்டமல்ல. நான் பாடுபட்டுச் சம்பாதித்துச் சாப்பிட்டால் யார் என்மீது அதிகாரம் செலுத்த முடியும்? இந்த மனிதர் இதற்காகத்தானே என்னைத் தான் காப்பாற்றுவதாக அலட்டிக்கொள்கிறார். இனி நானே என்னைப் பார்த்துக் கொள்வேன்.

சட்டெனத் திரும்பிப் பார்த்தவள், மிஸ்டர் மேஹ்தா தன்னை நோக்கி வருவதைக் கண்டாள். அவளுக்கு ஒரே குழப்பமாகி விட்டது. இச்சமயம் அவள் தனிமையைத்தான் வேண்டினாள். யாரிடமும் பேசவே விருப்பமில்லை. ஆனால் இங்கும் ஒருவர் வந்து விட்டாரே! இதற்குள் குழந்தையும் அழவாரம்பித்து விட்டான்.

அருகில் வந்த மேஹ்தா வியப்புடன், “தாங்கள்! இந்த வேளையில்! இங்கு எப்படி! என்றார்.”

கோவிந்தி குழந்தையைச் சமாதானப்படுத்தியவாறே.... "நீங்கள் வந்திருப்பதுபோல்தான் நானும்" என்றாள்.

புன்னகை புரிந்தவாறே மேஹ்தா சொன்னார் - "என்னைப் பற்றிக் கேட்காதீர்கள். வண்ணான் வீட்டுக் கழுதைமாதிரி நான். ஓரிடத்திலிருக்க மாட்டேன். குழந்தையைக் கொடுங்கள். சமாதானப் படுத்துகிறேன்."

"இந்தக் கலையை எப்பொழுது கற்றுக் கொண்டீர்கள்?"

"பழக்கப்படுத்திக் கொள்ள விரும்புகிறேன். சோதித்துப் பார்க்க வேண்டுமல்லவா?"

"அச்சா! அந்த நாள் நெருங்கி விட்டதா என்ன?"

"இது நான் தயாராவதில் இருக்கிறது. தயார் ஆனதும் உட்கார்ந்துவிடுவேன். சின்னச் சின்ன பட்டங்களைப் பெறுவதற்காக, படித்துப் படித்துக் கண்களைக் கெடுத்துக் கொள்கிறோம். இது வாழ்க்கையின் பரிட்சையாயிற்றே."

"சரி... சரி.. நீங்கள் எந்த கிரேடில் பாஸ் செய்கிறீர்கள் என்று நானும் பார்க்கிறேன்" என்று கூறியவளாய் கோவிந்தி, குழந்தையை அவரிடம் கொடுத்தாள். அவர் குழந்தையைத் தூக்கிப்போட்டு விளையாடியதும் அவன் அழுகையை நிறுத்திவிட்டான்.

"பார்த்தீர்களா? எப்படி மந்திரம் போட்டு அழுகையை நிறுத்தி விட்டேன். இனி எங்கேயிருந்தாவது ஒரு குழந்தையைக் கொண்டு வரப் போகிறேன்" எனச் சிறுவனைப்போல் பெருமையடித்துக் கொண்டார் மேஹ்தா.

"குழந்தையைத்தான் கொண்டு வருவீர்களா? அதன் அம்மாவையுமா?" எனக் கிண்டல் செய்தாள் கோவிந்தி.

மேஹ்தா வேண்டுமென்றே நிராசையுடன் தலை அசைத்தவாறே, "அப்படிப்பட்ட பெண் எங்குமே கிடைக்கவில்லையே?" என்றார்.

"ஏன்? மிஸ் மாலதி இல்லையா? அழகு, படிப்பு, குணம், கவர்ச்சி... நீங்கள் இன்னும் என்ன விரும்புகிறீர்கள்?"

"ஒரு பெண்ணிடம் நான் காண விரும்பும் குணங்கள் எதுவும் மாலதியிடம் இல்லை."

இந்த இகழ்ச்சியில் மகிழ்ச்சியடைந்தவளாய் கோவிந்தி - "அப்படியென்ன குறையிருக்கிறது அவளிடம். சொல்லுங்கள். கேட்கிறேன். வண்டுகளென்னவோ, வட்டமிட்டுக்கொண்டே இருக்கின்றன. இப்பொழுதெல்லாம் ஆண்களுக்கு இப்படிப்பட்ட பெண்களைத்தான் பிடிக்கிறது என்று கேள்விப்பட்டேன்" என்றாள்.

மேஹ்தா குழந்தையின் விரல்களிலிருந்து தன் மீசையை விடு வித்தவாறே, "என் மனைவி வித்தியாசமானவளாயிருப்பாள். நான் போற்றிப் பூசிப்பவளாய் அவளிருப்பாள்" என்றார்.

கோவிந்தியால் சிரிப்பை அடக்க இயலவில்லை, "நீங்கள் ஒரு பெண்ணை அல்ல. தேவியின் வடிவத்தை விரும்புகிறீர்கள். அப்படிப் பட்டவள் உங்களுக்கு கிடைப்பதரிது" என்றாள்.

"இல்லை. இந்த ஊரிலேயே அப்படிப்பட்ட பெண்ணொருத்தி இருக்கிறாள்."

"உண்மையாகவா! நான்கூட அவளைத் தரிசித்து அவளைப் போல் இருக்க முயற்சி செய்வேன்."

"உங்களுக்கு அவளை நன்றாகவே தெரியும். ஒரு லக்ஷாதிபதியின் மனைவி அவர். ஆனால் உல்லாச வாழ்வைத் துச்சமாக கருதுகிறாள். அவமதிப்பையும், அலட்சியத்தையும் சகித்துக்கொண்டு தன் கடமையிலிருந்து தவறாது, தாய்மையெனும் பீடத்திற்கு தன்னையே அர்ப்பணித்துக் கொண்டுள்ளாள். தியாகம்தான் அவளுடைய மாபெரும் இலட்சியம், உரிமை யாவுமே. நீங்களே சொல்லுங்கள். அவள் தேவியாக வழிபடத்தக்கவள் அல்லவா?"

கோவிந்தியின் உள்ளம் மகிழ்ச்சியால் சிலிர்த்தது. புரிந்து கொண்டும், புரியாதவள் போல், "நீங்கள் புகழ்கின்றீர்களே, அவள் இலட்சியப் பெண். அத்தகைய இலட்சியப் பெண், இலட்சிய மனைவியாகவும் ஆகமுடியும்" என்றாள்.

"ஆனால் அந்த ஆதர்சம் இன்றய யுகத்தினுடையது அல்ல. அந்த ஆதர்சம் சனாதனமானது. என்றென்றும் அழியாமல் இருக்கும் அமரத்வம் கொண்டது. மனிதன் அதனைக் குலைத்து, தன்னைச் சர்வநாசமாக்கிக் கொண்டுள்ளான்."

கோவிந்தியின் இதயம் பூரித்துக்கொண்டிருந்தது. இத்தகையதொரு சிலிர்ப்பு ஏற்பட்டதேயில்லை. எத்தனையோ பேர்களை அவள் சந்தித்திருக்கிறாள். ஆனால் எல்லோரையும்விட மேஹ்தாவிற்குத் தான் அவள் மனதில் உயரிய இடமிருந்தது. அவருடைய வார்த்தைகளால் உற்சாகம் பெற்றவள் தன்னை மறந்த கிறக்கம் கொண்டவளாய், "அப்படிப்பட்டவளை எனக்குக் காட்டுங்களேன்" என்றாள்.

மேஹ்தா, குழந்தையின் கன்னக் கதுப்பில் தன் முகத்தை மறைத்துக்கொண்டு, "அவள் இங்குதானிருக்கிறாள்." என்றார்

"எங்கே! என் கண்ணில் படவில்லையே!"

"அந்தத் தேவியிடம்தான் நான் பேசிக் கொண்டிருக்கிறேன்."

கோவிந்தி உரக்கச் சிரித்தாள். "நீங்கள் இன்று என்னை முட்டாளாக்க முடிவு செய்துவிட்டீர்கள். இல்லையா?"

"தேவிஜீ! தாங்கள் மிகுந்த அநியாயம் செய்கிறீர்கள். என்னை விடவும் அதிகம் தங்கள்பால் என் மனத்தில் மரியாதையையும் சிரத்தையையும் தோற்றுவிப்பவர்கள் ஒரு சிலர்தான். அவர்களில் தாங்கள் ஒருத்தி. தங்களது பொறுமையும், தியாகமும், சீலமும், அன்பும் இணையற்றது. நான் என் வாழ்வில் மிகப்பெரிய இன்பமென்று நினைப்பது தங்களைப் போன்றதொரு தேவிக்கு சேவை புரிவதுதான். நான் ஆதர்சமாகக் கருதும் பெண்மையின் உயிருள்ள வடிவம் நீங்கள்."

கோவிந்தியின் விழிகளிலிருந்து ஆனந்தக் கண்ணீர் வடிந்தது – இந்த சிரத்தையெனும் கவசத்தைப் போர்த்திக்கொண்டு அவள் எத்தகைய இன்னல்களையும் ஆயாசமின்றித் தாங்கிக்கொள்ளுவாள். அவளது ஒவ்வொரு மயிர்க்காலிலிருந்தும் இனிமையாக இசையின் ஒலி எழும்பியது. பெண்ணுக்குரிய உல்லாசத்தை மனத்திலே

அடக்கிக் கொண்டு - "நீங்கள் தத்துவவாதியாக ஏன் உள்ளீர்கள் மிஸ்டர் மேஹ்தா! நீங்கள் கவிஞராகியிருக்க வேண்டும்" என்றாள்.

மேஹ்தா சிரித்தார் - "தத்துவவாதியாக இன்றி, ஒருவன் கவிஞனாக முடியுமா என்ன? தத்துவம், தரிசனம் என்பது இடையிலுள்ள தங்குமிடம்."

"அப்படியென்றால் நீங்கள் கவிஞரின் பாதையில் நடந்து கொண்டிருக்கிறீர்கள். கவிஞனுக்கு உலகத்தில் என்றுமே சுகம் கிட்டுவதில்லை என்பது தெரியுமல்லவா?"

"உலகம் துன்பமென நினைப்பதுதான் ஒரு கவிஞனுக்கு இன்பம், செல்வம், ஐசுவரியம், அழகு, பலம், அறிவு, கல்வி, ஆற்றல் போன்றவை. உலகத்தாரை எவ்வளவு கவர்ந்தாலும், ஒரு கவிஞனின் பார்வையில் இவற்றின்பால் சற்றுக்கூட ஈர்க்கப்படுவதில்லை. செத்துவிட்ட நம்பிக்கைகள், அழிந்துவிட்ட நினைவுகள், உடைந்த உள்ளத்தின் கண்ணீர், இவைதான் அவனது மகிழ்ச்சிக்கும், ஈர்ப்புக்கும் உரியவை. இவைகளின்பாலுள்ள ஈர்ப்பு என்று அவனுள்ளத்தில் மடிந்து விடுகின்றதோ அன்றே அவன் கவிஞன் அல்ல. தத்துவ தரிசனங்கள், வாழ்க்கையின் இந்த ரகசியங்களுடன் வினோதம் செய்கிறது. கவிஞனோ அதனோடு லயித்துவிடுகிறான். உங்களுடைய இரண்டோரு கவிதைகளை நான் படித்திருக்கிறேன். அதில் எத்தகையதொரு சிலிர்ப்பு, இனிய வேதனை, கண்ணீர் பெருக வைக்கும் உணர்ச்சி வேகம், தாபம் இருக்கிறது என்பதும் எனக்குத் தெரியும். உங்களைப்போன்று இன்னொருத்தியைப் படைக்காதது இயற்கை செய்துள்ள பெருத்த அநியாயம்."

கோவிந்தி துயரம் மிகுந்த குரலில், "இல்லை மேஹ்தாஜி! இது தங்களுடைய பிரமை" என்றாள். "என் மாதிரியான பெண்களை எங்கும் காணலாம். அவர்களில் நான் மிகமிகத் தாழ்ந்தவள். தன் கணவனைச் சந்தோஷப்படுத்த இயலாதவள், தன்னை அவரது மனத்திற்கேற்றவளாய் ஆக்கிக்கொள்ள இயலாதவள்கூட ஒரு பெண்ணா? மாலதியிடமிருந்து இக்கலையைப் பயில வேண்டுமென சில சமயம் நான் நினைக்கிறேன். நான் தோற்றுப்போன இடத்தில் அவள் வெற்றி கண்டிருக்கிறாள். என்னுடையவரை என்னால் என்னுடையவராக்கிக் கொள்ள இயலாதபோது அவள் பிறரையும் தன்னுடையவராக்கிக் கொண்டு விடுகிறாள். இது அவளுக்கு பெருமை தரும் விஷயமல்லவா?"

மேஹ்தா முகம் சுளித்தார் - "மது மக்களுக்கு வெறியூட்டுகிற தென்றால் அது, தாகத்தைத் தணித்து, உயிரூட்டி, அமைதியுறச் செய்யும். தண்ணீரைவிட அது சிலாக்கியமானதென்று பொருளா?"

"என்னவாயினும் சரி! தண்ணீர் எங்கும் கிடைக்கிறது. மதுவிற்காகவே, வீடு வாசல் யாவுமே விற்கப்படுகிறது. மது எத்தனைக்கெத்தனை போதையும் கிளர்ச்சியும் ஊட்டுகிறதோ, அத்தனைச் சிறப்பானதாகக் கருதுகின்றனர். நீங்கள் கூட மதுவின் உபாசகர்தானே?" என்றாள் கோவிந்தி. அவள் நிராசையின் எல்லைய அடைந்துவிட்டிருந்தாள். எல்லை மீறிய நிராசையில் மனிதனுக்கும் சத்யத்தின் மீது, தர்மத்தின் மீதே சந்தேகம் ஏற்பட்டு விடுகிறது. ஆனால் மேஹ்தாவின் கவனம் இதில் செல்லவில்லை.

அவள் கூறியதின் கடைசி வாக்கியத்தில் நிலைத்து விட்டது. தான் மதுவருந்துபற்றி, அவளுக்கு எத்தகைய வெட்கமும் வருத்தமும் இன்று ஏற்பட்டதோ, அதுபோல் அவர் என்றுமே உணர்ந்ததில்லை. முகத்திலடிக்கிற மாதிரி, தர்க்கங்களுக்கு அவரிடம் பதிலிருந்தது. ஆனால் அன்புடன் கடிந்துகொள்ளப்பட்ட இந்தச் சொடுக்குக்கு அவரிடம் பதிலிருக்கவில்லை. பதில் தோன்றவும் இல்லை. தான் எதற்காக மதுவை உபமானம் கூறினோம் எனப் பச்சாதாபப்பட்டார். அவர்தானே மாலதியை மதுவிற்கு உவமித்துக் கூறினார். அவர் கொடுத்த அடி, திரும்பி அவரையே தாக்கியுள்ளது. வெட்கத்துடன் – “ஆமாம், கோவிந்தீஜி! எனக்கு இந்த பழக்கம் இருக்கிறதென்பதை ஒத்துக் கொள்கிறேன். எனக்கு அது தேவை எனக் கூறி எண்ணங்களுக்கும், சிந்தனைகளுக்கம் உரமளித்து, தூண்டிவிடும் சக்தி அதற்குள்ளது என்று பிரமாணங்களை முன்வைத்து, அது குற்றமில்லை என்று வாதாடமாட்டேன். ஏன் எனில் அது குற்றத்தை விடவும் மோசமானது. இனி ஒரு சொட்டு மதுகூட அருந்த மாட்டேன் என உங்கள் முன்னிலையில் பிரதிக்ஞை செய்கிறேன்” என்றார்.

கோவிந்தி திகைத்துப் போனாள் – “இதென்ன மேஹ்தாஜி! கடவுள் சாட்சியாகச் சொல்லுகிறேன். நான் இந்த அர்த்தத்தில் கூறவில்லை. இதற்காக மிகவும் வருந்துகிறேன்.”

“நீங்கள் ஒருவனுக்கு மீட்சி அளித்துள்ளீர்கள் என்பது பற்றி நீங்கள் சந்தோஷப் படவேண்டும்.”

“நான் தங்களை மீட்சி பெறச் செய்தேனா? நானல்லவோ எனது மீட்சிக்கு தங்களை நாடி வந்துள்ளேன்.”

“தன்யனானேன். என் பாக்கியம் அது.”

கோவிந்தி கருணை நிரம்பிய குரலில், “என்னுடைய கதையைக் கூறத் தங்களைத் தவிர வேறு யாரும் தகுந்தவர்களாய் என் கண்ணில் படவில்லை. இந்த விஷயம் உங்கள் மனத்தோடு இருக்கட்டும். இதைத் தங்களுக்கு நினைவுறுத்த வேண்டிய அவசியம் இல்லைதான். என் வாழ்க்கை என்னால் தாங்க இயலாததாகி விட்டது. இதுவரை என்னால் எத்தனை இயலுமோ, அதனைச் செய்துவிட்டேன். என் தவம் ஈடேறவில்லை. ஆனால் இனியும் என்னால் சகித்துக்கொள்ள இயலாது. மாலதி என்னைச் சர்வநாசம் செய்து கொண்டிருக்கிறாள். எந்த அஸ்திரத்தினாலும் அவளை முறியடிக்க என்னால் இயலவில்லை. தங்களுக்கு அவள் மீது செல்வாக்கு உள்ளது. தங்களை மதிப்பதுபோல் அவள் வேறெந்த ஆடவனையும் மதிப்பதில்லை. எப்படியாவது அவள் பிடியிலிருந்து என் வாழ்க்கையைத் தாங்கள் விடுவித்துக் கொடுத்துவிட்டால், நான் வாழ்நாள் முழுவதும் உமக்கு நன்றியுள்ளவளாகவே இருப்பேன். அவள் கையில் என் வாழ்வின் சௌபாக்கியம் பறிபோய்க் கொண்டிருக்கிறது. என்னைத் தங்களால் காப்பாற்ற முடியுமென்றால் செய்யுங்கள். இனித் திரும்பி அந்த வீட்டிற்குச் செல்லுவதில்லை என்ற முடிவுடன் நான் வீட்டை விட்டுக் கிளம்பி வந்துவிட்டேன். மரணத்தின் பந்தங்கள் யாவற்றையும் உடைத்து எறிந்துவிடவேண்டும் எனப் பெரிதும் முயற்சித்தேன். ஆனால் பெண்ணின் உள்ளம் மிகவும்

பலவீனமானது. மேஹ்தாஜி! பாசம் அவளது உயிர். உயிருடனிருக்கும்போது பாசத்தைத் துண்டித்து விடுவது அவளால் இயலாதது. இன்று வரை என் வேதனையையெல்லாம் என் நெஞ்சுக் கூட்டிற்குள்ளேயே வைத்திருந்தேன். ஆனால் இன்று என் தலைப்பை ஏந்தி தங்களிடம் யாசிக்கிறேன். மாலதியிடமிருந்து என்னைக் காப்பாற்றுங்கள். அந்த மாயாவினியின் கைகளில் நான் அழிந்து நாசமாகிக் கொண்டிருக்கிறேன். " அவளால் தொடர்ந்து பேச இயலாமல் குரல் கண்ணீரில் கரைந்தது. அவள் விம்மி விம்மி அழலானாள்.

மேஹ்தா தன்னைப் பற்றிய மதிப்பில் என்றும் இவ்வளவு உயர்ந்ததில்லை. பிரான்ஸ் நாட்டில் அவரது நூலைப் பிரஞ்ச் அகாதமி இந்த நூற்றாண்டின் தலைசிறந்த படைப்பு என அறிவித்து பாராட்டியபோது கூட உணர்ந்ததில்லை. யாரை உண்மையான உள்ளத்துடன் போற்றி வருகிறாரோ? தனது உள்ளத்தில் இஷ்ட தேவியாக வழிபடுகின்றாரோ, வாழ்வில் திசை அறிய முடியாத தருணங்களில் யாருடைய ஆலோசனைப் பெறலாம் என்ற நம்பிக்கை கொண்டிருந்தாரோ அவள், அவர்முன் நின்று யாசிக்கிறாள். தன்னுள்ளே மகத்தான சக்தியொன்று எழுவதை அவரால் உணர முடிந்தது. இனி அவரால் கடலையும் கடக்க முடியும், மலைகளையும் தகர்க்க முடியும். மரக் குதிரையின் மீது சவாரி செய்யும் சிறுவன் தான் வானில் எழும்பிப் பறக்கிறோம் என நினைப்பதுபோன்ற போதை அவரை ஆட்கொண்டது. இதற்காகத் தனது கொள்கை களைக் காற்றில் பறக்க விட நேரும் என்பதைப் பற்றிச் சற்றும் அவர் நினைக்கவில்லை. ஆசுவாசப்படுத்தும் குரலில், அவளை நோக்கிச் சொன்னார், "கோவிந்தீஜீ! தாங்கள் இவ்வளவு துன்பத்திலிருந்தீர்கள் என்பது எனக்குத் தெரியாது. என் அறிவு, என் பார்வை, என் கற்பனையின் குறைபாடு இது. இல்லாவிடில் தாங்கள் இத்தகைய வேதனையைச் சகித்துக்கொண்டிருக்க தேவையிருந்திராது."

"பெண் சிங்கத்திடமிருந்து அதன் இரையைப் பறிப்பது அவ்வளவு சுலபமல்ல. இதைப் புரிந்துகொள்ளுங்கள்" என்றாள் கோவிந்தி.

"பெண்ணின் உள்ளம் இந்த பூமியைப் போன்றது. இதிலிருந்து இனிப்பும் கிட்டும். கசப்பும் கிடைக்கும். இது அம்மண்ணில் எத்தகைய விதையை விதைக்கிறோம் என்பதைப் பொறுத்தது."

"இன்று இவளை ஏன் சந்தித்தோம் என நீங்கள் வருந்தலாம்."

"இன்றுதான் வாழ்வில் உண்மையான மகிழ்ச்சி கிட்டியது, என நான் கூறினால் தங்களுக்கு ஒருக்கால் நம்பிக்கை ஏற்படாமல் போகலாம்."

"தங்கள் தலையில் பெரிய பாரத்தைச் சுமத்தி விட்டேன்."

மேஹ்தா இனிமையும் சிரத்தையும் கலந்த குரலில் - "நீங்கள் என்னை வெட்கப்படும்படி செய்கிறீர்கள். கோவிந்தீஜி! நான் தங்கள் ஊழியன் என நான் சொல்லிவிட்டேன். தங்களின் நலனுக்காக என்னுயிரே போனாலும் அதனைப் பாக்கியமெனக் கருதுவேன். இதைக் கவிஞனின் உணர்ச்சி வேகம் என எண்ணிவிடாதீர்கள். இது

என் வாழ்வின் உண்மை. தங்களிடம் இதைக் கூறிவிட வேண்டுமென்ற ஆசையை என்னால் தடுக்க முடியவில்லை. நான் இயற்கையை வழிபடுபவன். மனிதனை அவனது இயல்பான ரூபத்தில் காணவே ஆசைப்படுகிறேன். சந்தோஷப்படும்போது, சிரித்து, வருத்தமேற்படும்போது அழுது, கோபம் வரும்போது கொன்று விடுபவனை நான் காண விரும்புகிறேன். சுகம், துக்கம் இரண்டையுமே அடக்கிக்கொண்டு, கண்ணீர் பெருக்குவது பலவீனம், சிரிப்பது இலேசானது, என்று நினைப்பவர்களுடன் எனக்கு எந்தவிதமான கருத்தொற்றுமையுமில்லை. வாழ்க்கை என்னைப் பொறுத்தவரையில் ஆனந்தமான விளையாட்டு. தன்னிச்சையானது. எளிமையானது.. அதில் போட்டி, பொறாமை, கோபம், அற்பத்தனத்திற்கு இடமே இல்லை. கடந்த காலத்தைப் பற்றி நினைப்பதில்லை. எதிர்காலத்தைப் பற்றிய அக்கறையுமில்லை. எனக்கு நிகழ்காலம் தான் யாவும், எல்லாமும். எதிர்காலத்தைப் பற்றிய கவலை, நம்மைக் கோழையாக்கிவிடுகிறது. கடந்த காலத்தின் சுமை நம் இடுப்பை முறித்துவிடுகிறது. நம்முடைய வாழ்க்கையின் வலிமை மிகக் குறைவானது. கடந்த காலம், எதிர்காலம் என்பதில் அதனைப் பரந்து விரியச் செய்வதில் அது பின்னும் பலவீனமுற்று விடுகிறது. நாம் வீணாகச் சுமையை நம்மீது சுமத்திக்கொண்டு, நம்பிக்கைகள், பழகிவிட்ட பழக்கவழக்கங்கள், வரலாறுகளின் இடிபாடுகளின் அடியே அமுந்திக் கிடக்கிறோம். அதிலிருந்து மீண்டெழும் வலிமையோ, ஆற்றலோ நமக்கில்லை. மீண்டெழ வேண்டுமென்ற நினைப்புக்கூட நம்மிடம் இல்லை. மனித தர்மத்தை நிலைநாட்டி நிறைவேற்ற எத்தகைய ஆற்றலும் வலிமையும் ஒன்று சேர்ந்து ஒருமனப்பட்டு, சகோதர மனப்பான்மையுடன் செயலாற்றத் தேவையோ, அவையெல்லாம் கழிந்து போன காலத்தின் பகைமைக்கு பழிவாங்குவதிலும், பாட்டனார், முப்பாட்டானாரின் கடன்களைத் தீர்ப்பதற்குமே அர்ப்பணிக்கப்பட்டு விடுகிறது. இந்தக் கடவுள், மோட்சம், பரலோகம் என்ற சூழ்ச்சி இருக்கிறதே, அதைப்பற்றியும் எனக்குச் சிரிப்புத் தான் வருகிறது. இந்த மோட்சம், உபாசனை என்பதெல்லாம், அகங்காரத்தின் உச்சம். நம்முடைய மனிதத்தன்மையை குலைத்து விடும் தான் என்ற அகம்பாவம். எங்கு வாழ்க்கை இருக்கிறதோ, அன்பும், இனிமையும், செயல்பாடும் உள்ளதோ அங்குதான் இறைவன் உள்ளான். வாழ்க்கையை இன்பமுள்ளதாக, இனிமை கூடியதாக ஆக்கிக் கொள்வதுதான் உபாசனை. அதுவேதான் மோட்சமும். உதட்டில் புன்னகையோ, விழிகளில் கண்ணீரோ தளும்பக்கூடாது என்கிறான் ஞானி. உன்னால் அழமுடியா விட்டால், சிரிக்க இயலாவிட்டால் நீ மனிதனே அல்ல, பாறாங்கல் என நான் சொல்லுகிறேன். மனிதனின் மனிதத்தன்மையை நசுக்கி விடும் ஞானம், ஞானமல்ல. அது செக்கு யந்திரம். மன்னித்து விடுங்கள், நானொரு பிரசங்கமே செய்து விட்டேன். நேரமாகி விட்டது. புறப்படுங்கள், உங்களை வீட்டில் கொண்டுபோய் விடுகிறேன். குழந்தை கூட என் மடியில் உறங்கிவிட்டான்" என்றார்.

"நான் தாங்கா கொண்டு வந்திருக்கிறேன்."

"நான் அதை அனுப்பி விடுகிறேன்" மேஹ்தா, தாங்காவிற்கு பணம் கொடுத்துவிட்டு வந்ததும் கோவிந்தி கேட்டாள், "என்னை எங்கே அழைத்துப் போகப் போகிறீர்கள்?"

திடுக்கிட்ட மேஹ்தா – "ஏன் உங்கள் வீட்டிற்குத்தான்" என்றார்.

"அது என் வீடு இல்லை மேஹ்தாஜீ"

"அது மிஸ்டர் கன்னாவின் வீடா?"

"இது கூட கேட்க வேண்டிய கேள்வியா என்ன? இனி அது என் வீடில்லை. எங்கு அவமதிப்பும், திரஸ்காரமும் உள்ளதோ அதை என் வீடென்று என்னால் கூறமுடியாது. நினைக்கவும் இயலாது."

வேதனையின் வலி நிறைந்த குரலில் ஒவ்வொரு வார்த்தையும் அடி மனத்திலிருந்து எழுவதுபோல் மேஹ்தா கூறினார், "இல்லை! கோவிந்தீஜீ! இல்லை. அது தங்களுடைய வீடு. என்றென்றும் அது உங்களுடைய இல்லம்தான். இந்த இல்லத்தை உருவாக்கியவர் நீங்கள். உயிர் உடலை இயக்குவதுபோல் அதனை இயக்குபவர் நீங்கள். உயிர் பிரிந்துவிட்டால் உடலின் நிலை என்னவாகும்? தாய்மை என்பது மகத்தான கௌரவமுள்ள ஸ்தானம். மரியாதைக் குரிய அந்தஸ்தானத்தில் அவமானம், திரஸ்காரம், வெறுப்பு எங்குதான் கிட்டவில்லை? தாயின் பணி உயிர்தானம் அளிப்பதுதான். ஒரு உயிரை உயிர்ப்பிப்பவள் அவள். எல்லையற்ற இச்சக்தியுடைய அவளுக்கு, அவளிடம் யார் கோபித்துக் கொள்கிறார்கள், யார் கடிந்து கொள்கிறார்கள் என்பதைப் பற்றியெல்லாம் என்ன அக்கறை? உயிர் இன்றி உடல் இருக்க இயலாததுபோல், உயிருக்கும் உடல்தான் எல்லாவிதத்திலும் பொருத்தமான இடம். தர்மம், தியாகம் என்பது பற்றியெல்லாம், நான் தங்களுக்கு என்ன உபதேசிக்கட்டும்? தாங்கள் அப்பண்புகளே உருவானவர் அல்லவோ! நான் சொல்வது...."

கோவிந்தீ இடைமறித்தாள் – "நான் தாய் மட்டுமல்ல. நானொரு பெண்."

மேஹ்தா ஒரு நிமிடம் மௌனமானார். பிறகு - "ஆம், தாங்கள் ஒரு பெண்தான். ஆனால் நான் பெண்ணை முதலில் ஒரு தாயாகத் தான் கருதுகிறேன். அவள் எதுவாக இருந்தாலும் அவை யாவுமே தாய்மையின் தொடக்கம்தான். தாய்மைதான் உலகத்தின் மிகப் பெரிய சாதனை. மாபெரும் தவம். மகத்தான தியாகம், மகத்தான வெற்றியும்கூட. ஒரே வார்த்தையில் அதனை 'லயம்' இரண்டறக் கலத்தல் என்பேன். ஆம், வாழ்க்கையின், தனித்துவத்தின், பெண்மையின் 'லயம்' அது. மிஸ்டர் கன்னா தன் சுயநினைவில் இல்லை என்பதை மட்டும் புரிந்துகொள்ளுங்கள். ஒரு மயக்கத்தில்தான் அவர் சொல்வதெல்லாம், செய்கையெல்லாம் இயங்குகிறது. அந்த மயக்கத்தின் போதை தெளிந்து அடங்க அதிக நாட்களாகாது. அந்த நாட்கள் மிக விரைவிலேயே வந்துவிடும். தங்களைத் தனது இதயதேவியாக நினைக்கும்நாள் அதிக தூரத்திலில்லை" என்றார்.

கோவிந்தி பதிலேதும் கூறவில்லை. மெதுவாகக் காரை நோக்கி நடந்தாள். மேஹ்தா, முன்னால் சென்று காரின் கதவைத் திறக்கவே அவள் உள்ளே சென்றமர்ந்தாள். கார் புறப்பட்டது. இருவரும்

பேசவில்லை. மௌனமாகவே இருந்தனர்.

கோவிந்தி தனது இல்லத்தின் வாயிலை அடைந்ததும், காரிலிருந்து இறங்கினாள். மின் விளக்கின் ஒளியில் அவளது விசாலமான கருவிழிகளில் நீர் திரையிட்டிருப்பதை மேஹ்தா கண்டார்.

வீட்டிற்குள்ளேயிருந்து குழந்தைகள் ஓடி வந்தன. அம்மா... அம்மா என்று கூவியபடி அவளைத் தழுவிக்கொண்டன. கோவிந்தியின் முகத்தில் தாய்மையின் கனிவும், பாசமும், பிரசாசமான ஜோதியைப் போல் ஒளிர்ந்தது. அவள் மேஹ்தாவை நோக்கி, “இந்த சிரமத்திற்காகத் தங்களுக்கு மிகவும் நன்றி” என்றாள். அவள் விழிகளிலிருந்து ஒரு சொட்டு நீர் கன்னங்களில் பட்டுத் தெறித்தது.

மேஹ்தாவின் கண்களும் குளமாயின. இத்தனை செல்வம், சுகபோகங்களுக்கிடையே ஒரு பெண்ணின் இதயம் எத்தகைய துயரத்தில் ஆழ்ந்துள்ளது -- என நினைத்தார் அவர்.

❑

19

மிர்ஜா குர்ஷேத்தின் இடம் என்று சொனனால் அது கிளப், கோர்ட், மல்யுத்த அகாடா எல்லாமும்தான். நாள் முழுவதும் அவரைச் சுற்றிலும் கூட்டம்தான். அந்த வட்டாரத்தில் அகாடாவிற்கு எங்கும் இடம் கிடைக்கவில்லை. மிர்ஜா ஒரு கூரையைப் போட்டு அகாடாவிற்கு ஏற்பாடு செய்து விட்டார். அஙகும தினமும ஐமபது, நூறு மலயுததப பயிறசி பெறுபவர்கள் வந்து விடுகின்றனர். மிர்ஜாவும் அவர்களுடன் கலந்து கொள்கிறார். பஞ்சாயத்து இங்குதான் கூடுகிறது. கணவன் மனைவி, மாமியார், மருமகள், அண்ணன், தம்பிகளிடையே மூளும் சண்டை சச்சரவுகள் இங்குதான் தீர்க்கப் படுகின்றன. அந்த வட்டாரத்தின் சமுதாய நலத்தின் கேந்திரம் மட்டுமல்ல, அரசியல் இயக்கங்களின் கேந்திரமும் இதுதான். எப்பொழுது பார்த்தாலும் ஏதேனுமொரு கூட்டமோ, சபையோ நடந்து கொண்டிருக்கும். சுயம் சேவகர்கள் இங்குதான் தங்குகிறார்கள். அவர்களின் காரியத் திட்டம் இங்குதான் உருவாகின்றது. இங்கிருந்துதான் அந்தரங்கத்தின் அரசியல் இயக்கப் படுகிறது. கடந்த கூட்டத்தில் மிஸ் மாலதி நகரத்துக் காங்கிரஸ் கமிட்டியின் தலைவியாகத் தேர்ந்தெடுக்கப் பட்டுள்ளாள். அப்பொழுதிலிருந்து இந்த இடத்தின் கலகலப்பு மேலும் கூடிவிட்டது.

கோபர் இங்கு வந்து ஒரு வருடமாகியது. இப்பொழுது அவன் ஏதுமறியாத அப்பாவி கிராமத்து இளைஞன் அல்ல. அவன்

உலகத்தை நிறையவே பார்த்து விட்டான். உலகத்தின் நடைமுறைகளையும், போக்குகளையும்கூட கொஞ்சம் கொஞ்சம் புரிந்து கொள்ளத் துவங்கியுள்ளான். அடிப்படையில் இப்பொழுதும் கிராமத்தான்தான். காசை இறுக்கிப் பிடிப்பான். சுயநலத்தை விடவே மாட்டான். உழைப்பிற்கு அஞ்சுவதில்லை அவன். தைரியமிழப்பதில்லை. கூடவே நகரத்தின் காற்றும் அவனை லேசாகத் தொற்றிக் கொண்டிருந்தது. முதல் மாதம் கூலி செய்து, அரை வயிற்றுக்குச் சாப்பிட்டுக் கொஞ்சம் ரூபாய்கள் மிச்சம் பிடித்தான். பிறகு பட்டாணி சுண்டல், தயிர் வடை எனத் தட்டுகளில் விற்கலானான். இதில் அதிக லாபம் வருவதைக் கண்டதும் கூலி வேலையை விட்டு விட்டான். கோடைகாலத்தில் சர்பத், குளிர்பானக் கடைபோட்டான். கொடுக்கல் வாங்கலில் கறாராக இருந்தான். இதனால் அவன் வியாபாரம் வேர் பிடித்தது. குளிர் காலம் வந்ததும் குளிர்பானங்களை நிறுத்தி தேநீர் தயாரிக்கலானான். இப்பொழுது அவனது தினசரி வருமானம் இரண்டரை, மூன்று ரூபாய்க்கு குறைவில்லை. ஆங்கிலயே பாஷனில் தலைமயிரை வெட்டிக் கொண்டான். மெலிதான வேஷ்டி, காலில் பம்ப் போடுகிறான். ஒரு சிவப்புக் கம்பளி சால்வைகூட வாங்கியாகி விட்டது. வெற்றிலை பீடா, சிகரெட்கூட பழகிவிட்டது. கூட்டங்களுக்கெல்லாம் போய் வருவதில் அரசியல் பற்றிக் கூட ஓரளவு தெரிந்து கொண்டிருக்கிறான். தேசம், வர்க்கம் என்ற வார்த்தைகளுக்கு அர்த்தம் புரிகிறது. சமுதாய பழக்கவழக்கங்கள், கட்டுப்பாடுகளின்பாலிருந்த மரியாதை, உலக நிந்தையைப் பற்றி பயம்கூட கொஞ்சம் குறைந்து விட்டதெனலாம். நாள் முழுவதும் நடக்கும் பஞ்சாயத்துகள் அவனது தயக்கத்தை, வெட்கத்தை நீக்கி விட்டிருந்தன. எதற்காக அவன் வீடு வாசலைவிட்டு, இத்தனை தூரம் வந்து முகத்தைக் காட்டத் துணிவில்லாமல் கிடக்கிறானோ, அதைப்போல, அதைவிட இழிவான செயல்கள் அவன் கண் முன்னே நித்தமும் நடப்பதைப் பார்த்துக் கொண்டிருந்தான். அதற்காக எவரும் எங்கும் ஓடிவிடவில்லை. பின் அவன் எதற்காக, இத்தனை பயந்து சாகவேண்டும்?

இவ்வளவு நாட்களாகியும் அவன் ஒரு பைசாகூட வீட்டிற்கு அனுப்பவில்லை. தன் அப்பா, அம்மா பண விஷயத்தில் அவ்வளவு கெட்டிக்காரர்கள் இல்லை என்று நினைத்தான். பணம் கிடைத்ததுமே ஆகாயத்தில் பறக்கத் துவங்கி விடுவார்கள். அப்பா உடனே, கயைக்கு தீர்த்தயாத்திரை போவதற்கும், அம்மா நகை பண்ணிக் கொள்ள வேண்டுமென்ற ஆசையும் தலைக்கேறிவிடும். இப்படிப்பட்ட வீண்செலவுகளுக்கு அவனிடம் பணம் இல்லை. இப்பொழுது அவனொரு குட்டி வட்டிக் கடைக்காரன். அக்கம் பக்கத்திலுள்ள தாங்கா ஓட்டுபவர்கள், வண்டிக்காரர்கள், வண்ணார்களுக்கெல்லாம் வட்டிக் கடன் கொடுக்கிறான். இந்தப் பத்து, பதினோரு மாதங்களில் தன் உழைப்பாலும், சிக்கனம், மற்றும் துணிச்சலாலும் அவன் தனக்கென்றதொரு இடத்தை ஏற்படுத்திக்

கொண்டிருந்தான். இனி ஜூனியாவை இங்கு அழைத்துக் கொண்டு வந்து வைத்துக்கொள்ள வேண்டும் என்ற எண்ணம் மேலிட்டது.

பிற்பகல் வேளை. பாதையோரத்து குழாயடியில் குளித்து விட்டு வந்துள்ளான். மாலை உணவிற்கு உருளைக் கிழங்கை, வேக வைத்துக் கொண்டிருந்தபோது, மிர்ஜா வந்து வாசலில் நின்றார். இப்பொழுது கோபர் அவருடைய வேலைக்காரன் அல்ல. ஆனால் அந்த மரியாதையுடன்தானிருக்கிறான். அவருக்காக உயிரைக் கொடுக்கவும் அவன் தயார். உடனே விரைந்து வந்து – “என்ன உத்தரவு சர்கார்” என்றான்.

வாசலில் நின்றவாறே மிர்ஜா சொன்னார் – “உன்னிடம் கொஞ்சம் பணமிருந்தால் கொடு. இன்று மூன்று நாளாய் பாட்டில் காலி. மனது ரொம்பவும் தவிக்கிறது.”

இதற்கு முன்னரும் இரண்டொருமுறை கோபர் அவருக்குப் பணம் கொடுத்திருந்தான். ஆனால் திரும்ப வசூல் செய்ய இயலவில்லை. கேட்பதற்கு அச்சம். மிர்ஜாவிற்கும் திருப்பிக் கொடுத்துப் பழக்கமில்லை. அவர் கையில் காசே நிற்காது. இந்தக் கையில் வந்தால் அந்தக் கையில் மாயமாய் மறைந்து விடும். செலவாளி. என்னிடம் பணமில்லை, நான் தரமாட்டேன் எனக்கூற அவனால் இயலவில்லை. இதனால், “சர்கார்! இந்தப் பழக்கத்தை ஏன் விடமாட்டேன் என்கிறீர்கள்? குடிப்பதால் ஏதாவது நன்மையுணடா?” என்று கூறத் துவங்கினான்.

மிர்ஜாஜீ அறைக்குள்ளே வந்து கட்டிலின் மீது உட்கார்ந்து கொண்டார் – “நான் இந்தப் பழக்கத்தை விட்டுவிட விரும்பவில்லை. ஆசையாய் குடிக்கிறேன் என்று நீ நினைக்கிறாயா? இல்லை...... இது இல்லாமல் என்னால் உயிரோடிருக்க முடியாது. உன் பணத்திற்காகப் பயப்படாதே. ஒவ்வொரு பைசாவும் திருப்பிக் கொடுத்து விடுவேன்” என்றார்.

“உண்மையாகச் சொல்லுகிறேன் எஜமான். என்னிடம் இச்சமயம் ரூபாய் இல்லை. இருந்தால் ஏன் மறுக்கப்போகிறேன்” என உறுதியுடன் சொன்னான் கோபர்.

“இரண்டு ரூபாய்கூட கொடுக்க முடியாதா?”

இப்பொழுது கையிலில்லை.

“இந்த மோதிரத்தை வைத்துக் கொண்டு கொடு.”

“இதென்ன சொல்லுகிறீர்கள் சர்க்கார்! பணமிருந்தால் தங்களுக்குத் தானாகக் கொடுக்க மாட்டேனா? மோதிரம் எதற்கு?”

மிர்ஜா மிக தீனமான குரலில் கெஞ்சுவது போல் – “கோபர்! இனி மறுபடியும் உன்னிடம் கேட்கமாட்டேன். என்னால் நிற்கக்கூட முடியவில்லை. குடியினால் என்னுடைய லக்ஷக்கணக்கான சொத்துக்களை அழித்து நான் பிச்சைக்காரனாகி விட்டேன். இப்பொழுது பிச்சை எடுத்தாவது குடிப்பேன். இதை விடமாட்டேன் என்ற வெறி மூண்டுவிட்டது எனக்கு” என்றார்.

கோபர் இம்முறையும் இல்லையென உறுதியுடன் சொல்லிவிடவே நிராசையுடன் மிர்ஜா எழுந்து போய்விட்டார். நகரத்தில் அவருக்கு வேண்டியவர்கள் எத்தனையோ பேர்கள்

இருக்கிறார்கள். அவரால் முன்னுக்கு வந்து ஆளாகியுள்ளவர்களும் அநேகம். கஷ்ட நஷ்டத்திலும் எவ்வளவோ பேர்களுக்குக் கை கொடுத்துள்ளார். ஆனால் அவர்களிடமெல்லாம் செல்ல அவர் விரும்பவில்லை. அவருக்கு பணம் பண்ணும் ஆயிரம் வழிகள் தெரியும். அவ்வப்போது அவ்வழிகளிலிறங்கி பணமாகக் குவித்துள்ளார். அவருடைய பார்வையில் பணத்திற்கு மதிப்பேயில்லை. பணமிருந்தால் அவருக்குக் கை அரிக்கும். ஏதோவொரு சாக்கில் அதைச் செலவழித்தால்தான் மனதிற்கு நிம்மதியாகும்.

கோபர் உருளைக்கிழங்குகளை உரிக்கவாரம்பித்தான். ஒரு வருடத்தில் அவன் எப்படித் தேர்ந்து விட்டான். பணம் சேர்ப்பதில் இத்தனை சாமர்த்தியசாலியாகி விட்டான் என்பது வியப்பை அளித்தது. அவன் வசிக்கும் இந்த அறை மிர்ஜா சாகப் கொடுத்தது. இந்த அறைக்கு முன்வராந்தாவிற்கும் மிகச் சுலபமாக மாதம் ஐந்து ரூபாய் வாடகை கிடைக்கும். கோபர் கடந்த ஒரு வருடமாய் இங்கு வசிக்கிறான். ஆனால் மிர்ஜா வாடகை கேட்டதுமில்லை. அவன் கொடுத்ததும் இல்லை. அவருடைய மனதில் இந்த அறைக்கு வாடகை வருமே என்ற எண்ணம்கூட வரவில்லை.

சற்று நேரத்தில் ஒரு எக்கா வண்டிக்காரன் கடன் கேட்க வந்தான். அல்லாவுதீன் என்ற பெயர். தலை மொட்டை. கறுப்பும் வெளுப்பும் கூடிய தாடி. ஒற்றைக்கண். அவன் பெண்ணைப் புக்ககம் அனுப்ப வேண்டும். ஐந்து ரூபாய் அவசரமாய் வேண்டியிருந்தது. ரூபாய்க்கு ஓரணா வட்டி என கோபர் பணம் கொடுத்தான். தன் நன்றியைத் தெரிவித்த அல்லாவுதீன் "அண்ணே! இனிக் குழந்தை குட்டிகளைக் கூட்டிக்கொண்டு வந்துவிடு. எத்தனை நாளைக்கு கையால் சமைத்து சாப்பிடுவாய்?"

நகரத்தின் விலைவாசி, செலவுகளைப் பற்றி மூக்கால் அழுதான் கோபர். "இந்தக் குறைந்த வருமானத்தில் குடித்தனம் எப்படி நடக்கும்?"

பீடியைப் பற்ற வைத்துக் கொண்ட அல்லாவுதீன், "செலவுக்கு அல்லா கொடுப்பார். எவ்வளவு நிம்மதியாய் சுகமாய் இருக்கும் என்று யோசித்துப்பார். நீ உன் ஒருத்தனுக்காக எவ்வளவு சிலவு செய்து கொள்கிறாயோ, அதில் உன் குடும்பமே நடக்கும். பெண்ணின் கையில் சௌபாக்கியம் நிறைந்திருக்கும். அல்லா மீது ஆணை. நான் இங்கு தனியாக இருந்தபோது எத்தனை சம்பாதித்தாலும் உண்டு உடுத்தி எல்லாம் சரியாகப் போய்விடும். பீடி, புகையிலைக்குக்கூட கையில் காசு இராது. களைத்து, சோர்ந்து வீடு திரும்பினால், குதிரைக்கு புல் வைக்கனும், மஸீஷ் செய்யணும், நடத்த வேண்டும். பிறகு ஒருநாள் பாயின் கடைக்கு, போதும் போதுமென்றாகி விட்டது. வீட்டில் பெண்டாட்டி வந்ததிலிருந்து அதே சம்பாதியத்தில் சாப்பாடும் நடக்கிறது. நிம்மதியும்கூட. நிம்மதிக்கும் சுகத்திற்காகவும்தானே மனிதன் ஓடியாடி சம்பாதிக்கிறான். உயிரைக் கொடுத்தும் சுகமில்லை என்றால் வாழ்க்கை வீண்தான். நீ உருளைக் கிழங்கையும், பட்டாணியையும் வேக வைக்கும் நேரத்தில் இன்னும் இரண்டொரு கப் தேநீர்

விற்கலாம். தேநீர்.. சாயா – வருஷம் முழுவதும் விற்கும். இரவு வந்து படுத்தால், பெண்டாட்டி கால் பிடித்து விடுவாள். களைப்பெல்லாம் பறந்துவிடும்.

இந்த வார்த்தைகள் கோபரின் உள்ளத்தில் பதிந்து விட்டன. இனி ஜுனியாவை அழைத்துக்கொண்டு வந்துவிட வேண்டும். அடுப்பில் உருளைக் கிழங்கு இருந்தது. இவன் ஊருக்குச் செல்ல ஏற்பாடுகளைச் செய்யலானான். ஆனால் சட்டென்று ஹோலி வருகிறது என்று நினைவு வந்தது. ஹோலிப் பண்டிகைக்கு எல்லாம் வாங்கிக்கொண்டு போகலாம் என்று நினைத்தான். கஞ்சனுக்குக் கூட பண்டிகை, பருவங்களென்றால் தாராளமாய் சிலவு செய்ய வேண்டுமென்று தோன்றிவிடும். கோபருக்கும் இந்த ஆசை உண்டாயிற்று. இந்த நாளுக்காகத்தானே ஒவ்வொரு தம்படியாகச் சேர்த்து வைத்திருக்கிறான். அம்மா, தங்கைகள், ஜுனியா எல்லோருக்கும் புடவை வாங்கிக்கொண்டு போவான். ஹோரிக்கு வேட்டி. ஒரு சால்வை. சோனாவிற்கு செருப்பு, வாசனைத் தைலம் வாங்கிக்கொண்டு போகவேண்டும். ரூபாவிற்கு ஜப்பான் பொம்மைகள், ஜுனியாவிற்கு வாசனைத் தைலம், கண்ணாடி சீப்பு, சிந்தூரல் எல்லாம் இருக்கும் ஒரு பெட்டி. குழந்தைக்குத் தொப்பி, சட்டை எல்லாம் கடையில் தயாராகக் கிடைக்கிறது. வாங்கிக் கொள்ளலாம் என நினைத்தவனாய் பணத்தை எடுத்துக்கொண்டு கடைத்தெருவை நோக்கி நடந்தான். பிற்பகலுக்குள் எல்லா சாமான்களும் வாங்கியாகிவிட்டது. படுக்கையையும், கட்டியாகி விட்டது. கோபர் ஊருக்குப் போகிறான் என்ற செய்தி அவ்வட்டாரத்தில் உள்ளவர்களுக்குத் தெரிந்துவிட்டது. பல ஆண்களும் பெண்களும் வழி அனுப்ப வந்துவிட்டனர். கோபர் அவர்களிடம் தன் வீட்டை ஒப்படைத்தவாறு சொன்னான். "உங்களையெல்லாம் நம்பித்தான் இந்த வீட்டை விட்டுவிட்டுப் போகிறேன். ஹோலிக்கும் மறுநாள் திரும்பி விடுவேன்."

"பெண்டாட்டியை அழைத்துக் கொள்ளாமல் வராதே. இல்லாவிடில் வீட்டிற்குள் விடமாட்டோம்" என்றாள் ஒரு பெண் சிரித்துக் கொண்டே.

"ஆமாம்! பின்னென்ன! இத்தனை நாளாய் அடுப்பூதி விட்டாய். இனியாவது நல்ல சாப்பாடு கிடைக்கட்டும்" என்றாள் இன்னொருத்தி.

கோபர் யாவரிடமும் விடைபெற்றான். இந்துக்கள், முசல்மான்கள் யாவரும் அங்கிருந்தனர். எல்லோரிடையேயும் நட்புணர்வு இருந்தது. சுகதுக்கங்களில் பரஸ்பரம் பங்கு கொண்டனர். ரோஜா (விரதம்) இருப்பவர்கள் தங்கள் மதாசாரப்படி விரதமிருந்தனர். ஏகாதசி விரதமிருந்தவர்கள் ஏகாதசியை அனுஷ்டித்தனர் சிலசமயம் வேடிக்கையாகப் பரஸ்பரம் கிண்டல், பரிகாசம் செய்து கொள்வார்கள். கோபர் அல்லாவுதீன் நமாஸ் படிப்பதை விழுந்து விழுந்து எழுவது என்பான். அல்லாவுதீன், அரசமரத்தினடியில் பிரதிஷ்டை செய்யப்பட்டிருக்கும் சிவலிங்கனை கிண்டல் செய்வான். ஆனால் வகுப்பு துவேஷமென்பது பெயரளவில் கூட இருக்கவில்லை. கோபர் ஊருக்குப் போகிறான். அங்கிருந்த

யாவரும் சிரிப்பும் சந்தோஷமாக வழிஅனுப்ப விரும்புகின்றனர். இதற்குள் பூரா எக்கா வண்டியுடன் வந்துவிட்டான். இப்பொழுதுதான் நாள் முழுவதும் அலைந்துவிட்டுத் திரும்பி இருந்தான். கோபர் ஊருக்குப் போகிறான் என்ற செய்தி கிட்டியதும், எக்கா வண்டியை இங்கு திருப்பிவிட்டான். குதிரை சண்டித்தனம் செய்தது. அதை சவுக்கால் அடித்துத் திருப்பினான். கோபர் வண்டியில் சாமான்களை எடுத்து வைத்தான். எல்லோரும் தெருமுனை வரை வந்தனர்.

பாதையில் வண்டி விரைந்தோடிக் கொண்டிருந்தது. கோபர் வீடு திரும்பும் சந்தோஷத்தில் மிதந்து கொண்டிருந்தான். பூரா அவனை தன் வண்டியில் ஏற்றிக்கொண்டு போகும் மகிழ்ச்சியிலிருந்தான். ரோசமுள்ள குதிரை காற்றாய்ப் பறந்தது. நொடியில் ஸ்டேஷன் வந்து சேர்த்துவிட்டான்.

கோபர் சந்தோஷத்துடன் இடுப்பிலிருந்து ஒரு ரூபாய் எடுத்து பூராவை நோக்கி நீட்டினான், "இந்தா! வீட்டுக்காரிக்கு இனிப்பு வாங்கிக்கொண்டு போ."

பூரா அதை மறுத்தான் –"என்னை அன்னியமாக நினைக்கிறாயா அண்ணே. ஒரே ஒருநாள் கொஞ்சநேரம் எக்காவில் நீ சவாரி செய்ததற்கு உன்னிடமிருந்து இனாம் வாங்கமாட்டேன். உனக்காக எதுவும் செய்ய தான் தயார். அத்தனை குறுகிய மனம் படைத்தவனல்ல நான். அப்படியே நான் வாங்கிக் கொண்டாலும் என் வீட்டுக்காரி என்னைச் சம்மா விடமாட்டாள்."

கோபர் இதற்குமேல் ஒன்றும் பேசவில்லை. தன் சாமான்களை எடுத்துக்கொண்டு டிக்கட் வாங்கச் சென்றான்.

❑

20

பங்குனி தன் பை நிறைய புதுவாழ்வின் புதுமை வைபவத்தை யெல்லாம் திரட்டிக்கொண்டு வந்திருந்தது. மாமரங்கள், மாம்பூக்களின் இனிய மணத்தை தம்மிரு கரங்களாலும் வாரி வழங்கிக் கொண்டிருந்தன. மாமரங்களின் அடர்ந்த கிளைகளிடையே மறைந்திருந்த மாங்குயில்கள் தங்களின் மதுரமான இசையை எங்கும் பரப்பிக்கொண்டிருந்தன.

வயல்களில் கரும்பு நடவு துவங்கியிருந்தது. இன்னும் வெயில் ஏறவில்லை. அதற்குள் ஹோரி வயலுக்கு வந்துவிட்டிருந்தான். தனியா, சோனா, ரூபா மூவரும் குட்டையின் நீரிலிருந்து கரும்பின் ஈரமான கட்டுகளை எடுத்தெடுத்து வயலுக்குக் கொண்டுவந்து கொண்டிருந்தனர். ஹோரி வெட்டரிவாளால் அக்கரும்புகளைத் துண்டாக்கிக் கொண்டிருந்தான். இப்பொழுது அவன்

தாதாதீனுக்காகத்தான் வயலில் உழவுக் கூலிக்கு வேலை செய்கிறான். அவன் இப்பொழுது குடியானவன் அல்ல. கூலி. தாதாதீனுடன் இப்பொழுது அவனுக்குப் புரோகிதர் - யஜமானன் என்ற உறவு இல்லை. எஜமானன்-கூலி என்ற உறவுதான்.

"இன்னும் வேகமாய் வெட்டு ஹோரி! நாள் முழுவதும் இப்படியே கழித்து விடமுடியாது" என அங்கு வந்து நின்ற தாதாதீன் மிரட்டினார்.

தன் மானத்தில் விழுந்த அடியைத் தாங்கியவண்ணம் ஹோரி "யஜமான்! செய்து கொண்டுதானே இருக்கிறேன். உட்கார்ந்திருக்க வில்லை" என்றான்.

தாதாதீன் கூலியாட்களைக் கசக்கிப் பிழிந்து வேலை வாங்குபவர். இதனால் கூலியாள் எவனும் அதிக நாட்கள் நிற்க மாட்டான். ஹோரிக்கு அவரது சுபாவம் தெரியும். ஆனால் விட்டு விட்டுப் போவது எங்கே?

பண்டிதர் அவன் எதிரே நின்று-"செய்வதிலும் வித்தியாசமிருக்கிறது. சரியாக வேலை செய்தால் ஒரு மணி நேரத்தில் வேலையை முடித்து விடலாம். அதேபோல் ஒருநாள் முழுவதும் ஒரே கட்டு கரும்பை வெட்டிக் கொண்டுமிருக்கலாம்" என்றார்.

ஹோரி பொங்கி வந்த கோபத்தை விழுங்கிக்கொண்டு வேகமாய் வெட்டத் துவங்கினான். மாதக்கணக்காகி விட்டது வயிறு நிரம்பச் சாப்பிட்டு. பெரும்பாலும் ஒருவேளைச் சாப்பாடு பட்டாணியோ, கடலையோதான். மற்றொருவேளைக்கு ஏதோ அரை வயிற்றுக்கு சிலசமயம் கிடைக்கும். பலசமயமும் பட்டினிதான். கை வேகமாய் இயங்கவேண்டுமென்று தான் ஆசைப்பட்டான். ஆனால் கைகள் சோர்ந்து வீழ்ந்தன. மேலும் தாதாதீன் தலையின் மீது உட்கார்ந்திருந்தார். கணநேரம் ஓய்வு எடுத்துக்கொண்டால், சற்றுத் தெம்பாக இருக்கும். ஆனால் அதெப்படி சாத்தியம்? திட்டு வாங்க வேண்டுமே என்று பயந்தான்.

தனியா, சோனா, ரூபா, மூவரும் கரும்புக் கட்டுகளைத் தூக்கிக் கொண்டு, ஈரப் புடவைகள் சொதசொதக்க, சேற்றில் அளைந்து கொண்டு வந்தவர்கள், கட்டுகளைக் கீழே போட்டுவிட்டு இளைப்பாறத் துவங்கியதும் தாதாதீன் மிரட்டினார் - "தனியா! இங்கென்ன வேடிக்கை பார்க்கிறாய்? போ! போய் உன் வேலையைப் பார்! பைசா சும்மா வராது; இன்று ஒரு வேளைப் போது முழுவதும் நீ ஒரு கட்டுத்தான் சுமந்து வந்திருக்கிறாய். இந்தக் கணக்கில் போனால் நாள் முழுவதும்கூட கரும்பைக்கொண்டு வந்து சேர்க்க முடியாது."

தனியா சீற்றம் கொண்டவளாய், "கொஞ்சம் மூச்சு விட்டுக் கொள்ளவாவது நேரம் கொடு மகராஜ்! நாங்களும் மனிதர்கள்தான். உமக்குக் கூலி வேலை செய்வதால் மாடுகள் ஆகிவிட மாட்டோம். போய் ஒரு கட்டுச் சுமையைத் தூக்கிக்கொண்டு வாரும். அப்பொழுது தெரியும்" என்றாள்.

தாதாதீன் சீறினார் - "வேலை செய்யத்தான் பணம் கொடுக்கிறோம். இளைப்பாறுவதற்காக இல்லை. இளைப்பாற வேண்டுமானால் வீட்டிற்குப் போய் ஓய்வெடுத்துக் கொள்"

தனியா ஏதோ கூற வாயெடுக்குமுன் ஹோரி அதட்டினான், "நீ போ தனியா! எதற்காக வீண் தகராறு செய்கிறாய்?"

தனியா சும்மாட்டை கையிலெடுத்தவாறே "போய்க் கொண்டுதானிருக்கிறேன். ஆனால் ஓடுகிற மாட்டைக் குத்திவிடக் கூடாது" என்றாள்.

தாதாதீன் கண்கள் சிவக்க பின்னும் கோபத்துடன் - "இன்னும் திமிர் அடங்கவில்லை போலிருக்கிறது. ஒரு மணி தானியத்திற்கு ஆலாய்ப் பறந்த போதும்..."

தனியவா வாயை மூடிக்கொண்டிருப்பவள், "உம் வீட்டில் பிச்சை வாங்க வரவில்லை" என வெடித்தாள்.

"இதே போலிருந்தால் பிச்சைதான் எடுப்பாய்" என்றார் காரமாக.

தனியா பதில் கூறத்தானிருந்தாள். அதற்குள் சோனா அவளைக் குட்டையின்பால் இழுத்துக்கொண்டு போனாள். இல்லாவிடில் வார்த்தைகள் தடித்திருக்கும். இருந்தாலும் குரல் காதில் விழாத தூரத்திற்குச் சென்றதும், நெஞ்சிலிருந்த ஆத்திரத்தையெல்லாம் கொட்டினாள் - "பிச்சை எடுக்கவா? நீ எடு, நீதான் பிச்சை எடுக்கிற சாதி. நாங்கள் கூலி வேலை செய்து பிழைப்பவர்கள். எங்கு வேலை செய்தாலும் அங்கே எங்களுக்கு நாலு காசு கிடைக்கும்"

சோனா அவளைக் கண்டித்தாள் - "அம்மா, விட்டுவிடேன். நீ ஒருத்தி! நேரம்காலம் பார்ப்பதில்லை. ஒவ்வொரு சின்ன விஷயத்திற்கும் சண்டைபோடத் தயாராகிவிடுகிறாய்"

ஹோரி வெறி பிடித்தவன்போல் வெட்டரிவாளை உயர்த்தி உயர்த்திக் கரும்புகளை துண்டுகளாக்கி ஒருபுறம் குவிக்கலானான். அவனுக்குள்ளே நெருப்பு பற்றி எரிவது போலிருந்தது.

அவனுக்கு அசாதாரண சக்தி வந்துவிட்டது போலிருந்தது. தலைமுறை தலைமுறையாக சேர்த்து வைத்திருந்த கௌரவமும் ரோசமும் இச்சமயம் நீராவியாக அவனுள் சக்தியை அளித்து அவனை யந்திரம்போல் இயக்கியது. அவனுக்குத் திடீரென கண்ணை இருட்டியது. தலை சுற்றியது. ஆயினும் அவனது கரங்கள் யந்திர வேகத்தில் நிற்காமல், சோர்வடையாமல், தளராமல் ஓங்கி ஓங்கி எழுப்பி வெட்டிச் சாய்த்துக் கொண்டிருந்தன. அவனுடலிலிருந்து வியர்வை தாரைதாரையாக வடிந்து கொண்டிருந்தது. வாயிலிருந்து பெருமூச்சு வந்து கொண்டிருந்தது. மண்டையில் தம்-தம் என்று இடிப்பது போலிருந்தது. ஆனால் அவனை ஏதோ பைசாச வெறி ஆட்கொண்டுவிட்டது போலும்.

திடீரெனக் கண்களில் காடாந்திர இருள் மண்டியது. அவன் மண்ணுக்குள் புதையுண்டுபோவது போலிருந்தது. சமாளித்துக் கொள்ள விரும்புபவன்போல் சூனியத்தில் கரங்களை விரித்தவன், அப்படியே மூர்ச்சையுற்றான். வெட்டரிவாள் கையிலிருந்து வீழ்ந்து விட்டது. ஹோரி தலைகுப்புற மண்ணில் சாய்ந்து விட்டான். கரும்புக் கட்டை வீசி எறிந்துவிட்டு தனியா வெறிபிடித்தவள் போல் ஓடிவந்தாள். ஹோரியின் தலையைத் தன்மீது எடுத்துப் போட்டுக் கொண்டு, புலம்பலானாள் - "என்னை விட்டுவிட்டு நீ எங்கே

போகிறாய்? அடியே சோனா! ஓடிப் போய் கொஞ்சம் தண்ணீர் கொண்டுவா! அண்ணா மூர்ச்சையாகி விட்டார் என்று சோபாவிடம் போய்ச் சொல்லடி! ஐயோ! கடவுளே! இனி நான் எங்கு போவேன்! எனக்கு யாரிருக்கிறார்! என்னைத் தனியா என்று இனி யார் கூப்பிடப் போகிறார்கள்?-"

லாலா படேசுவரி ஓடிவந்தார். அன்புடன் கடிந்து கொண்டவராய் - "அடியே! தனியா! இதென்ன! சமாளித்துக்கொள். ஹோரிக்கு ஒன்றும் ஆகிவிடவில்லை. வெயிலினால் மூர்ச்சை அடைந்துவிட்டான். இதோ நினைவு வந்துவிடும் அவனுக்கு. மனத்தை இத்தனை தளரவிட்டால் காரியம் எப்படி ஆகும்?"

தனியா படேஸ்வரியின் கால்களைப் பிடித்துக்கொண்டாள். "என்ன செய்யட்டும், லாலாஜி! மனது கேட்கவில்லையே! பகவான் எல்லாவற்றையும்தான் பிடுங்கிக் கொண்டார். நான் பொறுத்துக் கொண்டேன். இனிமேல் என்னால் பொறுக்கமுடியாது! ஐயோ! என் ஹீரா! நானென்ன செய்வேன்?" என்று அழுதுகொண்டே புலம்பினாள்.

சோனா நீரெடுத்து வந்தாள். படேஸ்வரி ஹோரியின் முகத்தில் நீரைத் தெளித்தார். சூழ்ந்து நின்ற பலரும் தங்கள் தங்கள் துண்டினால் விசிறினார்கள். ஹோரியின் உடல் சில்லிட்டிருந்ததைக் கண்டதும் படேஸ்வரிக்கும் கவலையாகிவிட்டது. ஆனால் தனியாவிற்கு விடாமல் தைரியம் சொல்லிக்கொண்டிருந்தார். திகிலுற்ற தனியா - "லாலாஜி! இதுபோல் எப்பொழுதும் நேர்ந்ததேயில்லை... நேர்ந்ததேயில்லையே" என்றாள்.

"ராத்திரி ஏதேனும் சாப்பிட்டானா?" என வினவினார் படேஸ்வரி.

"ஊம், ரொட்டி தட்டியிருந்தேன். ஆனால் இப்பொழுது நாங்களிருக்கும் நிலைமையும் எங்கள் கொடுமையும் உங்களுக்குத் தெரியாததல்ல லாலாஜி! வயிறு நிரம்பச் சாப்பிட்டு மாதக் கணக்காகிவிட்டது. உடம்பைப் பார்த்துக்கொண்டு வேலை செய் என்று எவ்வளவு சொல்லுகிறேன். ஆனால் ஓய்வென்பது எங்கள் தலையில் எழுதவே இல்லையே" என்றாள் தனியா.

சட்டெனக் கண்களைத் திறந்த ஹோரி, சுற்றும்முற்றும் பார்த்தான். தனியாவிற்கு உயிர் வந்தது போலாயிற்று. வியாகூலத்துடன் அவனைத் தழுவிக்கொண்டவளாய், "இப்பொழுது எப்படி இருக்கிறது? எனக்கு உயிரே போய்விட்டது போலாகிவிட்டது" என்றால் குரல் தழுதழுக்க.

ஹோரி பயந்தவனாய் - "சரியாகத்தானிருக்கிறேன். திடீரென என்னவாயிற்றோ தெரியவில்லை." என்றான். தனியா செல்லமாகக் கடிந்து கொண்டாள். "உடம்பில் வலுவில்லை. உயிரைக் கொடுத்து வேலை செய்கிறாய். குழந்தைகளின் அதிர்ஷ்டம் இல்லாவிட்டால் நீ போய்ச் சேர்ந்திருப்பாய்."

படேஸ்வரி சிரித்துக் கொண்டே - "தனியா ஒப்பாரி வைக்கத் துவங்கி விட்டாள்" என்றான்.

"உண்மையாகவா தனியா?" என்றான் ஹோரி ஆர்வத்துடன். தனியா படேஸ்வரியை பின்னுக்குத் தள்ளியவாறே - "இவர் உளறிக்

கொண்டிருக்கட்டும்! இவர் மட்டும் ஏன் வீட்டிலிருந்து ஓடிவந்தாராம்? கேள்" என்றாள்.

"நீதான் ஹீரா, ஹீரா என்று கூறிக்கொண்டே அழுதாயே! இப்பொழுது வெட்கப்பட்டுக்கொண்டு, இல்லையென்கிறாய்! மார்பில் அடித்துக் கொண்டு அழவில்லையா நீ!" படேஸ்வரி பின்னும் சீண்டினார்.

ஹோரி தனியாவை நீர் மல்கும் விழிகளுடன் ஏறிட்டு நோக்கினான், "பயித்தியக்காரி! வேறென்ன? இன்னும் என்ன சுகத்தைக் காண நான் உயிரோடிருக்க வேண்டுமென ஆசைப்படுகிறாளோ" என்றான் விரக்தியுடன்.

இரண்டு பேர் கைத்தாங்கலாக ஹோரியை நடத்தி வீட்டிற்குக் கொண்டு வந்து சேர்த்து கட்டிலில் படுக்க வைத்தனர். கரும்பு நடவு வேலை தாமதப்படுகிறதே எனத் தாதாதீன் குமைந்து கொண்டிருந்தார். ஆனால் மாதாதீன் அவ்வளவு இரக்கமற்றவன் அல்ல. ஓடிப்போய் வீட்டிலிருந்து சூடாகப் பால்கொண்டு வந்தான். ஒரு பாட்டிலில் ரோஸ் வாட்டர்கூட எடுத்துவந்தான். பாலைப் பருகியதும் ஹோரிக்கு உயிர் வந்தது போலிருந்தது.

அந்த வேளையில்தான் கோபர் ஒரு கூலியின் தலையில் சாமான்களுடன் வந்துகொண்டிருப்பதை யாவரும் கண்டனர்.

கிராமத்து நாய்கள் குரைத்துக்கொண்டே அவன் பக்கம் ஓடி வந்தன. பிறகு வாலை ஆட்டின. "அண்ணா வந்து விட்டான், அண்ணா வந்து விட்டான்" என்று கைதட்டிக் கொண்டு ஓடினாள் ரூபா. சோனாகூட இரண்டடி முன்னே வைத்தவள் ஏனோ தன் உற்சாகத்தை அடக்கிக் கொண்டுவிட்டாள். கடந்த ஒரு வருடத்தில் அவளது யௌவனம் பின்னும் சங்கோஜம் கொண்டு விட்டிருந்தது. ஜூனியா கூட தலைமுக்காட்டை இழுத்து விட்டுக் கொண்டு வாயிற்படியிலே நின்றாள்.

கோபர், அம்மா, அப்பா இருவரின் பாதங்களையும் தொட்டு வணங்கினான். ரூபாவை எடுத்துக் கொஞ்சினான். தனியா அவனை ஆசீர்வதித்தாள். அவனைத் தன் மார்போடு அணைத்து, தாய்மையின் செல்வத்தை அடைந்து விட்டவள்போல் பூரித்தாள். இன்று அவள் ராணி, இந்த தரித்திர நிலையிலும் அவள் ராணிதான். அவள் கண்களை, முகத்தை, இதயத்தை, நடையைப் பார்க்க வேண்டுமே! ராணிகூட வெட்கப்பட்டுப் போய்விடுவாள். கோபர் எவ்வளவு வளர்ந்து விட்டான். அந்த உடுப்பிலும் துணியும், எப்படி கனவான் போலிருக்கிறான். தனியாவின் மனத்தில் அமங்கலமான எண்ணமே எழுந்ததில்லை. கோபர் சௌக்கியமாய, நன்றாயிருக்கிறான் என்று அவள் உள்ளம் கூறியது. இன்று நேரில் கண்ணால் பார்த்ததும் வாழ்க்கையின் குப்பைக் கூளத்தில் காணாமல்போன ரத்தினம் கிடைத்து விட்டது போலிருந்தது. ஆனால் ஹோரி மட்டும் முகத்தைத் திருப்பிக்கொண்டு விட்டான்.

"அப்பாவிற்கு என்னம்மா!" என்று கேட்டான் கோபர். வந்ததுமே வீட்டின் நிலைமையைச் சொல்லி தனியா அவனை வருத்தப்படுத்த விரும்பவில்லை. "ஒன்றுமில்லையடா! லேசாகத் தலைவலி... உள்ளே போய், கை கால்களை அலம்பிக் கொண்டு துணி

மாற்றிக் கொள். இத்தனை நாட்கள் எங்கேயிருந்தாயடா? இப்படிக் கூடவா ஒருத்தன் வீட்டை விட்டு ஓடுவான்? ஒரு துண்டு கடிதாசிகூட போடவில்லையேடா! இன்று ஒரு வருஷத்திற்கு அப்புறம் வீட்டு நினைவு வந்ததா? உன்னை வழி பார்த்துப் பார்த்து கண் பூத்து விட்டது. உன்னை எப்பொழுது பார்ப்பேன்! அந்த நாள் என்று வருமென்று காத்திருந்தேன். நம்பிக்கையுடன் நீ எங்கெங்கோ போய் விட்டதாக யார் யாரோ சொன்னார்கள். கேட்டுக் கேட்டு உயிரே போய் விட்டது போலிருந்தது. இத்தனை நாட்கள் எங்கேயிருந்தாயடா?"

"எங்கும் தொலைதூரம் போய் விடவில்லை அம்மா! இங்கே லக்னோவில்தானிருந்தேன்" என்றான் கோபர் வெட்கத்துடன்.

"இத்தனை கிட்டடத்திலிருந்தேவா ஒரு கடிதாசிகூட எழுதவில்லை?"

உள்ளே சோனாவும், ரூபாவும் கோபர் கொண்டு வந்திருந்த சாமான்களைப் பிரித்து பங்கு போடத் துவங்கி இருந்தனர். ஆனால் ஜுனியா தூரவே நின்றிருந்தாள். இன்று அவள் முகத்தில் ஊடலின் செம்மை படர்ந்திருந்தது. கோபர் தன்னிடம் நடந்து கொண்டதற்கு இன்று அவள் பழிவாங்கப் போகிறாள். அவனைக் கண்டதும் வட்டிக் கடைக்காரர்கள், தங்கள் கணக்கு பேரேட்டில் எழுதி வைத்திருந்த தொகைகளையெல்லாம் வசூல் செய்துவிட வேண்டும் எனத் துடித்தனர். குழந்தை அந்த சாமான்களின் பக்கம் தாவினான். ஒரேயடியாய் எல்லாவற்றையும் எடுத்து வாயில் வைத்துக் கொள்ள முயன்றான். ஆனால் ஜுனியா அவனைத்தன் மடியிலிருந்து இறங்க விடவில்லை.

"அண்ணா உனக்கு, சீப்பு, கண்ணாடி, தைலம் எல்லாம் வாங்கிக் கொண்டு வந்திருக்கிறான், அண்ணி" என்றாள் சோனா.

"எனக்குக் கண்ணாடியும் வேண்டாம், சீப்பும் வேண்டாம். நீயே வைத்துக் கொள்" என்று வெறுப்புடன் சொன்னாள் ஜுனியா.

ரூபா குழந்தையின் பளபளப்பான குல்லாவை எடுத்து, "ஓஹோ! இது அன்னுவின் குல்லாய்" என்றவள் அதைக் குழந்தையின் தலையில் வைத்தாள்.

ஜுனியா குல்லாயைக் கழற்றி வீசி எறிந்தாள். கோபர் உள்ளே வருவதைக் கண்டதும் குழந்தையை எடுத்துக் கொண்டு தன்னறைக்குப் போய்விட்டாள். சாமான் எல்லாம் திறந்து கிடப்பதை கோபர் பார்த்தான். முதலில் ஜுனிவைப் பார்த்து தன் குற்றத்திற்கு மன்னிப்பை யாசிக்க வேண்டுமென்று அவனுள்ளம் விரும்பியது. ஆனால் உள்ளே செல்லத் தைரியம் வரவில்லை. அங்கேயே உட்கார்ந்து விட்டவன், சாமான்களை எடுத்து ஒவ்வொருவருக்காகக் கொடுக்கலானான். தனக்கு செருப்பு வாங்கி வரவில்லை என்று ரூபாவிற்குக் கோபம். நீ செருப்பை வைத்துக் கொண்டு என்ன செய்வாய், பொம்மையை வைத்துக் கொண்டு விளையாடு என்று அவளைச் சீண்டினாள் சோனா. நான் உன் பொம்மையைப் பார்த்து அழுகிறேனா? நீ ஏன் என் செருப்பைப் பார்த்து அழுகிறாய்? என்றாள். இனிப்பை எல்லோருக்கும் வழங்கும்

பொறுப்பை தனியா எடுத்துக் கொண்டாள். இத்தனை நாட்களுக்கு பிறகு பிள்ளை சௌக்கியமாய் வீடு வந்து சேர்ந்திருக்கிறான். கிராமம் முழுவதும் அவள் இனிப்பை வழங்குவாள். ஒரே ஒரு குலாப் ஜாமூன் ரூபாவிற்கு, யானை வாயில் சோளப் பொறியாக இருந்தது. சட்டியை தன் முன்னே வைத்துவிட வேண்டும். அவள் குதித்துக் குதித்து சாப்பிட வேண்டுமென்பது அவள் ஆசை.

கோபர் பெட்டியைத் திறந்து புடவைகளை எடுத்தான். எல்லாம் படேஸ்வரியின் வீட்டுப் பெண்கள் கட்டுவதுபோல் கரை போட்ட புடவைகள். ஆனால் ரொம்பவும் மெல்லியதாக இருந்தன. இவ்வளவு மெல்லிய புடவைகள் எத்தனை நாட்கள் உழைக்கும். பெரிய மனிதர் வீட்டுப் பெண்கள் எத்தனை மெல்லிசான புடவைகள் வேண்டுமானாலும் கட்டலாம். அப்பெண்களுக்கு உட்காருவதும், சாப்பிடுவதும் தவிர வேறு வேலையில்லை. இங்கு வயலிலும், களத்திலும்தான் கிடக்க வேண்டும். அச்சா! ஹோரிக்கு வேட்டியைத் தவிர ஒரு துப்பட்டாகூட இருக்கிறது.

தனியா மகிழ்ச்சியுடன், "நல்ல காரியம் செய்தாயடா! இவருடைய துப்பட்டா, நார்நாராய் கிழிந்து விட்டது" என்றாள்.

இதற்குள் கோபருக்கு வீட்டின் நிலைமை பற்றி ஓரளவு தெரிந்து விட்டிருந்தது. தனியாவின் புடவையில் ஏகப்பட்ட ஒட்டுக்கள். சோனாவின் புடவைத்தலைப்பு கிழிந்திருந்தது. தலை முக்காட்டிலிருந்து தலைமயிர் பல இடங்களில் தெரிந்தது. ரூபாவின் உடை நாலாபக்கமும் ஜாலர்போல் கிழிந்து தொங்கிக் கொண்டிருந்தது. எல்லா முகமும் உடலும் வாடி, ஒட்டி உலர்ந்து, வரண்டு கிடந்தன. பளபளப்பு கடுகளவுகூட இல்லை. எங்கு பார்த்தாலும் தரித்திரம் தாண்டவமாடியது.

பெண்கள் புடவைகளின் மகிழ்ச்சியில் ஆழ்ந்திருந்தனர். தனியாவிற்கோ சாப்பாட்டைப் பற்றிய கவலை. வீட்டில் கொஞ்சம் மாவு மாலை வேளைக்காக பத்திரமாக வைக்கப்பட்டிருந்தது. இந்த வேளை எதையாவது கடலையையோ, பட்டாணியையோ, கொரிப்பார்கள், அவ்வளவுதான். ஆனால் கோபர், பழைய கோபர் அல்லவே. பார்லி மாவு ரொட்டியை அவனால் சாப்பிட முடியுமா? வெளியூரில் என்னென்ன சாப்பிட்டுக் கொண்டிருந்தானோ! துலாரியின் கடைக்குப்போய், கோதுமை மாவு, அரிசி, நெய் எல்லாம் கடனாக வாங்கி வந்தாள் தனியா. துலாரி கடனாக சாமான்கள் கொடுத்து மாதக் கணக்காகி விட்டது. ஆனால் இன்று அவள் வாய் திறந்து பணத்தை எப்பொழுது கொடுக்கப் போகிறாயென்று கேட்கக்கூட இல்லை. பதிலாக – "கோபர் நிறைய சம்பாதித்துக் கொண்டு வந்திருப்பான் போலிருக்கிறதே" என்றாள்.

இன்னும் எதுவும் தெரியவில்லை. "அக்கா, நானும் ஏதும் இப்பொழுது சொல்வது சரியல்ல என நினைக்கிறேன். எல்லோருக்கும் நல்ல நல்ல புடவைகள் வாங்கி வந்திருக்கிறான். உன் ஆசீர்வாதத்தால் சௌக்கியமாய் வந்து சேர்ந்திருக்கிறானே. எனக்கு அதுவே அதிகம்" என்றாள் தனியா.

துலாரி வாழ்த்தினாள், "எங்கேயிருந்தாலும் பகவான் சுகமாய் வைக்கட்டும். பெற்றவர்களுக்கு வேறென்ன வேண்டும். பையன்

புத்திசாலி. மற்ற பையன்களைப் போல் செலவாளி அல்ல. என் ரூபாயை இப்பொழுது கொடுக்க முடியாவிட்டாலும், வட்டியையாவது கொடுத்துவிடு. நாளுக்கு நாள் வட்டி ஏறிக் கொண்டே போகிறது” என்றாள்.

இங்கே சோனா, அன்னுவிற்கு அவனுடைய சட்டை, குல்லாய், பூட்சு எல்லாம் அணிவித்து ராஜாவாக்கிக் கொண்டிருந்தாள். குழந்தை இவற்றையெல்லாம் அணிந்து கொள்வதைவிட கையில் வைத்துக் கொண்டு விளையாடப் பிடித்தது. உள்ளே கோபருக்கும் ஜுனியாவிற்குமிடையே ஊடலும் சமாதானமும் நடைபெற்றுக் கொண்டிருந்தது. ஜுனியா அவனைத் திரஸ்கரிப்பது போல் பார்த்தாள் – “என்னைக் கொண்டு வந்து இங்கு உட்கார வைத்துவிட்டு நீ பரதேசம் போய் விட்டாய். அவ்வளவுதான். நான் உயிரோடுதானிருக்கிறேனா இல்லையா என்று தேடவில்லை. விசாரிக்க வரவில்லை. ஒரு வருடத்திற்குப் பிறகுதான் உன் உறக்கம் கலைந்திருக்கிறது. எத்தகைய கபடக்காரன் நீ! நீ என் பின்னாலேயே வந்து கொண்டிருக்கிறாய் என்று நான் நினைத்தேன். நீ பறந்து விட்டாய். ஒரு வருஷத்திற்குப் பிறகு வந்திருக்கிறாய். ஆம்பிள்ளையை நம்புவது எப்படி! வேறொருத்தியைப் பார்த்திருப்பாய்! ஒருத்தி வீட்டுக்கு, இன்னொருத்தி வெளியூருக்கு என நினைத்திருப்பாய்!” எனப் பொரிந்தாள்.

“ஜுனியா – நான் கடவுள் சாட்சியாகச் சொல்லுகிறேன். நான் வேறொருத்தியை ஏறெடுத்தும் பார்க்கவில்லை. வெட்கத்தால், பயத்தால் வீட்டை விட்டு ஓடிவிட்டேன் என்பது நிஜம்தான். ஆனால் உன் நினைவு ஒரு கணம்கூட என் மனத்தை விட்டு நீங்க வில்லை. உன்னை என்னுடன் கூட்டிப் போவதென்று முடிவு செய்து விட்டேன். அதற்காகத்தான் வந்திருக்கிறேன். உன் வீட்டார் ரொம்பவும் கோபம்கொண்டு விட்டார்களா?” என்றான் கோபர்.

“அப்பா என்னைக் கொன்று விடுவேன் எனறிருந்தார்”

“உண்மையாகவா?”

“மூன்று பேரும் இங்கேயே வந்து விட்டார்கள். அம்மா போட்ட அதட்டலில் முகத்தைத் தொங்கபோட்டுக் கொண்டு போனார்கள். நம்முடைய மாடு இரண்டையும் அவிழ்த்துக்கொண்டு போய் விட்டார்கள்”.

“இத்தனை பெரிய அக்கிரமமா? அப்பா ஒன்றும் சொல்லவில்லையா?”

“அப்பா தன்னந்தனியாய், யார் யாருடன் சண்டை போடுவாராம்? கிராமத்தார்கள் மாட்டை ஓட்டிக் கொண்டு போகவிடவில்லை. ஆனால் அப்பாவின் நல்ல குணம்தான், இப்படியிருந்ததே! அவர்களென்ன செய்வார்கள்?”

“அப்பாவின் வயலில் உழவு, விதைப்பெல்லாம் எப்படி நடக்கிறது?”

“வயல் வரப்பு எல்லாம் போய்விட்டது. பண்டிதர் மகராஜுடன் கொஞ்சம் கூட்டுப் பண்ணயம் நடக்கிறது. கரும்பு சாகுபடியே இல்லை”

கோபரின் இடுப்பில் இப்பொழுது 200 ரூபாய் இருந்தது. அதன் செல்வாக்கு குறைவானதல்லவே. இதையெல்லாம் கேட்டு அவன் உடம்பெல்லாம் எரிந்தது - "அப்படியா! முதலில் அவர்களிடம் போய் கேட்டுக் கொள்கிறேன். இத்தனை துணிச்சலா அவர்களுக்கு? என் வீட்டு வாசலிலிருந்து மாடுகளை அவிழ்த்துக்கொண்டு போக அத்தனை தைரியமா? இது கொள்ளை. கொள்ளை. மூவருக்கும் மூன்று மூன்று வருஷம் கிடைக்கும் தண்டனை. மாடுகளைத் தராவிட்டால் கோர்ட்டு மூலமாக எடுத்துக் கொள்வேன். இத்தனை கர்வமா? உடைத்து விடுவேன் எல்லாவற்றையும்" ஆவேசத்துடன் எழுந்த அவனை ஜூனியா பிடித்துக் கொண்டாள் - "போகலாம். ஆனால் இப்பொழுதே என்ன அவசரம்? கொஞ்சம் இளைப்பாறிக் கொள். கொஞ்சம் ஏதாவது ஆகாரம் செய்து கொள். பிறகு நாள் முழுவதும்தான் இருக்கிறதே? இங்கே என்னவாயிற்று தெரியுமா! பெரிய பெரிய பஞ்சாயத்தெல்லாம் நடந்தது. எண்பது ரூபாய் தண்டம் போட்டார்கள். இதைத் தவிர 30 மணங்கு தானியம் வேறு. இதில்தான் பின்னும் அழிந்து போய்விட்டோம்."

சோனா குழந்தைக்குச் சட்டை, செருப்பு எல்லாம் போட்டு எடுத்துக் கொண்டு வந்தாள். குல்லாயைப் போட்டதும் ராஜா போலிருந்தான் குழந்தை. கோபர் அவனை எடுத்துக் கொண்டான். ஆனால் இச்சமயம் குழந்தையின் அன்பில் அவனுக்கு மகிழ்ச்சி உண்டாகவில்லை. அவனது ரத்தம் கொதித்துக் கொண்டிருந்தது. இடுப்பிலிருந்த ரூபாய்கள் அந்தக் கோபத்தை மேலும் கிளறி விட்டன. அவன் ஒவ்வொருவருக்கும் பாடம் கற்பிக்கப் போகிறான். பஞ்சாயத்தார்களுக்கு அவனிடம் தண்டம் வசூலிக்க என்ன அதிகாரம் உள்ளது? அவனைப் பற்றிப் பேச யாருக்கு என்ன அதிகாரம், அவன் ஒரு பெண்ணை வைத்துக் கொண்டான், அவன் அப்பா பஞ்சாயத்தார்களுக்கு என்ன கெடுதல் செய்தாராம்? இது பற்றி அவன் கிரிமினல் வழக்குத் தொடுத்தால் எல்லோர் கைக்கும் விலங்கு வந்துவிடும். குடும்பம் முழுவதுமே அடியோடு அழிந்து போய்விட்டதே! இவர்களெல்லாம் மனதில் என்ன நினைத்துக் கொண்டார்கள்?

மடியிலிருந்த குழந்தை கொஞ்சம் சிரித்தது. பிறகு பயந்து போனது போல் அலறியது.

ஜூனியா அவன் மடியிலிருந்த குழந்தையை எடுத்துக் கொண்டாள், "சரி, போய் குளித்து விட்டுவா. என்ன யோசித்துக் கொண்டிருக்கிறாய். இங்கு எல்லோரிடமும் சண்டை போட்டால் ஒருநாள் கூடத் தூக்கு பிடிக்க முடியாது. யாரிடம் பணமிருக்கிறதோ, அவன்தான் பெரிய மனிதன். அவன்தான் நல்லவனும் கூட; பணமில்லையென்றால் எல்லோரும் அவன் மீது தங்கள் அதிகாரத்தைக் காட்டுகிறான்" என்றாள்.

"வீட்டிலிருந்து ஓடியது என் முட்டாள்தனம். எப்படி, எவன் ஒரு காசு தண்டம் வசூலிக்கிறான் என்று பார்க்கிறேன்."

"பட்டணத்துக் காற்றைச் சுவாசித்து விட்டு வந்திருக்கிறாய். அதனால் இப்படி பேசுகிறாய். பின் ஏன் வீட்டைவிட்டு ஓடினாயாம்?"

“தடியை எடுத்து படேசுவரி, தாதாதீன், ஜீங்குரி எல்லாப் பயல்களையும் அடித்து வீழ்த்தி, ரூபாயை அவர்கள் வயிற்றிலிருந்து கக்க வைக்க வேண்டும் என்று தோன்றுகிறது.”

“இடுப்பிலே பணமிருப்பதால் பேச்சிலே காரம் கூடி இருக்கிறது போலிருக்கிறது. கொண்டா! எத்தனை சம்பாதித்துக் கொண்டு வந்திருக்கிறாய் பார்ப்போம்” அவள் கோபரின் இடுப்பில் கை வைத்தாள்.

கோபர் எழுந்துவிட்டான், “இப்பொழுது என்ன சம்பாதித்து விட்டேனாம். நீ வந்தால் சம்பாதிப்பேன். ஒரு வருடம் பட்டணத்து பழக்க வழக்கங்களைத் தெரிந்து கொள்வதிலேயே கழிந்து விட்டது.”

“அம்மா, வரவிட்டால்தானே?”

“அம்மா, ஏன் விடமாட்டாள். அவளுக்கென்ன இதில்?”

“பேஷ். அம்மாவின் அனுமதி இல்லாமல் நான் வரமாட்டேன். நீ விட்டுவிட்டு ஓடிவிட்டாய். இங்கே எனக்கு யாரிருந்தார்களாம்? அம்மா வீட்டில் நுழைய விடாமலிருந்தால் நான் எங்கே போவேன்? நான் உயிரோடு இருக்கும்வரை, அம்மாவை மறக்க மாட்டேன். நீ வெளியூரிலேயேதான் இருக்கப் போகிறாயா?”

“இங்கே உட்கார்ந்து என்ன செய்ய? பாடுபட்டு சம்பாதி.. செத்து போ.. இதைத் தவிர இங்கே என்ன வைத்திருக்கிறது? கொஞ்சம் புத்தியிருந்து, உழைப்பிற்கும் அஞ்சாமலுமிருந்தால் அங்கு யாரும் பட்டினியாய் சாக முடியாது. இங்கு புத்திக்கு வேலையேயில்லை. அப்பா ஏன் என்னைப் பார்த்து முகத்தைத் தூக்கிக் கொண்டிருக்கிறார்?”

“உன் அதிர்ஷ்டத்தை மெச்சிக் கொள். இந்த மட்டில் முகத்தைத் திருப்பிக் கொண்டு சும்மா இருக்கிறாரே என்று. இத்தனை பெரிய உபத்திரவங்களெல்லாம் செய்துவிட்ட நீ கோபத்தில் அவரைப் பார்த்திருந்தால் கன்னம் சிவந்திருக்கும்.”

“உன்னையும் ரொம்பத் திட்டியிருப்பாரே!”

“இல்லை. மறந்து போய்கூடத் திட்டவில்லை. அம்மா முதலில் கோபித்துக் கொண்டாள். அப்பா ஒன்றுமே சொல்லவில்லை. மிக அன்புடன்தான் என்னைக் கூப்பிடுவார். எனக்குத் தலையை வலித்தாலும் கவலைப்பட்டுப் போய்விடுவார். என் அப்பாவைப் பார்த்த பின் இவர் தெய்வமாகத் தோன்றுகிறார். மருமகளை ஒன்றும் சொல்லாதே - என்று அம்மாவிற்குச் சொல்லுகிறார். இவளை வீட்டில் உட்கார வைத்துவிட்டு இந்தப் பயல் எங்கோ போய்விட்டானே என்று நூறு தடவை உன்னைக் கோபித்துக் கொள்வார். இப்பொழுது வீட்டில் ஒரு காசுக்குக்கூட கஷ்டம்தான். கரும்பு விற்ற பணம் களத்திலே பறந்து போய்விட்டது. இப்பொழுது உழவுக் கூலிக்குப் போகிறார். இன்று பாவம் வயலிலேயே மூர்ச்சையாகி விட்டார். அழுகையும், புலம்பலுமாகிவிட்டது. அப்பொழுதிலிருந்து படுத்திருக்கிறார்.”

கை முகம் கழுவிக் கொண்டு தலையை நன்றாக வாரிக் கொண்டபின், கிராமத்தை திக் விஜயம் செய்யப் புறப்பட்டான். இரண்டு சித்தப்பாக்களின் வீட்டிற்கும் சென்று நலம் விசாரித்தான்.

பிறகு நண்பர்களைச் சந்தித்தான். ஊரில் அப்படியொன்றும் விசேஷமான மாறுதல் எதுவுமில்லை. ஆம், படேசுவரியின் வீட்டில் புதிதாக உட்காரும் அறையொன்று கட்டப்பட்டிருந்தது. ஜீங்குர் தன் வீட்டு வாசலில் புதிதாக கிணறு வெட்டி இருந்தான். கோபரின் மனதில் மூண்டிருந்த எதிர்ப்புணர்வும் ஆத்திரமும் வலுச் சண்டைக்குத் தயாரானது. தான் சந்தித்தவர்களிடமெல்லாம் மரியாதையுடன் நடந்து கொண்டான். இளைஞர் குழாமிற்குத் தலைவனாகி விட்டான். பலரும் அவனோடு லக்னோ செல்லத் தயாராகிவிட்டனர். ஒரு வருடத்திற்குள் அவன் எப்படியிருந்தவன், எப்படியாகி விட்டான்.

ஜீங்குரிசிங் தன் கிணற்றடியில் குளித்துக் கொண்டிருந்தார். கோபர் அந்த வழியே சென்றவன் அவருடன் பேசவும் இல்லை. சலாம் செய்யவும் இல்லை. நான் உன்னைச் சற்றும் மதிக்கவில்லை என்பதை அவருக்கு உணர்த்த விரும்பினான்.

ஜீங்குரி தானாகவே பேசினார் – "கோபர்! எப்பொழுது வந்தாய்? ரொம்ப மஜாவாய் இருந்தாயா? லக்னோவில் யாரிடம் வேலை பார்த்தாய்?" கோபர் கர்வத்துடன் – "யாரிடமும் வேலை பார்க்க லக்னோவிற்குப் போகவில்லை. வேலை பார்ப்பது அடிமைத்தனம். நான் வியாபாரம் செய்கிறேன்."

டாகுரின் ஆவல் நிறைந்த விழிகள் அவனைத் தலையிலிருந்து கால்வரை பார்த்தன. "தினமும் எத்தனை சம்பாதிக்கிறாய்?"

கோபர் கத்தியை ஈட்டியாக்கி அவர்மீதே விட்டெறிந்தான். தினமும் இரண்டறை, மூன்று ரூபாய் கிடைக்கும். சிலசமயம் சூடு பிடித்தால் நாலு ரூபாய்கூடக் கிடைக்கும். இதைவிடக் குறைவாக இல்லை.

ஜீங்குரி ரொம்பவும் இழுத்து, பறித்து, பிடுங்கினாலும் மாதம் இருபத்தி ஐந்து, முப்பதுக்கு மேல் சம்பாதிக்க முடியவில்லை. இந்த நாட்டுப் புறத்து இளைஞன் நூறு ரூபாய் சம்பாதிக்கத் துவங்கி விட்டானா? அவர் தலை இறங்கிவிட்டது. இனி எந்தவிதத்தில் அவன் மீது அதிகாரம் செலுத்த முடியும்? ஜாதியில் அவர் உயர்ந்தவர்தான். ஆனால் சாதியை யார் பார்க்கிறார்கள்? இவனுடன் போட்டி, போட இது சந்தர்ப்பமில்லை. கொஞ்சம் முகஸ்துதி செய்து காரியத்தைச் சாதித்துக் கொள்ளவேண்டும் என நினைத்தார்.

"இந்த சம்பாத்தியம் குறைச்சலில்லை.... கோபர்! இந்த ஊரில் மூன்று அணா கூடக் கிடைப்பதில்லை. பவனியாவை (அவரது மூத்த மகன்) அனுப்புகிறேன். எங்கேயாவது வேலை வாங்கிக்கொடு. படிப்பு எழுத்து ஒன்றுமில்லை. ஏதாவதொரு தொந்தரவு கொடுத்துக் கொண்டே இருக்கிறான். எங்கேயாவது முனீம்.. குமாஸ்தா வேலை காலியிருந்தால் சொல்லு. இல்லாவிடில் உன்னுடனேயே கூட்டிக் கொண்டுபோ. உன்னுடைய நண்பன்தானே! சம்பளம் கம்மியானாலும் பரவாயில்லை. ஆனால் மேல்வரும்படி நாலுகாசு கிடைக்கிற மாதிரி இருக்கட்டும்" என்றார்.

கோபர் கர்வத்துடன் சிரித்தவாறே, "டாகுர்! இந்த மேல் வரும்படி ஆசைதான் மனிதனைக் கெடுத்து விடுகிறது. நம்ம

ஜனங்களின் வழக்கமே இப்படித்தான் கெட்டுப் போய்விட்டது. அயோக்கியத்தனம் செய்யாவிட்டால் திருப்தியாவதில்லை. லக்னோவில் குமாஸ்தா வேலை கிடைக்கும். ஆனால் வட்டிக் கடைக்காரர்கள், நேர்மையும், நாணயமுமுள்ள ஆசாமிதான் வேண்டும் என்கிறார்கள். நான் பவனியாவை யார் கழுத்திலாவது கட்டி விடுவேன். ஆனால் பின்னால் இவன் எதிலாவது கை வைத்துவிட்டால் அவன் என் மென்னியைப் பிடித்து விடுவான். உலகத்திலே படிப்புக்கு மதிப்பில்லை. நாணயத்திற்குத்தான் மதிப்பு".... செவிட்டறையாக இதைக் கூறிவிட்டு கோபர் மேலே நடந்து விட்டான். ஜீங்குரி மனதிற்குள் சுருண்டு கொண்டார். பயல் எத்தனை திமிராகப் பேசுகிறான். தர்மத்தின் அவதாரம் போல்.....

இதே போல் கோபர் தாதாதீனோடும் உரசினான். அவர் சாப்பிடப் போய்க் கொண்டிருந்தார். கோபரைக் கண்டதும் மகிழ்ச்சியுடன், "சௌக்கியமாய் இருக்கிறாயா கோபர்! அங்கு நல்ல இடம் கிடைத்திருக்கிறது என்று கேள்விப்பட்டேன். மாதாதீனையும் பார்த்து எதிலாவது இழுத்துவிடப்பா! பங்கி அடித்துக் கொண்டிருப்பதைத் தவிர அவனுக்கு வேறு வேலையென்ன இங்கே!" என்றார்.

"மகராஜ்! உங்கள் வீட்டில் என்ன குறைச்சல்? எந்த எஜமான் வீட்டு வாசலில் போய் நின்றாலும் ஏதாவது தட்டிக் கொண்டுதான் வருவீர்கள். பிறப்பானாலும் சரி, இறப்பானாலும் சரி. கல்யாணமென்றாலும் சாவு என்றாலும் வரும்படிதான். விவசாயம் செய்கிறீர். லேவா தேவி வேறு, இதைத்தவிர தரகர் வேலையும் செய்கிறீர். யாரேனும் தப்பு தண்டாவில் மாட்டிக் கொண்டால் தண்டம் வசூலித்து அவன் வீட்டைக் கொள்ளை அடிக்கிறீர். இத்தனை சம்பாத்தியம் செய்தும் திருப்தியில்லையா உமக்கு? நிறைய பணம் திரட்டி என்ன செய்யப் போகிறீர்? கூட எடுத்துக்கொண்டு போக ஏதேனும் யுக்தி செய்திருக்கிறீரா?"

எத்தனை துடுக்குத் தனமாய் பேசுகிறான் பார் பயல் என நினைத்தார் தாதாதீன். மட்டு மரியாதை, வரம்பையெல்லாம் மறந்து விட்டான் போலிருக்கிறது! இவன் அப்பன், என்னிடம் அடிமை வேலை செய்கிறான் என்பது தெரியாது போலிருக்கிறது. உண்மைதான் காட்டாறு பொங்க நேரமாகாதுதான் என நினைத்தாலும் முகத்தில் காட்டிக் கொள்ளவில்லை. குழந்தை மீசையைப் பிடுங்கினாலும் பெரியவர்கள் சிரிப்பது போல், அவரும் முகத்திலடித்தாற்போல் விழுந்த வார்த்தைகளை, விளையாட்டாக எடுத்துக் கொண்டு, கேலியாகச் சொன்னார். "என்ன! லக்னோ காற்று வாங்கி நீ ரொம்பவும் துணிச்சல்காரனாகிவிட்டாய் போலிருக்கிறதே! என்ன சம்பாதித்துக்கொண்டு வந்திருக்கிறாய்? கொஞ்சம் எடு! உண்மையாகச் சொல்லுகிறேன். உன்னை மிகவும் நினைத்துக் கொண்டேன். ஹூம் கொஞ்ச நாட்களிருப்பாயா?"

"கொஞ்ச நாட்களிலிருப்பேன். தண்டம் என்கிற சாக்கில் என் 250 ரூபாயை ஜீரணம் பண்ணிவிட்ட அந்த பஞ்சாயத்தார் மேல் தாவா போடவேண்டும். யார்! எங்களைத் தள்ளி வைக்கிறார்கள்? யார் என்னை சொந்த பந்தங்களிலிருந்து விலக்கி

வைக்கிறார்களென்று பார்ககிறேன்" என மிரட்டி விட்டு நடந்து விட்டான் கோபர். அவனுடைய முரட்டுத்தனம் அவனுடைய இளம் நண்பர்கள் பட்டாளத்தில் தனி மரியாதையை மட்டுமல்ல கலவரத்தையும் ஏற்படுத்தியது.

"கோபர் அண்ணே! வழக்குப் போட்டுவிடு! இந்தக் கிழவன் கரும்பாம்பு. இவன் கடித்தால் மந்திரமே இல்லை. ஆள் குளோஸ். நீங்க நன்றாய் மிரட்டினீங்க. கொஞ்சம் அந்தக் கணக்கு பிள்ளையின் காதையும் முறுக்கி விடு அண்ணே! ரொம்பவும் துஷ்டன். அப்பா, பிள்ளை, அண்ணன், தம்பிகளிடையே நெருப்பை மூட்டி விடுவான். கலகக்காரன். காரியஸ்தரோடு சேர்ந்து கொண்டு குடியானவர்களின் மென்னியைப் பிடிக்கிறான் பயல்! உன்னுடைய வயலை அப்புறம் உழுது கொள், முதலில், என் வயலை உழுது விடு. உன் வயலுக்கு நீர் பாய்ச்சுவது அப்புறம் இருக்கட்டும், முதலில் என் வயலுக்கு நீர் கட்டு .. இதுதான் இவன் வேலை..." என்றான் ஒருத்தன்.

கோபர் மீசையை முறுக்கி விட்டுக் கொண்டான். "என்னிடம் ஏன் சொல்லுகிறீர்கள் தம்பி! ஒரு வருஷத்தில் எல்லாம் மறந்தா போய் விட்டேன். ஆனால் நான் இங்கேயே இருக்கப் போவதில்லை. இல்லாவிட்டால் ஒவ்வொருத்தனையும் ஆட்டிப் படைத்து விடுவேன். இந்தத் தடவை, ஹோலியைப் பிரமாதமாய் கொண்டாடலாம். ஹோலியைச் சாக்கு வைத்துக்கொண்டு, இவர்களையெல்லாம் ஒருகை பார்த்துவிடலாம்."

ஹோலிக்கு திட்டங்கள் போடப்பட்டன. "நிறைய பங்கி அரைத்து வைக்க வேண்டும். ஆமாம். பங்கிப் பால், உப்பு, இனிப்புப் பண்டங்கள், வண்ணங்களுடன், கறுப்புச் சாயமும் வேண்டும். ஊர் பெரியவர்களின் முகத்தில் கரியைத்தான் பூசவேண்டும். ஹோலிப் பண்டிகையாயிற்றே! யார் என்ன பேசமுடியும்? பிறகு கூத்து போடலாம். அதில் பஞ்சாயத்தார்களை, கேவலப்படுத்தலாம். பணம் காசு பற்றி கவலை இல்லை. கோபர் அண்ணன் சம்பாதித்துக் கொண்டு வந்திருக்கிறான்."

சாப்பாட்டிற்குப் பின்னர் கோபர், போலாவைப் பார்த்துவிட்டு வரக் கிளம்பினான். தன் வீட்டு ஜோடி மாட்டைக் கொண்டுவந்து வாசலில் கட்டாதவரை அவனுக்கு நிம்மதியில்லை. இதற்காக அடிதடி சண்டைக்கும் அவன் தயாராக இருந்தான்.

"சண்டையை வளர்க்காதேயடா! போலா, மாடுகளைக் கொண்டு போய்விட்டான். கடவுள் அவனைச் சுகமாய் வைக்கட்டும்" என்றான் ஹோரி பயம் கலந்த குரலில்.

கோபர் சினந்தெழுந்தான் – "அப்பா! நீ நடுவிலே பேசாதே! அவனுடைய மாடு ஐம்பது ரூபாய் விலை. நம்ம மாடுகள் 150 ரூபாய்க்கு வாங்கியவை. மூன்று வருடம் நாம் உழுதிருக்கிறோம் என்றாலும் விலை நூறு ரூபாய்க்குக் குறையாது. தன் ரூபாய்க்கு தாவா போடட்டும், டிகிரி வாங்கட்டும், என்ன வேண்டுமானாலும் செய்யட்டும். நம் வீட்டு வாசலிலிருந்து மாடுகளை எப்படி அவிழ்த்துக்கொண்டு போகலாம்? உன்னை என்ன சொல்ல! அப்பா! இங்கே மாடும் போச்சு, அங்கே 150 ரூபாய் தண்டம் கட்டி அழுதிருக்கிறாய்! இதுதான் சாதுவாய் இருப்பதற்கு பலன். என் கண்

எதிரே யாரேனும் மாட்டை அவிழ்த்துக்கொண்டு போயிருந்தால் தெரியும் சேதி! மூணு பேரையும் அப்படியே தரையிலே சாய்த்திருப்பேன் வெட்டி! பஞ்சாயத்திடம் முகம் கொடுத்து பேசியிருக்க மாட்டேன். பார்க்கிறேன் யார் என்னை சாதிஜனத்திலிருந்து தள்ளி வைக்கிறார்கள் என்று! ஆனால் நீ.. உட்கார்ந்து பார்த்துக் கொண்டிருந்திருக்கிறாய்...."

ஹோரி குற்றவாளிபோல் தலைகுனிந்து கொண்டான். ஆனால் தனியாவால் எப்படி கேட்டுக்கொண்டிருக்க முடியும்.

"கோபர்! நீயும் ரொம்பவும் அநியாயமாய்தான் பேசுகிறாய். ஊரார் ஒதுக்கித் தள்ளி வைத்துவிட்டால் ஊருக்குள் எப்படியடா வாழ்வது? வயசுப் பொண்ணு வீட்டிலே இருக்கிறாள். அவளையும் எங்கேயாவது கட்டிக் கொடுக்க வேண்டாமா? செத்தாலும் வாழ்ந்தாலும் சாதிசனம்..."

கோபர் இடைவெட்டினான், "ஒதுக்கித் தள்ளி வைக்கவில்லை. சாதிசனத்திலே மரியாதையிருந்தது. ஆனால் எனக்கு ஏன் கல்யாணம் ஆகலை? ஏன் என்றால் வீட்டிலே பணம்காசு கிடையாது. பணம் மட்டும் இருந்தால், சாதியை விட்டு விலக்கி வைப்பதாவது? ஒதுக்குவதாவது? எதுவும் கிடையாது. இந்த உலகத்திற்கு பணம் காசு வேண்டும். ஜாதி, சனத்தைப் பற்றி யாரும் கேட்பதில்லை"

குழந்தை அழுங்குரல் கேட்டு தனியா எழுந்து உள்ளே போனாள். கோபரும் கிளம்பிவிட்டான். ஹோரி உட்கார்ந்து யோசித்துக் கொண்டிருந்தான். "பையனுக்கு புத்தி, அறிவு வந்துவிட்டது போலிருக்கிறது! எப்படி துளியும் பயமில்லாமல் பேசுகிறான்!" என நினைத்தான். அவனுடைய வாதங்கள், ஹோரியின் தர்ம, நியாயங்களை அடித்து வீழ்த்திவிட்டன. புறப்படும்போது, ஹோரி கேட்டான், "நானும் உன்னுடன் வரட்டுமா?"

"பயப்படாதே அப்பா! நான் சண்டை கிண்டை போடப் போகவில்லை. என் பக்கம் சட்டம் இருக்கிறது. நானெதற்காக சண்டை போட வேண்டும்."

"நான் கூட வந்தாலென்ன? ஆட்சேபம்?"

"ஆமாம். ஆட்சேபம்தான். நீ ஆகவேண்டிய காரியத்தைக் கெடுத்து விடுவாய்."

ஹோரி வாயை மூடிக் கொண்டுவிட்டான். கோபர் புறப்பட்டுப் போய் விட்டான்.

ஐந்து நிமிடம் ஆகியிராது தனியா குழந்தையுடன் வெளியே வந்தாள். "என்ன! கோபர் போய்விட்டானா? தனியாகவா போனான்? உனக்கு கடவுள் என்றுதான் புத்தியைக் கொடுப்பரோ மாட்டாரோ தெரியவில்லை. போலா சும்மா மாடுகளைத் தந்து விடுவானா! மூணு பேருமாய் பருந்து மாதிரி பாய்ந்து விடுவார்களே! கடவுள் காப்பாற்றட்டும்! இனி யாரைப் போய் ஓடி கோபரை பிடித்துக் கொள் என்று சொல்லட்டும்? உன்னோடு என்னால் முடியவேயில்லை" என்று புலம்பலானாள்.

ஹோரி மூலையில் சாத்தி வைத்திருந்த தடியை எடுத்துக் கொண்டு கிளம்பினான். கிராமத்திற்கு வெளியே வந்து சுற்றும் முற்றும் பார்த்தான். அடிவானத்தில் மெல்லிய கோடு போல் தெரிந்தது. அவ்வளவுதான். அதற்குள் கோபர் இவ்வளவு தூரம் எப்படிப் போய்விட்டான்? ஹோரியின் உள்ளம் அவனையே நொந்து கொண்டது. அவன் ஏன் கோபரைத் தடுக்கவில்லை? அவன் மட்டும் அதட்டியிருந்தால் கோபர் புறப்பட்டுச் சென்றிருக்க மாட்டான். இப்பொழுது அவனால் ஓடக்கூட முடியாது. தோல்வியுற்றவனாய் அங்கேயே உட்கார்ந்து விட்டான் - "பகவானே! அவனைக் காப்பாற்று" என வேண்டிக் கொண்டான்.

கோபர் அந்தக் கிராமத்திற்குள் சென்றதும் சிலர் ஒரு ஆல மரத்தினடியில் அமர்ந்து சூதாடிக் கொண்டிருப்பதைப் பார்த்தான். இவனைப் பார்த்ததும் அவர்கள், போலீஸ்காரன் என நினைத்துக் கொண்டுவிட்டனர் போலும். சோழிகளை எடுத்துக்கொண்டு ஓடத் துவங்கினர். சட்டென்று ஜங்கி, அவனை அடையாளம் கண்டு கொண்டவனாய், "அரே! ரே! இது கோபர்தான் அல்லவா?" என்றான்.

ஜங்கி மரத்திற்குப் பின்னாலிருந்து எட்டிப் பார்ப்பதை கோபர் கவனித்துவிட்டான். "பயப்படாதீர்கள்! ஜங்கி அண்ணே! நான்தான் கோபர்! ராம்! ராம்! இன்றுதான் ஊரிலிருந்து வந்தேன். எல்லோரையும் பார்த்துவிட்டு வரலாமென்று வந்தேன். திரும்பவும் எப்பொழுது வருவேனோ தெரியாது. அண்ணே! உங்கள் ஆசீர்வாதத்தினால் நான் ரொம்பவும் சௌக்கியமாய், மஜாவாய் இருக்கிறேன். நான் வேலை பார்க்கும் ராஜா, ஊரிலே இரண்டொரு ஆள் கிடைத்தால் கூட்டிக்கொண்டு வா... என்று சொல்லி இருக்கிறார். காவற்கார வேலைக்கு ஆள் வேண்டும். சர்கார்! உயிரே போனாலும் காவலை விட்டகலாத ஆளாய்ப் பார்த்து கூட்டி வருகிறேன் என்று சொல்லி இருக்கிறேன். இஷ்டமிருந்தால் என்னோடு வா! நல்ல இடம்! நல்ல வேலை" என்றான்.

கோபரின் நடையுடை பாவனைகளைக் கண்ட ஜங்கி அசந்து விட்டான். அவனுக்குச் சாதாரண செருப்புக் கூட கிடைத்ததில்லை. இங்கே கோபர் பளபளவென்று ஷூ அல்லவா போட்டிருக்கிறான். சுத்தமாய், பளிச் சென்று இருக்கிறான். கோடுகள் போட்ட ஷர்ட், வாரிவிட்ட கிராப், அப்படியே.. துரை மாதிரி.. தரித்திரனாயிருந்த கோபருக்கும் இன்றுள்ள நாகரீக கோபருக்கும் எத்தனை வித்தியாசம்? குரோத உணர்வு, காலப்போக்கில் கொஞ்சம் சாந்தமாகிவிட்டிருந்தது. இப்பொழுது கோபரை நேரில் கண்டதும் கொஞ்சநஞ்சமிருந்த கோபமும் அமைதியுற்று விட்டது. சூதாடி, போதாதற்கு கஞ்சாப் பழக்கம் வேறு. வீட்டில் காசைக் கண்ணால் பார்ப்பதே கஷ்டம். நாவில் ஜலம் ஊறியது. "வராமலென்ன? இங்கு ஈ ஓட்டிக் கொண்டுதானே இருக்கிறேன். எத்தனை ரூபாய் கிடைக்கும்?" என்றான் ஆவலுடன்.

"இதைப்பற்றிக் கவலைப்படாதே! எல்லாம் என் கையில் தானிருக்கிறது. என்ன விரும்புகிறாயோ, கிடைக்கும்! வீட்டிலேயே

ஆளிருக்கும்போது வெளியாரை ஏன் தேடவேண்டும் என்று நினைத்தேன்" கோபர் உறுதி தொனிக்கும் குரலில் கூறினான்.

என்ன வேலை செய்ய வேண்டும்?

வேலையென்ன, காவல்கார வேலை பார்க்கலாம். அல்லது வசூலுக்குப் போகலாம். வசூலுக்குப் போகும் வேலைதான் சுலபம். ஆசாமியை சினேகம் பண்ணிக்கொண்டுவிடு. எஜமானனிடம் வந்து ஆசாமி வீட்டிலில்லை என்று சொல்லு. அவ்வளவுதான். தினம் ஏழு, எட்டு அணா சம்பாதித்து விடலாம்.

"இருக்க இடம் கிடைக்குமா?"

"இடத்திற்கென்ன குறைச்சல்? மாளிகை முழுவதும் இருக்கிறதே! மின் விளக்கு, குழாய்த் தண்ணீர் ஒரு குறைச்சலுமில்லை. காம்தா இருக்கிறாரா? எங்கேயாவது போயிருக்கிறாரா?"

"பாலெடுத்துக்கொண்டு போயிருக்கிறார். என்னைக் கடைத் தெருவுக்கு போகவிடுவதில்லை. நீ கஞ்சா பிடிக்கிறாய் என்கிறார். இப்பொழுதெல்லாம் நான் அதிகம் குடிப்பதில்லை. இருந்தாலும் தினமும் இரண்டு காசாவது வேண்டும். நீ காம்தாவிடம் எதுவும் சொல்லாதே. நானே உன்னுடன் வருகிறேன்."

"சரி, சரி வரலாம். ஹோலிக்கு அப்புறம்!"

"அப்பொ.. பக்கா..".

இருவரும் பேசிக்கொண்டே வீட்டிற்கு வந்து சேர்ந்தனர். போலா, உட்கார்ந்து தக்ளி நூற்றுக் கொண்டிருந்தான். கோபர் சட்டென்று குனிந்து அவர் கால்களைத் தொட்டு கண்ணில் ஒற்றிக் கொண்டான். இச்சமயம் உண்மையிலேயே அவனுக்குத் தொண்டை அடைத்தது. "மாமா! என்னை மன்னித்து விடுங்கள். ஏதோ நடந்து விட்ட தவறுக்கு.. மன்னித்து விடுங்கள்" என்றான்.

போலா நூற்பதை நிறுத்திவிட்டு கடுமையான குரலில்–"கோபர்! நீ செய்த காரியத்திற்கு உன் தலையை வெட்டினாலும் பாபமில்லை. ஆனால் என் வாசலுக்கு வந்திருக்கிறாய். நானென்ன சொல்ல? சரி.. போ! நீ எனக்குச் செய்ததற்கு கடவுள் தண்டனை கொடுப்பார். எப்பொழுது வந்தாய்?" என்றான்.

கோபர் தன்னுடைய பாக்கியத்தைப் பற்றி தன்னுடைய கைச்சரக்கையெல்லாம் மிகையாய் சேர்த்தி வருணித்தான். ஜங்கியைத் தன்னுடன் அனுப்பும்படியும் கோரினான். கேட்காத வரம் கிட்டியது போலிருந்தது போலாவிற்கு. ஜங்கி வீட்டில் ஏதாவது ரகளை தினம் தினம் செய்துகொண்டே இருந்தான். வெளியே போனால் உருப்படுவான். நாலுகாசு சம்பாதிப்பான். யாருக்கும் எதுவும் கொடுக்காவிட்டாலும் தன் சுமையைத் தானே சுமந்து கொள்வான் இல்லையா? என நினைத்தான்.

"இல்லை மாமா..... கடவுள் அருளிருந்தால் இவனும் நிலைத்து நின்றால், இரண்டொரு வருடத்தில் ஆளாகிவிடுவான்" என்றான் கோபர்.

"ஆம்! இவன் சரியாக இருந்தால்!"

"தலைக்கு மேல் வந்து விட்டால், ஆசாமி திருந்திவிடுகிறான்."

"எப்பொழுது திரும்பிப் போவதாக எண்ணம்?"

"ஹோலிக்குப் பிறகு போவேன். இங்கு உழவு வேலையை மறுபடியும் சீராக்கி ஓடவிட்டால்தான் நிம்மதியாக போக முடியும்."

"ஹோரியை இனி நிம்மதியாய் ராமா, கிருஷ்ணா என்று உட்கார்ந்திருக்கச் சொல்லு."

"சொல்லுகிறேன். ஆனால் அவரால் சும்மா இருக்க முடியாது."

"அங்கு யாரேனும் உனக்குத் தெரிந்த வைத்தியரைப் பார். இருமல் ரொம்பவும் தொந்தரவு செய்கிறது. முடிந்தால் ஏதாவது மருந்து கிருந்து அனுப்பிவை."

"ஒரு பிரசித்தி பெற்ற வைத்தியர் பக்கத்து வீட்டிலேயே இருக்கிறார். அவரிடம் சொல்லி மருந்து வாங்கி அனுப்புகிறேன். இருமல் பகலில் அதிகமாக இருக்கிறதா? இரவிலா?"

"இரவில்தானப்பா அதிகம். கண்ணை மூட விடுவதில்லை. அங்கு ஏதாவது படியுமென்றால் நானும் வந்துவிடுகிறேன். இங்கு ஒன்றும் சரிப்பட்டு வரவில்லை."

"வியாபாரம் என்றால் மஜா அங்குதான் மாமா! இங்கேயென்ன இருக்கிறது? இங்கு ரூபாய்க்கு பத்து சேர் பாலுக்குகூட கிராக்கி இல்லை. ஹோட்டல்காரர்களை நம்பவேண்டி இருக்கிறது. அங்கு ரூபாய்க்கு ஐந்து சேர் என்ற விலையில் ஒருமணி நேரத்தில் எத்தனை பால் வேண்டுமென்றாலும் விற்று விடலாம்."

ஜங்கி, கோபருக்குப் பால் சர்பத் கொண்டு வரப்போய் விட்டான். போலா.. இத்தருணம் பார்த்து, "இதோ பார்! இந்தக் காட்டில் மனம் சலித்துப் போய்விட்டது. ஜங்கியின் நிலைமையைத்தான் பார்க்கிறாயே! காம்தாதான் பால் கொண்டு போகிறான். மாட்டுக்குத் தீவனம் வைப்பது, மாடுகளைப் பிடித்துக் கட்டுவது எல்லாம் நான்தான் செய்யவேண்டி இருக்கிறது. நிம்மதியாய் சாப்பிட்டுவிட்டு எங்கேயாவது விழுந்து கிடக்கலாம் என்று மனது ஆசைப்படுகிறது. எத்தனைதான் அலையட்டும்! தினமும் சண்டை சச்சரவு. யார் யாரைக் காலைப் பிடித்து கெஞ்சுவது! சமாதானப் படுத்துவது? இரவில் இருமல் வந்துவிடுகிறது. எழுந்திருக்க முடிவதில்லை. ஒரு லோட்டா தண்ணீர் வேண்டுமா என்றுகூட எவரும் கேட்பதில்லை. மாட்டுத் தும்பு அறுந்து விட்டதென்றாலும் யாருக்கும் அக்கறையில்லை. நான் பார்த்துச் செய்தால் தான் எதுவும்" என்றான் போலா துயரத்துடன்.

உள்ளார்ந்த அனுதாபத்துடன் கோபர் சொன்னான், "மாமா! நீங்களும் லக்னோவிற்கு வந்துவிடுங்கள். ரொக்கத்திற்கு ரூபாய்க்கு ஐந்து சேர் பால் விற்கலாம். எத்தனையோ பணக்காரர்களை எனக்குத் தெரியும். ஒரு மணங்கு பால் விற்பனைக்கு நான் உத்திரவாதம். எனக்கு டீக்கடை வேறு இருக்கிறது. நானே தினமும் பத்து சேர் பால் வாங்குகிறேன். உங்களுக்கு எந்தவிதமான கஷ்டமும் இருக்காது" என்றான்.

இதற்குள் ஜங்கி சர்பத்துடன் வந்துவிட்டான். ஒரு தம்ளர் சர்பத்தை பருகிய கோபர் - "மாமா! நீ ... சும்மா- காலையிலும், டீக்கடையில் உட்கார்ந்து கொள். ஒரு ரூபாய் நிச்சயம்" என்றான்.

ஒரு நிமிடத்திற்குப் பின் சங்கோஜத்துடன் போலா கூறினான் - "கோபத்தில் மனுசன் குருடனாகி விடுகிறானப்பா! நான் உங்கள் வீட்டு மாட்டை அவிழ்த்துக் கொண்டுவந்து விட்டேன். இங்கே என்ன உழவு, வேலை நடக்கிறது? வயலா வெட்டியா? நீ அவிழ்த்துக் கொண்டு போ."

"நான் புதிதாய் மாடு வாங்கலாம் என்றிருக்கிறேன்."

"வேண்டாம். வேண்டாம். புதிதாய் வாங்கி என்ன செய்யப்போகிறாய்? இவற்றையே ஓட்டிக் கொண்டு போப்பா"

"அப்போ உங்களுக்கு ரூபாயை அனுப்பிவிடுகிறேன்."

"ரூபாய் எங்கே வெளியிலா போய்விட்டது? வீட்டிற்குள்ளே தானே இருக்கிறது. சாதி, சனம் என்ற புரட்டு இதெல்லாம் இல்லாவிட்டால் உனக்கும் எங்களுக்கும் என்ன வித்தியாசம்? உண்மையாகப் பார்த்தால் நான் சந்தோஷப் படவேண்டும். ஜுனியா நல்லவர்கள் வீட்டிலிருக்கிறாள். சௌக்கியமாக இருக்கிறாள். அவளைக் கொலை செய்துவிடத் துடித்தேன் நான்."

அந்தி மயங்கும் வேளையில் கோபர் புறப்பட்டபோது மாடுகள் அவனுடனிருந்தன. இரண்டு சட்டி தயிருடன் ஜங்கி அவன் பின்னால் வந்து கொண்டிருந்தான்.

❑

21

கிராமங்களில் வருடத்தில் ஆறுமாதம் ஏதாவதொரு பண்டிகை, பருவம், திருவிழா என்று டோலும், மஜீராவும் முழங்கிக் கொண்டிருக்கும். ஹோலிக்கு ஒரு மாதம் முன்னரும், ஒரு மாதம் பின்பும் ஹோலிப் பாட்டுகளும் கொண்டாட்டமும் இருக்கும். ஆவணி துவங்கியதுமே, "ஆல்ஹா" ஆரம்பமாகிவிடும். புரட்டாசி, ஐப்பசியில் மழைகாலத்துப் பாட்டுக்கள் துவங்கிவிடும். இதற்குப் பின் இராமாயணம், பாட ஆரம்பிப்பார்கள். வட்டிக் கடைக்காரர்களின் மிரட்டல்களும், காரியஸ்தர்களின் அதட்டல்களும் இந்தக் கொண்டாட்டத்தில் இடையூறு ஏதும் விளைவிக்க இயலாது. வீட்டில் ஒரு மணி தானியம் இருக்காது. உடம்பில் சரியான துணியிருக்காது. இடுப்பில் காசு இராது. ஆனாலும் எதைப்பற்றியும் அக்கறையில்லை அவர்களுக்கு. வாழ்க்கையின் மகிழ்ச்சி, ஆனந்த உல்லாச உணர்வுகளை அடக்கி விடஇயலாது. சிரிக்காமல் வாழ முடியாது.

ஹோலியின் ஆட்டம் பாட்டத்திற்கெல்லாம் முக்கியமான இடம் நோகேராமின் 'சௌபால்' தான். அங்குதான் 'பங்' தயாரிக்கப்படும். அங்குதான் வண்ணங்கள் கரைக்கப்படும். ஆடல் பாடலும் நடக்கும்.

இந்த உற்சவத்தில் காரியஸ்தரின் பணமும் ஏழெட்டு ரூபாய்கள் செலவாகும். வேறு யாருக்குத் தன் வீட்டு வாசலில் விழாக் கொண்டாடும் தைரியம் இருந்தது. ஆனால் இந்தமுறை கோபர் கிராமத்து இளவட்டங்கள் யாவரையும் தன் வீட்டு வாசலுக்கு இழுத்துக்கொண்டு வந்து விட்டிருந்தான். நோகேராமின், சௌபால் காலியாகக் கிடந்தது. கோபர் வீட்டு வாசலில், 'பங்' பானம் கரைக்கப் பட்டது. வெற்றிலை பீடாக்கள் தயாராகிக் கொண்டிருந்தன. பாய் விரித்திருக்கிறது. பாட்டும் கூத்தும் நடக்கிறது. இங்கே.. 'சௌபாலில்' நிசப்தம் விரவி நின்றது. பங் வைக்கப் பட்டிருந்தது. ஆனால் அதை யார் அரைப்பது? குடிப்பது? டோல், மஜீரா... எல்லாம் தயார்தான். ஆனால் பாடுவது யார்? யாரைப் பார்த்தாலும் கோபர் வீட்டின் வாசலை நோக்கி ஓடிக் கொண்டிருந்தனர். அங்கே 'பங்' பானத்தில் ரோஸ் வாட்டர், கேசர், பாதாம் எல்லாம். ஒரே கொண்டாட்டம்தான். கோபர் தானே சென்று ஒரு சேர் பாதாம் பருப்பு வாங்கி வந்தான். பங் பானத்தைக் குடித்ததுமே உடலெல்லாம் அப்படியே குளிர்ந்து போகிறது. கண்கள் விரிந்து விடுகின்றன. கமீரா.. புகையிலை வாங்கி வந்திருக்கிறாள். நல்ல காரம், மணம், தேர்ந்த ரகம், வண்ணத்தில் கூட தாழம்பூ செண்ட் போட்டிருக்கிறாள். பணம் சம்பாதிக்கவும், தெரிந்தவள். சிலவு செய்யவும் அறிந்தவள். புதைத்து வைப்பதால், யாருக்குப் பயன்? யார் பார்க்கப் போகிறார்கள்? பணத்திற்கு அழகே இதுதான். பங் பாணம் மட்டுமல்ல. பாடுபவர்களுக் கெல்லாம் கூட ஏதாவது அன்பளிப்பு உண்டு. கிராமத்தில் ஆடல், பாடல், நாடகம் நடிப்பவர்களுக்குக் குறைவேயில்லை. சோபாதான் நொண்டி போல் நடித்துக் காட்டுகிறாள். ஒருவர் பேசுவது போலவே மிமிக்கிரி செய்து காட்டுவதில், நடிப்பதில் அவனுக்கிணையே கிடையாது. மனிதர்கள், பறவைகள் போலவே, அவரவர் குரலில் பேச்சு, வழக்கில் பேசிக் காட்டுவாள். கிரிதர் கூட இப்படி நடிப்பதில், சமர்த்தன். வக்கீல் போல், கணக்குப்பிள்ளை போலவே பேசுவான். போலீஸ் இன்ஸ்பெக்டர், சப்ராசி, சேட், எல்லோர் போலவும் அவனால், பேசி, நடிக்க முடியும். ஆனால் பாவம். அவனிடம் அதற்கான சாமான்கள் இல்லை. கோபர்தான் எல்லா சாமான்களும் வரவழைத்துக் கொடுத்திருக்கிறான்! அவனுடைய நடிப்பு, பார்க்கத் தக்கது.

இந்தச் செய்திகளெல்லாம் பரவியதில் மாலையாகியதுமே வேடிக்கை பார்க்க விரும்புவர்கள் வரத் துவங்கிவிட்டனர். அக்கம் பக்கத்து கிராமங்களிலிருந்தெல்லாம் பார்வையாளர்களின் கூட்டம் வரலாயிற்று. மணி பத்தடிப்பதற்கு முன்னரே மூன்று, நாலாயிரம் மனிதர்கள் கூடிவிட்டனர். கிரிதர் ஜீங்குரி போல் வேடமணிந்து தன் குழுவினருடன் வந்து நின்றதும் கூட்டத்தில் நிற்கக்கூட இடமில்லை. அதே சொட்டைத்தலை, பெரிய மீசை, அதேபோல் தொந்தி, ஜீங்குரி உட்கார்ந்து சாப்பிட்டுக்கொண்டிருக்கிறார். முதல் பெண்டாட்டி அருகில் உட்கார்ந்து விசிறுகிறாள்.

டாகுர் மனைவியை, ரசனையுடன் பார்த்தவாறே, "இப்பொழுதுகூட உன்னிடம் அந்த இளமையிருக்கிறது. யாரேனும்

இளவட்டம் உன்னைப் பார்த்துவிட்டால் தவித்துப் போய்விடுவான்..... என்கிறார். அதற்கவள் பூரித்துப் போனவளாய் – "அதற்காகத்தான் புதுப்பெண்டாட்டியைக் கூட்டி வந்தீராக்கும்" என்கிறாள் நக்கலாக.

"உனக்குச் சேவை செய்யத்தான் கூட்டி வந்திருக்கிறேன். அவள் உனக்கு இணையாவாளாயென்ன?"

சின்னவள் இதைக் கேட்டதும் முகத்தைத் தூக்கிக்கொண்டு அங்கிருந்து போய் விடுகிறாள்.

அடுத்த காட்சியில் ஜீங்குரி கட்டிலில் படுத்திருக்கிறார். சின்னவள், முகத்தைத் திருப்பிக்கொண்டு தரையில் அமர்ந்திருக்கிறாள். டாகுர், அவள் முகத்தைப் பற்றித் தன்பால் திருப்பப் பலமுறை முயன்றும் தோற்றுப்போகிறார். – என் கண்ணே! என்னிடம் ஏன் கோபம்? என்கிறார் டாகுர்.

"உன் கண்மணி எங்கிருக்கிறாளோ, அங்கேயே போ. நான் வேலைக்காரிதானே! மற்றவர்களுக்குச் சேவை செய்யத்தானே வந்திருக்கிறேன்."

"நீ என் ராணி. உனக்குச் சேவை செய்யத்தான் அந்தக் கிழவி" இதுமுதல் பெண்டாட்டியின் காதில் வீழ்ந்து விடுகிறது. அவள் துடைப்பத்தை எடுத்துக்கொண்டு வந்து அவரை மொத்துகிறாள். டாகுர் உயிர் தப்பினால் போதுமென ஓடுகிறார்.

இன்னொரு காட்சி. ஜீங்குரி – பத்து ரூபாய்க்கு நோட்டு எழுதிவிட்டு, ஐந்து ரூபாய் கொடுக்கிறார். மீதி ஐந்து ரூபாய், காணிக்கை, கமிஷன், எழுத்துக் கூலி, வட்டி ஆகியவைகளுக்காக் கழித்துக் கொள்ளப்படும்.... குடியானவன் அவரது காலைப் பற்றிக் கொண்டு அழுகிறான். வெகுதூரம் கெஞ்சிய பிறகு, டாகுர் பணம் தர ஒப்புக் கொள்கிறார். பத்திரம் எழுதப்படுகிறது. குடியானவனின் கையில் ஐந்து ரூபாய் கொடுக்கப்படுகிறது. அவன் திகைத்தவனாய் கேட்கிறான் -

"எஜமான்! ஐந்து ரூபாய்தானே இருக்கிறது?"

"ஐந்தல்ல. பத்து ரூபாய். வீட்டிற்குப் போய் எண்ணிப் பார்."

"இல்லை! சர்கார்! ஐந்து ரூபாய்தானிருக்கிறது."

"ஒரு ரூபாய் காணிக்கைக்கு, இல்லையா?"

"ஆமாம்! சர்கார்......"

"ஒரு ரூபாய் எழுத்துக் கூலி!"

"ஆமாம்! சர்கார்...."

"ஒரு ரூபாய் கமிஷன்..."

"ஆமாம்! சர்கார்...."

"ஒரு ரூபாய் வட்டிக்கு இல்லையா!"

"ஆமாம் சர்கார்."

"ஐந்து ரூபாய் கையில் ரொக்கமாக.. பத்து ரூபாயாக வில்லையா?"

"ஆமாம் சர்கார்! இந்த ஐந்து ரூபாயையும் என் சார்பாக நீங்களே வைத்துக் கொள்ளுங்கள்."

"என்ன பைத்தியமாக இருக்கிறாய்?"

"இல்லை! சர்கார்! ஒரு ரூபாய் சின்ன எஜமானிக்குக் காணிக்கை, ஒரு ரூபாய் பெரிய எஜமானிக்கு, ஒரு ரூபாய் சின்ன எஜமானிக்கு பீடா வாங்க, இன்னொரு ரூபாய் பெரிய எஜமானிக்கு வெற்றிலை பாக்கிற்காக, மீதி ஒரு ரூபாய்,உங்களுடைய கருமாந்திரச் செலவுக்கு.

இதே போல் நோகேராம், படேசுவரி, தாதாதீன் - யாவரும் அடுத்தடுத்து ஒரு கை பார்க்கப்பட்டனர். இந்தக் கிண்டலிலும், குத்தலிலும் புதுமையாக எதுவுமில்லை, மிமிக்கிரியும் பழசுதான் என்றாலும், கிரிதர் அதை நடித்துக் காட்டியது சிரிப்பை வரவழைத்தது. கூடியிருந்தவர்கள் எளிமையானவர்களாதலால் பேச்சுக்குப் பேச்சு சிரித்து மகிழ்ந்தனர். இரவு முழுவதும் இந்த ஹாஸ்யக் கூத்தும் கிண்டலும் நடைபெற்றது. துன்புற்று, காயப்பட்டிருந்த உள்ளங்கள், கற்பனையிலேயே பழிவாங்கிய மகிழ்ச்சியை அனுபவித்தனர். கடைசியாக கூத்து முடியும்போது காகங்கள் கரைந்தன.

பொழுது விடிந்ததும் எல்லோர் வாயிலும், இரவு நடந்த மிமிக்கிரி, பாட்டு, கூத்து பற்றிய பேச்சுத்தான். கிராமத்துப் பெரிய மனிதர்கள் கேலிக்குரியவர்களாகி விட்டனர். அவர்கள் எங்கு போனாலும், இரண்டு மூன்று பொடியன்கள் அவர்கள் பின்னால் ஓடினர். அதே கிண்டல் - பரிகாசம். ஜீங்குரிசிங் வேடிக்கைப் பிரியர். இதைத் தமாஷாகவே எடுத்துக் கொண்டார். ஆனால் படேசுவரிக்கு கோபமதிகம். தாதாதீன் படு முன்கோபி. சண்டைக்குத் தயாராகி விட்டார் அவர். எல்லோருடைய மரியாதையையும் பெற்றுத்தான் அவருக்கு வழக்கம். காரியஸ்தரைப் பற்றி என்ன சொல்ல? ராய் சாகப் கூட அவரைப் பார்த்தால் தலை வணங்குவார். அவரை இப்படியா கிண்டல் செய்வது? அதுவும் அவருடைய ஊரிலேயே! இதை அவரால் சகித்துக்கொள்ள இயலவில்லை. அவரிடம் மட்டும் பிரம்ம தேஜஸ் இருந்திருந்தால் இவர்களெல்லலோரையும் பஸ்மமாக்கி இருப்பார். "சாம்பாலாகக் கடவை" ஆனால் இந்தக் கலியுகத்தில் சாபத்திற்கு சக்தியே இல்லாமல் போய்விட்டதே! இதனால் அவர் கலியுகத்தின் அஸ்திரத்தைக் கையிலெடுத்துக் கொண்டார். ஹோரியின் வீட்டு வாசலில் வந்து நின்ற, "இன்றுகூட நீ வேலைக்கு வரமாட்டாயா! ஹோரி! இப்பொழுது நீ நன்றாகத்தானே இருக்கிறாய்? எனக்கு எத்தனை நஷ்டமாகி விட்டது என்று நீ நினைத்துப் பார்க்க வில்லையா?" என்றார் கோபத்துடன்.

கோபர் நேரம் கழித்து படுக்கச் சென்றிருந்தான். இப்பொழுது தான் கண் விழித்தவன், கண்களைத் தேய்த்துக்கொண்டே வெளியே வந்தவனின் காதுகளில் தாதாதீனின் மிரட்டல் விழுந்தது. மரியாதை செய்வதிருக்கட்டும், மாறாக, தன் திமிரைக் காட்டியவனாய் - "இனி அவர் உமக்கு கூலி வேலை செய்யமாட்டார். எங்கள் வயலில் கரும்புப் பயிர் நடவு செய்ய வேண்டும்" என்றான்.

தாதாதீன் புகையிலையை வாயில் அடக்கியவாறே, "எப்படி வேலை செய்யாமலிருக்க முடியும்? வருடத்தின் நடுவில் விட்டுவிட

முடியுமா? சித்திரையில் வேண்டுமானால் விடட்டும். அதற்குமுன் விடமுடியாது." என்றார்.

கோபர் கொட்டாவிவிட்டவாறே - "அவர் உமக்கு அடிமைப் பத்திரம் ஒன்றும் எழுதித் தரவில்லை. விருப்பமிருந்தவரை வேலை செய்தார். இப்பொழுது விருப்பமில்லை. இனிச் செய்யமாட்டார். இதில் யாரும் கட்டாயப் படுத்த முடியாது."

"வேலை செய்யமாட்டானா?"

"மாட்டார்."

"அப்படியானால் என் பணத்தை வட்டியுடன் கொடுத்துவிடு. வட்டி மூன்று வருடத்துக்கு நூறு ரூபாயாகிறது. அசலையும் சேர்த்து இருநூறாகிறது. மாதம் மூன்று ரூபாய் வட்டியில் கழித்துக் கொள்ளலாம் என்றிருந்தேன். உனக்கு இஷ்டமில்லாவிட்டால் வேண்டாம். என் பணத்தைக் கொடுத்துவிடு. பெரிய சேட் மாதிரி இருக்கிறாய்! சேட் மாதிரியே காரியத்தை நடத்து.

ஹோரி அவரை நோக்கி - "உங்களுக்கு வேலை செய்ய நான் எப்பொழுது மறுத்தேன் மகராஜ்! எங்கள் வயலிலும் கரும்பு நடவு செய்ய வேண்டியிருக்கிறது" என்றான் பணிவுடன்.

கோபர் தன் அப்பாவை அதட்டினான், "யாருக்கு வேலை செய்வது? எதற்காக? இங்கு யாரும் யாருக்கும் வேலையாள் அல்ல! எல்லோரும் சமமானவர்கள். நல்ல வேடிக்கை இது! நூறு ரூபாய் கடன் கொடுப்பது ஒருத்தனுக்கு. அதற்குப் பதிலாக ஆயுள் முழுவதும் அவனிடம் வேலை வாங்குவது. அசல் மட்டும் அப்படியே இருக்கும். இது லேவாதேவி அல்ல. ரத்தத்தை உறிஞ்சுவது. தெரிந்ததா?

"அப்படியானால் பணத்தைக் கொடுத்து விடப்பா? எதற்காகச் சண்டை? நான் ரூபாய்க்கு ஒரு அணா வட்டி வாங்குகிறேன். நீ நம்ம ஊர்க்காரன், தெரிந்தவன் என்று ரூபாய்க்கு அரையணா வட்டி போட்டேன்".

"நாங்க நூறு ரூபாய்க்கு ஒரு ரூபாதான் வட்டி தருவோம். இதைத் தவிர ஒரு காசுகூட கிடையாது. நீர் வாங்கிக்கொள்ள விரும்பினால் வாங்கிக்கொள்ளும். இல்லாவிடில் கோர்ட்டில் வாங்கிக் கொள்ளுங்கள். நூறு ரூபாய்க்கு ஒரு ரூபாய் வட்டியொன்றும் குறைவானதல்ல".

"பணத் திமிர் வந்துவிட்டது போலிருக்கிறது."

"திமிர் ஒன்றுக்கு பத்தாக வசூல் செய்பவர்களுக்குதான் வரும். நாங்கள் உழைப்பவர்கள். எங்களுடைய திமிரெல்லாம் வியர்வையாகப் பெருகிவிடும். நீங்கள் மாட்டிற்காக முப்பது ரூபாய் கொடுத்தது எனக்கு நன்றாகவே நினைவுள்ளது. அது நூறு ரூபாய் ஆகிவிட்டது. இப்பொழுது, அந்த நூறு, இருநூறு ஆகிவிட்டது. இந்த மாதிரிதான் நீங்களெல்லாம் குடியானவர்களைச் சுரண்டிச் சுரண்டி அவர்களைக் கூலிகளாக்கி விட்டீர்கள். அவர்களின் நிலத்திற்கு எஜமானர்களாகி விட்டீர்கள். முப்பது ரூபாய் - இப்பொழுது இருநூறு ரூபாய். ஒரு எல்லை வேண்டாமா எதற்கும்? அப்பா, பணம் வாங்கி எவ்வளவு நாட்களாகின்றன...

ஹோரி பயந்த குரலில் - "எட்டு, ஒன்பது வருடமிருக்கும்" என்றான்.

கோபர் நெஞ்சின் மீது கை வைத்து, "ஒன்பது வருடங்களில் முப்பது ரூபாய்.. இருநூறு ஆகிவிட்டிருக்கிறது. ஒரு ரூபாய் வட்டி என்ற கணக்கில் எவ்வளவாகிறது? என்றான். பிறகு தானே ஒரு ஓட்டாம் சல்லியால் தரையில் கணக்குப் போட்டு, பத்து வருடத்தில் 36 ரூபாய். அசலையும் சேர்த்து 66 ரூபாய். 67 ரூபாயாக வாங்கிக் கொள்ளும். இதற்குமேல் ஒரு தம்படிகூடத் தரமாட்டேன்" என்றான்.

தாதாதீன் ஹோரியை நடுவில் இழுத்தார், "கேட்டாயா ஹோரி! கோபரின் தீர்ப்பை! இருநூறுக்கு பதிலா 67 ரூபாய் வாங்கிக் கொள்ள வேண்டும். இல்லாவிட்டால் கோர்ட்டுக்குப் போக வேண்டுமாம். இப்படியெல்லாம் விவகாரம் செய்தால் எத்தனை நாட்களுக்கு இந்த உலகமிருக்கும்? நீயும் உட்கார்ந்து கேட்டுக் கொண்டிருக்கிறாய். ஆனால் இதைப் புரிந்துகொள். நான் பிராமணன். என் ரூபாயை வாயில் போட்டுக்கொண்டு நீ நன்றாயிருக்க மாட்டாய். எனக்கு இந்த 67 ரூபாயும் வேண்டாம். கோர்ட்டுக்குப் போக மாட்டேன்...... போ. நான் பிராமணனாக இருந்தால் என்னுடைய ரூபாய் இருநூறையும் வாங்கிக் காட்டுவேன். நீயே என் வீட்டு வாசலுக்கு வந்து கைகட்டி நின்று கொடுப்பாய்" என்றார் கோபத்துடன்.

தாதாதீன் சினத்துடன் வீடு திரும்பிவிட்டார். கோபர் தன்னிடத்திலேயே உட்கார்ந்திருந்தான். ஆனால் ஹோரியின் வயிற்றைக் கலக்கியது. உள்ளத்தில் தருமம் புரட்சி செய்தது. டாகுர் அல்லது பனியாவின் பணமாக இருந்தால் அவனுக்கு அதிகம் கவலையிருந்திராது. ஆனால் பிராமணனின் ரூபாயே! பிராமணனுடைய ஒரு பைசாவை அமுக்கி விட்டாலும், எலும்பைப் பிளந்துகொண்டு வெளியே வந்துவிடுமே! பிராமணனின் கோபத்திற்கு ஆளாகாமலிருக்க கடவுள் அருளட்டும். வம்சத்தில் ஒரு வாய் தண்ணீர் கொடுப்பவள், வீட்டில் விளக்கேற்ற ஒருவன் கூட மிஞ்சி இருக்கமாட்டார்களே! தர்மத்திற்குப் பயப்பட்ட அவனது உள்ளம் திகிலுற்றது. அவன் ஓடிப்போய் அவர் கால்களைப் பிடித்துக்கொண்டான், "மகராஜ்! நான் உயிரோடு உள்ளவரை, உங்கள் பணத்தை ஒருகாசு கூட குறையாமல் கொடுத்து விடுவேன். பையனின் பேச்சை எடுத்துக் கொள்ளாதீர்கள். விஷயம் நம்மிருவருக்குள்ளேதான். அவன் யார் நடுவில் பேச!" என்றான் அவன் குரல் தழுதழுத்தது.

தாதாதீன் சற்றே தணிந்தார், "கொஞ்சம் இவனுடைய ஜபர்தஸ்தைத்தான் பாரேன். இருநூறு ரூபாய்க்குப் பதிலாக 67 ரூபாய் வாங்கிக்கொள். இல்லாவிட்டால் கோர்ட்டுக்குப் போ என்கிறானே! இன்னும் கோர்ட், கச்சேரி படியேறவில்லை. ஒருமுறை படியேறிவிட்டால் அவ்வளவுதான் தாவு தீர்ந்துவிடும். நாலு நாள் பட்டணத்தில் இருந்தது பெரிய சர்வாதிகாரி ஆகிவிட்டான்."

"நான்தான் சொல்லுகிறேனே! மகாராஜ்! உங்களுடைய பணத்தை ஒரு காசு விடாமல் அடைத்து விடுவேன்."

"நாளைக்கு நீ வேலைக்கு வரவேண்டும்."

"என் வயலில் கரும்பு நடவேண்டும். இல்லாவிடில் உங்கள் வேலைக்கு வருவேன்."

தாதாதீன் போனதும் கோபர் வெறுப்புடன் தந்தையை நோக்கினான். "தேவதையைச் சாந்துப்படுத்த ஓடினாயா? நீங்களெல்லோரும்தான் இவர்களை இப்படிக் கெடுத்து வைத்திருக்கிறீர்கள். 30 ரூபாய் கொடுத்துவிட்டு, இப்பொழுது இருநூறு கேட்கிறான். இதற்கு மேல் தண்டம் வேறு.... மிரட்டல்! உன்னிடம் கூலிவேலை வாங்குவான். வேலை வாங்கி வாங்கி கொன்று விடுவான்" என்றான் விரக்தியுடன்.

ஹோரி சத்யத்தின் பக்கம் நின்று பேசினான் – "கோபர், நீதி, நியாயத்தை கைவிட்டு விடக்கூடாதுப்பா! அவரவர் செய்கைகளின் பலன் அவர் அவர்களுக்கு. எந்த வட்டிக்கு நாம் கடன் வாங்குகிறோமோ, அதைக் கொடுக்கத்தானே வேண்டும். அதிலும் அவர் பிராமணர். அவர் பணம் நமக்கு செரிக்குமா?"

கோபர் வெகுண்டான், "நீதி, நியாயத்தை விடும்படி யார் சொன்னார்கள். பிராமணின் பணத்தை அமுக்கிவிடு என்று யார் சொன்னது? இவ்வளவு வட்டி கொடுக்கமாட்டோம் என்றுதான் நான் சொல்லுகிறேன். வங்கியில்கூட பன்னிரண்டு அணாதான் வட்டி வாங்குகிறார்கள். போகிறது ஒரு ரூபாய் எடுத்துக் கொள். அதற்கு மேலென்ன கொள்ளையா?"

"அவர் மனசு வருத்தப்படுமே"

"படட்டும். அவர் வருத்தப்படுவார் என்று பயந்து, நாமெதற்குக் கஷ்டப்பட வேண்டும்.

"கோபர்! நான் உயிரோடு இருக்கும்வரை, என் வழியிலே போக விட்டுவிடு. நான் செத்த பிறகு உன் இஷ்டப்படி செய்து கொள்."

"அப்படியானால் நீயே கொடு. நானெதற்காக என் தலையிலேயே மண்ணை வாரிப் போட்டுக்கொள்ள வேண்டும்? உங்களுக்கு நடுவிலே நான் பேச வந்தது என் முட்டாள்தனம். நீதான வாங்கிச் சாப்பிட்டாய். நீயே அடைத்துக்கொள். நானெதற்காக உயிரை விடவேண்டும்?" என்று கூறியவாறே கோபர் எழுந்து உள்ளே போனான். ஜுனியா அவனைப் பார்த்து – "என்ன பொழுது விடிந்ததும் விடியாததுமாக, அப்பாவிடம் தர்க்கம் செய்கிறாய்?" என்றான்.

கோபர் நடந்ததையெல்லாம் விவரமாகக் கூறியபின், "இவர் தலைமீது கடன் பளு இப்படித்தான் ஏறிக்கொண்டே போகும். நான் எத்தனைதான் அடைக்க முடியும்? அவர் உழைத்து உழைத்து இன்னொருவர் வீட்டை நிரப்புகிறார். அவர் வெட்டி வைக்கும் பள்ளத்தில் நான் ஏன் விழ வேண்டும்? என்னிடம் கேட்டு இவர் கடன் வாங்கவில்லையே. எனக்காக் கடன் வாங்கவில்லையே. நான் ஏதும் கொடுக்க வேண்டியதில்லை அவருக்கு."

அங்கே கிராமத்துப் பெரிய மனிதர்களிடையே கோபரை அவமானப்படுத்த சூழ்ச்சி நடந்து கொண்டிருந்தது. இந்தப் பயலைச் சுருக்கு மாட்டி இறுக்காவிட்டால் ஊரிலே கலகத்தைக் கிளப்பி விட்டுவிடுவான். சிப்பாய் மந்திரியாகிவிட்டான் அல்லவா?

குறுக்கேதான் பாய்வான். எங்கிருந்து இத்தனை சட்டமெல்லாம் தெரிந்துகொண்டு வந்திருக்கிறானோ தெரியவில்லை. நூறு ரூபாய்க்கு ஒரு ரூபாய் வட்டிக்கு மேலே ஒரு பைசா தரமாட்டேன் என்கிறான். வாங்கிக்கொள்வதானால் சரி. இல்லாவிட்டால் கோர்ட்டுக்கு போ என்கிறான். நேற்றிரவு கிராமத்துப் பயல்களை யெல்லாம் கூட்டி வைத்துக்கொண்டு எத்தனை அமர்க்களம் செய்தான் இவன் என்றனர். ஆனால் அவர்களுக்குமிடையேயும் பரஸ்பரம் போட்டியும், பொறாமையுமிருந்தது. எல்லோருக்கும் இன்னொருவன் பரிகசிக்கப்படுவது சந்தோஷமாக இருந்தது. படேஸ்வரியும், நோகேராமும் பேசிக்கொண்டார்கள். படேஸ்வரி சொன்னான் – "எல்லோருக்கம் ஒவ்வொரு வீட்டில் சின்னச்சின்ன விஷயமும் தெரியும். ஜீங்குரிசிங்கை, ரொம்பவும் மோசமாய் கிண்டல் செய்து விட்டார்கள். ஏன் கேட்கிறாய் போ! இரண்டு பெண்டாட்டிகள் பேசுவதைக்கேட்டு எல்லோரும் விழுந்து விழுந்து சிரித்தார்களே!"

நோகேராம் உரக்கச் சிரித்தவாறே, "ஆனால் காட்டியது உண்மைதானே! நான் எத்தனையோ முறை, அவரது இளைய பெண்டாட்டி, வாசலில் நின்று இளவட்டங்களுடன் சிரித்துப் பேசுவதைப் பார்த்திருக்கிறேன்" என்றார்.

"பெரியவள், கண்ணில் மையும், வகுட்டில் சிந்தூரமும், மருதாணியுமாய் இளவயசுப் பெண்ணைப்போல் நிற்கிறாள்."

"இரண்டு பேருக்குள்ளேயும் ராப்பகல் சண்டைதான். ஜீங்குரி வெட்கம் கெட்டவன். இன்னொருவனாக இருந்தால் இந்நேரம் பைத்தியமாகி இருப்பான்."

"உன்னையும் ரொம்ப மோசமாய் கிண்டல் செய்தானாமே. சக்கிலிச்சி வீட்டிலே வைத்து அடிவாங்க வைத்தானாமே"

"நான் அந்தப் பயலை குத்தகை பாக்கி என்று தாவா போட்டு, தட்டி விடுகிறேன் பார். யாருடன் மோதுகிறான் என்பது அவனுக்கு நினைவிருக்கட்டும்."

"குத்தகைதான் அவன் செலுத்திவிட்டான், இல்லையா?"

"ஆனால் நான் ரசீது கொடுக்கவில்லையே! வரி செலுத்தி விட்டான் என்பதற்கு என்ன ஆதாரமிருக்கிறது? இங்கே கணக்கு வழக்கை யார் பார்க்கிறார்கள்? நான் இன்றே ஆளை அனுப்பி வரச்சொல்லுகிறேன்."

ஹோரி, கோபர் இருவரும் வயலுக்குச் சென்றிருந்தனர். கரும்பு நடவுக்கு முன்னர் வயலுக்கு நீர் பாய்ச்ச வேண்டியிருந்தது. ஹோரி ஏர் கட்டி உழ, கோபர் கமலை இறைத்துக் கொண்டிருந்தான். ரூபாவும், சோனாவும் மடையில் நீர் கட்டி, பாய்ச்சிக் கொண்டிருந்தனர். இருவருக்குள்ளேயும் சண்டை வந்துவிட்டது. ஜீங்குரியின் இளைய பெண்டாட்டி முதலில் தான் சாப்பிட்டுவிட்டு, ஜீங்குரிக்குப் போடுகிறாளா, அல்லது ஜீங்குரி சாப்பிட்டபின் தான் சாப்பிடுகிறாளா என்பதுதான் சண்டைக்குரிய விஷயம்.

அவன்தான் முதலில் சாப்பிடுகிறான் என்றாள் சோனா, இல்லை என்றாள் ரூபா. "அவள் முதலில் சாப்பிடுகிறாள் என்றால் அவள் ஏன் குண்டாக இல்லை. டாகுர்தானே குண்டாக இருக்கிறார். அவர்

அவள் மீது வீழ்ந்தால் பாவம் அவள் நசுங்கியே போவாள்" என்றாள் அவள்.

சோனா இதை எதிர்த்தாள், "நன்றாய் சாப்பிடுவதால்தான் குண்டாகிறார்கள் என்று நீ நினைக்கிறாயா? நன்றாகச் சாப்பிட்டால் பலவான்கள் ஆவார்கள் குண்டர்களாக அல்ல."

"இளையவள் அவரைவிட பலசாலியா?"

"பின்னென்னவாம்? கொஞ்சநாள் முந்தி இருவருக்கும் சண்டை வந்துவிட்டது. இளையவள் ஜீங்குரியைப் பிடித்து ஒரு தள்ளு தள்ளி விடவே அவர் முழங்கால் முட்டி பெயர்ந்துவிட்டது."

"அப்போ! நீ கூட முதலில் சாப்பிட்டுவிட்டுப் பிறகுதான் உன் புருஷனுக்குப் போடுவாயா?"

"பின்னென்ன?"

"அம்மா, அப்பாவிற்குத் தானே முதலிலே போடுகிறாள்."

"அதனால்தான் அப்பா, எப்பொழுதும் அம்மாவையே மிரட்டுகிறார். நான் பலசாலியாகி என் புருஷனை என் கைக்குள் வைத்துக் கொள்வேன். உன் புருஷன் உன்னை அடிப்பான். உன் எலும்பை முறித்து விடுவான்."

ரூபாவிற்கு அழுகை வந்துவிட்டது. "ஏன் அடிப்பானாம்? அடிவாங்கற மாதிரி நானெதுவும் செய்ய மாட்டேன்" என்றாள்.

"அவன் கேட்க மாட்டானே! நீ ஏதாவது கொஞ்சம் பேசினாலும் அடிக்க வருவான். அடித்து அடித்து உன் தோலை உரித்து விடுவான். கோபம் கொண்ட ரூபா, சோனாவின் புடவையை பல்லால் கடித்துக் கிழிக்க முயன்றாள். தன் முயற்சி பலிக்கவில்லை என்றதும் அழவாரம்பித்து விட்டாள். அவளைச் சுண்டி விடலானாள்.

சோனா பின்னும் சீண்டினாள், "உன் மூக்கைக் கூட அறுத்து விடுவான்."

இதைக் கேட்ட ரூபா, சோனாவைக் கடித்துவிட்டாள். சோனாவின் புஜம் ரத்த விளாராகப் போய்விட்டது. அவள் ரூபாவைப் பிடித்து வேகமாய்த் தள்ளி விடவே, கீழே விழுந்த ரூபா எழுந்து பின்னும் பலமாக அழவாரம்பித்தாள். சோனாவும் பல் பதிந்திருக்கும் காயத்தைப் பார்த்து அழலானாள்.

இவர்களிருவரும் கூப்பாடு போடுவதைக் கேட்ட கோபர், கோபத்துடன் வந்து இரண்டு பேரையும், ஆளுக்கு இரண்டு குத்து விட்டான். இரண்டு பேரும் அழுதுகொண்டே வீட்டை நோக்கி ஓடினார்கள். தண்ணீர் பாய்ச்சும் வேலை நின்று போயிற்று. இது பற்றி அப்பாவும் பிள்ளையும் மோதிக்கொண்டனர்.

"இப்பொழுது யார் தண்ணீர் கட்டுவார்கள்? இரண்டு பேரையும், விரட்டி விட்டாயே! ஓடிப் போய், சமாதானப்படுத்திக் கூட்டிவா" என்றான் ஹோரி.

"நீதான் எல்லோரையும் குட்டிச்சுவராக்கி வைத்திருக்கிறாய்."

"இப்படி அடித்தால் இன்னும் துணிச்சலாகிவிடுவார்கள்."

"இரண்டு வேளை சாப்பாடு போடாதே! தன்னால் வழிக்கு வந்து விடுவார்கள்."

"நான் அவர்களுடைய அப்பா, கசாப்புக் கடைக்காரன் அல்ல."

நடக்கையில் ஒரு தரம் கால் இடறிவிட்டால் ஏதோவொரு காரணமாய் அடிக்கடி இடறிவிடும். கட்டைவிரல் பெயர்ந்து விடும். மாதக்கணக்காய் வலிக்கும். தந்தைக்கும், மகனுக்குமிடையேயிருந்த நல்லுறவில் இன்று இப்படித்தான் அடிபட்டுவிட்டது. இப்பொழுது மேலும் மேலும் அடி விழுந்தது.

வீட்டுக்குப் போய் கோபர் ஜூனியவைக் கூட அழைத்து வந்தான். ஜூனியா குழந்தையை எடுத்துக்கொண்டு வயலுக்குச் சென்றாள். தனியாவும், இரண்டு பெண்களும் பார்த்துக்கொண்டு நின்றனர். தனியாவிற்குக்கூட கோபரின் முரட்டுத்தனம் தவறாகப் பட்டது. வயசுக்கு வந்த பெண்ணைத் தொட்டு அடிப்பது என்பது அவளால் பொறுத்துக்கொள்ள முடியவில்லை.

அன்றிரவே லக்னோ திரும்பிச் செல்வதென்று கோபர் முடிவு செய்துவிட்டான். இனியும் அவனால் இங்கிருக்க முடியாது. வீட்டில் அவனுக்கொரு மதிப்பில்லை என்கிறபோது, அவன் எதற்காக இருக்க வேண்டும்? கொடுக்கல் வாங்கல் பற்றி அவன் எதுவும் பேச முடியாது. பெண்களை ஒரு அடி அடித்து விட்டான் என்பதற்காக, அம்மாவும் அப்பாவும் அவன் யாரோ அன்னியன் மாதிரி கோபித்துக் கொண்டுவிட்டனர். இனி இந்த வீட்டில் அவனிருக்க மாட்டான்.

இருவரும் சாப்பிட்டுக் கொண்டிருந்தபோது நோகேராமின் ஆள் வந்து, "காரியஸ்தர் ஐயா வரச் சொன்னார்" என்ற சேதி சொன்னான்.

"ராத்திரி வேளையில் எதற்காகக் கூப்பிடுகிறார்? நான் தான் குத்தகை வரி கட்டியாகி விட்டதே!" எனறான் ஹோரி மிதப்புடன்.

"உன்னைக் கூப்பிட்டு வரச் சொல்லி எனக்கு உத்தரவு. என்ன சொல்ல வேண்டுமோ, அங்கு வந்து பேசிக் கொள்" என்றான் அந்த ஆள்.

ஹோரிக்கு விருப்பமில்லைதான். இருந்தாலும் போக வேண்டி வந்தது. கோபர் விரக்தியுடன் உட்கார்ந்திருந்தான். அரை மணி நேரத்தில் திரும்பி வந்த ஹோரி, ஒன்றும் பேசாமல் 'சிலம்'பைப் பற்ற வைத்துக்கொண்டான். கோபரால் இனியும் பொறுக்க முடியவில்லை, "எதற்காகக் கூப்பிட்டாராம்?" என்றான்.

ஹோரி தொண்டை தழுதழுக்க - "நான் ஒரு பைசா பாக்கியில்லாமல் கொடுத்தாகிவிட்டது. உன் மீது இரண்டு வருஷத்து வரி பாக்கி இருக்கிறது என்கிறார். அன்று நான் களத்திலேயே கரும்பு வெட்டிய பணம் ரூபாய் ஐம்பதை அந்த இடத்திலேயே அவரிடம் கொடுத்துவிட்டேன். இன்று இரண்டு வருட பாக்கியிருக்கிறது என்கிறார். நான் ஒரு சல்லிக்காசு தரமாட்டேன் எனக் கூறிவிட்டு வந்துவிட்டேன்" என்றான்.

"உன்னிடம் ரசீது இருக்குமே" என்றான் கோபர்.

"ரசீது எங்கே கொடுக்கிறார்?"

"ரசீது வாங்காமல் நீ ஏன் ரூபாய் கொடுக்கிறாய்?"

“இவர்கள் ஏமாற்றுவார்கள் என்று எனக்கென்ன தெரியும். இதெல்லாம் நீ செய்ததின் பலன். நேற்று ராத்திரி அவர்களை யெல்லாம் பரிகாசம் செய்தாயல்லவா? அதற்குத் தண்டனை இது. தண்ணீருக்குள்ளே இருந்துகொண்டு, மீன், முதலையோடு பகையாட முடியுமா? வட்டியோடு 70 ரூபாய் என்கிறார். எங்கிருந்து வரும் பணம்?”

“நீ ரசீது வாங்கிக்கொண்டிருந்தால் நான் எத்தனை கிண்டல், பரிகாசம் செய்தாலும், உன்னை அவரால் ஏதும் செய்து விடமுடியாது. கொடுக்கல் வாங்கலில் எல்லாம் நீ ஏன் ஜாக்கிரதையாக இருக்கமாட்டேன் என்கிறாய் என்பதுதான் எனக்குப் புரியவில்லை. ரசீது தரமாட்டார் என்றால், தபாலில் மணியார்டரில் ரூபாயை அனுப்பு. ஒன்றிரண்டு ரூபாய் செலவாகும் இதற்கு. அவ்வளவுதான். இம்மாதிரியான அட்டூழியம் நடக்காது” எனத் தன் செய்கைக்கு விளக்கம் கொடுத்தான் கோபர்.

“நீ இந்த நெருப்பை மூட்டாமலிருந்தால் ஒன்றும் ஆகியிருக்காது. இப்போ, பெரியவர்கள் எல்லோரும் கோபமாய் இருக்கிறார்கள். நிலத்தைவிட்டு கிளப்பி விடுவோம் என்று மிரட்டுகிறார்கள். எப்படித்தான் வாழ்க்கை நடக்குமோ? கடவுளுக்குத்தான் தெரியும்.”

“நான் போய் கேட்கிறேன் அவர்களை”

“நீ போய் இன்னும் நெருப்பை ஊதிவிடுவாய்.”

“நெருப்பு மூட்டத்தான் வேண்டுமென்றால் மூட்டிவிடத்தான் செய்வேன். நிலத்தைவிட்டு வெளியேற்றினால் அதைச் செய்யட்டுமே! நான் கோர்ட்டில் அவர்கள் கையில் கங்காஜலத்தை வார்த்து சத்தியம் செய்யச் சொல்வேன். நீ வாலைச் சுருட்டிக் கொண்டு சும்மா இரு. நான் இவர்களை ஒரு கை பார்த்து விடுகிறேன். யாருடை [illegible] ஒரு பைசாவையும் நான் மோசம் செய்ய மாட்டேன். என் பைசாவையும் இழக்கமாட்டேன் வீணாக.”

கோபர் விருட்டென்று எழுந்து நேராக நோகேராமின் சௌபால்லுக்குச் சென்றான். பார்த்தால் எல்லாப் பெரிய மனிதர்களின் மந்திரிசபை கூடி இருக்கிறது. கோபரைக் கண்டதுமே எல்லோரும் எச்சரிக்கையாகி விட்டனர். சூழ்நிலையில் சதியாலோசனையின் இறுக்கம் நிலவியது.

கோபர் ஆவேசமுற்ற குரலில் - காரியஸ்தரே! இதென்ன? அப்பா உங்களுக்கு சமீபகாலம் வரைக்குமான வரியைச் செலுத்தி விட்டார் என்றபோது, இரண்டு வருடத்து பாக்கி இருக்கிறது என்கிறீர்களாமே! இதென்ன கோல்மால்!” என்று இரைந்தான்.

திண்டில் சாய்ந்திருந்த நோகேராம், அகங்காரம் நிறைந்த குரலில், “ஹோரி உயிரோடு இருக்கும்வரை உன்னோடு கொடுக்கல் வாங்கல் பற்றி நான் பேச வேண்டிய அவசியமில்லை” என்றார்.

அடிப்பட்ட குரலில் - “அந்த வீட்டிற்கு நான் சொந்தமே யில்லையா?” என்றான் கோபர்.

“உன் வீட்டிலிருக்கலாம் எல்லாம். இங்கே கிடையாது.”

“நல்லது. நீங்கள் நிலத்தைவிட்டு வெளியேற்ற கோர்ட்டில் வழக்குப் போடுங்கள். கோர்ட்டில் உங்கள் கையில் கங்காஜலம் வார்த்து நான் பணம் தருகிறேன். அதுமட்டுமல்ல, இதே ஊரில் நூறு

சாட்சிகளைக் காண்பித்து, நீங்கள் ரசீது கொடுப்பதில்லை என்பதை நிரூபிப்பேன். பாவம்! சாது. எதுவும் பேசுவதில்லை குடியானவர்கள், என்பதால், எல்லோரும் வடிகட்டின முட்டாள்கள் என நினைத்து விட்டீரா? நான் எங்கே இருக்கிறேனோ அங்குதான் ராய் சாகப் இருக்கிறார். கிராமத்தில் எல்லோரும் அவரென்னவோ பூச்சாண்டி என்று பயப்படுகிறார்கள். நான் அப்படியல்ல, அவரிடம் போய் விடாமல் எல்லா விஷயத்தையும் சொல்லிவிடுவேன். பார்க்கலாம், நீர் எப்படி மறுபடியும் ரூபாய் வசூல் செய்கிறீர்கள் என்று!"

கோபரின் சொல்லம்புகளில் சத்தியத்தின் வலிமை இருந்தது. பயந்தாகொள்ளிகளிடம் உண்மையும் ஊமையாகி விடும். சிமெண்ட் செங்கல்மீது படியும்போது கல் மாதிரி உறுதியாகி விடுகிறது. மண்ணின் மீது போட்டால் மண்ணாகி விடுகிறது. சற்றும் அச்சமற்ற, கோபரின் ஒளிவு மறைவு இல்லாத பேச்சு, அநீதி, அநியாயமென்ற கவசத்தைப் போர்த்திக்கொண்டு தனது பலவீனமான மனத்தை, சக்தியுள்ளது என நினைத்துக்கொண்டு நின்ற நோகேராமைத் துளைத்து விட்டது.

எதையோ ஞாபகப் படுத்திக்கொள்ள முயன்றவர்போல் அவர் பாவித்தார். பிறகு "கோபர்! நீ ஏன் இத்தனை கோபம் கொள்கிறாய்! இதில் கோபித்துக் கொள்ள என்னப்பா இருக்கிறது? ஹோரி ரூபாய் கொடுத்திருந்தால் அது இங்கேதான் எங்கேயாவது இருக்கும். நாளைக்கு எல்லாக் காகிதங்களையும் எடுத்துப் பார்க்கிறேன். இப்பொழுதுதான் ஹோரி ஏதோ கொடுத்ததுபோல் நினைவு வருகிறது. நீ கவலையில்லாமல் இரு. ரூபாய் இங்கு வந்திருந்தால் வேறெங்கும் போயிருக்காது. நீ என்ன இந்தக் கொஞ்சம் ரூபாய்க்காகப் பொய் சொல்லப் போகிறாயா என்ன? இல்லை நான்தான் இந்தப் பணத்தில் பணக்காரனாகிவிடப் போகிறேனா?" என்றார்.

அங்கிருந்து திரும்பி வந்த கோபர் தன் அப்பாவைத் திட்டிய திட்டில் பாவம், ஹோரிக்கு எப்படியோ ஆகிவிட்டது. "நீ குழந்தையைவிட மோசமாகி விட்டாய் அப்பா! பூனைக்குட்டி மியாவ் என்றால் பயந்துகொள்கிற குழந்தை மாதிரி அரண்டு விட்டாய். நான் எங்கெங்கெல்லாம் வந்து உன்னைக் காப்பாற்றிக் கொண்டு திரிவது! உன்னிடம் 70 ரூபாய் கொடுத்துவிட்டுப் போகிறேன். தாதாதீன் வாங்கிக்கொண்டால் பத்திரத்தை முறித்து விடு. எழுதி வாங்கி விடு. இதற்குமேல் நீ ஒரு பைசா கொடுத்தால் கூட அப்புறம், என்னிடமிருந்து ஒரு பைசாகூட உனக்குக் கிடைக்காது. நீ பறிகொடுத்துக்கொண்டு இருக்க இருக்க, நான் கடன் அடைப்பதற்காக வெளியூரில் கிடந்து உழைக்கவில்லை. நான் நாளைக்கே புறப்படுகிறேன். ஆமாம்! சொல்லிவிட்டேன். யாரிடமும் ஒரு பைசாகூட கடன் வாங்கக்கூடாது. யாருக்கும் எதுவும் கொடுக்காதே. பங்ரூ, துலாரி, தாதாதீன் எல்லோருக்குமே, நூற்றுக்கு ஒரு ரூபாய் வட்டிதான் தரவேண்டும். அதற்குமேலில்லை" என்றான் கோபர் உறுதியுடன்.

சாப்பிட்டுவிட்டு வெளியே வந்த தனியா – "அதற்குள் ஏன் போகிறாயடா கோபர்! இன்னும் நாலைந்து நாள் இருந்து கரும்பு நடவு செய்துவிட்டு, இந்தக் கொடுக்கல் வாங்கல் கணக்குகளை யெல்லாம் சரிசெய்துவிட்டுப் போ" என்றாள்.

கோபர் பெருமை பொங்கும் குரலில் – தினமும் எனக்கு இரண்டு, மூன்று ரூபாய் நஷ்டமாகிக் கொண்டிருக்கிறது தெரியுமா உனக்கு? இங்கு அதிகமாய் போனால் நாலு அணா கூலிக்கு வேலை செய்கிறேன். இந்தத் தடவை ஜூனியாவையும் அழைத்துக்கொண்டு போகிறேன். சாப்பாட்டுக்கு ரொம்ப கஷ்டமாக இருக்கிறது அங்கே" என்றான்.

"உன்னிஷ்டம்!" என்றாள் தனியா பயந்து கொண்டே. தொடர்ந்து, "அங்கு தனியாய் எப்படி வீட்டையும், குழந்தையையும் பார்த்துக் கொள்வாள்?" என்றாள்.

"குழந்தையைப் பார்ப்பதா? என் சௌகரியத்தைப் பார்ப்பதா? என்னால் அடுப்பூத முடியாது."

"அழைத்துக்கொண்டு போ! நான் தடுக்கவில்லை. ஆனால் வெளியூரில் குழந்தைகுட்டிகளுடன் இருப்பது..... அங்கே யாரும் முன்னும் இல்லை, பின்னும் இல்லை. யோசித்துச் செய் எத்தனை கஷ்டம் பார்!"

"அம்மா! வெளியூரில் நண்பர்கள், கூட இருப்பவர்கள் எல்லாமுண்டு. இங்கே எல்லாம் சுயநலம் பிடித்தவர்கள். யாரிடம் நாலுகாசு இருக்கிறதோ, அவன்தான் உறவு. வெறுங்கைஆகி.. அப்பா, அம்மாகூட ஏனென்று கேட்கமாட்டார்கள்."

தனியா குத்தலைப் புரிந்து கொண்டாள். அவள் தலையிலிருந்து கால்வரை குபுக்கென்று பற்றி எரிந்தது, "பெற்றவர்களைக்கூட நீ அந்தக் காசுக்குதான் தோழர்கள் என்று நினைத்துவிட்டாயா?"

"கண்ணால் பார்க்கிறேனே!"

"இல்லை.. பார்க்கவில்லை நீ.. பெற்றவங்க மனசு அத்தனை இரக்க மில்லாதது அல்ல. ஆனால் பிள்ளைகள் நாலுகாசு சம்பாதிக்க ஆரம்பித்ததும் பெற்றவர்களை அலட்சியப்படுத்தி விடுகிறார்கள். பெற்ற மனம் பித்து, பிள்ளை மனம் கல்லு! இதே ஊரில், ஒன்றல்ல, இரண்டல்ல, பத்துப் பதினைந்து உதாரணம் காட்டட்டுமா! அம்மா, அப்பா கடன் உடன் வாங்குகிறார்கள் என்றால், யாருக்காக? குழந்தை குட்டிகளுக்காகத்தானே! தங்கள் சுகத்திற்காகவா?"

"நீங்க எதற்குக் கடன் உடன் வாங்கினாயோ, தெரியாது, எனக்கு ஒரு பைசா பற்றிக்கூடத் தெரியாது."

"நாங்க வளர்த்தாமலேயே நீ பெரியவனாகி விட்டாயா?"

"வளர்த்த நீ என்ன செய்தாயாம்? குழந்தையாய் இருந்தபோது பால் கொடுத்தாய். பிறகென்ன? அனாதை போல் விட்டுவிட்டாய். எல்லோரும் சாப்பிட்டதை, நானும் சாப்பிட்டேன். எனக்காகப் பால் தனியாக வரவில்லை. வெண்ணையும் எடுத்து வைக்கவில்லை.

இப்போ.. நீ.. அப்பா, எல்லோரும், வாங்கின எல்லாக் கடனையும் நான் அடைக்க வேண்டும், வரியெல்லாம் நான் கட்டவேண்டும் என்று நினைக்கிறீர்கள். பெண்களுக்கு கல்யாணமும் நான் செய்து வைக்க வேண்டுமென்று ஆசை உங்களுக்கு. என் வாழ்க்கையே நீ பட்டிருக்கும் கடன்களையெல்லாம் அடைக்கத்தான் இருப்பது போல் நினைப்பு. எனக்கும் குழந்தை குட்டி இருக்கிறதல்லவா?"

தனியா அப்படியே பேச்சற்று திகைத்துப் போனாள். ஒரே கணத்தில் அவளது வாழ்வின் மென்மையான கனவுகளெல்லாம் உடைந்து சிதறின. இதுவரை இனித் தனது துக்கம் தரித்திரம் எல்லாமே தீர்ந்துவிடும் என்று மனதிற்குள் சந்தோஷமாயிருந்தாள். கோபர் வந்ததிலிருந்து அவள் முகத்தில் மகிழ்ச்சியின் ஒரு ஒளிக்கீற்று மலர்ந்திருந்தது. அவளது குரலில் மென்மையும், நடத்யைிலும் தாராள எண்ணமும் வந்திருந்தது. கடவுள் அவள்மீது தயை காட்டியுள்ளார். இனி அவள் தலை கடவுளை எண்ணி வணங்கித்தான் நடக்க வேண்டும். உள்ளத்திலிருந்த அமைதியால் வெளியேயும் ஒருவிதமான சௌஜன்யம் வந்துவிட்டிருந்தது. இந்தச் சொற்கள் கொதிக்கிற மணல்போல் அவள் இதயத்தில் வீழ்ந்துகடல்போல் அவளது ஆசை, அபிலாஷைகள் யாவும் வறுபட்டு போயின. அவளது கர்வமெல்லாம் தூள் தூளாகிவிட்டது. இத்தகைய சுடு சொற்களைக் கேட்டபின் வாழ்க்கையில் என்ன ரசமிருக்கப் போகிறது? எந்தப் படகில் அமர்ந்து வாழ்க்கையெனும் கடலைத் தாண்டிவிட நினைத்தாளோ, அது உடைந்து சிதறிவிட்டது. இனி அவள் எதற்காக வாழ வேண்டும்?

ஆனால்.... இல்லை. அவளுடைய கோபர் இத்தனை சுயநலம் பிடித்தவன் அல்ல. அவன் அம்மாவின் வார்த்தைக்கு மறுசொல் சொன்னதேயில்லை. எந்த விஷயத்திற்கும், பிடிவாதமே பிடித்ததில்லை. எது கிடைக்கிறதோ சாப்பிடுவான். அந்தக் கள்ளம் கபடமறியாத அன்பும், சீலமுமே உருவான பிள்ளை, இப்படி இதயத்தையே துண்டாக்கிவிடும் வார்த்தைகளையெல்லாம் ஏன் சொல்லுகிறான்? அவன் விருப்பத்திற்கு எதிராக யாரும் எதுவும் செய்யவில்லை. அம்மா, அப்பா, இரண்டு பேரும் அவன் முகத்தையே பார்த்துக் கொண்டிருக்கிறோம். அவனேதானே கொடுக்கல் வாங்கல் பற்றிப் பேசினான். இல்லாவிட்டால் யார் அவனிடம் உன் அப்பா அம்மா பட்டிருக்கும் கடனையெல்லாம் அடைத்துவிடு என்று சொன்னார்களாம். அவன் மானம் மரியாதையோடு, பெரிய மனிதர்கள் மாதிரி சம்பாதித்து சாப்பிடுகிறான் என்பதில் பெற்றவர்களுக்கு கொஞ்சமாகவா சந்தோஷம்? அவனால் முடிந்தால் பெற்றவர்களுக்கு உதவி செய்யட்டும். முடியாவிட்டால் அவர்களென்ன மென்னியைப் பிடிக்கப் போகிறார்களா? ஜுனியாவை அழைத்துக்கொண்டு போக வேண்டுமென்றால் சந்தோஷமாய் அழைத்துக்கொண்டு போகட்டும். அவனுடைய நன்மைக்காகத்தானே சொன்னாள்! ஜுனியாவையும் குழந்தையையும் அழைத்துக் கொண்டு போனால் எத்தனை சுகம் கிட்டுமோ, அதைவிடத் தொந்தரவுதான் அதிகமிருக்கும். அப்படி

என்ன சொல்லிவிட்டேன், இவன் இப்படி யெல்லாம் பேச!... நிச்சயம் ஜூனியாதான் மூட்டி விட்டிருப்பாள். அங்கே உட்கார்ந்து கொண்டே மந்திரம் ஓதி இருப்பாள் சிறுக்கி. இங்கு செட்டு சிங்காரித்துக்கொள்ள ஒன்றும் கிடைப்பதில்லை. வீட்டிலேயும் ஏதாவது வேலை செய்யவேண்டி இருக்கிறது. அங்கே பணமும் காசும் கைக்கு வரும். மஜாவாய் சாப்பிடலாம். பளபளவென்று உடுத்தலாம். காலை நீட்டிக்கொண்டு தூங்கலாம். இரண்டு பேருக்குச் சமைக்க எத்தனை நேரம் பிடிக்கும்? பணமிருந்தால் போதுமாம் அங்கே! கடைத் தெருவிலேயே ரொட்டி தட்டி விற்பார்களாம். காதில் வீழ்ந்தது. இந்த ரகளை, கூத்தெல்லாம் அவள்தான் தூண்டிவிட்டிருப்பாள். அவளும் பட்டணத்தில் கொஞ்சநாள் இருந்தவள்தானே! அந்தப் பட்டணத்து தண்ணியும் சுகமும் கண்டவள் தானே! இங்கே ஏனென்று கேட்பாரில்லை. இந்த முட்டாள் சிக்கிக்கொண்டான். இங்கே ஐந்து மாதம் வயித்திலே வைத்துக்கொண்டு வந்தாளே, அப்பொ எப்படி பூனைக்குட்டி மாதிரி சாதுவாயிருந்தாள். இங்கே இடம் கிடைத்திருக்காவிட்டால் எங்கேயாவது பிச்சை எடுத்துக்கொண்டிருப்பாள்! நான் நல்லது செய்ததற்குப் பலன் இது. இந்தப் பழிகாரிக்காகத்தானே தண்டம் கட்டினோம். சாதி சனத்தில் கெட்ட பெயர். தள்ளி வைத்தாங்க. வயல் வெட்டியெல்லாம் நாசமாய்ப் போச்சு. எல்லாக் கஷ்டமும் நஷ்டமும் இவளால்தானே! இந்த நாசகாரி, உண்ட வீட்டிற்கே இரண்டகம் செய்யத் துணிந்துவிட்டாளே! பணத்தைப் பார்த்ததும், கர்வம் வந்துவிட்டது. அதனால்தான் தளுக்கு மினுக்காகக் கர்வத்துடன் திரிகிறாள். இன்று பயல் நாலுகாசு சம்பாதிக்கிறான் இல்லையா? இத்தனை நாளாய் அவன் ஏனென்றுகூடக் கேட்காத போது, மாமியார் காலுக்கு, தடவிவிட எண்ணை எடுத்துக் கொண்டு ஓடிவந்தாள். இந்த ராட்சசி என் செல்வத்தைப் பறித்துக் கொண்டு போகப் பார்க்கிறாளா? - இத்தகைய எண்ண ஓட்டத்தில் மிதந்தவளாய் தனியா, துயரம் மிகுந்த குரலில் - "இந்த மந்திரமெல்லாம் உனக்கு யார் ஓதி இருக்கிறாளென்று எனக்குத் தெரியும். நீ அப்படிப்பட்ட பிள்ளை இல்லை. இந்த வீடு, தங்கைகள், அம்மா, அப்பா எல்லோருமே உன்னுடையவர்கள்தானே! இங்கே யாரப்பா அன்னியர்! நாங்கள் இன்னும் எத்தனை நாட்கள் இருக்கப் போகிறோம்? வீட்டின் கௌரவத்தைக் காப்பாற்று. அதனால் உனக்குச் சுகம்தான் கிடைக்கும். ஒருத்தன் பணம் சம்பாதிப்பது எதற்காக? குடும்பத்திற்காகத்தான் வேறெதற்காக? பன்னிகூடத் தாண்டா வயிறு வளர்க்கிறது. பாலூத்தின பாம்பு மாதிரி ஜூனியா எங்களையே கொத்திவிடுவாள் என்று நான் நினைக்கலை".

கோபர் வெகுண்டெழுந்தான், "அம்மா ஜூனியா எனக்கு மந்திரம் ஓத..... நானொன்றும் தெரியாதவனல்ல. நீ அவளை அனாவசியமாய் திட்டுகிறாய். உன் குடும்பத்தின் சுமையெல்லாம் என்னால் தாங்கமுடியாது. என்னால் முடிந்த உதவி உனக்குச் செய்வேன். அதற்காக என் கால்களில் விலங்கை மாட்டிக்கொள்ள முடியாது."

அறைக்குள்ளேயிருந்து வெளியே வந்த ஜுனியா - "அம்மா! யார் மீது இருக்கும் கோபத்தை யார்மீதோ கொட்டாதீர்கள். அவர் மனசை நான் கலைத்துவிட அவரொன்றும் குழந்தையல்ல. அவ ரவருடைய நல்லது கெட்டது அவரவருக்குத் தெரியும். வாழ்நாள் முழுவதும் தவமிருந்து, ஒருநாள் வெறுங்கையுடன் செத்துப் போவதற்காக, மனிதன் பிறப்பதில்லை. எல்லோருக்கும் கொஞ்சம் சுகம், சந்தோஷம் எல்லாம் வேண்டியிருக்கிறது. கையிலே நாலுகாசு இருக்கவேண்டும் என்ற ஆசை எல்லோருக்குமுண்டு" என்றாள்.

தனியா பல்லைக் கடித்தாள், "அச்சா! ஜுனியா! ரொம்பவும் தெரிந்தவள் என்று பேசாதே. இப்பொழுது உனக்கும் நல்லது கெட்டது என்று நாலும் யோசிக்கும் யோகம் வந்துவிட்டது. என் காலில் தலை வைத்து அழுதாயே அப்போ இந்த நல்லது கெட்டது ஞானமெல்லாம் தோன்றவில்லையா? அந்த நிமிஷம் எங்களோட நல்லது கெட்டதைப்பத்தி நாங்கள் யோசித்திருந்தால் இன்று நீ இருக்கிற இடமே தெரியாது..... புரிந்ததா?"

இதற்குப் பிறகு பெரும் யுத்தமே மூண்டுவிட்டது. ஏச்சுப்பேச்சு, வசவு, திட்டு, வெறுப்பு, அவமதிப்பு, சண்டை சச்சரவு, குத்தல், கொடுமை.... எதுவும் மீதமில்லை. இடையிடையே கோபரும் தேள் மாதிரி வார்த்தைகளால் கொட்டினான். ஹோரி வராந்தாவில் உட்கார்ந்து எல்லாவற்றையும் கேட்டுக்கொண்டிருந்தான். சோனாவும் ரூபாவும் முற்றத்தில் தலைகுனிந்து நின்றனர். துலாரி, புனியா, இன்னும் பல பெண்கள் மத்யஸ்தம் செய்ய வந்து விட்டிருந்தனர். இடிமுழக்கத்தின் இடையிடையே கண்ணீர் துளிகளும் வீழ்ந்தன. இருவரும் அவரவர் விதியை நொந்துகொண்டனர். இருவரும் கடவுளை நிந்தித்தனர். தாங்கள் குற்றமற்றவர்கள் என்று இருவருமே பிரலாபித்தனர். ஜுனியா கழிந்து போன விஷயங்களையெல்லாம் தோண்டி எடுத்துப் புரட்டிப் போட்டாள். இன்று அவளுக்கு ஹீரா, சோபாவிடம் அபாரமான அனுதாபம் வந்துவிட்டிருந்தது. தனியாவிற்கு யாரிடமும் ஒத்துக்கொள்ளாது, இப்போ எப்படி ஜுனியாவுடன் ஒத்துக் கொள்ளும். இங்கே - தனியா, தன்பாட்டில் தன் கதையைச் சொல்லிக்கொண்டிருந்தாள். ஆனால் பொது அபிப்பிராயம் ஜுனியாவின் பக்கம் தானிருந்தது. ஏன் என்றால் ஜுனியா வரம்பு மீறிப் பேசமாட்டாள். மேலும் சம்பாதிக்கிற புருஷனின் பெண்டாட்டி வேறு, அவளைச் சந்தோஷப்படுத்த வேண்டாமா? இங்கே தனியா தன் வசமிழந்து விட்டவளாய் கத்திக் கொண்டிருந்தாள். இந்நிலையில்தான் ஹோரி உள்ளே வந்து முற்றத்தில் நின்றவனாய் - "தனியா! உன் காலில் வீழ்கிறேன். வாயை மூடிக்கொள். என் முகத்தில் கரியைப் பூசாதே இன்னும் திருப்தி அடையவில்லையென்றால், இன்னும் கேட்டுக் கொள்".

தனியா சீறிக்கொண்டு பாய்ந்து வந்தாள், "நீயும் கொழுத்த கொம்பைப் பிடிக்கிறாயா? பிடித்துக்கொள். தப்பெல்லாம் என்னுடையதுதான். அவள் என் மீது புஷ்பமாய் அர்ச்சனை பண்ணுகிறாள் இல்லையா?" என்றாள்.

இப்பொழுது யுத்தகளம் மாறிவிட்டது.

"சின்னவர்களிடம் வாய் கொடுப்பவர்கள், சின்னவர்கள்தான்"

தனியா எந்தத் தர்க்கத்தால் ஜுனியாவைச் சின்னவள் என்று ஏற்பது?

ஹோரி வேதனை நிரம்பிய குரலில் – "சரி! அவள் சின்னவள் அல்ல, பெரியவள்தான். யாருக்கு இருக்க விருப்பமில்லையோ, அவர்களைக் கட்டியா வைக்கமுடியும்? பெற்றவர்களின் தருமம், பையனை வளர்த்து ஆளாக்குது. அதை நாம் செய்தாகிவிட்டது. அவனுக்கு கையும் காலும் முளைத்துவிட்டது. அவர்கள் சாப்பாடு கொண்டு வந்து நமக்குப் போட வேண்டும் என்று நீ நினைக்கிறாயா? பெற்றவர்களுக்குத்தான் பிள்ளைகளின்பால் கடமையுண்டு. பிள்ளைகளுக்குப் பெற்றவர்கள்பால் கடமை கிடமை என்றெல்லாம் எதுவுமில்லை. போகிறவனை ஆசி கூறி அனுப்பி வை. நமக்குக் கடவுள் இருக்கிறார். என்னென்ன அனுபவிக்க வேண்டுமென்றிருக்கிறதோ அனுபவிப்போம். நாற்பது, நாற்பத்தி ஏழு வருஷம், இப்படியே அழுது புலம்பிக் கழிந்துவிட்டது. இன்னும் பத்து, பதினைந்து வருடம் பாக்கி. அதையும் இப்படியே கழித்துவிடலாம்" என்றான்.

கோபர் புறப்படத் தயாராகிக் கொண்டிருந்தான். இனி இந்த வீட்டில் ஓர் வாய் தண்ணீர் குடிப்பதுகூட பாவம்தான். பெற்றவளாக இருந்தும் இப்படியா கண்டபடி வாய்க்கு வந்தபடி பேசுவது! இனி அவள் முகத்தில் கூட விழிக்கமாட்டான்.

விரைவில் அவன் பெட்டி படுக்கை தயாராகிவிட்டது. ஜுனியாவும் புதுப்புடவையை அணிந்துகொண்டாள். குழந்தைக்கு சொக்காயும், குல்லாயும் போட்டாகிவிட்டது. ராஜா மாதிரி இருந்தான் குழந்தை.

"கோபர்.. மகனே! உன்னிடம் ஏதும் சொல்ல எனக்கு வாயில்லை. ஆனாலும் மனசு கேட்கவில்லை. யாருடைய வயிற்றில் வளர்ந்து பிறந்தாயோ, யாருடைய ரத்தத்தைக் குடித்து வளர்ந்தாயோ, அந்த துரதிர்ஷ்டம் பிடித்த தாயாரின் கால்களைத் தொட்டு வணங்கினால் என்னடா கெட்டுவிடும்! உன்னால் இது கூடவா செய்ய முடியாது? என அழுகை கலந்த கனத்த குரலில் கேட்டான் ஹோரி.

கோபர் முகத்தைத் திருப்பிக் கொண்டான், "அவளை என் அம்மா என்று நினைக்கவில்லை."

ஹோரியின் விழிகள் குளமாயின. "பின் உன்னிஷ்டம். எங்கேயிருந்தாலும் சுகமாய் இரப்பா" என்றான்.

ஜுனியா போய் மாமியாரின் கால்களில் தலைப்பை வைத்து வணங்கினாள். தனியாவின் வாயிலிருந்து ஒரு வார்த்தைகூட வரவில்லை. கண் எடுத்துப் பார்க்கவில்லை அவள். கோபர் குழந்தையை எடுத்துக்கொண்டு முன்னால் நடந்தான். ஜுனியா படுக்கையை இடுப்பில் வைத்துக்கொண்டு பின்னால் சென்றாள். ஒரு சக்கிலியப் பையன் பெட்டியைத் தலையில் தூக்கிக் கொண்டான். கிராமத்திலிருந்து பல ஆண்களும், பெண்களும், கோபர் ஜுனியாவை வழியனுப்ப கிராமத்து எல்லைவரை வந்தனர்.

இங்கே தனியா தனியே அமர்ந்து யாரோ தனது இதயத்தையே பிளப்பதுபோல் அழுது கொண்டிருந்தாள். நெருப்பு மூண்டுவிட்ட வீடுபோல் அவளது தாய்மை உணர்வு எரிந்து கொண்டிருந்தது. எல்லாமே, யாவுமே சாம்பலாகிவிட்டது போலிருந்தது. உட்கார்ந்து அழக்கூட இடமில்லை எனத் தோன்றியது.

❑

22

சில தினங்களாகவே ராய்சாகப்பின் மகளின் திருமணப் பேச்சு நடைபெற்றுக் கொண்டிருந்தது. இதனுடன் கூடவே, தேர்தலும் தலைக்கு மேலிருந்தது. ஆனால் இவற்றையெல்லாம்விட முக்கியமாக அவரொரு சிவில் கேஸ் கோர்ட்டில் தாக்கல் செய்யவேண்டியிருந்தது. இதற்கு கோர்ட் பீஸ் ஐம்பதாயிரம் வேண்டி இருந்தது. இதைத்தவிர மேல் செலவு வேறு இருக்கும். ராய் சாகப்பின் மைத்துனன் தன் ஜமீனின் ஒரே வாரிசாக இருந்தவன், இளைஞனாக இருந்த பருவத்தில் மோட்டார் விபத்தொன்றில் காலமாகிவிட்டான். ராய் சாகப் தன் மைனர் புதல்வனின் சார்பாக அந்த ஜமீனை தன் அதிகாரத்திற்குட்படுத்திக் கொள்ளச் சட்டத்தின் துணையை நாட வேண்டியிருந்தது. அவரது ஒன்றுவிட்ட மைத்துனர்கள் அந்த ஜமீனைக் கைப்பற்றிக் கொண்டிருந்தனர். ராய் சாகப்பிற்கு அதிலேதும் பங்கு தரவும் அவர்கள் தயாராக இல்லை. தங்களுக்குள் ஒருவிதமாக ஒப்பந்தம் செய்துகொண்டு விடலாம் என்று ராய் சாகப் பெரிதும் முயன்றார். ஒன்றுவிட்ட மைத்துனர்கள் உசிதமான பங்குகளைப் பெற்றுக்கொண்டு விலகிவிட வேண்டும் என்று விரும்பினார். இதற்காக, ஜமீனின் பாதி வரும்படியை விட்டுவிடவும் தயாராக இருந்தார். ஆனால் அந்த மைத்துனர்கள் எந்தவிதமான உடன்பாட்டிற்கும் தயாராக இல்லை. தடியின் வலிமையைக் காட்டி மிரட்டி ஜமீனில் வசூல் செய்யவும் துவங்கிவிட்டனர். இப்பொழுது கோர்ட்டுக்குப் போவதைத் தவிர வேறு வழியிருக்கவில்லை. வழக்குப் போட்டால் லக்ஷக்கணக்காக செலவழியும். ஆனால் சமஸ்தானம் இருபது லக்ஷத்திற்கு மதிப்புடைய சொத்தாயிற்றே. வக்கீல்கள் நிச்சயம் உங்கள் பக்கம்தான் டிகிரியாகுமென்றும் கூறியிருந்தனர். அத்தகையத் தருணத்தை யார் விடுவார்கள்? இதில் கஷ்டம் என்னவென்றால் இந்த மூன்று வேலைகளும் ஒரே சமயத்தில் வந்து கூடியுள்ளன. இவற்றில் எதையுமே விடமுடியாது. பெண்ணிற்குக் கிட்டத்தட்ட 17 வயதாகிவிட்டது. கையில்போதிய பணமில்லாததால்தான் இதுவரை தள்ளிப் போய்க் கொண்டே இருந்தது. செலவு குறைந்தது ஒரு லக்ஷமாவது ஆகும். யாரிடம் போனாலும் பெரியதாய் வாயைத் திறந்தார்கள். ஆனால் சமீபத்தில் ஒரு நல்ல சந்தர்ப்பம் கிடைத்தது. கும்வர் திக் விஜய் சிங்கின் மனைவி

க்ஷயரோகத்தால் பீடிக்கப்பட்டு இறந்துவிட்டாள். கும்வர்சிங் விரைவில் திருமணம் செய்துகொண்டு, பாழாகிவிட்ட தன் குடும்பத்தை மீண்டும் பசுமையானதாகச் செய்துகொள்ள விரும்பினார். பேரமும் சீக்கிரமே படிந்துவிட்டது. வரன் கை நழுவிப் போய்விடப் போகிறதே என்ற அச்சத்தில் இதே லக்னத்தில் திருமணத்தை நடத்தவேண்டியது அவசியமாகி விட்டது. கும்வர்சிங் துர்பழக்கங்களின் இருப்பிடமாக இருந்தார். குடி, கஞ்சா, அபின், சரஸ்.. என்று அவர் ஏற்றிக் கொள்ளாத போதைப் பொருளே இல்லை. போக விலாசம் என்பதுதான் பணக்காரர்கள் என்பதின் அடையாளமாயிற்றே. உல்லாசக் கேளிக்கைகளுக்கு சிலவு செய்யாத பணக்காரன் என்ன பணக்காரன்? பணத்தைப் பின் எப்படித்தான் பயன்படுத்துவதாம்? இத்தனை துர்பழக்கங்களிலிருந்தாலும் அவர் மிகுந்த படிப்பாளி, அறிவாளி. சிறந்த பண்டிதர்கள்கூட அவருடைய ஆற்றலை மதித்தனர். சங்கீதம், நாட்டியம், ரேகை சாஸ்திரம், சோதிடம், யோகம், சிலம்பம், குஸ்தி, அம்பெய்தல் என சகலகலைகளிலும் அவருக்கு இணையானவர்களே இல்லை எனலாம். அவர் மிகுந்த சக்தி வாய்ந்தவர். அச்சமோ, பயமோ இல்லாதவர். தேசீய இயக்கத்தில் மனம் திறந்து, ஆனால் யாருமறியாதவாறு தனது ஒத்துழைப்பைத் தந்துகொண்டிருந்தார். அதிகாரிகளுக்கு இவ்விஷயம் தெரியாது என்பதல்ல. இருந்தாலும் அவருக்கு அரசாங்கத்தில் மிகுந்த கௌரவமும், மதிப்புமிருந்தது. இரண்டொருமுறை கவர்னர்கூட அவருடைய விருந்தாளியாக இருந்துள்ளார். அவரது வயது முப்பது, முப்பத்திரண்டுகூட இராது. நல்ல ஆரோக்கியசாலி. அவர் ஒருவரே ஒரு ஆட்டின் மாமிசத்தைச் சாப்பிட்டு சீரணித்து விடுவார்; ராய் சாகப் தான் எதிர்பாராமலேயே நினைத்தது கை கூடிவிட்டது என்று எண்ணினார். பதினாறாவது நாள் காரியம் முடிந்ததுமே ராய சாகப் திருமணப் பேச்சைத் துவங்கி விட்டார். கும்வர் சாகப்பைப் பொறுத்தவரையில் திருமணம் என்பது தனது செல்வாக்கையும், வலிமையையும் மேலும் அதிகரித்துக்கொள்ள ஒரு சாதனம், அவ்வளவுதான். ராய் சாகப் கௌன்சில் மெம்பர் மட்டுமல்ல மிகுந்த செல்வாக்குடைவரும் கூட. தேசீய இயக்கத்தில் தனது தியாகத்தின் பங்களிப்பை உணர்த்தி மக்களுடைய மரியாதைக்குப் பாத்திரமாகிவிட்டிருந்தார். இனித் திருமணம் நிச்சயமாவதில் எந்தவிதமான தடையும் ஏற்பட முடியாது. அது நிச்சயமும் ஆகிவிட்டது.

இனித் தேர்தல். இதுவொரு தங்கக்கத்தி. இதைத் துப்பிவிடவும் முடியாது. விழுங்கவும் இயலாது. இதுவரை இரண்டு முறை தேர்ந்தெடுக்கப் பட்டுள்ளார். ஒவ்வொரு முறையும் ஒரு லக்ஷம் காலி. ஆனால் இம்முறை இன்னொரு ராஜாசாகப், அதே இலாக்காவில் தேர்தலுக்கு நிற்கிறார். ஒவ்வொருவருக்கும் ஓராயிரம் ரூபாய் கொடுக்கவேண்டி இருந்தாலும், ஐம்பது லக்ஷம் பெறுமான தனது சமஸ்தானமே அழிந்து போனாலும் சரி. ராய் அமர்பால் சிங்கை மறுபடியும் கௌன்சிலுக்குச் செல்ல விடமாட்டேன் என்று பறை சாற்றி விட்டிருந்தார். அதிகாரிகள் அவருக்கு ஆதரவளிப்பதாக தைரியமளித்திருந்தனர். ராய் சாகப் சிந்தித்து செயலாற்றுபவர்.

கெட்டிக்காரர், தனது லாப நஷ்டத்தைப் பற்றி நன்கறிந்தவர். ஆனால் ரஜபுத்திரர் பரம்பரைச் செல்வந்தர். இந்த சவாலைக் கேட்ட பின் களத்திலிருந்து எவ்வாறு பின் வாங்கமுடியும்? அந்த ராஜா சூரிய பிரதாப் சிங்கே வந்து, "தாங்கள் இரண்டொருமுறை கௌன்சிலுக்குச் சென்றாகிவிட்டது. இந்த முறை நான் செல்ல அனுமதியுங்கள் எனக் கேட்டிருந்தால், ஒருக்கால் ராய்சாகப் இதனை ஏற்றிருப்பார். அவருக்குக் கௌன்சில் மோகமெல்லாம் இல்லை. ஆனால் இப்பொழுது இந்த அறை கூவலுக்கு முன்னால் தோள் தட்டி நிற்பதைத் தவிர அவருக்கு வேறு வழியில்லை. இதில் இன்னொரு உடன்படிக்கையுமிருந்தது. மிஸ்டர் தங்கா தாங்கள் தேர்தலுக்கு நில்லுங்கள். பின்னால் ராஜாசாகபிடமிருந்து ஒரு லக்ஷம் பெற்றுக்கொண்டு வாபஸ் வாங்கிவிடலாம் என்று நம்பிக்கை அளித்திருந்தார். நான் அவரிடம் இதுபற்றி பேசியிருக்கிறேன். ராஜா சாகப் சந்தோஷமாகவே ஒரு லக்ஷம் கொடுத்துவிடுவார் என்றும் கூறியிருந்தார். ஆனால் இப்பொழுது ராஜா சாகப், ராய் சாகப்பை தேர்தலில் முறியடிக்கும் கௌரவத்தை இழக்கத் தயாராக இல்லை என்பது தெரிந்தது. இதற்கு முக்கியமான காரணம், ராய் சாகப்பின் மகளின் திருமணம், கும்வர் சாகப்புடன் நிச்சயமானதுதான். இரண்டு செல்வாக்கு மிகுந்த குடும்பங்களுக்கிடையேயான சம்பந்தம் தன்னுடைய பெருமைக்கும் செல்வாக்கிற்கும் தீமை பயக்குமென அவர் நினைத்தார். ராய் சாகபிற்கு தன் மாமனார் வழி சொத்து கிடைக்குமென்ற நம்பிக்கையுமிருந்தது. ராஜா சாகப்பிற்கு இதுவும் முள்ளாக உறுத்தியது. அந்தச் சொத்தும் இவர் கைக்கு வந்துவிட்டால்...... வந்து விடும் ஏன் என்றால் சட்டம் அவர்பக்கம் தானிருக்கிறது. ராஜாசாகப்பிற்கு ஒரு வலிமையுள்ள போட்டியாளர் உருவாகிவிடுவார். இதனால் ராய் சாகப்பை நசுக்கிவிட்டு, அவரது பெருமையை, செல்வாக்கைக் குலைத்துவிட வேண்டியதுதான் ராஜா சாகப்பின் தர்மம்.

பாவம், ராய் சாகப், பெரும் சங்கடத்தில் ஆழ்ந்திருந்தார். தன்னுடைய சுயநலத்தை, காரியத்தைச் சாதித்துக் கொள்வதற்காகத் தான் மிஸ்டர் தங்கா தன்னை ஏமாற்றியுள்ளார் என்ற சந்தேகம் அவருக்கு ஏற்பட்டுவிட்டது. இப்பொழுது அவர் ராஜா சாகப்பின் அடி வருடியாகிவிட்டார் என்ற செய்தியும் அவர் காதில் வீழ்ந்திருந்தது. இது எரிகிற புண்ணில் உப்பைத் தூவிய மாதிரியாயிற்று. அவர் பலமுறை தங்காவைக் கூப்பிட்டனுப்பினார். அவர் வீட்டில் கிடைககவேயில்லை. அல்லது வருகிறேன் என்று சொல்லிவிட்டு மறந்தும் விட்டார். வரவில்லை. கடைசியில் இன்று தானே அவரைப் போய்ப் பார்த்து விடுவதென்ற முடிவுடன் ராய் சாகப் அவர் வீட்டிற்குச் சென்றார். அதிர்ஷ்டவசமாய் மிஸ்டர் தங்கா வீட்டிலிருந்தார். ஆனால் அவரைச் சந்திக்க, ராய் சாகப் ஒரு மணி நேரம் காத்திருக்க வேண்டியிருந்தது. ராய் சாகப்பின் சமூகத்தில் பிரதி தினமும் தவறாது ஆஜராகிக் கொண்டிருந்த அதே மிஸ்டர் தங்காதான் இது. இன்று இத்தனை அகம்பாவமாகி விட்டது. எரிச்சலுடன் உட்கார்ந்திருந்தார் ராய் சாகப். மிஸ்டர் தங்கா, நாகரீகமாய் உடை உடுத்தி, வாயில் சிகரெட்டுடன் அறைக்குள் வந்து

கை நீட்டியதும் ராய் சாகப் படபடவென குண்டுமாரி பொழிந்தார் – "இங்கே ஒரு மணி நேரமாய் உட்கார்ந்திருக்கிறேன். நீங்கள் வருகிறேன், வருகிறேன் என்று இப்பொழுதுதான் வந்திருக்கிறீர்கள். நான் இதை அவமதிப்பாகக் கருதுகிறேன்."

மிஸ்டர் தங்கா சோபாவில் அமர்ந்துகொண்டவராய், சற்றும் பாதிக்கப்படாதவர் போல், புகையை ஊதியவண்ணம் – "இதற்காக வருந்துகிறேன். ஒரு முக்கியமான வேலையில் இருந்தேன். நீங்கள் போன் செய்து என்னிடம் நேரம் குறித்துக்கொண்டிருக்க வேண்டும்." என்றார்.

நெருப்பில் நெய் விழுந்தது போலாகியது. இருப்பினும் ராய் சாகப் கோபத்தை அடக்கிக்கொண்டார். அவர் சண்டை போட வரவில்லை. இந்த அவமானத்தை விழுங்கிக் கொண்டாக வேண்டும். "ஆம்! தவறு நேர்ந்துவிட்டது. இப்பொழுதெல்லாம் தங்களுக்கு அதிக அவகாசமில்லை போலும்" என்றார்.

"ஆமாம். ரொம்பவும் குறைவுதான். இல்லாவிடில் நானே வந்திருப்பேன்."

"நான் இந்த விஷயமாகத்தான் தங்களிடம் கேட்க வந்தேன். உடன்பாடு ஏதும் ஏற்படுமென்ற அறிகுறி தோன்றவில்லை. மறுமுனையில் போருக்கான ஆயத்தங்கள் நடைபெறுவதாகத் தெரிகிறது, மும்முரமாக...."

"ராஜா சாகப் பற்றி உங்களுக்கே தெரியுமே! பிடிவாதக்கார மனிதர். பிடித்த பிடியை விடமாட்டார். எப்பொழுதும் ஏதாவதொரு வெறி பிடித்துக்கொள்ளும். இப்பொழுது என்னவானாலும் சரி... ராய் சாகப்பின் கர்வத்தை ஒடுக்கிவிடுவேன் என்பதுதான் அவர் குறி. இப்படி ஏதேனும் ஒரு வெறி பிடித்து விட்டால, பிறகு யார் சொன்னாலும் கேட்கமாட்டார். இதனால் எத்தனை கஷ்ட நஷ்டம் வந்தாலும் சரி, விடமாட்டார். தலைக்குமேல் நாற்பது லக்ஷம் சுமையாக இருக்கிறது. அப்படியும் அதே உறுதி, அதே பிடிவாதம். அதே வீண் செலவு, வெட்டிச் செலவு. பணத்தை ஒரு பொருட்டாகவே அவர் நினைப்பதில்லை. வேலைக்காரர்கள், ஆட்கள் எல்லோருக்கும் ஆறுமாத சம்பளம் பாக்கி நிற்கிறது. ஆனால் ஹீராமகல் கட்டிடவேலை நடக்கிறது. சலவைக் கற்கள் தரையில் பாவப்படுகின்றன. பூ வேலைப்பாடும், சித்திர வேலைப்பாடும், கண்களைவிட்டு அகலுவதில்லை. அத்தனை நேர்த்தி. அதிகாரிகளுக்குக் கூடை கூடையாய் சாமான்கள் போகின்றன. தினம் தினம் ஆங்கிலேய மேனேஜரை நியமிக்கப்போவதாய் காதில் வீழ்கின்றது".

"பின் எப்படி நீங்கள் ஏதாவது உடன்பாடு செய்து வைப்பதாகக் கூறினீர்களாம்"

"என்னால் என்ன முடியுமோ, செய்தேன். இதைத் தவிர வேறென்ன செய்ய முடியும்? ஒருத்தன் தன்னுடைய பணம் மூன்று, நான்கு லக்ஷத்தைத் தொலைத்துவிடத் தயாராக இருந்தால் நானென்ன செய்ய?"

ராய் சாகப்பால் தன் கோபத்தை இனியும் அடக்கிக்கொள்ள முடியவில்லை, "அதுவும் அந்த மூன்று, நான்கு லக்ஷத்தில் பத்து, பதினைந்து ஆயிரம் ரூபாய் தங்கள் கைக்குள் வருமென்ற நம்பிக்கை இருக்கும்போது, இல்லையா?"

மிஸ்டர் தங்கா இனியும் ஏன் சும்மாயிருப்பார்.. "ராய் சாகப்! வெளிப்படையாகவே சொல்லுகிறேன். நானென்ன சன்யாசியா? ஏதாவது கொஞ்சம் சம்பாதிக்கத்தானே இருக்கிறோம். கண்ணிருந்தும் குருடர்களாய் இருக்கும் பணமூட்டைகள் உங்களுக்கு எந்தளவு தேவையோ, அந்தளவுதான் எனக்கும். நான் உங்களைத் தேர்தலுக்கு நிற்கும்படி கூறினேன். தாங்களும் ஒரு லக்ஷம் கிடைக்குமென்ற ஆசையில் நின்றீர்கள். பகடை பதினெட்டும் விழுந்திருந்தால் இன்று தாங்கள் ஒரு லக்ஷத்திற்கு அதிபதியாய் இருந்திருப்பீர்கள், ஒரு காசு செலவில்லாமல் கும்வர் சாகப்புடன் உங்கள் பெண்ணின் திருமணம் நடந்திருக்கும், வழக்கும் பதிவாகி இருக்கும். ஆனால் உங்களது துரதிர்ஷடம் பகடை விழவில்லை. நீங்களே ஒன்றுமில்லாமல் நின்றபோது, நானென்ன செய்ய? எனக்கென்ன கிடைக்கும். வேறு வழியில்லாமல் அவர் வாலைப் பிடித்துக் கொண்டேன். எப்படி எப்படியோ, இந்தச் சம்சார சாகரத்தைக் கடந்தாக வேண்டுமே என்றார்.

இந்தத் துஷ்டனை சுட்டு விட்டாலென்ன என்ற ஆத்திரம் மூண்டது. இந்த அயோக்கியன்தான் அவருக்கு ஆசைகாட்டித் தேர்தலில் நிற்கச் செய்தான். இப்பொழுது தன் செய்கைக்கு விளக்கம் கொடுக்கிறான். தன் மீது தவறே இல்லை என்பதுபோல் பேசுகிறான். ஆனால் சூழ்நிலை வாயைத் திறக்க முடியாமல்தானிருந்தது.

"உங்களால் இப்பொழுது எதுவும் செய்ய முடியாதா?"

"அப்படித்தான் வைத்துக் கொள்ளுங்களேன்."

"ஐம்பதாயிரத்திற்குக் கூட நான் ஒத்துக் கொள்ளத் தயார்."

"ராஜா சாகப் எதையும் ஏற்கத் தயாராக இல்லை."

"ஐம்பதாயிரத்திற்கு ஒத்துக் கொள்வார்."

"ஊஹூம். நம்பிக்கையே இல்லை. அவர் தெளிவாகக் கூறி விட்டார்."

"அவர் சொன்னாரா? அல்லது நீங்கள் சொல்லுகிறீர்களா?"

"நீங்கள் என்னைப் பொய்யன் என்று நினைக்கிறீர்களா?"

ராய் சாகப், பணிவான குரலில் - "நான் தங்களைப் பொய்யன் என்று நினைக்கவில்லை. ஆனால் தாங்கள் விரும்பினால் இந்த பேரம் படிந்துவிடுமென்று நிச்சயமாக நினைக்கிறேன்."

"அப்படியென்றால், தங்களிருவருக்குள் ஒப்பந்தம் படியாமல் செய்வதற்கு நான்தான் காரணமென்பது தங்கள் எண்ணம்."

"இல்லை. நான் அப்படிக் கூறவில்லை. தாங்கள் விரும்பினால் காரியம் நடக்கும், நானும் இந்தச் சிக்கலில் மாட்டிக்கொள்ள வேண்டாம் என்று நினைக்கிறேன்."

மிஸ்டர் தங்கா, தன் கைக்கடியாரத்தைப் பார்த்தார். பின்னர், "மிஸ்டர் ராய் சாகப், நான் வெளிப்படையாகக் கூறவேண்டும் என்று தாங்கள் விரும்புகிறீர்கள். நல்லது நான் சொல்லி விடுகிறேன்

கேளுங்கள். தாங்கள் ஒரு பத்தாயிரம் ரூபாய் செக்கை என் கையில் வைத்திருந்தால் இன்று நிச்சயமாகவே லக்ஷ ரூபாய்க்கு எஜமானனாகி இருப்பீர்கள். ராஜா சாகப்பிடமிருந்து லக்ஷ ரூபாய் கிடைத்தால் எனக்கொரு ஆயிரம், இரண்டாயிரம் கொடுக்கலாம் என நீங்கள் நினைத்திருப்பீர்கள். நான் அப்படி யொன்றும் அனுபவமில்லாதவன் அல்ல. தாங்கள் ராஜா சாகப்பிடமிருந்து பணத்தை வாங்கி இரும்புப் பெட்டியில் வைத்துக்கொண்டு என்னை ஏமாற்றிவிடுவீர்கள். பிறகு நானென்ன செய்ய முடியும்? சொல்லுங்கள்! வழக்கு, வம்பு என்று எதுவும் நான் செய்ய முடியாதல்லவா" என்றார்.

காயப்பட்ட பார்வையுடன் அவரை நோக்கிய ராய்சாகப் - "தாங்கள் என்னை அத்தனை அயோக்கியனாகவா நினைக்கிறீர்?" என்றார்.

"இதை அயோக்கியத்தனமென்று யார் நினைக்கிறார்கள்? இப்பொழுதெல்லாம் இதுதான் கெட்டிக்காரத்தனம். பிறரை எப்படி முட்டாளாக்கலாம் என்பதற்கு இதுதான் வெற்றிகரமான உத்தி. மேலும் இதில் தாங்கள் வல்லவர்."

ராய் சாகப்பின் முஷ்டி இறுகியது, "நானா?"

"ஆம்! தாங்கள்தான். முதல் தேர்தலில் நான் தங்களுக்காக, முழு மனதுடன் வேலை செய்தேன். அலைந்தேன். தாங்கள் மூக்கால் அழுதுகொண்டு ஒரு ஐநூறு ரூபாய் கொடுத்தீர்கள். இரண்டாவது தேர்தலில், ஒரு உடைந்த, பழுதான, பழைய மோட்டார் காரைக் கொடுத்துக் கை கழுவிவிட்டீர்கள். சூடுண்ட பூனை அடுப்பண்டை போகாது" என்ற அவன் அறையிலிருந்து வெளியே வந்து, தன் காரைக் கொண்டு வரும்படி உத்தரவிட்டான்

ராய் சாகப்பின் ரத்தம் இதைக்கண்டு கொதித்தது. அவமரியாதை செய்வதற்கும் ஒரு எல்லை இருக்கிறது. ஒரு மணிநேரம் காக்க வைத்தான், பிறகு சற்றும் மரியாதையற்ற முறையில் நடந்துகொண்டு அவரை வலுக்கட்டாயமாக அவன் தன் வீட்டிலிருந்து வெளியேற்றுகிறான். தன்னால் மிஸ்டர் தங்காவை அடித்து வீழ்த்த முடியும் என்ற நம்பிக்கை இருந்தால், அவர் அதை நிறைவேற்றாமல் இருந்திருக்க மாட்டார். ஆனால் தங்கா, அவரைவிட வாட்ட சாட்டமானவன். பலசாலி. மிஸ்டர் தங்கா ஹார்ன் அடித்ததும் அவரும் தன் காரில் ஏறி அமர்ந்து நேராக மிஸ்டர் கன்னாவின் வீட்டிற்கு வந்தார்.

மணி ஒன்பதாகி இருந்தது. ஆனால் கன்னா இன்னமும் இனிமையான உறக்கத்தின் ஆனந்தத்தை அனுபவித்துக் கொண்டிருந்தார். இரவு இரண்டு மணிக்கு முன்னால் உறங்கப் போக மாட்டார். இதனால் காலையில் ஒன்பது மணி வரை தூங்குவது இயல்பானதுதான். இங்கும் ராய் சாகப்பிற்கு அரை மணி நேரம் காத்திருக்க வேண்டி இருந்தது. சுமார் ஒன்பதரை மணிக்கு மிஸ்டர் கன்னா புன்னகையுடன், அறைக்குள் வந்ததும், ராய் சாகப், "அச்சா! சர்காரின் உறக்கம் இப்பொழுதுதான் கலைந்தது போலும். மணி ஒன்பதரை! பணம் சேர்த்து விட்டீர் அல்லவா? அதுதான் இந்தக்

கவலையற்ற உறக்கம். என் மாதிரி ஜமீன்தாராக இருந்தால் நீங்களும் இப்படித்தான் இன்னொருவர் வீட்டு வாசலில் காத்துக் கொண்டிருப்பீர்கள். உட்கார்ந்து உட்கார்ந்து தலை சுற்றிப் போயிருக்கும்" என்றார்.

மிஸ்டர் கன்னா சிகரெட் கேஸை அவர்பால் நீட்டியவாறு மலர்ந்த முகத்துடன், "இரவு தூங்குவதற்கு நேரமாகி விட்டது. இந்த வேளையில் ஏது இப்படி வந்தது?" என்றார்.

ராய் சாகப் சுருக்கமாகத் தனது சிரமங்களைப் பற்றியெல்லாம் கூறினார். உண்மையில் மனதிற்குள் கன்னாவைத் திட்டிக் கொண்டுதான் இருந்தார். தன்னுடைய தோழனாக இருந்து கொண்டு, எப்பொழுதும் தன்னை ஏமாற்றவே வழிபார்த்துக் கொண்டிருக்கிறான் என்று கோபம். இருந்தாலும் மேலுக்கு அவரை முகஸ்துதி செய்வது வழக்கம்.

அவரைப் பற்றி தனக்கு மிகவும் அக்கறையும், கவலையும் உள்ளது போல் முகபாவத்தில் காட்டிக்கொண்டார். மிஸ்டர் கன்னா, "நானென்ன சொல்லுகிறேன் என்றால் இந்த எலெக்ஷனை விட்டுத் தள்ளுங்கள். உங்களுடைய ஒன்றுவிட்ட மைத்துனர்களின் மீது வழக்குத் தொடுங்கள். கல்யாணம் இருக்கட்டும். அதென்ன இரண்டு, மூன்று நாள் தமாஷ். அவ்வளவுதான். அதைப்பற்றிக் கவலைப்பட்டுக் கொள்ளவேண்டிய அவசியமில்லை. கும்வர் சாகப் என் நண்பர், கொடுப்பது, வாங்குவது என்ற பிரச்சனையே வராது." என்றார்.

"மிஸ்டர் கன்னா. நான் பாங்கர் அல்ல. ஜமீன்தார் என்பதைத் தாங்கள் மறந்து விட்டீர்கள் போலும். கும்வர் சாகப், வரதட்சணை கேட்பதில்லை. கடவுள் அவருக்கு நிறையவே கொடுத்துள்ளார். ஆனால் ஒன்றை நீங்கள் தெரிந்துகொள்ள வேண்டும். அவள் என்னுடைய ஒரே பெண். அவளுக்கு அம்மா இல்லை. அவள் அம்மா இன்று உயிரோடு இருந்தால் வீட்டையே வாரி வழித்துக் கொடுத்து விடுவாள் பெண்ணிற்கு. அப்பொழுது நான் கொஞ்சம் நிறுத்திப் பிடி என்று சொல்லி இருப்பேன். ஆனால் இப்பொழுது நான் அவளுக்கு அம்மா, அப்பா எல்லாம். என் இதயத்தின் ரத்தத்தையே எடுத்துக் கொடுக்கவேண்டி நேர்ந்தாலும் மகிழ்ச்சியுடன் தந்து விடுவேன். மனைவியற்ற இந்த வாழ்க்கையில் என் மகள் மீதுள்ள பாசத்தினால், அன்பினால், தான் என் இதயத்தின் தாகத்தைத் தணித்துக்கொண்டு வருகிறேன். என்னிரண்டு குழந்தைகளின் பாலுள்ள அன்பினால்தான் பத்தினி விரதத்தைக் காப்பாற்றி வருகிறேன். இந்த மங்களகரமான நிகழ்ச்சியில் என் உள்ளத்தின் ஆசை அபிலாஷகளையெல்லாம் நிறைவேற்றிக்கொள்ளாமல் இருக்க என்னால் இயலாது. என் மனத்தை நான் தேற்றிக்கொள்ள முடியும். ஆனால் என் மனைவியின் விருப்பம் கட்டளை என நான் நினைப்பதை என்னால் விட்டுவிட இயலாது. தேர்தல் களத்திலிருந்து பின்வாங்குவதும் என்னால் இயலாது. நான் தோற்றுப் போவேன் என்பது எனக்குத் தெரியும். ராஜா சாகப்புடன் போட்டிபோட என்னால் இயலாது. ஆனாலும்

அமர்பால் சிங் அத்தனை லேசானவன் அல்ல என்பதை ராஜா சாகப்பிற்கு உணர்த்த விரும்புகிறேன்." என்றார்.

"வழக்குத் தொடுப்பதும் அவசியம்தானே?"

"எல்லாமே அதை நம்பித்தான் நடக்கிறது. இப்பொழுது சொல்லுங்கள். நீங்கள் எனக்கு உதவி செய்வீர்களா?"

"இதுபற்றி என் டைரெக்டர்களின் உத்தரவென்ன என்பது தங்களுக்கே தெரியும். ராஜா சாகப்பும் எங்களது டைரெக்டர்களில் ஒருவர். பழைய பாக்கியை வசூல் செய் என்று தாக்கீது வந்து கொண்டே இருக்கிறது. புதிதாய் ஏதாவது மீண்டும் தருவதென்பது முடியாமற் போகலாம்."

"நீங்கள் என் கப்பலையே முழுகடித்து விடுவீர்கள் போலிருக்கிறதே" என்றார் ராய் சாகப் வாடிய முகத்துடன்.

"எனக்கு சொந்தமாய் உள்ளது எல்லாம் தங்களுடையதுதான். ஆனால் வங்கியின் விஷயத்தில் டைரெக்டர்கள் சொல்வதைத்தான் நான் கேட்டாக வேண்டும்."

"சொத்து கைக்கு வந்துவிட்டால் ஒரு பைசா பாக்கி இல்லாமல் எல்லாம் கொடுத்து விடுவேன் என்ற நம்பிக்கை எனக்கிருக்கிறது."

"தங்களுக்குத் தற்சமயம் எவ்வளவு கடனிருக்கும் சொல்ல முடியுமா?"

ராய் சாகப் தயக்கத்துடன், "ஐந்தாறு லக்ஷமிருக்கலாம். கொஞ்சம் இதற்கு குறைவாகவும் இருக்கக் கூடும்."

"உங்களுக்கு நினைவில்லாமலிருக்கலாம் அல்லது தாங்கள் மறைக்கிறீர்கள்" என்றார் கன்னா அவநம்பிக்கையுடன்.

"இல்லையில்லை. நான் மறக்கவுமில்லை. மறைக்கவும் இல்லை. என் சொத்து குறைந்த பட்சம் ஐம்பது லட்சத்திற்கு இருக்கலாம். மாமனார் வீட்டு சொத்தும் இதற்கு குறைவானதல்ல. இத்தனை சொத்துக்கள் மீது, ஐந்தோ, பத்து லட்சமோ கடனிருப்பது ஒன்றும் பெரிதல்ல."

"உங்கள் மாமனார் வீட்டுச் சொத்துக்கள் மீது கடனில்லை என்று உங்களால் எப்படி உறுதி கூற முடியும்?"

"எனக்குத் தெரிந்தவரை, சொத்துக்கள் மீது எந்த விதமான பந்தங்களுமில்லை."

"அந்தச் சொத்துக்கள் மீதும் பத்து லட்சத்திற்கு குறைவாக கடனில்லை என்று எனக்கு செய்தி வந்துள்ளது. அந்த சொத்திலிருந்து இப்பொழுது உங்களுக்கு வருவது என்பது இருக்கட்டும். உங்கள் சொத்தின் மீதும் பத்து லக்ஷத்திற்குக் கிட்டதட்ட கடனிருக்கிறது என்று நினைக்கிறேன். அந்த சொத்தும் இப்பொழுது ஐம்பது லட்சம் பெறுமானது அல்ல, அதிகமாய் போனால் இருபத்தி ஐந்து லட்சம்தான் பெறும். இந்த நிலைமையில் வங்கியிலிருந்து தங்களுக்கு கடன் கிடைக்காது. தாங்கள் எரிமலை மீது உட்கார்ந்திருக்கிறீர்கள். ஒரு சின்ன அதிர்வு கூடத் தங்களை பாதாளத்தில் தள்ளி விடலாம். இந்த சந்தர்ப்பத்தில் நீங்கள் மிகவும் எச்சரிக்கையுடனிருக்க வேண்டும்."

ராய் சாகப் அவர் கையைப் பற்றித் தன் பக்கம் இழுத்து, "இவையெல்லாம் எனக்கு நன்றாய்த் தெரியும், மிஸ்டர் கன்னா! ஆனால் வாழ்க்கையில் மிகப் பெரிய டிராஜிடி என்ன தெரியுமா? தங்களது மனம் எதைச் செய்ய விரும்ப வில்லையோ, அதைத் தாங்கள் செய்யவேண்டி இருப்பதுதான். இந்த சந்தர்ப்பத்தில் தாங்கள் எனக்காக, குறைந்த பட்சம் ஒரு இரண்டு லட்சத்திற்காகவது ஏற்பாடு செய்ய வேண்டும்" என்றார்.

கன்னா நீண்ட பெருமூச்செறிந்தவராய் - "மைகாட்! இரண்டு லட்சமா? முடியாது - முடியாவே முடியாது" என்றார்.

"உன் வீட்டு வாசலிலேயே தலையை மோதிக் கொண்டு, உயிரை விட்டு விடுவேன். மிஸ்டர் கன்னா! உம்மை நம்பித்தான் எல்லாம் திட்டம் போட்டுள்ளேன் என்பதைத் தெரிந்து கொள்ளும். நீர் என்னை ஏமாற்றமடையச் செய்துவிட்டால் நான் விஷம் குடிக்கத் தான் நேரிடும். நான் சூரிய பிரதாப் சிங்கின் முன்னால் மண்டியிட முடியாது. பெண்ணின் கல்யாணத்தை வேண்டுமானால் இரண்டொரு மாதம் தள்ளிப் போடலாம். வழக்குப் போட இன்னும் நிறைய அவகாசம் உள்ளது. ஆனால் இந்தத் தேர்தல் தலைக்கு மேல் வந்து நிற்கிறதே...... இதுதான் எனக்கு மிகப் பெரிய கவலை."

கன்னாா திகைப்புடன் - தேர்தலுக்கு இரண்டு லக்ஷம் செலவிடுவீரா? என்றார்.

"இது தேர்தல் பிரச்சனை இல்லையப்பா! கௌரவப் பிரச்சனை. என் கௌரவமென்பது இரண்டு லட்சம் கூட பெறாது என்பது உன் எண்ணமா? என்னுடைய சமஸ்தானம் முழுவதும் அழிந்து போனாலும் கவலையில்லை. அந்த சூரிய பிரதாப் சிங் லேசில் வெற்றியடைய விடமாட்டேன்."

ஒரு நிமிடம் புகையை ஊதி விட்ட பின் கன்னா சொன்னார், "வங்கியைப் பற்றிய நிலையை தங்கள் முன் வைத்தாகிவிட்டது. வங்கி, கொடுக்கல் வாங்கலை ஒரு விதத்தில் நிறுத்திவிட்டது எனலாம். தங்களுக்கு விசேஷமான சலுகை காட்ட இயலுமா என்று நான் முயற்சித்துப் பார்க்கிறேன். ஆனால் பிஸினெஸ் என்பது பிஸினெஸ்தான். இது தங்களுக்குத் தெரியும். ஆனால் என்ன கமிஷன் என்று சொல்லுங்கள். தங்களுக்காக நான் ஸ்பெஷலாக சிபாரிசி செய்ய வேண்டி இருக்கும். ஏனைய டைரெக்டர்கள் மீதும் ராஜா சாகப்பிற்கு எத்தனை செல்வாக்கு இருக்கிறதென்பதும் தங்களுக்குத் தெரியும். அவருக்கெதிராக நான் குழுக்களை அமைக்க வேண்டும். என்னுடைய பொறுப்பில்தான் இந்த விவகாரம் இருக்குமென்பதையும் புரிந்து கொள்ளுங்கள்."

ராய் சாகபின் முகம் தொங்கி விட்டது. கன்னா அவருடைய அந்தரங்கமான நண்பர்களில் ஒருவர். ஒன்றாகப் படித்தவர்கள். ஒன்றாக இருப்பவர்கள். அவர் கமிஷனை எதிர்பார்க்கிறார்! இத்தனை மோசமான, மரியாதையில்லாத முறையிலா நடந்து கொள்வது? இத்தனை நாட்களாகக் கன்னாவை, புகழ்ந்து பாராட்டிக் கொண்டிருந்ததெல்லாம் எதற்காக? தோட்டத்தில் பழம்பழுத்தால், காய்கறி விளைந்தால், எல்லோருக்கும் முன்னர் கன்னாவின் வீட்டிற்குத்தான் கூடைபோகும். உற்சவமோ, விழாவோ,

பண்டிகை, பருவமோ, கன்னாவிற்குத்தான் முதல் அழைப்பு. அதற்கெல்லாம் இதுதான் பதிலா? வருத்தத்துடன் ராய் சாகப் சொன்னார் – "உங்களிஷ்டம் அது. உங்களை உடன் பிறந்தவன் போல் நினைத்தேன்."

"இது தங்களுடைய கிருபை" – என்றார் கன்னா நன்றி கலந்த குரலில், "நானும் தங்களை எப்பொழுதும் என் உடன் பிறந்தவனாகத்தான் எண்ணுகிறேன். எண்ணிக் கொண்டும் இருக்கிறேன். தாங்கள் எப்பொழுதும் எதையும் மறைத்ததில்லை. ஆனால் பிசினெஸ் என்பது வேறு, அங்கு யாரும் யாருடைய நண்பனோ, உடன்பிறந்தவனோ இல்லை. தங்களை உடன்பிறந்தவராக எண்ணுவதால், எனக்கு மற்றவர்களைவிட அதிக கமிஷன் கொடுங்கள் என்று தங்களிடம் கூற இயலாதோ, அதேபோல் நீங்களும் என்னிடம் எனக்காக கமிஷனில் சலுகை காட்டு என வற்புறுத்தக் கூடாது. தங்களுக்கு எத்தனை சலுகை தர முடியுமோ, நிச்சயம் தருவேன் என நான் உறுதியாகக் கூறுகிறேன். நாளைக்குத் தாங்கள் அலுவலக நேரத்தில் வாருங்கள். பத்திரமெல்லாம் எழுதிக் கொள்ளலாம். அவ்வளவுதான் பிஸினெஸ் விஷயம் முடிந்தது. இன்னொரு விஷயம் கேள்விப் பட்டீர்களா? மிஸ்டர் மேஹ்தா இப்பொழுது மிஸ் மாலதியின் மீது ஒரே மோகமாய் உள்ளார். பிலாசபி எல்லாம் ஓடிவிட்டது. தினமும் இரண்டொரு தரமாவது அங்கு ஆஜராகி விடுகிறார். பெரும்பாலும் மாலை வேளைகளில் இருவருமாய் உலாவப் போகிறார்கள். மாலதியின் வீட்டிற்கு நான் போகாதது எனக்கு கௌரவம். நான் போனதில்லை. அதற்கு பழிவாங்குகிறார் போலிருக்கிறது. எல்லாமே கன்னாதான் என்றிருந்த நிலை எங்கே! என்ன வேலையிருந்தால் கன்னாவிடம்தான் ஓடி வருவாள். பணம் தேவைப்பட்டால் கன்னாவின் பெயருக்குத்தான் சீட்டு வரும். இன்று என்னைப் பார்த்து முகத்தைத் திருப்பிக் கொள்கிறாள். நான் அவளுக்காகவே ஸ்பெஷலாய், பிரான்சிலிருந்து ஒரு கடிகாரம் வரவழைத்தேன். ரொம்பவும் ஆசையோடு எடுத்துப் போனேன். அவள் வாங்கிக் கொள்ளவில்லை. நேற்றுப் பழக் கூடை, கஷ்மீரிலிருந்து வரவழைத்த இனிப்புகள் அனுப்பினேன். திருப்பி அனுப்பி விட்டாள். மனிதர்கள் இத்தனை சீக்கிரம் மாறி விடுகிறார்கள் என்பதை நினைக்க எனக்கு வியப்பாக உள்ளது."

ராய் சாகப் மனதிற்கும், கன்னாவிற்கு கிடைத்த அவமதிப்புப் பற்றிச் சந்தோஷப்பட்டார். ஆனால் வெளியே அனுதாபத்துடன் "மேஹ்தாவுடன் மாலதிக்கு அன்பு ஏற்பட்டுள்ளது என்றே வைத்துக் கொண்டாலும் உம்முடன் உறவை முறித்துக் கொள்ள வேண்டிய காரணமேயில்லையே" என்றார்.

மிஸ்டர் கன்னா வேதனை நிரம்பிய குரலில் – "அதுதான் வருத்தமாக உள்ளது. அவள் என் வசத்திற்கு வரமாட்டாள் என்பது எனக்கு முதலிலிருந்தே தெரியும். தங்களிடம் சத்யமாகச் சொல்லுகிறேன். மாலதிக்கு என்பால் காதலுள்ளது என்று நான் ஏமாறவில்லை. காதல் போன்றதொன்று அவளிடமிருந்து எனக்குக் கிட்டுமென்று நான் எதிர்பார்க்கவுமில்லை. நான் அவளது

பேரழகிற்கு அடிமையாகி விட்டேன். பாம்பிடம் விஷமுள்ளது என்று அறிந்திருந்தும் அதற்குப் பால் வார்க்கிறோம் அல்லவா? கிளிப் பிள்ளையைவிட இரக்கமற்ற பிராணி வேறென்ன இருக்க முடியும்? ஆனால் அதன் குரலிலும், அழகிலும் மோகித்துப் போய், அதை வளர்க்கின்றனர். தங்கக் கூண்டில் வளர்க்கின்றனர். எனக்குக்கூட மாலதி, கிளிப் பிள்ளையைப் போன்றவள்தான். முன்பே விழித்துக் கொள்ளவில்லையே என்பது பற்றித்தான் வருத்தம். ஆயிரக் கணக்கான ரூபாய்களை இவளுக்காக விரயம் செய்துவிட்டேன் ராய் சாகப்! அவள் எழுதி அனுப்பும் சீட்டுக் கிடைத்ததுமே பணம் அனுப்பி விடுவேன். என்னுடைய கார் இன்றும் அவளுடைய வசத்தில்தான் உள்ளது. அவளுக்காக என் குடும்ப வாழ்வையே நாசமாக்கிக்கொண்டு விட்டேன். இதயத்திலிருந்த ரசனை ஆனந்தம் யாவும் அந்தத் தரிசு நிலத்திலே வேகத்துடன் பாய்ந்து சென்றதால், மறுபுறமிருந்த பசுமையான தோட்டம் முழுவதும் வாடி விட்டது. கோவிந்தியுடன் நான் மனம் திறந்து பேசியே எத்தனையோ வருடங்களாகி விட்டன. அஜீர்ண நோய் பிடித்தவனுக்கு ருசியான அறுசுவை உண்டியைக் கண்டால் வெறுப்பு ஏற்படுவது போல், கோவிந்தியின் தியாகம், அன்பு, சேவையின்பால் வெறுப்பு ஏற்பட்டு விட்டது. குரங்காட்டி குரங்கை ஆட்டுவிப்பதுபோல் மிஸ் மாலதி என்னை ஆட்டுவித்துக் கொண்டிருந்தாள். நானும் சந்தோஷமாய் குதித்தேன். ஆட்டம் போட்டேன். அவள் என்னை அவமதித்தால் கூட நான் மகிழ்ச்சியுடன் சிரிப்பேன். அவள் என்மீது ஆட்சி செலுத்தினாள். நான் தலை வணங்கி நின்றேன். அவள் என்னை நேசிக்கவில்லை என்பதை நான் ஒத்துக் கொள்கிறேன். எனக்கு உற்சாகமூட்டி, தைரியமளிக்கவில்லை என்பதும் உண்மைதான். ஆயினும் நான் ஒரு விட்டிற் பூச்சிப் போல் அவளது முகமண்டல மெனும் தீபத்தை ஒளிச் சுடரைச் சுற்றி வட்டமிட்டுக் கொண்டிருந்தேன். உயிரை விட்டேன். இப்பொழுது அவள் என்னுடன் ஒரு மரியாதைக்காகக் கூட சரியாக நடந்து கொள்ளக் கூடாதாயென்ன! ஆனால்.. நான் சொல்லிவிட்டேன்.. கன்னா சும்மா இருக்கும் ஆசாமியில்லை. அவள் அனுப்பிய சீட்டுகளெல்லாம் என்னிடம் பத்திரமாகவே இருக்கின்றன. ஒவ்வொரு பைசாவையும் அவளிடமிருந்து வசூல் செய்து விடுவேன். அந்த மேஹ்தாவையும் லக்னோவிலிருந்து, வெளியேற்றிவிட்டுத்தான் சும்மா இருப்பேன். அவர் இங்கு இருக்கவே முடியாதபடி செய்து விடுவேன்."

சரியாக இதே சமயத்தில் ஹார்ன் சத்தம் கேட்டது. ஒரு நிமிடத்திற்குப் பின் மிஸ்டர் மேஹ்தா அவர்கள் முன்னே வந்து நின்றார். பளிச்சென்ற சிவந்த நிறம். ஆரோக்கியத்தின் செம்மை கன்னங்களில் பளிச்சிட, நீண்ட சட்டை, சூடிதார் பைஜாமா, தங்கப் ப்ரேமிட்ட மூக்குக் கண்ணாடி, சாந்தமான, அழகான தேவதையே உருவாகி வந்தது போன்று தோன்றினார்.

மிஸ்டர் கன்னா எழுந்து கைகுலுக்கினார் – "வாருங்கள் மிஸ்டர் மேஹ்தா! உங்களைப் பற்றித்தான் பேசிக் கொண்டிருந்தோம்."

மேஹ்தா இருவருடனும் கை குலுக்கியவாறு சொன்னார் "நல்ல சுபவேளையில் வீட்டிலிருந்து புறப்பட்டேன் போலிருக்கிறது உங்களிருவரையும் ஒரே இடத்தில் சந்திக்க முடிந்துள்ளது. நீங்கள் பத்திரிகைகளில் படித்திருக்கலாம். இங்கு, பெண்களுக்காகவென்று உடற்பயிற்சி நிலையமொன்று நிறுவ ஏற்பாடுகள் நடந்து கொண்டிருக்கின்றன. மிஸ் மாலதிதான் இந்தக் கமிட்டியின் தலைவி. இந்தப் பயிற்சிக் கூடத்திற்கு இரண்டு லக்ஷ ரூபாய் செலவாகும் எனத் திட்டமிடப் பட்டுள்ளது. இந்த நகரத்திற்கு இது எத்தனை அவசியமானதென்று என்னைவிட உங்களுக்கு நன்றாகத் தெரிந்திருக்கும். நன்கொடையாளர்களில் உங்களிருவரின் பெயர்கள் முதலாவதாக இருக்க வேண்டுமென நான் விரும்புகிறேன். மிஸ் மாலதி தானே வருவதாக இருந்தாள். ஆனால் அவள் அப்பாவின் உடல்நிலை சரியில்லை. அதனால் வரஇயலவில்லை" என்றார்.

அவர் சந்தா அளித்துள்ளவர்களின் பட்டியலை ராய் சாகப்பின் கையிலே கொடுத்தார். முதல் பெயர் ராஜா சூரிய பிரதாப் சிங்கினுடையது. அவர் பெயருக்கு முன்னே ரூபாய் ஐயாயிரம் எழுதப் பட்டிருந்தது. அதனை அடுத்து கும்வர் திக்விஜய சிங். மூவாயிரம். இதனை அடுத்து பலபேர் அளித்துள்ள தொகை, இதிலும் குறைவானதாக இருந்தது. மாலதி ஐநூறு ரூபாய், மிஸ்டர் மேஹ்தா ஆயிரம் ரூபாயும் அளித்திருந்தனர்.

உற்சாகம் குன்றியவராய் - "ஒரு நாற்பதாயிரம் ரூபாய் நீங்கள் லாபமடித்து விட்டீர்கள் போலிருக்கிறதே" என்றார்.

மேஹ்தா கர்வத்துடன் - "இதெல்லாம் உங்களைப் போன்றவர்களின் தயவுதான். அதிலும் ஒரு மூன்று மணி நேரம் உழைப்பு, ராஜ சூரிய பிரதாப் சிங், இதுவரை ஏதேனும் பொதுப் பணியில் பங்கெடுத்துக் கொண்டிருந்தாரோ, என்னவோ? ஆனால் இன்று ஒன்றும் கேட்காமல் கொள்ளாமல் செக் எழுதித் தந்துவிட்டார். நாட்டிலே விழிப்புணர்வு ஏற்பட்டுள்ளது. எந்தவொரு நற்பணிக்கும் மக்கள் ஒத்துழைக்கத் தயாராக உள்ளனர். அவர்கள் அளிக்கும் தானம் நல்லவிதமாக செலவு செய்யப்படும் என்ற நம்பிக்கை அவர்களுக்கு ஏற்பட வேண்டும். அவ்வளவுதான். மிஸ்டர் கன்னா! உங்களிடமிருந்து நான் நிறைய எதிர்பார்க்கிறேன்" என்றார்.

கன்னா அலட்சியத்துடன் - நான் இப்படிப்பட்ட வீணான காரியங்களில் ஈடுபடுவதில்லை. மேற்கத்திய நாகரீகத்திற்கு எவ்வளவுதான் அடிமையாகப் போகப் போகிறீர்களோ தெரியவில்லை. ஏற்கனவே பெண்களுக்கு வீட்டில் அத்தனை ஈடுபாடு இல்லை. உடற்பயிற்சிப் பித்தும் பிடித்து விட்டால், அவர்களை பிடிக்கவே முடியாது. வீட்டுவேலை செய்யும் பெண்களுக்கு உடற்பயிற்சியெல்லாம் அவசியமேயில்லை. வீட்டில் எந்த வேலையும் செய்யாது, வெறும் கேளிக்கை, உல்லாசங்களில் ஈடுபட்டுள்ள பெண்களின் உடற்பயிற்சிக்காக சந்தாக் கொடுப்பது நான் அதர்மம் என நினைக்கிறேன்" என்றார்.

மேஹ்தா சற்றும் உற்சாமிழக்காதவராய், "அப்படியென்றால் நான் தங்களிடமிருந்து எதுவும் கேட்கப் போவதில்லை. எந்த ஏற்பாட்டில் நமக்கு நம்பிக்கையில்லையோ, அதற்கு எந்த விதத்தில்

உதவுவதும் உண்மையில் அதர்மம்தான். ராய் சாகப்! தாங்களும் கன்னாவை ஆதரிக்கிறீர்களா?"

ராய் சாகப் ஆழ்ந்த சிந்தனையில் மூழ்கி இருந்தார். சூரிய பிரதாப்பின் ஐந்தாயிரம் அன்பளிப்பு அவரை நிராசையடையச் செய்திருந்தது. திடுக்கிட்டவராய் "நீங்கள் என்ன சொன்னீர்கள்?" என்றார்.

"தாங்கள் இந்த ஏற்பாட்டிற்குத் தங்களது ஒத்துழைப்பைத் தருவது அதர்மமெனக் கருதுகிறீர்களா?" என்று கேட்டேன்.

"தாங்கள் ஈடுபட்டிருக்கும் காரியம், தர்மமோ, அதர்மமோ என்பதைப் பற்றி எனக்கு அக்கறையில்லை."

"தாங்களே யோசித்துப் பார்க்க வேண்டுமென்று நான் விரும்புகிறேன். தாங்கள் இந்த அமைப்பு, சமுதாயத்திற்குப் பயன் படுமெனக் கருதினால், இதற்கு தங்கள் ஒத்துழைப்பைத் தாருங்கள். மிஸ்டர் கன்னாவின் பாலிசி எனக்கு மிகவும் பிடித்தது."

"நான் வெளிப்படையாகப் பேசுகிறேன். அதனால்தான் எனக்குக் கெட்ட பெயர்" என்றார் கன்னா.

ராய் சாகப் பலவீனமான புன்னகையுடன், "எனக்கு யோசிக்கும் சக்தி இல்லை. நல்லவர்களின் பின்னால் செல்வதுதான் நான் எனது தர்மமெனக் கருதுகிறேன்."

"அப்போ! ஏதேனும் ஒரு தொகை எழுதுங்கள்"

"என்ன சொல்லுகிறீர்களோ எழுதுகிறேன்."

"இது உங்கள் இஷ்டம்."

"சொல்லுங்கள் எழுதுகிறேன்."

"இரண்டாயிரத்திற்குக் குறைவாகவா எழுதப் போகிறீர்கள்?"

"தங்களது பார்வையில் இதுதான் என் நிலைமைக்கு உகந்ததா?" என்று அடிபட்ட குரலில் கேட்ட ராய் சாகப் பேனாவை எடுத்து, தன் பெயரை எழுதி அதற்கெதிராக ஐந்தாயிரம் என்று எழுதினார். மேஹ்தா பட்டியலை அவர் கையிலிருந்து வாங்கிக் கொண்டார். அவருக்கு ஏற்பட்ட குற்ற உணர்வில் ராய் சாகப்பிற்கு நன்றி சொல்லக்கூட மறந்து போனார். இந்தப் பட்டியலை ராய் சாகப்பிற்குக் காட்டித் தான் பெரும் அனர்த்தம் விளைவித்து விட்டோம் என்ற வேதனை அவரை வருத்தியது.

இரக்கமும், கேலியும் கலந்த பார்வையுடன் ராய் சாகப்பை பார்த்தவாறே மிஸ்டர் கன்னா, நீர் எத்தனை பெரிய முட்டாள் எனக் கூறுவது போலிருந்தது.

திடீரென மிஸ்டர் மேஹ்தா, ராய் சாகப்பைத் தழுவிக் கொண்டு உற்சாக மிகுந்த குரலில், "Three cheers for Raishab. Hip Hip Hurrah" எனக் கூவினார்.

கன்னா உள்ளடங்கிய ஆத்திரத்துடன் - "இவர்களெல்லாம் ராஜா, மகாராஜாக்களாயிற்றே! இத்தகைய காரியங்களுக்கு இவர்கள் கொடுக்கா விட்டால், வேறு யார் தானம் கொடுக்கப் போகிறார்கள்" என்றார்.

"உங்களை ராஜாக்களுக்கு மேலான ராஜாவாக நினைக்கிறேன். நீங்கள் அவர்களின் மீது ஆதிக்கம் செலுத்துகிறீர்கள். அவர்கள் குடுமி உங்கள் கையிலல்லவா இருக்கிறது" என்றார் மேஹ்தா.

ராய் சாகப் மகிழ்ச்சியுற்றார் – "நீங்கள் மிகப் பொருத்தமான வார்த்தை சொன்னீர்க்ள மேஹ்தாஜீ! நாங்களெல்லாம் பெயரளவில் தான் ராஜா! உண்மையான ராஜா நம்ப பாங்கர்தான்" என்றார்.

மேஹ்தா கன்னாவை முகஸ்துதி செய்யும் படலத்தை மேற்கொண்டார். "உங்களைப் பற்றி எனக்கு எந்த வருத்தமுமில்லை மிஸ்டர் கன்னா. இப்பொழுது இப்பணியில் தாங்கள் கலந்து கொள்ளாவிடினும், பின்னால் என்றாவது ஒருநாள் அவசியம் வருவீர்கள். லட்சுமி தேவியின் அருள் பார்வையுள்ளவர்களின் காரணத்தினால்தான் நமது பெரிய பெரிய நிறுவனங்கள் இயங்குகின்றன. தேசீய இயக்கத்தை இரண்டு, மூன்றாண்டுகள் வரை, யார் இத்தனை அமர்க்களமாக நடத்தினார்க்ள? இத்தனை தர்ம சாலைகளும், பாடசாலைகளும் யார் கட்டுவிக்கிறார்கள்? இன்று உலகத்தின் நிர்வாக சூத்திரமே பாங்கர்களின் கையில்தான் உள்ளது. சர்கார் அவர்களது கைப்பாவை. நான் தங்களிடம் நிராசையடைய வில்லை. நாட்டிற்காக சிறைவாசம்கூட மேற்கொள்கிறவர்களால், இரண்டு, மூவாயிரம் செலவு செய்வதென்பது பெரிய விஷயமொன்றுமில்லை. இந்த நிறுவனத்தின் அடிக்கல் நாட்டு விழா திருமதி கோவிந்தீயின் கரங்களினால்தான் நடைபெறும் என நான் முடிவு செய்துவிட்டேன். நாங்கள் விரைவிலேயே கவர்னரைச் சந்திக்கப் போகிறோம். அவருடைய உதவி கிட்டுமென்ற நம்பிக்கை எங்களுக்குள்ளது. லேடிவில்சனுக்கு பெண்களின் இயக்கங்களில் மிகுந்த ஈடுபாடு உள்ளது என்பது தங்களுக்கே தெரியும். ராஜா சாகப், மற்றுமுள்ள கனவான்கள் பலரும், லேடி வில்சனின் கையினால் அடிக்கல் நாட்டு விழா நடைபெற வேண்டுமென்று விரும்பினார்கள். முடிவில் இந்த சுபகாரியம், நம்முடைய சகோதரி யாரேனுமொருவரால் நடைபெற வேண்டுமென நிச்சயிக்கப்பட்டது. குறைந்த பட்சம் தாங்கள் கட்டாயம் அந்த விழாவிற்கு வருவீர்களா?"

கன்னா பரிகாசமாய் – "ஆமாம்! லார்ட் வில்சன் வந்தால் நான் நிச்சயம் வந்தாக வேண்டும். நீங்கள் பணக்காரர்களை எல்லாம் வளைத்துப் போட்டு விடுவீர்கள். உங்களுக்கு யுக்திகளும் பிரமாதமாய் தோன்றுகின்றன. இந்தப் பணக்காரர்களும், இதற்கேற்றவர்கள்தான். அவர்களை சுலபமாக முட்டாளாக்கி, மொட்டையடிக்க முடியும்" என்றார்.

"பணம் அளவிற்கு அதிகமாகப் போகும்போது, தான் வெளியே வர வழிதேடிக் கொள்கிறது. இந்த மாதிரி வெளியே வராவிட்டால் சூதாட்டத்தில் கரையும். குதிரைப் பந்தயத்தில் போகும், செங்கல், சிமெண்ட் என்று செலவாகும் அல்லது சுகபோக விலாசங்களில் வீணாகும்" என்றார் மேஹ்தா.

மணி பதினொன்றாகிவிட்டது. கன்னா சாகப் அலுவலகம் செல்லும் நேரமாகி விட்டது. மேஹ்தா விடைபெற்றுச் சென்று விட்டார். ராய் சாகப் எழுந்ததும் கன்னா அவர் கரத்தைப் பற்றி உட்கார வைத்தார். "கொஞ்சம் இருங்கள். பார்த்தீர்களா? மேஹ்தா

என்னை எப்படி மாட்டிவிட்டான்! தப்பிக்க வழியேயில்லை. கோவிந்தீ அடிக்கல் நாட்டுவாளாம். பின் எப்படி நான் விலகி நிற்பது? அது கேலிக்கிடமாகி விடுமல்லவா? கோவிந்தீ இதற்கெப்படி ஒத்துக் கொண்டாள் என்பதுதான் ஆச்சரியமா இருக்கிறது. மாலதியால் இதை எப்படிச் சகித்துக் கொள்ள முடிந்தது என்று எனக்குப் புரியவேயில்லை. ரொம்பச் சிரமம் புரிந்து கொள்வது. இதில் ஏதோ மர்மம் இருக்கிறது. இல்லையா? நீங்களென்ன நினைக்கிறீர்கள்?" என்று வினவினார் கண்ணா.

ராய் சாகப் ஆத்மார்த்தமாக – "இந்த மாதிரியான விஷயங்களி லெல்லாம் ஒரு பெண் தன் கணவனைக் கலந்தாலோசிக்க வேண்டும்" என்றார்.

நன்றிப் பெருக்குடன் அவரை நோக்கினார் கன்னா, "இது மாதிரியான விஷயங்களில்தான் கோவிந்தியிடம் எனக்கு எரிச்சலாய் வருகிறது. எல்லோரும் நான்தான் பொல்லாதவன் என்கிறார்கள். இந்த வெட்டிக் காரியங்களினால் எனக்கென்ன பயன்? நீங்களே சொல்லுங்கள். வெட்டிப் பணம், நேரம், காலம், புகழாசையெல்லாம் யாருக்கிருக்கிறதோ, அவர்கள் போகட்டும் இதற்கெல்லாம். நாலைந்து பேர், செயலாளர், உதவிச் செயலாளர், தலைவர், உபதலைவர், என்ற பதவி பெற்று அதிகாரிகளுக்கு விருந்து வைப்பார்கள். அவர்களது கிருபைக்கு பாத்திரமாவார்கள். பல்கலைக் கழகத்துப் பெண்களை சேர்த்துக் கொண்டு களியாட்டம் போடுவார்கள். உடற்பயிற்சி என்பதெல்லாம் சும்மா மேலுக்குக் காட்டிக் கொள்ளத்தான். இம்மாதிரியான நிறுவனங்களில் இதுதான் நடக்கிறது. நடக்கும். நாம்தான் முட்டாளாக்கப்படுவோம்."

"இதற்கெல்லாம் காரணம் இந்தக் கோவிந்திதான்". "நாற்காலியிலிருந்து எழுந்தவர், மறுபடியும் உட்கார்ந்து கொண்டார். கோவிந்தியின்பால் அவரது கோபம் பன்மடங்காய் பெருகிக் கொண்டிருந்தது. இரு கரங்களிலும் தலையைப் பற்றிக் கொண்டு, என்ன செய்வதென்று எனக்குப் புரியவேயில்லை" என்றார்.

ராய் சாகப் இச்சகம் பாடினார் – "ஒன்றுமில்லை. தாங்கள் கோவிந்தீஜீயிடம் தெளிவாய் சொல்லிவிடுங்கள். தான் வர இயலாது என்று மேஹ்தாவிற்கு எழுதிவிடட்டும். அவ்வளவுதான். தீர்ந்தது விஷயம். நான்தான் போட்டா போட்டியில் சிக்கிக் கொண்டு விட்டேன். நீங்கள் எதற்காக மாட்டிக்கொள்ள வேண்டும்?"

கன்னா சில நிமிடம் இந்த ஆலோசனை குறித்து யோசித்தார். பின்னர், "ஆனால், இது எத்தனை கஷ்டமென்று யோசித்துப் பாருங்கள். லேடிவில்சனிடம் இது பற்றி கூறப்பட்டிருக்கும். நகர முழுவதும் இச்செய்தி பரவி இருக்கும். ஒருக்கால் இன்றயப் பத்திரிகைகளிலும் வெளிவந்திருக்கலாம். இதெல்லாம் அந்த மாலதியின் குறும்புத்தனம். அவள்தான் என்னை நிர்ப்பந்தப் படுத்த இந்த வழியைக் கண்டு பிடித்திருக்கிறாள்."

"ஆமாம்! அப்படித்தான் தோன்றுகிறது"

"அவள் என்னை அவமானப் படுத்த விரும்புகிறாள்."

"அடிக்கல் நாட்டு விழாவிற்கு ஒருநாள் முன்பு, நீங்கள் ஊரை விட்டு வெளியே போய்விடுங்களேன்."

"இது ரொம்ப கஷ்டம்! ராய் சாகப்! பிறகு முகத்தை எங்கும் காட்டவே முடியாது. அன்று எனக்கு காலராவே கண்டுவிட்டாலும் நான் போய்த்தானாக வேண்டும்."

ராய் சாகப் மனதில் நம்பிக்கையுடன் நாளை வருவதாக வாக்களித்து விட்டு, புறப்பட்டுச் சென்றதுமே, கன்னா உள்ளே சென்று கோவிந்தியை கண்டபடி திட்டினார். சண்டை பிடித்தார் - உடற்பயிற்சி நிலையத்திற்கு அடிக்கல் நாட்ட நீ ஏன் ஒத்துக் கொண்டாய்?" என்று சத்தம் போட்டார்.

இந்த கௌரவத்தினால் தனக்கு எத்தகைய மகிழ்ச்சி கிட்டியுள்ளதென்று கோவிந்தீ எப்படிக் கூறுவாள் பாவம்! இந்த அரிய வாய்ப்பின்போது தான் பேசவிருக்கும் தனது சொற்பொழிவை எத்தனை சிரத்தையுடன் எழுதிக் கொண்டிருக்கிறாள்? எத்தகைய உணர்ச்சியும், வேகமும் இந்தக் கோரிக்கையை ஏற்பதின் மூலம்தான் கன்னாவை சந்தோஷப்படுத்த முடியும் என்றும் நினைத்திருந்தாள். கன்னாவிற்கு இது பற்றி ஆட்சேபம் ஏதும் இருக்கக் கூடுமென்று அவள் கனவிலும் நினைக்கவில்லை.

அவளுக்கு கிடைக்கும் கௌரவம் அவள் கணவனுக்குரிய கௌரவம் அல்லவா? கடந்த சில நாட்களாக தன் கணவன் சற்று இரக்கத்துடன் கனிவாய் நடந்து கொள்வதைக் கண்டு அவளுக்குச் சற்றே தெம்பு வந்திருந்தது. தனது சொற்பொழிவினால், தனது கவிதையினால் எல்லோரையும் பரவசத்தில் ஆழ்த்திவிடுவது பற்றி கனவு கண்டு கொண்டிருந்தாள் அவள்.

இந்தக் கேள்வி காதில் வீழ்ந்ததும், கன்னாவின் முகபாவத்தைக் கண்டவளின் இதயம் வேகமாய் அடித்துக் கொள்ளத் துவங்கியது. குற்றவாளி போல் "டாக்டர் மேஹ்தா! வற்புறுத்திக் கூறினார். சரியென ஏற்றுக்கொண்டேன்" என்றாள்.

"டாக்டர் மேஹ்தா, உன்னைக் கிணற்றில் விழு என்று கூறியிருந்தால் இத்தனை சந்தோஷத்துடன் தயாராகி இருக்க மாட்டாய்."

கோவிந்தி பதில் பேசவில்லை.

"கடவுள் உனக்கு அறிவைக் கொடுக்கவில்லையென்றால், என்னிடம் ஏன் கேட்கவில்லை? அந்த மேஹ்தாவும், மாலதியும் இந்தச் சூழ்ச்சி செய்து என்னிடமிருந்து மூவாயிரம், நாலாயிரம் ரூபாய் தட்டிக் கொள்ளப் பார்க்கிறார்கள். ஒரு காசுகூடக் கொடுப்பதில்லை என நான் முடிவு செய்து விட்டேன். நீ இன்றே மேஹ்தாவிற்கு மறுப்புக் கடிதம் எழுதிவிடு."

ஒரு கணம் யோசித்தபின் கோவிந்தி - "நீங்களே எழுதி விடுங்களேன்" என்றாள்.

"நான் எதற்காக எழுதவேண்டும்? ஒத்துக் கொண்டது நீ! கடிதம் நான் எழுதுவதா?"

"டாக்டர் சாகப் காரணம் கேட்டால் என்ன சொல்லுவேன்?"

"சொல்லு உன் தலையை! வேறென்ன! நான் இந்த ஸ்தாபனத்திற்கு ஒரு காசுகூடக் கொடுக்க தயாரில்லை."

"கொடுக்கும்படி யார் சொல்லுகிறார்கள்?"

கன்னா உதட்டைக் கடித்தார் – "என்ன? புரிந்து கொள்ளாமல் பேசுகிறாய் நீ! நீ அங்கே அடிக்கல் நாட்டுவாய், ஆனால் நன்கொடை ஏதும் தரமாட்டாய்.. என்றால் உலகம் என்ன சொல்லும்?"

துப்பாக்கி முனையில் நின்றவள் போலிருந்த கோவிந்தி – "நல்லது! எழுதி விடுகிறேன்." என்றாள்.

"இன்றே எழுத வேண்டும்."

"சொன்னேன் அல்லவா? எழுதி விடுகிறேன்."

கன்னா அறையை விட்டு வெளியே வந்தவர் அன்றய தபால்களைப் பிரித்துப் பார்க்கலானார். அவர் அலுவலகம் செல்ல தாமதமாகி விட்டால் சம்ராசி வீட்டிலேயே தபால்களைக் கொண்டுவந்து கொடுத்து விடுவான். சர்க்கரையின் விலை ஏறி இருந்தது போலும். கன்னாவின் முகம் மலர்ந்து விட்டது. மற்றொரு கடிதத்தைத் திறந்தார். கரும்பின் விலையை நிர்ணயம் செய்ய வேண்டி, கூடியிருந்த கமிட்டி, அவ்வாறு நிர்ணயிக்க முடியாதென்று தீர்மானம் நிறைவேற்றி இருந்தது. தூத்தெறி! அவர் முதலிருந்தே இதைத்தான் சொல்லிக் கொண்டிருக்கிறார். ஆனால் இந்த அக்கினி ஹோத்திரி அமர்க்களம் செய்து பலவந்தமாய் கமிட்டியைக் கூட்டினான். முடிவில் – பயலின் முகத்திலறைந்தாற் போல் தானே ஆயிற்று! இது சர்க்கரை ஆலை அதிபர்களும், குடியானவர்களுக்கு மிடையேயுள்ள விவகாரம். இதில் தலையிட இந்த அரசாங்கம் யார்?

இச்சமயத்தில் மிஸ் மாலதி காரிலிருந்து வந்து இறங்கினாள். அன்றலர்ந்த தாமரைபோல், விளக்கின் சுடர் போன்ற பிரகாசத்துடன், உற்சாகமும், உல்லாசமுமே உருவெடுத்து வந்தது போல் – சற்றும் கவலையற்று, பயமற்று, தன்னிச்சையாய், இந்த உலகத்தில் இன்பம், மதிப்பு, மரியாதையெனும் வாயில்கள் தனக்காகவே திறக்கப் பட்டுள்ளதுபோல் தோன்றினாள் அவள். கண்ணா வராந்தாவிற்குச் சென்று அவளை வரவேற்றார்.

நுழைந்ததுமே – மிஸ்டர் மேஹ்தா இங்கு வந்தாரா? எனக் கேட்டாள் மாலதி.

"ஆம், வந்திருந்தார்."

"எங்கே போகிறனேன், என்று ஏதாவது சொன்னாரா?"

"அப்படியொன்றும் சொல்லவில்லை"

"எங்கே போய் மூழ்கி விட்டாரோ, தெரியவில்லை. எல்லாப் பக்கமும் சுற்றிவிட்டு வந்தேன். காணவில்லை. நீங்கள் உடற்பயிற்சி நிலையத்திற்கு எவ்வளவு கொடுத்தீர்கள்?"

கன்னா குற்றமிழைத்து விட்டது போன்ற குரலில் – எனக்குத் தற்சமயம் இந்த விஷயம் பிடிபடவில்லை" என்றார்.

மாலதி தன் அகன்ற பெரிய விழிகளை உருட்டி அவரைப் பார்த்ததும் இவர் மீது இரக்கப் படுவதா, கோபம் கொள்வதா என்பது போலிருந்தது.

“இதில் பிடிபடுவதற்கோ, புரிந்து கொள்வதற்கோ, என்ன இருக்கிறது? இதற்கு முன்னும், பின்னும் எதுவுமில்லை. தற்சமயம் ஏதேனும் நன்கொடை தர வேண்டி இருக்கும். விஷயம் அவ்வளவுதான். நான் மேஹ்ரதாவை இங்கு கட்டாயப் படுத்தி தள்ளி விட்டேன். நீங்களென்ன பதில் கூறுவீர்களோ என்று பாவம் பயந்து கொண்டிருந்தார். தங்களுடைய இந்தக் கஞ்சத் தனத்திற்கு என்ன பலன் விளையும் தெரியுமா, தங்களுக்கு? இங்குள்ள வியாபார சமூகத்திலிருந்து எதுவும் கிடைக்காது. தாங்கள் என்னை அவமானப் படுத்துவதாக முடிவு செய்துள்ளீர்கள். எல்லோரும் லேடி வில்சனைக் கொண்டு அடிக்கல் நாட்டலாம் என்றனர். நான் கோவிந்தீஜியின் சார்பில் நின்று, சண்டைபோட்டு எல்லோரையும் சம்மதிக்க வைத்தேன். இப்பொழுது நீங்கள் இந்த விஷயம் எனக்கு பிடிபடவில்லை புரியவில்லை என்கிறீர்கள். உங்களுக்கு வங்கியின் சிக்கல்களெல்லாம் புரிகிறது. இந்த சாதாரண விஷயம். இதற்கு அர்த்தம் வேறெதுவுமில்லை. நீங்கள் என்னை அவமானப் படுத்த விரும்புகிறீர்கள். நல்லது. அப்படியே இருக்கட்டும்” மாலதியின் முகம் சிவந்து போயிற்று. கன்னா திகிலடைந்தார். வீராப்பெல்லாம் அடங்கி விட்டது. கூடவே இன்னொரு விஷயமும் அவருக்குப் புரிந்தது. அவர் முட்களினிடையே சிக்கிக் கொண்டு விட்டார் என்றால் மாலதி சேற்றில் அகப்பட்டுக் கொண்டு விட்டாள். அவரது பணப்பைக்கு ஆபத்து வந்திருப்பது போல், மாலதிக்கு இது கௌரவப் பிரச்சனையாகி விட்டது. இது பணப்பையைவிட மதிப்புள்ளது. அவரது உள்ளம் மாலதியின் இந்த சங்கடமான நிலைமையைக் கண்டு ஏன் ஆனந்தப் படக்கூடாது? அவர் மாலதியை இக்கட்டான நிலைமையில் மாட்டிவிட்டார். அவளைக் கோபமுறச் செய்யும் தைரியத்தை அவர் இழந்து விட்டிருந்தார். எனினும், நாலு வார்த்தை கடுமையாகச் சொல்லிவிடக் கிடைத்துள்ள இத்தருணத்தை விட்டுவிட விரும்பவில்லை. நான் வெறும் முட்டாள் அல்ல என்பதையும் அவர் காட்டவே விரும்பினார். அவளுடைய வழியை மறித்து – “மாலதி! நீ என் மீது இத்தனை தயையுள்ளவளாக ஆகி விட்டிருப்பது பற்றி எனக்கு ஆச்சர்யமாக உள்ளது” என்றார்.

புருவங்கள் நெரிய – “இதன் அர்த்தம் எனக்கு விளங்கவில்லை” என்றாள் மாலதி.

“சில நாட்களுக்கு முன்பிருந்தது போலவா தற்சமயம், நீ என்னிடம் நடந்து கொள்கிறாய்.”

“எனக்கு எந்த வித்தியாசமும் புலப்படவில்லை.”

“ஆனால் எனக்கு வையத்திற்கும் வானத்திற்குமுள்ள வேறுபாடு தெரிகின்றது.”

“அச்சா! அப்படியே நினைத்துக் கொள்ளுங்கள். தங்களது அனுமானம் சரிதான். அப்புறம்? நான் தங்களிடம் ஒரு நல்ல காரியத்திற்கு உதவி கேட்க வந்துள்ளேன். நான் நடந்து கொள்ளும் முறை பற்றி விளக்கம் தருவதற்காக அல்ல. நீங்கள் நன்கொடை ஏதும்

அளித்துப் புகழ், நன்றி இவ்விரண்டையும் தவிரவும் ஏதேனும் அடையலாம் என நினைத்தால் அது உங்களது பிரமை.”

கன்னா தோற்றுப் போய் விட்டார். குறுகலான மூலைக்குத் தள்ளப் பட்டுவிட்டார். அதிலிருந்து, இப்படி, அப்படிக்கூட நகரக் கூட இடமில்லை. இதுவரை நான் உனக்காக ஆயிரக்கணக்கான ரூபாய்களை, செலவிட்டுள்ளேன். அதற்கு இதுதான் பரிசா, என்று கேட்கும் தைரியம் அவருக்கில்லை. வெட்கத்தால் அவர் முகம் சிறுத்து விட்டது. அப்படியே சுருங்கிவிட்டது. “நான் அப்படிச் சொல்லவில்லை மாலதி! நீ தவறாக எடுத்துக் கொண்டு விட்டாய்” – என்றார்.

மாலதி பரிகாசமான குரலில் – “நான் தவறாக நினைத்துக் கொண்டு விட்டதாகவே இருக்க கடவுள் அருளட்டும். ஏன் என்றால் நான் அதை மெய்யென்று நினைத்துக் கொண்டால் உங்கள் நிழலிலிருந்தே ஓடி விடுவேன். நான் அழகி. என்னை விரும்பும் அநேகரில் நீங்களும் ஒருத்தர். மற்றவர்களின் பரிசுகளை உடனுக்குடன் திருப்பிவிட்ட நான் நீங்கள் அளித்த மிக மிகச் சாதாரண மான பொருள்களைக் கூட வந்தனத்துடன் திருப்பி அனுப்பாமல் ஏற்றுக் கொண்டது மட்டுமல்ல, அவசியம் நேர்ந்த போது, உங்களிடம் பணம் கேட்டுப் பெற்றுக் கொண்டேன். இது நான் தங்கள்பால் காட்டிய கருணை. நீங்கள் உங்கள் பணச்செருக்கில் இதற்கு வேறு வித்தியாசமான அர்த்தம் கற்பித்துக் கொண்டிருந்தாலும் நான் தங்களை மன்னித்து விடுகிறேன். ஆடவர்களின் இயல்பிற்கு இது விதிவிலக்கல்ல. ஆனால் ஒன்றைப் புரிந்து கொள்ளுங்கள். பணம் இன்று வரை எந்தப் பெண்ணின் இதயத்தையும் வென்றதில்லை. என்றும் வெல்லவும் இயலாது.”

மாலதியின் ஒவ்வொரு வார்த்தையும் கன்னாவிற்கு, தன்னை மேலும் மேலும் ஆழப் புதைத்து கொண்டிருப்பது போலிருந்தது. இனியும் இவ்வன்ம அடியைத் தாங்கும் சக்தி அவரிடமில்லை. வெட்கமுற்றவராய், “மாலதி! உன் காலில் வீழ்கிறேன். மேலும் என்னை அவமானப்படுத்தாதே! வேறு எதுவுமில்லாவிடிலும் நண்பனாக இருக்கவிடு” என்றவர் டிராயரிலிருந்து செக் புத்தகத்தை எடுத்து ஓராயிரம் என்ற தொகை குறிப்பிட்டு, பயந்து கொண்டே அவள் பக்கம் நீட்டினார்.

செக்கைப் பெற்றுக் கொண்ட மாலதி குத்தலாக – “இது நான் நடந்து கொண்ட விதத்திற்கு விலையா, அல்லது உடற்பயிற்சி நிலையத்திற்கு நன்கொடையா?” என்றாள்.

விழிகளில் நீர் தளும்ப – “எனக்கு இப்பொழுதுதான் உயிர்ப் பிச்சை அளித்தாய் மாலதி! மேலும் ஏன் என் முகத்தில் கரியைப் பூசுகிறாய்?” என்றார் கன்னா.

மாலதி கலகலவென நகைத்தாள், “இதோ பாரும்! நான் மிரட்டி இராவிடில், இன்னொரு ஆயிரமும் வசூல் செய்திருப்பேன். இனிமேல் இப்படி ஏதும் குறும்புத்தனம் செய்ய மாட்டீரே!”

“இல்லை. உயிருள்ள வரை இல்லை.”

“காதைப் பிடித்துக் கொள்ளும்.”

"இதோ! இனிமேல் செய்யமாட்டேன்..... இப்பொழுது தயவுசெய்து நீ போய் விடு. என்னைத் தனிமையில் சிந்திக்க விடு. அழவிடு. இன்று நீ என் வாழ்க்கையில் எல்லா மகிழ்ச்சியையும்.... "

மாலதி மீண்டும் உரக்கச் சிரித்தாள் - "இதோ பாரும்! மிஸ்டர் கன்னா! நீர் என்னை மிகவும் அவமானப் படுத்துகிறீர். உங்களுக்கே தெரியும். அழகு அவமதிப்பைத் தாங்கிக் கொள்ளாது. நான் தங்களுக்கு நன்மை செய்துள்ளேன். அதைத் தாங்கள் தீமையென நினைக்கிறீர்."

கன்னா குரோதத்துடன் அவளை நோக்கினார் - "நீ எனக்கு நன்மை செய்துள்ளாயா, மாறாக என் கத்தியால் என் கழுத்தையே அறுக்கிறாயா?"

"தங்களைக் கொள்ளை அடித்து அடித்து என் வீட்டை நிரப்பிக் கொண்டிருந்தேன். அந்தக் கொள்ளையிலிருந்து விடுபட்டு விட்டீர்கள் அல்லவா?"

"ரணத்தின் மீது ஏன் உப்பை அள்ளி வீசுகிறாய் மாலதி! நானும் மனிதன்தான்."

மாலதி கன்னாவைப் பார்த்த பார்வை, அவர் மனிதர்தானா, இல்லையா என்று உறுதிப்படுத்திக் கொள்ள விரும்பியது போலிருந்தது.

"இதற்கான அறிகுறிகள் எதுவும் இப்பொழுது எனக்குத் தெரியவில்லை." என்றாள் மாலதி நிர்தாட்சண்யமாக.

"நீ முற்றிலும் ஒரு புதிர் என்பது இன்னும் உறுதியாகி விட்டது".

"ஆம்... உங்களைப் பொறுத்த வரையில் நான் புதிர்தான், புதிராகவே இருப்பேன்" என்றவள் மறுகணமே பறவையைப்போல் விர்ரென்று பறந்து போனாள். கன்னா.. தலையின் மீது கை வைத்துக் கொண்டு இது லீலையா! அல்லது இவளது உண்மையான ரூபமா என்று யோசிக்கலானார்.

❑

23

கோபரும், ஜூனியாவும் குழந்தையுடன் புறப்பட்டுச் சென்றபின் வீடு வெறிச்சோடியது. தனியாவிற்கு அடிக்கடி முன்னுவின் நினைவு வந்தது. குழந்தையின் தாய் ஜூனியாதான். ஆனால் தனியா தான் குழந்தையை வளர்த்தினாள். அவள்தான் வாசனைப் பொடி போட்டு தேய்த்துக் குழந்தையைக் குளிப்பாட்டுவாள், மையிடுவாள். உறங்க வைப்பாள். தனது வேலைகளிடையே ஓய்வு கிடைக்கும் போதெல்லாம் குழந்தையை எடுத்துக் கொஞ்சுவாள். வாத்சல்யம் என்ற இனிய போதை அவளது கஷ்டத்தையெல்லாம் மறக்கடிக்கச் செய்தது. கள்ளம் கபடமற்ற, வெண்ணைக் கட்டி போன்ற

மிருதுவான முகத்தைக் கண்டு அவள் தன் கோடி துக்கத்தையும் மறந்தே போனாள். அன்பின் பெருமிதத்தால் அவள் இதயம் பூரித்துப் போகும். வாழ்க்கையின் ஆதாரமாக இருந்த அது இன்று இல்லை. வெறும் தொட்டிலைப் பார்த்துப் பார்த்து அவள் கண்ணீர் பெருக்கினாள். எல்லாவிதமான கவலைகள், அவநம்பிக்கைகளிலிருந்து, அவளை மீட்டுக் காப்பாற்றிய அந்தக் கவசம் அவளிடமிருந்து பறிக்கப்பட்டுவிட்டது. ஜூனியாவிற்கு நாளென்ன கெடுதல் செய்தேன், எனக்கு இத்தகைய தண்டனை அளிக்க நானென்ன செய்தேன் என்று அடிக்கடி நினைக்கலானாள். அந்தக் குடிகேடி வந்து கால் வைத்து என் குடும்பத்தையே மண்ணோடு மண்ணாக்கி விட்டாள். கோபர் அவள் சொல்லுக்கு மறுசொல் கூறியதே இல்லை. இந்தத் தேவடியாதான் அவன் மனத்தைக் கலைத்து விட்டாள். அங்கே கூட்டிக் கொண்டுபோய், என்னென்ன விதமாய் ஆட்டுவிக்கிறாளோ! இங்கு இருக்கும் போதும் குழந்தையை அவளெங்கே கவனித்தாள்? கண்ணுக்குமை இட்டுக் கொள்வது, தலைவாரிக் கொண்டை போடுவதிற்குத் தானே நேரமிருந்தது. சிங்காரி குழந்தையை என்ன பார்த்துக் கொள்ளப் போகிறாள்? பாவம், குழந்தை தரையில் அழுது கொண்டு கிடக்கும். ஒருநாள்கூட பாவம் சுகமாய் இருக்காது. இருமல், பேதி - இது - இது என்று ஏதாவது படுத்திக்கொண்டே இருக்கும் குழந்தையை. என்றெல்லாம் நினைக்க நினைக்க ஜூனியாவின் மீது ஆத்திரம் பற்றிக் கொண்டு வந்தது. கோபர்பால் அவள் உள்ளத்தில் இன்றும் அதே பாசஉணர்வுதான் மிகுந்திருந்தது. இந்த நாசகாலிதான் ஏதோ கொடுத்து, மயக்கித் தன் வசப்படுத்திக்கொண்டு விட்டாள். அவள் மாயாவினியாக இல்லாவிடில் இந்தச் சொக்குப் பொடி போட்டு எப்படி வசியம் செய்திருப்பாள்? ஏனென்று கேட்பாரேயில்லை. அண்ணிமார்களிடம் உதை பட்டுக்கொண்டு கிடந்தாள். இந்த அடி முட்டாள் கிடைத்ததும் ராணியாகிவிட்டாள் என்றெல்லாம் ஏசினாள்.

ஹோரி இதைக் கேட்டதும் கோபத்துடன், “எப்பொழுது பார்த்தாலும் நீ ஜூனியாவைத்தான் குறை சொல்லுகிறாய். நம்ப தங்கம் சரியில்லை என்றால் தட்டானின் குற்றமென்ன என்பதைப் புரிந்து கொள்ள மாட்டேன் என்கிறாயே! கோபர் அவளை அழைத்துக்கொண்டு போகாவிட்டால், அவள் தானாகவே போயிருப்பாளா என்ன? பட்டணத்து உப்பும் தண்ணியும் சேர்ந்ததும் பயலின் போக்கே மாறிவிட்டது என்று ஏன் நினைக்க மாட்டேன் என்கிறாய்?” என்றான்.

“சரி, சரி சும்மா கிட” எனக் கர்ஜித்தாள் தனியா. “நீதான் அந்த கழிசடை கழுதையை, தலையில் தூக்கி வைத்துக் கொண்டிருந்தாய், இல்லாவிட்டால் நான் முதல் நாளே துடைப்பக் கட்டையால் அடித்துத் துரத்தி இருப்பேன்.”

களத்தில் கதிர்கள் குவிந்திருந்தன. மாடுகளை ஓட்டி, தாளடிக்கச் சென்று கொண்டிருந்த ஹோரி பின்னால் திரும்பி, “மருமகள்தான் கோபரின் மனத்தைக் கலைத்து விட்டாளென்றே வைத்துக் கொள். அதற்காக நீ ஏன் இத்தனை ஆத்திரப்படுகிறாய்? உலகத்தில் எங்கும்

நடப்பதைத்தான் கோபரும் செய்திருக்கிறான். இப்பொழுது அவனுக்கும் குழந்தை குட்டிகளாகிவிட்டன. என் குழந்தைகளுக்காக அவன் ஏன் கஷ்டப்பட வேண்டும்? என் தலைச் சுமையைத் தன் தலைமேல் ஏன் போட்டுக் கொள்ள வேண்டும்?"

"நீயே தான் இந்த கலகத்திற்கெல்லாம் மூலம்"

"அப்போ என்னையும் கூட விரட்டிவிடு. ஓட்டிக் கொண்டுபோ மாடுகளை! கதிர்களை தாளடி! நான் உட்கார்ந்து ஹுக்கா குடிக்கிறேன்"

"நீ போய் மாவரை. நான் தாளடிக்கிறேன்."

இந்த வேடிக்கைப் பரிகாசத்தில் துயரம் பறந்து விட்டது. இதுதான் அதற்கு மருந்து. தனியா மகிழ்ச்சியுடன் ரூபாவிற்கு தலைவாரிப் பின்னலிட உட்கார்ந்து விட்டாள். அவள் தலைமயிர் ஒரே சிக்கலாகி விட்டிருந்தது. ஹோரி களத்திற்குப் போய்விட்டான். ரசிகனான வசந்தம் நறுமணத்தையும், உல்லாசத்தையும், வாழ்வின் வளத்தையும் இருகரங்களாலும் வாரிவழங்கிக் கொண்டிருந்தது. மாமரக் கிளைகளில் மறைந்திருந்த குயில்களின் இனிமையான, மதுரமான நெஞ்சை அள்ளும் தீங்குரல், புதுமையான எதிர்பார்ப்புகளை, நம்பிக்கைகளை தூண்டிவிட்டவாறே எங்கும் பரவிக் கொண்டிருந்தது. மஹுவாவின் கிளைகளில் மைனாக்கள் கூட்டம் திருமண விருந்தாளிகள் போல் அமர்ந்திருந்தது. வேப்பமரங்கள், தூங்கு மூஞ்சி மரங்கள், களாக்காய் செடிகள் தங்கள், தங்கள் மணத்தின் போதையில் கிறங்க வடித்துக் கொண்டிருக்கின்றன. ஹோரி மாமரத்தோட்டத்திற்குச் சென்றதும் மரங்களின் கீழே நட்சத்திரங்கள் மலர்ந்திருப்பது போலிருந்தது. துயரமும், நிராசையும் அடைந்திருந்த மனம் எங்கும் விரவி நின்ற வனப்பிலும், புத்துணர்விலும் தன் வயமிழந்து பாடியது.

"இரவு பகல எரிகிறது உள்ளம்
மாங்கிளையில் குயில் கூவினாலும்
உள்ளமதில் நிம்மதி சற்றுமில்லை."

எதிரே மளிகைக் கடைக்காரி துலாரி, ரோஜா வண்ணச் சேலை அணிந்தவளாய் வந்துகொண்டிருந்தாள். காலில் நல்ல தடிமனான வெள்ளிக் காப்பு, கழுத்திலே பருமனான தங்க அட்டிகை, முகத்திலே வாட்டம், ஆனால் இதயத்திலே சந்தோஷம். ஒரு காலத்தில் ஹோரி, வயல் வரப்புகளிலே, களத்திலே காணும்போது அவளைச் சீண்டுவதுண்டு. அவள் அண்ணி, இவள் மைத்துனன், என்ற உறவில் பரஸ்பரம் இருவரும் வேடிக்கை, வினோதமாகப் பேசி மகிழ்வார்கள். சாஹுஜி இறந்தவுடன் துலாரி வீட்டிலிருந்து வெளியே வருவதையே விட்டுவிட்டாள், நாள் முழுவதும், கடையில்தான் உட்கார்ந்திருப்பாள். அங்கிருந்தே கிராமத்தில் நடக்கும் சம்பவங்கள் பற்றிய விஷயமெல்லாம் அவளுக்குத் தெரிந்து விடும். எங்கேயாவது சண்டை, சச்சரவு என்று காதில் வீழ்ந்து விட்டால் சமரசம் செய்து வைக்க துலாரி அங்கு ஆஜராகி விடுவாள். ரூபாய்க்கு ஒரு அணா வட்டிக்கு குறைவாக அவள் யாருக்கும் கடன் தருவதில்லை. வட்டிக்கு ஆசைப்பட்டு, அசல்கூட கைக்கு வராமல் போவதுண்டு. பணம் வாங்கிக் கொள்பவள். சாப்பிட்டு விடுவாள். ஆனால் வட்டி

விகிதம் மட்டும் மாறாமல் அப்படியே இருக்கும். பாவம் எப்படி வசூல் செய்வாள்? கேஸ், கோர்ட் என்று போவது எப்படி? போலீஸு, போலீஸ் ஸ்டேஷன்கூட போவது இருக்கட்டும். அவள் தன் கூர்வாள் போன்ற நாவினால்தான் தன் காரியத்தை நடத்தினாள். ஆனால் வயது ஆக ஆக, வாய்ப் பேச்சின் வீச்சு அதிகரித்ததே தவிர, தாக்கம் குறைந்து விட்டது. இப்பொழுது அவள் திட்டுகள், வசைமாரிகளைக் கேட்பவர்கள் சிரித்துக் கொண்டார்கள். "பணத்தை வைத்துக் கொண்டு என்ன செய்யப் போகிறாய்? ஒரு காலணா கூட, உன்னுடன் கொண்டு போக முடியாது. ஏழை பாழைகளின் வயிற்றை நிரப்பி, எத்தனை ஆசிகள் கிடைக்கிறதோ, பெற்றுக் கொள்ளேன்" இதுதான் பரலோகத்தில் உனக்கு பயன்படும் என்று பரிகசித்தனர். துலாரிக்கு பரலோகம் என்ற வார்த்தையைக் கேட்டாலே பற்றிக் கொண்டு வரும்.

"அண்ணி! இன்று நீ அப்படியே சின்னப் பெண் மாதிரி இருக்கிறாய்" என்று சீண்டினான் ஹோரி.

"இன்று செவ்வாய்க் கிழமை. கண் போட்டுவிடாதே! இதற்காகத் தான் நான் நல்ல துணி, உடுத்துவதோ, நகை நட்டு அணிவதோ இல்லை. வீட்டை விட்டு வெளியே வந்தால் எல்லோரும் உற்று உற்றுப் பார்க்கிறார்கள். பெண்ணைப் பார்த்ததே இல்லை போலிருக்கிறது. அந்தப் படேசுவரி லாலா இருக்கிறானே! இன்றும் பழைய வழக்கம் போகவில்லை அவனுக்கு" என்றாள் துலாரி.

ஹோரி நின்று விட்டான். நல்ல ருசிகரமான விஷயம் கிடைத்துவிட்டது. மாடுகள் மட்டும் முன்னால் போய் விட்டன.

"இப்பொழுது அவர் பெரிய பக்தரல்லவா ஆகிவிட்டார் அண்ணி, ஒவ்வொரு பௌர்ணமிக்கும் சத்யநாராயணர் கதை கேட்கிறார். தெரியுமல்லவா? இரண்டு வேளையும் தவறாமல் கோவிலுக்குப் போகிறார்"

"இப்படிப்பட்ட அயோக்கியர்கள் எத்தனைபேர் இருக்கிறார்கள்! கிழவனானதும் பக்தர்களாகி விடுகிறார்கள். தீச்செயலுக்குப் பிராயச் சித்தம் செய்யத்தானே வேண்டும். எனக்கோ வயதாகி விட்டது. நான் கிழவி. என்னிடம் என்ன சிரிப்பு?"

"நீ கிழவியாகி விட்டாயாயென்ன! எனக்கென்னவோ நீ இப்பவும்......"

"சரி சரி, வாயை மூடிக் கொள். இல்லாவிட்டால் நூறு திட்டு திட்டுவேன். பையன் பரதேசத்தில் சம்பாதிக்க ஆரம்பித்து விட்டான். ஒருநாள் சாப்பிடக் கூப்பிட்டாயா? சும்மா வேணும் அண்ணி உறவு கொண்டாடத் தயார்."

"சத்யமாகச் சொல்லுகிறேன் அண்ணி. அவன் சம்பாதித்தக் காசில் ஒரு பைசாவைக்கூட நான் தொடவில்லை. என்ன கொண்டு வந்தான், என்ன செலவு செய்தான், எனக்கொன்றும் தெரியாது. ஒரு ஜோடி வேஷ்டி, ஒரு தலைப்பாகை, இவ்வளவுதான் என் கைக்கு வந்தது."

"சம்பாதிக்க ஆரம்பித்து விட்டானல்லவா! இன்றைக்கில்லா விட்டாலும் நாளைக்குக் கொடுப்பானே! பகவான் அவனைச் சுகமாய் வைக்கட்டும். என்னுடைய பணத்தையும் கொஞ்சம்

கொஞ்சமாய் கொடுத்து விடப்பா! வட்டி ஏறிக் கொண்டே போகிறதே.”

“ஒவ்வொரு காசு கூட விடாமல் கொடுத்து விடுவேன் அண்ணி. முதலில் கைக்குப் பணம் வரட்டும். அப்படியே நான் சாப்பிட்டு விட்டாலும், நானென்ன வெளி ஆளா! உன்னுடையவன்தானே”

துலாரி இப்படிப்பட்ட இச்சகமான வேடிக்கைப் பேச்சின் முன் நிராயுதபாணி ஆகிவிடுவாள். சிரித்துக் கொண்டே போய்விட்டாள் அவள். ஹோரி மாடுகளின் பின்னே தாவி ஓடினான். அவற்றை அறுத்துப் போட்டிருந்த கதிர்களின் மீது சக்கரவட்டமாக ஓட்டி, தாளடிக்கத் துவங்கினான். கிராமம் முழுவதற்கும் அந்த இடம்தான் களத்து மேடு. ஒரு பக்கம் கதிரடித்தனர், மற்றொரு பக்கம் தானியத்தைத் தூற்றிக் கொண்டிருந்தனர். ஒருவன் தானியத்தை நிறுத்துக் கொண்டிருந்தான். இன்னொருவன் அளந்து கொண்டிருந்தான். நாவிதன், தச்சன், வண்ணான், கொல்லன், புரோகிதர், பிச்சைக்காரன் என யாவரும் அவரவர் பங்கைப் பெறக் காத்துக் கொண்டிருந்தனர். ஒரு மரத்தின் நிழலிலே ஜீங்குரி சிங் கயிற்றுக் கட்டிலில் அமர்ந்து தனக்குக் கொடுக்க வேண்டியதை ஒன்றுக்கு ஒன்றே காலாக வசூலித்துக் கொண்டிருந்தார். வியாபாரிகள் பலர் கூடி நின்று தானியத்தின் விலை பற்றி பேரம் செய்து கொண்டிருந்தனர். களத்து மேடு ஒரு தானிய மண்டிபோல் களைகட்டி இருந்தது. ஒரு பக்கம் தட்டில் இலந்தைப் பழம், பெரிய பெரிய மனத்தக்காளி பழங்களை கூடைக்காரி விற்றுக் கொண்டிருந்தாள். இன்னொரு புறம் பட்சணக்காரன் எண்ணையில் சுட்ட ஜிலேபியும், ஓமப்பொடியும் கடைபரப்பிக் கொண்டிருந்தான். பண்டிதர் தாதாதீனும், ஹோரியிடமிருந்து தானியத்தைப் பங்கு போட்டுக் கொள்ள வந்தவர், ஜீங்குரியுடன் கட்டிலிலே அமர்ந்திருந்தார்.

புகையிலையை உள்ளங்கையில் வைத்து திரித்தவாறே.. “சர்க்கார், லேவா தேவி செய்பவர்களிடம், வட்டி விகிதத்தை குறைத்துக் கொள். இல்லாவிடில் டிகிரி ஆகாது, என்று சொல்வதாகக் கேள்விப் பட்டேன்” என்றார்.

புகையிலையை வாய்க்குள் அடைத்தவாறே ஜீங்குரி – “பண்டிதரே! எனக்கொரு விஷயம் தெரியும். உமக்கு அவசியம் நேர்ந்து விட்டால், நூறு தரம் நம்மிடமிருந்து கடன் வாங்கிக் கொண்டு போக நடையாய் நடப்பீர்கள், நாமும் என்ன வட்டி வேணுமென்று நினைக்கிறோமோ, வாங்கிக் கொள்வோம். சர்க்கார் ஆசாமிகளுக்கு கடன் தர ஏற்பாடு ஏதும் செய்யாவிடில் அது இந்தச் சட்டத்தினால் நம்மை ஏதும் செய்துவிட முடியாது. நாம் பத்திரத்தில் வட்டியைக் குறைவாகத்தான் எழுதுவோம். ஆனால் கடன் கொடுக்கும் போதே நூறு ரூபாயில் இருபத்தி ஐந்து ரூபாயைக் கழித்துக் கொண்டு விடுவோமே. இதற்கு சர்க்கார் என்ன செய்ய முடியும்?” என்றார்.

“அது சரிதான். ஆனால் சர்க்காருக்கும் இதெல்லாம் நன்றாகவே தெரியும். பார்த்துக் கொண்டே இரும். இதற்கும் ஏதாவது தடை விதிக்கும்.” என்றார் தாதாதீன்.

"இதையொன்றும் தடை செய்ய முடியாது."

"ஸ்டாம்பின் மீது கிராமத்து மணியகாரர், அல்லது கணக்குப் பிள்ளையின் கை எழுத்து இல்லாதவரை இது செல்லாது என்று சர்க்கார் அறிவித்து விட்டால், அப்பொழுது என்ன செய்வாய்?"

"விவசாயிக்கு நூறு தரம் பணத்திற்குத் தேவை வரும், மணியக் காரரின், கையை, காலைப் பிடித்து, கூட்டிக் கொண்டு வருவான். கைஎழுத்துப் போடவைப்பாள். நாம் நாலில் ஒரு பங்கை எப்படியும் எடுத்துக் கொள்ளத்தான் செய்வோம். நூத்துக்கு இருபத்தி ஐந்து ரூபாய்."

"அப்புறம் சிக்கிக் கொள்வாய். பொய்க்கணக்கு எழுதினால் பதினாலு வருஷம் தண்டனை"

ஜீங்குரி சிங் உரக்க நகைத்தார் – "பண்டிதரே! என்ன சொல்லுகிறீர்? எப்பொழுது, உலகம் என்ன மாறிவிடுமா? யாரிடம் பணமிருக்கிறதோ, சட்டமும், நியாயமும் அவனுடையதுதான். எந்த ஆசாமியிடமும், லேவா தேவி செய்பவன், கடுமையாக இருக்கக் கூடாது. எந்த ஜமீன்தாரும், உழுகின்ற விவசாயியிடம் கொடுமையாக நடந்து கொள்ளக் கூடாது என்றெல்லாம் கூடத்தான் சட்டம் இருக்கிறது. ஆனால் என்ன நடக்கிறது? அதைத்தான் தினம் தினம் பார்க்கிறோமே! ஜமீன்தாரும் விவசாயியின் கையைக் கட்டி வைத்து அடிக்கச் சொல்லுகிறான். லேவாதேவிக்காரனோ செருப்படியால், அடி உதை மூலம் பேசுகிறான். வலிமையுள்ள விவசாயியிடம் ஜமீன்தாரும் பேசுவதில்லை. லேவாதேவிக் காரனும் பேசுவதில்லை. அப்படிப்பட்டவர்களுடன்தான் நாங்களும் சேர்ந்து கொள்கிறோம். அவர்களுடைய உதவியினால் இன்னொருத்தனின் கழுத்தை நெறிக்கின்றோம். உன் மீதே ராய்சாகப்பின் ஐநூறு ரூபாய் இருக்கிறது. ஆனால் நோகேராமிடம் உன்னிடம் ஏதும் இது பற்றிக் கூற தைரியம் உள்ளதா? உன்னிடம் சினேகமாயிருப்பதுதான் தனக்கு நல்லதென்று அவனுக்குத் தெரியும். ஆனால் விவசாயியிடம் தினமும் கோர்ட்டு, கச்சேரி என்று வழக்காட சக்தி ஏது? எல்லாக் காரியங்களும், தொழிலும் இப்பொழுது நடப்பது போலவேதான் இனியும் நடக்கும். யாரிடம் பணமிருக்கிறதோ அவனுக்குத்தான், கோர்ட் கச்சேரி எல்லாம். நாமெல்லாம் எதற்கும் பயப்பட வேண்டிய அவசியமேயில்லை .... எனக் கூறிவிட்டு களத்து மேட்டை ஒருசுற்று சுற்றிப் பார்த்து விட்டு வந்தவர் மறுபடியும் கட்டிலின் மீது உட்கார்ந்து கொண்டு, "மாதாதீன் கல்யாண விஷயம் என்னவாயிற்று? அவனுக்குச் சீக்கிரம் ஒரு கல்யாணத்தை செய்து விடு என்பதுதான் என் ஆலோசனை. ரொம்பவும் பேர் கெட்டு வருகிறது."

தாதாதீனுக்கு குளவி கொட்டியது போலிருந்தது. இந்த ஆலோசனையின் அர்த்தமென்ன என்பது அவருக்கு நன்றாகப் புரிந்தது. போபத்துடன் – "முதுகுக்குப் பின்னால் யார் என்ன உளறினாலும் என் முகத்துக்கு நேரே சொன்னால் அவன் மீசையைப் பிடுங்கி விடுவேன். யாராவது என் போல் நியமத்தோடு இருக்கட்டும் பார்க்கலாம். சந்தியாவந்தனம் கூட செய்யாமல், தர்மம், கர்மம் எதுவும் தெரியாது, கதை, புராணம் எதுவும் அறியாது தன்னை

பிராமணன் என்று சொல்லிக் கொள்ளும் எத்தனையோ பேர்களை எனக்குத் தெரியும். தன் வாழ்வில் ஒருநாள் கூட ஏகாதசி விரதத்தை விடாதவன், ஸ்நானம் பூஜை செய்யாமல் ஒரு சொட்டு நீர் கூட அருந்தாதவனான என்னைப் பார்த்து யாரேனும் சிரிக்க முடியுமா? நியமத்தைக் காப்பாற்றுவது கடினம். கடைத் தெருவில் விற்கும் எதையேனும் நான் சாப்பிட்டேன் என்றோ, மற்றவர்கள் கையால் தண்ணீர் குடித்தேன் என்றோ, யாரேனும் சொன்னால் அவன் காலில் விழ நான் தயார். சிலியா எங்கள் வீட்டு வாயிற்படியைத் தாண்ட முடியாது. வாயிற்படியை, பாத்திரம் பண்டங்களைத் தொடுவது இருக்கட்டும். மாதாதீன் செய்வது நல்ல காரியம் என்று நான் சொல்லவில்லை. ஆனால் ஒருமுறை ஒரு காரியம் நடந்து விட்டால், அந்தப் பெண்ணைக் கைவிட்டு விடுவதென்பது அயோக்கியத்தனம். நான் வெளிப்படையாகவே சொல்லுகிறேன். இதில் மறைப்பதற்கு எதுவுமேயில்லை. பெண் இனம் பவித்திரமானது."

தாதாதீன் தனது இளம்வயதில் தானே உல்லாச புருஷனாக இருந்திருக்கிறார். ஆனால் தன் கர்மானுஷ்டானங்களைச் செய்யத் தவறியதேயில்லை. மாதாதீனும் தந்தைக்கேற்ற தனையனாக அவரது அடியொற்றி நடந்து வருகிறான். தர்மத்தின் மூலதத்துவம், பூஜை, வழிபாடுகள், கதை காலட்சேபம், ஆசாரம், அனுஷ்டானம் தந்தையும் மகனும் இந்த மூல தத்துவத்தை இறுகப் பற்றிக் கொண்டிருக்கும்போது, யாரால் அவர்கள் தர்மத்திலிருந்து தவறியவர்கள் எனக் கூறி விட முடியும்?

"நானென்னவோ, அப்பா! என் காதில் விழுந்ததை, உன்னிடம் சொன்னேன்" எனத் தாதாதீனின் கூற்றை ஏற்பது போல் பேசினார்.

இராமாயணத்திலும், மகாபாரதத்திலும் பிராமணர்கள், வேறு ஜாதிப் பெண்களை ஏற்றுக் கொண்டிருப்பது பற்றிய உதாரணங்களையெல்லாம் ஒரு நீண்ட பட்டியல் போட்டுக் கூறி அவர்களுக்குப் பிறந்த குழந்தைகள் பிராமணர்கள் எனப்பட்டனர். என்றும் இன்றுள்ள பிராமணர்கள் அவர்களுடைய மக்கள்தான் வழிவழியாக வந்துள்ள பிராமணர்கள் என்று நிரூபித்தார் தாதாதீன். இம்முறை ஆதிகாலத்திலிருந்தே நடந்து வந்துள்ளதென்றும் இதில் வெட்கப்படுவதற்கு எதுவுமில்லை என்றும் கூறினார்.

தாதாதீன் பாண்டித்யத்தைக் கண்டு ஜீங்குரிசிங், பரவசமடைந்தவராய் - "அப்படி என்றால், இப்பொழுது எதற்காக, வாஜ்பேயி.. உயர்ந்த குலம் என்றெல்லாம் கூறிக்கொண்டு திரிகிறார்கள்" என்றார்.

"அதெல்லாம் அந்தந்தக் காலத்தின் வழக்கம். வேறென்ன? யாரிடம் அந்த தேஜஸ் இருக்கிறது? விஷத்தைச் சாப்பிட்டால் அதை ஜீரணம் செய்ய வேண்டுமே. அந்தக் காலம் சத்யயுகம். அது அந்த யுகத்தோடேயே முடிந்துபோய் விட்டது. இப்பொழுது அவரவர் சாதி ஜனத்தோடு சேர்ந்திருப்பதில்தான் எல்லாம் இருக்கிறது. ஆனால் என்ன செய்யட்டும்? பெண்ணைப் பெற்றவர்கள் வந்தால்தானே! வரவில்லையே. உன்னிடம் கூட சொன்னேன். இன்றும் மற்றவர்களிடம் கூட சொன்னேன். யாரும் காதில் போட்டுக்

கொள்ளவில்லையே, நானென்ன பெண்ணை உண்டாக்கட்டுமா?"

ஜீங்குரி சிங் மிரட்டினார் – "பொய் சொல்லாதேயும் பண்டிதரே! இரண்டுபேரை எப்படியோ, பேசிக்கீசி அழைத்துக் கொண்டு வந்தேன். நீர் பெரிதாய் அளக்கவாரம்பித்ததும் இருவரும் பயந்து கொண்டு ஓடி விட்டனர். எந்த ஆதாரத்தில் ஆயிரம் ஐநூறு என்று நீ கேட்கிறாய்? பத்து பீகா நிலம் ஏதோ, கொஞ்சம் பிச்சை தவிர உன்னிடம் வேறென்ன இருக்கிறது?"

இது தாதாதீனின் தன்மானத்தைக் காயப்படுத்தியது. தாடியை உருவியவாறே – "என்னிடம் எதுவுமில்லை. நான் யாசகம் கேட்கிறேன் என்பதெல்லாம் இருக்கட்டும். ஆனால், நான் பெண்களின் கல்யாணத்திற்கு, ஒவ்வொருத்திக்கும் ரூபாய் ஐநூறு கொடுத்திருக்கிறேன். பின் என் பிள்ளைக்கு நான் ஏன் ஐநூறு ரூபாய் கேட்கக் கூடாது? யாரேனும் சும்மா, இலவசமாய் என் பெண்ணைக் கல்யாணம் செய்து கொண்டிருந்தால், நானும் என் பிள்ளைக்கு ஏதும் கேட்காமல் கல்யாணம் செய்திருப்பேன். அந்தஸ்து விஷயமா? நீ தானம் வாங்குவதைப் பிச்சை என்று நினைத்தால் நான் அதை ஜமீன்தாரி என்று நினைக்கிறேன். ஜமீன்தாரி முறையே அழிந்து போனாலும் சரி. தானம் அளிக்கும் வழக்கம் என்றென்றுமிருக்கும். இந்துக்கள் இருக்கும் வரை, பிராமணர்களுமிருப்பார்கள். இந்த தானம் கொடுப்பது, வாங்குவது எனும் பழக்கமுமிருக்கும். கல்யாணம், திருமணம் என்றால் ரொம்ப மஜாவாய் உட்கார்ந்த இடத்திலேயே நானூறு, ஐநூறு என்று பணத்தைக் கறந்து கொண்டு விடுவோம். அதிர்ஷ்டம் அடித்தால், நூறு, ஐநூறு என்று கூடவே அடித்து விடுவோம். இதைத் தவிர சாப்பாடு, வஸ்திரம், பாத்திரம் எல்லாம் தனி. ஏதாவதொரு வீட்டில் தினம் தினமும் சாப்பாட்டிற்கு அழைப்பு வந்து விடுகிறது. ஒன்றும் கிடைக்காவிட்டால், இரண்டொரு தட்டுகள், நாலணா, இரண்டனா தட்சணை என்று கிடைத்துவிடும். இத்தனை நிம்மதி ஜமீன்தாரியிலோ, லேவாதேவி யிலோ கிடையாது. தவிரவும் சிலியாவினால் எத்தனை உபகாரம் உண்டோ, அத்தனை ஒரு பிராம்மணப் பெண்ணால் கிட்டாது. பிராமணப் பெண், மருமகள் என்ற பெயரில் வீட்டில் உட்கார்ந்திருப்பாள். அதிகமாய் போனால் சமையல் செய்வாள். சிலியா தனியொருவளாகவே மூன்று ஆட்களின் வேலையைப் பார்க்கிறாள். அவளுக்கு நான் சாப்பாட்டைத் தவிர வேறு என்ன தருகிறேன்? அதிகமாய் போனால் வருஷத்திற்கொரு புடவை கொடுப்பேன். அவ்வளவுதான்."

இன்னொரு மரத்தடியில் தாதாதீனின் சொந்தக் களத்து மேடு இருந்தது. நாலு மாடுகள் தாளடித்துக் கொண்டிருந்தன அங்கே. சக்கிலின் தள்ளு மாடுகளை ஓட்டி பரம்படித்தாள். சிலியா கால்களினால் தானியத்தைக் குவித்து குவித்து, முற்றத்திலெடுத்து, தூற்றிக் கொண்டிருந்தாள். மாதாதீன் இன்னொரு புறம் தன் தடிக்கு எண்ணெய் தடவியவாறு உட்கார்ந்திருந்தான்.

சிலியா மாநிறம். ஒடிசலான தேகம். வனப்பும் வாலிப்பும் கூடிய உடற்கட்டு. அழகி என்று சொல்ல முடியாவிட்டாலும், நல்ல கவர்ச்சி. அவளுடைய சிரிப்பில், பார்வையில், மதர்த்த அங்கங்களில்

மகிழ்ச்சியின் கிறக்கம் கூடி நின்றது. அவளது உடலின் ஒவ்வொரு அணுவிலும் அந்த உல்லாசம் தெரித்தது. தலையிலிருந்து கால்வரை உமியும், தவிடுமாய், வியர்வையில் தெப்பமாய் நனைந்து, கருங்குழல் பிரிந்தும் பிரியாமலும் தோளில் புரள, அவள் இங்குமங்கும் ஓடியாடி, உடலும் மனமும் ஒன்றியவளாய், ஏதோ விளையாட்டில் ஈடுபட்டிருப்பது போல் தானியத்தைத் தூற்றிக் கொண்டிருந்தாள்.

"சிலியா! இன்று மாலைக்குள் தானியமெல்லாம் தூற்றியாக வேண்டும். உனக்குக் களைப்பாக இருந்தால் நான் வருகிறேன்." என்றான் மாதாதீன்.

சிலியா மகிழ்ச்சி ததும்பும் முகத்துடன் - "பண்டிதரே! நீர் எதற்காக வரவேண்டும்? நான் மாலை இறங்குவதற்குள் எல்லா வற்றையும் தூற்றி முடித்து விடுவேன்" என்றாள்.

"அச்சா! அப்போ நான் தானியத்தைக் கூடையில் வாரி வாரிக் கொண்டு போய் வைத்து விட்டு வரட்டுமா? தனியாக நீ ஒருத்தி என்னென்ன செய்வாய்?"

"நீங்கள் ஏன் பயப்படுகிறீர்கள்? நான் தானியத்தைத் தூற்றி, புடைத்து, எடுத்துக் கொண்டு போய் வைத்து விட்டு வருவேன். முன்னிரவுக்குள் இங்கு ஒரு மணி தானியம் கூட இருக்காது."

துலாரி இன்று தனக்கு கடன் கொடுக்க வேண்டியவர்களிட மிருந்தெல்லாம் வசூல் செய்து கொண்டிருந்தாள். ஹோலியன்று அவன் கடையிலிருந்து சிலியா, இரண்டு பைசாவிற்கு வர்ணப்பொடி வாங்கி இருந்தாள். இன்று வரை அதற்கு காசு கொடுக்கவில்லை. துலாரி சிலியாவிடம் வந்து - "ஏய்! சிலியா? நீ வர்ணப் பொடி வாங்கிப் போய் ஒரு மாதமாகி விட்டது. இன்னும் பைசாவையே தரவில்லையே! கேட்டால் நொடித்துக் கொண்டு போய் விடுகிறாய். இன்று பைசாவாங்காமல் இந்த இடத்தை விட்டுப் போகமாட்டேன்" என்றாள்.

இதற்குள் மாதாதீன் சத்தமில்லாமல் அங்கிருந்து நழுவி இருந்தான். சிலியாவின் உடல், உள்ளம் இரண்டையும் தனதாக்கிக் கொண்டிருந்தாலும், பதிலுக்கு அவன் ஏதும் தர விரும்பவில்லை. அவனது பார்வையில் இப்பொழுது சிலியா வேலை செய்யும் ஒரு யந்திரம். வேறெதுவுமில்லை. அவளது ஆசையை அவன் மிகுந்த சாமர்த்தியத்துடன் பயன்படுத்திக் கொண்டு அவளை ஆட்டுவித்துக் கொண்டிருந்தான்.

சிலியா நிமிர்ந்து பார்த்தாள். மாதாதீன் அங்கில்லை. "கத்தாதே.. துலாரியம்மா! இந்தா.... இரண்டு பைசாவிற்கு பதிலாக நாலு பைசா தானியம் எடுத்துக் கொள். நானென்ன செத்தா போய் விட்டேன்? ஏன் உயிரை வாங்குகிறாய்?" என்றாள்.

அவள் அனுமானமாக ஒரு சேர் தானியத்தை அக் குவியலிலிருந்து எடுத்து துலாரியின் மடியில் போட்டாள். அக்கணமே மரத்தின் மறைவிலிருந்து சீற்றத்துடன் வெளிப்பட்ட மாதாதீன், துலாரியின் தலைப்பைப் பற்றி, "தானியத்தைப் பேசாமல் கீழே கொட்டுங்க.. துலாரிஜி! கொள்ளையடிக்க முடியாது இங்கே" என்றான். பின்னர் சிவந்த விழிகளால் சிலியாவை ஏறிட்டுப் பார்த்து, "நீ எப்படி தானியத்தைக் கொடுக்கலாம்? யாரிடம் கேட்டுக்

கொடுத்தாய்? என்னுடைய தானியத்தைக் கொடுக்க நீ யாரடி?" என்று மிரட்டினான்.

துலாரி மடியிலிருந்த தானியத்தைக் கீழே கொட்டிவிட்டாள். சிலியா திகைத்துப் போனவளாய் மாதாதீனின் முகத்தைப் பார்த்தாள். தான் கவலையற்று அமர்ந்திருந்த கிளை முறிந்து, தான் நிராதரவாய் கீழே வீழ்ந்து கொண்டிருப்பது போல் அவளுக்குத் தோன்றியது. முகம் சிவக்க, விழிகளில் நீர் பொங்கிவர, துலாரியை நோக்கி – "உம்முடைய காசை நான் அப்புறம் தந்து விடுகிறேன். இன்று என்மீது இரக்கம் காட்டுங்கள்" என்றாள்.

அவளை இரக்கத்துடன் பார்த்த துலாரி, மாதாதீனை வெறுப்புடன் பார்த்தவாறே அவ்விடம் விட்டகன்றாள்.

சிலியா தானியத்தைத் தூற்றியவாறே, அடிபட்ட சுயாபிமானத்துடன் கேட்டாள், "உன்னுடைய பொருளில் எனக்கேதும் உரிமையில்லையா?"

மாதாதீன் அதிக கோபத்துடன், "இல்லை! உனக்கெந்த அதிகாரமும் கிடையாது. வேலை செய்கிறாய், சாப்பிடுகிறாய். சாப்பிட்டுக் கொண்டும், பொருளை நாசமாக்கிக் கொண்டும், இருக்கலாம் என நீ நினைத்தால் அது இங்கு நடக்காது. உனக்கு இங்கு சரிப்பட வில்லையென்றால், வேறு எங்கு வேண்டுமானாலும் போய் வேலை செய்துகொள். கூலிக்காரிக்கு குறைவென்ன? சும்மாவா வேலை செய்கிறாய்? சோறு, துணி கொடுக்கிறோம் அல்லவா?" என்று அதட்டினான்.

இறக்கைகளை வெட்டிவிட்ட பறவையைக் கூண்டிலிருந்து வெளியே தள்ளிவிடப் பட்டது போல் சிலியா, மாதாதீனை நோக்கினாள். அடிபட்ட அப்பார்வையில் மிளிர்ந்தது வேதனையா? வெறுப்பா, ஆத்திரமா எனக் கூறுவது கடினம். ஆனால் அப்பறவை போன்ற நிலையில்தான் அவளிருந்தாள். திறந்த வான் வெளியில் உயரமான மரக்கிளையில், சிறகடித்துப் பறந்துவிட முயன்றும் இயலாத நிலையில் மீண்டும் அக்கூண்டிற்குள்ளேயே சென்று அமர்ந்துவிடத் தவிக்கும் அப்பறவை போல் அவள் மனமும் துடித்தது, தவித்தது. உணவின்றி, நீரின்றி, அக்கூண்டின் கம்பிகளிலே முட்டி மோதி இறக்க நேர்ந்தாலும் சரி. மீண்டும் அக்கூண்டிற்குள்ளேயே செல்லத் தவிக்கும் பறவையின் நிலையில்தான் அவளிருந்தாள். தனக்கு இனிவேறு ஏது புகல் என நினைத்து மறுகினாள் சிலியா. அவள் தாலி கட்டியவளாய் இல்லாவிடினும் தன் சமஸ்காரத்தில், மனோ பாவத்தில், நடத்தையில் அவனுக்குத் தாலி கட்டிய மனைவிபோல் தானிருந்தாள். மாதாதீன் அவளை அடித்தாலும், கொன்றாலும், உதைத்தாலும் அவளுக்கு வேறு புகலிடம் இல்லை. வேறு துணை இல்லை. ஆதாரமில்லை. அவளுள்ளே பழைய ஞாபகங்கள் கிளர்ந்தன. இரண்டு வருடங்களுக்கு முன் இதே மாதாதீன், அவளைப் புகழ்ந்து கொண்டிருந்தான். பூணூலை கையிலே பிடித்துக் கொண்டு, "சிலியா! என்னுயிர் உள்ளவரையில், உன்னைப் பெண்டாட்டி போலவே வைத்துக் கொள்வேன்." என்றான். அவள்பால் காதல் வயப்பட்டவனாய், களத்து மேட்டில், வயல்

வரப்பில், ஆற்றங்கரையில் என அவள் பின்னாலேயே பித்தன் போல் சுற்றி அலைந்தான். இன்று நிர்த்தாட்சண்யமாக எப்படி நடந்து கொள்கிறான்? ஒரு கைப்பிடியளவு தானியத்திற்காக, அவளை எவ்வாறு சிறுமைப் படுத்திவிட்டான்?

அவள் பதிலேதும் கூறவில்லை. தொண்டையில் உப்புக் கட்டி யொன்று கரித்தது போலிருந்தது. காயப்பட்ட இதயத்துடன், தளர்ந்து விட்ட கரங்களால் மீண்டும் வேலை செய்யலானாள். அக்கணமே, அவளுடைய அம்மா, அப்பா, இரண்டு அண்ணன்கள், மற்றும் சில சக்கிலியர்கள் எங்கிருந்தோ வந்து மாதாதீனைச் சூழ்ந்து கொண்டனர். சிலியாவின் அம்மா வந்ததுமே அவள் கையிலிருந்த கூடையைப் பிடுங்கி வீசி எறிந்தாள். "தேவடியா மகளே! நீ கூலி வேலைதான் செய்ய வேண்டுமென்றால், வீட்டு வேலையை விட்டு விட்டு இங்கென்ன செய்ய வந்தாயடி? பிராமணனோடு இருக்கும் போது பிராமணத்தி மாதிரி இரு. சாதி சனங்க மத்தியிலே, எங்களை அவமானப்படுத்திவிட்டும், சக்கிலிச்சி மாதிரி தான் நீ வாழ வேண்டுமென்றால், இங்கே என்ன குதியாட்டம் போடவா வந்தாய்? வெட்கம் கெட்டவளே நீ செத்துத் தொலைவதுதானே!" என்றும் கத்தினாள்.

ஜீங்குரி சிங்கும், தாதாதீனும் ஓடோடியும் வந்தனர். சக் கிலியர்கள் கோபமுற்றிருப்பதைக் கண்டதும் அவர்களை அமைதியுறச் செய்ய முயற்சிக்கலானார்கள். ஜீங்குரி, சிலியாவின் அப்பனைப் பார்த்து – "சௌத்திரி! என்னப்பா விஷயம்? எதற்கு சண்டை?" என்றார்.

சிலியாவின் தந்தை ஹர்கு, அறுபது வயது கிழவன். கறுப்பு நிறம். காய்ந்த மிளகாய் மாதிரி. பற்றுபான சரீரம். அதைப் போலவே காரம். "சண்டை ஒன்றுமில்லை தாகுர்ஜி! இன்று நாங்கள் மாதாதீனைச் சக்கிலியனாக்கி விட்டுத்தான் மறுகாரியம் பார்ப்போம். அல்லது அவனுடைய ரத்தத்தையும் எங்கள் ரத்தத்தையும் ஒன்றாக்கி விடுவோம். சிலியா பெண். யாராவது ஒருத்தன் வீட்டிற்குப் போக வேண்டியவள்தான். இதைப் பற்றி நான் சொல்வதற்கெதுவுமில்லை. ஆனால் அவளை யார் வைத்துக் கொண்டாலும், எங்களுடையவனாகிவிட வேண்டும். எங்களை பிராமணன் ஆக்க முடியாது. ஆனால் நாங்கள் அவனை சக்கிலியனாக்கி விடமுடியும். எங்களை பிராமணன் ஆக்க முடியுமென்றால், எங்க சாதி ஜனம் யாவரும் தயாராக இருக்கிறோம். அந்த சாமர்த்தியம் இல்லாதபோது, நீ எங்களுடையவனாகிவிடு. எங்களோடு சாப்பிடு. இரு. எங்களுடைய மானத்தைப்பறித்துக் கொள்ளும்போது உன்னுடைய தர்மத்தை எங்களுக்குக் கொடுத்து விடு" என்கிறோம்.

தாதாதீன் தடியை ஓங்கித் தட்டினார் – "நாவை அடக்கிப் பேசு! ஹர்குவா! அதோ உன்னோட பெண் நிற்கிறாள். அவளை அழைத்துக் கொண்டு எங்கு வேண்டுமானாலும் போ. நாங்களொன்றும் அவளைப் பிடித்து வைத்துக் கொள்ளவில்லை. வேலை செய்தாள். கூலி கொடுக்கிறோம். எங்களுக்கு இங்கே கூலியாட்களுக்கொன்றும் குறைவில்லை" என்றார்.

சிலியாவின் அம்மா கையை ஆட்டிக் கொண்டு கத்தினாள், "பேஷ், பேஷ் பண்டிதரே! நல்ல நியாயம் பேசுகிறாய் நீ! உன்னோட பெண், சக்கிலிப் பயலோட ஓடிப்போயிருந்தால், நீ இப்படி பேசுவாயா? என்று பார்ப்போம்! நாங்கள் சக்கிலியர்கள். எங்களுக்கும் மானம் மரியாதை எதுவுமில்லை என நினைத்தாயா? நாங்கள் சிலியாவை மட்டும் கூட்டிப் போகமாட்டோம், கூடவே மாதாதீனையும் கூட்டிப் போவோம். அவளுடைய மானத்தைக் கெடுத்தவனல்லவா அவன். நீர் பெரிய தருமாத்மா! சக்கிலிப் பெண்ணோடு படுப்பாய், ஆனா, அவதொட்ட தண்ணியைக் குடிக்க மாட்டாய். அந்த நாசகாலி இதையெல்லாம் பொறுத்துக் கொள்கிறாள். நானாக இருந்தால், அந்தப் பயலுக்கு விஷம் கொடுத்திருப்பேன்."

ஹர்கு தன் கூட்டாளிகளை அழைத்து - "கேட்டீர்களா? இவர் கூறுவதை! முகத்தைப் பார்த்துக் கொண்டு ஏன் நிற்கிறீர்கள்?" என்றான்.

இதைக் கேட்டதுதான் தாமதம் இரண்டு பேர் பாய்ந்து வந்து மாதாதீனின் கைகளைப் பிடித்துக் கொண்டனர். மூன்றாமவன் அவன் பூணூலை அறுத்தான். தாதாதீனும் ஜீங்குரியும் தங்கள் தடிகளை எடுத்துக் கொண்டு தயாராவதற்கு முன்னரே அவர்கள் ஒரு பெரிய எலும்புத் துண்டை மாதாதீனின் வாயில் திணித்து விட்டனர். மாதாதீன் பற்களை இறுகக் கடித்து, வாயை மூடிக் கொண்டாலும் அந்த அருவருப்பான பொருள் அவன் உதட்டிலே பட்டு விட்டது. அவனுக்கு வயிற்றைப் புரட்டிக் கொண்டு வாயிலெடுக்க வந்து விடவே வாய் தானாகவே திறந்து கொண்டதும், அந்த எலும்புத் துண்டு தொண்டைவரை போய்விட்டது.

இதற்குள் களத்து மேட்டிலிருந்து எல்லோரும் வந்து கூடிவிட்டனர். ஆனால் எவரும் அவர்களைத் தடுக்கவோ, மறுக்கவோ செய்யவில்லை. மாதாதீனின் நடத்தை எல்லோருக்கும் பிடிக்கவில்லை. கிராமத்திலுள்ள பெண்களை, முறைத்து முறைத்துப் பார்ப்பான். இதனால் எல்லோருமே அவனுக்கு நேர்ந்த துர்கதியைப் பற்றி மனதிற்குள் சந்தோஷப் பட்டனரே தவிர ஆத்திரம் கொள்ளவில்லை. இருந்தாலும் மேலுக்கு அந்தச் சக்கிலியர்களை மிரட்டினர்.

"ஹர்கு! போதும் போதும். அளவுக்கு மீறிவிட்டாய். இங்கிருந்து போய்விடு - இல்லாவிட்டால்?" என ஹோரி அதட்டினான்.

"உன் வீட்டிலேயும் பெண்களை வைத்துக் கொண்டிருக்கிறீர் ஹோரி மஹ்தோ! இது நினைவிருக்கட்டும். இந்த மாதிரி கிராமத்தின் மானம், மரியாதை கெடுமானால், யாருடைய மானமும் தப்பாது" எனத் துணிச்சலுடன் பதில் கூறினான் ஹர்கு.

ஒரு கணத்தில் எதிரியை முற்றிலும் வீழ்த்தி வெற்றி கண்ட பின்னர் தாக்க வந்தவர்கள் இனி அங்கிருந்து நகர்ந்து விடுவதுதான் நல்லதென நினைத்தனர் போலும். மக்களின் எண்ணம் மாறுவதற்கு அதிக நேரமாகதல்லவா? அதிலிருந்து தங்களைக் காப்பாற்றிக் கொள்வதுதான் நல்லது.

மாதாதீன் வாந்தி எடுத்துக் கொண்டிருந்தான். தாதாதீன் பிள்ளையின் முதுகை தடவிவிட்டவாறே - "இந்தப் பயல்கள் ஒவ்வொருவரையும் ஐந்து வருஷம் ஜெயிலில் தள்ளாவிட்டால் பார்! ஐந்து வருடம் மாவரைக்க வைப்பேன்......" என்று சூளுரைத்தார்.

ஹர்கு திமிருடன் பதில் கூறினான், "அதைப் பற்றி எங்களுக்கு கவலையில்லை. உன்னை மாதிரி யார் உட்கார்ந்து தின்கிறார்கள் வயிறு புடைக்க. நாங்க எங்கு வேலை செய்தாலும் அரை வயிற்றுக்கு நிச்சயம் கிடைக்கும்."

வாந்தி எடுத்தபின் மாதாதீன் சீவனற்று தரையில் படுத்து விட்டான். அவனது தைரியமெல்லாம் போய்விட்டது. எங்கேனும் மூழ்கிச்சாக குளம், குட்டையைத்தேட வேண்டும் போல் அவமானமாகி விட்டது. உல்லாச புருஷனாய், கர்வத்துடன், திமிராய் நடந்தவனுடைய மானம், மரியாதை, கௌரவம் யாவும் அழிந்து விட்டது.

அந்த எலும்புத்துண்டு அவனுடைய வாயை மட்டுமல்ல, அவனது ஆத்மாவையே தூய்மையற்றதாக்கி விட்டது. அவனுடைய தர்மம், இதே ஆசார, அநுஷ்டானங்கள், தீட்டு, தீண்டாமை, மடி, சாப்பாடு, தண்ணீரைத்தான் பற்றி நின்றது. இன்று அந்த தர்மத்தின் வேரே துண்டிக்கப் பட்டுவிட்டது. இனி அவன் ஆயிரமாயிரம் பிராயச் சித்தம் செய்தாலும், பசுவின் சாணத்தை சாப்பிட்டாலும், கங்கா ஜலத்தைக் குடித்தாலும் தானம், புண்ணியம், தீர்த்த யாத்திரைகள், பூசைகள் செய்தாலும் செத்துவிட்ட அவனது தருமம் இனி மீண்டும் உயிர் பெறாது. பெறவும் முடியாது. தனியாக இருக்கும் போது ஏதும் நடந்திருந்தால், யாருக்கும் தெரியாமல் மறைத்து விடலாம். இங்கேயோ, எல்லோர் முன்னிலையிலும் அவனது தர்மம் சூறையாடப் பட்டுவிட்டது. இனி என்றென்றும் அவன் தலை நிமிர முடியாது. இன்றிலிருந்து அவன் தன் வீட்டிலேயே தீண்டத் தகாதவனாகி விடுவான். அன்பான அவனது தாய்கூட அவனை வெறுப்பாள். இந்த உலகத்தில், தர்மமே முற்றும் அழிந்து விட்டது போலும். இல்லையெனில் இத்தனை மனிதர்கள் கூடி நின்று வேடிக்கை பார்த்துக்கொண்டு நிற்பார்களா என்ன? ஒருவரும் 'ச்சூ' என்று கூடச் சொல்லவில்லையே! என்னடா? என்று கேட்கவில்லை. ஒரு நிமிடம் முன்பு அவனைப் பார்த்ததும் காலைத் தொட்டு வணங்கியவர்கள், இப்பொழுது அவனைப் பார்த்ததுமே முகத்தைத் திருப்பிக் கொள்கின்றனர். இனி அவன் எந்தக் கோவிலுக்குள்ளேயும் போக முடியாது. யாருடைய பண்ட பாத்திரங்களையும் தொட முடியாது. இதெல்லாம் அந்த அபாக்கியவதி சிலியாவினால்தான்.

தானியத்தை முறத்திலெடுத்து தூற்றிக் கொண்டிருந்த சிலியா எங்கே நின்றிருந்தாளோ, அங்கேயே தலை குனிந்து நின்றாள். இந்த அவமதிப்பு, அவமானம் எல்லாம் தனக்கே நேர்ந்தது போல் உணர்ந்த அவளுடைய அம்மா திடீரென அங்கு வந்து மிரட்டினாள், "என்ன பார்த்துக் கொண்டு நிற்கிறாய்? நட வீட்டிற்கு, இல்லாவிட்டால் உன்னைத் துண்டு துண்டாய் வெட்டி விடுவேன்

வெட்டி. அப்பன், பாட்டன் பெயரையெல்லாம் நன்றாய் விளங்க வைத்து விட்டாய். இன்னும் என்ன செய்வதாக இருக்கிறாய்?"

சிலியா சிலை போல் நின்றாள். அம்மா, அப்பா, அண்ணன், தம்பிகளின் மீது அவளுக்கு ஆத்திரமாய் வந்தது. அவர்களின் நடுவே வந்து இவர்கள் ஏன் பேசுகிறார்கள்? தனக்கு எப்படி விருப்பமோ, அப்படி வாழ்கிறாள். இவர்களுக்கென்ன வந்ததாம்? எனக்கு அவமானம் நேர்ந்து விட்டது என்று இவர்கள் சொல்லுகிறார்கள். எந்த பிராமணனாவது அவர்கள் சமைத்ததைச் சாப்பிடுவானா? அவர்கள் கையால் தண்ணீராவது குடிப்பானா? சற்று நேரத்திற்கு முன்னர் மாதாதீனின் இரக்கமற்ற செய்கையின்பால் அவள் மனம் வியாகூலம் அடைந்திருந்தது. ஆனால் தன் பெற்றோர்களும், சாதி சனங்களும் செய்த இந்த அநியாயக் கொடுமைகள் அவளது வெறுப்பையும், விரக்தியையும், அனுதாபமாக, அன்பாக மாற்றி விட்டது.

எதிர்ப்புணர்வு மிகுந்த குரலில் – "நான் எங்கும் வரமாட்டேன். நீ என்னை இங்கு கூட வாழ விடமாட்டாயா?" என்றாள்.

கிழவி கடுமையான குரலில், "நீ வரமாட்டாயா?" என்றாள்.

"மாட்டேன்"

"நட, என்னுடன்."

"முடியாது, வரமாட்டேன்"

இரண்டு சகோதரர்களும் அவள் கையைப் பிடித்துக் கொண்டு இழுத்துக் கொண்டே போனார்கள். சிலியா அப்படியே தரையில் உட்கார்ந்து விட்டாள். சகோதரர்கள் அப்படியும் அவளை விடவில்லை. இழுத்துக் கொண்டே போனார்கள். அவள் புடவை கிழிந்தது. முதுகு, இடுப்புத் தோல்கள் சிராய்ந்தன. ஆயினும் அவள் அவர்களுடன் செல்ல இணங்கவில்லை.

இதைக் கண்ட ஹர்கு தன் பிள்ளைகளைப் பார்த்து, "சரி! விட்டு விடுங்கள் இவளை. இவள் செத்து விட்டாள் என்று நினைத்துக் கொள்வோம். இனிமேல் என் வீட்டு வாயிற்படிக்கு வந்தால் கொன்று விடுவேன் கொன்று."

சிலியாவும் உயிரைப் பொருட்படுத்தாமல் பட்டென்று கூறினாள், "உன் வீட்டு வாசலுக்கு வந்தால் கொன்றுவிடு."

கோபமும் ஆத்திரமும் கொண்ட கிழவி வெறியுடன், அவளை உதைத்தாள். ஹர்கு அவளை அப்புறப்படுத்தாமலிருந்தால் கொன்றே போட்டிருப்பாள். கிழவி விடவில்லை. மீண்டும் பாய்ந்தாள். ஹர்கு அவளைப் பிடித்துத் தள்ளியவாறே கத்தினான் – "ஏ! கொலைகாரி! அவளைக் கொன்றேவிடுவாயா?"

சிலியா தன் தந்தையின் கால்களைக் கட்டிக் கொண்டாள் – "கொன்றுவிடு அப்பா! எல்லோருமாய் சேர்ந்து என்னைக் கொன்று விடுங்கள். அடியே அம்மா! நீ இத்தனை இரக்கமற்றவளா? இதற்காகத்தானா என்னைப் பாலூட்டி வளர்த்தினாய்? பிறந்ததுமே என் மென்னியை ஏன் முறித்துப் போடவில்லை நீ! ஐயோ! என்னால் பண்டிதரையும், பிரஷ்டனாக்கி விட்டாயே! அவரது தர்மத்தைக் குலைத்து விட்டாயே! இதில் உனக்கு என்ன கிடைத்தது? இனி அவரும் என்னை ஏறெடுத்துப் பார்க்க மாட்டார்.

அவர் என்னை கவனித்தாலும், கவனிக்கா விட்டாலும், நான் அவருடன்தானிருப்பேன். அவர் என்னைப் பட்டினி போட்டாலும் அடித்தாலும், கொன்றாலும் அவரை விடமாட்டேன். அவரைத் தொட்டுவிட்டு, விட்டுவிடுவதா? இல்லை. உயிரே போனாலும் நான் வேசியாக மாட்டேன். ஒருமுறை கைப்பிடித்தவனை ஆயுளுக்கும் விடமாட்டேன்."

சிலியாவின் அம்மா உதட்டைக் கடித்தாள் – "விட்டு விடு. அந்த தேவடியாளை! அவன் இவளைக் காப்பாற்றுவான் என்று நினைக்கிறாள். அவன் இன்றே இவளை அடித்து விரட்டா விட்டால், பார்" என்றாள் குரோதத்துடன்.

அண்ணன்மார்களுக்கு இரக்கம் பிறந்தது. சிலியாவை அப்படியே, அங்கேயே விட்டுவிட்டு யாவரும் போய் விட்டனர். அவள் மெல்ல எழுந்து தள்ளாடியவாறு, வேதனையினால், வலியினால் அரற்றிய வண்ணம் வந்து களத்து மேட்டில் உட்கார்ந்தவள், தலைப்பினால் முகத்தை மூடிக் கொண்டு விம்மி விம்மி அழலானாள்.

தாதாதீன் யார் மீதிருந்த கோபத்தையோ, அவள் மீது காட்டினான் – ஏய்! சிலியா? நீ ஏன் அவர்களுடன் போகவில்லை? இப்போ என்ன செய்வதாக உத்தேசம்? என்னைப் படுநாசம் செய்துபின் உனக்குத் திருப்தியாகவில்லையா?" என்று இரைந்தார்.

சிலியாவின் நீர் மல்கிய விழிகள் மேலே உயர்ந்தன. அதில் கூர்மை ஒளிர்ந்தது. "அவர்களோடு எதற்காகப் போக வேண்டும்? யாரைக் கைப்பிடித்தேனோ, அவனோடு இருப்பேன்."

"என் வீட்டில் கால் வைத்தால், உதைதான் விழும்" எனத் தாதாதீன் அதட்டினார்.

"அவர் எங்கே என்னை வைக்கிறாரோ, அங்கே இருப்பேன். அது மரத்தடியாக இருந்தாலும் சரி, மாளிகையானாலும் சரி" ஆவேசத்துடன் பதிலளித்தாள் சிலியா.

மாதாதீன் சுயநினைவற்றவன் போல் அமர்ந்திருந்தான். பகல் பொழுது இறங்கிக் கொண்டிருந்தது. மரங்களின் இலைகளை ஊடுருவி வந்த ஒளிக்கதிர்கள், அவனது முகத்தில் நிழலாடின. நெற்றியிலிருந்து வியர்வை சொட்டியது. அவன் மௌனமாய், செயலற்றவனாய், அமர்ந்திருந்தான். திடீரென நினைவு பெற்றவன் போல், "அப்பா! என்ன சொல்லுகிறீர்கள்!" என்றான்.

தாதாதீன் அவன் தலையின் மீது தன் கரத்தை வைத்து ஆறுதல் அளித்தவராய் – "இப்பொழுது என்ன சொல்லட்டும்! எழுந்து போய் ஸ்நானம் செய். சாப்பிடு. பிறகு பண்டிதர்களுக்கு என்னென்ன ஏற்பாடுகள் முறைப்படி நடக்க வேண்டுமோ, அவையெல்லாம் செய்யப்படும். ஆனால் ஒரு விஷயம். நீ சிலியாவைத் துறந்து விடவேண்டும்" என்றார்.

மாதாதீனின் சிவப்பேறிய விழிகள் சிலியாவை உற்றுப் பார்த்தன. "இனி நான் அவள் முகத்தில்கூட விழிக்க மாட்டேன். பிராயச்சித்தம் செய்துவிட்டால் அப்புறம் தோஷமேதும் இருக்காதல்லவா?" என வினவினான்.

"பிராயச்சித்தம் செய்துவிட்டால் தோஷம், பாபம் எதுவுமில்லை."

"அப்படியென்றால் இன்றே பண்டிதர்களைப் போய் பாரேன்"

"இன்றே போகிறேனப்பா - போகிறேன்."

"பண்டிதர்கள் இதற்கு பிராயசித்தமே கிடையாது என்று கூறி விட்டால்?"

"அது அவர்களுடைய விருப்பம்"

"அப்பொழுது நீ என்னை வீட்டிலிருந்து விலக்கி விடுவாயா?"

பிள்ளைப் பாசத்தினால் நெக்குறுகிப் போன தாதாதீன் - "அப்படியும் நடக்குமாயென்ன? பணம் போனாலும், தர்மம் போனாலும், மரியாதை, கௌரவம் யாவுமே அடியோடு குலைந்து போனாலும் நான் உன்னை விடமாட்டேன்."

மாதாதீன் தடியை எடுத்துக் கொண்டு, தன் அப்பாவின் பின்னால் நடந்து விட்டான். சிலியாவும் எழுந்து தள்ளாடியவாறே அவன் பின்னால் சென்றாள்.

மாதாதீன் பின்னால் திரும்பி, கடுமையான குரலில் - "என்னுடன் வராதே! எனக்கும் உனக்கும் எந்த உறவும் இல்லை. இத்தனை அவமானப் படுத்தியும் உனக்குத் திருப்தியாக வில்லையா?" என்றான்.

சிலியா துணிச்சலுடன் வந்து அவன் கரத்தைப் பற்றினாள், "உறவு ஏனில்லை? இதே கிராமத்தில் உன்னைவிட பணக்காரன், உன்னைவிட அழகானவன், உன்னைவிட மரியாதையுள்ளவர்கள் இருக்கிறார்கள். நான் ஏன் அவர்கள் கையைப் பிடிக்கவில்லை? உனக்கு இன்று இந்த துர்கதி ஏன் நேர்ந்தது? உன் கழுத்தில் விழுந்து விட்ட கயிற்றை நீ எத்தனை முயன்றாலும், அறுத்தெறிய முடியாது. நானும் உன்னை விட்டு எங்கும் போகமாட்டேன். கூலி வேலை செய்து, தானம் வாங்குவேன். ஆனால் உன்னைவிட்டு வேறெங்கும் போகமாட்டேன்" என்றாள். மறுகணம் அவன் கையை விட்டுவிட்டு மீண்டும் களத்து மேட்டுக்கு வந்து பழையபடி தானியத்தைப் புடைக்கலானாள். ஹோரி இன்னமும் அங்குதான் தாளடித்துக் கொண்டிருந்தான். தனியா அவனைச் சாப்பிட அழைக்க வந்தாள். ஹோரி இரண்டு மாடுகளையும் ஒரு மரத்தில் கட்டினான். பிறகு சிலியாவைப் பார்த்து, "நீயும் போய் சாப்பிட்டுவிட்டு வா, சிலியா! தனியா இங்கு உட்கார்ந்திருப்பாள். உன் முதுகில் கட்டிருக்கும் காயம் சீழபிடித்துவிடப் போகிறது. உன் வீட்டார் ரொம்பவும் இரக்க மற்றவர்கள்" என்றான்.

சிலியா அவனைக் கருணை பொங்கும் விழிகளால் பார்த்த வண்ணம், "இங்கு யார்தான் இரக்கமுள்ளவர்கள்? நான் இரக்க முள்ளவர் எவரையுமே பார்க்கவில்லை" என்றாள்.

"பண்டிதர் என்ன சொல்லுகிறார்?"

"எனக்கும் உனக்கும் எந்த உறவுமில்லை என்கிறார்."

"அச்சா! அப்படியா சொல்லுகிறார்?"

"இப்படிச் சொல்லி தன் மானத்தைக் காப்பாற்றிக் கொள்ளலாம் என்று நினைக்கிறார் போலிருக்கிறது. உலகத்துக்கு தெரியும்

விசயத்தை எப்படி மறைக்க முடியுமாம்? எனக்கு சாப்பாடு போடுவது கஷ்டமென்றால் போட வேண்டாம். எனக்கென்ன! நான் கூலிக்காரி! இங்கு வேலை செய்கிறேன். அப்புறமும் எங்கேனும் கூலி வேலை செய்வேன். படுத்துறங்க கை அகல இடம் கேட்டால் நீங்ககூட கொடுக்க மாட்டீர்களா என்ன?"

தனியா மனமிரங்கியவளாய் – "இடத்திற்கென்ன குறைச்சல்? நீ வந்து என் வீட்டில் இரு" என்றாள்.

ஹோரி பயந்தவனாய் – "கூப்பிடுகிறாய். அது சரிதான். ஆனால் பண்டிதரைப் பற்றித் தெரியுமல்லவா?" என்றான்.

சற்று அஞ்சாதவளாய் தனியா, பட்டெனப் பதில் கூறினாள். "கோபித்துக் கொண்டால், ஒரு ரொட்டி இன்னமும் அதிகமாய் சாப்பிடப் போகிறார்! வேறென்ன செய்வாராம்? நானென்ன அவருக்கு அடங்கியவளா? அவளுடைய மானத்தைக் கெடுத்து, சாதி சனத்திலிருந்து வெளியேற வைத்துவிட்டு, இப்பொழுது உனக்கும் எனக்கும் உறவில்லை என்கிறாரா? இவன் மனிதனா! கசாப்புக் கடைக்காரனா! ஈவு, இரக்கம் எதுவுமில்லையா? அவனுடைய கெட்ட எண்ணத்திற்குத்தான் இன்று தண்டனை கிடைத்திருக்கிறது. முன்னாலேயே யோசித்திருப்பதுதானே! அப்பொழுது மஜாவாய் போகித்தான். இப்போ... எனக்கும் உனக்கும் எந்த உறவுமில்லை என்கிறார்...."

தனியா செய்வது தவறு என்று ஹோரி நினைத்தான். சிலியாவின் வீட்டார் மாதாதீனை எத்தனை தூரத்திற்கு அவமதித்து அவன் தர்மத்தை குலைத்து விட்டார்கள். இது சரியல்ல. முறையுமல்ல என்பது அவன் எண்ணம். சிலியாவை வேண்டுமென்றால் கொல்லட்டும், அல்லது அடித்து அழைத்துக் கொண்டு போகட்டும். அவள் அவர்களுடைய பெண். ஆனால் மாதாதீனை எதற்காக, இப்படி குலைத்தார்கள்?

தனியா பட்டென்று பேசினாள் – "அட, கிடக்கட்டும் உன் நியாயமெல்லாம். ஆண்பிள்ளைகள் எல்லாம் ஒன்றுதான். மாதாதீன் இவள் மானத்தைக் குலைத்தபோது யாருக்கும் அது தவறாகத் தோன்றவில்லையோ? இன்று மாதாதீனின் தர்மம் குலைந்து விட்டது மட்டும் தவறாகப் படுகிறது, இல்லையா? அவள் சக்கிலிச்சிதானே! ஹர்கு சௌத்திரி நல்ல காரியம் செய்தான். இப்படிப்பட்ட குண்டர்களுக்கு இதுதான் தண்டனை. சிலியா! நீ வா! என் வீட்டிற்கு. எப்படிப்பட்ட அம்மா! அப்பா! ஈவு, இரக்கமற்றவர்கள்! பாவம் முதுகு முழுவதும் ரத்த விளாராகி விட்டிருக்கிறது. நீ போய் சோனாவை வரச் சொல். நான் இவளை அழைத்து வருகிறேன்" என்றாள் தனியா.

ஹோரி வீட்டை நோக்கி நடந்தான். சிலியா, தனியாவின் கால்களில் விழுந்து விம்மி விம்மி அழலானாள்.

❑

24

சோனாவிற்கு பதினேழு வயதாகிவிட்டது. இந்த வருடம் எப்படியும் அவளுக்குக் கட்டாயம் திருமணம் செய்ய வேண்டும். கடந்த இரண்டு வருடமாய் ஹோரி இதே கவலையில் தானிருந்தான். ஆனால் வெறுங்கையுடனிருந்ததால், எதுவும் அவன் விருப்பப்படி நடக்கவில்லை. இந்த வருடம் வயலை அடமானம் வைக்க நேர்ந்தாலோ, கடன் வாங்கியோ அவள் திருமணத்தை முடித்தேயாக வேண்டும். எல்லாம் சரியா இருந்திருந்தால் இரண்டு வருடம் முன்பே கல்யாணம் முடிந்திருக்கும். அவன் சிக்கமனமாய்தான் எதுவும் செய்ய விரும்பினான். எத்தனை சிக்கனமாய் தான் கையைக் கட்டி, வாயைக் கட்டி, சிலவு செய்தாலும் இருநூறு, இருநூற்றைம்பது ரூபாய் ஆகிவிடும் என்றாள் தனியா. ஜூனியாவின் விவகாரத்தினால் சாதி சனத்தில், உறவு முறையில் இவர்களின் மதிப்புச் சற்று குறைந்து போயிருந்தது. நூறோ, இருநூறோ கொடுக்காது நல்ல குடும்பத்தில் வரன் ஏதும் கிடைக்காது. கடந்த சித்திரையிலும் கைக்கு ஏதும் வரவில்லை. தாதாதீனுடன் கூட்டுப் பண்ணயம் நடத்தியதில் பாதி கொடுக்க வேண்டியிருந்தது மட்டுமல்ல, விதை தானியம், கூலி, அது இதுவென்று தாதாதீன் கூறிய கணக்கு விவரத்தின்படி ஹோரிக்கு விளைச்சலில் நாலில் ஒரு பங்கு கூட கிட்டவில்லை. தவிர வரியும் முழுவதுமாகக் கட்ட வேண்டி இருந்தது. கரும்பு, சணல் இரண்டு விளைச்சலும் நஷ்டமாகி விட்டன. மழை அதிகமாக இருந்ததாலும் கறையான் பிடித்ததாலும் சணல் பயிர் பாழாகி விட்டது. இந்த வருடம் விளைச்சல் நன்கு கண்டிருந்தது. கரும்பும் பரவாயில்லை... நல்ல விளைச்சல்தான். திருமணத்திற்கு தானியம் கைவசமிருந்தது. இருநூறு ரூபாய் மட்டும் கிடைத்து விட்டால் கன்யாதானம் செய்து அந்தக் கடமையிலிருந்து மீண்டு விடுவான். கோபர் ஒரு நூறு ரூபாய் கொடுத்து உதவினால் இன்னொரு நூறு ரூபாய் ஹோரிக்குச் சுலபமாய் கடன் கிடைத்து விடும். ஜீங்குரி சிங், மங்குரு சாஹ், இருவரும் இப்பொழுது சற்று கனிவுடன் இருந்தனர். கோபர் வெளியூரில் சம்பாதிக்கிறான். அதனால் அவர்களின் பணம் பறிபோய் விடாது.

ஒரு நாள் ஹோரி, தான், இரண்டு, மூன்று நாட்களுக்கு கோபரிடம் போய் வருவதாகப் பிரஸ்தாபித்தான்.

ஆனால், இன்னமும் கோபர் கூறிய அந்தக் கடும் சொற்கள் தனியாவிற்கு மறக்கவில்லை. கோபரிடமிருந்து ஒரு காசுகூட வாங்கிக் கொள்ள அவள் தயாராக இல்லை.

ஹோரி ஆத்திரத்துடன் - "பின் காரியம் எப்படி நடக்கும் சொல்!" என்றான்.

"கோபர் வெளியூர் போகவில்லை என்று வைத்துக்கொள். அப்பொழுது என்ன செய்வாயாம்? அதையே இப்பொழுது செய்", என்றாள் தனியா.

"அதைத்தான் நானும் கேட்கிறேன். நான் என்ன செய்ய வேண்டும், சொல்" என்றான் ஹோரி.

"இதைப் பற்றி யோசிப்பது ஆண்களின் வேலை" எனக் கூறித் தன்னைத் தற்காத்துக் கொண்டாள் தனியா.

ஹோரியிடம் பதில் தயாராக இருந்தது. "நான் இல்லை என்று வைத்துக் கொள், நீ தனியாக இருக்கிறாய். அப்பொழுது நீ என்ன செய்வாய்? அதைச் செய் இப்பொழுது"

தனியா திரஸ்காரத்துடன் அவனை நோக்கினாள், "அந்நிலையில் தர்ப்பைப் புல்லை வைத்து நான் கன்யாதானம் செய்தாலும் யாரும் சிரிக்க மாட்டார்கள்" என்றாள்.

தர்ப்பையை வைத்து ஹோரியும் கன்யாதானம் செய்ய முடியும். அது அவனுக்கு நல்லதும் கூட. ஆனால் குல கௌரவத்தை விட்டு விடுவதெப்படி? அவனுடைய சகோதரிகளின் திருமணத்தின் போது முன்னூறு பேருக்கு குறையாமல் மாப்பிள்ளை வீட்டார் வந்திருந்தனர். வரதட்சணை கூட நன்றாகக் கொடுத்தனர். ஆடல், பாடல், வேடிக்கை, வாத்தியங்கள், யானை, குதிரை எல்லாம் வந்திருந்தன. இன்றும் கூட சாதி ஜனங்களிடையே அவனுக்கு நல்ல பெயருண்டு. சுற்றும் முற்றும் பத்து கிராமத்தாருடன் அவனுக்குத் தொடர்பும் பரிச்சியமுமுண்டு, தர்ப்பை புல் வைத்து கன்யாதானம் செய்துவிட்டு அவனால் யாருக்குத் தன் முகத்தைக் காண்பிக்க முடியும்? இதைவிட செத்து மடிவது மேல். அவன் எதற்காகத் தர்ப்பையை வைத்து கன்யாதானம் செய்ய வேண்டும்? மரம் மட்டை இருக்கிறது. நிலம் நீச்சு உள்ளது. கொஞ்சம் மரியாதை, கௌரவமும் இருக்கிறது. அவன் ஒரு பீகா நிலத்தை விற்றால் நூறு ரூபாய் கிடைக்கும். ஆனால் குடியானவனுக்கு நிலம் உயிரைவிட மேலானது. பிரியமானதாயிற்றே. குல மரியாதை, கௌரவத்தைவிட உயர்வானது. அவனிடமிருப்பதெல்லாம் மூன்று பீகா நிலம்தான். அதிலும் ஒரு பீகாவை விற்றுவிட்டால், எதில் விவசாயம் செய்வது? இதே குழப்பத்தில், சிந்தனையில் பல நாட்கள் கழிந்தன. ஹோரியால் ஒரு முடிவிற்கு வர இயலவில்லை.

தசராவின் விடுமுறை நாட்கள். ஜீங்குரி, படேசுவரி, நோகேராம் மூவரின் பிள்ளைகளும் விடுமுறைக்கு வந்திருந்தனர். மூவரின் பிள்ளைகளும் ஆங்கிலம் படித்துக் கொண்டிருந்தனர். மூவருக்குமே இருபது வயதிற்கு மேலிருக்கும், இன்னமும் கல்லூரிக்குள் செல்லவில்லை. ஒவ்வொரு வகுப்பிலும், இரண்டு வருஷம், மூன்று வருஷம் என்று உட்கார்ந்திருந்தனர். மூவருக்கும் திருமணமாகி விட்டிருந்தது. படேசுவரியின் சத்புத்திரன் பிந்தேசரி ஒரு குழந்தைக்குத் தகப்பனாகி விட்டிருந்தான். மூவரும் நாள் முழுவதும் சீட்டாடுவார்கள். பங்கியடிப்பார்கள். மைனர்கள் மாதிரி ஊர் சுற்றுவார்கள். பகலில் பலமுறை ஹோரியின் வீட்டு வாசலை உற்றுப் பார்த்தவாறே அங்குமிங்கும் நடப்பார்கள், அகஸ்மாத்தாக நேர்ந்ததோ என்னவோ அந்த சமயங்களில் சோனாவும் ஏதாவது வேலையாக வாசலுக்கு வந்து நிற்பதுண்டு. இப்பொழுது, கோபர் அவளுக்கு வாங்கித் தந்த புடவையை அவள் அணிந்து வரலானாள். இந்த வேடிக்கையையெல்லாம் பார்த்துப் பார்த்து ஹோரியின் ரத்தம்

கொதித்தது. அவனுடைய வயலை படுநாசம் செய்து அழிப்பதற்கென்றே வானத்தில் ஆலங்கட்டி மழையைப் பொழியும் மஞ்சள் நிற மேகங்கள் திரண்டு வருவது போல் அவனுக்குத் தோன்றியது.

ஹோரி கரும்புக்கு நீர் இறைத்துக் கொண்டிருந்த கிணற்றில் ஒருநாள் இம்மூவரும் நீராடச் சென்றனர். ஹோரி சாலில் நீர் இறைக்க, சோனா நீர் கட்டிக் கொண்டிருந்தாள். அன்று ஹோரியின் ரத்தம் கொதித்தது. அவன் ஒன்றும் பேசவில்லை.

அன்று மாலையே பலசரக்கு கடைக்காரி துலாரியைக் காணச் சென்றான். பெண்கள் இரக்கமனம் படைத்தவர்கள். இவள் மனமிரங்கி, குறைந்த வட்டியில் பணம் தருவாள் என எண்ணினான். ஆனால் துலாரி தன் கதையைக் கூறத் துவங்கிவிட்டாள். அக்கிராமத்தில் அவளுக்குக் கொடுக்க வேண்டிய கடன் பாக்கி நிற்காத வீடே இல்லை. ஜீங்குரியிடமிருந்துகூட அவளுக்கு இருபது ரூபாய் வர வேண்டியிருந்தது. ஆனால் யாரும் காலணாகூடக் கொடுப்பதென்ற பேச்சேயில்லை. பாவம் அவள் எங்கிருந்து, எப்படிப் பணம் தருவாள்?

ஹோரி கெஞ்சினான் – "அண்ணி! ரொம்பவும் புண்ணியமாகப் போகும். நீ ரூபாய் தராவிட்டால், என் கழுத்துக்கு சுருக்கு வந்துவிடும். ஜீங்குரி, படேசுவரி இருவரும் என் வயலின் மீது ஒரு கண் வைத்துக் கொண்டிருக்கிறார்கள். அப்பன், பாட்டன் வழி வந்த நிலம் இது. அவர்களின் அடையாளமாக இருக்கும் இதுவும் போய்விட்டால், நானெங்கே போவேன்? சத்புத்திரன் என்றால் குடும்பத்தின் சொத்து சுகத்தை பின்னும் சேர்த்துக் கொண்டு போவான். அப்பன், பாட்டன் சம்பாதித்து வைத்திருக்கும் கொஞ்சம் நஞ்சம் சொத்தையும் அழிக்கும் அயோக்கியனாக நான் எப்படி ஆகட்டும்?" என்றான் ஹோரி.

துலாரி சத்யம் செய்தாள் – "ஹோரி! நான் டாகுர்ஜியின் பாதங்களைத் தொட்டுச் சொல்லுகிறேன். இச்சமயம் என்னிடம் பணமில்லை. வாங்கிக் கொண்டவர்கள் எவரும் திருப்பிக் கொடுக்க வில்லை. நானென்ன செய்யட்டும்? நீ எனக்கு அன்னியன் அல்ல. சோனாவும் என் மகள் போன்றவள்தான். ஆனால் நீயே சொல்லு! நானென்ன செய்ய? உன்னுடைய தம்பி ஹீரா, மாட்டுக்காக ஐம்பது ரூபாய் வாங்கிக் கொண்டு போனான். இப்பொழுது அவன் போன இடமே தெரியவில்லை. பணத்தைக் கேட்கப் போனால் அவன் பெண்டாட்டி சண்டைக்குத் தயாராக நிற்கிறாள். சோபா கூடத்தான் பார்க்க ரொம்ப சாதுவாய் இருக்கிறான். ஆனால் கடனைத் திருப்பித்தர, அவனுக்குத் தெரியாது. உண்மையில் யாரிடமும் பணமில்லை. பணம் இருந்தால்தானே திருப்பித் தர! எல்லோருடைய நிலைமையையும் பார்த்துக் கொண்டு தானிருக்கிறேன். இதனால்தான் பொறுமையாக இருக்கிறேன். எல்லோரும் எப்படியோ வயிறு வளர்க்கிறார்கள். அவ்வளவுதான். வேறென்ன? வயல் வரப்பை விற்று விடு என்று நான் யோசனை சொல்ல மாட்டேன். ஒன்றுமில்லாவிட்டாலும் சம்சாரி, குடியானவன் என்ற மரியாதை இருக்கிறதல்லவா?"

பிறகு குரலைத் தாழ்த்திக் கொண்டு கிசுகிசுத்தாள், "அந்த லாலா படேசுவரியின் மகன் துடியனிருக்கிறானே, அவன் உன் வீட்டையே சுற்றிச் சுற்றி வருகிறான். அந்த மூன்று பேருமே இப்படித்தான். இவர்களிடம் எச்சரிக்கையாய் இரு. இவர்களெல்லாம் பட்டணத்து பசங்கலாகி விட்டார்கள். கிராமத்து அண்ணன் தங்கச்சி முறைமையைப் பற்றி என்ன தெரியும்? விடலைப் பசங்க நம் ஊரிலும் இருக்காங்க. ஆனால் அவர்களுக்கு ஒரு மட்டு மரியாதையுண்டு. கொஞ்சம் பயமுண்டு. இவர்களெல்லாம் கோவில் காளை மாதிரி. என் பெண் கௌசல்யா, புக்கத்திலிருந்து வந்திருந்தாள். இவர்களுடைய போக்கையெல்லாம் பார்த்ததும் அவள் மாமனாரை வரச் சொல்லி அவரோடு அனுப்பி விட்டேன். யார் எப்படி காவலிருக்க முடியும்?"

ஹோரி புன்முறுவல் பூப்பதைக் கண்டதும் அவனைச் சரசமாகக் கடிந்து கொள்பவள் போல், "ஹோரி! நீ சிரித்தால் அப்புறம் நானும் ஏதாவது சொல்லி விடுவேன்! நீ அந்த நாளில் குறும்புத்தனத்தில் குறைந்தவனா என்ன? ஒரு நாளைக்கு ஐம்பதுதடவையாவது, ஏதாவதொரு காரணத்தைச் சொல்லி என் கடைக்கு வந்து போவாயே! ஆனால் நான் ஏறெடுத்தும் பார்த்ததில்லை."

ஹோரி எதிர் வாதம் செய்பவன் போல், "இது நீ சொல்வது சுத்தப் பொய். அண்ணி. ஏதாவது கொஞ்சம் இணக்கம், சரசம் இல்லாவிடில் வருவேனா என்ன? பறவை ஒருமுறை பார்த்துக் கொள்ளும். பிறகுதான் மறுபடியும் முற்றத்திற்கு இறங்கி வரும்" என்றான் கேலியாக.

"சுத்தப் பொய்! போ.. போ.."

"ஏறெடுத்துக் கண்ணால் பார்க்காமல் இருந்திருப்பாய். ஆனால் உன் மனசு பார்த்துக் கொண்டு இருந்தது மட்டுமல்ல, கூப்பிட்டுக் கொண்டுமிருந்தது."

"கிடக்கட்டும் விடு. பெரிதாய் வந்து விட்டாய் அந்தர்யாமி நீ! நீ அடிக்கடி வட்டமிடுவதைப் பார்த்து எனக்கு இரக்கமாக இருந்தது. அவ்வளவுதான். அப்படி நீயொன்றும் கட்டிளம் காளையாக இருக்க வில்லையே!"

ஹுசேன் ஒரு பைசாவிற்கு உப்பு வாங்கிக் கொண்டு சென்றபின் துலாரி தொடர்ந்தாள் – "கோபரிடம் போய் பார்ப்பதுதானே! போய் பார்த்த மாதிரியும் இருக்கும். ஒருக்கால் ஏதாவது கிடைக்கவும் கூடும்."

ஹோரி நிராசையுடன் – "அவன் ஒன்றும் தரமாட்டான். பிள்ளைகள் நாலு காசு சம்பாதிக்க ஆரம்பித்து விட்டால் அவர்கள் மனசு மாறி விடுகிறது. நான் வெட்கத்தைத் துறந்து விட்டுப் போகத் தயாராக இருந்தேன். ஆனால் தனியா ஒத்துக் கொள்ளவில்லை. அவளுடைய இஷ்டத்திற்கு விரோதமாய் நான் போனால் வீட்டிலிருப்பதே கஷ்டமாகிவிடும். அவளுடைய சுபாவம்தான் உனக்குத் தெரியுமே" என்றான்.

"பொண்டாட்டிக்கு தாசனாகி விட்டாயா?" என்றாள் துலாரி கிண்டலாக.

“நீதான் கவனிக்கவே யில்லையே! நானென்ன செய்ய?”

“எனக்கு அடிமையாக இருப்பேன் என்று சொல்லி இருந்தால் நான் பத்திரம் எழுதியிருப்பேன். உண்மைதான்.”

“இப்போ என்ன கெட்டுப் போச்சு? எழுதிக் கொள்ளேன்! இருநூறுக்கு எழுதிக்கொள். இன்றைய விலைவாசியில் அதிகமில்லை”

“தனியாவிடம் சொல்ல மாட்டாயே.”

“சத்யமாகச் சொல்லுகிறேன். சொல்லமாட்டேன்”

“சொல்லிவிட்டால்?”

“என் நாக்கை அறுத்துவிடு.”

“சரி.. போய் வரனைப் பார்த்து முடி. நான் பணம் கொடுக்கிறேன்.”

விழிகளில் நீர்மல்க ஹோரி துலாரியின் கால்களைப் பிடித்துக் கொண்டான். உணர்ச்சி வேகத்தில் பேச நாவெழவில்லை.

துலாரி கால்களைப் பின்னுக்கிழுத்துக் கொண்டாள். “இந்தக் குறும்புதான் எனக்குப் பிடிப்பதில்லை. ஒரு வருடத்திற்குள் வட்டியுடன் என் பணத்தை உன் காதைத் திருகி வாங்கி விடுவேன். விவகார விஷயத்தில் நீ அத்தனை உண்மையானவன் அல்ல. ஆனால் தனியாவின் மீது எனக்கு நம்பிக்கையுள்ளது. பண்டிதர் உன் மீது ரொம்பவும் கோபமாய் இருப்பதாய் கேள்விப் பட்டேன். அவனை இந்தக் கிராமத்தை விட்டு துரத்தாவிட்டால் நான் பிராமணன் இல்லை என்கிறாராம். நீ சிலியாவை ஏன் வீட்டைவிட்டு அனுப்ப மாட்டேன் என்கிறாய்? வீணாக வம்புச் சண்டையை விலைக்கு வாங்கிக் கொள்கிறாய்” என்றாள்.

“தனியா அவளை வீட்டில் வைத்துக் கொண்டிருக்கிறாள். நானென்ன செய்ய?”

“பண்டிதர் காசிக்கு போயிருந்தாராம். அங்கு யாரோ பிரசித்தி பெற்ற பண்டிதர் இருக்கிறாராம். அவர் ஐநூறு ரூபாய் கேட்கிறாராம். அப்பொழுதுதான் பிராயசித்தம் செய்வாராம். இப்படிப்பட்ட அநியாயம் எங்கேனும் உண்டா? தர்மம் கெட்டுப் போனபின், ஓராயிரம் பிராயசித்தம் செய்தாலும் என்ன பயன்? எத்தனைதான், பிராயசித்தம் செய்தாலும் இனி அவன் தொட்ட தண்ணியை யாரும் குடிக்கப் போவதில்லை.”

ஹோரி வீடு திரும்பிய போது அவனது மனம் மகிழ்ச்சியால் துள்ளியது. வாழ்க்கையில் இத்தகைய இனிய அனுபவம் அவனுக்கு ஏற்பட்டதேயில்லை. வழியில் சோபாவின் வீட்டிற்குப் போய், வரன் நிச்சயம் செய்யப் போவதற்கு வரும்படி அழைத்துவிட்டு வந்தான். பிறகு இருவருமாய் தாதாதீனிடம் சம்பந்தம் பேச நல்லவேளை பார்த்துக் குறித்து வரச் சென்றனர். அங்கிருந்து வந்ததும் வாசலில் அமர்ந்து இதுபற்றிப் பேசலானார்கள்.

“ராத்திரியாகி விட்டது. இன்னமும் சாப்பிடும் வேளை வரவில்லையா? சாப்பிட்டு விட்டு உட்கார்ந்து கொள். அரட்டை அடிக்க இன்னமும் இராப்போது பாக்கி இருக்கிறது.” - என வீட்டிற்குள்ளேயிருந்து வெளியே வந்த தனியா சொன்னாள்.

ஹோரி அவளையும் தங்களுடன் கலந்து ஆலோசிக்க வந்து உட்காரும்படி வேண்டினான். "வருகிற கல்யாண மாதங்களில் லக்னம் பார்த்திருக்கிறது. என்னென்ன சாமான்கள் வேண்டும்? சொல்லு. எனக்கொன்றும் தெரியாது" என்றான்.

"ஒன்றும் தெரியாதபோது, ஆலோசிக்க ஏன் உட்கார்ந்தாய்! பணம் காசுக்கு ஏதாவது ஏற்பாடு ஆகியிருக்கிறதா அல்லது மனக்கோட்டை கட்டுகிறாயா?" என்றாள் தனியா.

ஹோரி கர்வத்துடன் - "அதைப்பற்றி உனக்கென்ன? என்னென்ன சாமான்கள் வேண்டும்? அதைச் சொல்" என்றான்.

"உன்னைப் போல் மனக்கோட்டை கட்டுபவன் அல்ல நான்."

"நம் தங்கைகளின் கல்யாணத்தின்போது என்னென்ன சாமான்கள் வாங்கினோம் என்று மட்டும் சொல்."

"முதலில் இதைச்சொல்! பணம் கிடைத்ததா?"

"ஆமாம். கிடைத்தது. நானென்ன பங்கி அடித்து விட்டு வந்திருக்கிறேன் என்று நினைத்தாயா?"

"முதலில் வந்து சாப்பிடு. பிறகு கலந்து பேசலாம்."

ஆனால் துலாரியிடம் பணம் பற்றி பேசி இருக்கிறது என்று கேட்டதும் தனியா முகம் சுளித்தாள் - "அவளிடம் கடன் வாங்கி யாரேனும் மீண்டதுண்டா? நாசகாலி எத்தனை கசக்கிப் பிழிந்து வட்டி வாங்குகிறாள்" என்றாள்.

"வேறென்ன செய்ய? வேறு யார் கொடுக்கிறார்கள்?"

"இந்தச் சாக்கில் அவளோடு சிரித்துப் பேசி குலாவப் போனேன் என்று ஏன் சொல்லவில்லை? வயதாகி விட்டதே தவிர, இன்னமும் அந்தப் பழக்கம் மட்டும் போகவில்லை".

"ஏய்! தனியா! நீ சில சமயம் குழந்தை மாதிரி பேசுகிறாய்! என்னைப் போன்ற தரித்திரனுடன் அவள் ஏன் சிரித்துப் பேசப் போகிறாள்? முகம் கொடுத்துக்கூடப் பேசுவதில்லை."

"உன்னைப் போன்றவர்களைத் தவிர வேறு யார் அவளிடம் போவார்கள்."

"ஏய்! தனியா! பெரிய மனிதர்கள் கூட அவளிடம் வந்து கெஞ்சுகிறார்கள்! உனக்கென்ன தெரியும்? அவளிடம் லட்சுமிதேவி இருக்கிறாள்".

"அவள் பார்க்கலாம் என்று சொல்லி இருப்பாள். அதற்குள் நீ நாலா பக்கமும் சுபசமாசாரத்தைச் சொல்ல ஓடி விட்டாயாக்கும்."

"அப்படியில்லை. உறுதியாக வாக்குக் கொடுத்திருக்கிறாள், தருகிறேன் என்று."

ஹோரி சாப்பிடச் சென்றதும், சோபா தன் வீட்டிற்குப் போய் விட்டான். சோனா, சிலியாவுடன் வெளியே வந்தாள். அவள் வாசலில் நின்று அவர்கள் பேசுவதையெல்லாம் கேட்டுக் கொண்டு தானிருந்தாள். அவளுக்கு கல்யாணம் நிச்சயம் செய்ய துலாரியிடமிருந்து இருநூறு ரூபாய் கடன் வாங்கப் போகிறார்கள் என்ற செய்தி, புதுச் சுண்ணாம்பில் தண்ணீர் ஊற்றியது போல் அவள் வயிற்றில் கொதிப்பை உண்டாக்கியது. வாசல் பிறையில் குப்பி

விளக்கொன்றும் எரியும். அதன் புகையால் சுவர் கருப்பாகி விட்டிருந்தது.

இரண்டு மாடுகளும் கொட்டிலிலிருந்த தாழியில் தீனியைத் தின்று கொண்டிருந்தன. தரையில் படுத்திருந்த நாய் தனக்குக் கிடைக்கப் போகும் ரொட்டித் துண்டுகளுக்காகக் காத்திருந்தது. இரண்டு இளம் பெண்களும் மாட்டுக் கொட்டகையின் அருகே வந்து நின்றனர்.

"கேட்டாயல்லவா? அப்பா, என் கல்யாணத்திற்காக, துலாரியிடம் இருநூறு ரூபாய் கடன் வாங்கப் போகிறாராம்" என்றாள் சோனா.

சிலியாவிற்கு வீட்டில் நடக்கிற சின்னஞ்சிறு விஷயங்கள் கூடத் தெரியும். "வீட்டில் காசில்லை யென்றால் வேறென்ன செய்வார்கள்?" என்றாள்.

எதிரேயிருந்த மரங்களை வெறித்தவாறே சோனா, "என் அம்மா, அப்பா கடன் வாங்கும்படியான காரியம் செய்ய நான் விரும்பவில்லை. பாவம்! பிறகு எங்கிருந்து அடைப்பார்கள்? நீயே சொல்லு! ஏற்கனவே கடன் பளு தலைக்குமேல் அழுத்துகிறது. இன்னும் இருநூறு கடன் வாங்கினால் சுமை இன்னமும் கூடிவிடாதா?"

"வரதட்சணை, தானமின்றி பெரிய மனிதர்களின் கல்யாணம் எங்கேயாவது நடக்கிறதா என்ன? அடி பைத்தியமே! வரதட்சணை இல்லையென்றால் வயதான கிழவன்தான் கிடைப்பான். நீ கிழவனோடு போவாயா?"

"கிழவனோடு ஏன் போகவேண்டும்? அண்ணா கிழவனா? ஜூனியாவைக் கூட்டிக் கொண்டு வரவில்லையா? அவருக்கு யார் வரதட்சணை, காசு, பணம் கொடுத்தார்களாம்?"

"இப்படிச் செய்தால் குடும்பத்தின் பெயர் கெட்டுப் போகும்."

"நான் சோனார் காரர்களிடம் சொல்லி விடுவேன். நீ ஒரு பைசா வரதட்சணை வாங்கினாலும் நான் உன்னைக் கல்யாணம் செய்து கொள்ள மாட்டேன் என்று சொல்லுவேன்."

சோனாவின் திருமணம் சோனாரைச் சேர்ந்த ஒரு பணக்காரக் குடியானவனின் மகனுடன் நிச்சயிக்கப் பட்டிருந்தது.

"அதற்கவன், நானென்ன செய்ய? உன் அம்மா அப்பா கொடுத்தார்கள், என் அம்மா அப்பா வாங்கிக் கொண்டார்கள் என்பான். இதில் எனக்கென்ன பேச உரிமை இருக்கிறது என்பான்."

சோனா அந்த அஸ்திரத்தை இராமபாணம் எனக் கருதினாளோ அது புஸ்வாணம் என்று தெரிந்து போயிற்று. நிராசையுடன் - "எதற்கும் நான் ஒருமுறை சொல்லிப் பார்க்க விரும்புகிறேன்."

"அவன் இதெல்லாம் என் அதிகாரத்தில் இல்லை என்று சொல்லி விட்டால், கோமதி நதி இங்கிருந்து தூரமா என்ன? அதில் மூழ்கி உயிரை விட்டுவிடுவேன். அம்மா, அப்பாவும், உயிரைக் கொடுத்து எங்களை வளர்த்தி இருக்கிறார்கள். அதற்கு பிரதி உபகாரம், இந்த வீட்டை விட்டு நான் போவதற்குமுன் அவர்கள்

தலையில் இன்னும் கடன் பளுவை ஏற்றி விட்டுச் செல்வதா? அம்மா அப்பாவிற்கு கடவுள் நிறையக் கொடுத்திருந்தால், அவர்களும் சந்தோஷத்தோடு பெண்ணுக்கு எவ்வளவு வேண்டுமானாலும் கொடுக்கட்டும். நான் தடுக்கவில்லை. ஆனால் அவர்கள் ஒவ்வொரு காசுக்கும் கஷ்டப் படும்போது, வட்டிக் கடைக்காரர், வழக்குப் போட்டு ஏலத்திற்கு கொண்டு வந்து விட்டால், நாளைக்கு அவர்கள் கூலி வேலை செய்ய வேண்டியிருக்கும் என்ற நிலையில் ஒரு பெண்ணின் தருமம், மூழ்கிச் செத்துப் போவதுதான். இதனால் நிலம் நீச்சாவது மிஞ்சும், சாப்பாட்டிற்காவது வழி இருக்கும். நாலு நாள் என்னை நினைத்துக் கொண்டு அழுவார்கள். அவ்வளவுதான். இல்லாவிடில் எனக்கு கல்யாணம் செய்து கொடுத்த பின் வாழ்நாள் முழுவதும் அவர்கள் கண்ணீர் வடிக்க நேரிடும். மூன்று நான்கு வருடங்களுக்கும் இந்த இருநூறு ரூபாய் கடன் வட்டியுடன் இரட்டிப்பாகி விடும். பாவம் அப்பா, எங்கிருந்து, பணம் கொண்டு வந்து தருவார்?" என்றாள்.

சிலியா தன் கண்களுக்கு புதிய பிரகாசம் வந்து விட்டது போல் உணர்ந்தாள். ஆவேசத்துடன் சோனாவை மார்புடன் அணைத்துக் கொண்டு, "இத்தனை அறிவையெல்லாம் நீ எங்கிருந்து கற்றாயடி சோனா? பார்த்தால் ஒன்றுமே தெரியாததுபோல் சாதுவாய் இருக்கிறாய்?" என்றாள்.

"இதில் அறிவுக்கென்ன இருக்கிறதடி! எனக்கு கண்ணில்லையா? நானென்ன பைத்தியமா! என் கல்யாணத்திற்காக இருநூறு கடன் வாங்கினால், மூன்று, நான்கு வருடங்களில் அது இருமடங்காகி விடும். அப்புறம் ரூபாவின் திருமணத்திற்காக மறுபடியும் இருநூறு கடன் எடுத்தால், அவவளவுதான். இருக்கிற வயல் வரப்பெல்லாம் போய்விடும். அப்புறம் வீடு வீடாய் பிச்சை எடுக்க வேண்டியதுதான். இல்லையா? இதைவிட நான் என்னுயிரை விட்டு விடுவதுதான் நல்லது. கருக்கலிலேயே நீ எழுந்து சோனாரிக்குப் போய் அந்தப் பையனைக் கூட்டிவா. வேண்டாம். கூப்பிட்டு வரவேண்டாம். எனக்கு அவனிடம் பேச வெட்கமாக இருக்கும். நீயே நான் கூறும் சேதியைச் சொல்லிவிடு. பார்க்கலாம் என்ன பதில் சொல்லுகிறார் என்று? அப்படியொன்றும் தூரமில்லை, ஆற்றின் அக்கரைதானே! அடிக்கடி மாடு கன்றுகளை ஓட்டிக் கொண்டு வருவதுண்டு. ஒருமுறை அவனுடைய எருமை எங்கள் வயலுக்குள் புகுந்து விட்டது. நான் அவனை ரொம்பவும் திட்டி விட்டேன். கை கூப்பிவிட்டான் பாவம். ஆமாம். நீ சொல்லு! மாதாதீனை நீ சந்திக்கவில்லையா? பிராமணர்கள் அவளைத் தங்களுடன் சேர்த்திக் கொள்ளவில்லை என்று கேள்விப் பட்டேனே!"

சிலியா வெறுப்புடன் சொன்னாள், "ஏன் சாதியில் சேர்த்துக் கொள்ளமாட்டார்களாம். கிழவன் பணம் செலவு பண்ண விரும்பவில்லை. பணம் கிடைத்தால் கங்கை ஜலத்தை கையிலெடுத்து பொய் சத்தியம்கூட பண்ணி விடுவான் பிள்ளை - தாழ்வாரத்தில்."

"நீ ஏன் அவனை விட்டுவிடக் கூடாது? உன் சாதி சனத்தில் யாருடனாவது இரு. சௌக்கியமாய் இரேன். அவன் உன்னை அவமானப் படுத்த மாட்டான் அல்லவா?"

"ஹாய்ரே! என்னால்தானே பாவம் அவனுக்கு இந்த துர்கதி நேர்ந்துள்ளது. நான் அவனைக் கைவிட்டு விடுவதா? அவன் பண்டிதன் ஆனாலும், பிராமணன் ஆனாலும் எனக்கு அவன் மந்துயிதான். என் காலில் தலை வைத்து கெஞ்சிய மாதாதீன்தான் அவன் மறுபடியும் பிரமணானாகி, ஒரு பிராமணப் பெண்ணைக் கல்யாணம் செய்து கொண்டாலும், நான் அவனுக்கு பணிவிடை செய்த மாதிரி எந்த பிராமணப் பெண்ணும், செய்யமாட்டாள். தன்னுடைய மானம் மரியாதையின் மோகத்தில் அவன் என்னைக் கைவிட்டாலும், பார்த்துக் கொண்டே இரு, அவன் என்னைத் தேடித்தான் ஓடி வருவான்."

"இப்பொழுது வந்து விட்டான், பார். உன்னைப் பார்த்தால் அப்படியே விழுங்கி விடுவான்."

"அவனைப் போய் யார் கூப்பிடப் போகிறார்கள்? அவரவர்கள் தர்மம், அவரவர்களுக்கு. அவன்தான் தன் தருமத்தை உதறிவிட்டான் என்றால் நானும் விட்டுவிட வேண்டுமா என்ன?" என்றாள் சிலியா.

மறுநாள் காலைப்பொழுது புலரும் முன்னரே சிலியா, சோனாரியை நோக்கி நடந்தாள். ஆனால் ஹோரி தடுத்து விட்டான். தனியாவிற்கு தலைவலியாக இருந்தது. அவளுக்குப் பதிலாக சிலியாதான் வரப்புக் கட்ட வேண்டும். சிலியாவினால் மறுக்க முடியவில்லை. நண்பகலுக்குமேல் வேலை முடிந்ததும் அவள் சோனாரிக்குப் போய்விட்டாள்.

இங்கே ஹோரி பகலுணவிற்குப் பிறகு ஏற்றச்சால் பக்கம் போக புறப்பட்டதும் சிலியாவைக் காணோம். அவனுக்கு ஒரே கோபம். "எங்கே பறந்து போய்விட்டாள் அவள்? இங்கேதானே இருக்கிறாள் என்று நினைத்தால், இருப்பதில்லை. ஓடி விடுகிறாள். ஒரு வேலையில் மனம் செலுத்துவதில்லை. ஏய் சோனா! அவள் எங்கே போனாள் என்று தெரியுமா?" என்று இரைந்தான் ஹோரி.

"எனக்கொன்றும் தெரியாது. வண்ணாத்தி வீட்டிற்கு துணி வாங்கிவரப் போக வேண்டுமென்றாள். அங்கே போயிருப்பாள்."

தனியா கட்டிலை விட்டு எழுந்தாள், "சரி! வா! நான் பாத்தி கட்டுகிறேன். நீ என்ன அவளுக்கு கூலியா கொடுக்கிறாய். இத்தனை மிரட்டுவதற்கு?" என்றாள்.

"நம் வீட்டில் இருக்கிறாள் அல்லவா? அவளால் இந்த ஊர் முழுவதிலும் நமக்கு கெட்ட பெயர்."

"கிடக்கட்டும் விடு. ஒரு மூலையில் ஒண்டிக் கொண்டு கிடக்கிறாள் பாவம். அவளிடம் வாடகை வாங்குவாயா?"

"ஒரு மூலையிலா கிடக்கிறாள். ஒரு அறை முழுவதும்தான் எடுத்துக் கொண்டிருக்கிறாள்."

"அந்த அறைக்கு ஐம்பது ரூபாய் வாடகை இருக்குமா?"

"அதற்கு ஒரு பைசா வாடகையானாலும் சரி, அவள் நம் வீட்டில் இருக்கிறாள். எங்கே போகவேண்டுமானாலும் நம்மிடம் கேட்டுக்

கொண்டுதான் போக வேண்டும். இன்று வரட்டும் ஒரு கை பார்த்துக் கொள்கிறேன்.”

ஹோரி ஏற்றம் இறைக்கவாரம்பித்தான். தனியாவை ஹோரி வயலுக்கு வரவிடவில்லை. ரூபா பாத்தி பிரித்து விட்டாள். சோனா கமலையைப் பிடித்து நீர் திருப்பி விட்டாள். ரூபா, ஈரமண்ணினால் அடுப்பு, சொப்பு எல்லாம் செய்து கொண்டிருந்தாள். சோனாவின் விழிகள் அடிக்கடி திருட்டுத் தனமாய் சோனாரியின் பக்கம் பார்த்துக் கொண்டிருந்தது. சந்தேகம், நம்பிக்கை எல்லாமிருந்தது. நம்பிக்கையைவிட, சந்தேகம்தான் அதிகம். அவர்களுக்கு பணம் கிடைக்கப் போகிறது. அவர்கள் ஏன் விடப் போகிறார்கள்? யாரிடம் பணமிருக்கிறதோ, அவர்களுக்குத்தான் பின்னும் பணத்திற்காக உயிரை விடுகிறார்கள். கௌரி மஹ்தோ பேராசைக்காரர். மதுரா நல்லவள். இரக்கமுண்டு. தர்மமுண்டு, ஆனால் அப்பாவின் விருப்பம் எதுவோ, அதைத்தான் அவன் ஏற்றுக் கொண்டாக வேண்டும். ஆனால் நான் நன்றாய் நாலு வார்த்தை சொல்லி விடுவேன். ஆயுசு முழுவதும் மறக்க முடியாது! அப்படிக் கேட்டு விடுவேன். போய், யாரேனும் பணக்காரப் பெண்ணாய்ப் பார்த்துக் கல்யாணம் கட்டிக்கொள். உன் போன்ற ஆளுடன் என்னால் வாழ முடியாது எனப் பட்டென்று சொல்லி விடுவேன். கௌரி மஹ்தோ, அவள் கூறுவதை ஒப்புக் கொண்டு விட்டால், அவருக்கு பாத பூஜை செய்வாள். சரணாமிருதத்தைப் பருகுவாள். தன் அப்பாவிற்குக் கூட செய்யாத அத்தனை பணிவிடைகளைச் செய்வாள் அவருக்கு. சிலியாவிற்கு வயிறு முட்ட தின்ன இனிப்புகள் வாங்கித் தருவாள். கோபர் அவளுக்குக் கொடுத்ததை இன்னும் பத்திரமாக முடிந்து வைத்திருக்கிறாள்... இத்தகைய இனிமையான கற்பனையில் திளைத்த அவள் விழிகள் மின்னின. கன்னங்களில் லேசான செம்மை படர்ந்தது.

ஆனால் சிலியா போனவள், ஏன் இன்னும் வரவில்லையே! அப்படியென்ன, ரொம்ப தூரம்? ஒருக்கால் அவர்கள் அவளை வர விட்டிருக்க மாட்டார்கள்! ஆஹா! அதோ! அவள்தான் வருகிறாள்! ரொம்ப மெதுவாக வருகிறாளே! ஏன்? சோனாவின் நெஞ்சம் நிராசையுற்றது. நான் சொன்னதை கேட்கவில்லை போலிருக்கிறது. அதிர்ஷ்டம் கெட்டவர்கள் நல்லதை ஏற்கவில்லை. இல்லாவிட்டால் சிலியா ஓடோடி வந்திருப்பாள். ஹூம். இனிச் சோனாவுடன் கல்யாணமெல்லாம் அவ்வளவுதான். ஆசையை விட்டுவிடு.

சிலியா வந்து விட்டாள். ஆனால் கிணற்றடிக்கு வரவில்லை. நேராக வயலிலிறங்கி பாத்தி கட்டலானாள். இதுவரை எங்கே போயிருந்தாய் என்று ஹோரி கேட்டால் என்ன பதில் சொல்வதென்று பயந்து கொண்டிருந்தாள். இந்த இரண்டு மணி நேரத்தை சோனா மிகுந்த கஷ்டத்துடன் கழித்தாள். கமலை இறைத்து முடித்ததுமே, ஒரே ஓட்டமாய் சிலியாவிடம் வந்தாள்.

“அங்கே போய் செத்து விட்டாயாடி! வழிபார்த்துப் பார்த்து கண் பூத்து விட்டது.”

சிலியாவிற்கு கோபமாய் வந்தது, “நானென்ன அங்கே போய் தூங்கினேனா? இந்த மாதிரி சமாசாரமெல்லாம் போன உடனேயே

நடந்து விடாது. சமய சந்தர்ப்பம் பார்க்க வேண்டும். மதுரா ஆற்றங்கரைப் பக்கம் மாடு கன்றுகளை மேய்க்க ஓட்டிக் கொண்டு போயிருந்தார். இங்குமங்கும் தேடித் திரிந்து ஒருவழியாய் அவரைப் பிடித்தேன். நீ சொல்லி அனுப்பிய சேதியையும் சொன்னேன். எத்தனை சந்தோஷப் பட்டானென்று உன்னிடம் என்ன சொல்லட்டும்? என் காலிலிலேயே வீழ்ந்து விட்டான் – "சில்லோ! சோனா என் வீட்டிற்கு வரப்போகிறவள் என்ற சேதி கேட்டதுமே, என் கண்களின் உறக்கமெல்லாம் போய்விட்டது. அவள் அன்று திட்டியது எனக்கு உறைத்து விட்டது. ஆனால் அப்பாவை என்ன செய்ய? அவர் யார் சொன்னாலும் கேட்கமாட்டார்" என்றார்.

சோனா இடைமறித்தாள், கேட்காவிட்டால் போகட்டும். சோனாவும் பிடிவாதக்காரிதான். தான் சொல்வதைச் செய்து காண்பிப்பாள். பிறகென்ன கையைப் பிசைந்து கொண்டு நிற்பார்கள்.

"அப்புறமென்ன! மாடு கன்றுகளை அப்படியே விட்டுவிட்டு என்னை அழைத்துக் கொண்டு தன் அப்பாவிடம் போனார். கௌரி மஹ்தோவிற்கு நான்கு கமலை ஓடுகிறது. கிணறு அவர்களுக்கு சொந்தமான கிணறுதான். பத்து பீகா கரும்பு விளைச்சல். கௌரி மஹ்தோவைப் பார்த்ததும் எனக்குச் சிரிப்பு வந்து விட்டது. புல்லு வெட்டுகிற மாதிரி இருக்கிறார். ஆனால் நல்ல அதிர்ஷ்டசாலி. அப்பாவிற்கும், பிள்ளைக்கும் ஒரே வாக்குவாதம். "உனக்கென்னடா வந்தது? நான் ஏதும் வாங்கிக் கொண்டாலோ, கொள்ளா விட்டாலோ, உனக்கென்ன? நடுவில் பேச நீ யாரடா?" என்று கௌரி மஹ்தோ சத்தம் போட்டார். அதற்கு மதுரா வந்து உனக்கு கொடுக்கல் வாங்கல் செய்ய வேண்டுமென்றால் எனக்குக் கல்யாணம் செய்யாதே! என் கல்யாணத்தை என் இஷ்டப்படி நான் செய்து கொள்வேன் என்றான். வார்த்தைகள் தடித்தன. பேச்சு வளர்ந்தது. கௌரி மஹ்தோ, காலிலிருந்ததைக் கழற்றி மதுராவை நன்றாக அடித்து விட்டார். வேறொரு பிள்ளையாக இருந்தால் இத்தனை அடித்ததற்கு எதிர்த்துக் கொண்டிருப்பான். மதுரா ஒரு குத்து விட்டிருந்தால்கூட அவ்வளவுதான். கௌரி மஹ்தோ எழுந்திருக்க முடியாது. ஆனால் பாவம் ஐம்பது செருப்படி பட்டும் மதுரா வாயைத் திறக்கவில்லை. கண்களில் கண்ணீருடன் என்னைப் பரிதாபமாய் பார்த்தவாறே போய்விட்டார். அப்புறம் கௌரி மஹ்தோ என்னை கோபித்துக் கொண்டார்! நூறு திட்டுத் திட்டினார். நான் ஏன் கேட்டுக் கொள்கிறேன்? எனக்கு அவரிடம் என்ன பயம்? நான் பட்டென்று சொல்லி விட்டேன். "கௌரி மஹ்தோ! இருநூறு, முன்நூறு என்பதெல்லாம் பெரிய தொகை அல்ல. இதனால் ஹோரி மஹ்தோ ஏழையாகி விட மாட்டார், நீங்களும் பணக்காரராகி விடமாட்டீர்கள். அந்தப் பணமெல்லாம் கூத்து கொம்மாளத்தில் கரைந்து விடும். ஒன்று சொல்லுகிறேன். உங்களுக்கு அந்த மாதிரி பெண் கிடைக்க மாட்டாள்" என்றேன்" என்றாள் சிலியா.

விழிகளில் நீர் தளும்ப – "இந்தச் சின்ன விஷயத்திற்காக கௌரி மஹ்தோ அவரை அடித்து விட்டாரா" என்றாள் சோனா.

சிலியா ஒரு விஷயத்தைச் சொல்லாமல் மறைக்க விரும்பினாள். அத்தனை அவமானகரமான விஷயத்தை சோனாவின் காதுகளில் போட அவள் விரும்பவில்லை. இருந்தாலும் .இந்தக் கேள்வியைக் கேட்டபின் அவளால் தன்னைக் கட்டுப்படுத்திக் கொள்ள இயலவில்லை. “இல்லை.. எல்லாம் கோபர் அண்ணன் விஷயம் தான் .. மனுஷன் இனிப்பாய் இருந்தால்தான் எச்சிலைத் தின்பான். பணத்தினால் எந்தக் களங்கத்தையும் துடைத்து விடலாம்.” என்றார் கௌரி மஹ்தோ. அதற்கு மதுரா, “அப்பா! எந்த வீட்டில்தான் ஏதாவது களங்கமில்லாமலிருக்கிறது? சிலரது வெளியே தெரிகிறது. சிலர் வீட்டு விஷயம் மறைந்திருக்கிறது” என்றார். இந்த கௌரி மஹ்தோவிற்கு கூட முன்பு ஒரு சக்கிலிச்சி வைப்பாட்டி இருந்தாள். அவளுக்கு இரண்டு பிள்ளைகள் கூட உண்டு. மதுரா இதைச் சொன்னதுதான் தாமதம் அந்த சுடுகாட்டு பயலுக்கு ஆவேசம் வந்து விட்டது. செருப்பைத் தூக்கி விட்டான். எத்தனை பேராசைக் காரனோ அத்தனை முன்கோபியும்கூட. காசு வாங்காமல் விட மாட்டான்” என்றாள் சிலியா.

இருவரும் வீட்டை நோக்கி நடந்தனர். சோனாவின் தலையின் மீது, நீர் இறைக்கும் கமலை, கயிறு, நுகத்தடி என்று பெரும் சுமையே இருந்தது. ஆனால் இச்சமயம் அவளுக்கு அச்சுமை பூவைப் போல் லேசாகத் தோன்றியது. அவளுள்ளத்தில் மகிழ்ச்சி, உற்சாகத்தின் ஊற்றுக் கண் திறந்துவிட்டது போலிருந்தது. மாவீரன் போன்ற மதுராவின் உருவம் கண்ணெதிரே நின்றது. அவனைத் தன் உள்ளத்திலே இருத்தி அவன் பாதங்களைத் தன் கண்ணீரால் கழுவிக் கொண்டிருந்தாள் அவள். வானத்து தேவதைகள் அவளை வாரி எடுத்து, வானத்தில் விரவி நின்ற செம்மையொளியிடையே கொண்டு செல்வது போலிருந்தது.

அன்றிரவே சோனாவிற்கு நல்ல காய்ச்சல் வந்து விட்டது.

இதற்கு மூன்றாம் நாள் கௌரி மஹ்தோ, தன் நாவிதன் மூலம் ஹோரிக்குக் கடிதம் அனுப்பி இருந்தார்.

ஸ்வாஸ்தஹீ சர்வோபமா ஜோக்ஹீ ஹோரி மஹ்தோவிற்கு கௌரிராம் – ராம், ராம் என எழுதிக் கொண்டது. முன்னால் நம்மிடையே வரதட்சணை பற்றி நடந்த பேச்சு வார்த்தைகளைப் பற்றி நான் அமைதியுடன் யோசித்துப் பார்த்தேன். இந்தக் கொடுக்கல் வாங்கலினால் வரன், கள்ளிகை, இருவீட்டாரும் கடன் சுமையினால் நலிந்து போய் விடுவது பற்றிப் புரிந்தது. எனக்கும் உனக்குமிடையே சம்பந்தம் நடந்தால் நம்மிருவரில் எவருக்குமே வருத்தம் ஏற்படாத மாதிரி நாம் நடந்து கொள்ள வேண்டும். வரதட்சிணை அது, இது என்று நீர் எந்தக் கவலையும் படவேண்டாம். நான் சத்யமாகச் சொல்லுகிறேன். உன்னிடம் என்னென்ன இருக்கிறதோ, நல்லதோ, சுமாரானதோ, வருகிற சம்பந்திமார்களுக்கு சாப்பாடு போடு. நாங்கள் அதைக் கூடச் சொல்லப் போவதில்லை. சாமான்களுக்கு வேண்டிய ஏற்பாடுகளைச் செய்தாகி விட்டது. நீ சந்தோஷமாக, எங்களுக்கு என்ன மரியாதை செய்கிறாயோ, அதை தலை வணங்கி ஏற்றுக் கொள்கிறோம்.”

ஹோரி இக்கடிதத்தைப் படித்ததும், உள்ளே ஓடிச் சென்று தனியாவிற்குப் படித்துக் காண்பித்தான். மகிழ்ச்சியால் துள்ளினான். ஆனால் தனியா ஏதோ யோசனையில் ஆழ்ந்தவள் போலிருந்தாள். ஒரு கணத்திற்குப் பின்னர், "இது கௌரி மஹ்தோவின் நல்ல குணத்தைக் காட்டுகிறது. ஆனால் நாமும் நம் மரியாதையைக் காப்பாற்றிக் கொள்ள வேண்டும். உலகம் என்ன சொல்லும்? பணம் என்ன பிரமாதம் அதற்காக குலத்தின் கௌரவத்தை விட்டு விட முடியுமா? நம் சக்திக்கு எவ்வளவு முடியுமோ, நாம் கொடுப்போம். அதை அவர் ஏற்றுக் கொள்ளத்தான் வேண்டும். நீயும் இப்படி பதிலெழுதி விடு. அம்மா, அப்பா சம்பாத்தியத்தில் பெண்ணுக்கு உரிமையில்லையா என்ன? வேண்டாம். எழுதுவதெல்லாம் எதற்கு? நான் நாவிதனிடம் வாயாலேயே சேதி சொல்லி அனுப்பி விடுகிறேன்."

ஹோரி செய்வதறியாது திகைத்து நிற்கையில் தனியா, கௌரி மஹ்தோ காட்டிய பெருந்தன்மை, ஏற்படுத்திருந்த மேலான எண்ணத்தின் வசப்பட்டவளாய், நாவிதனிடம் சேதி கூறிக் கொண்டிருந்தாள். பிறகு அவனுக்கு சர்பத் கொடுத்து, ஏதோ கொஞ்சம் காசும் கொடுத்து அனுப்பி வைத்தாள்.

அவன் போனபின் ஹோரி எகிறி வீழ்ந்தான் – "என்ன காரியம் செய்து விட்டாய் நீ! உன் சுபாவம் இன்று வரை எனக்குப் புரியவே யில்லை. முன்னுக்குப் பின் முரணாகப் பேசுகிறாய், நடக்கிறாய். அன்று நீதானே யாரிடமும் ஒரு காசுகூட கடனாக வாங்கக் கூடாதென்று சண்டை போட்டாய். இப்போ, கொடுப்பது, வாங்குவது என்ற பேச்சேயில்லை. கடவுள்தான் கௌரி மஹ்தோவின் மனதிலே புகுந்து இந்தக் கடிதத்தை எழுத வைத்திருக்கிறார். இப்போ நீ குல கௌரவம், மரியாதை என்ற ராகம் பாடத் துவங்கிவிட்டாய், உன் புத்தியும், பேச்சும் கடவுளுக்குத்தான் தெரியும்."

"முகத்தைப் பார்த்துத்தான் ஒரு காரியத்தை செய்வதா, வேண்டாமா என்ற முடிவெடுக்க வேண்டி இருக்கிறது. இது உனக்குத் தெரியுமோ, தெரியாதோ. அப்பொழுது கௌரி மஹ்தோ, தன் பெருமையைக் காட்டிக் கொண்டிருந்தார். இப்பொழுது பெருந்தன்மையைக் காட்டுகிறார். பதிலுக்கு பதிலடி சரியாகக் கொடுக்க வேண்டும். ஆனால் பணிவான வணக்கத்திற்குப் பதில் வசவு அல்ல" என்றாள் தனியா.

ஹோரி முகத்தைச் சுளித்துக் கொண்டு, "சரி! சரி! காட்டு உன் பெருந்தன்மையை பார்க்கலாம்! எங்கிருந்து ரூபாய் கொண்டு வருகிறாயென்று?"

தனியா கண்ணைச் சிமிட்டியவாறு, "பணம் கொண்டு வருவதெல்லாம் என் வேலை அல்ல. உன் பொறுப்பு" என்றாள்.

"நான் துலாரியிடம்தான் கடன் வாங்க வேண்டும்."

"அவளிடமே வாங்கு. வட்டி எல்லோரும்தான் வாங்குகிறார்கள். மூழ்கப் போகிறவனுக்கு கங்கையென்ன? குளமென்ன? எல்லாம் ஒன்றுதான்."

ஹோரி வெளியே சென்று சிலம் புகைக்க உட்கார்ந்து விட்டான். எவ்வளவு சந்தோஷமாய் விட்டது துன்பம் என்றிருந்தான். ஆனால் இந்த தனியா, மூச்சு விடவிட்டால்தானே! எப்பொழுது பார்த்தாலும் ஏறுமாறாகத்தான் நடப்பாள். ஏதோ பிசாசு பிடித்திருக்கிறது போலிருக்கிறது. வீட்டின் நிலைமையைப் பார்த்தும் கூட இவள் கண்கள் திறக்கவில்லை.

❑

25

போலா இன்னொரு பெண்ணைத் திருமணம் செய்து கூட்டி வந்தார். பெண்டாட்டி இல்லாமல் அவரது வாழ்க்கை ரசமற்றதாகி விட்டிருந்தது. ஜூனியா இருந்தவரையில் அவள்தான் ஹுக்கா, தண்ணீர் என்று அவருக்கு வேண்டியதை எடுத்துத் தருவாள். நேரத்தில் சாப்பிட வந்து கூப்பிடுவாள். சாப்பாடு போடுவாள். பாவம் இப்பொழுது அவர் ஏனென்று கேட்பாரற்ற அனாதையாகி விட்டிருந்தார். மருமகள் மார்களுக்கு வீட்டு வேலை வெட்டிகளிலிருந்து அவகாசமே கிடைக்காதபோது, அவருக்கு வேண்டிய பணிவிடைகளை யார் செய்வது? இதனால் மறுமணம் இன்றியமையாததாகி விட்டது. அதிர்ஷ்டவசமாய் இளம் விதவை யொருத்தி கிடைத்தாள். அவள் கணவன் இறந்து மூன்று மாதங்கள்தான் ஆகியிருந்தன. ஒரு பிள்ளைகூட இருந்தான். போலாவிற்கு நாவில் நீர் ஊறியது. சட்டுபுட்டென்று வலையை வீசி வேட்டையை அடித்துக் கொண்டு வந்து விட்டார். கல்யாணம் ஆகும் வரையில் அவள் வீட்டையே விடாமல் சுற்றி வந்தார்.

இதுவரை நடந்தது வேறு விஷயம். அவர் வீட்டில் எல்லாம் மருமகள்தான் செய்து வந்தார்கள். தங்களிஷ்டம் போல் விருப்பம் போல் இருப்பார்கள், செய்வார்கள். ஜங்கி தன் மனைவியைக் கூட்டிக் கொண்டு லக்னோ போய்விட்டதும் காம்தாவின் மனைவிதான் வீட்டின் எஜமானியாக இருந்தாள். ஐந்தாறு மாதங்களுக்குள்ளேயே முப்பது, நாற்பது ரூபாய் சிறுவாடு பணம் அவள் கைக்கு வந்துவிட்டிருந்தது. சேர், அரைச் சேர் பாலோ, தயிரோ திருட்டுத் தனமாய் விற்றுவந்தாள். இப்பொழுது மாமனாரின் இரண்டாம் பெண்டாட்டி அவளுக்கு எஜமானியாகி விட்டாள். அவளுடைய கட்டுப்பாடெல்லாம் மருமகளுக்குப் பிடிக்கவில்லை. நாள் முழுவதும் இருவருக்குள்ளேயும் தகராறுதான். இந்தப் பெண்களால் அப்பாவிற்கும், பிள்ளைக்குமிடையேயும் வாய்ச் சண்டை மூண்டது. சச்சரவு முற்றித் தனிக்குடித்தனம் போடும்வரை வளர்ந்து விட்டது. தனிக்குடித்தனம் பிரியும் போது, அடிதடி நிச்சயம் இருக்க வேண்டும் என்ற நியதி ஆதிகாலம் தொட்டே இருந்து வந்திருக்கிறதல்லவா? இங்கும் அதே நியதி கடைப்பிடிக்கப் பட்டது.

காம்தா இளைஞன். அப்பா என்ற பெயரில் அவன் மீது போலாவிற்கு உரிமை இருந்தது. ஆனால் இளைய மனைவியைக் கூட்டிக் கொண்டு வந்த பிறகு பிள்ளையிடம் தகுந்த மரியாதையைப் பெறும் உரிமை அவருக்கிருக்கவில்லை. அதிலும் காம்தா இதை கொஞ்சம்கூட ஏற்றுக் கொள்ளவில்லை.

அவன் போலாவைக் கீழே தள்ளி எட்டி உதைத்து, வீட்டை விட்டு வெளியே தள்ளி விட்டான். வீட்டில் எந்தப் பொருளையும் தொடக்கூட விடவில்லை. கிராமத்திலுள்ளவர்களும் போலாவின் பக்கம் நிற்கவில்லை. புதுக் கல்யாணம் போலாவிற்குக் கெட்ட பெயரை ஏற்படுத்தி விட்டது. இரவை அவர் எப்படியோ மரத்தடியில் கழித்தார். பொழுது விடிந்ததும் நோகேராமிடம் போய்ச் சேர்ந்து தனது புகாரைக் கொடுத்தார். போலாவின் கிராமமும் அவருடைய இலாக்காவிற்குள்ளேதானிருந்தது. அந்த இலாக்கா முழுவதற்குமான அதிகாரி, மணியக்காரர் எல்லாம் அவர்தான். நோகேராமிற்கு போலாவின் மீது இரக்கம் எப்படி வரும்? ஆனால் அவருடன், ஒரு துடிப்பான, அழகிய பெண்ணைப் பார்த்ததும் உடனே புகல் அளிக்க இசைந்து விட்டார். அவருடைய மாடுகள் கட்டியிருந்த கொட்டகையில் ஒரு அறையை அவர்கள் தங்குவதற்காகக் கொடுத்து விட்டார். தன்னுடைய மாடுகளை கவனிக்க, தவிடு, புண்ணாக்கு, தண்ணீர் வைக்க, விஷயம் தெரிந்த ஒருவன் தேவையென்று, திடீரென அவருக்குத் தோன்றியது. மாதம் மூன்று ரூபாய் சம்பளம், ஒரு நாளுக்கு ஒரு சேர் தானியம் எனப் பேசி வேலைக்கு அமர்த்திக் கொண்டு விட்டார்.

நோகேராம், குள்ளமாய், குண்டாய், சொட்டை தலையும், நீண்ட மூக்கு, சின்னச் சின்ன கண்களுமாய், மாநிறமாய் இருப்பார். பெரிய தலைப்பாகைக் கட்டி இருப்பார். நீண்ட குர்தா அணிந்து கொள்வார். குளிர்காலத்தில் சால்வை போர்த்திக் கொண்டுதான் வெளியே போய் வருவார். தைலம் மாலிஷ் செய்து கொள்வதென்றால் அவருக்கு ரொம்பவும் பிடிக்கும். இதனால் அவரது துணிமணிகள் எப்பொழுதும் அழுக்காய், சிக்கு பிடித்திருக்கும். அவருக்குப் பெரிய குடும்பம். ஏழு அண்ணன் தம்பிகள், அவர்களுடைய குழந்தை குட்டிகள் யாவரும் அவரை அண்டித்தானிருந்தனர். அவருடைய மகன் ஒன்பதாவது வகுப்பில் இங்கிலீஷ் படித்துக் கொண்டிருந்தான். அவனுடைய துரைத்தனமான ஆடம்பரத்தைச் சமாளிப்பது சுலபமான வேலையல்ல. ராய் சாகப்பிடமிருந்து அவருக்கு மாதம் பன்னிரெண்டு ரூபாய் சம்பளம் கிடைக்கும். ஆனால் வீட்டுச் செலவு மாதம் நூறு ரூபாய்க்கு ஒரு காசு குறையாது. இதனால் யாராவது குடியானவன் அவர் கைக்குள் சிக்கி விட்டால் அவனை நன்றாக உறிஞ்சாமல் விடமாட்டார். முதலில் ஆறு ரூபாய்தான் சம்பளம். அப்பொழுதெல்லாம் குடியானவர்களை இத்தனை கசக்கிப் பிழிய மாட்டார். பன்னிரெண்டு ரூபாய் சம்பளமானதிலிருந்து அவருடைய ஆசை பின்னும் அதிகமாகி விட்டது. இதனால்தான் ராய் சாகப் அவருடைய சம்பளத்தை உயர்த்தவில்லை.

கிராமத்தில் எல்லோருமே ஏதோ ஓர் விதத்தில் அவருடைய ஆதிக்கத்திற்கு உட்படத்தான் வேண்டியிருந்தது. தாதாதீன், ஜீங்குரி சிங் கூட அவருக்கு இச்சகம் பாடி, முகஸ்துதி செய்ய வேண்டியிருந்தது. படேசுவரி ஒருவர் மட்டும்தான் அவருடன் சண்டைக்கு எப்பொழுதும் தயாராக இருந்தார். நான் பிராமணன், காயஸ்தர்களை என் சுண்டுவிரலால் ஆட்டி வைப்பேன் என்ற கர்வம் நோகேராமிற்கு இருந்தால், நான் காயஸ்தன், பேனா மன்னன் இந்தத் துறையில் யாரும் எங்களை ஜயித்து விடமுடியாது என்ற கர்வம் படேசுவரிக்கிருந்தது. மேலும் அவர் ஜமீன்தாரின் ஆளல்ல. சர்க்காரின் ஊழியர். அதுவும் சூரியன் அத்தமிக்காத அரசின் ஊழியர். நோகேராம் ஏகாதசி விரதமிருக்கிறார். ஐந்து பிராமணர்களுக்குச் சாப்பாடு போடுகிறார் என்றால், படேசுவரி ஒவ்வொரு பௌர்ணமிக்கும் சத்ய நாராயணின் கதை கேட்பார். பத்து பிராமணர்களுக்குச் சாப்பாடு போடுவார். அவருடைய மூத்த பிள்ளை, வரி வசூலிக்கும் ஊழியனாகி விட்டதிலிருந்து நோகேராம், தன் பிள்ளை எப்படியாவது பத்தாவது வகுப்புத் தேறிவிட்டால், அவனையும் எங்கேயாவது நகலெடுக்கும் குமாஸ்தாவாக உட்கார வைத்து விடலாம் என்றிருந்தார். இதற்காகவே அதிகாரிகளுக்கு ஏதேனும் பண்டம், பொருள் எனக் காணிக்கை எடுத்துக் கொண்டு அடிக்கடி போய்ப் பார்த்து வந்தார். இன்னுமொரு விஷயத்திலும் படேசுவரி அவருக்கு மேலே இருந்தார். தனது விதவைச் சமையற்காரியை அவர் வைப்பாக, வைத்துக் கொண்டிருப்பதாக ஊராரின் எண்ணம். இப்பொழுது நோகேராமிற்கும் தனது அந்தஸ்திலிருந்து இக்குறையை நீக்கிக் கொள்ள தக்க வாய்ப்பு கிட்டும் போலிருந்தது.

“போலா! நீ இங்கே நிம்மதியாய் இரப்பா! எதைப் பற்றியும் கவலையில்லை. எது வேண்டுமோ என்னிடம் வந்து கேள். உன்னுடைய வீட்டுக்காரிக்கும் ஏதாவதொரு வேலை, வெட்டி பார்த்துத் தருகிறேன். களஞ்சியத்தில் தானியம் வைப்பது, எடுப்பது, குத்துவது, புடைப்பது எல்லாம் வேலையில்லையா?” என்று ஆறுதலாகக் கூறினார்.

“ஐயா! ஒரு தரம் காம்தாவைக் கூப்பிட்டு விசாரியுங்கள். அப்பாவிடம் ஒரு பிள்ளை நடந்து கொள்கிற முறையா இது. அந்த வீடு நான் கட்டியது. மாடு கன்று எல்லாம் வாங்கியது நான். என் சம்பாத்தியம் அது. இப்பொழுது அவன் எல்லாவற்றையும் கைப்பற்றிக்கொண்டு எங்களை வெளியே தள்ளி விட்டான். இது அநியாயமில்லாமல் வேறென்ன? நீங்கள்தான் எங்கள் எஜமானர். உங்களுடைய சமூகத்தில்தான் இதற்கு நியாயம் கிடைக்க வேண்டும்” என்றான் போலா.

“போலா! அவனோடு சண்டை போட்டு நீ ஜயிக்க முடியாது. அவன் செய்ததற்கு கடவுள் அவனுக்குத் தண்டனை அளிப்பார். அநியாயம் செய்து இதுவரை யாரும் நன்றாக வாழ்ந்து விடவில்லை. உலகத்தில் அநியாயங்கள் நடக்காவிட்டால் இதை நரகம் என்று எப்படிச் சொல்லுவது? இங்கு நியாயத்தையும், தர்மத்தையும் யார் கேட்கிறார்கள்? பகவான் எல்லாவற்றையும் பார்த்துக் கொண்டு

தானே இருக்கிறார். உலகத்தில் நடக்கும் ஒவ்வொரு சின்னஞ்சிறு விஷயமும் அவருக்குத் தெரியும். உன் மனதில் இப்பொழுதிருக்கும் வேதனையெல்லாம் அவருக்குத் தெரியாமலிருக்குமா? இதனால் தானே அவரை அந்தர்யாமி என்கிறோம். அவரிடம் தப்பி, யார் எங்கு போய் விடமுடியும்? நீ சும்மா, வாயை மூடிக் கொண்டிரு. பகவானுக்கு விருப்பமிருந்தால் நீ அங்கிருந்ததைவிட இங்கு மோசமாய் வாழ்ந்துவிடப் போவதில்லை" என்று அறிவுரை வழங்கினார்.

அங்கிருந்து எழுந்து வந்த போலா, ஹோரியிடம் வந்து தன் கதையைச் சொல்லி அழுதான். ஹோரியும் தன் துன்பங்களைக் கூறிக் கொண்டான், "போலா அண்ணே! இந்தக் காலத்துப் பிள்ளைகளைப் பற்றி எதுவும் பேசாதே கேட்காதே! உயிரைக் கொடுத்து வளர்த்தினாலும், பெரியவனாகியதும், பகைவனாகி விடுகிறான். என்னுடைய கோபரைத்தான் பாரேன்! அம்மாவிடம் சண்டை போட்டுக் கொண்டு போனான். எத்தனை வருடங்களாகி விட்டன. ஒரு கடிதாசியா - தபாலோ எதுவும் இல்லை. அவனைப் பொறுத்த வரையில் அம்மா அப்பா செத்து விட்டார்கள். பெண்ணின் கல்யாணம் தலைக்குமேல் நிற்கிறது. ஆனால் இதுபற்றி அவனுக்கு அக்கறையில்லை. வயலை அடமானம் வைத்து இருநூறு ரூபாய் வாங்கி இருக்கிறேன். மானம், கௌரவத்தைக் காப்பாற்றியாக வேண்டுமே.

காம்தா.. அப்பனை வீட்டை விட்டுத் துரத்தி விட்டானே தவிர, இப்பொழுதுதான் அவர் எத்தனை உழைப்பாளி என்பதை உணர்ந்தான். விடியற்காலையில் எழுந்து மாட்டுக்கு தண்ணி, தீவனம் வைப்பது, பால் கறப்பது, பாலை எடுத்துக் கொண்டு கடைத் தெருவுக்குப் போவது, அங்கிருந்து வந்து மறுபடியும் மாட்டுக்கு பொட்டு, தவிடு, கலந்து வைப்பது, மாலையில் மீண்டும் பால் கறப்பது, பாலைக் கொண்டு போவது என ஒரு பதினைந்து நாட்களுக்குள் ஆளே மாறி விட்டான். கணவன் மனைவிக்குள் அடிக்கடி சண்டை வந்தது. "நான் உயிரை விட்டு உழைக்க உன் வீட்டிற்கு வரவில்லை. எனக்குச் சாப்பாடு போடுவ்து உனக்குச் சிரமமாக இருந்தால், நான் என் பிறந்த வீட்டிற்குப் போகிறேன்" என்றாள் அவள். காம்தா பயந்து போனான் - இவளும் போய் விட்டால் சாப்பாட்டிற்கென்ன வழி, அதையும் நாமே செய்ய வேண்டுமே என்று நினைத்தான். முடிவில் ஒரு ஆளை வேலைக்கு வைத்தார்கள். அவனால் காரியம் ஏதும் நடக்கவில்லை. மாறாக தவிடு, புண்ணாக்கு, வைக்கோல் எல்லாவற்றையும் திருட்டுத் தனமாக விற்கவாரம்பித்தான். எனவே அவனை வேலையிலிருந்து நீக்கி விட்டான். இதனால் புருஷன், மனைவிக்குள் மீண்டும் சச்சரவு மூண்டது. மனைவி கோபித்துக் கொண்டு பிறந்தகம் போய் விட்டாள். காம்தாவிற்கு கையும் காலும் உதறலெடுத்து விட்டது. வேறு வழியின்றி போலாவிடம் வந்து நின்றான். "அப்பா! நான் செய்த தவறுகளையெல்லாம் மன்னித்து விடு. இனி வீட்டிற்கு வந்து அதைப் பார்த்துக் கொள். நீ சொன்னபடி நான் கேட்கிறேன்" என வேண்டிக் கொண்டான்.

போலாவிற்கும் இங்கு கூலியாள் போல் வேலை செய்வது உறுத்திக் கொண்டிருந்தது. முதலிரண்டு மாதங்கள் அவனிடம் காட்டிய மரியாதை இப்பொழுதில்லை. சில சமயம் நோகேராம் போலாவை, படுக்கை விரிக்கும்படி, சிலம்பில் புகையிலைத் தூள் அடைக்கும்படி கூட உத்தரவிட்டார். அப்பொழுதெல்லாம் பாவம் போலா மனக் கசப்பை விஷம் போல் விழுங்கிக் கொண்டான். தன்னுடைய வீட்டில் என்னதான் சண்டை சச்சரவிருந்தாலும் இன்னொருவருக்குக் குற்றேவல் செய்ய வேண்டியதில்லையல்லவா?

ஆனால் அவனுடைய பெண்டாட்டி நோகரி இந்தப் பிரஸ்தாபத்தைக் கேட்டதும் இறுமாப்புடன், "எங்கேயிருந்து உதை வாங்கிக் கொண்டு வந்தாயோ, அங்கேயே திரும்பவும் போகப் போகிறாயா? உனக்கு வெட்கமாக இல்லையா?" என்றாள்.

"இங்கேயென்ன சிம்மாதனத்திலா உட்கார்ந்திருக்கிறேன்?" என்றான் போலா.

நோகரி நொடித்துக் கொண்டு, "நீ போவதானால் போ. நான் வரமாட்டேன்" என்றாள்.

நோகரி மறுப்பாள் என்பது போலாவிற்குத் தெரியும். இதன் காரணமும் கொஞ்சம் லேசாகத் தெரிந்திருந்தது. கொஞ்சம் புரிந்தது. கொஞ்சம் கண்ணால் பார்த்துமிருந்தான். இங்கிருந்து போய் விட வேண்டுமென அவன் நினைத்ததற்கு இதுவுமொரு காரணம். இங்கு யாரும் அவனை மதிக்கவில்லை. ஏனென்று கேட்கவில்லை. ஆனால் நோகரிக்கு ரொம்ப உபசாரம். ஆட்களிலிருந்து பெரியவர்கள் வரை அவளுக்குக் கட்டுப்பட்டு நடந்தனர். அவளுடைய பதிலைக் கேட்டு போலாவிற்குக் கோபமாய் வந்தது. ஆனால் என்ன செய்ய? நோகரியை விட்டுவிட்டுப் போய் விடும் தைரியம் அவனுக்கிருந்தால் அவளும் வேறு வழியின்றி அவன் பின்னாலேயே வருவாள். அவளைத் தனியாக இங்கு விட்டு வைக்கும் தைரியம் அவனுக்கில்லை. அவர் மறைந்திருந்து வேட்டையாடுபவர். ஆனால் நோகரி போலாவின் சுபாவத்தை நன்கு அறிந்து கொண்டிருந்தாள்.

போலா இறைஞ்சினான் – "இதோ பார்! நோகரி! தொந்தரவு செய்யாதே! இப்பொழுது அங்கே மருமகள்மார் யாருமில்லை. உன் கையில்தான் எல்லாமிருக்கும். இங்கு வேலையாளாக இருப்பது சாதி சனத்திலே எத்தனை இழிவை உண்டாக்கி இருக்கிறது தெரியுமா? யோசித்துப் பார்" என்றான்.

"நீ போவதானால் போ! நான் உன்னைத் தடுக்கவில்லை. பிள்ளை கொடுத்த உதை உனக்குப் பிரியமாக இருக்கும். ஆனால் எனக்கு அப்படியில்லை. எனக்கு என் வேலை போதும்" என்றாள் அலட்சியமாக.

வேறுவழியின்றி போலா இருக்க வேண்டி வந்தது. காம்தா தன் மனைவியை சந்தோஷப்படுத்தி, சமாதானப்படுத்தி மீண்டும் அழைத்துக் கொண்டான். இங்கு நோகரியைப் பற்றி வதந்திகள் பரவலாயின. நோகரி இன்று ரோஜாவர்ணப் புடவை கட்டிக் கொண்டிருக்கிறாள். இனிக் கேட்கவேண்டுமா? தினமும் ஒரு புதுப்புடவைதான். காதலனே காவல் அதிகாரி, இனி பயமேன்?

போலாவிற்குக் கண் அவிந்தா போய் விட்டது! இப்படி பல பேச்சுக்கள் அடிபட்டன.

சோபா கேலியாகவும் தமாஷாகவும் பேசுபவன். கிராமத்திற்கே அவன்தான் விதூஷகன் மட்டுமல்ல நாரதரும்கூட. ஒவ்வொரு விஷயத்தையும் கூர்ந்து கவனிப்பான். ஒருநாள் நோகரியை வீட்டிலே சந்தித்தான். கொஞ்சம் கேலி செய்தான். அவள் நோகேராமிடம் சென்று வத்தி வைத்து விட்டாள். நோகேராம் அவனை அழைத்து விசாரித்தது மட்டுமல்ல. அவன் தன் ஆயுசுக்கும் மறக்க முடியாதபடி அதட்டல் மிரட்டலும் கிடைத்தன. ஒருநாள் லாலா படேசர் நாத்திற்கும் கேடுகாலம் வந்து விட்டது. கோடை நாட்கள். லாலாஜி தன் தோட்டத்தில் மாம்பழம் பறித்துக் கொண்டிருந்தார். நோகரி சிங்காரித்துக் கொண்டு அந்த வழியாகச் சென்றாள். லாலாஜி - “நோகரி ராணி! இங்கே வா! கொஞ்சம் மாம்பழம் வாங்கிக் கொண்டு போ. இனிப்பாக இருக்கும்” என்றார்.

இதை நோகரி லாலாஜி தன்னைப் பரிகாசம் செய்வதாய் நினைத்துக் கொண்டு விட்டாள். இப்பொழுது அவளுக்கு கர்வம் வந்து விட்டிருந்தது. எல்லோரும் தன்னை ஜமீன்தாரிணி என்று நினைக்க வேண்டுமென விரும்பினாள் அவள். இதனால் தன்னை மதித்து மரியாதை செய்ய வேண்டும் என்றும் நினைத்தாள். கர்வமுள்ளவன் பெரும்பாலும் சந்தேகப் பிராணியாகவும் இருப்பான். அதிலும் மனத்தில் கள்ளமிருக்கும் போது, சந்தேகம் பின்னும் வலுத்து விடும். என்னைப் பார்த்து அவன் சிரித்தான். எல்லோரும் என்னைப் பார்த்து ஏன் பொறாமைப் படுகிறார்கள்? நான் யாரிடமும் எதுவும் கேட்கப் போகவில்லை. எவள் பெரிய பதிவிரதை? சற்று என் முன்னால் வரட்டும் பார்க்கலாம். இதற்குள் நோகரிக்கு அந்தக் கிராமத்தின் ரகசியங்கள் எல்லாம் தெரிந்து விட்டிருந்தன. இந்த லாலாஜி - சமையற்காரியை வைத்துக் கொண்டிருப்பவர் என்னைப் பார்த்துக் சிரிக்கிறாரா? இவரை யாரும் எதுவும் சொல்வதில்லை. பெரிய மனிதர் அல்லவா? நோகரி ஏழைதான். தாழ்ந்த சாதி. அதனால்தான் எல்லோரும் பரிகாசம் செய்கிறார்கள். அப்பனைப் போலத்தானே பிள்ளையும். இவன் பிள்ளை ரமேசுவரி அந்த சிலியா பின்னால் பைத்தியமாய் திரிகிறானே! சக்கிலிப் பெண்கள் மீது கழுகு போல் பாய்கிறார்கள். ஆனால் நாங்கள் உயர்ந்தவர்கள் என்று மார் தட்டுகிறார்கள் என்றெல்லாம் நினைத்தவள் - சட்டென்று நின்று “லாலாஜி! நீங்கள் எப்பொழுதிலிருந்து கொடைவள்ளல் ஆகிவிட்டீர்கள்? கிடைத்தால் இன்னொருவனின் ரொட்டியைப் பறித்துக் கொண்டு போகிறவர் இன்று பெரிய மாம்பழக்காரர் ஆகிவிட்டீர்களா? சொல்லி விட்டேன்! என்னிடம் வம்பு தும்பு வைத்துக் கொள்ளாதீர்” என்றாள் கடுமையாக.

ஓஹோ! இந்த இடைச்சிக்கு இத்தனை திமிராகி விட்டதா? நோகேராமை வலையில் போட்டுக் கொண்டதும் இந்த உல கத்திலேயே தன்னுடைய ராஜ்யம்தான் என்ற நினைப்பா! லாலாஜி சொன்னார் - “நீ என்ன தளுக்கு மிளுக்கு செய்கிறாய் நோகரி! கிராமத்தில் யாரையும் இருக்க விடமாட்டாய் போலிருக்கிறதே!

இத்தனை சீக்கிரமாய் உன் நிலையை மறந்து விடாதே! கொஞ்சம் நாவை அடக்கிப் பேசு" என்றார்.

"நானென்ன உன் வாசலுக்குப் பிச்சை எடுக்க வந்தேனா?"

"நோகேராம் நிழல் தந்திராவிட்டால், பிச்சைதான் எடுத்திருப்பாய்."

நோகரிக்கு மிளகாயைக் கடித்தது போலிருந்தது. வாயில் வந்தபடி, அயோக்கியன், தூர்த்தன், சோமாறி, காவாலி, அதிகப் பிரசங்கி, நடத்தை கெட்டவன் என இன்னும் என்னென்னவோ திட்டினாள். வசைமாரி பொழிந்தாள். அதே கோபத்துடன் வீடு திரும்பி, தன்னறைக்குள்ளிருந்த பாத்திரம் பண்டங்களை யெல்லாம் எடுத்து வெளியே வைக்கலானாள்.

நோகேராம் இதையெல்லாம் கண்டதும் திகிலுற்றவராய், வெளியே வந்து, "நோகரி! இதெல்லாம் என்ன? ஏன் சாமான்களை யெல்லாம் வெளியே எடுத்து வைக்கிறாய்? யாரேனும் ஏதேனும் சொன்னார்களா?" என்றார்.

நோகரி ஆண்களை ஆட்டிப் படைக்கும் கலையில் வல்லவள். தன் வாழ்க்கையில் அவள் கற்றிருந்த வித்தை இந்த ஒன்றே ஒன்றுதான். நோகேராம் படித்தவர். சட்டம் கிட்டமெல்லாம் நன்கறிந்தவர். தர்மகிரந்தங்களையெல்லாம்கூடப் படித்தறிந்தவர். பெரிய பெரிய பாரிஸ்டர்கள், வக்கீல்களைக்கூட தன் சட்ட ஞானத்தால் திகைக்க வைத்தவர். ஆனால் இந்த ஞானசூனியமான நோகரியின் கைப்பாவையாகி விட்டிருந்தார்.

நோகரி புருவத்தை நெறித்தவளாய், "எல்லாம் காலத்தின் கோலம். நானிங்கு வந்து சேர்ந்து விட்டேன். ஆனால் என் மானத்தை இழக்க நான் தயாராக இல்லை" என்றாள்

அவ்வளவுதான் பிராமணன் வீறு கொண்டு விட்டான். மீசை துடிக்க – "உன்னைப் பார்ததவனின் கண்ணைப் பிடுங்கி விடுவேன்" என்றார்.

நோகரி இரும்பை இன்னும் காய்ச்சி சம்மட்டியால் அடித்தாள், "எப்பொழுது பார்த்தாலும் லாலா படேசுவரி என்னிடம் தாறுமாறாய் பேசுகிறார். நானென்ன தேவடியாளா! என்னிடம் பணத்தை நீட்ட, ஊர் முழுவதும் பெண்கள் இருக்கிறார்கள், யாரும் அவர்களிடம் வம்பு செய்வதில்லை. யாரைப்பார், என்னையே சீண்டுகிறார்கள்."

நோகேராமிற்கு கோபம் தலைக்கேறி விட்டது. தன்னுடைய குண்டாந்தடியை எடுத்துக் கொண்டு, புயல் வேகத்தில் சீறிக் கொண்டு தோட்டத்திற்குப் போய் உரத்த குரலில், "நீ பெரிய ஆண்பிள்ளையானால் வாடா! வெளியே!" என்று அறைகூவி அழைத்தார். "வாடா! உன் மீசையைப் பிடுங்குகிறேன்! உன்னைத் தோண்டிப் புதைத்து விடுவேன் தெரியுமா! வாடா என் முன்னால்! என்னவென்று நினைத்துக் கொண்டிருக்கிறாய்! இன்னொரு முறை நோகரியைச் சீண்டினாய்! தெரியும் சேதி! உன் ரத்தத்தை உறிஞ்சி விடுவேன். உன் கணக்குப்பிள்ளை வேலையெல்லாம் பிடிங்கி

விடுவேன். உன்னைப் போலவே எல்லோரையும் நினைத்துக் கொண்டிருக்கிறாயா? என்ன திமிருடா உனக்கு?"

லாலா படேசுவரி தலை குனிந்து, மூச்சடங்கிப் போய் ஜடமாகி நின்றார். வாயைக் கொஞ்சம் திறந்தாலும் கேடுகாலம் வந்து விடும் என்று தெரியும். தன் வாழ்க்கையில் இத்தகையதொரு அவமானத்தை, அவமதிப்பை அவர் சந்திக்க நேர்ந்ததே இல்லை. ஒரு தரம் ஒரு சிலர் குளத்தங்கரையில் அவரைச் சூழ்ந்து கொண்டு நன்றாக அடித்து விட்டார்கள். ஆனால் ஊரில் ஒருவருக்கும் அந்த விஷயம் தெரியாது. யாரிடமும் இதற்கு எந்தப் பிரமாணமுமில்லை. ஆனால் இன்று ஊர்ச்சனங்களின் முன்னே, அவரது மானம் குலைக்கப் பட்டுவிட்டது. நேற்று இந்தக் கிராமத்தில் ஒண்டிக் கொள்ள இடம் தேடி வந்த ஒருத்தி அவள். இன்று ஊர் முழுவதும் அவளது அட்டகாசம், எல்லோருக்கும் அவளிடம் அச்சம். இனி அவளைச் சீண்ட யாருக்கேனும் துணிவு வருமா? படேசுவரியாலேயே ஒன்றும் செய்ய இயலாத போது மற்றவர்கள் எம்மாத்திரம்?

இப்பொழுது நோகரிதான் அந்தக் கிராமத்தின் ராணியாகத் திகழ்ந்தாள். அவள் வருவதைக் கண்டாலே குடியானவர்கள் வழிவிட்டு ஒதுங்கினர். அவளுக்கு ஏதோ கொஞ்சம் புஷ்பம் அட்சதை போட்டுவிட்டால் நோகேராமிடம் நிறைய காரியம் சாதித்துக் கொள்ளலாம் என்பது ஊர் அறிந்த ரகசியமாகி விட்டது யாருக்கேனும் வரிவசூலிக்க வேண்டுமா, குத்தகை கட்ட, வரிகட்ட அவகாசம் கேட்க வேண்டுமா, வீடு கட்ட நிலம் வேண்டுமா, நோகரிக்கு பூசை நைவேத்தியம் வைக்காமல் காரியம் நடக்காது. சில சமயம் பெரியதனக்காரர்களான விவசாயிகளைக் கூட அவள் அதட்டுவாள். குடியானவர்கள் மீது மட்டுமல்ல இப்பொழுது காரியஸ்தர் மீதுகூட, தன் அதிகாரத்தைக் காட்டத் துவங்கி இருந்தாள்.

போலா, அவள் தயவில் வாழ விரும்பவில்லை. பெண்ணின் சம்பாத்தியத்தைச் சாப்பிட்டு வயிறு கழுவுவதைவிட, அதமமான செயல், அவரது நோக்கில் வேறெதுவுமில்லை. அவருக்கு மாதம் மூன்று ரூபாய் கிடைத்தது. இதுகூட அவர் கைக்கு நேராக வராது. நோகரி அதையும் வாங்கி செலவு செய்து விடுவாள். புகையிலைக்கு காலணா கூட அவரிடம் இருக்காது. ஆனால் நோகரி தினமும் இரண்டணாவிற்கு வெற்றிலை பாக்கு போடுவாள். மேலும் வீட்டில் யாரைப் பார்த்தாலும் அவரை மிரட்டி, அதட்டினார்கள், சேவகர்கள், அவரை சிலம் நிரப்ப வைத்தார்கள், விறகு வெட்டச் சொன்னார்கள். பாவம், நாள் முழுவதும் வேலை செய்து களைத்துச் சோர்ந்து போய் வாசலிலிருந்த மரத்தின் கீழ் தொய்ந்து போய்க் கிடந்த நார்க் கட்டிலில் கிடப்பார். ஒரு லோட்டாத் தண்ணீர் கொடுப்பவர் கூட கிடையாது. பகலில் செய்த பழைய ரொட்டி இரண்டு இரவு சாப்பிடக் கிடைக்கும். அது கூட வெறும் உப்புக்கல், தண்ணீருடன். வேறெதுவும் கிடையாது.

கடைசியில் மனம் நொந்து போய், தன் வீட்டிற்குப் போய், காம்தாவுடன் இருந்து விடுவது என நிச்சயித்தார் போலா. வேறெதுவுமில்லாவிட்டாலும் வயிற்றுக்கு இரண்டு ரொட்டி

கிடைக்கும். அது போதும். என்ன இருந்தாலும் அது அவருடைய வீடு.

"நான் யாருக்கும் அடிமை வேலை செய்ய அங்கு வரமுடியாது" என்றாள் நோகரி.

போலா மனத்தைக் கல்லாக்கிக் கொண்டு, "உன்னை வரும்படி நான் சொல்லவில்லையே! நான் என்னைப் பற்றித்தான் பேசுகிறேன்." என்றார்.

"என்னை விட்டுவிட்டுப் போய் விடுவாயா? உனக்கு வெட்கமாக இல்லை இதைச் சொல்ல?"

"வெட்கம் மானத்தைப்யெல்லாம் கரைத்து குடித்தாகி விட்டதே"

"ஆனால் நான் என் வெட்கமானத்தை விடத் தயாராக இல்லை. என்னை விட்டுவிட்டு நீ போக முடியாது."

"நீ உன் இஷ்டம் போல் நடந்தால், நான் ஏன் உனக்கு அடிமையாக இருக்க வேண்டும்?"

"பஞ்சாயத்தைக் கூட்டி, உன் முகத்தில் கரியைப் பூசுவேன். தெரிந்து கொள்."

"இப்பொழுது பூசியிருக்கும் கரி குறைவானதா? நீ இன்னமும் என்னை ஒன்றும் தெரியாது என்று ஏமாற்ற விரும்புகிறாயா?"

"என்ன பெரிய அதிகாரம் செய்கிறாய்? நித்தம் நித்தம் நகை பண்ணி போடுகிறாயா எனக்கு? இந்த நோகரி யாருடைய அதிகாரத்தையும் பொறுத்துக் கொள்பவள் அல்ல."

போலா கோபத்துடன் எழுந்து தலைமாட்டில் வைத்திருந்த தடியை எடுத்துக் கொண்டு புறப்பட்டதும், நோகரி லபக்கென்று அவரைப் பிடித்துக்கொண்டு விட்டாள். வலுவான அவள் கரங்களின் பிடியிலிருந்து, போலாவால் தன்னை விடுவித்துக் கொள்ள இயலவில்லை. சத்தமில்லாமல் கைதிபோல் அப்படியே உட்கார்ந்து விட்டார். அவர் பெண்களின் அன்பான அணைப்பில் கட்டுண்டு கிடந்த காலம் ஒன்றுண்டு. ஆனால் இன்று! இந்தப் பிடியிலிருந்து அவரால் தன்னை விடுவித்துக் கொள்ள இயலவில்லை. திமிறிக் கொண்டு வெளியேறி, தன்னைச் சூழ்ந்திருந்த திரையை விலக்கிவிட அவர் விரும்பவில்லை என்பதுதான் உண்மை. தனது எல்லை எது என்பது அவருக்குப் புரிந்து விட்டிருந்தது. பயமின்றி வெளியே நின்று "உனக்கும் எனக்கும் சரிப்படவில்லை. நான் உன்னைத் துறந்து விடுகிறேன்" என்று அவரால் சொல்ல முடியவில்லை. பஞ்சாயத்தைக் கூட்டுவேன் என்கிறாள் அவள். கூட்டட்டுமே! பஞ்சாயத்தென்ன பெரிய பூச்சாண்டி! எனக்கு பஞ்சாயத்திடம் பயமில்லை. நானெதற்காக அதனிடம் பயப்பட வேண்டும்?"

ஆனால் இந்த எண்ணங்களுக்கு வார்த்தைகளாக வெளிப்படும் தைரியமில்லை. நோகரி என்னதான் மாயம், வசியம் செய்திருந்தாளோ!

❑

26

கணக்குப் பிள்ளைகளின் சமுதாயத்திற்குரிய சகல கல்யாண குணங்களின் அவதாரமாக விளங்கினார் லாலா படேசுவரி. எந்தவொரு குடியானவனும் தன்னுடைய இன்னொரு சகோதரனின் நிலத்தின் ஒரு அங்குல பூமியை ஆக்கிரமித்துக் கொண்டாலும் அதைக் காணச் சகிக்க மாட்டார். அதே போல் வட்டிக் கடைக்காரனுக்குக் கொடுக்க வேண்டிய பணத்தை குடியானவன் கொடுக்காமலிருந்தாலும் விடமாட்டார். கிராமத்திலுள்ள எல்லா உயிர்களின் நன்மையையும் ரட்சிப்பது தனது மேலான கடமையாகவே அவர் கருதினார். சமரசம், நட்பு முறை இதிலெல்லாம் அவருக்கு நம்பிக்கை கிடையாது. இதெல்லாம் உயிர் துடிப்பற்றுப் போனதின் அறிகுறிகள் என்பது அவரது எண்ணம். இதனால் இரவும் பகலும் இந்த வாழ்வுக்கு ஓர் விறுவிறுப்பை, வேகத்தைத் தர அவர் முயன்று கொண்டே இருந்தார். ஏதாவதொரு கலகத்தை மூட்டி விட்டுக் கொண்டே இருப்பார். இச்சமயம் அவரது அருள் நோக்கு மங்குரு சாஹுவின் மீது திரும்பி இருந்தது. கிராமத்திலேயே அவன்தான் எல்லோரையும் விடப் பணக்காரன் என்றாலும் உள்ளூர் அரசியலிலிருந்து விலகி இருப்பான். அதிகாரம், ஆதிக்கம் செலுத்த வேண்டுமென்ற ஆசையே அவனுக்கில்லை. அவனுடைய வீடு கூட கிராமத்திற்கு வெளியே இருந்தது. அங்கே அவன் ஒரு தோட்டம், கிணறு, ஒரு சிறிய சிவாலயம் முதலியவற்றைத் தனக்காக ஏற்படுத்திக் கொண்டிருந்தார். அவருக்குக் குழந்தை குட்டிகள் எதுவுமில்லை. இதனால் லேவாதேவி செய்வதைக் குறைத்துக் கொண்டு தனது நேரத்தை பூசை வழிபாடுகளில் அதிகமாக செலவிட்டான். எத்தனையோ, குடியானவர்கள் அவனிடம் கடன் வாங்கித் திருப்பித் தராமல் ஏப்பம் விட்டிருந்தனர். ஆனால் அவன் யார் மீதும் புகார் செய்து வழக்குத் தொடுக்கவில்லை. வட்டியும் முதலுமாய் ஹோரிகூட அவருக்கு நூற்று ஐம்பது கொடுக்கவேண்டி இருந்தது. ஹோரிக்கும் கடனை அடைக்க வேண்டுமே என்ற கவலை இருக்க வில்லை. மங்குருவும் வசூல் செய்ய வேண்டும் என முனைப்புடன் செயல்படவில்லை. இரண்டொரு முறை கேட்டனுப்பினார். மிரட்டி, அதட்டினார். பிறகு ஹோரியின் நிலைமையைக் கண்டு பேசாமலிருந்து விட்டார். இந்த முறை எதிர்பாராதவிதமாய், ஹோரியின் வயலில் கரும்பு விளைச்சல் எல்லோரையும்விட அதிகமாகக் கண்டிருந்தது. இருநூறு, இருநூற்றம்பது சுலபமாக கிடைக்கும் என்பது ஊராரின் கணிப்பு. படேசுவரி, மங்குருவிடம் இந்த சமயத்தில் ஹோரியின் மீது வழக்குப் போட்டால் அவரது பணம் சுலபமாக வசூலாகி விடும் என்று யோசனை கூறினார். சோம்பேறியாக இருந்தளவு மங்குரு இரக்கமுடையவன் அல்ல. இருந்தாலும் தொல்லையில் மாட்டிக்கொள்ள விரும்பவில்லை. ஆனால் படேசுவரி இந்தப் பொறுப்பைத் தன மீது எடுத்துக்

கொண்டார். மங்குரூ ஒருநாள்கூட கோர்ட்டுக்கு போக வேண்டியதில்லை. வேறு எந்தவிதமான சிரமம் இராது. உட்கார்ந்த இடத்திலேயே டிகிரியாகிவிடும் என்றதும் வழக்குத் தொடுக்க அவன் அனுமதி அளித்து விட்டான். கோர்ட்டுச் சிலவுக்கென்று பணமும் தந்து விட்டான். இங்கு என்ன சதியாலோசனை நடந்ததென்று ஹோரிக்கு எதுவுமே தெரியாது. எப்பொழுது வழக்குப் போடப்பட்டது, எப்பொழுது டிகிரியாகியது என்பதெல்லாம் அவனுக்குத் தெரியவேயில்லை. அமீனா அவனது கரும்புப் பயிரை ஏலம் போடவந்த பின்தான் அவனுக்கு விஷயமே தெரியும். கிராமம் முழுவதும் களத்து மேட்டில் கூடிவிட்டது. ஹோரி மங்குரூவின் வீட்டிற்கு ஓடினான். தனியா படேசுவரிக்கு வசைமாரி பொழியலானாள். அவளது விவகார ஞானம், இதெல்லாம் இந்த படேசுவரியின் கபடச் செயல்தான் என்பதைத் தெரிந்து கொண்டு விட்டது. மங்குரூ பூசையிலிருந்ததால் அவரைச் சந்திக்க இயலவில்லை. தனியாவின் வசவும் படேசுவரியை ஏதும் செய்ய இயலவில்லை. அங்கே கரும்புப் பயிர் நூற்றி ஐம்பது ரூபாய்க்கு ஏலம் போய் விட்டது. மங்குரூவின் பெயரில் அது வாங்கப் பட்டும் விட்டது. வேறு யாரும் ஏலம் எடுக்க முடியவில்லை. தனியாவின் திட்டுக்களை தாங்கிக் கொள்ளும் தைரியம் தாதாதீனுக்குகூட இருக்கவில்லை.

தனியா ஹோரியைத் தூண்டிவிட்டாள், "ஏன் உட்கார்ந்திருக்கிறாய்! கணக்குப் பிள்ளையிடம் போய் கேள்! உன் கிராமத்தார்களிடமே நீ இப்படி நடந்து கொள்வது தருமமா என்று கேள்."

"கேட்பதற்கு எனக்கெங்கே வாய் இருக்கிறது? உன் வசவுகள் அவர் காதில் விழாமலா இருக்கும்?" என தீனமான குரலில் வினவினான் ஹோரி.

"திட்டுவதுபோல் காரியம் செய்பவரைத் திட்டாமலிருப்பது எப்படி? திட்டுத்தான் கிடைக்கும்."

"நீ திட்டவும் திட்டுவாய், உறவும் கொண்டாடுவாய்?"

"பார்க்கலாம்! என் வயல் கிட்ட யார் வருகிறார்கள் என்று?"

"மில்காரர்கள் வந்து கரும்பை வெட்டிக் கொண்டு போவார்கள். நீயும், நானும் என்ன செய்ய முடியும்? வேண்டுமானால் நாலு வசவு வைது உன் நாக்கின் அரிப்பை வேண்டுமானால் தீர்த்துக் கொள்."

"நான் உயிரோடு இருக்கும்போது யாரேனும் என் பயிர் மீது கை வைக்க முடியுமா?"

"முடியும். நீயும் நானும் உயிரோடு இருக்கும்போதே முடியும். கிராமம் முழுவதும் ஒன்று சேர்ந்து தடுத்தாலும் அவனைத் தடுக்க முடியாது. இப்பொழுது கரும்பு என்னுடையதல்ல, மங்குரூ சாஹுவினுடையது. இனி நாம் அவருக்கு கடனாளி இல்லை".

கரும்புப் பயிர் போய்விட்டது. ஆனால் அதனுடன் கூடவே இன்னொரு புதுப்பிரச்சனையும் வந்து விட்டது. துலாரி இந்த விளைச்சலின் மீதுதான் கடன் கொடுக்கத் தயாராக இருந்தாள். இப்பொழுது எந்த ஆதாரத்தின் மீது கடன் தருவாள்? முன்னரே ஹோரி இருநூறு ரூபாய் கடன் கொடுக்க வேண்டியுள்ளது. இந்தக்

கரும்பு விளைச்சலில் பழைய பாக்கி அடைந்து விடும், புதிய கணக்கில் மீண்டும் கொடுக்கலாம் என்று நினைத்திருந்தாள். அவளுடைய கணிப்பில் ஹோரியின் விளைச்சல் இருநூறு பெறும். இதற்கு மேல் கொடுப்பது ஆபத்தானது. திருமண மாதங்கள் வரவிருந்தன. நாள் குறித்தாகி விட்டது. கௌரி மஹ்தோ எல்லா ஏற்பாடுகளையும் செய்திருப்பார். இனியும் திருமணத்தைத் தள்ளிப் போடுவது சாத்யமல்ல. ஹோரிக்கு ஒரே ஆத்திரம், துலாரியின் கழுத்தை நெறித்து விடலாமா என்றிருந்தது. எத்தனையோ கெஞ்சிக் கூத்தாடிப் பார்த்தான். தன்னாலானதையெல்லாம் முயன்று பார்த்தான். ஆயினும் அந்தக் கல்லான தேவியின் மனம் கொஞ்சம்கூட இளகவில்லை. அவன் புறப்படும்போது, இரு கரங்களையும் கூப்பி - "துலாரி! நான் உன் ரூபாயை எடுத்துக் கொண்டு ஓடிவிட மாட்டேன். அவ்வளவு சீக்கிரம் செத்தும் போகமாட்டேன். வயலிருக்கிறது. மரம் செடிகள் இருக்கின்றன. வீடு இருக்கிறது. பிள்ளை இருக்கிறான். உன் பணம் எங்கும் போகாது. என் மானம் தான் பறிபோய்க் கொண்டிருக்கிறது. அதைக் காப்பாற்று." என்றான். ஆனால் துலாரி, தயாளகுணத்தை, வியாபாரத்துடன் இணைத்துக் கொள்வதைச் சற்றும் ஏற்கவில்லை. வியாபாரத்திற்கு இரக்கமென்ற உருவம் கொடுக்க முடியுமானால் அவளுக்கு எந்தவிதமான ஆட்சேபணையுமில்லை. ஆனால் இரக்கத்திற்கு வியாபாரமெனும் உருவத்தையும் அவள் கற்றிருக்கவில்லை.

ஹோரி வீடு திரும்பியதும் தனியாவிடம் - "இனி?" என்றான். தனியா ஆத்திரத்தையெல்லாம் அவன் மீது காட்டினாள், "நீ விரும்பியது இதுதானே?"

அடிபட்ட பார்வையுடன் ஹோரி - "தவறு என்னுடையதா?"

"யாருடைய தவறாக இருந்தாலென்ன? உன் இஷ்டம் போலாகி விட்டது."

"நிலத்தை அடமானம் வைக்க வேண்டுமென்று விரும்புகிறாயா?"

"நிலத்தையும் அடமானம் வைத்து விட்ட பிறகு, என்ன செய்வாயாம்?"

"கூலிவேலை."

ஆனால் நிலம் இருவருக்குமே உயிர் போன்றது. அதில்தான் அவர்களுடைய மானம், மரியாதை, கௌரவம் யாவுமே அடங்கி யிருந்தது. யாரிடம் நிலமில்லையோ, அவன் சம்சாரி அல்ல. கூலியாள்.

பதில் வராது போகவே ஹோரி மீண்டும் கேட்டான், "என்ன சொல்லுகிறாய் நீ?"

தனியா துயரமிகுந்த குரலில் - "என்ன சொல்லுவது? கௌரி மஹ்தோ பராத்துடன் வருவார். ஒருவேளை சாப்பாடு போடு. காலையில் பெண்ணை அனுப்பிவை. உலகம் சிரித்தால் சிரிக்கட்டும். கடவுளுக்கு நமது மூக்கறுபட வேண்டும், முகத்தில் கரி பூசிக் கொள்ள வேண்டும், என்பதுதான் விருப்பமென்றால் நாமென்ன செய்ய?" என்றாள்.

தற்செயலாய் நோகரி சுங்கடிப் புடவை அணிந்தவளாய் எதிர்த் திசையிலிருந்து வந்து கொண்டிருப்பது தென்பட்டது. ஹோரியைக் கண்டதும் கொஞ்சம் முக்காட்டை முன்னே இழுத்து விட்டுக் கொண்டாள். ஹோரியிடம் சம்பந்தியென்ற உறவுமுறையைக் கொண்டாடினாள் அவள்.

தனியாவிற்கு அவளைப் பரிச்சியமாகியிருந்ததால் "சம்பந்தியம்மா! இன்று எங்கே இப்படி! வா.. வந்து உட்கார்" என்றாள் தனியா.

நோகரி தனது திக்விஜயத்தை முடித்திருந்தாள். பொது ஜன அபிப்பிராயத்தை தன்பால் திரட்டிக் கொள்ள அவள் முயற்சி செய்து கொண்டிருந்தாள். தனியா கூப்பிட்டதும் வந்து நின்றாள்.

தனியா அவளைத் தலையிலிருந்து கால்வரை ஒரு பார்வை பார்த்தபின், "ஏது இன்று இங்கு மறந்தாற்போல் வந்து விட்டது?" என்றாள்.

"சும்மாத்தான் உங்களையெல்லாம் பார்த்துப் போகலாமென்று வந்தேன். பெண்ணின் கல்யாணம் எப்பொழுது?" என விசாரித்தாள் நோகரி.

தனியா நிச்சயமற்ற குரலில், "எல்லாம் பகவானின் கையில். எப்பொழுது நடக்குமோ!" என்றாள்.

"இந்த முஹூர்த்த நாளிலேயே நடக்குமென்று கேள்விப்பட்டேனே! நாள் குறித்தாகி விட்டதா?"

"ஆமாம்! குறித்தாகி விட்டது."

"என்னையும் கூப்பிடுங்கள்"

"அவள் உன்னுடைய பெண். அழைப்பெதற்கு?"

"வரதட்சணை, சீர், செனத்தி, சாமான்களெல்லாம் வாங்கி இருப்பீர்கள், நான் பார்க்கலாமா?"

தனியா சங்கடத்திலாழ்ந்தாள். என்ன சொல்வது என்று புரியவில்லை. ஹோரி சட்டென்று சமாளித்தான் - "இன்னமும் சாமான், சட்டு எதுவும் வாங்கவில்லை. சாமானென்ன கொடுப்பது - தர்பைபுல் வைத்து, கன்யாதானம் தானே செய்ய வேண்டும்."

நோகரி அவநம்பிக்கையுடன் அவர்களை நோக்கினாள். தர்ப்பை வைத்து கன்யாதானமா! ஏன் மஹ்தோ? மூத்த பெண்! தாராளமாய் சிலவு செய்."

ஹோரி சிரித்தான். உனக்கு எல்லாம் பசுமையாகத் தெரிகிறது. ஆனால் இங்கு வறட்சி... எனக் கூறுவது போலிருந்தது அந்தச் சிரிப்பு.

"பணம் காசுக்குத்தான கஷ்டம். தாராளமாய் சிலவு செய்வது எப்படி? உன்னிடம் மறைப்பானேன்" என்றான் ஹோரி.

"பிள்ளை சம்பாதிக்கிறான். நீ சம்பாதிக்கிறாய். அப்படியுமா பணம் காசுக்குக் கஷ்டம்? யார் நம்புவார்கள்?"

"பிள்ளை சரியாகயிருந்தால் பின் ஏன் இந்தத் துக்கம்? கால் கடுதாசிகூடக் கிடையாது. பணம் எங்கிருந்து அனுப்பப் போகிறான்? அவன் போய் இது இரண்டாவது வருஷம். ஒரு கடுதாசி கூட கிடையாது."

இதற்குள் சோனா மாடுகளுக்குப் பசும்புல் கட்டொன்றை தலையில் சுமந்தவளாய், திமிர்த்த இளமையைப் புடவைத் தலைப்பால் மறைத்தவாறு, கள்ளம் கபடமற்ற சிறுமி போல் வந்து நின்றவள், புல்கட்டை அங்கேயே போட்டு விட்டு உள்ளே சென்றாள்.

“பெண் நன்றாய் வளர்ந்து விட்டாள்” என்றாள் நோகரி.

“பெண்ணோட தளதளப்பு ஆமணக்கு வளர்த்தி மாதிரி! எத்தனை நாளைக்கு?” என்றாள் தனியா.

“வரன் நிச்சயமாகி விட்டதல்லவா?”

“நிச்சயமாகி விட்டது. பணம் ஏற்பாடாகி விட்டால், இந்த மாசமே முடித்து விடலாம்.”

நோகரியிடம் கொஞ்சம் ரூபாய்கள் சேர்ந்திருந்தன. அதுதான் கையில் துள்ளிக் கொண்டிருந்தது. அவள் சோனாவின் திருமணத்திற்குக் கொஞ்சம் பணம் கொடுத்து உதவினால், எத்தனை புகழ் கிடைக்கும் அவளுக்கு. கிராமம் முழுவதும் அவளைப் பற்றிப் பேசுவார்கள். எல்லோரும் வியந்துபோய், நோகரி இத்தனை ரூபாய் கொடுத்திருக்கிறாளாம். சாட்சாத் தேவிதான் என்பார்கள். ஹோரியும் தனியாவும் வீடுவீடாய் சென்று அவளைப் புகழ்ந்து பாராட்டுவார்கள். ஊரில் அவளுக்கு எத்தனை மதிப்பும், மரியாதையும், கௌரவமும் கூடிவிடும். அவளைச் சுட்டிக்காட்டி ஆட்சேபிக்கிறவர்களின் வாயைத் தைத்து விடுவாள் தைத்து. அப்புறம் அவளைப் பார்த்துச் சிரிக்கவோ, நையாண்டி பண்ணவோ, திட்டவோ, யாருக்குத் தைரியம் வரும்? இப்பொழுது ஊர் முழுவதும் அவளுக்கு எதிராக இருக்கிறார்கள். அப்புறம் எல்லோரும் அவளது நன்மையை விரும்புகிறவர்களாகி விடுவார்கள்.. இந்தக் கற்பனையிலே அவள் முகம் மலர்ந்து விட்டது.

“கொஞ்சம் பணம் போதுமென்றால், என்னிடம் வாங்கிக் கொள்ளுங்கள். பிறகு கையில் பணம் வந்ததும் கொடுத்தால் போதும்.”

ஹோரி, தனியா இருவரும் அவளையே பார்த்தனர். நோகரி – என்ன பரிகாசம் செய்கிறாளா? இருவர் விழிகளிலும் ஓரே சம யத்தில், வியப்பு, நன்றி, அவநம்பிக்கை, அச்சம்யென யாவும் பளிச்சிட்டன.

நோகரி மறுபடியும் சொன்னாள் – “உம்முடைய மரியாதையும் எங்கள் மரியாதையும் ஒன்றுதான். உங்களைப் பார்த்து ஊர் சிரித்தால், அது என்னைச் சிரித்தாற்போல் ஆகாதா எப்படியானாலென்ன? நீங்கள் என் சம்பந்தியல்லவா?”

ஹோரி கூச்சத்துடன் – “உன் பணம் வீட்டிலேதானே இருக்கிறது. தேவைப்படும்போது வாங்கிக் கொள்கிறோம். தன்னைச் சார்ந்தவர்களைத்தானே ஒருவன் நம்பவேண்டி இருக்கிறது. வெளியே ஏற்பாடாகி விட்டால், வீட்டுப் பணத்தை எதற்காகத் தொட வேண்டும்?” என்றான்.

“ஆமாம்! பின்னென்ன?” என ஆமோதித்தாள் தனியா. நோகரி நெருங்கிய உறவை வெளிப்படுத்தினாள், “வீட்டிற்குள்ளே பணமிருக்கிறதென்றால் வெளியாளிடம் போய் கை நீட்டுவானேன்!

வட்டியும் கொடுக்க வேண்டும். அதற்குமே ஸ்டாம்பு பத்திரம் வேறு எழுத வேண்டும். சாட்சி தேட வேண்டும். எழுத்துக் கூலி வேறு. முகஸ்துதி வேறே செய்ய வேண்டும்.. என் பணம் தீண்டத்தகாதென்றால் சரி.. அது வேற விஷயம்."

ஹோரி சமாளித்தான், "இல்லையில்லை நோகரி! அப்படியெல்லாம் ஒன்றுமில்லை. வீட்டிற்குள்ளேயே பணம் கிடைக்கத்தோது இருக்கிறதென்றால், வெளியாரிடம் போய் எதற்காகக் கை நீட்டப் போகிறோம். ஆனால் நமக்குள் இருக்கும் விஷயம் இது. வயல் வரப்பை நம்ப முடியாது. உனக்குச் சட்டென்று ஏதேனும் தேவைப்பட்டால், எங்களால் பணத்தைத் திரட்டிக் கொடுக்க முடியாமல் போய்விட்டால் உனக்கு ரொம்ப மனசு கஷ்டமாகி விடும். எங்களுக்கும் சங்கடமாகி விடும். அதனால்தான் சொல்லுகிறேன்."

"எனக்கு இப்பொழுது அந்தப் பணத்திற்கு அவசரமில்லை."

"அப்படியென்றால் உன்னிடமே வாங்கிக் கொள்கிறேன். கன்யாதானத்தின் பலன் எதற்காக வெளியாருக்குப் போக வேண்டும்?"

"எவ்வளவு பணம் தேவை?"

"உன்னால் எவ்வளவு கொடுக்க முடியும்?"

"நூறு ரூபாய் போதுமா?"

ஹோரிக்கு ஆசையுண்டாயிற்று. பகவான் கூரையைப் பிய்த்துக் கொண்டு கொடுக்கிறார். எத்தனை முடியுமோ, ஏன் வாங்கிக் கொள்ளக் கூடாது?

"நூறு ரூபாயிலும் காரியத்தை நடத்தலாம். ஐநூறிலும் நடக்கும். அவரவர் சக்தியின்படி"

"என்னிடம் மொத்தமாய் இருநூறு ரூபாய் இருக்கிறது. அதை நான் கொடுத்து விடுகிறேன்."

"அப்படியென்றால் ரொம்ப விமரிசையாகவே எல்லாம் நடக்கும். தானியம் வீட்டில் இருக்கிறது. ஆனால் ஒன்று சொல்லுகிறேன். உன்னை இப்படிப்பட்ட லட்சுமிதேவி என நான் நினைக்கவில்லை. இந்தக் காலத்தில் யார் யாருக்கு உதவி செய்ய முன் வருகிறார்கள்? நீ என்னை மூழ்குவதிலிருந்து கரையேற்றி விட்டாய்" என்றான் ஹோரி விம்மிதத்துடன்.

விளக்கேற்றும் நேரமாகிவிட்டது. குளிர்விழத் துவங்கிவிட்டது. நிலமங்கை நீல வண்ணப் போர்வையைப் போர்த்திக் கொண்டு விட்டாள். தனியா உள்ளே சென்று கணப்பை எடுத்து வந்தாள். எல்லோரும் குளிர் காயத்துவங்கினர். கணப்பின் ஒளியில் தளுக்கு மிளுக்கும், மோக மயக்கமும் நிறைந்த, நடத்தை கெட்ட வேசி நோகரி அவர்கள் முன்னால் வரமளிக்கும் தேவி போல் அமர்ந்திருந்தாள். இச்சமயம் அவள் விழிகளில் எத்தனை நெகிழ்வு, நல்லெண்ணம், கன்னங்களில் எத்தகைய கூச்சம், உதடுகளில்தான் எத்தகைய மென்சிரிப்பு.

சற்று நேரம்வரை ஏதேதோ பேசிக் கொண்டிருந்தபின் நோகரி எழுந்து – "நேரமாகி விட்டது. நான் வருகிறேன். நாளை வீட்டிற்கு வந்து ரூபாய் வாங்கிக் கொள். மஹ்தோ.." என்றாள் ஹோரியிடம்.

"புறப்படு. வீடு வரைக்கும் கொண்டு போய் விட்டு விட்டு வருகிறேன்." என்றான் ஹோரி.

"வேண்டாம், வேண்டாம். நீ உட்கார்ந்திரு. நான் போய்க் கொள்கிறேன்."

"உன்னைத் தோள் மீதே தூக்கிக் கொண்டு போகலாமா என்று தோன்றுகிறது."

நோகேராமின் இல்லம் கிராமத்தின் மறுகோடியிலிருந்தது. போக வர இருக்கும் வழியும் சுத்தமாய் இருந்தது. இருவரும் அந்தப் பாதையிலே நடந்தனர். நாற்புறமும் ஒரே அமைதி விரவி நின்றது.

"கொஞ்சம் அவருக்கு புத்தி சொல்லு! எதற்காக எல்லோரோடும் சண்டை போட்டுக் கொள்கிறார். இவர்களோடுதான் இருக்க வேண்டும் என்றிருக்கும்போது, நாலு பேர் நம்முடையவர்களாகி விடுவது போல் நடந்து கொள்ளணும். இவரென்னவோ, எல்லோரிடமும் சண்டை, எல்லோரிடமும் சச்சரவு. என்னை வீட்டுக்குள் உட்கார வைக்க வக்கு இல்லாத போது, நான் மற்றவர்களுக்கு கூலி வேலை செய்ய வேண்டி இருக்கும்போது, நான் யாரிடமும், சிரிக்கக்கூடாது, பேசக்கூடாது என்றால் முடியுமா? ஒருவரும் என்னைப் பார்க்கக் கூடாது. சிரிக்கக் கூடாது. இதெல்லாம் பர்தாவுக்குளிருந்தால்தான் முடியும். யாரேனும் என்னைப் பார்த்தால், சிரித்தால் நானென்ன செய்ய? பார்க்கிறவர்கள் கண்ணைப் பிடிங்கி விட முடியாதே. அன்பாய், பிரியமாய் இருந்தால் ஒருவனிடமிருந்து நூறு காரியம் சாதித்துக் கொள்ளலாம். காலம், நேரம் பார்த்துத்தான் நடந்து கொள்ளணும். ஒரு காலத்திலே உன் வீட்டு வாசலிலே யானை கட்டியிருந்தது என்றால், இப்போ அதனால் என்ன பயன்? இப்போ நீ மூன்று ருபாய் கூலி வாங்கும் கூலியாள். என் வீட்டிலும்தான் எருமை கட்டியிருந்தது. ஆனால் இப்போ நானும் கூலிக்காரிதான். ஆனால் அவருக்கு இதெல்லாம் எதுவும் புரிவதில்லை. சிலபோது பிள்ளை கிட்ட போறேன் என்கிறார். சிலசமயம் லக்னோ போறேன் என்கிறார். என்னைத் தொல்லைப் படுத்துகிறார். என்ன செய்ய?" என்றாள் நோகரி.

"இந்த போலாவிற்கு ஒன்றுமே தெரியவில்லை. வயதாகி விட்ட தென்றால் எல்லாம் புரிந்து கொள்ள வேண்டும். நான் சொல்லுகிறேன் அவருக்கு" என்றான் ஹோரி இதமாக.

"காலையிலே வா, பணம் தருகிறேன்."

"ஏதாவது பத்திரம் கித்திரம்?"

"நீ என் பணத்தை விழுங்கி விட மாட்டாய். எனக்குத் தெரியும்."

இதற்குள் வீடு வந்து விட்டது. அவள் உள்ளே போய் விட்டாள். ஹோரி வீடு திரும்பினான்.

❑

27

கோபர் நகரத்திற்கு திரும்பி வந்த பிறகுதான் எந்த இடத்தில் அவன் தன் பட்சணத் தட்டை வைத்துக் கொண்டு உட்கார்ந்திருந்தானோ அங்கே இன்னொரு பட்சணக்காரன் வந்து உட்காருகிறான் என்பதும், வாடிக்கைக் காரர்கள் கோபரை மறந்து விட்டார்கள் என்பதும் தெரிந்தது. இப்பொழுது அந்த வீடும் அவனுக்கு கூண்டுபோல் தோன்றியது. ஜுனியா அதில் தனியே அமர்ந்து அழுது கொண்டிருந்தாள். குழந்தை தினமும் திறந்த வெளிமுற்றத்திலும், வெளியேயும் விளையாடப் பழகி விட்டிருந்தான். இங்கு அவனுக்கு விளையாட இடமேயில்லை. எங்கே போவது? வாசலில் அதிகமாய் போனால் ஒரு கஜ இடைவெளி இருந்தது. ஒரே நாற்றமடித்தது. கோடையில்கூட எங்கும் வெளியே படுக்க, உட்கார இடமில்லை. குழந்தை அம்மாவை ஒரு கணம்கூட விட மறுத்தது. விளையாட எதுவுமே இல்லாதபோது, சாப்பிடுவது, பால் குடிப்பது தவிர வேறென்ன செய்யும்? ஊரிலென்றால், தனியா விளையாட்டுக் காட்டுவாள், ரூபா, சோனா, ஹோரி, சிலசமயம் புனியா என்று மாறி மாறி தூக்கி வைத்துக் கொண்டு விளையாட்டுக் காட்டுவார்கள். இங்கே ஜுனியா மட்டும் தானிருந்தாள். அவளே வீட்டு வேலை முழுவதும் செய்ய வேண்டியிருந்தது.

கோபர் இளமையின் போதையிலிருந்தான். அவனது நிறைவேறாத ஆசைகளெல்லாம் சிற்றின்ப சுகமென்னும் கடலிலே மூழ்கிவிட விரும்பின. எந்த வேலையிலும் அவனது உள்ளம் ஈடுபடவில்லை. பட்சணத் தட்டை எடுத்துக் கொண்டு சென்றால் ஒரு மணி நேரத்திற்குள்ளேயே திரும்பி விடுவான். மனத்தைச் சந்தோஷப்படுத்திக் கொள்ள வேறெதுவும் அவனிடமில்லை. அக்கம் பக்கத்திலிருந்த கூலிகளும், எக்கா வண்டியோட்டிகளும் இரவெல்லாம் சீட்டும், சூதாட்டமும் ஆடிக் கொண்டிருப்பார்கள். முதலில் அவன் கூட நிறைய ஆடுவான். ஆனால் இப்பொழுதெல்லாம் ஜுனியாவுடன் சல்லாபிப்பதும், இன்பசுகம் அனுபவிப்பதும்தான் அவனது பொழுது போக்காக இருந்தது. கொஞ்ச நாட்களுக்குள்ளே ஜுனியாவிற்கு இத்தகைய வாழ்வில் சலிப்பேற்பட்டு விட்டது. எங்கேயாவது ஏகாந்தமாய் போய் உட்கார்ந்து கொள்ள வேண்டும், நிம்மதியாய் படுத்துறங்க வேண்டும் போலிருந்தது. ஆனால் அவள் விரும்பிய தனிமை அவளுக்கு கிட்டவில்லை. இப்பொழுது அவளுக்கு கோபரின் மீதுதான் ஆத்திரமாய் வந்தது. நகரத்து வாழ்க்கையைப் பற்றி எத்தகைய மனங்கவரும் சித்திரத்தை அவன் வரைந்து காட்டியிருந்தான். இங்கே இந்தச் சிறைவாசத்தைத் தவிர வேறெதுவுமில்லை. குழந்தையிடம்கூட அவளுக்கு கோபமாய் வந்தது. சிற்சில சமயம் குழந்தையை அடித்து வெளியே அனுப்பிவிட்டு உள்ளே கதவைத் தாழிட்டுக் கொண்டு விடுவாள். குழந்தை அழுதழுது மூச்சுத் திணறிப் போகும்.

இன்னொரு கஷ்டமும் அவளுக்கு ஏற்பட்டிருந்தது. அவளுக்கு இன்னொரு குழந்தை பிறக்கவிருந்தது. உதவிக்கு யாருமில்லை. அடிக்கடி தலையை வலித்தது. சோற்றைக் கண்டாலே பிடிக்க வில்லை. பேசாமல் ஒரு மூலையில் சுருண்டு படுத்துக் கொள்ளலாம் போல் தூக்கம் சுழற்றியது. தன்னுடன் யாரும் பேச வேண்டாம், தானும் பேச வேண்டாம் போலிருந்தது. ஆனால் கோபரின் சற்றும் இரக்கமற்ற காதல் தன்னை வரவேற்க வேண்டுமென்று கதவைத் தட்டிக் கொண்டே இருந்தது. பால் வற்றிப் போனதால் குழந்தைக்கு அவளிடம் ஒரு சொட்டு பால்கூட இல்லை. ஆனால் லல்லு விடாமல் முலையைச் சப்பிக் கொண்டிருந்தான். உடல் மட்டுமல்ல, அவள் உள்ளமும் சோர்ந்து போய் விட்டிருந்தது. அவள் மனத்தில் ஏதேனுமொரு முடிவு செய்து கொண்டிருந்தாலும், சற்றே வற்புறுத்தினாலும் பிடி தளர்ந்து விடும். அவள் படுத்திருந்தாள், லல்லு வந்து வலுக்கட்டாயமாக அவள் மார்பிலேறி அமர்ந்துகொண்டு முலையில் வாய் வைத்துக் சப்பவாரம்பித்து விடுவான். இப்பொழுது அவனுக்கு இரண்டு வயதாகி விட்டிருந்தது. கூர்மையான பற்கள் முளைத்து விட்டிருந்தன. பால் வரவில்லையென்றால் ஆத்திரத்தில் கடித்து விடுவான். அவனை அப்பால் தள்ளி விடுவதற்குகூட ஜூனியாவின் உடம்பில் வலுவில்லை. எப்பொழுதும் மரணம் தன் முன்னே நிற்பது போலவே அவளுக்குத் தோன்றியது. கணவன், குழந்தை இருவர் பாலும் அவளுக்கு முன்பிருந்த அன்பு இல்லை. எல்லோருக்கும் அவரவர் காரியத்தில்தான் குறி. சுயநலம் என்று தோன்றியது. மழைக்காலத்தில் லல்லுவிற்கு பேதியாகத் தொடங்கியதும் அவளிடம் பாலருந்துவதை விட்டான். ஜூனியாவிற்கு தன் தலையின் மீதிருந்து பெரும்பாரம் இறங்கி விட்டது போலிருந்தது. ஆனால் ஒரு வாரத்திற்குப் பின்னர் குழந்தை இறந்து விட்டதும் அக்குழந்தையைப் பற்றிய நினைவுகள், தாய்மை உணர்வினால் உயிர் பெற்றெழுந்து அவளை அழ வைத்தன. குழந்தை இறந்து ஒருவாரத்திற்குள் கோபர் அவளைப் படுக்கைக்கு அழைத்ததும் அவள் கோபம் பற்றி எழ - "நீ ... மிருகம்" என்றாள்.

ஜூனியாவிற்கு இப்பொழுது லல்லுவைவிட அவளது நினைவுகள் பிரியமானவையாகி விட்டிருந்தன. லல்லு உயிருடன் அவள் கண்முன்னே இருந்தபோது அவனால் பெற்ற சுகத்தைவிட துன்பம்தான் அதிகம். இப்பொழுது லல்லு, அமைதியாய், நல்லவனாய், சிரித்த முகத்துடன், ஓடியாடாமல் அவள் மனத்திலே வீற்றிருந்தான். இக்கற்பனையில் வேதனை கலந்த மகிழ்ச்சியிருந்தது. பிரத்யட்சத்தின் கரிய நிழல் அதன் மீது படிந்திருக்கவில்லை. உயிருடனிருந்த லல்லு, அவள் மனத்தகத்தேயிருந்த லல்லுவின் நிழல் வடிவமாக இருந்தான். உண்மையற்ற, நிலையற்ற பிரதி பிம்பம் அவள் முன்னேயில்லை. உண்மையான உருவம் அவளுள்ளத்திற் குள்ளேயிருந்தது. அது அவளது நம்பிக்கைகள், எதிர்பார்ப்புகள், நல்லெண்ணங்களால் உயிர்ப்பிக்கப்பட்டிருந்தது. பாலுக்குப் பதிலாக அவள் தன் குருதியைக் கொடுத்துக் கொடுத்து அதை வளர்த்திக் கொண்டிருந்தாள். இப்பொழுது அவளுக்கு அந்தச் சிறிய இருட்டறை, துர்கந்தம் நிறைந்த காற்று, இரண்டு வேளையும் புகை

மூட்டத்தின் இறுக்கம், ஆகியவை பற்றிய உணர்வே இல்லை எனலாம். அவளுக்கு வலுவூட்டுவது போல் அக்குழந்தையின் நினைவுகள் அவளுக்குள்ளே குடி கொண்டிருந்தன. உயிருடன் இருக்கும்போது பெரும் பாரமாயிருந்தவன், இறந்தபின் அவள் உயிரோடு ஒன்றாய் கலந்து விட்டிருந்தான். அவளுடைய பாசமெல்லாம் உள்ளுக்குள் உறைந்து போய் வெளியே எதிலும் அக்கரையின்மையாக மாறி விட்டிருந்தது. கோபர் நேரம் கழித்து வருகிறானா? சீக்கிரம் வருகிறானா, ருசித்து சாப்பிடுகிறானா, இல்லையா, சந்தோஷமாயிருக்கிறானா, வருத்தமாய் உள்ளானா, இதைப் பற்றிய சிந்தனையெல்லாம் அவளுக்கு அடியோடு இல்லை. அவள் வாழ்ந்ததெல்லாம் தனக்குள்தான். வெளியே வெறும் உயிர்த் துடிப்பற்ற யந்திரப் பாவையாக இருந்தாள்.

அவளது துயரத்தில் பங்கெடுத்துக் கொண்டு, அவளுடைய அந்தரங்கத்தில் ஆழ்ந்து, கோபர் அவளை நெருங்கி இருக்க முடியும். அவளது வாழ்வின் ஒரு அம்சமாக ஆகியிருக்கவும் முடியும். ஆனால் அவளது வெளிப்புற வாழ்வெனும் வரண்ட கரையில் வந்து நின்றவன், தணியாத் தாகத்தோடு திரும்பிச் சென்று கொண்டிருந்தான். ஒருநாள் வரண்ட குரலில் அவன் கேட்டான், “இன்னும் எத்தனை நாள் லல்லுவிற்காக அழுது கொண்டிருக்கப் போகிறாய்? நாலைந்து மாதங்களாகி விட்டனவே?”

“என்னுடைய துயரத்தை உன்னால் புரிந்து கொள்ள முடியாது. உன் வேலையைப் பார். நானெப்படி இருக்கிறேனோ அப்படியே இருக்கிறேன். என்னை விட்டுவிடு” என நீண்ட பெருமூச்செறிந்தவளாய் கூறினாள்.

“நீ அழுது கொண்டே இருப்பதினால் லல்லு திரும்பி வந்து விடுவானா?”

இதற்கு ஜுனியாவிடம் எந்தப் பதிலுமில்லை. அவளெழுந்து வாணலியில் உருளைக் கிழங்கை வேக வைக்கத் துவங்கினாள். கோபர் இத்தனை கல்லான இதயம் படைத்தவன் என்று அவள் நினைத்திருக்கவில்லை. அவளுடைய இந்த இரக்கமும், கனிவுமற்ற தன்மை லல்லுவின் நினைவுகளை அவள் உள்ளத்தில் பின்னும் விழிப்புறச் செய்துவிட்டது. லல்லு முற்றிலும் அவளுடையவன். இதில் யாருக்கும் எந்த விதமான பங்கோ, பங்களிப்போ கிடையாது. இதுவரை லல்லு ஏதோவோர் விதத்தில் அவளுடைய இதயத்திற்கு வெளியேயும் கூட இருந்தான். கோபரின் இதயத்தில் கூட அவனுடைய ஒளி சற்று இருந்தது. ஆனால் இப்பொழுது அவன் முற்றிலும் அவளுடையவனாக மட்டும் ஆகிவிட்டான்.

பட்சண வியாபாரத்தில் நிராசையுற்ற கோபர், சர்க்கரை ஆலையில் வேலைக்குச் சேர்ந்து விட்டான். தனது முதலாவது சர்க்கரை ஆலையினால் உற்சாகமும் ஊக்கமும் பெற்றிருந்த மிஸ்டர் கன்னா இப்பொழுது இரண்டாவதாகப் புதிய ஆலையொன்றைத் திறந்திருந்தார். விடியற் காலையிலேயே கோபர் வேலைக்குச் செல்ல வேண்டியிருந்தது. நாள் முழுவதும் வேலை செய்தபின் விளக்கு வைக்கும் நேரத்தில்தான் வீடு திரும்பும் போது, அவனுடம்பில்

கொஞ்சம்கூட தெம்பு இராது, ஊரிலேயும் அவன் நிறையவே வேலை செய்ய வேண்டி இருந்தது. ஆனால் அங்கே அவன் இத்தகைய களைப்பை உணர்ந்திருந்ததில்லை. நடுநடுவே சிரிப்பு, விளையாட்டு, கேலி, பரிகாசம் என்றிருக்கும். மேலும் திறந்த வெளிமைதானத்தில், விரிந்து பரந்த வானத்தின் கீழ் அவன் நிறைவை உணர்ந்தான் என்றே சொல்லலாம். உடல் எத்தனை கடினமாக உழைக்க வேண்டி நேர்ந்தாலும், மனம் தன்னிச்சையாய் சுதந்திரமாயிருந்தது. இங்கேயோ, உடலுழைப்பு அத்தனை கடுமையானதாக இல்லாவிடினும், அந்த இரைச்சலும், வேகமும் புயல் போன்ற கூச்சலும் சத்தமும், தாங்கொணாத சுமையாக அவனை அழுத்தியது. எப்பொழுது மிரட்டல், அதட்டல் வருமோ என்ற பயமும், அச்சமும் உள்ளூர எப்பொழுதும் இருந்து வந்தது. எல்லாத் தொழிலாளர்களின் நிலையும் இது போலத்தானிருந்தது. எல்லோரும் கள்ளிலும், சாராயத்திலும் தங்களுடைய உடலின் களைப்பையும், உள்ளத்தின் துயரத்தையும் மூழ்கடித்துத் கொண்டிருந்தனர். கோபரைக்கூட இப்பழக்கம் தொற்றிக் கொண்டது. இரவு ஒரு ஜாமம் கழிந்தபின், போதையில் தள்ளாடியவனாய் அவன் வீடு திரும்புவான். வந்ததுமே ஏதாவதொரு சாக்கு, காரணம் தேடி ஜுனியாவைத் திட்டுவான். வெளியே பிடித்துத் தள்ளுவான். சில சமயம் அடிப்பதும் உண்டு.

ஜுனியாவிற்கு இப்பொழுதெல்லாம் தான் வைப்பாட்டி தானே, அதனால்தான் தன்னை இவ்வாறு அவமானப்படுத்துகிறான் என்று சந்தேகம் தோன்றலாயிற்று. திருமணம் செய்து கொண்டவளாக இருந்தால் தன்னை இவ்வாறு இழிவாக நடத்த அவனுக்குத் தைரியம் வருமா என்ன? சாதி சனம் சும்மா விடாது. தண்டனை கொடுக்கும். சாதியை விட்டு விலக்கி வைக்கும். இந்த மோசக்காரப் பயலுடன் வீட்டை விட்டு ஓடிவந்து எத்தகைய பெரும் தவறு செய்து விட்டாள்? ஊரார் சிரிப்பும், பழிப்பும் தான் மிச்சம். வேறொன்றும் கிட்டவில்லை. கோபரைத் தன் பரமவைரியாக அவள் நினைத்தாள். அவனுடைய சாப்பாட்டைப் பற்றியோ, தன் சாப்பாடு பற்றியோ அவன் அக்கறை எடுத்துக் கொள்ளவில்லை. கோபர் அவளை அடிக்கும் போதெல்லாம், கத்தியை எடுத்து அவன் கழுத்தை அறுத்து விடலாமா என்று ஆத்திரமாய் வரும். மாதம் ஆகஆக அவளது கவலை அதிகரித்துக் கொண்டே போயிற்று. இந்த வீட்டில் அவளுடைய சாவுதான் நிகழப் போகிறது. யார் அவளை கவனித்துக் கொள்ளப் போகிறார்கள்? தாங்க, தரிக்க யார் உள்ளார்கள்? கோபரும் இதேபோல், தினமும் அடித்து உதைத்துக் கொண்டிருந்தால் அவள் வாழ்க்கை நரகமாகி விடும்.

ஒருநாள் அவள் குழாயில் தண்ணீர் பிடிக்கச் சென்ற போது, பக்கத்து வீடுகளிலிருந்த ஒருத்தி கேட்டாள், "இது எத்தனை மாதம்?"

ஜுனியா சங்கோஜத்துடன், "என்ன தெரியும் அக்கா. நான் கணக்கே வைத்துக் கொள்ளவில்லை" என்றாள்.

இரட்டை நாடி, கறுத்த சரீரம், குள்ளம், குரூபம், பெரிய மார்பகங்கள், இவள்தான் அந்தப் பெண்மணி. அவள் கணவன் எக்கா வண்டியோட்டுபவன். அவள் சிறிய விறகுக் கடையொன்று

வைத்திருந்தாள். பலமுறை ஜூனியா அவள் கடையில் விறகு வாங்கி வரப் போயிருக்கிறாள். இத்தனைதான் பழக்கம்.

"எனக்கென்னவோ, பார்த்தால் மாதமாகி விட்டதென்று தோன்றுகிறது. இன்றோ, நாளையோ, பெற்று விடுவாய். யாரேனும் மருத்துவச்சி, பார்த்து வைத்திருக்கிறாயா?" என்றாள் புன்முறுவலுடன்.

பயம் கலந்த குரலில், "எனக்கு இங்கே யாரையும் தெரியாது." என்றாள் ஜூனியா.

"உன் புருஷனென்ன! காதில் எண்ணை விட்டுக் கொண்டா உட்கார்ந்திருக்கிறான்?"

"அவருக்கென்னைப் பற்றி என்ன கவலை?"

"ஆமாம், ஆமாம்! பார்த்துக் கொண்டுதானே இருக்கிறேன். நீ பிரசவித்தால், யாரும் கவனிக்க, ஆக்கிப் படைக்க வேண்டுமா, இல்லையா? மாமியார், நாத்தனார், ஓரகத்தி, ஓர்படி யாரேனும் இருக்கிறார்களா? இல்லையா? யாரையாவது அழைத்துக் கொள்வதுதானே!"

"என்னைப் பொறுத்தவரையில் எல்லோரும் செத்தவர்கள் தான்."

தண்ணீர் கொண்டுவந்த பின் பாத்திரம் துலக்க உட்கார்ந்ததும் பிரசவத்தைப் பற்றிய நினைப்பில் இதயம் வேகமாய் அடித்துக் கொண்டது. "பகவானே! எப்படியெப்படி, என்னவாகுமோ! ஹூம்! நான் நிச்சயம் செத்துப் போய் விடுவேன். போய்விட்டால் நல்லது. இந்த கஷ்டங்களிலிருந்தெல்லாம் விடுதலை பெற்று விடுவேன்" என்று நினைக்கலானாள்.

மாலையிலேயே அவளுக்கு அடிவயிற்றில் வலி கண்டது. சரி, கஷ்டகாலம் நெருங்கி விட்டது என நினைத்தாள். வயிற்றை ஒரு கையால் பிடித்துக் கொண்டே, வியர்வையில் தெப்பமாய் நனைந்திருந்தவள் அடுப்பை மூட்டினாள். கிச்சடிக்கு அடுப்பில் வைத்தவள், வலியினால் வேதனையுற்றவளாய் அங்கேயே தரையில் படுத்து விட்டாள். கோபர் வரும்போது இரவு பத்து மணி இருக்கும். சாராய நாற்றம் வீச, வாய் குழற, தாருமாறாய் ஏதோ உளறிக் கொண்டிருந்தான். "எனக்கு யாரையும் பற்றியும் அக்கரையில்லை. பயமில்லை! யாரோட அதிகாரம், மிரட்டலையும் நான் பொறுக்க மாட்டேன். என்னைப் பெற்ற அப்பன், அம்மாவின் அதட்டல்களையே நான் பொறுத்துக் கொள்ளவில்லை. பிறத்தியாரின் மிரட்டலுக்கு ஏன் பணிந்து போகணும்? ஜமாதார் மிரட்டுகிறான். இங்கும் யாரும், யாருடைய அதட்டல் மிரட்டல் களைப் பொறுத்துக் கொள்ள முடியாது. மத்தவங்கயெல்லாம் பிடித்துக் கொள்ளமாலிருந்தால், கொலை பண்ணியிருப்பேன். கொலை. நாளைக்குப் பார்த்துக் கொள்கிறேன் அந்தப் பயலை. தூக்குமேடைதானே கிடைக்கும்? ஒரு ஆண்பிள்ளை என்கிறவன் எப்படிச் சாவிற்கு துணிவான் என்பதைக் காட்டுகிறேன். சிரித்துக் கொண்டே, கம்பீரமாய் மீசையை முறுக்கிக் கொண்டல்லவா தூக்கு மேடையிலே போய் நிற்காவிட்டால் பாரேன்! சீச்சி, இந்த பொம்பளை ஜன்மம், எத்தனை மோசமானவ! நன்றி கெட்டவ!

கிச்சடியை வைத்துவிட்டு, காலைப் பரப்பிக் கொண்டு படுத்துவிட்டா! யார் சாப்பிட்டா என்ன, சாப்பிடா விட்டால் இவளுக்கென்ன! தான் மஜாவாய் புல்கா தின்பாள். எனக்கு வெறும் கிச்சடி! எத்தனை துன்பப்படுத்துவாயோ! படுத்து! உன்னை .. பகவான், எல்லோருக்கும் நியாயம் செய்யற பகவான் கஷ்டத்தைக் கொடுப்பார். பார்த்துப்பார்" அவன் ஜூனியாவை எழுப்பவில்லை. ஒன்றும் பேசவில்லை. பேசாமல் கிச்சடியைத் தட்டில் வைத்துக் கொண்டு, நான்கைந்து கவளம் வாயில் போட்டுக் கொண்டு வராந்தாவில் நீட்டிப் படுத்துவிட்டான். பின் மாலைப் பொழுதில் குளிரெடுக்கவே கம்பளியையெடுத்து வரப் போனதும் ஜூனியா வேதனையினால் அரற்றும் சத்தம் கேட்டது. அதற்குள் குடிபோதையும் தெளிந்து விட்டிருந்ததால் "ஜூனியா! உடம்பிற்கென்ன? வலிக்கிறதா?" என்றான்.

"வயிற்றை ரொம்பவும் வலிக்கிறது."

"முன்னாலேயே ஏன் சொல்லவில்லை? இந்த அகாலத்தில் நானெங்கே போவது?"

"யாரிடம் சொல்வது?"

"நானென்ன செத்தா போனேன்."

"நான் செத்தாயென்ன! உயிரோடிருந்தாயென்ன? உனக்கென்ன அக்கறை?"

கோபர் அரண்டு போனான். எங்கே போய் மருத்துவச்சியைத் தேடுவது? இந்த வேளையில் அவள் வருவாளாயென்ன? வீட்டிலே எதுவுமில்லை. இந்த நாசகாலி முன்பே சொல்லி இருந்தால், எங்கிருந்தாவது, நாலைந்து ரூபாய் வாங்கி வந்திருப்பேன். இதே கையில் நூறும் ஐம்பதுமாய் இருந்த காலம் ஒன்று. நாலு பேர் துதிபாடிக் கொண்டிருந்தனர் என் பின்னால். இந்தக் குடிகேடி கால் வைத்ததுமே லட்சுமிதேவி கோபித்துக் கொண்டு விட்டாள். ஒவ்வொரு காசுக்கும் பிறர் கையைப் பார்க்க வேண்டியதாகி விட்டது என அவனது எண்ணங்கள் ஓடின.

திடீரென யாரோ கேட்டனர் – "இதென்ன! உன் வீட்டுக்காரி அனத்திக் கொண்டிருக்கிறாளே! வலி கிலி எடுத்து விட்டதா என்ன?"

இன்று ஜூனியாவுடன் பேசிக் கொண்டிருந்தாளே, அதே இரட்டை நாடிப் பெண்மணிதான் கேட்டாள். குதிரைக்கு கொள் வைக்க எழுந்தவள் ஜூனியா வேதனையினால் அரற்றும் சத்தம் கேட்டு விசாரிக்க வந்திருந்தாள்.

கோபர் வராந்தாவிற்கு வந்து, "வயிற்றை வலிக்கிறதாம். துடிததுக் கொண்டிருக்கிறாள். இங்கு யாரேனும் மருத்துவச்சி கிடைப்பாளா?" என்றான்.

"இன்று அவளைப் பார்த்ததுமே நான் புரிந்து கொண்டேன். மருத்துவச்சி கச்சிராயிலிருக்கிறார். ஓடிப்போய் கூட்டிக் கொண்டு வா. சீக்கிரம் வர வேண்டும் என்று சொல்லு. அதுவரை நான் இங்கு உட்கார்ந்திருக்கிறேன்."

"நான் கச்சிராய் சென்றதில்லை. அது எங்கே இருக்கிறது? எந்தப் பக்கம்?"

"அச்சா! நீ உட்கார்ந்து விசிறிக் கொண்டிரு. நான் போய் கூட்டி வருகிறேன். அனுபவமில்லாதவன் எதற்கும் பயனில்லை என்று இதற்குத்தான் சொல்லுகிறார்கள். மாதமாகி விட்டது. மருத்துவச்சிக்குச் சொல்லவில்லை இன்னும்." என்று கூறியவாறே அவள் புறப்பட்டாள். இவள் முகத்திற்கு நேராக எல்லோரும் இவளை சுஹியா என்றழைப்பார்கள். இதுதான் இவள் பெயர். ஆனால் முதுகுக்குப் பின்னால் 'குண்டம்மா' என்பார்கள். யாரேனும் 'குண்டம்மா' என்று சொல்லுவது இவள் காதிற்கெட்டிவிட்டால் அவனது ஏழுதலை முறையையும் இழுத்து சாடிவிடுவாள்.

பத்து நிமிடங்கள்கூட ஆகியிராது அவள் திரும்பி வந்து விட்டாள். வந்தவள், "இனி இந்த உலகத்தில் ஏழை பாழைகள் எப்படி வாழமுடியும்? அந்தத் தேவடியா, ஐந்து ரூபாய் கொடுத்தால்தான் வருவேன் என்கிறாள். அப்புறம் ஒரு நாளுக்கு எட்டணாவாம். பன்னிரெண்டாம் நாள் ஒரு புடவை கொடுக்க வேண்டும்... உன் வாயில் நெருப்பை வைக்க.. என்று சொல்லி விட்டு வந்து விட்டேன். நீ போ... நான் பார்த்துக் கொள்கிறேன். பன்னிரெண்டு குழந்தைகளுக்கு அம்மா ஆகியிருக்கிறேனே! சும்மாவா! கோவர்த்தன். நீ வெளியே போப்பா! நானெல்லாம் பார்த்துக் கொள்கிறேன். சமயம் என்று வந்தால் மனுஷனுக்கு மனிஷன்தான் உதவுவான். நாலு பிள்ளைகளுக்கு பிரசவம் பார்த்தவ.. மருத்துவச்சி ஆயிட்டா" என்றாள் படபடவென்று.

ஜுனியாவின் அருகே சென்று அமர்ந்தவள் அவள் தலையைத் தன் தொடையின் மீது வைத்து, வயிற்றை நீவி விட்டவாறே, "இன்று உன்னைப் பார்த்ததுமே எனக்குத் தெரிந்து போச்சு. நிஜமாக சொல்லறேன். இதே நினைப்பில் எனக்குத் தூக்கமே பிடிக்கவில்லை. இங்கே பாவம் உனக்கு உற்றவர்களென்று யார் இருக்கிறார்கள்" என்றாள்.

வலியினால் பல்லைக் கடித்துக் கொண்டு ஜுனியா 'ஐயோ' என்றவள், "இனி நான் பிழைக்கமாட்டேன் அக்கா! ஐயோ! நான் பகவானிடம் குழந்தை வரம் கேட்கவில்லையே! ஒன்றைப் பெற்று வளர்த்தினேன். அதைப் பிடுங்கிக் கொண்டு விட்டார். அப்புறம் இது எதற்கு? நான் செத்துப் போனால்.. தாயே என் குழந்தை மீது தயை காட்டு. அதை.. வளர்த்து, கடவுள் உனக்கு நல்லது செய்வார்" என்று புலம்பலானாள்.

சுஹியா அன்புடன் அவள் கேசத்தை வருடினாள். தைரியமாயிரு குழந்தாய், தைரியமாயிரு. இதோ, இரண்டு நிமிடத்தில் உன் கஷ்டமெல்லாம் தீர்ந்து விடும். நீயும் தான் ஏன் இப்படி வாயை மூடிக் கொண்டிருந்தாய்? இதற்கெல்லாம் என்ன வெட்கம்? என்னிடம் சொல்லி இருந்தால் மௌல்விசாகப்பிடமிருந்து தாயத்து வாங்கி வந்து கொடுத்திருப்பேன். அந்த மிர்ஜாஜிதான், இங்கே இருக்கிறார்.

இதற்குப் பிறகு ஜுனியாவிற்கு எதுவுமே நினைவில்லை. காலை ஒன்பது மணிக்கு நினைவு திரும்பியதும் பார்த்தால் சுஹியா குழந்தையை மடியில் வைத்துக் கொண்டு உட்கார்ந்திருக்கிறாள். தான் சுத்தமான புடவை அணிந்து படுத்திருக்கிறோம் என்று

தெரிந்தது. உடம்பில் ரத்தமே சுண்டிவிட்டது போல் அத்தனை பலவீனம். சுஹியா தினமும் காலையில் வந்து ஜுனியாவிற்கு அல்வாவும், மருந்துகளை அரைத்துக் கலந்த பாலும் காய்ச்சிவிட்டுப் போவாள். பகலிலும், பலமுறை வந்து குழந்தைக்கு குளிப்பாட்டி, பால் புகட்டிவிட்டுப் போனாள். பிரசவித்து இன்று நான்காம் நாள். ஆனால் ஜுனியாவின் முலையில் இன்னும் பால் சுரக்கவில்லை. குழந்தைக்கு அழுதழுது தொண்டை வரண்டு போயிற்று. கைப்பால் அதற்கு சரிக்கவில்லை. ஒரு நிமிடம்கூட அது வாய் மூடவில்லை. வராவரா வென்று கத்திக் கொண்டே இருந்தது. ஜுனியா அதைத் தன் மடியிலெடுத்து தன் முலையை அதன் வாயில் வைப்பாள். குழந்தை ஒரு கணம் உறிஞ்சும். பால் வராமல் போகவே மறுபடியும் கத்தவாரம்பித்துவிடும். நான்காம் நாள் மாலை ஆகியபின் ஜுனியாவிற்கு பால் சுரக்காமல் போகவே சுஹியா பயந்து போனாள். குழந்தை வற்றிக் கொண்டே போயிற்று. நகாஸில் ஓய்வுபெற்ற டாக்டர் ஒருவரிருந்தார். சுஹியா அவரை அழைத்து வந்தாள். ஜுனியாவை பரிசோதித்த பின் டாக்டர் "இவள் உடம்பில் ரத்தமேயில்லை. பாலெங்கிருந்து சுரக்கும்?" என்றார். பிரச்சனை சிக்கலாகி விட்டது. உடம்பில் ரத்தம் ஊறுவதற்கு புஷ்டிகரமான ஆகாரம், மருந்துகள் மாதக் கணக்கில் சாப்பிட வேண்டும். அப்பொழுதுதான் பால் சுரக்கும். அதற்குள் இந்த மாமிசப் பிண்டத்தில் ஆயுசு முடிந்து போகும்.

இரவு முதல் ஜாமம் ஆகிவிட்டது. கோபர் கள்ளைக் குடித்து விட்டுத் தாழ்வாரத்தில் கிடந்தான். சுஹியா குழந்தையைச் சமாதானப் படுத்த வேண்டி தன் மார்பில் சாய்த்துக் கொண்டிருந்தாள். திடீரென அவளுக்கு தன் மார்பில் பால் சுரப்பது போல் தோன்றியது. மகிழ்ச்சியுற்றவளாய் – "ஜுனியா! இனி உன் குழந்தைப் பிழைத்து விடும். எனக்குப் பால் சுரந்து விட்டது" என்றாள்.

வியப்புடன் ஜுனியா – "உனக்குப் பால் சுரக்கிறதா?" என்றாள்.

"உண்மைதான், பொய்யல்ல" என்றாள் சுஹியா.

"நான் நம்பவில்லை."

"இதோ பார்" அவள் தன் முலையை அழுத்தினாள். பால் பீச்சி அடித்தது.

"உன் கடைசி பெண்ணுக்கு எட்டு வயதுக்கு குறையாமல் இருக்குமே" என்றாள் ஜுனியா.

"ஆமாம் எட்டாவது குழந்தை அவள். ஆனால் எனக்கு எப்பொழுதும் பால் நிறைய இருக்கும்."

"அப்புறம் உனக்கு குழந்தை குட்டி – பிறக்கவில்லையே"

"அந்தப் பெண்தான் வயிற்றைத் துடைத்துக் கொண்டு வந்தவள். அதன் பிறகு ஒன்றுமில்லை. பால்கூட வற்றி விட்டது. ஆனால் இது பகவானின் லீலை.. வேறென்ன?"

அன்றிலிருந்து தினமும் நாலைந்து தரம் வந்து குழந்தைக்குப் பாலூட்டி விட்டுப் போனாள். குழந்தை ரொம்பவும் பலவீனமாகத்தான் பிறந்திருந்தது. ஆனால் சுஹியாவின் ஆரோக்கியமான பாலைப் பருகியதும் கொழுக் முழுக்கென்றாகி

விட்டது. ஒருநாள் சுஹியா ஆற்றில் குளிக்கப் போய் விட்டாள். குழந்தை பசியினால் துடிக்கலானாள். சுஹியா பத்து மணிக்குத் திரும்பி வந்தபோது ஜூனியா குழந்தையைத் தோளில் போட்டு தட்டிக் கொண்டிருந்தாள். குழந்தையோ அழுது கொண்டே இருந்தது. சுஹியா குழந்தையைத் தன் மடியிலெடுத்துப் பால் கொடுக்க விரும்பினாள். ஆனால் ஜூனியா அவள் கையை உதறிவிட்டு – "இருக்கட்டும் விடு. அதிர்ஷ்டக் கட்டை சாகட்டும். அதுவே நல்லது. யாருடைய தயவுக்கும் காத்திருக்க வேண்டாம்." என்றாள் வெடுக்கென்று. சுஹியா கெஞ்சினாள். கடைசியில் ரொம்பவும் பிகு செய்து கொண்டு ஜூனியா குழந்தையை அவளிடம் கொடுத்தாள்.

கோபருக்கும் ஜூனியாவிற்கும் இன்னமும் ஒத்து வரவில்லை. கோபர் ரொம்பவும் சுயநலமி, தன் காரியமே குறியாக இருப்பவன். மனத்தில் ஈரமில்லாதவன். என்னை வெறும் போகிக்கும் பொருளாக நினைக்கிறான். நான் இருந்தாலென்ன, இறந்தாலென்ன? அவனது இச்சையைத் தணித்துக் கொள்ள வேண்டும். அவனுக்கு இது பற்றி கொஞ்சமும் வருத்தமில்லை, இவள் செத்தால், இன்னொருத்தியைக் கூட்டி வரலாம் என்று நினைத்திருப்பான். ஆனால் அந்த ஆசையெல்லாம் நடக்காது மகனே! நான் ஒன்றும் தெரியாத அப்பாவியாக இருந்தேன். உன்னோட வலையிலே மாட்டிக் கொண்டு விட்டேன். அப்பொ.. என் காலடியில் வீழ்ந்து கிடந்தாய் நீ. இங்கு வந்த பிறகு ஏனோ இவர் சுபாவமே மாறிவிட்டது என்ற எண்ணம் மனத்தில் பதிந்து விட்டிருந்தது.

குளிர்காலம் வந்து விட்டது. போர்த்திக் கொள்ளவோ, கீழே விரித்துக் கொள்ளவோ எதுவுமில்லை. சாப்பாட்டுச் செலவுபோக மிஞ்சிய இரண்டொரு ரூபாய்களும் கள், சாராயத்தில் கரைந்து விட்டன. ஒரு பழைய போர்வை இருந்தது. அதற்குள்தான் இருவருமே படுத்துறங்கினர். ஆயினும் அவர்களுக்கிடையே நூறு மைல் தூர இடைவெளி இருந்தது. இருவரும் ஒருவருக்கொருவர் முதுகைக் காட்டிக் கொண்டு படுத்துறங்கினர். கோபரின் மனம் குழந்தையை மடியிலெடுத்துக் கொஞ்ச வேண்டுமென்று தவித்தது. ஏங்கியது. சிலசமயம் இரவில் அவன் விழித்தெழுந்து, குழந்தையில் முகத்தைப் பார்ப்பான். ஆனால் ஜூனியாவின் பால் அவன் மனம் செல்ல மறுத்தது. ஜூனியாவும் அவனிடம் முகம் கொடுத்துப் பேசவில்லை. அவனுக்கு வேண்டிய பணிவிடைகளைச் செய்வதில்லை. இருவருக்குமிடையே இருந்த மனஸ்தாபம், காலத்தின் கூடவே நாளுக்கு நாள் இரும்பு அரண்போல், உறுதியானதாக, ஆழமானதாகிக் கொண்டே வந்தது. இருவரும் ஒருவர் பேச்சுக்கு மற்றொருவர் எதிர் மறையான அர்த்தம் கற்பித்துக் கொண்டனர். இதனால் அவர்களிடையேயிருந்த துவேஷம் பின்னும் அதிகரித்தது. பல நாட்கள் வரை, ஒவ்வொரு வாக்கியத்தையும் மனத்திலே உருவாக்கி வைத்துக் கொண்டு, அதைத் தங்கள் குருதியை ஊட்டி பெரிதாக்கி, ஒருவர் மற்றொருவர் மீது, வேட்டை நாய் போல் பாய்ந்து குதறி எடுக்கத் தயாராக இருந்தனர்.

கோபரின் தொழிற்சாலையிலும், எப்பொழுது பார்த்தாலும் ஏதாவதொரு சச்சரவு, குழப்பம் மூண்டு கொண்டே இருந்தது. புதிய பட்ஜெட்டில் சர்க்கரை மீது வரி விதிக்கப்பட்டுள்ளது. கூலியைக் குறைப்பதற்கு மில் முதலாளிகளுக்கொரு சாக்கு கிடைத்து விட்டது. வரி விதிப்பினால், ஐந்து சதவிகிதம் நஷ்டமென்றால் கூலி குறைப்பினால், பத்து சதவிகித லாபம். இந்த மில்லிலும் கடந்த சில மாதங்களாக இந்தப் பிரச்சனைதான் துவங்கியிருந்தது. தொழிலாளர் சங்கம் வேலை நிறுத்தம் செய்யத் தயாராக இருந்தது. கூலி குறைப்பு என்றதும் வேலை நிறுத்தம் துவங்கி விட்டது. லாபம் கிடைத்த நாட்களிலும் கூலியை ஒருபைசாகூட உயர்த்தித் தரவில்லை. இப்பொழுது நஷ்டத்தில் நாங்கள் ஏன் பங்கு பெற வேண்டும் என்பது அவர்கள் கேள்வி. தொழிலாளர் சங்கத்தின் தலைவர், மிர்ஜா குர்ஷீத்கான். செயலாளர், 'பிஜ்லி' பத்திரிகையின் ஆசிரியர் பண்டிட் ஓங்கார் நாத். மில் முதலாளிகளுக்கு கொஞ்ச நாட்கள் நினைவில் இருக்கும் படியாக இப்போராட்டத்தை நடத்த வேண்டுமென்பது இவ்விருவரின் எண்ணம். வேலை நிறுத்தத்தால் தொழிலாளிகளுக்கு பெரும் துன்பமும் இழப்பும் நேரிடும், வயிற்றுக்கு சோறு இல்லாமல் கஷ்டப்பட்டுப் போவார்கள். என்ற அம்சம் அவர்கள் கவனத்திற்கு வரவில்லை. வேலை நிறுத்தம் செய்பவர்களில் கோபர்தான் எல்லோருக்கும் முன்னால் நின்றான். அவன் இயற்கையிலேயே முரடன். அவனுக்கு தூண்டுதல் வேறு வேண்டுமா? அடிதடிக்கோ, உயிருக்கோ அஞ்சாதவன். ஒருநாள் ஜுனியா எப்படியோ தன்மனத்தைத் திடப்படுத்திக் கொண்டு, "நீ குழந்தை குட்டிக்காரன். நீ இப்படி யோசிக்காமல் நெருப்பில் குதிப்பது சரியல்ல" என்று எடுத்துரைத்தாள். அவ்வளவுதான் கோபருக்கு ஜிவு ஜிவுவென்று கோபம் தலைக்கேறி விட்டது.

"நீ யார் பேச! நான் உன்னிடம் வந்து யோசனை கேட்கவில்லை." என்று கூவினான். பேச்சுத் தடித்ததும் கோபர் ஜுனியாவை நன்றாய் அடித்து விட்டான். சுஹியா ஓடிவந்து ஜுனியாவை அவன் பிடியிலிருந்து விடுவித்தாள். கோபரையும் அதட்டினாள். கோபர் வெறி கொண்டிருந்தான். சிவந்த விழிகளை உருட்டி விழித்து, "ஏய் சுஹா! நீ இங்கு வர வேண்டியதில்லை. உனக்கிங்கு என்ன வேலை?" என்றான்.

சுஹியா ஏளனத்துடன் - "ஆமாம்! உன் வீட்டிற்கு நான் வரா விட்டால் என் வயிற்றுக்கு சோறேது? இங்கிருந்து பிச்சை கிச்சை ஏதாவது வாங்கிப் போனால்தானே என் வீட்டு அடுப்பெரியும்? லாலா! நானில்லாவிட்டால் உன் பெண்டாட்டி, உன்னிடம் உதை வாங்க, இன்று உயிரோடு இருந்திருக்க மாட்டாள்" என்றாள்.

கோபர் முஷ்டியை உயர்த்தி - "இனிமேல் என் வீட்டிற்கு வராதே! சொல்லி விட்டேன். நீதான் இந்தச் சிறுக்கியை தலைக்குமேல் ஏற்றி விட்டிருக்கிறாய்!" என்றான் உரத்த குரலில்.

சுஹியா அசையவில்லை. சற்றும் கலங்காமல் அங்கேயே நின்றாள். பின்னர், "சரி, சரி, வாயை மூடிக் கொள். கோபர்! பாவம்! குற்றுயிரும், குலைஉசிருமாகக் கிடக்கும் பெண்டாட்டியை அடித்து, உன் சூரத்தனத்தைக் காட்டிவிட்டாய். இதுவொன்றும்

ஆண்மையல்ல. நீ அவளுக்காக என்ன செய்கிறாயாம்? அவள் உன்னிடம் அடிவாங்க? ஒருவாய் சாப்பாடு போடுகிறாய். அவ்வளவுதானே! இப்படிக் கட்டின பசு மாதிரிப் பெண்டாட்டி கிடைக்க நீ பாக்கியம் செய்திருக்க வேண்டும். இன்னொருத்தியானால், உன் முகத்தை விளக்குமாறால் அடித்து விட்டு எப்பொழுதோ புறப்பட்டுப் போயிருப்பாள்" என்றாள்.

சுற்றிலுமிருந்தவர்கள் கூடிவிட்டனர். நாலா பக்கமிருந்தும் கோபர் மீது சரமாரியாக கண்டனங்கள் வந்து வீழ்ந்தன. தினம் தினம் தன் பெண்டாட்டியை வீட்டில் அடித்துக் கொல்பவர்கள்கூட இச்சமயம் நியாய மூர்த்திகளாய், தருமதேவதைகளாகி விட்டிருந்தனர். சுஹியாவிற்கு இன்னும் துணிச்சல் வந்து விட்டது. "இந்தக் களவாணிப் பயல்! என்னை என் வீட்டுப் படியேறாதே! என்கிறான். பெண்டாட்டி, குழந்தையை வைத்திருப்பவனுக்கு அவங்களை காப்பாத்துவது லேசான காரியமல்ல என்று தெரியவில்லை. இவனிடமே கேளுங்கள். நானில்லாவிட்டால், இன்று கன்றுக்குட்டி மாதிரி துள்ளி விளையாடும் குழந்தை எங்கே இருந்திருக்கும்? பெண்டாட்டியை அடித்து, சூரத்தனத்தைக் காட்டுகிறான். நான் உன் பெண்டாட்டியாக இருந்திருந்தால், இதோ, இதே செருப்பைக் கழற்றி முகத்திலே படபடவென்று நாலு போடு போட்டிருப்பேன். அஃறைக்குள்ளே தள்ளி வெளியே தாழ்ப்பாள் போட்டிருப்பேன். ஐயா தவித்துப் போவார் தண்ணிக்கு."

கோபர் கோபத்துடன் தன் வேலைக்குப் போய்விட்டான். சுஹியா மட்டும் பெண் பிள்ளையாக இல்லாமலிருந்தால் ஒரு கை பார்த்திருப்பான். பெண் பிள்ளையோடு மோதுவது எப்படி?

மில்லில் தொழிலாளர்களிடையே அதிருப்தியெனும் கருமேகங்கள் பின்னும் கனத்துக் கொண்டே போயின. 'பிஜ்லி' பத்திரிகையை தங்கள் ஜேபில் வைத்துக் கொண்டு தொழிலாளர்கள் சுற்றி வந்தனர். கொஞ்சம் அவகாசம் கிடைத்தாலும், இரண்டு, மூன்று பேர்களாய் சேர்ந்து கொண்டு அதைப் படித்தனர். பத்திரிகையின் விற்பனை நன்கு அதிகரித்து விட்டிருந்தது. தொழிலாளர்களின் தலைவர்கள், 'பிஜ்லி' காரியாலயத்தில் நள்ளிரவு வரையில் அமர்ந்து வேலை நிறுத்தம் பற்றிய திட்டங்களை வரைந்தனர். மறுநாள் காலையில் இச்செய்தி அப்பத்திரிகையில் கொட்டை எழுத்துக்களில் வெளியாகும்போது மக்கள் விழுந்தடித்துக் கொண்டு அதை வாங்க முற்படவே, அதன் பிரதிகள், இருமடங்கு மும்மடங்கு விலையில் கூட விற்கப்பட்டன. இங்கே மில்லின் டைரெக்டர்களும் பதுங்கிப் பாயத் தருணம் பார்த்துக் கொண்டிருந்தனர். வேலை நிறுத்தம் நடைபெறுவதில் அவர்களுக்கு நன்மைதான். தொழிலாளிகளுக்கு பஞ்சமேது? எங்கு பார்த்தாலும் வேலையின்மை அதிகரித்துக் கொண்டிருக்கிறது. இதைவிடக் குறைந்த அரைச் சம்பளத்துக்குக்கூட வேலை செய்யும் ஆட்கள் கிடைத்தும் விடுவார்கள். தயாரிப்புச் செலவில் பாதி மிச்சமாகிவிடும், பத்து, பதினைந்து நாள் வேலை சுணங்கிப் போகும். பரவாயில்லை. முடிவில் சம்பள வெட்டு அறிவிப்பதென்பது முடிவாகியது. அதற்கு நாள், நேரம், எல்லாம் நிச்சயிக்கப் பட்டு

விட்டது. போலீசுக்கும், அறிவித்தாகி விட்டது. தொழிலாளிகளின் காதுக்கு எதுவும் எட்டவில்லை. அவர்களும் தருணம் பார்த்து நின்றனர். சேமிப்புக் கிடங்கில் பொருள் குறைவாக இருந்து தேவை அதிகமாகும் தருணத்தில் வேலை நிறுத்தம் செய்ய அவர்கள் தீர்மானித்திருந்தனர்.

ஒருநாள் மாலை வேலை முடிந்து தொழிலாளிகள் வீடு திரும்பும் நேரத்தில் டைரக்டர்களின் அறிக்கை அவர்களிடம் கூறப்பட்டது. அக்கணமே போலீஸ் படையும் வந்து விட்டது. தொழிலாளிகள் தங்கள் விருப்பத்திற்கும் இச்சைக்கும் மாறாக, சேமிப்புக் கிடங்கில், ஆறு, ஏழு மாதத் தேவைகளைப் பூர்த்தி செய்யத்தக்க, பொருள் குவித்துக் கிடைக்கும் நிலையில், தங்கள் வேலை நிறுத்தத்தைத் துவங்க வேண்டி வந்துவிட்டது.

இச்செய்தியைக் கேட்டதும் மிர்ஜாஜி சிரித்துக் கொண்டார். மாவீரனொருவன் தனது எதிரியின் போர் திறனைக் கண்டு மெச்சுவது போலிருந்தது அந்தச் சிரிப்பு. ஒரு கணம் யோசனையிலாழ்ந்திருந்த பின்னர் – “நல்லதுதான். டைரக்டர்களின் விருப்பம் இதுதானென்றால் அதன்படியே நடக்கட்டும். சூழ்நிலை அவர்களுக்குச் சாதகமாக உள்ளது. ஆனால் நியாயத்தின் பலம் நமக்கிருக்கிறது. அவர்கள் புதிய ஆட்களைக் கொணர்ந்து வேலையை நடத்திச் செல்ல விரும்புகிறார்கள். அவர்களுக்கு ஒரு ஆள்கூட கிடைக்காதபடி நாம் பார்த்துக் கொள்ள வேண்டும். இதுதான் நமது வெற்றி” என்றார்.

‘பிஜ்லி’ காரியாலயத்தில் அக்கணமே அவசர காலக் கூட்டம் கூட்டப்பட்டது. காரியக் கமிட்டி அமைக்கப்பட்டது. செயலாளர்கள் தேர்ந்தெடுக்கப் பட்டனர். இரவு எட்டு மணிக்குத் தொழிலாளர்களின் மாபெரும் ஊர்வலம் கிளம்பிற்று. இரவு பத்து மணிக்கு மறுநாளைய நிகழ்ச்சி நிரல்கள் தயாரிக்கப்பட்டன. எத்தகைய அடிதடியோ, கலகமோ நிகழாமல் பார்த்துக் கொள்ள வேண்டுமென யாவருக்கும் அறிவிக்கப்பட்டது.

ஆனால் மறுநாள் இவர்களது எல்லா முயற்சிகளும் வீணாகின. புதிதாய் வேலைக்கு வந்துள்ளவர்கள் வெட்டுக்கிளி கூட்டம் போல் மில்லின் வாயிலுக்கருகே நிற்பதை, வேலை நிறுத்தம் செய்த தொழிலாளிகள் கண்டதும் அவர்களுக்குள்ளேயிருந்த மிருக வெறி கொண்ட ஆத்திரம் கட்டுக் கடங்காமல் போய்விட்டது. தினமும், நூறு பேர், ஐம்பது பேரெனறு, புதிதாய் வேலைக்குச் சேர வருவார்கள், அவர்களுடன் எப்படியாவது பேசிச் சீரி, அதட்டி, மிரட்டித் திருப்பி அனுப்பி விடலாமென நினைத்திருந்தனர். மேலும் வேலை நிறுத்தம் செய்பவர்களின் எண்ணிக்கையைக் கண்டு பயந்தோடி விடுவார்கள் என்றும் கருதினர். ஆனால், இங்கு நிலைமையே, அடியோடு வேறாக இருந்தது. அங்கு வந்திருந்தவர்களெல்லாம் வேலையில் சேர்ந்து விட்டால், வேலை நிறுத்தம் செய்பவர்களுடன் மில் முதலாளிகள் எந்த விதத்திலும் சமரசமோ, உடன்பாடோ செய்து கொள்ள முன் வரமாட்டார்கள். புதிதாய் வந்திருப்பவர்களை மில்லுக்குள் நுழைய விடக் கூடாதென்று முடிவாகியது. இப்பொழுது வலிமையைக்

காட்டுவதைத் தவிர வேறுவழியில்லை. புதிதாய் வந்திருந்தவர்களும் எதிர்த்து மோதத் தயாராகவே இருந்தனர். அவர்கள் பெரும்பான்மையோர் பட்டினிப் பட்டாளம். இந்த சந்தர்ப்பத்தை நழுவவிட அவர்கள் தயாராகவே இல்லை. பட்டினியாய் சாவதைவிட, தன் குழந்தை குட்டிகள் பட்டினியால் சாவதைப் பார்த்துக் கொண்டிருப்பதைவிட எதிர்த்து நின்று, சண்டையிட்டு மடிவது மேலென அவர்கள் நினைத்தனர். இரண்டு கட்சியினருக்குள் கைகலப்பு ஏற்பட்டது. 'பிஜ்லி' யின் ஆசிரியர் களத்திலிருந்து ஓடியே விட்டார். பாவம் மிர்ஜா நன்றாக உதை பட்டார். அவரைக் காப்பாற்றப் போன கோபரும் படுகாயமடைந்தான். மிர்ஜாஜி பயில்வான். தேர்ந்த சிலம்பக்காரர். தன் மீது பலத்த அடிவிழாதபடி பார்த்துக் கொண்டு விட்டார். கோபர் பாவம் பட்டிக்காட்டான். சிலம்பம் சுழற்றுவானே தவிர, தந்திரம் தெரியாது. தற்காத்துக் கொள்ளவும் தெரியாது. சண்டையில் ஒருவனை அடிப்பதைவிட இதுதான் மிக முக்கியமான விஷயம். அவனது ஒரு கை எலும்பு முறிந்து விட்டது. மண்டை பிளந்து விட்டது. முடிவில் அங்கேயே சரிந்து வீழ்ந்து விட்டான் அவன். தோளின் மீது கணக்கில்லாத தடியடி வீழ்ந்ததால் அவனுடைய உடலின் ஒவ்வொரு அங்கமும் காயமுற்றது. அவன் வீழ்ந்ததைக் கண்டதும், வேலை நிறுத்தம் செய்தவர்கள் அங்கிருந்தோடிவிட்டனர். ஒரு பத்து, பன்னிரண்டு பேர் மாத்திரம், மிர்ஜாவைச் சூழ்ந்து கொண்டு நின்றனர். புதிதாய் வந்தவர்கள் வெற்றிக் கொடியைப் பறக்கவிட்டவாறு மில்லுக்குள் நுழைந்து விடவே, தோற்றுப் போன வேலை நிறுத்தம் செய்தவர்கள், காயமுற்றவர்களை எடுத்துக் கொண்டு ஆஸ்பத்திரிக்கு ஓடினர். ஆனால் ஆஸ்பத்திரியில் இத்தனை மனிதர்களுக்கு இடமேது! மிர்ஜாஜிக்கு இடம் தரப்பட்டது. கோபரின் காயங்களுக்கு மருந்து போட்டு, பாண்டேஜ் கட்டி வீட்டிற்கு அனுப்பி விட்டனர்.

உணர்வற்று, செயலிழந்து மாமிச மூட்டை போலிருந்த கோபரைக் கண்டதும் ஜுனியாவின் பெண்மை விழித்துக் கொண்டது. இதுவரை அவனுடைய வலிமைத் தோற்றத்தைத்தான் அவள் பார்த்திருக்கிறாள். அவள் மீது ஆதிக்கம் செலுத்தி, அதட்டி, மிரட்டி, அதட்டிய, ஆளுமையைத்தான் கண்டிருக்கிறாள். இன்று அவன் செயலற்றவனாய், இரங்கத் தக்க நிலையில் முடமாகி விட்டிருந்தான். ஜுனியா நீர் மல்கிய விழிகளுடன், கட்டிலில் கிடந்த அவனைக் குனிந்து பார்த்தாள். வீட்டின் நிலைமையைப் பற்றிய நினைவு வந்ததும் அவளுக்கு அவன் மேல் பொறாமை கலந்து கோபம் புரண்டு வந்தது. வீட்டில் ஒரு காலணாக்கூட இல்லை என்பது அவனுக்குத் தெரியும். இதெல்லாம் தெரிந்திருந்தும், அவள் அடிக்கடி எடுத்துக் கூறிய பின்னும், அவன் இந்த ஆபத்தை விலைக்கு வாங்கிக் கொண்டிருக்கிறான். அவள் எத்தனை தரம் சொன்னாள். "இதோ பார்! இந்த சண்டைக்கெல்லாம் போகாதே! நெருப்பு, வைப்பவர்கள், நெருப்பைப் பற்ற வைத்து விட்டு ஓடிவிடுவார்கள். விடிவதெல்லாம் ஏழைகளின் தலைமீதுதான்". ஆனால் அவன் அவள் சொல்வதைக் காது கொடுத்துக் கேட்டிருக்கிறான். அவள் தான் அவனுக்கு வேண்டாதவளாயிற்றே. இப்பொழுது மஜாவாய் மோட்டாரில் சுற்றிக் கொண்டுத் திரிகிறார்களே அவர்கள்தான்

வேண்டியவர்கள். இந்தக் கோபத்தில் அவளுக்கோர்விதமான திருப்தி இருந்தது. குழந்தைகள், நாம் தடுத்தும் கேளாது, நாற்காலியின் மீதேறிக் கீழே வீழ்ந்ததும் - ரொம்ப நல்லது! உன் மண்டை ஏன் இரண்டாக உடைய வில்லை? என்று கோபத்துடன் கத்துகிறோமே, அது போன்றதுதான் இதுவும்.

ஆனால் மறுகணம் கோபரின் வேதனை நிரம்பிய முனகலைக் கேட்டதும் அவளது உணர்வெல்லாம் துடித்துப் போயிற்று. “ஐயோ! உடம்பெல்லாம் பொடிப் பொடியாகி விட்டதே, யாருக்கும் கொஞ்சம் கூட இரக்கம் தோன்றவில்லையா? என்ற வேதனை நிரம்பிய சொற்களே அவள் வாயிலிருந்து வெளிப்பட்டன. அவள் நெடுநேரம் வரை அவன் முகத்தையே பார்த்துக் கொண்டிருந்தாள். க்ஷீணித்துக் கொண்டிருந்த நம்பிக்கையிலிருந்து வாழ்வின், உயிர்த் துடிப்பின் லேசான அறிகுறியைக் காண விழைந்தாள். ஒவ்வொரு கணமும் அவளது தைரியம் அத்தமிக்கும் ஆதவனைப் போல் கணத்திற்குக் கணம் மூழ்கிக் கொண்டே இருந்தது. எதிர் காலத்தின் அந்த காரம் அவளைத் தனக்குள்ளே வலிந்து இழுத்தது.

திடீரென சுஹியாவின் குரல் கேட்டது, “கோபர் எப்படி இருக்கிறான் மகளே! எனக்கு இப்பொழுதுதான் தெரிந்தது. கடையிலிருந்து ஓடோடியும் வருகிறேன்.”

ஜூனியா இதுவரை அடக்கிக் கொண்டிருந்த கண்ணீர் மடை திறந்த வெள்ளமாகப் பொங்கியது. அவளால் ஏதும் பேச இயலவில்லை. மிரண்ட பார்வையுடன் சுஹியாவை நோக்கினாள்.

சுஹியா கோபரின் முகத்தைப் பார்த்தாள். அவன் நெஞ்சின் மீது கை வைத்துப் பார்த்தாள். பிறகு ஆறுதல் கூறும் குரலில் - இன்றும் நாலைந்து நாட்களில் குணமாகி விடுவான். பயப்படாதே. உன்னுடைய மாங்கல்யம் கெட்டியானது. நல்ல வேளை. அந்த ரகளையில் எத்தனையோ பேர் செத்து விட்டனர். வீட்டில் ஏதாவது காசு பணம் இருக்கிறதா?” என விசாரித்தாள்.

ஜூனியா இல்லையெனத் தலை அசைத்தாள். “நான் கொண்டு வந்து கொடுக்கிறேன். கொஞ்சம் பால் வாங்கி வந்து காய்ச்சு”

ஜூனியா அவளது கால்களைப் பிடித்துக் கொண்டாள். “அக்கா! நீதான் என்னைப் பெற்ற அம்மா, எனக்கு வேறு யாருமில்லை” என்றாள்.

குளிர் காலத்தின் உற்சாகமற்ற மாலைப் பொழுதில் பின்னும் துயரத்தின் சாயை படிந்திருப்பது போலிருந்தது. ஜூனியா அடுப்பைப் பற்ற வைத்துப் பாலைக் காய்ச்சினாள். சுஹியா வராந்தாவில் குழந்தைக்கு விளையாட்டுக் காட்டிக் கொண்டிருந்தாள்.

திடீரென ஜூனியா, தொண்டை அடைக்க கூறினாள், “நான் மிகவும் துர்பாக்கியம் பிடித்தவள் அக்கா! என்னால்தான் இவருக்கு இந்நிலை ஏற்பட்டதென்று என் மனதிற்குத் தோன்றுகிறது. மனது கோபத்தால் குமையும்போது, பின்னும் துயரம் அதிகமாகி விடுகிறது. அப்புறம் திட்டுகள் வாயிலிருந்து வருகின்றன. தொடர்ந்து சாபங்கள்..

என்னுடைய வசவுகளும் திட்டுக்களால்தானோ என்னவோ..." அவளால் மேலே பேசமுடியவில்லை. குரல் கண்ணீர்ப் பெருக்கத்தில் மூழ்கி விட்டது.

சுஹியா தன் தலைப்பினால் அவளுடைய கண்ணீரைத் துடைத்து விட்டாள். "ஏனிப்படி எல்லாம் நினைக்கிறாய் மகளே! இது உன் சிந்தூரத்தின் பாக்கியம்தான் அவன் பிழைத்திருக்கிறான். ஆனால் ஒன்று. சண்டை சச்சரவு என்று வந்தால் வாயால் என்ன உளறினாலும் சரி, மனத்தில் எந்த வெறுப்போ, பகைமையோ வைத்துக் கொள்ளக் கூடாது. இந்த விதை உள்ளுக்குள்ளே விழுந்து விட்டால், அது வளராமலிருக்காது என்றாள் கனிவுடன்.

நடுங்கும் குரலில் - "இப்பொழுது நான்னென்ன செய்யட்டும் அக்கா?" என்றாள் ஜுனியா.

"ஒன்றும் வேண்டாம்! பகவானின் பெயரைச் சொல். அவர் தான் ஏழைகளைக் காப்பாற்றுவார்" என தைரியமூட்டினாள் சுஹியா.

இதே சமயம் கோபர் கண்களைத் திறந்தான். ஜுனியாவை எதிரே கண்டதும் இறைஞ்சும் பாவத்துடன் மெலிதான குரலில், "ஜுனியா! இன்று ரொம்பவும் அடிபட்டு விட்டேன். நான் யாரிடமும் எதுவும் பேசவில்லை. எல்லோருமாய் சேர்ந்து என்னைப் போட்டு அடித்து விட்டார்கள். நான் திட்டியதை எல்லாம் மறந்து விடு. உன்னைக் கஷ்டப்படுத்தினேன். அதற்குப் பலன்தான் இது. இன்னும் கொஞ்ச நேரம்தான் உயிரோடிருப்பேன். இனிப் பிழைக்கமாட்டேன். வலியினால் உடம்பே முறிந்து விடும் போலிருக்கிறது. பொறுக்க முடியவில்லை" என்றான்.

சுஹியா உள்ளே வந்து, "பேசாமல் படுத்திரு. ஒன்றும் பேசக் கொள்ளக் கூடாது. நீ சாகமாட்டாய். இதற்கு நான் பொறுப்பு" என்றாள்.

கோபரின் முகத்தில் நம்பிக்கையின் ரேகை மின்னியது. "உண்மையாகச் சொல்லுகிறாயா? நான் பிழைத்து விடுவேனா?" என்றான் ஆவலுடன்.

"ஆமாம், சாகமாட்டாய்! உனக்கென்ன ஆகிவிட்டது? கொஞ்சம் தலையில் அடிபட்டிருக்கிறது. கை எலும்பு உடைந்திருக்கிறது. இந்த மாதிரியான அடி, கிடியெல்லாம் ஆண்பிள்ளைகளுக்கு தினமும் ஏற்படுவதுதானே! இந்த அடிக்கெல்லாம் ஒருத்தரும் சாக மாட்டார்கள்."

"இனி நான் ஜுனியாவை அடிக்கவே மாட்டேன்"

"ஜுனியா உன்னை அடித்து விடுவாளோ என்று பயப்படுகிறாயா?"

"அவள் அடித்தாலும் வாய் திறக்க மாட்டேன்."

"உடம்பு சரியானதும் இதை மறந்து விடுவாய்."

"இல்லை அக்கா! மறக்கவே மாட்டேன்."

கோபர் இப்பொழுது சிறுபிள்ளை போல் பேசினான். பத்து, பதினைந்து நிமிடம் உணர்வில்லாதவன் போல் படுத்திருப்பான். அவன் மனம் எங்கெங்கெல்லாம் பறந்து கொண்டிருந்ததோ

யாருக்குத் தெரியும். அவன் ஆற்றில் மூழ்கிக் கொண்டிருப்பது போலவும், ஜுனியா அவனைக் காப்பாற்ற ஆற்றில் இறங்கி வருவது போலவும் சிலசமயம் தோன்றும். சில சமயம் யாரோ ராட்சதன் ஒருவன் அவனது மார்பின் மீது அமர்ந்திருப்பது போலவும், ஜுனியா போன்ற உருவமுடைய ஒரு தேவி தன்னைக் காப்பாற்றுவது போலவும் கண்முன்னே தெரியும். அடிக்கடி திடுக்கிட்டவனாய் ஜுனியா நான் பிழைத்து விடுவேனா? என்று கேட்பான்.

மூன்று நாட்கள் அவன் இதே நிலையில்தானிருந்தான். ஜுனியா இரவில் கண் விழித்திருந்தும், பகலில் அவள் முன்னே நின்று கொண்டும், மரணத்தின் வாயிலிருந்து காப்பாற்றுபவள் போலிருந்தாள். குழந்தையைச் சுஹியா கவனித்துக் கொண்டாள். நாலாவது நாள் ஜுனியா எக்கா கொண்டு வந்தாள். எல்லோருமாய் கோபரை அதிலேற்றி ஆஸ்பத்திரிக்கு அனுப்பினார்கள். அங்கிருந்து திரும்பியதும் கோபருக்கு உண்மையிலேயே தான் பிழைத்து விடுவோம் என்று தோன்றியது. "ஜுன்னா! என்னை மன்னித்து விடு" என விழிகளில் நீர் மல்கக் கூறினான்.

இந்த மூன்று, நான்கு தினங்களில் சுஹியாவின் பணம் மூன்று, நான்கு ரூபாய்கள் செலவாகிவிட்டன. இப்போது ஜுனியாவிற்கும் அவளிடம் ஏதும் பெற்றுக் கொள்ள சங்கோஜம் ஏற்படவில்லை. அவளும் ஒன்று பணக்காரி அல்லவே! விறகு விற்று வரும் பணத்தை ஜுனியாவின் கையில் கொடுத்து விடுவாள். கடைசியில் ஜுனியா தானும் ஏதாவது வேலை செய்ய வேண்டும் என்ற முடிவிற்கு வந்தாள். கோபர் முற்றும் குணமடைவதற்கு சில மாதங்களாகலாம். சாப்பாட்டிற்கு, மருந்துச் செலவிற்கென்றெல்லாம் பணம் வேண்டும். அவள் கொஞ்சம் சம்பாதித்து சாப்பாட்டிற்காவது வழி தேடிக் கொள்ளலாமே! சின்ன வயதிலேயே மாடுகளைக் கவனித்து பராமரிக்க, புல்வெட்ட, அவள் கற்றிருந்தாள். இங்கே பசுக்கள் ஏது? ஆனால் புல்வெட்டலாம். அந்தக் குடியிருப்பிலிருந்து எத்தனையோ பேர், ஆண்களும், பெண்களும், நகரத்திற்கு வெளியே புல்வெட்டி வரச் சென்றனர். இதில் எட்டணா, பத்தணா சம்பாதித்தனர்.

ஜுனியா காலையில் எழுந்ததும், கோபரை கவனித்து கை முகம் கழுவிவிட்டு, குழந்தையை அவனிடம் கொடுத்து விட்டுப் புல் வெட்டிவர வெளியே சென்றாள். பிற்பகல் வரை பசிதாகத்துடன் புல்வெட்டிக் கொண்டிருப்பாள். பிறகு புல்கட்டை, மண்டியில் கொண்டு போய் விற்றுவிட்டு, மாலை இறங்கும் போது வீடு திரும்புவாள். இரவிலும் அவள் கோபர் உறங்கும்போது உறங்குவாள், அவன் விழித்துக் கொள்ளும் போது விழித்துக் கொள்வாள். ஆனால இத்தனை கடுமையாக உழைத்துப் பாடுபட்டாலும் அவள் மனத்தில் சந்தோஷம் ஏற்பட்டது. ஏதோ ஊஞ்சலில் அமர்ந்து ஆடிப் பாடிக் கொண்டிருப்பது போலிருந்தது. வழி நெடுகிலும்கூட வரும் ஆண்கள், பெண்களோடு, வேடிக்கையும் விநோதமுமாய் பேசிக் கொண்டே போவாள். புல் வெட்டும் போதும் கூட சிரிப்பும், பரிகாசமுமாய் இருக்கும். தங்கள் விதியை எண்ணி அழுவதோ, கஷ்டங்களைப் பற்றிய வேதனையோ இராது. தன்னுடையவர்களுக்காக, மிகமிகக் கடினமாக தியாகம் செய்யும் போது, தன் வாழ்க்கை பயனுள்ளதாக,

அர்த்தமுள்ளதாகும் போது, சுதந்திரமாய் வேலை செய்கையில் ஏற்படும் உல்லாசமும், மனநிறைவின் பிரகாசம் அவளது உடலின் ஒவ்வொரு அங்கத்திலும் பளிச்சிட்டது. குழந்தை தன் காலிலே நிற்கும்போது, கைகளைக் கொட்டி, எப்படி அகமகிழ்ந்து போகிறதோ, அது போன்ற மகிழ்ச்சியை ஜுனியாவும் அனுபவித்துக் கொண்டிருந்தாள். மனம் ஆரோக்கியமாக இருந்தால், உடல் எப்படி நோயுற்றிருக்க முடியும்? அவள் உள்ளத்திலிருந்து மகிழ்ச்சியின் ஊற்றுக் கண் திறந்து கொண்டு விட்டது போலிருந்தது. ஒருமாதத்திற் குள்ளேயே அவளிடம் காயகல்பம் போல் பெருத்த மாற்றம் விளைந்திருந்தது. அவளது உடலில் இப்பொழுது தளர்ச்சியில்லை, துடிப்பும், குழைவும், மென்மையும் கூடி நின்றது. முகத்தில் அந்த வெளிறிய நிறமில்லை. ரத்தத்தின் செம்மைஒளி படர்ந்திருந்தது. அந்தச் சின்னஞ் சிறிய மூடிய அறைக்குள் கிடந்து, அவமானத்தாலும், சச்சரவினாலும் வாடிக்கருகி விட்டிருந்த அவளுடைய இளமை, வெளிக்காற்றும், ஒளியும் பெற்றபின் தளதளவென்று மின்னியது. இப்பொழுது அவளுக்கு எந்த விஷயத்திற்கும் கோபம் வருவதில்லை. குழந்தை சற்றே அழுதாலும், எரிந்து விழுபவளுடைய பொறுமைக்கும் அன்பிற்கும் இப்பொழுது எல்லையேயில்லை.

இதற்கு மாறாக, குணமடைந்து கொண்டிருந்த கோபர் உற்சாகமிழந்தவனாயிருந்தான். நமது அன்புக்குரியவர்பால் நாம் கொடுமைகள் இழைக்கின்றோம். நமக்கு கஷ்டமும் ஆபத்தும் ஏற்படுகையில் அதைக் குறித்து தீவிரமான வேதனையை உணரும் சக்தி நமக்கு ஏற்படுகிறது. அந்நிலையில் நமது உள்ளத்தில், ஆன்மாவில், விழிப்புணர்வு உண்டாகிறது. நம்முடைய அத்தகாத நடத்தைக்காக, பிராயச்சித்தம் செய்ய நாம் தயாராகி விடுகிறோம். கோபரும் இத்தகையப் பிராயசித்தத்திற்காகத்தான் உள்ளூரத் தவித்துக் கொண்டிருந்தான். இனி அவனது வாழ்க்கையே முற்றிலும் வேறானதாக இருக்கும். அதில் கடுமைக்கு பதில் மென்மையிருக்கும். கர்வத்திற்குப் பதிலாக பணிவு இருக்கும். சேவை புரியும் சந்தர்ப்பம், அதிர்ஷ்டமிருந்தால்தான் கிடைக்கும். அத்தகைய தருணத்தை இனி அவன் நழுவ விடமாட்டான். மறக்க மாட்டான் என்று அவனுக்கு இப்பொழுது தெரிந்தது.

❑

28

தொழிலாளர்களின் இந்த வேலை நிறுத்தம் மிஸ்டர் கன்னாவிற்கு முற்றிலும் அர்த்தமற்றதாய், வீணானதாய்த் தோன்றியது. அவர் எப்பொழுதுமே மக்களுடன் இணைந்திருக்கவே முயற்சித்திருந்தார். தன்னை மக்களில் ஒருவனாக, அவர்களுடைய

வனாகவேதான் கருதியும் வந்தார். கடந்த வகுப்புக் கலவரத்தின் போது அவர் மிகுந்த உற்சாகத்தையும், துணிவையும் வெளிக் காட்டியிருந்தார். அவர் அம்மாவட்டத்தின் முக்கியமான தலைவர். இருமுறை சிறை சென்றவர். பல ஆயிரம் ரூபாய் வரை நஷ்டப்பட்டவர். இப்பொழுதும் தொழிலாளர்களின் குறைகளைக் கேட்க அவர் தயாராகத்தானிருந்தார். ஆனால் சர்க்கரை ஆலையின் பங்குதாரர்களின் நலனைக் கருதாமலிருப்பது இயலாது. தன்னுடைய நலனை விட்டுக் கொடுப்பதற்கு அவர் தயாராகலாம். ஆனால் பங்குதாரர்களின் நலனைக் காப்பாற்றாமலிருப்பதென்பது அதர்மம். இது வியாபாரம். தொழில். எல்லாவற்றையும் தொழிலாளர்களுக்கே பங்கு போட்டுப் பகிர்ந்தளித்துவிட, இது ஏழைகளுக்குத் தானமளிக்கும் நற்பணி மன்றமல்ல. இவ்வாலையில் பதினைந்து அல்லது இருபது சதவிகித லாபம் கிடைக்குமென்று உறுதி அளித்துத் தான் பங்குதாரர்களிடமிருந்து பணம் பெற்றுக் கொள்ளப்பட்டுள்ளது. அவர்களுக்கு பத்து சதவிகித லாபம் கூடக் கிடைக்காவிடில், டைரக்டர்கள், குறிப்பாக, மிஸ்டர் கன்னாவை மோசடிக்காரன் என்றுதான் நினைப்பார்கள். மேலும் அவர் தனது சம்பளத்தை எவ்வாறு குறைத்துக் கொள்ள முடியும். மற்ற கம்பெனிகளைவிட அவர் தனது சம்பளத்தை மிகக் குறைவாகத்தான் பெற்றுக் கொண்டிருந்தார். மாதம் ஓராயிரம் ரூபாய்தான் எடுத்துக் கொண்டார். கொஞ்சம் கமிஷனும் கிடைத்து வந்தது. இத்தனை பெற்றுக் கொண்டாலும் மில்லை நடத்தி வருபவர் அவர்தானே! தொழிலாளர்கள் தங்கள் கையால் உழைக்கின்றனர். டைரக்டர்கள் தங்கள் அறிவு, கல்வி, செல்வாக்கு மற்றும் திறமையைக் கொண்டு பணியாற்றுகின்றனர். இவ்விரு சக்திகளின் மதிப்பும் சரிசமமாகிவிட இயலாது. வியாபாரத்தில் மந்தமான நிலை இப்பொழுது. எங்கு பார்த்தாலும் வேலையின்மை, வேலையில்லாத் திண்டாட்டமிருப்பதால் மனித உழைப்பு மலிவாகிவிட்ட நிலைமை என்பது தொழிலாளர்களுக்கு ஏன் புரிவதில்லை. தங்களுக்கு கிடைப்பதில் அவர்களுக்கு ஏன் திருப்தியில்லை. அவர்களுக்கு ஒன்றுக்கு, முக்கால் கிடைத்தாலும் சந்தோஷப்பட்டுக் கொள்ள வேண்டியதுதான். உண்மையாகப் பார்த்தால் அவர்களின் நிலை மோசமானதாக இல்லை. நன்றாகத்தான் இருக்கிறார்கள். இதில் அவர்களது குற்றம் எதுவுமில்லை. அவர்கள் முட்டாள்கள். ஒன்றுமறியாதவர்கள். ஆட்டு மந்தைகள். இந்த விஷமத்தனமெல்லாம் அந்த பண்டிட் ஓங்காரநாத் மிர்ஜா குர்ஷீத்தினுடையதுதான். அவ்விருவரும் தான் பாவம் இவர்களைக் கைப்பாவையாக்கிக் கொண்டு ஆட்டுவிக்கிறார்கள். கொஞ்சம் பணம் காசு, புகழ், பாராட்டுதலுக்குகாக ஆசைப்பட்டுத்தான் செய்கிறார்கள். அவர்களின் இந்த வேடிக்கை விளையாட்டுகள், எத்தனை பேர் குடும்பத்தை அழித்து நாசமாக்கி விடும் என்பது பற்றி அவர்கள் யோசிப்பதில்லை. ஓங்காரநாத்தின் பத்திரிகை நன்றாக நடக்கவில்லையென்றால், மிஸ்டர் கன்னா பாவம் என்ன செய்வார்? இன்று அவருடைய பத்திரிகைக்கு ஒரு லட்சம் சந்தாதாரர்கள் ஏற்பட்டு, அதனால் அவருக்கு ஐந்து லட்சம், லாபம் கிடைக்கிறதென்றால், தன்னுடைய செலவுக்கு மட்டும் எடுத்துக்

கொண்டு மீதியை ஊழியர்களிடையே பங்கு பிரித்து கொடுத்து விடுவாரா என்ன? இதெல்லாம் என்ன பேச்சு! மிர்ஜா குர்ஷீத் கான் கூடத்தான் ஒரு காலத்தில் லட்சாதிபதியாக இருந்தார். இன்று தியாகி மிர்ஜா குர்ஷீத் அலிகான். அன்று ஆயிரக்காணக்கானவர்கள் அவரிடம் வேலை பார்த்தனர். தனக்கு வேண்டியதை மட்டும் எடுத்துக் கொண்டு மீதியுள்ளதை, தொழிலாளிகளுடன் பங்கு பிரித்துக் கொண்டாரா அவர்? அந்தப் பணத்தை வைத்துக் கொண்டுதான் வெள்ளைக்காரப் பெண்களுடன் கும்மாளம் போட்டுக் கொண்டிருந்தார். பெரிய பெரிய அதிகாரிகளுக்கு விருந்தளித்தார். மாதம் ஆயிரக்கணக்கான ரூபாய்களுக்கு மதுவருந்தினார். பணத்தைக் கரைத்தார். ஒவ்வொரு வருடமும், பிரான்சென்ன, ஸ்விட்ஜர்லாந்தென்ன என்று சுற்றுலா சென்றார். இன்று தொழிலாளிகள் நிலைமை கண்டு அவர் இதயமே வெடித்துப் போகிறதாம்.

இவ்விரு தலைவர்களையும் கண்ணா ஒரு பொருட்டாகக் கருதவில்லை. அவர்களுடைய நடத்தையின் நேர்மையில் அவருக்குச் சந்தேகமிருந்தது. எப்பொழுது கண்ணா சொல்வதெற்கெல்லாம் தலை ஆட்டிக் கொண்டு, அவரென்ன செய்தாலும் அதை ஆதரித்துக் கொண்டிருக்கும் ராய்சாகப்பையும் அவர் கருத்தில் கொள்ளவில்லை. தனக்குத் தெரிந்தவர்களில் ஒரே ஒருவருடைய பாரபட்சமற்ற எண்ணங்களின் மீதுதான் மிஸ்டர் கன்னாவிற்கு முழு நம்பிக்கையிருந்தது. அந்த ஒருவர்தான் மிஸ்டர் மேஹ்தா. மாலதியுடன், டாக்டர் மேஹ்தாவின் நெருக்கம் அதிகரித்ததிலிருந்து, கன்னாவின் பார்வையில் அவரது மதிப்பு மிகவும் குறைந்து விட்டிருந்தது. பல வருடங்களாக மிஸ் மாலதி கன்னாவின் இதய பீடத்தில் ஏற்றி வைக்கப்பட்டிருந்தாள். ஆனால் அவர், அவளையொரு பொம்மையாகத்தான் நினைத்தார். அப்பொம்மை அவருக்கு மிகமிகப் பிரியமானதாக இருந்தது என்பதில் சந்தேகமேயில்லை. அதை இழக்க நேரிட்டால், அது உடைந்து போனால், அல்லது அவரிடமிருந்து பறிக்கப் பட்டாலும் அவர் ரொம்பவும் வருத்தப் படுவார். வருத்தப் பட்டார் என்றாலும்கூட அவரைப் பொறுத்த வரையில் அவள் பொம்மைதான். அவருக்கு மாலதியின்பால் நம்பிக்கை உண்டாகவே இல்லை. அவளுடைய உல்லாசமும், மகிழ்ச்சியும் நிறைந்த கவர்ச்சிகரமான புறத் தோற்றத்தை ஊடுருவிச் சென்று அவளது அந்தராத்மாவை நெருங்க அவரால் இயலவில்லை. அவளாகவே அவரை மணந்து கொள்கிறேன் எனப் பிரஸ்தாபித்திருந்தாலும், அவர் ஏற்றுக் கொண்டிருக்க மாட்டார். ஏதோ சாக்குப் போக்குக் கூறித் தட்டிக் கழித்திருப்பார். இன்றும் எத்தனையோ மனிதர்கள் போலத்தான் கண்ணாவின் வாழ்வும் இரட்டை வேடம் கொண்டிருந்தது. ஒருபுறம் அவர் தியாகம், மக்கட் சேவை, உபகாரி என்ற ரூபத்தில் வெளிபட்டிருந்தார். மற்றொரு புறம், சுயநலம், போக வாழ்வு, செல்வச் செறுக்கு மிகுந்த செல்வாக்குடையவராக இருந்தார். இதில் எது அவரது உத்தமமான, சிறந்த, உண்மையான ஸ்வரூபம் எனக் கூறுவது கடினம். ஒருவேளை அவரது ஆத்மாவில் பாதி உத்தமமானதாய், உயர்ந்த நல்லெண்ணம், சேவை புரியும்

மனோபாவம் முதலியவற்றால் நிறைந்திருக்கலாம். மறுபாதியில் சுயநலமும், சுகபோக உல்லாச இயல்புகளும் இருந்திருக்கும். இவை இரண்டுமே சரிசமானமாக இருந்தன என்றாலும் பின்னதின் முரட்டுத் தனமான போக்கும், பிடிவாதமும், கர்வமும், அமைதியும், அழகும் கூடிய சாந்தமான உயரிய குணத்தின் மீது தன் ஆதிக்கத்தை நிலைநாட்டி விட்டிருந்தது. பின்னது மாலதியின்பால் விழைவு கொண்டிருந்தது என்றால், முன்னது மேஹ்தாவின்பால் மதிப்புக் கொண்டது. இச்சமயம், இவ்விரண்டுமே ஒன்றாகக் கலந்து விட்டிருந்தன. மேஹ்தா போன்ற லட்சியவாதி, மாலதியைப் போன்ற சஞ்சலமும், சுகபோகத்தில் பற்றுடைய உல்லாசமும் நிறைந்ததொரு பெண்ணின்பால் எவ்வாறு நாட்டம் கொண்டது என்பதுதான் கன்னாவிற்குப் புரியவில்லை. மிக முயற்சித்தும்கூட மேஹ்தா, உடலிச்சைகளுக்கு இரையாகி விட்டார் என்ற எண்ணத்தை அவரால் மனத்தில் நிலைப்படுத்திக் கொள்ள இயலவில்லை. சிற்சில சமயம், தானறியாத, தன்னால் அறிந்து புரிந்து கொள்ள இயலாதபடி, மாலதியின் இன்னொரு ரூபமும் இருக்கிறதோ என்ற ஐயம்கூட அவருக்குத் தோன்றியதுண்டு.

இருதரப்பின் எல்லா அம்சங்களையும் பற்றி அலசி, ஆய்ந்தறிந்த பின்னர், இந்தச் சூழ்நிலையில் மிஸ்டர் மேஹ்தாவிடமிருந்துதான் தனக்கு வெளிச்சம் கிடைக்கக்கூடுமென்ற முடிவுக்கு அவர் வந்தார்.

டாக்டர் மேஹ்தாவிற்கு வேலை செய்யும் உற்சாகமும் வெறியும் அதிகம். நள்ளிரவுக்குத்தான் உறங்கச் செல்லுவார். பின் மாலையே, இருள் பிரியும் முன்னர் எழுந்து விடுவார். எத்தகைய வேலையாக இருந்தாலும் சரி, அதற்கு எப்படியோ, எங்கிருந்தோ நேரம் கண்டுபிடித்து விடுவார். ஹாக்கி விளையாட்டா? பல்கலைக் கழகத்தில் பேச்சுப்போட்டியா? கிராம சமுதாய சேவையா? திருமணமா, எல்லாவற்றிற்கும் அவரிடம் நேரமிருந்தது. ஆர்வமிருந்தது. இதனிடையே பத்திரிகைகளுக்கு கட்டுரைகளும் எழுதி வந்தார். கடந்த சில ஆண்டுகளாக, மெய்ஞானத் தத்துவம் பற்றி ஒரு பெரிய நூல் எழுதிக் கொண்டிருந்தார். அது முடிவடையும் தறுவாயிலிருந்தது. இச்சமயம்கூட அவர் விஞ்ஞான பூர்வ சோதனையொன்றில்தான் ஈடுபட்டிருந்தார். தனது தோட்டத்தில் அமர்ந்து செடி கொடிகளின் மீது மின் விசையைப் பிரயோகித்து சோதனை செய்து கொண்டிருந்தார். சமீபத்தில் விஞ்ஞானிகளின் ஒரு கூட்டத்தில் பயிர்களில் மின்கதிர்களை ஊடாட விடுவதின் மூலம், விரைவிலேயே உற்பத்தியைப் பெருக்க முடியுமென்று நிரூபித்துக் காட்டி இருந்தார். தற்சமயம் தினமும் இரண்டு, மூன்று மணி நேரம் இச்சோதனைகளுக்காக செலவிட்டு வந்தார்கள். பயிர்கள் அல்லாதவற்றையும் உற்பத்தி செய்யலாம் என்பது அவரது கருத்து.

மிஸ்டர் கன்னா கூறியவற்றை அவர் தீவிரமான முனைப்புடன் கூர்ந்து கேட்டுக் கொண்டிருந்தார் - பின்னர் அவரை நோக்கி, “வரிவிதிப்பு ஏற்பட்டதும் தொழிலாளிகளின் கூலியைக் குறைக்க வேண்டிய அவசியமென்ன? நீங்கள் அரசிடம் முறையிட வேண்டியதுதானே! அரசு காதில் போட்டுக் கொள்ளவில்லையென்றால்,

அதற்கு தொழிலாளிகளைத் தண்டிப்பானேன்? தொழிலாளர் களுக்குச் சம்பளம் மிக அதிகமாகவே கொடுக்கப்படுகிறது. அதில் நான்கில் ஒரு பங்கைக் குறைப்பதினால் அவர்களுக்கு எந்தவிதமான கஷ்டமும் ஏற்படாது என்பது தங்களது எண்ணமா? உங்களுடைய தொழிலாளிகள் பொந்துகளில், அழுக்கேறிய, நாற்றமடிக்கும், பொந்துகளில்தான் வசிக்கின்றனர். அங்கே தாங்கள் ஒரு நிமிடம் நின்றாலும் உங்களுக்கு வயிற்றைப் புரட்டிக் கொண்டு வாந்தி வந்துவிடும். அவர்கள் அணிந்திருக்கும் துணியினால் உங்கள் பூட்சுகளைக்கூட நீங்கள் துடைக்க மாட்டீர்கள். அவர்கள் சாப்பிடும் சாப்பாட்டை உங்கள் வீட்டு நாய்கூட சீந்தாது. நான் அவர்களுடைய வாழ்க்கையில் பங்கெடுத்துக் கொண்டிருந்திருக்கிறேன். அவர் களுடைய கவளத்தைப் பறித்துக் கொண்டு, உங்களுடைய பங்குதாரர்களின் வயிற்றை நிரப்ப விரும்புகிறீர்களா?" என்றார்.

கன்னா கலவரமடைந்தவராய்- "எங்களுடைய பங்குதாரர்கள் யாவரும் பணக்காரர்கள் அல்ல, எத்தனையோ பேர் தங்களிடமிருந்ததையெல்லாம் இதில் போட்டிருக்கிறார்கள். இதில் வரும் லாபத்தைத் தவிர அவர்களின் பிழைப்புக்கு வேறு ஆதாரமே யில்லை" என்றார்.

இந்தத் தர்க்கத்திற்கு தனது பார்வையில் எந்த விதமான மதிப்புமில்லை என்பது போன்ற பாவத்துடன் மேஹ்தா கூறினார், "ஒரு வியாபாரத்தில், தொழிலில் பணம் போடுகிறவன், அதில் வரும் லாபத்தைக் கொண்டுதான் வாழ்க்கை நடத்த வேண்டுமென்ற நிலையில், அத்தனை தரித்திரனாக இருக்க மாட்டான். லாபம் குறைகிறது என்னும் பட்சத்தில் தன்னுடைய வேலைக்காரனொருவனைக் குறைத்துக் கொள்ள வேண்டி வரும். அல்லது வெண்ணெய், பழங்களில் பில் குறைவாக இருக்கும்படிப் பார்த்துக் கொள்ள நேரிடலாம். ஆனால் அவன் அம்மணமாய், பட்டினியாய் இருக்கும் படி நேராது. தங்கள் உயிரைக் கொடுத்துப் பாடுபடுவர்களின் உரிமை, பணம் போடும் பங்குதாரர்களைவிட அதிகமானது."

இதையேதான் ஓங்கார்நாத் கூறினார். மிர்ஜாவின் கருத்தும் இதுவேதான். கோவிந்தீயும் தொழிலாளர்கள் பக்கம்தான் பேசினாள். ஆனால் கன்னா இதையெல்லாம் ஒரு பொருட்டாக எடுத்துக் கொள்ளவேயில்லை. மேஹ்தாவின் வாயிலாகவும் இதையே கேட்டதும் அவர் மனத்தில் அது பதிந்தது. ஓங்கார்நாத் சுயநலமி என அவர் நினைத்தார். மிர்ஜா குர்ஷீத் பொறுப்பற்றவர். கோவிந்தி தகுதியற்றவள். மேஹ்தாவின் வார்த்தைகளில் அவரது நன்நடத்தை, நல்லெண்ணம், ஆழ்ந்த படிப்பறிவின் வலிமை இருந்தது.

திடீரென மேஹ்தா கேட்டார் - "இது பற்றி தங்கள் மனைவியின் அபிப்பிராயத்தைக் கேட்டீர்களா?"

கன்னா தயக்கத்துடன், "ஆம்! கேட்டேன்" என்றார்.

"அவருடைய அபிப்பிராயம் என்னவோ!"

"தாங்கள் கூறியக் கருத்துத்தான்."

"நான் அப்படித்தான் எதிர்பார்த்தேன். தாங்கள் கற்றறிந்த அறிவாளியான அவரைத் தகுதியற்றவர் என நினைக்கிறீர்கள்"

இதற்குள் மாலதி அங்கு வந்துவிட்டாள். கன்னாவைப் பார்த்ததும் – "என்ன? இங்கு வீற்றிருக்கிறீர்களா? நான் இன்று மேஹ்தாஜிக்கு விருந்தளிக்கப் போகிறேன். என் கையாலேயே எல்லாம் சமைத்திருக்கிறேன். உங்களையும் அழைக்கிறேன். கோவிந்தீஜியிடம் சொல்லி தங்களது இக்குற்றத்தை மன்னித்து விடச் சொல்லி விடுகிறேன்" என்றாள்.

கன்னாவிற்கு ஆவல் உண்டாயிற்று. இப்பொழுது மாலதி தன் கையால் சமைக்கவும் செய்கிறாளா? மாலதி! தன் கையால் தன் செருப்பைக் கூட அணியாத மாலதி, மின்சாரப் பொத்தானைக் கூட அழுத்தி விளக்குப் போடாதவள், வேடிக்கையும், களியாட்டங்களுமே யாருடைய வாழ்க்கையாக இருந்ததோ... அவளா! கண்ணா புன்சிரிப்புடன், "நீங்கள் சமைத்திருக்கிறீர்களென்றால், கட்டாயம் வருகிறேன். நீங்கள் சமையற்கலையில் வல்லுனர் என்பதை என்னால் நினைத்துக் கூடப் பார்க்க முடியவில்லை" என்றார்.

மாலதி சற்றும் தயக்கமின்றி – "இவர் அடித்துப் புரட்டி, வைத்தியனாக்கி விட்டார். இவருடைய உத்தரவை மீறுவதெப்படி? ஆண்மகன் தெய்வமாயிற்றே" என்றாள்.

இந்த நையாண்டியில் அகமகிழ்ந்தவராய் கண்ணா, மேஹ்தாவைப் பார்த்து கண்ணடித்தவாறே, "ஆண்மகன்தான், தங்கள் பார்வையில் இத்தனை மதிப்பிற்குரியவன் அல்லவே" என்றார்.

மாலதி வெட்கப்படவில்லை. இந்த ஜாடை மாடையான பேச்சின் பொருளை உணர்ந்து கொண்டவளாய், உணர்ச்சி மிகுந்த குரலில், "ஆனால் இப்பொழுது அப்படியாகி விட்டேன். ஏன் எனில் நான் ஆண்மகனின் எந்த ரூபத்தை நான் அறிந்திருந்தவர்களின் வட்டத்திற்குள் கண்டேனோ அவர்களை விட இது பின்னும் அழகானது. ஓர் ஆண்மகன் இத்தனை அழகனாக இத்தனை மென்மையான உள்ளம் படைத்தவனாக......"

மேஹ்தா மாலதியைப் பரிதாபமாகப் பார்த்தார், "வேண்டாம் மாலதி! என் மீது தயை காட்டு, இல்லாவிடில் இங்கிருந்து ஓடி விடுவேன்" என்றார்.

இப்பொழுதெல்லாம் மாலதியை யார் சந்தித்தாலும் அவர்களிடம் மேஹ்தாப் பற்றிய புகழ் மாலை பாடி விடுகிறாள். புதிதாய் தீட்சை பெற்றவள் தனது புதிய நம்பிக்கைப் பற்றி பறைசாற்றிக் கொள்வாளே அது போலத்தான் இதுவும். கொஞ்சமேனும் ரசனை பற்றிய கவலையே இல்லை அவளுக்கு. மேஹ்தா பாவம் மனதிற்குள் குன்றிப் போனார். தன்னைப் பற்றிய கடுமையான, கசப்பான விமர்சனத்தை அவரால் கேட்டுக் கொள்ளவோ, தாங்கிக் கொள்ளவோ இயலும். ஆனால் தன்னைப் பற்றிய புகழுரைகளைக் கேட்கும்போது தான் அடிமுட்டாளாகி விட்டது போலிருந்தார். முகம் நீண்டு, யாரோ தன்னைப் பரிகசிப்பது போல் தொங்கிப் போகும். மாலதி எதையும் மனதிற்குள் வைத்துக் கொள்ளக்கூடிய பெண்ணல்ல. அவளால் வெளிப்படையாகத் தானிருக்க முடியும். முன்னரும் அப்படித்தான். இப்பொழுதும்

அப்படித்தான். எண்ணத்தில், நினைப்பில், நடந்து கொள்ளும் முறையில் எல்லாவற்றிலும் ஒன்றுபோல்தானிருப்பாள். மனதிற்குள் எதையும் வைத்துக்கொள்ளத் தெரியாது. ஒரு நல்ல அழகான புடவை கிடைத்ததும் அதை உடுத்தி மகிழ மனம் பரபரக்குமே, அதே போல்தான், உள்ளத்தில் ஒரு அழகான பாவம், எண்ணம் உதித்தால் அதை வெளியே கூறாவிட்டால் அவளுக்கு நிம்மதி இராது.

மாலதி மேஹ்தாவினருகே வந்து அவரது முதுகின் மீது தன் கரத்தை வைத்து, "அச்சா! ஓடிவிடாதீர்கள். இனி ஒன்றும் கூற மாட்டேன். உங்களுக்கு நிந்தனைதான் அதிகம் பிடிக்குமென்று தோன்றுகிறது. சரி நிந்தனையைக் கேட்டுக் கொள்ளுங்கள் – "மிஸ்டர் கன்னாஜி! இந்த மனிதர் என் மீது தன் காதல் வலையை ...."

சர்க்கரை ஆலையின் சிம்னி அவர்கள் அமர்ந்திருந்த இடத்திலிருந்து தெளிவாகப் புலப்பட்டது. கன்னா அத்திசையில் நோக்கினார். அந்தச் சிம்னி மிஸ்டர் கன்னாவின் கீர்த்திஸ்தம்பம் போல் வானத்திலே தலை உயர்த்தி நின்றது. கன்னாவின் விழிகளில் பெருமிதம் பளிச்சிட்டது. அவர் ஆலையின் அலுவலகத்திற்கு போகும் நேரம் இது. அங்கு டைரக்டர்களின் அவசரக் கூட்டமொன்று கூட்ட வேண்டியிருந்தது. அக்கூட்டத்தில் இப்பொழுது நிலவும் சூழ்நிலையைப் பற்றி அவர்களுக்கு எடுத்துரைத்து, இப்பிரச்னைக்குத் தீர்வு காண, ஒரு வழியும் அவர்களுக்குக் கூறியாகவேண்டும்.

இதென்ன? சிம்னிக்கருகிலிருந்து இந்தப் புகை எங்கிருந்து எழும்பிக் கொண்டிருக்கிறது? பார்த்துக்கொண்டிருக்கும் போதே வானமெங்கும் புகைமண்டலம் பரவிவிட்டது. மூவரும் திகிலுற்றவர்களாய் அத்திசையிலே நோக்கினர். நெருப்பு ஏதும் பற்றிக் கொண்டு விட்டதா என்ன? அப்படித்தான் தோன்றுகிறது.

திடீரென எதிரேயுள்ள சாலையில் நூற்றுக் கணக்கான மனிதர்கள் ஆலையை நோக்கி ஓடுவது தென்பட்டது. கன்னா விருட்டென்று எழுந்து நின்றவர், "நீங்களெல்லாம் எங்கே ஓடுகிறீர்கள்?" என உரத்த குரலில் கேட்டார்.

ஒருவன் மட்டும் நின்று – "ஐயா! சர்க்கரை ஆலையில் தீப்பற்றிக் கொண்டுவிட்டது. நீங்கள் பார்க்கவில்லையா?" என்றான்.

கன்னா, மேஹ்தாவைப் பார்க்க, மேஹ்தா கன்னாவைப் பார்த்தார். பங்களாவிற்குள் ஓடிப் போன மாலதி, செருப்பை அணிந்துகொண்டு வந்தாள். வருத்தப்படுவதற்கோ, முறையிடுவதற்கோ இது சமயமல்ல. யார் வாயிலிருந்தும் ஒரு வார்த்தைகூட வெளியே வரவில்லை. ஆபத்து வேளைகளில் நமது உணர்வுகள் உள்ளடங்கிப் போய் விடுகின்றன. கன்னாவின் கார் வாசலில் நின்றிருந்தது. மூவரும் திகிலுற்றவர்களாய் அதில் வந்தமர்ந்து ஆலையை நோக்கி விரைந்தனர். நாற்சந்தி முனையருகே வந்ததும், நகரம் முழுவதுமே திரண்டெழுந்து ஆலையை நோக்கி பொங்கிப் பெருகுவது போலிருந்தது. நெருப்பில் மனிதர்களைத் தன்பால் இழுக்கும் மாய சக்தியுள்ளதோ! கார் மேலே நகர இயலவில்லை.

"ஆலையை இன்ஷூரன்ஸ் செய்திருக்கிறீர்கள் அல்லவா?" என வினவினார் மேஹ்தா.

கன்னா நீண்ட பெருமூச்செறிந்தவராய், "எங்கேயப்பா! இப்பொழுதுதான் அதுபற்றிப் பேச்சுவார்த்தை நடந்து கொண்டிருந்தது. இந்த ஆபத்து வருமென்று என்ன தெரியும்?" என்றார்.

காரை... கடவுளே என்று விட்டுவிட்டு மூவரும் கூட்டத்தைப் பிளந்துகொண்டு ஆலையின் எதிரே வந்து நின்றனர். பார்த்தால்... நெருப்பு, ஒரு பெருங்கடல் போல் வானத்தில் பொங்கி எழுந்து கொண்டிருந்தது. வெறி கொண்டாற்போல் நெருப்பின் ஜுவாலைகள், அடுத்தடுத் தெழுந்து பற்களை நரநரவென்று கடித்த வண்ணம், செந்நாக்குகள் அலைபாய, வானத்தையே விழுங்கி விடுவது போல் அலைந்தன. அந்த நெருப்புக் கடலின் கீழே, மண்டிக் கிடந்த புகை மண்டலங்கள் ஆவணி மாதத்துக் கருமேகங்கள் கருமையில் முக்குளித்துக் கீழறங்கி வந்திருப்பது போல் தோன்றியது. அதற்கு மேல் அலை பாயும் செந்தீயின் ஜுவாலை பொங்கி எழுந்து இமயம் போல் உயர்ந்து நின்றது. ஆலையின் முன்புறத்து திறந்த வெளியில் லக்ஷக்கணக்கான மக்களின் கூட்டம். போலீஸ்காரர்கள், தீ அணைப்புப் படையினர், சேவாசமிதியின் தொண்டர்கள் என யாவருமே தீ விபத்தின் பயங்கரமான நிலையைக் கண்டு மனம் தளர்ந்து போயிருப்பது போலிருந்தது. தீ அணைக்கும் படையினர் பாய்ச்சிய நீரெல்லாம், தீக்கடலில் தெறிந்து விழும் நீர்த் துளிகள் போல் ஆவியாகி விட்டன. செங்கல்கள், இரும்பு விட்டங்கள், கம்பிகள், என யாவுமே எரிந்து கொண்டிருந்தன. சர்க்கரை உருகி நாற்புறமும் பெருகி ஓடிக்கொண்டிருந்தது. தரையிலிருந்துகூட ஜுவாலை எழும்புவது போலிருந்தது.

தூரத்தில் நின்று கொண்டிருந்த கன்னாவிற்கும், மேஹ்தா விற்கும், இத்தனை மனிதர்கள் வேடிக்கை பார்த்துக் கொண்டு நிற்கிறார்களே, நெருப்பை அணைக்க ஏதும் உதவி செய்யக் கூடாதா என்று தோன்றியது. ஆனால் நெருங்கி வந்தபின், வேடிக்கை பார்ப்பதைவிட, வேறெதுவும் செய்வதற்கில்லை என்பது புரிந்தது. ஆலைச் சுவர்களிலிருந்து ஐம்பது கஜத் தூரத்திற்குள் செல்வது உயிருக்கு ஆபத்தானதாக இருந்தது. சடார், சடார், பளார், பளாரென செங்கல்கள், இரும்புச் சட்டங்கள், எனப் பலவும் வெடித்துச் சிதறிக்கொண்டிருந்தன. இடைஇடையே காற்று திசை மாறி வீசும்போது கூட்டத்தில் குழப்பமேற்பட்டது.

இவர்கள் மூவரும் கூட்டத்திற்குப் பின்னால் நின்றிருந்தனர். என்ன செய்வதென்று ஒருவருக்குமே புரியவில்லை. நெருப்பு எப்படிப் பற்றிக் கொண்டது? மேலும் இத்தனை விரைவாக எப்படி நாற்புறமும் பரவியது? யாருமே முதலில் இதைக் கவனிக்க வில்லையா? இல்லை, பார்த்த பின்னரும் அணைக்க முயற்சி ஏதும் மேற்கொள்ளவில்லையா? என்று பலவிதமான கேள்விகள் எல்லோர் மனத்திலும் எழும்பிக் கொண்டுதானிருந்தன. ஆனால் யாரிடம் கேட்பது. ஆலைத் தொழிலாளிகள் அக்கூட்டத்தில் நிச்சயம் இருப்பார்கள். ஆனால் அவர்களைக் கூட்டத்தினரிடையே கண்டு பிடிப்பது கடினம்.

திடீரென காற்று பலமாக வீசவே, தீ ஜுவாலைகள், சட்டெனத் தாழ்ந்து, கடலில் புயல் மூண்டெழுவது போல் இந்தப் பக்கமாக அலை புரண்டு வந்தன. உடனே கூடி நின்ற மக்கள் தலை தெறிக்க, இங்குமங்கும், திசையறியாமல், பாய்ந்து, குதித்தோடத் துவங்கினர். சிங்கமொன்று கூட்டத்தில் புகுந்துவிட்டதுபோல் ஒருவரை யொருவர் தள்ளி, மிதித்து, வீழ்த்திக்கொண்டோடினர். தீயின் செந்நாக்குகளோ, திடீரென உயிர் பெற்றெழுந்து விட்டிருந்தன. ஆயிரம் தலை கொண்ட சேஷ நாகம் தன் ஆயிரம் வாயிலிருந்து, நெருப்பை உமிழ்வது போலிருந்தது அக்காட்சி. இப்பெரும் குழப்பத்திலும், கலவரத்திலும் எத்தனையோ பேர், மிதிப்பட்டு, நசுக்கப் பட்டனர். கண்ணா குப்புற வீழ்ந்துவிட்டார். மாலதியை, மேஹ்தா தன்னிரு கரங்களாலும் பிடித்துக் கொண்டிருந்தார். இல்லையெனில் அவளும் மிதிபட்டிருப்பாள். மூவரும், சுவரை யொட்டியிருந்த புளிய மரத்தினடியிலே வந்து ஒதுங்கி நின்றனர். கண்ணா சுயநினைவில்லாதவர்போல், ஆலையின் சிம்னியையே இமையாது வெறித்துப் பார்த்தவாறு நின்றிருந்தார்.

“உங்களுக்கு அடியொன்றும் அதிகமாகப் படவில்லையே?” என வினவினார் மேஹ்தா.

கன்னா இதற்குப் பதிலேதும் கூறவில்லை. முன்போலவே வெறித்துப் பார்த்தவண்ணமிருந்தார். அவரது விழிகளில் பளிச்சிட்ட சூனியம், மனநிலை சரியில்லாதவனைப் போன்றிருந்தது.

மேஹ்தா அவரது கரத்தைப் பற்றி, “நாம் இங்கே வீணாக நின்று கொண்டிருக்கிறோம். உங்களுக்கு அதிகமாக அடிபட்டிருப்பது போல் தோன்றுகிறது. வாருங்கள், போகலாம்” என்றார்.

கன்னா அவரை நோக்கி, ஆவேசம் கொண்டவர் போல் பேசலானார் – “இது யாருடைய காரியம் என்பது எனக்கு நன்றாகத் தெரியும். இதில்தான் இவர்களுக்குச் சந்தோஷம் கிடைக்கிறது என்றால் கடவுள் அவர்களை நன்றாக வைக்கட்டும். எனக்கு அதைப் பற்றிக் கவலையில்லை. கவலையேயில்லை. எதைப்பற்றியும் அக்கறை யில்லை. நான் நினைத்தால் இதேபோல் புதியதொரு ஆலையைத் துவங்கமுடியும். ஆமாம்! புதிய ஆலையை ஆரம்பிக்க முடியும் என்னால். இவர்கள் என்னைப்பற்றி என்ன நினைத்துக் கொண்டிருக்கிறார்கள்? இந்த ஆலை என்னை உருவாக்கி விடவில்லை. நான் இதை உருவாக்கியுள்ளேன். மீண்டும் புதிதாய் உருவாக்குவேன். என்னால் முடியும். ஆனால் யார் இந்தக் காரியத்தை செய்திருக்கிறார்களோ, அவர்களை விடமாட்டேன். மண்ணோடு மண்ணாக்கி விடுவேன். எனக்கு எல்லா விஷயமும் தெரியும். ஒவ்வொரு சின்னச்சின்ன விஷயமும் தெரியும் எனக்கு”.

கன்னாவின் முகத்தையும், செயல்களையும் கண்ட மேஹ்தா திகிலுற்றவராய் – “வாருங்கள்! உங்களை வீட்டில் கொண்டு போய் விடுகிறேன். உங்களின் உடல்நிலை சரியில்லை” என்றார்.

கன்னா உரக்கச் சிரித்தார், “எனக்கு உடல்நிலை சரியில்லையா? ஏன் என்றால், என் ஆலை எரிந்துவிட்டது. ஹும், இப்படிப்பட்ட ஆலைகளை நான் கை சொடுக்கும் நேரத்தில் திறந்து விட முடியும். என் பெயர் கன்னா, சந்திர பிரகாஷ் கன்னா. என்னுடைய

சகலமானவற்றையும் இந்த ஆலையில் போட்டிருந்தேன். முதல் ஆலையில் எங்களுக்கு இருபது சதவிகிதம் லாபம் கிடைத்தது. உற்சாகமடைந்த நான், இந்த ஆலையைத் திறந்தேன். இதில் பாதிப் பங்குப் பணம் என்னுடையது. வங்கியின் இரண்டு லக்ஷ ரூபாய்களையும் நான் இதில் போட்டிருக்கிறேன். ஒரு மணி நேரத்திற்கு முன்னர், இல்லை, அரை மணி நேரத்திற்கு முன்னர், நான் பத்து லக்ஷத்திற்கு அதிபதி. ஆமாம்! பத்து லக்ஷம்! இப்பொழுது திவாலாகிவிட்டேன். நான் வங்கிக்கு இரண்டு லக்ஷம் ரூபாய் தந்தாகவேண்டும். நானிருக்கும் பங்களா, இனி என்னுடையதல்ல. நான் சாப்பிடும் பாத்திரம், இனி எனக்குச் சொந்தமல்ல. வங்கியிலிருந்து என்னை விலக்கிவிடுவார்கள். எந்தக் கன்னாவைப் பார்த்து மக்கள் பொறாமையால் வயிறெறிந்தார்களோ, அந்தக் கன்னா அடியோடு அழிந்து போய் விட்டான். சமூகத்தில் இனி எனக்கு உயரிய இடமில்லை. என் நண்பர்கள் இனி என்னைத் தங்களின் நம்பிக்கைக்குப் பாத்திரமானவனாக அல்ல, இரக்கத்திற்குரியவனாக நினைப்பார்கள். எனது எதிரிகள் இனிப் பொறாமைப் படமாட்டார்கள். என்னைப் பார்த்துச் சிரிப்பார்கள், மிஸ்டர் மேஹ்தா! என்னுடைய எத்தனை கொள்கைகளின் கழுத்தை நெறித்து நான் கொன்றிருக்கிறேன் என்பது உங்களுக்குத் தெரியாது. எத்தனை லஞ்சம் கொடுத்திருக்கிறேன், எத்தனை லஞ்சம் வாங்கி இருக்கிறேன் தெரியுமா? குடியானவர்களின் கரும்பை நிறுக்க, போலியான எடை வைத்து நிறுக்க, எத்தகைய ஆட்களை நான் நியமித்திருந்தேன் தெரியுமா? ஹூம்... இதை எல்லாம் கேட்டு என்ன செய்யப் போகிறீர்கள்? ஆனால் கன்னா, தன்னுடைய இந்த சீரழிந்து போன நிலைமையக் காண்பதற்கு ஏன் உயிரோடு இருக்க வேண்டும்? என்ன நடக்க வேண்டுமென்றிருக்கிறதோ, நடக்கட்டும், உலகம் சிரிக்கட்டும், நண்பர்கள் வருத்தப்படட்டும். ஜனங்கள் எத்தனை திட்டவோ, வசைமாரி பொழியவோ விரும்புகிறார்களோ, அவ்வளவு செய்யட்டும். ஆனால் இதையெல்லாம் பார்க்கவோ, காதால் கேட்டுக்கொண்டிருக்கவோ, கன்னா இனி உயிரோடிருக்க மாட்டான். அவன் வெட்கம் கெட்டவன் அல்ல. நாணமில்லாதவன் அல்ல" எனக் கூறியவாறே கன்னா தன் தலையில் ஓங்கி அறைந்து கொண்டு அழலானார்.

மேஹ்தா அவரைத் தன் மார்புடன் அணைத்துக்கொண்டு துயர மிருந்த குரலில் – "கன்னாஜீ! கொஞ்சம் தைரியமாக இருங்கள். சமாளித்துக் கொள்ளுங்கள். தாங்கள் புத்திசாலியாக இருந்தும் மனத்தை இத்தனை வருத்திக்கொள்கிறீர்களே! பணத்தினால் மனிதனுக்குக் கிடைக்கும் மரியாதை இருக்கிறதே, அது உண்மையில் அவனுக்குக் கிடைக்கும் மரியாதை அல்ல. அவன் பணத்திற்குத் தரப்படும் மரியாதை. தாங்கள் பணமில்லாதவராக இருந்தாலும் கூட நண்பர்களின் நம்பிக்கைக்குப் பாத்திரமானவராக இருக்கமுடியும். ஆம்! உங்கள் எதிரிகளின் நம்பிக்கையைக்கூடப் பெற இயலும். ஆனால் அப்பொழுது உங்களுக்கு எதிரி என்றே யாரும் இருக்க மாட்டார்கள். வாருங்கள் வீட்டிற்குப் போகலாம். சற்று ஓய்வெடுத்துக்கொண்டால் உங்கள் மனம் அமைதி அடையும்."

கன்னா பதிலேதும் கூறவில்லை. மூவருமாய் நாற்சந்தி முனையை வந்தடைந்தனர். கார் அங்குதானிருந்தது. பத்தே நிமிடங்களில் மூவரும் கன்னாவின் இல்லத்தை அடைந்தனர்.

காரிலிருந்து இறங்கியதும் கன்னா, அமைதியான குரலில் - "காரை நீங்கள் எடுத்துப் போகலாம். இனி அது எனக்குத் தேவையில்லை" என்றார்.

மாலதியும் மேஹ்தாவும் காரை விட்டிறங்கினர். "நீர் சென்று ஓய்வாகப் படுத்துக் கொள்ளும். நாங்கள் உட்கார்ந்து அரட்டை அடிக்கிறோம். வீடு திரும்ப அப்படியொன்றும் அவசரமில்லை" என்றாள் மாலதி.

கன்னா நன்றியுடன் அவளை நோக்கினார். பின்னர் கருணை மிகுந்த குரலில், "என்னால் நேர்ந்துள்ள தவறுகளை மன்னித்துவிடு மாலதி! உன்னையும் மேஹ்தாவையும் தவிர இந்த உலகத்தில் எனக்கு யாரும் கிடையாது. என்னைப் பற்றித் தாழ்வாக நினைத்துவிட மாட்டாய் என்று நம்புகிறேன். இன்னும் பத்து, பதினைந்து நாட்களில் இந்தப் பங்களாவை விட்டு வெளியேறிவிட நேரலாம். விதி எவ்வாறு வஞ்சித்துவிட்டது பார்" என்றார்.

"மிஸ்டர் கன்னாஜி! நான் உண்மையாகச் சொல்லுகிறேன். இன்று தாங்கள் என் மதிப்பில் உயர்ந்துள்ளதுபோல் என்று மிருந்ததில்லை" என்றார் மேஹ்தா.

மூவரும் உள்ளே சென்றனர். கதவு திறக்கப்படும் ஓசை கேட்டது. கோவிந்தி உள்ளே வந்தவள், "நீங்களெல்லாம் அங்கிருந்துதான் வருகிறீர்களா? சமையல்காரர் மிக மோசமான செய்தியல்லவா கொண்டு வந்திருக்கிறார்" என்றாள்.

கன்னாவின் உள்ளத்தில் கோவிந்தியின் காலடியில் வீழ்ந்து தன் கண்ணீரால் அவள் பாதங்களைக் கழுவவேண்டுமென்ற உணர்வு, ஆவேசமாய், கட்டுக்கடங்காத புயல் வேகத்தில் எழுந்தது. கனத்த குரலில், "ஆமாம்! பிரியே! நாம் முற்றிலும் அழிந்து விட்டோம்" என்றார். செயலிழந்து, நிராசையுற்று, காயப்பட்டுப் போன உள்ளம், ஆறுதலுக்காக ஏங்கி மறுகியது. உயிர் பிழைப்போம் என்ற மெலிதான நம்பிக்கை ஊசலாடிக்கொண்டிருக்கும் நிலையிலும் வைத்தியரின் முகத்தை, நம்பிக்கை சுடர்விடும் விழிகளால் நோக்கிய வண்ணமிருக்கும் நோயாளியைப்போல் உண்மையான அன்பு நிறைந்த ஆதரவிற்காக அவரது ஆத்மா தவித்தது. யாரைக் கொடுமைகளுக்குள்ளாக்கினாரோ, எப்பொழுதும், அவமதித்து, புறக்கணித்து, துரோகமிழைத்தாரோ, யாரை, பெரும் சுமையாகக் கருதி அவளது மரணத்தை வேண்டினாரோ, அதே கோவிந்தி, தன் மடியில் அவருக்காக மங்கலத்தை, ஆதரவை, ஆசிகளை ஏந்தி நிற்பது அவள் பாதங்களில்தான் தன் வாழ்வின் சுவர்க்கமே இருப்பது போலும் தோன்றியது. துர்பாக்கியசாலியான தனது சிரத்தில் தனது கரத்தை வைத்து, உயிர்த் துடிப்பற்றுப்போன நாளங்களில் மீண்டும் குருதியை பெருகச் செய்வாள், தன்னை வாழவைப்பாள் என்று தோன்றியது. மனம் பெரிதும் பலவீனப்பட்டுப் போய்விட்ட இந்நிலையில் பயங்கரமான விபத்து நேர்ந்திருக்கும் இத்தருணத்தில் தன்னை நெஞ்சோடு அணைத்துக்கொள்ள அவள் வந்து

நிற்கிறாளோ என்றிருந்தது. படகில் அமர்ந்து உல்லாச யாத்திரை செய்யும்போது, பாறைகளைக் கண்ணுற்றதும், இவை ஆபத்தானவை, யாரேனும் இவைகளை வெட்டி எறிந்து விட்டால் நல்லது என்று கூட நினைக்கிறோம். படகு கவிழ்ந்து விடும்போது அப்பாறையையே கெட்டியாகப் பற்றிக்கொண்டு விடுகிறோம். இல்லையா! அதுபோல் தான் கன்னாவின் மனநிலையுமிருந்தது.

கோவிந்தி அவரை ஒரு சோபாவில் உட்கார வைத்தாள். பின்னர் அன்பான, மென்மையான குரலில் – “எதற்காக மனத்தை வருத்திக் கொள்கிறீர்கள்? எல்லாப் பாவத்திற்கும் மூலவேரான பணத்திற்காகவா? அந்தப் பணத்தினால் நமக்கென்ன சுகம்? காலையிலிருந்து நள்ளிரவு வரை ஏதேனும் ஒரு தொந்தரவு.. ஆத்மாவின் சர்வநாசம்! குழந்தைகள் உங்களிடம் பேசுவதற்காக ஏங்கித் தவிக்கின்றன. உங்கள் உற்றார் உறவினர்களுக்குக் கடிதம் எழுதக்கூட உங்களுக்கு அவகாசம் கிட்டவில்லை. என்ன பெரிய மதிப்பு? ஆமாம்! இருந்தது! ஏன் என்றால் இன்றய உலகம் பணத்தைத்தானே போற்றிப் பூசிக்கிறது? அதற்கு உங்களால் எந்தப் பிரயோசனமும் இல்லை. உங்களிடம் பணமிருக்கும் வரை, உங்களுக்கு முன்னால் வாலை ஆட்டிக்கொண்டிருக்கும். நாளைக்கு இதே பயபக்தியுடன் இன்னொருத்தரின் வாசலில் துதி பாடிக் கொண்டிருக்கும். உங்களை ஏறெடுத்துக்கூடப் பார்க்காது. சத்புருஷர்கள் பணத்திற்கு முன்னால் தலை வணங்குவதில்லை. நீர் யார் என்பதைத்தான் அவர்கள் பார்க்கிறார்கள். உங்களிடம் உண்மை, நேர்மை, நியாயம், தியாகம், ஆண்மை, தைரியமிருந்தால் உங்களைப் போற்றுவார்கள். இல்லையெனில் நீங்கள் சமுதாயத்தை சுரண்டுகிறவர்களிலொருவர் எனப் புரிந்துகொண்டு பாரா முகமாயிருந்து விடுவார்கள் என்பது மட்டுமல்ல, உங்களுடைய எதிரிகளாகி விடுவார்கள். மேஹ்தாஜி! நான் தவறாக ஏதும் சொல்லி விடவில்லையே?” என்றாள்.

இனிமையான கனவிலிருந்து விழித்துக் கொண்டவர் போல் மேஹ்தா – “தவறா? உலகத்தின் மகாபுருஷர்கள் வாழ்க்கையை உண்மையாக உணர்ந்து, பின்னர் அனுபவபூர்வமாக எடுத்துரைத்திருக்கும் உண்மைகளைத்தானே சொல்லியிருக்கிறீர்கள். வாழ்வின் உண்மையான ஆதாரமே இதுதான்” என்றார்.

கோவிந்தி மேஹ்தாவை நோக்கி – “யார் செல்வந்தன் என்பது பற்றி யாரும் யோசித்துப் பார்ப்பதில்லை. தனது திறமை, ராமர்த்தியத்தினால் பிறரை முட்டாளாக்குகிறவன்தான்....” கன்னா இடைமறித்தார்” – ”இல்லை! கோவிந்தீ! பணம் சம்பாத்திக்க ஒருவனிடம் சம்ஸ்காரம் இருக்க வேண்டும். வெறும் திறமையினால் மட்டும் பணம் கிடைத்து விடாது. இதற்கும், தியாகம், தபஸ் எல்லாம் தேவை. இத்தகையதொரு சாதனையின் மூலம் ஒருக்கால் கடவுளைக் கூட அடைந்து விடலாம். நமது ஆத்மசக்தி, அறிவாற்றல், உடற் பலம் யாவற்றின் கலவையின் பெயர்தான் பணம்”.

கோவிந்தி எதிர்க்கட்சியாகச் சாடாமல், நடுவர் போன்ற நிலையில், பேசினாள் – “பணத்திற்காக, நிறையத் தவம் செய்ய வேண்டியிருக்கிறது என்பதை நான் ஏற்றுக்கொள்கிறேன். ஆனாலும்

கூட வாழ்க்கையில் அதற்கு எத்தனை மகத்தான, முக்கியமான பொருள் என்ற இடமளித்திருக்கிறோமோ, அத்தனை மகத்துவம் அதற்கில்லை. உங்கள் தலையிலிருந்து இச்சுமை இறங்கியது பற்றி எனக்குச் சந்தோஷம். இனி உங்கள் பிள்ளைகள், சுயநலம், கர்வம் ஆகியவற்றின் உருவமாக இல்லாது மனிதர்களாக இருப்பார்கள். வாழ்க்கையின் சுகமே, மற்றவர்களைச் சுரண்டுவதிலில்லை. மற்றவர்களைச் சுகமாக வைப்பதில் தானுள்ளது. தவறாக நினைத்துக் கொள்ளாதீர்கள், இதுவரை உங்களது வாழ்வின் பொருள், அர்த்தமெல்லாம், தன்னலம், சுகபோகம், மற்றும் உல்லாசத்தில் தானிருந்தது. தெய்வம் உங்களை அச்சாதனங்களிலிருந்து வஞ்சித்து, உங்களுக்காக, மிக மிக உயர்ந்த, தூய்மையான வாழ்க்கையின் வாயிலைத் திறந்துவிட்டுள்ளது. இந்த லட்சியத்தை அடைவதில் சற்றே சிரமம் ஏற்படலாம் என்றாலும் அதை வரவேற்கத் தயாராகுங்கள். இதைப் பெரிய விபத்து என்று ஏன் நினைக்கிறீர்கள்? அநியாயத்திற்கெதிராகப் போராட ஒரு சந்தர்ப்பம் தங்களுக்குக் கிட்டியிருப்பதாகத் தாங்கள் ஏன் நினைக்கக்கூடாது? என்னுடைய எண்ணப்படி, துன்புறுத்துபவனாக இருப்பதைவிட, துன்பப்படுவது மிக மிக மேலானது. உயர்ந்தது. பணத்தை இழந்து நாம், நமது ஆன்மாவைப் பெற முடியுமென்றாலும், இதுவொன்றும் மகத்தான இழப்புள்ள பேரமல்ல. நியாயத்தின் வீரனாக நின்று போராடுவதிலுள்ள கௌரவத்தையும் உல்லாசத்தையும் இவ்வளவு விரைவாக மறந்துவிட்டீர்களா?" கோவிந்தியின் வெளிறிய, வாடிய முகத்தில், ஏதோ அற்புதமான சக்தி குடிகொண்டிருப்பதுபோல் அவளது மௌனமான சாதனை, இன்று வாய் திறந்து பேசத் துவங்கிவிட்டது போல், தேஜஸ் சுடர்விட்டது.

மேஹ்தா அவளையே பக்தி பரவசமாய்ப் பார்த்துக் கொண்டிருந்தார். தலை குனிந்திருந்த கன்னா, இதைத் தெய்வத்தின் குரல்போல் எண்ணிப் புரிந்துக்கொள்ள முயற்சித்துக் கொண்டிருந்தார். மாலதி மனதிற்குள் வெட்கியவளாய், அமர்ந்திருந்தாள். கோவிந்தியின் எண்ணங்கள் இத்தனை உயர்வானவையா? அவளுடைய இதயம், இத்தனை விசாலமானதா? அவளுடைய வாழ்க்கை - இத்தனை பிரகாசமானதா? உயர்வானதா? என நினைத்தாள் அவள்.

❑

29

ஒருவருக்கு உபகாரம் செய்துவிட்டு மறந்துவிடும் பெண்களில் நோகரி ஒருத்தி அல்ல. அவள் நல்லது செய்திருக்கிறாள், அதைப் பற்றி நிறைய தண்டோரா போடுவாள். பேசுவாள். அதனால் தனக்கெத்தனை புகழும் பெருமையும் கிட்டுமோ அதையெல்லாம்

திரட்டிக் கொள்ளுவாள். இது மட்டுமல்ல. இவையெல்லாவற்றையும் விடவும் இன்னும் ஆதாயம் ஏதேனும் கிட்டுமா என்று முயற்சி செய்வாள். ஆனால் இப்படிப்பட்ட மனிதர்களுக்கு, புகழைவிட கெட்ட பெயரும், அபகீர்த்தியும்தான் கிட்டும். நல்லதோ, நன்மையோ செய்யாமலிருப்பது கெட்டதல்ல. நமக்கு விருப்பமில்லை அல்லது சாமர்த்தியம் அல்லது தகுதியில்லை. அவ்வளவுதான். இதற்காக நம்மை யாரும் தூற்றப்போவதோ, கெட்டவள் என்று சொல்லப்போவதோயில்லை. ஆனால் நாம் ஒரு நல்ல காரியம் செய்துவிட்டு, நாம் அவர்களுக்கு ஏதோ மகத்தான உதவி செய்துவிட்டது போலவும், அவர்கள் நன்றிக் கடன் பட்டிருப்பது போலவும் காட்டிக்கொள்ளும் போது, நாம் யாருக்கு நன்மை செய்தோமோ, அவர்கள் நமக்குப் பகைவர்களாகி விடுவது மட்டுமின்றி, நன்றி உணர்வையும் அழித்து விடுகின்றனர். நன்மை செய்பவர்கள் அதனைத் தங்கள் உள்ளத்தோடு வைத்துக் கொண்டால் அதுதான் நேர்மையான நன்மை. வெளிப்படுத்திக் கொண்டுவிட்டால் அதுவே தீமையாகிவிடும்.

"பாவம்! ஹோரி, ரொம்பவும் கஷ்டத்திலிருக்கிறான். பெண்ணின் கல்யாணத்திற்காக நிலத்தையே அடமானம் வைக்கவிருக்கிறான். அவனது நிலைமை கண்டு எனக்கு மிகவும் இரக்கமாக இருந்தது. தனியாவைக் கண்டால் பற்றிக்கொண்டு வருகிறது. தேவடியாச் சிறுக்கிக்கு மகா கர்வம். கால் தரையில் நிற்பதில்லை. பாவம்! ஹோரி! கவலையில் உருகிக் கொண்டிருந்தான். இந்தச் சங்கடமான நிலையில் அவனுக்கு உதவி செய்யலாம் என்று தோன்றியது. மனிதனுக்கு மனிதர்தானே உதவி செய்ய வேண்டும்? ஒப்புக்கொண்டாலும் சரி, ஒப்புக் கொள்ளாமல் போனாலும் சரி. ஹோரி நம் உறவாகிவிட்டான். நமக்கு இனி அவன் அயலார் இல்லையே, என நினைத்துத்தான், ரூபாயைத் தூக்கிக் கொடுத்துவிட்டேன். இல்லாவிட்டால் அந்தப் பெண் இன்னமும் வீட்டோடுதான் உட்கார்ந்திருக்கும்" என ஊரெல்லாம் சொல்லிக் கொண்டு திரிந்தாள் அவள்.

தனியாவால் இத்தற்பெருமையையெல்லாம் கேட்டுக் கொண்டிருக்க முடியுமா என்ன? "ரூபாயை என்ன தானமாகக் கொடுத்தாளாக்கும்! ரொம்பத்தான் தாராளமாய் கொடுப்பவள்! வட்டிக் கடைக்காரரும்தான் வட்டி வாங்கிக்கொள்வான்.. நீயும் வாங்கிக்கொள்ளப் போகிறாய். என்னவோ, பெரிய உபகாரம் செய்து விட்டாற்போல்! வேறு எவருக்காவது கொடுத்திருந்தால், வட்டியுடன் அசலும் சேர்த்தி மூழ்கிப் போயிருக்கும். நாங்கள் அல்லவா வாங்கிக்கொண்டிருக்கிறோம். இந்தக் கையில் பணம் வந்ததும் அந்தக் கையில் கொடுத்துவிடுவோம். உங்க வீட்டு விஷத்தை எடுத்துக் குடித்துவிட்டு நாங்கள்தான் வாயே திறக்கமாலிருக்கிறோம். யாரும் இங்கே வீட்டு வாசற்படியிலே கூட நிற்க விடமாட்டார்கள். நாங்கதான் உங்க மானத்தைக் காப்பாற்றினோம். மரியாதையைப் பொத்தி வைத்தோம்" எனப் பொருமினாள்.

இரவு பத்து மணியாகிவிட்டிருந்தது. ஆவணி மாதத்துக் கரிய மேகங்கள் எங்கும் சூழ்ந்திருந்தன. கிராமம் முழுவதும் இருளில் மூழ்கிக் கிடந்தது. ஹோரி சாப்பிட்டுவிட்டு, புகை பிடித்தவன், படுக்கச் சென்றுகொண்டிருந்தபோது, போலா வந்து வாசலில் நின்றான்.

“போலா மஹ்தோ! ஏது இந்தப் பக்கம் வந்தது? இந்த ஊரிலேயே தான் இருப்பது என்று ஆகிவிட்டால், தனியாகச் சின்ன வீடொன்று கட்டிக்கொள்வதுதானே! ஊரிலே எல்லோரும் என்னென்ன கேலியும், பரிகாசமுமாய் பேசிக்கொள்கிறார்கள்! இதெல்லாம் உங்களுக்கு நன்றாக இருக்கிறதா? தப்பாக நினைக்கவேண்டாம். உங்களுடன் சம்பந்தம் செய்து கொண்டாகிவிட்டது. இதனால் உங்களைப் பற்றி அவதூறு எதையும் கேட்டுக்கொண்டிருக்க முடிவதில்லை. என்ன செய்ய? என்றான் ஹோரி.

தனியா லோட்டாவில் தண்ணீர் எடுத்து வந்து ஹோரியின் தலைமாட்டில் வைக்க வந்தவள், இதைக் கேட்டதும் சட்டென்று, “இன்னொரு புருஷனாக இருந்தால், அப்படிப்பட்ட பெண் பிள்ளையின் கழுத்தை வெட்டி இருப்பான்” என்றாள்.

“என்ன அர்த்தமில்லாமல் பேசுகிறாய்? தண்ணீரை வைத்து விட்டு போய்ப் படு, நீ இன்று கெட்ட வழியில் போனால் நான் உன் தலையை வெட்டி விடுவேனா? அல்லது நீதான் வெட்ட விடுவாயா?” என்று அதட்டினான்.

தனியா தண்ணீரை எடுத்து ஒரு துளி அவன் மீது தெறித்தவாறே, “கெட்ட வழியில் உன் உடன்பிறப்பு போகட்டும்! நான் ஏன் போகிறேன்? நான் உலகத்தைப்பற்றி சொன்னேன்! நீ ஏன் என்னைத் திட்டுகிறாய்? இப்போ வாய் இனிப்பாக இருக்கும் இல்லையா? பொண்டாட்டி எந்த வழியே போனாலும் ஆண்பிள்ளை கொட்டக் கொட்டப் பார்த்துக்கொண்டிருப்பதா? அந்த ஆண்பிள்ளையை நான் ஆண்பிள்ளை என்று சொல்ல மாட்டேன்” என்றாள் வெடுக்கென்று.

ஹோரி மனதிற்குள் குன்றிப் போனான். போலா பாவம் தன் கஷ்டத்தை, வேதனையைச் சொல்லி அழ வந்திருப்பார். இவள் அவர் மீதே பாய்கிறாள், பார், “நாள் முழுவதும் நீ உன் இஷ்டம் போல்தான் செய்து கொண்டிருக்கிறாய், அதற்காக நான் உன்னை என்ன செய்கிறேனாம்? வாயைத் திறந்தால் கடித்துக் குதற வருகிறாய்! ” என்றார் சற்றுக் கோபமாக.

தனியாவிற்கு இனிமையாய் புகழ்ந்து சமத்காரமாய்ப் பேச வராது. “பெண்பிள்ளை குடம் நெய்யைக் கவிழ்த்தாலும், வீட்டையே கொளுத்தினாலும், ஒரு ஆண்பிள்ளை பொறுத்துக்கொள்வான. ஆனால் அவள் தவறான வழியில் போனால் மட்டும் எந்த ஆண்பிள்ளையாலும் பொறுத்துக்கொள்ள முடியாது” என்றாள். போலா துயரம் மிகுந்த குரலில், “தனியா! நீ சொல்வது சரிதான். நிச்சயமாகவே நான் அவள் தலையை வெட்டி இருக்கத்தான் வேண்டும். ஆனால் இப்பொழுது அத்தனை ஆண்மை என்னிடமில்லையே! நீ வந்து அவளுக்குக் கொஞ்சம் புத்தி சொல்லு. நான் சொல்லிச் சொல்லி அலுத்து விட்டேன்” என்றார்.

“ஒரு பெண்பிள்ளையை அடக்கி வைக்கிற சக்தி இல்லேன்னா எதற்காகக் கல்யாணம் செய்து கொண்டீர்! இப்படிச் சீச்சீ என்று லோல்படவா? பொண்டாட்டி வந்து உம் கால்களைப் பிடித்து விடுவாள். ‘சிலம்’ எல்லாம் அடைத்து வைப்பாள், உமக்குக் காய்ச்சல் கறுப்பு வந்தால், பணிவிடை செய்வாள் என்று நினைத்தீரா? அதெல்லாம் யார் உம்மோடு சின்ன வயதில் இளமையின் சுகமெல்லாம் அனுபவித்தாளோ, அந்தப் பெண்பிள்ளைதான் செய்வாள்? இவளைப் பார்த்து நீர் எப்படி மோகித்துப் போனீரோ எனக்கொன்றும் புரியவில்லை. அவள் எப்படிப்பட்டவள்? என்ன சுபாவம்? நடத்தை கிடத்தையெல்லாம் எப்படி என்று கொஞ்சம் கேட்டு, பார்த்துப் பேசியிருக்கலாம். நீர்தான் காய்ந்த மாடு கம்பங் கொல்லையிலே பாயற மாதிரி பாய்ந்து விட்டீரே! இப்போ.. வீச்சரிவாளால் அவள் தலையிலே ஒரே போடாய் போடுவதுதான் உங்க தருமம்.. இந்த அவமானத்தைவிட தூக்குத் தண்டனை கிடைத்தால், அதுவே மேல்.”

போலாவின் ரத்தத்தில் சுருசுருவென்று சூடேறியது போலிருந்தது, “இதுதான் உன் யோசனையா?” என்றார்.

“ஆமாம். இதுதான் நான் சொல்லுவது. இன்னும் ஐம்பதோ, நூறோ வருஷமாய் வாழப் போகிறீர்! இல்லையே! இவ்வளவுதான் நம்ப ஆயுசு என்று நினைத்துக்கொள்ளுங்கள்” என்றாள் தனியா.

ஹோரி.. உரத்த குரலில் மிரட்டினான், “ஹே! தனியா! வாயை மூடடி! பெரிதாய் வந்துவிட்டாள் யோசனை சொல்ல! பெரிய பத்தினி இவ. வலுக்கட்டாயமாய் பிடிச்சு வைச்சா பறவை கூடத்தான் கூட்டிலே இருக்கமாட்டேன் என்கிறது. மனிதர்களா இருப்பார்கள்? போலா மஹ்தோ! அவளை விட்டுவிடு. அவள் செத்துவிட்டாள் என்று நினைத்துக்கொள். ஊரிலே போய் உன் பிள்ளை, பேரன் பேத்திகளோடு நிம்மதியாக இரும். வேளைக்கு இரண்டொரு ரொட்டியைச் சாப்பிட்டுவிட்டு, ராமா, கிருஷ்ணா என்று இரும். சின்ன வயசு சுகம் இனி வராது. அந்தப் பெண்பிள்ளை, சுத்த மோசம், கெட்டவள், கெட்ட பெயரும், அவதூறும் தவிர இங்கு உமக்கு எந்தச் சுகமும் கிடைக்காது....” என்றான்.

நோகரியை விட்டு விடுவதா? அதெப்படி? இப்பொழுதும் அவள், தன் முன்னே கோபத்துடன் உற்றுப் பார்த்துக்கொண்டு மிரட்டுவதுபோல் போலாவிற்குத் தோன்றியது. இல்லை. இனி முடியாது. போலா நிச்சயம் அவளை விட்டுவிடுவான். தன் செய்கையின் பலனை அவளே அனுபவிக்கட்டும்.

போலாவிற்குக் கண்ணீரே வந்துவிட்டது. “ஹோரித் தம்பி! இந்தப் பெண் பிள்ளையாலே எனக்கு எத்தனை அவமானம், இகழ்ச்சி எல்லாம் நடக்கிறதென்று எனக்குத் தெரியும். இவளாலே தான் காம்தாவுடன் எனக்குச் சண்டை வந்தது. வயசு காலத்திலே இந்தக் களங்கம் ஏற்பட வேண்டுமென்றிருந்தது. ஏற்பட்டுவிட்டது. உன் பெண்ணும்தானே வீட்டை விட்டு ஓடிப்போனாள் என்று தினம் தினமும் ஏசுகிறாள். என் பெண் போனாள். ஓடிப் போனாள் என்றே வைத்துக்கொள்வோம். தன் புருஷனோடுதானே. கஷ்டமோ, சுகமோ அனுபவித்துக்கொண்டு வாழ்ந்து கொண்டிருக்கிறாள்.

இவளைப் போன்ற பெண்பிள்ளையை நான் பார்த்ததே யில்லையப்பா! மத்தவங்க கிட்ட சிரித்துச் சிரித்துப் பேசுகிறாள். என்னைக் கண்டால் கும்பா மாதிரி முகத்தைத் தூக்கி வைத்துக் கொள்கிறாள். நான் ஏழை. காசு பணமில்லாதவன். தினமும், இரண்டு, மூன்று அணா கூலிக்கு வேலை செய்கிறவன். பால், தயிர், மாமிசம், மீன், ரபடி, பாலாடையெல்லாம் எங்கிருந்து கொண்டு வர முடியும்?” என்றார்.

அன்று வீடு திரும்பும்போது, இனி தான் தன்னுடைய வீட்டிற்குத் திரும்பிப் போவது என்ற பிரதிக்ஞையுடன்தான் போலா சென்றார். நிறையவே இடிபட்டாகிவிட்டது. இனிப் பிள்ளைகளுடன் தானிருக்கப் போகிறார். ஆனால் மறுநாள் காலையில் ஹோரி பார்க்கும்போது துலாரியின் கடையிலிருந்து போலா புகையிலை வாங்கிக்கொண்டு சென்றுகொண்டிருந்தான். ஹோரிக்கு அவரைக் கூப்பிடுவது உசிதமல்ல என்று தோன்றியது. ஆசையிலும் மோகவசப்படும் போதும் மனிதன் தன் வசத்திலிருப்பதில்லையே! வீட்டிற்குச் சென்றதும் தனியாவிடம், “போலா இன்னமும் அங்கு தானிருக்கிறார். நிச்சயம் நோகரி அவர் மீது சொக்குப்பொடி போட்டிருக்கிறாள்” என்றான்.

தனியா முகத்தைச் சுளித்தாள், “அவள் மட்டும் வெட்கம் கெட்டவள் அல்ல. இவரும் தான் வெட்கமில்லாதவர். இப்படிப்பட்ட ஆண்பிள்ளை எங்கேயாவது குளம் குட்டையிலே விழுந்து சாகவேண்டும். அந்த வீறாப்பெல்லாம் எங்கே போயிற்று? ஜுனியா இங்கு வந்தபோது தடியைச் சுழற்றிக்கொண்டு அவள் பின்னால் சுற்றினாரே! மானம் போய் விட்டதென்றார். இப்பொழுது மானம் போகவில்லையாக்கும்.”

ஹோரிக்கு போலாவின் மீது இரக்கமாக இருந்தது. பாவம் இந்த குடிகேடியின் மோகவயப்பட்டுத் தன் வாழ்க்கையையே வீணாக்கிக் கொண்டுவிட்டாரே! விட்டுவிட்டு எப்படிப் போகமுடியும்? பாவம்! பெண்டாட்டியை இப்படி விட்டுவிட்டுப் போவது என்ன எளிதா? இந்த நாசகாலி அவரை அங்கும் நிம்மதியாக இருக்க விடமாட்டாளே! பஞ்சாயத்தைக் கூட்டுவாள். சோறும் துணியும் கொடுக்கவேண்டுமென்று தாவா போடுவாள். இப்பொழுது இந்த ஊரிலுள்ளவர்களுக்கு மட்டும்தான் தெரியும். யாருக்கும் எதையும் சொல்ல சங்கோஜமாக இருக்கிறது. குசுமுசு என்று பேசிக் கொள்வதோடு நிறுத்திக்கொள்கின்றனர். அப்பொழுதோ, உலகம் கூட போலாவைத்தான் நிந்திக்கும். புருஷன் கை விட்டுவிட்டால், பாவம், அபலைப் பெண் என்ன செய்வாள், என்றல்லவா உலகம் பேசும்! ஆண் மகன் கெட்டவனென்றால் பொண்டாட்டியின் கழுத்தை வெட்டிவிடுவான். பெண்பிள்ளை கெட்டவளானால் ஆண் பிள்ளையின் முகத்தில் கரியைப் பூசிவிடுவாள் என நினைத்தான் ஹோரி.

இதற்கு இரண்டு மாதங்களுக்குப் பிறகு, ஒருநாள் நோகரி செருப்பாலடித்துப் போலாவின் சொட்டைத் தலையைப் பதம் பார்த்துவிட்டாளென்ற செய்தி ஊரெங்கும் பரவியது.

மழைக் காலம் முடிந்துவிட்டது. ரபிபருவத்தில் விதைப்பிற்கான ஏற்பாடுகள் நடந்து கொண்டிருந்தன. ஹோரியின் கரும்பு ஏலம் போடப்பட்டுவிட்டது. கரும்புப் பயிரின் விதைப்பாட்டிற்குப் பணம் கிடைக்காததால் கரும்பு பயிரிடவில்லை. இடதுபுறத்து மாடு கிழடு தட்டிவிட்டது. இனிப் புதிதாக மாடு வாங்காமல் வேலை எதுவும் நடக்காது. புனியாவின் மாடு ஒன்று கால்வாயில் வீழ்ந்து மரித்து விட்டதிலிருந்து, தடங்கல்கள் இன்னும் பெருகிவிட்டன. புனியாவின் வயலில் ஒருநாள், ஹோரியின் வயலில் ஒருநாள் என்று உழவு நடந்தது. வயல்களில் ஏர் கட்டி உழுவதும், எந்த முறையில் நடக்க வேண்டுமோ, அந்த முறையில் நடக்க இயலவில்லை.

ஹோரி கலப்பையை எடுத்துக்கொண்டு வயலுக்குச் சென்றான் என்றாலும் போலாவைப் பற்றிய கவலை மனத்தில் மேலோங்கி நின்றது. தன் வாழ்நாளில் ஒரு பெண் தன் கணவனை செருப்பால் அடித்தாள் என்று கேள்விப்பட்டதேயில்லை. செருப்பால் அடிப்பதிருக்கட்டும், ஓங்கி அறைந்தாள், குத்து விட்டாள் என்ற சம்பவம்கூட அவன் நினைவுக்கு ஏதும் வரவில்லை. ஆனால், நோகரி போலாவைச் செருப்பாலடித்திருக்கிறாள். எல்லோரும் கூடி நின்று வேடிக்கை பார்த்திருக்கிறார்கள். இந்தப் பெண்ணின் பிடியிலிருந்து பாவம் அவரை எப்படி விடுவிப்பது? இனி போலா எங்கேனும் மூழ்கிச் சாகவேண்டியதுதான். வாழ்க்கையில் கெட்ட பெயர், மகா மோசமான நிலைமையையும் தவிர வேறெதுவும் இல்லை என்றாகி விட்டபோது, மூழ்கிச் சாவதுதான் நல்லது. போலாவிற்காகக் கண்ணீர் சிந்த, வருத்தப்பட யாரிருக்கிறார்கள்? பிள்ளைகள், கருமாதி வேண்டுமென்றால் செய்வார்கள். அதுவும் உலகத்திற்காக. அவ்வளவுதான். கண்ணீர் யார் கண்களிலிருந்தும் வராது. ஆசையின் வலையில் சிக்கி மனிதன் இப்படித் தான் தன் வாழ்க்கையை நாசமாக்கிக்கொள்கிறான். தனக்காக கண்ணீர் வடிக்க எவருமில்லை என்ற நிலையில் வாழ்க்கையின்பால் என்ன மோகம்! சாவதற்கென்ன பயம்?

நோகரி போல் ஒருத்தி என்றால், இன்னொருபுறம் சிலியாவைப் போன்ற ஒருத்தி! பார்க்க, பிடிக்க முன்னவளை விட இவள் லக்ஷம் பங்கு மேலானவள். அவள் மனது வைத்தால் இரண்டு பேருக்குப் போட்டு தானும் சாப்பிடலாம். ஜோராக, ஊர் சுற்றலாம். ஆனால் அவள் கூலி வேலை செய்கிறாள். பட்டினி கிடந்து சாகிறாள். அந்த மாதாதீனை நினைத்துக்கொண்டே உருகி உட்கார்ந்திருக்கிறாள். அந்த இரக்கமற்றவனோ ஏனென்றுகூட கேட்பதில்லை. யார் கண்டார்கள்! தனியா செத்துவிட்டிருந்தால், ஹோரிக்கும் இந்த நிலைமைதான் ஏற்பட்டிருக்கும். தனியாவின் மரணத்தைப் பற்றி நினைக்கையிலேயே ஹோரியின் மயிர்க் கால்கள் குத்திட்டு நின்றன. தனியாவின் உருவம் மனக்கண் முன்னேவந்து நின்றது. சேவையும், தியாகமுமே உருவான தேவி அவள். பேச்சிலே காரமுண்டு. நாக்கு கொஞ்சம் வீச்சு அதிகம். ஆனால் இதயம் மெழுகு போன்றது. ஒவ்வொரு காசுக்கும் உயிரை விடுவாள். ஆனால் மரியாதை, கௌரவத்திற்காகவென்றால் தன்னுடைய சகலத்தையும் துறந்து அர்ப்பணித்து விடத் தயார். இளம்வயதில் நல்ல அழகிதான். இந்த

நோகரி அவள் முன்னே எம்மாத்திரம்? நடந்து வந்தால் ராணி மாதிரி கம்பீரமாக இருக்கும். பார்த்தவர்கள், பார்த்த வண்ணமே இருப்பார்கள். இந்தப் படேசுவரி, ஜீங்குரி - எல்லாம் அப்பொழுது இளம் காளைகள். இருவரும் தனியாவைப் பார்க்கும் போது நெஞ்சில் கை வைத்துக் கொள்வார்கள். வாசலையே நூறுதரம் சுற்றிச் சுற்றி வருவார்கள். ஹோரி தருணம் பார்த்துக் கொண்டு தானிருப்பான். ஆனால் சீண்டிவிட சாக்கு ஏதும் கிடைக்காது. அந்நாட்களில் வீட்டில் சாப்பாட்டிற்கே ரொம்பவும் கஷ்டம்: பனி வீழ்ந்து விட்டதால், வைக்கோல் கூட தேறவில்லை. சனங்கள், காட்டு இலந்தையைத் தின்று, மென்று நாட்களைக் கழித்துக் கொண்டிருந்தனர். ஹோரி, பஞ்சநிவாரண முகாமில் சென்று வேலை செய்ய வேண்டியிருந்தது. தினமும் கூலி ஆறு பைசா கிடைக்கும். தனியா வீட்டில் தனியாகத்தானிருப்பாள். ஆனால் யாரும் எந்த விடலைப் பையனையும் அவள் பார்த்ததாகக் கண்டதில்லை. படேசுவரி ஒருமுறை ஏதோ கொஞ்சம் சீண்டிப் பார்த்திருக்கிறான். அவள் முகத்திலறைந்தாற்போல் சொன்ன பதிலை அவர் இன்னும் மறக்க முடியவில்லை. ஹோரியின் நினைவுகள் சுழன்று கொண்டே போயின. சட்டென மாதாதீன் தன்னை நோக்கி வருவதை அவன் கண்டான். இரக்கமற்றவன். நாமம் தரித்துக் கொண்டு பகவானின் பரமபக்தன்போல் எப்படி வருகிறான் பார்! மோசடிக்காரன். சரியான வேடதாரி.. இப்படிப்பட்ட பிராமணனின் கால்களில் யார் விழுவார்கள்?

அருகில் வந்த மாதாதீன் - "உனது இடது பக்கத்து மாடு ரொம்பவும் கிழடுதட்டிப் போய்விட்டது. ஹோரி! இந்தத் தடவை உழவுக்கெல்லாம் இது தாங்காது. நீ ஓட்டி வந்து ஐந்து வருடமிருக்குமா?" என்றான்.

ஹோரி இடது பக்கத்து மாட்டின் முதுகைத் தடவிக் கொடுத்தவாறே, "ஐந்தாவதா, எட்டாவது வருடம் நடக்கிறது? இதற்கு பென்ஷன் கொடுத்து விட வேண்டும் என்றுதான் விரும்புகிறேன். ஆனால் குடியானவனுக்கும், அவனது மாடுகளுக்கும் யமதேவனாகப் பார்த்துப் பென்ஷன் கொடுத்தால்தானுண்டு. இதன் கழுத்தின் மீது நுகத்தடியை வைக்கும்போது என் மனசு ரொம்பவும் கஷ்டப்படுகிறது. இன்னமும் எனக்கு ஓய்வில்லை என்று அது மனதிற்குள் நினைத்துக் கொண்டிருக்கும். நானென்ன உழப் போகிறேன் என எண்ணும். ஆனால் நானென்ன செய்ய? ஆமாம், நீ எங்கேயப்பா இந்தப் பக்கம் வந்தாய்? இப்பொழுது உடம்பு குணமாகி விட்டதா? என்று விசாரித்தான் ஹோரி.

கடந்த ஒரு மாதமாக மாதாதீன் மலேரியாவினால் பீடிக்கப் பட்டிருந்தான். ஒருநாள் நாடியே வீழ்ந்து விட்டது. கட்டிலிலிருந்து கீழே இறக்கிப் போட்டு விட்டார்கள். அன்றிலிருந்து அவன் மனத்தில் சிலியாவின் பால் தான் இழைத்துள்ள அநியாயத்திற்குத் தான் இத்தண்டனை கிடைத்திருக்கிறது என்ற எண்ணம் ஏற்பட்டு விட்டது. அவன் சிலியாவை வீட்டை விட்டு வெளியேற்றியபோது அவள் கர்ப்பவதியாக இருந்தாள். ஆயினும் அவனுக்கு அவள்பால் சற்றும் இரக்கம் ஏற்படவில்லை. நிறைமாத கர்ப்பத்திலும் அவள்

கூலி வேலை செய்தாள். தனியா மட்டும், அவள் மீது இரக்கம் காட்டாமலிருந்திருந்தால், அவள் என்றோ இறந்திருப்பாள். எத்தனை எத்தனை கஷ்டங்களையெல்லாம் சகித்துக்கொண்டு அவள் உயிர் வாழ்ந்து கொண்டிருக்கிறாள். எத்தனை கஷ்டங்களைச் சகித்துக் கொண்டு உயிர் வாழ்கிறாள். இந்நிலையில் அவளால் இனியும் கூலிவேலை செய்ய முடியாது. மாதாதீன் மனதிற்குள் வெட்கமும், வருத்தமும் கொண்டவனாய் சிலியாவிற்காக, ஹோரியின் கையில் இரண்டொரு ரூபாய்கள் கொடுத்துவிட்டுப் போகத்தான் வந்திருந்தான். ஹோரி அவளிடம் இந்த ரூபாய்களைக் கொடுத்து விட்டால் ரொம்பவும் உபகாரமாயிருக்கும் என்பதையும் தெரிவித்தான்.

"நீயேபோய் ஏன் கொடுக்கக் கூடாது?" என்றான் ஹோரி.

"என்னை அவளிடம் அனுப்பாதே மஹ்தோ!" எனத் தீனமான குரலில் கூறினான் மாதாதீன். "நான் எந்த முகத்தைக்கொண்டு அவள் முன்னே போவேன்? என்னைக் கண்டதும் திட்டவாரம் பித்து விடுவாளோ என்று பயமாகக் கூட இருக்கிறது. என்மீது தயை செய் மஹ்தோ! என்னால் நடக்க முடியவில்லை. ஆனாலும் இந்த ரூபாய்க்காகத்தான் ஒரு யஜமான் வீட்டிற்கு ஒரு காத தூரம் ஓடிப் போய்விட்டு வந்திருக்கிறேன். என் செய்கையின் பலனை நிறையவே அனுபவித்து விட்டேன். பிராமணன் என்ற சுமையை இப்பொழுது என்னால் தாங்கவே இயலவில்லை. கண் மறைவாய், யாருக்கும் தெரியாமல் எத்தகைய தீய நடவடிக்கையிலிறங்கினாலும் யாரும் வாய் திறப்பதில்லை. வெளிப்படையாக ஏதுவும் செய்ய முடியாது. ஏன் என்றால் குடும்பத்திற்குக் களங்கம் உண்டாகி விடும். என்னுடைய தவறை மன்னித்து விடும்படி அவளிடம் நீ எடுத்து சொல்லிவிடு மஹ்தோ! தர்மத்தின் கட்டுப்பாடுகள் மிகவும் கடுமையானவை. எந்தச் சமூகத்தில் பிறந்து, வளர்கின்றாயோ, அதன் மரியாதையை, நியமங்களைக் கடைப்பிடித்துத்தானாக வேண்டும். வேறெந்தச் சாதியின் தர்மங்கள் குலைந்து போனாலும் அதனால் விசேஷமான ஹானி ஏதுமில்லை. ஆனால் ஒரு பிராமணனின் தர்மம் குலைந்து போனால் அவனது கதி அதோகதிதான். அவனது தர்மம்தான் அவனது முன்னோர்கள் சம்பாதித்து வைத்திருக்கும் சொத்து. அதிலிருந்துதான் அவனுக்கு சாப்பாடு கிடைக்கிறது. இந்தப் பிராயச்சித்தத்தினால் எங்களுக்கு முன்னூறு ரூபாய் கை விட்டுப் போய்விட்டது. தர்மத்தை விட்டுவிட்டுத்தான் இருக்க வேண்டுமென்றால் நான் என்ன செய்கிறேனோ அதை வெளிப்படையாகவே செய்வேன். ஒளிவு மறைவாய் செய்ய மாட்டேன். சமுகத்திற்காக ஒருவனுக்கு சில கடமைகள் இருக்கிறதென்றால், மனிதனென்ற முறையிலும் அவனுக்குச் சில கடமைகள் உண்டு. சமுதாய தர்மத்தைக் கடைப்பிடித்தால் சமுதாயம் மதிக்கின்றது. ஆனால் மனித தர்மத்தை, மனித நேயத்தைப் பற்றி நின்றால் பகவான் மகிழ்ச்சி அடைவார்."

அன்று மாலை ஹோரி பயந்து கொண்டே சிலியாவிடம் ரூபாய்களைக் கொடுத்தபோது தனது தவத்துக்குரிய வரம் பெற்று விட்டதைப்போல் அவள் உணர்ந்தாள். துயரத்தின் சுமையை

அவளால் தனியாகச் சுமந்துகொள்ள முடிந்தது. ஆனால் சந்தோஷத்தை அவளால் தனியே தாங்கிக் கொள்ள இயலவில்லை. இச்சந்தோஷத்தை அவள் யாருடன் பகிர்ந்து கொள்வாள்? தனியாவிடம் தன் மனதில் உள்ளதை அவளால் சொல்ல முடியாது. ஊரில் அவளுக்கு நெருக்கமானவர்கள் எவருமில்லை. மனதிற்குள் ஒரே பரபரப்பு. சோனாதான் அவளுடைய தோழி. சிலியா அவளைச் சந்திக்க ஆவலுற்றாள். இரவு முழுவதும் எப்படிப் பொறுத்துக் கொண்டிருப்பதாம்? மனதில் புயல்போல் எண்ணங்கள் எழும்பிக் கொண்டிருந்தன. இனி அவள் யாருமற்ற அனாதையல்ல. மாதாதீன் அவள் கரம் பிடித்து விட்டான். வாழ்க்கைப் பாதையில் அவள் முன்னே, இப்பொழுது இருள் மண்டி, வாயைப் பிளந்து கொண்டிருக்கும் அகாதமான பள்ளம் இல்லை. பசுமையுடன் கூடிய விரிந்து பரந்த மைதானம்தான் உள்ளது. காற்றிலே அசைந்தாடும், பசும் கதிர்கள், துள்ளிக் குதித்தோடும் மான்கள், இசைபாடும் நீர் அருவிகள்தான் அவளை வரவேற்கின்றன. ஊடல் கொண்டிருந்த அவளது அன்பு, இன்று ஆவேசமிகுந்ததாகி விட்டது. மனதிற்குள் மாதாதீன் அவளை எவ்வளவு திட்டியிருக்கிறான். நிந்தித்திருக்கிறான். இனி அவனிடம் அவள் இதற்காக மன்னிப்பைக் கோரப் போகிறாள். அவளை ஊரார் யாவரின் முன்னேயும் எப்படி அவமானப் படுத்தி விட்டான் அவன். உண்மையிலேயே இது பெரும் தவறுதான். அவள் சக்கிலியப் பெண். தாழ்ந்த குலத்தவள். அவளுக்கு ஏதும் நேர்ந்துவிடவில்லை. இன்றே, பத்தோ, இருபதோ செலவழித்து, சாதி சனங்களுக்கு சாப்பாடு போட்டுவிட்டால் திரும்பவும் அவளைத் தங்களோடு சேர்த்துக்கொண்டு விடுவார்கள். பாவம் அவனுடைய தர்மம் முற்றிலும் குலைந்து விட்டது. அடியோடு நாசமாகி விட்டான். அவனுக்கு மீண்டும் பழைய மரியாதை, கௌரவம் கிடைக்காது. கோபத்தில்தான் எப்படிக் குருடாகிப் போய் விட்டான்? எல்லோர் முன்னிலையிலும் தங்களது உறவைப்பற்றி, காதலைப்பற்றித் தம்பட்டம் அடித்தாளே! அவருடைய தர்மம் குலைந்து போய்விட்டது, பிரஷ்டனாகி விட்டார். அவருக்குக் கோபம் வரத்தான் செய்தது. இவருக்கு என்ன நேர்ந்து விட்டது? பைத்தியமா பிடித்துவிட்டது? அவள் தன் வீட்டிற்கே திரும்பிப் போயிருந்தால் என்ன நஷ்டமாம்? வீட்டில் யாரும் அவளைக் கட்டிப் போடப் போவதில்லையே! தர்மம், நியமம் அனுஷ்டானங்களுடன் இருப்பதால் உலகம் மாதாதீனைப் பூசிக்கிறது. அந்தத் தர்மத்தையே அவள் குலைத்து விட்டாளென்ற நிலையில் அவருக்கு அவள்பால் ஏன் ஆத்திரமும், கோபமும் வராதாம்? சற்று நேரத்திற்கு முன் வரை அவளது எண்ணப்படி, நேர்ந்த தவறு, குற்றம் யாவும் மாதாதீனுடையதாகவே இருந்தது. இப்பொழுதோ, தவறெல்லாம் தன்னுடையதாகவே அவளுக்குத் தோன்றியது. நல்லெண்ணமும், நட்புறவும் அதே உணர்வையே தோற்றுவித்திருந்தன. அவள் குழந்தையை மார்போடணைத்துக்கொண்டு கொஞ்சினாள். இப்பொழுது அக்குழந்தையைப் பார்க்கும்போது வெட்கமோ, கழிவிரக்கமோ தோன்றவில்லை. அக்குழந்தை இனி இரக்கத்திற்குப் பாத்திரமானதல்ல. அவளுடைய தூய்மை உணர்வுக்கும், பெருமிதத்திற்கும் பாத்திரமானது.

கார்த்திகை மாதத்தின் அழகிய வெண்நிலவு இயற்கையின் மீது இனிய இசையைப்போல் விரவி நின்றது. சிலியா வீட்டைவிட்டுக் கிளம்பினாள். அவள் சோனாவிடம் சென்று இவ்வினிய செய்தியைக் கூறப் போகிறாள். இனியும் அவளால் பொறுமையாக இருக்க முடியாது. இப்பொழுதுதான் சந்தியா காலம் ஆகியிருக்கிறது. தோணி நிச்சயம் கிடைக்கும். சிலியா வேகமாய் நடந்தாள். ஆற்றங்கரைக்குச் சென்று பார்த்தால் தோணி அக்கரையில் இருந்தது. படகோட்டியைக் கண்ணிலேயே காணோம். நிலவு உருகி ஆற்றிலே பெருகி ஓடுவது போலிருந்தது. சிலியா ஒரு கணம் நின்று யோசித்தவள், மடமடவென்று, ஆற்றில் இறங்கிவிட்டாள். ஆற்றிலே அப்படியென்ன பிரமாதமான நீர்ப் பெருக்கம் இருந்துவிடப் போகிறது? அவளது உள்ளத்தில் பொங்கிய உல்லாசக் கடலுக்கு முன்னால் ஆற்று நீர் எம்மாத்திரம்? தண்ணீர் முதலில் முழங்கால் வரைதானிருந்தது. பிறகு இடுப்பு, அப்புறம் கழுத்தளவு வந்து விட்டது. மூழ்கி விடுவோமோ எனச் சிலியா பயந்துபோனாள். எங்கேனும் பள்ளம் கிள்ளம் இருந்துவிடப் போகிறதென்று ஜாக்கிரதையாக அடியெடுத்து வைத்தாள். இப்பொழுது அவள் நட்டாற்றிலிருந்தாள். மரணம் அவள் முன்னர் நர்த்தனமாடியது. ஆயினும் அவள் கலங்கவில்லை. அவளுக்கு நீந்தத் தெரியும். சிறுமியாக இருக்கும்போது இந்த ஆற்றில் எத்தனை முறை நீந்தி இருக்கிறாள்? இக்கரையிலிருந்து அக்கரைக்கு நீந்திக் கடந்து சென்றிருக்கிறாள். இருப்பினும் அவள் நெஞ்சு ஏனோ தடதடவென்று அடித்துக்கொண்டது. ஆனால் வரவர நீர் இறங்கிக் கொண்டே வந்தது. இனி ஏதும் பயமில்லை. அவள் விரைவிலே ஆற்றைக் கடந்து அக்கரையை அடைந்தவள், சேலையிலிருந்த நீரைப் பிழிந்து விட்டுக்கொண்டாள்.

குளிரில் உடல் வெடவெடக்க மேலே நடந்தாள். நாற்புறமும் மௌனம் தேங்கி நின்றது. குள்ளநரிகள் ஊளையிடும் சப்தம்கூட கேட்கவில்லை. சோனாவைச் சந்திக்கப் போகிறோம் என்ற இனிய கற்பனை அவளை இழுத்துச் சென்றுகொண்டிருந்தது. ஆனால் அக்கிராமத்திற்குள் சென்றதும் சோனாவின் வீட்டிற்குச் செல்ல அவளுக்குத் தயக்கம் ஏற்பட்டுவிட்டது. மதுரா என்ன சொல்லுவானோ? அவளுடைய புக்ககத்தார் என்ன சொல்லுவார்களோ! சோனாகூட இந்த இரவு வேளையில் ஏன் வந்தாய் என்று கோபித்துக்கொள்வாள். பொதுவாக, கிராமங்களில் நாள் முழுவதும் உழைத்துப் பாடுபடும் விவசாயிகள் களைத்துப் போய் மாலை மங்கியதுமே உறங்கிவிடுகின்றனர். கிராமம் முழுவதுமே உறங்கிவிட்டிருந்தது. மதுராவின் வீட்டுக் கதவுகள் மூடியிருந்தன. சிலியாவினால் கதவைத் திறக்கமுடியவில்லை. அவளை இந்த நிலையில் காண்பவர்கள் என்ன சொல்வார்களோ! அங்கேயே வாயிலுக்கருகே கணப்பு இன்னும் எரிந்து கொண்டிருந்தது. சிலியா தன் உடையை உலர்த்திக் கொள்ளத் துவங்கினாள். திடீரென கதவு திறந்தது. மதுரா வெளியே வந்தான். அரே! யாரது! கணப்புக்கருகே உட்கார்ந்திருப்பது? எனக் குரல் கொடுத்தான்.

சிலியா சட்டென்று தலைப்பை இழுத்து தலைக்கு முக்காடு இட்டுக்கொண்டாள். பிறகு நெருங்கி வந்து, மெல்ல, "நான்தான் சிலியா" என்றாள்.

"சிலியாவா? இந்த இரவு வேளையில் எப்படி வந்தாய்? அங்கே எல்லோரும் சுகம்தானே?"

"எல்லோரும் சுகம்தான். மனதிற்கு என்னவோ போலிருந்தது. சரி, போய் எல்லோரையும் பார்த்துவிட்டு வரலாமென்று வந்தேன். பகலில் அவகாசமே கிடைப்பதில்லை."

"ஆற்றில் இறங்கி வந்தாயா?"

"பின்னெப்படி வருவதாம்! தண்ணீர் குறைவாகவா இருக்கிறது?"

மதுரா அவளை உள்ளே அழைத்துப் போனான். வாசற் குறட்டில் இருள் மண்டியிருந்தது. அவன் சிலியாவின் கரத்தைப் பற்றித் தன்பால் இழுத்தான். சிலியா சடக்கென்று தன் கரத்தை விடுவித்துக் கொண்டவள் கோபத்துடன், "இதோ பார் மதுரா! என்னைச் சீண்டினால் சோனாவிடம் சொல்லிவிடுவேன். நீ என் தங்கை புருஷன். நினைவிருக்கட்டும். சோனாவிடம் சுகம் கண்டு திருப்தி அடையவில்லை என்று தோன்றுகிறது" என்றாள்.

மதுரா அவள் இடுப்பைத் தன் கையால் அணைத்தவனாய் - "சில்லோ! நீ இரக்கமேயில்லாதவள், இந்த வேளையில் யார் பார்க்கப் போகிறார்கள்?" என்றான்.

"நானென்ன சோனாவைவிட அழகானவளா? இந்திரலோகத்து அப்சரஸ் உனக்குக் கிடைத்திருப்பதற்கு உன் அதிர்ஷ்டத்தை நீ மெச்சிக் கொள்ளவேண்டும் தெரிந்ததா? இன்னும் வண்டு போல் திரிய ஆசைப்படுகிறாயா? அவளிடம் சொல்லி விட்டால் உன் முகத்தில்கூட முழிக்க மாட்டாள்."

மதுரா அப்படியொன்றும் காமவெறி பிடித்தலையும் தறுதலை அல்ல. சோனாவிடம் அவனுக்கு மிகுந்த அன்பிருந்தது. இச்சமயம் இந்த இருட்டின் தனிமையில், சிலியாவின் யௌவனம் அவனைக் கிறங்கடித்தது. மனம் சஞ்சலமடைந்துவிட்டது. ஆனால் சிலியாவின் சாட்டையடி போன்ற உபதேசத்தைக் கேட்டதும், தன் சுய உணர்விற்கு வந்துவிட்டான். சிலியாவை அணைத்திருந்த கரத்தை விலக்கியவாறே, "சில்லோ! உன் காலில் வீழ்கிறேன். இப்பொழுதே என்ன தண்டனை வேண்டுமானாலும் கொடுத்துவிடு. ஏற்றுக் கொள்கிறேன்" என்றான்.

சிலியாவிற்கு அவன் மீது இரக்கம் உண்டாயிற்று. மெதுவாக அவன் கன்னத்தில் ஒரு தட்டுத் தட்டி, "இனிமேல் என்னிடம் வம்பு, தும்பு எதுவும் செய்யக்கூடாது. என்னிடம் மட்டுமல்ல, வேறு யாரிடமும் செய்யக்கூடாது. இல்லாவிட்டால், சோனா உம்மை விட்டுப் போய்விடுவாள். இதுதான் உமக்குத் தண்டனை" என்றாள்.

"நான் ஆணையிட்டுச் சொல்லுகிறேன். சிலோ! இனிமேல் இப்படி நடக்கவே நடக்காது." அவன் குரல் இறைஞ்சியது. சிலியாவின் மனம் கிளர்ந்தது. அவளது இரக்கம் தளர்ந்து இனிமையான சல்லாபமாகியது. "ஒருவேளை நடந்தால்" என்றாள் மதுரமாக.

"நீ என்ன வேண்டுமானாலும் செய்யலாம்."

சிலியாவின் முகம் அவன் முகத்தருகே நெருங்கி வந்தது. இருவரின் மூச்சிலும், குரலிலும், உடலிலும் மெலிதாக சிலிர்ப்போடியது.

சட்டென சோனாவின் குரல் கேட்டது - "அங்கே யாரிடம் பேசிக் கொண்டிருக்கிறீர்?"

சிலியா சட்டெனப் பின் நகர்ந்தாள். மதுரா முற்றத்திற்குள் வந்து - "உன் கிராமத்திலிருந்து சிலியா வந்திருக்கிறாள்" என்றான்.

சிலியாவும் அவனைத் தொடர்ந்து நடுமுற்றத்துக்கு வந்து நின்றாள். சோனா வசதியாய், சௌக்கியமாய் அங்கேயிருப்பதை அவள் கண்டாள். தாழ்வாரத்தில் கட்டில் போட்டிருந்தது. அதன்மீது மிருதுவான படுக்கை விரிப்பு விரிக்கப்பட்டிருந்தது. மாதாதீனின் கட்டிலில் விரிக்கப்பட்டிருக்குமே அது போன்ற மெத்தை போர்வை, தலைகாணி எல்லாமிருக்கிறது. கட்டிலுக்குக் கீழே லோட்டாவில் தண்ணீர் வைக்கப்பட்டிருந்தது. முற்றத்தின் வெண்நிலவு பளிங்குக் கண்ணாடிபோல் பரவி நின்றது. ஒரு மூலையில் துளசி மாடம். மற்றொரு புறம் சோளத்தட்டுக் கட்டுகள் சுவற்றிலே சாய்த்து வைக்கப்பட்டிருந்தன. நடுவில் வைக்கோல் கட்டுகளுமிருந்தன. அருகிலேயே ஒரு உரல் கிடந்தது. அதனருகே குத்தி வைத்திருந்த தானியமுமிருந்தது. கூரை மீது சுரைக்காய் கொடிகள் படர்ந்திருந்தன. நாலைந்து சுரைக்காய்களும் நிலவொளியில் மின்னின. தாழ்வாரத்தின் மற்றொரு புறத்தில் பசுமாடு கட்டியிருந்தது. வீட்டின் இப்பகுதியில் மதுராவும், சோனாவும் படுக்கிறார்கள். மற்றவர்கள் வேறொரு பகுதியில் படுக்கிறார்கள் போலிருக்கிறது என நினைத்தாள் சிலியா. சோனாவின் வாழ்க்கை எவ்வளவு சுகமானதாக இருக்கிறது எனத் தோன்றியது அவளுக்கு.

சோனா எழுந்து முற்றத்துக்கு வந்தவள், பாய்ந்தோடி வந்து சிலியாவைத் தழுவிக்கொள்ளவில்லை. மதுரா உடனிருப்பதால் சோனா சங்கோஜப்படுவதாக சிலியா நினைத்தாள். இல்லை ஒரு வேளை கர்வம் வந்துவிட்டதோ என்னவோ யார் கண்டது? சக்கிலியப் பெண் சிலியாவைச் சந்திப்பது தனக்கு அவமானமென்று நினைக்கிறாளோ என்னவோ! பொங்கிய பால்போல் சிலியாவின் உற்சாகமெல்லாம் பொட்டெனத் தணிந்து போயிற்று. இந்தச் சந்திப்பில் மகிழ்ச்சி ஏற்படுவதற்குப் பதிலாகப் பொறாமையே உண்டாயிற்று. சோனாவின் நிறம்தான் பின்னும் கூடி பளீரென்று எப்படியாகிவிட்டது? உடலெங்கும் பொன் போன்றதொரு காந்தியின் பளபளப்பு ஏறியுள்ளது. அங்கங்களின் வாலிப்புகூட பூரித்துள்ளது. முகத்தில் குடும்பத் தலைவியென்று பெருமிதத்தின் கூடவே இளம் பெண்ணின் மலர்ச்சியும், பொலிவும் கூடியுள்ளது.

சிலியா ஒருகணம் மந்திரத்தினால் கட்டுண்டவள்போல் அவளையே பார்த்தவாறு நின்றாள். வற்றலான உடலுடன், தலைமுடியை விரித்துப் போட்டுக்கொண்டு இங்குமங்கும் ஓடித்திரிந்த சோனாவா இவள்? மாதக்கணக்கில் தலைக்கு எண்ணை கிடையாது. கிழிந்த கந்தலைக் கட்டிக்கொண்டு வளைய வருவாள். இன்றோ! அவள் தன் வீட்டின் ராணி. கழுத்தில் அட்டிகை, காசு

மாலை, காதிலே தோடு. தங்கவாளிகள். கையில் வெள்ளிக் காப்புகள், கங்கணம், விழிகளிலே அடர்த்தியான மை. வகுட்டிலே குங்குமம். சிலியா வாழ்க்கையின் சுவர்க்க போகமாக நினைத்ததெல்லாம் இவைதான். சோனாவை அந்தச் சுவர்க்கத்தில் கண்டதும் அவளுக்கு மகிழ்ச்சி ஏற்படவில்லை. சோனாவிற்கு எத்தனை கர்வம். என் கழுத்திலே கையைப் போட்டுக்கொண்டு என்னுடன் புல்லறுக்க வருபவளெங்கே, இன்று ஏறிட்டுக்கூடப் பார்க்க வில்லையே, சோனா தன்னை அணைத்துக்கொண்டு கொஞ்சம் அழுவாள், பிறகு மரியாதையுடன் உட்கார வைத்து, சாப்பாடு போடுவாள். பிறகு ஊராரைப் பற்றி, தன் வீட்டாரைப் பற்றி ஆயிரமாயிரம் கேள்விகள் கேட்பாள். தன்னுடைய புதிய வாழ்வின் அனுபவங்களையெல்லாம் மனம் விட்டுக் கூறுவாள். முதலிரவு, மற்றும் இனிமையான சந்திப்பு பற்றியெல்லாம் கூறுவாள் எனச் சிலியா நினைத்திருந்தாள். ஆனால் இங்கே சோனாவின் வாய் மூடிக் கிடந்தது. தான் இங்கு வந்தது பற்றிச் சிலியா பச்சாதாபப்பட்டாள்.

கடைசியில் வரண்ட குரலில் சோனா கேட்டாள், "சிலியா! இந்த இரவில் எப்படி வந்தாய்? என்ன விஷயம்?" பொங்கிய கண்ணீரை அடக்க முயற்சித்தவாறே சிலியா சொன்னாள், "உன்னைப் பார்க்க வேண்டுமென்று ரொம்பவும் ஆவலாக இருந்தது. எத்தனை நாட்களாகி விட்டன? அதனால் பார்த்துப் போக வந்தேன்."

சோனாவின் குரல் பின்னும் கடுமையாகியது, "ஒருவர் வீட்டிற்கு வருவதென்றால் பகலில் வருவார்களா, அல்லது இரவில் இத்தனை நேரம் கழித்தா?"

உண்மையில் சிலியாவின் வருகை சோனாவிற்குப் பிடிக்கவில்லை. இந்த நேரம் அவளது காதல் விளையாட்டுகள் இனிய சல்லாபங்களுக்குரிய நேரம். இதில் இடையூறாக வந்து கண் எதிரே பறிமாறி இருந்த தட்டை வெடுக்கென சிலியா இழுத்து விட்டதைப்போல அவள் உணர்ந்தாள்.

சிலியா தன்னுணர்வு இழந்த விட்டவள் போல் தரையை உற்று நோக்கிய வண்ணமிருந்தாள். இந்தப் பூமி வெடித்து அவள் ஏன் அதில் புதைந்து போகக்கூடாது. இத்தகைய அவமதிப்பா? தனது இந்த வயதிற்குள் அவள் நிறையவே அவமானங்களை, அவமதிப்புகளைச் சகித்துக் கொண்டாகிவிட்டது. ஆயினும் இன்று இந்த முள் இதயத்தில் தைத்தது போல் என்றும், எந்த விஷயமும் அவள் இதயத்தில் தைத்ததில்லை. வெல்லத்தை பானைக்குள் போட்டு மூடி, வீட்டிற்குள்ளிருக்கும் வரை, எத்தனை பலமான மழை பெய்தாலும், அதற்குத் தீமை ஏதும் ஏற்பட்டுவிடாது. ஆனால் அதை எடுத்து வெளியே பரத்தி வைத்திருக்கும்போது, ஒரு துளி நீர் பட்டுவிட்டாலும் அதை முற்றிலும் நாசமாக்கிவிடும். சிலியாவின் உள்ளத்திலிருந்த மென்மையான உணர்வுகள், எண்ணங்கள் யாவுமே, வானத்திலிருந்து பொழியவிருக்கும் அமிருததாரைக்காக வாயைத் திறந்துகொண்டு காத்திருந்தாள். ஆனால் பெய்தது அமிருதமல்ல, விஷம். அவ்விஷம் சிலியாவின் நாடி நரம்புகளிலெல்லாம் பாய்ந்தோடியது. பாம்பு தீண்டியது போல் மயக்கமாக வந்தது. தலை சுற்றியது. வீட்டிலே பட்டினியாய் கிடந்து உறங்கிவிடுவது வேறு

விஷயம். ஆனால் பந்தியில் வந்தமர்ந்திருந்தவனின் கையைப் பிடித்து எழுப்பிவிட்டால், அது மூழ்கிச் சாவது போன்றது. சிலியாவிற்கு ஒரு கணம் அங்கு தாமதிப்பதுகூட சகிக்க முடியாததாகி விட்டது. யாரோ தன் மென்னியைப் பிடித்து விட்டாற்போலிருந்தது. அவளால் ஏதும் பேச முடியவில்லை. சோனாவின் மனதில் என்ன இருக்கிறதென்பதை அவள் ஊகித்துக்கொண்டு விட்டாள். புற்றுக்குள் அமர்ந்திருக்கும் அப்பாம்பு, வெளியே சீறிக்கொண்டு வருமுன்னரே அங்கிருந்து ஓடி விட அவள் விரும்பினாள். எப்படி ஓடுவது? என்ன காரணம் சொல்வது? ஐயோ, ஏன் உயிர் போகவில்லை.. எனத் தவித்தாள் அவள்.

மதுரா உக்கிராண அறையின் சாவியை எடுத்துக்கொண்டு சிலியாவிற்குச் சாப்பிட ஏதேனும் எடுத்து வரலாமென்றிருந்தவன், திகைத்து நின்றான். சிலியாவின் தலைக்கு மேலே வாள் தொங்குவது போல் அவள் உயிரைப் பிடித்துக்கொண்டு நின்றாள்.

ஒரு ஆண்மகன் பிற பெண்ணை நோக்குவதோ, ஒரு பெண் பிற ஆடவனைப் பார்ப்பதோ, சோனாவின் நோக்கின்படி, மாபெரும் பாவம். மகத்தான தவறு. இந்தத் தவறுக்கு அவளிடம் மன்னிப்பே கிடையாது. திருட்டு, கொள்ளை, கொலை, மோசடி போன்ற எந்தக் குற்றமும் இத்தனை பயங்கரமானதல்ல. வெளிப்படையான, பேச்சு, பரிகாசம், வேடிக்கையை அவள் தவறாக நினைக்கவில்லை. ஆனால் யாருமறியாது, திருட்டுத்தனமாய், வம்பு, தும்பு செய்வதை, கேலி, பரிகாசத்தை அவள் கீழ்த்தரமானதாகவே நினைத்தாள். சிறு வயதிலிருந்தே, அவள் ஒழுக்கம், சீலம் போன்றவை பற்றிய பல விஷயங்களை அறிந்தும், புரிந்துகொண்டுமிருந்தாள். ஹோரி சந்தையிலிருந்து திரும்பிவர நேரமாகிவிட்டால், அவன் துலாரியின் கடைக்குச் சென்றிருந்தான் என்பது தனியாவிற்குத் தெரிந்து விட்டால், அவன் புகையிலை வாங்கச் சென்றிருந்தால்கூட பல நாட்கள் முகம் கொடுத்தே பேசமாட்டாள். வீட்டு வேலைகளையும் சரியாகச் செய்யமாட்டாள். ஒருமுறை இதே விஷயமாகத் தன் பிறந்தகத்திற்குக் கூட ஓடிவிட்டாள். இந்த எண்ணம் சோனாவின் மனத்திலும் தீவிரம் கொண்டிருந்தது. திருமணம் ஆகாதவரையில் இந்த உணர்வு அத்தனை தீவிரமும், முனைப்பும் கூடியதாக இருக்க வில்லை. ஆனால் திருமணம் ஆகியதுமே அவ்வெண்ணம் ஓர் விரதம் எடுத்துக் கொண்டுவிட்டது போலாகிவிட்டது. இப்படிப்பட்ட ஆண்கள், பெண்களின் தோலையுரித்தால்கூட அவளுக்கு இரக்கம் வராது. தாம்பத்திய வாழவிற்கு பால்உடலுறவிற்கு அவளது பார்வையில் மதிப்பிற்குரிய இடமே இருக்கவில்லை. ஆண் பெண் இருவருக்குமுள்ள பரஸ்பரக் கடமைதான் இந்தக் காதலுறவு எனவும் கருதினாள். தன்னுடன் பிறந்தவளைப் போன்ற உறவை அவள் சிலியாவிடம் கொண்டிருந்தாள். சிலியாவை அவள் நேசித்தாள். அவள் மீது நம்பிக்கை வைத்திருந்தாள். அதே சிலியா இன்று அவள் பால் நம்பிக்கைத் துரோகமிழைத்துள்ளாள். மதுராவிற்கும், சிலியாவிற்குமிடையே முன்னரே ஏதேனும் தகாத உறவு இருந்திருக்கலாம். மதுரா அவளை ஆற்றங்கரையிலோ, வயல் வரப்புகளிலோ சந்தித்துக் கொண்டிருந்திருக்கிறான். இன்று

இதற்காகத்தான் இந்த அகால இரவு வேளையில் ஆற்றைக் கடந்து அவள் வந்திருக்கிறாள். இவ்விருவரும் பேசிக்கொண்டது அவள் காதில் மட்டும் விழாமலிருந்திருந்தால், இதுபற்றி அவளுக்குத் தெரியாமலேயே போயிருக்கும். மதுரா இத்தருணத்தைத்தான் தங்கள் காதல் களியாட்டத்திற்கு ஏற்றதாக நினைத்திருப்பான். வீட்டில் எந்தச் சத்தமோ, அரவமோயில்லை. சோனாவின் உள்ளம் இதுபற்றி எல்லாவற்றையும் தெரிந்து கொண்டுவிடத் துடித்து, தவித்தது, தன்னைத் தற்காத்துக் கொள்ளவேண்டி, அந்த ரகசியத்தை முழுவதுமாய் அறிந்து கொண்டுவிட விரும்பினாள். ஆமாம் மதுரா ஏன் இன்னும் இங்கேயே நிற்கிறான்? அவளைப் பேச விடமாட்டானா என்ன? என நினைத்த சோனா சீறினாள், "நீர் ஏன் வெளியே போகாமல் நிற்கிறீர்! காவல் காத்துக் கொண்டிருக்கிறீரா?"

மதுரா ஏதும் பதில் கூறாது வெளியே போய்விட்டான். சிலியா எல்லாவற்றையும் சொல்லி விடுவாளோ என்று அவன் திகிலடைந்து போயிருந்தான்.

சோனா கம்பீரமான குரலில் வினவினாள் – "சிலியா, இதோ பார்! என்னிடம் எல்லா விஷயத்தையும் தெளிவாகச் சரியாகச் சொல்லி விட வேண்டும். இல்லையென்றால், நான் உன் கண் எதிரேயே, இங்கேயே என் கழுத்தை வெட்டரிவாளால் சீவிக்கொண்டு விடுவேன். அப்புறம் நீ என் சக்களத்தியாய் ராஜ்யம் செய்யலாம். இதோ பார் வெட்டரிவாள் அங்கேதானிருக்கிறது. ஒரு உறையில் இரண்டு கத்தி இருக்க முடியாது."

சிலியா வெடவெடத்துப் போனாள்.

சோனா பாய்ந்து சென்று முற்றத்தில் கிடந்த வெட்டரிவாளைக் கையிலெடுத்துக் கொண்டு மறுபடியும் சொன்னாள் - "நான் சும்மா மிரட்டுவதாக நினைத்துக் கொள்ளாதே! கோபத்தில் நான் என்ன செய்வேன் என்று எனக்கே தெரியாது. உண்மையைச் சரியாகச் சொல்லு."

சிலியா நடுங்கினாள். அவள் வாயிலிருந்து ஒவ்வொரு சொல்லும் கிராமபோனில் பதிவு செய்யப்பட்ட குரல்போல் வெளிவந்து கொண்டிருந்தது. சிலியாவினால் ஒரு வார்த்தையைக் கூட மறைக்கவோ, ஒளிக்கவோ இயலவில்லை. எதிரே சோனா கோபத்தால் முகம் சிவக்க வெறி கொண்டவள்போல் நின்றிருந்தாள். அவள் முகத்தில் பயங்கரமான உறுதி குடி கொண்டிருந்தது.

சோனா கூரிய வேல்போல் பாயும் பார்வையால் அவளை நோக்கியவாறு கட்டாரி போன்ற கூர்மையுடன் கேட்டாள், "நீ சொல்வதெல்லாம் சரியானதுதானா?"

"என் குழந்தையின் மீது ஆணை. நான் உண்மையைத்தான் சொன்னேன்."

"ஒன்றும் மறைக்கவில்லையே?"

"நான் கடுகளவாவது மறைத்திருந்தால் என் கண்கள் அவிந்து போகட்டும்."

"அந்தப் பாபியை நீ ஏன் எட்டி உதைக்கவில்லை? அவனை ஏன் கடித்துக் குதறவில்லை? அவன் ரத்தத்தை ஏன் குடிக்கவில்லை? நீ ஏன் கூச்சலிடவில்லை?"

சிலியா என்ன பதில் கூறுவாள்?

சோனா கனல் தெறிக்கும் விழிகளால் அவளைச் சுட்டெரித்தவாறே, வெறி கொண்டவள் போல் கேட்டாள், "ஏன் பேச மாட்டேன் என்கிறாய்? நீ ஏன் அவனது மூக்கைக் கடிக்கவில்லை? இரு கைகளாலும் அவன் கழுத்தை ஏன் நெறிக்கவில்லை? அப்படிச் செய்திருந்தால் நான் உன் காலடியில் என் தலையை வைத்திருப்பேன். இப்பொழுதோ, என் பார்வையில் நீ கெட்டவள். நீ வேசி. நீ இப்படித்தான் வாழ வேண்டுமானால் அந்த மாதாதீனின் பெயரை எதற்காகக் களங்கப்படுத்துகிறாய்? வேறு எவனையோ இழுத்துக்கொண்டு உட்காருவதுதானே! உன் வீட்டிற்குத் திரும்பிப் போவதுதானே! உன் வீட்டார் இதைத்தானே விரும்புகிறார்கள்? நீ வரட்டியும், புல்கட்டும் சுமந்து கொண்டு கடைத் தெருவுக்குப் போவாய். அங்கிருந்து ரூபாய் கொண்டு வருவாய். உன் அப்பன், உட்கார்ந்துகொண்டு அந்த ரூபாய்க்குக் கள் குடிப்பான். பின் ஏன் நீ அந்தப் பிராமணனின் மானத்தைப் பங்கப்படுத்தினாய்? அவனை ஏன் அவமானப்படுத்தினாய்? களங்கப் படுத்தினாய்? பெரிய பத்தினிபோல் ஏன் உட்கார்ந்திருக்கிறாய்? தனியாக இருக்க முடியவில்லை என்றால், யாரையேனும் கல்யாணம் செய்து கொள்வதுதானே! இல்லை, ஆற்றிலோ குளத்திலோ வீழ்ந்து சாவது தானே! ஏன் மற்றவர்களின் வாழ்க்கையை நாசமாக்குகிறாய்? இதோ! சொல்லிவிட்டேன். இதுமாதிரி இன்னொரு தரம் நடந்ததென்றால், அது என் காதுக்கெட்டியதென்றால், நம் மூவரில் ஒருவர்கூட உயிரோடிருக்க மாட்டோம். இப்போ முகத்தில் கரியைப் பூசிக் கொண்டு திரும்பிப் போ! இன்றோடு உனக்கும் எனக்குமிருந்த உறவு அறுந்துவிட்டது.

சிலியா மெதுவாக எழுந்து, சமாளித்துக்கொண்டு நின்றாள். ஒருகணம் தைரியத்தையெல்லாம் திரட்டிக்கொண்டாள். எனினும் தன் சார்பில் விளக்கம் தர அவளுக்கு எதுவுமே தோன்றவில்லை. கண்ணெதிரே ஒரே இருட்டு. தலை சுற்றியது. தொண்டை உலர்ந்து போயிற்று. உடல் அப்படியே செயலிழந்து போயிற்று. ஒவ்வொரு மயிர்க்காலிலிருந்தும் உயிர் வெளியேறிக்கொண்டிருந்தது போலிருந்தது. எதிரே பெரும் பள்ளமிருப்பது போல், நிதானமாக, ஒவ்வொரு அடியாக எடுத்து வைத்தவாறு வெளியே வந்தவள் ஆற்றை நோக்கி நடக்கலானாள்.

வாசலில் மதுரா நின்றான் - "இந்த வேளையில் எங்கே போகிறாய் சிலியா?" என்றான்.

சிலியா பதிலேதும் கூறவில்லை. மதுராவும் மீண்டும் ஏதும் கேட்கவில்லை.

அதோ பால்நிலவு இப்பொழுதும் எங்கும் பரந்து விரவி நின்றது. ஆற்றின் சிற்றலைகள் இப்பொழுதும் நிலவில் முக்குளித்துக் கொண்டிருந்தன. சிலியா பைத்தியம் பிடித்தவள் போல், கனவின் நிழல் போல் ஆற்றில் இறங்கி நடந்துகொண்டிருந்தாள்.

❑

30

சர்க்கரை ஆலை கிட்டத்தட்ட முற்றிலும் எரிந்துவிட்டது. ஆனால் அதே ஆலையை மீண்டும் துவங்க வேண்டியிருந்தது. மிஸ்டர் கன்னா இதற்கான முழு முயற்சியில் இறங்கி இருந்தார். தொழிலாளிகளின் வேலை நிறுத்தம் தொடர்ந்து நடந்து கொண்டிருந்தது. ஆனால் இப்பொழுது அதனால் ஆலையின் அதிபர்களுக்கு விசேஷமான ஹானி எதுவுமில்லை. குறைந்த கூலிக்கு புதிய தொழிலாளிகள் கிடைத்து விட்டனர். நன்றாக முழு மனதுடன் உழைத்து வேலையும் செய்கின்றனர். அவர்களில் எல்லோருமே வேலையில்லாத் திண்டாட்டத்தின் கொடுமைகளை அனுபவித்த வர்கள். தங்களுடைய வயிற்றுப் பிழைப்புக்கு இடையூறு விளைவிக்கும் எந்தச் செயலிலும், தங்களால் இயன்ற மட்டும் ஈடுபட விரும்பாதவர்கள். எத்தனை கடுமையாக வேலை வாங்கினாலும் விடுமுறையோ, ஓய்வோ, அளிக்காவிட்டாலும் அவர்களிடம் எந்த முறையீடுமில்லை. தலையைக் குனிந்துகொண்டு மாடு மாதிரி வேலை செய்து கொண்டிருக்கின்றனர். மிரட்டல், வசவுகள், தடியால் அடிவாங்குவதுகூட அவர்களிடம் எந்தவிதமான கழிவிரக்கத்தையும் ஏற்படுத்துவது இல்லை. முன்பிருந்த தொழிலாளிகளுக்கோ, இக்குறைந்த கூலியில் வேலை செய்ய வருவதைத் தவிர வேறு வழியில்லை. அவர்கள் கன்னா சாகப்பைப் போற்றிப் புகழ்ந்துதானாக வேண்டும். பண்டிட் ஓங்கார் நாத் மீது இப்பொழுது அவர்களுக்கு கடுகளவு கூட நம்பிக்கை இல்லை. அவர் மட்டும் தனியாக எங்கேனும் அகப்பட்டுக் கொண்டால் ஒருக்கால் அவரது நிலைமை மோசமாகி விடும். ஆனால் பண்டித்ஜீ மிகுந்த எச்சரிக்கையுடன் தானிருக்கிறார். விளக்கு வைத்த பிறகு தனது காரியாலயத்தை விட்டு வெளியே வருவதில்லை. தவிரவும் அதிகாரிகளை முகஸ்துதி செய்யவும் துவங்கியுள்ளார். ஆனால் மிர்ஜா குர்ஷீத்தின் செல்வாக்கு மட்டும் குறையவில்லை. முன்பிருந்ததைப் போலவே, இருக்கிறது. தொழிலாளிகளின் கஷ்டங்களையும், அதற்கான தீர்வுகள் தன்னிடமில்லை என்பதையும் கண்டபின், அவர்களின் நிலைமை முன்பிருந்ததைப் போலவே நன்றாக இருக்கவேண்டும் என்பதை மனப்பூர்வமாக விரும்பினார். கூடவே புதிதாக வேலைக்குச் சேர்ந்திருப்பவர்களின் சிரமங்களைப் பற்றி உணர்ந்து, தன்னிடம் கேட்பவர்களிடம் எப்படி விருப்பமோ அப்படியே செய்யுங்கள் என்று சொல்லிவிடுகிறார்.

முன்பிருந்த தொழிலாளிகள் மீண்டும் வேலைக்கு வரவிரும்புவதைக் கண்ட மிஸ்டர் கன்னா பின்னும் அதிகமாக முறுக்கிக்கொண்டு பிடிவாதம் காட்டலானார். மனதிற்குள் பழைய தொழிலாளிகள், புதிதாய் வேலைக்குச் சேர்ந்திருப்பவர்களை விட எவ்வளவோ மேம்பட்டவர்கள் என்ற எண்ணமுமிருந்தது. புதிதாய் வந்திருப்பவர்கள், முழு முயற்சி செய்தும்கூட முந்திய தொழிலாளிகள்போல் வேலை செய்ய இயலவில்லை. முந்திய

தொழிலாளிகள் சிறுவயதிலிருந்தே மில்களில், ஆலைகளில் வேலை செய்து பழக்கப்பட்டுப் போனவர்கள். நல்ல திறமையும், ஆற்றலுமுள்ளவர்கள். புதிதாய் வந்திருந்தவர்களில் பெரும்பாலானோர் கிராமத்திலிருந்து பஞ்சம் பிழைக்க வந்திருந்த விவசாயிகள். திறந்த வெளியில், பரந்த மைதானத்தில், பழைய காலத்து மரத்தினாலான ஆயுதங்களில் வேலை செய்யப் பழக்கப் பட்டவர்கள். ஆலையின் சுவர்களுக்குள்ளே அவர்களுக்கு மூச்சுத் திணறியது. வேகமாய்ச் சுழலும் யந்திரங்களைக் கண்டு பயமுண்டாயிற்று. முடிவில் பழைய தொழிலாளிகள் முற்றும் சோர்ந்துவிட்டபிறகு மிஸ்டர் கன்னா அவர்களை பழையபடி வேலையில் சேர்த்துக்கொள்ள இசைந்தார். ஆனால் புதிதாய் வேலையில் சேர்ந்தவரோ இன்னும் குறைந்த ஊதியத்திற்குக்கூட வேலை செய்யத் தயாராக இருந்தனர். இப்பொழுது டைரக்டர்களின் முன்னே பழைய தொழிலாளிகளை மீண்டும் வேலைக்கெடுத்துக் கொள்வதா, அல்லது புதியவர்களையே இருக்க விடுவதா என்ற பிரச்சனை. டைரக்டர்களில் பாதிபேர், ஊதியத்தைக் குறைத்துவிட்டு புதிதாய் வந்தவர்களையே தொடர்ந்து வேலையில் அமர்த்திக்கொள்ள விரும்பினர். மற்றவர்களோ, தற்போதுள்ள ஊதியத்தின்படி பழைய தொழிலாளிகளை மீண்டும் வேலையில் அமர்த்திக்கொள்வதை விரும்பினர். இதனால் கொஞ்சம் சிலவு அதிகமாகுமென்றாலும் வேலை தற்போதிருப்பதைவிட கணிசமாகவே சிறப்பாக, கூடுதலான பலன் தரும். கன்னாதான் ஆலையின் உயிர்நாடி எனலாம். ஒருவிதத்தில் பார்த்தால், அவர்தான் எல்லாம். டைரக்டர்கள் அவர் ஆட்டி வைப்பதுபடி இயங்கும் கைப்பாவைகள். முடிவெடுப்பது கன்னாவின் கையில்தானிருந்தது. அவர் தனது நண்பர்களிடம் மட்டுமல்ல, எதிரிகளிடமும் இதுபற்றி ஆலோசனை நடத்தினார். எல்லோருக்கும் முன்பாக கோவிந்தியின் கருத்தைத்தான் கேட்டார். மாலதியின்பால் அவர் நிராசையுற்ற பிறகு கோவிந்திக்கு மேஹ்தா போன்ற படிப்பாளி, அறிவாளி, அனுபவசாலி தன்னை எத்தனை தூரம் மதிக்கின்றார், தன்னிடமிருந்து எத்தகைய சாதனையை எதிர் பார்க்கிறார் என்று தெரிந்தது. அப்பொழுதிலிருந்து அத்தம்பதிகளிடையே அன்பும், சினேக பாவமும் மீண்டும் துளிர்த்தது. சினேகம் என்று சொல்லுவதைவிட பரஸ்பரம் தோழமை உணர்வு எனக் கூறலாம். அவர்களுக்கும், முந்திய, எரிச்சலும், புகைச்சலும், அமைதியின்மையும் தற்பொழுது இல்லை. இடையிலிருந்த சுவர் சரிந்து வீழ்ந்துவிட்டது.

மாலதியின் நடையுடை பாவனைகளில்கூட பெருத்த மாற்றம் ஏற்பட்டுவிட்டது. மேஹ்தாவின் வாழ்க்கை படிப்பிலும், ஆராய்ச்சியிலும், சிந்தனையிலும் கழிந்து கொண்டிருந்தது. நூல்களை யெல்லாம் ஆய்ந்தறிந்த பின்னர், ஆத்மா என்பது நிலையானது, ஆத்மா என்று எதுவுமில்லை போன்ற தத்துவங்களை நன்கு அலசி, பகுத்தறிந்த பின்னர், பிரவிருத்தி, நிவிருத்தி இவ்விரண்டிற்குமிடையே உள்ள சேவா மார்க்கம் என்ற, கர்மயோகம் என்று சொன்னாலும் சரி, அதுவேதான் வாழ்க்கையைப் பயனுள்ளதாக அர்த்த முள்ளதாகச் செய்ய இயலும். அதுவே வாழ்க்கையை

உன்னதமானதாக, தூய்மையானதாகச் செய்ய இயலும் என்ற முடிவுக்கு அவர் வந்திருந்தார். எல்லாமறிந்தவர், யாவுமாகிய கடவுள் என்பவர்மீது அவருக்கு நம்பிக்கையில்லை. நாத்திகத்தில் தனக்குள்ள பிடிப்பை அவர் வெளிப்படுத்தியது இல்லை. எனினும் இந்த விஷயத்தில் தனது உறுதியான நிலைப்பாட்டை, கருத்தை ஏற்படுத்திக் கொள்வதென்பது தன்னால் இயலாது எனவும் கருதி வந்தார். இருப்பினும் உயிர்களின் பிறப்பு, இறப்பு, சுகம், துக்கம், பாவம், புண்ணியம் ஆகியவற்றில் கடவுள் ஏற்படுத்தியது. அவர் விதித்திருப்பது என்பது எதுவுமில்லை என்ற உறுதியான எண்ணம் அவர் உள்ளத்திலே ஏற்பட்டிருந்தது. மனிதனானவன் தனது அகங்காரத்தினால் தன்னை மகத்தானவனாகக்கிக்கொண்டு அவனது ஒவ்வொரு செயலும், எண்ணம், இறைவனின் தூண்டுதலால், இறைவனிடமிருந்துதான் பெறுவதாக எண்ணுகிறான் என அவர் நினைத்தார். வெட்டுக்கிளிகளின் கூட்டம்கூட அவைகளது வழியில் கடல் இடையே வரும்போது, அவைகள் கோடிக்கணக்கில் அழிந்து போவதற்குக்கூட இறைவனையே பொறுப்பாக்கக்கூடும். இறைவனின் விருப்பமோ, செயலோ எவரும் அறிய முடியாதது என்ற நிலையில், அது மனிதனுக்குப் புரியவில்லை என்றாலும் அதனை ஏற்றுக்கொள்வதில் மனிதனுக்கு எத்தகைய திருப்தி கிடைக்கக்கூடும் எனவும் அவர் நினைத்தார். இறைவனைப் பற்றிய கற்பனையின் ஒரு நோக்கம், மனித வாழ்வின் ஒற்றுமை என்பது அவரால் புரிந்துகொள்ள முடிந்தது. ஒன்றே கடவுள், கடவுள் யாவற்றிலும் நீக்கமற நிறைந்துள்ளார், மற்றும் அகிம்சை தத்துவம் போன்றவற்றை அவர் ஆன்மீக நோக்கில் அல்லாது, உலகாயத நோக்கிலேதான் ஏற்றுக் கொண்டார். வரலாற்றின் எந்தவொரு காலகட்டத்திலும் இத்தத்துவங்களின் ஆதிக்கம் மிகுந்திருந்தது என்பதில்லை என்றாலும் மனித இனத்தின் கலாச்சாரம் மற்றும் நாகரிகத்தின வளாசசயமல இவற்றின் பங்களிப்பு மகத்தானது. மனித சமுதாயத்தின் சமத்துவத்தில் மேஹ்தாவிற்கு உறுதியான நம்பிக்கை இருந்தது. ஆனால் இந்நம்பிக்கைக்காக, கடவுள் தத்துவத்தை ஏற்றுக் கொள்ளவேண்டிய அவசியமில்லை. அவரது மனிதாபிமானம், எல்லா உயிரினங்களிலும் உறைந்திருக்கும் ஆத்மா ஒன்றேதான் என்பதைச் சார்ந்திருக்கவில்லை. துவைதம், அத்துவைதம் ஆகிய வற்றின் செயல்ரீதியான மகத்துவத்தைத் தவிர, வேறு பயன் ஏதுமில்லையெனவே அவர் கருதினார். மனித இனத்தை பரஸ்பரம் இணைக்கவும், அவர்களுக்கிடையேயுள்ள பேதபாவங்களை அழிப்பதற்கும் பரஸ்பரம் சகோதரத்வ மனப்பான்மையைப் பலப் படுத்துவதற்கும் அத்தத்துவங்களின் செயல்பாடு சிறப்பானது. இந்த சமத்துவமும், ஒருமைப்பாட்டு உணர்வும், பேதமற்ற தன்மையும், அவரது உள்ளத்தில் வேரூன்றிப் போயிருந்ததால், அதற்கென எந்தவொரு ஆன்மீக, ஆதாரத்தைக் கற்பித்துக் கொள்வதும் அவரது நோக்கில் அர்த்தமற்றதாக இருந்தது. இந்த நோக்கை அவர் பெற்று விட்ட பின்னர் அவரால் அமைதியுடன் உட்கார்ந்திருக்க இயலவில்லை. தன்னலத்தை விட்டு அதிகமாக எத்தனை இயலுமோ, அத்தனை வேலை செய்வது அவருக்கு அவசியமாகிவிட்டது.

வேலை செய்யாவிடில் அவரது மனம் அமைதியுறவில்லை. புகழ், லோபம் அல்லது கடமையுணர்வு போன்றவை அவரது உள்ளத்தில் தோன்றவேயில்லை. இவை எத்தனை அற்பமானவை என்ற உணர்வே, அவர் இவற்றிலிருந்து தப்பித்துக் கொள்ளப் போதுமானவையாக இருந்தது. சேவை புரிவதுதான் இப்பொழுது அவரது தன்னலமாகிக் கொண்டிருந்தது. அவரது இந்த பரந்த மனப்போக்கின் பாதிப்பு மாலதியிடம் அவளறியாமலேயே ஏற்பட்டுக்கொண்டிருந்தது. இதுவரை தன் வாழ்வில் அவள் சந்தித்த ஆடவர்களெல்லம் அவளது உல்லாச, கேளிக்கை உணர்வைத்தான் தூண்டிவிட்டுக் கொண்டிருந்தனர். அவளது தியாக மனப்பான்மை நாளுக்கு நாள் குறைந்துகொண்டே வந்தது. ஆனால் மேஹ்தாவுடன் தோழமை கொண்டபின் அவளது தியாக உணர்வு புத்துயிர் பெற்று விழித்துக்கொண்டது. அறிவுள்ள எல்லாச் சிந்தனையாளர்களிடமும் இவ்வுணர்வு மறைந்துகிடக்கிறது. வெளிச்சம் பெற்றதும் பிரகாசிக்கின்றது. ஒருவன் பணம் அல்லது புகழிற்குப் பின்னால் பித்தனாகி இருக்கிறான் என்றால், இதுவரை அவன் பண்பாளரான, தூய உள்ளம் படைத்தவருடன் தொடர்பும், தோழமையும் கொள்ளவில்லை என்பதைப் புரிந்துகொள்ளுங்கள். இப்பொழுதெல்லாம் மாலதி, பீஸ் வாங்கிக் கொள்ளாமலேயே ஏழை எளியவர்களின் நோயாளிகளைப் பார்க்கச் செல்லுகிறாள். நோயாளிகளிடம் அவள் நடந்துகொள்ளும் முறையில்கூட ஒருவித மென்மையும், இதமும் கூடியுள்ளது. இதுவரை தனது நாகரீக அலங்காரங்கள், விருப்பங்களிலிருந்த தனது மனத்தை அவளால் விடுவித்துக்கொள்ள இயலவில்லை. இப்பொழுது பவுடர் பூச்சு, மற்றும் அலங்காரங்களைத் துறப்பது அவளுக்குத் தனது உள்ளத்தின், எண்ணங்களின் மாறுதல்களைவிடக் கடினமாக இருந்தது.

சிற்சில சமயம் மேஹ்தாவும், மாலதியும் கிராமங்களுக்குச் சென்றனர். குடியானவர்களிடையே இரண்டொரு மணி நேரத்தைக் கழித்தனர். அவர்களது குடிசைகளிலேயே இரவைக் கழித்தனர். அவர்களின் உணவையே சாப்பிட்டுத் தங்களைப் பாக்கிய சாலிகளாகக் கருதினர். ஒருநாள் அப்படியே சுற்றித் திரிந்தவண்ணம் பேலாரியை அடைந்தனர். ஹோரி தன் வீட்டு வாயிலில் அமர்ந்து சிலம் புகைத்துக் கொண்டிருந்தான். மாலதியும், மேஹ்தாவும் அவன் முன்னே போய் நின்றனர். மேஹ்தா ஹோரியைப் பார்த்ததுமே அடையாளம் கண்டு கொண்டார். இதுதான் உனது கிராமமா? நாங்கள் ராய்சாகப்பின் வீட்டிற்கு வந்திருந்தபோது தனுஷ் யக்ஞத்தில் நீ தோட்டக்காரனாய் நடித்தாயே நினைவிருக்கிறதா? என்று கேட்டார்.

ஹோரியின் நினைவு விழித்துக் கொண்டு விட்டது. அவர்கள் யாரெனப் புரிந்து கொண்டதும் படேசுவரியின் வீட்டிலிருந்து நாற்காலிகளை எடுத்து வரச் சென்றான்.

மேஹ்தா அவனைத் தடுத்து, “நாற்காலிகள் ஏதும் தேவையில்லை. நாங்கள் இந்தக் கட்டிலிலேயே உட்கார்ந்து கொள்கிறோம். இங்கு நாங்கள் நாற்காலியில் உட்கார்ந்து கொள்ள வரவில்லை. உன்னிடமிருந்து சில விஷயங்களைக் கற்றுக்கொள்ள

வந்திருக்கிறோம்" என்றார்.

மாலதியும் அவரும் கட்டிலின் மீதமர்ந்து கொள்ள ஹோரி செய்வதறியாது திகைத்து நின்றான். இவர்களுக்கு எப்படி, என்ன மரியாதை செய்வது? பெரிய மனிதர்கள் இவர்கள், இவர்களை உபசரிக்கத் தக்கவாறு அவனிடத்தில் என்ன இருக்கிறது? என யோசித்தான். முடிவில், "தண்ணீர் கொண்டு வரட்டுமா?" என்று கேட்டான்.

"ஊம், தாகமாகத்தானிருக்கிறது" என்றார் மேஹ்தா.

"ஏதேனும் இனிப்பு கொண்டு வரட்டுமா?"

"வீட்டிலிருந்தால் எடுத்து வா."

ஹோரி, இனிப்பும், குடிக்க நீரும் எடுத்துவர வீட்டிற்குள் சென்றான். அதற்குள் கிராமத்துக் குழந்தைகள் ஓடிவந்து, மிருகக்காட்சி சாலையில் ஏதோ புதியதொரு பிராணி வந்திருப்பதைப் போல், அவர்களைச் சூழ்ந்துகொண்டு பார்க்கலானார்கள். குழந்தையை எடுத்துக்கொண்டு ஏதோ வேலையாகச் சென்றுகொண்டிருந்த சிலியா இவர்களைக் கண்டதும் யாரிவர்கள் என்றறியும் ஆவலில் நின்றுவிட்டாள்.

மாலதி அவளருகில் வந்து குழந்தையை எடுத்துக்கொண்டவள், அதைக் கொஞ்சியவாறே - குழந்தைக்கு எத்தனை மாதமாகிறது? என விசாரித்தாள்.

சிலியாவிற்குச் சரியாகச் சொல்லத் தெரியவில்லை. அருகிலிருந்த இன்னொருத்தி - ஒரு வயதிருக்கும், இல்லையாடி? என்றாள்.

சிலியா இதனை ஆமோதித்தாள்.

"அழகான குழந்தை எனக்குக் கொடுத்துவிடு" என்றாள் வேடிக்கையாய்.

சிலியா பெருமிதத்துடன் - "உங்களுடைய குழந்தைதானிது" என்றாள்.

"அப்படியானால் எடுத்துக்கொண்டு போகட்டுமா?"

"எடுத்துக்கொண்டு போங்கள். உங்களிடமிருந்தால் நல்ல படியாய் வளருவான்."

இதற்குள் கிராமத்திலிருந்து இன்னும் சில பெண்மணிகள் வந்து விடவே மாலதி அவர்களை அழைத்துக்கொண்டு ஹோரியின் வீட்டிற்குள் சென்றாள். இங்கே ஆண்களுக்கு எதிரே மாலதியுடன் பேச அவர்களுக்குச் சந்தர்ப்பம் கிடைக்கவில்லை. உள்ளே சென்ற மாலதி, ஒரு கட்டில் போட்டு, அதன் மீது ஜமக்காளம் படேசுவரியின் இல்லத்திலிருந்து கொண்டுவரப்பட்டு, விரிக்கப் பட்டிருந்ததைக் கண்டாள். மாலதி கட்டிலின் மீதமர்ந்து கொண்டு, குழந்தை வளர்ப்பு, அதன் ஆரோக்கியம், உடல்நலம் பற்றி அவர்களுக்கு எடுத்துரைத்தாள். அவர்களும் மிக்க கவனமாக கேட்டுக் கொண்டிருந்தனர்.

"இங்கெல்லாம் சுத்தமும் சுகாதாரமும் எப்படி முடியும் அம்மா? சாப்பாட்டிற்கே வழியில்லையே" என்றாள் தனியா.

சுத்தமாக இருப்பதற்குச் சிலவொன்றுமில்லை என்பதை மாலதி அவர்களுக்கு எடுத்துரைத்தாள். கொஞ்சம் சிரமப்பட வேண்டும்.

புத்திசாலித்தனமாய் காரியத்தை நடத்திக்கொண்டு போகலாம். அவ்வளவுதான்.

"இதெல்லாம் உங்களுக்கு எப்படித் தெரியும் அம்மா? உங்களுக் குத்தான் இன்னும் திருமணமே ஆகவில்லையே!" என்றாள் மளிகைக் கடைக்காரி துலாரி.

மாலதி புன்சிரிப்புடன், "எனக்கு இன்னமும் திருமணம் ஆகவில்லை என்று உனக்கெப்படித் தெரியும்?" எனக் கேட்டாள்.

பெண்கள் யாவரும் முகத்தைத் திருப்பிக்கொண்டு புன்முறுவல் பூத்தனர். "மிஸ் சாகிபா! இதைக்கூட எங்கேனும் மறைக்க முடியுமா? முகத்தைப் பார்த்தாலே தெரிந்து விடுமே" என்றாள் புனியா.

மாலதி வெட்கத்துடன் - "நான் திருமணம் செய்து கொண்டால் உங்களுக்கெல்லாம் எப்படிச் சேவை செய்வது? அதனால்தான் செய்து கொள்ளவில்லை" என்றாள்.

எல்லோரும் ஒருமித்த குரலில், "நீங்கள் நன்றாக வாழவேண்டும் மகராசி" என்றனர்.

சிலியா மாலதியின் கால்களைப் பிடித்துவிட்டாள்.

"எத்தனை தொலைவிலிருந்து வந்திருக்கிறீர்கள்! களைத்துப் போயிருப்பீர்கள்." என்றாள்.

மாலதி தன் கால்களை இழுத்துக்கொண்டு - "இல்லை, இல்லை. எனக்குக் களைப்பாக இல்லை. நான் மோட்டார் வண்டியில் வந்திருக்கிறேன். உங்கள் குழந்தைகளைக் கொண்டு வாருங்கள். அவர்களையெல்லாம் பார்த்துவிட்டு, குழந்தைகளை எப்படி நோயின்றி, ஆரோக்கியமாய் வைத்திருக்க முடியும் என்பது பற்றி உங்களுக்கெல்லாம் சொல்லுகிறேன்" என்றாள்.

சற்று நேரத்திற்கெல்லாம் இருபது, இருபத்தி ஐந்து குழந்தைகள் வந்துவிட்டனர். மாலதி அவர்களைப் பரிசோதித்துப் பார்க்கலானாள். பல குழந்தைகளுக்கு கண்நோய் பீடித்திருந்தது. அவற்றிற்கு மருந்திட்டாள். பெரும்பாலான குழந்தைகள் மிகவும் பலவீனமாக இருந்தனர். தாய் தந்தைக்கு ஊட்டமான உணவு கிடைக்காததே இதற்குக் காரணமாய் விளங்கியது. பெரும்பாலோர் வீடுகளில் பாலே கிடையாது என்பது மாலதிக்கு வியப்பை அளித்தது. அதிலும் நெய்யைக் கண்ணால் கண்டு எத்தனையோ வருடங்களாகி இருக்கும் போலிருந்தது.

எல்லாக் கிராமங்களிலும் சொல்வது போல் இங்கும் உணவின் முக்கியத்வத்தைப்பற்றி மாலதி அவர்களுக்கு விரிவாக எடுத்துரைத்தாள். இவர்கள் ஏன் நல்ல உணவு, சாப்பாடு, சாப்பிடுவதில்லை என அவளுக்கு எரிச்சலாக இருந்தது. அவர்கள் மீது கோபம்கூட வந்தது. உயிரைக் கொடுத்து பாடுபட்டு உழைத்து என்ன விளைவிக்கிறாயோ, அதனைச் சாப்பிட முடியாமலிருப்பதற் காகவா நீ பிறந்திருக்கிறாய்? நாலு மாடுகளுக்குத் தீவனம் இருக்கும் போது, இரண்டொரு பசு, எருமைக்குத் தீவனம் இல்லையா? இவர்களுக்கெல்லாம் உணவுதான் வாழ்க்கைக்கு மிகமிக அத்தியாவசியமானது என்பது புரியாது. ஏதோ உயிரைத் தக்க வைத்துக்கொள்ளும் ஒரு வஸ்து என ஏன் நினைக்கிறார்கள்? பெயரளவிற்கு ஏதோ வட்டியின் மீது இவர்களுக்குக் கடனுதவி

அளித்து, லேவாதேவிக்காரர்களின் பிடியிலிருந்து தங்களை மீட்க்கும்படி இவர்கள் அரசிடம் ஏன் விண்ணப்பித்துக் கொள்ளக் கூடாது? இவர்களில் யாரிடம் விசாரித்தாலும், இவர்களின் சம்பாத்தியத்தியத்தில் பெருமளவு லேவாதேவிக்காரரின் கடனை அடைப்பதற்கே சரியாகப் போய்விடுகிறது என்பது தெரிகிறது. இதில் பங்கு பிரித்தல் என்பது வேறு. பாகப் பிரிவினையின் பலன் இது. பரஸ்பரம் பகைமை உணர்வினால், இரண்டு சகோதரர்கள் ஒன்றாக இருப்பதே அபூர்வமாக உள்ளது. அவர்களின் இந்த மோசமான நிலைமைக்குக் காரணம், அவர்களது குறுகிய பார்வையும், சுயநலமும்தான் எனத் தோன்றுகிறது என நினைத்தாள் மாலதி. அப்பெண்களிடம் இது பற்றி, பேசி, விவாதித்துக் கொண்டிருந்தாள்.

அவர்களது சிரத்தையைக் கண்டு மாலதியின் உள்ளத்தில் அவர்களிடையே தொண்டாற்ற வேண்டுமென்ற ஆர்வம் மேலும் அதிகரித்தது. தியாகம் நிறைந்த இவர்களது வாழ்க்கையின் முன்னே தனது சுகபோக வாழ்வு, அற்பமானதாக, செயற்கையானதாக அவளுக்குத் தோன்றியது. இன்று இவர்களின் முன்னே, தனது பட்டுத் துகிலும், ஜரிகை வேலைப்பாடு செய்திருந்த ஆடைகளும், வாசனைத் திரவியங்களின் பூச்சினால் மணக்கும் உடலும், பவுடர், மற்றும் முகப் பூச்சுகளால் அலங்கரிக்கப்பட்ட முக மண்டலமும், அவளுக்கு வெட்கத்தை அளித்தன. தனது மணிக்கட்டில் கட்டியிருந்த கடிகாரம் தன்னை இமையாது நோக்குவது போலிருந்தது. அவள் கழுத்தில் மின்னிய ரத்தின ஹாரம் அவள் மென்னியை இறுக்குவது போலிருந்தது. தியாகமும், பக்தியும் சிரத்தையும் நிறைந்த பெண்களின் முன்னே, தனது பார்வையிலேயே அவள் சிறுத்துக் குன்றிப் போனாள். இக்கிராமத்துப் பெண்களைவிட அவள் பல விஷயங்களை நன்கு அறிந்தவள். காலத்தின் இயக்கத்தை உணர்ந்தவள். ஆனால் எத்தகைய சூழ்நிலையில் இந்த ஏழைப் பெண்கள் தங்கள் வாழ்க்கையை அர்த்தமுள்ளதாக்கிக் கொண்டிருக்கிறார்களோ, அச்சூழலில் அவளால் ஒருநாள் இருக்க முடியுமா? தான் என்ற அகங்காரம் என்பதேயின்றி, நாள் முழுவதும் பாடுபட்டு உழைக்கிறார்கள். பட்டினி கிடக்கிறார்கள், கண்ணீர் வடிக்கிறார்கள். இருப்பினும் எத்தனை மலர்ந்த முகத்துடன் இருக்கின்றனர். அன்னியர்கள் அவர்களுக்குத் தம்மவர்களாகி விடுகின்றனர். தன்னைப் பற்றிய எண்ணமே இவர்களுக்கு இல்லை. தன் பிள்ளைகள், பெண்கள், கணவன், உற்றார், உறவினர்கள், தன்னுடையவர்களாகப் பாவிக்கின்றனர். தன்னை அவர்களிலே காணும் இவர்களைப்பற்றி என்ன சொல்ல? இந்த உணர்வைச் சிதறவிடாது, இதன் எல்லைகளை மேலும் மேலும் விஸ்தரித்து, எதிர்காலத்துப் பெண்மையின் ஆதர்சத்தை நிர்மாணிக்க வேண்டும். விழிப்புற்றுள்ள பெண்களிடையே இத்தகைய உணர்வுக்குப் பதிலாக, தனக்குத்தானே சேவை செய்து கொள்ளும் எண்ணமல்லவா குடி கொண்டுள்ளது. எல்லாமே தனக்குத்தான், தனது சுகபோக, உல்லாச வாழ்விற்காகத்தான் யாவுமே என்ற எண்ணம். அதைவிட ஏதுமறியாத இந்நிலையே மேல். ஆண்மகன் இரக்கமற்றவன். ஒப்புக் கொள்ளத்தான் வேண்டும். ஆனால் இத்தாய்மார்களின் பிள்ளைதானே அவன். ஒரு தாய், தன் மகனுக்கு, தாயை,

பெண்ணினத்தைப் போற்றிப் பூசிக்க வேண்டும் என்று ஏன் சொல்லித் தருவதில்லை? ஏன் என்றால் அத்தாய்க்கு இதனைச் சொல்லித் தரத் தெரியாது. ஏன் எனில் அவள் தன்னைத்தானே, அழித்துக் கொண்டுவிட்டாள். அவளது தனித் தன்மையே, அந்த ரூபமே கரைந்துவிட்டது. குலைந்துவிட்டது. அவளது ஆளுமை வீணாகிவிட்டது.

இல்லை. தன்னையே முற்றும் அழித்துக் கொள்வதால் காரியம் நடக்காது. ஒரு பெண், சமுதாயத்தின் நலனுக்காக, தனது உரிமைகளை, அதிகாரங்களைக் காப்பாற்றிக் கொள்ளவேண்டும். இக்குடியானவர்களும் தங்களைக் காப்பாற்றி, மீட்டுக் கொள்ள வேண்டி தங்களது உயரிய தெய்வாம்சத்தைச் சற்றே தியாகம் செய்யத் தான் வேண்டும்.

மாலையாகி விட்டது. பெண்கள் இன்னமும் மாலதியைச் சூழ்ந்துகொண்டு நின்றிருந்தனர். அவளுடன் இன்னமும் அவர்களுக்குத் திருப்தி ஏற்படலில்லை போலும். . இரவு இங்கேயே தங்கி விடும்படி பலரும் வற்புறுத்தினர். மாலதிக்குக்கூட அவர்களது எளிமையும், அன்பும் மிகவும் பிடித்ததால் அவர்களது வேண்டுகோளை ஏற்றுக்கொண்டு விட்டாள். இரவு பெண்கள் தங்கள் பாடல்களைப் பாடிக்காட்டப் போகிறார்கள். மாலதியும் ஒவ்வொருத்தியின் வீட்டிற்கும் சென்று, அவர்களது நிலைமையைக் கண்டறிவதில் தனது நேரத்தை உபயோகமாகச் செலவிட்டாள். அவளது கள்ளம் கபடமற்ற நல்லெண்ணமும், அனுதாபமும் அப் பட்டிக்காட்டுப் பெண்களுக்கு தேவி அளித்த வரப்பிரசாதம் போலிருந்தது.

அங்கே மேஹ்தா கட்டிலில் அமர்ந்துகொண்டு குடியானவர்களின் குஸ்திச் சண்டையை வேடிக்கை பார்த்துக் கொண்டிருந்தார். மிர்ஜாஜீயை ஏன் அழைத்து வராமல் போனோம். வந்திருந்தால் அவரும் கோதாவில் இறங்கியிருப்பாரே என வருந்தினார். இத்தகைய வயது வந்தவர்கள், ஏதுமறியா பாலகர்களுடன் தங்களைப் படித்தவர்கள் எனக் கூறிக் கொள்பவர்கள் எத்தனை இரக்கமற்றவர்களாய் நடந்து கொள்கிறார்கள் என நினைத்து வியந்து போனார். அஞ்ஞானத்தைப் போன்றே ஞானமும், சரளமாய், கபடம் ஏதுமின்றி, பொற்கனவுகளைக் காண்பதாக உள்ளது. மனிதாபிமானத்தில், மனிதத் தன்மையில் அவருக்கிருந்த நம்பிக்கை உறுதியானதாக, உயிர்ப்புள்ளதாக இருந்ததால், இதற்கெதிரான நடவடிக்கைகளை மனிதத்தன்மையற்ற அமானுஷ்ய செயலாகக் கருதலானார். ஆடுகளின் சாதுவான தன்மைக்கு ஓநாய்கள் கொடுக்கும் பதிலடி, தனது கூரிய நகங்கள், பற்களால்தான் என்பதை மனிதன் மறந்து விடுகிறான். லட்சியவாதியானவன் தனக்கென ஒரு லட்சிய உலகத்தைக் கற்பித்துக்கொண்டு, அதில் தனது இலட்சியமான மனிதத்தை குடியேற்றி, அதிலேயே ஆழ்ந்துவிடுகிறான். ஆனால் இது எத்தகைய செயற்கையானது, புரிந்து கொள்ள இயலாத புதிரானது என்பது பற்றி சிந்திப்பது அவனுக்குக் கடினமாகி விடுகிறது மட்டுமல்ல, புரிந்து கொள்ள இயலாததாகவும் ஆகிவிடுகிறது.

மேஹ்தாஜி இச்சமயம் கிராமத்து மக்களிடையே அமர்ந்த வண்ணம் இது பற்றித்தான் சிந்தித்துக் கொண்டிருந்தார். இவர்களது நிலைமை ஏன் இத்தனை மோசமானதாக, இரங்கத்தக்கதாக உள்ளது என்ற கேள்விக்கு விடை தேடிக் கொண்டிருந்தார். இவர்களது அறியாமையும், நற்பண்பும் இவர்களது அவலமான நிலைமைக்குக் காரணம் என்ற உண்மையை நேருக்கு நேர் சந்திக்கும் துணிவு அவருக்குண்டாகவில்லை. இவர்கள் இத்தகைய நல் அம்சங்களைக் கொள்ளாது சாதாரண மனிதர்களாக இருந்தால் எவ்வளவு நன்றாக இருக்கும், இம்மாதிரி யாரும் இவர்களை எட்டி உதைக்க முடியாதே! என நினைத்து வருந்தினார். நாட்டில் என்ன நிகழ்ந்தாலும், புரட்சியே ஏற்பட்டாலும் இவர்களுக்கு அது பற்றிய சிந்தனை ஏதுமில்லை. அவர்களின் முன்னே, வலிமைவாய்ந்ததொரு கட்சி, அது எதுவாக இருந்தாலும் சரி, அதன் முன்னே இவர்கள் தலைவணங்கித் தயாராகி விடுவார்கள். இவர்களின் அறியாமை, ஜடத்துவத்தின் எல்லையை எட்டிவிட்டது. பலமான தாக்குதலோ, பலத்த அடியோதான் இவர்களைச் செயல்வீரர்களாக்க முடியும். இவர்களது ஆத்மா, எல்லாவிதத்திலும் நிராசையுற்று, தனக்குள்ளேயே முடமாகி விட்டிருக்கிறது. தங்களது வாழ்க்கையைப் பற்றியதொரு விழிப்புணர்வே இவர்களிடம் இல்லாமல் முற்றும் காணாமல் போய்விட்டது போலும்.

மாலை இறங்கி விட்டது. இதுவரை வயல்களில் வேலை செய்து கொண்டிருந்தவர்கள் ஓடி வந்து கொண்டிருந்தனர். மாலதி, கிராமத்துப் பெண்கள் புடைசூழ நடுவே அமர்ந்து ஒரு குழந்தையைத் தன் மடியில் வைத்துக்கொண்டு, அப்பெண்களில் தானும் ஒருத்திபோல் அமர்ந்திருப்பதை மேஹ்தா கண்டார். அவரது உள்ளம் ஆனந்தத்தால் பரவசமுற்றது மாலதி, ஓர் விதத்தில் தன்னையே மேஹ்தாவிற்கு அர்ப்பணித்து விட்டிருந்தாள் எனலாம். இதுபற்றி மேஹ்தாவிற்கு இப்பொழுது எவ்விதமான ஐயமும் இல்லை. இருப்பினும் இதுவரை அவரது உள்ளத்தில் மாலதியின்பால் தீவிரமான விருப்பம் எழவில்லை. இந்நிலையில் திருமணத்தைப் பற்றிப் பிரஸ்தாபிப்பது கேலிக்கிடமானது என அவர் நினைத்தார்.

அழையாத விருந்தாளிபோல் மாலதி அவரது வாசலில் வந்து நின்றுவிட்டாள். மேஹ்தாவும் அவளை வரவேற்றார். இதில் காதலுணர்வு ஏதுமில்லை. ஆண்மையின் உணர்வு மட்டும் தானிருந்தது. மேஹ்தா தன்மீது தனது பார்வையைத் திருப்ப வேண்டுமெனவும், இதற்கு அவர் தகுதியுள்ளவர் என்றும் மாலதி நினைத்தால், மேஹ்தாவால் விருப்பத்தை, நாட்டத்தை மறுக்க இயலாது. மேலும் கோவிந்தியின் பாதையிலிருந்து மாலதியை அகற்றி விடவும் அவர் விரும்பினார். மாலதி தான் எடுத்து வைக்கும் முதலடியில் காலை நன்றாக ஊன்றிக் கொள்ளாதவரையில், பின்னங்காலை அதனிடத்திலிருந்து எடுக்கமாட்டாள் என்பதையும் அவர் அறிவார். மாலதியை ஏமாற்றுவதின் மூலம் தனது நீசத்தன்மையைக் காட்டுகிறோம் என்பதும் அவருக்குத் தெரியும். இதற்காக அவரது ஆன்மா அவரை நிந்தித்துக்கொண்டே இருந்தது. ஆனால் மாலதியுடன் நெருங்கிப் பழகி, அண்மையிலிருந்து

அவளைக் காண்கையிலும் புரிந்துகொள்ளும்போதும் அவள்பால் அவரது உள்ளம் பெரிதும் ஆகர்ஷிக்கப்பட்டது. வெளித் தோற்றத்தின் புறஅழகு அவரிடம் எந்தப் பாதிப்பையும் ஏற்படுத்த இயலாது. இது அவளது குணத்தின்பால் ஏற்பட்ட ஈர்ப்பு, எனலாம். உண்மையான அன்பு என்று எதைச் சொல்லுகிறோமோ, அது ஒரு பந்தத்திற்கு உட்பட்ட பிறகுதான் ஏற்பட முடியுமென்பதையும் அவர் அறிவார். இதற்கு முன்னர் ஏற்படும் காதல், அழகின்பால் ஏற்படும் கவர்ச்சியும், கிளர்ச்சியும்தான். இது அத்தனை உறுதியானது அல்ல. ஆனால் இணைந்த உறவு என்ற சாணைக்கல்லில் தீட்டப்படுவதற்கு முன்னர் அந்தக் கல்லிற்கு கடைசலைத் தாங்கும் வலிமையும், உறுதியும் இருக்கிறதா என்பதை நிச்சயித்துக் கொள்ளவேண்டுவது மிக முக்கியமானது. எல்லாக் கற்களும் கடைசல் யந்திரத்தில் தீட்டப்பட்டு அழகிய சிலைகளாகி விடுவதில்லை. உடைந்து தகர்ந்தும் போய்விடக்கூடும். இத்தனை நாட்களுக்குள் மாலதி அவரது இதயத்தில் வெவ்வேறு பகுதிகளிலும் தனது ஒளிக் கிரணங்களைப் பாய்ச்சியிருந்தாள் எனினும் அவை யாவும் ஒன்று திரண்டு அவரது இதயாகாசத்தை ஒளிமயமாக்கக்கூடிய ஒளிப் பிழம்பாக வெடித்தெழவில்லை. இன்று இக்கிராமத்து மக்களுடன் ஒன்றிப்போய் அவர்களிலொருத்தியாக, எல்லாவித பேத பாவங்களையும் தகர்த்துவிட்டவளாய் மாலதி, ஒளிக்கதிர்களை ஒன்று திரண்டு எழும்பும்படி செய்து விட்டிருந்தாள். இன்றுதான் முதல்முறையாக, மாலதியுடன் தன்னுள்ளம் ஒன்றிப்போன உணர்வின் அனுபவம் அவருக்கு ஏற்பட்டது. மாலதி கிராமம் முழுவதும் சுற்றிப் பார்த்துவிட்டுத் திரும்பியதும் அவளை அழைத்துக் கொண்டு அவர் ஆற்றங்கரையை நோக்கிச் சென்றார். இன்றைய இரவை கிராமத்திலே கழிப்பதென்று முடிவாகி விட்டிருந்தது. ஏனோ மாலதியின் இதயம் படபடத்தது. மேஹ்தாவின் முகத்தில் என்றும் காணாததொரு பிரகாசமும், தீவிரமான இச்சையும் மின்னலிடுவதுபோல் அவளுக்குத் தோன்றியது.

ஆற்றங்கரையில் நிலவு பாய்போல் விரிந்து கிடந்தது. ஆறு ரத்னங்களிழைத்த ஆபரணங்களை அணிந்தவளாய் இனிமையான குரலில் பாடியவண்ணம், நிலவிற்கும், தாரகைகளுக்கும், உறக்கத்தின் கிறக்கத்திலாழ்ந்திருக்கும் மரம் செடி கொடிகளுக்கும் தனது ஆடல்களைக் காண்பித்து மகிழ்வித்துக் கொண்டிருந்தாள். இயற்கையின் கிளர்ச்சியூட்டும் அப்பேரழகில், மேஹ்தா தன்னையே மறந்து போதை கொண்டார். இளம் பருவம் தனது உல்லாசமான விளையாட்டுகளுடன திரும்பி வந்துவிட்டது போலிருந்தது. மணற் பரப்பிலே துள்ளிக் குதித்தார். பின்னர் ஓடிச் சென்று முழங்காலளவு நீரிலே போய் நின்றார்.

“தண்ணீரில் நிற்காதீர்கள், குளிர் தூக்கிவிடப் போகிறது” என்றாள் மாலதி.

மேஹ்தா நீரை வாரி வீசியவராய் – “நதியின் அக்கரை வரை நீந்திச் செல்லவேண்டும் போலிருக்கிறது” என்றார்.

“வேண்டாம், வேண்டாம். மேலே ஏறிவாருங்கள். நான் உங்களைப் போகவிடமாட்டேன்”

"நீயும் என் கூட வருகிறாயா?"

"எனக்கு நீந்தத் தெரியாது."

"அச்சா! ஒரு கட்டுமரம் கட்டிக்கொண்டு, அதில் அமர்ந்து போகலாம்."

மேஹ்தா நீரிலிருந்து வெளியே வந்தார். சுற்றிலும் கண்களுக்கெட்டிய வரை நாணல் காடுதான் தென்பட்டது. மேஹ்தா தன் பையிலிருந்து கத்தியை எடுத்து, நிறைய நாணல் குச்சிகளை வெட்டிச் சேகரித்தார். கரையோரத்தில் கோரைப் புற்களின் புதர்கள் மண்டிக் கிடந்தன. கோரைப் புற்களை ஒரு கட்டாக வெட்டி எடுத்து வந்து, மணற்பரப்பில் அமர்ந்து கயிறாகத் திரிக்கலானார். ஏதோ சுவர்க்கத்து யாத்திரைக்குச் செல்லப் போவதுபோல் மட்டற்ற மகிழ்ச்சியில் இருந்தார் அவர். பல தடவை கோரைப்புற்கள் கீறியதால் விரல்களில் ரத்தம் வந்தது. மாலதி கோபித்துக் கொண்டாள். வாருங்கள் திரும்பிப் போகலாம் எனப் பலமுறை கூறினாள். ஆனால் மேஹ்தா எதையும் காதில் போட்டுக்கொள்ள வில்லை. சிறுவனைப் போன்ற உல்லாசம், நினைத்ததைச் சாதிக்க வேண்டுமென்ற பிடிவாதம், தன்னிச்சையான போக்கு, வேதாந்தம், விஞ்ஞானம் எல்லாம் இந்தக் கட்டுக்கடங்காத பிரவாகத்தில் அடித்துக்கொண்டு போய்விட்டன.

கயிறு திரித்தாகி விட்டது. நாணலைக் கொண்டு பெரிய பலகை போன்ற மிதவை தயாராகி விட்டது. கிளைகள் இரு முனைகளிலும் கயிற்றினால் பிணைக்கப்பட்டுவிட்டன. இவ்விரண்டு முனைகளுக்கு மிடையே நாணல்கள் நெருக்கமாகப் பிணைக்கப்பட்டன. தண்ணீர் மேலே வராதபடி அவை கயிற்றினால் நெருக்கமாக பின்னப்பட்டிருந்தன..... மிதவைக் கட்டுமரம் தயாராகிவிட்டது. இரவு மின்னும் கனவின் கிறக்கத்தைக் கூட்டியது.

மேஹ்தா மிதவையை நீரில் இறக்கிய பின் மாலதியின் கரத்தைப் பற்றி – "வா.. வந்து உட்கார்" என்றார்.

மாலதி சந்தேகத்துடன் – "இரண்டு பேரின் பாரத்தை இது தாங்குமா?" என்றாள்.

எதைப்பற்றியும் கவலையற்ற வேதாந்தி போன்ற முறுவலுடன், "நாம் அமர்ந்து வாழ்க்கைப் பயணம் செய்கிறோமே அந்தப் படகு இதைவிட நிச்சயமற்றது மாலதி! பயப்படுகிறாயா நீ!" என்றார் மேஹ்தா.

"நீங்கள் உடனிருக்கையில் என்ன பயம்?"

"உண்மையாகவா சொல்லுகிறாய்?"

"இன்றுவரை யாருடைய உதவியுமின்றி இடர்களையெல்லாம் நான் வென்றிருக்கிறேன். இப்பொழுது உங்களுடன் கூட இருக்கிறேன்."

இருவரும் அந்த நாணல் மிதவையின் மீது அமர்ந்து கொண்டனர். மேஹ்தா உறுதியான நாணல் கழியொன்றினால் படகைச் செலுத்தலானார். மிதவை தள்ளாடிவாறு நீரிலே செல்லத் துவங்கியது.

மனதிலிருந்து இத்திகிலை அகற்றும் முயற்சியில் மாலதி வினவினாள் – "நீங்கள் எப்பொழுதும் நகரத்தில் வசிப்பவராயிற்றே! கிராம வாழ்க்கையின் இந்தப் பழக்கமெல்லாம் எப்படி ஏற்பட்டது? என்னால் இம்மாதிரியான கட்டுமரமெல்லாம் ஒருபோதும் செய்ய முடியாது."

அன்பு ததும்பும் கண்களால் அவளைப் பார்த்தவாறே மேஹ்தா சொன்னார், "ஒருக்கால் இது என்னுடைய சம்ஸ்காரமாக இருக்கலாம். இயற்கையின் மென்மையான, தீண்டலை நுகர்ந்ததுமே எனக்கு ஒவ்வொரு பறவையும், ஒவ்வொரு மிருகமும், மறந்துவிட்ட இன்பகரமான சுகங்களை நினைவூட்டுவது போல், மகிழ்ச்சியுடன் எனக்கு அழைப்பு விடுவதுபோல் தோன்றுகிறது. இந்த ஆனந்தம் எனக்கு வேறெங்கும் கிட்டுவதில்லை மாலதி! கண்களில் நீரை வரவழைக்கும் இசையிலுமில்லை. வேதாந்தத்தின் மிக உயரிய தத்துவங்களிலுமில்லை. பறவை தன் கூட்டிற்குள் வந்துவிட்டது போல் என்னையே நான் அடைகின்றேன்."

மிதவை மேலும் கீழும் ஆடியவாறு சிலசமயம் நேராகவும், சிலசமயம் கோணலாகவும் சிலசமயம் சுற்றிச் சுழன்றும் சென்று கொண்டிருந்தது.

திடீரென அச்சம் மேலிட்ட குரலில் மாலதி – "நான் உங்கள் வாழ்வில் வருவதே இல்லையா?" என்றாள்.

மேஹ்தா அவளது கரத்தைப் பற்றியவாறு – "வருகிறாய் அடிக்கடி வருகிறாய். நறுமணத்தின் ஒரு வீச்சுப் போல், இனிய கற்பனையின் நிழல் போல், தோன்றி மறைந்து விடுகிறாய். உன்னை என் கரங்களில் சிறைப்படுத்திக்கொள்ள நான் ஓடி வருகிறேன். கரங்கள் விரிந்திருக்கின்றன. ஆனால் நீ மறைந்து விடுகிறாய்" என்றார்.

தன்னையே மறந்துவிட்டவள் போல் மாலதி கேட்டாள், "ஆனால் இதன் காரணத்தைப் பற்றி நீங்கள் யோசித்தீர்களா? புரிந்து கொள்ள விரும்பினீர்களா?"

"ஆம், மாலதி, மிகவும் யோசித்தேன். அடிக்கடி இதுபற்றிச் சிந்தித்தேன்."

"என்ன புலனாயிற்று?"

"நான் எந்த ஆதாரத்தின் மீது வாழ்வின் மாளிகையை அமைக்க விரும்புகிறேனோ அது ஸ்திரமற்றது. அது விசாலமான மாளிகை அல்ல. ஒரு சின்னஞ் சிறிய அமைதியான குடில். ஆனால் அதற்கும் கூட ஸ்திரமான, உறுதியான ஆதாரம் தேவையல்லவா?"

மாலதி தன் கரங்களை விடுவித்துக்கொண்டு, ஊடல் கொண்டவள் போல் – "இது பொய்யான ஆட்சேபம். நீங்கள் எப்பொழுதுமே என்னைச் சோதிக்கும் கண்களால் பார்க்கிறீர்கள். அன்பும் காதலும் கொண்ட பார்வையால் அல்ல. ஒரு பெண் எந்தப் பரிட்சையை விரும்பமாட்டாள் என்பதுகூடவா தங்களுக்குத் தெரியாது? அவள் வேண்டுவது காதல், அன்பு. பரீட்சித்து பார்ப்பதென்பது நற்குணத்தை, குணமற்றதாகவும், அழகானதை, அழகற்றதாகவும் செய்யக்கூடியது காதல். அது குறைகளைக்கூட நிறைவுகளாக்கி விடும். அழகற்றதை அழகுள்ளதாக்கி விடும். நான்

தங்களைக் காதலித்தேன். தங்களிடம் ஏதும் கெட்ட குணம், தீமை இருக்குமென என்னால் கற்பனை செய்துகூடப் பார்க்க இயலவில்லை. மாறாக நீங்கள் என்னை சோதித்துப் பார்த்தீர்கள். நான் சஞ்சலமான இயல்புடையவள், உறுதியற்றவள், இன்னும் என்னென்னவோ நினைத்துக்கொண்டு என்னிடமிருந்து எப்பொழுதுமே தூர விலகி ஓடினீர்கள். இருங்கள். நான் சொல்ல விரும்புவதையெல்லாம் என்னைக் கூறவிடுங்கள். நான் ஏன் உறுதியற்றவளாய், சஞ்சல புத்தியுடையவளாக இருந்தேன் தெரியுமா? என்னை மனஉறுதி கொண்டவளாய், சஞ்சலமற்றவளாக ஆக்கக்கூடிய காதல் கிட்டவில்லை. நான் தங்கள் முன்னே ஆத்ம சமர்ப்பணம் செய்து கொண்டதுபோல் தாங்களும் செய்திருந்தால், இன்று என்மீது இத்தகைய குற்றச்சாட்டை சுமத்தியிருக்க மாட்டீர்."

மாலதியின் ஊடலை ரசித்தவராய் மேஹ்தா சொன்னார், "நீ என்னைச் சோதித்துப் பார்க்கவேயில்லையா? உண்மையாகத்தான் சொல்லுகிறாயா?"

"ஆம். நான் தங்களைப் பரீட்சித்துப் பார்க்கவேயில்லை."

"அப்படியென்றால் நீ தவறு செய்திருக்கிறாய்."

"எனக்கு இது பற்றிய அக்கறையில்லை."

"உணர்ச்சிவசப்படாதே மாலதி! காதலிப்பதற்கு முன் நாம் யாவருமே, சோதித்துப் பார்க்கிறோம். நீயும் இதைச் செய்திருக்கலாம். வெளிப்படையாக அல்ல, மறைமுகமாக. இன்று நான் வெளிப்படையாகவே உன்னிடம் சொல்லுகிறேன். தினமும் பார்க்கின்ற ஆயிரக்கணக்கான பெண்களைப்போல்தான், பொழுது போக்கான வினோத பாவத்துடன் முதலில் உன்னையும் பார்த்தேன். நான் சொல்வதில் தவறில்லை என்றால், நீயும் என்னை உன் உள்ளத்தை மகிழ்விக்கும் ஒரு புதிய விளையாட்டுப் பொம்மையாகத் தான் கருதினாய்.

மாலதி இடைமறித்தாள், "இல்லை, தவறாகச் சொல்லுகிறீர்கள். நான் என்றுமே இந்த நோக்கில் தங்களைப் பார்க்கவில்லை. முதன் முதலாகப் பார்த்தபோதே, உங்களை என் தெய்வமாக என் இதயத்தில்...."

மேஹ்தா இடைமறித்தார் - "மீண்டும் அதேபோல் உணர்ச்சி வசப்படுகிறாய் மாலதி! இத்தனை முக்கியமான விஷயத்தில் உணர்ச்சிவசப்படுவது எனக்குப் பிடிக்காது. நீ முதல் சந்திப்பிலேயே என்னை உனக்கேற்றவனாகக் கருதினாய் என்றால் இதற்குக் காரணம் இதுவாகத்தானிருக்க முடியும். நான் நடிப்பதில் உன்னைவிடத் தேர்ந்தவன். நானறிந்தவரையில் பெண்களின் சுபாவத்தின்படி, காதல் போன்ற விஷயத்தில் மிகவும் ஆய்ந்தறிய முற்படுவார்கள். முன்காலத்தில் கூட சுயம்வரத்தில் ஆண்கள் பரீட்சிக்கப்பட்டனர். இந்த எண்ணம் இன்றும் உள்ளது. அதன் உருவம் மாறுபட்டிருந்தால்கூட எண்ணம் மாறவில்லை. நான் என்னை முழுமையாக உன் முன்னால் வைத்துவிட இடைவிடாது முயற்சித்தது மட்டுமல்ல, உன் இதயத்தை நெருங்கிவிட வேண்டு மென்றும் விரும்பினேன். உன் இதயத்தின் ஆழத்தில் இறங்கியதும், அபூர்வமான ரத்னங்களை நான் அடைந்துள்ளேன். நான்

வேடிக்கையாக நினைத்து வந்தேன். இப்பொழுது உனது உபாசகனாகி விட்டேன். நீ என் இதயத்தினுள்ளே எதைக் கண்டாயென்று எனக்குத் தெரியாது." என்றார்.

இதற்குள் அவர்கள் அக்கறையை அடைந்து விட்டிருந்தனர். இருவரும் மிதவையிலிருந்து இறங்கி, மணல் வெளியில் சென்ற மர்ந்தனர். மேஹ்தா, தொடர்ந்து அதே உணர்ச்சியுடன் பேசினார் - "மாலதி! இன்று உன்னிடம் அதைப்பற்றிக் கேட்கத்தான் இங்கு அழைத்து வந்தேன்."

மாலதி நடுங்கும் குரலில் - "இன்னமும் என்னிடம் இதுபற்றிக் கேட்க வேண்டிய அவசியமிருக்கிறதா உங்களுக்கு?" என்றாள்.

"ஆமாம். இன்றுவரை நீ பார்த்திராத, அறிந்திராத, நான் மறைத்து வைத்துள்ள, என்னுடைய இன்னொரு முகத்தை, உருவத்தை, நான் உனக்குக் காட்டப்போகிறேன். நல்லது! நான் உன்னைத் திருமணம் செய்து கொண்டபின் உனக்குத் துரோகமிழைத்தால் நீ எனக்கு என்ன தண்டனை அளிப்பாய்?"

திடுக்கிட்டவளாய் மாலதி அவரை வியப்புடன் நோக்கினாள். இதன் அர்த்தம் அவளுக்கு விளங்கவில்லை. "இத்தகைய கேள்வியை ஏன் கேட்கிறீர்கள்?" என்றாள்.

"எனக்கு இது மிக முக்கியமான விஷயம்."

"அப்படி ஏற்படக்கூடும் என்று நான் நினைக்கவில்லை."

"உலகத்தில் எது வேண்டுமானாலும் ஏற்படலாம். நடக்காது என்பது எதுவுமில்லை. மாபெரும் மகாத்மாகூட ஒரு கணத்தில் நீசனாகிவிடக் கூடும்."

"நான் இதற்கான காரணத்தைத் தேடி, அதை அகற்றுவேன்."

"நான் எனது பழக்கத்தை விட முடியவில்லை என்று வைத்துக்கொள்."

"நான் என்ன செய்வேன் என்று சொல்லமுடியாது. விஷம் சாப்பிட்டு மடிந்துபோகக்கூடும்"

"ஆனால் என்னிடம் நீ இதே கேள்வியைக் கேட்டால் நான் இன்னொரு விதமான பதிலைக் கூறுவேன்."

மாலதி துணுக்குற்றவளாய் - "சொல்லுங்கள்" என்றாள்.

"முதலில் நான் உன்னைக் கொன்றுவிடுவேன். பிறகு நானும் உயிரை விட்டுவிடுவேன்" என்றார் உறுதியான குரலில்.

மாலதி உரக்கச் சிரித்தாள். தலையிலிருந்து கால்வரை சிலிர்ப்போடியது. அவளது சிரிப்பு, அவளது சிலிர்ப்பை மறைகக்கும் போர்வையாக இருந்தது.

"நீ ஏன் சிரிக்கிறாய்?" என்று வினவினார் மேஹ்தா.

"நீங்கள் அத்தகைய வன்முறையாளராகத் தோன்றவில்லை"

"இல்லை மாலதி! இவ்விஷயத்தில் நான் முற்றிலும் மிருகம்தான். மேலும் இதுபற்றி நான் வெட்கப்படவேண்டிய காரணம் எதுவுமில்லை. ஆன்மீகக் காதல், தியாக பூர்வமான காதல், தன்னலமற்ற காதல் போன்றவைகளில் மனிதன் தன்னை முற்றிலுமாக அழித்துக்கொண்டு தனது காதலிக்காக உயிர் வாழ்கின்றான். அவளது மகிழ்ச்சியில் அவன் ஆனந்தம்

அடைகிறான். அவளது பாதங்களில் தன்னை முற்றிலுமாக அர்ப்பணித்துக் கொள்கின்றான் என்பதெல்லாம் என்னைப் பொறுத்தவரையில் அர்த்தமற்ற சொற்கள். நான் புத்தகங்களில் அத்தகைய காதல் கதைகளைப் படித்திருக்கிறேன். ஒரு காதலன் தன் காதலியின் புதிய காதலனுக்காகத் தன்னையே மாய்த்துக்கொள்வான். இந்த உணர்வை நான், தன்னை மறந்த ஈடுபாடு, தியாக உணர்வு, என்று சொல்வேன். ஆனால் இது ஒருபோதும் காதல் அல்ல. காதலன் சாதுவான பசு அல்ல, ரத்த வெறிகொண்ட புலி. தனது வேட்டையின் மீது எவருடைய பார்வை படுவதையும் அவனால் சகித்துக்கொள்ள இயலாது."

மாலதி அவரது விழிகளை நேருக்கு நேர் சந்தித்தவளாய், "காதல்... ரத்தவெறி கொண்ட புலி என்றால் நான் அதனிடமிருந்து விலகியே இருப்பேன். நான் அதைப் பசுவென்றுதான் நினைத்திருந்தேன். நான் காதலை சந்தேகத்திற்கு அப்பாற்பட்டதெனக் கருதுகிறேன். காதல் உடலைச் சார்ந்ததல்ல. அது ஆன்மாவினுடையது. ஆத்மார்த்தமானது. சந்தேகத்திற்கு அதில் துளியும் இடமில்லை. ஹிம்சை என்பதோ சந்தேகத்தின் பலனாக விளைவது. காதல் முழுமையாகத் தன்னையே அர்ப்பணித்துக் கொள்வதாகும். அதன் ஆலயத்தில் நீங்கள் பரிசோதனையாளராக அல்ல, உபாசகராகித்தான் வரம் பெறமுடியும்" என்றவள் எழுந்து விட்டாள். பின்னர் ஆற்றங்கரையை நோக்கி, தான் இழந்துவிட்ட பாதையை அடைந்துவிட்டவள்போல் விரைவாக நடக்கலானாள். இத்தகைய வேகத்தை அவள் இதுவரை உணர்ந்ததேயில்லை. சுதந்திரமான கட்டுப்பாடற்ற வாழ்க்கையிலும்கூட அவள் தன்னகத்தே ஒரு பலவீனத்தை உணர்ந்தாள். அது எப்பொழுதும் அவளை ஆட்டுவித்துக்கொண்டே இருந்தது. எப்பொழுது அவளை சஞ்சலத்திற்குள்ளாக்கி வந்தது. அவளது உள்ளம் ஒரு ஆதரவை நாடியது. தேடியது. அதன் பலத்தில் தன்னால் தன்னை நிலைப்படுத்திக் கொள்ளமுடியும், உலகத்தை எதிர் நோக்க முடியுமென நினைத்தாள் அவள். அவளுக்குள்ளேயிருந்து இந்த சக்தி, வலிமை, அவளுக்குக் கிட்டவில்லை. அறிவையும், ஆளுமையையும், நன்நடத்தையையும் கண்டு அவர்பால் அவள் விழைவு கொண்டாள். நீரானது தானிருக்கும் பாத்திரத்தின் வடிவைப் பெற்றுவிடுவது போல்தான் அவளுமிருந்தாள். அவளுக்கென்று தனித்ததொரு தன்மையோ, வடிவமோ இருக்கவில்லை.

பரீட்சை எழுதும் மாணவியைப் போன்ற மனநிலையில்தான் இதுவரை அவளிருந்தாள். மாணவிக்குப் புத்தகங்களின் மீது அன்பிருக்க முடியும். அன்பு ஏற்பட்டும் விடும். ஆனால் அந்தப் புத்தகத்தில், பரீட்சைக்கு வரக்கூடிய பகுதிகளின்பால்தான் அவளது கவனம் அதிகமிருக்கும். அவளது முதன்மையான கவனம் பரீட்சையில் தேற வேண்டும் என்பதுதான். அறிவைப் பெறுவது, விருத்தி செய்து கொள்வதென்பதெல்லாம் இதற்கப்பால் வருவதாகும். விடைத்தாளைத் திருத்துபவர் மிகவும் தாராள மனதுடையவர், அல்லது எதையும் பார்க்காத அந்தகர், மாணவர்களை அப்படியே பாஸ் செய்து விடுவார் என்பதெல்லாம்

முன் கூட்டியே தெரிந்துவிட்டால் ஒருக்கால் மாணவர் புத்தகங்களைக் கண்ணெடுத்தும் பாராமலிருக்கலாம்.

மாலதி செய்ததெல்லாம், எப்படியாகிலும் மேஹ்தாவைத் திருப்திப்படுத்த வேண்டும் என்பதற்காகத்தான். மேஹ்தாவின் காதலையும், நம்பிக்கையையும் தான் பெற அவரது மனோராஜ்யத்தின் ராணியாக வேண்டுமென்பது தான் அவளது நோக்கம். ஆனால் தனது தகுதியில் நம்பிக்கை வைத்துத் தனது திறமை, புத்திசாலித்தனத்தால் விடைத்தாளைத் திருத்துபவர் தானாகவே மகிழ்ச்சியடைந்து விடுவார் என எண்ணும் மாணவனைப் போன்ற நிலையில் அவளிருந்தாலும் அத்தனை மன உறுதியிருக்கவில்லை.

ஆனால் இன்று மேஹ்தா அவளை உதறி எறிந்ததின் மூலம் அவளது ஆத்மசக்தியை விழிப்புறச் செய்துவிட்டார். முதன் முதலாக அவரைச் சந்தித்ததிலிருந்து அவளது மனம் அவர்பால் ஈர்க்கப் பட்டது. தனக்கு அறிமுகமானவர்களில் அவரே யாவற்றிலும் வல்லவராகத் தோன்றினார். அவரது சீரான பண்பட்ட வாழ்க்கையில் அவரது அறிவாற்றலின் தீவிரமும், எண்ணங்களின் உறுதியும் எல்லோரையும் விட உயர்ந்ததாக இருந்தது. செல்வத்தையும், ஐசுவரியத்தையும் குழந்தைகள் விளையாடிவிட்டு உடைத்துப்போட்டு விடுகிறார்களே அந்த விளையாட்டுப் பொருளாகத்தான் அவள் நினைத்தாள். குரூபத்தின்பால் வெறுப்பிருந்தாலும், அழகின்பால் அவளுக்கு அப்படியொன்றும் விசேஷமான ஆகர்ஷணம் இருந்ததில்லை. அறிவாற்றல் ஒன்றுதான் அவரைத் தன்பால் கவரக்கூடியதாக இருந்தது. அதன் துணையில் தன்னிடம் ஆத்மசக்தி மலரவேண்டும், தான் மேலும் உன்னதமான வளர்ச்சி பெறத் தூண்டுதல் கிடைக்கும், தன்னில் புதியதொரு ஜீவசக்தி விரவி நிற்கும், வாழ்வின் அர்த்தத்தை, பயனை அறியும் ஞானம் ஏற்படும் என அவள் நினைத்தாள். மேஹ்தாவின் தீட்சண்யமான அறிவும், கூர்மையும், ஆற்றலும் அவளிடத்தில் பாதிப்பை ஏற்படுத்தின. அன்றிலிருந்து அவள் தன்னைப் பண்படுத்திக்கொள்ளத் துவங்கி இருந்தாள். எத்தகைய தூண்டுதல் அவளுக்குத் தேவைப்பட்டதோ, அது அவளுக்குக் கிடைத்து விட்டிருந்தது மட்டுமின்றி அவளையுமறியாமலேயே அவளுக்கு வேகத்தையும் வலிமையையும் அளித்து வந்தது. வாழ்க்கையில் புதிய இலட்சியம் அவள் முன்னே வந்துவிட்டது. அதனை நெருங்க அவள் முயற்சிக்கலானாள். ஓரளவுதான் வெற்றி பெற்றதாகவும் உணர்ந்தாள். தானும் மேஹ்தாவும் ஒன்றாக இணையும் நாட்களைப் பற்றி கற்பனையில் அவள் லயித்திருந்தாள். இவ்வினிய கற்பனை அவளுக்கு மேலும் உறுதியையும், ஒருமனப்பட்ட ஈடுபாட்டையும் அளித்தது.

ஆனால் இன்று மேஹ்தா அவளை நம்பிக்கையின் வாயில் வரை அழைத்து வந்து காதலின் எந்த இலட்சியத்தை அவள்முன் வைத்தாரோ, அதில் காதலை இரு ஆத்மாக்களின் பரஸ்பர அர்ப்பணிப்பு என்ற உயரிய தளத்திலிருந்து வீழ்த்தி சந்தேகமும், பொறாமையும், போகமும் ஆட்சிபுரியும் லோகாயத நிலைக்குத்

தள்ளி விட்டதும், அவளது சீரிய பண்பட்ட அறிவு காயப்பட்டு விட்டது. மேஹ்தாவின்பால் அவள் கொண்டிருந்த பக்திக்கும் சிரத்தைக்கும் இது பெருத்த அடியாக இருந்தது. சீடன் தனது குருவானவர் நீசத்தனமான இழிசெயலில் ஈடுபட்டிருப்பதைப் பார்த்துவிட்டது போல் அவள் அதிர்ந்து போனாள். மேஹ்தாவின் அறிவின் கூர்மையானது காதலை மிருகத்தன்மையின்பால் இழுத்துச் செல்லுவதை அவள் கண்டதும் அவள் பெரிதும் நிராசையுற்றாள்.

சற்றே வெட்கியவராய் - "வா! மாலதி! இன்னும் சற்று நேரம் உட்கார்ந்திருக்கலாம்" என்றார் மேஹ்தா.

"இல்லை. இனித் திரும்ப வேண்டும். நேரமாகி விட்டது" என்றாள் மாலதி..

❏

31

ராய் சாகப்பின் அதிர்ஷ்டம் உச்சத்திலிருந்தது. அவரது மூன்று எண்ணங்களும் நிறைவேறிவிட்டன. மகளின் திருமணம் ஆடம்பரமாக, சிறப்பாக நடந்துவிட்டது. வழக்கிலும் அவர் வெற்றி பெற்றுவிட்டார். தேர்தலில் வெற்றி வாகை சூடியது மட்டுமல்ல ஹோம் மெம்பராகவும் ஆகிவிட்டார். நாலாபக்கங்களிலிருந்தும் பாராட்டுக்கள் வந்து குவிந்தன. தந்திகள் வந்தவண்ணமாகவே இருந்தன. இந்த வழக்கில் வெற்றிபெற்று அவர் ஜமீன்தார்களிடையே முதன்மையான சிறப்பிடம் பெற்றுவிட்டார். முன்னரே அவரது செல்வாக்கு எவரையும்விடக் குறைந்ததல்ல. இப்பொழுது அதன் வேர் இன்னும் ஆழமாக, உறுதியாக ஆகிவிட்டது. தினசரிப் பத்திரிகைகளில் அவரது வாழ்க்கைக் குறிப்பும் புகைப்படமும் மளமளவென்று வெளிவந்து கொண்டிருந்தன. கடன் சுமையும் பெரிதும் அதிகரித்து விட்டிருந்தது. ஆனால் ராய் சாகப்பிற்கு இப்பொழுது இதுபற்றிய கவலையில்லை. அவர் தற்பொழுது கிடைத்துள்ள சொத்தின் ஒரு சிறிய பகுதியை விற்றுக் கடன்களிலிருந்து விடுபட முடியும். சுகபோகங்களைப் பற்றி எத்தகைய மகத்தான கற்பனைகளைக் கண்டு கொண்டிருந்தாரோ, அவைகளைவிட மிக உயரமான இடத்தை அடைந்து விட்டிருந்தார். இதுவரை லக்னோவில் மட்டும்தான் அவருக்குப் பங்களா இருந்தது. இப்பொழுது மசூரி, நைனிதால், சிம்லா என மூன்று இடங்களிலும் ஒவ்வொரு பங்களா கட்டுவது கட்டாயமாகிவிட்டது. இந்த ஊர்களுக்குச் சென்றால் ஏதேனுமொரு ஹோட்டலிலோ, அல்லது வேறு ஜமீன்தார்கள், ராஜாக்களின் பங்களாக்களிலோ முன்போல் தங்குவது அவருக்கு ஏற்றதாக இராது. சூரிய பிரதாப் சிங்கிற்கு இந்த ஊர்களிலெல்லாம் பங்களாக்களிருக்கும்போது, தனக்கென்று பங்களாக்கள் இல்லாமலிருப்பது ராய் சாகப்பிற்கு வெட்கப்பட

வேண்டிய விஷயமாகி விட்டது. தற்செயலாக, புதிதாகப் பங்களா கட்ட வேண்டிய சிரமத்தை மேற்கொள்ள வேண்டிய அவசிய மேற்படவில்லை. கட்டிய பங்களாக்களே குறைந்த விலையில் கிடைத்துவிட்டன. ஒவ்வொரு பங்களாவிற்கும் தோட்டக்காரன், காவற்காரன், காரியஸ்தர், சமையற்காரர் முதலியவர்களும் நியமிக்கப்பட்டு விட்டனர். இதையெல்லாம்விட அதிர்ஷ்டம் என்னவென்றால் 'ஹிஸ் மெஜஸ்டி'யின் பிறந்த தினத்தன்று அவருக்கு ராஜா என்ற பதவியும் கிட்டிவிட்டது. இப்பொழுது அவரது மாபெரும் கனவுகள், ஆசைகள் யாவுமே பரிபூரணமாகிவிட்டன. பதவி கிட்டிய தினத்தன்று பெரும் விழா கொண்டாடப்பட்டது. முந்திய ரிகார்டுகளையெல்லாம் தோற்கடிக்கும்படியான பிரமாதமான விருந்து அளிக்கப்பட்டது. மாண்புமிக்க கவர்னர் அவர்கள் அவருக்கு இப்பட்டத்தை அளிக்கும்போது ராய் சாகப்பின் உள்ளத்தில் கர்வத்துடன், ராஜ பக்தியும் அலை அலையாய் எழுந்து அவரது நாடி நரம்புகளிலெல்லாம் பெருகி ஓடியது. "இதுவன்றோ வாழ்க்கை! வீணாக புரட்சிவாதிகளின் வலையிலே சிக்கிக் கெட்ட பெயரைச் சம்பாதித்துக்கொண்டோம், சிறைக்குச் சென்றோம். அதிகாரிகளின் பார்வையில் மதிப்பிழந்து போனோம் என அவரது மனம் நினைத்தது. எந்த டி.எஸ்.பி. சென்றமுறை அவரைக் கைது செய்தாரோ, அவரே இச்சமயம் அவர் முன்னே தான் செய்த தவறுக்கு மன்னிப்புக் கேட்கும் பாவனையில் கைகட்டி நின்றார்.

ஆனால் வாழ்க்கையில் மாபெரும் வெற்றி அவரது பழைய எதிரி, அவரிடம் தோற்றுப் போனவரான சூரிய பிரதாப்சிங், தனது பெண்ணை, அவரது மூத்த மகன் ருத்ரபால் சிங்கிற்கு திருமணம் செய்து கொடுக்க விரும்புவதாகச் சேதி சொல்லியனுப்பியதும்தான் எனலாம். ராய் சாகப்பிற்கு வழக்கில் வெற்றி பெற்றபோதோ, அமைச்சரானபோதோகூட இத்தகைய மகிழ்ச்சி ஏற்படவில்லை. அதெல்லாம் அவர் கற்பனை செய்து பார்த்ததுதான், ஆனால் இது கற்பனைகளுக்கெல்லாம் எட்டாதது, அவர் சற்றும் எதிர்பாராதது. சில மாதங்கள் முன்வரை அவரைத் தன் நாயைவிடத் துச்சமாகக் கருதியவர், இன்று தனது மகளை, அவரது மகனுக்கு மணமுடிக்க விரும்புகிறார். நடக்க, நம்பமுடியாததொன்று. ருத்ரபால் தற்சமயம் எம்.ஏ. படித்துக் கொண்டிருந்தான். தன்னம்பிக்கை மிகுந்த, எதற்கும் அஞ்சாத, லட்சியவாதியான இளைஞன் அவன். நல்ல ரசிகன். சுயாபிமானமும் மிகுந்த சற்றே சோம்பல் கொண்டவன். செல்வம், புகழ், செல்வாக்கு போன்றவற்றில் தனது தந்தைக்கிருந்த ஆசை அவனுக்குப் பிடிக்கவில்லை.

ராய் சாகப் இச்சமயம் நைனிதாலிலிருந்தார். இச்சேதி கிட்டியதும் பூரித்துப் போனார். திருமண விஷயத்தில் தன் மகனின்மீது எந்த விதமான கருத்தையும் திணிக்க அவர் விரும்பாவிடினும், தான் என்ன முடிவெடுத்தாலும், அதுபற்றி ருத்ரபாலுக்கு எவ்விதமான ஆட்சேபமுமிராது எனக் கருதினார். ஏன் எனில் சூரிய பிரதாப்சிங்குடன் திருமண உறவு ஏற்படுவது பெரும் பாக்கியமல்லவா? இதனால் ருத்ரபால் மறுத்து விடுவான் என்று அவரால் நினைத்துப்பார்க்க இயலவில்லை. அவர் உடனே ராஜா

சாகப்பிற்குப் போன் மூலம் வாக்குக் கொடுத்துவிட்டார். கையோடு ருத்ரபாலுக்கும் போன் செய்தார்.

"எனக்கு இதில் விருப்பமில்லை" என்றான் ருத்ரபால்.

ராய் சாகப் தனது வாழ்வில் இத்தகைய நிராசையை உணர்ந்ததேயில்லை. கூட கோபமும் ஜிவ்வென்று எழுந்தது. "இதற்குக் காரணம்?" என்று கேட்டார்.

"அதற்கேற்ற தருணம் வரும்போது தெரிந்துவிடும்."

"நான் இப்பொழுதே தெரிந்துகொள்ள விரும்புகிறேன்."

"நான் கூற விரும்பவில்லை."

"எனது உத்தரவிற்கு நீ கீழ்ப்படிய வேண்டும்."

"எனது உள்ளம் எதை ஏற்றுக் கொள்ளவில்லையோ, அதைத் தங்கள் உத்தரவுக்காக நான் ஏற்றுக்கொள்ள இயலாது."

ராய் சாகப் மிகவும் விநயத்துடன் – "மகனே! இலட்சியவாதம் என்று நீ உன் காலிலேயே கோடரி வெட்டிக்கொள்கிறாய். இந்த சம்பந்தம் சமூகத்தில் உனது அந்தஸ்தை உயர்த்திவிடும். இது பற்றி நீ யோசித்தாயா? இது கடவுளின் அருள் என நினைத்துக் கொள். அந்தக் குலத்திலிருந்து ஒரு ஏழைப்பெண் எனக்குக் கிடைத்தால்கூட நான் எனது அதிர்ஷ்டத்தை மெச்சிக் கொள்வேன், இந்தப் பெண்ணோ, ராஜா சூரிய பிரகாஷின் பெண். நமக்குச் சிகரம் வைத்தது போன்றவள். நான் தினசரி அப்பெண்ணைப் பார்க்கிறேன். நீயும் பார்த்திருக்கலாம். அழகு, குணம், சீலம், இனிய சுபாவம், கொண்ட அத்தகைய இளம் பெண்ணை நான் இதுவரையில் கண்டதில்லை. எனக்கு வயதாகிவிட்டது. இன்னும் எத்தனை நாளோ! வாழ்க்கை முழுவதும் உன் கண் எதிரே பரந்து கிடக்கிறது. நான் உன்னைக் கட்டாயப்படுத்த விரும்பவில்லை. திருமண விஷயத்தில் எனது எண்ணங்கள் எத்தனை பரந்த நோக்குக் கொண்டவை என்பது உனக்குத் தெரியும். ஆனால் நீ தவறு செய்வதைக் காணும்போது எச்சரிப்பதும் எனது கடமை" என்றார்.

"இது விஷயத்தில் வெகுநாட்களுக்கு முன்னரே நான் முடிவெடுத்து விட்டேன். இதில் எந்தவிதமான மாற்றமும் செய்ய முடியாது." என்று பதிலளித்தான் ருத்ரபால்.

பையனுடைய முட்டாள்தனத்தின் மீது ராய் சாகப்பிற்குக் கோபம் வந்தது. "உனக்கு மூளை கெட்டுவிட்டதென்று தோன்றுகிறது. என்னை வந்து நேரில் பார். தாமதம் செய்ய வேண்டாம். நான் ராஜா சாகப்பிற்கு பதில் சொல்லியாகிவிட்டது" எனக் கர்ஜித்தார்.

"எனக்குத் தற்சமயம் அங்கு வர அவகாசமில்லை" என்றான் ருத்ரபால்.

மறுநாள் ராய் சாகப் தானே வந்துவிட்டார். இருவரும் அவரவர் ஆயுதங்களைக் கூராக்கிக்கொண்டு ஆயுதபாணிகளாக தயாராக நின்றனர். ஒருபுறம் வாழ்க்கையின் அனுபவத்தால் நன்கு தேறிய, சமரசங்களுக்குத் தயாரானவர். மற்றொரு புறம், அனுபவமற்ற இலட்சியவாதத்தின் வேகமும், பிடிவாதமும், தலை வணங்காத் தன்மையும் கொண்ட இளைஞன்.

ராய் சாகப் நேரடியாகக் குறிவைத்துத் தாக்கினார் - "அந்தப் பெண் யார்? எனக்குத் தெரிய வேண்டும்."

ருத்ரபால் சற்றும் கலங்கவில்லை. "தாங்கள் தெரிந்துகொள்ள இத்தனை ஆவலாக இருந்தால் கேட்டுக்கொள்ளுங்கள். அந்தப் பெண் மாலதிதேவியின் தங்கை சரோஜ்."

அடித்து வீழ்த்தியதைப் போல் உணர்ந்த ராய் சாகப், "ஓகோ! அந்தப் பெண்ணா?" என்றார்.

"நீங்கள் சரோஜைப் பார்த்திருக்கலாம்."

"நன்றாகவே பார்த்திருக்கிறேன். நீ ராஜகுமாரியைப் பார்த்திருக்கிறாயா இல்லையா?"

"நன்றாகவே பார்த்திருக்கிறேன்."

"அப்படியுமா?"

"நான் அழகை ஒரு பொருட்டாகக் கருதவில்லை."

"உனது புத்தியை நினைத்து எனக்கு வருத்தமாக உள்ளது. மாலதி எப்படிப்பட்டவள் என்பது தெரியுமல்லவா? அவள் தங்கையென்ன வித்தியாசமாகவா இருக்கப்போகிறாள்?

ருத்ரபால் சினங்கொண்டவனாய், "இது விஷயமாய் நான் தங்களிடம் மேற்கொண்டு எதுவும் சொல்ல விரும்பவில்லை. ஆனால் நான் திருமணம் செய்துகொண்டால், அது சரோஜ்ஜாகத் தானிருக்கும்" என்றான்.

"நான் உயிரோடிருக்கும் வரை இது நடக்கவே நடக்காது."

"தங்களுக்குப் பின்னால் நடக்கும்."

"அச்சா! இதுதான் உன் முடிவா? ராய் சாகப்பின் விழிகள் நீரால் நிறைந்தன. வாழ்க்கையே பாழாகிவிட்டது போலிருந்தது. அமைச்சர் பதவி, ஜமீன்தார் பதவி... என்ற யாவுமே வாடிய மலர்களைப்போல், ரசமற்று, மகிழ்ச்சியற்றனவாகி விட்டன. அவரது வாழ்க்கையின் சாதனைகள் யாவுமே நீராகி விட்டன. அவரது மனைவி காலமானபோது அவருக்கு அதிக வயதாகி இருக்கவில்லை. முப்பத்தாறு வயதுதான். அவர் திருமணம் செய்து கொண்டிருக்க முடியும். வாழ்க்கையின் சுகபோக, உல்லாசங்களை அனுபவித்திருக்க முடியும். எல்லோரும் அவரை மறுமணம் செய்து கொள்ளும்படி மிகவும் வற்புறுத்தினர். ஆனால் இக்குழந்தைகளின் முகத்தைப் பார்த்து, திருமணமின்றியே வாழ்க்கையைக் கழித்து விடுவதென்ற முடிவிற்கு அவர் வந்திருந்தார். இதனையொரு சாதனையாக வேள்வியாகக் கருதினார். இன்றுவரை தன் இதயத்தின் அன்பையெல்லாம் தன் பிள்ளைகளுக்கே வாரி வழங்கி வந்து கொண்டிருக்கிறார். ஆனால் இன்று இந்தப் பிள்ளை இத்தனை கடுமையாக, தனக்கும் அவருக்கும் ஏதும் உறவே இல்லாதது போல் இரக்கமின்றிப் பேசுகிறான். பின் அவர் எதற்காக, சொத்து, சுகம், செல்வாக்கு, அதிகாரம் என்று உயிரை விடவேண்டும்? இந்தப் பிள்ளைகளுக்காகத்தானே எல்லாமே செய்து கொண்டிருக்கிறார். பிள்ளைகளுக்கு அவர்பால் மரியாதையோ, அக்கறையோ இல்லை யென்றால் அவர் எதற்காக இத்தவம் செய்ய வேண்டும்? அவர் இன்னும் எத்தனை காலம் உயிர் வாழப் போகிறார்? அவருக்கும்

நிம்மதியாய், ஓய்வாயிருக்கத் தெரியும். அவருடையவும், இன்னும் ஆயிரமாயிரம் சகோதரர்களும் மீசையை முறுக்கிக் கொண்டு, வாழ்க்கையின் இன்பங்களையெல்லாம் நுகர்ந்து கொண்டிருக்கிறார்கள். இச்சமயம், அவருக்கு தான் மேற் கொண்டிருக்கும் இத்தவம் தன் பிள்ளைகளுக்காக மட்டுமல்ல, புகழ் பெற வேண்டு மென்பதற்காவுமல்ல. அவர் செயலில் ஈடுபாடுள்ள கர்ம வீரர். அவர் உயிர் வாழ இத்தவம் இன்றியமையாதது என்பது நினைவிற்கு வரவில்லை. அவர் உல்லாச, சுகபோகியாகவோ செயலேதும் புரியாத சோம்பேறியாகவோ வாழ்ந்து தனது ஆத்மாவைத் திருப்தி செய்ய இயலாது. ஒரு சிலரால் உல்லாச வாழ்வின் செயலற்ற முடமாகி விட்ட தன்மையை ஏற்றுக்கொள்ள இயலாது. அவர்கள் துணிவுடன் செயலாற்றப் பிறந்தவர்கள். கடைசி மூச்சு வரை பணியாற்றிக் கொண்டே இருப்பார்கள்.

ஆனால் இந்த பலத்த அடியின் எதிர் விளைவும் உடனே ஏற்பட்டது. நாம் யாருக்காகத் தியாகம் செய்கிறோமோ, அவர்களிடமிருந்து பதிலுக்கு எதையும் எதிர்பார்க்காவிட்டால்கூட, அவர்களின் உள்ளத்தில் நமது ஆதிக்கத்தை நிலைநாட்ட, விரும்புகிறோம். அது அவர்களுடைய நன்மையைக் கருதித்தான் என்றாலும், அந்த நன்மையைப் பற்றிய எண்ணத்தை தனதாக்கிக் கொண்டுவிடுவதால், அது அவர்களுடையதாக இன்றி, நம்முடைய நலனாகி விடுகிறது. தியாகத்தின் அளவு எத்தனைக் கெத்தனை அதிகமாகின்றதோ, அந்த ஆதிக்க மனப்பான்மையும் அத்தனை வீறு கொண்டதாகி விடுகின்றது. திடீரென நாம் எதிர்ப்பை எதிர்நோக்க வேண்டிய தருணம் ஏற்படும்போது, நாம் ஆத்திரம் அடைகின்றோம். அத்தியாக உணர்வு, பழிவாங்கும் உணர்வாக மாறிவிடுகிறது. ருத்ரபாலின் திருமணம் சரோஜாவுடன் நடக்க விடக்கூடாதென்ற பிடிவாதம் ராய் சாகப்பின் உள்ளத்தில் ஏற்பட்டுவிட்டது. இதற்காக போலீசாரின் உதவியை நாடினாலும் சரி, நீதி நியாயத்தைக் கொலை செய்ய நேர்ந்தாலும் சரி, இது நடக்க அனுமதிக்கக் கூடாது என்ற வீறாப்பு எழுந்தது.

வாளை உருவி போருக்குத் தயாராகி விட்டார் - “ஓ.. என் காலத்திற்குப் பிறகு நடக்கும் என்றால் அதற்கு இன்னமும் வெகுகாலமிருக்கிறது” என்றார்.

“கடவுள் தங்களை அமரராக வைக்கட்டும். சரோஜாவுடன் எனது திருமணம் ஏற்கனவே நடந்து விட்டது” என்றான் ருத்ரபால்.

“பொய்”

“இல்லை. பிரமாணப் பத்திரங்கள் என்னிடம் உள்ளன.”

அடிபட்டவராய் ராய்சாகப் சரிந்துவிட்டார். இத்தகைய ஆத்திரமும் வெஞ்சினமும் பகைமையைக் கொண்ட விழிகளால் அவர் தனது எதிரியைக்கூட நோக்கியதில்லை. எதிரியால் அதிகபட்சம் அவரது சுயநலத்தைத் தாக்கமுடியும். அவரது உடல்மீது கௌரவம், மரியாதையைத் தாக்க முடியும். ஆனால் இந்த அடி அவரது தனது வாழ்வின் இலட்சியங்களின் ஆக்கபூர்வமான சக்தியை எல்லாம் திரட்டி வைத்திருந்த மர்மஸ்தானத்தில் வீழ்ந்தது. திடீரென எழுந்த புயல்காற்று அவரது வாழ்க்கையை வேருடன்

பிடுங்கி எறிந்து விட்டது. இனி அது என்றென்றும் முடம்தான். போலீஸின் பலம் முழுவதும் கையிலிருந்தாலும் அது எதுவும் செய்ய இயலாது..... வலிமையை பிரயோகிப்பதுதான் அவரது கடைசி அஸ்திரம். அதுவும் அவரது கையிலிருந்து நழுவி விட்டது. ருத்திரபால் மேஜர். சரோஜும் மேஜர். மேலும் ருத்ரபால் தனது சமஸ்தானத்திற்கு அதிபதி. அவன் மீது அவருக்கு எந்தப் பிடிப்பும், அதிகாரமும் இல்லை. ஐயோ! இந்தப் பயல் இப்படி எதிர்த்து நிற்பான் என்று தெரிந்திருந்தால் அந்த சமஸ்தானத்திற்காக அவர் வழக்காடி இருக்கமாட்டார். இந்த வழக்கிற்காக, இரண்டு, இரண்டரை லட்சம் ரூபாய் கரைந்து போய்விட்டது. வாழ்க்கையே நஷ்டமாகிவிட்டது. இந்தப் பயலைப் புகழ்ந்து பாராட்டிக் கொண்டிருந்தால்தான் அவரது மானம் பிழைக்கும். கொஞ்சம் தடை ஏற்பட்டாலும் கௌரவமெல்லாம் மண்ணோடு மண்ணாகி விடும். தனது வாழ்க்கையே பலியிட்டும்கூட இன்று அவர் எஜமானர் அல்ல. ஐயோ! வாழ்க்கை முற்றும் வீணாகி விட்டது - வீணாகியே விட்டது.

ருத்ரபால் போய்விட்டான். ராய் சாகப் காரை வரவழைத்து, மேஹ்தாவைச் சந்திக்கச் சென்றார். மேஹ்தா விரும்பினால் மாலதிக்கு எடுத்துச் சொல்லமுடியும். சரோஜும் அவரை அலட்சியம் செய்யமாட்டாள். பத்து, இருபதாயிரம் ரூபாய் செலவழிந்தாலும் இத்திருமணம் நின்றுவிட்டால் அவர் அப்பணத்தைத் தரத் தயார். சுயநலத்தின் வெறியில் அவருக்கு தான் மேஹ்தாவிடம் எந்தப் பிரஸ்தாபத்தை எடுத்துச் செல்லுகிறோமோ, அதற்காக மேஹ்தாவின் அனுதாபம் தன்பால் சற்றுமிராது என்பது முற்றிலும் கவனத்திற்கு வரவில்லை.

மேஹ்தா விஷயம் முழுவதையும் கேட்டபின், அவரையே கிண்டல் செய்யத் துவங்கினார். முகத்தைத் தீவிரமாக வைத்துக் கொண்டு, "இது உங்கள் கௌரவப் பிரச்சனை அல்லவா!" என்றார்.

ராய் சாகப்பினால் புரிந்துகொள்ள இயலவில்லை. உற்சாகத்துடன் - "ஆமாம். கௌரவப் பிரச்சனைதான். ராஜா சூரிய பிரதாப் சிங்கைப்பற்றித்தான் உங்களுக்குத் தெரியுமே"

"நான் அவரது பெண்ணைக்கூடப் பார்த்திருக்கிறேன். சரோஜ் அப்பெண்ணுடைய கால் தூசிகூடப் பெறமாட்டாள்."

"ஆனால் இந்தப் பயலின் மூளை மழுங்கி விட்டதே"

"சரி விட்டுவிடுங்கள், உங்களுக்கென்ன வந்தது? அவன்தான் பின்னால் பச்சாதாபப்படப் போகிறான்."

"ஓ! இதைத்தான் என்னால் பார்க்க முடியவில்லை மேஹ்தாஜீ! கிடைத்த கௌரவத்தை விட்டு விட இயலவில்லை. இந்தக் கௌரவத்திற்காக என் சமஸ்தானத்தில் பாதியையும் தியாகம் செய்ய நான் தயார். நீ மாலதிஜிக்கு விஷயத்தை எடுத்துச் சொல்லிவிட்டால் காரியமாகி விடும். இவர்கள் மறுத்துவிட்டால் ருத்திரபால் தலையிலடித்துக் கொண்டு உட்கார்ந்துவிடுவான். இந்த போதையெல்லாம் பத்து, பதினைந்து நாட்களில் தெளிந்துவிடும். காதல் கீதலெல்லாம் ஒன்றுமில்லை. ஏதோவொரு பித்து அவ்வளவுதான்."

"மாலதி பணம் வாங்கிக்கொள்ளமால் ஒப்புக்கொள்ள மாட்டாள்."

"நீங்கள் என்ன தொகை சொன்னாலும், கொடுக்கத் தயார். அவள் விரும்பினால் இங்குள்ள டப்ரின் ஹாஸ்பிடலுக்கு இன்சார்ஜாகப் போட்டு விடுகிறேன்."

"அவள் தங்களை விரும்புகிறாள் என்று வைத்துக் கொள்வோம். தாங்கள் இசைவீர்களா? தங்களுக்கு அமைச்சர் பதவி கிடைத்ததிலிருந்து தங்கள் விஷயத்தில் அவளது எண்ணம் நிச்சயம் மாறி இருக்கலாம் அல்லவா?"

ராய் சாகப் மேஹ்தாவின் முகத்தைப் பார்த்தார். அதில் புன்சிரிப்பின் ரேகைகள் படர்ந்திருப்பது தெரிந்தது. உடனே புரிந்து கொண்டுவிட்டார். வேதனை மிகுந்த குரலில் – "உங்களுக்கும் என்னைப் பரிகாசம் செய்ய இந்தச் சந்தர்பம்தான் கிடைத்ததா? நான் தங்களிடம் எதற்காக வந்தேன் என்றால், எனது நிலைமையப் பற்றித் தாங்கள் யோசிப்பீர்கள், தக்க ஆலோசனை கூறுவீர்கள் என்ற நம்பிக்கைதான். நீங்கள் என்னையே கிண்டல் செய்கிறீர்கள். பல்வலியே வராதவனுக்கு பல்வலி பற்றி என்ன தெரியும்?"

மேஹ்தா கம்பீரமான குரலில் சொன்னார், "மன்னியுங்கள். தாங்கள் எடுத்து வந்திருக்கும் பிரச்சனை குறித்துத் தீவிரமாக ஆலோசிப்பது சிரிப்பிற்கிடமானது என நான் கருதுகிறேன். நீங்கள் உங்களது திருமணத்திற்கு, பொறுப்புள்ளராக முடியும், பிள்ளையின் திருமணத்தைப் பற்றிய பொறுப்பை உங்கள் மீது ஏன் எடுத்துக் கொள்கிறீர்கள்? அதிலும் உங்கள் மகன் மேஜர். தனது லாப நஷ்டம் பற்றி அறிந்தவன். குறைந்தபட்சம் என்னைப் பொறுத்தவரையில் நான் திருமணம் என்ற மகத்துவமுள்ள விஷயத்தில் கௌரவம் என்பதற்கெல்லாம் இடமிருப்பதாக நினைக்கவில்லை. கௌரவம் என்பது பணத்தினால் ஏற்படும் ஒன்று என்றால் ராஜா சாகப் அந்த நிர்வாண பாபாவின் முன் மணிக்கணக்காக அடிமைபோல் கையைக் கட்டிக்கொண்டு நின்றிருக்க மாட்டார். எதுவரை இது சரி என்று தெரியாது. ராஜா சாகப் தன் இலாக்காவிலுள்ள போலீஸ் இன்ஸ்பெக்டருக்குக்கூட சலாம் செய்கிறார். இதையா நீங்கள் கௌரவம் என்று சொல்லுகிறீர்கள்? லக்னோவிலுள்ள எந்தக் கடைக்காரன் உத்தியோகஸ்தன், சிப்பந்தி, அல்லது வழியில் போகிறவர் என யாரை வேண்டுமானாலும் கேளுங்கள். அவரது பெயரைக் கேட்டதும் திட்டுவார்கள். இதையா தாங்கள் கௌரவம், மரியாதை என்கிறீர்கள். போய் நிம்மதியாய் உட்கார்ந்து கொள்ளுங்கள். சரோஜாவைவிட நல்ல மருமகள் உங்களுக்குக் கிடைப்பது கடினம்."

ஆட்சேபிக்கும் குரலில் – "அவள் மாலதியின் தங்கையாயிற்றே!" என்றார் ராய் சாகப்.

மேஹ்தா சூடாகப் பதிலளித்தார் – "மாலதியின் தங்கையாக இருப்பது அவமானத்திற்குரிய விஷயமா என்ன? மாலதியைப் பற்றித் தங்களுக்குத் தெரியாது. தெரிந்துகொள்ளும் அக்கறையும் இல்லை. நானும்கூட அப்படித்தான் நினைத்திருந்தேன். நெருப்பிலிட்டாலும் மேலும் மின்னக்கூடிய தங்கம் போன்றவள் என்பது இப்பொழுது

தெரிந்தது. சும்மா கத்தியை சுழற்றிக்கொண்டு செல்லும் வீரர்கள் போலல்ல. சந்தர்ப்பம் வரும்போது தங்களது ஆற்றலைக் காட்டும் வீரர்களில் ஒருத்தி அவள். கன்னாவின் இன்றைய நிலைமையைப் பற்றித் தங்களுக்குத் தெரியுமா?"

ராய் சாகப் அனுதாபத்துடன் தலையை அசைத்தவாறே, "கேள்விப்பட்டேன். போய்ப் பார்க்கவேண்டும் என்று அடிக்கடி தோன்றியது. ஆனால் அவகாசம் கிடைக்கவில்லை. கரும்பு ஆலையில் தீ விபத்து ஏற்பட்டதுதான் அவரது படுநாசத்திற்குக் காரணமாகிவிட்டது."

"ஆம், தற்சமயம் நண்பர்களின் தயவில் ஒருவாறு தன்னைச் சமாளித்துக்கொண்டு வருகிறார். தவிரவும் கோவிந்தி சில மாதங்களாக நோயுற்றிருக்கிறாள். அவளை எப்பொழுதுமே துன்புறுத்தி வந்த மிருகத்திற்காக, அவள் தன்னையே பலியிட்டுக் கொண்டுவிட்டாள். தற்சமயம் அவள் இறந்து கொண்டிருக்கிறாள். ராஜா, மகாராஜாக்களிடம் ஐநூறு ரூபாய் பீஸ் வாங்கிக் கொண்டாலும் இரவில் தங்கிக் கவனிக்க மறுக்கும் மாலதி இரவெல்லாம் அவளது தலைமாட்டில் அமர்ந்திருக்கிறாள். கண்ணாவின் சின்னஞ்சிறு குழந்தைகளை கவனிக்கும் பொறுப்பும் அவள் மீதுதான் உள்ளது. இந்தத் தாய்மை உணர்வு அவள் உள்ளத்தில் எந்த மூலையில் உறங்கிக் கொண்டிருந்ததோ தெரியாது. மாலதியின் இந்த ரூபத்தைக் கண்டு அவள்பால் என்னுள்ளத்தில், நான் பயங்கரமான நாத்திகனாக இருந்தபோதிலும், பக்தி பூர்வமான சிரத்தை ஏற்பட்டுள்ளது. உள்ளத்தில் மாற்றத்துடன் அவளது தோற்றத்திலும் தெய்வீகத்தன்மை துலங்கத் துவங்கியுள்ளது. மனிதத் தன்மை எத்தனை ஆற்றலும், பல்வேறு தன்மைகளும் கொண்டது என்பதின் பிரத்யட்ச அனுபவம் ஏற்பட்டுள்ளது. தாங்கள் அவளைச் சந்திக்க விரும்பினால் வாருங்கள் போகலாம். இந்தச் சாக்கில் நானும் வருகிறேன்."

ராய் சாகப் சந்தேகத்துடன் – "உங்களாலேயே, என்னுடைய வேதனையைப் புரிந்துகொள்ள இயலவில்லை என்றால் மாலதி என்ன புரிந்துகொள்ளப் போகிறாள்? வீணாக அவமானப்பட நேரும். ஆனால் நீங்கள் அவள் வீட்டிற்குப் போவதற்குக் காரணம் ஏதும் தேவையா என்ன? நீ அவள்மீது சொக்குப்பொடி போட்டு விட்டதாகவல்லவா நான் நினைத்தேன்" என்றார்.

மேஹ்தா நிராசை மிகுந்த புன்சிரிப்புடன் – "அதெல்லாம் இப்பொழுது கனவாகிவிட்டது. இப்பொழுதெல்லாம் பார்க்ககூட முடிவதில்லை. அவளுக்கு அவகாசம்கூட இல்லை இப்பொழுது. இரண்டொரு முறை சென்றிருந்தேன். என்னைச் சந்தித்ததில் அவளுக்கு மகிழ்ச்சி ஏற்பட்டதாகத் தெரியவில்லை. அப்பொழுதிலிருந்து சற்றே தயக்கமாக உள்ளது. ஓ! இப்பொழுதுதான் நினைவு வந்தது. இன்று, பெண்கள் உடற்பயிற்சி சாலையின் விழா நடக்கிறது. நீங்களும் வருகிறீர்களா?"

ராய் சாகப் அரைமனத்துடன் – "இல்லை, எனக்கு நேரமில்லை. ராஜா சாகப்பிற்கு என்ன பதில் கூறுவதென்று மண்டையைக் குடைகிறது. நான் அவருக்கு வாக்களித்து விட்டேனே" என்றவர்

எழுந்து, மெதுவாக வாசலை நோக்கி நடந்தார். எந்தச் சிக்கலை விடுவிக்கலாம் என்று வந்தாரோ, அது மேலும் சிக்கலாகிவிட்டது. இருட்டு இன்னும் மையிருட்டாகி விட்டது. மேஹ்தா கார் வரை வந்து அவரை அனுப்பி வைத்தார்.

ராய் சாகப் நேராகத் தன் பங்களாவிற்கு வந்தார். அன்றய தினசரிப் பத்திரிகையை எடுத்துப் பார்த்தார் மிஸ்டர் தங்காவின் கார்டு கிடைத்தது. தங்காவிடம் அவருக்கு ஒரே வெறுப்பு. அவர் முகத்தைக்கூடக் காண விரும்பவில்லை அவர். ஆனால் இச்சமயம் மனத்தில் பலவீனமான நிலையில் அது யாருடைய அனுதாபத்தையாவது தேடியது. அவர்களால் ஏதும் செய்ய முடியா விட்டாலும்கூட அவரது எண்ணங்கள்பால் அனுதாபம் காட்ட முடியுமல்லவா? உடனே அவரை உள்ளே வரச் சொன்னார்.

தங்கா மெதுவாக நடந்து, முகத்தைத் துயரமாக வைத்துக் கொண்டு அறைக்குள் ஆஜரானார். பின்னர் தரைதொட்டுக் குனிந்து சலாம் செய்தவராய் – "நான் தங்களை தரிசிக்க நைனித்தால் செல்ல நினைத்திருந்தேன். அதிர்ஷ்டவசமாக இங்கேயே தரிசனம் கிட்டிவிட்டது. ஹுஜூர்... நலமாக இருக்கிறீர்களா?" என்றார்.

இதன்பின் மிகவும் பகட்டான, இனிமையான மொழியில், தனது கடந்த கால நடத்தையை முற்றும் மறந்து விட்டவர்போல் ராய் சாகப்பிற்குப் புகழ் மாலை சூட்டலானார். "இப்படிப்பட்ட ஹோம் மெம்பரை பற்றி என்ன சொல்ல? எங்கு பார்த்தாலும் தங்களைப் பற்றியப் பேச்சுத்தான். இந்தப் பதவி தங்களுக்குதான் தகுந்தது."

இந்த மனிதன் எத்தகைய தூர்த்தன். தனக்குக் காரியமாக வேண்டுமென்றால் கழுதையைக்கூட மாபெரும் வள்ளல் என்பான். ஒண்ணாம் நம்பர், வெட்கம் கெட்டவன், விசுவாசமற்ற துரோகி, என மனதிற்குள் நினைத்தார் என்றாலும் அவன்மீது அவருக்குக் கோபம் வரவில்லை. இரக்கம்தான் ஏற்பட்டது. "இப்பொழுது என்ன செய்து கொண்டிருக்கிறீர்கள்?" என வினவினார்.

"ஒன்றுமில்லை ஹுஜூர். வேலையில்லாமல்தான் உட்கார்ந்திருக்கிறேன். உங்களுடைய பழைய விசுவாசமான ஊழியன் என்ற முறையில் என்மீது தங்கள் பார்வை இருக்கட்டுமென்று நம்பிக்கையுடன் தங்களின் சமூகத்தில் வந்து நிற்க விரும்பினேன். ஹுஜூர்! ரொம்பவும் சிரமத்தில் இருக்கிறேன். ராஜா சூரிய பிரதாப் சிங்கைப் பற்றித் தங்களுக்கே தெரியும். அவருக்கு தன்னைத் தவிர யாருமே ஒரு பொருட்டல்ல. ஒருநாள் தங்களை நிந்தித்து வசை பாடத் துவங்கினார். என்னால் கேட்டுக்கொண்டிருக்க இயலவில்லை, "நிறுத்திக் கொள்ளுங்கள்! மகாராஜா! ராய் சாகப் எனது எஜமானர். அவரை நிந்திப்பதை என்னால் சகித்துக்கொள்ள முடியாது" என்றேன். அவ்வளவுதான். கடும் கோபம் வந்துவிட்டது அவருக்கு. நான் வணக்கம் சொல்லிவிட்டு வீட்டிற்கு வந்து விட்டேன். "நீங்கள் எவ்வளவுதான் தோரணையும், ஆடம்பரமும் காட்டினாலும், ராய் சாகப்பிற்குள்ள மரியாதையும் கௌரவமும் தங்களுக்குக் கிட்டாது. மரியாதை, ஆடம்பரத்தால் கிடைப்பதில்லை. ஒழுக்கத்தினால், நற்குணங்களினால் கிட்டுகிறது. உங்களுடைய குணமும் நடத்தையும்

உலகத்திற்குத் தெரியும்" என்று வெளிப்படையாகவே கூறிவிட்டேன்" என்றார்.

"நீங்கள் நேராகவே வீட்டிற்கு நெருப்பு வைத்து விட்டீர்களே!" என்று நடித்தார் ராய் சாகப்.

தங்கா பெருமையுடன் - "யாருக்குப் பிடித்தாலும், பிடிக்கா விட்டாலும் நான் நேரிடையாகவே சொல்லிவிடுவேன். ஹுஜூர்! தங்களுடைய கால்களைப் பிடித்துக் கொண்டிருக்கும்போது வேறு யாரிடமும் நான் ஏன் பயப்படவேண்டும்? தங்கள் பெயரைக் கேட்டாலே ஒரே பொறாமை அவருக்கு. எப்பொழுது பார்த்தாலும் தங்களைப் பற்றிய அவதூறும், நிந்தனையும்தான். நீங்கள் அமைச்சரானதிலிருந்து அவர் மனத்தில் ஒரே பொறாமை. எனக்குக் கொடுக்கவேண்டிய பணம் முழுவதையும் அப்படியே ஏப்பம் விட்டுவிட்டார். கொடுப்பதென்பது என்னவென்றே அவருக்குத் தெரியாது ஹுஜூர்! தன் குடிபடைகளின் மீது அவர் செய்யும் கொடுமைகளுக்கும் அநியாயங்களுக்கும் அளவே இல்லை, யாருடைய மானம் மரியாதைக்கும் பாதுகாப்பில்லை. பத்திரமில்லை. பட்டப்பகலில் பெண்களின் மானத்தை......."

இதற்குள் கார் வந்து நிற்கும் சத்தம் கேட்டது. ராஜா சூரிய பிரகாஷ் அதிலிருந்து இறங்கினார். ராய் சாகப் தன்னறையிலிருந்து வெளியே வந்து அவரை வரவேற்றார். அவரது வருகையெனும் கௌரவத்தைப் பெற்ற சுமையில் தலைகுனிந்து - "நானே தங்கள் சமூகத்திற்கு வருவதாக இருந்தேன்" என்றார் பணிவுடன். ராஜா சூரிய பிரதாப் சிங் அவரது இல்லத்தில் முதன்முதலாக காலடி எடுத்து வைத்து பவித்திரமாக்கியுள்ளார். எத்தகைய சௌபாக்கியம் இது!

மிஸ்டர் தங்கா நனைந்த பூனை மாதிரி பரிதாபமாய் அமர்ந்திருந்தார். ராஜா சாகப் இங்கேயா? இவ்விரு மகானுபாவர்களிடையே நட்புறவு ஏற்பட்டுவிட்டதா? ராய் சாகப்பின் உள்ளத்தில் பொறாமைத் தீயைத் தூண்டிவிட்டு, தான் குளிர்காய நினைத்துத்தான் அவர் இங்கு வந்திருந்தார். ராஜா சாகப் இங்கு வருகை தந்திருந்தாலும் அடிமனத்திலுள்ள புகைச்சலும் பொறாமையும் குயவனின் சூளைபோல், மேலுக்குச் சாம்பல் பூத்திருந்தாலும் உள்ளுக்குள் கனல் கனிந்து கொண்டுதானிருக்கும். அணைந்து விடாது என எண்ணினார்.

சிகாரைப் புகைத்தவண்ணம் ராஜா சாகப் மிஸ்டர் தங்காவை கடுமையுடன் பார்த்தவாறே, "மிஸ்டர் தங்கா! நீர் எங்கே முகத்தையே காட்டவில்லையே! என்னிடமிருந்து அந்த விருந்துக்கான ரூபாய்கள் முழுவதையும் வாங்கிக்கொண்டுவிட்டு, ஹோட்டல்காரர்களுக்கு ஒரு பைசாகூடக் கொடுக்கவில்லையே! அவர்கள் என்னைத் தொந்தரவு செய்கிறார்கள். இது நம்பிக்கை துரோகம், மிஸ்டர்! நான் விரும்பினால் உங்களைப் போலீசாரிடம் ஒப்படைத்து விடமுடியும்" என்றார். பிறகு ராய் சாகப்பை நோக்கி, "ராய் சாகப்! இத்தகைய அயோக்கியனை நான் பார்த்ததேயில்லை. சத்யமாகச் சொல்லுகிறேன். நான் உங்களுக்கு எதிராகத் தேர்தலில் நின்றிருக்கத் துணிந்திருக்கவே மாட்டேன். ஆனால் இந்த சைத்தான் எனக்கு

ஆசை காட்டி ஏமாற்றி ஒரு லட்ச ரூபாயை வீணாக்கி விட்டது. ஐயா – பங்களா வாங்கி விட்டார். கார் வைத்துக் கொண்டாகி விட்டது. ஒரு வேசியை ஆசைநாயகியாகவும் வைத்துக் கொண்டுவிட்டார். மொத்தத்தில் பெரிய பிரபுவாகி விட்டார். இப்பொழுது தகல்பாஜித்தனம் செய்யவாரம்பித்திருக்கிறார். பணக்காரத் தோரணையை சமாளிக்க இனி சமஸ்தானம் தேவையல்லவா? உங்களுடைய சமஸ்தானம் இருக்கிறது. நண்பர்களின் கண்களிலே மண்ணைத் தூவ வேண்டியதுதானே! என்றார்.

ராய் சாகப் தங்காவை வெறுப்புடன் நோக்கினார், "மிஸ்டர் தங்கா! தாங்கள் ஏன் மௌனமாய் இருக்கிறீர்கள்? ஏதேனும் பதில் கூறுங்கள். ராஜா சாகப் தங்களது உழைப்புக்கான கூலியை யெல்லாம் அமுத்திவிட்டீர் அல்லவா? இதற்குத் தங்களிடம் பதிலேதும் உள்ளதா? தயவுசெய்து இங்கிருந்து உடனே போய் விடுங்கள். இன்னொரு முறை தங்கள் முகத்தைக் காட்டாதீர்கள் – ஜாக்கிரதை! இரண்டு பெரிய மனிதர்களுக்கிடையே சண்டையை மூட்டிவிட்டு உங்கள் காரியத்தைச் சாதித்துக்கொள்ள விரும்புகிறீர்கள். இதுவே தங்களது முதலில்லாத வியாபாரம். இல்லையா? ஆனால் இதன் லாபம் நஷ்டம் இரண்டுமே உயிருக்கு ஆபத்தானது. இதைப் புரிந்துகொள்ளுங்கள்."

மிஸ்டர் தங்கா குனிந்த தலை நிமிரவேயில்லை. மெல்ல அவ்விடம் விட்டகன்றார். திருட்டு நாய், எஜமானன் உள்ளே வந்து விட்டதும் வாலைச் சுருட்டிக்கொண்டு வெளியேறுவது போலிருந்தது அது.

தங்கா போனதும் ராஜா சாகப் கேட்டார், "என்னைப்பற்றித் தூற்றி இருப்பான், இல்லையா?"

"ஆமாம். ஆனால் நான் அவனை நன்றாய் முட்டாளாக்கி விட்டேன்."

"சைத்தான்."

"ஆமாம், முற்றிலும்"

"அப்பா, பிள்ளைக்கும், புருஷன் மனைவிக்குமிடையே சண்டையை மூட்டிவிட வேண்டியது. இந்தக் கலையில் அவன் இணையற்றவன். ஒரு நல்ல பாடம் கற்றுக்கொண்டோம். அவ்வளவு தான்."

இதன்பின் ருத்ரபாலின் திருமணத்தைப் பற்றிய பேச்செழுந்தது. ராய் சாகப்பிற்கு திகிலில் உயிரே போய்விடும் போலிருந்தது. யாரோ தன்மீது குறிவைப்பது போலிருந்தது. எங்கே போய் ஒளிந்து கொள்வது? ருத்ரபாலிடம் தன் வார்த்தை செல்லாது என்று எப்படிச் சொல்லுவது? ஆனால் ராஜா சாகப்பிற்கு நிலைமை ஓரளவு புரிந்து விட்டிருந்தது. இதனால் ராய் சாகப் தன் சார்பில் அதிகம் எதுவும் கூறத் தேவையிருக்கவில்லை. உயிர் தப்பியது.

தங்களுக்கு இது எப்படித் தெரிந்தது? எனக் கேட்டார் ராய் சாகப்.

"இப்பொழுதுதான் ருத்ரபால் என் பெண்ணிற்கு ஒரு கடிதம் அனுப்பினான். என் மகள் அதை என்னிடம் கொடுத்துவிட்டாள்."

“இந்தக் காலத்தில் பையன்களிடம் வேறொரு சிறப்பையும் காணோம். இஷ்டம் போல் நடக்கும் பித்தம் மட்டும்தான் தலைக்கேறியிருக்கிறது.”

“பிடிவாதம் இருக்கத்தான் இருக்கிறது. ஆனால் இதற்கு என்னிடம் ஒரு மருந்து இருக்கிறது. நான் அந்தப் பெண்ணை யாருக்கும் தெரியாமல் மறைத்துவிடுவேன். பத்து, பதினைந்து நாளில் இந்தப் பித்தம் தெளிந்து விடும். அறிவுரை சொல்லுவதால் எந்தப் பயனும் இல்லை.”

ராய் சாகப் நடுநடுங்கி விட்டார். அவர் மனத்திலும் இத்தகைய எண்ணம் தோன்றியது. ஆனால் அவர் அதனைச் செயலாக்க நினைக்கவில்லை. இருவருடைய சமஸ்காரங்களும் ஒன்றுபோல் தானிருந்தன. ஆதிகாலத்துக் குகை மனிதன் அவ்விருவர் உள்ளத்திலும் இன்றும் உயிரோடுதானிருந்தான். ராய் சாகப் அதனை மூடி மறைத்து வைத்திருந்தார். ராஜா சாகப்பிடம் அது நிர்வாணமாக இருந்தது. தனது பெருமையை, செல்வாக்கை நிரூபிக்க விரும்பிய ராய் சாகப் இத்தருணத்தைக் கைவிட விரும்பவில்லை. ஆயினும் தயக்கம் கொண்டவர்போல், “ஆனால் இது இருபதாம் நூற்றாண்டு. பனிரெண்டாவது நூற்றாண்டல்ல. இதன் எதிர்விளைவு ருத்ரபாலிடம் எத்தகையதாக இருக்குமென நான் கூறமுடியாது. ஆயினும் மனிதாபிமான நோக்கில்....

ராஜா சாகப் இடைவெட்டினார், “நீங்கள் ஏதோ மனிதத்தன்மை பற்றிச் சொல்லிக்கொண்டு திரிகிறீர்கள். இன்றய உலகத்தில் மனிதனின் மிருகவெறிதான் மனிதத்தன்மையின் மீது வெற்றி கண்டிருக்கிறதென்பதை ஏன் பார்க்கவில்லை? நாடுகளிடையே ஏன் யுத்தங்கள் நிகழ்கின்றன? பஞ்சாயத்தின் மூலம் சண்டை சச்சரவுகள் ஏன் தீர்க்கப்படுவதில்லை? மனிதன் இருக்கும் வரை, அவனது மிருகத்தனமும் இருக்கும்.”

சிறியதொரு விவாதம் மூண்டது. திருமணம் என்ற விஷயத்தில் துவங்கி முடிவில் விதண்டாவாதமாகிவிட்டது. ராஜா சாகப் கோபித்துக்கொண்டு போய்விட்டார். மறுநாள் ராய் சாகப்பும் நைனிதால் சென்றுவிட்டார். இதற்கு மறுநாள், ருத்ரபாலும், சரோஜுடன் இங்கிலாந்து சென்றுவிட்டான். இப்பொழுது தந்தை மகன் என்ற உறவே இல்லாமல் போய்விட்டது. பரஸ்பர போட்டியாளராகி விட்டனர். மிஸ்டர் தங்கா இப்பொழுது ருத்ரபாலுக்கு ஆலோசகராக, வழக்கு நடத்துபவராகி விட்டார். ருத்திரபாலின் சார்பாக ராய் சாகப்பின்மீது கணக்கு வழக்குகளைச் சரியாகக் கொடுக்குமாறு வழக்குப் போடப்பட்டது. முடிவில் ராய் சாகப்பின் மீது பத்து லட்சத்திற்கு டிகிரியாகிவிட்டது. டிகிரி ஏற்பட்டதைவிட தனக்கு நேர்ந்த இந்த அவமானம் அவருக்கு மட்டற்ற துயரத்தை அளித்தது. அவமானத்தையும் விட தான் வாழ்க்கையில் கொண்டிருந்த ஆசை அபிலாஷைகள் எல்லாம் மண்ணோடு மண்ணாகிவிட்டது பற்றிய துக்கம் ஏற்பட்டது. இவை எல்லாவற்றையும்விட தன் மகனே தன்னை ஏமாற்றி மோசம் செய்துவிட்ட துக்கம்தான் மிகப் பெரிதாக இருந்தது.

கீழ்ப்படிதலுள்ள மகனின் தந்தையென்ற கௌரவம் சற்றும் இரக்கமின்றி அவரிடமிருந்துப் பறிக்கப் பட்டுவிட்டது.

ஆனால் இன்னமும் அவரது துயரங்களுக்கு முடிவு ஏற்பட வில்லை. கொஞ்சம் நஞ்சமிருந்த பாக்கியையும் மகளுக்கும், மருமகனுக்குமிடையே ஏற்பட்ட திருமண முறிவு பூர்த்தி செய்து விட்டது. சாதாரண இந்துப் பெண்களைப் போலத்தான் மீனாஷியும் ஊமையாக இருந்தாள். அப்பா யாருக்குத் தன்னை விவாகம் செய்து கொடுத்தாரோ அவருடன் சென்றுவிட்டாள். ஆனால் கணவன், மனைவியினிடையே அன்பிருக்கவில்லை. திக் விஜய சிங் உல்லாச புருஷர் மட்டுமல்ல, குடிகாரரும்கூட. மீனாஷி மனத்திற்குள் குமைந்துகொண்டே இருந்தாள். புத்தகங்கள் பத்திரிகைகளைப் படித்துப் பொழுதைப் போக்கினாள். திக்விஜய சிங்கிற்கு வயது முப்பதுக்கு மேலில்லை. படித்தவரும்கூட. ஆனால் மிகுந்த கர்வி. தன் குலப் பெருமையைப் பற்றிப் பெருமையடித்துக் கொள்பவர். இரக்கமற்ற, கனிவற்ற சுபாவம். மகா கஞ்சன். கிராமத்து தாழ்ந்த குலப் பெண்களை வட்டமிட்டுத் தன் வலையில் சிக்க வைப்பான். நீசர்கள் சகவாசம் வேறு. அவர்கள் முகஸ்துதியும், புகழுரைகளும் அவனைப் பின்னும் தற்புகழ்ச்சியாளனாக்கி விட்டன. மனதார மீனாஷியால் இத்தகையவனை மதிக்க இயலவில்லை. மேலும் பத்திரிகைகளில் பெண்ணின் உரிமைகளைப் பற்றி வரும் விவாதங்கள், விஷயங்களைப் படித்து அவள் கண்கள் திறந்து விட்டன. அவள் பெண்களின் கிளப்பிற்குப் போய் வரத் துவங்கினாள். அங்கு பல உயர்குலத்து, படித்த பெண்கள் வந்தனர். அவர்களிடையே ஓட்டுரிமை, பெண்ணுரிமை, சுதந்திரம், பெண்ணினத்தின் விழிப்பு பற்றி சர்ச்சைகள் நடந்தன. பெரும்பாலும் தன் கணவனோடு ஒத்துப்போகாத பெண்கள்தான் அங்கு அதிகமிருந்தனர். அவர்கள் புதிய கல்வி பெற்ற விழிப்புணர்வால, பழைய மரியாதை, வரம்புகளை, கட்டுப்பாடுகளைத் தகர்க்க விரும்பினர். பட்டம் பெற்ற பெண்களும் பலரிருந்தனர். அவர்கள் திருமண வாழ்வை, சுயாபிமானத்திற்கு ஊறு விளைவிக்கக் கூடியதாய்க் கருதி வேலை வாய்ப்புகளைத் தேடிக்கொண்டிருந்தனர். அவர்களில் மிஸ் சுல்தானாவும் ஒருத்தி. அவள் வெளிநாட்டில் பார்-அட்-லா முடித்துவிட்டு வந்திருந்தாள். இங்கு புர்க்காவிற்குள்ளே இருக்கும் பெண்களுக்குச் சட்டப்பூர்வமான ஆலோசனைகளை வழங்கி வந்தாள். அவளுடைய ஆலோசனையின்மீதுதான் மீனாஷி கணவன்மீது ஜீவனாம்ச வழக்குத் தொடர்ந்தாள். அவள் தன் கணவனுடன் வாழ விரும்பவில்லை. ஜீவனாம்சம் அவளுக்குத் தேவையில்லை. பிறந்த வீட்டில் சௌகரியமாக வாழ முடியும். ஆனால் அவள் திக் விஜய்சிங்கின் முகத்தில் கரியைப் பூசிவிட்டு அங்கிருந்து வெளியேற விரும்பினாள். திக்விஜய் சிங் இதற்கு எதிராக அவள் நடத்தை கெட்டவள் என்ற குற்றச்சாட்டை சுமத்தினார். ராய் சாகப் இந்தச் சண்டையை சமாதானத்திற்குக் கொண்டுவரத் தன்னால் இயன்றவரையில் முயன்றார். ஆனால் மீனாஷி தன் கணவனின் முகத்தைக்கூடப் பார்க்க விரும்பவில்லை. திக் விஜய் சிங்கின் தாவா தள்ளுபடி செய்யுப்பட்டுவிட்டது. மீனாஷிக்கு ஜீவனாம்சம் கொடுக்கும்படி டிகிரி ஆயிற்று. இப்பொழுது அவள்

தனியாக ஒரு பங்களாவில் வசித்தாள். சமஷ்டி இயக்கத்தில் முக்கியமான பங்கெடுத்துக் கொண்டாள். ஆயினும் உள்ளத்தின் குமைச்சலும் ஆத்திரமும் அடங்கவில்லை.

ஒருநாள் அவள் கோபாவேசத்துடன் கையில் சவுக்கை எடுத்துக் கொண்டு திக்விஜய் சிங்கின் பங்காளவிற்குச் சென்றாள். சோதாக்கள் குழுமியிருந்தனர். தாசியின் நடனம் நடந்துகொண்டிருந்தது. மீனாஷி ரணசண்டிபோல் பைசாசங்களின் இந்தச் சண்டாளக் கூட்டத்தினிடையே புகுந்து அதிரஅடித்து விட்டாள். சாட்டையடிபட்டவர்கள் இங்குமங்கும் சிதறி ஓடினர். அவளுடைய வீர்யத்தின் முன்னே அந்த உதவாக்கரைப் பயல்கள் நிற்கமுடியுமா? திக்விஜய் சிங் மட்டும் தனித்திருக்கும்போது மீனாஷி அவரை படார் படார் என்று சாட்டையால் அடிக்கத் துவங்கினாள். அவள் கொடுத்த அடியில் அவர் மூர்ச்சையடைந்து விட்டார். அந்தத் தாசி இதுவரை ஒரு மூலையில் ஒடுங்கி நின்றிருந்தாள். இப்பொழுது அவள் முறை வந்தது. மீனாஷி அவளைச் சாட்டையால் அடிக்க ஓங்கியதும் அவள் மீனாஷியின் கால்களில் வீழ்ந்து, அழுதுகொண்டே, "எனக்கு உயிர்ப் பிச்சை கொடுங்கள். நான் இனி இங்கு வரவே மாட்டேன். நான் நிரபராதி" என்றாள்.

மீனாஷி அவளை வெறுப்புடன் நோக்கினாள் – "ஆம்! நீ நிரபராதிதான். நான் யாரென்று தெரியுமல்லவா? போ! போய்விடு! இனி இங்கு வரவே கூடாது. பெண்களாகிய நாம் போகத்திற்குரியவர்கள். இதில் உன் குற்றம் எதுவுமில்லை" என்றாள்.

அப்பெண் மீனாஷியின் பாதங்களில் தன் தலையை வைத்து – "பகவான் துங்களைச் சுகமாக வைக்கட்டும். துங்களைப் பற்றிக் கேள்விப்பட்டது போலவே இருக்கிறீர்கள்" என்றாள்.

"சுகமாக இருப்பது என்பதற்கு உன்னுடைய அர்த்தம் என்ன?" என்றாள் மீனாஷி.

"மகாராணிஜி! நீங்கள் எப்படி நினைத்தாலும் சரி!"

"இல்லை – நீ சொல்."

அப்பெண்ணிற்கு உயிரே போய்விடும் போலிருந்தது. அவள் எதற்காக ஆசீர்வாதம் செய்தாள்? உயிர் பிழைத்ததே போதுமென்று சத்தமில்லாமல் தன் வழியைப் பார்த்துக்கொண்டு போயிருக்க வேண்டியதுதானே! ஆசீர்வதிக்கவேண்டும் என்ற பைத்தியக்காரத்தனம் ஏன் தோன்றவேண்டும்? இனி எப்படித் தப்புவது? பயந்துகொண்டே அவள் சொன்னாள், "தங்களுடைய புகழ், பெயர், துணிச்சல் பெருகவேண்டும்."

மீனாஷி சிரித்தாள் – "ஆம், சரியாகத்தான் சொல்லுகிறாய்" என்றாள். மீனாஷி தன் காரில் வந்தமர்ந்தவள் நேராக மாவட்ட போலீஸ் அதிகாரியின் பங்களாவிற்குச் சென்று தான் நிகழ்த்திய ரணகளத்தைப் பற்றிச் சொல்லிவிட்டு தன்னிடத்திற்குச் சென்று விட்டாள். அன்றிலிருந்து புருஷன் மனைவி இருவரும் ஒருவரை ஒருவர் தீர்த்துக் கட்டும் வேகம் கொண்டனர். திக் விஜய் சிங் கையில் ரிவால்வருடன் அவளைக் கொல்லத் தருணம் பார்த்துக் கொண்டிருந்தார். அவளோ தற்காப்பிற்காக இரண்டு

பயில்வான்களைத் தனது பாதுகாப்பாளர்களாகத் தன்னுடன் வைத்துக் கொண்டிருந்தாள்.

ராய் சாகப் எந்த சுகவாழ்வின் சுவர்க்கத்தை உருவாக்கினாரோ, அதைத் தன் வாழ்நாளிலேயே தன்கண் முன்னேயே நொறுங்கி வீழ்வதைப் பார்த்துக்கொண்டிருந்தார். உலக வாழ்விலேயே வெறுப்புற்று அவர் தன்னுள்ளே ஆழ்ந்து போனார். இதுவரை அவர் கொண்டிருந்த ஆசை அபிலாஷைகளினால் வாழவேண்டும் என்ற உத்வேகம் ஏற்பட்டிருந்தது. அதுவே ஒரு தூண்டுகோலாகவும் இருந்தது. அந்த வழி அடைபட்டுப் போனதும் அவரது மனம் தானாகவே ஆசைகளையெல்லாவற்றையும்விட சத்யமானதான பக்தியின்பால் திரும்பியது. எந்தப் புதிய சொத்திற்காக, அதை நம்பி, கடன் வாங்கி இருந்தாரோ, அந்தச் சொத்து, கடன் அடைபடாத நிலையிலேயே அவரது கையைவிட்டுப் போய்விட்டது. இப்பொழுது கடன் சுமை அவர் தலையின் மீதேறியிருந்தது. அமைச்சர் பதவியினால் நல்ல தொகை கிடைத்தது. ஆனால் அத்தொகை முழுவதுமே, அப்பதவிக்குரிய அந்தஸ்த்தைக் காப்பாற்றுவதிலேயே கரைந்து போயிற்று. ராய் சாகப்பிற்கு தனது ஜமீன்தார் என்ற அந்தஸ்திற்குரிய ஆடம்பரமான வாழ்விற்காக வேண்டி, தனது குடி படைகளிடமிருந்து, அவரே சற்றும் விரும்பாத, காணிக்கை, இனாம், வரிவசூல், நிலத்திலிருந்து குடியானவனை வெளியேற்றி, அவனது உரிமையைப் பறித்தல் போன்ற பல காரியங்களைச் செய்ய வேண்டி இருந்தது. அவர் தனது குடிமக்களைத் துன்புறுத்த விரும்பவில்லை. அவர்களது நிலையைக் கண்டு அவருக்கு இரக்கமாக இருந்தது. ஆனால் தனது தேவைகளுக்கான நிர்ப்பந்தம் அவருக்கிருந்தது. இதனால் உபாசனை செய்வதிலும், பக்தியிலும்கூட அவருக்கு அமைதி கிட்டவில்லை. அவர் மோகத்தைத் துறக்க விரும்பினார். ஆனால் மோகமும் ஆசாபாசமும் அவரை விடவில்லை. இந்த இழுபறியில் அவருக்கு அவமானம், கழிவிரக்கம், அமைதியின்மை ஆகியவற்றிலிருந்து விடுதலையே கிடைக்கவில்லை. உள்ளத்தில் அமைதி இல்லாதபோது உடல் எவ்வாறு ஆரோக்கியமாக இருக்க முடியும்? ஆரோக்கியத்துடன் இருக்க எல்லா முயற்சிகளையும் செய்த பின்னும் ஏதேனுமொரு தொந்தரவு இருந்துகொண்டே இருந்தது. வீட்டின் சமையலறையில் விதவிதமான உணவுகள், சிற்றுண்டிகள் தயாராகிக் கொண்டிருந்தன. ஆனால் ராய் சாகப் சாப்பிட்டது, பயத்தம் பருப்புதான், புல்கா ரொட்டிதான். தனது மற்ற சகோதரர்களுடன் தன்னை ஒப்பிட்டுப் பார்க்கும்போது தன்னை விடவும், அவமானப்பட்டவர்களாய், துன்பத்தால் துயரத்தால் பீடிக்கப்பட்டவர்களாய் இருப்பதைக் கண்டார். ஆனால் இது அவர்களது ஆடம்பரமான உல்லாச வாழ்விற்கோ, சுகபோகங்களுக்கோ எந்தவிதமான பாதிப்பையும் ஏற்படுத்த வில்லை. ஆனால் இத்தகைய வெட்கம்கெட்டதனம் அவரால் இயலாது. அவரது மனதிலிருந்த உயரிய எண்ணங்கள், சமஸ்காரங்கள் அடியோடு நாசமாகவில்லை. பிறரைத் துன்புறுத்துவது, வஞ்சிப்பது, சுரண்டுவது, கொடுமைகள் இழைப்பது போன்றவைகள் ஒரு ஜமீன்தாரின் ஆதிக்கம், அதிகாரம், பெருமை

எனக் கூறிக்கொண்டு தனது ஆத்மாவை திருப்தி செய்துகொள்ள அவரால் முடியவில்லை. இதுவே அவரது மாபெரும் தோல்வியாக இருந்தது.

❑

32

மிர்ஜா சாகப் ஆஸ்பத்திரியிலிருந்து வெளியே வந்ததும் புதியதொரு வேலையைத் துவங்கிவிட்டார். சும்மா உட்கார்ந்திருப்பது அவரது சுபாவத்தில் இல்லை. இந்த வேலை என்ன தெரியுமா? நகரத்தில் வேசிகளின் ஒரு நாடக மண்டலியைத் துவங்கினார். தான் நல்ல செல்வாக்குடன் இருந்த காலத்தில் அவர் சிற்றின்பப் பிரியராக, கேளிக்கைகளில் தனது நாட்களைக் கழித்தார். இப்பொழுது மருத்துவ விடுதியின் ஏகாந்தமாய் இருக்கும் தருணங்களில் காயங்களின் வலியைச் சகித்துக் கொண்டிருக்கும்போது அவரது உள்ளம் பண்பட்டுவிட்டது. அந்நாட்களின் வாழ்க்கையைப் பற்றி நினைத்து நினைத்து ஆழ்ந்த மனவேதனையை அனுபவித்தார். அக்காலத்தில் அவருக்கு நல்லறிவு இருந்திருந்தால் எத்தனையோ பேர்களுக்கு உதவி செய்திருக்கமுடியும். எத்தனையோ பேரின் துயரத்தையும், ஏழ்மையின் சுமையையும் இலேசாக்கி இருக்கலாம். ஆனால் அவர் தனது செல்வத்தையெல்லாம் சிற்றின்ப கேளிக்கையிலேயே கரைத்துவிட்டார். கஷ்டத்தின் போதுதான் தமது ஆத்மா விழித்துக்கொள்கிறது என்பது புதிய கண்டுபிடிப்பு அல்ல, வயது காலத்தில் யார்தான் இளமையில் செய்த தவறுகளுக்காக வருந்துவதில்லை? இளமையில் அறிவையும், வலிமையையும் திரட்டிக்கொண்டு, நற்காரியங்களெனும் நிதியை நிரப்பி வைத்திருந்தால் இன்று மனதிற்கு எத்தனை சாந்தி கிடைத்திருக்கும்?

இந்த உலகத்தில் தனக்கென்று யாருமில்லை. அவருடைய மரணத்திற்காகக் கண்ணீர் வடிப்பவர்கள் எவருமில்லை என்பது அவருக்கு மிகுந்த வேதனையை அளித்தது. அடிக்கடி தன் வாழ்வில் நடந்த பழைய சம்பவமொன்று நினைவு வந்தது. பசராவில் ஒரு முகாமில் அவர் மலேரியாவால் பீடிக்கப்பட்டுப் படுத்திருந்தபோது, ஒரு கிராமத்துப் பெண் அவருக்குப் பணிவிடைகளை எத்தனை உள்ளார்ந்த அன்புடன், தன்னையே மறந்து செய்தாள். குணமடைந்த பின், அவர் பணம் நகைகள் மூலம் அவளது உதவிக்கு நன்றி செலுத்த விரும்பியபோது, அவள் எப்படிக் கண்ணீர் மல்க, தலையைக் குனிந்து கொண்டு அவைகளை ஏற்க மறுத்துவிட்டாள். இந்த நர்சுகளின் பணிவிடைகளில் ஒரு நியமம் உள்ளது. ஒழுங்குள்ளது. உண்மை இருக்கிறது. ஆனால் பயிற்சியற்ற அந்தப் பட்டிக்காட்டு பெண்ணிடமிருந்த அந்த அன்பும், ஈடுபாடும், ஆத்மார்த்த

மனோபாவமும் ஏது? அன்பே வடிவான அவளுடைய உருவம் அவரது உள்ளத்திலிருந்து என்றோ மறைந்து விட்டிருந்தது. தான் மீண்டும் திரும்பி வருவதாக வாக்களித்திருந்தும், அவர் திரும்பி அவளிடம் செல்லவேயில்லை. உல்லாச வாழ்வின் போதையில அவளது நினைவுகூட வரவேயில்லை. அப்படியே எப்பொழுதேனும் வந்தாலும் அதில் அவள்மீது இரக்கம் இருந்ததே தவிர காதல் இல்லை. அந்தப் பெண்ணிற்கு என்ன நேர்ந்ததோ தெரியாது. ஆனால் இப்பொழுதெல்லாம் அப்பெண்ணின் பணிவும், ஆவலும், அமைதியும், எளிமையும்கூடிய முகத்தோற்றம் அடிக்கடி அவர் கண் முன்னே தோன்றியது. அவளைத் திருமணம் செய்து கொண்டிருந்தால் எவ்வளவு நன்றாக இருந்திருக்கும்! வாழ்க்கையில் எத்தனை இனிமை கூடி இருக்கும்! அவளுக்கு தானிழைத்த அநியாயத்தைப் பற்றி ஏற்பட்ட துக்கத்தினால் அவளது வர்க்கம் முழுவதுமே அவரது அனுதாபத்திற்கும், சேவைக்கும் பாத்திரமாயிற்று. ஆற்றில் வெள்ளமிருந்தவரை அதன் சேறும் சகதியுமான நொப்பும் நுரையும்கூடிய வேகமான பிரவாகத்தின் மீது ஒளியின் கிரணங்கள் படர்ந்து அலை பாய்ந்தன. பிரவாகம் அமைதியுற்று, நிலைக்கு வந்துவிட்டதும், ஒளிக் கிரணங்கள் அதன் அடி ஆழம் வரை ஊடுருவிச் சென்றன.

மிர்ஜா சாகப் குளுமையான சந்தியாகாலத்தில் தனது குடிலின் வராந்தாவில் அமர்ந்து, இரண்டு விலைமாதுகளுடன் உரையாடிக் கொண்டிருந்தபொழுது மிஸ்டர் மேஹ்தா அங்கு வந்தார். மிர்ஜா அன்புடன் அவரது கரத்தைப் பற்றியவராய் – "நான் தங்களை உபசரிக்கத்தக்க சாமான்களுடன் தங்களை வழிபார்த்துக் கொண்டிருந்தேன்" என்றார்.

இரண்டு அழகிகளும் புன்முறுவல் பூத்தனர். மேஹ்தாவிற்கு எரிச்சலாக இருந்தது.

மிர்ஜா அவ்விரு பெண்களையும் அங்கிருந்து செல்லும்படி ஜாடை காட்டினார். பிறகு மேஹ்தாவை திண்டின்மீது உட்கார வைத்தவராய் – "நானே தங்களிடம் வரலாமென்றிருந்தேன். நான் எடுத்துக்கொண்டிருக்கும் பணி, தங்களுடைய உதவியின்றி நிறைவேறாது என்று எனக்குத் தோன்றியது. நீங்கள் வேறு எதுவும் செய்யவேண்டாம். என் முதுகின்மீது கையை வைத்து, "மிர்ஜா! முன்னேறிச் செல்.. " என்று மட்டும் குரல் கொடுங்கள் என்றார்.

மேஹ்தா சிரித்துக்கொண்டே, "தாங்கள் எத்தகைய பணியை மேற்கொண்டாலும் அதில் என்னைப்போன்ற புத்தகப் புழுவின் உதவி தேவையிராது. தாங்கள் என்னைவிட வயதில் பெரியவர். உலகம் பார்த்த அனுபவம் உண்டு. சின்னஞ்சிறியவர் மீதுகூட தங்களது செல்வாக்கை நிலைநாட்டும் சக்தி தங்களுக்கிருக்கிறதே. அது மட்டும் என்னிடமிருந்தால், நானென்ன சாதித்திருப்பேன் என்று கடவுளுக்குத் தெரியும்.

மிர்ஜா ஒரு சில வார்த்தைகளில் சுருக்கமாக தனது புதிய திட்டத்தைப் பற்றி விவரித்தார். உடலை விற்கும் இந்தச் சந்தைக்கு, பொருளாதார கஷ்டங்கள், ஏழ்மையினால் அல்லல் படுகிறவர்களும், ஏதோ ஒரு காரணத்தினால் இல்லறத்தில் மரியாதைக்குரிய இடமோ,

புகலோ கிடைக்காதவர்களும், வேறு வழியின்றி வருகின்றனர் என மிர்ஜா அபிப்பிராயப்பட்டார். இந்த இரு பிரச்சனைகளுக்கும் தீர்வு கண்டுவிட்டால், மிகக் குறைவான பெண்கள்தான் இவ்வாறு சீர்கெட்டுப் போவார்கள் என்பது அவரது எண்ணம்.

மேஹ்தாவும் ஏனைய சிந்தனையாளர்கள் போலவே இப்பிரச்சனை குறித்து ஆழ்ந்து ஆலோசித்திருந்தார். மனத்தின் சமஸ்காரமும், சிற்றின்ப சுகபோக வாழ்வின்பாலுள்ள ஆசையும் தான் முக்கியமாகப் பெண்களை இங்கு கவர்ந்திழுத்து வருகின்றன என்பது அவரது கருத்து. இதுபற்றி இரு நண்பர்களிடையே விவாதம் துவங்கியது. இருவரும் தங்கள் தங்கள் கருத்துக்களில் உறுதியாக இருந்தனர்.

மேஹ்தா முஷ்டியை உயர்த்தி கையை வீசியவாறே - "தாங்கள் இந்தப் பிரச்சனைப் பற்றி அமைதியாக, நிதானமாக ஆலோசிக்க வில்லை. வயிற்றுப் பிழைப்பிற்கு இன்னமும் எத்தனையோ வழிகள் உள்ளன. ஆனால் சுகபோகத்திற்கான ஆசையும், பசியும், வயிற்றுக்கு வெறும் உணவினால் தணியாது. அதற்கு உலகத்திலிருக்கும் மிகச் சிறந்த நல்ல நல்ல பதார்த்தங்கள் வேண்டும். சமுதாயத்தின் இந்த அமைப்பு மேலிருந்து கீழ்வரை அடியோடு மாறாதவரை இம்மாதிரியான மண்டலிகளால் எந்தப் பயனும் இல்லை" என்றார்.

மிர்ஜாவின் மீசை விரைத்துக்கொண்டது - "இது வெறும் வயிற்றுப் பிழைப்புச் சம்பந்தமான பிரச்சனைதான் என நான் சொல்லுகிறேன். இது எல்லோருக்கும் ஒன்றுபோல் பொருந்தாது தான். ஒரு கூலிக்காரனுக்கு இது, அரிசி, பருப்பு, ஒரு ஓலைக் குடிசையின் பிரச்சனை. ஒரு வக்கீலுக்கு ஒரு கார், பங்களா, பணியாட்கள்.. என்றும் தேவை. மனிதன் வெறும் ரொட்டியை மட்டும் விரும்புவதில்லை. இன்னும் பலபல பொருட்களையும் அடைய ஆசைப்படுகிறான். பெண்களின் முன்னேயும் இந்தப் பிரச்சனை, பலரூபத்தில், பலவடிவத்தில் வருகிறது என்றால் இதில் அவர்களுடைய தவறென்ன?"

டாக்டர் மேஹ்தா இன்னும் சற்றுத் தீவிரமாக யோசித்திருந்தால், அவருக்கும், மிர்ஜாவிற்குமிடையே எந்தவிதமான கருத்து வேற்றுமையுமில்லை. வெறும் சொற்களின் மாற்றம்தான் என்பதைத் தெரிந்து கொண்டிருப்பார். ஆனால் சூடான விவாதத்தில் இதை யெல்லாம் கவனிக்கப் பொறுமை ஏது? சூடாகவே பதில் கூறினார் அவர் - "மிர்ஜாஜீ! மன்னித்துக் கொள்ளுங்கள். இந்த உலகத்தில் பணக்காரர்கள் இருக்கும்வரை வேசிகளும் இருப்பார்கள். எனக்கு இதுபற்றிய ஐயம் இருந்தாலும் ஒருக்கால் உங்களது மண்டலி வெற்றி பெறக்கூடும். இதில், பத்து, பதினைந்து பெண்களுக்குமேல் தாங்கள் எடுத்துக்கொள்ள மாட்டீர்கள். அதுவும் கொஞ்ச நாட்களுக்குத்தான். எல்லாப் பெண்களுக்கும் நாடகமாடும் திறன் இருக்காது. எல்லோரும் கவிஞராகவும் இயலாது. வேசிகள் ஸ்திரமாகவே தங்கள் மண்டலியில் இடம் பெறுகிறார்கள் என்று வைத்துக் கொண்டாலும் சதை வியாபாரச் சந்தையில் அவர்களது இடம் காலியாக இருக்காது. வேரைக் கோடரி கொண்டு வெட்டிச் சாய்க்காத வரையில் இலைகளை முறித்துப் போடுவதால் பயனில்லை. பணக்காரர்களில்

ஒருசிலர் எல்லாவற்றையும் துறந்துவிட்டு கடவுளின் தியானத்தில் அமர்ந்து விடுபவர்களும் உண்டு. ஆனால் பணத்தின் ராஜாங்கம் இதனால் பாதிக்கப்படாது என்றும்போல் நிலைத்திருக்கிறது. அது சற்றுக்கூட பலவீனமடைவதில்லை.

மிர்ஜாவிற்கு, மேஹ்றதாவின் பிடிவாதத்தைக் கண்டு வருத்தம் உண்டாயிற்று. இத்தனை படித்தவர், சிந்தனையாளர், இப்படியா பேசுவது? சமுதாயத்தின் அமைப்பு இத்தனை சுலபமாக மாறிவிடுமா? இது எத்தனையோ நூற்றாண்டுகளாக இருந்து வரும் விஷயம். இதை இப்படியே வளரவிட்டுக் கொண்டிருப்பதா? இந்த அனர்த்தத்தைக் கட்டுப்படுத்த வேண்டாமா? ஆண்கள் காமவெறிக்கு இந்த அபலைகள் பலியாகிக் கொண்டிருப்பதை அனுமதிப்பதா? சிங்கத்தை அதன் கூண்டில் அடைத்துவிட்டால் கூரிய பல்லும், நகங்களும் யாருக்கும் எந்தவிதமான தீமையும் செய்ய முடியாதல்லவா? சிங்கம் அகிம்சா விரதத்தை மேற்கொள்ளும் வரையில் சும்மா உட்கார்ந்திருப்பதா? பணக்காரர்கள் தங்கள் பணத்தை தங்களிஷ்டம்போல் வாரி இறைக்கட்டும், இதுபற்றி மிர்ஜாஜிக்கு எந்த வருத்தமும் கிடையாது. சாராய போதையில் மூழ்கித் திளைக்கட்டும். கார்களை வரிசையாக மாலைகளாகக் கோர்த்துக் கழுத்திலணிந்து கொள்ளட்டும், கோட்டை கொத்தளங்களை எழுப்பட்டும், தர்மசாலைகள், மசூதிகள் கட்டட்டும். அவருக்கு இதைப்பற்றியெல்லாம் அக்கறையில்லை. ஆனால் அபலைப் பெண்களின் வாழ்க்கையைக் கெடுக்காமலிருக்கட்டும். இதை மிர்ஜாஜியினால் பார்த்துக் கொண்டிருக்க முடியாது. அவர் இந்தச் சதை வியாபார பஜாரை, காலி செய்துவிடுவார். பணக்காரர்களின் பொற்காசுகளின் மீது காரித் துப்புபவர்கள் கூட கிடைக்காதபடி செய்துவிடுவார். கள்ளுக் கடைகளில மறியல் நடந்தபோது, விடாக் குடியர்கள்கூட தண்ணீரைக் குடித்து தாகசாந்தி செய்து கொள்ளவில்லையா என்ன?

மேஹ்றதாவிற்கு மிர்ஜாஜியின் முட்டாள்தனமான வாதத்தைக் கேட்டுச் சிரிப்புத்தான் வந்தது. சிரித்துக்கொண்டே – “வேசிகளே இல்லாத நாடுகள் மேலை உலகத்தில் இருக்கின்றன என்று நீங்கள் சொல்லலாம். ஆனால் பணக்காரர்களின் பணம் அங்கேகூட தங்கள் மனத்திற்குகந்த பொருட்களை உற்பத்தி செய்து கொள்கின்றன” என்றார்.

மிர்ஜாஜீக்கும், மேஹ்றதாவைப் பார்த்துச் சிரிப்புத்தான் வந்தது – “தெரியும், அறிஞரே! தெரியும்! தங்களுடைய ஆசீர்வாதத்தால் நானும் உலகத்தைப் பார்த்திருக்கிறேன். ஆனால் இது இந்தியா. ஐரோப்பா அல்ல.”

“மனித இயல்பு இந்த உலகம் முழுவதும் ஒரே மாதிரிதான்.”

“ஆனால் இதுவும் தங்களுக்குத் தெரிந்திருக்க வேண்டும். ஒவ்வொரு இனத்திற்கும் அதனுடைய ஆத்மா என்று சொல்லக் கூடியதொன்று உள்ளது. கற்புடமை இந்திய நாகரீகத்தின் ஆன்மா.”

“உங்களையே நீங்கள் புகழ்ந்து கொள்ளுங்கள்.”

"பணத்தைப் பற்றி இவ்வளவு மோசமாக, எதிராகப் பேசுகிறீர்களே! ஆனால் மிஸ்டர் கன்னாவிற்குத் தனிச் சலுகை காட்டுவதில் தவறுவதில்லை. ஒன்றும் பேசாதீர்கள்." என்றார் மிர்ஜா.

மேஹ்தாவின் சூடு தணிந்துவிட்டது. பணிவுடன், "நான் கன்னாவை, அவர் பணத்தின் பிடியிலிருந்து விடுபட்டிருந்த சம யத்தில் ஆதரித்தேன். தற்சமயம் அவரது நிலைமையைக் கண்டால் உங்களுக்கே பரிதாபம் உண்டாகும். மேலும் நானென்ன உதவி செய்துவிட முடியும்? எனது புத்தகங்கள், கல்லூரியிலிருந்து எனக்கு அவகாசமே கிடைப்பதில்லை. அதிகபட்சமாக வாயளவில் அனுதாபம் தெரிவிக்கமுடியும் அவ்வளவுதான். உண்மையில் ஆதரவு கொடுத்தவள் மாலதிதான். அவள் அவரைக் காப்பாற்றி விட்டாள். மனிதனின் அடிமனத்தில் எத்தகைய வலிமையும் தியாகமும் தன்னையே பலியிட்டுக்கொள்ளும் உணர்வும் மறைந்து கிடக்கிறது என்பதைப்பற்றி இதுவரை எனக்கு அனுபவம் ஏற்பட்டதில்லை. நீங்கள் போய் ஒருநாள் மிஸ்டர் கண்ணாவைப் பார்த்துவிட்டு வாருங்கள். மட்டற்ற மகிழ்ச்சி அடைவார். இச்சமயம் அவருக்கு மிக அதிகமாகத் தேவையானது நண்பர்களின் அனுதாபம் தான்" என்றார்.

மிர்ஜா தனது விருப்பத்திற்கு எதிராகவே சொன்னார், "நீங்கள் சொல்லுவதால், அவசியம் போகிறேன். உங்களோடு நரகத்திற்குப் போகவேண்டுமென்றாலும் எனக்கு எந்தவிதமான ஆட்சேபணையு மில்லை. ஆனால் தங்களுக்கும் மிஸ் மாலதிக்கும் திருமணம் நடக்கப் போவதாய் சூடான செய்திகள் வந்தனவே?"

மேஹ்தா வெட்கத்துடன் - "தவம் செய்து கொண்டிருக்கிறேன். பார்க்கலாம், எப்பொழுது வரம் கிடைக்கிறதென்று?" என்றார்.

"அரே! அவள் தங்கள்மீது உயிராக இருந்தாளே?"

"எனக்குக்கூட அப்படிப்பட்ட பிரமை இருந்தது. ஆனால் நான் என் கரத்தை நீட்டி அவளைப் பிடிக்க விரும்பியபோது பார்த்தால் அவள் ஆகாயத்தில் அமர்ந்திருக்கிறாள். அத்தனை உயரத்திற்கு என்னால் எப்படிப் போகமுடியும்? கீழே இறங்கி வந்துவிடட்டும் என்று பிரார்த்தனை, வேண்டுகோள் செய்துகொண்டிருக்கிறேன். இப்பொழுதெல்லாம் அவள் என்னுடன் பேசுவதுகூட இல்லை" என்று கூறும்போதே அழுகை கலந்த பலத்த சிரிப்புடன் எழுந்து விட்டார்.

பிறகு எப்பொழுது சந்திக்கலாம்? என வினவினார் மிர்ஜா

"இனி நீங்கள்தான் சிரமமெடுத்தக் கொள்ளவேண்டும். கட்டாயம் கன்னாவைப் போய்ப் பாருங்கள்."

"போகிறேன்."

மிர்ஜா சாளரத்தின் வழியே மேஹ்தா செல்லுவதைப் பார்த்துக் கொண்டிருந்தார். நடையில் முன்பிருந்த மிடுக்கு இல்லை. ஏதோ கவலையிலாழ்ந்திருப்பவர் போலிருந்தது.

❑

33

டாக்டர் மேஹ்றதா பரீட்சகராக இருந்தவர் இப்பொழுது மாணவனாகிவிட்டார். மாலதியிடமிருந்து தூர விலகி இருக்க இருக்க எங்கே தான் அவளை இழந்துவிடப் போகிறோமோ என்ற சந்தேகம் ஏற்படத் துவங்கியது. மாலதி அவரைச் சந்தித்துப் பல மாதங்களாகிவிட்டன. வேதனையுற்றவராய் அவரே அவள் இல்லத்திற்குச் சென்றபோதும் சந்திக்க இயலவில்லை. ருத்ரபால், சரோஜ்க்கிடையே காதலுறவு ஏற்பட்டிருந்த சமயத்தில் மாலதி அவரது ஆலோசனையைக் கேட்கப் பெரும்பாலும் தினமும் இரண்டொரு முறை வருவாள். ஆனால் அவர்களிருவரும் இங்கிலாந்திற்குப் புறப்பட்டுச் சென்ற பின் அவளது வருகை நின்று விட்டது. வீட்டில் அவளைப் பார்ப்பதே அரிதாகிவிட்டது. அவள் அவரைத் தவிர்க்கப் பார்க்கிறாளோ என்று தோன்றியது. பலவந்தமாக அவர்பாலிருந்து தன் மனத்தை விலக்கிக்கொள்ள விரும்புவது போலிருந்தது. அவர் எழுதிக் கொண்டிருந்த நூலைத் தொடர்ந்து எழுத, அதிலே மனம் ஒன்றாததுபோல், அது மேலே நகர மறுத்தது. வீட்டைக் கவனித்து நிர்வகிப்பதிலும் அவர் என்றுமே அவ்வளவு திறமைசாலி அல்ல. எல்லாமாகச் சேர்த்து ஓராயிரம் ரூபாய்களுக்கு அதிகமாக அவர் சம்பாதித்து வந்தார். ஆனால் ஒரு காலணா காசுகூட மிஞ்சவில்லை கையில். ரொட்டியும், பருப்பும் சாப்பிடுவதைத் தவிர அவருக்கு வேறெதுவும் கிட்டவில்லை. அந்தஸ்து என்று ஒன்றிருந்தால் அது அவரிடமிருந்த கார்தான். அதையும் அவரே ஓட்டி வந்தார். புத்தகங்களில் கொஞ்சம் பணம சிலவழியும். கொஞ்சம் சந்தா கொடுப்பது, ஏழை மாணவர்களுக்கு ஆதரவு தருவது, போன்றவற்றிலும் செலவாகும். தனது தோட்டத்தின் அலங்காரத்தில் அவருக்கு மிகுந்த விருப்பமுண்டு. விதவிதமான செடி கொடிகள், தாவரங்களை வெளிநாட்டிலிருந்து நிறைய விலை கொடுத்து வாங்குவதும் வளர்ப்பதும் அவரது பொழுது போக்கு. இதை அவரது உள்ளத்தின் அதீத ஆசை எனலாம். ஆனால் கடந்த சில மாதங்களாக, தோட்டத்தின்பால்கூட ஓர்வித விரக்தி ஏற்பட்டிருந்தது. வீட்டைப் பாராமரிப்பதோ பின்னும் மோசமாகி விட்டிருந்தது. சாப்பிடுவது இரண்டு புல்கா ரொட்டி. சிலவோ நூறு ரூபாய்க்கு மேல். அவரது மேலங்கி பழசாகிவிட்டது. ஆனால் இதை வைத்துக்கொண்டே கடுமையான குளிர்காலத்தை அவர் தாண்டி விட்டார். புதிய அச்கன் தைத்துக்கொள்ளும் சக்தி இருக்கவில்லை. சில சமயம் நெய் இல்லாமலேயே 'தால்' சாப்பிட்டுவிட்டு எழுந்து விடுவார். எப்பொழுது நெய் தருவித்தோம் என்ற நினைவுகூட அவருக்கு இராது. பின்னர் சமையற்காரனிடம் கேட்பது எப்படி? தன்மீது நம்பிக்கையில்லை என்று நினைத்துக்கொண்டு விடமாட்டனா என்ன? கடைசியில் மூன்று முறை நிராசையுற்றபின் நான்காவது முறை மாலதியைச் சந்தித்ததும் அவரது நிலைமையைக் கண்ட மாலதியினால் பொறுக்க இயலவில்லை. "இந்தக்

குளிர்காலத்தை இப்படியே கழித்துவிடுவதாக உத்தேசமா? இந்த அச்கனை அணிந்து கொள்ள உமக்கு வெட்கமாக இல்லையா?" என்றாள். மாலதி அவரது மனைவியாக இல்லாவிடினும் மிக நெருங்கியவளாக இருந்ததால் இந்தக் கேள்வியைச் சகஜ பாவத்துடன், தனக்குற்றவர் கேட்பதுபோல் கேட்க முடிந்தது.

மேஹ்தா சற்றும் தயக்கமின்றி - "என்ன செய்ய, மாலதி! காசு மிச்சமாகவே மாட்டேன் என்கிறது" என்றார்.

"நீங்கள் ஓராயிரத்திற்கு மேல் சம்பாதிக்கிறீர்கள். உங்களுக்கு வேண்டிய துணிமணிகளை வாங்கிக்கொள்ளக்கூடப் பணமில்லையா? எனது வரும்படி நானூறுக்கு மேலில்லை. ஆனால் இதிலேயே குடும்பம் முழுவதையும் நடத்துகிறேனே! கொஞ்சம் மிச்சம் கூடப் பிடிக்கிறேன். நீங்கள் என்னதான் செய்கிறீர்கள்?" என்றாள் மாலதி வியப்புடன்.

"நான் ஒரு காசு கூட வீணாகச் சிலவு செய்வதில்லை. எனக்கு வேறுவிதமான ஆசைகளும் இல்லை"

"அச்சா! நான் ரூபாய் தருகிறேன். போய் ஒரு ஜோடி அச்கன் தைத்துக் கொள்ளுங்கள்."

மேஹ்தா வெட்கியவராய் - "இந்தத் தடவைத் தைத்துக்கொண்டு விடுகிறேன், உண்மையாக" என்றார்.

"இங்கு வரும்போது, கனவானாக வரவேண்டும்."

"இது கடுமையான நிபந்தனை."

"கடுமையாக இருக்கட்டும். உம்மைப் போன்றவரிடம் கடுமையாக இல்லாமல் காரியம் நடக்காது."

ஆனால் வீட்டில் பெட்டி காலியாக இருந்தது. காசு இல்லாமல் எந்தக் கடைக்கும் போகத் துணிவுமில்லை. மாலதியின் வீட்டிற்கு எந்த முகத்தை வைத்துக்கொண்டு போவது? மனதிற்குள் தவித்துக் கொண்டு சும்மா இருந்தார். ஒருநாள் இன்னொரு ஆபத்தும் வந்து விட்டது. கடந்த சில மாதங்களாகவே அவர் வீட்டு வாடகை கொடுக்கவில்லை. மாதம் எழுபத்தி ஐந்து ரூபாயாக அது அதிகரித்துக்கொண்டே போயிற்று. வீட்டுக்காரன் எத்தனையோ முறை கேட்டுப் பார்த்தும் எதுவும் கிடைக்காததால் நோட்டீஸ் கொடுத்துவிட்டான். ஆனால் நோட்டீஸ் தேவையான பணத்தை உருவாக்கும் மந்திரமில்லையே. நோட்டீஸில் கொடுத்த தேதி கழிந்து விட்டது. ஆனால் ரூபாய் வரவில்லை. வீட்டுக்காரன் வேறு வழியின்றி வழக்குத் தொடுத்துவிட்டான். மேஹ்தாஜி உயரிய பண்பாளர், கனவான், பரோபகாரி என்பது அவனுக்குத் தெரிந்ததுதான். ஆனால் ஆறு மாதம் காத்திருப்பதைத் தவிர வேறு என்ன நல்லதன்மையை அவன் காட்ட முடியும்? மேஹ்தா அப்பீல் ஏதும் செய்யவில்லை. டிகிரியாகி விட்டது. வீட்டுக்காரன் உடனே டிகிரியை அமலாக்கிவிட்டான். ஏலத்திற்கு வருமுன் அமீனா மேஹ்தாவிடம் இதைத் தெரிவிக்க வந்தான். ஏன் என்றால் அவனது மகன் பல்கலைக்கழகத்தில் படித்துக்கொண்டிருந்தான். மேஹ்தா அவனுக்கு உபகாரச் சம்பளம் அளித்து வந்தார். சந்தர்ப்பவசமாக மாலதி அங்கே வந்து உட்கார்ந்திருந்தாள்.

எதற்காக ஏலம்? என்ன விஷயம்? எனக் கேட்டாள் அவள்.

“அதுதான் வாடகை பாக்கிக்காக டிகிரி ஆகி இருக்கிறது. நான் ஐயாவிற்கு இதை அறிவிக்கலாம் என்று வந்தேன். நானூறு, ஐநூறு ரூபாய் விஷயம், என்ன பெரிய தொகை இது? பத்து நாட்களுக்குள் ரூபாயைக் கட்டிவிட்டால் போதும். பரவாயில்லை. நான் வீட்டுக்காரனைப் பத்து நாட்கள் எப்படியாவது நிறுத்தி வைக்கிறேன்” என்றான் அமீனா.

அமீனா சென்றதும் மாலதி சினம் மிகுந்த குரலில் - “இப்பொழுது நிலைமை இவ்வளவு தூரத்திற்கு வந்துவிட்டதா? இத்தனை பெரிய பெரிய புத்தகங்களை நீங்கள் எப்படி எழுதுகிறீர்களென்று எனக்கு வியப்பாக உள்ளது. வீட்டு வாடகை ஆறு மாதமாய் பாக்கி நிற்கிறது. இது உமக்குத் தெரியவில்லையா?” என்றாள்.

மேஹ்தா தலை கவிழ்ந்துகொண்டார் - “ஏன் தெரியாது? ஆனால் பணம் மிஞ்சவில்லையே! ஒரு காலணாகூட வீணாக நான் சிலவு செய்வதில்லை” என்றார்.

“கணக்கு ஏதாவது எழுதுகிறீரா?”

“ஏன் கணக்கு வைத்துக்கொள்ளவில்லை! என்ன கிடைக்கிறதோ அவற்றையெல்லாம் குறித்து வைத்துக் கொள்கிறேன். இல்லாவிடில் வருமான வரிக்காரர்கள் லேசில் விடமாட்டார்களே.”

“சிலவு செய்கிறீர்களே - அந்தக் கணக்கு?”

“அதைப்பற்றிக் கணக்கு வைத்துக்கொள்வதில்லை.”

“ஏன்?”

“யார் எழுதுவது? சுமையாக இருக்கிறது.”

“இந்தப் புத்தகத்தையெல்லாம் எப்படி எழுதுகிறீர்கள்?”

“இதற்காக விசேஷமாக ஏதும் செய்யவேண்டாம். பேனாவை எடுத்துக்கொண்டு உட்காருகிறேன். கணக்குப் புத்தகத்தை எடுத்து வைத்துக்கொண்டு உட்காருவதில்லை.”

“இந்தப் பணத்தை எப்படிக் கட்டுவீர்கள்?”

“யாரிடமாவது கடன் வாங்குவேன். உன்னிடமிருந்தால் கொடு.”

“ஒரு நிபந்தனையின் பேரில் கொடுக்கிறேன். உமது வரும்படி என் கைக்கு வரவேண்டும். சிலவும் என் கையால் நடக்க வேண்டும்.”

மேஹ்தா மகிழ்ச்சியுடன் - “வாஹ்! இந்தப் பாரத்தை என்னிடமிருந்து எடுத்துக்கொண்டால்... மத்தளம் கொட்டுவேன்” என்றார்.

மாலதி டிகிரிக்குரிய பணத்தைக் கட்டிவிட்டாள். மறுநாளே அந்தப் பங்காளவைக் காலி செய்யும்படி மேஹ்தாவைக் கட்டாயப் படுத்தினாள். தன் பங்களாவில் அவருக்கென இரண்டு பெரிய அறைகளைக் கொடுத்துவிட்டாள். அவருடைய உணவுக்கான ஏற்பாடுகளையும் தன் வீட்டிலேயே ஏற்பாடு செய்துவிட்டாள். மேஹ்தாவிடம் சாமான்கள் அதிகமில்லை. ஆனால் பல வண்டிகள் நிறையப் புத்தகங்கள் இருந்தன. அவரது இரண்டு அறைகளும் புத்தகங்களால் நிரம்பி வழிந்தன. தனது தோட்டத்தை விட்டுவிட்டு வருவதில் அவருக்கு நிச்சயம் வருத்தம் ஏற்பட்டது. ஆனால் மாலதி தன் பங்களாவின் வெளிமுற்றம் முழுவதையும் அவருக்காக ஒழித்துக்

கொடுத்து அவர் விரும்பும் செடி கொடி வைத்துக்கொள்ள வகை செய்துவிட்டாள்.

மேஹ்தாவிற்கு இப்பொழுது கவலையேயில்லை. ஆனால் வரவு செலவு மீது மாலதியின் கட்டுப்பாடு இருந்ததால் மிகுந்த சிரமத்தை எதிர்நோக்க வேண்டி வந்தது. வரும்படி ஓராயிரத்திற்கு மேல் வருவதை மாலதி பார்த்தாள். ஆனால் அது முழுவதுமே ரகசியமான தானமாகக் கரைந்து கொண்டிருந்தது. இருபது, இருபத்தி ஐந்து, மாணவர்கள் அவரிடமிருந்து உபகாரச் சம்பளம் பெற்றுக் கல்லூரியில் படித்துக் கொண்டிருந்தனர். இதேபோல் விதவைகளின் எண்ணிக்கையும் குறைவானதல்ல. இந்தச் செலவில் எதைக் குறைப்பதென்பது அவளுக்குப் புரியவில்லை. குற்றச்சாட்டுகள் யாவும் அவள்மீதுதான் விழும். கெட்ட பெயரும் அவள் பங்கிற்கு தான் வரும். சில சமயம் மேஹ்தாவின்மீது ஆத்திரமாக வந்தது. சில சமயம் தன்மீது, மற்றும் ஒரு எளிமையான, பரந்த உள்ளம் கொண்டவர்மீது தங்கள் பாரத்தை ஏற்றி வைக்கச் சற்றும் தயங்காத அந்த மாணவர்களின்மீது கோபம் வந்தது. இந்தத் தானத்தைப் பெறுபவர்களில் ஒருசிலர் இதற்கு அருகதையற்றவர்களாயிருப்பது பின்னும் எரிச்சலாக வந்தது. ஒருநாள் அவள் மேஹ்தாவிடமே சண்டை போட்டாள். அவளது ஆட்சேபணைகளைக் கேட்டபின் சற்றும் கவலையற்றவராய் மேஹ்தா சொன்னார், "உனக்கு அதிகாரமுள்ளது, யாருக்குக் கொடுக்கவேண்டுமோ கொடு, யாருக்கு வேண்டாமோ, நிறுத்தி விடு, என்னிடம் கேட்கவேண்டிய அவசியமேயில்லை. ஆமாம். இதற்கான பதிலையும் நீதான் கொடுக்க வேண்டும்.

மாலதி கோபத்துடன் - "ஹூம்! வேறென்னவாம்? புகழையெல்லம் நீங்கள் பெற்றுக்கொள்வீர்கள். கெட்ட பெயரை என் தலைமீது சுமத்திவிடுங்கள். எந்தத் தர்க்கத்தினால் இந்தத் தானம் வழங்குவதை நியாயப்படுத்துவீர்களோ எனக்குத் தெரியாது. இந்த வழக்கம் மனித இனத்தைச் சோம்பேறிகளாக, தண்டச் சோறு தின்பவர்களாக்கி விடுகிறது. இது அவர்களது சுயாபிமானத்தை அழித்திருப்பதுபோல், வேறெந்த அநியாயமும் செய்திருக்க முடியாது. என் அபிப்பிராயப் படி, அநியாமும் அநீதியும் மனித இனத்தில் புரட்சியை ஏற்படுத்தி பெருத்த நன்மை புரிந்திருக்கிறது" என்றாள்.

மேஹ்தா இக்கருத்தை ஏற்றுக் கொண்டவராய் - "என்னுடைய கருத்தும் இதுதான்." என்றார்.

"இது உங்களுடைய கருத்தல்ல."

"இல்லை! மாலதி! நான் உண்மையாகத்தான் சொல்லுகிறேன்."

"அப்படியென்றால் கருத்துக்கும் செயலுக்குமிடையே ஏனிந்த வேறுபாடு?"

மூன்றாவது மாதத்தில் மாலதி பலரையும் நிராசை அடையச் செய்தாள். சிலருக்கு நேரிடையாகப் பதில் கூறினாள். சிலரிடம் வேறு வழியில்லை என்பதைத் தெளிவுபடுத்தினாள். சிலரை அவமானப் படுத்தினாள்.

மிஸ்டர் மேஹ்தாவின் பட்ஜெட் மெல்ல மெல்லச் சரியாகி விட்டது. ஆனால் ஒருவிதத்தில் அவருக்குக் கழிவிரக்கம் மேலிட்டது.

மூன்றாவது மாதம் மாலதி முன்னூறு ரூபாய் மீதம் பிடித்துக் காட்டிய பொழுது அவர் ஏதும் கூறவில்லை. ஆனால் அவரது பார்வையில் அவள்மீதிருந்த மதிப்பு, என்னவோ சற்றுக் குறைந்துவிட்டது எனலாம். ஒரு பெண்ணிடம் தியாகமும், தானம் வழங்கும் இயல்பும் இருக்கவேண்டியது அவசியம். அவளுடைய மகத்தான மிகச்சிறந்த செல்வமே, குணச்சிறப்பே அதுதான். இதன் அஸ்திவாரத்தின்மீது தான் இந்தச் சமுதாயமெனும் கட்டிடம் நிற்கிறது. வணிக புத்தியை, அவர் அவசியமானதொரு தீமை என்றே கருதினார்.

மேஹ்தாவின் புதிய அச்கன்கள் தைத்து வந்த அன்று, புதிய கடிகாரமும் வந்தது. ஆனால் அவர் பலநாட்களாகத் தன்னறை விட்டு சங்கோஜத்தினால் வெளியே வரவில்லை. தன்னலத்தைவிட பெரிய குற்றம் அவரது நோக்கில் வேறெதுவுமில்லை.

ஆனால் இதில் ரகசியமான விஷயம் என்னவென்றால் மாலதி அவரது கணக்கு வழக்குகளைப் பார்த்து இறுக்கிப் பிடிக்க விரும்பினாள். அவரது நன்கொடைகள், தானமென்னும் கதவை மூடிவிட விரும்பினாள். ஆனால் பிறருக்கு வாழ்வளிப்பதில் தனது நேரம், நல்லெண்ணம் மற்றும் சேவையை இரு கரங்களாலும் வாரி இறைத்தாள்.

பணக்காரர்களின் இல்லங்களுக்கு பீஸ் வாங்காமல் போக மாட்டாள். ஆனால் ஏழை மக்களுக்குப் பணம் வாங்காமல் வைத்தியம் பார்த்தாள். மருந்து கொடுத்தாள். இரண்டு பேருக் குமுள்ள வித்தியாசம் இவ்வளவுதான். மாலதி வீட்டையும் கவனித்துக்கொண்டாள். வெளியையும் சமாளித்துக்கொண்டாள். மேஹ்தாவினால் வெளி உலகை மட்டும்தான் கவனிக்க முடிந்தது. வீடு என்று அவருக்கு ஏதுமில்லை. இருவருமே தன்னுடைய தன்னலத்தை அழித்துக்கொள்ள விரும்பினர். மேஹ்தாவின் பாதையில் எவ்விதமான இடர்பாடுமில்லை. தன்னைத் தவிர வேறெந்தப் பொறுப்புமில்லை. ஆனால் மாலதியின் பாதை கடினமானது. அவளுக்கு நிறைய பொறுப்புகளிருந்தன. பந்தங் களிருந்தன. அவற்றை அவளால் உடைத்தெறிய முடியவில்லை. அதை அவள் விரும்பவுமில்லை. அந்தப் பந்தங்களிலிருந்துதான் அவளுக்கு வாழ்வதற்கு ஒரு தூண்டுகோல், உந்துதல் கிட்டியது. இப்பொழுது மேஹ்தாவை அண்மையிலிருந்து கவனித்தபோது ஒரு உண்மை அவளுக்குப் புலப்பட்டது. திறந்த காட்டில் உலவும் ஒரு பிராணியை அவளால் கூண்டிற்குள் அடைத்து வைக்க இயலாது. அப்படி அடைத்து வைத்தால் அது கடிக்கவும், பிராண்டவும் ஓடிவரும். கூண்டிற்குள் சகலவிதமான வசதிகள் கிடைத்தபோதும் அதன் உள்ளம் சதாசர்வகாலம், காட்டிற்காக ஏங்கிக் கொண்டிருக்கும் மேஹ்தாவிற்கு வீடு வாசல் என்ற உலகமெல்லாம் அவர் அறிந்திராத புதிய உலகம். அதன் பழக்க வழக்கங்கள், நெறிமுறைகளைப்பற்றி அவர் அறியார்.

மேஹ்தா உலகத்தை வெளியிலிருந்துதான் பார்த்திருக்கிறார். அது சூதுவாது, வஞ்சகத்தினால் நிறைந்தது என நினைத்தார். எங்கு பார்த்தாலும் தீமைகள்தான் அவர் கண்ணில் பட்டன. ஆனால்

சமூகத்தின் ஆழத்தில் இறங்கிப் பார்த்தபொழுதுதான் அவருக்கு இத்தீமைகள், கெட்டவைகளுக்கடியிலே, தியாகம், காதல், அன்பு, துணிவு, பொறுமை என யாவுமிருப்பது தெரிந்தது. ஆனால் இணையற்ற இவ்வற்புத தன்மைகள் இருந்தபோதும் கிடைத்தற்கரியவையாகவே உள்ளன என்பதையும் கண்டார். இவ்விதமான ஐயப்பாடுகள், சந்தேகங்களுக்கிடையே குழம்பிய போது, இருளிலிருந்து வெளிவந்த தேவியைப்போல் மாலதி, தென்பட்டதும், அவர் தனது பொறுமையை இழந்து ஆவலோடு பாய்ந்து சென்றார். மற்றவர்களின் கண்கள் படாமல் அவளது இந்த ஸ்வரூபத்தை மிகவும் பத்திரமாக ஒளித்து வைத்துக்கொள்ள வேண்டும் எனவும் விரும்பினார். இந்த மோகாவேசம்தான் விநாசத்தின் ஆணிவேர் என்பதுகூட நினைவிருக்கவில்லை. காதல் போன்ற வீறு கொண்ட உணர்வை பயத்தினால் கட்டுப்படுத்தி வைக்கமுடியுமா என்ன? காதல் முழுமையான நம்பிக்கையை விரும்புகிறது. முழு சுதந்திரத்தை விரும்புகிறது. முழுப் பொறுப்பையும் விரும்புகின்றது. இவற்றையெல்லாம் மலர்வித்துத் தழைக்கச் செய்யும் வலிமை அதனிடம் உள்ளது. அதற்கு ஒளியும், மண் நிலமும் தேவை. மேலே மேலே செங்கலை அடுக்கிக்கொண்டு போக அது சுவரல்ல. அதில் உயிரின் துடிப்பு இருக்கிறது. படர்ந்து பரவும் எல்லையற்ற சக்தியுள்ளது.

மேஹ்தா மாலதியின் பங்களாவிற்கு வந்ததிலிருந்து மாலதியை தினமும் பலமுறை சந்திக்கும் சந்தர்ப்பம் கிடைத்துள்ளது. அவரது நண்பர்கள் இது திருமணத்திற்குப் பூர்வாங்க ஏற்பாடு என நினைக்கின்றனர். இனி வெறும் சடங்கை நிறைவேற்ற வேண்டியது தான் பாக்கி. மேஹ்தாகூட இதே கனவைத்தான் கண்டு கொண்டிருக்கிறார். மாலதி அவரை முற்றிலும் உதறித் தள்ளி விட்டிருந்தால் அவரிடம் ஏன் இத்தனை கனிவும் அன்பும் காட்டுகிறாள்? ஒருக்கால் அவருக்கு யோசிக்க அவகாசம் கொடுக்கிறாளோ என்னவோ! அவர் நன்றாக யோசித்துத்தான் இந்த முடிவிற்கு வந்துள்ளார். மாலதி இல்லாமல் அவர் அரை மனிதர்தான். அவள்தான் அவரை முழுமையை நோக்கி நடத்திச் செல்லமுடியும். வெளித்தோற்றத்தில் அவள் சுகபோகத்தில் நாட்டம் கொண்டவளாய் தோன்றலாம். உள்ளுக்குள்ளே அதே இயல்பு சக்தியின் கேந்திரமாக உள்ளது. ஆனால் சூழ்நிலை மாறி விட்டிருக்கிறது. அன்று மாலதி வேட்கை மிகுந்தவளாக இருந்தாள். இன்று மேஹ்தா அதே தாகத்துடன் தவித்துக்கொண்டிருக்கிறார். ஒருமுறை பதிலைப் பெற்றபின் அந்தப் பிரச்சனையைப் பற்றி மாலதியிடம் ஏதும் கூறும் துணிவு, இப்பொழுது உள்ளத்தில் எந்த விதமான ஐயமும் லவலேசமும் இல்லாமலிருந்தும்கூட ஏற்படவில்லை. மாலதியை அண்மையில் காணும்போது அந்த ஆகர்ஷணம் அதிகரித்துக்கொண்டே போகிறது. தூரத்திலிருந்து ஒரு புத்தகத்தைப் பார்க்கும்போது, அதன் பக்கங்களில் அச்சடித்த எழுத்தின் வரிவடிவங்கள் தெரிகின்றன. ஆனால் நெருக்கத்தில் பார்க்கும்போது அவற்றில் அர்த்தமுள்ளது. செய்தி உள்ளது என்பது புலனாகிறது.

மாலதி தனது தோட்டத்திற்குப் கோபரைத் தோட்டக்காரனாக நியமித்திருந்தாள். ஒருநாள் நோயாளி ஒருவரைப் பார்த்துவிட்டுத் திரும்பும்போது கார் நின்றுவிட்டது. வண்டியில் பெட்ரோல் இல்லை. அவளேதான் டிரைவ் செய்துகொண்டு போயிருந்தாள். பெட்ரோலை எப்படி வரவழைப்பதென்று கவலையாகிவிட்டது. இரவு மணி ஒன்பது அடித்துவிட்டது. பனிவேறு பெய்து கொண்டிருந்தது. நல்ல குளிர். தெருக்களில் நிசப்தம் குடி கொண்டிருந்தது. பெட்ரோல் பங்க் வரை காரைத் தள்ளிக்கொண்டு போக, ஒருவர்கூட கண்ணில் படவில்லை. வேலைக்காரன்மீது கோபமாய் வந்தது. அயோக்கியப் பயல்! கூட வராது எங்கோ படுத்துக் கிடக்கிறான். எதேச்சையாக கோபர் அவ்வழியே வந்தான். மாலதி நிற்பதைக் கண்டதும், நிலைமையைப் புரிந்து கொண்டவனாய் வண்டியைக் கிட்டத்தட்ட இரண்டு பர்லாங் தூரம் பெட்ரோல் பங்க் வரை தள்ளிக்கொண்டு வந்தான்.

மாலதி சந்தோஷமடைந்தவளாய், "வேலைக்கு வருகிறாயா?" என்று கேட்டாள்.

கோபர் நன்றியுடன் அதனை ஏற்றுக்கொண்டான். மாதம் பதினைந்து ரூபாய் சம்பளம் என்று நிச்சயமாயிற்று. தோட்டக்காரன் வேலை அவனுக்கும் பிடித்தமானதுதான். அவன் முதலில் இந்த வேலைதான் செய்து வந்தான். இதில் மகிழ்ச்சியாகவுமிருந்தது. ஆலையில் இதைவிட கூலி அதிகம்தான். ஆனால் வேலை அவனுக்குச் சிக்கலாக இருந்தது. மறுநாளிலிருந்து கோபர் மாலதியின் பங்களாவில் வேலை செய்யத் துவங்கினான். அவனுக்குக் குடியிருக்க ஒரு அறை கிடைத்தது. ஜூனியாவும் வந்துவிட்டாள். மாலதி தோட்டத்துக்கு வந்தால், ஜூனியாவின் மகன் பங்களாவில் விளையாடிக் கொண்டிருப்பதைப் பார்ப்பாள். ஒருநாள் அவள், அக்குழந்தைக்கு மிட்டாய் தந்தாள். குழந்தை அன்றிலிருந்து அவளிடம் ஒட்டிக் கொண்டுவிட்டது. அவளைக் கண்டால் அவள் பின்னாலேயே வரும். அவள் மிட்டாய் தராதவரை அவளை விடாது.

ஒருநாள் மாலதி தோட்டத்திற்கு வந்தபோது குழந்தையைக் காணவில்லை. ஜூனியாவிடம் விசாரித்ததும் குழந்தைக்குச் சுரம் என்று தெரிந்தது.

"சுரம் வந்திருக்கிறதா? என்னிடம் ஏன் எடுத்து வரவில்லை, வா பார்க்கலாம்" என்று கவலையுடன் கூறினாள் மாலதி.

சுரத்தில் அசைவற்றுக் கிடந்தான் குழந்தை. ஓடு வேய்ந்த அந்த அறையில், இருட்டு, ஈரம், நமுப்பு, குளிர் காலத்தில்கூடக் கொசுக்கள், மாலதியினால் ஒரு நிமிடம்கூட அங்கிருக்க முடியவில்லை. உடனே பங்களாவிற்கு விரைந்து வந்து தர்மாமீட்டரை எடுத்துச் சென்று பார்த்தால், சுரம் 104 டிகிரி. எங்கே அம்மை நோயாக இருக்குமோ என மாலதி பயந்தாள். குழந்தைக்கு இன்னமும் அம்மை குத்தியிருக்கவில்லை. இந்த ஈரக்கசிவு நிறைந்த இருட்டறையில் இருந்தால் சுரம் பின்னும் அதிகமாகிவிடுமோ என்ற பயம் உண்டாயிற்று.

திடீரெனக் குழந்தை கண்ணைத் திறந்தான். மாலதி நிற்பதைக் கண்டதும் பரிதாபமாய் அவளை நோக்கினான். அவளை நோக்கி தன் கரங்களை நீட்டினான். மாலதி அவனை வாரி எடுத்து மடியில் போட்டுக்கொண்டு, மெல்ல தட்டிக்கொடுத்தாள். மாலதியின் மடி குழந்தைக்கு வெகு சுகமாக, நிம்மதியாக இருந்தது போலும். தனது சூடான பிஞ்சு விரல்களால் அவள் கழுத்திலிருந்த முத்து மாலையைப் பிடித்துத் தன்பால் இழுத்தது. மாலதி மாலையைக் கழற்றி அதன் கழுத்தில் அணிவித்தாள். குழந்தையின் சுயநலம் இந்நிலையிலும் விழிப்புடனிருந்தது. தான் விரும்பியது கிடைத்ததும் அதற்கு இனியும் மாலதியின் மடியில் இருக்கவேண்டிய அவசிய மிருக்கவில்லை. மீண்டும் மாலையை எடுத்துக்கொண்டு விடுவாளோ என்ற பயம். ஜுனியாவின் மடிதான் இப்பொழுது அதற்குப் பத்திரமானதாகத் தோன்றியது.

"ரொம்பவும் தந்திரசாலி. மாலையை எடுத்துக்கொண்டதும் எப்படி ஓடிவிட்டான்?" என்று மலர்ச்சியுடன் கூறினாள் மாலதி.

"கொடுத்துவிடப்பா! மாலை மேம்சாகிபாவினுடையது" என்றாள் ஜுனியா.

குழந்தை மாலையை இரு கரங்களாலும் கெட்டியாகப் பிடித்துக் கொண்டு அம்மாவைக் கோபத்துடன் பார்த்தது.

"நீயே வைத்துக் கொள். நான் கேட்கவில்லை" என்றாள் மாலதி.

உடனே பங்களாவிற்கு வந்த மாலதி தனது உட்காரும் அறையைக் காலி செய்து, அக்கணமே ஜுனியாவைக் குழந்தையுடன் அந்த அறைக்கு குடியேறச் செய்துவிட்டாள். குழந்தை இந்த சுவர்க்கத்தை ஆவல் ததும்பும் விழிகளால் பார்த்தது. மேலே மின்விசிறி, கலர் கலரான விளக்குகள், சுவர்களிலே சித்திரங்கள். நெடுநேரம் வரை இவற்றையெல்லாம் குழந்தை இமையாது நோக்கிய வண்ணமிருந்தது. மாலதி குழந்தையை அன்புடன், "மங்கள்" என்றழைத்தாள்.

மங்கள் புன்சிரிப்புடன், அவளைப் பார்த்தது. இன்று என்னால் சிரிக்க முடியவில்லை மேம்சாகிபா! என்ன செய்ய? உங்களால் முடிந்தால் ஏதேனும் செய்யுங்கள்" என்று கூறுவது போலிருந்தது.

மாலதி ஜுனியாவிற்குப் பல விஷயங்களை எடுத்துக் கூறினாள். போகும்போது, "உன் வீட்டில் வேறு யாராவது பெண்களிருந்தால் கோபரிடம் சொல்லி நாலைந்து நாட்களுக்கு கூட இருக்க வரச் சொல். அம்மை வார்க்கும் போலிருக்கிறது. உன் வீடு எங்கே இருக்கிறது? எவ்வளவு தூரம்?" என்று விசாரித்தாள்.

ஜுனியா தனது கிராமத்தின் பெயர், மற்றும் விலாசத்தைத் தெரிவித்தாள். சுமாராகப் பதினெட்டு கோச தூரமிருக்கும் என்றாள்.

மாலதிக்கு வேலாரி நினைவு வந்தது. "மேற்குப் பக்கம் அரை மைல் தூரத்தில் ஆறு ஒன்று இருக்குமே, அந்தக் கிராமமா?" என்றாள்.

"ஆமாம்! மேம் சாகிபா! அதே கிராமம்தான். தங்களுக்கு எப்படித் தெரியும்?"

"ஒருமுறை நாங்கள் அந்த ஊருக்குச் சென்றிருந்தோம். ஹோரி என்பவரின் வீட்டில் தங்கினோம். உனக்கு அவரைத் தெரியுமா?"

"அவர்தான் என் மாமனார் மேம்சாகிபா! என் மாமியாரையும் பார்த்திருப்பீர்களே"

"ஆமாம். ரொம்ப புத்திசாலிப் பெண்மணியாகத் தோன்றினாள். என்னிடம் நன்றாகப் பேசிக்கொண்டிருந்தாள். சரி! கோபரை அனுப்பி அவன் அம்மாவைக் கூட்டிவரச் சொல்."

"அவர் அழைத்து வரப் போகமாட்டார்."

"ஏன்?"

"ஏதோ அப்படியொரு காரணம்" என்றாள் ஜுனியா.

ஜுனியாதான் வீட்டில் பாத்திரம் தேய்த்து, பெருக்கி மெழுகி, சமைத்து எல்லா வேலைகளையும் செய்யவேண்டியிருந்தது. பகலில் இருவரும் கடலைப் பொரி தின்று பசியாறினர். இரவில் மாலதி வந்தபிறகு, ஜுனியா சமைக்கச் செல்லுவாள். மாலதி குழந்தையின் பக்கத்தில் அமர்ந்திருப்பாள். ஜுனியாவிற்குத் தான் குழந்தையின் அருகிலே உட்கார்ந்திருக்கவேண்டும் என்று ஆசை. ஆனால் மாலதி அனுமதிக்கவில்லை. இரவில் குழந்தைக்குச் சுரம் அதிகமாகிவிடும். கைகளை மேலே உயர்த்தும். தவிக்கும். மாலதி அதைத் தோளில் போட்டுக்கொண்டு மணிக்கணக்கில் அறைக்குள் உலாவிக் கொண்டிருப்பாள். நான்காவது நாள் குழந்தைக்கு அம்மை கண்டது. மாலதி வீட்டில் எல்லோருக்கும் தடுப்பு ஊசி போட்டாள். தனக்கும் மேஹ்தாவிற்கும்கூட ஊசிபோட்டாள். கோபர், ஜுனியா, சமையற்காரர் யாரையும் விடவில்லை. முதல்நாள், அம்மைக் கொப்புளங்கள் மணிமணியாய், தனித்தனியாகத் தெரிந்தன. சினனம்மை என்று தோன்றியது. மறுநாய் கொப்புளங்கள் பெரியதாகி, திராட்சைவிதை போலாகிவிட்டன. பல கொப்புளங்கள் ஒன்று சேர்ந்து நெல்லிக்கனிப் போலாகின. மங்கள், எரிச்சல், அரிப்பு, வலியினால் தவித்தவனாய் பரிதாபமான குரலில் அரற்றியவனாய் திக்கற்ற பார்வையால் மாலதியைப் பார்ப்பான். அவனது பார்வை, அரற்றல் எல்லாம் பெரியவர்களைப் போன்றிருந்தது. திடீரென அவன் பெரியனாகிவிட்டானோ என்றிருந்தது. தாங்க முடியாத இந்த வேதனை கள்ளமறியாத குழந்தைத்தனத்தை அழித்துவிட்டது போலிருந்தது. அவனது குழந்தைப் புத்தியானது திடீரென ஞானம்பெற்று, மாலதியின் முயற்சியினால்தான் குணமடைய முடியும் என்பதைப் புரிந்து கொண்டுவிட்டதுபோலும். மாலதி வேலையாக வெளியே போனால் அவன் அழத் துவங்கிவிடுவான். அவள் வந்ததுமே அழுகை நின்றுவிடும். இரவில்தான் அவனது வியாகூலம் அதிகரிக்கும். மாலதி பெரும்பாலும் இரவெல்லாம் விழித்துக் கொண்டிருக்க நேரிடும். ஆயினும் அவள் எரிச்சலோ, கோபமோ கொள்ளவில்லை. சில சமயம் ஜுனியாவின் மீதுதான் கோபம் வரும். அறியாமையினால் எதையெதைச் செய்யக்கூடாதோ, அதையெல்லாம் செய்து வைப்பாள். கோபர் ஜுனியா இருவருக்குமே மந்திர தந்திரங்கள் நம்பிக்கை அதிகமிருந்தது. இங்கு அதற்கெல்லாம் இடமேயில்லை. இரண்டு குழந்தைகளுக்குத் தாயாகியும், குழந்தை வளர்ப்பு பற்றி ஜுனியாவிற்கு ஏதும்

தெரிந்திருக்கவில்லை. மங்கள் பிடிவாதம் பிடித்தால், அவனை அதட்டுவாள், திட்டுவாள். கொஞ்சம் அவகாசம் கிடைத்தாலும் அப்படியே தரையில் படுத்துத் தூங்கி விடுவாள். விடிவதற்குமுன் எழுந்திருக்க மாட்டாள். கோபரோ அந்த அறைக்குள் வருவதற்கே பயப்பட்டான். மேம்சாகிபா அங்கு உட்கார்ந்திருக்கும்போது அறைக்குள் எப்படிப் போவது? ஜுனியாவிடம் குழந்தையின் உடல்நலம் பற்றி விசாரித்து விட்டு, சாப்பிட்டுப் படுத்துவிடுவான்.

அந்த அடிபட்ட பிறகு அவன் இன்னமும் பூரண குணமடைய வில்லை. கொஞ்ச நேரம் வேலை செய்தாலும் களைத்துப் போய் விடுவான். ஜுனியா புல் வெட்டி விற்று வந்த காலத்தில் அவன் சும்மா படுத்துக் கொண்டுதானிருந்தான். கொஞ்சம் குணமாகியதும், பல மாதங்கள், சுமை தூக்குவது, செங்கல், காரையில் வேலை பார்ப்பது போன்றதில் அவன் உடல்நிலை பின்னும் மோசமாகியது. இங்கும் வேலை அதிகமாகத்தானிருந்தது. தோட்டம் முழுவதற்கும் நீர் பாய்ச்சுவது, தண்ணீர் முகந்து கொண்டுபோய் செடிகளுக்கு விடுவது, பாத்தி கட்டுவது, களை வெட்டுவது, மாடுகளுக்குத் தீவனம் வைப்பது, பால் கறப்பது - என்று நிறைய வேலையிருந்தது. இத்தனை தயையும், இரக்கமுமுள்ள எஜமானியின் வேலையில் சோம்புவது எப்படி? இந்த நன்றியுணர்வு அவனை ஒரு நிமிடம்கூட சும்மா உட்கார்ந்திருக்க விடவில்லை. மேஹ்தா தானே களைக் கொத்தியைக் கையிலெடுத்துக்கொண்டு மணிக்கணக்கில் தோட்டத்தில் வேலை செய்யும்போது அவன் எப்படி ஓய்வெடுப்பது? அவன் உலர்ந்து கொண்டு போனாலும், தோட்டத்தில் பசுமை கூடியது.

மிஸ்டர் மேஹ்தாவிற்கு குழந்தை மங்களிடம் சினேகம் ஏற்பட்டது. ஒருநாள் மாலதி அவனை எடுத்து வைத்துக்கொண்டு அவரது மீசையை பிடுங்கச் சொன்னாள். துஷ்டன் மீசையைப் பிடித்த பிடியில் ஒட்டு மொத்தமாகவே பிடுங்கிவிடுவான் போலிருந்தது. மேஹ்தாவின் கண்ணில் கண்ணீரே வந்துவிட்டது. “பெரிய சைத்தான்... ”என்றார் கோபத்துடன்.

“நீங்கள் ஏன் மீசையை எடுத்து விடக்கூடாது?” என்றாள் மாலதி.

“எனக்கு மீசை உயிரைவிடப் பிரியமானது.”

“இனி அவன் பிடித்தால் பிடுங்காமல் விடமாட்டான்.”

“நான் இவன் காதைத் திருகிவிடுவேன்.”

மங்களுக்கு அவர் மீசையைப் பிடுங்குவதில் ரொம்ப மஜாவாக இருந்தது. அவன் கலகலவெனச் சிரித்தவாறே மீசையைக் பலமாகப் பிடித்திழுத்தான். மேஹ்தாவிற்கு இதில் ஆனந்தம் ஏற்பட்டது போலும். தினமும் இரண்டொருதரம் அவனோடு, இந்த மீசையை இழுக்கும், இழுபறி ஆட்டம் நடத்துவார். மங்களுக்கு அம்மை நோய் கண்டதும் மேஹ்தாவிற்கும் ரொம்பக் கவலையாகப் போய்விட்டது. அடிக்கடி அந்த அறைக்குச் சென்று வேதனை மிளிர்ந்த அவன் கண்களைப் பார்த்துக்கொண்டிருப்பார். அவனது சிரமத்தைப் பற்றிய கற்பனையில் அவரது மென்மையான உள்ளம் கசிந்துருகிவிடும். அவரது தீவிர முயற்சியில் அவன் குணமாகி விடுவான் என்றால், உலகத்தின் மறுகோடிவரை அவர் ஓடத் தயார். பணம் செலவழிப்பதால் குணமடைந்து விடுவானென்றால் பிச்சை

எடுக்க நேர்ந்தாலும் சரி, அவனைக் குணமாக்கிவிட்டுத்தான் மறுகாரியம் பார்ப்பார். ஆனால் எதுவும் அவர் வசத்திலில்லை. அவனைத் தொட்டால்கூட அவர் கரம் நடுங்கியது. எங்கேயாவது கொப்புளம் உடைந்துவிடுமோ என்ற அச்சம். மாலதி எத்தனை மென்மையாகத் தன் கரங்களிலே அவனை எடுத்துத் தோளிலே சாய்த்துக்கொண்டு அறையில் உலாவுகின்றாள். எவ்வளவு அன்புடன் அவனைச் சந்தோஷப்படுத்திப் பால் புகட்டுகின்றாள். இந்த வாத்சல்யம் அவரது பார்வையில் மாலதியை மிகவும் உயர்த்தி விட்டது. மாலதி ஒரு பெண் மட்டுமல்ல, தாயும்கூட. அதிலும் ஒரு சாதாரண அப்படி இப்படிப்பட்ட தாயல்ல. உண்மையான அர்த்தத்தில் அவள் தேவி. அவளொரு தாய். தேவிமாதா. மாற்றான் குழந்தையைக்கூட தன்னுடையதாக நினைக்க அவளால் முடியும். இத்தாய்மை உணர்வையெல்லாம் தன்னுள்ளே திரட்டி வைத்திருந்து இன்று வாரி வழங்குகிறாள். அவளது உடலின் ஒவ்வொரு அங்கத்திலும் தாய்மை மலர்ந்துள்ளது. இதுதான் அவளது உண்மையான ரூபம் போலும். அவளது நடையுடை பாவனைகள், அலங்காரங்கள் யாவுமே அவளது தாய்மை உணர்விற்கு மேலுறை மட்டும்தான். அதற்குள் அந்த வரப்பிரசாதம் பத்திரமாக இருந்தது.

இரவு மணி ஒன்று அடித்துவிட்டது. மங்களின் அழுகைக் குரலைக் கேட்டு மேஹ்தா விழித்துக்கொண்டார். பாவம், மாலதி நள்ளிரவு வரையில் விழித்துக் கொண்டிருந்திருப்பாள். இப்பொழுது மீண்டும் எழுந்திருக்க அவளுக்கு எவ்வளவு கஷ்டமாக இருக்கும். கதவு திறந்திருந்தால் நான் அக்குழந்தையைச் சமாதானப் படுத்துவேன் என நினைத்தவராய் எழுந்து அவ்வறையின் கதவருகில் வந்து கண்ணாடி வழியாகப் பார்த்தார். மாலதி குழந்தையை மடியின் மீது வைத்துக்கொண்டு உட்கார்ந்திருந்தாள். ஏதேனும் கனவு கண்டதோ, அல்லது ஏதோ காரணத்தினால் பயந்து விட்டதோ என்னவோ விடாமல் அழுதுகொண்டிருந்தது. மாலதி அதை சமாதானப்படுத்தினாள், கொஞ்சினாள். தட்டிக்கொடுத்தாள். படங்களைக் காண்பித்தாள். தோளில் போட்டுக்கொண்டு நடந்தாள். ஆனால் குழந்தை வாயை மூடவே இல்லை. மாலதியின் இந்தத் தாயன்பு, வாத்சல்யத்தைக் கண்ட மேஹ்தாவின் விழிகள் குளமாகின. உள்ளே சென்று மாலதியின் பாதங்களை நெஞ்சோடு அணைத்துக் கொள்ளவேண்டும்போல் உள்ளம் பூரித்தது. இதயத்திலிருந்து அன்பில் தோய்ந்த சொற்கள் வெளிவரத் துடித்தன - "என் அன்பே! என் சுவர்க்கத்தின் தேவியே! என் இதயராணியே! டார்லிங்...." இதே உணர்ச்சி வேகத்துடன் அவர் - "மாலதி! கொஞ்சம் கதவைத் திற" என்றழைத்தார்.

மாலதி வந்து கதவைத் திறந்தவள், அவரை வியப்புடன் என்ன விஷயம் என்பதுபோல் பார்த்தாள்.

"ஜுனியா எழுந்திருக்கவில்லையா? குழந்தை அழுதுகொண்டே இருக்கிறானே!" என்றார் மேஹ்தா.

அனுதாபம் நிறைந்த குரலில் - "இன்று எட்டாம் நாள். வலி அதிகமாக இருக்கும். அதனால்தான் அழுகிறான்" என்றாள் மாலதி.

"என்னிடம் கொடு. நான் கொஞ்ச நேரம் தூக்கிக்கொண்டு நடக்கிறேன். நீ களைத்துப் போயிருப்பாய்" என்றார் மேஹ்தா.

மாலதி சிரித்துக்கொண்டே - "சற்றைக்கெல்லாம் உங்களுக்குப் பொறுமை போய், கோபம் வந்துவிடும்" என்றாள்.

உண்மை அதுதான். ஆனால் யாரேனும் தன் பலவீனத்தை ஒப்புக்கொள்வார்களா என்ன? மேஹ்தா பிடிவாதத்துடன், "என்னை இத்தனை லேசாக நினைத்துவிட்டாயா?" என்றார்.

மாலதி குழந்தையை அவரிடம் கொடுத்துவிட்டாள். அவரிடம் போனதுமே அழுகை நின்றுவிட்டது. குழந்தைகளுக்கு உள்ளறிவு உண்டு. இனிமேல் நீ அழுவதால் பயன் ஏதுமில்லை. இவர் பெண்ணல்ல. ஆண்மகன். ஆணுக்குக் கோபமதிகம். இரக்கமற்றவனும் கூட. உன்னைக் கட்டிலில் போட்டுவிட்டு, இந்த இருட்டிலேயே தூங்கச் செய்துவிட்டு போய்விடக்கூடும். வேறு எவரிடமும் வர விடமாட்டான் - என அது கூறிவிட்டது.

மேஹ்தா வெற்றிப் பெருமிதத்துடன் - "பார்த்தாயா! எப்படி அழுகையை நிறுத்திவிட்டேன்" என்றார்.

"இந்தக் கலையில் வல்லவராகி இருக்கிறீரே! எங்கே கற்றுக்கொண்டீர்?" எனப் பரிகசித்தாள் மாலதி.

"உன்னிடமிருந்துதான்."

"நான் பெண்ணாயிற்றே. என்மீது நம்பிக்கை வைக்க முடியாதே"

மேஹ்தா வெட்கியவராய் - "மாலதி! நான் உன்னிடம் கரம் குவித்து வேண்டிக்கொள்கிறேன். நான் கூறியவைகளை மறந்துவிடு. கடந்த சில மாதங்களாக நான் இதற்காக எத்தனை பச்சாதாபப் படுகிறேன், வெட்கப்படுகிறேன், வருத்தப்படுகிறேன் என்பதை மட்டும் நீ அனுமானிக்க முடியாது."

மாலதி சரளமாகச் சொன்னாள் - "உண்மையாகச் சொல்லுகிறேன். நான் அதையெல்லாம் மறந்துவிட்டேன்"

"நான் எப்படி நம்புவது?"

"இதற்குப் பிரமாணம், நாமிருவரும் ஒரே வீட்டில் வசிப்பதுதான். ஒன்றாகச் சாப்பிடுகிறோம், பேசுகிறோம், சிரிக்கிறோம்."

"நான் எதையேனும் யாசிக்க அனுமதி தருவாயா?"

அவர் மங்களை கட்டிலில் படுக்க வைத்தார். அவன் உறங்கி விட்டிருந்தான். மேஹ்தா எதையோ யாசிக்கும் விழிகளுடன் மாலதியின் பதிலில்தான் அவரது வாழ்வில் யாவுமே அடங்கி யிருப்பது போல் அவளை நோக்கினார்.

மாலதி கண்ணீர் கசிந்த குரலில், "உங்களுக்கே இது தெரியும். உங்களைவிட நெருக்கமானவர் எனக்கு வேறு யாருமில்லை. என்னைத் தங்களுக்கு நான் சமர்ப்பித்து எத்தனையோ நாட்களாகின்றன. நீர்தான் எனக்கு வழிகாட்டி. என் தெய்வம். என் குருநாதர். நீங்கள் என்னிடம் எதையும் யாசிக்க வேண்டிய அவசியமேதுமில்லை. ஜாடை காட்டினால் போதும். தங்களை நான் நேரில் பார்க்காதபோது, உங்களை இனம் கண்டு கொள்ளாதபோது, தன்னலமும், சுகபோகமும்தான் எனக்கு மிகப் பிரியமானவையாக இருந்தன. நீங்கள் வந்து எனக்கு புதிய உந்துதலை, தூண்டுதலை,

ஸ்திரத் தன்மையை அளித்தீர்கள். உங்களுடைய உதவியை என்றும் மறக்க முடியாது. ஆற்றங்கரையில் அன்று தாங்கள் கூறியவைகளை நன்றாக மனத்தில் முடிந்து வைத்துக் கொண்டிருக்கிறேன். நீங்களும் என்னைப் புரிந்து கொள்ளவில்லை என்றுதான் எனக்கு வருத்தமுண்டாயிற்று. இதை நான் சற்றும் உங்களிடம் எதிர்பார்க்கவில்லை. மற்றவர்களைப் போலவே நீங்கள் என்னைப் பற்றி நினைத்தீர்கள். இதன் பொறுப்பு என்மீதுதான். இதுவும் எனக்குத் தெரியும். ஆனால் தங்களது விலை மதிப்பற்ற அன்பைப் பெற்றும்கூட நான் முன்போலவே இருப்பேன் என நீங்கள் எண்ணி எனக்குப் பெருத்த அநியாயமிழைத்து விட்டீர்கள். இப்பொழுது நான் எத்தகைய பெருமையை உணர்ந்து கொண்டிருக்கிறேன் என்பதை உங்களால் புரிந்து கொள்ள இயலாது. தங்களது அன்பையும், நம்பிக்கையையும் பெற்றுவிட்ட எனக்கு இனி எதுவும் பாக்கியில்லை. இந்த வரமே என் வாழ்வை அர்த்தமுள்ளதாக்கப் போதுமானது. இது என்னை முழுமையானவளாக்குகிறது" என்றாள்.

இதையெல்லாம் கூறும்போதே மாலதியின் உள்ளத்தில் பொங்கி எழுந்த உணர்ச்சி மேஹ்தாவைத் தழுவிக் கொள்ள விழைந்தது. உள்ளத்திலிருந்த உணர்வுகள் வெளிப்பட்டு உண்மையாகி விட்டிருந்தன. அவளது உடலில் ஒவ்வொரு அணுவும் பூரித்தெழுந்தது. எத்தகைய ஆனந்தத்தை இனிக் கிட்டுவது அரிது என நினைத்தாளோ, அது இத்தனை - எளிதாக - இத்தனை நெருக்கத்தில்! இதயத்தின் மகிழ்ச்சி முகத்திலே அலாதியான சோபையுடன் ஒளிர்ந்ததும் மேஹ்தாவிற்கு அது தெய்வீகமான ஒளியாகத் தோன்றியது. இவள் பெண்தானா? அல்லது தூய்மையின், தியாகத்தின், நற்குணங்களின் வடிவமா?

இதற்குள் ஜுனியா விழித்துக் கொண்டு எழுந்து உட்கார்ந்ததும் மேஹ்தா அவ்வறையை விட்டு வெளியேறினார். இதன்பின் இரண்டு வாரம் வரை, மாலதியிடம் ஏதும் பேசுவதற்கு சந்தர்ப்பமே கிட்டவில்லை. மாலதி தனிமையில் அவரைச் சந்திப்பதேயில்லை. மாலதி கூறிய வார்த்தைகள் அவரது இதயத்தில் ஒலித்துக் கொண்டேயிருந்தன. அதில்தான் எத்தனை ஆறுதல், எத்தனை விநயம்? எத்தகைய கிறக்கம்!

இரண்டு வாரத்தில் மங்கள் குணமடைந்து விட்டான். முகத்தில் அம்மைத் தழும்புகள் மறையவில்லை. மாலதி என்னென்ன வேண்டுதல் செய்து கொண்டிருந்தாளோ அதையெல்லாம் நிறைவேற்றினாள். அக்கம் பக்கத்திலிருந்த குழந்தைகளுக்கெல்லாம் நிறைய மிட்டாய்கள் தந்தாள். இந்த வாழ்க்கையில் எத்தகைய மகிழ்ச்சியுள்ளது என்பதை இப்பொழுது அவள் உணர்ந்தாள். ஜுனியா, கோபர் இருவரின் மகிழ்ச்சியும் அவள் உள்ளத்தில் பிரதிபலித்தது போலிருந்தது. பிறருடைய துன்பத்தை நீக்குவதில், துயரத்தைத் துடைப்பதில் எத்தகைய சுகத்தை, இன்பமான உல்லாசத்தை அவள் உணர்ந்தாளோ அது சுகபோக வாழ்வில் அவளுக்குக் கிடைத்ததில்லை எனத் தோன்றியது. பழங்களாகி விட்டபின் உலர்ந்து விடும் மலர்போல் அந்த ஆசைகள் இப்பொழுது தீவிரமாக இல்லை. தூலமான ஆனந்தத்தை மட்டும் பிரமாதமான

சுகமென நினைக்கும் அந்த நிலையை அவள் தாண்டி விட்டிருந்தாள். அந்த ஆனந்தம் இப்பொழுது மிக துச்சமான வீழ்ச்சியை நோக்கி இழுத்துச் செல்லும் எனத் தோன்றியது. சிலசமயம் மிகவும் அச்சுறுத்தக் கூடியதாகவுமிருந்தது. சுற்றும் முற்றும் மண் குடிசைகள் ஓலமிட்டுக் கொண்டிருக்கும் போது, இத்தனை பெரிய பங்களாவில் வசிப்பதில் என்ன ஆனந்தம்? காரில் ஏறிச் செல்லும்போது இப்பொழுதெல்லாம் அவளுக்கு பெருமிதமோ, கர்வமோ தோன்றவில்லை. கள்ளமறியாக் குழந்தை மங்கள் அவள் வாழ்வில் எத்தனை பிரகாசத்தை ஏற்படுத்தி விட்டான். உண்மையான ஆனந்தத்தின் வாயிலையே திறந்து விட்டு விட்டானே!

ஒருநாள் மேஹ்தாவிற்கு ரொம்பவும் தலையை வலித்தது. கண்களை மூடிக்கொண்டு கட்டிலில் படுத்து துடித்துக் கொண்டிருந்தார். மாலதி வந்து அவரது நெற்றியின் மீது தன் கையை வைத்து – “எப்பொழுதிலிருந்து வலிக்கிறது?” என்று கேட்டாள்.

அம்மென்மையான கரத்தின் ஸ்பரிசம் தன் வலியை எல்லாம் எடுத்து விட்டதுபோல் மேஹ்தாவிற்கு தோன்றியது. எழுந்து உட்கார்ந்து கொண்டு – “பகலிலிருந்து வலிக்கிறது. இப்படிப்பட்ட தலைவலி இதுவரை எனக்கு வந்ததேயில்லை. ஆனால் நீ கை வைத்ததுமே பாரமெல்லாம் லேசாகி விட்டதுபோல், வலியே இல்லாததுபோல் தோன்றுகிறது. உன் கரங்களில்தான் இந்த சக்தி இருக்கிறது” என்றார்.

மாலதி ஏதோ மருந்து கொண்டுவந்து கொடுத்தாள். ஓய்வாய் படுத்திருக்கும்படி சொல்லிவிட்டு அறையை விட்டுக் கிளம்பினாள்.

“இரண்டொரு நிமிடம் உட்கார மாட்டாயா?” என்று இறைஞ்சும் குரலில் கேட்டார் மேஹ்தா.

கதவருகில் சென்றிருந்த மாலதி திரும்பி – “இச்சமயம் பேசினால் மேலும் வலி அதிகரித்து விடலாம். ஓய்வாகப் படுத்திருங்கள். இப்பொழுதெல்லாம் எப்பொழுதும் ஏதாவது படித்துக் கொண்டும், எழுதிக் கொண்டிருப்பதைப் பார்க்கிறேன். இரண்டொரு நாளைக்கு அதெல்லாம் வேண்டாம்” என்றாள்.

“ஒரு நிமிடம்கூட உட்கார மாட்டாயா?”

“நோயாளி ஒருவரைப் பார்க்கப் போக வேண்டும்.”

“சரி.. நீ...போகலாம்” – மேஹ்தாவின் முகத்தில் வருத்தம் நிழலாடியதைக் கண்ட மாலதி திரும்பி வந்து அவரெதிரே நின்று – “சரி! சொல்லுங்கள். என்ன சொல்ல விரும்புகிறீர்கள்?” என்றாள்.

மேஹ்தா விரக்தியுடன் – “அப்படி முக்கியமான விஷயமொன்று மில்லை. ராத்திரியாகி விட்டது. இந்தவேளையிலா நோயாளியைப் பார்க்கப் போகிறாய்?” என்றார்.

“ராய் சாகப்பின் பெண்ணிருக்கிறாளே, அவளைத்தான் பார்க்கப் போகிறேன். அவள் உடம்பு சரியில்லாமல் போய்விட்டது. தற்சமயம் தேவலை”

மாலதி சென்றதுமே, மேஹ்தா மீண்டும் படுத்துக் கொண்டு விட்டார். மாலதி கையை வைத்ததுமே வலி எப்படிப் போய் விட்டது என்பது அவருக்குப் புரியவில்லை. நிச்சயம் அவளிடம் ஏதோவொரு அபூர்வசக்தி உள்ளது. இது அவளது தவம்,

தனது கருமத்திலே மனம் ஒன்றிக் கடமையாற்றுவதால் கிடைத்துள்ள வரம். மாலதி பெண்மையின் மிக உயர்ந்த இலட்சியத்தை எட்டி விட்டாள். அங்கு அவள் ஒளிமிகுந்த ஒரு தாரகைபோல் பிரகாசிக்கின்றாள். இப்பொழுது அவள் காதலுக்குரியவள் அல்ல, பக்திக்குரியவள். போற்றுதலுக்குரியவள். இப்பொழுது அவள் எளிதில் கிட்டாத அரிய தொன்றாகி விட்டாள். மனமொன்றிச் செயலாற்றுபவர்களுக்கு அதுதான் உழைப்பின் தாரக மந்திரம். மேஹ்தா காதலின் எத்தகைய சுகத்தைப் பற்றிக் கற்பனை செய்து கொண்டிருந்தாரோ, அதை, சிரத்தையானது, பின்னும் ஆழமானதாக, உற்சாகத்தை அளிக்கக் கூடியதாய் செய்துவிட்டது. காதலில் கொஞ்சம் ஊடலுமிருக்கும், கொஞ்சம் மகத்துவமுமிருக்கும். பக்தி பூர்வமான சிரத்தை தன்னையே அழித்துக் கொண்டு விடுகிறது. அவ்வாறு தன்னை கரைத்துக் கொள்வதையே தனக்கு விருப்பமானதாகவும் செய்துகொண்டு விடுகிறது. காதல் அதிகாரம் செய்ய விரும்புகிறது. தான் அளிப்பதற்குப் பிரதியாக பதிலுக்கு எதையோ விரும்பவும் செய்கிறது. சிரத்தையிலோ எல்லையற்ற, மகிழ்ச்சி, தன்னையே சமர்ப்பித்துக் கொள்வதுதான். அதில் தானென்ற உணர்வு முற்றிலும் அழிந்து விடுகிறது.

மேஹ்தா எழுதிக் கொண்டிருந்த மாபெரும் நூல் முடிவடைந்து விட்டது. கடந்த மூன்றாண்டுகளாக அவர் அதை எழுதிக் கொண்டிருந்தார். இந்நூலை அவர் மாலதிக்குச் சமர்ப்பணம் செய்திருந்தார். அதன் பிரதிகள் இங்கிலாந்திலிருந்து வந்த அன்று ஒரு பிரதியை அவர் மாலதிக்கு அளித்தார். தன் பெயருக்கு அந்நூல் சமர்ப்பிக்கப்பட்டிருப்பதைக் கண்டு அவள் வியப்பும், துயரமும் ஒருங்கே அடைந்தாள்.

“இதென்ன இப்படிச் செய்து விட்டீர்கள்! நான் இதற்குத் தகுந்தவளாக என்னை நினைக்கவில்லை” எனறாள் மாலதி.

“ஆனால் நான் நினைக்கிறேன்” - எனப் பெருமிதத்துடன் கூறினார் மேஹ்தா. “இது ஒன்றுமேயில்லை. எனக்கு நூறு உயிரிருந்தால் அவற்றை உன் காலடியில் சமர்ப்பித்து விடுவேன்.”

“என் மீதா? தன்னலம் தவிர வேறெதையுமே அறியாதவளுக்கா?”

“உனது தியாகத்தின் ஒரு துளியேனும் எனக்குக் கிடைத்தால், நான் என்னையே தன்யனாகக் கருதுவேன். நீ தேவி.”

“கற்சிலை.. என்று ஏன் கூறவில்லை?”

“தியாகம், புனிதம், மங்கலம்.”

“அப்படியென்றால், நீங்கள் என்னைப் புரிந்து கொண்டது அவ்வளவுதான். நான்...... தியாகமா? நான் தங்களிடம் உண்மையைச் சொல்லுகிறேன். சேவை, தியாகமென்பதெல்லாம் என் மனத்தில் ஒரு பொழுதுமில்லை. நான் செய்வதெல்லாம் வெளிப்படையான, மறைமுகமான தன்னலத்திற்காகத்தான் செய்கிறேன். நான் பாடுவது தியாகத்தினால் அல்ல. என் பாட்டால், துன்புற்ற உள்ளங்களுக்கு ஆறுதல் கிட்டுகிறது என்பதாலும் அல்ல. இதனால் என் மனம் சந்தோஷமடைகிறது என்பதால்தான். இது போல்தான் ஏழை எளியவர்களுக்கு வைத்தியம் செய்கிறேன். இதுவும் என் உள்ளத்தின் திருப்திக்காகத்தான். மன நிறைவிற்காகத்தான். ஒருக்கால் மனத்தின்

அகங்காரம் இதனை இன்பமென நினைக்கிறது போலும். நீங்கள் என்னை வேண்டுமென்றே தேவியாக்கப் பார்க்கிறீர்கள். தூப, தீபமெடுத்து என்னைப் பூசிப்பதுதான் பாக்கி."

"அதைத்தான் நான் பல வருடங்களாகச் செய்து கொண்டிருக்கிறேன். வரம் கிடைக்காத வரையில் செய்து கொண்டே இருப்பேன்."

"வரம் பெற்றபின் தேவியை ஆலயத்திலிருந்து வெளியேற்றியும் விடலாம் அல்லவா?" எனக் கிண்டல் செய்தாள் மாலதி.

மேஹ்தா சமாளித்துக் கொண்டார் - "அப்பொழுது நானென்று தனித்து எதுவுமிராது. உபாசகன், தான் உபாசிக்கும் தெய்வத்துடன் இரண்டறக் கலந்து விடுவான்."

மாலதி கம்பீரத்துடன் - "இல்லை ..... மேஹ்தாஜி! நான் பல மாதங்களாக இப்பிரச்சனை பற்றிச் சிந்தித்துக் கொண்டு தானிருக்கிறேன். கடைசியில் நானொரு முடிவிற்கு வந்துள்ளேன். கணவன் மனைவியாக வாழ்வதைவிட நண்பர்களாக வாழ்வது பின்னும் இன்பமானது. நீங்கள் என்னை நேசிக்கிறீர்கள், என்மீது நம்பிக்கை வைத்துள்ளீர்கள், அவசியம் நேர்ந்தால் எனக்காக உயிரையும் தருவீர்கள் என்று எனக்கு நம்பிக்கையுள்ளது. நீங்கள் எனக்கு வழிகாட்டி மட்டுமல்ல, எனது பாதுகாவலராகவும் நான் உணருகிறேன். நானும் தங்களை நேசிக்கிறேன். உங்களிடம் எனக்கு நம்பிக்கையுள்ளது. உங்களுக்காக, நான் செய்ய இயலாத தியாகமே எதுவுமில்லை. இதே வழியில் இறுதி வரையில் நான் உறுதியுடன் நிலைத்திருக்கக் கடவுள் அருள் புரிய வேண்டும் எனப் பிரார்த்திக்கிறேன். நமது வாழ்வும் முழுமைபெற, நமது ஆத்மா உன்னதம் அடைய இன்னமும் வேறென்ன வேண்டும்! நமக்கெனச் சின்னஞ்சிறு குடும்பமொன்றை உருவாக்கி, நம்முடைய உள்ளங்களைச் சிறியதொரு கூண்டிற்குள் அடைத்துக்கொண்டு, நம்முடைய சுக துக்கங்களை நம் வரையிலேயே நிறுத்திக் கொண்டு நாம் எல்லையற்றதொரு சக்தியின் அண்மையை அடைய முடியுமா? அது நமது பாதையில் இடையூறுகளை ஏற்படுத்தும். ஒருசில அபூர்வமானவர்கள் இருப்பார்கள். கால்களில் இந்த விலங்கை இட்டுக் கொண்ட பின்னும் முன்னேற்றப் பாதையில் அவர்களால் முன்னேறிச் செல்ல முடியும். சென்று கொண்டுமிருக்கிறார்கள். முழுமையை அடைய, குடும்ப வாழ்வின் அன்பு, தியாகம், தன்னையே பலியிட்டுக் கொள்ளுதல் போன்றவை மிகவும் முக்கியமானவை என்பதையும் நான் அறிவேன். ஆனால் என் மனத்தை அத்தனை தூரம் உறுதிப் படுத்திக்கொள்ள இயலவில்லை. தன்னுடையது என்ற உணர்வு, பற்று இல்லாத வரையில், வாழ்க்கையின்பால் ஆசையுமில்லை. தன்னலத்தின் அழுத்தமுமில்லை. மோகவயப்பட்டு நமது உள்ளம் ஆசைகொண்டு பந்தத்திற்குள் தன்னை ஆழ்த்திக் கொள்கிறதோ, அக்கணமே நமது மனிதாபிமானத்தின் பரப்புச் சுருங்கிக் கொண்டுவிடும். புதிய புதிய பொறுப்புகள் வந்து சேரும். நமது சக்தி முழுவதும் அவற்றை

நிறைவேற்றுவதிலேயே ஈடுபட்டு விடும். தங்களைப் போன்ற சிந்தனையாளரை, பேராற்றால் மிகுந்த அறிஞரை நான் இந்தக் கூண்டில் அடைக்க விரும்பவில்லை. இன்று வரை உமது வாழ்வு ஒரு வேள்வி. அதில் தன்னலத்திற்கு மிகச் சிறிய இடம்தான். நான் அதனை தாழ்வை நோக்கி இழுத்துச் செல்ல விரும்பவில்லை. இவ்வுலகத்தையே தனதென நினைக்கும் அளவிற்கு தன்னையே விரிவாக்கிக் கொள்ளும் உம்மைப் போன்ற சாதனையாளர்கள் இவ்வுலகத்திற்குத் தேவை. உலகத்தில் அநியாயம், வன்முறை, பயத்திலிருந்து காப்பாற்றும்படி அறைகூவல் எழுந்துள்ளது. கொடுநோய் போல் அநியாயம், அதர்மம், குருட்டு நம்பிக்கைகள், சுயநலம் தாண்டவமாடுகின்றன. அந்த அபாயக்குரலை நீங்களும் கேட்டிருக்கிறீர்கள். நீங்கள் காது கொடுத்து கேட்காவிடில், கேட்க கூடியவர்கள் வேறெங்கிருந்து வரப்போகிறார்கள்? பொய்மைவாதிகளைப்போல் நீங்களும் காதுகளை மூடிக்கொண்டு விட இயலாது. உமக்கு அத்தகைய வாழ்க்கை சுமையாகிவிடும். உங்களுடைய கல்வி, அறிவு, புத்தி, உமக்குள் விழித்திருக்கும் மனிதத்தன்மையை மேலும் உற்சாகத்துடன், வலிமையுடன் அதே பாதையில் இட்டுச் செல்லுங்கள். நானும் உங்கள் அடியொற்றி வருகிறேன். உங்கள் வாழ்வுடன் என் வாழ்வும் பயனுள்ளதாகிவிடும். தங்களிடம் எனது வேண்டுகோள் இதுதான். உங்கள் மனம் உலகாயத வாழ்வை நோக்கித் தாவுகிறதென்றால், நான் என்னால் இயன்றளவு உங்களை அதிலிருந்து விலக்குவேன். நான் தோல்வியடையாமலிருக்க கடவுள் அருளட்டும். ஆனால் அப்படி நேர்ந்தால் இரண்டு சொட்டு கண்ணீருடன் உம்மை விட்டு விடுவேன். என்னுடைய முடிவு என்னவாகும்? எங்கே போய் சேருவேன் என்று என்னால் கூற இயலாது. அது எதுவாக இருந்தாலும் இந்த பந்தமாக இராது. சொல்லுங்கள்! எனக்கு என்ன கட்டளை இடுகிறீர்கள்?"

தலை குனிந்த வண்ணம் மேஹ்தா அவள் கூறுவதையெல்லாம் கேட்டுக் கொண்டிருந்தார். ஒவ்வொரு சொல்லும் இதுவரை ஒரு பொழுதும் திறக்காத அகக்கண்களை திறந்துக் கொண்டிருந்தது. இதுவரை கனவுச் சித்திரங்கள்போல் அவர் முன்னே தோன்றிக் கொண்டிருந்த எண்ணங்கள், வாழ்வின் சத்யங்களாகி துடித்தெழுந்தன. தனது உடலின் ஒவ்வொரு அணுவிலும் அவர் புத்தொளியை, புத்துணர்ச்சியை உணர்ந்து கொண்டிருந்தார். வாழ்க்கையின் மகத்தான சங்கல்பங்களின் கணங்களில் நமது குழந்தைப் பருவம் நம் கண்முன்னே மீண்டும் வருகிறது. மேஹ்தாவின் கண்களில் இளம் பருவத்தின் நினைவுகள், தன் தாயின் மடியிலமர்ந்து இனிய இன்பத்தை அனுபவித்த கணங்கள் உயிர் பெற்றெழுந்தன. எங்கே இருக்கிறாள் அந்தத் தாய்? வந்து தன் மகனின் நற்கீர்த்தியைக் காணட்டும். என்னை ஆசீர்வதிக்கட்டும். உன்னுடைய பிடிவாதக்காரனான மகன் இன்று புதிய ஜன்மம் எடுத்துக் கொண்டிருக்கிறான். அவர் மாலதியின் இரு

பாதங்களையும் பிடித்துக் கொண்டு நடுங்கும் குரலில், "உனது கட்டளையை ஏற்றுக் கொள்கிறேன், மாலதி" என்றார்.

இருவரும் இறுகத் தழுவிக்கொண்டு ஆலிங்கனத்தில் கட்டுண்டனர். இருவரது விழிகளிலிருந்தும் கண்ணீர் தாரையாகப் பெருகியது.

❑

34

சிலியாவின் மகனுக்கு இரண்டு வயதாகிவிட்டது. கிராமம் முழுவதும் ஓடியாடுகிறான். யாருக்குப் புரிந்தாலும் புரியாவிட்டாலும் தன்னுடைய விசித்திரமான மொழியில் பேசுகிறான். அவனுடைய மொழியில் ரொட்டி, ஓடி, தூத்துத், சாக்... தௌலி.... பிராணிகள் எழுப்பும் குரல்களை அப்படியே திருப்பிச் சொல்லுகிறான். கேட்பவர்களுக்குச் சிரித்துச் சிரித்து வயிற்றை வலிக்கவாரம்பிக்கிறது. ஏய் ராமு... நாய் எப்படிடா கத்துகிறது? என்றால் பௌ..பௌ.. என்றவாறு கடிக்க ஓடுவான். பூனை எப்படிக் கத்துகிறது என்றால், மியாவ் மியாவ் என்றவாறே உற்றுப் பார்த்து, நகங்களால் பிறாண்டுவான். ரொம்பவும் சந்தோஷமான குழந்தை. எப்பொழுதும் விளையாட்டுத்தான். சாப்பாடு, தூக்கம், பசி, தாகம் எதுவுமில்லை. வாசலிலிருந்த வேப்பமரத்தடியில் மண்ணை வாரிக் குவித்து, அதில் புரள்வதும், தலையில் வாரிப் போட்டுக் கொள்வதும், குவிப்பதும், வீடு கட்டுவதும்தான் அவனுடைய மிக சந்தோஷமான நேரங்கள். தன் வயதொத்த குழந்தைகளுடன், அவனுக்கு ஒரு கணம்கூட ஒத்து வராது. தன்னுடன் விளையாட அவர்கள் தகுதியற்றவர்கள் என நினைத்தானோ என்னவோ!

"உன் பெயரென்ன?" என்று யாரேனும் கேட்டால், உடனே, "லாமூ" என்பான்.

"உன் அப்பாவின் பெயர்?"

"மாதாதீன்."

"உன் அம்மாவின் பெயர்?"

"சிலியா."

"தாதாதீன் யார்?"

"என்னுடைய தாத்தா"

யார் அவனுக்குத் தாதாதீனின் உறவைச் சொல்லிக் கொடுத்தார்களோ தெரியாது.

ராமுவிற்கும் ரூபாவிற்கும் ரொம்பவும் ஒத்துப்போகும். அவன் ரூபாவின் விளையாட்டுப் பொம்மை. அவள் அவனை வாசனை பொடி தேய்த்து குளிப்பாட்டுவாள். மை தீட்டுவாள். தலை வாரி

விடுவாள். தன் கையால் சாதம் ஊட்டுவாள். சிலசமயம் மடியில் வைத்துக்கொண்டே தூங்கி விடுவாள். நீ எல்லாவற்றையும் தீண்டலாக்கி விடுகிறாய் என்று தனியா மிரட்டுவாள். ஆனால் அவள் யார் கூறுவதையும் கேட்கமாட்டாள். கிழிசல் துணியில் தைத்த பொம்மைகள் அவளுக்குத் தாயாகக் கற்றுக் கொடுத்தன. அந்தத் தாய்மை உணர்வுக்கு உயிருள்ள பொம்மை கிடைத்துவிட்டது. இனி வெறும் பொம்மைகள் அவளைத் திருப்தி செய்ய இயலாது. ஹோரியின் வீட்டின் பின்புறத்தில் ஒரு காலத்தில் இருந்த தொழுவத்தில் குட்டிச் சுவரில் சிலியா தனக்கென்று ஒரு ஓலைக் குடிசை போட்டுக்கொண்டு வசித்து வந்தாள். ஹோரியின் வீட்டிலேயே வாழ்நாள் முழுவதையும் கழிக்க முடியாதே!

மாதாதீன் பல நூறு ரூபாய்கள் செலவழித்த பின் முடிவில் காசிப் பண்டிதர்கள் அவனை மீண்டும் பிராமணன் ஆக்கிவிட்டனர். அன்றய தினம் பெரிய ஹோமம் நடந்தது. நிறைய பிராமணர்களுக்கு சாப்பாடு போடப்பட்டது. மந்திரங்களும் சுலோகங்களும் படிக்கப் பட்டன. மாதாதீன் பசுவின் மூத்திரத்தைக் குடிக்க வேண்டி இருந்தது. பசுச் சாணத்தை விழுங்க வேண்டியிருந்தது. பசும் சாணத்தினால் அவனது உள்ளம் தூய்மை அடைந்துவிட்டது. கோமூத்திரத்தினால் அவனது ஆத்மாவின் அசுத்தம் அகன்று விட்டது. கிருமிகள் செத்து விட்டன.

ஆனால் ஓர் விதத்தில் இந்தப் பிராயச்சித்தம் உண்மையிலேயே அவனைத் தூய்மைப் படுத்திவிட்டது. ஹோமத்தின் அக்கினிக் குண்டத்தில் அவனது மனிதத்தன்மை புதுமெருகு பெற்றது. ஓமகுண்டத்திலிருந்தெழுந்த ஜுவாலையில் தர்மத்தின் தூண்களை அவன் நன்கறிந்து கொண்டான். அன்றிலிருந்து, தர்மம் என்ற பெயரே அவனுக்கு வெறுத்துவிட்டது. அவன் பூணூலை அவிழ்த்தெறிந்து விட்டான். தனது புரோகிதத் தொழிலுக்குக் கங்கையில் ஒரு முழுக்குப் போட்டு விட்டான். இப்பொழுது அவன் பக்கா விவசாயி. பண்டிதர்கள் அவன் பிராமணன் என்பதை ஏற்றுக் கொண்டு விட்டாலும், மக்கள் அவன் கையால் தண்ணீர்கூட குடிப்பதில்லை. அவனிடம் முஹூர்த்தம் பார்த்துச் சொல்லும்படி சொல்லுகிறார்கள். நல்ல நேரம், சகுனம், லக்னம் பற்றி ஆலோசனை கேட்கின்றனர். பண்டிகை நாட்களில் தானம்கூட கொடுக்கிறார்கள். ஆனால் அவன் தங்கள் பாத்திரத்தைகூடத் தொடவிடுவதில்லை.

சிலியாவிற்கு மகன் பிறந்த அன்று அவன் இரண்டு மடங்கு "பங்கி" குடித்தான். கர்வத்தினால் அவன் இதயம் பூரித்தது. விரல்கள் அடிக்கடி மீசையைத் திருகி விட்டுக் கொண்டன. குழந்தை எப்படி இருக்கும்? தன்னைப் போலவா? எப்படிப் போய்ப்பார்ப்பது? மனதிற்குள் துக்கப்பட்டுக் கொண்டான்.

மூன்றாவது நாள் ரூபாவை வயலில் பார்த்தான். "ஏய்! ரூபியா! சிலியாவின் பிள்ளையைப் பார்த்தாயா?" என்று கேட்டான்.

"பார்க்காமல் என்ன! சிகப்பாய் இருக்கிறான். பெரிய பெரிய கண்கள். குண்டாய் இருக்கிறான். தலை முழுவதும் சுருட்டை மயிர். கொட்டக் கொட்டப் பார்க்கிறான்" என்றாள்.

மாதாதீனின் உள்ளத்தில் அக்குழந்தை வந்தமர்ந்துவிட்டது. கையையும், காலையும் ஆட்டியது. அவன் கிழிகள் இறங்கின. அவன் ரூபாவின் மடியிலிருந்து குழந்தையை எடுத்துக் கொண்டான். தனது தோளில் போட்டுக் கொண்டான். பிறகு எடுத்து அதன் கன்னங்களில் முத்தமிட்டான்.

ரூபா தலை மயிரை ஒதுக்கிவிட்டுக் கொண்டவாறே துணிச்சலுடன் – "வா! உனக்குத் தூரத்திலிருந்து காட்டுகிறேன். தாழ்வாரத்தில்தான் இருக்கிறான். சிலியா அக்கா ஏனோ எப்பொழுது பார்த்தாலும் அழுதுகொண்டே இருக்கிறாள்" என்றாள்.

மாதாதீன் முகத்தைத் திருப்பிக் கொண்டான். கண்களில் நீர் தளும்பியது. உதடுகள் துடித்தன.

அன்றிரவு கிராமம் முழுவதும் உறக்கத்திலாழ்ந்து விட்டது. யாவும் இருளில் மூழ்கிவிட்டதும், மாதாதீன் சிலியாவின் இருப்பிடத்திற்கு வந்தான். குழந்தையின் அழுகுரலைக் கேட்டான். அதில் ஆனந்தமும், மாதுர்யமும், உலகம் முழுவதின் இசையும் நிறைந்திருந்தது போலிருந்தது.

சிலியா குழந்தையை ஹோரியின் வீட்டில் தொட்டிலில் தூங்க வைத்துவிட்டுக் கூலி வேலைக்குப் போய்விடுவாள். மாதாதீன் ஏதோவொரு சாக்காக ஹோரியின் வீட்டிற்கு வருவதுபோல் வந்து, ஓரக்கண்ணால் குழந்தையைப் பார்த்து, தன் உள்ளத்தையும், கண்களையும், உயிரையும் குளிரச் செய்து கொள்வான்.

தனியா சிரித்துக் கொண்டே – "ஏன் வெட்கப்படுகிறாய்? குழந்தையை எடுத்துக் கொள். கொஞ்சு. உன்னைப் போலவே இருக்கிறான். என்னதான் கல் நெஞ்சோ உனக்கு!" என்பாள்.

மாதாதீன் இரண்டொரு ரூபாய்கள் சிலியாவின் பக்கம் வீசிவிட்டு வெளியேறிவிடுவான். குழந்தையுடன் கூடவே அவனது உள்ளமும் வளர்ந்தது, மலர்ந்தது, ஒளிர்ந்தது. இப்பொழுது அவனது வாழ்க்கைக்கு ஒரு லட்சியமிருந்தது. ஒரு விரதமிருந்தது. அவனிடத்தில் இப்பொழுது புலனடக்கம், பொறுப்பு, கம்பீரம் வந்து விட்டது.

ஒருநாள் குழந்தை ராமு தொட்டிலில் படுத்திருந்தான். தனியா எங்கோ போயிருந்தாள். ரூபாவும் விளையாடப் போயிருந்தாள். வீட்டில் ஒருவருமில்லை. அச்சமயம் மாதாதீன் அங்கு போய் சேர்ந்தான். குழந்தை நீல வானத்தைப் பார்த்துக்கொண்டு கையையும், காலையும், ஆட்டிக் கொண்டிருந்தது. வாழ்வின் உல்லாசம் புத்தம் புதியதாய், அதனுள்ளே மலர்ந்திருக்க அது சிரித்துக் கொண்டிருந்தது. மாதாதீனைப் பார்த்துச் சிரித்தது. மாதாதீன் அன்பின் வயப்பட்டான். குழந்தையை எடுத்து மார்புடன் அணைத்துக் கொண்டான். அவனது உடல் முழுவதும் இதயமெல்லாம்.... அவனது உயிரும்கூட நீரலைகளில் ஒளிக் கீற்றுகள் சிலிர்ப்பதுபோல், புளகாங்கிதம் அடைந்தது. குழந்தையின் ஆழ்ந்த, நிர்மலமான, ஆழம் காண இயலாத மகிழ்ச்சி ததும்பும் விழிகளில் வாழ்க்கையின் உண்மை கிட்டிவிட்டதுபோல் அவனுக்குத் தோன்றியது. கூடவே ஒருவித பயமும் தோன்றியது. குழந்தையின் அக்கருவிழிகள் தன் இதயத்தில் குத்துவது போன்ற உணர்வு. அவன்

எத்தனை தூய்மையற்ற.. கயவன்! இறைவன் அளித்திருக்கும் இப்பிரசாதத்தை அவன் தீண்டுவது எப்படி? பதைக்கும் மனத்துடன் அவன் குழந்தையை மீண்டும் தொட்டிலில் விட்டுவிட்டான். இதற்குள் ரூபா வெளியிலிருந்து வந்து விடவே அவன் வெளியேறி விட்டான்.

ஒருநாள் பலத்த ஆலங்கட்டி மழை பெய்தது. சிலியா புல்கட்டை எடுத்துக்கொண்டு கடைத்தெருவுக்குப் போயிருந்தாள். ரூபா தன் விளையாட்டில் ஈடுபட்டிருந்தாள். குழந்தை ராமு உட்காரத் துவங்கி இருந்தான். கொஞ்சம் நீந்திச் செல்லவும் ஆரம்பித்திருந்தான். முற்றத்தில் பருத்திக் கொட்டை காயப் போட்டிருந்தது. குழந்தை அதைப் பார்த்து பதாசா (தின்பண்டம்) என நினைத்து விட்டது. கொஞ்சம் எடுத்துச் சாப்பிட்டுவிட்டு முற்றத்தில் விளையாடியது. இரவு அதற்கு சுரம் வந்துவிட்டது. மறுநாள் அது நிமோனியா ஆகி விட்டது. மூன்றாம் நாள் மாலையில் சிலியாவின் மடியிலேயே குழந்தை உயிர் நீத்து விட்டது.

குழந்தை இறந்த பின்னும்கூட சிலியாவின் வாழ்க்கைக்கு கேந்திரமாக விளங்கியது. அவளுடைய ஸ்தனங்களில்பால் பொங்கி வந்து, தலைப்பை நனைத்து விடும். அக்கணமே கண்ணிலிருந்தும் கண்ணீர் பெருகும். முன்பெல்லாம் தன் வேலைகளெல்லாம் முடிந்த பின் இரவு ராமுவை நெஞ்சோடு அணைத்துக் கொண்டு பால் கொடுக்கவாரம்பித்தாள். உள்ளத்தில் புத்துணர்ச்சி ஏற்படும். அழகான பாடல்களைப் பாடுவாள். இனிய கனவுகளைக் காண்பாள். புதியதொரு உலகைக் கற்பனை செய்து கொள்ளுவாள். அவ்வுலகில் ராமுதான் ராஜாவாக இருப்பான். இப்பொழுது தன் வேலைகளை யெல்லாம் முடித்ததும், சிலியா சூனியம் நிலவிய தன் குடிலில் படுத்து அழுது கொண்டிருந்தாள். பறந்து போய்விட அவளது உயிர் துடித்தது. தவித்தது. அவள் கண்மணி ராமு இப்பொழுது எந்த உலகத்தில் விளையாடிக் கொண்டிருந்தானோ அங்கு செல்ல அவள் துடித்தாள். கிராமம் முழுவதுமே அவள் துக்கத்தில் பங்கெடுத்துக் கொண்டது. ராமு எத்தனை துடிப்பான, துருதுருவென்றிருப்பான். யார் கூப்பிட்டாலும் உடனே வந்து விடுவானே! இறந்த பின்னும் கைக்கு எட்டாத நிலைக்கு சென்றபின் அவன் யாவருக்கும் இன்னும் பிரியமானவனாகிவிட்டான். அவனது நிழல் அவனைவிட அழகானதாக, துருதுருப்பானதாக, மனத்தைக் கொள்ளைக் கொள்ளக் கூடியதாயிருந்தது.

அன்றைய தினம் தயக்கமோ, பயமோயின்றி மனம் திறந்து வெளிப்படையாக நடந்துகொண்டான். காற்றுக்காக திரை இருக்கிறது. புயலடித்தால் திரையைத் தூக்கி வைத்து விடுகிறோம் அல்லவா? இல்லையெனில் அது காற்றில் அடித்துக் கொண்டு போய் விடக்கூடாதல்லவா? மாதாதீன் குழந்தையின் சடலத்தை தன்னிரு கரங்களினாலும் எடுத்துக்கொண்டு தனியாகவே ஆற்றங்கரைக்குச் சென்றான். ஆறு ஒரு மைல் அகலமான தனது பரப்பைச் சுருக்கிக் கொண்டு மெல்லிய தாரையாக ஓடிக்கொண்டிருந்தது. அவனது கைகள் எட்டு நாட்கள் வரை சரியாகவில்லை. அன்றய தினம் அவன் கொஞ்சமும் வெட்கப்படவில்லை. சற்றும் தயங்கவில்லை.

யாரும் எதும் சொல்லவுமில்லை. மாறாக எல்லோரும் அவனது துணிச்சலையும் உறுதியையும் புகழ்ந்தார்கள்.

"இதுதான் ஒரு ஆண் பிள்ளையின் தருமம். யாருடைய கையைப் பிடித்தானோ அவளை ஏன் விடவேண்டும்?"

தனியா விழிகளை உருட்டி - "ரொம்பவும் புகழாதே. பற்றிக் கொண்டு வருகிறது. இதுதான் ஆண் பிள்ளைத்தனமா? இம்மாதிரி ஆண்பிள்ளையை ஆண்மையில்லாதவன் என்றுதான் சொல்லுவேன். அவன் கையைப் பிடித்தபோது, சிலியா என்ன பிராமணத்தியாகி விட்டிருந்தாளா?"

ஒருமாதம்கழிந்து விட்டது. சிலியா மீண்டும் கூலி வேலைக்குச் செல்லவாரம்பித்தாள். ஒருநாள் மாலையாகி விட்டது. பௌர்ணமி நிலவு முகம் மலரச் சிரித்துக்கொண்டு வானத்தில் எழும்பிக் கொண்டிருந்தது. அறுவடையாகியிருந்த வயலில் சிதறிக் கிடந்த பார்லிக் கதிர்களைப் பொறுக்கிக் கூடையில் சேகரித்துக் கொண்டிருந்தவள், வீடு திரும்ப நினைத்தபோது, அவள் பார்வை நிலவின் மீது வீழ்ந்தது. அதனுடன் கூடவே வேதனை நிரம்பிய நினைவுகளின் ஊற்றுக் கண்ணும் திறந்து விட்டது. பொங்கி வந்த பாலினால் சேலையின் தலைப்பும் முகம் கண்ணீராலும் ஈரமாகியது. அந்த அழுகையை அனுபவிப்பவள்போல் அவள் தலையைக் குனிந்து கொண்டாள்.

சட்டென யாருடைய காலடிச் சத்தமோ கேட்கவே அவள் திடுக்கிட்டுப் போனாள். மாதாதீன் பின்னாலிருந்து வெளிப்பட்டு அவள் முன் வந்து நின்று - "சிலியா! இன்னமும் எத்தனை நாட்களுக்கு அழுது கொண்டிருப்பாய்? அழுவதினால் அவன் திரும்பி வரப் போகிறானா?" என்றவன், இதைக் கூறும்போதே அழுது விட்டான்.

சிலியா தொண்டை வரை வந்த கடுமையான சொற்களை விழுங்கிக் கொண்டாள். தன்னைச் சமாளித்துக் கொண்டு - "இன்று இங்கே எங்கே வந்தீர்" என்றாள்.

மாதாதீன் பயந்து கொண்டே - "இந்த வழியாகப் போய்க் கொண்டிருந்தேன். நீ உட்கார்ந்திருப்பதைக் கண்டதும் வந்தேன்" என்றான்.

"நீர் குழந்தையுடன் விளையாடியதுகூட இல்லை."

"இல்லை! சிலியா! ஒருநாள் விளையாடினேன்."

"உண்மையாகவா?"

"நீ எங்கே போயிருந்தாய்?"

"கடைத்தெருவிற்கு"

"நீர் எடுத்துக் கொண்டதும் அழவில்லையா?"

"இல்லை, சிலியா, சிரித்தான்."

"சத்யமாக."

"ஒரே ஒருநாள்தான் விளையாடினீர்களா?"

"ஆமாம்! ஒரே ஒருநாள்தான். ஆனால் தினமும் வந்து பார்ப்பேன். அவன் தொட்டிலில் விளையாடுவதைப் பார்ப்பேன். பிறகு மனத்தைக் கட்டுப்படுத்திக் கொண்டு போய் விடுவேன்."

"உங்கள் மாதிரியேதானிருந்தான்."

"அன்றய தினம் அவனை ஏன் கையில் எடுத்துக் கொண்டேன் என்று பச்சாதாபப்படுகிறேன். இது என் பாவத்திற்குக் கிடைத்துள்ள தண்டனை."

சிலியாவின் விழிகளில் அவனை மன்னிக்கும் பாவனை மிளிர்ந்தது. அவள் கூடையைத் தலை மீது வைத்துக் கொண்டு வீட்டை நோக்கி நடந்தாள். மாதாதீனும் அவள் கூடவே நடந்தான்.

"இப்பொழுதெல்லாம் நான் தனியா அக்காவின் வீட்டின் வராந்தாவில்தான் படுக்கிறேன். என்னுடைய குடிசையில் படுக்கப் பிடிக்கவில்லை" என்றாள் சிலியா.

"தனியா எனக்குப் புத்தி சொல்லிக் கொண்டேயிருந்தாள்"

"உண்மையாகவா?"

"ஆமாம். என்னைப் பார்க்கும்போதெல்லாம் சொல்லுவாள்."

கிராமம் நெருங்கியதும், "சரி, இங்கிருந்து உங்கள் வீட்டிற்குப் போய் விடுங்கள். எங்கேயாவது பண்டிதர் பார்த்து விடப் போகிறார்" என்றாள் சிலியா.

மாதாதீன் கழுத்தை உயர்த்தி - "இனி எனக்கு யாரிடமும் பயமில்லை" என்றான்.

"வீட்டை விட்டுத் துரத்திவிட்டால், எங்கே போவீர்?"

"நான் எனக்கென்று வீடு கட்டிக் கொண்டாகிவிட்டது."

"உண்மையாகவா?"

"ஆமாம். உண்மையாகத்தான்."

"எங்கே? நான் பார்க்கவில்லையே."

"நட.... காட்டுகிறேன்."

இருவரும் மேலே நடந்தார்கள். மாதாதீன் முன்னால் சிலியா பின்னால். ஹோரியின் வீடு வந்துவிட்டது. மாதாதீன் அவ்வீட்டின் பின்னால் சென்று சிலியாவின் குடிசையின் வாசலில் நின்று கொண்டு - "இனி இதுதான் நம்முடைய வீடு" என்றான்.

சிலியா அவநம்பிக்கையும் துயரமும் கிண்டலும் நிறைந்த குரலில் - "இது சக்கிலியப் பெண் சிலியாவின் குடிசை" என்றாள்.

மாதாதீன் குடிசையின் வாசல் தட்டியைத் திறந்தவாறே - "இது என் தேவியின் ஆலயம்" என்றான்.

சிலியாவின் விழிகள் மின்னின - "ஆலயம் என்றால் ஒரு லோட்டா தண்ணீரைக் கொட்டிவிட்டுப் போங்கள்" என்றாள்.

மாதாதீன் அவளது தலையிலிருந்த கூடையைக் கீழே இறக்கியவாறே நடுங்கும் குரலில் - "இல்லை சிலியா! என் உயிர் இருக்கும் வரையில் உன் காலடியில்தானிருப்பேன். உன்னையே பூசிப்பேன்" என்றான்.

"நீங்கள் பொய் சொல்லுகிறீர்கள்."

"இல்லை. உன் கால்களைத் தொட்டுச் சொல்லுகிறேன். கணக்குப் பிள்ளையின் பிள்ளை புனேசரி உன் பின்னால் சுற்றினான். நீ அவனை நன்றாக மிரட்டி விட்டாய் என்று என் காதில் வீழ்ந்தது."

"உம்மிடம் யார் சொன்னது?"

"புனேசரி தானே என்னிடம் சொன்னான்."

"உண்மையாகவா?"

"உண்மையாக."

சிலியா தீப்பெட்டியை எடுத்து குப்பி விளக்கை ஏற்றினாள். ஒரு மூலையில் மண்பானையிருந்தது. இன்னொருபுறம் அடுப்பு. அதனருகில் இரண்டொரு பித்தளைப் பாத்திரங்கள், இரும்பு வாணாய் முதலியன துலக்கப்பட்டு கவிழ்க்கப் பட்டிருந்தன. நடுவில் வைக்கோல் பரப்பி இருந்தது. இதுதான் சிலியாவின் படுக்கை. இப்படுக்கையின் தலைமாட்டில் ராமுவின் சிறிய தொட்டில், கண்ணீர் வடித்துக் கொண்டிருந்தது. அதனருகே இரண்டொரு பொம்மைகள் தலையும் காலும் உடைந்த நிலையில் கிடந்தன. அதனை விளையாடுபவனே இல்லாதபோது அதை யார் கவனிக்கப் போகிறார்கள்? மாதாதீன் வைக்கோல்மீது அமர்ந்து கொண்டான். நெஞ்சிலிருந்து விம்மல் வெடித்தெழுந்தது. நன்றாக உரக்க அழ வேண்டும் போலிருந்தது.

சிலியா அவனது முதுகின் மீது தன் கரத்தை வைத்து, "உங்களுக்கு எப்பொழுதேனும் என் நினைவு வருமா?"

மாதாதீன் அவளது கரத்தைப் பற்றித் தன் நெஞ்சில் வைத்து - "நீ எப்பொழுதும் என் கண் முன்னாலேயே இருந்து கொண்டிருந்தாய். உனக்கு என் நினைவு எப்பொழுதாவது வந்ததா?" என்றான்.

"உம்மீது எனக்கு ஆத்திரமாக இருந்தது."

"என் மீது இரக்கம் வரவில்லையா?"

"இல்லவே இல்லை."

"அப்படியென்றால் புனேசரி?"

"போதும் திட்டாதே! ஊரார் என்ன சொல்லுவார்களோ என நான் பயந்து கொண்டிருக்கிறேன்."

"நல்லவர்கள், இதுதான் என்னுடைய தருமம், கடமை என்பார்கள். கெட்டவர்கள் - அவர்களைப் பற்றி நான் கவலைப்பட வில்லை."

"உனக்கு யார் சமைப்பார்கள்?"

"எனது ராணி சிலியா."

"அப்புறம் எப்படி பிராமணனாய் இருப்பாய்?"

"நான் பிராமணன் அல்ல, சக்கிலியனாகத்தான் இருக்க விரும்புகிறேன். தனது தர்மத்தைக் கடைப்பிடிப்பவன்தான் பிராமணன். தர்மத்தையும் கடமையையும் புறக்கணிக்கின்றவன் சக்கிலியன்."

சிலியா அவன் கழுத்தைக் கட்டிக்கொண்டாள்.

❑

35

ஹோரியின் நிலைமை நாளுக்கு நாள் மோசமாகிக் கொண்டிருந்தது. வாழ்க்கைப் போராட்டத்தில் என்றும் அவனுக்குத் தோல்விதான். இருப்பினும் அவன் தைரியமிழக்கவில்லை. ஒவ்வொரு தோல்வியும் தனது விதியுடன் போராட அவனுக்குச் சக்தியை அளித்துவிடும். தற்சமயம் தனது கடைசிக் கட்டத்தை அடைந்து விட்டிருந்தான். இப்பொழுது அவனிடம் தன்னம்பிக்கையும் இல்லை. தனது தர்மத்தில் அவன் உறுதியாக நின்றிருந்தால் கண்ணீரைச் சற்று துடைத்துக் கொள்ளலாம். ஆனால் அதுவுமில்லை. அவன் தனது நல்எண்ணத்தைக் கெடுத்துக் கொண்டான். அதர்மத்தையும் சம்பாதித்துக் கொண்டான். அவன் செய்யாத தவறோ, கெட்டதோ எதுவுமில்லை. ஆயினும் வாழ்க்கையில் அவனது அபிலாஷை எதுவுமே நிறைவேறவில்லை. நல்ல, சுகமான நாட்கள் கானல்நீர் போல் தூர விலகிக்கொண்டே போயிவிட்டதில் இப்பொழுது அவனுக்கு ஏமாற்றமும் ஏற்படவில்லை. போலியான நம்பிக்கையெனும் பசுமையும், மினுமினுப்பும்கூட இப்பொழுது கண்ணிற்குத் தென்படவில்லை. தோற்றுவிட்ட அரசன்போல் அவன் தன்னை மூன்று பீகா நிலமெனும் கோட்டைக்குள் அடைத்துக் கொண்டு விட்டான். அதை உயிரைப்போல் கெட்டியாக, உறுதியுடன் பற்றிக் கொண்டிருந்தான். ஆனால் இப்பொழுது அக்கோட்டையும் கை நழுவிவிடும் போலிருந்தது. மூன்று வருடமாய் குத்தகை பாக்கி நின்றது. பட்டினியைச் சகித்துக் கொண்டான், அவப்பெயரைத் தாங்கிக் கொண்டான். கூலி வேலை செய்தான். ஆயினும் நிலத்தை விட்டு விடவில்லை. குத்தகைப் பாக்கிக்காக பண்டிதர் நோகேராம் அவனை நிலத்தை விட்டு வெளியேற்ற வழக்குத் தொடுத்திருந்தார். எங்கிருந்தும் பணம் கிடைக்குமென்ற நம்பிக்கையே இல்லை. இருக்கிற நிலமும் கையை விட்டுப் போய்விட்டால், எஞ்சிய வாழ்நாள் முழுவதும் கூலிவேலை செய்துதான் வயிற்றைக் கழுவ வேண்டும். பகவானின் விருப்பம் அது. வீணாக ராய் சாகப்பின் மீது ஏன் குற்றம் சொல்ல வேண்டும். குடியானவர்களிடமிருந்து பெறும் வரும்படியில்தான் அவரது வாழ்க்கை நடக்கிறது. கிராமத்தில் பாதிப் பேருக்கும் அதிகமாக, நிலத்திலிருந்து வெளியேற்றப்படுகிறார்கள். வருவது வரட்டும்! எல்லோருக்கும் என்ன நடக்கிறதோ, அது அவனுக்கும் நடக்கும். தலையில் சுகப்பட வேண்டுமென்று எழுதியிருந்தால் பிள்ளை இப்படி வீட்டை விட்டு வெளியே போவானா?

சந்தியாகாலம் ஆகிவிட்டது. அவன் இதே கவலையில் ஆழ்ந்திருந்த சமயம் தாதாதீன் வந்தார். வந்தவர் அவனை நோக்கி – "ஹோரி! நீ நிலத்திலிருந்து வெளியேற்றப்படுவது பற்றி என்ன வாயிற்று? நோகேராமுடன் இப்பொழுது பேச்சுவார்த்தை கிடையாது. அதனால் ஒன்றும் தெரியவில்லை. அந்தத் தேதிக்கு

இன்னமும் பதினைந்து நாள் இருப்பதாகக் கேள்விப்பட்டேன்" என்றார்.

அவர் உட்கார்ந்து கொள்ளக் கட்டிலை இழுத்துப் போட்ட ஹோரி, "அவர் எஜமானர். என்ன வேண்டுமானாலும் செய்யலாம். என்னிடம் ரூபாய் இருந்திருந்தால் இந்தக் கஷ்டகாலம் ஏன் வரப்போகிறது? நான் ஒன்றும் பணத்தை விழுங்கி ஏப்பம் விட்டுவிடவில்லை. செலவழித்தும் விடவில்லை. ஆனால் விளைச்சலே நன்றாகக் கண்டு வராதபோது, விளைந்ததும் சரியாக விலை போகாமல், குறைந்த விலைக்குப் போனால், குடியானவன் என்ன செய்வான்?"

"ஆனால் எப்படியும் உன் நிலத்தை நீ காப்பாற்றியாக வேண்டும். பிறகு எப்படி சீவனம் செய்வாய்? அப்பன், பாட்டனின் அடையாளமாக இத்தனைதான் மிச்சமிருக்கிறது. அதுவும் போய்விட்டால் எங்கே இருப்பாய்?" என்றார் தாதாதீன.

"கடவுளுடைய இஷ்டம், என் கையிலென்ன இருக்கிறது?"

"ஒரு வழி இருக்கிறது. அதை நீ செய்யலாம்"

ஹோரிக்கு அபயம் கிடைத்தாற் போலிருந்தது. அவர் காலைப் பிடித்துக் கொண்டு, "ரொம்பவும் உபகாரமாக இருக்கும், மகாராஜ். உங்களைத் தவிர எனக்கு யாரிருக்கிறார்கள்? நான் நிராசை அடைந்து போயிருக்கிறேன்" என்றான்.

"நிராசை அடைய வேண்டிய அவசியமேயில்லை... ஹோரி, சுகமாயிருக்கிற காலத்திலே மனிதனுடைய தர்மம் வேறு, துன்பத்திலிருக்கும்போது தர்மம் வேறு. இதை மட்டும் புரிந்து கொள். நன்றாக வசதியாக இருக்கும்போது ஒருவன் தானம் அளிக்கிறான். ஆனால் துன்பத்தில் பிச்சை கூட கேட்கும்படியாகி விடுகின்றது. அந்தச் சமயத்தில் மனிதனுடைய தருமம் அதுதான். உடம்பு திடமாக இருக்கும்போது, குளித்து பூசை செய்யாமல் ஒரு சொட்டுத் தண்ணீர்கூட வாயில் விடமாட்டோம். ஆனால் நோயுற்று விட்டால் தேய்த்து, குளிக்காமல், கட்டிலில் உட்கார்ந்தவாறே, பத்தியம் சாப்பிடுகிறோம். அந்தச் சமயத்தில் அதுதான் சரி. எனக்கும் உனக்குமிடையே எத்தனை வித்தியாசங்கள்! ஆனால் ஜகன்னாதபுரியில் எந்தவிதமான பேதமும் இல்லை. உயர்ந்தவர், தாழ்ந்தவர் எல்லோரும் ஒரே பந்தியில் உட்கார்ந்து சாப்பிடுவார்கள். ஸ்ரீராமசந்திரர், சபரியின் எச்சில் பழத்தைச் சாப்பிட்டார். வாலியையோ மறைந்திருந்து வதம் செய்தார். நெருக்கடியான, இக் கட்டான நிலையில் பெரிய பெரிய மனிதர்களின் தர்மம், மரியாதைகூட குலைந்து போகிறபோது நானும் நீயும் எம்மாத்திரம். ஹூம்! உனக்கு ராம் சேவக் மஹ்தோவைத் தெரியுமா?"

உற்சாகமற்றவனாய் ஹோரி - "ஏன்? தெரியாமலென்ன?" என்றான்.

"எனக்கு எஜமானர் அவர். இப்பொழுது ரொம்ப நல்ல காலம் அவருக்கு. விவசாயம், கொடுக்கல் வாங்கல், எல்லாம் இருக்கிறது. இத்தனை செல்வாக்கும், அதிகாரமுமுள்ள மனிதரை நான் பார்த்ததேயில்லை. அவருடைய மனைவி இறந்து சில

மாதங்களாகின்றன. குழந்தை குட்டியில்லை. ரூபாவை அவருக்குத் திருமணம் செய்து கொடுக்க நீ விரும்பினால், நான் அவரை ஒத்துக் கொள்ளச் செய்கிறேன். நான் சொன்னால் தட்டமாட்டார். உன் பெண்ணும் பெரியவளாகி விட்டாள். காலம் ரொம்பவும் கெட்டுக் கிடக்கிறது. ஏதாவது ஏடாகூடமாய் நடந்து விட்டால், முகத்தில் கரியைப் பூசிக் கொள்வாய். இது ரொம்பவும் நல்ல சந்தர்ப்பம். பெண்ணுக்குக் கல்யாணமும் ஆகிவிடும் உன் வயலையையும் மீட்டுக் கொள்ளலாம். சிலவு கிலவு எதுவும் செய்ய வேண்டாம்."

ராம சேவகர், ஹோரியைவிட நாலு வயது சிறியவனாக இருப்பார். அப்படிப்பட்டவனுக்கு ரூபாவைத் திருமணம் செய்து கொடுப்பது என்று பிரஸ்தாபிப்பதே அவமானகரமான விஷயம். அன்றலர்ந்த மலர் போன்ற ரூபா எங்கே, மொட்டை மரமான கிழவனெங்கே! வாழ்க்கையில் ஹோரி எத்தனையோ பயங்கரமான அடிகளைத் தாங்கி இருக்கிறான். ஆனால் இந்த அடி மிக ஆழமானது. அவனுடைய காலம் இப்படியாகிவிட்டது! அவனுடைய பெண்ணை, விற்பது பற்றி சொல்லப்படுகிறது. ஆனால் இதை உடனே மறுத்து விடும் துணிவு அவனுக்கில்லை. கழிவிரக்கத்தினால் அவன் தலையைக் கவிழ்ந்து கொண்டான்.

ஒரு நிமிடத்திற்குப் பின்னர் தாதாதீன் கேட்டார், "சொல்லு! என்ன சொல்லுகிறாய்?"

ஹோரி பட்டென்று பதில் கூறவில்லை, "யோசித்துச் சொல்லுகிறேன்" என்றான்.

"இதில் யோசிப்பதற்கென்ன இருக்கிறது?"

"தனியாவிடமும் கேட்டுப் பார்க்கிறேன்."

"நீ ஒப்புக் கொள்கிறாயா? இல்லையா?"

"கொஞ்சம் யோசிக்க விடுங்கள். மகராஜ்! இன்று வரை எங்கள் குடும்பத்தில் இப்படி எதுவும் நடந்ததில்லை. குடும்பத்தின் மரியாதையையும் காப்பாற்ற வேண்டுமல்லவா?"

"ஐந்து, ஆறு நாட்களுக்குள் எனக்கு பதில் தேவை. நீ பாட்டுக்கு யோசித்துக்கொண்டே இருந்தால், நிலத்தைப் பறித்துக்கொண்டு விடுவார்கள்."

தாதாதீன் போய்விட்டார். ஹோரியைப் பற்றி அவருக்கு சந்தேகம் எதுவுமிருக்கவில்லை. தனியாவைப் பற்றித்தான் சந்தேகமாக இருந்தது. அவளுக்குச் சுயாபிமானம் ரொம்பவும் அதிகம். அழிந்தே போக நேர்ந்தாலும், குலகௌரவத்தை, மரியாதையை விட்டுக் கொடுக்க மாட்டாள். ஆனால் ஹோரி இசைந்து விட்டால், அழுது ஆர்ப்பாட்டம் செய்தபின் அவளும் இசைந்து விடுவாள். நிலத்தின் உழுவதற்குரிய உரிமை பறி போய்விடுவதும்கூட கௌரவப் பிரச்சனைதானே! மரியாதை கெட்டுவிடுமே!

உள்ளேயிருந்து, தனியா வந்து கேட்டாள் – "பண்டிதர் எதற்காக வந்தார்?"

"ஒன்றுமில்லை. நிலத்தைப் பறித்துக் கொள்ளுவது பற்றிப் பேசினார்."

“கண்ணீரைத் துடைக்க வந்தாரா? நூறு ரூபாய் கடனாகக் கொடுக்க மாட்டாரே அவர்!”

“கேட்பதற்கு வாயேது?”

“பின் எதற்காக வருகிறாராம்?”

“ரூபாவின் கல்யாணத்தைப் பற்றிப் பேச வந்தார்.”

“யாருடன்?”

“ராம சேவக்கைத் தெரியுமா? அவனுடன்தான்.”

“நானெங்கே பார்த்திருக்கிறேன்? ரொம்ப நாட்களாகப் பெயரைக் கேட்டிருக்கிறேன். வயதாகி இருக்குமே அவனுக்கு!”

“கிழவனல்ல. நடுத்தர வயது.”

“நீ பண்டிதருக்கு முகத்திலடித்தாற்போல் ஏன் பதில் சொல்லவில்லை. என்னிடம் சொல்லியிருந்தால், மறக்க முடியாதபடி பதில் கூறி இருப்பேன்.”

“கோபித்துக் கொள்ளவில்லை. ஆனால் மறுத்து விட்டேன். கல்யாணம், சிலவு, கிலவு எதுவுமில்லாமல் நடந்து விடும். நமது நிலத்தையும் மீட்டுக் கொள்ளலாம் என்றார்.”

“பெண்ணை விலை பேசினார் என்று தெளிவாகச் சொல்லுவது தானே! இந்தக் கிழவனுக்கு எப்படி இதைச் சொல்லத் தைரியம் வந்ததாம்?”

ஆனால் ஹோரி இந்த விஷயத்தைப் பற்றி யோசிக்க யோசிக்க, அவனது எதிர்ப்புணர்வு குறைந்து கொண்டே வந்தது. பிடிவாதம் தளர்ந்தது. குல மரியாதையைப் பற்றித் தன்மானம் அவனுக்கில்லாமலில்லை. ஆனால் ஒருவனை குணமாக்கவே முடியாத கொடிய நோய் பற்றிக் கொண்டுவிடும் போது, இதைச் சாப்பிடலாம், இதைச் சாப்பிடக் கூடாது என்பதையெல்லாம் எங்கே பொருட்படுத்துகிறான்? தான் ஒப்புக் கொண்டதுபோல் ஹோரி தாதாதீனிடம் எதையும் கூறிவிடவில்லை. ஆனால் மனதிற்குள் அவன் தளர்ந்து கொண்டே போனான். வயது ஒன்றும் ஒரு பெரிய விஷயமில்லை. இருப்பதும் சாவதும் விதியின் கையில் உள்ளது. வயதானவர்கள் உட்கார்ந்திருக்கிறார்கள், சின்னவர்கள் போய் விடுகிறார்கள். ரூபாவின் தலையில் சுகப்பட வேண்டும் என்று எழுதியிருந்தால் அங்கும் சுகமாயிருப்பாள். துக்கப்பட வேண்டுமென்றிருந்தால், எங்குமே சுகமாயிருக்க மாட்டாள். இதில் பெண்ணை விற்பது என்ற பேச்சே இல்லை. ஹோரி அவர்களிடமிருந்து எதையும் கடனாகத்தான் பெற்றுக் கொள்ளுவான். கையில் பணம் வந்ததுமே, திருப்பிக் கொடுத்து விடப் போகிறான் அவ்வளவுதான். இதில் வெட்கப் படுவதற்கோ அவமானப்படுவதற்கோ எதுவுமில்லை. நிச்சயமாகவே, அவன் நல்ல நிலைமையிலிருந்தால், அவன் ரூபாவை ஒரு இளைஞனுக்கு, நல்ல குடும்பத்தில் பிறந்தவனுக்குத் திருமணம் செய்து கொடுப்பான். வரதட்சணைகூட கொடுப்பான். சம்பந்திகளுக்கு விருந்து வைப்பதில் உபசரிப்பதில், எந்தக் குறையும் வைக்க மாட்டான். நன்றாய் தாராளமாய் செலவு செய்வான். ஆனால் கடவுள் இதற்கேற்ற நிலையில் அவனை வைக்கவில்லையே! என்ன செய்ய? தர்ப்பைப்

புல்லை வைத்து கன்யாதானம் செய்வதைத் தவிர அவன் வேறென்ன செய்ய முடியும்? ஊரார் சிரிப்பார்கள். எல்லோரும் வெறுமே சிரிப்பார்களே தவிர உதவி ஏதும் செய்ய மாட்டார்கள். அவர்களின் சிரிப்பை அவன் ஏன் பொருட்படுத்த வேண்டும்? தனியா ஒத்துக் கொள்ளமாட்டாள். அதுதான் கஷ்டம். கழுதை.... அவள் சண்டி. புராதன கௌரவத்தை, மரியாதையை கழுதை மாதிரி பொதி சுமந்து கொண்டிருப்பாள். இது குல மரியாதையைக் காப்பாற்றிக் கொண்டு உட்கார்ந்திருக்க வேண்டிய தருணமல்ல. தன்னுயிரைக் காப்பாற்றிக் கொள்ள வேண்டிய நெருக்கடியான தருணம். அத்தனை பெரிய மரியாதையெல்லாம் பார்க்கிறவள் என்றால், ஐநூறு ரூபாய் கொண்டு வரட்டும்? எங்கே வைத்திருக்கிறதாம் பணம், அவ்வளவு!

இரண்டு நாட்கள் கழிந்தன. இந்த விஷயத்தைப் பற்றி இருவரும் பேசிக் கொள்ளவில்லை. இருவரும் ஜாடையில்தான் பேசிக் கொண்டனர்.

“பெண்ணும், பிள்ளையும் இணையான ஜோடியாக இருந்தால் தான் கல்யாணத்தில் சந்தோஷம்” என்பாள் தனியா.

“கல்யாணம் வெறும் சந்தோஷத்திற்காக அல்ல, அடி பைத்தியமே! இது... தவம்.”

“சரி... தவம்.”

“ஆமாம். அதுதான் சொல்லுகிறேன். பகவான் மனிதனை எந்த நிலையில வைக்கிறாரோ, அதிலே சந்தோஷமாய், சுகமாயிருப்பது தான் தவமில்லாமல் வேறென்னவாம்?” இப்படி பேச்சு நடந்தது.

மறுநாள் தனியா, திருமண வாழ்வின் சந்தோஷத்தின் இன்னொரு பகுதியைப் பற்றி யோசித்தாள். வீட்டில் மாமனார், மாமியார், ஓரகத்தி, மைத்துனன் என யாருமில்லா விட்டால் புக்ககத்தின் சுகம்தான் என்னயிருக்கிறது! கொஞ்ச நாட்கள் வீட்டு மருமகளாயிருக்கும் சுகத்தைத்தான் தன் பெண் அனுபவிக்கட்டுமே!

“இது திருமண வாழ்வின் சுகமல்ல, தண்டனை” என்றான் ஹோரி.

தனியா வெகுண்டாள், “உன் பேச்சு வினோதமாயிருக்கிறது. தனியாக ஒரு பெண் வீட்டில் எப்படி இருப்பாள்? முன்னால் பின்னால் எவருமேயில்லையே.”

“நீ இந்த வீட்டிற்கு வந்தபோது, ஒன்றல்ல, இரண்டு மைத்துனர்களிருந்தார்கள், மாமியார், மாமனார் எல்லோரும் இருந்தார்கள். நீ என்ன சுகத்தைக் கண்டு விட்டாய்? சொல்லு” என்றான் ஹோரி.

“எல்லா வீட்டிலும் இப்படிப் பட்டவர்கள்தான் இருப்பார்களா என்ன?”

“பின்னென்ன? ஆகாசத்திலிருந்து தேவதைகள் வந்து குதித்து விடுகிறார்களா? பெண் வீட்டின் மருமகளாய் இருப்பாள். ஆனால் அவளை அதிகாரம் பண்ண வீட்டில், யாவருமிப்பார்கள். பாவம்! அவளால் யாரை, யாரைத்தான் சந்தோஷப்படுத்த முடியும்? யார் உத்தரவைக் கேட்பது? எல்லோருமே வைரிகளாகி விடுவார்கள். தனியாக இருப்பதுதான் எல்லாவற்றையும்விட சுகமானது.”

விஷயம் இத்துடன் நின்றுவிட்டது. ஆனால் தனியாவின் பிடி தளர்ந்து கொண்டே போயிற்று. நான்காம் நாள், ராம சேவக் மஹ்தோ தானே வந்து விட்டார். சேணம் பூட்டிய குதிரையில் ஏறி வந்தார். கூடவே ஒரு நாவிதன். ஒரு பணியாள். ஏதோ பெரிய ஜமீன்தார்போல் ஆள்படையெல்லாம். வயது நாற்பது மேலாகி இருந்தது. தலை மயிர் வெள்ளையும், கறுப்பும் கலந்திருந்தது. ஆனால் முகத்தில் நல்ல தேஜஸ் 'களை' கட்டான உடல். அவருக்கு முன்னால் ஹோரி கிழவனாகக் காட்சி தந்தான். ஏதோ வழக்கிற்கு அப்பீல் செய்யப் போய்க் கொண்டிருந்தார். இங்கே கொஞ்ச நேரம் பகல் பொழுதைக் கழிக்க விரும்புவதாகச் சொன்னார். வெயில் கொளுத்தியது. அனல் காற்று வேறு வீசியது. ஹோரி, துலாரியின் கடையிலிருந்து கோதுமை ம்ாவும், நெய்யும், வாங்கி வந்தான். பூரிகள் தயாராகின. வந்திருந்த விருந்தினர் மூவரும் சாப்பிட்டனர். தாதாதீனும் ஆசீர்வதிக்க வந்து விட்டார். பேச்சு துவங்கியது.

என்ன வழக்கு மஹ்தோ! என விசாரித்தார் தாதாதீன். ராம் சேவக், பெருமையுடன் - "எப்பொழுதும் ஏதோவொரு வழக்கு நடந்து கொண்டு தானிருக்கிறது, மகராஜ்! உலகத்தில் சாதுவாய் இருந்தால் காரியம் நடப்பதில்லை. நீ அடங்கிப் போகப் போக - ஜனங்க இன்னும் போட்டு அழுத்துகிறார்கள். போலீஸ், கோர்ட் என்று நம்மை ரட்சிக்க எல்லாம் இருக்கிறது. ஆனால் ஒருவரும் ரட்சிப்பதில்லை. எல்லாப் பக்கமும் சுரண்டல்தான். கொள்ளைதான். ஏழையாய் உதவியற்று இருப்பவர்களின் கழுத்தில் கத்தி வைக்க, எல்லோரும் தயாராக இருக்கின்றனர். நேர்மையில்லாமல் அயோக்கியத்தனம் செய்யக் கூடாது. இது பெரும் பாவம். ஆனால் நமது உரிமை, நியாயத்திற்காகப் போராடாமலிருப்பது இதைவிடப் பெரிய பாவம்! நீங்களே யோசித்துப் பாருங்கள். ஒருவன் எத்தனைதான் பொறுத்துக் கொண்டு போவது? இங்கு குடியானவன் இருக்கிறானே. அவன்தான் எல்லோருக்கும் மிருதுவான இரை. ஆகாரம். கணக்குப் பிள்ளைக்கு எழுத்துக் கூலி, காணிக்கை என எதுவும் தராவிட்டால் கிராமத்தில் இருப்பது கஷ்டம். ஜமீன்தாரின் சப்ராசி, காரியஸ்தன் என அவர்கள் வயிற்றை நிரப்பாவிட்டால் வாழ்வது கடினம். இன்ஸ்பெக்டர், போலீஸ்காரன் ...... எல்லாம்..... வீட்டு மருமகள்போல், அவர்கள் கிராமத்திற்குச் சுற்றுப் பயணம் வந்தால் அவர்களை வரவேற்று உபசரிப்பது குடியானவனின் கடமை. ஏதோ காணிக்கை, கையூட்டு எனக் கொடுக்காவிடில், ஒரே ரிப்போர்ட்டில் கிராமம் முழுவதும் அகப்பட்டுக் கொண்டுவிடும். சிலசமயம ரெவின்யூ இன்ஸ்பெக்டர் வருவார். சிலசமயம் தாசில்தார் வருகை புரிவார். பிறகென்ன, டிப்டி கலெக்டர், கலெக்டர், கமிஷனர் என்று வந்து கொண்டே இருப்பார்கள். குடியானவன் இவர்கள் முன்னால் கைகளைக் கட்டிக் கொண்டு நிற்க வேண்டும். இவர்களுக்கு சாப்பாட்டிற்கான சாமான்கள், பால், நெய், முட்டை, கோழி என எல்லாவற்றுக்கும் ஏற்பாடு செய்ய வேண்டும். இதெல்லாம் நீரும் செய்து கொண்டு தானே இருப்பீர்கள் மகராஜ்! தினமும் ஏதாவதொரு அதிகாரிகள் அதிகரித்துக் கொண்டே போகிறார்கள். டாக்டர் கிணற்றில் மருந்து போட வருகிறார். இன்னொரு கால்நடை டாக்டர் கால்நடைகளைக்

கவனிக்கிறேன் என வருகிறார். பையன்களைப் பரீட்சை செய்ய இன்ஸ்பெக்டர், இன்னும் என்னென்ன இலாக்காக்களில் அதிகாரிகள் இருக்கிறார்களோ தெரியவில்லை. காட்டிலாக்காவிற்கு தனி அதிகாரி. கால்வாய், ஏரி, குளத்திற்கு, தனியாக ஒருவர், கள், சாராயத்திற்கு கலால் இன்ஸ்பெக்டர், கிராமப் புனருத் தாரணம், விவசாய இலாக்கா, என்று தனித்தனியாக ஆட்கள். யார் வந்தாலும் சாப்பாடு, கீப்பாடு எல்லாம் தரவேண்டும். இல்லாவிட்டால் ரிப்போர்ட் செய்து விடுவார்கள். இத்தனை அதிகாரிகள், இத்தனை இலாக்காக்களினால் உண்மையில் குடியானவனுக்கு ஏதாவது நன்மையா என்றால், பெயரளவுக்குக்கூட ஒன்றுமில்லை. இப்பொழுதுதான் ஜமீன்தார், ஒவ்வொரு கிராமத்திலும் ஒவ்வொருவரிடமும் இரண்டிரண்டு ரூபாய் சந்தா வசூலித்தார். ஏதோ பெரிய அதிகாரிக்கு விருந்து கொடுத்தாராம். குடியானவர்கள் கொடுக்க மறுத்து விட்டார்கள். அவ்வளவுதான். இது சட்டப்படி குற்றமென உத்தரவு பிறப்பித்து விட்டான். அதிகாரிகளும் ஜமீன்தாரின் பக்கம்தான் நிற்கிறார்கள். குடியானவனும் மனிதன் தான் என்று யோசிப்பதில்லை. அவர்களுக்கும் குழந்தை குட்டிகள், வீடு, வாசல், மானம், மரியாதை உண்டு என்று நினைப்பதில்லை. இதெல்லாம் நாம் அடங்கிப் போவதின், கையாலாகாத தனத்தின் பலன். நான் ஊர் முழுவதும், இனி ஒருவரும் அதிகமான குத்தகையைக் கொடுக்காதீர்கள், வயலின் உரிமையை விட்டு விடாதீர்கள் எனத் தண்டோரா போட்டிருக்கிறேன். நாம் ஏற்றுக் கொள்கிறபடி இருந்தால் நாமும் அதை ஏற்கத் தயாராக இருக்கிறோம். ஆனால், வாயற்ற ஜீவன்களான குடியானவர்களை அரைத்து, கரைத்து குடித்து விடுவோம் என்றால் அது நடக்காது. கிராமத்தார்கள் நான் சொன்னதை ஏற்றுக்கொண்டு, தண்டம் தர மறுத்து விட்டனர். கிராமம் முழுவதும் ஒன்று திரண்டு விட்டது என்பதைப் பார்த்தான் ஜமீன்தார். இப்பொழுது வேறு வழியில்லை அவனுக்கு. எல்லோருடைய நில உரிமைகளையும் பறித்து விட்டால், நிலத்தை யார் உழுவார்கள்? இந்தக் காலத்தில் தீவிரமாய், உறுதியுடன் இருந்தாலன்றி ஒருவர் காதிலும் ஏறாது. அழுத பிள்ளைக்குதான் பால் கிடைக்கும். அழாத பிள்ளைக்கு பெற்றவளிடம்கூட பால் கிடைக்காது."

ராம் சேவக் பிற்பகல் புறப்பட்டுப் போய்விட்டார். தனியா ஹோரியின் மீது அழியாத பிரபாவத்தை ஏற்படுத்திவிட்டுப் போயிருந்தாள். தாதாதீனின் மந்திரம் பலித்து விட்டது.

"இப்பொழுது என்ன சொல்லுகிறாய்?" என்றார் அவர்.

ஹோரி, தனியாவைச் சுட்டிக்காட்டி – "இவளிடம் கேளுங்கள்" என்றான்.

"நான் உங்களிருவரிடமும்தான் கேட்கிறேன்" என்றார் தாதாதீன்.

"வயது கொஞ்சம் அதிகம்தான். ஆனால் உங்களுக்கெல்லாம் அபிப்பிராயம் இருக்குமென்றால் எனக்கும் சம்மதம் தான். தலையிலென்ன எழுதியிருக்கிறதோ, அது நடக்கத்தான் போகிறது. ஆனால் நல்ல மனிதன்" என்றாள் தனியா.

ஹோரிக்கு ராம சேவக்கின் மீது மிகுந்த நம்பிக்கை ஏற்பட்டு விட்டது. துர்பலமாயிருப்பவர்களுக்கு, பலசாலியாய் திடகாத்திரர் களாய் இருப்பவர்களின் மீது ஏற்படுமே அது போன்றது தான் இது. ஹோரி மனக்கோட்டை கட்டத் துவங்கி விட்டான். இந்த மாதிரி ஒரு ஆள் அவனது கையைப் பிடித்துக் கொண்டு விட்டால், கரையேறி விடலாம் என நினைத்தான்.

திருமணத்திற்கான முஹூர்த்தம் வைக்கப்பட்டது. கோபரையும் அழைக்க வேண்டும். நாம் எழுதி விடலாம். வருவதும், வராததும் அவன் பொறுப்பு. நீங்கள் என்னை அழைக்கவில்லை என்று சொல்ல வாய் இருக்காதல்லவா? சோனாவையும் அழைக்க வேண்டும்.

"கோபர் அப்படிப்பட்டவன் அல்ல. ஆனால் ஜூனியா வரவிட்டால்தானே! வெளியூர் போனவள், மறந்தே விட்டாள் நம்மையெல்லாம். ஒரு கடிதாசி, ஊஹூம், சொல்லும்போதே தனியாவின் கண்களிலிருந்து கரகரவென்று கண்ணீர் பெருகியது.

கோபருக்குக் கடிதம் கிடைத்ததும் புறப்படத் தயாராகி விட்டான். ஜூனியாவிற்கு போவது அவ்வளவாகப் பிடிக்கவில்லைதான். என்றாலும் இந்த சந்தர்ப்பத்தில் எதுவும் சொல்ல இயலவில்லை. தங்கையின் திருமணத்திற்கு அண்ணன் போகாமலிருப்பதெப்படி? சோனாவின் திருமணத்திற்கே போகவில்லை என்ற அவப்பெயர் கொஞ்சமா?

கோபர் கனத்த குரலில் – "அம்மா, அப்பாவிடமிருந்து விலகி இருப்பது நல்லதல்ல. இப்பொழுது நமக்கு கையும் காலுமிருக்கிறது. அவர்களிடமிருந்து விலகி நிற்கிறோம். சண்டை போடுகிறோம். ஆனால் பெற்றவர்கள் அவர்கள்தானே! வளர்த்தி ஆளாக்கியவர்களும் அவர்கள்தான். அவர்கள் நம்மை நாலு வார்த்தை பேசி விட்டாலும் நாம் பொறுத்துக் கொள்ள வேண்டியது தான். எனக்கு அம்மா, அப்பாவின் நினைவு இப்பொழுதெல்லாம் அடிக்கடி வருகிறது. அந்தச் சமயத்தில் ஏனோ தெரியவில்லை, அவர்கள்மீது எனக்குக் கோபம் வந்துவிட்டது! எல்லாம் உன்னால் தான்! பெற்றவர்களையே பிரிந்து வரும் படியாகிவிட்டது" என்றான்.

ஜூனியா வெகுண்டாள் – "என் தலையின் மீது அந்தப் பாபத்தைச் சுமத்தாதே! உனக்குத்தான் சண்டை போட வேண்டுமென்று தோன்றியது. போட்டாய். நான் அம்மாவின்கூட இத்தனை நாட்களிருந்தேனே! மூச்சுக்கூட விட்டதில்லை."

"சண்டை உன்னால்தான்."

"சரி! என்னால்தான் சண்டை வந்தது என்றே இருக்கட்டும். நானும் கூடத்தான் உனக்காக, வீடு வாசலை விட்டு ஓடி வந்தேன்"

"உன் வீட்டில் யார் உன்னிடம் அன்பாக இருந்தார்கள்? அண்ணன்மார் கோபித்துக் கொள்வார்கள். அண்ணிகள் சண்டை போடுவார்கள். போலாவின் கையில் மட்டும் நீ அகப்பட்டிருந்தால் உன்னை அப்படியே விழுங்கி இருப்பார்."

"எல்லாம் உன்னால்தான்."

"இனிமேல், நாமிருக்கும்வரை, அவர்களுக்கும் வாழ்க்கையில் கொஞ்சம் சுகம், நிம்மதி கிடைக்கும்படியாக நாம் வாழ வேண்டும்.

அவர்களின் இஷ்டத்திற்கு விரோதமாக எதுவும் செய்யக் கூடாது. அப்பா எவ்வளவு நல்லவர் தெரியுமா? என்னை அவர் மிரட்டியதே இல்லை. அம்மா பலதடவை அடித்திருக்கிறாள். ஆனால் அவள் அடிக்கும் போதெல்லாம் தின்பதற்கும் ஏதாவது தருவாள். நான் சிரிக்காத வரையில் அவளுக்கு நிம்மதி இருக்காது."

இருவருமாய் மாலதியிடம் இது பற்றிக் கூறினார்கள். மாலதி விடுப்பு தந்தது மட்டுமல்ல, கல்யாணப் பெண்ணிற்குப் பரிசாக கங்கணமும், ஓர் சர்க்காவும்கூட அளித்தாள். அவளேகூட வர விரும்பினாள். ஆனால் நோயாளிகளை ஒருநாள்கூட விட்டு விட்டுச் செல்ல முடியாதபடி இருந்தது. முடிந்தால் திருமணத்தன்று வருவதாகச் சொன்னாள். குழந்தைக்காக நிறைய பொம்மைகள், விளையாட்டுச் சாமான்களைத் தந்தாள். மாலதி குழந்தையைக் கொஞ்சினாள். குலாவினாள். அடிக்கடி முத்தமிட்டாள். ஆனால் குழந்தையோ ஊருக்குப் போகும் சந்தோஷத்தில் அவளைப் பொருட்படுத்தவேயில்லை. அவள் பக்கம் திரும்பவே யில்லை.

கோபர் வீட்டின் நிலைமையைக் கண்டதும் பெரிதும் நிராசையுற்றான். உடனே அங்கிருந்து திரும்பி விடவேண்டும் போலிருந்தது. வீட்டின் ஒரு பகுதி இடிந்து விழுந்து விடுவது போலிருந்தது. வாசலில் ஒரே ஒரு மாடுதான் கட்டியிருந்தது. அதுவும் குற்றுயிராக இருந்தது. கோபரைக் கண்டதும் ஹோரி, தனியா, இருவரின் மகிழ்ச்சிக்கு அளவேயில்லை. ஆனால் கோபரின் மனத்தில் வெறுமை தானிருந்தது. இனி இந்த வீட்டை நிமிர்த்த முடியும் என்று எப்படிக் கூறுவது? எந்த நம்பிக்கையில்? அவன் சம்பளத்திற்கு உழைக்கிறான். ஆனால் வயிறாரச் சாப்பிடுகிறான். ஒரே ஒரு யஜமானனுக்கு வேலைக்காரன். இங்கேயோ, யாரைப் பார்த்தாலும் அதிகாரம் செய்கிறார்கள். இதுவும் அடிமைத்தனம் தான். ஆனால், வறட்சி. உழைத்துப் பாடுபட்டு தானியங்களை உற்பத்தி செய். கிடைக்கும் பணத்தை இன்னொருத்தருக்குக் கொடுத்துவிடு. நீ உட்கார்ந்து ராம் ராம் என்று சொல்லு. அப்பாவினால்தான் இதையெல்லாம் சகித்துக் கொள்ள முடிகிறது. அவனால் ஒருநாள் கூடச் சகித்துக் கொள்ள முடியாது. இந்த நிலைமை ஹோரிக்கு மட்டும்தான் என்பதில்லை. கிராமம் முழுவதிலும் இந்தக் கஷ்டம் வியாபித்து நின்றது. அழுது வடிகிற முகமில்லாதவர் ஒருவரைக் கூடப் பார்க்க முடியவில்லை. அவர்களது உடலில் உயிருக்குப் பதிலாக வேதனை குடிகொண்டு யாரோ கைப்பாவையாக ஆட்டுவிப்பது போலிருந்தது. நடந்தார்கள், வேலை செய்தார்கள், நசுக்கப் பட்டார்கள், மனதிற்குள் குமுறினார்கள். ஆனால் இப்படி நசுக்கப்படுவதும் மனம் குமுறுவதும் அவர்களின் தலையில் எழுதியிருப்பதாக நினைத்தனர். வாழ்க்கை பற்றி எந்த நம்பிக்கையும் எதிர்பார்ப்பும் அவர்களுக்கில்லை. உற்சாகமில்லை. ஆர்வமில்லை. அவர்களது வாழ்க்கையில் எல்லா ஊற்றுக் கண்களும் வற்றி விட்டது போல், பசுமையெல்லாம் வாடிவிட்டதுபோல் நிராசையுற்றிருந்தனர். சித்திரை மாதம். களஞ்சியங்களில் இன்னமும் தானியங்களிருந்தன. ஆனாலும் யார் முகத்திலும் மகிழ்ச்சியில்லை. பெரும்பாலும் தானியங்கள், களத்து

மேட்டிலேயே நிறுக்கப்பட்டு கடன் கொடுத்தவர்களுக்கும், காரியஸ்தர்களுக்கும் அர்ப்பணிக்கப் பட்டுவிட்டது. மிச்சம்மீதி இருப்பதும் அவர்களுடையது அல்ல. பிறத்தியாரைச் சேர வேண்டியவை. எதிர்காலம் அவர்களின் முன்னே அந்தகாரமாய் வியாபித்து நின்றது. அதில் அவர்களுக்கு எந்தப் பாதையும் புலப்படவில்லை. அவர்களுடைய உணர்வுகளெல்லாம் உறைந்து தளர்ந்து விட்டிருந்தன. வீட்டு வாசல்களில் குப்பையும் கூளமும் குவிந்து கிடக்கிறது. துர்நாற்றம் வீசுகிறது. ஆனால் அவர்களின் மூக்குக்கு நுகரும் சக்தியோ, கண்களில் ஒளியோ இல்லை. மாலையிலே வாசலின் முன் நரிகள் ஊளையிடுகின்றன. ஆனால் யாருக்கும் இது பற்றி வருத்தமில்லை. இன்ஜினுக்குக் கரிபோல், எது கிடைக்கிறதோ அதைச் சாப்பிடுகிறார்கள். அவர்களுடைய மாடுகள், தவுடுகள், புண்ணாக்கு மில்லாமல் தாழியில் வாயை வைக்கமாட்டா. ஆனால் இன்று அவையின் வயிற்றுக்கு எதையாவது போட்டாக வேண்டும். நாவின் ருசி இருந்த இடம் தெரியவில்லை. கால் காசுக்காக மோசம் செய், ஒரு பிடி தானியத்திற்காக, தடியடி செய். இதுதான் வாழ்க்கையாகி விட்டது. மனிதன் வெட்கத்தையும், மானம் மரியாதையையும்கூட மறந்து விடுவதுதான் வீழ்ச்சியின் முடிவு.

குழந்தைப் பருவத்திலிருந்தே கோபர்தான் கிராமத்தின் இந்த நிலையைத்தான் பார்த்துக் கொண்டிருக்கிறான். இது அவனுக்கு பழக்கமாகி விட்டிருந்தது. ஆனால் இப்பொழுது நான்கு வருடங்களுக்கு பிறகு அவன் புதியதொரு உலகத்தைப் பார்த்தான். நல்ல மனிதர்களுடன் சகவாசமிருந்ததால் அவனது அறிவு கொஞ்சம் விழித்துக் கொண்டிருந்தது. அவன் அரசியல் நிகழ்ச்சியில் பின் வரிசையில் நின்று சொற்பொழிவுகளைக் கேட்டிருக்கிறான். அது அவனது உடலின் ஒவ்வொரு அங்கத்திலும் பாய்ந்திருந்தது. ஒரு மனிதன் தனது அதிர்ஷ்டத்தை, விதியை தானேதான் நிர்ணயிக்க வேண்டும், உருவாக்க வேண்டுமென அவன் கேட்டிருக்கிறான். புரிந்து கொண்டிருக்கிறான். மனிதன் தன் அறிவினால், துணிவினால் தான் நிகழும் துன்பங்களை, கஷ்டங்களில் வெற்றி காண வேண்டும். ஏதோவொரு தேவதையோ, கண்களுக்குப் புலனாகாத சக்தியோ அவனுக்கு உதவ வராது. கோபரின் உள்ளத்தில் ஆழ்ந்த உணர்ச்சியும் வேதனையும் விழிப்படைந்திருந்தன. அவனிடம் முன்பிருந்த முரட்டுத் தனமும், கர்வமுமில்லை. அவன் பணிவும், உழைப்பும் உள்ளவனாகி விட்டான். எந்த நிலையில் உள்ளாயோ, அதை சுயநலம், பேராசையின் வசப்பட்டு இன்னமும் மோசமாய் ஏன் கெடுத்துக் கொள்கிறாய்? துக்கம் உங்களையெல்லாம் ஒரே கயிற்றினால் பிணைத்துள்ளது. பரஸ்பர உறவு என்னும் இந்த தெய்வீக பந்தத்தை ஏன் உனது துச்சமான சுயநலத்திற்காக முறைத்துக் கொள்கிறாய்? இந்த பந்தத்தை ஒற்றுமையின் பந்தமாக ஆக்கிக்கொள் என நினைத்தான் கோபர். இத்தகைய எண்ணங்கள் அவனுடைய மனிதாபிமான உணர்வுக்கு இறக்கைகளை அளித்து விட்டன. உலக வாழ்வில் உயர்வையும், தாழ்வையும் கண்ட பிறகு கள்ளம் கபடமற்ற மனிதர்களிடம் ஏற்படும் பரந்த மனப்பான்மை, இப்பொழுது வானத்தில் பறக்கச் சிறகடித்துக் கொள்ளத் துவங்கியது.

ஹோரி ஏதேனும் வேலை செய்வதைக் கண்டால் அவனை நகரச் சொல்லிவிட்டு கடந்த காலத்தில் தான் செய்த தவறுக்குப் பிராயசித்தம் செய்து கொள்பவன்போல் கோபர் அக்காரியத்தைத் தானே செய்தான். "அப்பா! கவலைப்படாதே! எல்லா பாரத்தையும் என் மீது போட்டுவிடு. இனி நான் ஒவ்வொரு மாதமும் செலவுக்குப் பணம் அனுப்புகிறேன். இத்தனை நாட்கள்தான் உழைத்துப் பாடுபட்டாகி விட்டது. இனி ஓய்வாக இரு. நானிருக்கையில் நீ இவ்வளவு கஷ்டப் படுவது பற்றி வெறுப்பாக உள்ளது" என்றான்.

ஹோரியின் ஒவ்வொரு மயிர்க் காலிலிருந்தும் மகனுக்காக ஆசிகள் வெளிப்பட்டன. தனது பலவீனமான உடலில் அலாதியானதொரு புத்துணர்ச்சியை அவன் உணர்ந்தான். தனது கடன் சுமையைப் பற்றிய விவரங்களையெல்லாம் மகனிடம் கூறிப் பூரித்தெழும் இளமையின் மீது கவலையென்னும் இடியை ஏன் இறக்க வேண்டும்? என நினைத்தான் ஹோரி. அவன் நிம்மதியாக, சாப்பிட்டு, உறங்கி, வாழ்வின் இன்பத்தையெல்லாம் அனுபவிக்கட்டும். உழைத்துச் சாகத்தான், தான் தயாராக இருக்கிறானே! இதுதான் தனது வாழ்க்கை, ராமா, ராமா என்று சொல்லிக்கொண்டு அவனால் வாழ முடியாது. அவனுக்கு மண்வெட்டியும், களைக்கொத்தும் தான் தேவை. ராம நாமத்தைச் சொல்லிக் கொண்டு ஜபமாலை உருட்டுவதால் அவன் மனதிற்கு அமைதி கிடைக்காது.

"சொல்லு! நான் எல்லோரிடமும் தவணை முறையில் ஏற்பாடு செய்து கொள்கிறேன். மாதா மாதம் கொடுத்துக் கொண்டு வருகிறேன். எல்லாமாகச் சேர்ந்து எவ்வளவு கடனிருக்கும்?" எனக் கேட்டான் கோபர்.

ஹோரி தலை அசைத்து விட்டான், "வேண்டாம் மகனே! நீ எதற்காக கஷ்டப்படவேண்டும்? உனக்கு அப்படியென்ன நிறையக் கிடைக்கிறது. நானே எல்லாவற்றையும் பார்த்துக் கொள்கிறேன். காலம் இப்படியேவா இருக்கப் போகிறது? ரூபா புஷ்பகம் போய் விடுவாள். இனிக் கடனை மட்டும்தான் அடைக்க வேண்டும். நீ யொன்றும் கவலைப்படாதே! நன்றாகச் சாப்பிடு. உடம்பு சரியாக இருந்தால்தான் எப்பொழுதும் நன்றாக இருக்கலாம். என்னைப் பற்றி யென்ன! எப்பொழுதும் உழைத்து ஓடாகப் போகிற பழக்கம் ஏற்பட்டு விட்டது. வயலில் இறங்கி நீ ஏர் பிடிக்க நான் விடப் போவதில்லை. நல்ல எஜமானி கிடைத்திருக்கிறாள். அவர்களுக்குப் பணி செய்து கொண்டிருந்தால் நீ மனிதனாகி விடுவாய். அந்த அம்மாள் இங்கு வந்திருந்தாள். சாட்சாத் தேவிதான்" என்றான் ஹோரி.

"கல்யாணத்தன்று வருவதாக சொல்லி இருக்கிறார்கள்."

"வரட்டும். சந்தோஷத்துடன் வரவேற்போம். இப்படிப்பட்ட நல்லவர்களுடன் இருக்கும்போது பணம் குறைவாகக் கிடைத்தாலும், நல்ல அறிவு கிடைக்கிறது. விஷயங்கள் தெரிகின்றன."

தாதாதீன் இச்சமயம் வந்து ஹோரியை ஜாடையாக அழைத்தார். பிறகு தூர அழைத்துச் சென்று இடுப்பிலிருந்து இரண்டு நூறு ரூபாய் நோட்டுக்களை எடுத்தவாறே – "நீ எனது யோசனையை ஏற்றுக்

கொண்டாய். நல்லதாயிற்று. இரண்டு காரியமும் சித்தியாகி விட்டன. பெண்ணின் பொறுப்பும் தீர்ந்தது. முன்னோர்களின் அடையாளமான ஆஸ்தியையும் காப்பாற்றியாகி விட்டது. என்னால் முடிந்ததையெல்லாம் உனக்காகச் செய்து விட்டேன். இனி நீ ஆயிற்று, உனது காரியமாயிற்று" என்றார்.

ஹோரி ரூபாயைப் பெற்றுக் கொண்ட பொழுது அவன் கரங்கள் நடுங்கின. அவனால் தலை நிமிர முடியவில்லை. வாயிலிருந்து ஒரு வார்த்தைகூட வெளிவரவில்லை. ஆழம் காண இயலாத அவமானம் எனும் பள்ளத்தில் வீழ்ந்து மேலும் சரிந்து கொண்டே போவதுபோல் உணர்ந்தான். முப்பது ஆண்டுகளாக வாழ்க்கையுடன் போராடிய பின்னும்கூட இன்று அவன் தோல்வி அடைந்து விட்டான். நகரத்தின் வாசலிலேதான் நிறுத்தி வைக்கப்பட்டிருப்பது போலவும், போகிறவன் வருகிவனெல்லாம் அவன்மீது காறி உமிழ்வது போலவும் அவன் தோல்வி அடைந்து விட்டான்.

"சகோதரர்களே! நான் உங்களது இரக்கத்திற்குப் பாத்திரமானவன். சித்திரை மாதத்து அனல் காற்றும், மாசி மாதத்து மழையும் எப்படி இருக்குமென எனக்குத் தெரியாது. நான் அறியவில்லை. இந்த உடலைக் கிழித்துப் பாருங்கள். இதில் எவ்வளவு உயிர் மிஞ்சி இருக்கிறதென்று பாருங்கள். எத்தனை காயப்பட்டு, ரணமாகி, தோல்விகளால் உதைபட்டு, நலிந்து, நசுங்கி, மிதிபட்டிருக்கிறது என்று பாருங்கள். அதனிடம், நீ என்றாவது ஓய்வை உணர்ந்ததுண்டா? என்றாவது நிழலில் ஆசுவாசமாய் உட்கார்ந்ததுண்டா என்று கேளுங்கள். எனக்கா இந்த அவமானம்? நான் இன்னமும் உயிருடனிருக்கிறேன். கோழை, அதமன், நீசன், பேராசைக்காரனான நான் இன்னமும் உயிரோடு இருக்கிறேன். எனது நம்பிக்கைகள் யாவுமே எல்லையற்று, தூலமாகி, குருடாகிப் போய்விட்டன. தூள் தூளாகி பறந்து விட்டன" என உரக்கக் கத்திக் கத்திச் சொல்வதுபோல் உணர்ந்தான். ஆனால் வாயிலிருந்து ஒரு சொல்கூட வெளிவரவில்லை.

"நான் வருகிறேன். நீ இப்பொழுதே நோகேராமிடம் போ" என்றார் தாதாதீன்.

ஹோரி தீனமான குரலில் – "போகிறேன் மகராஜ்! ஆனால் என் மானம் மரியாதையெல்லாம் உங்கள் கையில்தானிருக்கிறது" என்றான்.

❑

36

இரண்டு நாட்கள் வரை கிராமம் அமர்க்களப்பட்டது. வாத்தியங்கள் முழங்கின. ஆடல் பாடல் நடந்தது. ரூபா, அழுது கொண்டே விடை பெற்றாள். ஆனால் ஹோரியை யாரும்

வீட்டிலிருந்து வெளியே வந்து பார்க்கவில்லை. முகத்தில் கரி அப்பிவிட்டதுபோல் வீட்டிற்குள்ளேயே முடங்கிக் கிடந்தான். மாலதி வந்ததால் ஆரவாரமும், கொண்டாட்டமும் பின்னும் அதிகரித்தது. அக்கம் பக்கத்து கிராமங்களிலிருந்தெல்லாம் பெண்கள் வந்து விட்டனர்.

கோபர் தன் அன்பாலும் பண்பாலும் கிராமம் முழுவதையும் கவர்ந்து விட்டான். தனது அன்பான, இனிமையான பேச்சினால், நடந்து கொண்ட முறையினால் தன்னைப் பற்றிய நினைவுகளை ஒவ்வொரு வீட்டிலும் ஏற்படுத்தி விட்டு வந்திருந்தான். போலா அவனது கால்களிலே வீழ்ந்து விட்டார். அவரது மனைவியே கோபருக்கு வெற்றிலை பாக்குக் கொடுத்து ஒரு ரூபாயும் வைத்துக் கொடுத்து அனுப்பினாள். அவனது லக்னோ விலாசத்தைக்கூட கேட்டாள். லக்னோ வந்தால் அவசியம் அவனை வந்து பார்ப்பதாகச் சொன்னாள். தன் பணத்தைப் பற்றிப் பேச்சே எடுக்க வில்லை.

மூன்றாவது நாள் கோபர் புறப்பட்டதும், ஹோரி, தனியாவின் முன்னே கண்களில் கண்ணீருடன், கடந்த சில நாட்களாக தன் ஆத்மாவை வதைத்துக் கொண்டிருந்த அந்தக் குற்றத்தை ஒப்புக் கொண்டான். அழுது கொண்டே, “மகனே! நிலத்தின் மீதுள்ள மோகத்தினால் நான் இந்தச் பாவச் சுமையை என் தலைமீது சுமத்திக் கொண்டேன். கடவுள் இதற்கு என்ன தண்டனை கொடுப்பாரோ தெரியாது.” என்றான்.

கோபர் சற்றும் ஆவேசம் கொள்ளவில்லை. எந்த விதமான ஆத்திரமோ, கோபமோ அவன் முகத்திலில்லை. மாறாக கனிவுடன், “இதில் எந்தவிதமான குற்றமும் இல்லையப்பா! ராம சேவக்கின் ரூபாயைத் திருப்பிக் கொடுத்துவிட வேண்டும். அவ்வளவுதான். நீதான் என்ன செய்வாய்? நான் லாயக்கற்றவனாய் போய் விட்டேன். விளைச்சலும் காணவில்லை. கடனும் எங்கிருந்தும் கிடைக்காது. வீட்டிலுள்ள தானியம் ஒரு மாதச் சாப்பாட்டிற்கு மேல் வராது. இந்த நிலையில் நீ வேறு என்னப்பா செய்ய முடியும்? நிலத்தை மீட்காவிடில் எங்கே இருப்பாய்! எப்படிப் பிழைப்பாய்? மனிதனால் எதுவுமே தன்னால் முடியவில்லை என்ற நிலை வரும்போது, விதியென்று விட்டு விடுகிறான். வேறென்ன செய்ய? இந்த அநியாயம் இன்னும் எதுவரை தொடர்ந்து நடந்து கொண்டிருக்குமோ தெரியாது. வயிற்றுக்கு சாப்பாடே இல்லாபோது, மானம், மரியாதை, கௌரவம் எல்லாமே புரட்டுத்தான், வேஷம்தான். மற்றவர்களைப் போலவே நீயும் இன்னொருவனுடைய கழுத்தை நெறித்திருந்தால், அவனுடைய சொத்தை அபகரித்திருந்தால் நீயும் நல்லவனாக, பெரிய மனிதனாக இருந்திருப்பாய். நீ நீதி, நியாயம் எதையும் கைவிட்டதேயில்லை. இதுதான் அதற்குரிய தண்டனை. உன்னிடத்தில் நான் இருந்திருந்தால், ஒன்று ஜெயிலுக்குப் போயிருப்பேன் அல்லது தூக்கில் ஏற்றப் பட்டிருப்பேன். நான் உழைத்துப் பாடுபட்டு இன்னொருவரின் பையை நிரப்பி விட்டு, பெண்டு பிள்ளைகளோடு வாயை வயிற்றைக் கட்டிக் கொண்டு

உட்கார்ந்திருப்பது என்பதை என்னால் பொறுத்துக் கொள்ள இயலாது." என்றான்.

தனியா மருமகளை தன்னுடன் இன்னும் சில நாட்கள் இருக்கட்டுமென்று நிறுத்திக் கொண்டாள். ஜுனியாவிற்கும் இன்னும் சில நாட்கள் இங்கேயே இருக்க விருப்பமாக இருந்தது. கோபர் மட்டும் லக்னோ திரும்பிச் செல்லுவது என்று முடிவாகியது. மறுநாள் காலையில் எல்லோரிடமும் விடைபெற்றுக் கொண்டு கோபர் புறப்பட்டான். ஹோரி அவனை வழி அனுப்பி வைக்க கிராமத்தில் எல்லை வரையிலும் வந்தான். கோபரின்பால் இத்தனை அன்பு இதற்குமுன் அவன் உள்ளத்தில் ஏற்பட்டதேயில்லை. கோபர் அவனது கால்களைத் தொட்டு வணங்கியதும் ஹோரி அழுது விட்டான். மீண்டும் மகனைப் பார்க்க மாட்டோம் எனத் தோன்றியதோ என்னவோ! அவனது உள்ளத்தில் உல்லாசமிருந்தது. கர்வமிருந்தது. ஒரு தீர்மானம் இருந்தது. மகனிடமிருந்து அவன் பெற்ற அன்பும், பக்தி சிரத்தையும் அவனை உற்சாகமுள்ளவனாக, பிரதாபசாலியாகச் செய்து விட்டிருந்தது. கடந்த சில நாட்களாக அவன் மீது கவிழ்ந்து கொண்டிருந்த துயரமும், கழிவிரக்கமும் இருள் மண்டி, தடம் தெரியாமல் அவனை அலைபாயச் செய்திருந்தது. இன்று அவனது பாதை பிரகாசமானதாக, உற்சாகமானதாக இருந்தது.

ரூபா தன் புக்ககத்தில் சந்தோஷமாக இருந்தாள். அவளது குழந்தைப் பருவத்திலும் இளமைப் பருவத்தின் ஆரம்ப நாட்களிலும் பணம், காசு, என்பது எல்லாவற்றையும்விட அரிதான பொருளாக இருந்தது. மனத்திலிருந்த எத்தனை எத்தனையோ ஆசைகள், மனதிற்குள்ளேயே குமைந்து, புதைந்து போயிருந்தன. அவற்றையெல்லாம் இப்பொழுது அவள் நிறைவேற்றிக் கொண்டிருந்தாள். நடுத்திர வயதினான ராம சேவக் இப்பொழுது இளைஞனாகி விட்டிருந்தான். ரூபாவைப் பொறுத்த வரையில் அவன் அவளுடைய கணவன். அவன் இளைஞனாகவோ, நடுத்திர வயதினனாகவோ, கிழவனாகவோ இருந்ததால் அவளுடைய மனத்தில் எந்த விதமான வித்தியாசமும் ஏற்படப்போவதில்லை. அவளுடைய மனத்திலிருந்த இந்த எண்ணமோ, உணர்ச்சியோ, கணவனின் நிறம், அழகு, ரூபம், அல்லது வயதைச் சார்ந்ததில்லை. இதனுடைய அஸ்திவாரம் இதைவிட மிக ஆழமானது. பூகம்பம் ஏற்படாலன்றி அதிராது. ரூபாவின் யௌவனம், தன்னிலேயே லயித்து கிறங்கிக் கிடந்தது. அவள் தனக்காகத்தான் தன்னை அலங்கரித்துக் கொண்டாள். அதைக் கண்டு தானே அகமகிழ்ந்து கொண்டாள். ராம சேவக்கின் முன் அவளுடைய இன்னொரு ரூபமிருந்தது. அவன் முன்னே அவள் இல்லத்தரசியாக, வீட்டு வேலைகளில் மூழ்கியிருப்பவளாகக் காட்சியளித்தாள். தனது இளமையைக் காட்டி, அவனை வெட்கமுறச் செய்யவோ, கவலையிலாழ்த்தவோ, அவள் விரும்பவில்லை. எந்தவித குறைவும் அவள் மனத்தில் தோன்றவில்லை. தானியங்களால் நிரம்பி வழிந்த களஞ்சியங்கள், கிராமத்தின் எல்லை வரையில் பரவிக் கிடந்த வயல் வரப்புகள்,

வாசலில் வரிசையாகக் கட்டியிருந்த கால்நடைகள், அவள் எந்த விதமான குறையையும் தன் மனதிற்குள் புக விடவில்லை.

எல்லாவற்றையும்விட தன் பிறந்தகத்தார் சந்தோஷமாக இருக்க வேண்டும் என்ற ஆசைதான் அவளுக்கு அதிகமிருந்தது. அவர்களுடைய ஏழ்மையை அகற்றுவதெப்படி? விருந்தினன் போல் வீட்டிற்குள் வந்து, எல்லோரையும் அழ வைத்துப் விட்டுப்போன அந்தப் பசுவின் நினைவு இன்றுவரை அவளுள்ளத்தில் பசுமையாகவே இருந்தது. அந்த நினைவு இத்தனை வருடங்களுக்குப் பின், இன்னமும் மென்மையாகி விட்டது. இன்னமும் இது என் வீடு என்ற சொந்தம் அவள் மனத்தில் தோன்றவில்லை. என்னுடைய வீடு என்ற நினைவு எழுந்ததும் தன்னுடைய பழைய வீடுதான் கண்முன் வந்தது. அவ்வீட்டிலுள்ளவர்கள்தான் அவளுக்கு ஆத்மார்த்த மானவர்கள், அவர்களுடைய சுகம் அவளுடைய சுகம். அவர்களுடைய துக்கம் அவளுடைய துக்கம். இந்த வீட்டின் வாசலில் மாடுகளின் ஒரு மந்தையே நிற்பதைக் காணும்போது, தன் பிறந்த வீட்டு வாசலில் ஒரு பசு கட்டியிருப்பதைக் காணும் மகிழ்ச்சி அவளுக்கு ஏற்படவில்லை. அவள் அப்பாவின் அந்த ஆசை நிறைவேறவேயில்லை. அந்தப் பசு வந்த அன்று அவருக்குத்தான் எத்தனை உற்சாகம்? எத்தனை மகிழ்ச்சி ஏற்பட்டது? வானத்திலிருந்து ஏதோ தேவதை இறங்கி வந்து விட்டாற்போல் சந்தோஷப்பட்டார். அப்பொழுதிலிருந்து, இன்னொரு பசுவை வாங்கி வாசலில் கட்ட அவரால் முடியவில்லை. ஆனால் இன்றும் தன் அப்பாவின் மனத்தில் அந்த ஆசை தணியாமல், முன்போலவே தீவிரமாக உள்ளது என்பதை அவள் அறிவாள். இந்த முறை அவள் பிறந்தகம் போகும்போது தன்னுடன் அக் காராம் பசுவை நிச்சயம் ஓட்டிக் கொண்டு போவாள். இல்லை... யில்லை... அதற்கு முன்பே தன் வீட்டு ஆளுடன் ஏன் ஓட்டி அனுப்பக் கூடாது? ராம சேவக்கிடம் கேட்டதுமே, சரியென்று கூறிவிட்டார். மறுநாளே ரூபா ஒரு மாட்டிடையனுடன் பசுவை அனுப்பி விட்டாள். இடையனிடம், குழந்தை மங்களின் பாலுக்காகதான் அனுப்பியிருப்பதாகத் தன் தந்தையிடம் கூறும்படி சொன்னாள்.

ஹோரியும் ஒரு பசு வாங்க வேண்டுமென்றுதான் கவலைப்பட்டுக் கொண்டிருந்தான். மங்கள் இங்கிருந்ததால், பாலில்லாமல் குழந்தை எப்படி இருக்க முடியும்? மற்றபடி பசு வேண்டுமென்ற அவசியம் இப்பொழுதில்லை. பணம் கிடைத்ததும் முதல் வேலையாகப் பசு வாங்க வேண்டும். மங்கள் இப்பொழுது அவனுடைய பேரனோ, கோபருடைய மகனோ மட்டுமல்ல, டாக்டரம்மா மாலதியின் செல்லப்பிள்ளை. அவனை நல்லபடியாய் வளர்க்க வேண்டும். ஆனால் பணம் எங்கிருந்து வரும்? எதிர்பாராமல் ஒரு கண்டிராக்டர் ரோடு போட கிராமத்தின் தரிசு நிலத்தில் கல் உடைக்கத் துவங்கி இருந்தான். ஹோரியின் காதில் இது வீழ்ந்ததும் சரசரவென்று அங்கு போய்விட்டான். தினசரி எட்டணா கூலி என்று கற்களைத் தோண்டத் துவங்கினான். இந்த வேலை இரண்டு மாதம் நீடித்தால் ஒரு பசு வாங்கும் அளவிற்குக் காசு சேர்ந்து விடும். நாளெல்லாம் அனல் காற்றிலும், வெயிலிலும்

வேலை செய்த பிறகு வீட்டிற்கு வரும்போது உயிரேயிருக்காது. ஆனாலும் வருத்தம் ஏற்படவில்லை. மறுநாள் அதே உற்சாகத்துடன் மீண்டும் வேலைக்குப் போவான். இரவிலும் சாப்பிட்டுவிட்டு குப்பி விளக்கின் முன் உட்கார்ந்து சணல் கயிறு திரிப்பான். பன்னிரெண்டு மணி, ஒரு மணிக்குத்தான் தூங்கப் போவான். தனியாகூட பித்தியாகி விட்டிருந்தாள். ஹோரி இத்தனை பாடுபட்டு உழைப்பதைத் தடுக்காமல் தானும் அவனுடன் அமர்ந்து கயிறு திரித்தாள். பசுவொன்று கட்டாயம் வாங்க வேண்டும். ராமசேவக்கின் பணத்தையும் திருப்பிக் கொடுக்க வேண்டும். கோபர் சொல்லி விட்டுப் போயிருக்கிறான். அவனுக்கு இது பற்றி ரொம்பவும் கவலை.

இரவுமணி பன்னிரெண்டு அடித்து விட்டது. இருவரும் அமர்ந்து சணல் கயிறு திரித்துக் கொண்டிருந்தனர். “உனக்குத் தூக்கம் வந்தால் போய் படுத்துக்கொள். விடிந்ததும் மீண்டும் வேலைக்குப் போக வேண்டுமே” என்றாள் தனியா.

ஹோரி வானத்தை அண்ணாந்து பார்த்தான் – “போகிறேன். மணி பத்துத்தானிருக்கும் போலிருக்கிறது! நீ வேண்டுமானால் போய் தூங்கு” என்றான்.

“நான் பகலில் கொஞ்ச நேரம் படுக்கிறேனே!”

“நானும்தான் பொரி கடலை சாப்பிட்டுவிட்டு மரத்தடியில் படுத்துக் கொள்கிறேன்.”

“அனல் காற்று ரொம்ப அடிக்குமே.”

“அனல் காற்று ஏது? நல்ல நிழலிருக்கிறது.”

“நீ நோயில் வீழ்ந்து விடுவாயோ என்று பயமாக இருக்கிறது.”

“சும்மா இரு! நோயாளியாக அவகாசம் இருப்பவர்களுக் குத்தான் நோய் வரும். கோபர் இன்னொருமுறை வருவதற்குள் ராம சேவக்கின் ரூபாயில் பாதியை சேர்த்து விடவேண்டும் என்ற வெறி மூண்டுள்ளது. அவனும் ஏதாவது கொஞ்சம் கொண்டு வருவான். இந்த வருடம் கடனிலிருந்து விடுபட்டு விட்டால், மறு பிறவிதான் நமக்கு.”

“இப்பொழுதெல்லாம் கோபரின் நினைவு அதிகமாக வருகிறது. எவ்வளவு நல்ல தன்மையுள்ளவனாகி விட்டான் அவன்.”

“புறப்பட்டுப் போகும்போது என் கால் தொட்டு வணங்கினானே!”

“மங்கள் அங்கிருந்து வந்தபொழுது எவ்வளவு தாட்டியாக இருந்தான். இங்கு வந்து மெலிந்து விட்டான்.”

“அங்கு பால், வெண்ணை என்று எல்லாம் கிடைத்தது. இங்கு ரொட்டி கிடைத்தால் அதுவே அதிகம். கண்டிராக்டரிடமிருந்து பணம் கிடைத்ததும் பசு வாங்கி வருகிறேன்.”

“பசு எப்பொழுதோ வாங்கி இருக்கலாம். நீ சொன்னால் கேட்டாதானே! உன்னுடைய வயலைக் கவனிப்பதற்கே, உன்னால் முடியவில்லை. புனியாவின் பாரத்தையும் தலைமேல் போட்டுக் கொண்டிருக்கிறாய்.”

“என்ன செய்ய? நமது கடமை, தர்மம் என்று ஒன்று இருக்கிறதல்லவா? ஹீரா தகாத செயல் செய்து விட்டான். அவனது

குழந்தை குட்டிகளை காப்பாற்றுகிறவர் யாரேனும் வேண்டுமல்லவா? என்னை விட்டால் யாரிருக்கிறார்கள்? நீயே சொல்! நாம் உதவி செய்யாவிடில், இன்று அவர்களுடைய நிலைமை என்னவாயிருக்கும்? யோசித்துப் பார்! இவ்வளவெல்லாம் செய்தும் கூட மங்கரூ அவள் மீது வழக்குத் தொடுத்து விட்டான்."

"பணத்தைப் புதைத்து வைத்துக் கொண்டால் வழக்குப் போட மாட்டார்களா என்ன?"

"என்ன உளருகிறாய் நீ! விவசாயம் பண்ணி வயிறு வளர்த்தால் அதுவே பெரிது. யாரிடம் இருக்கிறது புதைத்து வைக்க."

"ஹீரா இந்த உலகத்தைவிட்டே போய்விட்டான் போலிருக்கிறது."

"இல்லை - என்றாவது ஒருநாள் திரும்பி வருவான் என்று என் மனம் சொல்லுகிறது."

இருவரும் தூங்கச் சென்றார்கள். விடியும் முன்னரே ஹோரி எழுந்து விட்டான். பார்த்தால் ஹீரா எதிரே நிற்கிறான். தலைமயிர் நீளமாக வளர்ந்து கிடந்தது. துணியெல்லாம் தார் தாராய் கிழிந்திருக்க, உடம்பில் ரத்தமெல்லாம் சுண்டிப்போய், எலும்புக் கூடாய், வாடிய முகத்துடன் நின்றான். உயரம்கூட குறைந்து விட்டாற் போலிருந்தது. தடாலென ஹோரியின் கால்களில் வீழ்ந்தான் அவன்.

ஹோரி அவனை நெஞ்சோடு அணைத்துக் கொண்டான் - "ஹீரா! ரொம்பவும் இளைத்துப் போய்விட்டாயே! எப்பொழுது வந்தாய் நீ. இன்று ஏனோ அடிக்கடி உன் நினைவு வந்து கொண்டிருந்தது. நோய்வாய்பட்டிருந்தாயா?"

இக்கணத்தில் ஹோரியின் கண் எதிரே அவன் வாழ்க்கையையே கசப்பாக்கிவிட்ட, பாழாக்கி விட்ட ஹீரா நிற்கவில்லை. மாறாக, தாய் தகப்பனில்லாத சின்னஞ் சிறுவனாக இருந்த ஹீராதான் நின்றிருந்தான். இடையிலிருந்த இந்த இருபது முப்பது வருடங்கள் இக்கணங்களில் இருந்த சுவடு இல்லாமல் எங்கோ மறைந்து விட்டன போலிருந்தது.

ஹீரா பதிலேதும் கூறவில்லை. நின்றவாறு அழுது கொண்டிருந்தான்.

ஹோரி அவன் கரத்தைப் பற்றித் தொண்டை தழுதழுக்க, "ஏன் அழுகிறாய் தம்பி? மனிதனென்றால் தப்பு தவறு நேரத்தான் செய்கிறது. இத்தனை நாட்கள் எங்கே இருந்தாய்?" என்றான்.

"என்ன சொல்லட்டும் அண்ணே! உங்களைப் பார்க்கும் பாக்கியம் இருந்தது. பிழைத்துக் கொண்டேன். பசுவதை செய்த பாபம் தலையின் மீதிருந்தது. அந்தப் பசு என் கண்முன்னேயே நிற்பதுபோலிருந்தது. உண்ணும் போதும், உறங்கும் போதும் எப்பொழுதும் என் கண்களை விட்டு அகலவேயில்லை. எனக்கு பைத்தியமே பிடித்து விட்டது. நாலைந்து வருடம் பைத்தியக்கார ஆஸ்பத்திரியிலிருந்தேன். அங்கேயிருந்து வெளியே வந்து நாலைந்து மாதங்களாகின்றன. இரந்து உண்டு, திரிந்து கொண்டிருந்தேன். இங்கு வரும் தைரியமில்லை. உலகத்தில் யாருக்கு முகத்தை எப்படிக்

காண்பிப்பது? கடைசியில் மனது கேட்கவில்லை. மனத்தைத் திடப்படுத்திக்கொண்டு வந்து விட்டேன். நீங்கள் குழந்தைகளை....."

ஹோரி இடைமறித்தான், "நீ அனாவசியமாய் ஓடிவிட்டாய். போலீஸ் இன்ஸ்பெக்டருக்கு ஐந்தோ, பத்தோ கொடுத்து, விஷயத்தை அப்படியே சரி செய்திருக்கலாம். என்ன ஆகிவிடும் அப்படி?"

"நான் உயிரோடிருக்கும்வரை உங்கள் நன்றிக் கடனைத் தீர்க்கவே முடியாது அண்ணே!"

"நானென்ன அயலானா?"

ஹோரி இப்பொழுது மிக்க மகிழ்ச்சியோடிருந்தான். வாழ்வின் துன்பங்கள், சங்கடங்கள், நிராசைகள், யாவுமே அவன் காலடியில் புரள்வது போலிருந்தது. வாழ்க்கைப் போராட்டத்தில் அவன் தோற்று விட்டான் என்று யார் சொன்னது? இந்த உல்லாசம், இந்தக் கர்வம், இந்த மயிர்க் கூச்சலெடுக்கும் மகிழ்ச்சி, இவையெல்லாம் தோல்வியின் லட்சணங்களா என்ன? இந்தத் தோல்விகளில்தான் அவனது வெற்றியுள்ளது. அவனுடைய உடைந்த நலிந்துபோன அஸ்திரங்கள்தான் அவனது வெற்றிக் கொடிகள். ஹோரியின் இதயம் பூரித்தது. முகத்தில் ஒளி சுடர்விட்டது. ஹீரா தெரிவித்த நன்றியுணர்வில், ஹோரியின் வாழ்க்கையின் வெற்றி யாவும் ஒன்று திரண்டு உருவாகிவிட்டது போலிருந்தது. அவனுடைய களஞ்சியத்தில் நூறு, இருநூறு மணங்கு தானியம் நிறைந்திருந்தாலும், அவனுடைய பானையில் ஐநூறோ, ஆயிரமோ பணம் சேர்ந்திருந்தாலும்... அவற்றினால் இந்த சுவர்க்கம் கிட்டியது போன்ற மகிழ்ச்சி... கிட்டுமா என்ன?

ஹீரா அவனைத் தலையிலிருந்து கால்வரை பார்த்த பின் "அண்ணா! நீங்கள் மிகவும் மெலிந்து விட்டீர்கள்" என்றான்.

ஹோரி சிரித்துக் கொண்டே - "நான் குண்டாகக் கூடிய வயதா என்ன? கடனைப் பற்றிய கவலையில்லாதவர்கள்தான் சதை போட முடியும். இந்தக் காலத்தில் குண்டாக இருப்பது வெட்கம் கெட்டதனம். நூறு பேரை வற்ற அடித்துத்தான் ஒருவன் பருமனாகிறான். இப்படிப் பருமனாக இருப்பதில் என்ன சுகம்? எல்லோரும் பருமனாக.. எப்பொழுது இருக்கிறார்களோ, அப்பொழுதுதான் சுகம். சோபாவைப் பார்த்தாயா?"

"அவனை ராத்திரியே பார்த்து விட்டேன். அண்ணே! நீங்கள் உங்களையும் பார்த்துக் கொண்டீர்கள். யார் உங்களை எதிரியாக நினைத்தார்களோ, அவர்களையும் காப்பாற்றினீர்கள். உங்களது கௌரவம், மரியாதையையும் விடாமலிருக்கிறீர்கள். அவனோ தன் வயல் வரப்பு எல்லாவற்றையும் விட்டு விட்டான். இனி எப்படி வாழ்வான் என்று கடவுளுக்குத்தான் தெரியும்."

இன்று ஹோரி கல்வெட்டப் போன போது உடல் கனத்தது. இரவின் களைப்பும் அயர்ச்சியும் இன்னமும் நீங்கவில்லை. இருப்பினும் அவன் கால்கள் எட்டி நடைபோட்டன. நடையில் கவலை ஏதுமில்லாதவனின் மிடுக்கிருந்தது.

இன்று காலை பத்து மணிக்கே அனல் காற்று வீசவாரம்பித்து விட்டது. நண்பகலாக ஆக நெருப்பைக் கக்கவாரம்பித்தது. ஹோரி உடைத்த சல்லிக் கற்களை கூடையில் எடுத்துக் கொண்டு பள்ளத்திலிருந்து மேலே ஏறி பாதைக்கு எடுத்து வந்து வண்டியில் நிரப்பிக் கொண்டிருந்தான்.

பகலுணவிற்கு ஓய்வு கிடைத்தபோது அவனால் மூச்சே விட இயலவில்லை. இத்தகைய களைப்பு இதற்கு முன்னால் ஏற்பட்டதே யில்லை. கால்கள்கூட எழும்பவில்லை. உடல் உள்ளேயே தகித்துக் கொண்டிருந்தது. அவன் இன்னமும் குளிக்கவில்லை. ஏதும் சாப்பிட வில்லை. அயர்ச்சியில் துவண்டவனாய், தனது துண்டை விரித்து மரத்தடியில் அப்படியே படுத்துக் கொண்டான். தாகத்தினால் தொண்டை வறண்டது. வெறும் வயிற்றில் தண்ணீரைக் குடிப்பது சரியல்ல. அவன் தாகத்தை அடக்கிக் கொள்ள முயற்சித்தான். ஆனால் ஒவ்வொரு கணமும் உள்ளுக்குள் வறட்சியும் தாகமும் அதிகரித்துக் கொண்டே போயின. அவனால் பொறுக்க முடியவில்லை. ஒரு கூலியாள் பக்கெட்டில் தண்ணீர் வைத்துக் கொண்டு கடலை பொரி தின்று கொண்டிருந்தான். ஹோரி மெல்ல எழுந்து ஒரு லோட்டா தண்ணீர் இறைத்துக் குடித்தபின், மீண்டும் படுத்துக் கொண்டான். ஆனால் அரைமணி நேரத்தில் வாந்தி எடுத்தது. முகத்தில் பீதி பரவி நின்றது.

"உடம்பை என்ன செய்கிறது அண்ணே!" என விசாரித்தான் அந்தக் கூலி.

ஹோரிக்குத் தலை சுற்றியது. "ஒன்றுமில்லை. சரியாகத் தானிருக்கிறேன்" என்றான். இதைச் சொல்லும் போதே மீண்டும் வாந்தியாயிற்று. கையும் காலும் சில்லிட்டுப் போகத் துவங்கியது. தலை ஏன் இப்படிச் சுற்றுகிறது? கண்ணை இருட்டிக் கொண்டு வந்தது. விழிகள் தாமாக மூடிக்கொண்டன. வாழ்வின் எல்லா நினைவுகளும் உயிர் பெற்றெழுந்து இதயத்திரையில் ஓடலாயின. ஆனால் அவற்றில் ஒரு கிரமம், ஒழுங்கு இல்லை. முன்னுக்குப் பின்னாக, பின்னாலிருந்து முன்னாக, கனவுபோல் தொடர்பில்லாமல், கோர்வையின்றி பொருத்தமில்லாமல் ஏதேதோ தோன்றின. இன்பமான சிறுவயது நினைவு வந்தது. அவன் கிட்டிப்புள் விளையாடியது, அம்மாவின் மடியில் உறங்கியது. பிறகு.. கோபர் வந்திருப்பது போலிருந்தது. தனது கால்களில் வீழ்கிறான். காட்சி மாறியது. புதுமணப் பெண்ணாய், சிவப்பு சுங்கடிச் சேலை அணிந்து அவனுக்கு தனியா உணவு பறிமாறுகிறாள். இதன்பின் ஒரு பசு கண்முன்னே வந்து நின்றது. அப்படியே சாட்சாத் காமதேனுதான். அவன் தன் கையால் பாலைக் கறந்து மங்களுக்குக் கொடுக்கிறான். பார்த்துக் கொண்டிருக்கும்போது காமதேனு ஒரு தேவியாக மாறிவிட்டது... அப்புறம்...

"நண்பகல்பொழுது கழிந்துவிட்டது ஹோரி அண்ணே! எழுந்து கூடையைத் தூக்கிக் கொள்ளும்" என்றான் அந்த ஆள்.

ஹோரி ஒன்றும் பேசவில்லை. அவனது பிராணன் எந்தெந்த உலகத்திலோ சஞ்சரித்துக் கொண்டிருந்தது. உடல் அனலாய்

எரிந்தது. கையும் காலும் சில்லிட்டுப் போய்க் கொண்டிருந்தது. அனல் காற்று தாக்கி விட்டது போலும்.

ஹோரியின் வீட்டிற்கு ஆள் அனுப்பப்பட்டது. ஒரு மணி நேரத்திற்குள் தனியா பதறியடித்துக் கொண்டு ஓடிவந்தாள். சோபாவும், ஹீராவும் பின்னாலேயே கட்டிலைத் தொட்டிலாக்கி எடுத்துக்கொண்டு ஓடி வந்தனர்.

ஹோரியின் உடலைத் தொட்டதும், தனியாவிற்கு திக்கென்றாகி விட்டது. முகம் சோபை இழந்து இருண்டது. நடுங்கும் குரலில் - "உங்களுக்கு உடம்பை என்ன செய்கிறது?" என்றாள்.

ஹோரி அங்குமிங்கும் பரபரத்த கண்களால் அவளை வெறித்து - "கோபர்! நீ வந்து விட்டாயா? நான் மங்களுக்காக பசுவொன்று வாங்கி இருக்கிறேன். அதோ அங்கே நிற்கிறது பார்" என்றான்.

தனியா சாவின் நிழல் படருவதைக் கண்டாள். அவளுக்கு அது தெரியும். அது சத்தமில்லாமல், வருவதையும், புயல்போல் சீறி எழுந்து வருவதையும்கூடப் பார்த்திருக்கிறாள். அவள் கண் முன்னால் மாமியார், மாமனார், அவளுடைய இரண்டு குழந்தைகள், இறந்திருக்கின்றனர். ஊரில் எத்தனையோ பேர், இறந்திருக்கின்றனர். உள்ளத்தில் பலத்த அடி வீழ்ந்தது போலிருந்தது. அவள் தனது வாழ்க்கைக்கே ஆதமாரமாக எதைச் சார்ந்து நின்றாளோ, அது அவள் கண் எதிரேயிருந்து நழுவிக் கொண்டிருந்தது. இல்லை.. இல்லை. இது தைரியமாய் இருக்க வேண்டிய தருணம். அவளது சந்தேகத்திற்கே ஆதாரமில்லை. அனல் காற்றுத் தாக்கியுள்ளது. இதனால்தான் மூர்ச்சையாகி விட்டிருக்கிறார். பொங்கி வந்த கண்ணீரை அடக்கிக் கொண்டு "என்னைப் பாருங்கள். என்னைத் தெரியவில்லையா?" என்றாள்.

ஹோரிக்கு நினைவு திரும்பியது. சாவு நெருங்கி விட்டிருந்தது. நெருப்பு தகித்தது. புகை அமைதியடைந்து விட்டது. தனியாவை தீனமாக நோக்கினான் - விழிக்கடையிலிருந்து, இரு கண்ணீர் முத்துக்கள் உருண்டோடின. மெலிந்த குரலில், "நான் ஏதேனும் கடுமையாகச் சொல்லியிருந்தால் மன்னித்து விடு தனியா. நான் வருகிறேன். பசுவைப் பற்றிய ஆசை மனத்திலேயே நின்று விட்டது. இனி இங்கு கிடைக்கும் பணம், கருமாதிச் செலவுகளுக்குதான் செலவாகிவிடும். அழாதே! தனியா! இன்னும் எதுவரை எனக்கு உயிரூட்டிக் கொண்டிருப்பாய்? எல்லாக் கஷ்டங்களும் நேர்ந்தாகி விட்டது. இனி என்னைச் சாகவிடு." அவனது கண்கள் மீண்டும் மூடிக்கொண்டு விட்டன. இதற்குள் ஹீராவும், சோபாவும் டோலியுடன் வந்து விட்டனர். ஹோரியை எடுத்து டோலியில் படுக்கவைத்து கிராமத்தை நோக்கி நடந்தனர்.

காற்றுப்போல் நொடியில் இச்செய்தி கிராமம் முழுவதும் பரவி விட்டது. கிராமம் முழுவதும் கூடிவிட்டது. கட்டிலில் படுத்திருந்த ஹோரி எல்லாவற்றையும் பார்த்தான். புரிந்து கொண்டான். ஆனால் வாய் பேச முடியவில்லை. அவன் கண்களிலிருந்து பெருகிய நீர், மோகத்தின், ஆசையின் பந்தங்களை உடைத்தெறிவது எத்தனை கஷ்டமானது என்பதை உணர்த்திக் கொண்டிருந்தன. எது நம்மால் இயலாமல் போகிறதோ அந்தத் துக்கத்தின் பெயர்தான் மோகம்.

தான் கடைப்பிடித்த கடமைகள், முடித்துவிட்ட வேலைகளின்பால் என்ன மோகம்? யாருக்கு நாம் நமது கடமைகளைச் செய்து முடிக்க இயலவில்லையோ, அந்த அனாதைகளை விட்டுவிட்டுப் போகும் துயரம்தான் அந்த மோகம். எந்தக் கனவுகளை, மனக்கோட்டைகளை, நம்மால் பூர்த்தி செய்ய இயலவில்லையோ.. அதை பற்றிய துயரம்தான் - இந்த மோகம்.

எல்லாம் தெரிந்திருந்தும், புரிந்து கொண்டிருந்தாலும் தனியா அழிந்து கொண்டிருந்த நிழலைக் கெட்டியாகப் பற்றிக் கொண்டிருந்தாள். கண்களிலிருந்து கண்ணீர் பெருகிக் கொண்டே இருந்தது. இருப்பினும் இங்குமங்கும் ஓடியாடி, மாங்காயைச் சுட்டு சர்பத்து செய்து எடுத்துக்கொண்டு வந்தாள். கோதுமைத் தவிட்டினால் ஹோரியின் உடலை மாலிஷ் செய்தாள். வேறென்ன செய்ய? கையில் காசு இல்லை. இருந்தால் யாரையேனும் அனுப்பி டாக்டரை வரவழைப்பாள்.

ஹீரா அழுது கொண்டே - "அண்ணி, மனத்தைத் திடப்படுத்திக் கொள். கோதானம் செய்! அண்ணா போய்விட்டார்" என்றார்.

தனியா அவனை வெறுப்புடன் நோக்கினாள். அவள் இன்னமும் மனத்தை எத்தனை திடமாக, கல்லாக்கிக் கொள்ள வேண்டும்? தன் கணவன்பால் அவளுக்குள்ள கடமையை யாரேனும் சொல்ல வேண்டுமா என்ன? வாழ்க்கையின் துணைவனாக இருந்தவனுக்காக அழுவது மட்டும்தான் அவளது தர்மமா?

"ஆமாம்.. கோதானம் செய்! செய்துவிடு! இதுதான் சரியான நேரம்." எனப் பல குரல்கள் எழுந்தன.

தனியா யந்திரம்போல் எழுந்தாள். இன்று அவள் விற்ற சணல் கயிற்றினால் இருபது அணாக்கள் கிடைத்திருந்தன. அதை எடுத்து கணவனின் சில்லிட்ட கரத்தில் வைத்தவள், எதிரே நின்றிருந்த தாதாதீனை நோக்கி - "மகராஜ்! வீட்டில் பசுவுமில்லை! கன்றுக் குட்டியுமில்லை! பைசாவுமில்லை. இதோ இந்தக் காசுகள் தானிருக்கின்றன. இதுதான் இவருக்காக கோதானம்" என்றாள்.

மறுகணம் மூர்ச்சித்து வீழ்ந்தாள்.

❑

பிரேம்சந்த் - முக்கியமான வாழ்க்கைக் குறிப்புகள்

பிரேம்சந்த் எனப்படும் தன்பத்ராய் பிறப்பு	-	*1880 ஜுலை - 31 சனிக் கிழமை.*
தந்தை - தாய்	-	*அஜாய்ப்பால் - ஆனந்தி*
பிறந்த ஊர்	-	*வாரணாசியிலிருந்து ஆறு கி.மீ. தொலைவில் உள்ள 'லமஹி' என்ற சிறிய கிராமம்.*
வீட்டில் உள்ளவர்கள் வைத்த செல்லப் பெயர்	-	*'நவாப்' (இதுவே அவருக்கு ஒரு கால கட்டம் வரை புனைப் பெயராக அமைந்தது)*
எட்டாம் வயதில் கற்றுக் கொண்ட மொழிகள்	-	*உருது, பாரசீகம்*
தாயார் ஆனந்தி மரணம்	-	*1888*
ஒன்பதாம் வயதில் (முதல்) திருமணம்	-	*1889*
தந்தை அஜய்ப்பால் மரணம்	-	*1897*
மெட்ரிக் பரீட்சையில் இரண்டாம் வகுப்பில் தேர்ச்சி	-	*1898*
மாதம் 18 ரூபாய் சம்பளத்தில் சூனார் மிஷன் பள்ளியில் ஆசிரியர் பணி	-	*1899*
அலகாபாத் ஆசிரியர் பயிற்சிக் கல்லூரியில் சேருதல் - இரண்டு வருட ஆசிரியர் பயிற்சி - முதல் வகுப்பில் தேர்ச்சி	-	*1902 - 1904*
முதல் குறுநாவல் ''அசராரே மாபித்'' ஆவாஜேகல்க் பத்திரிக்கையில் வெளியாதல்	-	*1903 - அக்.முதல் 1905 - பிப். வரை*
அகில இந்திய அரசியலில் திலகரின் மீது ஈடுபாடு	-	*1905*

விதவைப்பெண் சிவராணி தேவியை திருமணம் செய்து கொள்ளுதல்	1907
"உலகத்தில் விலைமதிக்க முடியாத ரத்தினம்" என்ற முதல் சிறுகதை வெளியாதல்	1907
சுமார் 142 பக்கங்கள் கொண்ட 'கிருஷ்ணா' நாவல் வெளியாதல் - இப்போது ஒரு பிரதிகூட கிடைக்கவில்லை	1907
சுவாமி விவேகானந்தரின் கருத்துக்கள் எழுத்தில் வரத் தொடங்குதல்	1907
பள்ளிகளை மேற்பார்வையிடும் உதவிக் கல்வி அதிகாரியாகப் பதவி உயர்வு	1909
அரசாங்க நெருக்கடி - நவாப் பெயரை விட்டு "பிரேம்சந்த்" என்ற பெயரைப் புனைந்து கொள்ளுதல்	1910 அக்டோபர்
'பிரேம்சந்த்' என்ற புனைப்பெயரில் வெளியான முதல் சிறுகதை ("பெரிய இடத்துப் பெண்")	1911
பெண்குழந்தை கமலா பிறப்பு	1913
இண்டர் பரீட்சையில் இரண்டாம் வகுப்பில் தேர்ச்சி	1916
கோரக்பூரில் நார்மல் பள்ளியில் உதவி ஆசிரியர்; விடுதிக் காப்பாளர் பதவி	1916 ஆகஸ்டு
'சேவாசதனம்' நாவல் படைப்பதில் தீவிர முயற்சி	1916 - 1917
சேவாசதனம் இந்திப் பதிப்பு வெளியாதல்	1918
உலகப்போரில் பிரிட்டிஷ் அரசுக்குச் சார்பாகப் பிரச்சாரம் செய்ய மறுத்தல்	1918 ஜூலை
பி.ஏ. தேர்ச்சி பெற்றுப் பட்டதாரி ஆகுதல்	1919
ஜாலியன் வாலாபாக் படுகொலை நிகழ்ச்சியினால் தீவிரமான பாதிப்பு	1919

கோரக்பூரில் காந்தியடிகளின் சொற்பொழிவு கேட்டல் - மிகப்பெரிய மனமாற்றம்	-	1920 பிப்ரவரி
கோரக்பூரில் நிறைய எழுதிய காலகட்டம்; ஒரு கதைக்கு ஒரு பவுன் பெற்ற நேரம்	-	1916 - 1921
எழுத்தில் தீவிரம் காட்டி நிறைய எழுதிய காலகட்டம்	-	1921 பிப்ரவரி
இந்திமொழியின் முதல் அரசியல் நாவல் எனப் புகழப்படும் "பிரேமாசிரம்" வெளியாதல்	-	1921
ஆயிரம் பக்கங்கள் கொண்ட 'ரங்கபூமி' நாவல் எழுதத் தொடங்குதல்	-	1922
'சரஸ்வதி பிரஸ்' என்னும் அச்சகம் தொடங்குதல்	-	1923 ஏப்ரல்
மகள் கமலா திருமணம்	-	1929
சிறுகதைக்காகவே தொடங்கப்பட்ட "ஹம்ஸ்" பத்திரிக்கை வெளியாதல்	-	1930 மார்ச்
'விஷால் பாரத்' - பத்திரிகையில் கலை சமுதாயத்துக்காகவே என விளக்கி புகழ்பெற்ற கட்டுரை எழுதுதல்	-	1930
எழுத்துக்களில் சமுதாயப் பிரச்னைகள் மேன்மேலும் கூர்மையடைந்த காலகட்டம்.	-	1930 - 1936
மனைவி சிவராணி விடுதலைப் போரில் நேரடியாக ஈடுபட்டுக் கைது செய்யப்படுதல்	-	1930 நவம்பர்
'ஜாகரன்' (விழிப்பு) வார இதழ் வெளியிடுதல்	-	1931 ஆகஸ்டு (1934ஆம் ஆண்டு நின்றுவிட்டது)
'கர்மபூமி' நாவல் வெளியாதல்	-	1931 - 1932

சொந்த கிராமமாகிய லமஹிக்குத் திரும்புதல் - (கோதான் உருவாவதற்கு இந்தக் கிராமியவாசமே நல்ல வாய்ப்பாகியது)	-	1932
பம்பாய் திரைப்படத்துறை அழைப்பு - சென்று தங்குதல்	-	1934
'தொழிலாளி' என்னும் படத்துக்கு வசனம் எழுதுதல் படத்திற்குப் பல இடங்களில் தடை - பிரேம்சந்த் படத்தில் சில நிமிடம் தோன்றுதல்	-	1934
டில்லி இந்தி எழுத்தாளர் மாநாட்டில் புனைகதைப் பிரிவுக்குத் தலைமை	-	1934 டிசம்பர்
சென்னை இந்தி பிரச்சார சபை ஆண்டுப் பட்டமளிப்பு விழாவில் பங்கேற்பு - சென்னையில் பல இடங்களில் கூட்டங்கள்	-	1935 ஏப்ரல்
புகழ்பெற்ற 'கோதான்' வெளியிடல்	-	1936
மக்ஸிம் கார்க்கி மறைவு இரங்கல் கூட்டம். மிகவும் கடுமையான உடல்நலக் குறைவு. வந்திருந்த பிரேம்சந்த், வாசிப்பதற்காகக் கொண்டு வந்திருந்த உரையை வாசிக்கவும் இயலவில்லை	-	1936 ஜூன்
குடல்புண் தொல்லையும் வயிற்றுவலியும் அதிகமாதல்	-	1936 ஜூன்
மூத்த மகனுடன் பரிசோதனை செய்துகொள்ள லட்சுமணபுரி செல்லுதல்	-	1936 ஆகஸ்டு
பிரேம்சந்த் மரணம்	-	1936 அக்டோபர் 8, காலை 7.30 மணிக்கு

❖